கருப்புப் புத்தகம்

கருப்புப் புத்தகம்

எத்திராஜ் அகிலன் (பி. 1954)

மொழிபெயர்ப்பாளர்

ஈரோடு ஸ்ரீ வாசவி கல்லூரி, ஆங்கிலத்துறையில் விரிவுரையாளராகவும், இணைப் பேராசிரியராகவும் பணியாற்றி, முதல்வராகப் பணி நிறைவு செய்தவர். துருக்கி நாவலாசிரியர் அஹமத் ஹம்தி தன்பினாரின் 'நேர நெறிமுறை நிலையம்,' ஐஸ்லாந்து நாவலாசிரியர் ஹால்டார் லேக்ஸ்நஸின் 'மீனும் பண் பாடும்' ஆகியவற்றை மொழிபெயர்த்துள்ளார். சீன எழுத்தாளர், மா ஜியானின் சிறுகதைத் தொகுப்பான 'நாக்கை நீட்டு' எனும் நூலும் இவருடைய மொழிபெயர்ப்பில் வெளியாகியுள்ளது. *காலச்சுவடு, உன்னதம், அடவி* ஆகிய பத்திரிகைகளிலும், *கபாடபுரம், மலைகள்* ஆகிய மின்னிதழ்களிலும் இவரது மொழிபெயர்ப்புகள் வெளியாகியிருக்கின்றன.

வலைதளம்: *ethirajakilan.blogspot.com*

தொடர்புக்கு: 9443793645

மௌரீன் ஃப்ரீலி (பி. 1952)
ஆங்கில மொழிபெயர்ப்பாளர்

அமெரிக்கர். பேராசிரியராகப் பணியாற்றுகிறார். நாவலாசிரியராகவும் பத்திரிகையாளராகவும் அறியப்படுகிறார். துருக்கியில் வளர்ந்தவர். ஹார்வார்ட் கல்லூரியில் பட்டம் பெற்றவர். தற்போது இங்கிலாந்தில் வசித்துவருகிறார். *PEN* அனைத்துலக அமைப்பின் தோற்றுவாய் நிறுவனமான *PEN English* அமைப்பின் தலைவர் பொறுப்பில் இருக்கிறார். அவருடைய நாவல்களில் ஒன்றான 'கேளிக்கையின் உயிர்நாடி', துருக்கியைக் களமாகக் கொண்டது.

ஓரான் பாமுக்கின் மொழிபெயர்ப்பாளராகப் பிரபலமாக அறியப் படுகிறார். 'கருப்புப் புத்தகம்' உட்பட 'பனி', 'களங்கமின்மையின் அருங்காட்சியகம்', 'என் பெயர் சிவப்பு' நாவல்களையும், 'இஸ்தான்புல்' சுயவிவர நினைவுக் குறிப்பையும், 'பிற வண்ணங்கள்' கட்டுரைத் தொகுப்பையும் மொழிபெயர்த்திருக்கிறார்.

ஓரான் பாமுக்

கருப்புப் புத்தகம்

ஆங்கிலத்திலிருந்து தமிழில்
எத்திராஜ் அகிலன்

காலச்சுவடு பதிப்பகம்

அன்பார்ந்த வாசகருக்கு,

வணக்கம்.

காலச்சுவடு நூலை வாங்கியமைக்கு நன்றி.

நூலின் உள்ளடக்கம், உருவாக்கம், அட்டைப்படம் இன்ன பிற அம்சங்கள் பற்றிய உங்கள் கருத்துகளையும் ஆலோசனைகளையும் காலச்சுவடு வரவேற்கிறது. தகவல், எழுத்து, வாக்கியப் பிழைகள் தென்பட்டால் கட்டாயம் தெரிவித்து உதவுங்கள். நூல் தயாரிப்பில் கடும் குறைபாடு இருப்பின் மாற்றுப் பிரதி உங்களுக்குக் கிடைக்கக் காலச்சுவடு ஏற்பாடு செய்யும்.

மின்னஞ்சல்: publisher@kalachuvadu.com

காலச்சுவடு நாகர்கோவில் தலைமையகத்துக்கும் கடிதம் அனுப்பலாம்.

தங்கள்
எஸ்.ஆர். சுந்தரம் (கண்ணன்)
பதிப்பாளர் – நிர்வாக இயக்குநர்

KARA KİTAP
Copyright © İletişim Yayincilik A.Ş., 1994
All rights reserved

கருப்புப் புத்தகம் ❖ துருக்கி நாவல் ❖ ஆசிரியர்: ஓரான் பாமுக் ❖ ஆங்கிலத்தில்: மௌரீன் ஃப்ரீலி ❖ ஆங்கிலத்திலிருந்து தமிழில்: எத்திராஜ் அகிலன் ❖ முதல் பதிப்பு: டிசம்பர் 2019, நான்காம் (குறும்) பதிப்பு: டிசம்பர் 2022 ❖ வெளியீடு: காலச்சுவடு பப்ளிகேஷன்ஸ் (பி) லிட்., 669, கே.பி. சாலை, நாகர்கோவில் 629001

karuppup puttakam ❖ Tamil translation of Turkish Novel ❖ Author: Orhan Pamuk ❖ Maureen Freely (English) ❖ Tamil Translation from English by Ethiraj Akilan ❖ Language: Tamil ❖ First Edition: December 2019, Fourth (Short) Edition: December 2022 ❖ Size: Royal ❖ Paper: 18.6 kg maplitho ❖ Pages: 624

Published by Kalachuvadu Publications Pvt. Ltd., 669, K.P. Road, Nagercoil 629001, India ❖ Phone: 91-4652-278525 ❖ e-mail: publications@kalachuvadu.com ❖ Printed at Clicto Print, Jaleel Towers, 42 KB Dasan Road, Teynampet Chennai 600018

ISBN: 978-93-89820-08-9

12/2022/S.No.943, kcp 3988,18.6 (4) uss

பொருளடக்கம்

பாகம் ஒன்று

காலிப் முதல்முறையாக ரூயாவைப் பார்த்தபொழுது	13
பாஸ்ஃபரஸ் வறண்டுபோகும்போது	31
ரூயாவுக்கு எங்கள் அன்பைச் சொல்	38
அல்லாதீனின் அங்காடி	63
முற்றிலும் சிறுபிள்ளைத்தனமான செயல்	73
பேடி ஊஸ்தாவின் குழந்தைகள்	87
காஃப் மலையிலிருக்கும் எழுத்துகள்	96
மூன்று துப்பாக்கி வீரர்கள்	118
யாரோ என்னைப் பின்தொடர்கிறார்கள்	131
கண்	157
நம்முடைய நினைவுகளைத் திரைப்படங்களில் தொலைத்துவிட்டோம்	171
முத்தம்	185
இங்கே பார் யாரென்று	195
நாமெல்லோருமே அவருக்காகக் காத்துக்கொண்டிருக்கிறோம்	209
பனி விழும் மாலைப்பொழுதில் காதல் கதைகள்	221
நான் நானாகவே இருக்க வேண்டும்	246
என்னை நினைவிருக்கிறதா?	255
இருண்ட வாயுச்சுரங்க வாயில்	282
நகரத்தின் சைகைகள்	288

பாகம் இரண்டு

ஆவி வீடு	319
உங்களால் தூங்க முடியவில்லையா?	334
ஷம்ஸ் தேப்ரீஸைக் கொன்றது யார்?	340
கதைகள் சொல்ல முடியாத மாந்தர் பற்றிய கதை	361
வதனங்களின் புதிர்கள்	365
தூக்கிலிடுபவரும் அழும் வதனமும்	382
எழுத்துகளின் புதிரும், புதிரின் இழப்பும்	393
மிக நீண்ட சதுரங்க ஆட்டம்	410
புதிரின் வெளிப்பாடு	423
நான்தான் நாயகன் என்று தோன்றுகிறதே	445
என் சகோதரனே	450
முகம் பார்க்கும் கண்ணாடி வழியாகச் செல்லும் கதை	489
நானொன்றும் பைத்தியமில்லை, விசுவாசமான வாசகன் மட்டுமே.	497
புதிர் ஓவியங்கள்	528
கதைசொல்லி அல்ல, கதையேதான்	535
பட்டத்து இளவரசனின் கதை	555
ஆனால், எழுதுகின்ற நான்	581
ஆங்கில மொழிபெயர்ப்பாளரின் பின்னுரை	613
தமிழ் மொழிபெயர்ப்பாளரின் பின்னுரை	619

இப்னு அரபி தன்னுடைய நண்பரும், சமயக் குருவும் ஞானியுமான ஒருவரைப் பற்றிச் சொல்லுகிறார். அந்த ஞானியின் ஆன்மா சொர்க்கத்திற்குக் கூட்டிச்செல்லப்பட்ட பிறகு, இந்த உலகைச் சூழ்ந்திருக்கும் மாய மலையான காஃப் குன்றில் வந்திறங்கியது. சுற்றிலும் பார்த்த ஞானி, அந்தக் குன்றை ஒரு பாம்பு சுற்றியிருப்பதைப் பார்த்தார். அப்படியொரு குன்றெதுவும் இவ்வுலகைச் சூழ்ந்திருக்கவில்லை என்பது இப்போது எல்லோரும் அறிந்திருக்கும் உண்மை. அதேபோல் அப்படியொரு பாம்பும் இல்லை.

—இஸ்லாமியக் கலைக்களஞ்சியம்.

பாகம் ஒன்று

1

காலிப் முதல்முறையாக ரூயாவைப் பார்த்தபொழுது

முகவாசகத்தோடு ஓர் இலக்கிய நூலைத் தொடங்காதீர்கள். அவை அந்தப் படைப்பின் புதைமறைவான செய்தியை இல்லாமல் ஆக்கிவிடும்!

– அட்லி

அது அப்படித்தான் சாக வேண்டுமென்று இருந்தால், போ, போய் அதைக் கொன்றுவிடு. பிறகு அந்தப் புதைமறைச் செய்தியை உன் தலையில் கட்டிய போலி தீர்க்கதரிசிகளை முதலில் கொன்றுவிடு.

– பஹ்தி

ஊதா நிறக் கட்டம் போட்ட பொதிப்போர்வையின் அலையலையான மடிப்புகளுக்கு உள்ளே விரவியிருந்த இதமான கதகதப்புக்கும், இருட்டுக்கும் தன்னைப் பறிகொடுத்து ரூயா குப்புறப் படுத்துக்கொண்டிருந்தாள். குளிர்காலக் காலை நேரத்தின் முதல் ஓசைகள் வெளியிலிருந்து கசியத் தொடங்கின. கடந்து செல்லும் சிற்றுந்தின் உறுமல்; கிழடாகிப் போன பேருந்தின் கடகடச் சத்தம்; சாலெப் எனப்படும் அரிசிமாவுப் பாயாசத்தைச் செய்யும் சமையற்காரர் பாஸ்ட்ரி எனப்படும் ஒருவகை அப்பத்தைச் செய்யும் மற்றொரு சமையற்காரருடன் பகிர்ந்துகொண்ட வெந்நீர்க் கெண்டிகளின் கலகலக்கும் சத்தம்; டோல்மஸ் எனப்படும் பகிர்மகிழுந்து நிறுத்தத்தில் கையாள் கொடுத்துக்கொண்டிருந்த ஊதலின் ஒலி. அடர் நீலத் திரைச்சீலைகளின் ஊடாகக் கிளர்ச்சியூட்டாத, மந்தமான வெளிச்சம் கசிந்துகொண்டிருந்தது. மனைவியின் தலையைத் தூக்கக் கலக்கத்தோடு வெறித்துக்கொண்டிருந்தான் காலிப். மெல்லிறகுத் தலையணையில் பாதி புதைந்த நிலையிலிருந்தது ரூயாவின் மோவாய். இவ்வுலகிற்கு அப்பாற்பட்டதொரு கனலொளியைக் கொடுத்திருந்தது அவளுடைய மனத்தில் ஓடிக்கொண்டிருக்கும் அற்புதக் காட்சிகள். அது அவனை ஈர்த்து அவளிடம் நெருங்கிவரச் செய்தது. அதே நேரத்தில் அச்ச உணர்வும் அவனுள் பரவியது. நினைவு எனும்

தோட்டம் என்ற பத்திக் கட்டுரை ஒன்றில் ஜெலால் ஒருமுறை எழுதியிருந்தான். ரூயாவின் தோட்டங்கள், ரூயாவின் தோட்டங்கள் ... காலிப் நினைத்துக்கொண்டான். நினைக்காதே, நினைக்காதே, நினைவுகள் உன் மனத்தில் சந்தேகங்களையும் பொறாமையுணர்வையும் கிளப்பும்! ஆனால், தன் மனைவியின் நெற்றியை வெறித்துப் பார்த்துக்கொண்டிருந்தவாறே அவன் தொடர்ந்து நினைவுகளில் மூழ்கினான்.

தன் மனத்தின் கொல்லைப்புறக் கதவுகளைச் சாத்திக்கொண்டு ரூயா தஞ்சமடைந்திருக்கும் வில்லோ மரங்கள், கருவேல மரங்கள், சூரியனில் நனைந்த கொடி வகை ரோஸ் தாவரங்கள் ஆகியவை நிரம்பிய மதிற்சுவர் சூழ்ந்த தோட்டத்திற்குள் தானும் உலவி வர காலிப் ஏங்கினான். ஆனால், அதே நேரத்தில் அங்கே காண நேரும் முகங்கள் குறித்த பண்பற்ற அச்சமும் அவனுள் எழுந்தது. *ஹலோ, நீயும் கூட இங்கே தவறாமல் வருபவன்தானோ?* ஏற்கெனவே அடையாளம் காணப்பட்டுவிட்ட ஆவியுருக்களைக் கண்டல்ல அவன் கொள்ளும் அச்சம். மாறாக, தான் கற்பனையிலும் சிந்தித்துப் பார்த்திராத, பசப்பிப் பேசும் ஆண் நிழல்களை நினைத்துதான் மிகவும் பயந்து நடுங்கிக்கொண்டிருந்தான்.

> *மன்னிக்க வேண்டும் சகோதரனே. எப்பொழுது நீங்கள் என் மனைவியைச் சந்தித்தீர்கள்? அல்லது அறிமுகமானீர்கள்?*
>
> *மூன்றாண்டுகளுக்கு முன்பு. உங்கள் வீட்டில்.*
>
> *அல்லாதீன் கடையிலிருக்கும் அயல்நாட்டுப் பத்திரிகை ஒன்றின் உள்ளே.*
>
> நடுநிலைப் பள்ளியில்.
>
> நீங்கள் இருவரும் கை கோத்து அமர்ந்திருந்த திரையரங்குக்கு வெளியே ...

இல்லை. ரூயாவின் நினைவுகள் இவ்வளவு கொடூரமாக நெரிசல்பட்டுக் கொண்டிருக்க வாய்ப்பில்லை. அவள் ஒருவேளை இதே கணத்தில், தன்னுடைய நினைவுகள் எனும் இருண்ட தோட்டத்துக்குள் சூரிய ஒளி பரவியிருக்கும் ஒரு மூலையில் வெயில்காய்ந்து கொண்டு, ஒரு துடுப்புப் போடும் படகில் காலிப்போடு இணைந்து கிளம்பிக்கொண்டு ...

ரூயாவின் குடும்பம் இஸ்தான்புல் நகருக்குக் குடியேறிய ஆறு மாதங்கள் கழித்து காலிப், ரூயா இருவருக்குமே பொன்னுக்கு வீங்கி நோய் கண்டிருந்தது. அவர்கள் விரைவில் குணமாக வேண்டும் என்பதற்காக, காலிப்பின் அம்மாவும், ரூயாவின் அம்மாவுமாக – அவள்தான் அந்த அழகிய பெரியம்மா ஸூஸன் – இணைந்து, குழந்தைகள் இருவரையும் பாஸ்ஃபரஸுக்குக் கூட்டிக்கொண்டு போவார்கள். சில நாட்களில், அன்னையரில் யாரேனும் ஒருவர் மட்டும் அவர்களைக் கை பிடித்து அழைத்துச் செல்வதுண்டு. ஏனைய நாட்களில் இருவருமே வருவார்கள். அவர்கள் எந்தப் பேருந்தில் சென்றாலும், உருளைக்கல் பாவிய பாதையில் ஓடும்போது அது தடதடத்துக்கொண்டே செல்லும். அந்தப் பேருந்து அவர்களை எங்கே அழைத்துச் சென்றாலும் – அது பேபெக் என்றாலும், தாராப்யா என்றாலும் – அந்தச் சுற்றுலாவின் உச்சம் என்னவோ விரிகுடாவில் துடுப்புப் படகில் வலம் வருவதுதான். அந்தக் காலத்தில்,

மருந்துகளைக் காட்டிலும் நுண்ணுயிரிகளையே மக்கள் அதிகமும் பயந்தார்கள்; மதிக்கவும் மதித்தார்கள். குழந்தைகளின் பொன்னுக்கு வீங்கி நோயைக் குணப்படுத்த பாஸ்ஃபரஸின் தூய காற்று மட்டுமே போதுமானது என்பதை எல்லோருமே ஏற்றுக்கொண்டிருந்தார்கள். இதைப்போன்ற காலை நேரங்களில் கடல் மிகவும் அமைதியாக இருக்கும். துடுப்புப் படகு வெண்ணிறத்தில். எப்பொழுதுமே ஒரே படகோட்டிதான் அவர்களை அழைத்துச் செல்லக் காத்திருப்பான். அம்மாவும் பெரியம்மாவும் துடுப்புப் படகின் பின்புறம் அமர்ந்துகொள்ள, படகோட்டியின் உயர்ந்து, சரியும் முதுகு அன்னையரின் பார்வையிலிருந்து மறைத்துக்கொள்ள, ரூயாவும், காலிப்பும் அருகருகாய் முன்னே அமர்ந்துகொள்வார்கள். நீரில் பாதத்தை நனைத்துப் பாதையிட்டுக்கொண்டே செல்கையில், தங்களுடைய கால்களின் பொருத்தத்தையும், தங்களுடைய மெல்லிய கணுக்கால்களைச் சுற்றி கடல் சுழித்து வருவதையும் வேடிக்கை பார்த்த வாறிருப்பார்கள். மேலும் கடற்பாசிகளையும், வானவில்லின் ஏழு வண்ணங்களில் ஒளிர்ந்துகொண்டிருக்கும் எண்ணெய்ச் சிதறலையும், ஒளி கிட்டத்தட்ட ஊடுருவிச் செல்லும் குட்டிக் கூழாங்கற்களையும் பார்த்து ரசித்துக்கொண்டிருப்பார்கள். செய்தித்தாள் துணுக்குகளில் ஜெலால் எழுதும் கட்டுரை எதுவும் தென்படுகிறதா எனச் சல்லடைபோட்டுத் தேடிக்கொண்டும் இருப்பார்கள்.

பொன்னுக்கு வீங்கி நோய் காணுவதற்கு ஆறு மாதங்கள் முன்பு, காலிப் முதன் முறையாக ரூயாவைப் பார்த்தபோது உணவருந்தும் அறையில் மேஜையின் மீது அமர்ந்திருந்த அவனை ஒரு முடிதிருத்துநர் சிகை திருத்திக்கொண்டிருந்தார் அந்தக் காலத்தில், ஓர் உயரமான முடிதிருத்துநர் தாத்தாவுக்கு முகச்சவரம் செய்துவிட வாரத்தில் ஐந்து நாட்களுக்கு வீட்டுக்கு வருவார். அமெரிக்க நடிகர் டக்லஸ் ஃபேர்பேங்க்ஸ் போல அவர் மீசை வைத்திருந்தார். அல்லாதீனுடைய கடைக்கு வெளியிலும், அரபுடைய கடைக்கு வெளியிலும் காஃபி சாப்பிடக் காத்து நிற்போரின் வரிசை நீண்டுகொண்டே போன காலம் அது. கள்ளச் சந்தையில் மட்டுமே நைலான் காலுறைகள் வாங்கக் கிடைக்கும் காலம். '56 ஷெவர்லே சிற்றுந்துகளின் எண்ணிக்கை சீராக அதிகரித்துக்கொண்டிருந்த காலம். ஒவ்வொரு வாரநாளிலும் *மிலியட்* நாளிதழில் ஜெலால் பிரசுரித்து வந்த பத்திகளைக் கவனமாகப் படிக்கத் தொடங்கிய காலம். ஸெலிம் காச்மாஸ் எனும் புனைபெயரில் அவன் அவற்றை வெளியிட்டுக்கொண்டிருந்தான். ஆனால், படிக்கக் கற்றுக்கொண்ட காலமல்ல அது. ஏனென்றால், பள்ளி செல்லத் தொடங்குவதற்கு இரண்டாண்டுகளுக்கு முன்பிருந்தே பாட்டி அவனுக்குக் கற்பிக்க ஆரம்பித்திருந்தார். உணவருந்தும் மேஜையின் ஒரு மூலையில் அவர்கள் இருவரும் உட்கார்ந்துகொள்வார்கள். இருக்கும் புதிர்களிலேயே ஆகப்பெரும் புதிரான ஒன்றைப் பாட்டி தன் கம்மலான குரலில் வெளிப்படுத்திய பிறகு –அதாவது, எப்படி எழுத்துகள் ஒன்றிணைந்து சொற்களாகின்றன என்று –வாயின் ஓரத்தில் பற்றிக்கொண்டிருந்த பாஃப்ரா சிகரெட்டை ஓர் இழுப்பு இழுத்துக்கொள்வாள். எக் காரணம் கொண்டும் அதை அவள் வாயிலிருந்து அகற்றியதில்லை. அந்த சிகரெட் புகை பேரனின் கண்களில் கரித்து நீர் ததும்பும்பொழுது அவனுடைய அரிச்சுவடிப் புத்தகத்திலிருக்கும் பிரம்மாண்டமான குதிரை ஊதா நிறமாகி உயிர் பெற்றெழும். அந்த அரிச்சுவடி நூலில், அ என்ற எழுத்தைப் பயிற்றுவிக்க குதிரையைக் குறிக்கும் அட் என்ற சொல் படத்துடன்

இருக்கும். அப்படி உயிர் பெற்றெழும் குதிரை திருட்டுப்பயல் என எல்லோரும் கரித்துக்கொட்டும் காயலாங்கடைக்காரனின் வண்டியை இழுக்கும் எலும்புந்தோலுமான குதிரையைவிடவும் பெரிதாக இருந்தது. தண்ணீர் விற்கும் முடவனின் வண்டியை இழுக்கும் எலும்புந்தோலுமான குதிரையைவிடவும் கூடப் பெரிதாக இருந்தது. இந்த உற்சாகம் மிகுந்த அரிச்சுவடிக் குதிரையானது அந்த நூலின் பக்கங்களிலிருந்து துள்ளி வெளியே குதிக்கும் அளவுக்கு அதற்கு வலிமையூட்ட, மாய மருந்து எதையாவது அந்தச் சித்திரத்தின் மீது ஊற்ற முடியாதா என்று காலிப் அந்தக் காலத்தில் ஏங்கிக்கொண்டிருப்பான். பின்னர் தொடக்கப் பள்ளியின் முதலாம் ஆண்டில் தேர்ச்சி தராமல் அவனை மீண்டும் அதே வகுப்பில் பயில வைத்தபொழுது அதே அரிச்சுவடிக் குதிரையின் கண்காணிப்பில் மீண்டும் ஆதியோடந்தமாக எழுதப் படிக்கவேண்டி ஆனது. அப்பொழுது, இந்த ஆசை அபத்தமானது என்று அவன் கைவிட்டான்.

தாத்தா மட்டும் முன்பே சொல்லியிருந்த மாதிரி அவருடைய வாக்குறுதியை நிறைவேற்றியிருந்தால், மாதுளம்பழ நிறத்தில், குப்பிகளில் அடைத்துத் தெருவில் விற்பதாகக் கூறப்படும் அந்த மந்திர பானத்தை வாங்கிக் கொடுத்திருந்தால், அதை அவனிடம் இருக்கும் *எல்'இலஸ்ட்ரேஷன்* பத்திரிகையின் பழைய இதழ்களின் தூசு படிந்த பக்கங்களில் கொட்டிக் கிடந்த முதலாம் உலகப் போரில் ஈடுபடுத்தப்பட்ட உருளையான ஆகாய விமானங்கள், பீரங்கிகள், அழுக்கான பிணங்கள் ஆகியவை மீதுதான் ஊற்ற ஆசைப்பட்டிருப்பான். அதே போல், பெரியப்பா மெலிஹ் பாரிஸிலிருந்தும், மொராக்கோவிலிருக்கும் பெஸ் நகரிலிருந்து அனுப்பி வைக்கும் அஞ்சலட்டைகள் மீதும்கூட அந்த பானத்தை ஊற்ற அவன் ஆசைப்பட்டிருப்பான் என்பதைச் சொல்ல வேண்டியதில்லை. தூன்யா பத்திரிகையிலிருந்து வாஸிஃப் வெட்டி எடுத்து வைத்திருக்கும் குட்டிக்குப் பாலூட்டும் மனிதக்குரங்கின் படத்தின் மீதுகூட அதை ஊற்றிப் பார்க்க அவன் ஆசைப்பட்டிருப்பான். ஜெலாலின் பத்திரிகையிலிருந்து அவன் கத்திரித்து எடுத்து வைத்திருக்கும் விசித்திரமான மனித முகங்கள் மீதும்கூட. ஆனால். இப்பொழுதெல்லாம் தாத்தா வெளியே போவதேயில்லை. முடிதிருத்துபவரிடம்கூடப் போவதில்லை. நாள் முழுவதும் வீட்டுக்குள்ளேயே அடைந்து கிடக்கிறார். ஆனாலும்கூட, முன்பு பண்டகசாலைக்குப் போய்க்கொண்டிருந்த பொழுது எப்படி நறுவிசாக உடையணிந்து கொள்வாரோ அதேபோல் இப்பொழுதும் ஒவ்வொரு நாள் காலையும் உடை தரித்துக்கொள்கிறார். மடிப்புக் கலையாத காற்சராய்கள், சட்டைக்கு மணிக்கட்டுப் பகுதி இணைப்புகள், ஒரு பழைய ஆங்கிலேய வகை மேலங்கி – அதன் அகன்ற மார்புப்பகுதி மடிப்புகள் ஞாயிற்றுக் கிழமைகளில் அவர் முகத்தில் முளை விட்டிருக்கும் நரைமுடியின் சாம்பல் வெளுப்பில் இருக்கும் – மற்றும், பட்டாலான கழுத்துப்பட்டை என்று அப்பா குறிப்பிடும் கழுத்தணியோடு காணப்படுவார். ஆனால் அம்மா அதைக் கழுத்துப்பட்டை என்று சொல்லுவதில்லை. மாறாக க்ராவேட் எனும் ஃப்ரெஞ்சுப் பதத்தைத்தான் பயன்படுத்துவாள். அப்பாவின் குடும்பத்தைவிடவும் செழிப்பான குடும்பத்திலிருந்து வந்தவளாதலால் கொஞ்சம் மேற்கத்திய பாணியில் அவள் தன்னைக் காட்டிக்கொள்வாள். பிறகு அம்மாவும் அப்பாவும் தங்களைச் சுற்றிலும் அன்றாடம் தரைமட்ட மாகி வரும் பழைய மரத்தாலான வீடுகளுள் ஒன்றைப் போல் தாத்தாவையும் தங்களுடைய பேச்சில் விவாதித்துக்கொண்டிருப்பார்கள். தாத்தா

இருப்பதையும் மறந்து, அவர்கள் பேசிக்கொண்டே போகையில் அவர்களுடைய குரல் கொஞ்சம் கொஞ்சமாக வலுத்துக்கொண்டே வரும். பிறகு அவர்கள் காலிப்பிடம் திரும்புவார்கள்.

"மாடிக்குப் போயேன். நீ ஏன் மாடிக்கே போவதில்லை? போய் ஏதாவது விளையாடிக்கொண்டிறேன். சொன்னால் உடனே போயேன்."

"நான் மின்தூக்கியில் போகலாமா?"

"அவனாகவே மின்தூக்கியில் செல்லுவதற்கு விடாதீர்கள்"

"நீயாகவே மின்தூக்கியில் போகாதே."

"அப்படியென்றால் நான் வாஸிஃபுடன் விளையாடிக் கொண்டிருக்கட்டுமா?"

"வேண்டாம். அவன் மிகவும் ஆக்ரோஷமாகிவிடுகிறான்."

உண்மையில் அவன் ஒருபோதும் ஆக்ரோஷமாக நடந்துகொண்டதில்லை. வாஸிஃப் வாய் பேச இயலாத, காது கேளாத பையன். ஆனால், நான் 'ரகசிய வழி' என்ற விளையாட்டை விளையாடும்பொழுது அவனை நான் கேலி செய்யவில்லையென்று புரிந்துகொண்டிருந்தான். மறைந்திருக்கும் குகைகளென்று நான் கற்பனை செய்திருக்கும் எங்களுடைய குடியிருப்பின் நிழலான வெளிப்புறங்களின் எல்லைகளுக்கு மஞ்சங்களின் அடியில் ஒளிந்து மறைந்து நான்கு கால்களில் நான் முன்னேறிக்கொண்டிருப்பேன். ஒரு பூனையின் திருட்டுத்தனத்தோடு, எதிரிகளின் பதுங்கு குழிகளுக்கு இட்டுச் செல்லும் சுரங்கப்பாதை வழியாகக் கள்ளத்தனமாகத் தவழ்ந்து செல்லும் போர்வீரனைப் போல். அந்த நேரங்களில் அவன் என்னைச் சரியாகப் புரிந்துகொள்வான். ஆனால், ரூயாவைத் தவிர – இன்னும் அவள் எங்கள் வீட்டுக்கு வந்திருக்கவில்லை – வீட்டிலிருக்கும் வேறு யாரும் இதை அறிந்திருக்கவில்லை. ஒரு சில சமயங்களில் நானும் வாஸிஃபும் அருகருகாக நின்று நேரம்போவதே தெரியாமல் தெருவில் செல்லும் சிற்றுந்துகளின் வரிசையை வேடிக்கைபார்த்துக்கொண்டிருப்போம். எங்களுடைய காங்கிரீட் குடியிருப்பிலிருந்து தூணிடைப் பலகணி வழியாக எங்களுக்குக் காணக் கிடைத்த உலகம் ஒரு திசையில் பள்ளிவாசல் வரையிலும், மற்றொரு திசையில்அரசுப் பெண்கள் இடைநிலைப் பள்ளி வரையிலும் விரிந்திருந்தது. இரண்டுக்கும் இடையில் ஒரு காவல் நிலையம், ஒரு பிரம்மாண்டமான வாதுமை மரம், ஒரு தெரு முனையும் அல்லாதீனின் நெரிசல் மிகுந்த கடையும். அந்தக் கடையின் உள்ளும் வெளியிலுமாக மக்கள் போய்வந்துகொண்டிருப்பதை வேடிக்கை பார்த்துக் கொண்டிருக்கும் ஒரு சில வேளைகளில், கடந்து செல்லும் சிற்றுந்துகள் மீது ஒருவருக்கொருவர் கவனத்தை ஈர்த்துக்கொண்டிருக்கும் நேரத்தில், திடீரென்று வாஸிஃப் நாராசமாக, அச்சமூட்டும் விதத்தில் வீறிடுவான். கனவுகளில் சாத்தானோடு சமர் செய்துகொண்டிருக்கும் ஒரு பையனுடைய கூக்குரலாய் அது இருக்கும். கொஞ்சமும் எதிர்பாராத நேரத்தில் அவன் வீறிட்டால் உண்மையில் நான் நடுநடுங்கிப் போயிருப்பேன். எங்களுக்குப் பின்னாலிருந்து புகைவிட்டுக் கொண்டிருக்கும் இரண்டு புகை போக்கிகளிடமிருந்து இந்த வீறிடல் எதிர்வினையை உருவாக்கும். கைவைத்த நாற்காலியில் சாய்ந்தபடியே ரேடியோவில் லயித்திருக்கும் பாட்டியின்

கவனத்தை ஈர்க்க தாத்தா வீணாக முயன்றுகொண்டிருப்பார். "வாஸிஃப் மீண்டும் காலிப்பை மிகவும் பயங்கரமாகப் பயப்படுத்திவிட்டான்" என்று முணுமுணுப்பார். பிறகு, அக்கறையை விடவும், வெறும் பழக்கதோஷத்தில் எங்கள் பக்கம் திரும்பி, "சரி, இதுவரை எவ்வளவு சிற்றுந்துகளை நீங்கள் எண்ணினீர்கள் என்று சொல்லுங்கள் பார்ப்போம்!" என்பார். ஆனால் நான் எண்ணியிருந்த டாட்ஜ், பெகார்ட்ஸ், டி சாட்டோஸ் மற்றும் புதிய ஷவர்லேக்களின் எண்ணிக்கையை எவ்வளவுதான் மெனக்கெட்டு ஒப்பித்தாலும், நான் என்ன சொல்லிக்கொண்டிருக்கிறேன் என்றே அவர்கள் கவனிக்கமாட்டார்கள்.

காலையில் எழுந்தவுடன் முதல் வேலையாக இயக்கப்படும் வானொலி தான் இரவில் இறுதியாக இயக்கம் நிறுத்தப்படும் பொருளாக இருக்கும். என்றாலும் கூட, தடிமனான தோலுடன், கொஞ்சமும் துருக்கிய சாயல் இல்லாமல் அந்த வானொலி மீது சுருண்டு படுத்திருக்கும் அந்த பீங்கான் நாய் மட்டும் அதன் அமைதியான உறக்கம் நீங்கி எப்பொழுதுமே எழுந்த தில்லை. அலாதுர்க்கா எனப்படும் துருக்கியப் பாரம்பரிய சங்கீத நேரம் முடிந்து அலாஃப்ராங்கா எனப்படும் மேற்கத்திய இசை நேரத்துக்கு நிரல்மாறும் பொழுதும், செய்தி நேரத்தின் இடையில் வரும் வங்கி, நறுமணத் திரவியங்கள், தேசிய பரிசுச்சீட்டுக் குலுக்கல் போன்ற வணிக விளம்பரங்களின் இடையிலும், தாத்தாவும் பாட்டியும் சளசளக்கத் தொடங்கிவிடுவார்கள். அவர்களின் கையில் புகைந்துகொண்டிருக்கும் சிகரெட் பற்றிய குற்றச்சாட்டாகத்தான் பேச்சு அனேகமாக இருக்கும். ஆனால், நீண்ட நாட்களாகத் தாங்கள் வதைபட்டுப் பழகிவிட்ட பல்வலியைப் பற்றிப் பேசிக்கொள்ளும்போது தொனிக்கும் அதே அலுப்பு இதிலும் தெறிக்கும். இந்தப் பழக்கத்தை விட முடியாமல் போனதற்காக ஒருவரை மற்றொருவர் குற்றம் சொல்லியபடி இருப்பார்கள். ஆனால், இருவரில் யாராவது ஒருவர் தொடர்ந்த இருமலில் அல்லல்படும் பொழுது, முதலில் ஒரு வெற்றி மிதப்போடும், பிறகு சிடுசிடுவென்று எரிச்சலோடும் தன்னுடைய குற்றச்சாட்டு எவ்வளவு உண்மையென்று மற்றவர் எக்களிப்பதுண்டு. ஆனால் கொஞ்ச நேரத்திலேயே, குத்தல் பேச்சு தொடரும். "ஷ். நான் சிகரெட் பிடித்துக்கொண்டிருக்கிறேன். தொணதொணக்காதே!" பிறகு அவர்கள் இருவரில் யாரேனும் ஒருவர் செய்தித்தாளில் படித்த ஏதோ ஒன்றைப் பற்றிக் குறிப்பிடுவார்கள். "உண்மையில் சிகரெட் புகைப்பதால் உங்களுடைய பதற்றம் தணிகிறது." கொஞ்ச நேரத்துக்கு அமைதி நிலவும். ஆனால், தாழ்வாரத்திலிருக்கும் கடிகாரத்தின் டிக், டிக் ஓசை உடன் வர, அந்த அமைதி நெடு நேரம் நீடிக்காது. தாங்கள் வழக்கமாகப் படிக்கும் செய்தித்தாள்களை மீண்டும் எடுத்துப் புரட்டத் தொடங்கியவுடனும் அல்லது மதியம் பூராவும் 'பிஸீக்'என்னும் சீட்டுக்கட்டு விளையாட்டை ஆடிக்கொண்டிருக்கும்போதும் அவர்கள் தொடர்ந்து பேசிக்கொண்டேதான் இருப்பார்கள். இரவில் உணவுக்காகக் குடும்பம் ஒன்று சேரும்பொழுது சொல்லுவதையேதான் வானொலியின் முன்பாக எல்லோரும் குழுமும்போதும் சொல்வார்கள் அல்லது ஜெலால் எழுதும் பத்திரிகைத் தொடர் கட்டுரைகளை அவர்களிருவரும் வாசித்து முடிக்கும் வரையிலும் மீண்டும் சொன்னவற்றையே சொல்லிக்கொண்டிருப் பார்கள். "அவனை மட்டும் சொந்தப் பெயரில் எழுத அனுமதித்தால், அவன் ஒருவேளை புத்தி சுவாதீனத்தோடு எழுதுவானாக இருக்கும்" என்று தாத்தா சொல்லுவார். பாட்டி பெருமூச்செறிந்து "முதிர்ச்சி

பெற்ற ஆளாகவும்கூட எழுதலாம்" என்பாள். பிறகு இந்தக் கேள்வியை ஏதோ முதல்தடவையாகக் கேட்கிறவளைப் போலக் கவலையோடு முகத்தைச் சுருக்கி, "அவர்கள் இவனை சொந்தப் பெயரில் எழுத விடாததால்தான் இவ்வளவு மோசமாக எழுதுகிறானாஅல்லது இவ்வளவு மோசமாக எழுதுவதால்தான் அவனுடைய கட்டுரைகளைச் சொந்தப் பெயரில் எழுதவிடமாட்டேன் என்கிறார்களா?" என்று கேட்பாள். அப்போதைக்கப்போது தங்களை ஆசுவாசப்படுத்திக்கொள்ள வைக்கும் ஆறுதலைத் தேடிப்பிடித்துக்கொண்ட பின் "எது எப்படியோ, அவர்கள் சொந்தப் பெயரில் அவனை எழுதவிடாததால்தான் நம்மை எந்த அளவுக்கு அவன் அவமானப்படுத்துகிறான் என்பது அதிகம் பேருக்குத் தெரியாமல் இருக்கிறது" என்று தாத்தா சொல்லுவார். "இல்லை. அது யாருக்குமே தெரியாது" என்று பாட்டி சொல்லுவாள். ஆனால் அவள் உண்மையில் அதை உணர்ந்து சொல்லவில்லை என்று காலிப்புக்குத் தோன்றும் விதமாகவே அதைச் சொல்வாள். "நம்மைப் பற்றித்தான் அவன் செய்தித்தாளில் எழுதிக்கொண்டு வருகிறான் என்பது யாருக்குத் தெரியும்?"

பிற்காலத்தில் ஒவ்வொரு வாரமும் தன்னுடைய வாசகர்களிடமிருந்து நூற்றுக்கணக்கான கடிதங்கள் வந்துகொண்டிருக்க, தான் முன்பு எழுதிய வற்றையே தன்னுடைய புகழ்மிக்க சொந்தப் பெயரில் ஜெலால் மீள்பதிப்புச் செய்துகொண்டிருந்தபோது, அவனுடைய கற்பனை வறண்டுவிட்டதுதான் இதற்குக் காரணமென்று ஒரு சிலர் வாதிட, வேறு சிலரோ அதற்கு பெண்களோ அல்லது அரசியலோ அவனுடைய முழு நேரத்தையும் ஆக்கிரமித்துக்கொண்டிருக்க வேண்டுமென்று அபிப்ராயப்பட்டனர். இதற்குக் காரணம் வெறும் சோம்பேறித்தனம்தான் என்று வேறு சிலர் உறுதிபடக் கூறினார்கள். இந்தச் சமயத்தில், ஏற்கெனவே நூறு முறையாவது மீண்டும் மீண்டும் ஒப்பித்திருக்கக்கூடிய ஒரு வாக்கியத்தைத் தாத்தா திரும்பக் கூறுவார். அலுத்துப்போன, சற்றே சவடாலான தொனியில் கூறும்பொழுது அது ஓர் இரண்டாந்தர நடிகர் போல அவரைத் தோன்ற வைக்கும். "கடவுளுக்கே அடுக்குமா? அந்தக் கட்டுரைகளில் குறிப்பிடப்படும் குடியிருப்பு நாம் உட்கார்ந்திருக்குமிந்த வீடுதான் என்பது இந்த நகரத்திலிருக்கும் யாருக்காவது தெரியாமல் போகுமா?", இதைக் கேட்டுப் பாட்டி மௌனமாகிவிடுவாள்.

நேரம் போகப்போக, தனக்கு அடிக்கடி வரும் கனவுகளைப் பற்றித் தாத்தா பிறகு பேச ஆரம்பித்துவிடுவார். நாள் முழுவதும் ஒருவருக் கொருவர் திரும்பத் திரும்பச் சொல்லிக்கொண்டிருக்கும் கதைகளுள் ஏதோ ஒன்றைச் சொல்லிக்கொண்டிருக்கும்பொழுது பிரகாசமாகிவிடுவதைப் போலவே இப்பொழுதும் அவருடைய கண்கள் பிரகாசமாகிவிடும். "நான் ஊதா நிறத்தில் கனவு கண்டுகொண்டிருந்தேன்" என்பார் தாத்தா. அவருடைய கனவில் வந்த மழைதான் இதுவரையில் பார்த்த மிக அடர்த்தியான ஊதா நிறம். நள்ளிரவு நேரத்தின் மை ஊதா. இந்த முடிவேயில்லாத ஊதா வண்ண மழைதான் தன்னுடைய முடியையும், தாடியையும் இவ்வளவு நீளமாக வளரச் செய்துவிட்டது. பொறுமையாகக் கவனித்துக்கொண்டிருந்துவிட்டுப் பாட்டி சொல்வாள் "சீக்கிரமே முடிதிருத்துநர் வருவார்." ஆனால் முடிதிருத்துநரைப் பற்றிய பேச்செழுந்ததுமே தாத்தா முகத்தைச் சுளிப்பார். "அவன் ரொம்பப் பேசுகிறான். தேவையில்லாமல்

நூறு கேள்விகள் கேட்கிறான்." ஊதா வண்ணக் கனவு பற்றிய பேச்சும் முடிதிருத்துநர் பற்றிய பேச்சும் முடிந்த பிறகு, மூச்சை அடக்கிக்கொண்டு தாத்தா கிசுகிசுப்பதை காலிப் ஓரிருமுறை கேட்டிருக்கிறான். "இங்கிருந்து வெகு தூரத்துக்கு அப்பால் நாம் வேறொரு வீட்டைக் கட்டிக்கொண்டு போயிருக்க வேண்டும். இந்தக் குடியிருப்பு நமக்கு துரதிர்ஷ்டத்தைத்தான் கொண்டுவந்து சேர்த்திருக்கிறது."

எவ்வளவோ ஆண்டுகளுக்குப் பிறகு, 'நகரத்தின் இதயம்' என்ற பெயரமைந்த அடுக்ககத்தின் குடியிருப்புகளை அவர்கள் ஒன்றன்பின் ஒன்றாக விற்றுவிட்ட பிறகு, ஏனைய கட்டிடங்களைப் போலவே, சிறிய ஜவுளி உற்பத்தியாளர்களாலும், காப்பீட்டு நிறுவனங்களின் அலுவலகங்களாலும், ஒளிவுமறைவாகக் கருச்சிதைவு செய்யும் மகப்பேறு மருத்துவர்களாலும் ஆக்கிரமிக்கப்பட்ட பிறகு, அல்லாதீனின் கடைக்குப் போகும் வழியில் கொஞ்ச நேரம் நின்று, ஒரு காலத்தில் தன்னுடைய இல்லமாக இருந்த அந்தக் கட்டிடத்தின் சீரழிந்த, அழுக்கண்டிய முகப்பைப் பார்த்தவாறே, அப்படியொரு கசந்துபோன வாசகத்தைச் சொல்ல தாத்தாவை எது தூண்டியிருக்குமென்று காலிப் யோசித்துக்கொண்டிருப்பான். அது அவனுடைய பெரியப்பா மெலிஹ் சம்பந்தப்பட்டது. அவர் ஐரோப்பாவுக்குச் சென்று பிறகு ஆப்பிரிக்காவில் குடியேறியவர். துருக்கிக்குத் திரும்பிய பிறகும்கூட, இஸ்தான்புல்லில் இருக்கும் குடியிருப்புக்குத் திரும்புவதற்கு முன்பாக இஸ்மீர் நகரிலேயே வெகுகாலம் சுற்றித் திரிந்தவர். அவரைப் பற்றி முடிதிருத்துநர் கேட்கும் பொழுதெல்லாம் – *சரி, உங்களுடைய மூத்த மகன் எப்பொழுதுதான் ஆஃப்ரிக்காவிலிருந்து திரும்பி வரப் போகிறார்?* – தாத்தா அவரை முறைப்பார். அந்த விஷயத்தைப் பற்றிப் பேசுவதற்குத் தாத்தா காட்டிய தயக்கத்தைப் பார்த்த பிறகுதான் காலிப் அவருடைய விசித்திரமான மூத்த மகன் தன்னுடைய மனைவியையும், குழந்தை வாஸிஃபையும் விட்டுவிட்டு வெளிநாட்டுக்குப் போன பின்னர்தான் அவருடைய துரதிர்ஷ்டம் தொடங்கியிருக்கிறது என்பதை உணர்ந்துகொண்டான். பிறகு பல ஆண்டுகள் கழித்தே தன்னுடைய புது மனைவியோடும், புது மகளோடும் (அவள்தான் ரூயா –கனவு என்பதற்கான துருக்கி மொழிச் சொல்) அவர் வந்து சேர்ந்தார்.

'நகரத்தின் இதயம்' அடுக்ககத்தைக் கட்டத் தொடங்கியபொழுது பெரியப்பா மெலிஹ் இஸ்தான்புல்லில்தான் இருந்தாராம். அப்பொழுது அவருக்கு முப்பது வயதுகூட ஆகியிருக்கவில்லையாம். பல ஆண்டுகள் கழித்து ஜெலால் இதைக் காலிப்பிடம் சொல்லியிருந்தான். ஒவ்வொருநாளும், நண்பகலில் சட்ட அலுவலகங்களிலிருந்து அவர் புறப்பட்டு (அங்கே ஒன்று, சச்சரவில் ஈடுபட்டுக்கொண்டிருப்பார். இல்லாவிட்டால் பழைய வழக்குகள் தொடர்பான ஆவணத் தொகுப்புகளின் பின்புறத்தில் கப்பல்களையும், மனித சஞ்சாரமற்ற தீவுகளையும் வரைந்துகொண்டிருப்பார். இவற்றைத் தவிர அவர் அங்கே வேறொன்றும் செய்ததில்லை) நிஷாந்தஷியிலிருக்கும் கட்டட மனைக்குச் சென்று தந்தையோடும், சகோதரர்களோடும் இணைந்து கொள்வார். வேலை செய்யும் நாள் முடியும் தறுவாயில் வேலைக்காரர்கள் சற்றே சுணக்கம் காட்டுவார்கள். அவர்களுக்கு எரிச்சலூட்டும் வண்ணம், பெரியப்பா மெலிஹ் தன்னுடைய மேலங்கியைக் கழற்றிப் போட்டுவிட்டு, சட்டைக் கைகளைச் சுருட்டிவிட்டுக்கொண்டு, தானே வேலையில் இறங்கி

விடுவாராம். அந்தக் காலகட்டத்தில் குடும்பத்துக்கு இரண்டு நிறுவனங்கள் சொந்தமாக இருந்ததாம். கரக்காயில் ஓர் ஆங்கில மருந்துக்கடையும், ஸிர்க்கேஜியில் ஒரு மிட்டாய்க் கடையும். அந்த மிட்டாய்க்கடை பிறகு பாஸ்ட்ரி எனப்படும் இனிப்புப் பண்டம் விற்கும் கடையாக உருவெடுத்து, அதற்கும் பிறகு ஓர் உணவகமாக மாறிப்போனது. ஆனால், அவர்களால் ஹாஜி பெக்கிரோடு போட்டி போட முடியவில்லை. அந்தக் கடையில் விற்பனையான லோக்கம் எனும் இனிப்பு வகை நகரிலேயே ஆகச் சிறந்ததென்று பெயர் பெற்றிருந்தது. என்றாலும்கூட இவர்களுடைய மிட்டாய்க் கடைச் சுவர்களின் மாடத்தட்டுகளில் அடுக்கப்பட்டிருந்த, பாட்டி பக்குவ, க்வின்ஸ் பழ, அத்திப்பழ மற்றும் செர்ரிப் பழ ஜாம் வகைகளின் மீதான நம்பிக்கையில் இவர்களுடைய வியாபாரம் நடந்தது. ஆக, இந்தத் தருணத்தில்தான் பெரியப்பா மெலிஹ் ஃபிரான்ஸுக்கும் ஜெர்மனிக்கும் சென்று வருவதைப் பற்றிப் பேசத் தொடங்கினார். கன்ஃபிச்சர் எனப்படும் ஐரோப்பிய வகை ஜாம் தயாரிப்பது குறித்துத் தெரிந்துகொண்டு வர விரும்புவதாக அவர் தெரிவித்தார். கஷ்கொட்டை மிட்டாய்களின் மீது சுற்றப்படும் பொன்முலாமிட்ட தாளை எங்கே வாங்க முடியுமென்று பார்த்து வருவதாகவும் சொன்னார். அதே போல், குளிக்கும் நீருக்கு மணமூட்டும், வண்ண வகை வாசனைத் திரவியத்தைத் தயாரிக்கும் தொழிற்சாலையொன்றை ஃப்ரெஞ்சு நாட்டுத் தொழில்நுட்ப உதவியுடன் தொடங்க முடியுமா என்று பார்த்து வருவதாகவும் கூறினார். அந்தக் காலகட்டத்தில் அமெரிக்கா மற்றும் ஐரோப்பாவெங்கிலும் ஒன்றன்பின் ஒன்றாய் மூடப்பட்டுக்கொண்டிருந்த தொழிற்சாலைகளுக்குச் சென்று பார்த்து அங்கே சகாயமாகக் கிடைக்கும் இயந்திரங்களை வாங்கிப் போடுவதென்பது உண்மையில் நல்ல யோசனைதான். அத்தோடுகூட, முடிந்தால், ஹேல் பெரியம்மாவுக்குத் தள்ளுபடி விலையில் ஒரு பெரிய பியானோவையும் வாங்கிவிடலாம் என்றார். இதெல்லாவற்றையும்விட, காதுகேளாத வாஸிஃபைக் காது சம்பந்தப்பட்ட மருத்துவ வல்லுநரிடமும், அவன் என்ன பேசுகிறான் என்பதைப் புரிந்துகொள்ள உதவக்கூடிய நரம்பு நோய் மருத்துவ வல்லுநரிடமும் கூட்டிச் செல்ல வேண்டுமென்று பிரியப்பட்டார்.

இரண்டாண்டுகள் கழித்து ட்ரிஸ்ட்டானா எனும் பெயர் கொண்ட ரோமாபுரி நாட்டுக் கப்பலில், பெரியப்பா மெலிஹ்ஹும் வாஸிஃபும் ஃப்ரான்ஸின் தென்பகுதியில் இருக்கும் மாஸே எனும் நகருக்குக் கிளம்பினார்கள். பாட்டியின் பெட்டிகளுள் ஒன்றை ஆராய்ந்துகொண்டிருக்கும்போது தட்டுப்பட்ட ஒரு புகைப்படத்தைப் பார்த்துதான் இந்த விவரத்தைக் காலிப் தெரிந்துகொண்டான். அந்தப் புகைப்படத்தின் மீது பன்னீர் வாசனை வீசியது. ட்ரிஸ்ட்டானா எனும் பெயர் கொண்ட அந்த ரோமாபுரி நாட்டுக் கப்பல் கருங்கடலில் சுதந்திரமாய் மிதந்துகொண்டிருந்த கண்ணிவெடியொன்றின் மீது மோதி முழுகிவிட்டதாம் (செய்தித்தாளின் கத்தரிக்கப்பட்ட பகுதியொன்றை வாஸிஃபிடமிருந்து ஜெலால் கண்டெடுத்த பிறகுதான் இது தெரிந்தது). பெரியப்பா மெலிஹ்ஹும் வாஸிஃபும் ஐரோப்பாவுக்குக் கிளம்பிய சமயத்தில் இந்தக் குடியிருப்பு அடுக்ககம் கட்டி முடிக்கப்பட்டிருந்தது. ஆனால், அங்கே இன்னும் யாரும் குடியேறியிருக்கவில்லை. ஒரு வருடம் கழித்து, புகைவண்டியில் வாஸிஃப் மட்டும் தனியே திரும்பி வந்தான் (இந்தப் பேச்சு வரும்போதெல்லாம் ஹலா பெரியம்மா இதைச் சொல்வாள்.

ஆனால் தனியே என்பதற்கு அவள் கொடுக்கும் அழுத்தம் என்ன சொல்ல வருகிறதென்பது காலிப்புக்குச் சரியாக விளங்கியதேயில்லை). ஸிர்க்கேஜி புகைவண்டி நிலையத்தில் வாஸிஃப் வந்து இறங்கியபொழுது, மடியில் ஒரு மீன் தொட்டியை வைத்துக்கொண்டிருந்தான். அந்தத் தொட்டி முழுக்க ஜப்பானிய மீன்கள் துள்ளிக்கொண்டிருந்தன. இன்றும்கூட, ஐம்பதாண்டுகள் கழிந்த பின்னரும், அந்த மீன்களின் கொள்ளு – கொள்ளு – கொள்ளுப் பேரக்குழந்தைகள் அவனுக்கு சந்தோஷத்தைக் கொடுத்துக் கொண்டிருந்தன. ஆரம்பத்திலிருந்தே அவன் அவற்றைப் பிரிய மறுத்து விட்டான். சில நேரங்களில் உணர்ச்சி மேலீட்டில் மூச்சுவிடக்கூட மறந்து போயும், ஏனைய நேரங்களில் மனம் நொந்து, கண்களில் நீருடனும், மணிக்கணக்காக அந்த மீன்களையே அவன் கண்கொட்டாமல் பார்த்துக் கொண்டிருப்பான்.

வாஸிஃப் திரும்பி வந்த சமயத்தில் ஜெலாலும் அவனுடைய அம்மாவும் மூன்றாம் தளத்தில் (இந்தத் தளம் பிறகு ஓர் அர்மீனியனுக்கு விற்கப்பட்டது) வசித்து வந்தனர். ஆனால், பாரிஸ் தெருக்களில் வியாபார விசாரணைகளுக்காகத் தொடர்ந்து அலைய மெலிஹ் பெரியப்பாவுக்குப் பணம் தேவையாகயிருந்தது. இதனால் அந்த மூன்றாம் தளத்தை வாடகைக்கு விட்டுவிட்டு, சேமிப்பு அரங்கு போலப் பயன்பட்டு வந்த ஒரு சிறிய மேற்கூரை அறைக்குப் பெரியம்மாவும் வாஸிஃபும் குடிபெயர்ந்தனர். அந்தப் பரணின் பாதி ஒரு சின்னக் குடியிருப்பாகப் பிறகு மாறியது. பேஸ்ட்ரி எனப்படும் அப்ப வகைகளும் கன்ஃபிச்சர் எனப்படும் ஐரோப்பிய வகை ஜாம் ஆகியவற்றின் செய்முறைகளும், சோப்பும் குளியலுக்குப் பயன்படும் நறுமணத் திரவங்களும், இந்தப் பொருள்களை உபயோகிக்கும் நடிகர்கள் நாட்டிய நாரீமணிகள் ஆகியோரின் புகைப்படங்களும் தாங்கிய கடிதங்களைப் பெரியப்பா மெலிஹ் தொடர்ந்து பாரிசிலிருந்து அனுப்பி வந்தார். அதே போல், புதினாவின் சுவையூட்டப்பட்ட பற்பசைகள், கஷ்கொட்டை மிட்டாய்களின் விதவிதமான மாதிரிகள், மதுவில் நனைத்தெடுக்கப்பட்ட சாக்லேட் வகைகள், பொம்மைத் தீயணைப்பு வண்டிகள், மாலுமிக் குல்லாய்கள் அடங்கிய சிப்பங்களையும்கூட அவர் அவ்வப்பொழுது அனுப்பி வைப்பதுண்டு. ஆனால், காலம் செல்லச் செல்லக் கடிதங்களும், சிப்பங்களும் வருவது குறையத் தொடங்கியது. இதனால் ஜெலாலின் அம்மா தானும் ஜெலாலும் தன்னுடைய அப்பாவின் வீட்டுக்குத் திரும்பிவிட வேண்டியிருக்குமோ என்று கவலைப்படத் தொடங்கினார். ஆனால் இரண்டாம் உலகப் போர் தொடங்கிய பிறகு, லிபியாவின் பெங்காஸி நகரிலிருந்து ஒரு பள்ளிவாசலும் போர்விமானமும் காணப்படும் அஞ்சலட்டை வந்த பிறகுதான், பெரியம்மாவும் ஜெலாலும் பெரியம்மாவின் அம்மாவோடும் அப்பாவோடும் வசிக்க, அக்ஸராயில் இருந்த அவர்களுடைய மரத்தாலான வீட்டுக்குத் திரும்பிப் போனார்கள். பெரியம்மாவின் அப்பா ஏதோ ஒரு தொண்டு நிறுவனத்தில் சாதாரண வேலையில் இருந்தார். துருக்கிக்குத் திரும்பி வரும் வழியெங்கும் கண்ணி வெடிகள் புதைக்கப்பட்டிருப்பதாகப் பழுப்பு – வெள்ளைப் புகைப்பட அஞ்சலட்டையின் பின்புறத்தில் பெரியப்பா மெலிஹ் எழுதியிருந்தார்.

அவர் இன்னொரு அஞ்சலட்டையை அனுப்பியிருந்த நேரத்தில் போர் ஓய்ந்து வெகு நாட்கள் ஆகியிருந்தன. இந்த முறை ஃபெஸ் நகரிலிருந்த அனுப்பப்பட்டிருந்த அந்த அஞ்சலட்டை கருப்பு –

வெள்ளைப் புகைப்படத்தோடு காணப்பட்டது. மராக்கோ நாட்டின் மராக்கேஷ் நகரில், ஒரு துருக்கியப் பெண்ணைப் பெரியப்பா மெலிஹ் இரண்டாந்தாரமாகத் திருமணம் செய்துகொண்டிருக்கும் விஷயம் இப்படியாகத்தான் தாத்தாவுக்கும் பாட்டிக்கும் தெரியவந்தது. அவருடைய மணப்பெண் நபி முஹம்மதின் வழியில் வந்தவள். அதனால் அவள் ஒரு செய்யிதே – அதாவது ஒரு சீமாட்டி, ஓர் இளவரசி. அவள் மிக அழகானவளாகவும் இருந்தாள். அந்த அஞ்சலட்டையில் காலனிய உணவு விடுதியொன்றின் கையால் தீட்டப்பட்ட படம் இருந்தது. அந்த உணவு விடுதியைப் பார்க்க ஒரு க்ரீம்கேக் போல இருந்தது. ஒரு மதுபானக் கடைப்பெண் மீது காதல் வயப்பட்ட ஓர் ஒற்றனையும் ஒரு போர்த்தளவாட வணிகரையும் பற்றிய ஹாலிவுட் திரைப்படத்தில் இந்த உணவு விடுதி இடம்பெற்றிருந்தது. (இந்த உணவு விடுதியின் இரண்டாம் தளத்தில் அசைந்தாடிக்கொண்டிருந்த கொடிகள் எந்தெந்த நாட்டினுடையவை என்பதை ஒருவாறு அடையாளம் கண்டுகொள்ளப் பழகிய பல ஆண்டுகளுக்குப் பிறகு, ஒரு நாள் அந்த அஞ்சலட்டையைக் காலிப் பார்த்துக்கொண்டிருந்தான். அந்த நேரத்தில் உணவு விடுதியின் இந்தத் தளத்திலிருக்கும் அறைகள் ஒன்றில்தான் ரூயாவுக்கான முதல் வித்து போடப்பட்டிருக்குமென்று ‘பெயோக்ளூவின் தாதாக்கள்’ என்ற தலைப்பில் ஜெலால் எழுதிய கதைகளின் பாணியில் காலிப் நினைத்துக் கொண்டான்.)

ஃபெஸ் நகரிலிருந்து அஞ்சலட்டை வந்த ஆறு மாதங்களுக்குப் பிறகு, (துருக்கியின் ஆசியப் பகுதியான அனடோலியாவில் இருக்கும்) இஸ்மீரிலிருந்து ஓர் அஞ்சலட்டை வந்துசேர்ந்தது. அதை மெலிஹ் பெரியப்பா அனுப்பியிருக்கக்கூடுமென்று யாரும் நம்பத் தயாராக இல்லை. ஏனென்றால், அவர் திரும்பி வரவே போவதில்லை என்று அந்தச் சமயத்தில் எல்லோருமே முடிவு செய்திருந்தார்கள். அவரும் அவருடைய புது மனைவியும் கிறிஸ்தவ மதத்தைத் தழுவிவிட்டதாகவும், கினியா நாட்டுக்குச் செல்லும் கிறிஸ்தவ மதப் பரப்புப் பணி குழுவோடு இணைந்துவிட்டதாகவும், முக்கிளைக் கொம்புடைய கலைமான்களை வேட்டையாடும் சிங்கங்கள் நிறைந்த ஓர் பள்ளத்தாக்கில் பிறையையும் சிலுவையையும் ஒருங்கிணைக்கும் ஒரு கிருஸ்துவப் பிரிவுக்காகத் தேவாலயமொன்றை நிறுவி இருப்பதாகவும் வதந்திகள் உலா வந்தன. பெரியப்பாவின் புது மணமகளின் உறவினர்கள் இஸ்மீர் நகரிலிருப்பதாகவும், அவர்களைத் தங்களுக்குத் தெரியுமென்று யாரோ சொன்னதாகவும் பிறகு ஒரு வதந்தி கிளம்பியது. இந்த நபருக்குத் தெரிந்த அளவில் போர் நடந்துகொண்டிருந்த சமயத்தில் பெரியப்பா மெலிஹ் தென்னாப்பிரிக்காவில் இருந்ததாகவும், போர்த்தளவாடங்களைக் கள்ளத்தனமாகக் கடத்திக்கொண்டு வருவதிலும், அரசர் ஒருவருக்குக் கையூட்டுக் கொடுத்தது போன்ற வேறு பல நிழல் நடவடிக்கைகளிலும் அவர் ஈடுபட்டிருந்தார் என்றும் கூறப்பட்டது. அவர் பல லட்சங்களுக்கு அதிபதியாகும் நிலையிலிருந்த போதிலும், காவியத்தன்மை வாய்ந்த அழகுக்குப் பிரசித்தமான, ஆனால் மனம் போன போக்கில் நடக்கும் அவருடைய மனைவியின் சொல்லுக்குக் கட்டுப்பட்டவராக இருந்தாரென்றும் வதந்தி பரவியது. அவளை உலகப்புகழ் அடைய வைக்க அத்தம்பதியர் ஹாலிவுட்டுக்குப் போகத் திட்டமிட்டிருப்பதாகவும் அவளுடைய புகைப்படங்கள் அரேபிய, ஃப்ரெஞ்சுப் பத்திரிகைகளில் ஏற்கெனவே வெளியாகிக்கொண்டிருக்கின்றன

என்றும்கூடப் பேச்சு அடிபட்டது. ஆனால், இஸ்மீரிலிருந்து வந்த அஞ்சலட்டை வாரக் கணக்கில், ஒவ்வொரு தளமாகக் குடும்பத்தினர் கைகளில் மாறிக்கொண்டிருந்தது. ஏதோ கள்ள அட்டையாக இருக்கக்கூடுமோ என்று சந்தேகிப்பதைப் போல அவர்கள் அதை உரசிக்கூடப் பார்த்துக் கொண்டிருந்தார்கள். உடல்நலம் குன்றிப்போகும் அளவுக்குத் தாயகத்தின் நினைவு மிகவும் வாட்டுவதால் பெரியப்பா மெலிஹ்வும் அவருடைய மனைவியும் துருக்கிக்குத் திரும்ப முடிவெடுத்திருக்கிறார்களென்று மட்டும்தான் அந்த அஞ்சலட்டை தெரிவித்தது. "இப்பொழுது" அவர்கள் கொஞ்சம் வளப்பமாக இருக்கிறார்களென்று பெரியப்பா எழுதியிருந்தார். புகையிலையும் அத்திப்பழமும் வியாபாரம் செய்துவரும் தன்னுடைய மாமனாருக்கு உதவியாக இருந்து வருவதாகவும், பெரியப்பா மெலிஹ் புதிய விற்பனைப் பண்டங்களை உருவாக்கி வணிகம் செய்ய வேண்டும் என்பதில் மாமனார் ஆர்வமாக இருப்பதாகவும் கூட அவர் எழுதியிருந்தார். ஆனால், அதன் பிறகு கொஞ்ச நாட்களில் இன்னொரு அஞ்சலட்டை வந்து சேர்ந்தது. வீட்டின் ஒவ்வொரு தளத்திலும் ஒவ்வொரு மாதிரியாக அது அர்த்தப்படுத்தப்பட்டது. அவரவர்க்குத் தகுந்த மாதிரி அது திரிக்கப்படுகிறது என்றும் அது பூடகமாக உணர்த்தி நிற்பதைப் புரிந்துகொள்வது இயலாத காரியம் என்றும் ஒவ்வொருவருமே சொல்லிக்கொண்டாலும், இது முழுக் குடும்பத்தையும் விரைவில் ஒரு பனிப்போருக்குத் தள்ளிவிட்ட சொத்துத் தகராரோடு தொடர்புடையதாகத்தான் இருந்திருக்கக்கூடும். பல வருடங்களுக்குப் பிறகு அதே அஞ்சலட்டையைக் காலிப் ஆராய்ந்தபொழுது அதன் அர்த்தம் அப்படியொன்றும் குழப்பமானதாகத் தோன்றவில்லை. தான் இஸ்தான்புல்லுக்குத் திரும்பிவர ஆசைப்படுவதாகவும், தனக்கு ஒரு மகள் இருப்பதாகவும், அவளுக்கு என்ன பெயர் சூட்டுவதென்று தான் இன்னமும் முடிவெடுக்கவில்லையென்றும் மட்டுமே அதில் பெரியப்பா மெலிஹ் குறிப்பிட்டிருந்தார்.

மது வகைகள் அடுக்கிவைக்கப்பட்டிருக்கும் நிலையறைப்பெட்டியின் மீது பதிக்கப்பட்டிருந்த பிரம்மாண்டமான முகம்பார்க்கும் கண்ணாடிச் சட்டத்தின் விளிம்புகளைச் சுற்றிலும் பெரியப்பா மெலிஹ் அனுப்பிய அஞ்சலட்டைகளைப் பாட்டி அலங்காரமாகச் செருகி வைத்திருப்பாள். அவை மிக அதிகமான எண்ணிக்கையில் இருக்கும். அதனால் பார்க்க அவை இன்னொரு சட்டம் போலத் தோற்றம் தரும். இதைப் போன்றதோர் அஞ்சலட்டையில்தான் காலிப் முதன்முதலாக ரூயாவின் பெயரைப் படித்தான். தேவாலயங்கள், பெரும் பாலங்கள், கடற்காட்சிகள், கோபுரங்கள், கப்பல்கள், பள்ளிவாசல்கள், பிரமிடுகள், விடுதிகள், பூங்காக்கள், மிருகங்களென்று தாத்தாவைச் சீற்றம்கொள்ள வைத்த நானாவிதப் புகைப்படங்களுக்கும் நடுவே சிசுவாகவும், சிறு குழந்தையாகவும் எடுக்கப்பட்ட புகைப்படங்களும் இடம்பெற்றிருந்தன. ஆனால், அந்தக் காலகட்டத்தில், கொசுவலையை நீக்கி ரூயா உறங்கிக்கொண்டிருக்கும் பேய்த்தனமான கருப்பு – வெள்ளைக் குகையைக் காட்டிக்கொண்டே துக்கத்துடன் புகைப்படக்கருவியை வெறித்தவாறிருந்த பெரியம்மா ஸூஸன் மீதே அவன் அதிக ஆர்வம் கொண்டிருந்தான். பெரியப்பா மகள் (இப்பொழுது ஒன்றுவிட்ட சகோதரி என்று சொல்லப்படுகிற) மீதான அவனுடைய ஆர்வம் குன்றியே இருந்தது. ரூயாவின் குழந்தைப் பருவப் புகைப்படங்கள் குடியிருப்புகளின் ஊடே கைமாறிப் போய் வரும்பொழுது அந்த அன்னையின் அழகுதான் ஆண் பெண் எனப் பேதமின்றி அனைவரையும் நின்று மௌனமாய்

வெறிக்கவைத்தது. ஆனால் இது எதனால் என்பதை வெகுகாலம்வரை காலிப் புரிந்துகொண்டிருக்கவில்லை. அதே வேளையில், பெரியப்பா மெலிஹுவும் அவருடைய புதுக் குடும்பமும் எப்பொழுது இஸ்தான்புல்லுக்கு வந்து சேரப்போகிறார்கள், வந்தவுடன் எந்தத் தளத்தை அவர்கள் எடுத்துக்கொள்ளப் போகிறார்கள் எனும் கேள்விதான் ஒவ்வொருவர் மனதுக்குள்ளும் துடித்துக்கொண்டிருந்தது. இந்தக் காலகட்டத்தில், ஜெலாலுடைய அம்மா – அவளொரு வழக்கறிஞரைத் திருமணம் செய்திருந் தாள். அந்த வழக்கறிஞரோ, இளம் வயதிலேயே ஏதோ நோயால் இறந்து போனான். அந்த நோய்க்கு ஒவ்வொரு மருத்துவரும் ஒவ்வொரு பெயரை இட்டிருந்தனர் – அக்ஸராயிலிருக்கும் சிலந்தி அண்டிய வீட்டில் அதற்கு மேலும் வாழ்வது இயலாதென்ற நிலையில், பாட்டியின் இடைவிடாத வற்புறுத்தலுக்குப் பிறகு, ஜெலாலோடு தான் முன்பு தங்கியிருந்த பரண் குடியிருப்புக்கே மீள ஒத்துக்கொண்டாள். அங்கிருந்துதான் ஜெலால் செய்தித்தாள்களில் புனைபெயரில் எழுதும் பணியைத் தொடங்கினான். முன்கூட்டியே விளையாட்டுப் போட்டிகளின் முடிவைத் தீர்மானிக்கும் ஊழல்கள் பற்றி ஆராய்ச்சி செய்வது; மதுக்கடைகள், இரவுக் கேளிக்கை விடுதிகள், இஸ்தான்புல்லின் ஐரோப்பியப் பகுதியிலிருக்கும் மாவட்டமான பெயோக்லுவின் நிழலான தெருக்கள் போன்ற இடங்களில் சாகசத்தோடும், தந்திரமாகவும் மேற்கொள்ளப்படும் கொலைக் குற்றங்கள் பற்றிய மிகைப் படுத்தப்பட்ட வர்ணனைகள்; வெண்ணிறக் கட்டங்களை விஞ்சும் கருப்புக் கட்டங்கள் நிறைந்த சொற்புதிர்களை உருவாக்குதல்; மல்யுத்த வீரர்களைப் பற்றிய ஒரு தொடர் (இதை ஆரம்பத்தில் எழுதி வந்த ஆசிரியர் போதைமருந்து கலந்த ஒயினுக்கு அடிமையாகிப் போனதால் இந்தத் தொடர் அவரிடமிருந்து இவனுடைய கைவசம் வந்தது); 'உங்கள் கையெழுத்தைக் கொண்டு உங்களுடைய குணாதிசயங்களை அறிந்து கொள்ளுங்கள்', உங்களுடைய வதன லட்சணங்களைப் படித்து உங்கள் குணாம்சங்களை எடை போட்டுக்கொள்ளுங்கள்', 'உங்கள் கனவுகளின் அர்த்தங்களை ஆராய்வோம்', 'உங்களுடைய இன்றைய நாள்பலன்' (அவனுடைய நாள்பலன்களில்தான் தன்னுடைய காதலியருக்கு அவன் ரகசிய வாழ்த்துகளைத் தெரிவிக்கத் தொடங்கினானென்று அவனுடைய நண்பர்களும் உறவினர்களும் கூறுவதுண்டு) போன்ற தலைப்புகளில் விதவிதமான கட்டுரைகள்; அதே போல், 'நம்பினால் நம்புங்கள்' என்ற தலைப்பிலும் ஒரு கட்டுரைப் பகுதியை அவன் தொடர்ந்து எழுதி வந்தான்; போதாக்குறைக்கு, அவ்வப்பொழுது வெளியாகும் புத்தம்புதிய அமெரிக்கத் திரைப்படங்களையும் இலவசமாகப் பார்த்து அவற்றுக்கான விமர்சனங்களையும் எழுதிவந்தான்; அவன் எழுதிக் குவித்த வேகத்தைப் பார்த்த பலரும் வியந்துபோனார்கள். தன்னுடைய சேமிப்பைப் பெருக்கி, ஒரு பெண்ணைத் திருமணம் செய்துகொள்ளும் நோக்கத்துடன்தான் அவன் பத்திரிகைத் துறையில் முன்னேறுகிறான் என்றுகூட மக்கள் பேசிக்கொள்ள ஆரம்பித்தார்கள்.

இது நடந்த நீண்ட நாட்களுக்குப் பிறகு, ட்ராம்களின் தண்டவாளப் பாதையிலிருக்கும் உருளைக் கற்கள் தார்ச் சாலைகளின் அடுக்கின் கீழ்க் காரணமே இல்லாமல் மறைந்துபோவதைக் காலிப் வேடிக்கை பார்த்துக்கொண்டிருந்தான். அந்த நேரத்தில், இந்தக் குடியிருப்புக் கட்டடம் துரதிர்ஷ்டம் பிடித்ததென்ற தாத்தாவின் விசித்திரமான அவநம்பிக்கை அவர் அந்த இடத்துக்குப் பொருந்தாதவராய்ப்

கருப்புப் புத்தகம் 25

போனதால் ஏற்பட்டதா அல்லது திடீரென அந்த வீடு தன்னுடைய குடும்பத்தைக் கொள்ளுமளவிற்குப் பெரியதாக இல்லாமல் போன நாளில் தோன்றியதா எனும் கேள்வி காலிப்பின் மனத்தில் எழுந்தது. ஒரு வசந்தகால மாலைப்பொழுதில் மெலிஹ் பெரியப்பா தன்னுடைய அழகான மனைவியுடனும், வசீகரமான மகளுடனும், பயணப் பெட்டிகள், உடைப்பெட்டிகள் சகிதம் வந்திறங்கியவுடன், நேராக ஜெலாலின் பரண் குடியிருப்பில்தான் குடியமர்ந்தார். தன்னுடைய வார்த்தையை உள்ளது உள்ளபடி எடுத்துக்கொள்ளாத குடும்பத்தினரை வஞ்சம் தீர்த்துக் கொள்வதற்காகவே அவர் இப்படிச் செய்திருக்கலாமோ என்னவோ!

மறுநாள் காலை காலிப் சற்றே அதிகநேரம் அயர்ந்து தூங்கிவிட்டான். அரிச்சுவடிப் புத்தகத்தின் இறுதிப் பக்கத்தைப் படித்துக்கொண்டிருக்க வேண்டிய பள்ளிக்கூடத்திலிருந்து வெகு தொலைவிலிருக்கும் ஏதோ ஓர் இடத்துக்குத் தங்களை இட்டுச் செல்லும் ஒரு நகரப் பேருந்தில், ஊதாநிறக் கூந்தலுடைய மர்மமான ஒரு பெண்ணின் அருகில் தான் அமர்ந்திருப்பதைப் போல் அவன் கனவு கண்டிருந்தான். விழித்துப் பார்த்தபொழுது, உண்மையிலேயே பள்ளி செல்லத் தாமதமாகிவிட்டதை அவன் உணர்ந்தான். தன்னுடைய தகப்பனாரும்கூடப் பணிக்குச் செல்வது அன்று தாமதப்பட்டிருக்கிறது என்பதையும் தெரிந்துகொண்டான். குடியிருப்பின் சுவர்களுக்குள் இங்குமங்குமாக ஓடித் திரிந்துகொண்டிருக்கும் சுண்டெலியைப் பற்றியும், அதைப் பேய்களுக்கும் ஆவிகளுக்கும் என விட்டு வைத்திருக்கும் வீட்டு வேலைக்காரி எஸ்மா ஹனிம் பற்றியும் பேசும் அதே தோரணையில் பரண் குடியிருப்பில் நடப்பவை குறித்தும் பேசிக்கொண்டே அப்பாவும் அம்மாவும் காலையுணவை உண்டுகொண்டிருந்தார்கள். அதற்குப் பிறகு அவனுடைய நினைவில் நின்றதெல்லாம் சாளரத்தின் வழியே ஒளி வெள்ளத்தைப் பாய்ச்சிக்கொண்டிருந்த சூரியனும், சதுரங்கம் போன்ற செக்கர்ஸ் விளையாட்டை நினைவுபடுத்திய ஊதா மற்றும் வெள்ளை நிறக் கட்டங்கள் போட்ட மேஜை விரிப்பும்தான். தனக்குப் பள்ளிக்குச் செல்ல ஏன் தாமதமாகிவிட்டது என்பதைப் பற்றியோ, தாமதமாகப் பள்ளிக்குச் செல்வதன் விளைவுகள் ஏன் தன்னைக் கலவரப்படுத்தியது என்பதைப் பற்றியோ காலிப் யோசிக்கவே விரும்ப வில்லை. இதே காரணங்களுக்காகவே, யார் பரண் குடியிருப்பில் குடி புகுந்திருக்கிறார்கள் என்று அறிந்துகொள்ளக்கூட அவன் அக்கறை காட்ட வில்லை. அதனால், இதற்குப் பதிலாகத் தாத்தாவும் பாட்டியும் மீண்டும் மீண்டும் பேசிய விஷயங்களையே பேசிக்கொண்டிருப்பதையாவது கேட்கலாமென்று அவன் மாடிக்குச் சென்றான். ஆனால் அங்கே கண்டது, சற்றே வருத்தம் தோய்ந்த முகத்துடனிருந்த தாத்தாவை முடிதிருத்துநர் தன்னுடைய கேள்விகளால் துளைத்துக்கொண்டிருப்பதைத்தான். மது வகைகள் அடுக்கி வைக்கப்பட்டிருக்கும் நிலையறைப்பெட்டியின் மீது பாதிக்கப்பட்டிருந்த பிரம்மாண்டமான முகம்பார்க்கும் கண்ணாடிச் சட்டத்தின் விளிம்புகளைச் சுற்றிச் செருகப்பட்டிருந்த அஞ்சலட்டைகள் எல்லாமே உருவப்பட்டு எங்கு பார்த்தாலும் சிதறிக் கிடந்தன. அவை போகப் புதிய, விசித்திரமான பொருள்கள் எங்கு பார்த்தாலும் இருந்தன. அதே போல் அந்த இடத்தில் ஒரு புதிரான புதிய வாசனை விரவியிருந்தது. போகப்போக, அவன் அந்த வாசனைக்கு அடிமையாகப் போகிறான். அது அவனை வெறுமையானவனாக அச்சம் ஆட்கொண்டவனாக நிராதரவானவனாக உணர வைத்தது. அஞ்சலட்டைகளில் மட்டுமே

தான் பார்த்திருந்த அந்த இரு வண்ண தேசங்கள் எப்படியிருக்கும்? எப்படித்தான் இருக்கும், உண்மையில்? அந்தப் புகைப்படங்களில் பார்த்திருந்த அழகிய பெரியம்மா எப்படி இருப்பாள்? திடீரென்று தான் வளர்ந்து பெரியவனாகிவிட வேண்டுமென்ற வேட்கை அவனுள் கிளர்ந்தது. முடி திருத்திக்கொள்ள வேண்டுமென்று அவன் விருப்பம் தெரிவித்தவுடன் பாட்டிக்கு மிகவும் சந்தோஷமாகிவிட்டது. ஆனால், சளசளவென்று பேசும் நபர்கள் எல்லோரையும் போலவே, முடிதிருத்துநரும் காலிப்பின் உணர்வுகளை மதித்து இடைவெளி கொடுக்கும் நபராக இல்லை. தாத்தாவின் சாய்வு நாற்காலியில் உட்கார வைக்காமல், உணவு மேஜையின் மீது ஒரு நாற்காலியைப் போட்டு அதன் மீது காலிப்பை அவன் அமர வைத்தான். தாத்தாவுக்கு அவன் நீலமும் வெண்மையும் கலந்த போர்த்தும் துணி மிகவும் பெரியதாக இருந்தது. ஆனால், கிட்டத்தட்ட அவனை நெரித்துக் கொன்றுவிடும் அளவுக்கு அதையே காலிப்பின் கழுத்தில் இறுக்கிக் கட்டிவிட அந்த முடிதிருத்துநர் தயங்கவேயில்லை. போதாக் குறைக்கு, அந்தத் துணி அவன் முழங்காலுக்கும் கீழாகத் தாழ்ந்து பார்ப்பதற்கு ஒரு பெண்ணின் பாவாடையைப் போல் தோற்றமளித்தது.

அவர்களுக்குத் திருமணமாகிப் பல வருடங்கள் ஆகிவிட்ட பின்பும் கூட (காலிப்பின் கணக்குப்படி, அவர்களுடைய முதல் சந்திப்பிற்குப் பத்தொன்பது ஆண்டுகள், பத்தொன்பது மாதங்கள், பத்தொன்பது நாட்கள் கழித்து அவர்களுடைய மணநாள் அமைந்தது), காலையில் விழிப்புத் தட்டியவுடன் தன்னருகில் தன் மனைவி தூங்கிக்கொண்டிருப்பதை அவன் பல நாட்கள் பார்த்திருக்கிறான். அவளுடைய முகம் தலையணையில் புதைந்திருக்கும். முன்னொரு காலத்தில் தாத்தா மீதிருந்து எடுத்துத் தன்மீது முடிதிருத்துநர் போர்த்திய அந்தத் துணியின் நீலநிறத்தைத் தலையணையின் நீல நிறம் ஞாபகமூட்டி, தனக்குச் சற்றே மன உளைச்சலை உண்டு பண்ணுகிறதோ என்று அவன் யோசிப்பதுண்டு. ஆனால் இதைப் பற்றித் தன் மனைவியிடம் அவன் மூச்சுக்காட்டியதில்லை. இப்படி ஓர் அற்பமான காரணத்துக்காகவெல்லாம் அவள் தன்னுடைய தலையணை உறையையும், மெத்தை உறையையும் மாற்றிக்கொள்ளச் சம்மதிக்கமாட்டாள் என்பதையும் அவன் அறிந்தே இருந்தான்.

இந்நேரம் செய்தித்தாளைக் கதவிடுக்கின் வழியே உள்ளே தள்ளி யிருப்பார்கள் என்று காலிப் நினைத்தான். எப்பொழுதும் காட்டும் அதே எச்சரிக்கையுணர்வோடு ஓர் இறகைப் போல் சத்தமின்றி அவன் படுக்கையை விட்டு எழுந்தான். அவனுடைய கால்கள் அவனை நேராகக் கதவை நோக்கி இட்டுச் செல்லவில்லை. மாறாகக் குளியலறைக்கும் சமையற்கட்டுக்குமே இட்டுச் சென்றன. வெந்நீர்க் கெண்டியைச் சமையலறையில் காணவில்லை. அதற்குப் பதிலாகத் தேநீர்க் கெண்டி வரவேற்பறையில் கிடந்தது. சிகரெட் துண்டுகளை நசுக்கிப் போடும் பித்தளைச் சாம்பல் கிண்ணி நிரம்பி வழிந்துகொண்டிருந்ததை வைத்து, நடுநிசியைத் தாண்டியும் வெகு நேரம் ரூயா இங்கே உட்கார்ந்திருக்க வேண்டும் என்று காலிப் யூகித்தான். அவள் ஒருவேளை ஏதோ ஒரு புதிய துப்பறியும் நாவலைப் படித்துக்கொண்டிருக்க வேண்டும். அல்லது, ஒருவேளை எதையுமே படிக்காமலும் கூட உட்கார்ந்திருக்கலாம். வெந்நீர் போடும் கெண்டி குளியலறையில் இருந்தது. குளியலறையில் பொருத்தப்பட்டிருக்கும் ஷாபே என்று ஃப்ரெஞ்சு மொழியில் வழங்கப்படும் அந்த அச்சமூட்டும்

இயந்திரம், வெந்நீர் அண்டா பழுதாகிக் கிடந்தது. அதில் கொட்டும் நீரின் அழுத்தம் மிகவும் குறைவாக இருந்தது. புதியதாக ஒன்றை வாங்கிப் பொருத்துவதற்குப் பதிலாகத் தேநீருக்காக வெந்நீர் வைக்கும் கெண்டியில் வெந்நீர் போட்டே அவர்கள் நெடுங்காலமாகப் பழகிவிட்டார்கள். ஒரு சில நேரங்களில் கலவி கொள்வதற்கு முன்பாக வெந்நீர்க் கெண்டியில் தண்ணீர் கொதிநிலையை அடைய பவ்யமாகக் காத்துக்கொண்டிருப்பார்கள். தாத்தாவும் பாட்டியும் ஒரு காலத்தில் செய்துகொண்டிருந்ததைப் போல; அப்பாவும் அம்மாவும் காத்துக்கொண்டிருந்ததைப் போல.

ஆனால் ஒரு முறை, பாட்டி புகைத்துக்கொண்டிருந்த சிகரெட்டைக் கீழே போடும்படி தாத்தா சொல்லிக்கொண்டிருந்தபோது, அவர் நன்றி மறந்து பேசுவதாக அவள் சீறிக்கொண்டிருந்தாள். அவர் கண்விழித்த பிறகு அவள் விழித்தெழும் நிலை அவர்களுடைய மணவாழ்வில் ஒரு முறை கூட ஏற்பட்டதில்லையென்று அவள் நினைவூட்டிக் கொண்டிருந்தாள். வாஸிஃப் அவர்களைக் கவனித்துக்கொண்டிருந்தான். காலிப்பும்கூட கவனித்தவாறு அவள் என்னதான் சொல்ல வருகிறாள் என்று யோசித்துக் கொண்டிருந்தான். அதற்குப் பின்னர், இந்தப் பொருளைப் பற்றி ஜெலால் தன்னுடைய கட்டுரைகளில் தொட்டுப் பேசியதுண்டு. ஆனால் பாட்டி சொல்லவந்த அர்த்தத்தில் அல்ல. வானில் சூரியன் உதயமாகு முன்பாகவே விழித்தெழுவது, இன்னும் இருள் விலகியிருக்காத போதே படுக்கையை விட்டு எழுவது போன்ற வாழ்க்கை முறைகளையெல்லாம் பின்பற்ற வேண்டுமென்று ஒரு குடியானவன்தான் நினைப்பான். தத்தம் கணவர்கள் விழித்தெழுவதற்கு முன்பாகவே தாங்கள் எழுந்துகொள்ள வேண்டுமென்று நினைக்கும் பெண்களையும் இப்படித்தான் கருத வேண்டியிருக்கிறது. காலிப்பின் தாத்தாவும் பாட்டியும் பின்பற்றிவந்த இதர வேண்டாத வீட்டுப் பழக்கங்களை விவரிக்கும் (எப்படி அவர்கள் தங்களின் படுக்கை மெத்தைகளின் மீதே சிகரெட் சாம்பலைத் தட்டுகிறார்கள், பல்துலக்கும் ப்ரஷ்ஷை வைக்கும் அதே கண்ணாடிக் கோப்பையிலே தங்களுடைய பொய்ப்பல் செட்டையும் போட்டு வைக்கிறார்கள், செய்தித்தாள்களில் வெளியாகும் இறப்புச் செய்தியைப் பார்த்தவுடன் அவர்களுடைய கண்கள் அலைபாயும் வேகம்) ஒரு கட்டுரையின் இறுதியில் சொல்லப்பட்ட கருத்துக்கள் இவை. எவ்வித நாசூக்கும் இன்றி இவற்றைத் தன் வாசகர்கள் முன் அவன் சமர்ப்பித்தான். அந்தக் கட்டுரையைப் படித்த பிறகு "ஆக, நாமெல்லோரும் குடியானவர்கள் போலிருக்கிறது!" என்று பாட்டி சொல்லிக்கொண்டிருந்தாள். "காலையில் உளுந்துக் கஞ்சியை அவனுக்கு உணவாகக் கொடுக்காமல் போய்விட்டோமே என்று வருத்தமாக இருக்கிறது. அப்படிச் செய்திருந்தால், அவனுக்குக் குடியானவனாக இருப்பதென்றால் எப்படியிருக்குமென்பது புரிந்திருக்கும்" என தாத்தா அதற்குப் பதிலளித்தார்.

தன்னுடைய காலை நேர வேலைகளை – தேநீர்க் கோப்பைகளைக் கழுவி வைப்பது, சுத்தம்செய்யப்பட்ட கத்திகளையும் முள்கரண்டிகளையும் தேடி எடுப்பது, பாஸ்திர்மா எனப்படும் உலர்ந்த மாட்டிறைச்சியின் நாற்றம் எப்பொழுதுமே அடித்துக்கொண்டிருக்கும் குளிர்பதனப் பெட்டியிலிருந்து ப்ளாஸ்டிக் உணவு போல் தோற்றமளிக்கும் வெண்ணிற பாலேட்டுக்கட்டியையும், ஆலிவ் பழங்களையும் கண்டெடுப்பது, முகச்சவரம் செய்வதற்கென்று வெந்நீர்க் கெண்டியில் நீரை ஊற்றிச்

சுட வைப்பது, இத்யாதி – வழக்கம் போல் காலிப் செய்துகொண்டிருந்த பொழுது, ரூயாவை எழுப்பிவிடும் ஏதோ ஓர் ஓசையை உண்டாக்கிவிட வேண்டுமெனும் உந்துதல் அவனுக்குள் எழுந்தது. ஆனால் அப்படிப்பட்ட ஓசை இதுவரையில் எப்பொழுதுமே எழுந்ததில்லை. சாரம் குறைந்த தேநீரையும், கொட்டை நீக்காத ஆலிவ் பழங்களையும், முதல்நாள் தயாரிக்கப்பட்டிருந்த ரொட்டியையும் மேஜை மீது எடுத்து வைத்துக் கொண்டு சாப்பிட அமர்ந்ததும், மிதியடி மீதிருந்து எடுத்து அவன் உணவுத் தட்டுக்கு அருகில் விரித்துவைத்திருந்த செய்தித்தாளின் மீது கவனத்தைச் செலுத்தினான் காலிப். உறக்கம் கலையாத அதன் சொற்கள் மீது கண்களை மேயவிட்டபோது – அந்தப் பத்திரிகையின் மை வாசம் இன்னமும் போகவில்லை. அவனால் அதை முகரக்கூட முடிந்தது – அவனுடைய மனம் எங்கோ அலைபாய்ந்துக்கொண்டிருந்தது. இன்று மாலை அவர்கள் ஜெலாலைப் பார்க்கப் போகலாம். இல்லாவிட்டால், பேலஸ் திரையரங்கில் ஏதாவது நல்ல திரைப்படம் ஓடுமாயிருக்கும். ஜெலாலின் கட்டுரையை மேலோட்டமாக ஒரு பார்வை பார்த்துவிட்டு, திரைப்படங்களைப் பார்த்துத் திரும்பிய பிறகு அதை ஆற அமரப் படித்துக் கொள்ளலாம் என்று அவன் முடிவெடுத்தான். ஆனால் அவனுடைய கண்கள் பணிய மறுத்து, அந்தக் கட்டுரையின் முதல் வாக்கியத்தின் மீது நேராகச் சென்று நிலைத்தன.

செய்தித்தாளை மேஜையின் மீதே இருக்கவிட்டு, அவன் உடனடியாக எழுந்து மேலங்கியை மாட்டிக்கொண்டு கதவைத் திறந்து வெளியே சென்றான். ஆனால் உடனேயே மீண்டும் திரும்பி வந்தான். அவனுடைய அங்கிப் பைகளுக்குள் கிடந்த சிகரெட்டுகள், சில்லறை, பயன் முடிந்த அனுமதிச் சீட்டுகள் ஆகியவற்றை நோண்டியவாறே தன்னுடைய அழகிய மனைவிக்கு மௌனமாய்க் காதல் சேதி சொல்வதில் ஓரிரு கணங்களைச் செலவிட்டான். பிறகு மீண்டும் திரும்பி, வெளியே சென்று, கதவை மென்மையாகச் சாத்தி வீட்டை விட்டகன்றான்.

அப்பொழுதான் மெழுகப்பட்டிருந்த படிக்கட்டுகள் ஈர நைப்புடன் தூசும் தும்பும் கலந்த வாசனையோடு இருந்தன.

நிஷாந்தஷி எனப்படும் துருக்கியின் வளப்பமான பகுதியின் நிலக்கரி மற்றும் எண்ணெய்ப் புகைபோக்கிகளிலிருந்து வெளியேறிக்கொண்டிருந்த கரும்புகை கலந்த வெளிப்புறக் காற்று குளிச்சியாகவும், அடர்ந்தும் இருந்தது. உறைந்த மூச்சுக்காற்றைப் பெரும் மேகத்திரள்களாக வெளி விட்டு நடைபாதையில் குவிந்திருந்த குப்பைக் குவியல்களினூடே வழியேற் படுத்தியவாறு நகரிலிருக்கும் முக்கிய இலக்குகள் நோக்கிப் புறப்படத் தயாராக இருக்கும் டால்மஸ் எனப்படும் பகிர்மகிழுந்துகளுக்காக நீண்ட வரிசை கட்டி நிற்கும் கூட்டத்தோடு கூட்டமாக நிறுத்தத்தில் நின்றான் காலிப். எதிர்ப்புறத்திலிருந்த நடைபாதையில் ஒரு முதியவர் நின்றுகொண் டிருந்தார். தான் அணிந்திருந்த ஜாக்கெட்டின் கழுத்துப்பட்டியை மேலே தூக்கிவிட்டு அந்த அரையங்கியே கோட்டைப் போல் பயன்படுமாறு அவர் செய்துகொண்டிருந்தார். பாஸ்ட்ரி எனப்படும் அப்ப வகை விற்பனையகத்தில் இருக்கும் அப்ப வகைகளையும் அவர் ஆராய்ந்துகொண்டிருந்தார். பாலேடுக் கட்டிகள் திணித்த அப்ப வகைகளை இறைச்சி திணித்த அப்ப வகைகளிலிருந்து அவர் பிரித்து வைத்துக்கொண்டிருந்தார். திடீரென்று காலிப் தான் நின்றுகொண்டிருந்த வரிசையிலிருந்து விலகி, மூலையில்

நல்ல மறைப்பு போடப்பட்ட வாயிற்கதவினருகில் கடை விரித்திருந்த செய்தித்தாள் விற்பவனிடம் ஓடினான். *மிலியட்* நாளிதழின் புத்தம்புதிய பதிப்புக்கான விலையைக் கொடுத்து வாங்கிக்கொண்டு அதை மடித்து அக்குளின் கீழ் வைத்துக்கொண்டான். பதிவிரதைத்தனமான தன்னுடைய வாசகர்களுள் ஒருவரைப் போல் நடித்துக்காட்டி ஜெலால் விகடம் செய்து கொண்டிருந்தது அவனுடைய நினைவுக்கு வந்தது. "ஓ, ஜெலால் பே, நானும் முஹரமும் உங்களுடைய கட்டுரைகளை மிகவும் நேசிக்கிறோம். ஒரு சில நாள்களில் காத்திருக்கப் பொறுமையின்றி *மிலியட்* நாளிதழின் இரண்டு பிரதிகளை நாங்கள் வாங்கிக்கொள்வதுண்டு!" அவன் அப்படி நடித்துக் காட்டியதும், காலிப், ரூயா, ஜெலால் ஆகிய மூவருமே சிரித்து மகிழ்வதுண்டு. பிறகு, நெடுநேரம் கழித்து, அரைகுறையாய்ப் பெய்துகொண்டிருந்த மழை பெரும் பிரவாகமாய்க் கொட்டிக்கொண்டிருந்த நேரத்தில் ஒருவழியாகப் போராடிப் பகிர்மகிழுந்தில் அவன் இடம் பிடித்தான். அதனுள்ளே, நனைந்த துணிகளும் சிகரெட்டுகளுமாய் நாறிக்கொண்டிருந்தது. அந்த மகிழுந்தில் ஏறியிருந்த ஒருவரும் உரையாடலைத் தொடங்கும் மனநிலையில் இல்லையென்பது காலிப்புக்குத் தெரிந்தது. அதனால், செய்தித்தாள் வாசிப்பதில் பைத்தியமாக இருக்கும் நபர்களுக்கே கை வந்த கலையாக, இரண்டாம் பக்கத்திலிருக்கும் ஜெலாலின் பத்தியை மட்டுமே வாசிக்க முடிகிற அளவுக்குத் தன்னிடமிருந்த நாளிதழை அவன் இரண்டாய், மூன்றாய் மடித்து வைத்துக்கொண்டான். இறுதியாக ஒரு சில கணங்களுக்கு எந்தச் சிந்தனையுமின்றி மகிழுந்தின் சாளரத்தினூடே வெறித்துப் பார்த்துக்கொண்டிருந்துவிட்டு, ஜெலால் எழுதியிருந்த புதிய கட்டுரையை வாசிக்கத் தொடங்கினான்.

2

பாஸ்ஃபரஸ் வறண்டுபோகும்போது

எப்பொழுதுமே, வாழ்க்கையைப் போல் அதிர்ச்சி தரக்கூடியது வேறொன்றில்லை. எழுத்தைத் தவிர

– இப்னு ருஹானி

பாஸ்ஃபரஸ் வறண்டுகொண்டிருக்கிறதென்பது உங்களுக்குத் தெரியுமா? உங்களுக்குத் தெரிந்திருக்காது என்றே நான் நினைக்கிறேன். உண்மையில், நாமெல்லோரும் நம் தெருக்களில் மட்டின்றி நிகழ்ந்துகொண்டிருக்கும் கொடூரக் கொலைகளைப் பற்றியே கவனம் செலுத்திக்கொண்டிருக் கிறோம். வாணவேடிக்கையை ரசிப்பதைப் போலவே இவற்றையும் நாம் ஆனந்தமாக அனுபவித்துக்கொண்டிருக்கிறோம். அப்படியிருக்கும்பொழுது, உலகில் என்ன நடக்கிறது என்பதைப் பற்றிப் படிக்கவோ கண்டுகொள்ளவோ யாருக்கு நேரம் இருக்கிறது? பத்திரிகைகளில் எழுத்தாளர்கள் எழுதும் தொடர் பத்திகளைத் தொடர்ந்து வாசித்து வருவதே சிரமமாக இருக்கிறது. உடைந்தும், நசுங்கியும் இருக்கும் பயணியர் படகுத்தளங்களின் நெரிசலில் போராடி முன்னேறிக்கொண்டு; தாங்க முடியாத நெரிசல் மிகுந்த பேருந்து நிறுத்தங்களில் ஒருவரோடொருவர் உரசிக்கொண்டு; டால்மஸ் எனப்படும் பகிர்மகிழுந்தின் இருக்கைகளில் அமர்ந்திருக்கையில் ஒவ்வொரு எழுத்தும் நடுங்கியவாறே தெரிய, கொட்டாவி விட்டுக்கொண்டு; இப்படிப் பல்வேறான சந்தர்ப்பங்களில் தான் இந்தப் பத்தி எழுத்தாளர்களை நாம் வாசிக்க நேர்கிறது. இந்தக் கதையை நான் ஃப்ரெஞ்சு நாட்டுப் புவியியல் சஞ்சிகையில் பார்த்தேன்.

கருங்கடல் உஷ்ணமாகிக்கொண்டே வருகிறதாம். மத்தியதரைக் கடலோ குளிர்ந்துகொண்டே போகிறதாம். கடல் படுகைக்கு அடியிலிருக்கும் குகைகளின் அகண்ட குழிகளில் இந்தக் கடல்களின் நீர் வழிந்தோடுகின்றது. இதே போன்ற புவியமைப்பு தோற்றவியல் அசைவுகளால் ஜிப்ரால்டர், டார்டநெல்ஸ் ஜலசந்தி, பாஸ்ஃபரஸ் ஆகியவையும் உயர்ந்து கொண்டே வருகின்றனவாம். ஒரு காலத்தில் ஒரு மினாரின்

அளவு நீண்டிருக்கும் சங்கிலியில்தான் நங்கூரத்தைக் கட்டிப் பாய்ச்ச முடியும் என்றிருந்த இடத்தில் இப்பொழுது படகு தரைதட்டி விடுகிறதாம். எஞ்சியிருக்கும் ஓரிரு பாஸ்ஃபரஸ் செம்படவர்களுள் ஒருவன் இதை என்னிடம் சொல்லிவிட்டுக் கேட்டான். "ஏன் இப்படி ஆகிறதென்று தெரிந்துகொள்வதில் நம்முடைய பிரதம மந்திரிக்கு அக்கறையே கிடையாதா?"

அவனிடம் சொல்ல எனக்குப் பதிலேதும் இருக்கவில்லை. எனக்குத் தெரிந்ததெல்லாம் முன்பை விடவும் வேகமாக நீர் வற்றிக்கொண்டு போகிறதென்பதும், விரைவிலேயே நீரென்று எதுவும் மிஞ்சப்போவதில்லை என்பதும்தான். நமக்குத் தெரிந்து சுவர்க்கலோக இடமாகத் திகழ்ந்த பாஸ்ஃபரஸ் விரைவிலேயே அடர்கருப்பு நிறத்தில் சேறும் சகதியும் நிறைந்த குட்டையாக மாறப்போகிறது; சேறு பூசிய பிசாசுகளாய்ப் பளிச்சிடும் கோரப் பற்களைக் காட்டிக்கொண்டு, தரைதட்டி நிற்கும் கப்பல்கள் நிற்கும் இடமாக பாஸ்ஃபரஸ் மாறிப்போகும்; இதில் எவ்விதச் சந்தேகமும் இருக்க முடியாது. ஆனால், ஒரு கடும் கோடைக்கால இறுதியில் இந்தச் சகதிக்குட்டை ஒரு சில பகுதிகளில் வறண்டுபோயும், மீத இடங்களில் எங்கிருந்தென்று தெரியாத ஒரு மையத்தில் ஊற்றெடுத்து ஒரு சிறிய நகருக்கு நீர் வழங்கும் சிற்றாரின் படுகை போலச் சேறாகவும் கிடக்கும் காட்சியைக் கற்பனையில் காண்பதொன்றும் கடினமான செயல் அல்ல. அதே போல், உடைந்து கசியும் ஆயிரக்கணக்கான கழிவுநீர்க் குழாய்கள் பாசனம் செய்யும் மேட்டுநிலப் பகுதிகளில் டெய்சி மலர்களும் பசும் புல்லும் வளர்ந்து கிடக்கும் காட்சியைக் கற்பனை செய்து பார்ப்பதிலும் சிரமமேதும் இருக்காது. லியாண்டர் கோபுரமும்[1] அதன் பெயருக்குத் தன்னைத் தகுதியாக்கிக்கொண்டு, தலையைச் சுற்றவைக்கும் உயரத்தோடு நம்மை அச்சுறுத்திக்கொண்டிருக்கும். கீழேயுள்ள பாலையாகிப்போன திணைநிலப் பகுதியில் ஒரு புது வாழ்க்கை தளிர்விடும்.

ஒரு காலத்தில் பாஸ்ஃபரஸ் என்று நாம் சொல்லிவந்த இந்தப் பாலையாகிப்போன திணைநிலப் பகுதியில் முளைக்கப் போகிற புதிய குடியிருப்புகளைப் பற்றி நான் சொல்லிக்கொண்டிருக்கிறேன். நகர்மன்ற உறுப்பினர்கள் அபராத ஆணைகளைத் தூக்கிக்கொண்டு அங்குமிங்குமாக அலைந்துகொண்டிருப்பார்கள். நான் சொல்வதெல்லாம் கீழ்த்தட்டு நகர்கள், குடில்கள், மதுக்கடைகள், இரவுவிடுதிகள், கேளிக்கைக் கூடங்கள், முரட்டுக் குதிரைகள் இழுத்து வரும் சிறார் கேளிக்கைப் பூங்காக்கள், விபசார விடுதிகள், பள்ளிவாசல்கள், துறவியர் மடங்கள் பற்றியும் புதிய இளைஞர்களை உருவாக்கும் பல்வேறு மார்க்ஸிய குழுக்களும் கள்ளச்சந்தைக்கான நைலான் காலுறைகளைத் தயாரிக்கும் அடாவடி பிளாஸ்டிக் தொழிற்கூடங்களும் இயங்க ஏதுவான ஒதுக்கிடங்கள் பற்றியும்தான். பேரழிவுநாள் குழப்பங்களுக்கு நடுவே பழைய நகரப் போக்குவரத்துப் பயணியர் படகுகளின் கவிழ்ந்த சிதைவுகளுக்கு நடுவே, குப்பி மூடிகளும் கடல்பாசியும் படர்ந்த நிலப்பரப்பு. திடீரென்று ஓரிரவில் கடல் உள்வாங்கிவிட அட்லாண்டிக் கடலின் அந்தப் பக்கத்துக்கும் இந்தப் பக்கத்துக்குமாகப் போய்வந்து, தரை தட்டி நிற்கும் அமெரிக்க சொகுசுப்

1. லியாண்டர் கோபுரம்: துருக்கிய மொழியில் கிஸ் குலேஷி என்றறியப்படும் இந்தக் கோபுரம் கன்னி கோபுரம் என்றும் அழைக்கப்படுகிறது. உஸ்குந்தர் கடற்கரைப் பகுதியில் இருநூறு மீட்டர் தொலைவில் அமைந்திருக்கும் ஒரு குட்டித் தீவில் இந்த பைஸாந்திய காலக் கோபுரம் அமைந்திருக்கிறது.

பயணியர் கப்பல்களின் பாசிபடர்ந்த கொடிக்கம்பங்களை வரலாற்றுக்கு முந்தைய கால, முன்பின் கேள்விப்பட்டிராத கடவுளர்களை வழிபடும் விதமாய் வாய்பிளந்து நிற்கும் கெல்ட் இனத்தவர்களின் வடமேற்கு இத்தாலிய லிகுவேரிய இனத்தவர்களின் எலும்புக் கூடுகள் அலங்கரித்துக் கொண்டிருப்பதைக் காணலாம். கிளிஞ்சல்கள் சூழ்ந்த பைஸாந்திய பொக்கிஷங்கள், தகர மற்றும் வெள்ளிக் கத்திகள், முள்கரண்டிகள், ஆயிரமாண்டுப் பழைய ஒயின் குப்பிகளின் கார்க் மூடிகள், சோடா போத்தல்கள், கூரிய மூக்கைக் கொண்ட பிரம்மாண்டமான போர்க் கப்பல்கள் போன்றவற்றின் நடுவே இந்தப் புதிய நாகரிகம் தழைத்தோங்க, இயந்திரத்துடுப்பு சகதியில் பதிந்துபோய்ப் பாழடைந்து கிடக்கும் ரோம் நாட்டு எண்ணெய்க் கப்பலிலிருந்து தங்களுடைய விளக்குகளுக்கும், அடுப்புகளுக்கும் எரிபொருளை உறிஞ்சிக்கொண்டிருக்கும் இந்த நாகரிகத்தின் குடியேறிகளையும் என்னால் கற்பனை செய்ய முடிகிறது. ஆனால் இந்தக் கொடுமை இத்தோடு போவதில்லை. ஏனென்றால், இஸ்தான்புல்லில் இருக்கும் ஒவ்வொரு கழிவுநீர்க் குழாயின் கரும்பச்சைத் திவலையாலும் நீர் தெளிக்கப்பட்டுக்கொண்டிருக்கும் இந்தச் சபிக்கப்பட்ட வடிகுட்டையில், கள் திருக்கை மீன் மற்றும் கொம்பன் சுறாக்களின் எலும்புக்கூடுகள் நாலா திக்கிலும் இறைந்து கிடக்கும் இந்தக் கடல் படுகையில், வரலாறு தோன்றுவதற்குப் பல யுகங்களுக்கு முன்பிருந்தே, இனம்காண முடியாத வாயு வகைகள் கொப்பளித்துக் கொண்டிருக்கும் இந்தப் படுகையின் அடிப் பரப்பில், தங்களுக்கான புதிய சொர்க்கத்தைக் கண்டுகொண்டு, அதை ஆராயத் தலைப்படும் எலிப்பட்டாளத்தைப் புதிய தொற்றுநோய்கள் தாக்கத் தொடங்குமென்று நாம் உறுதியாக நம்பலாம். ஒன்று எனக்கு நன்றாகவே தெரியும். உங்கள் மனதிலும் இதை நான் ஆழமாகப் பதிய வைக்க வேண்டும்: முள்வேலியிட்டு அதிகாரிகள் தொற்றுநோயை மட்டுப்படுத்த முயல்வார்கள். ஆனாலும் நம் அனைவரை யுமே அந்த நோய் தொற்றும்.

பாஸ்ஃபரஸின் பட்டு நீர்ப்பரப்பில் வெள்ளியென நிலவு தகதகத்துக் கொண்டிருப்பதைக் கண்டு அனுபவித்துக்கொண்டிருந்த உப்பரிகையில் நாம் இனி அதற்குப் பதிலாக, அவசரமாக எரிக்க நேர்ந்த பிணங்களிலிருந்து எழும் ஊதாநிறப் புகையைத்தான் பார்த்துக்கொண்டிருக்க நேரிடும். நிதானமாகப் புதைக்கும் காலமெல்லாம் மலையேறிவிட்டிருக்கும். ஒரு காலத்தில் கடற்கரையாய் இருந்த இடத்தில் ஜூடாஸ் நறுமணத் தைல வாசனையும் ஹனிசக்கிள் மலரின் சுகந்தமும் சூழ அமர்ந்து ரேக்கி பருகிக்கொண்டிருந்த மேசைகளின் அருகே இனிமேற்கொண்டு அழுகும் மீன்களின் சகிக்கமுடியாத வாடையைக் கஷ்டப்பட்டு முகர்ந்து பழக வேண்டியிருக்கும். இனிமேற்கொண்டு, வசந்தகாலப் பறவைகள் பாஸ்ஃபரஸின் விரைந்தோடும் வெள்ளம், அதன் கரையை ஒட்டி வரிசை கட்டியிருக்கும் செம்படவர் கூட்டம் இவற்றைப் பற்றிய பாடல்களைக் கொண்டு நம்முடைய ஆன்மாவைச் சாந்தப்படுத்திக்கொண்டிருக்க முடியாது. மாறாக, வழக்கமான ஆயிரமாண்டு விசாரணைகளைத் தவிர்க்கவென்று தமது முன்னோர்கள் கடலில் வீசியெறிந்துவிட்ட துருவேறிய பட்டாக்கத்திகள், தோட்டாக்கள், குறுவாள்கள், கத்திகள், ஆகியவற்றைக் கொண்டு மரண பயத்தால் எதிரிகளை வெட்டி வீழ்த்த முனையும் மனிதர்களின் வலி மிகுந்த அலறல்கள் சூழலெங்கும் விரவி இருக்கும். கரையோரங்களில் வாழ்ந்து வந்த இஸ்தான்புல்வாதிகளைப்

பொறுத்தமட்டில், களைத்து வீடு திரும்பும் மாலைவேளைகளில் அவர்கள் பேருந்துகளின் சாளரங்களைத் திறந்து வைத்துக் கடல்காற்றை இனிமேல் சுவாசிக்க முடியாது. அதற்கு பதிலாக அழுகிய மீனின் வாடையும் மண்ணின் துர்நாற்றமும் புகாமல் இருக்க, செய்தித்தாள்களையும் துணிகளையும் கொண்டு பேருந்துகளின் ஜன்னல் இடைவெளிகளை அடைத்துக்கொள்ள வேண்டியிருக்கும். கீழே வாய் பிளந்திருக்கும் பயங்கரமான கரும்பள்ளங்களிலிருந்து எழும் தீப்பிழம்புகளை வெறித்துப் பார்த்தபடி இருக்கைகளில் அவர்கள் அமர்ந்திருப்பார்கள். அல்வாத்துண்டம் விற்பவர்களும், பலூன் விற்பவர்களும் கடற்புரத்தில் நம்மைச் சுற்றிச் சுற்றி வந்த காஃபியகங்கள் என்னவாகும்? இனியும் அங்கே உட்கார்ந்து கப்பற்படையின் வாணவேடிக்கைகளையெல்லாம் நம் கண்களுக்கு விருந்தாக்கிக்கொண்டிருக்க முடியாது. பதிலாக, வெடித்துச் சிதறும் கண்ணி வெடிகளின் செந்நிறத் தீப்பந்துகளையும், ஆர்வமிகுதியால் அவற்றை வெடிக்கச் செய்த குழந்தைகளின் சிதறும் மிச்சங்களையும்தான் நாம் பார்த்துக்கொண்டிருப்போம். பைஸாந்திய காலத்துக் காசுகளையும், புயல் மிகுந்த நாட்களில் கரையொதுங்கிய காலி தகரக் குவளைகளையும் கடற்கரை மணலில் தேடித் துழாவிச் சேகரித்து ஒரு காலத்தில் வயிறு வளர்த்து வந்த கூட்டம்? கடற்கரையில் வரிசை கட்டி நின்ற மர வீடுகளிலிருந்து வெள்ளம் பறித்தெடுத்துப் போயிருந்த காஃபி கொட்டையரைக்கும் இயந்திரங்கள், பாசிபடர்ந்த குக்கூ கடிகாரங்கள், கரும் கிளிஞ்சல் சிப்பிகள் அடுக்கெனப் படர்ந்திருக்கும் பியானோக்கள் ஆகியவற்றைத்தான் இனி அவர்கள் தேடி எடுத்துக்கொண்டிருப்பார்கள்.

முள்வேலிக்குள் கள்ளத்தனமாக நுழைந்து ஒரு குறிப்பிட்ட கெடிலாக் சிற்றுந்தைத் தேடியலையும் ஓர் இரவும் இந்தப் புதிய நரகத்தில் எனக்கு வந்து வாய்க்கும். அந்த கெடிலாக் சிற்றுந்து ஒரு பெயோக்ளு கொள்ளைக்காரனுடைய (அவனைத் தாதா என்ற கண்ணியமான சொல்லால் குறிப்பிட முடியவில்லை) நேசத்துக்குரிய உடைமை. முப்பதாண்டுகளுக்கு முன்னால், நான் பயிற்சி செய்தியாளனாக இருந்த காலத்தில் இவனுடைய சாகசங்களைத் தொடர்ந்து வந்திருக்கிறேன். அவனுடைய அக்கிரமங்களுக்கு அடைக்கலமாக இருந்த இடத்தின் நுழைவாயிலில் நான் மிகவும் வியந்து ரசித்த இஸ்தான்புல் காட்சியின் இரண்டு ஓவியங்கள் இருந்ததை இப்பொழுது நினைத்துப் பார்க்கிறேன். அந்தக் காலகட்டத்தில் அதைப் போன்ற வேறு இரண்டு கெடிலாக் சிற்றுந்துகள் மட்டுமே இருந்தன. தன் அபரிமிதமான செல்வத்தை நெடுஞ்சாலைகளில் ஈட்டிய டேக்டெலேனுக்குச் சொந்தமானது ஒன்று. புகையிலைச் சக்ரவர்த்தி என்றழைக்கப்பட்ட மாரூஃப்புக்குச் சொந்தமானது மற்றொன்று. இந்தக் கொள்ளைக்காரனைக் காவியநாயகன் அந்தஸ்துக்குத் தூக்கிவிட்டது பத்திரிகையாளர்கள்தான். இவனுடைய வாழ்க்கையின் இறுதியான சில மணி நேரங்களை நினைவு கூரும் வகையில் ஒரு வாரம் முழுக்க நீடித்த ஒரு தொடரை நாங்கள் வெளியிட்டோம். இதனுடைய உச்சகட்டமாகக் காவல்துறை இவனைத் துரத்த, முடிவில், அந்தக் கெடிலாக் சிற்றுந்து அகின்ட்டு முனையருகில் சாலையை விட்டு விலகி பாஸ்ஃபாரஸின் கரிய நீருக்குள் சீறிப் பாய்ந்தது. சம்பவத்தை நேரில் கண்ட ஒரு சிலர் அந்தக் கொள்ளைக்காரன் கஞ்சாவின் மிதமிஞ்சிய போதையில் இருந்தான் என்றார்கள். வேறு சிலரோ, தண்டனைக்குள்ளான வழிப்பறிக்கொள்ளையன் எப்படி ஓர் உயரமான சிகரத்தின் மீதிருந்து

தன்னுடைய குதிரையுடன் கீழே குதித்து உயிரை மாய்த்துக்கொள்வானோ, அதேபோல் இவனும் தன்னுடைய ஆசைநாயகியின் அருகில் அமர்ந்திருக்க மரணத்தை விரும்பித் தேர்ந்துகொண்டான் என்றனர். மூச்சடக்கி மூழ்கும் வல்லுநர் கூட்டம் அந்தக் கெடிலாக் சிற்றுந்தைத் தேடி நாட்களைச் செலவிட்டது. அதற்கு ஒரு பயனும் கிட்டவில்லை. இப்படி ஒரு கெடிலாக் சிற்றுந்து இருந்ததைச் செய்தித்தாள் வாசிக்கும் வெகுஜனம் விரைவிலேயே மறந்துவிட்டது. ஆனால், அது எங்கே விழுந்திருக்கக்கூடும் என்பதை நான் ஏற்கெனவே மிகத் துல்லியமாகக் கணித்துக் குறிப்பிட்டிருக்கின்றேன்.

ஒரு காலத்தில் நாம் பாஸ்ஃபரஸ் என்று அறிந்திருந்த இடத்தில் இப்பொழுது உருவாகியிருக்கும் புதிய பள்ளத்தாக்கின் அடியாழத்தில், ஒட்டக எலும்புகள், பெயரறியாக் காதலர்களுக்கான புதிர்ச் செய்திகளைத் தாங்கி நிற்கும் குப்பிகள், எழுநூறு ஆண்டுகளுக்கு முன்பு தம் துணையை யிழந்திருந்த, இப்பொழுதோ நண்டுகள் முட்டையிடும் இடமாக மாறிப் போயிருந்த, ஒற்றைக் காலணிகள் ஆகியவை குப்பையாய்க் குவிந்து கிடக்கும் புழுதிபடிந்த செங்குத்துப் பாறையின் கீழ் அது இருக்கிறது. வைரங்கள், காதணிகள், குப்பியின் மூடிகள், பொன்னாலான கைக்காப்பு கள் எனப் பலவும், இவ்வளவு காலம் கழித்தும் அந்தச் சரிவுகளில் பிரகாசித்துக்கொண்டிருக்கும். கிளிஞ்சல் சிப்பிகளும் கடற்பாசிகளும் மண்டிய காடுகள் சூழ்ந்த அந்தச் சரிவுகளுக்குப் பின்புறத்தில் ஒரு விசைப்படகின் சிதைவுற்ற கூடு தென்படும். அந்த இடத்தில் அவசரத்திற் கென்று அமைக்கப்பட்டிருக்கும் ஒரு ஹெராயின் போதை மருந்து தயாரிக்கும் தொழிற்சாலை ஒன்றிருக்கிறது. அதைத் தாண்டிக் கள்ளச் சந்தையில் விற்பனையாகும் கொத்திறைச்சிக்கென்று அரைபடும் கழுதைகளிடமிருந்தும், பொதிகுதிரைகளிடமிருந்தும் பீய்ச்சியடிக்கும் குருதியைச் சேகரிக்கும் வாளிகளை மொய்த்து வாழும் சிப்பிக் கிளிஞ் சல்களும், ஊரி எனப்படும் திருகுவடிவக் கிளிஞ்சல்களும் நிறைந்திருக்கும் ஒரு மணல்மேடு இருக்கிறது. அந்த மணல்மேட்டுக்குச் சற்றுத் தள்ளி அந்தக் கெடிலாக் சிற்றுந்து விழுந்திருக்கிறது.

இந்தச் சந்தடியில்லாத இருளில், அழுகும் பிண வாடைக்கு நடுவே நான் வழியமைத்துச் செல்லும்பொழுது, ஒரு காலத்தில் ஷோர் சாலை என்றழைக்கப்பட்ட இப்பொழுதென்னவோ ஒரு கணவாய் வழியே நெளிந்து செல்லும் பாம்பு போன்ற சந்தாய்த் தோற்றமளிக்கும் அந்த இடத்தில் என் தலைக்கு மேலே கடந்து செல்லும் சிற்றுந்துகளின் குழலொலியைக் கவனித்தவாறு இருப்பேன். சாக்குகளில் கட்டி மூழ்கடிக்கப்பட்டு இப்பொழுது இருமடங்காய் ஊதிப்போய்க் கிடக்கும் கடந்த கால அரண்மனைச் சதிகாரர்கள் மீதும், தங்களின் புனிதக் கைத்தடிகளையும் சிலுவைகளையும் இன்னமும் கைகளில் பற்றியவாறே கணுக்கால்களில் இரும்புக் குண்டும், சங்கிலியும் பிணைபட்டுக் கீழே இழுபட்ட நிலையில் இருக்கும் ஆச்சாரமிக்க பூசாரிகளின் எக்காலத்திலோ காணாமல்போன எலும்புக்கூடுகள் மீதும் இடறி விழுந்து நான் அந்தக் கெடிலாக் சிற்றுந்தைத் தேடிக்கொண்டிருப்பேன். பார்ப்பதற்கு ஏதோ அடுப்பின் புகைபோக்கிக் குழாயைப் போல் தோன்றும், ஆனால் உண்மையில் டோஃபேன் நாவாய்த்துறையிலிருந்து துருக்கியின் கேலிப்பாலி தீபகற்பத்துக்கு ராணுவ வீரர்களைக் கொண்டு சென்ற எஸ்.எஸ். குல்ஜெமால் எனும் துருக்கிப் பயணியர் கப்பலை மூழ்கடிக்க

வந்து செம்படவர் வலைகளில் இயந்திரத்துடுப்பு சிக்கிக்கொண்டதால் பாசிபடர்ந்த பாறைகளின் மீது மோதி உடைந்து கடல் படுகையில் மூழ்கிப்போன நீர்மூழ்கிக் கப்பலின் மறைநோக்கியிலிருந்து எழும்பும் ஊதா நிறப் புகையை அங்கே நான் பார்த்துக்கொண்டிருப்பேன். நல்ல காற்றுக்காக மூச்சிரைத்துக்கொண்டிருக்கும் ஆங்கில எலும்புக்கூடுகள் ஒருகாலத்தில் அமர்ந்திருந்த அதிகாரிகளுக்கான வெல்வெட் இருக்கைகளில் உட்கார்ந்தபடி நம்முடைய சொந்த நாட்டவர்கள் தங்களுடைய புதிய இல்லங்களில், சீனத்தில் தயாரான பீங்கான் கோப்பைகளில் தேநீர் அருந்திக்கொண்டிருப்பது உடனடியாகப் புலனாகும். ஜெர்மனியின் சக்கரவர்த்தியாகவும் ப்ரஷ்ய நாட்டின் மன்னராகவும் திகழ்ந்த இரண்டாம் வில்ஹெல்ம் அரசருக்கு ஒரு காலத்தில் சொந்தமாக இருந்த போர்க் கப்பலின் துருவேறிய நங்கூரம் நான் நிற்குமிடத்துக்குக் கீழே இருக்கும் இருட்பிரதேசத்தில் தென்படும். ஒரு வெண்முத்து போல் பளபளக்கும் தொலைக்காட்சிப் பெட்டித் திரை அதனருகிலிருந்து என்னைப் பார்த்துக் கண் சிமிட்டும். இத்தாலியக் கடற்கரை நகரமான ஜெநோவாவிலிருந்து கொள்ளையடித்து வரப்பட்ட பொக்கிஷங்களின் எச்சம், மண் அப்பிய நீளம் குறைந்த குழாய்களையுடைய ஒரு பீரங்கி, கிளிஞ்சல்கள் பரவிக் கிடக்கும் விக்கிரகங்கள் மேலும் தொலைந்து, நினைவிலிருந்து நீங்கி விட்ட மனிதர்களின் பிரதிமைகள், கவிழ்ந்துபோன பித்தளைச் சரவிளக்கின் நொறுங்கிய குமிழ்கள் போன்ற பொருள்களை நான் காண நேரும். கவனமாகக் கால் வைத்து இன்னும் கொஞ்சம் ஆழத்தில் இறங்கி மண்ணுக்குள்ளும் பாறைக்குள்ளும் வளைந்து நெளிந்து வழிதேடும் நேரத்தில், கப்பலில் துடுப்பு வலிக்கும்படி தண்டனையளிக்கப்பட்ட ஊழியர்கள் இன்னமும் தங்களுடைய துடுப்புகளோடு பிணையுண்டபடி, முடிவற்றதோ என்று தோன்றும் பொறுமையோடு மேலேயிருக்கும் விண்மீன்களை வெறித்துக் கொண்டிருப்பதை நான் பார்க்கக்கூடும். மரங்களாய்க் கிளைத்து நிற்கும் கடற்பாசியிலிருந்து தொங்கிக்கொண்டிருக்கும் ஆபரணங்கள், மூக்குக் கண்ணாடிகள், குடைகள் ஆகியவற்றை ஒரு பொருட்டென நான் நின்று கவனிக்காமல் போகலாம். ஆனால், இன்னமும் பிடிவாதமாய் நின்று கொண்டிருக்கும் குதிரைகளின் பிரம்மிப்பூட்டும் எலும்புக்கூடுகள் மீது ஆரோகணித்திருக்கும் கவசம் தரித்த சிலுவைப்போர் வீரர்களின் முன்பு நிச்சயமாய் அச்சம் மிகுந்ததோர் மரியாதையுடன்தான் நான் நிதானிப்பேன். இந்த அச்சுறுத்தும் சிலைகளின் முன்பாக நின்று கிளிஞ்சல்கள் ஒப்பனை செய்திருக்கும் அவர்களுடைய ஆயுதங்களையும், வலுமிக்க கைகளில் அவர்கள் ஏந்தியிருக்கும் பதாகைகளையும் ஆராய்ந்துகொண்டிருக்கும் வேளையில் அவர்கள் காவல் காத்துக்கொண்டிருப்பது அந்தக் கருப்புக் கெடிலாக் சிற்றுந்தைத்தான் என்பதைப் பேரச்சத்தோடு கவனிப்பேன்.

எனவே, கிட்டத்தட்ட அவர்களுடைய அனுமதியைக் கோருபவனைப் போல நிதானமாகவும் மரியாதையுடனும் அதை நான் நெருங்கிச் செல்வேன். மெல்ல மெல்ல நான் முன்னேறிச் செல்லும்போது, எங்கிருந்தென்று அறிய முடியாத ஒரு கண் சிமிட்டும் ஒளி அந்தக் கெடிலாக் சிற்றுந்தைச் சுடர்விடும் பிரகாசத்தோடு தோன்ற வைக்கும். அந்தச் சிற்றுந்துக் கதவின் கைப்பிடிகளை இழுத்துத் திறக்க நான் முயலுவேன். ஆனால், கிளிஞ்சல்களும் கடல் முள்ளெலிகளும் அடையென அப்பியிருக்க, அந்தச் சிற்றுந்து என்னை நுழையவே விடாது. மென்பச்சை வர்ணத்தில்

இருக்கும் அதன் சாளரங்களையும் என்னால் நெம்பித் திறக்க முடியாது. அந்த வேளையில் என்னுடைய பால்பாய்ண்ட் பேனாவைச் சட்டைப் பையிலிருந்து எடுத்து அதனுடைய முனையால் சிற்றுந்தின் கண்ணாடி மீது படிந்திருக்கும் பிஸ்தா நிறப் பாசியைச் சுரண்டியெடுக்க முயல்வேன்.

நள்ளிரவின் வசியப்படுத்தும் திகில் என்னை இறுகப் பற்றியிருந்த போதிலும் ஒரு தீக்குச்சியை நான் உரசிப்பார்ப்பேன். நடுங்கும் அந்தச் சாம்பல் நிறப் பிழம்பில், அந்தச் சிற்றுந்தின் ஸ்டியங்கையும், நிக்கல் முலாமிட்ட கருவிகளின் முகப்பையும், அளவைக் காட்டும் முட்களை யும், போர்மறவர்களின் பளபளக்கும் கவச உடை போல இன்னமும் ஒளிர்ந்தவாறிருக்கும் கடிகாரங்களையும் நான் பார்ப்பேன். முன்னிருக்கையில் முத்தமிட்ட நிலையில் அந்தக் கொள்ளைக்காரனுடைய அவனது ஆசைநாயகியினுடைய எலும்புக்கூடுகள். அந்த ஆசைநாயகியின் எலும்பு மணிக்கட்டுகளில் கைக்காப்புகள் இன்னமும் மினுமினுத்தபடி இருக்க, அவளுடைய மோதிரமணிந்த விரல்கள் அந்தக் கொள்ளைக்காரனுடைய கையோடு இறுகப் பிணைந்தபடி இருக்கும். பிணைந்திருப்பவை அவர்களுடைய தாடை எலும்புகள் மட்டுமல்ல. அவர்களுடைய ஒட்டு மொத்தக் கபாலங்களுமே ஓர் அநித்திய அணைப்பில் கட்டுண்டிருக்கும்.

பிறகு, இன்னொரு தீக்குச்சியை உரச நிதானிக்காமல், நகரில் ஒளிரும் விளக்குகளின் திசையில் திரும்பி நின்று நான் பார்த்தவற்றையெல்லாம் பற்றிச் சிந்திப்பேன். பேரழிவு நேரும்பொழுது மரணத்தை எதிர்கொள்ள இதைக் காட்டிலும் மகிழ்ச்சியான வழி இருக்க முடியாது. எனவே எங்கோ தொலைவில் இருக்கும் காதலியை நினைத்துக் கடுந்துயரோடு நான் கதறுவேன். எனதன்பே, என் அழகே, நீண்ட காலமாகத் துன்புற் றிருக்கும் என் இனியவளே, அழிவு விரைவாக நம்மை நோக்கி வருகிறது. எனவே, என்னிடம் நீ வந்து சேர். உடனே வந்து சேர். புகை நிரம்பிய அலுவலகத்திலோ, அலங்கோலமான நீலப் படுக்கையறையிலோ, அழுக்குத் துணி வெள்ளாவியில் வெந்துகொண்டிருக்கும் வீட்டிலோ, வெங்காயவாடையடிக்கும் சமையலறையிலோ இந்த நிமிடத்தில் நீ எங்கே இருந்தாலும் சரி. நேரம் நெருங்கிவிட்டது என்பதை மட்டும் நீ புரிந்துகொள். எனவே என்னிடம் வந்து சேர். நம் மீது சுமையெனக் கவிந்துகொண்டிருக்கும் பேரழிவைக் காணாதிருக்கத் திரைகளை நாம் இழுத்துவிட்டுக்கொள்வோம். இருள் நம்மை ஆக்கிரமிப்பதற்குள்ளாக நாம் இறுதியானதோர் ஆலிங்கனத்தில் கட்டுண்டு மரணம் தழுவும் நேரத்துக்காய் மௌனமாய்க் காத்திருப்போம்.

3

ரூயாவுக்கு எங்கள் அன்பைச் சொல்

எங்கள் தாத்தா அவர்களுக்குக் 'குடும்பம்' என்ற பெயரைச் சூட்டியிருந்தார்.

– ரெய்னர் மரிய ரில்கே

அவன் மனைவி அவனைவிட்டுப் பிரிந்த அன்று காலையில் அப்பொழுதுதான் வாசித்து முடித்திருந்த செய்தித்தாள் இன்னமும் அவன் அக்குளின் கீழ் மடக்கியிருக்க, பாபி அலி நுழைவாயில் பகுதியிலிருந்த தன்னுடைய அலுவலகத்து மாடிப்படிகளில் ஏறிக்கொண்டிருந்தபொழுது, பொன்னுக்கு வீங்கி நோய் குணமாகும்வரை தானும் ரூயாவும் தத்தம் அன்னையரோடு சென்றுவந்த படகுச்சவாரிக் காலகட்டத்தில், பாஸ்ஃபரஸ் ஜலசந்தியின் கடல்நீரின் அடியாழத்துக்குள் தவறவிட்டிருந்த பச்சை நிறப் பந்துமுனைப் பேனாவைப் பற்றி காலிப் நினைத்துக்கொண்டிருந்தான். ரூயா, அவனைப் பிரிந்துசென்ற அன்று மாலையில் விடை பெற்றுச் செல்லும் முன்பாக அவனுக்கு எழுதிவைத்து விட்டுச் சென்ற கடிதத்தை வெறித்துக்கொண்டிருந்தபோது, அதை எழுத, இருபத்தி நான்கு ஆண்டுகளுக்கு முன்பாகக் கடலில் தாங்கள் தவறவிட்டிருந்ததைப் போன்ற ஒரு பச்சை நிறப் பேனாவையே அவள் உபயோகித்திருந்தாள் என்பது காலிப்புக்கு உறைத்தது. முன்பு தவறவிட்டிருந்த பேனா ஜெலாலுடையது. காலிப் வியந்து ரசிப்பதைப் பார்த்து ஜெலால் அதை அவனுக்கு ஒரு வாரத்துக்கு இரவல் கொடுத்திருந்தான். துடுப்புப்படகில் அவர்கள் சவாரி சென்ற கதையைக் கேட்ட பின்பு, அந்தப் பேனாவைத் தவற விட்டுவிட்டதைப் பற்றிச் சொன்னதும், "பாஸ்ஃபரசின் எந்தப் பகுதியில் அது விழுந்ததென்பது தெரிந்தால் அது உண்மையில் தொலைந்துபோகவில்லை என்றே வைத்துக் கொள்ளலாம்" என்று ஜெலால் கூறினான். அன்று காலையில் அலுவலகத்தில் உட்கார்ந்திருந்த காலிப்பின் நினைவில் ஜெலால் சொல்லியிருந்த இந்த வார்த்தைகள் மீண்டும் மீண்டும் வந்துபோய்க்கொண்டிருந்தன. ஜெலாலின் 'பேரழிவு நாளை'ப் பற்றிய கட்டுரையை வாசித்துக்கொண்டிருந்த

நேரத்தில், தாங்கள் தவறவிட்டிருந்த அந்தப் பந்துமுனைப் பேனாவைச் 'சட்டைப் பையிலிருந்து எடுத்து பிஸ்தா நிறப் பாசியைச் சிற்றுந்தின் கண்ணாடிகளிலிருந்து சுரண்ட' அவன் முயன்றிருக்க முடியாதே என்று யோசித்துக்கொண்டிருந்தான். ஏனென்றால், பல நூற்றாண்டுகளுக்கு முன்பிருந்த பொருள்களைத் தனக்கேயான கடந்தகாலத்தோடு கலந்து கட்டி எழுதும் போக்கு ஜெலாலுக்கே உரிய முத்திரை போலாகிவிட்டது. தான் கற்பனையில் உருவகிக்கும் வருங்கால பாஸ்ஃபரஸின் மண் அடர்ந்த சரிவுகள் எங்கிலும் ஒலிம்பாஸ் என்றே பெயர்கொண்டு அழைக்கப்படும் பைஸான்ட்டின் பேரரசுக் கால நாணயங்களும், நவீன நாளின் குப்பி மூடிகளும் குப்பையாய் இறைந்து கிடக்கும். தன்னுடைய நினைவுகள் தப்பிப்போகும் நாள் வந்தாலொழிய – இதை அவன் அன்றொரு நாள் மாலையில் சொல்லிக்கொண்டிருந்தான் – இந்தக் கற்பனை தொடரும் என்றான் அவன். "நினைவு எனும் தோட்டம் வறண்டுபோகும்போது, அந்தத் தோட்டத்தில் எஞ்சியிருக்கும் கடைசி மரங்களையும், வாடத் தயங்கி நிற்கும் ரோஜா மொக்குகளையும் வெறிகொண்டு நேசிக்காமல் யாராலும் இருக்க முடியாது" என்று ஜெலால் கூறிக்கொண்டிருப்பான். "அவை உதிர்ந்து போகாமல் இருப்பதற்காக நான் காலையிலிருந்து இரவு வரையிலும் அவற்றுக்கு நீர் வார்த்துக்கொண்டே இருப்பேன். அவற்றை வருடிச் சீராட்டிக்கொண்டும் இருப்பேன். அவற்றை நான் மறந்துபோய்விடக் கூடாதென்பதற்காக நினைத்து நினைத்துப் பார்த்துக் கொண்டேயிருக்கிறேன்."

பெரியப்பா மெலிஹ் பாரிசுக்குக் கிளம்பிப்போன பிறகு, – ஒரு மீன் தொட்டியைத் தன்னுடைய மடியில் மிகக் கவனமாக வைத்துக்கொண்டு வாஸிஃப் திரும்பி வந்த ஓராண்டுக்குப் பின் – அப்பாவும் தாத்தாவும் பெரியப்பா மெலிஹின் பாபி அலிப் பகுதி அலுவலகத்துக்குப் போய் அவருடைய கோப்புகள், அறைக்கலன்கள் ஆகியவற்றை ஒரு குதிரை வண்டியில் ஏற்றி நிஷாந்தஷி குடியிருப்புகளின் பரண் தளக் குடியிருப்புக்கு இடம்மாற்றிவிட்டிருந்தார்கள். இந்தத் தகவல்களை எல்லாம் ஜெலால் சொல்லித்தான் காலிப் தெரிந்துகொண்டிருந்தான். நீண்ட காலம் கழித்து – மேக்ரிப் என்றழைக்கப்படும் ஆஃப்ரிக்காவின் வடமேற்குப் பகுதியிலிருந்து தன்னுடைய புது மனைவியோடும் மகளோடும் பெரியப்பா மெலிஹ் இங்கே வந்துசேர்ந்த பிறகு, தன்னுடைய மாமனாரோடு இணைந்து மேற்கொண்ட உலர் அத்திப்பழ வியாபார முயற்சி தோல்வி கண்ட பிறகு, எங்கே தங்களுடைய மிட்டாய்க் கடை வியாபாரமும் மருந்துக் கடை வியாபாரமும்கூடப் படுத்துவிடுமோ என்று அஞ்சி அவருடைய குடும்பமும் அவரை ஒதுக்கிவைக்க முடிவெடுத்துவிட்ட பிறகு, மீண்டும் வழக்குரைஞராகவே தொழிலைத் தொடங்கலாம் என்று பெரியப்பா மெலிஹ் தீர்மானித்த பிறகு, தன்னுடைய பழைய அறைக்கலன்களையே மீண்டும் புதிய அலுவலகத்தில் கொண்டு போய்ப் போட்டுக்கொண்டார். தன்னுடைய கட்சிக்காரர்களின் நன்மதிப்பைப் பெறுவதற்காகவே அவர் இப்படிச் செய்தார். இது நடந்த பல ஆண்டுகளுக்கு அப்புறமாய், கடந்த காலத்தைப் பற்றிக் குறைகூறிச் சிரித்துக்கொண்டிருந்த வேளையில் காலிப்பிடமும் ரூயாவிடமும் ஜெலால் ஒரு விஷயத்தைச் சொன்னான். அறைக்கலன்களை மீண்டும் மெலிஹின் அலுவலகத்துக்குக் கொண்டு செல்லும் சுமைதூக்குவோர் குழுவிலிருந்த ஒரு சுமைதூக்குத் தொழிலாளி – குளிர்பதனப் பெட்டிகள் பியானோக்கள் இவற்றை இடம் மாற்றும்

வேலையில் தேர்ந்தவன் – இருபத்தியிரண்டு ஆண்டுகளுக்கு முன்பு அதே அறைக்கலன்களை அங்கே கொண்டுபோட்ட அதே ஆள். ஒரே வித்தியாசம் அந்தச் சுமைதூக்கிக்கு இப்பொழுது தலை வழுக்கையாகியிருந்தது.

இந்தச் சுமைதூக்கிக்கு வாஸிஃப் ஒரு கோப்பை நீரைக் கொடுத்து விட்டு அவனை ஏற இறங்கப் பார்த்தபடியிருந்தான். இது நடந்து இருபத்தோரு ஆண்டுகளுக்குப் பிறகு, பெரியப்பா மெலிஹ் தன்னுடைய வழக்குரைஞர் தொழிலை காலிப் வசம் ஒப்படைத்துவிட்டார். தன்னுடைய கட்சிக்காரர்களின் எதிரிகளோடு மோதுவதற்குப் பதிலாகத் தன்னுடைய கட்சிக்காரர்களோடு மோதிக்கொண்டிருந்ததுதான் இதற்குக் காரணம் என்று காலிப்பின் அப்பாவுக்குத் தோன்றியது. ஆனால், பெரியப்பா மெலிஹ் அந்த வேளையில் மிகவும் வயதாகி, குழம்பிய மனநிலையில் இருந்ததால், நீதிமன்ற ஆவணங்கள் கட்சிக்காரர்களின் வழக்கு தொடர்பான சட்ட ஆவணங்கள் இவற்றிலிருந்து உணவகங்களின் உணவுவகைப் பட்டியலையும் பயணியர் படகுக் கால அட்டவணையையும் பிரித்தறிய முடியாத நிலைக்குப் போய்விட்டிருந்தார் என்பதுதான் காரணமென்று அம்மா சொல்லிக்கொண்டிருந்தாள். ஆனால் – அந்தக் காலகட்டத்தில் காலிப் அவருக்குத் தம்பி மகன் எனும் உறவு இருந்தபோதிலும் – காலிப் அவளோடு வருங்காலத்தில் கொள்ளப்போகும் உறவை அவளது அன்பான அப்பா முன்கூட்டியே அனுமானித்து வைத்திருந்தாரென்பது ரூயாவின் வாதம். இதனால்தான் வழுக்கைவிழுந்த மேலைநாட்டு நீதிமான்களும் – அவர்கள் எதனால் பிரபலமாகியிருந்தார்கள் என்றோ, அவர்களுடைய பெயரையோகூட அவன் அறிந்திருக்கவில்லை – அரை நூற்றாண்டுக்கு முன்பாகத் தன் பெரியப்பா பயின்றிருந்த சட்டக் கல்லூரியின் ஃபெஸ் எனப்படும் குஞ்சம் வைத்த உயரக் குல்லாய்களை அணிந்த ஆசிரியர்களின் சித்திரங்களும் புடைசூழ அவன் வழக்குரைஞர் தொழிலை மேற்கொள்ள வேண்டி வந்தது. இது போக வாதி, பிரதிவாதி, நீதிபதி அனைவருமே இறந்துபோய்விட்ட வழக்குகளின் கோப்புத் தொகுப்புகளுக்கு அவன் வாரிசாக வேண்டியிருந்தது. தவிர, மாலைநேரங்களில் ஜெலாலும் காலை வேளைகளில் ஆடைவடிவங்களைப் பிரதி எடுக்க அவனது அன்னையும், பயன்படுத்தி வந்த ஒரு சாய்மேஜை அவனுடைய சொத்தானது. ஒரு தொடர்புச்சாதனக் கருவியைப் போல் இல்லாமல், ஏதோ ஓர் உபயோகமற்ற போரில் கிட்டிய கலைப்பொருள் போல் தோற்றமளிக்கும் பிரம்மாண்டமான, அவலட்சணமான, கருப்பு நிறத் தொலைபேசி யொன்றை வைக்கத்தான் அந்தச் சாய்மேஜை இப்போது பயன்பட்டு வருகிறது.

அவ்வப்பொழுது இந்தத் தொலைபேசி தானாகவே அடிக்கும். அதனுடைய மணியோசை கிறீச்சென்று காதைக் கிழிக்கும். அடர்கருப்பு நிறத்திலிருக்கும் அதன் வாங்கி ஒரு கர்லாக்கட்டையைப் போலிருக்கும். அதில் நீங்கள் ஓர் எண்ணைச் சுழற்றினால் கரக்கோயிலிருந்து கடிக்கோய் வரை செல்லும் பயணியர் படகின் அருதப்பழசான சுழற்கதவு எழுப்பும் அதே விதமான இன்னிசையைக் கிறீச்சிட்டுக்கொண்டிருக்கும். சில வேளைகளில் உங்களுக்குத் தேவையான எண்ணோடு தொடர்பை ஏற்படுத்துவதற்குப் பதிலாகத் தனக்குப் பிரியமான ஏதோ ஒரு எண்ணோடு உங்களுக்குத் தொடர்பைக் கொடுத்துவிடும்.

காலிப் வீட்டு எண்ணைச் சுழற்றியதும் ரூயா உடனடியாக அந்தப் பக்கத்தில் தொலைபேசியை எடுத்தாள். காலிப் சற்றே அதிர்ந்துபோனான். “அதற்குள்ளாகவா எழுந்துவிட்டாய்?” தன்னுடைய நினைவுத் தோட்டத்தில் இன்னமும் சஞ்சரித்துக்கொண்டிருக்காமல் ரூயா நிஜ உலகிற்கு மீண்டு மற்றெல்லோருடனும் இருக்கிறாள் என்பதைக் கேட்டவுடன் அவனுக்கு மகிழ்ச்சியாக இருந்தது. அந்தத் தொலைபேசி வைக்கப்பட்டிருக்கும் மேஜை, பொருட்கள் ஒதுக்கிவைப்படாத அறை, ஏன், ரூயா நின்றுகொண்டிருக்கும் விதம் என ஒவ்வொன்றையுமே காலிப் தன் மனக் கண்ணால் பார்க்க முடிந்தது. “நான் மேஜை மீது வைத்துவிட்டு வந்த செய்தித்தாளைப் பார்த்தாயா? ஜெலால் மிகவும் வேடிக்கையாக ஒரு விஷயத்தை எழுதியிருக்கிறான்.” “இல்லை. நான் இன்னும் அதைப் பார்க்கவில்லை” என்று ரூயா பதிலளித்தாள். “இப்பொழுது மணி என்ன?” “நீ நேரங்கழித்துதான் தூங்கியிருப்பாய், இல்லையா” என்றான் காலிப். “காலையுணவை நீயே தயார்செய்து சாப்பிட்டுவிட்டாய் போலிருக்கிறதே!” என்றாள் ரூயா. “உன்னை எழுப்பத் தயக்கமாக இருந்தது” என்றான் காலிப். “என்ன கனவு கண்டாய்?” “நேற்றுப் பின்னிரவில் கூடத்துக்குப் போகும் வழியில் ஒரு கரிய வண்டு ஒன்றைப் பார்த்தேன்” என்றாள் ரூயா. கருங்கடலில் சுவாதீனமாய் மிதந்துகொண்டிருக்கும் கண்ணிவெடிகள் குறித்த வானொலி எச்சரிக்கையை நையாண்டி செய்வதைப் போன்ற, ஆனாலும் இன்னமும் கலவரத்தைக் காட்டும் குரலில், “சமையலறைக் கதவுக்கும், கூடத்திலிருந்த வெப்பமூட்டிக்கும் நடுவில் . . . இரவு இரண்டு மணிக்கு . . . மிகவும் பெரியதாக இருந்தது.”பிறகு சற்று நேர மௌனம். “ஒரு வாடகை மகிழுந்தைப் பிடித்து உடனே நான் வீட்டுக்கு வரட்டுமா?” என்று காலிப் கேட்டான். “திரைகளை இழுத்துவிட்ட பிறகு, இந்த வீடு என்னை நடுங்க வைத்துக்கொண்டே இருக்கிறது” என்றாள் ரூயா. “இன்று மாலை திரைப்படத்துக்குச் செல்வோமா?” என்று காலிப்கேட்டான. “பேலஸ் திரையரங்கில் ஏதோ நல்ல படம் ஒன்று ஓடுகிறது. வீட்டுக்கு வரும் வழியில் நாம் ஜெலாலைப் பார்த்துவிட்டு வரலாம்.” “எனக்குத் தூக்கம் வருகிறது” என்று ரூயா கொட்டாவி விட்டாள். “அப்படியென்றால் தூங்கு” என்றான் காலிப். பிறகு இருவருமே மௌனமாகிவிட்டனர். தொலைபேசியின் வாங்கியைக் காலிப் கீழே வைக்கும்பொழுது மீண்டும் ரூயா கொட்டாவி விட்டதை அவனுக்குக் கேட்டாற்போலிருந்தது.

பிறகு வந்த நாட்களில், அந்த உரையாடலை மனதுக்குள் மீண்டும் மீண்டும் நினைத்துப்பார்த்த பொழுது, அவன் உண்மையிலேயே அந்தக் கொட்டாவிச் சத்தத்தைக் கேட்டானா, உண்மையிலேயே அவர்கள் சொன்னது எதையுமே அவன் கேட்டிருந்தானா என்று குழம்பியபடி இருந்தான். ரூயா பேசியிருந்த ஒவ்வொரு வார்த்தைக்கும் புதிய அர்த்தங்களைக் கற்பித்துக்கொண்டு, அவனுடைய அதீத அச்சங்களை எதிரொலிக்கும் வண்ணமாக அவள் சொன்ன ஒவ்வொரு சொல்லையும் மாற்றிக்கொண்டு, அவன் தனக்குத்தானே சொல்லிக்கொண்டான்: யோசித்துப்பார்த்தால், நான் பேசிக்கொண்டிருந்த நபர் ரூயா போலவே தெரியவில்லை. அது வேறு யாராகவோதான் இருக்க வேண்டும். இந்த வேறு யாரோ வேண்டுமென்றே தன்னை ஏமாற்ற முனைந்திருக்க வேண்டும். பிறகு ஒரு சமயத்தில் தான் அவளோடு பேசிய நேரத்தில்

கேட்டிருந்ததாக நினைத்துக்கொண்டிருப்பதையெல்லாம் உண்மையில் ரூயாதான் பேசியிருக்கிறாள் என்ற தீர்மானத்துக்கும் அவன் வந்ததுண்டு. மட்டுமல்லாமல், அந்தத் தொலைபேசி அழைப்பிற்குப் பிறகு ரூயாவைக் காட்டிலும் தான்தான் மாறிப்போய்விட்டதாகவும் அவன் நம்பினான். இந்தப் புதிய நபர் தான் கேட்டிருந்த எல்லாவற்றையும் அனர்த்தமாகவே விளங்கிக்கொள்ளத் தலைப்படுகிறான். கேட்டிருந்த ஒவ்வொன்றையும் நினைவில் கொள்ளாதவன் போல் நடந்துகொள்கிறான். இப்பொழுது தன்னுடைய சொந்தக் குரலே அவனுக்கு வேறு எவரது குரல் போல ஒலித்துக்கொண்டிருந்தது. ஏனென்றால், தொலைபேசியில் உரையாடும் பொழுது, வேறொருவரைப் போல் பேசி நடிப்பது சுலபமான செயல் என்று காலிப் நன்கு உணர்ந்திருந்தான். ஆனால், ஆரம்பத்தில் அவன் மிக எளிதான முடிவுக்கே வந்திருந்தான். எல்லாக் குழப்பத்துக்கும் தொலைபேசியே காரணமென்று அவன் முடிவுகட்டியிருந்தான். அந்தக் கோமாளித்தனமான ராட்சச இயந்திரம் நாள் பூராவும் கிணுகிணுத்துக் கொண்டே இருந்ததால் அவனும் நாள் முழுவதும் அதை எடுப்பதும் வைப்பதுமாகவே இருந்துவிட்டான்.

ரூயாவிடம் பேசிய பிறகு அவனுக்கு வந்த முதல் தொலைபேசியழைப்பே தன்னுடைய வீட்டு உரிமையாளர் மீது வழக்கு தொடர்ந்திருந்த ஒரு நபரிடமிருந்துதான். அடுத்து வந்த அழைப்பு தவறான எண்ணிலிருந்து. இஸ்கந்தர் அழைப்பதற்கு முன் வந்த அழைப்புகளில் இரண்டு ‘தவறான எண்’ அழைப்புகள். அதன் பிறகு ஜெலாலின் உறவினன் என்று தெரிந்திருந்த ஒரு நபரிடமிருந்து ஜெலாலின் தொலைபேசி எண்ணைக் கேட்டு வந்தது. அடுத்து வந்த அழைப்பு ஓர் இரும்புக்கடை வியாபாரியிட மிருந்து. அவருடைய மகன் அரசியலில் ஈடுபட்டு விவகாரத்தில் சிக்கிக் கொண்டிருந்தான். தன் மகனைச் சிறையிலிருந்து மீட்க அந்த இரும்புக்கடை வியாபாரி எதையும் செய்யச் சித்தமாயிருந்தான். என்றாலும்கூட, நீதிபதி தீர்ப்பெழுதும் முன்பாகவே எதற்காக அவருக்குக் கையூட்டுத் தர வேண்டும், தீர்ப்பை வழங்கிய பிறகு தருவதுதானே நியாயம் என்று அவன் கேட்டுக்கொண்டிருந்தான். பிறகு இஸ்கந்தர் அழைத்தான். அவனும் ஜெலாலுடன்தான் பேச விரும்பினான்.

இஸ்கந்தரும் காலிப்பும் நடுநிலைப்பள்ளி வரையில் நண்பர்களாக இருந்தவர்கள். ஆனால், அதன் பிறகு பெரிதாகத் தொடர்பிருக்கவில்லை. அதனால், கடந்த பதினைந்து ஆண்டுகளாக அவன் என்ன செய்து கொண்டிருந்தான் என்பதைப் பற்றிச் சுருக்கமாக இஸ்கந்தர் காலிப்பிடம் விவரித்தான். காலிப்பின் திருமணத்துக்கு அவன் வாழ்த்து கூறினான். ஏனைய எத்தனையோ பேரைப் போல் அவனும் “இப்படித்தான் இது முடியுமென்று என் உள்ளுணர்வு சொல்லிக்கொண்டிருந்தது” என்று கூறினான். ஒரு விளம்பர நிறுவனத்தில் அவன் நிகழ்ச்சித் தயாரிப்பாள ராக இப்பொழுது பணிபுரிந்துவந்தான். துருக்கியைப் பற்றிய ஒரு தொலைக்காட்சி நிகழ்ச்சியைத் தயாரிக்கவிருக்கும் பி.பி.ஸி. நிறுவனத்தின் அணியொன்று ஜெலாலைப் பேட்டி காண விரும்புவதால், தான் அவனைத் தேடிக்கொண்டிருப்பதாக இஸ்கந்தர் சொன்னான். “கடந்த முப்பதாண்டுகளாக முக்கிய நிகழ்வுகளோடு தன்னைத் தொடர்பு படுத்திக்கொண்டிருக்கும் ஜெலாலைப் போன்ற பத்தி எழுத்தாளர்

ஒருவரை அவர்கள் பேட்டி காண விரும்புகிறார்கள். அவனுடைய பேட்டியை அவர்கள் நேரடி ஒளிபரப்பில் பதிய விரும்புகிறார்கள்!" அரசியல்வாதிகள், வணிகத்துறை விற்பன்னர்கள், தொழிற்சங்கவாதிகள், போன்ற பலரிடமும் அவர்கள் ஏற்கெனவே பேட்டி கண்டிருப்பதாகக் காலிப்புக்குத் தேவைக்கதிகமான தகவல்களை இஸ்கந்தர் தந்திருந்தான். ஆனால் அவர்கள் அதிகமும் பார்க்க விரும்புவது ஜெலாலைத்தான். தங்களுடைய நிகழ்ச்சிக்கு ஜெலாலைப் பேட்டி காணுவது மிக அவசியம் என்று அவர்கள் தீர்மானித்திருந்தார்கள்.

"கவலையே படாதே. நான் எப்படியும் அவனைக் கண்டுபிடித்து விடுகிறேன்" என்று காலிப் இஸ்கந்தருக்கு வாக்களித்தான். ஜெலாலை அழைத்துப் பேச ஒரு காரணம் கிடைத்ததைப் பற்றி அவன் அகமகிழ்ந்தான். "அவனுடைய செய்தித்தாள் அலுவலகத்தில் இரண்டு நாட்களாக எனக்குப் போக்குக்காட்டிக்கொண்டிருக்கிறார்கள்" என்றான் இஸ்கந்தர். "அதனால்தான் வேறு வழியில்லாமல் உன்னைத் தொலைபேசியில் அழைத்தேன். கடந்த இரண்டு நாட்களாக, ஜெலால் அலுவலகத்தோடு தொடர்பிலேயே இல்லையாம். இதில் ஏதோ விஷயமிருக்கிறது." ஜெலால் நாள் கணக்காகக் காணாமல் போய்விடுவதும் நகரின் அறியப்படாத முகவரிகளில், அட்டவணையிலில்லாத தொலைபேசி எண்களில் மறைந்துகொண்டிருப்பதும் காலிப்புக்குப் புதிய விஷயமல்ல. அவனை எப்படியும் தன்னால் தேடிக்கண்டுபிடித்துவிட முடியுமென்று காலிப் தீர்க்கமாக நம்பினான். "கவலையே படாதே. நான் எப்படியும் அவனை உடனே தேடிக் கண்டுபிடித்துவிடுகிறேன்" என்று இஸ்கந்தருக்கு வாக்களித்தான்.

ஆனால் மாலை வந்தும் கூட, அவனால் ஜெலாலைக் கண்டுபிடிக்க முடியவில்லை. நாள் முழுவதும் அவனுடைய வீட்டு எண்ணையும் அலுவலக எண்களையும் மாறிமாறி அழைத்திருந்தான். ஒவ்வொரு முறையும் அவன் குரலை மாற்றி, வேறு யாரோ பேசுவதைப் போல் நடிப்பான். ரூயாவோடும் ஜெலாலோடும் தான் ஒன்றாயிருந்த வேளைகளில் தங்களுடைய அபிமான வானொலி நாடகங்களில் குரல் கொடுக்கும் நடிகர்கள் மாதிரிக் குரலை மாற்றிப் பேசி அவன் அசத்திக்கொண்டிருப்பான். அதே போல் அன்று அவன் தொலைபேசியில் அசத்திக் கொண்டிருந்தான். மறுமுனையில் ஒருவேளை ஜெலால் தொலைபேசியை எடுத்திருந்தால், அவனுடைய பகட்டான வாசகர்களுள் ஒருவரைப் போல் குரலை மாற்றி "இன்று நீங்கள் எழுதிய கட்டுரையை வாசித்துவிட்டேன் நண்பா. அதனுடைய உள்ளர்த்தம் என்னவென்பதையும் நான் தேடிக் கண்டுபிடித்து விட்டேன்!" என்று கூறியிருப்பான். ஆனால், அவன் ஒவ்வொருமுறை செய்தித்தாள் அலுவலகத்து எண்ணைத் தொடர்புகொண்டபோதும், ஒரே உதவியாளர்தான் தொலைபேசியை எடுத்து, ஜெலால் பே இன்னும் வரவில்லை என்ற செய்தியை ஒரே விதமான குரலில் சொல்லிக் கொண்டிருந்தார். ஒரே ஒரு முறை மட்டும் தன்னுடைய பொய்க்குரல் உண்மையிலேயே யாரையோ முட்டாளாக்கி இருக்கிறது எனும் உணர்வு காலிப்புக்கு உண்டானது.

மாலை மயங்கும் வேளையில் ஜெலால் எங்கே இருப்பானென்று ஹாலா பெரியம்மாவுக்குத் தெரிந்திருக்கலாமோ என்று காலிப் அவளைத்

தொலைபேசியில் அழைத்தான். இரவு உணவருந்த வீட்டுக்கு வருமாறு அவள் காலிப்புக்கு அழைப்பு விடுத்தாள். “காலிப்பும் ரூயாவும் கூட வருகிறார்கள்” என்று அவள் சொன்னவுடன்தான், மீண்டும் தங்களுடைய குரல்களை அடையாளம் காண முடியாமல் மாற்றிப் புரிந்து கொண்டிருக்கிறாள் என்பது காலிப்புக்கு உறைத்தது. “அதனாலென்ன!” என்றாள் அவள் தன் பிழையை உணர்ந்ததும். “நீங்கள் எல்லோருமே என்னுடைய குழந்தைகள்தான். எல்லோரும் ஒரே மாதிரிதான் இருக்கிறீர்கள். எல்லோருமே என்னைக் கண்டுகொள்ளமாட்டேன் என்கிறீர்கள்! எப்படியிருந்தாலும் நானே உன்னைத் தொலைபேசியில் அழைக்க வேண்டுமென்றுதான் நினைத்துக்கொண்டிருந்தேன்.” அடுப்புக்கரி என்று பெயரிடப்பட்டிருக்கும் அவளுடைய பூனை தன்னுடைய கூரிய நகங்களால் அறைக்கலன்களைப் பிராண்டிக்கொண்டிருக்கும்பொழுது அதைக் கடிந்துகொள்ளும் அதே தொனியில் தன்னை உதாசீனப்படுத்தி வருவதற்காக அவனையும் அவள் கடிந்துகொண்டாள். பிறகு, வரும் வழியில் அல்லாதீனின் கடையில் வாஸிஃபின் ஜப்பானிய மீன்களுக்கு இரை வாங்கிக்கொண்டு வர முடியுமா என்று கேட்டாள். தங்களுடைய ஐரோப்பிய ஒன்றுவிட்ட சகோதரர்கள் உண்ணும் இரையை, பாவம் இவை சாப்பிட முடியாதென்றுதான் தோன்றுகிறது. அல்லாதீனும் கூட இப்படிப்பட்ட பிரத்யேக உணவு வகைகளைத் தனக்கு நன்கு பரிச்சயமானவர்களுக்கு மட்டுமே தருவான்.

“அவன் இன்று எழுதியிருக்கும் கட்டுரையைப் படித்தீர்களா?”

“யாருடைய கட்டுரையை?” என்று அவள் தனக்கே வழக்கமான பிடிவாதத் தோரணையில் கேட்டாள். “அல்லாதீனின் கட்டுரையையா?”

“இல்லை. நான் அதைச் சொல்லவில்லை.”

“நாங்கள் *மிலியட்* நாளிதழை வாங்குவதே தாத்தா குறுக்கெழுத்துப் புதிர்களைப் போட்டுப் பார்க்கவும், வாஸிஃப் தனக்கு வேண்டிய படங்களைக் கத்திரித்துக்கொள்ளவும்தான். ஜெலாலின் கட்டுரைகளைப் படித்துவிட்டு இந்தப் பயல் என்னதான் நினைத்துக்கொண்டிருக்கிறான் என்று கவலைப்பட்டு நோய்வாய்ப்படுவதற்காக அல்ல.”

“சரி. நீங்களே ரூயாவை அழைத்து இன்று இரவுக்கான திட்டத்தைச் சொல்லிவிட்டீர்கள் என்றால் உங்களுக்குப் புண்ணியமாகப் போகும்” என்றான் காலிப். “அவளைக் கூப்பிட்டுப் பேச எனக்கு இப்பொழுது நேரமில்லை.”

“சரி. மறந்துவிடாதே” என்று தான் கொடுத்திருந்த வேலையைப் பெரியம்மா ஹாலா நினைவூட்டினாள். கூடவே, அவனை எந்த நேரத்துக்குத் தான் எதிர்பார்க்கிறேன் என்பதையும் குறிப்பிட்டாள். பிறகு, அன்று வரவிருக்கும் விருந்தினர் பட்டியலையும் ஒப்பித்தாள். குடும்ப ஒன்றுகூடல்களுக்கென்று இருக்கும் உணவுவகைப் பட்டியல் போலவே, விருந்தினர் பட்டியலும் கல்லில் பொறிக்கப்பட்டதைப் போல் நிரந்தரமானது. மூச்சு விடவும் மறந்து பெரும் எதிர்பார்ப்புடன் நாட்கணக்காக நேயர்கள் காத்துக் கிடக்கும் கால்பந்தாட்டப் போட்டியில் பங்குபெறப் போகும் பிரபல விளையாட்டு வீரர்களின் பெயர்களை வானொலி அறிவிப்பாளர்கள்

உச்சரிக்கும் அதே பரபரப்பான தொனியில் விருந்தினர் பெயர்களை அவள் ஒப்பித்தாள். "உன்னுடைய அம்மா, பெரியம்மா ஸூஸன், பெரியப்பா மெலிஹ், ஜெலால் – அவனைக் கண்டுபிடிக்க முடிந்தால் – போக, உன் அப்பா, கூடவே வாஸிஃப், அப்புறம் உன் பெரியம்மா ஹாலா." இந்த முறை அவள் செய்யாமல் விட்டது என்னவென்றால் அந்தப் பட்டியலை மூச்சிரைக்கும் சிரிப்போடு முடிக்காததுதான். அதற்குப் பதிலாக "உனக்காகவே நான் உப்பிய அப்பங்களைச் செய்யப்போகிறேன்" என்று சொல்லிவிட்டுத் தொலைபேசியை வைத்தாள்.

வாங்கியை வைத்த மறு நொடியில் மீண்டும் தொலைபேசி ஒலித்தது. அதை வெறித்துக்கொண்டிருந்தபொழுது, ரூயாவும் அவள் குடும்பமும் வருவதற்கு ஒரு வருடத்துக்கு முன்பாகப் பெரியம்மா ஹாலா திருமணம் செய்துகொள்ளுவதென்று கிட்டத்தட்ட முடிவெடுத்திருந்த மனிதரைப் பற்றி யோசித்துக்கொண்டிருந்தான். அவளைக் கல்யாணம் செய்து கொள்ள விரும்பிய அந்த நபர் எப்படியிருந்தார் என்பதை அவனால் மீண்டும் நினைவுக்குக் கொண்டுவர முடிந்தது. அவருடைய பெயர் மிக விநோதமானது என்பதும் அவனுடைய கவனத்துக்கு வந்தது. அந்தப் பெயர் நுனி நாக்கில் துடித்துக்கொண்டிருந்தது. ஆனால், அது என்னவென்று அவனால் நினைவுக்குக் கொண்டுவர முடியவில்லை. அவனுடைய நினைவைக் கூர்மைப்படுத்திக்கொள்வதற்காக அந்தப் பெயர் மீண்டும் நினைவுக்கு வரும் வரையில் அந்தத் தொலைபேசியழைப்பை ஏற்பதில்லை என்று தீர்மானித்தான். ஏழு முறை அடித்துப் பின் தொலைபேசி ஓய்ந்தது. ஒரு சில வினாடிகளில் மீண்டும் தொலைபேசி ஒலித்தபோது பெரியம்மா ஹாலாவைத் திருமணம் செய்துகொள்ள விரும்பியவர் தன்னுடைய மாமாவுடனும் அண்ணனுடனும் பெண் கேட்டு வீட்டுக்கு வந்த சம்பவத்தை நினைத்துப் பார்த்துக்கொண்டிருந்தான். மீண்டும் தொலைபேசி அடித்து ஓய்ந்தது. மீண்டும் அது ஒலிக்கும் வேளையில் வெளியே மிகவும் இருட்டாக இருந்தது. தன்னுடைய அலுவலகத்திலிருக்கும் அறைக்கலன்களைக்கூட அவனால் சரியாகப் பார்க்க முடியவில்லை. இன்னமும் காலிப்பால் அந்த நபரின் பெயரை நினைவுக்குக் கொண்டுவர முடியவில்லை. ஆனால், அவர் அணிந்திருந்த காலணிகளைப் பார்த்து அவன் மிரண்டு போயிருந்தான். அவருடைய முகத்தில் அலெப்போ எனப்படும் வெட்டுப்புழுக் கொப்பளம் இருந்தது. "ஆமாம், இவர்கள் உண்மையிலேயே அராபியர்கள்தானா?" என்று தாத்தா கேட்டார். "ஹாலா, இந்த மனிதரை நீ திருமணம் செய்துகொள்ள மனப்பூர்வமாகவே ஆசைப்படுகிறாயா? போகட்டும் இவரை நீ எப்படிச் சந்தித்தாய்?" "தற்செயலாகத்தான்".

இப்பொழுது அலுவலகக் கட்டிடம் கொஞ்சம் கொஞ்சமாகக் காலியாகிக் கொண்டிருந்தது. ஆனால், குடும்ப விருந்துக்குச் செல்வதற்கு முன்பாகக் காலிப் தன்னுடைய பெயரை மாற்றிக்கொள்ள விரும்பிய ஒரு கட்சிக்காரரின் கோப்புகளை எடுத்துப் பார்க்கத் தொடங்கினான். தெரு விளக்கின் வெளிச்சத்தில் அவற்றைப் படிக்கவென்று அமர்ந்தான். அப்பொழுது அவன் மனம் துழாவிக்கொண்டிருந்த பெயர் மின்னலடித்தது. நிஷாந்தஷி பகிர்பேருந்து நிறுத்தத்தில் காத்திருப்போர் வரிசையில் இணைந்துகொண்ட பொழுது, ஒரு மனிதனின் தலைக்குள் அடங்கிவிட

முடியாத அளவுக்கு இந்த உலகம் மிகப் பிரமாண்டமானதென்று காலிப்புக்குத் தோன்றியது. ஒரு மணி நேரம் கழித்து, மீண்டும் நிஷாந்தஷியில் குடியிருப்பை நோக்கிச் சென்றுகொண்டிருந்த பொழுது இந்த உலகில் மனிதன் என்ன அர்த்தத்தைக் கண்டாலும், அதை அவன் தற்செயலாகவே கண்டடைந்திருக்க வேண்டுமென்று நினைத்துக்கொண்டான்.

வாஸிஃபோடும், எஸ்மா ஹனிமோடும் பெரியம்மா ஹாலா வசித்து வந்த ஒரு குடியிருப்பும், பெரியம்மா ஸூஸனுடன் (ஒரு காலத்தில் ரூயாவுடனும்) வசித்துவந்த மற்றொரு குடியிருப்பும் நிஷாந்தஷி பகுதியின் பின்புறமிருந்த சந்தடியற்ற தெருவில் இருந்தது. காவல் நிலையமும், அல்லாதீன் கடையும் இருக்கும் பிரதான வீதியிலிருந்து மூன்று தெருக்கள்தான் அது தள்ளி யிருந்தது. மையப் பகுதியிலிருந்து ஐந்தே நிமிடங்களில் நடந்து அந்தக் கட்டிடத்தை அடைந்துவிடலாம். அதனால் அதைத் தள்ளியிருக்கும் சந்தடியற்ற பகுதியென்றும் சொல்லிவிட முடியாதுதான். ஆனால், அவனுடைய குடும்பத்திற்கு அப்படித்தான். ஏனென்றால், நிஷாந்தஷி பகுதியில் அவர்கள் ஆரம்பத்தில் குடிவந்தபோது அது காய்கறித் தோட்டங்கள் மிகுந்த வயல் பகுதியாகத்தான் இருந்தது. கொஞ்சம் கொஞ் சமாக அண்டை அயல் பகுதிகள் உருவாகத் தொடங்கியவுடன், அது ஓர் ஒழுங்கான தெருவாக உருவெடுத்தது. முதலில் பாறைகளைக் கொண்டும், பிறகு உருளைக்கற்களைக் கொண்டும் தெரு உண்டானது. ஆனால், இந்த வளர்ச்சியையெல்லாம் அவனுடைய குடும்பம் கொஞ்சம் கர்வத்தோடு விலகியிருந்தே பார்த்துக்கொண்டிருந்தது. இதயங்களின் நகர் குடியிருப்பு களிலிருந்து – நிஷாந்தஷி பகுதியிலேயே கம்பீரமாகத் தலை நிமிர்ந்து நின்ற கட்டிடம் என்று அதைப் பெரியம்மா ஹாலா குறிப்பிடுவதுண்டு – பிரதான வீதியைப் பார்த்துக்கொண்டிருக்கும் போது ஏதோ பிரபஞ்சத்தின் மையத்தில் இருப்பதைப் போல் அவர்கள் பெருமிதம் கொள்வார்கள். ஆனால், ஒன்றன் பின் ஒன்றாக அந்தக் குடியிருப்புகளை விற்றுவிட்டு அண்டைப் பகுதியிலிருக்கும் மிகச் சாதாரணமான தொலைதூரத் தெருக்களுக்குக் குடிபெயர்ந்தாக வேண்டுமென்ற நிலை தெளிவான பிறகு அருவருப்பான வாடகைக் குடியிருப்புகளில் காலந்தள்ள வேண்டிய கஷ்டமான நிலையில், அதைத் தள்ளியிருக்கும் தெருவென்று சொல்வதை அவர்களால் தவிர்க்க முடியவில்லை. தங்களுக்கு ஏற்பட்ட வீழ்ச்சியை வாய்ப்புக் கிட்டும்போதெல்லாம் மிகைப்படுத்தவும் குடும்பத்தில் இருக்கும் யாரோ ஒருவர்தான் இதற்குக் காரணமென்று மற்றவர் மீது பழி சுமத்தவும் அவர்களுள் ஒருவரும் தவறவில்லை.

அவருடைய மரணத்துக்கு மூன்றாண்டுகள் முன்பாக மஹ்மத் சபித் பே (தாத்தா) இதயங்களின் நகர் குடியிருப்புகளிலிருந்து தள்ளி, கொல்லைப்புறத் தெருவிலிருக்கும் தன் புதிய இல்லத்திற்கு இடம் பெயர்ந்த அன்று, அவருக்கே சொந்தமான கை வைத்த ஆடும் நாற்காலியில் உட்கார்ந்து கொண்டிருந்தார். பழைய குடியிருப்பில் இருந்ததைப் போலச் சாளரத்தைப் பார்த்தபடி அந்த நாற்காலி போடப்பட்டிருக்கவில்லை. ஆனாலும், அது வானொலியைப் பார்த்தபடி போடப்பட்டிருந்தது. முன்பிருந்த அதே கனமான மேஜையின் மீதுதான் வானொலி உட்கார்ந்திருந்தது. நகரின் ஊடாகத் தங்கள் அறைக்கலன்களைச் சுமந்துவந்திருந்த லொடலொட

வண்டியையும் அதை இழுத்துவந்திருந்த உடல் மெலிந்த குதிரையையும் மனத்தில் நினைத்துக்கொண்டோ என்னவோ, “ஆக, எல்லோருக்கும் பாராட்டுகள்! நாம் நமக்குப் பெருமை சேர்த்திருக்கிறோம். குதிரையை விட்டு இறங்கி நாம் கழுதையின் மீது அமர்ந்திருக்கிறோம்!” என்று உரக்கச் சொன்னார். பிறகு அவர் வானொலியின் அருகில் சென்று – அந்தப் பீங்கான் நாய் வழக்கம் போல் வானொலியின் மீது விரிக்கப்பட்டிருந்த பூ வேலைப்பாடு விரிப்பின் மீது ஏற்கெனவே தூங்கிக்கொண்டிருந்தது – அதை இயக்கினார்.

இது நடந்து பதினெட்டு ஆண்டுகள் கடந்துவிட்டன. மணி இரவு எட்டாகியிருந்தது. அல்லாதீனின் கடை, பூ விற்கும் கடை, கொட்டைகளும் உலர்பழங்களும் விற்கும் கடை தவிர ஏனைய கடைகள் எல்லாமே அவ்வவற்றின் உலோகக் கதவுகள் கீழேயிழுபட்டு அடைபட்டிருந்தன. அடுப்புக்கரி, கந்தகம், நிலக்கரி மற்றும் மோட்டார் வாகனங்கள் வெளியிடும் புகை அடர்ந்த காற்றை ஊடுருவிப் பனிமழை பொழிந்து கொண்டிருந்தது. தன்னெதிரே தெரிந்த குடியிருப்பில் விளக்குகள் ஒளிர்வதைப் பார்த்துக்கொண்டே வழக்கமாய் வரும் சிந்தனையில் காலிப் மூழ்கிப்போனான். அவனுடைய குடும்பம் இங்கே குடியேறி பதினெட்டு ஆண்டுகள் கழிந்திருந்தன. அதற்குப் பலகாலம் முன்பிருந்தே இந்த இடத்தைப் பற்றிய நினைவுகள் தன்னிடம் படர்ந்திருக்கின்றனவென்று அவன் யோசித்துக்கொண்டிருந்தான். அந்தத் தெரு எவ்வளவு குறுகலாக இருக்கிறதென்பதோ அந்தக் கட்டிடத்துக்கு என்ன பெயரென்பதோ இப்பொழுது ஒரு பொருட்டாகத் தெரியவில்லை (உச்சரிக்க மிகவும் கடினமான பெயர் அது. ‘உ’க்களும் ‘ஊ’க்களும் மிகுந்திருப்பதால் அதன் பெயரால் அவர்கள் அதைக் குறிப்பிட்டதேயில்லை). அதே போல் அது எங்கே அமைந்திருக்கிறதென்பதுகூட இப்பொழுது பொருட்டாக இல்லை. இந்த இடத்தில், இந்த அலங்கோலமான குடியிருப்புகளில் காலிப்பின் குடும்பமானது காலம் தொடங்கிய நாள் தொட்டே குடியிருந்து வருவது போல் மனதுக்குள் தோன்றும். அவன் மாடிப்படிகளில் ஏறிக்கொண்டிருக்கும்போது (இந்தப் படிகள் எப்பொழுதுமே ஒரே மாதிரியாகத்தான் வாடையடிக்கும். ஜெலால் கோபாவேசமாக எழுதி யிருந்த ஒரு கட்டுரையில் ஈர சிமெண்ட், பூஞ்சணம், சமையல் எண்ணெய், வெங்காயம், புகைபோக்கிக் குழாயிலிருந்து வெளிவரும் நாற்றம் ஆகிய வற்றின் கலவைதான் இந்த வாடையென்று குறிப்பிட்டிருந்தான்), இனி யென்ன நடக்க இருந்ததோஅதற்குரிய மனோதிடத்தை வரவழைத்துக் கொண்டான். எண்ணற்ற முறை வாசித்துவிட்ட புத்தகத்தின் பக்கங்களை அனுபவம் மிக்க பொறுமையின்மையோடு தள்ளும் வாசகனைப் போல அவனுடைய மனம் காட்சிகளின் ஊடே விரைந்துகொண்டிருந்தது.

மணி ஏற்கெனவே எட்டாகியிருந்தது. பெரியப்பா மெலிஹ் கை வைத்த நாற்காலியில் உட்கார்ந்தபடி தன்னுடைய வீட்டிலிருந்து எடுத்து வந்திருக்கும் செய்தித்தாளைப் படித்துக்கொண்டிருப்பார். ஏதோ இப்பொழுதுதான் அதை எடுத்துப் படிக்கத் தொடங்கியிருப்பவர் போல அவர் பாசாங்கு செய்துகொண்டிருப்பார். இல்லாவிட்டால், ஒரு புதிய நாற்காலியில் அமர்ந்து படிக்கும்பொழுது ஒருவேளை தான் அதைப் புதிய கோணத்தில் வாசிக்க முடியுமென்பதைப் போன்ற நம்பிக்கையை

வெளிப்படுத்தும் எதையாவது முனகிக்கொண்டிருப்பார். அல்லது வாஸிஃப் தன்னுடைய கத்திரிக்கோலை எடுத்து வேலையைத் தொடங்குவதற்கு முன்பாகக் கடைசியாக ஒரு பார்வை பார்த்துவிட விரும்புவார். ஆனால் அவருடைய கால்கள் சும்மாயிருக்காது. துரதிர்ஷ்டம் பிடித்த செருப்புக்குள் கால் பெருவிரல்கள் பொறுமையிழந்து துடித்துக் கொண்டிருக்கும். பார்க்கும்பொழுது, என்னுடைய குழந்தைப் பருவ விசனங்களை நானே காதுகொடுத்துக் கேட்பதைப் போல் தோன்றும். எனக்கு அலுப்பாக இருக்கின்றது. எனக்குச் செய்வதற்கு ஒன்றுமில்லை, ஒன்றுமில்லை, ஒன்றுமேயில்லை… யாருடைய குறுக்கீடும் இல்லாமல் தான் விரும்பிய வண்ணம் உப்பிய அப்பங்களைச் செய்வதற்காகப் பெரியம்மா ஹாலா இந்நேரம் எஸ்மா ஹனிமைச் சமையற்கட்டிலிருந்து வெளியே அனுப்பியிருப்பாள். அதற்குப் பதிலாக, எஸ்மா ஹனிம் உணவு மேஜையைத் தயார்செய்துகொண்டிருப்பாள். பாஃப்ரா சிகரெட்டைவிடவும் யேனி ஹார்மன் சிகரெட்டுகள் தரத்தில் உயர்ந்தவையென்று அவளுக்குத் தெரிந்திருந்தபோதிலும் நுனியில் பில்டர் இல்லாத பாஃப்ரா சிகரெட்தான் அவளுடைய உதட்டில் தொங்கிக்கொண்டிருக்கும். தன்னுடைய வேலைக்கு நடுவே திடீரென்று திரும்பி “இன்றிரவு எத்தனை பேர் வரப்போகிறார்கள்?” என்று, ஏதோ இந்தக் கேள்விக்கு பதிலே தெரியாததைப் போல, ஏதோ அந்த அறையிலிருக்கும் ஒவ்வொருவருக்குமே அவளைப் போலவே அந்தக் கேள்விக்கான பதில் நன்றாகவே தெரிந்திருக்கும் என்பதை அறியாதவள் போலக் கேட்பாள். தாத்தாவும் பாட்டியும் ஒரு காலத்தில் இருந்ததைப் போன்ற நிலையை இப்பொழுது எடுத்திருக்கும் ஸூஸன் பெரியம்மா மீதும் மெலிஹ் பெரியப்பா மீதும் அவளுடைய கண்கள் தாவும். நீண்ட மௌனத்துக்குப் பிறகு பெரியம்மா ஸூஸன் அர்த்தத்தோடு புன்னகைப்பாள். உடனே, “இன்று ஜெலால் வருவதாக இருக்கிறாரா?” என்று எஸ்மா ஹனிம் கேட்பாள். வழக்கமாகச் சொல்லும் பதிலைப் பெரியப்பா மெலிஹ் சொல்லிக்கொண்டிருப்பார். “அந்தப் பயல் என்றைக்குமே ஓர் ஒழுங்குக்கு வரப் போவதில்லை. என்றைக்குமே!” உடனே, தன்னுடைய அண்ணன் மகனுக்குப் பரிந்து பேசவும், அதே சமயம் அண்ணனை விட நிதானமும் பொறுப்பும் மிகுந்தவராக இருப்பதில் மகிழ்ச்சியும் பெருமையும் கொண்டவராகக் காட்டிக்கொள்ளவும், ஜெலாலின் சமீபத்திய கட்டுரை ஒன்றில் அவர் வாசித்திருந்த வேடிக்கையான ஏதோ ஒன்றைப் பற்றி அப்பா குறிப்பிடுவார். தன்னுடைய அண்ணன் மகனுக்காகப் பரிந்து பேசும் சந்தோஷத்தோடு தன்னுடைய மகனின் எதிரில் கொஞ்சம் பந்தா காட்டுவதில் கிடைக்கும் சந்தோஷமும் அவருக்குச் சேர்ந்துகொள்ளும். அவர் குறிப்பிடும் கட்டுரையில் ஜெலால் விவாதித்திருக்கும் உயிர் போகும் சமாச்சாரத்தையோ அல்லது தேசியப் பிரச்சினையையோ பற்றி சுருக்கமாக அலசிவிட்டுத் தன் அண்ணன் மகனை வாயாரப் புகழ்ந்து தள்ளுவார். அவற்றைக் கேட்க நேர்ந்தால் ஜெலாலே அவரை நையாண்டி செய்வான். பிறகு அம்மாவும்கூட ஆமோதித்துத் தலையாட்டும் விதமான, பக்குவமான விமர்சனத்தில் அப்பா ஈடுபடுவார்.

“அம்மா, தயவுசெய்து இதில் பட்டுக்கொள்ளாமல் கொஞ்சம் ஒதுங்கியிரேன்!” – ஆனால் அவளால் தன்னைக் கட்டுப்படுத்திக்கொள்ள முடியாது. பெரியப்பா மெலிஹ் நினைப்பதைவிடவும் ஜெலால் ஒரு நல்ல மனிதன் என்று அவருக்குப் புரியவைக்க வேண்டும் என்பதைத் தனது

கடமையாக அவள் கருதுகிறாள். அம்மா இந்த உரையாடலில் கலந்து கொள்ளும் நேரத்தில் என்னைக் கட்டுப்படுத்திக்கொள்வது இயலாத காரியம். அவனுடைய கட்டுரைகளில் நான் காண முடிகிற உள்அர்த்தங்களை அவர்கள் பார்ப்பதில்லை, இனி எப்பொழுதும் பார்க்கவும் போவதில்லை என்பது எனக்கு நன்றாகத் தெரிந்திருந்தபோதும் குறிப்பாக இன்னாரென்று இல்லாமல் பொதுவாக, “இன்றைக்கு எழுதியிருக்கும் கட்டுரையைப் படித்துவிட்டீர்களா?” என்று கேட்பேன். அந்தச் சமயத்தில் பெரியப்பா மெலிஹ் “இன்று என்ன கிழமை?” என்று கேட்டாலும் கேட்பார். இல்லாவிட்டால் “தினமுமா அந்தப் பத்திரிகைக்கு அவன் எழுதிக்கொண்டிருக்கிறான்? சும்மா ஒரு பேச்சுக்குக் கேட்டேன். நான் இன்னும் இன்றைய கட்டுரையைப் படிக்கவில்லை” என்பார். ஆனால், அவர் கையில் விரித்து வைத்திருக்கும் நாளிதழில் அந்தப் பக்கத்தைத்தான் திறந்து வைத்திருப்பார். “அவன் இப்படிக் காரசாரமாகப் பிரதமருக்கு எதிராக எழுதுவதென்னவோ எனக்கு அவ்வளவாகப் பிடிப்பதில்லை” என்பார் அப்பா. “அவனுடைய கருத்துகளுக்கு நீங்கள் மதிப்புக் கொடுக்கவில்லையென்றாலும்கூட எழுத்தாளர் என்கிற அடையாளத்தை நீங்கள் மதித்துத்தானே ஆக வேண்டும்?”அவள் உண்மையில் பரிந்து பேசுவது ஜெலாலுக்கா அப்பாவுக்கா இல்லை பிரதமருக்கா என்பதைப் புரிந்துகொள்வது மிகவும் கடினம். இந்தக் கட்டத்தில், ஒருவேளை அம்மாவின் புதிரான வார்த்தைகளால் துணிச்சல் பெற்றோ என்னவோ “அவன் நிரந்தரத்துவம், நாத்திகம், புகையிலை போன்றவற்றைப் பற்றிப் பேசும்பொழுது முழுக்க முழுக்க ஒரு ஃப்ரெஞ்சுக்காரனைப் போல் பேசுகிறான்” என்பாள் பெரியம்மா ஸூஸன். சிகரெட்டுகள் பற்றிய இன்னொரு விவாதத்தை நோக்கிப் பேச்சு போய்க்கொண்டிருக்கிறது என்று ஒரு கணம் எனக்குத் தோன்றும். எவ்வளவு பேர் உணவு உண்ண வருகிறார்கள் என்பது இன்னும் புரிபடாத நிலையில், எஸ்மா ஹனிம உணவு மேஜையின் மீது விரிப்பை ஒழுங்குபடுத்திக்கொண்டிருப்பாள். அது ஏதோ வாசனையான படுக்கைவிரிப்பு என்கிற மாதிரி அதை மேலும் கீழுமாகவும், பிறகு ஒரு நுனியிலிருந்து மறு நுனி வரையிலும் உதறுவாள். பிறகு மேஜைக்கு அடியில் அழகாய்ச் சுருண்டு போய்த் தங்கும் சிகரெட் புகையினூடே அதை ஓரக்கண்ணால் பார்த்துக்கொண்டிருப்பாள். ஆனால், “அந்தப் புகையைப் பார் எஸ்மா ஹனிம். என்னுடைய ஆஸ்த்மாவை அது அதிகமாக்குகிறது” என்று பெரியப்பா மெலிஹ் சொல்லும்போது, “மெலிஹ் பே, உங்களுடைய ஆஸ்த்மாவை ஏதாவது அதிகமாக்குமென்றால் அது நீங்கள் புகைக்கும் சிகரெட்டாகத்தான் இருக்க முடியும்” என்பாள் அவள். இதைத் தொடர்ந்து பேச்சு எப்படிப் போகுமென்று எனக்குத் தெரியும். எண்ணற்ற முறை கேட்டுச் சலித்துப் போன இந்த விவாதத்தை மீண்டும் கேட்க விருப்பமில்லாமல் நான் அந்த அறையைவிட்டு வெளியேறுவேன். பிசைந்த மாவு, எண்ணெய், உருகும் பாலேட்டுக்கட்டி ஆகியவற்றின் வாசனை காற்றில் பரவியிருக்க உப்பிய அப்பங்களைப் பொரித்தபடி பெரியம்மா ஹாலா அடுக்களையில் இருப்பாள். எண்ணெய்ப் புகையிலிருந்து பாதுகாத்துக்கொள்ள தலையைச் சுற்றிக் கட்டியிருக்கும் குறுஞ்சால்வையோடு அவளைப் பார்க்கும்போது கொப்பரையில் எதையோ கிளறிக்கொண்டிருக்கும் சூனியக்காரி போலவே இருக்கும். எங்கள் இருவருக்கும் இடையில் ஒரு தனிப்பட்ட

ஒட்டுதல் இருக்கிறதென்பதைக் காட்டிக்கொள்ளவோ அல்லது ஒரு முத்தத்தை எதிர்பார்த்தோ அவள் சூடான அப்பம் ஒன்றை ஏதோ லஞ்சம் தருவதைப் போல் என் வாய்க்குள் திணிப்பாள். "ஒருத்தரிடமும் சொல்லிவிடாதே" என்பாள். "ரொம்பச் சுடுகிறதா?" ஆனால் பதில் சொல்ல வகையின்றி அந்த வினாடியில் என் கண்களில் நீர் சுரந்து கொட்டும். ஆமாம். ரொம்பச் சூடு! அங்கிருந்து தாத்தாவும் பாட்டியும் தங்களுடைய ஊதா நிற மெத்தையின் மீது உறக்கம் கொள்ளாமல் பல இரவுகளைக் கழித்த அறைக்குள் செல்வேன். எனக்கும் ரூயாவுக்கும் கலைப்பாடங்கள், கணிதம் மற்றும் உரக்க வாசிக்கும் பாடங்களை அவர்கள் கற்றுக்கொடுத்துக் கொண்டிருக்கும்போது இங்கேதான், இதே ஊதா நிற மெத்தையின் மீதுதான் நானும் அவளும் அமர்ந்திருப்போம். அவர்களுடைய மரணத்திற்குப் பிறகு வாஸிஃப் தன்னுடைய ஜப்பானிய மீன்களோடு இந்த அறைக்குக் குடிபெயர்ந்துவிட்டான். இன்றிரவு நான் இந்த அறைக்குள் நுழையும்போது அவன் ரூயாவுடன் அமர்ந்து கொண்டிருப்பதைக் காண்பேன். அவர்கள் இருவருமாகச் சேர்ந்து மீன்களைப் பார்த்துக்கொண்டிருப்பார்கள். அல்லது வாஸிஃபின் கத்திரித்த சமாச்சாரங்களைப் புரட்டிக்கொண்டிருப்பார்கள். நானும்கூட ஒருவேளை அவர்களோடு இணைந்துகொள்வேனாக இருக்கும். கொஞ்ச நேரத்துக்கு நானும் ரூயாவும் ஒன்றுமே பேசாமலிருப்போம். பிறகு, நாங்கள் குழந்தைகளாக இருந்தபொழுது இணைந்து உருவாக்கிக்கொண்ட சங்கேத மொழியில் தொலைக்காட்சியில் நாங்கள் பார்த்திருந்த ஒரு பழைய படத்தைப் பற்றி வாஸிஃபிடம் சொல்வோம். இல்லாவிட்டால், இந்த வாரத்தில் பழைய படம் எதையும் பார்த்திராததால், வாஸிஃபை எப்பொழுதுமே உற்சாகப்படுத்தும் 'ஒப்பெரா நாடகத்தின் ஆவியுரு' எனும் திரைப்படத்தில் வரும் ஒரு காட்சியை நடித்துக்காட்டுவோம். அதற்குப் பிறகு, வாஸிஃப் (எப்பொழுதுமே வேறெவரைக் காட்டிலும் கூர்மையாக விஷயங்களைக் கிரகித்துக்கொள்ளும் திறன் பெற்றவன்) தன்னுடைய நேச மீன்களின் மீது முழுக் கவனத்தையும் திருப்பிவிடுவான். பிறகு நானும் ரூயாவும் ஒருவரையொருவர் பார்த்துக்கொள்வோம். ஆம். காலையிலிருந்து முதன்முறையாக இன்று உன்னை நான் பார்க்கிறேன். நேற்றிரவிலிருந்து முதன்முறையாக நேருக்கு நேராய் நாம் பேசிக்கொள்ள இப்பொழுதுதான் வாய்ப்பு கிடைத்திருக்கிறது. "எப்படியிருக்கிறாய்?" என்று நான் கேட்பேன். நீ எப்பொழுதும் சொல்வதைத்தான் இப்பொழுதும் சொல்வாய். "எப்பொழுதும் போல் இருக்கிறேன். நலமாகவே!" பிறகு வழக்கம் போலவே அந்தச் சொற்கள் உணர்த்த வரும் ஒவ்வொரு அர்த்தத்தையும் – சொல்ல வரும் மற்றும் சொல்ல வராத அர்த்தத்தையும் – மிகக் கவனமாக யோசித்துக்கொண்டிருப்பேன். பிறகு, இந்த நாளை நீ எப்படிக் கழித்திருப்பாய் என்பதை என்னால் யூகிக்க முடியாமல் போனதில்லை. எப்பொழுதும் போல் நீ மிக நேசிக்கும் அந்தத் துப்பறியும் நாவல்களுள் ஒன்றைத்தான் படித்து நாளைக் கழித்திருப்பாய். ஒரு முறைகூட என்னால் அவற்றை முழுமையாகப் படிக்கவே முடிந்ததில்லை. அவற்றை யெல்லாம் துருக்கிய மொழியில் மொழிபெயர்க்க ஆசைப்படுவதாக நீ என்னிடம் விடாப்பிடியாகச் சொல்லிக்கொண்டிருப்பாய். ஆனால் இன்று உன்னால் அதைச் செய்ய முடியவில்லை. நோக்கமேயில்லாமல் இன்று கொஞ்சம் அலைந்துகொண்டிருந்துவிட்டாய். – என்னுடைய சிந்தனையின் வெறுமையை மறைத்துக்கொள்ள, "இன்று நீ என்ன செய்து

கொண்டிருந்தாய்? ரூயா நீ என்னதான் செய்துகொண்டிருந்தாய்?" என்று உன்னிடம் கேட்பேன்.

கலவி, பூண்டு, பூஞ்சைக் காளான், சுண்ணாம்பு, நிலக்கரி, சமையல் எண்ணெய் ஆகியவை கலந்துகட்டி வாடையடிக்கும் அந்தக் கொல்லைப்புறத் தெருக் குடியிருப்பின் மாடிப்படிக்கட்டுகளைப் பற்றி இன்னொரு கட்டுரையில் ஜெலால் எழுதியிருப்பான். இந்த வாடையோடு வேறொரு மேலும் சரசம் மிகுந்த பொருளும் சேர்ந்திருக்குமென்று அவன் பூடகமாக அதில் உணர்த்தி யிருப்பான். இன்று மாலை அலுவலகத்திலிருந்த பொழுது மூன்றுமுறை தொலைபேசியில் அழைத்தது அவள்தானா என்று ரூயாவைக் கேட்க வேண்டுமென்று அழைப்பு மணியை அழுத்துவதற்கு முன்பாக காலிப் நினைத்துக்கொண்டான்.

பெரியம்மா ஹாலாதான் கதவைத் திறந்தாள். "ஓ, நீயா, ரூயா எங்கே?" என்று கேட்டாள். "அவள் இன்னும் இங்கே வரவில்லையா?" என்று கேட்டான் காலிப். "அவளை நீங்கள் கூப்பிடவில்லையா?"

"நான் முயன்றேன். ஆனால் யாருமே தொலைபேசியை எடுக்கவில்லை" என்றாள் பெரியம்மா ஹாலா. "நீங்கள் சொல்லியிருப்பீர்களென்று நான் நினைத்துவிட்டேன். ஒருவேளை அவள் மாடியில் அவளுடைய அப்பாவோடு இருக்கிறாளோ என்னவோ" என்றான் காலிப்.

"உன் பெரியப்பாவும் பெரியம்மாவும் எப்பொழுதோ இங்கே வந்து விட்டார்களே" என்றாள் பெரியம்மா ஹாலா.

ஒரு வினாடி இருவருமே மௌனம் காத்தார்கள்.

"அப்படியென்றால் அவள் வீட்டில்தான் இருக்க வேண்டும்" என்றான் காலிப் முடிவாக. "நான் வீட்டுக்கு ஓடிப்போய் அவளைக் கூட்டிக்கொண்டு வந்து விடுகிறேன்."

"உன்னுடைய தொலைபேசிக்கு அழைத்தால் யாருமே எடுத்துப் பேச வில்லை" என்றாள் பெரியம்மா ஹாலா. "உனக்காக உப்பிய அப்பங்களை எஸ்மா ஹனிம் பொரித்துக்கொண்டிருக்கிறாள்."

காலிப் தெருவில் இறங்கி வீடு நோக்கி விரைந்தபோது அவன் ஒன்பதாண்டுகளாகப் பயன்படுத்தி வரும் மேலங்கியைப் (ஜெலால் இதைப் பற்றியும் எழுதியிருக்கிறான்) பனிக்காற்று பலவந்தமாகத் திறந்து வைத்தது. பிரதானச் சாலை வழியாகப் போவதற்குப் பதிலாக, அவன் கொல்லைப்புறத் தெருக்கள் வழியாகக் குறுக்குப் பாதைகளில் சென்றான். கதவடைக்கப்பட்டுவிட்ட மளிகைக் கடைகள், மங்கலான வெளிச்சம் வழியும் சுகாதாரத்துறை ஊழியர் அலுவலகங்கள் ஆகியவற்றைக் கடந்து, தண்மையாய் ஒளியூட்டப்பட்ட கோகோ – கோலா மற்றும் நைலான் காலுறை விளம்பரப் பலகைகளையும் கடந்து இன்னமும் கடுமையாக உழைத்துக்கொண்டிருக்கும் மூலைத் தையல்காரர் கடையையும் தாண்டி அவனுடைய பெரியம்மாவின் குடியிருப்பிலிருந்து அவனுடைய குடியிருப்புக்குப் பனிரெண்டு நிமிடங்களில் போய்விட முடியும். இதை அவன் வெகு காலத்துக்கு முன்பே கணித்து வைத்திருந்தான். ஆனால் அவன் அதிகத் தொலைவைக் கடந்திருக்கவில்லை. எந்தத் தெருக்கள்

கருப்புப் புத்தகம் ✹ 51 ✹

வழியாகப் போயிருந்தானோ அதே தெருக்கள் வழியாகவே மீண்டும் திரும்பி வந்தான் (அந்தத் தையலகத்தைக் கடந்தபொழுது அந்தத் தையல்காரர் அதே துணியை மடியில் தைத்துக்கொண்டிருந்தார்). போக வர அவனுக்கு இருபத்தியாறு நிமிடங்கள்தான் ஆகியிருந்தது. இப்பொழுது கதவைத் திறந்தது பெரியம்மா ஸூஸன். குடும்பத்திலுள்ள ஏனையோரிடம் பிறகு என்ன சொன்னானோ அதையே இப்பொழுது பெரியம்மாவிடமும் சொன்னான். சளிபிடித்துக் கஷ்டப்படுவதால் ரூயா படுக்கப் போய்விட்டாள். அவள் அயர்ந்து தூங்கிக்கொண்டிருக்கிறாள். ஒருவேளை தேவைக்கதிகமாய் நுண்ணுயிர்க்கொல்லி மாத்திரைகளை விழுங்கிவிட்டாளோ என்னவோ. (வீட்டின் இழுப்பறையிலிருந்த மாத்திரைகளையெல்லாம் விழுங்கிவைத்திருக்கிறாள்!) தொலைபேசி அவ்வப்போது ஒலித்ததைக் கேட்டாளாம். ஆனால் மிகவும் தூக்கக் கலக்கத்தோடு அசதியாக இருந்ததால் எடுத்துப் பேசவில்லையாம். இன்னுமே நடக்கத் தடுமாற்றமாக இருப்பதாலும் சுத்தமாகப் பசியே இல்லாததாலும் படுத்து ஓய்வெடுக்கலாமென்று அவள் தீர்மானித்து விட்டாள். எல்லோருக்கும் அவளுடைய அன்பைத் தெரிவிக்கும்படி காலிப்பை அவள் கேட்டுக்கொண்டிருக்கிறாள்.

இது கொஞ்சம் அதிகப்படியான ஆர்வத்தைத் தூண்டிவிடும் எனும் ஆபத்தை அவன் உணர்ந்தேயிருந்தான். (பாவம் ரூயா! உடம்பு சரியில்லாமல் படுத்திருக்கிறாள்!) அதேபோல் பாதுகாப்பான அளவுக்குள்தான் மருந்தை உட்கொள்ள வேண்டும் எனும் உரையாடலை இது தொடங்கிவைக்கும் என்று அவன் நினைத்தான். அதே போல்தான் ஆயிற்று. மருந்துக்கடைகளில் விற்பனையாகும் நுண்ணுயிர்கொல்லி மாத்திரைகள், பெனிசிலின் போன்ற மருந்துகள், இருமலுக்கான கஷாயங்கள் போன்றவற்றைப் பற்றி அலசி ஆராய்ந்தார்கள். அதே போல் ரத்த அழுத்த நோய்க்குப் பரிந்துரை செய்யப்படும் குழல்விரிப்பிகள், ஃப்ளூ காய்ச்சலுக்கான சிறந்த வலி நிவாரணிகள் ஆகியவற்றின் பெயர்களை ஆரவாரமாக அடுக்கிக்கொண் டிருந்தனர். போதாக்குறைக்கு இந்த மருந்துகளோடு எடுத்துக்கொள்ள வேண்டிய வைட்டமின் மாத்திரைகளையும் ஒருவருக்கொருவர் இரைந்து நினைவூட்டிக்கொண்டிருந்தனர். ஒவ்வொரு மருந்தின் பெயருக்கும் ஒரு சில அசைகளை உடன் சேர்த்து அதன் ஆங்கிலப் பெயரைத் துருக்கியப் பெயர்போல் மாற்றிவிடுவார்கள். வேறொரு சமயமாக இருந்திருந்தால் அவர்களுடைய படைப்பூக்கம் மிக்க உச்சரிப்பையும் குருட்டாம் போக்கில் அவர்கள் செய்யும் மருத்துவ யூகங்களையும் கேட்டு ஒரு நல்ல கவிதை தரக்கூடியஆனந்தத்தைக் காலிப் அடைந்திருப்பான். ஆனால் ரூயா உடல்நிலை சரியில்லாமல் படுத்திருக்கும் காட்சி அவனைப் பேயெனப் பீடித்திருந்தது. இந்தக் காட்சி எவ்வளவு வெகுளித்தனமானது என்றோ இதில் அவன் இட்டுக்கட்டியது எவ்வளவு என்றோ கடைசி வரையில் அவனால் தீர்மானிக்க முடியவில்லை. ரூயாவின் பாதங்கள் மெத்தைக்கு வெளியே துருத்திக்கொண்டிருக்க படுக்கை விரிப்பின் மீது கொண்டையூசிகள் இறை பட்டுக்கிடக்க – இவையெல்லாம் நிஜ வாழ்வின் பிம்பங்கள் – ஆனால் தலையணையில் விரிந்து பரந்து கிடக்கும் அவளுடைய கூந்தல் அல்லது படுக்கைக்கு அருகிலிருக்கும் குறுமேஜை மீது தென்படும் ஒழுங்கின் குலைவு – தண்ணீர்க் குவளை, கூஜா, மருந்துப் பெட்டிகள், புத்தகங்கள், இந்தப் பிம்பங்கள் எல்லாமே வேறு எங்கிருந்தோ

இரவல் பெறப்பட்டவையாக – ரூயாவின் அபிமானத் திரைப்படங்கள் ஒன்றிலிருந்தோ அல்லது அல்லாதீனின் கடையில் வாங்கிய பிஸ்தாப் பருப்புகளை அசுரவேகத்தில் அசைபோட்டுக்கொண்டே அவள் படித்த ஏதோ ஒரு துப்பறியும் நாவலிலிருந்தோ இரவல் வாங்கப்பட்டவையாக – இருக்கலாம். பிறகு, அவர்களுடைய அக்கறை மிகுந்த நல்லெண்ணக் கேள்விகளை சமாளித்து எவ்வளவு முடியுமோ அவ்வளவுக்கு பதில்களைச் சுருக்கமாகச் சொல்லிக்கொண்டிருந்த வேளையில் காலிப் தன்னுடைய மனத்தில் நிஜ ரூயா பற்றிய நினைவுகளுக்கும் தான் உருவாக்கியிருக்கும் கற்பனை ரூயா பற்றிய நினைவுகளுக்கும் இடையில் மனதுக்குள்ளாகவே ஓர் எல்லைக்கோட்டை வகுக்கப் போராடிக்கொண்டிருந்தான். ரூயா மிகவும் நேசித்த கற்பனையான துப்பறிவாளர்கள் மீது ஒருவித நன்றியுணர்வோடும், பிற்பாடு அவர்களையே முன்மாதிரியாகப் பின்பற்ற வேண்டிய நிலையிலும் காலிப் இருந்தான். அனைவரும் உணவு உண்ண அமர்ந்தவுடன், ‘ஆமாம்’ என்று தனக்குத்தானே சொல்லிக்கொண்டான். இந்நேரம் ரூயா மீண்டும் தூங்கியிருப்பாள். கொஞ்சம் கஞ்சியை அவளுக்கென்று கொடுத்தனுப்பும் சிரமத்திற்குப் பெரியம்மா ஸூஸன் ஆளாக வேண்டியதில்லை. இல்லை. அந்தக் கர்ணகடூரமான மருத்துவருக்கு – அவன் மீது பூண்டு நாற்றம் அடித்தது. அவனுடைய பை ஏதோ தோல்பதனிடும் தொழிற்சாலை போல் நாறியது – ரூயா சொல்லியனுப்பவில்லை. ஆமாம். இந்த மாதமும் பல் வைத்தியரிடம் காட்ட ரூயா மறந்துவிட்டாள். ஆமாம். நிஜம்தான். சமீப காலமாக ரூயா அதிகம் வெளியே போவதில்லை. அதிக நேரம் வீட்டுக்குள்ளேயேதான் அடைந்து கிடக்கிறாள். இன்றைக்கு அவள் வெளியே போகவேயில்லை. அப்படியா! நிஜமாகவா? நீங்கள் அவளைப் பார்த்தீர்களா? ஒருவேளை அவள் கொஞ்ச நேரம் வெளியில் எங்காவது போயிருக்கலாம். ஆனால் காலிப்பிடம் அதை அவள் சொல்லவில்லை. இல்லை. அவள் அனேகமாக அவனிடம் சொல்லியிருப்பாள். எங்கே அவளைப் பார்த்தீர்கள்? ஒருவேளை, அவள் பொத்தான் விற்கும் கடைக்குப் போயிருப்பாளாயிருக்கும். அப்பொழுது அவள் பள்ளிவாசலைக் கடந்து போயிருக்கலாம். ஆம். இப்பொழுது நினைவுக்கு வருகிறது. இன்று மிகவும் குளிராக இருந்ததுதானே? இல்லையா? அதனால்தான் அவளுக்குச் சளி பிடித்துக்கொண்டது. அவள் இருமிக்கொண்டிருந்தாள். புகைத்துக் கொண்டும் இருந்தாள். ஒரு முழு பேக்கட் சிகரெட்டையும் புகைத்துத் தீர்த்துவிட்டாள். ஆமாம். கொஞ்சம் வழக்கத்துக்கு மாறாக, முகம் வெளிறியிருந்தது. இல்லை. தான் எவ்வளவு வெளிறிப்போய் இருக்கிறோம் என்று காலிப் பார்த்துக்கொள்ளவேயில்லை. தானும் ரூயாவும் இப்படி உடல்நலத்தில் அக்கறையில்லாமல் வாழ்ந்துகொண்டிருப்பதை எப்பொழுது தான் மாற்றிக்கொள்ளப் போகிறோமென்று அவனால் தீர்மானமாகச் சொல்ல முடியவில்லை.

உடுப்புக்கு மேலே அணிந்துகொள்ளும் அங்கி. பொத்தான். வெந்நீர்க் கொதிகலன். குடும்ப விசாரணையெல்லாம் முடிந்த பிறகு இந்த மூன்று வார்த்தைகள் எதற்காக மனதுக்குள் முட்டிக்கொண்டு நின்றன என்று தன்னைத்தானே கேட்டுக்கொள்ளக்கூட காலிப்பிடம் தெம்பு மிஞ்சி யிருக்காது. ஆழ்மனம் என்று சொல்லப்படும் நம்முடைய பிரக்ஞை இன்றியே பதுங்கித் திரியும் நம் மனதின் ‘இருண்ட இடம்’ என்ற ஒன்று உண்மையில் இல்லையென்று ஒருமுறை ஜெலால் பசப்பான கோபத்தில்

எழுதியிருந்தான். குறைந்தபட்சம் அப்படிப்பட்ட ஒன்று துருக்கியில் இல்லை. மாறாக, பகட்டான மேற்கத்திய நாவல்களிலிருந்தும் நாம் வெகுவாய் முயன்று நகலெடுக்க விரும்பித் தோல்வியுறும் ஜாலம் மிகுந்த அந்த மேற்கத்திய திரைப்பட சாகச நாயகர்களிடமிருந்தும் இரவல் பெற்றிருக்கும் மேற்குலகக் கற்பனைதான் அது. (நாயகன் மான்ட்கோமரி க்ளிஃப்ட்டின் விசித்திரமான மனதுக்குள் பதுங்கியிருக்கும் இருண்ட இடத்தைக் கண்டுபிடிக்க முயன்று தோல்வியுறும் நாயகி எலிஸபெத் டெய்லர் நடித்த *கடந்த கோடையில் எதிர்பாராமல் [Suddenly Last Summer]* என்ற திரைப்படத்தை அப்பொழுதுதான் ஜெலால் பார்த்திருப்பானோ என்னவோ). அந்தக் கட்டுரையை ஜெலால் எழுதியிருந்த நேரத்தில் அவனே ஒரு நீண்ட ஆய்வுக் கட்டுரையையும் (குறுக்கப்பட்டு மொழிபெயர்ப்பில் வெளியாகியிருந்த ஒரு சில உளவியல் நூல்களை வாசித்திருந்த தாக்கத்திலும் அவற்றில் போதுமான அளவுக்குத் தென்பட்ட பாலியல் வர்ணனைகள் ஏற்படுத்திய திகைப்பிலும்) எழுதியிருந்த விஷயம் காலிப்புக்குத் தெரியாது. நம்முடைய மனத்தின் ஆழத்தில் பதுங்கியிருக்கும் அந்த இருண்ட பிரதேசம் தான் ஆரம்பகாலம் தொட்டு மனிதன் அறிந்திருக்கும் விசனங்களுக் கெல்லாம் அடித்தளமென்று அந்தக் கட்டுரையில் ஜெலால் அலசி ஆராய்ந் திருந்தான். ஓர் அருங்காட்சியகமும் நூலகமும் இணைந்த ஒன்றாகத் தன்னுடைய சொந்த வாழ்க்கையையே ஜெலால் மாற்றிக்கொண்டுவிட்டான் என்பதைப் புரிந்துகொண்ட பிறகுதான் இந்தக் கட்டுரையின் பின்னணி காலிப்புக்கு விளங்கியது.

இன்று பாருங்கள் ஜெலாலுடைய கட்டுரையில் என்று பேச்சைத் திசைதிருப்ப முயலும் வேளையில் பழக்கதோஷத்தில் பயந்து பின்வாங்கி வேறெதையோ உளறிவைத்தான். "பெரியம்மா, அல்லாதீன் கடைக்குப் போக மறந்துவிட்டேன்." அந்த நேரம் பார்த்து எஸ்மா ஹனிம் பரங்கிப்பழப் புட்டைக் கொண்டுவந்து வைத்தாள். தொட்டிலிலிருந்து எடுத்த சிசுவைச் சுமந்து வரும் அதே கவனத்தோடு அந்த ஆரஞ்சு வண்ணப் புட்டை அவள் கொண்டுவந்து வைத்தாள். பல ஆண்டுகளுக்கு முன்பாக இந்தக் குடும்பத்துக்குச் சொந்தமாக இருந்த மிட்டாய்க் கடையிலிருந்து நினைவுப் பொருளாக எடுத்து வைத்துக்கொண்ட ஆட்டாங்குழவியில் அரைபட்ட வால்நட் பருப்புப் பொடியை இப்பொழுது அவர்கள் அந்தப் புட்டின் மீது தூவிக்கொண்டார்கள். இந்த ஆட்டாங்குழவியின் விளிம்பில் ஒரு ஸ்பூனின் தட்டையான பக்கத்தை வைத்துத் தட்டினால் அது 'டிங் டாங்' என்று மணியோசை எழுப்பும். இதை ரூயாவும் காலிப்பும் கால் நூற்றாண்டுக்கு முன்பாகவே தெரிந்துவைத்துக்கொண்டிருந்தனர். "தலையே வெடித்துவிடும் போலிருக்கிறது. அதை நிறுத்தப் போகிறீர்களா இல்லையா? இதென்ன வீடா இல்லை தேவாலயமா? என்ன நினைத்துக் கொண்டிருக்கிறீர்கள்?" கடவுளே! அந்தப் புட்டை விழுங்குவது அவ்வளவு கடினமாக இருந்தது. எல்லோருக்கும் போட்டுக்கொள்ளும் அளவுக்கு அரைபட்ட வால்நட் பொடி போதுமாக இல்லை. அதனால், அந்தக் கருஞ்சிவப்புக் கிண்ணம் கடைசியாகத் தன்னிடம் வருமாறு பெரியம்மா ஹாலா பார்த்துக்கொண்டாள். "நிஜமாகவே எதையும் சாப்பிடும் மனநிலை யில் இன்று நான் இல்லை" என்றாள் அவள். ஆனால் யாரும் தன்னைக் கவனிக்காதபோது அந்தக் காலியான கிண்ணத்தை அவள் ஏக்கத்தோடு பார்த்துக்கொண்டிருந்தாள். பிறகு கையறு நிலையில் ஒரு பழைய வணிக

எதிரியை அவள் சபிக்கத் தொடங்கினாள். அவளைப் பொறுத்தமட்டில் அவர்களுடைய வளம் குன்றிக் காணாமலாக அவன் தன்னந்தனியனாய்ப் பாடுபட்டான். அவனால்தான் இன்று இந்தக் குடும்பம் புட்டுக்குத் தூவப் போதுமான வால்நட் பொடிகூட இல்லாமல் திண்டாடுகிறது. காவல் நிலையத்துக்குப் போய் அவன் மீது அவள் புகார் செய்துவிட்டு வரப்போகிறாள். ஆனால், நிஜத்தில் காவல்நிலையத்தை ஏதோ ஒரு கருநீல நிறப் பேய் என்பதாகவே அவர்கள் எல்லோரும் அச்சத்துடன் நினைத்துக்கொண்டிருந்தார்கள். நம்முடைய ஆழ்மனத்தில் பதுங்கியிருக்கும் இருட்பிரதேசம் காவல்நிலையம்தான் என்று ஜெலால் ஒரு கட்டுரையில் ஒரு முறை குறிப்பிட்டிருந்தான். அதைத் தொடர்ந்து, ஜெலால் இதைப் பற்றி அரசாங்க வழக்குரைஞர் அலுவலகத்துக்கு வந்து எழுத்துப்பூர்வமாக விளக்கம் தர வேண்டுமென்று காவல்நிலையத்திலிருந்து ஓர் அதிகாரி அவனுக்குத் தாக்கீது அனுப்பியிருந்தார். தொலைபேசி ஒலித்தது. காலிப்பின் அப்பா மிகவும் பொறுப்போடு அழைப்புக்கு பதில் சொல்லிக்கொண்டிருந்தார். காவல்நிலையத்திலிருந்துதான் அழைப்பு வந்திருக்குமென்று காலிப் அஞ்சினான். அவனுடைய அப்பா தொலைபேசியில் உரையாடிக்கொண்டிருந்த பொழுது, அந்த அறையிலிருந்த ஒவ்வொன்றும் ஒவ்வொருவரும் ஒரே மாதிரியான உணர்ச்சியற்ற பாவனையோடு இருந்ததைப் போல் தோன்றியது (மனத்துக்குத் தெம்பூட்டும் வாசகங்கள் கொண்ட சுவரொட்டி கூடஉணர்ச்சியற்ற பாவனையோடு இருந்ததைப் போல் தோன்றியது. ‘இதயங்களின் நகர்’ குடியிருப்பில் இருந்த அதே சுவரொட்டி. வாகைத் தளிர்க் கிளைகளூடே பச்சை நிறப் பொத்தான்கள் விழுந்துகொண்டிருப்பதைப் போன்ற காட்சியைக் கொண்டிருக்கும் அதே சுவரொட்டி). பெரியப்பா மெலிதாகத் தொடர்ந்து இருமத் தொடங்கினார். காதுகேளாத வாஸிஃப் நிஜமாகவே கவனிப்பது போல் பாவனை காட்டினான். அழகான பெரியம்மாவின் கூந்தலைப் போலவே அம்மாவின் கரிய கூந்தலும் செம்பட்டையாகிக்கொண்டு வருவதை காலிப் இப்பொழுதுதான் கவனித்தான். அறையிலிருந்த மற்றவர்களைப் போலவே, அப்பாவின் உரையாடலைக் கவனித்து அவர் யாருடன் பேசிக்கொண்டிருக்கிறாரென்று யூகிக்க முயன்றுகொண்டிருந்தான்.

“இல்லை ஐயா, நான் அப்படி நினைக்கவில்லை . . . ஆமாம், ஐயா. நாங்களென்னவோ அப்படித்தான் நம்பிக்கொண்டிருந்தோம் . . . நீங்கள் யாரென்று சொன்னீர்கள்?” என்று காலிப்பின் அப்பா கேட்டுக்கொண்டிருந்தார். “நன்றி . . . நான் அவனுடைய சித்தப்பா . . . நாங்களும் உண்மையிலேயே வருத்தப்படுகிறோம் . . .”

யாரோ ரூயாவைத் தேடுகிறார்கள் என்று காலிப் தீர்மானித்தான்.

“யாரோ ஜெலாலைக் கேட்டுப் பேசினார்கள்” என்றார் அவனுடைய அப்பா தொலைபேசியைக் கீழே வைத்தவாறே. அவர் மகிழ்ந்திருந்த மாதிரி தோன்றியது. “ஒரு மூதாட்டி. ஜெலாலின் விசிறி. உண்மையாகவே ஒரு பெண்தான். அவனுடைய கட்டுரையை அவள் எப்படி ரசித்துப் படித்தாளென்று சொல்வதற்காக அழைத்திருக்கிறாள். ஜெலாலிடம் பேச வேண்டுமென்றுதான் அவள் ஆசைப்பட்டாள். அவனுடைய முகவரியும், தொலைபேசி எண்ணும் கிடைக்குமா என்று கேட்டுக்கொண்டிருந்தாள்.”

“எந்தக் கட்டுரை?” என்றான் காலிப்.

“எந்தக் கட்டுரையென்று உனக்குத் தெரியுமா ஹாலா?” என்று அப்பா கேட்டார். “கொஞ்சம் விசித்திரமாகத்தான் இருக்கிறது. ஆனால் தொலைபேசியில் அழைத்த அந்தப் பெண் பேசியது நீ பேசியதைப் போலவே இருந்தது. ரொம்ப, ரொம்ப உன்னைப் போலவே இருந்தது!”

“ஒரு மூதாட்டியின் குரல் என்னுடைய குரலைப் போல் உங்களுக்குத் தோன்றுவது எவ்வளவு விசித்திரம்!” என்றாள் பெரியம்மா ஹாலா. அவளுடைய நுரையீரல் நிறக் கழுத்து திடீரென்று மேலே உயர்ந்தது, ஒரு வாத்தின் கழுத்தை போல. “ஆனால், இந்தப் பெண்ணின் குரல் என்னுடைய குரலைப் போல் இல்லவே இல்லை!”

“நீ எப்படி அதுபோலச் சொல்கிறாய்?” என்றார் அப்பா.

“இப்பொழுது உங்களோடு பேசிய அந்த மூதாட்டி காலையில் என்னிடமும் பேசினாள்” என்றாள் பெரியம்மா ஹாலா. “எனக்கென்னவோ அவளுடைய குரல் ஒரு பெண்குரல் போலவே தோன்றவில்லை. யாரோ ஒரு மீன்காரி தன்னைச் சீமாட்டி போல் காட்டிக்கொள்ள முயன்ற மாதிரிதான் இருந்தது. அதையும்விட யாரோ ஒரு ஆண், பெண் போலப் பேச முயன்றதைப் போல் இருந்தது.”

“ஆமாம், அந்தப் பெண் இந்தத் தொலைபேசி எண்ணை எப்படித் தேடிக் கண்டுபிடித்திருப்பாள்?” என்று காலிப்பின் அப்பா கேட்டுக்கொண் டிருந்தார். காலையில் ஹாலா இதைக் கேட்டாளோ?

“இல்லை” என்றாள் பெரியம்மா ஹாலா. “எனக்கு அது வேண்டாத வேலையென்று தோன்றியது. அந்த மல்யுத்த வீரனைப் பற்றிய தொடர் கட்டுரைகளை ஜெலால் எழுத ஆரம்பித்து நம்முடைய குற்றங்குறைகளை யெல்லாம் பொதுவில் வைத்து அலசத் தொடங்கிய வேளையிலிருந்தே அவன் செய்யும் எந்தக் காரியமும் என்னை ஆச்சரியப்படுத்தியதில்லை. ஒருவேளை அவனுடைய ஆத்மார்த்தமான வாசகர்கள் நம்மோடு மேலும் கொஞ்சம் விளையாடிப் பார்க்கட்டுமே என்பதற்காக நம்மைக் கிழிகிழி யென்று கிழித்து கட்டுரை எழுதிய பின்பு அதன் அடியில் அவன் இந்த வீட்டுத் தொலைபேசி எண்ணையும் இணைத்துவிடுவானோ? திடீரென்று இப்படியொரு எண்ணம் மனத்தில் அரைகுறையாய் வந்துபோனது. உங்களுடைய காலஞ்சென்ற பெற்றோர்கள் இவனால் எந்த அளவுக்கு வேதனை அடைந்தார்கள் என்பதை நினைத்துப் பார்க்கும்பொழுது, ஒரே ஒரு வழியில்தான் ஜெலால் என்னை அதிர்ச்சிக்கு உள்ளாக்க முடியும். அவனுடைய வாசகர்கள் நம்மோடு மேலும் கொஞ்சம் விளையாடிப் பார்க்கட்டுமே என்பதற்காக நம் வீட்டுத் தொலைபேசி எண்ணையும் இணைத்துவிடுவதாலெல்லாம் நான் அதிர்ந்துபோய்விட மாட்டேன். எதனால் கடந்த பத்தாண்டுகளாக அவன் நம்மை இவ்வளவு வெறுக்கிறான் என்ற காரணத்தைச் சொல்லிவிட்டானென்றால்தான் நான் மிகவும் அதிர்ந்துபோவேன்.”

தொடர் இருமலிலிருந்து மீண்டு அதைக் கொண்டாட ஒரு சிகரெட்டைப் பற்றவைத்துக்கொண்ட பெரியப்பா மெலிஹ், “அவன் ஒரு கம்யுனிஸ்ட். அதனால்தான் நம்மை வெறுக்கிறான்” என்றார். தொழிலாளர் களையோ துருக்கி நாட்டு மக்களையோ எந்த விதத்திலும் நெருங்கிவிட முடியாதென்று ஒருவழியாகப் புரிந்துகொண்ட கம்யுனிஸ்ட்கள்

ராணுவத்தைக் கொண்டு ஜானிஸரி வகையான போல்ஷ்விக் புரட்சியை முயன்று பார்த்தார்கள். காழ்ப்பையும் ரத்தவெறியையும் கக்கும் கட்டுரைகளை எழுதி ஜெலால் அவர்களின் கைப்பாவையாக ஆகிப்போனான்.

“அப்படி இல்லை” என்றாள் பெரியம்மா ஹாலா. “அந்த அளவுக்கெல்லாம் போகவில்லை.”

“நான் இதை ரூயாவிடமிருந்து தெரிந்துகொண்டேன்” என்றார் பெரியப்பா மெலிஹ். உரக்கச் சிரித்து தனக்கு வந்த இருமலை அவர் கட்டுப்படுத்திக்கொண்டார். “அந்தப் புரட்சிக்குப் பிறகு புதிய கீழைக்கலாச்சார போல்ஷ்விக் ஜானிஸரி ஐக்கிய அமைப்பு அவனை அயல்நாட்டுத் துறையின் அமைச்சராகவோ அல்லது பாரிஸுக்குத் தூதராகவோ நியமிக்குமென்று அவர்கள் வாக்குக் கொடுத்திருந்தார்களாம். அவனும் அவர்கள் சொல்வதை நம்பியிருந்தான். இதற்காக வீட்டில் அவன் ஃப்ரெஞ்சு மொழியைக்கூடப் படிக்க ஆரம்பித்திருந்தானாம். இந்த உதவாக்கரை புரட்சிக் கனவுகள் அவனுக்கு ஃப்ரெஞ்சு மொழியைக் கற்றுக்கொள்ளும் ஆர்வத்தையாவது தூண்டிவிட்டிருக்கிறதே என்று முதலில் நான் சந்தோஷப்பட்டுக்கொண்டேன். ஓர் அயல்நாட்டு மொழியைக்கூட இளமையில் அவன் படித்துக்கொள்ளவில்லை. அவனுடைய மோசமான நண்பர்களோடு சுற்றித் திரிவதிலேயே அவன் மும்முரமாக இருந்தான். ஆனால், விஷயம் கை மீறிப்போனபோது, அவனைப் பார்க்கக்கூடாதென்று நான் ரூயாவைத் தடுத்துவிட்டேன்.”

“அப்படியெல்லாம் எதுவுமே நடக்கவில்லை மெலிஹ்” என்று பெரியம்மா ஸூஸன் இரைந்தாள். “ரூயாவும் ஜெலாலும் தொடர்ந்து சந்தித்துக்கொண்டுதான் இருந்தார்கள். அவர்கள் இருவரும் மிக நெருக்கமாகவே இருந்தார்கள். உங்களுக்கென்ன தெரியும்? அவன் அவளுடைய மாற்றாந்தாயின் மகன்தானே! ஆனால் அவனை அவள் சொந்தச் சகோதரனைப் போல்தான் நேசித்தாள். அவனும்கூட அவளை ஒரு சகோதரியைப் போல்தான் நேசித்தான்.”

“இல்லை. நான் சொன்ன மாதிரிதான் நடந்தது. அப்படித்தான் நடந்தது. ஆனால் நான் ரொம்பத் தாமதமாகத்தான் இதிலிருந்து விடுபட்டேன்” என்றார் பெரியப்பா மெலிஹ். “அவனால் துருக்கிய இராணுவத்தையோ, மக்களையோ ஏமாற்ற முடியாமல் போயிருக்கலாம். ஆனால் அவன் தன் தங்கையை எப்படியோ ஏமாற்றிவிட்டான். அதனால்தான் ரூயா ஒரு கிளர்ச்சியாளராக மாறிப் போனாள். நம்முடைய காலிப் மட்டும் ரூயாவை அந்த வஞ்சகத் தாக்குதல் தொடுக்கும் போக்கிரிக் கும்பலிலிருந்து அந்த எலிப் பொறியிலிருந்து மீட்டிருக்காவிட்டால் இன்று அவளுடைய கதி என்னவாகியிருக்குமென்று யாருக்குத் தெரியும்? நிச்சயமாக அவள் இன்று தன்னுடைய படுக்கையில் தூங்கிக்கொண்டிருக்க மாட்டாள்.” தன்னைச் சுற்றியிருப்பவர்கள் எல்லோரும் இப்பொழுது ரூயாவை அவளுடைய படுக்கையில் வைத்துதான் கற்பனைசெய்துகொண்டிருப்பார்கள் என்ற சிந்தனையோடு காலிப் தன் விரல் நகங்களை வெறித்துக்கொண்டிருந்தான். இரண்டு அல்லது மூன்று மாதங்களுக்கு ஒரு முறை தன்னுடைய குறைகளைப் பட்டியலிடும்போது புதிதாக ஒன்றைப் பெரியப்பா மெலிஹ் சேர்த்துக்கொள்வார். இப்பொழுதும் அதைப் போல் எதையாவது திட்டமிட்டுக்கொண்டிருக்கிறாரோ என்று காலிப் சந்தேகப்பட்டான்.

“ரூயா இந்நேரம் சிறையில்கூடத் தள்ளப்பட்டிருக்கலாம். அவள் ஜெலால் அளவுக்கு எப்பொழுதுமே முன்ஜாக்கிரதையானவள் இல்லை,” என்று சொல்லிவிட்டுத் தன்னுடைய பட்டியலில் உணர்ச்சிமிகுதியோடு இந்தப் புதிய குறையைச் சேர்த்துக்கொண்டார். அடக் கடவுளே என்று கூட்டாக அனைவரும் எழுப்பிய குரல் அவர் காதுகளை எட்டவில்லை. “இந்நேரம் ரூயா ஜெலாலுடனும் அவனுடைய தாதா நண்பர்களோடும் – அந்த பெயோக்ளு தாதாக்கள், அதுதான் அந்த ஹெராயின் போதைப் பொருள் விற்பவர்கள், இரவுநேரக் கேளிக்கை விடுதியில் பணிபுரியும் அடியாட்கள், கோகைன் போதை மருந்துக்கு அடிமையாகிப்போன வெண்ணிற ரஷ்யர்கள், பத்திரிகைச் செய்தியாளன் என்ற போர்வையில் நேரத்தைக் கழிக்கும் அந்த இதர ஒழுக்கங்கெட்ட ஜந்துக்கள் – சேர்ந்து கொண்டிருப்பாள். இந்நேரம் நம்முடைய பரிதாபத்துக்குரிய ரூயா அவனோடு உட்கார்ந்துகொண்டிருப்பாள். தப்பித்தவறி அவளைப் பார்க்கப்போனால் அவளிருக்கும் சகவாசம் எப்படிப்பட்டதாக இருந்திருக்குமென்று நினைத்துப் பார். மிகக் கீழ்த்தரமான இச்சைகளைத் தீர்த்துக்கொள்ள நம் நாட்டை நாடி வந்திருக்கும் ஆங்கிலேயர்கள்; மல்லர்களைப் பற்றிய கட்டுரைத் தொடர்களையும் அதைவிட அதிகமாய் மல்லர்களை விரும்பும் தன்பாலின நேசர்கள்; களியாட்டம் போடவென்றே நம்மூர் நீராடு தலங்களை நாடி வரும் ஆபாசமான அமெரிக்கப் பெண்கள், பித்தலாட்டக் கலைஞர்கள், எந்த ஓர் ஐரோப்பிய நாட்டிலும் கலைஞர் என்றில்லை விலைமாதாகக்கூட மதிப்புப் பெற முடியாத திரைநடிகையர், கீழ்ப்படியாமைக்காகவும் ஒழுங்கீனத்துக்காகவும் ஏன் பணமோசடிக்காகவும் கையாடலுக்காகவும் ராணுவத்திலிருந்து வெளியேற்றப்பட்ட அதிகாரிகள், மேகப்புண் நோய் தொற்றியதால் குரல் உடைந்துபோன ஆண்பிள்ளைத்தனமான பெண் பாடகியர், குணவதி போல் பசப்பித் திரியும் சேரிப்புற அழகியர் . . . அவளை இஸ்ட்டிரோபுரோமைஸின் மாத்திரையைச் சாப்பிடச் சொல்.” “என்ன ?” என்றான் காலிப்.

“ஃப்ளூ காய்ச்சலுக்கு அதுதான் மிகச் சிறந்த நுண்ணுயிர்கொல்லி மாத்திரை. கூடவே பிக்காஸைம் ஃபோர்ட் எடுத்துக்கொள்ள வேண்டும். ஆறு மணி நேரத்துக்கு ஒரு முறை. இப்பொழுது மணி என்ன ? இந்நேரம் அவள் எழுந்திருப்பாளோ ?”

ரூயா இன்னமும் தூங்கிக்கொண்டிருக்கலாம் என்று பெரியம்மா ஸூஸன் கூறினாள். ரூயா அவளுடைய படுக்கையில் படுத்திருக்கிறாள் சரி. ஆனால் இப்பொழுது ஒவ்வொருவருமல்லவா அவளுடைய படுக்கையில் படுத்திருக்கிற மாதிரி இருக்கிறதென்று காலிப் நினைத்துக்கொண்டான். “என்னால் இதைச் சகித்துக்கொள்ள முடியாது” என்றாள் எஸ்மா ஹனிம். அருவருப்பூட்டுகிற மேஜை விரிப்பை அவள் கவனமாக அகற்றிக் கொண்டிருந்தாள். அதிலேயே அவர்கள் எல்லோரும் தத்தம் வாயைத் துடைத்து வைத்திருந்தனர். இது தாத்தாவிடமிருந்து தொற்றிக்கொண்ட பழக்கம். பாட்டிக்கு மிகுந்த சங்கடத்தை உண்டாக்குவது. “முடியாது. இந்த வீட்டில் யாரும் என் ஜெலாலைப் பற்றித் தப்பாகப் பேச நான் இனி விடமாட்டேன். என்னுடைய ஜெலால் ஒரு முக்கியமான ஆள்.”

தன்னுடைய ஐம்பத்தைந்து வயது மகனும் இதே போலத் தன்னை ஒரு முக்கியமான நபரென்று நினைத்துக்கொண்டிருப்பதாலேயே

அவனுடைய எழுபத்தைந்து வயது தந்தையைப் பற்றி எந்த அக்கறையும் இல்லாமல் இருக்கிறான் என்பது பெரியப்பா மெலிஹின் மனத்தாங்கல். தான் முக்கியமான நபரென்று நினைத்துக்கொண்டிருப்பதாலேயே இஸ்தான்புல்லில் அவன் வசிக்கும் இருப்பிடத்தை யாருக்கும் சொல்லாமல் ரகசியமாக வைத்திருக்கிறான் என்றே அவர் நினைத்துக்கொண்டிருக்கிறார். தன்னை யாருமே தொடர்பு கொண்டுவிடக் கூடாது என்பதால் தன்னுடைய தந்தைக்கு மட்டுமல்ல தன்னை மன்னித்து அன்பு காட்டும் பெரியம்மா ஹாலாவுக்கும்கூட அவன் இதைச் சொன்னதில்லை. தன்னுடைய தொலைபேசி எண்ணைக்கூட அவர்களிடம் அவன் தர வில்லை. போதாக்குறைக்கு, தொலைபேசியையும்கூட அதன் இணைப்புப் பகுதியிலிருந்து அகற்றிவிட்டான். பெரியப்பா மெலிஹ் இப்பொழுது நீலிக் கண்ணீர் வடிக்கத் தயாராகிவிட்டார் என்று காலிப் நினைத்தான். இது வருத்தத்தினால் வடிக்கும் கண்ணீரல்ல. பழக்கத்தால் வடிப்பது. அவர் இந்த முறை கண்ணீர் சிந்தவில்லை. ஆனால், அதைக் காட்டிலும் காலிப் அஞ்சி நடுங்கிய வேறொரு காரியத்தைச் செய்தார். மீண்டும் பழக்கதோஷத்தில் அவனுக்கும் ஜெலாலுக்கும் இடையே இருக்கும் இருபதாண்டு வயது வித்தியாசத்தை மறந்தவராய், எப்படி காலிப் போன்ற பட்டறிவு மிக்க, விவேகமான, நன் – நடத்தையுள்ள ஒரு மகனுக்காகவே ஏங்கினார், ஜெலாலைப் போன்ற ஒருவனுக்காக அல்லவென்று அங்கிருந்தோர் அனைவரிடமும் சொன்னார்.

இருபத்திரண்டு ஆண்டுகளுக்கு முன்பாக (சொல்லப்போனால், ஏறத்தாழ இப்பொழுது காலிப்புக்கு ஆகும் அதே வயதில் ஜெலால் இருந்த பொழுது) சங்கடமான விகிதத்தில் காலிப் வளர்ந்துகொண்டே இருந்த பொழுது அவனுடைய நீண்ட கைகளே அவனுக்குப் பெரிய தடையாகத் தோன்றிய காலத்தில், பெரியப்பா மெலிஹ் இப்படியொரு ஆசையை முதன்முதலாகச் சொல்லிக் கேட்டிருந்தான் அவன். அந்த வார்த்தைகள் அவனை வசீகரித்து ஒவ்வொரு இரவிலும் பெரியப்பா மெலிஹ், பெரியம்மா ஸூஸன், ரூயா ஆகியோருடன் ஒன்றாக அமர்ந்து உணவு உண்ணும் கனவை அவன் இதயத்தில் எழுப்பிவிட்டிருந்தது. உண்ணும் நேரத்தில் தங்களுக்கு மையத்திலிருக்கும் தூரத்தை ஒவ்வொருவரும் வெறித்தவாறே, உணவு மேஜையைச் சுற்றி இருக்கும் நான்கு சுவர்களும் அவர்களை நெருக்கமாகச் சூழ்ந்திருக்க உப்புச் சப்பில்லாத சாப்பாட்டைத் தன்னுடைய பெற்றோர்களோடு அவன் உண்ணும் கொடுமையிலிருந்து தப்பித்துக்கொள்ள நினைத்தான்.

(அம்மா: மதிய உணவுக்கென்று செய்த அவரைக் கூட்டு மீந்திருக்கிறது. கொஞ்சம் போட்டுக்கொள்கிறீர்களா?

காலிப்: எனக்கு வேண்டியிருக்காது.

அம்மா: உங்களுக்கு?

அப்பா: எனக்கு மட்டும் எதற்கு?)

இதைத் தொடர்ந்து நம்பிக்கையூட்டி ஏமாற்றத்துக்குள்ளாக்கும் வேறு சில காட்சிகளும் மனத்தில் முகிழ்ந்தன. ஒரு ஞாயிற்றுக்கிழமை காலையில் *ரகசிய வழி* அல்லது *கண்ணாமூச்சி* போன்ற விளையாட்டுகளை ரூயாவோடு விளையாட மாடிக்குச் சென்றால் அங்கே ஊதாநிற இரவுநேர

உடையில் ஓரிரு முறை தான் பார்த்திருந்த ஸூஸன் பெரியம்மா, தன்னுடைய அம்மாவாக மாறிவிடுவாள் (நல்ல மாற்றம்). ஆப்பிரிக்கா பற்றியும் நீதிமன்ற வழக்குகள் பற்றியும் விறுவிறுப்பான மயிர்க்கூச்செரியும் கதைகளைச் சொல்லும் பெரியப்பா மெலிஹ் தன்னுடைய அப்பாவாக இருப்பார் (இது அதையும்விட நல்ல மாற்றம்). ரூயாவுக்கும் அவனுக்கும் ஏறத்தாழ ஒரே வயது என்பதால் அவர்கள் இருவரும் இரட்டைப் பிறவிகள் ஆகிவிடுவார்கள் (முறையான முடிவை இந்தக் கற்பனை எட்டுவதற்கு முன்பாக அதை அவன் நிறுத்திக்கொண்டான்).

எல்லோரும் இரவு உணவை உண்டுமுடித்த பிறகு காலிப், பி.பி.ஸி. நிறுவனத்திலிருந்து ஒரு குழு ஜெலாலைப் பார்க்க வேண்டுமென்று தேடிக்கொண்டிருப்பதாகவும், அவனை அவர்களால் கண்டுபிடிக்க முடிய வில்லை என்றும் சொன்னான். ஜெலால் தன்னுடைய முகவரியையும் தொலைபேசி எண்ணையும் யாருக்கும் தெரிவிக்காமல் மறைத்து வைத்திருப்பதைப் பற்றியும் நகரத்தின் நான்கு மூலைகளிலும் அவன் வைத்துக்கொண்டிருக்கும் குடியிருப்புகள், அவை எங்கே இருக்கின்றன, அவற்றை எப்படிக் கண்டுபிடிப்பது போன்ற வதந்திகள் பற்றியும் வழக்கமாக எழும் குற்றச்சாட்டுகள் இப்போது அங்கே கிளர்ந்தெழவில்லை. வெளியே பனி கொட்டுகிறதென்று யாரோ சொன்னார்கள். உடனே எல்லோரும் உணவு மேஜையை விட்டு எழுந்து , தத்தமது விருப்பத்துக்குகந்த கைவைத்த நாற்காலிகளின் மீது பசையிட்டு ஒட்டினாற் போல் அமர்ந்துகொள்வதற்கு முன்பாகத் தங்களுடைய பின்னங்கைகளால் திரைச்சீலைகளை வகுந்து கீழே பின்புறச் சாலை மெல்லிய பணியால் போர்த்தப்பட்டிருப்பதைப் பார்ப்பதற்காக வெளியே தெரிந்த குளிர்ந்த இரவை வெறித்தார்கள். அது தூய பனி. மௌனமான பனி (ஜெலாலுக்கு மிகவும் பிடித்த பழைய ரமலான் இரவுகள் எனும் நையாண்டிப் பாடலில் மீண்டும் மீண்டும் வரும் அடிவரி இது). காலிப் வாஸிஃபைப் பின்தொடர்ந்து காலிப் அவனுடைய அறைக்குள் போனான்.

படுக்கையின் நுனியில் வாஸிஃப் அமர்ந்துகொண்டான். அவனுக்கு எதிர்த்தாற்போல் காலிப் அமர்ந்துகொண்டான். நரைத்த முடியைக் கைகளால் துழாவிவிட்டு, காலிப்பின் தோள்களின் மீது கைகளை வைத்தான் வாஸிஃப். ரூயா? மார் மீது மெல்லத் தட்டி தொடர்ந்த இருமல் என்பதைச் சங்கேத மொழியில் நடித்துக்காட்டினான் காலிப். மிகவும் கடுமையான இருமல்! பிறகு இருகரங்களையும் கூட்டித் தலையணை மீது தலையைச் சாய்த்துக் காட்டினான். அவள் படுக்கையில் இருக்கிறாள். தன்னுடைய படுக்கைக்கு அடியிலிருந்து வாஸிஃப் ஒரு பெரிய பெட்டியை எடுத்தான். கடந்த ஐம்பதாண்டுகளாகச் செய்தித்தாள்களில் இருந்து அவன் கத்திரித்து எடுத்து சேர்த்து வைத்திருப்பவை. ஒருவேளை அவற்றில் ஆகச் சிறந்தவையாகவும் இருக்கலாம். வாஸிஃபுக்கு அருகில் சென்று அமர்ந்து கொண்டான் காலிப். காலிப்பை ஆச்சர்யப்படுத்தும் சில படங்களை வாஸிஃப் எடுத்து வைத்தான். அவர்களோடு ரூயாவும் இருப்பதைப் போலவே காலிப்புக்கு இருந்தது. வாஸிஃப் காட்டிய விஷயங்களைப் பார்த்து இருவரும் ஒன்றாகப் புன்னகைத்துக் கொண்டிருப்பதைப் போலவே இருந்தது. ஒரு காலத்தில் பிரபலமாக இருந்த கால்பந்தாட்ட வீரன் சவரம் செய்வதற்கான பசையை விளம்பரப்படுத்திக்கொண்டிருந்த ஒரு படம் (அந்தப் படம் இருபது ஆண்டுகளுக்கு முந்தையது. சவரப்

பசையின் நுரை ததும்பும் முகத்தோடு அவர்களைப் பார்த்து மலர்ச்சியோடு புன்னகைத்துக்கொண்டிருக்கும் அந்தக் கால்பந்து நட்சத்திரம் பிறகு, மூலையிலிருந்து உதைக்கப்பட்ட பந்தைத் தலையால் எதிர்கொண்டதில் மூளையில் ரத்தக் கசிவு உண்டாகி விரைவில் இறந்துவிட்டான்). இராக் நாட்டு அதிபர் காசிம், சதியாளர்களின் புரட்சிக்குப் பின்னர் தன்னுடைய சீருடையில் ரத்த வெள்ளத்தில் இருக்கும் படம். மிகவும் பிரபலமான ஷிஷ்லி சதுக்கக் கொலையின் புனரமைப்பு, இன்னொரு படத்தில் (இருபதாண்டுகளாக மனைவி தன்னை ஏய்த்து வந்திருக்கிறாள் என்பது தெரிந்ததும், பொறாமையில் வெகுண்டெழுந்த கர்னல் தன்னுடைய ஓய்வை முடித்துக்கொண்டு மன்மத லீலை புரியும் பத்திரிகையாளனை நாட்கணக்காகப் பின் தொடர்ந்து, இறுதியில் சிற்றுந்தில் பயணம் செய்துகொண்டிருந்த தன்னுடைய இளம் மனைவியையும் அவனையும் சுட்டுத்தள்ளிவிடுகின்றான்" என்று வானொலி நாடகக் குரலில் ரூயா சொல்லிக்கொண்டிருப்பதைப் போலவே காலிப்புக்குத் தோன்றியது). ஓர் ஒட்டகத்தைத் தனக்காகப் பலியிடவிருந்த தனது பற்று மிக்க ஆதரவாளர் களைத் தடுத்து அந்த விலங்கைக் காப்பாற்றிய பிரதமர் மென்டரஸ் இன்னொரு படத்தில். அந்தப் படத்தில், பின்னணியில் நிருபர் ஜெலால் அந்த ஒட்டகத்தைப் போலவே எங்கோ தொலைவில் பார்வையைப் பதித்தவாறிருக்கிறான். வீட்டுக்குச் செல்ல காலிப் எழுந்த நேரத்தில், இன்னமும் தன்னியக்க வழிகாட்டியின் மீதிருந்த வாஸிஃப், ஜெலால் எப்பொழுதோ எழுதியிருந்த 'அல்லாதீனின் கடை' என்ற கட்டுரையையும் "மரண தண்டனையை நிறைவேற்றுபவரும், அழுமூஞ்சியும்" என்ற கட்டுரையையும் உருவி எடுத்தான். இன்றிரவு படுக்கையில் அலைக்கழிந்து புரண்டுகொண்டிருக்கையில் படிக்க ஏதோ கிடைத்தது! அவற்றை இரவல் தருமாறு வாஸிஃபிடம் விளக்குவதற்கு அவன் அதிகச் சங்கேத நடிப்பை வெளிக்காட்ட வேண்டியிருக்கவில்லை. அவனுக்கென்று எஸ்மா ஹனிம் எடுத்து வந்த காஃபியை வேண்டாமென்று அவன் மறுத்தபொழுது யாரும் அதைப் பொருட்டாக எடுத்துக்கொள்ளவில்லை. படுத்தபடுக்கையாகக் கிடக்கும் தன் மனைவியின் மீது அவன் கொண்டிருந்த கரிசனம் ஆழமாய் அவன் முகத்தில் செதுக்கப்பட்டிருக்க வேண்டும். அவன் அதற்குள் ளாகவே வாயிலை நெருங்கியிருந்தான். 'பரவாயில்லை, அவனை விடு, அவன் வீட்டுக்குப் போகட்டும், விட்டுவிடு" என்றுகூட பெரியப்பா மெலிஹ் சொல்லிக்கொண்டிருந்தார். பனி மூடிய தெருவிலிருந்து திரும்பி வந்திருக்கும் பூனை 'அடுப்புக்கரி'யிடம் குனிந்து பெரியம்மா ஹாலா முகமன் கூறிக்கொண்டிருந்தாள். ஏனையோர் வரவேற்பறையிலிருந்து கூட்டாகக் கத்திக்கொண்டிருந்தார்கள்: "அவள் சீக்கிரம் குணமடைய வேண்டுமென்று வாழ்த்துகிறோம், அதைச் சொல்லிவிடு, அவள் சீக்கிரம் குணமடைய வேண்டுமென்று வாழ்த்துகிறோம், அதைச் சொல்லிவிடு, ரூயாவுக்கு எங்களுடைய அன்பைச் சொல், ரூயாவுக்கு எங்களுடைய அன்பைச் சொல்!"

போகும் வழியில் தன்னுடைய கடைக்கு வெளியில் நின்றுகொண்டு உலோகக் கதவைக் கீழிறக்கிக் கடையைச் சாத்திக்கொண்டிருந்த மூக்குக் கண்ணாடியணிந்த தையல்காரரைக் காலிப் பார்க்க நேரிட்டது. அவர்களுடைய தலைக்கு மேலாக ஒளிர்ந்துகொண்டிருந்த தெரு விளக்கின் மேற்புறம் பனித்துகள்கள் படர்ந்திருந்தன. இருவரும் ஒருவருக்கொருவர் முகமன் கூறிக்கொண்டு சேர்ந்து நடக்க ஆரம்பித்தார்கள். "இன்றைக்கு

எனக்குக் கொஞ்சம் நேரமாகிவிட்டது" என்றார் தையல்காரர். "என் மனைவி வீட்டில் எனக்காகக் கத்துக்கொண்டிருப்பாள்." "இன்று மிகவும் குளிராக இருக்கிறது" என்றான் காலிப். அவர்கள் தொடர்ந்து நடந்து கொண்டிருந்தார்கள், ஆனால் மௌனமாகத் தங்கள் காலடியில் பனி உழல்வதைக் கவனித்துக்கொண்டே. காலிப்பின் வீட்டு முக்கில் அவன் நிமிர்ந்து பார்த்தான். அவனுடைய படுக்கையறையில் மங்கலான விளக்கு ஒளிர்ந்துகொண்டிருப்பதைக் கண்டான். பனி தொடர்ந்து பெய்து கொண்டிருந்தது. அதனோடு கூடவே இருளும்.

காலிப் விட்டுச்சென்ற அதே விதத்தில், வரவேற்பறையில் விளக்குகள் இன்னமும் அணைக்கப்பட்டே இருந்தன. ஆனால், கூடத்துக்குச் செல்லும் வழியில் விளக்குகள் எரிந்துகொண்டிருந்தன. அவன் நேராகச் சமையற்கட்டுக்குச் சென்று தேநீர் தயாரிக்கக் கொதிகெண்டியை அடுப்பில் வைத்தான். அணிந்திருந்த மேலங்கியையும் கால் சராயையும் கழட்டிக் கொக்கியில் மாட்டிய பிறகு படுக்கையறைக்குள் சென்றான். அங்கே படுக்கையறை விளக்கின் மங்கிய ஒளியில் ஈரமாகியிருந்த காலுறைகளைக் கழற்றிப் போட்டான். பிறகு உணவுமேஜையின் அருகில் அமர்ந்து பச்சை நிறப் பந்துமுனைப் பேனாவால் ரூயா அவனுக்கு எழுதியிருந்த விடைபெறும் கடிதத்தை மீண்டும் படித்தான். அவன் நினைத்திருந்ததைவிடவும் அது சுருக்கமாகவே இருந்தது. வெறும் பத்தொன்பது சொற்களே அதில் இருந்தன.

4

அல்லாதீனின் அங்காடி

எனக்கென ஒரு குறையிருந்தால் அது கிளைபிரிதல்தான்.

— பைரன் பாஷா

நான் ஒரு சொல்லோவியன். அகராதியில் இதற்கான பொருளைப் பார்த்தேன். உண்மையில் இது என்ன சொல்ல வருகிறதென்று எனக்கு முழுதாக விளங்கவில்லை. என்றாலும் இதன் ஓசைநயத்தை நான் நேசிக்கிறேன். எனக்குக் காவிய வடிவின் மீது வெறியென மோகம் உண்டு. குதிரை மறவர்கள்; முன்னூறாண்டுகளுக்கு முன்பாக, பனி படர்ந்த காலை வேளையில், ஓர் இருண்ட சமவெளியின் எதிரெதிர்த் திசைகளில் யுத்தத்துக்குத் தயார் நிலையில் நின்றுகொண்டிருக்கும் இரண்டு சேனைகள்; குளிர்கால இரவில், மதுவகங்களில் ரேக்கி பானத்தை உள்ளே தள்ளிவிட்டு, சோகக் காதல் கதைகளை மனம்விட்டுப் பேசிக்கொண்டிருக்கும் அதிர்ஷ்டம் கெட்ட மாந்தர்கள்; திகிலூட்டும் ரகசியங்களைத் தெரிந்துகொள்ள நகரின் நிழலான பகுதிகளுக்குள் சென்று மறையும் காதலர்கள்; இது போன்ற காலத்தில் அழியாக் காவியங்களை எழுத வேண்டுமென்றுதான் நான் ஏங்கிக்கொண்டிருந்தேன். ஆனால் இறைவன் எனக்குக் கொடுத்ததென்னவோ இந்தக் கட்டுரைகளை எழுதும் நல்வாய்ப்பைத்தான். அதைப் பற்றி எழுதத் தொடங்கினால் அது ஒரு தனிக் கதையாகிவிடும். உங்களைப் போன்ற நல்ல வாசகர்களையும் இறைவன் எனக்கு அளித்திருக்கிறார். பல்லாண்டுகளாக நாம் ஒருங்கிணைந்து வாழக் கற்றுக்கொண்டிருக்கிறோம்.

என்னுடைய நினைவுத்தோட்டம் இப்பொழுது கருகத் தொடங்காமல் போயிருந்தால், குறை எதுவும் கூற எனக்கு வாய்ப்பேற்பட்டிருக்காது. ஆனால், ஒவ்வொருமுறை பேனாவைக் கையிலெடுக்கும் போதும் நான் உங்களை நினைத்துக்கொள்கிறேன் எனதன்பு வாசகர்களே. நீங்கள் என்னிடம் எதிர்பார்ப்பது என்ன என்பதை நினைவில் வைத்திருக்கும் அதே வேளையில் வறண்டுபோன இந்த

நினைவுத்தோட்டத்தை நோட்டம்விட்டு ஒன்றன் பின் ஒன்றாய் என்னைக் கைவிட்டுவிட்ட நினைவுகளை மீட்டெடுக்க நான் போராடிக் கொண்டிருக்கும் இந்தத் தருணத்தில், நான் காண்பதெல்லாம் இந்த வறண்ட மண்ணில் அவை விட்டுச் சென்றிருக்கும் தடங்களை மட்டும்தான். இப்படி நினைவுகளின் சுவடுகள் மட்டுமே மீந்திருப்பதென்பது மீளப் போவதில்லையென்று ஆகிப்போன காதலியின் உருவாய் மீந்திருக்கும் கைவைத்த நாற்காலியை இலக்கின்றி வெறித்துக்கொண்டிருப்பதற்குச் சமமானது. அது ஒரு பேரவலம், அன்பு வாசகரே அது ஒரு பேரழுகை.

இதனால்தான் நான் அல்லாதீனோடு கொஞ்சம் அரட்டையடிக்க ஆசைப்பட்டேன். அவரைப் பற்றி இந்தக் கட்டுரையில் நான் எழுத உத்தேசித்திருக்கிறேன் என்று சொன்னவுடன் அதற்கு முன்பாக அவரைப் பேட்டி காண வேண்டுமென்று சொன்னவுடன் அவர் தன் கரிய கண்களை அகல விரித்து “ஜெலால் பே இது என்னைச் சிக்கலில் ஒன்றும் மாட்டிவிடாதல்லவா?” என்று கேட்டார்.

நிச்சயமாக அப்படியொன்றும் ஆகிவிடாது என்று நான் அவருக்கு உத்திரவாதமளித்தேன். நம்முடைய வாழ்க்கையில் அவர் எப்படி ஒரு முக்கியப் பங்காற்றியிருக்கிறார் என்றும் சொன்னேன். ஆண்டுக்கணக்காக அவருடைய குட்டிக்கடையில் அவர் விற்றுவரும் பல்லாயிரக்கணக்கான பொருள்களை அவற்றின் வண்ணங்களை அவற்றின் நறுமணங்களை நாமெல்லோரும் எப்படி நினைவில் பொதிந்து வைத்திருக்கிறோம் என்பதை அவரிடம் விளக்கினேன். அல்லாதீனின் கடையிலிருந்து ஏதேனும் ஒரு பரிசுப்பொருளைத் தமது அன்னையர் வாங்கிக்கொண்டு வரமாட்டார்களா என்ற ஏக்கத்துடன் பொறுமையற்றுப் படுக்கையில் படுத்திருக்கும் சுகவீனமுற்ற குழந்தைகள் நிஷாந்தஷியெங்கிலும் இருந்திருக்கிறார்கள் என்பதை அவரிடம் நான் பகிர்ந்துகொண்டேன். ஏதோ ஒரு பொம்மை (மரப்பாச்சிப் போர்வீரன்) அல்லது ஒரு புத்தகம் (செம்பட்டைத் தலைக் குழந்தை) அல்லது ஒரு சாகசச் சித்திரக்கதை (தன் தலையைக் கொய்த செவ்விந்தியர்களைப் பழி வாங்க கிநோவா உயிர்த்தெழுந்து வரும் பதினேழாம் பாகம்) போன்ற ஏதோ ஒரு பரிசுப்பொருள். இப்படி ஏதோ ஒன்றுக்காக அந்தக் குழந்தைகள் ஏங்கிக்கொண்டிருப்பார்கள். வகுப்புகள் முடியும் கடைசி மணி அடிப்பதற்காக அருகிலிருக்கும் பள்ளிகளில் பயிலும் ஆயிரக்கணக்கான குழந்தைகள் காத்திருப்பார்கள். யுகங்களுக்கு முன்பாகவே அது அடித்துவிட்டதென்ற கனவில், ஒரு சாக்லேட் பட்டையின் உரையைப் பிரித்துக்கொண்டோ, ஒரு பிரபலக் கால்பந்தாட்ட வீரரின் (கேலட்டசராய் அணியின் மஹ்தின் ஆக்டே) படத்தையோ அல்லது ஒரு புகழ்பெற்ற மல்யுத்தவீரரின் (ஹமீத் கப்லான்) படத்தையோ அதுவுமில்லாவிட்டால் ஒரு திரைநடிகரின் (ஜெரி லூயிஸ்) படத்தையோ உருவியபடி அவர்கள் எல்லோருமே ஏற்கெனவே அல்லாதீனின் கடையில்தான் இருப்பார்கள். கலைகள் மற்றும் கைவினைகளுக்கான இரவுப் பள்ளிக்குச் செல்லும் சிறுமிகள் தங்களுடைய நகங்களில் மங்கிவரும் நகப்பூச்சைப் பார்த்துவிட்டு அல்லாதீன் கடையில் நின்று நகப்பூச்சை உரித்தெடுக்கும் அஸிட்டோன் குப்பியை வாங்கிக்கொண்டு போவார்கள். ஆண்டுகள் பல கடந்த பிறகு சாரமற்ற திருமண வாழ்விலும், சலிப்பூட்டும் அடுக்களையிலும், குழந்தைகளும், பேரக்குழந்தைகளும் புடைசூழத் தங்களுக்கு வலியையும் வேதனையையும் தந்த ஆரம்பகாலக்

காதல்களை இதே பெண்கள் நினைவுகூர்ந்து பேசும் பொழுது அவர்களின் மனக்கண்களில் அல்லாதீனின் கடை ஏதோ ஒரு தொலைதூர தேசத்துத் தேவதை கதை போலத் தோன்றும்.

ஆக, அவர் என் வீட்டிற்கு வந்தார். நாங்கள் இருவரும் தனிமையில் அமர்ந்து கொஞ்ச நேரம் அளவளாவிக்கொண்டிருந்தோம். எவ்வளவோ ஆண்டுகளுக்கு முன்பாக அவருடைய கடையில் நான் வாங்கியிருந்த பச்சை மை பந்துமுனைப் பேனாவைப் பற்றி அவரிடம் சொன்னேன். பிறகு, மோசமாக மொழிபெயர்ப்பு செய்யப்பட்ட ஒரு துப்பறியும் கதையை நினைவு கூர்ந்தேன். அதன் தொடர்ச்சியாக இன்னொரு கதையையும் நான் அவரிடம் சொல்லி முடித்தேன். நான் மிகவும் நேசித்த அந்தக் கதையின் நாயகிக்குப் பரிசாகத் தர வேண்டுமென்றுதான் அந்தப் புத்தகத்தையே நான் வாங்கியிருந்தேன். இவை போன்ற துப்பறியும் நாவல்களை வாசிப்பதைத் தவிர வேறெதும் உருப்படியாய்ச் செய்ய முடியாதபடிக்கு அவளுடைய வாழ்க்கை வீணில் கழிந்திருந்தது. இரண்டு மனிதர்களைப் பற்றி (ஒருவர் ராணுவப் புரட்சியொன்றுக்குத் திட்டமிட்டிருந்த தேசப்பற்று மிக்க ஒரு கர்னல்; இன்னொருவர் ஒரு பத்திரிகையாளர்) அவரிடம் நான் சொன்னேன். வரலாற்றுச் சிறப்புமிக்க அவர்களுடைய முதல் சந்திப்பை இந்த எளிய கடையில்தான் அவர்கள் இருவரும் நிகழ்த்தியிருந்தார்கள். ஒரு சதித்திட்டத்துக்கான அஸ்திவாரத்தை அவர்கள் இங்கேதான் போட்டிருந்தார்கள். நம்முடைய நாட்டின் வரலாற்றை மட்டுமில்லாமல் கீழை நாடுகள் அனைத்தின் சரித்திரத்தையுமே மாற்றக்கூடியதாக அந்தச் சதித்திட்டம் அமைந்தது. நினைவிலிருந்து நீங்க முடியாத இந்தச் சம்பவம் நிகழ்ந்தபொழுது மாலைநேரமாகியிருந்தது. கூரையை முட்டுமளவுக்குப் பெட்டிகளும் புத்தகங்களுமாக அடுக்கி வைக்கப்பட்டிருக்கும் கல்லாவுக்குப் பின்புறமாக இருந்த அல்லாதீன்தான் அந்தச் சம்பவத்தை நேரில் பார்த்த சாட்சி. சதித்திட்டத்தைப் பற்றி எள்ளளவும் அறியாதவராக மறுநாள் காலையில் திருப்பித் தர வேண்டிய செய்தித்தாள்களையும் பத்திரிகைகளையும் துல்லியமாக எண்ணுவதற்காகத் தன் விரல்களை அவர் ஈரப்படுத்திக்கொண்டிருந்தார். சாளரத்திலும், அவருடைய கடை வாசலுக்கு வெளியே இருக்கும் கஷ்கொட்டை மரத்தின் தடித்த பாகத்தைச் சுற்றிலும் பார்வையாக வைக்கப்பட்டிருக்கும் பத்திரிகைகளின் அட்டையில் காட்சியளிக்கும் உள்நாட்டு, அயல்நாட்டுத் திறந்தமேனிப் பெண்களைப் பற்றி அவரிடம் பேசினேன். அவற்றினருகில் பைய நடை போட்டுச் சாலையைக் கடக்கும் ஆண்களைப் பற்றிப் பேசினேன். அன்றிரவு அவர்கள் கண்டிருக்கக்கூடிய கனவுகளைப் பற்றியும். தம்மையே கொடுக்கும் அடிமைப் பெண்களைப் போல, சுல்தானின் மனைவியர் போல, *ஆயிரத்தோர் இரவுகள்* கதைகளில் வரும் அவுரி எனும் கன்னியர் போல இதே நிர்வாண அழகியர் வந்தாலும் மன நிறைவைத் தந்துவிட முடியாத கனவுகள்! இவற்றையெல்லாம் பற்றிப் பேசிக்கொண்டிருக்கையில் அந்தப் புகழ்மிக்க *ஆயிரத்தோர் இரவுகளில்* சொல்லப்பட்டிருந்த கதைகளில் அவருடைய பெயரிலிருக்கும் அல்லாதீன் கதை இடம் பெற்றிருக்கவில்லை என்ற விவரத்தை நான் கூறினேன். அது உண்மையில் இருநூற்று ஐம்பது ஆண்டுகளுக்கு முன்பாக ஃப்ரான்ஸ் நாட்டில் இந்தப் புத்தகம் வெளியாகும்போது அன்டோனியோ கேலன்ட் என்பவர் சேர்த்த கதை. அதைவிடவும் முக்கியமான தகவல் என்னவென்றால் கேலன்ட்டுக்கு இந்தக் கதைகளைச் சொன்னவர்

ஷெஹெராஸேட் அல்ல. மாறாக, ஹன்னா எனும் கிறிஸ்துவப் பெண். இந்தப் பெண் உண்மையில் அலெப்போவில் இருந்த ஒரு பண்டிதை. இவருடைய முழுப்பெயர் யோஹன்னா தியாப் எனும் தகவலையும் நான் சேர்த்துச் சொன்னேன். அது மட்டுமல்ல, அந்தக் கதையில் வரும் காஃபியைப் பற்றிய வர்ணனையிலிருந்தே அது துருக்கியை, அதிலும் குறிப்பாக இஸ்தான்புல்லைச் சேர்ந்தது என்பது தெளிவாகும். ஆனாலும் கூட ஒரு கதையின் மூலத்தைத் தேடிக் கண்டடைவதென்பது வாழ்க்கையின் மூலத்தைத் தேடிக் கண்டடைவதைப் போல் அவ்வளவு சிரமமானது என்பதையும் நான் ஒப்புக்கொண்டேன். உண்மையில் விஷயம் என்னவென்றால், நான் எல்லாவற்றையும் மறந்துவிட்டேன். எல்லாவற்றையும். எல்லாவற்றையும். எனக்கு வயதாகிவிட்டது. நான் முன்கோபியாகிவிட்டேன். தனியாக இருக்கிறேன். நான் சாக விரும்புகிறேன். இவ்வாறான உண்மைகளையெல்லாம் நான் அவரிடம் மறைக்காமல் சொன்னேன். ஏனென்றால் நிஷாந்தஷி சதுக்கத்தின் போக்குவரத்துச் சந்தடியும் வானொலியிலிருந்து கொட்டுகிற மனித ஓலங்களுமாகக் கலந்து உருவான நாராசமான கூட்டிரைச்சல் என் கண்களில் நீரை வரவழைத்தது. ஏனென்றால் என் பிரச்சினை இதுதான்: கதைகள் சொல்லியே முழு வாழ்நாளையும் கழித்துவிட்ட பிறகு, சாய்ந்து உட்கார்ந்து அல்லாதீன் எனக்குக் கதைகள் சொல்லிக் கேட்க வேண்டும் – கொலோன் புட்டிகள், வருவாய்த்துறை வில்லைகள், படங்கள் கொண்ட தீப்பெட்டிகள், நைலான் காலுறைகள், அஞ்சலட்டைகள், கலைஞர்களின் ஓவியங்கள், பாலியல் ஆண்டிதழ்கள், கொண்டையூசிகள், ஒரு காலத்தில் அவருடைய கடைகளில் நான் பார்த்திருந்த இறைவழிபாட்டு நூல்கள், இத்யாதி பற்றியெல்லாம். இவை பற்றிய நினைவுகளின் சுவடே இன்றி எனக்குள்ளிருந்து மறைந்துவிடாமல் பார்த்துக்கொள்ள.

பிற மாந்தர்களின் கற்பனைக் கதைகளில் சிக்கிக்கொண்டிருக்கும் நிஜ மனிதர்கள் எல்லோரையும் போல அல்லாதீனிடமும் நிஜத்துக்கு அப்பாற்பட்ட ஏதோ ஓர் அம்சம் தென்பட்டது. நாம் அறிந்திருக்கும் இந்த உலகின் எல்லைகளிலிருந்து இழுபடும் ஏதோ ஒன்று. அன்றாட வாழ்வின் காரண காரியங்களை மீறிய ஒன்று. பத்திரிகைத்துறை தன்பால் இவ்வளவு ஆர்வம் காட்டுவதைப் பார்க்கத் தனக்குப் பெருமையாக இருக்கிறதென்று அவர் சொன்னார். கடந்த முப்பதாண்டுகளாகத் தன்னுடைய மூலைக் கடையில் ஒவ்வொரு நாளும் பதினான்கு மணி நேரம் அவர் உழைத்து வருகிறார். ஞாயிற்றுக்கிழமைகளில் மதியம் இரண்டரை மணியிலிருந்து நான்கரை மணிவரை ஏனையோர் வானொலியில் கால்பந்தாட்டப் போட்டியின் வர்ணனையைக் கேட்டுக்கொண்டிருக்கும் நேரத்தில் அவர் வீட்டில் உறங்கி ஓய்வெடுத்துக்கொண்டிருப்பார். அவருடைய உண்மையான பெயர் அல்லாதீன் இல்லையாம். ஆனால், அவருடைய வாடிக்கையாளர்களுக்கு இது தெரியாதாம். அவர் படிக்கும் ஒரே நாளிதழ் *ஹுரியத்*தான் என்று அவர் என்னிடம் கூறினார். தன்னுடைய கடையில் அரசியல் கூட்டங்களைக்கூட அவர் அனுமதிப்பதே இல்லை. ஏனென்றால் டெஷ்விக்கியே காவல் நிலையம் அவருடைய கடைக்கு எதிர்ச்சாரியில்தான் இருக்கிறது. மேலும் அவருக்கு அரசியலில் துளியும் ஆர்வம் இருந்ததில்லை. பத்திரிகைகளை எண்ணுவதற்கு முன்பாக அவர் விரல்களை ஈரப்படுத்திக்கொள்வார் என்பது தவறான செய்தியாம். அதே போல் அவருடைய கடை ஏதோ தொன்மத்திலிருந்தோ அல்லது தேவதைக்

கதையிலிருந்தோ தோன்றிய சமாச்சாரமுமில்லை. இப்படிப்பட்ட தவறான எண்ணங்களைக் கொண்டிருப்பவர்களைப் பொருட்டாகக் கொள்ளும் அளவுக்கு அவருக்குப் பொறுமையும் இருந்ததில்லை. சாளரத்தினூடே பொம்மைக் கைக்கடிகாரங்களைப் பார்த்துவிட்டு அவற்றை உண்மையான கைக்கடிகாரங்கள் என்று நம்பி, அவற்றின் மலிவான விலையைப் பார்த்து மலைத்துப்போய்க் கடைக்குள்ளே வந்து மேலும் ஏதாவது நல்ல பொருள்கள் மலிவாகக் கிடைக்குமா என்று தேடும் வயோதிக ஓட்டாண்டிகளிடமும், காகிதத் தாளின் மீது பொம்மைக் குதிரைகள் வைத்து விளையாடப்படும் பந்தயத்தில் பணம் கட்டி எல்லாவற்றையும் இழந்தோ அல்லது தோற்றுப் போயோ அதற்காக அல்லாதீன் மீது கோபம் கொள்ளும் நபர்களிடமும் அவருக்குப் பொறுமை இருந்ததில்லை. அதே போல் தங்களுடைய எண்களைத் தாங்களே தேர்வு செய்திருந்தபோதும் தேசிய பரிசுக் குலுக்கலில் வெற்றி பெற முடியாமல், முன்கூட்டியே எல்லாம் தீர்மானிக்கப்பட்ட எத்து வேலையென்று அல்லாதீன் மீது குற்றம் சாட்டுவோர்; கொடுத்த காசுக்கு வாங்கிய காலுறை உழைக்கவேயில்லை என்று ஆதங்கப்படும் பெண்; உள்ளூரில் தயாரிக்கப்பட்ட சாக்லேட்டைச் சாப்பிட்டதால் தனது குழந்தையின் மேனியெங்கும் தடிப்பு தடிப்பாக வந்துவிட்டதென்று குறை கூற வரும் அன்னை; அப்பொழுதுதான் வாங்கிப் படித்திருந்த செய்தித்தாளில் வெளியாகியிருக்கும் அரசியல் கருத்துகள் தனக்குப் பிடித்தமாயில்லை என்று கூறும் வாசகர் என்று பலதரப்பட்டவரும் அல்லாதீன் மீது குற்றம் சொல்லிக்கொண்டிருப்பார்கள். ஆனால், அவரென்னவோ அவற்றைத் தயாரிப்பவரல்ல. அவற்றை விற்பவர் மட்டுமே. காலணிக்கு மெருகூட்டும் பழுப்பு நிற பாலீஷ் என்று கேட்டு வாங்கி டப்பியைத் திறந்து பார்க்கும்பொழுது அதற்குள் கருநிற பாலீஷ் இருந்தால் அதற்கு அல்லாதீனை எப்படிப் பொறுப்பாக்க முடியும்? அதே போல் தேனினும் இனிய குரல் கொண்ட எமல் சயான் முதல் பாடலைப் பாடி முடிப்பதற்குள்ளாகவே உள்ளூரில் தயாரிக்கப்பட்ட மின்கலன் சக்தி காலாவதியாகி, கரும்பசையாய் இளகி ஒழுகி, ட்ரான்ஸிஸ்டர் வானொலிப் பெட்டியை இனி பழுது நீக்கவே முடியாதபடி கெடுத்துக் குட்டிச்சுவராக்கிவிட்டதற்கு அவர் பொறுப்பாக மாட்டார். எந்தத் திசையை நோக்கி நீங்கள் நின்றாலும் வடக்கு திசையைக் காட்ட வேண்டிய திசைகாட்டியின் முள் அதற்குப் பதிலாக டெஷ்விக்கியே காவல் நிலையத்தை நோக்கியே திரும்பியிருந்தால் அதற்கு அல்லாதீன் பொறுப்பாளியாக முடியாது. அதே போல் தொழிற்சாலையில் வேலை பார்க்கும் பெண்ணொருத்தி பாஃப்ரா சிகரெட் பெட்டிக்குள் செருகி வைத்திருந்த காதல் கடிதத்துக்கும் அவரைப் பொறுப்பாக்குவது சரியல்ல. அதே வேளையில் அந்தப் பெட்டியைத் திறந்து பார்த்த வர்ணம் பூசுபவரின் தொழிற் பயிற்சியாளனின் கால் தரையில் பாவாமல் வானில் மிதந்தபடி கடைக்கு மீண்டும் வந்து அல்லாதீனின் கைகளைப் பற்றி முத்தமிட்டு அந்தப் பெண்ணின் பெயரையும் முகவரியையும் கேட்டுச் சொல்லவும், தங்களுடைய திருமணத்துக்கு மாப்பிள்ளைத் தோழனாய் இருக்கவும் வேண்டிக்கொள்வதற்கும் அவர் பொறுப்பேற்க முடியாது.

ஒரு காலத்தில் மிகத் தோதான மையமென்று கருதப்பட்ட இடத்தில் அவருடைய கடை அமைந்திருந்தது. என்றாலும் அவருடைய வாடிக்கையாளர்கள் எப்பொழுதுமே அவரைத் திகைப்பில் ஆழ்த்தாமல் விட்டதில்லை. இன்றுவரையிலும் வரிசையில் நிற்பது என்ற பழக்கத்தையே

அறியாத கனவான்கள் இருப்பதைப் பார்த்து அவர் மனம் கலங்குவதுண்டு. கொஞ்சம் காத்திருக்க வேண்டுமென்று சொன்ன பிறகும்கூட அந்த வேண்டுகோளை மதிக்காமல் இருப்பவர்களைப் பார்த்து அவர் இரைந்ததுண்டு. பேருந்துக்கான பயணச்சீட்டுகளையும் அவர் ஒரு காலத்தில் விற்றுக்கொண்டிருந்தவர். ஆனால், பேருந்து தெரு மூலையில் தென்பட்டவுடன் கடைக்குள் தலைதெறிக்க வந்து அமளியில் ஈடுபடும் மூர்க்கமான மங்கோலியர்களைப் போல் "ஒரு சீட்டு கொடுங்கள், ஒரு சீட்டு, தயவுசெய்து. கடவுளே, சீக்கிரம் எனக்கொரு சீட்டு கொடுங்கள்" என்று கூச்சலிடும் ஒரு சிலரை அவரால் சகித்துக்கொள்ளவே முடிந்த தில்லை. அவர்கள் பெருங்குழப்பத்தை விளைவித்துக் கடையைச் சின்னா பின்னப்படுத்தி விடுவார்கள். அதனாலேயே அவர் பேருந்துக்கான பயணச்சீட்டு விற்பதை நிறுத்திவிட்டார். அவருடைய காலத்தில் அவர் எல்லாவற்றையும் பார்த்துவிட்டார்: திருமணமாகிய நாற்பது வருடங்களும் லாட்டரி டிக்கெட் வாங்குவதற்கான வாக்குவாதத்தில் ஈடுபடும் தம்பதியினர்; ஒரு சோப்புக்கட்டி வாங்குவதற்குள் முப்பது விதவிதமான தயாரிப்புகளை எடுத்து முகர்ந்து பார்த்துவிடும் கனத்த ஒப்பனைப் பெண்கள்; தங்களுக்குப் பிடித்த ஓர் ஊதலை வாங்குவதற்கு ஒரு பெட்டியில் இருக்கும் ஒவ்வொரு ஊதலையும் எடுத்துச்சோதித்துப் பார்த்துவிடும் ஓய்வுபெற்ற கர்னல்கள். ஆனால், அவர்களுடைய நடத்தையெல்லாம் இப்பொழுது அவருக்குப் பழகிவிட்டது. இப்பொழுதெல்லாம் அல்லாதீன் அவர்களைப் பொருட்படுத்துவதேயில்லை. படக் கதையாய் வெளிவரும் நாவலின் முந்தைய இதழ்களை அவர் கையிருப்பில் வைத்துக்கொள்வதில்லையென்று மனத்தாங்கல்கொள்ளும் குடும்பப் பெண்மணி, அஞ்சல் தலைகளை வாங்குவதற்கு முன்பாகப் பசை என்ன மாதிரியான ருசியிலிருக்கிறது என்று தெரிந்துகொள்ள அவற்றை நாக்கால் நக்கிப் பார்த்து வாங்கும் தடிமனான கனவான், வாசனையடிக்கவில்லையென்று முதல்நாள் தான் வாங்கிச் சென்ற காகிதப் பூஞ்சரத்தை மறுநாள் கொண்டுவந்து கொடுக்கும் கசாப்புக் கடைக்காரரின் மனைவி; இவர்கள் யாருமே இப்பொழுது அல்லாதீனுக்கு ஒரு பொருட்டாகத் தோன்றுவதில்லை.

தன்னிடமிருந்த அனைத்தையும் அவர் இந்தக் கடைக்காக அர்ப்பணம் செய்திருந்தார். ஏதுமற்ற நிலையில் தொடங்கித்தான் இந்தக் கடையை இந்த அளவுக்கு விரிவாக்கியிருந்தார். பல ஆண்டுகள் வரையிலும் அந்தப் பழைய *டெக்ஸாஸ்* மற்றும் *டாம் மிக்ஸ்* சித்திரக் கதைகளின் பழைய தொகுப்பை அவர் தன் கையாலேயே கெட்டி அட்டை போட்டுத் தைத்து வைத்திருப்பார். ஒவ்வொரு நாள் காலையிலும் நகரம் துயிலில் ஆழ்ந்திருக்கும் வேளையில் கடையைத் திறந்து கூட்டிப் பெருக்கி பத்திரிகைகளையும் நாளிதழ்களையும் கதவிலும், கஷ்கொட்டை மரத்தைச் சுற்றியும் தொங்கவிட்டுப் புதிதாய் வந்திருக்கும் நவீனப் பொருள்களைச் சாளரத்தின் ஊடே தெரியுமாறு பார்வையாக வைப்பார். ஒரு காந்தக் கண்ணாடியை அருகே கொண்டு சென்றால் ஒசிந்தாடும் நடனமாது பொம்மைகளை ஊரெல்லாம் சல்லடையிட்டுத் தேடி வாங்கி வைப்பார். அதே போல் மூவர்ணக் காலணி நாடாக்களையும் தேடி வாங்கி வைத்திருப்பார். விழிக்குழிகளில் ஊதாநிற ஒளிக்குமிழிகள் பொருத்தப்பட்டிருக்கும் ஆட்டாதுர்க்கின் சுண்ணச்சாந்துச் சிலைகளையும், டச்சு நாட்டுக் காற்றாடி இயந்திரம் போல வடிவமைக்கப்பட்ட பென்சில் துருவிகளையும், "வாடகைக்கு" என்றும், "இஸ்லாமு அலைக்கும்" என்றும் எழுதப்பட்ட அட்டைகள், ஒன்றிலிருந்து

நூறுவரை எண்ணிடப்பட்ட பறவைகளின் படங்கள் சுற்றப்பட்டு வரும் அன்னாசிப் பழச்சுவையூட்டப்பட்ட சுயிங்கம், கவர்ட் பஸார் எனப்படும் கூடாரச் சந்தைக்கடை வரிசையில் மட்டுமே பார்க்க முடிகிற இளஞ் சிவப்பு நிறச் சொக்கட்டான் காய்கள், இஸ்திரி போட்டுச் சட்டையில் ஒட்டிக்கொள்ளும் டார்ஜான் மற்றும் பார்பரோஸா ஆகியோரின் டீகேல் சித்திரங்கள், கால்பந்தாட்ட அணிகளின் சின்னங்களும் கொடிகளும் பதித்த – பத்தாண்டுக் காலமாக அவரே அணிந்துவரும் ஊதாநிறப் பிடரிக் கவிகையைப் போன்ற – பிடரிக் கவிகைகள், அனைத்து விதமான உலோகப் பயன்பாட்டுச் சாதனங்கள் – உதாரணத்திற்கு, புட்டி திறப்பானாகவும், ஷூக்களின் பின்புறம் மடங்காமல் போட உதவும் ஷூஹார்னாகவும் இரு பயன் கொண்ட சாதனம் – என எல்லாவற்றையும் தன்னுடைய கடையில் அல்லாதீன் வைத்திருப்பார். வாடிக்கையாளரின் தேவைகள் எவ்வளவுதான் விசித்திரமானவையாக இருந்த போதிலும்–பன்னீர் போல் வாசனை வீசும் பேனா மை கிடைக்குமா?உங்களிடம் பாடும் மோதிரங்கள் இருக்கின்றனவா?– அதுபோன்ற எந்தப் பொருளும் கிடையாதென்று அவர் சொன்னதே இல்லை. ஏதோ ஒரு பொருள் இருக்கிறதா என்று வாடிக்கையாளர் கேட்டால், அப்படியொரு பொருள் எங்கோ ஓரிடத்தில் கிடைக்கிறது என்று ஏற்றுக்கொண்டு, “நாளை வாங்கி வைக்கிறேன் வாருங்கள்” என்று கூறுவதுதான் அவர் வழக்கம். பிறகு உடனடியாக அதை அவருடைய குறிப்பேட்டில் குறித்தும் வைத்துக்கொள்வார். மறுநாள், வெளியே உலாப்போகும் பொழுது, நகரில் இருக்கும் கடைகளில் சல்லடை போட்டுத் தேடி அந்தப் புதிரான பொருளைக் கண்டுபிடித்து விடுவார். படக்கதை நாவல்கள், கௌபாய் சித்திரக்கதைகள், உணர்ச்சியற்ற முகங்கள் கொண்ட உள்ளூர் திரைநடிகர்கள் போன்றவற்றை வியாபாரம் செய்து கற்பனைக்கெட்டாத தொகையை அவர் பார்த்ததும் உண்டு. அதே போல் காஃபித் தூளும் சிகரெட்டுகளும் கள்ளச் சந்தையில் மட்டுமே கிடைக்கும், அவற்றையும் வரிசையில் நின்றுதான் வாங்க வேண்டுமென்பது போன்ற இரக்கமற்ற வியாபாரம் யந்தமாகும் நாட்களையும் அவர் அனுபவித்திருக்கிறார். அவருடைய கடையில் நின்றுகொண்டு, கடந்து செல்லும் மக்களைப் பார்த்தால் அவர்கள் இப்படிப் போவார்களா அல்லது அப்படிப் போவார்களா என்பதை அனுமானிக்கவே முடியாது. ஆனால், அவர்கள் ஒருமுறை கடையின் வாடிக்கையாளர்கள் ஆகிவிட்டார்களென்றால், அவர்கள் ஒரு கூட்டம் என்பதைப் புரிந்துகொள்ள முடியும். அவரால் புரிந்துகொள்ள முடியாத விசித்திரமான ஆசைகளால் இச்சைகளால் உந்தப்படும் கூட்டம்.

இந்தக் கூட்டத்தை நடைபாதையில் பார்க்கலாம். இந்தக் கூட்டத்தில் காணப்படும் இரண்டு நபர்கள்கூட ஒரே மாதிரியாய் இருக்கமாட்டார்கள். ஆனால் இந்தக் கூட்டத்தினர் ஒவ்வொருவரும் திடீரென்று இசைக்கும் சிகரெட் பெட்டிகள் மீது மோகம் கொண்டுவிடுவார்கள். பிறகு, திடீரென்று சுண்டுவிரல் நீளமே இருக்கும் ஜப்பானிய மைப்பேனா இவர்கள் எல்லோருக்கும் ஒரேநேரத்தில் தேவைப்படும். ஒரு மாதம் கழித்து, இதே மக்கள் அவற்றையெல்லாம் மறந்துவிட்டுக் கைத் துப்பாக்கி வடிவில் வந்திருக்கும் புதுவகை சிகரெட் கொளுத்திகள் வேண்டும் என்று ஏக்கம்கொண்டு திரிந்துகொண்டிருப்பார்கள். இவ்வாறான பொருள்கள் எல்லாவற்றையும் கையிருப்பில் வைத்துக்கொள்ள அல்லாதீன் உண்மையில் படாதபாடு பட வேண்டியிருக்கும். பிறகு திடீரென்று

கண்ணாடியால் ஆன சிகரெட் செருகிகளுக்கு கிராக்கி உண்டாகும். அடுத்த ஆறு மாதங்களுக்கு வக்கிரம் பிடித்த விஞ்ஞானிகள் போல் எல்லோரும் அவற்றில் எந்த அளவுக்கு அருவருப்பூட்டும் சிகரெட் புகை படிகிறதென்று கணக்கெடுத்துக்கொண்டிருப்பார்கள். பிறகு திடீரென்று சொல்லிவைத்தாற்போல் வண்ணவண்ண மணிகள் கோத்த தொழுகை மாலைகளை வாங்க அனைவரும் வெள்ளமென அல்லாதீன் கடைக்குப் படையெடுப்பார்கள். இடதுசாரிகள், வலதுசாரிகள், நாத்திகர்கள், பக்தர்கள், கடவுளுக்கு அஞ்சுபவர்கள் என்று எல்லோருமே ஒரே மாதிரியாக அவற்றை வாங்கிக் குவிப்பார்கள். நகருக்குள் எங்கே போனாலும் அவற்றின் உரத்த சளசளப்பைக் கேட்கலாம். இந்த அலை ஓய்ந்ததும் – நகர்த்தி வைக்கக்கூட இடமில்லாதபடிக்குப் பெருங்குன்றெனத் தொழுகை மாலைகள் அல்லாதீனின் கடையில் குவிந்திருக்க – திடீரென்று கனவுகளின் மீது புதிதாய்ப் பித்துப்பிடித்துவிடும். பிறகு எல்லோரும் கனவுகளுக்கான அர்த்தங்களையும் பலன்களையும் கூறும் சிறு சிறு புத்தகங்களை வாங்க வரிசையில் நின்றுகொண்டிருப்பார்கள். ஏதோ ஓர் அமெரிக்கத் திரைப்படம் நகரில் வெளியாகும். உடனே ஒவ்வொரு இளைஞனும் கருப்புக் கண்ணாடிக்காக அலைவான்; செய்தித்தாளில் ஏதோ ஒரு செய்தி பிரசுரமாகும். உடனே எல்லாப் பெண்களும் இதழ்ப்பொலிவி வேண்டுமென்று வந்து நிற்பார்கள். இல்லாவிட்டால், இமாம்கள் போன்று தோன்ற உச்சந்தலைக் குல்லா வேண்டுமென்று எல்லா ஆண்களும் கேட்டு வருவார்கள். இப்படிப் பிளேக் நோய் போல நகரெங்கிலும் பரவும் இந்த மாதிரியான பித்து எங்கேயிருந்து கிளம்புகிறதென்று யாருக்கும் தெரியாது. தங்களது வானொலிப் பெட்டி, ரேடியேட்டர் எனப்படும் அறை வெப்பமூட்டி, பின்புறச் சாளர அறை, பணி மேஜை, கல்லா என்று எல்லா இடத்திலும் மரத்தாலான பாய்மரப் படகுப் பொம்மையையே வைத்து அழகு பார்க்க வேண்டும் என்று ஆயிரக்கணக்கான, பல்லாயிரக்கணக்கான மக்களுக்குத் திடீரென்று ஒரே சமயத்தில் தோன்றும் விருப்பத்தைப் பித்தென்று சொல்லாமல் வேறு எப்படித்தான் விளக்குவது! ஐரோப்பிய முக அமைப்பு கொண்ட அறியாச் சிறுவனின் கண்ணிலிருந்து உருண்டோடும் ஒரு துளிக் கண்ணீரைக் காட்டும் அந்தப் படமேதான் வேண்டுமென்று ஒவ்வொரு அன்னையும், குழந்தையும், ஆணும், பெண்ணும், இளையோரும், முதியோரும், திடீரென்று எதற்காக ஏக்கம் பிடித்து அலைய வேண்டும்? நகரிலிருக்கும் ஒவ்வொரு சுவரிலிருந்தும், கதவிலிருந்தும் திடீரென்று இந்த முகம் எதற்காக உங்களை உற்றுப் பார்த்துக்கொண்டிருக்க வேண்டும்? இந்தத் தேசம்... இந்த மக்கள்... அவர் கூறவந்த வாக்கியத்தை நான்தான் முடித்தேன். அவர் தேடிக்கொண்டிருந்த வார்த்தை வினோதமானவர்கள் அல்லது புரிந்து கொள்ள முடியாதவர்கள் அதுவும் இல்லையென்றால் அச்சுறுத்துகிறவர்கள். ஏனென்றால், நான்தான் சொற்கொல்லன். அல்லாதீன் அல்ல. இந்தக் கட்டத்தில் நாங்கள் இருவருமே மௌனமாகிப் போனோம்.

பிறகுதான் – தான் விற்பனை செய்துவந்த குட்டித் தலையாட்டும் செல்லுலாய்ட் வாத்துகள் பற்றி, செர்ரிப் பழமொன்று நடுவில் பதித்து, செர்ரி மதுரச புட்டிகளின் வடிவில் வரும் பழையகால சாக்லேட் பற்றி ஒரு பட்டத்தைத் தயார்செய்யத் தேவையான சரியான மரப்பட்டையைத் தேடிப் போகும் இடங்கள் பற்றி என்று பேசிக்கொண்டிருந்த பொழுதுதான்

– அல்லாதீனையும் அவருடைய வாடிக்கையாளர்களையும் ஒன்றிணைக்கும் சொற்களற்ற மொழி எனக்குப் பிடிபடத் தொடங்கியது. மணியோசையோடு கூடிய ஹூலாஹூப் எனும் சாகச வளையத்தை வாங்கப் பாட்டியைக் கூட்டிவரும் குட்டிப் பெண், ஒரு ஃப்ரெஞ்சுப் பத்திரிகையை உருவி அவசர அவசரமாக யாரும் பார்த்துவிடுவதற்கு முன்பாக அதற்குள் அச்சாகியிருக்கும் நிர்வாணப் பெண்ணின் படத்தோடு உறவுகொள்ள ஒரு மூலையைத் தேடி ஓடும் முகப்பரு நிறைந்த இளைஞன் என்று இவர்கள் அனைவரையுமே அல்லாதீன் மிகவும் நேசித்திருந்தார். திரைநாயகர்களின் நடக்கவியலாத சாகசச் செயல்களைக்கொண்ட விறுவிறுப்பான நாவலை விலை கொடுத்து வங்கிச் சென்று இரவு முழுவதும் கண் விழித்துப் படித்து முடித்து மறுநாள் காலையில் "ஏற்கெனவே இது என்னிடம் இருக்கிறது" என்று திருப்பிக்கொடுக்கும் கண்ணாடியணிந்த வங்கி எழுத்தரையும்கூட அவர் நேசித்தார். அதே போல் திருக்குர்ஆனை வாசிக்கும் பெண்ணின் சுவர்ப்படத்தை வாங்கிப் படங்கள் எதுவுமில்லாத செய்தித்தாளில் அதைச் சுற்றித் தரும்படி கேட்ட முதியவரையும் அவர் நேசித்தார். என்றாலும்கூட, தன்னுடைய வாடிக்கையாளர்கள் மீது அவர் கொண்டிருந்த பிரியம் எச்சரிக்கையுணர்வோடு கூடிய ஒன்றாகவே இருந்தது. புதுப்பாணி ஆடையலங்காரங்கள் பற்றிய பத்திரிகையொன்றைக் கடையிலிருந்து எடுத்த ஓர் அம்மாவும் பெண்ணும் அதன் நடுப்பக்கத்தில் இணைக்கப்பட்டிருந்த ஆடைவடிவமைப்புத் தாளைத் தரையில் விரித்து வைத்து அதைக் கத்திரிக்கத் தொடங்கிவிட்டனர். அதே போல், பொம்மை ராணுவ டாங்கிகள் வாங்குவதற்கென்று கடைக்குள் வந்த குழந்தைகள் கடையைவிட்டு வெளியே போவதற்குள் கட்டிப்பிடித்து உருண்டு சண்டையிடத் தொடங்கிவிட்டார்கள். ஆமாம். இவர்கள் ஏன் இப்படி யெல்லாம் நடந்துகொள்கிறார்கள் என்பதை அவரால் ஓரளவுக்குப் புரிந்து கொள்ள முடிகிறது. ஆனால், பென்சில் போன்ற மெல்லிய டார்ச் விளக்குகளின் முனையிலோ அல்லது சாவிகள் கோக்கும் வளையத்திலோ சிறிய பொம்மைக் கபாலம் இணைக்கப்பட்ட வகை இருக்கிறதா என்று கேட்டு ஆசாமிகள் வரும்பொழுது வேற்று கிரகத்திலிருக்கும் இனம்புரியாத சக்தி எதுவும் தனக்கு இதன்மூலம் செய்தி எதையும் புரியவைக்கிறதா என்ற திகைப்பு அவருக்கு ஏற்படுவதுண்டு. அதே போல், கடுமையான குளிர்காலத்தில் வீட்டுப்பாடம் செய்ய மாணவர்களுக்குத் தேவைப்படுவது "குளிர்கால நிலக்காட்சி" சித்திரம்தான் என்று அனைவருமே நன்கு அறிந்திருக்கையில், "வேனிற்கால நிலக்காட்சி" சித்திரம் இருக்கிறதா என்று விசாரிக்கும் ஒரு விசித்திர மனிதர் – எந்த மறைசக்தி இவரை இவ்வாறு உந்தித்தள்ளுகிறது? ஒருநாள் மாலை மங்கிய பின், அவர் கடையை அடைக்கும் நேரத்தில் இரண்டு மதிகெட்ட ஆன்மாக்கள் வந்து இரண்டு பெரிய குழந்தை பொம்மைகளை எடுத்தார்கள். அவைதான், அந்த ஆயத்த ஆடை அணிவிக்கப்பட்டு கை கால்களை அசைக்குமே அந்த வகைப் பொம்மைகள்தான். அந்தப் பொம்மைகளின் குட்டிக் கண்ணிமைகள் மூடித் திறந்த அழகில் மதிமயங்கி உயிருள்ள குழந்தைகளை ஏந்தி அனுபவப்பட்ட மருத்துவர்களைப் போல் அவற்றை அவ்வளவு கவனத்தோடு கைகளில் பாங்காகவும் மிகுந்த வாஞ்சையோடும் ஏந்தினார்கள். அதில் ஒரு பொம்மையோடு ராக்கி மதுபானப் புட்டியையும் சேர்த்து அலங்கார உறைத்தாளில் பொதிந்து வாங்கிக்கொண்டு இருளில் மறைந்துபோனார்கள்.

அதைக் கண்டு அல்லாதீன் என்னமாய் அதிர்ந்துபோனார். இதே போன்ற பல சம்பவங்களுக்குப் பிறகு இந்தப் பொம்மைகள் அல்லாதீனின் கனவில் வரத் தொடங்கின. அவைகளுக்கான பெட்டிகளிலும் ப்ளாஸ்டிக் வாளிகளிலும் நள்ளிரவில் மிக நிதானமாகக் கண்களை மூடித் திறந்த வண்ணம் அவற்றின் கேசம் மேலும் மேலும் வளர்ந்துகொண்டே இருக்க அவற்றை அவர் கனவில் கண்டார். இதற்கெல்லாம் என்ன அர்த்தம் இருக்க முடியுமென்று அவர் என்னைக் கேட்க விரும்பியிருக்கலாம். ஆனால் அந்தக் கேள்வியை அவர் கேட்பதற்கு முன்பாகவே அதிகமாகப் பேசிவிட்டோம் என்றோ அல்லது இந்த உலகின் மீது தங்களுடைய வேதனைகளைச் சுமத்திவிட்டோம் என்றோ நினைக்கும் நம்முடைய சகநாட்டவர் மீது கவிந்துகொள்ளும் அதே கையறுநிலைத் துயர் மௌனத்தில் அவர் ஆழ்ந்து போனார். நாங்கள் இருவருமே மீண்டும் மௌனத்தில் ஆழ்ந்தோம். இந்த முறை அந்த மௌனம் உடைபட வெகுநேரம் பிடிக்குமென்று இருவருமே உணர்ந்திருந்தோம்.

பிறகு வெகு நேரம் கழித்து வருத்தம் தோய்ந்த மனநிலையில் அல்லாதீன் விடைபெற்றுச் செல்கையில் எழுதும் விஷயத்தில் அவரைக் காட்டிலும் நான் தேர்ந்தவன் என்பதால் இதையெல்லாம் பற்றி நான் எப்படியெழுதப் போகிறேன் என்று நானே முடிவெடுத்துக்கொள்ளலாம் என்று கூறிவிட்டுச் சென்றார். நம்முடைய லட்சியக் கனவுகளைத் தலையிலிருந்து விடுவிக்கும் வகையான தீவிரமான ஒரு கட்டுரையை எழுதுவதன் மூலம் அந்த பொம்மைக் குழந்தைகளுக்கு நியாயம் கிட்டச் செய்யும் வல்லமை எனக்குள்ளேயே மறைந்திருப்பதை நான் உணர்ந்துகொள்ளும் அந்த நாளும் அன்பு வாசகரே ஒருவேளை வந்திடலாம்.

5

முற்றிலும் சிறுபிள்ளைத்தனமான செயல்

ஏதோவொரு காரணத்திற்காகப் பிறர் நம்மிடமிருந்து பிரிகிறார்கள்.

அவர்கள் பிரிந்ததற்கான காரணத்தை நம்மிடம் சொல்கிறார்கள்.

அதற்குப் பதில் சொல்ல அவர்கள் நமக்கு வாய்ப்பு தருகிறார்கள்.

அப்படியொன்றும் அவர்கள் சொல்லாமல் கொள்ளாமல் ஓடிப்போய்விடுவதில்லை

இல்லை. அப்படிச் செய்தால் அது மிகவும் சிறுபிள்ளைத்தனமான செயல்.

– மார்சல் ப்ரூஸ்ட்

பத்தொன்பது வார்த்தைகளில் எழுதப்பட்டிருந்த அந்தப் பிரிவுமடலைப் பச்சை மை பந்துமுனைப் பேனாவால் ரூயா எழுதியிருந்தாள். காலிப் அதை எப்பொழுதுமே தொலைபேசிக்குப் பக்கத்தில்தான் வைப்பான். அதை அங்கே காணவில்லை என்பதைப் பார்த்த பிறகு அந்தக் குடியிருப்பு முழுக்க அதைத் தேடியும் கண்டுபிடிக்க முடிய வில்லை என்றான பிறகு வீட்டைவிட்டு வெளியேறும் தருணத்தில் திடீரென்றுதான் ரூயா அதை எழுத எடுத்திருக்க வேண்டுமென்று காலிப் தீர்மானித்தான். பின்னர் தேவைப் படலாம் என்றெண்ணி அதைத் தன்னுடைய கைப்பைக்குள் அவள் போட்டுக்கொண்டிருக்க வேண்டும். ஏனென்றால், கடிதமெழுத என்று அபூர்வமாக உட்காரும் நேரங்களில் அவள் உபயோகிக்கும் அவளுடைய பிரியமான மைப் பேனா (பெரும்பாலும் அந்தக் கடிதங்களை அவள் எழுதி முடித்ததில்லை. அப்படியே எழுதி முடித்திருந்தாலும் அவற்றை உறையிலிட்டு மூட அவள் முயன்றதில்லை. அப்படியே உறையிலிட்டு மூடினாலும் அவற்றை அஞ்சலில் சேர்க்க அவள் வழக்கமாக மறந்து விடுவாள்) அவர்களது படுக்கையறையி லிருக்கும் ஓர் இழுப்பறையில் வழக்கமாக வைக்கப்படும் இடத்திலேயே அது இருந்தது. அந்தக் கடிதத்தை எழுத எந்த நோட்டுப் புத்தகத்திலிருந்து ரூயா தாளைக் கிழித்திருப்பாளென்று

காலிப் வெகு நேரம் தேடியபடியிருந்தான். தன்னுடைய வாழ்க்கையின் அருங்காட்சியகமாக (ஜெலாலின் யோசனைப்படி) மாற்றிவைத்திருந்த இழுப்பறைகள் கொண்ட பழைய அடுக்குப்பெட்டியைக் குடைவதிலேயே அந்த இரவின் பெரும்பகுதியை அவன் கழித்தான். அதிலிருந்த ஒவ்வொரு நோட்டுப் புத்தகத்தையும் புரட்டி ரூயாவின் கடிதம் எழுதப்பட்டிருந்த தாளை ஒப்பிட்டுப் பார்த்துக்கொண்டிருந்தான். ஒரு டஜன் முட்டைகள் ஆறு குருஸ் என்றால் ஒரு முட்டையின் விலை எவ்வளவென்று கணக்கு போட்டுப் பார்த்திருந்த தொடக்கப் பள்ளிக்கால கணிதப் பயிற்சிப் புத்தகம்; ஸ்வஸ்திக் குறிகளும் மாறுகண் கொண்ட ஆசிரியரின் கேலிச் சித்திரங்களும் பின்புறப் பக்கங்களில் வரையப்பட்டிருந்த கட்டாயப் பிரார்த்தனைப் புத்தகம்; மாடல்களின் கோட்டோவியங்களும், அனைத்துலகத் திரை நட்சத்திரங்கள், துருக்கியின் கவர்ச்சிகரமான பாடகர்களின் தடகள விளையாட்டு வீரர்களின் பெயர்களும் ஓரங்களை அலங்கரிக்கும் துருக்கி இலக்கிய நோட்டுப் புத்தகம் (தேர்வில் அழகும் காதலும் எனும் தலைப்பில் எழுதச் சொல்லிக் கேட்க வேண்டும்). இந்த இழுப்பறைகளைக் குடைந்து கொண்டிருப்பதைக் காட்டிலும் விரைவாக அவனுடைய கனவுகளைத் தகர்க்கும் செயல் வேறொன்று இருக்கப்போவதில்லை. என்றாலும் கூட, அவன் தொடர்ந்து அவற்றைக் குடைந்துகொண்டிருந்தான். அவற்றுள்ளிருந்த ஒவ்வொரு சிறு பேழையின் அடிப்புறம்வரை எந்தப் பலனுமின்றி அவன் தேடி ஓய்ந்தான். பிறகு ஒவ்வொரு படுக்கைக்கடியிலும் தேடிப் பார்த்தான். கடைசியில் ரூயா விட்டுச் சென்றிருந்த ஒவ்வொரு உடுப்பின் பைக்குள்ளும் துழாவிப் பார்த்தான். அவை ஒவ்வொன்றிலும் அவளுடைய வாசனைத் திரவியத்தின் சுகந்தம் மீந்திருந்தது. எதுவுமே மாறவில்லை, மாறவும் போவதில்லை எனும் வெற்று வாக்குறுதியை அவை ஒவ்வொன்றும் காலிப்புக்குக் கொடுத்தவண்ணம் இருந்தன. ஆனால் பள்ளிவாசலின் விடிகாலை நேரத்துத் தொழுகைக்கான அழைப்பிற்குப் பிறகு பழைய அடுக்குப்பெட்டியை மீண்டும் மேலோட்டமாகப் பார்த்துக் கொண்டிருக்கும்போதுதான் அந்தக் கடிதம் எழுதத் தாள் எங்கிருந்து கிடைத்ததென்பது காலிப்புக்குப் புலனாகியது. அவன் ஏற்கெனவே புரட்டிப் பார்த்திருந்த ஒரு பள்ளிக்கால நோட்டுப் புத்தகத்திலிருந்து – அதனுள்ளிருந்த எழுத்துகளையும் படங்களையும் அவன் போதிய கவனத்தோடு பார்க்காமல் விட்டிருந்தான் – ஈவிரக்கமின்றி, அலட்சியமாக அந்தத் தாளை அவள் கிழித்திருந்தாள் (தேசத்தின் காடுகளை அரசே கொள்ளையடித்த அவலம்தான் 1960ஆம் ஆண்டு மே மாதம் 27 ஆம் நாள் ராணுவப் புரட்சி நடைபெறத் தூண்டுகோலாய் அமைந்தது. அந்த ஐந்து தலை நாகத்தின் குறுக்குவெட்டுத் தோற்றம் பார்ப்பதற்குப் பாட்டியின் உணவுமேஜை மீதிருக்கும் பூச்சாடி போல் இருந்தது). அந்த நோட்டுப் புத்தகத்தை மேலும் உன்னிப்பாக அவன் பார்த்துக்கொண்டிருந்த பொழுது ஏதேதோ சின்னச் சின்ன விஷயங்களை எல்லாம் – அந்த இரவு முழுவதும் அவன் தேடிக்கொண்டிருந்தபோது கண்டுபிடித்த சின்னச் சின்ன விஷயங்கள் – மீண்டும் தலைதூக்கின.

ஒரு நினைவு: பல ஆண்டுகளுக்கு முன்பாக, அவனும் ரூயாவும் நடுநிலைப் பள்ளியில், ஒரே வகுப்பில் ஒரே வரிசையில் அமர்ந்தவாறு அந்த விகாரமான வரலாற்று ஆசிரியை நடத்துவதைத் தங்களால் இயன்ற அளவுக்குப் பொறுமையோடும், நல்லெண்ணத்தோடும் கவனித்துக் கொண்டிருக்கும்பொழுது திடீரென்று சமயத்தில் அந்த ஆசிரியை முகத்தைச்

சுளித்துக் கத்துவார். “எல்லோரும் தாளையும் பேனாவையும் எடுத்து வைத்துக்கொள்ளுங்கள்!”தாங்கள் தயார்நிலையில் வந்திருக்காத தேர்வுக்கு அச்சத்தில் கூனிக் குறுகி மாணவர்கள் அனைவரும் அமர்ந்திருக்கையில் எங்கோயிருந்து யாரோ ஒரு மாணவன் நோட்டுப் புத்தகத்திலிருந்து ஒரு தாளைக் கிழிக்கும் சத்தம் கேட்கும். அந்த ஆசிரியை இந்தச் சத்தத்தைக் கேட்கவே சகித்துக்கொள்ளமாட்டார் என்பது அவர்கள் அனைவருக்கும் தெரியும். “யாரும் நோட்டுப்புத்தகத்திலிருந்து தாளைக் கிழிக்கக்கூடாது” என்று கீச்சுக்குரலில் அவர் கத்துவார். “தனித் தாளில்தான் எழுத வேண்டும்! நம்முடைய தேசத்தின் நோட்டுப் புத்தகங்களிலிருந்து தாளைக் கிழிப்பவர்கள் நம்முடைய தேசத்தின் சொத்தை நாசம் செய்கிறவர்கள், துருக்கியர்களே இல்லை! அவர்கள் எல்லோரும் கேடுகெட்டவர்கள்! அவர்களுக்கு நான் பூஜ்ஜியம் மதிப்பெண்தான் வழங்குவேன்.” அப்படியே அவர் செய்யவும் செய்தார்.

ஒரு சின்னக் கண்டுபிடிப்பு: நள்ளிரவில் திடீரென குளிர்பதனப் பெட்டியின் விசைப்பொறி இயங்காமல் நின்றுபோன விசித்திரமான இடைக்காட்சியின்போது அவனை நிலைகுலையச் செய்வதற்கென்றே, உடுப்பு அடுக்கும் நிலையடுக்கில் – ஏற்கெனவே எத்தனை முறை இது போலச் செய்திருக்கிறானென்று உண்மையில் அவனால்கூடச் சொல்ல முடியாது – அவள் விட்டுச்சென்றிருந்த குதிகால் உயர்ந்த கரும்பச்சை நிறக் காலணிகளுக்கு இடையே ஆப்பைப் போல் ஒரு துப்பறியும் நாவலின் மொழிபெயர்ப்பு செருகப்பட்டிருந்ததை அவன் கண்டான். வீடெங்கிலும் இதைப் போல நூற்றுக்கணக்கில் இறைந்து கிடப்பதுண்டு. அதனால் இவற்றுக்கு அவன் அதிக கவனத்தை வழக்கமாகக் கொடுத்ததில்லை. ஆனால், இன்று அந்தப் புத்தகத்தின் அட்டையில் சதிகார உணர்வோடு முறைத்துக்கொண்டிருந்த ஆந்தையைப் பார்த்து அவன் துணுக்குற்றான். இந்தக் கரிய புத்தகத்தைப் புரட்டிக்கொண்டிருக்கையில் அந்த இரவு நெடுகிலும் இழுப்பறைகளையும் உடுப்பு அடுக்கும் நிலையடுக்குகளையும் ஓர் இண்டு விடாமல் குடைந்து புரட்டிப்போட்டிருந்த பயிலனுபவத்தில் எங்கே கச்சிதமாகத் தேட வேண்டுமென்பது அவனுடைய கைகளுக்கு அத்துப்படியாகியிருந்தது. அந்தப் புத்தகத்தில் இரண்டு பக்கங்களுக்கிடையில் ஒரு பளபளக்கும் பத்திரிகையிலிருந்து கத்திரித்து எடுக்கப்பட்டிருந்த படம் ஒளித்து வைக்கப்பட்டிருந்தது. அது ஒரு வாட்டசாட்டமான ஆணின் நிர்வாணப் படம். அவனுடைய குறி தளர்ந்திருந்தது. அல்லாதீனின் கடையில் வாங்கிய அயல்நாட்டுப் பத்திரிகையொன்றில் இருந்துதான் ரூயா அந்தப் படத்தைக் கத்திரித்திருக்க வேண்டுமென்று யோசித்தவாறே தன்னுடைய குறியோடு காலிப் அதை ஒப்பிட்டுக்கொண்டிருந்தான்.

ஒரு நினைவு: தன்னுடைய துப்பறியும் நாவல்களைக் கண்டாலே காலிப்புக்கு ஆகாதென்று ரூயாவுக்கு நன்றாகவே தெரியும். அதனால் அதை அவன் ஆராய்ந்துகொண்டிருக்கப் போவதில்லை என்று ரூயா நினைத்திருப்பாள். இந்தத் துப்பறியும் நாவல்களில் விவரிக்கப்படும் ஆங்கிலேயத்தைப் பகடி செய்யும் விதமாக ஆங்கிலேயர்கள் சித்திரிக்கப்படும் உலகை மிகவும் பூதாகரமாக இருந்தால் ஒழிய யாருமே குண்டானவர்கள் இல்லையென்றும் சித்திரிக்கப்படும் உலகை காலிப் கட்டோடு வெறுத்தான். மேலும், இவ்வகை நாவல்களில் வரும் கொலையாளிகள் தங்களுடைய சதித்திட்டங்களுக்கு இரையாகும் மாந்தர்களைக் காட்டிலும் போலிப்பகட்டு

மிக்கவர்களாகவும் ஒரு புதிரை விடுவிக்கும் துப்புக்களாகவும் மட்டுமே சித்திரிக்கப்படுவதையும் அவன் வெறுத்தான் (பொழுதுபோக்க மட்டுமே இவற்றை நான் படிக்கிறேன். சரியா? என்று ரூயா சொல்லுவதுண்டு. பிறகு புத்தகத்தை விட்ட இடத்திலிருந்து தொடர்வதற்கு முன்பாக அல்லாதீனின் கடையில் தான் வாங்கி வந்திருந்த கொட்டை மற்றும் பருப்பு வகையறாக்களை ஒரு கை அள்ளி வாயில் போட்டுக்கொள்வாள்). எழுதிய ஆசிரியருக்குக்கூடக் கொலையாளி யாரென்று அடையாளம் தெரியாத ஒரு துப்பறியும் நாவல் இருக்குமானால் அதை மட்டுமே தான் படிக்க விரும்புவதாகக் காலிப் ரூயாவிடம் ஒருமுறை நக்கலடித்திருந்தான். துப்புக்களையும் வழி தவறவைக்கும் தடயங்களையும் மட்டுமே வைத்துக் கதையை ஜோடிப்பதற்குப் பதிலாகத் தன்னுடைய கதாப்பாத்திரங்களையும் கதைக் கருவையும் ஆசிரியர் திறம்படக் கையாளலாம். அப்படிச் செய்தால் கதாப்பாத்திரங்கள் ஆசிரியரின் கற்பனையில் உதித்த போலிகளாக இல்லாமல் ஒரு நூலின் உண்மையான மாந்தர்களாக உருவெடுக்க முடியும். துப்பறியும் நாவல்களைப் பற்றிக் காலிப்பைவிட அதிகமாகவே ரூயா தெரிந்துவைத்திருந்தாள். அதனால் இப்படிப்பட்ட மிகைப்படியான விஷயங்களை ஆசிரியர் எப்படிச் சமாளிக்க முடியுமென்று கேட்பாள். ஏனென்றால், ஒரு துப்பறியும் நாவலில் ஒவ்வொரு விவரமும் ஒரு இலக்கை நோக்கியே இடம் பெற்றிருக்கும்.

விவரங்கள்: குடியிருப்பைவிட்டு நீங்குவதற்கு முன்பாக அந்தப் பயங்கரமான பூச்சிக்கொல்லியை ரூயா உபயோகப்படுத்தியிருந்தாள் (ஒரு பிரம்மாண்டமான கருவண்டும் மூன்று கரப்பான் பூச்சிகளும் முன்புறத்தில் வரையப்பட்டிருக்கும் அதே பூச்சிக்கொல்லிதான்). குளியலறை, தாழ்வாரம், அடுக்களை என்று எல்லா இடங்களிலும் அதைத் திவலையாய்த் தெளித்திருந்தாள் (அந்த நெடி இன்னும் காற்றில் விரவியிருந்தது). குளியலறையிலிருந்த மின்வெந்நீர்ப் பொறியை இயக்கியிருந்தாள் (இது அனேகமாகக் கொஞ்சமும் யோசிக்காமல் செய்ததாக இருக்கும். தேவையற்றதும்கூட. ஏனென்றால், அவர்களுடைய குடியிருப்பு அமைந்திருக்கும் கட்டடத்தில் வியாழக்கிழமைகள் வெந்நீர் வரும் தினம்). கொஞ்ச நேரம் *மிலியட்* தினசரியை எடுத்துப் பார்த்துக் கொண்டிருந்திருக்க வேண்டும். (அதனுடைய பக்கங்கள் கசங்கியிருந்தன). கையோடு அவள் எடுத்துப்போய்விட்டிருந்த பென்சிலை வைத்துக் கொஞ்ச நேரம் குறுக்கெழுத்துப் புதிரை விடுவிக்கவும் முயன்றிருக்கலாம். *கல்லறை, இடைவேளை, நிலவு, சிக்கலான, வகுத்தல், பக்தியுள்ள ரகசியம், கவனி.* காலையுணவையும் சாப்பிட்டிருக்கிறாள் (தேநீர், வெண்ணிறப் பாலேடு ரொட்டி). பாத்திரங்களைக்கூடக் கழுவி வைத்திருக்கிறாள். படுக்கையறையில் இரண்டு சிகரெட்டுகளையும் வரவேற்பறையில் நாலு சிகரெட்டுகளையும் புகைத்திருக்கிறாள். சொற்பமான குளிர்கால உடுப்புகளை மட்டுமே அவள் எடுத்துச் சென்றிருந்தாள். சருமத்துக்குக் கெடுதலென்று அவள் சொல்லிக்கொண்டிருந்த சில ஒப்பனைச் சாதனங்கள், செருப்புகள், அப்பொழுது அவள் வாசித்துக்கொண்டிருந்த நாவல். இழுப்பறைகள் கொண்ட நிலைப்பெட்டியில் அதிர்ஷ்டத்துக்காக என்று தொங்கவிடப்பட்டிருந்த சாவிகள். எதுவும் கோக்கப்பட்டிராத சாவிச்சங்கிலி. அவளிடமிருந்த ஒரே ஆபரணமான முத்துச்சரம். முகம்பார்க்கும் கண்ணாடி பின்புறத்தில் பதிக்கப்பட்ட முடிகோதும் பிரஷ். அவளுடைய கேசத்தின் நிறத்திலேயே இருக்கும் மேலங்கியை

அணிந்துகொண்டு சென்றிருந்தாள். இதுவரை மேற்கொண்டிராத பயணத்திற்கென இரவல் வாங்கி வைத்திருந்த அவளுடைய அப்பா மேக்ரப்பிலிருந்து திரும்பி வந்தபொழுது கொண்டு வந்திருந்த நடுவாந்திர அளவிலிருக்கும் பழைய உடுப்புப் பெட்டியில் இந்தப் பொருள்களை அவள் அடைத்து எடுத்துக்கொண்டிருக்கிறாள். பெரும்பான்மையான உடுப்பு அடுக்குகளையும் அவள் மூடிவிட்டே சென்றிருந்தாள் (அல்லது அவற்றின் கதவுகளை உதைத்துச் சாத்தியிருக்கலாம்). இழுப்பறைகள் எல்லாவற்றையுமே இழுத்துப் பார்த்து வேண்டிய அணிகலன்களை மட்டும் எடுத்துக்கொண்டு எஞ்சியவற்றை மீண்டும் அவையிருந்த இடத்திலேயே வைத்துவிட்டுச் சென்றிருந்தாள். எந்த விதமான தடங்கலும் இல்லாமல் ஒரே தடவையில் தன்னுடைய பிரிவுமடலை அவள் எழுதியிருந்தாள். எழுதிக் கசக்கியெறிந்த காகிதங்கள் சிகரெட் சாம்பல் கிண்ணத்திலோ குப்பைக்கூடையிலோ காணப்படவில்லை.

அதைப் பிரிவுமடல் என்று சொல்வதுகூடச் சரியாய் இருக்காது. ஏனென்றால் அவள் திரும்பி வருவாளா என்பதைப் பற்றி அதில் ஒன்றும் சொல்லவில்லை. அதே போல் அவள் திரும்பி வரப் போவதேயில்லை யென்றும் அதில் குறிப்பிடவில்லை. ஏதோ அந்தக் குடியிருப்பை விட்டு விலகுவதைப் போல்தான் அவள் அதை எழுதியிருந்தாள். காலிப்பை விட்டல்ல. நான்கே சொற்கள்கொண்ட ஒரு வாக்கியத்தில் காலிப்பை சக–சதிகாரனாகப் பட்டியலில் சேர்த்திருந்தாள். நீ அன்னையர்களைச் சரிக்கட்டிக்கொண்டிருக்கிறாய். தான் விலகிச் செல்வதற்கான உண்மை யான காரணத்தை முகத்துக்கு நேராய்ச் சொல்லாமல்விட்டதற்காகக் காலிப் அவளுக்கு நன்றி பாராட்டினான். சதித்திட்டத்தில் தன்னையும் இழுத்து விட்டதைப் பற்றி அவன் ஆனந்தமே அடைந்தான். வேறெதுவாகவோ அது இருந்த போதிலும் ரூயாவைப் பொறுத்தமட்டில் அது சதிவேலைதான். அடுத்ததாக ரூயா கொடுத்திருந்த வாக்குறுதி அவனுக்கு ஆறுதலாக இருந்தது. அதுவுமே நான்கே சொற்களில் அமைந்திருந்தது நான் உன்னோடு தொடர்பில் இருப்பேன். வீணாய்க் காத்துக்கொண்டு இரவு முழுக்க அவன் விழித்துக்கொண்டிருந்தான். அறைக்கு வெப்பமேற்றும் இயந்திரங்களும் தண்ணீர்க் குழாய்களும் இரவு முழுக்க ஏங்கியழுதன. சளசளத்தன. பெருமூச்செறிந்தன. வெளியே பனி திரளாகப் பொழிந்துகொண்டிருந்தது. குறுதானியங்களால் தயாரிக்கப்பட்ட போஸா பானத்தை விற்பவன் கொஞ்ச நேரம் அலைந்துகொண்டிருந்தான். பிறகு அவனும் திரும்பி வரவேயில்லை. மணிக்கணக்காகக் காலிப்பும் ரூயாவின் பச்சைக் கையெழுத்தும் ஒருவரை யொருவர் வெறித்துக்கொண்டிருந்தனர். வீட்டிலிருந்த ஒவ்வொரு பொருளும் ஒவ்வொரு நிழலும் ஒரு புது ஆளுமையாக உருவெடுத்திருந்தது. ஒரு புதிய இல்லத்தில் விழித்தெழுந்ததைப் போல காலிப்புக்குத் தோன்றியது. மூன்று ஆண்டுகளாக அந்த விளக்குக் கூரையிலிருந்து தொங்கிக்கொண்டிருக்கிறது என்று நினைத்துக்கொண்டான் காலிப். அது ஒரு சிலந்தியைப் போல் தோன்றுகிறது. இந்த விளக்கை இப்பொழுது மட்டும் நான் ஏன் கவனித்துப் பார்க்கிறேன்? அவன் தூங்க முயன்றான். தூக்கத்தில் ஓர் அழகான கனவுக்குள் தப்பிச் சென்றுவிடலாமென்று ஏங்கினானோ என்னவோ என்றாலும் முயற்சி பலனளிக்கவில்லை. அதற்குப் பதிலாக மனத்தில் தேடலைத் தொடர்ந்தபடியே இருந்தான். அந்த இழுப்பறையின் பின்புறமிருந்த பெட்டியை நன்றாகச் சோதித் திருந்தானா? . . . ஆம். அவன் பார்த்திருந்தான். நிச்சயமாகப் பார்த்துதான்

இருப்பான். ஒருவேளை பார்க்காமல் இருந்திருப்பானோ. இருக்கலாம். ஆமாம். பார்க்க மறந்துவிட்டான்தான். ஒவ்வொன்றையும் மீண்டும் ஒருமுறை நன்றாகப் பரிசோதித்துவிட வேண்டும். மீண்டும் தொடக்கத்திலிருந்து ஒவ்வொன்றாக ஆரம்பிப்பான். இந்தக் குருட்டுத்தனமான வேட்டையின் ஏதோ ஒரு கட்டத்தில் வெகுநாட்களுக்கு முன்பு தொலைந்துவிட்டிருந்த ஒரு கூலிங்கிளாஸ் கண்ணாடியின் காலிப்பெட்டி தட்டுப்பட்டது. அதை விரல்களால் வருடியவாறே நின்றுகொண்டிருந்தான். அல்லது ரூயாவின் பழைய இடுப்புப் பட்டையின் வார்ப்பூட்டு கிளறிவிட்டிருந்த நினைவுகளோடு போராடிக்கொண்டிருந்தான். கையறுநிலையில் இவை எல்லாமே எப்படி அர்த்தமற்றவையாக மாறிப்போகின்றன என்பதை உணர்ந்தான் (அந்தப் புத்தகங்களிலிருக்கும் துப்பறிவாளர்கள் எப்படிப் பொருத்தமற்றவர்களாகத் தோன்றினார்கள்! அதைவிடவும் அவர்களுடைய காதுகளில் துப்புகளைக் கிசுகிசுத்த நூலாசிரியர்கள்!). அந்தத் தருணம் வந்தவுடன் கையிலிருந்த எந்த ஒரு பொருளையும் அது இருந்த இடத்திலேயே மீண்டும் வைத்துவிடுவான் – மிகுந்த சிரமப்பட்டு ஒரு கச்சிதத்துடன். ஓர் அருங்காட்சியகத்தி லிருக்கும் ஆராய்ச்சியாளன் அங்கேயிருக்கும் காட்சிப் பொருள்களைக் கணக்கெடுக்கும்போது காட்டும் அதே சீரிய கவனத்தோடு. பிறகு தூக்கத்தில் நடப்பவனைப் போல மீண்டும் மதிமயங்கி அடுக்களைக்குச் செல்வான். குளிர்சாதனப் பெட்டிக்குள் பார்த்து எதையுமே எடுக்காமல் வரவேற்பறையில் இருக்கும் தன்னுடைய அபிமான இருக்கைக்கு மீண்டு ஒரு சில நிமிடங்கள் உட்கார்ந்திருப்பான். பிறகு மீண்டும் இன்னொரு முறை தேடும் சடங்கை ஆரம்பிப்பான்.

அவர்களுடைய மூன்றாண்டு மணவாழ்க்கை நெடுகிலும் அது ரூயாவின் இருக்கையாகவே இருந்தது. அவளுக்கு எதிரில் உட்கார்ந்து துப்பறியும் நாவல்களை அவள் முழுமூச்சாய்ப் படித்துக்கொண்டிருப்பதை அவன் பார்த்துக்கொண்டிருப்பான். துரித கதியில் ஆவேசமாக ஒவ்வொரு பக்கத்தையும் புரட்டிக்கொண்டு, ஏக்கப் பெருமூச்செறிந்து, கேசத்தை விரல்களால் சுருட்டி இழுத்துக்கொண்டு, கொஞ்சம் கொஞ்சமாய்த் தீவிரப்படும் பொறுமையின்மையோடு கால்களை ஊஞ்சல் போல் ஆட்டிக்கொண்டு அவள் வாசித்துக்கொண்டிருப்பதை அவன் கவனித்துக் கொண்டிருப்பான். அவனைவிட்டு அவள் விலகிய அந்த இரவில், அவளுடைய இடத்தில் சென்று அவன் அமர்ந்த பொழுதெல்லாம் இதே காட்சி அவன் மனத்தில் மீண்டும் மீண்டும் படர்ந்தவாறு இருந்தது. ஆனால் அவர்கள் நடுநிலைப் பள்ளியில் பயின்ற ஆண்டுகளின் காலகட்ட அளவுக்கு அந்தக் காட்சி பின்னோக்கியதாக இல்லை. முகப் பருக்கள் முகிழ்த்த முகம் கொண்ட சற்றே இவனைக் காட்டிலும் வயதில் மூத்தவர்கள் போல் தோன்றிய பயல்களின் கும்பல் ஒன்று (ஒருவேளை அவர்கள் முதிர்வதற்கு முன்பாகவே புகைக்கத் தொடங்கிவிட்டதும், மேலுதட்டில் ஓரிரு முடிகள் அரும்பியிருந்ததும் காரணமாக இருக்கலாம்) கரப்பான்கள் அச்சமின்றி மேஜைகளின் மீது உலாத்திக்கொண்டிருந்த பணியாரக்கடைகளுக்கு ரூயாவுக்குப் பாதுகாப்பாய் வந்து கொண்டிருந்த காலகட்ட அளவுக்கு; அதே போல் மூன்றாண்டுகள் கழித்து அவன் ரூயாவின் குடியிருப்புக்குப் பொழுதுபோக்கப் போயிருந்த அந்த சனிக்கிழமை மதியம் அளவுக்குக்கூடப் பின்னோக்கியில்லை. (உன்னிடம் ஊதா நிற லேபில் இருந்தால் வாங்கிப்போக வந்தேன்). கைக்கடிகாரத்தை அடிக்கடி பார்த்த வண்ணம் தான் பொறுமையிழந்திருப்பதை வெளிக்காட்டிக்கொள்ளாமல்

கால்களைச் சுழற்றியபடி ரூயா இருக்க அவளுடைய அன்னையோ ஆட்டங்கொடுக்கும் உடுப்புமேஜைக்கு முன்பாக ஒப்பனையில் கவனமாக இருப்பதைப் பார்த்தான். அதன்பிறகு மூன்றாண்டுகள் கழித்து அவன் முன்பு அவளைப் பார்த்ததைக் காட்டிலும் வெளுத்துப் போய் மிகவும் களைப்பாக இருந்த ரூயா அவளது சகாக்களின் வட்டத்தில் வியந்து பார்க்கப்படும் ஓர் இளம் இடதுசாரிப் புரட்சியாளனை அவனது துணிச்சலுக்காகவும், வரித்துக்கொண்ட கொள்கைகள் பால் காட்டும் அர்ப்பணிப்பு உணர்வுக்காகவும் அரசியல் ஆய்வுக் கட்டுரைகளை – *உழைப்பின் விடியல்* பத்திரிகையில் வெளியான முன்னோடிக் கட்டுரைகள் – அவன் சொந்தப் பெயரிலேயே வெளியிட எடுத்த முடிவுக்காகவும் தான் மணந்துகொண்டதாக அறிவித்தாள். அந்தத் திருமணம் எந்த வகையிலும் அரசியல் ரீதியானதல்ல என்று அவள் எவ்வளவுதான் தீர்மானமாகக் கூறியிருந்தபோதும், தனிமையின் தோல்வியில் தன்னை மூழ்கடித்துவிட்ட அந்தத் திருமணத்தின் பாதகப் பலன்களை காலிப் எண்ணிப் பார்க்க ஆரம்பித்தான் (என்னுடைய மூஞ்சி அஷ்டகோணலாக இருக்கிறது. என்னுடைய கைகள் கோணல்மாணலாக இருக்கின்றன. முகத்தில் சோபையேயில்லை. குரல் கடூரமாக இருக்கின்றது). ஆனால், ரூயா அவனை விட்டு விலகிய அந்த இரவில் அவனுடைய மனக்கண் முன் நிழலாடிய அவனுடைய பிம்பம் சற்றே எளிமையானதாகவே இருந்தது. கொஞ்சம் வேடிக்கையையும் ஒரு வாய்ப்பையும் உள்ளடக்கிய பிம்பமாக அது இருந்தது. தன்னுடைய கையைவிட்டு மீறிச் சென்றுவிட்ட வாழ்க்கையின் ஒரு கூறு அதுவென்று அவனுக்குத் தோன்றியது. ஒரு பனிக்கால மாலைப்பொழுதில் அல்லாதீனின் கடை வாசலுக்கு முன்பாக இருக்கும் நடைபாதையில் விழுந்த வெளிச்சம் போல் அது இருந்தது.

அது ஒரு வெள்ளிக்கிழமை மாலை. ரூயாவும் அவள் குடும்பமும் பரண் குடியிருப்புக்கு வந்து ஒன்றரை ஆண்டுகள் ஆகியிருந்தன. அவனும் அவளும் மூன்றாம் வகுப்பில் பயின்றுகொண்டிருந்தனர். அது குளிர்காலம் என்பதால் சீக்கிரமாகவே இருட்டிவிட்டது. நிஷாந்தஷி சதுக்கத்தின் போக்குவரத்துச் சந்தடி காற்றில் அடர்ந்திருந்தது. இருவருமாகச் சற்று முன்னர் கண்டுபிடித்திருந்த விளையாட்டை – *நிசப்தமான வழி* மேலும் *அதை நான் பார்க்கவில்லை* – இரண்டு முறை விளையாடிப் பார்த்திருந்தார்கள். அந்த இரு வகை விளையாட்டையும் இணைத்து ஒரு புதிய விளையாட்டை அவர்களே உருவாக்கியிருந்தார்கள். *நான் மறைந்துவிட்டேன்!* அவர்களுள் ஒருவர் குடியிருப்புக்குள் – அவர்களுடைய பாட்டிகளின் குடியிருப்புகளுக்குள்ளோ அல்லது சித்தப்பா அல்லது பெரியப்பாவின் குடியிருப்புகளில் ஏதேனும் ஒன்றுக்குள்ளோ – சென்று மறைந்துகொள்ள வேண்டும். போய் ஏதாவது ஒரு மூலையில் ஒளிந்துகொள்ள வேண்டும். ஒளிந்துகொண்டவரை மற்றவர் கண்டுபிடிக்க வேண்டும். மிக எளிமையான விளையாட்டு. ஆனால், இதற்கு நேரக்கெடு கிடையாது. மேலும் எவ்வளவு இருட்டாக இருந்தாலும் அறைகளின் விளக்குகளைப் போட அனுமதியில்லை. இந்த விதிமுறைகளால், இந்த விளையாட்டை ஆடுவதற்கு அசாத்தியத் துணிச்சல் வேண்டியிருந்தது. இது போக கற்பனையையும் கிளர்த்திவிடுவதாக இருந்தது. அவன் மறைந்துகொள்ளும் முறை வந்தவுடன் இரண்டு நாட்களுக்கு முன்னதாகத் தான் ஓர் உத்வேகத்தில் பார்த்து வைத்திருந்த மறைவிடத்துக்கு நேராகச் சென்று காலிப் ஒளிந்துகொண்டான் (பாட்டியின் படுக்கையறையில்

உடுப்புநிலைப்பெட்டியின் மேலே ஒளிந்துகொண்டான். அதனருகிலிருந்த இருக்கையின் கை மீது ஒரு காலை வைத்துப் பின் கவனமாக அந்த இருக்கையின் முதுகுத்தண்டின் மீது அடுத்த காலை வைத்து அந்தப் பெட்டியின் மேல் ஏறியிருந்தான்). ரூயாவால் அவனை அங்கே நிச்சயமாகக் கண்டுபிடிக்க முடியாது என்பதால் அவளுடைய பிம்பத்தை இருளில் கற்பனைசெய்து பார்த்துக்கொண்டு ஒளிந்திருந்தான். அவனுடைய பகற்கனவில் அவன்தான் ரூயாவைத் தேடி அலைந்துகொண்டிருந்தான். ரூயா அல்ல. அவனைக் காணாமல் இப்பொழுது ரூயாவும் அவன் அனுபவித்த அதே வலியை அனுபவிப்பாள். ரூயா அழுதுகொண்டிருப்பாள். ரொம்ப நேரமாகத் தனியாக இருந்த ரூயாவுக்கு அலுப்புத் தட்டியிருக்க வேண்டும். மறைந்திருக்கும் இடத்தைவிட்டு அவன் வெளியே வர வேண்டு மென்று கீழ்த்தட்டிலிருக்கும் ஏதோ ஓர் இருட்டறைக்குள் அவள் இந்நேரம் கெஞ்சிக்கொண்டிருப்பாள். வெகு நேரம் கழித்து குழந்தைப் பருவம் முழுக்கவே முடிவின்றிக் காத்திருந்துவிட்டது போல் தோன்றிய பிறகு, பொறுமையின்மை அவனை ஆட்கொண்டது. பொறுமையின்மை ஏற்கெனவே அந்தக் கண்ணாமூச்சி ஆட்டத்தை முடிவுக்குக் கொண்டுவந்து விட்டதென்பதை அறியாதவனாகத் தன்னுடைய மறைவிடத்தை விட்டு அவன் இறங்கி வந்தான். மங்கலான வெளிச்சத்துக்குக் கண்கள் பழகியவுடன் ரூயாவை அவன் தேடத் தொடங்கினான். அந்தக் கட்டிடம் முழுக்க அவளைத் தேடிப் பார்த்த பிறகு வேறு வழியில்லாமல் பாட்டியிடம் சென்று கேட்டான். அவனுடைய குரல் விநோதமாக அசரீரி போல் ஒலித்தது. “கடவுளே, உன் தலை மேல் என்ன இவ்வளவு குப்பை?” என்றாள் அவள். “நீ எங்கே போனாய்? அவர்கள் உன்னைத் தேடிக் கொண்டிருந்தார்கள். ஜெலால் இங்கே வந்திருந்தான். ஜெலாலும் ரூயாவும் அல்லாதீனின் கடைக்குப் போயிருக்கிறார்கள்” என்று தகவல் தந்தாள் பாட்டி. காலிப் நேராகச் சாளரத்தின் அருகில் ஓடிச்சென்று அந்தக் குளிர்ந்த நிழலான மை ஊதா நிறச் சாளரத்தின் ஊடாகப் பார்த்தான். வெளியே இருண்டிருந்தது. பனி வேறு பொழிந்துகொண்டிருந்தது. அவனைக் கையசைத்துக் கூப்பிட்டது போல் தோன்றிய இதயத்தைச் சுண்டியிழுத்த வெகு சோகமான கனத்த பனி. தொலைவில் அல்லாதீனின் கடை இருந்தது. அதிலிருந்த விளையாட்டுச் சாமான்கள், பத்திரிகைகள், பந்துகள், யோயோ பம்பரங்கள், வண்ண வண்ணப் புட்டிகள், பொம்மை டாங்கிகள் ஆகியவற்றுக்கு நடுவே ரூயாவின் சருமத்தைப் போலவே ஒரு வெளிச்சம் கவிந்திருந்தது. அந்த வெளிச்சம் கடைக்கு வெளியே இருந்த நடைபாதை மீதும் பிரதிபலித்துக்கொண்டிருந்ததை அவனால் பார்க்க முடிந்தது. இருபத்திநான்கு ஆண்டுகளுக்கு முந்தையது இந்த நினைவு. ஆனால், எங்கிருந்தென்று தெரியாமல் பொங்கும் பாலின் உறைப்பென இரவு முழுக்க இந்த நினைவு நுரைத்து நுரைத்து எழும்பிக்கொண்டிருந்தது. வாழ்வின் இந்தக் காலகட்டத்தை எண்ணி அவன் மனம் ஏங்கியது. எங்கே தொலைந்தது அது? முடிவின்றி ஓடிக்கொண்டிருக்கும் தாத்தா கடிகாரம் அவனைக் கேலி செய்வது போல் டிக், டிக் என்று ஒலித்த வண்ணம் இருந்தது. அவனுடைய அப்பாவின் பெற்றோர்கள் முடிவிலியோடு ஏற்படுத்திக்கொண்டிருந்த சந்திப்பு நேரத்துக்காகக் காத்திருந்தபடி அவர்களுடைய அறையில் பல ஆண்டுக்காலமாக நின்றுகொண்டிருந்த அதே கடிகாரம்தான். அவனும் ரூயாவும் திருமணம் செய்துகொண்ட கையோடு ஹாலா பெரியம்மாவின் குடியிருப்பிலிருந்து அதைத்

தங்களுடைய காதல் கூட்டுக்குள் கொண்டுவந்துவிட வேண்டுமென்று காலிப்தான் அடம்பிடித்தான். அவனுக்கிருந்த உணர்ச்சிமிகுதியில் அது தங்களுடைய நினைவுப் பொக்கிஷங்களை உயிர்ப்போடு வைத்திருக்கும் என்று அவன் நினைத்தான். சிறுவர்களாக அவர்கள் பகிர்ந்துகொண்டிருந்த வாழ்க்கைச் சாகசங்களை அது நினைவுபடுத்திக்கொண்டே இருக்குமென்று நம்பினான். ஆனால் அவர்கள் இணைந்து வாழ்ந்திருந்த மூன்றாண்டுகளில் தன் கையை விட்டுச் சென்றுவிட்ட சந்தோஷங்களையும் பரவசங்களையும் எண்ணி ஏங்கியபடி இருந்ததென்னவோ ரூயாதான். காலிப் அல்ல.

ஒவ்வொரு நாளும் காலையில் பணி நிமித்தம் காலிப் வெளியே சென்றுவிடுவான். பேருந்துகளில் வழி விலக்கிப் போராடி ஏறியும் இறங்கியும், ஒரு பகிர்– மகிழுந்திலிருந்து இன்னொன்றுக்குத் தாவியும், முடிவற்றுப் பாயும் அநாமதேயமான யாருக்கும் சொந்தமற்றதாகத் தோன்றும் இருண்ட முகங்களின், கால்களின், முழங்கைகளின் நதியினூடே ஏரோட்டம் செய்துகொண்டும், ஒவ்வொரு மாலையும் அவன் வீடு வந்து சேர்வான். ரூயாவைத் தொலைபேசியில் அழைத்துப் பேச ஏதாவது காரணத்தை நாள் முழுக்க எதிர்பார்த்துக்கொண்டிருப்பான். ஒவ்வொரு நாளும் ஓரிரு முறை அழைத்துப் பேசுவதும் வழக்கம்தான். அவளை அழைத்ததற்கு அவன் கூறும் காரணங்கள் வலுவற்றவையாக அவளுக்கு எரிச்சலூட்டத் தவறாதவையாக இருந்த போதிலும், சாம்பல் கிண்ணத்தில் காணப்படும் சிகரெட்டுகளின் எண்ணிக்கையை வைத்தும், அந்த சிகரெட்டுகளின் தர அடையாளத்தைக் கொண்டும், குடியிருப்பைத் துரிதமாக ஆராய்வதிலிருந்தும், அன்றைய நாளை அவள் எப்படிக் கழித்திருப்பாள் என்பதை ஓரளவுக்குச் சரியாகவே ஊகித்துவிட முடியும் என்ற நம்பிக்கை அவனுக்கிருந்தது. எந்தப் பொருளாவது அல்லது சாமானாவது எங்காவது நகர்த்தி வைக்கப்பட்டிருக்கிறதா? புதிதாக ஏதாவது வந்துசேர்ந்திருக்கிறதா? அவ்வப்பொழுது – சற்றே சந்தேகம் எழும் கணங்களில் அல்லது அபூர்வமாகத் தோன்றும் சந்தோஷத் துள்ளலில் – மேலைநாட்டுத் திரைப்படங்களில் பார்க்கும் கணவன்மார்களைப் பகடி செய்வது போல் வெளிப்படையாகவே அவன் அவளைக் கேட்பதுண்டு. நாள் முழுக்க நீ என்ன செய்துகொண்டிருந்தாய்? என்னதான் செய்து கொண்டிருந்தாய்? கீழையோ மேலையோ எந்த நாட்டுத் திரைப்படமும் வெளிச்சமிட்டுக் காட்டிவிட இயலாத இருண்ட வழுக்கு உலகத்துக்கு அவர்கள் இருவரையும் யோசனையற்ற இந்தக் கேள்வி உருட்டித் தள்ளிவிடும். ‘குடும்பப்பெண்’ என்று புள்ளியியலாளர்களும் அதிகார வர்க்கத்தைச் சேர்ந்தவர்களும் குறிப்பிடும் அந்த வெறுமையான கூட்டை இந்தக் கேள்வி நேருக்கு நேராய் எதிர்கொள்ள வைத்துவிடும். குழந்தைகளைப் பெற்றுக்கொண்டு வீட்டைத் துப்புரவாக வைத்துக்கொண்டிருக்கும் குடும்பப்பெண்ணாக ரூயாவை ஒருபோதும் காலிப் கற்பனைசெய்து பார்த்ததில்லை. ஆனால் திருமணத்திற்குப் பிறகுதான் இப்படிப்பட்ட ஓர் உலகமும் இருக்கிறதென்று அவனுக்குத் தெரியவந்தது. ஆனால் இந்த உலகத்தைச் சூழ்ந்திருக்கும் வினோதமான மூலிகைகளையும் கோரமான மலர்களையும் பற்றி அறிந்துகொள்ள அவனுக்கு என்றுமே வாய்க்கப் போவதில்லை. ரூயாவின் நினைவுத்தோட்டத்தைப் போலவே அவனுக்கு அதுவும் மூடப்பட்டிருந்தது. இந்தத் தடைசெய்யப்பட்ட பிரதேசம்தான் பெரும்பாலான வானொலி நிகழ்ச்சிகள், பத்திரிகைகளின் வண்ண இணைப்புகள், சோப் மற்றும் சோப்புத்தூள் விளம்பரங்கள், புகைப்பட

நாவல்கள், அயல்நாட்டுப் பத்திரிகைகளில் வெளியாகும் செய்திச் சிதறல்கள் ஆகியவற்றுக்கான பொதுவான பேசு பொருளாகவும் இலக்காகவும் திகழ்ந்தன. ஆனாலும் இவை எதுவுமே அந்த உலகைச் சூழ்ந்திருக்கும் மர்மத்தை வெளிப்படுத்தப் போதுமான அளவு நெருங்கி வந்திருக்கவில்லை. கூடத்திலிருந்து செல்லும் ரேழியில் வெப்பமூட்டியின் மீது வீற்றிருக்கும் பித்தளைக் கிண்ணத்துக்குப் பக்கத்தில் காகிதக் கத்திரிக்கோல் எப்படி வந்தது, எதற்காக வந்ததென்று தன்னைத்தானே அவன் கேட்டுக்கொள்ளும் சந்தர்ப்பங்கள் வாய்த்ததுண்டு. அதே போல், ஞாயிற்றுக்கிழமைகளில் காலாற நடந்து வர வெளியே சென்றால் ஆண்டுக்கணக்காகத் தான் சந்தித்திராத பெண் (அவளை ரூயா அடிக்கடி பார்ப்பதுண்டு என்பதையும் அவன் அறிந்திருப்பான்) எதிர்பட நேரும் தருணங்களில் ஏன் இந்தப் பட்டுப் போன்ற, வழுக்கும், தடைசெய்யப்பட்ட உலகை அறிந்து கொள்ள ஒரு சமிக்ஞை கிடைக்கலாகாதென்று எதிர்பார்த்து, ஓட்டப் பயிற்சிக்கான கால்சராயை அணிந்திருக்கும் காலிப் நின்று விடுவதும் நேரும். அப்படிப்பட்ட சந்தர்ப்பங்களில், ஒரு காலத்தில் மறைவிடங்களில் மட்டுமே தழைத்திருக்க வேண்டிய அவசியத்துக்கு ஆட்பட்டு, இப்பொழுது மிகவும் வலிமை பெற்று ஒளிந்துகொள்ள வேண்டிய தேவையற்றுப்போன ரகசிய ஈடுபாடு ஒன்றின் மீது தடுக்கி விழுந்துவிட்டதைப் போல் அவன் உணர்வதுண்டு. எப்பேர்ப்பட்ட தொற்றாக இந்தத் தடைசெய்யப்பட்ட உலகம் திகழ்கிறதென்பது அவனை அச்சத்தில் நடுக்கமுறச் செய்தது. இதில் எப்படி ஒவ்வொரு முகமறியா குடும்பப்பெண்ணும் சிக்கவைக்கப்பட்டிருக்கிறாள் என்பதும்கூட. ஆனால், அவனை அதிகம் அதிரச் செய்த விஷயம் என்னவென்றால் இதில் மறைக்க ஒன்றுமேயில்லை என்று எல்லோரும் விடாப்பிடியாகக் கூறி வந்ததும், இதில் எவ்விதமான மறைஞானச் சடங்குகளோ, பகிர்ந்துகொள்ளப்படும் குற்றங்களோ, வரலாறுகளோ, கழிபேருவகைகளோ இல்லையெனும் வாதங்களும்தான். குடும்பப்பெண்கள் என்று சொல்லப்படுகிறவர்கள் எதைச் செய்தாலுமே அதை விருப்பப்பட்டே செய்கின்றார்கள் எனும் பார்வையும் அவனுக்குள் அதிர்வை ஏற்படுத்தியது. இந்தப் பார்வையினுடைய வஞ்சகம் அவனை வசீகரித்த அதேவேளையில் அந்த வஞ்சகமே அவனை வெறுப்படையவும் வைத்தது. சிறைவைக்கப்பட்டு, சாவியோடு தூக்கி வீசப்பட்டிருக்கும் அந்தப்புரத் திருநங்கையரை இது நினைவுக்குக் கொண்டுவந்தது. இப்படிப்பட்ட உலகம் இருக்கிறதென்று ஒவ்வொருவரும் அறிந்தே இருந்தார்கள். ஒரு கொடுங்கனவுக்கு உரித்தான அச்சுறுத்தும் சக்தியை அதனாலேயே அது இழந்திருந்தது என்றபோதும் இது நிர்ணயம் செய்யப்படவோ பெயரிடப்படவோ தேவையற்ற ஒரு மர்மமாகவே திகழ்கிறது. நூற்றாண்டுகளாக ஒரு தலைமுறையிலிருந்து அடுத்த தலைமுறையென அது கடத்தப்பட்டிருந்த போதும் சோகத்தின் சாயை படர்ந்தே இருந்தது. ஒருபோதும் அது பெருமைக்குரிய விஷயமாக இருந்ததேயில்லை. அந்த உலகத்துவாசிகளுக்கு அது என்றுமே பாதுகாப்பை அளித்ததில்லை. அதன் பெயரால் எந்த ஒரு வெற்றியையும் அடைந்ததாகச் சரித்திரமில்லை. அது ஒரு சாபக்கேடு என்று காலிப் எண்ணிய நேரங்களும் உண்டு. ஒவ்வொரு குடும்ப உறுப்பினரையும் நூற்றாண்டுக்கால தீவினைக்குச் சபித்திருக்கும் சாபக்கேடு. ஆனால் இந்தச் சபிக்கப்பட்ட பூமிக்கு விருப்பத்தின் பேரில் மீண்டு வரும் பல பெண்களைக் காலிப் பார்த்திருப்பதால் – திருமணம்

செய்துகொண்டு குழந்தைகளைப் பெற்றுக்கொண்டு அறிவுக்கு ஒவ்வாத காரணங்களுக்காகப் பார்த்துக்கொண்டிருந்த வேலையை விட்டுவிட்டு – அந்த ரகசியப் பற்றீடுபாடு ஏதோ ஒரு விதமான ஈர்ப்புச் சக்தியை மாந்தர்கள் மீது பிரயோகப்படுத்திக்கொண்டிருக்கிறது என்பதையும் அவன் அறிந்திருந்தான். மண வாழ்வை முறித்துக்கொண்டு, தங்கள் மனம் நாடும் பணியில் ஈடுபட்டுத் தங்களுக்கென்று ஓர் அடையாளத்தை நிறுவப் போராடிக்கொண்டிருக்கும் பெண்களிடம் இது வெளிப்படையாகத் தெரிவதை அவன் கண்டிருக்கிறான். ஆனால் அவர்களும்கூட அந்த ரகசியச் சடங்குகளின் மீதான, அவனுக்கு நிரந்தரமாக மூடப்பட்டிருக்கும் அந்த மறையுலகின் வழுக்கும் மர்மங்களுக்கான வருத்தத்தின் குறிப்பை வெளிக்காட்டியிருக்கிறார்கள். ஒரு சில வேளைகளில் அவன் சொல்லும் அபத்தமான ஜோக்குகளுக்கு மிகவும் அதிர்ந்து சிரித்து அவனைத் திகைப்படைய வைக்கும் வேளைகளில் அல்லது ஒரு பரவச தருணத்தில் தான் பத்திரிகைகளின் வாயிலாகக் கற்றிருந்த நியதிகளை மீற அவன் துணியும் நேரங்களில், அவனுடைய கோணல்மாணலான கைகளை ரூயாவின் பட்டுப்போன்ற கருமையான கேசத்துக்குள் நுழைத்து அவளுடைய உதடுகள் தளர்வான ஒரு புன்னகையில் நெளியக் காணும் தருணங்களில், காலிப் திடீரென்று தன்னுடைய மனைவியின் ரகசிய வாழ்க்கையைப் பற்றிக் கேட்டுவிட விரும்புவான். துணி துவைப்பது, பாத்திரம் தேய்ப்பது, துப்பறியும் நாவல்கள், கடைகண்ணிகளுக்குப் போய்வருவது (ரூயா குழந்தைகள் பெற்றுக்கொள்ளப் போவதில்லை என்று மருத்துவர் கூறிவிட்டார். வேலைக்குச் செல்வதில் ரூயாவுக்குப் பெரிதாய் ஆர்வமில்லை). அன்று அவள் என்ன செய்தாளென்று அப்பொழுது அவன் கேட்பான். ஒரு குறிப்பிட்ட வேளையில் அவள் என்ன செய்து கொண்டிருந்தாள் என்று. ஆனால் அந்தக் கேள்விக்குப் பிறகு இருவருக்கும் இடையில் ஏற்படப்போகும் அந்தப் பெரும் பள்ளத்தை நினைத்து அவன் பயந்ததுண்டு. அந்தப் பள்ளமானது மிகவும் அகண்டதாக இருக்கும். அவர்களுக்கிடையில் பகிர்ந்துகொண்டிருக்கும் சொற்றிறனை மீறி அவனால் எதுவுமே சொல்ல முடியாது. அதற்குப் பதிலாக அவளுடைய கைகளைப் பற்றிக் கொண்டு உணர்ச்சியின்றி, வெறுமையாக அவளை உறுத்துப் பார்த்துக்கொண்டிருப்பான். “மீண்டும் நீ என்னை அப்படி உணர்ச்சியின்றிப் பார்க்கிறாய்” என்று ரூயா கூறுவாள். “நீ ஒரு தாளைப் போல் அவ்வளவு வெள்ளையாக இருக்கிறாய்” என்று ஆனந்தமாக காலிப்பின் அம்மா அவனுடைய பிள்ளைப் பருவம் முழுதும் சொல்லிக் கொண்டிருந்த அதே சொற்களைத் திரும்பக் கூறிப் பார்ப்பாள் ரூயா.

தொழுகைக்கான விடியற்காலைக் கூவலுக்குப் பிறகு வரவேற்பறையில் இருந்த இருக்கையிலேயே காலிப் தூங்கிவிட்டான். அவனுடைய கனவில் மீன் தொட்டிக்கு அருகிலிருந்த வாஸிஃபுடனும் ரூயாவுடனும் அவன் உரையாடிக்கொண்டிருந்தான். அந்தத் தொட்டியிலிருந்த மீன்கள் ரூயாவின் பந்துமுனைப் பேனாவிலிருக்கும் மையைப் போன்ற பச்சை நிறத்தில் நீரில் அலைந்துகொண்டிருந்ததைப் பார்த்தவுடன் ஏதோ பிழையாகி விட்டதென்று மூவரும் ஏற்றுக்கொண்டார்கள். கடைசியில் பார்த்தால் காது கேளாமல், வாய் பேச முடியாமல் இருப்பது வாஸிஃப் அல்ல காலிப்தான் என்றானது. இது அப்படியொன்றும் அவர்களை அதிகத் துயரத்தில் ஆழ்த்திவிடவில்லை. எது நடந்தாலும் விரைவிலேயே எல்லாம் தானாகச் சரியாகிவிடும்.

காலிப் விழித்தெழுந்தவுடன் மேஜைக்கருகில் உட்கார்ந்து இருபதாண்டுகளுக்கு முன்னர் ரூயா என்ன செய்தாளென்று யூகித்திருந்தானோ அதையே இப்பொழுது செய்தான். ஒரு வெற்றுக் காகிதத்தைத் தேடினான். அதைக் காணாத நிலையில் ரூயாவைப் போலவே அவனும் அவள் எழுதிய பிரிவுமடலைத் திருப்பி அதன் பின்புறத்தில் இரவு முழுக்க அவன் மனத்தில் தோன்றிய நபர்களின் பெயர்களையும் இடங்களின் பெயர்களையும் ஒன்றன் பின் ஒன்றாகப் பட்டியலிட்டான். அவன் அதிகமாக எழுத எழுதப் பட்டியல் வளர்ந்துகொண்டே போனது. பட்டியல் வளர வளர மேலும் மேலும் பெயர்களைக் காலிப் கூட்டிக்கொண்டே போனான். ரூயா வாசிக்கும் நாவல்களில் வரும் துப்பறிவாளன் போலவே அவன் நடந்துகொண்டான். இது அவனைக் கலவரப்படுத்தியது. ரூயாவின் பழைய காதலர்கள், அவளுடைய நடுநிலைப்பள்ளிக் காலத்திய அறிவிலி நண்பர்கள், அவ்வப்பொழுது அவளுடைய உதடுகள் உச்சரித்திருந்த பரிச்சயமானவர்களின் பெயர்கள், அவளுடைய அரசியல் காலத்துத் தோழர்கள், இது தவிர அவர்கள் இருவருக்கும் பொதுவான நண்பர்கள். ரூயாவைத் தேடிக் கண்டுபிடிக்கும்வரை இந்தப் பொதுவான நண்பர்களிடம் மூச்சே விடக்கூடாதென்று காலிப் தீர்மானித்திருந்தான். பெயர்களைக் குறித்துக்கொண்டே வர வர, ஒவ்வொரு உயிரெழுத்து, மெய்யெழுத்தின் வளைவுகளும் கோடுகளும் காலிப்பைப் பார்த்துக் கண் சிமிட்டிக் கையாட்டின. பயிற்சி நிலைத் துப்பறிவாளன் காலிப்புக்கு அவை போலியான துப்புகளை சைகை காட்டி, இரட்டை அர்த்தங்கள் கொண்டு ஈர்த்து ஏய்த்துக்கொண்டிருந்தன. பிரம்மாண்டமான குப்பைத் தொட்டிகளைக் கவிழ்த்துக் காலியாக்கிய பிறகு குப்பை வண்டியின் பக்கங்களைத் தட்டியபடி குப்பை அள்ளுவோர் கூட்டம் போன பிறகு அதற்கு மேல் எதுவும் எழுதக்கூடாதென்று காலிப் முடிவு செய்தான். உடனே, தான் அன்று அணிந்துகொள்ளவிருந்த அங்கியின் உட்புறப் பையில் தன்னுடைய பச்சை மைப் பேனாவை அதன் ஜோடிக்குப் பக்கத்தில் செருகி வைத்தான்.

பிறகு அந்தக் குடியிருப்பில் எரிந்துகொண்டிருந்த அத்தனை விளக்குகளையும் அணைத்தான். ஊதா நிறத்தில் நிழல்களைப் பனி ஒளிர வைத்துக்கொண்டிருந்தது. கடைசித் தடவையாகக் குப்பைக்கூடையை நன்றாகத் தேடிப்பார்த்துவிட்டு அதையெடுத்து வாசலுக்கு வெளியே வைத்தான். மோப்பம் பிடிக்கும் வாயிற்காவலனை அனாவசியக் கேள்விகள் கேட்காமல் அது தடுக்குமென்று நம்பினான். கொஞ்சம் தேநீர் போட்டுக்கொண்டான். சவரக் கருவியில் ஒரு புது ப்ளேடைப் பொருத்தி முகச்சவரம் செய்துகொண்டான். துவைத்த, சுத்தமான உள்ளாடைகளைத் தேடி அணிந்துகொண்டான். புதிய, ஆனால் இஸ்திரி போடாத சட்டையை எடுத்து மாட்டிக்கொண்டான். வீட்டைத் தலைகீழாகப் புரட்டித் தேடியதால் ஏற்பட்டிருந்த அலங்கோலத்தைச் சரிசெய்தான். உடையணிந்துகொண்டிருந்த நேரத்தில் வாயிற்காப்போன் கதவுக்கடியில் செருகித் தள்ளியிருந்த *மிலியட்* நாளிதழைத் தேநீர் பருகிக்கொண்டே புரட்டினான். பல ஆண்டுகளுக்கு முன்பாக ஒரு நள்ளிரவில் ஓர் இருண்ட சந்தில் தான் பார்க்க நேர்ந்திருந்த ஒரு கண்ணைப் பற்றி இன்று ஜெலாலின் பத்திக் கட்டுரை விவரித்திருந்தது. முன்னெப்போழுதோ பிரசுரம்

செய்யப்பட்டிருந்த பத்தியின் மீள் பதிப்புதான் அதுவென்ற போதிலும் ஒரு பயங்கரமான கண் தன்னை உற்றுப் பார்த்துக்கொண்டிருப்பது போல் காலிப்புக்குத் தோன்றியது. அந்த நேரம் பார்த்துத் தொலைபேசி சிணுங்கியது.

ரூயா! காலிப் பரபரப்பானான். வாங்கியைக் கையில் எடுப்பதற்குள்ளாகவே அவளும் அவனும் அன்று மாலை ஒரு திரைப்படத்தைப் பார்த்துவிட வேண்டும் – முடிந்தால் பேலஸ் திரையரங்கில் – என்று தீர்மானித்திருந்தான். ஆனால் ஸூஸன் பெரியம்மாவின் குரலைக் கேட்டதும் நம்பிக்கை வற்றிப்போனது. என்றாலும் உடனே சுதாரித்துக் கொண்டான். “ஆமாம். ரூயாவின் காய்ச்சல் குறைந்திருக்கிறது” என்றான். எழுந்தவுடன் தான் கண்ட கனவைக்கூட அவள் காலிப்பிடம் பகிர்ந்து கொண்டாளே. ஆமாம். அம்மாவிடம் பேசவேண்டுமென்றுதான் சொல்லிக்கொண்டிருந்தாள். ஒரே நிமிடம். தொடர்பிலேயே இருக்க முடியுமா? “ரூயா” என்று கூடத்து ரேழியை நோக்கிக் கத்தினான் காலிப். “இங்கே பார். அம்மா உன்னைத் தொலைபேசியில் கூப்பிடுகிறார்!” படுக்கையிலிருந்து எழுந்திருக்கும்போது ரூயா கொட்டாவி விடுவதை அவன் கற்பனைசெய்து பார்த்தான். சோம்பலுடன் அங்கியை எடுத்து அணிந்துகொண்டு. செருப்பைத் தேடிப் போட்டுக்கொண்டு. பிறகு மனதுக்குள் ஓடிக்கொண்டிருந்த திரைப்படம் வேகமாகக் காட்சி மாறியது. அக்கறையான கணவன் காலிப் அவள் ஏன் இன்னும் தொலைபேசியை எடுக்க வரவில்லை என்று பார்க்க ரேழியின் வழியாக நடந்து செல்கிறான். அவளுடைய அறைக்குள் சென்று பார்க்கும்பொழுது மீண்டும் படுக்கையில் வீழ்ந்து அவள் ஆழ்ந்த நித்திரையில் இருக்கிறாள். இந்த இரண்டாவது காட்சிக்கு உயிரூட்ட, ஸூஸன் பெரியம்மா நம்பும் அளவுக்குச் சந்தேகமற்ற சூழலை உருவாக்க, பொருத்தமான ஓசையை எழுப்பும் வண்ணம் தாழ்வாரத்தில் அங்குமிங்குமாக அவன் நடை பயின்றான். பிறகு அவன் தொலைபேசிக்கருகில் வந்தான். “அவள் மீண்டும் தூங்கிவிட்டாள் ஸூஸன் பெரியம்மா! அவள் தூங்கி எழுந்திருந்த பொழுது காய்ச்சலால் கண்களில் பூளை கட்டியிருந்தது. அதனால் எழுந்து முகத்தைத் துடைத்துக்கொண்டு இப்பொழுது மீண்டும் தூங்கிவிட்டாள்” என்றான். “அவள் நிறைய ஆரஞ்சுப்பழ ரசம் அருந்த வேண்டும். பார்த்துக்கொள்.” என்றாள் ஸூஸன் பெரியம்மா. நிஷாந்தஷியில் நல்ல புத்தம் புதிய ஆரஞ்சுப்பழ ரசம் மலிவாக எங்கே கிடைக்குமென்று அவள் அவனிடம் விவரிக்கத் தொடங்கினாள். “இன்று மாலை நாங்கள் பேலஸ் திரையரங்கில் படம் பார்க்கலாம் என்றிருக்கிறோம்” என்று நம்பிக்கையூட்டும் குரலில் காலிப் பேசினான். “மீண்டும் சளி பிடித்துக்கொள்ளப்போகிறது, பார்த்துக்கொள்!” என்றாள் ஸூஸன் பெரியம்மா. பிறகு, போதுமான அளவுக்கு இந்தப் பேச்சை வளர்த்துவிட்டோமென்று நினைத்தோ என்னவோ வேறு பேச்சுக்குத் தாவினாள். “ஒன்று சொல்ல வேண்டும் என்று நினைத்தேன். தெரியுமா? தொலைபேசியில் பேசும்பொழுது உன் குரல் ஜெலாலுடைய குரலைப் போலவே இருக்கிறது. ஒருவேளை உனக்கும் சளி பிடித்திருக்கிறதோ? இந்த நுண்ணுயிரிகளிடம் எச்சரிக்கையாக இரு. ரூயாவுக்கு வந்த சளி உனக்கும் தொற்றிக்கொள்ள விட்டுவிடாதே!” அத்தோடு அந்த உரையாடல் முடிவுக்கு வந்தது. இருவருமே வாங்கியை சப்தமில்லாமல் வைத்தார்கள்.

அந்தச் சத்தம் ரூயாவை எங்காவது எழுப்பிவிடப் போகிறதென்ற எச்சரிக்கையுணர்வாலா? அல்லது எளிதில் உடைந்துவிடக் கூடிய அந்தக் கருவிக்கு மதிப்பளித்தா?

தொலைபேசியின் வாங்கியை வைத்த கையோடு காலிப் மீண்டும் ஜெலாலின் கட்டுரையை வாசிக்கத் தொடங்கினான். அதை வாசிக்க வாசிக்க, அவன் இப்பொழுது போடும் கணவன் வேடம் அந்தக் கட்டுரையில் குறிப்பிடப்பட்டிருக்கும் கொடூரமான கண்ணின் பார்வையில் விழுந்து விட்டதைப் போல் தோன்றியது. அவனுடைய மனம் புகை படிந்ததைப் போல் இருந்தது. திடீரென்று மின்னலாய் அந்த எண்ணம் தோன்றியது. "ஆம். ரூயா தன்னுடைய முன்னாள் கணவனைத் தேடித்தான் சென்றிருக்க வேண்டும்!" இதைவிடத் தெளிவாய் உண்மை விளங்க முடியாது. இவ்வளவு நேரமாக இதை யோசிக்காமல் விட்டது அவனுக்குச் சற்று அதிர்ச்சியாக இருந்தது. இதே தீர்மானமான மனநிலையில் ஜெலாலை அழைக்க தொலைபேசிக்கருகில் சென்றான். குழப்பத்தை முடிவுக்குக் கொண்டுவரும் நேரம் நெருங்கிவிட்டது. அவர்களைக் கண்டுபிடிக்கப் போகிறேனென்று சொல்லும் நேரம் இது. அவளுடைய முன்னாள் கணவனோடு ரூயாவை நான் பார்க்க நேர்ந்தால், – அதற்கு அதிகக் காலம் ஆக வாய்ப்பில்லை – அவளை மீண்டும் என்னோடு வீட்டுக்கு வந்துவிடும்படி கேட்டு ஏற்றுகொள்ள வைக்க முடியுமா என்பது நிச்சயமில்லை. அவளை ஏமாற்றுவதில் நீ என்னைக் காட்டிலும் திறமைசாலியாய் இருக்கின்றாய். அவளை வீட்டுக்கு வரும்படி கேட்டுக்கொள்ள நான் என்ன சொல்ல வேண்டும்? (மீண்டும் என்னிடம் திரும்பி வா என்று கேட்க விரும்பினான். ஆனால் வார்த்தைகள் தொண்டைக்குள்ளேயே சிக்கிக்கொண்டன) "முதலில் கொஞ்சம் ஆசுவாசப்படுத்திக்கொள்" என்று ஜெலால் சொல்லக் கூடும். "சரியாக எந்த நேரத்தில் ரூயா கிளம்பிச் சென்றாள்? பதற்றப் படாமல் கொஞ்சம் நிதானமாக இரு. நாம் இதை நன்றாக யோசித்து முடிவெடுக்கலாம். நேராகப் பத்திரிகை அலுவலகத்துக்கு வந்துவிடு. உட்கார்ந்து பேசுவோம்." ஆனால், ஜெலால் இன்னமும் வீடு வந்து சேர்ந்திருக்கவில்லை. பத்திரிகை அலுவலகத்திலும் அவன் இல்லை.

வீட்டை விட்டுக் கிளம்பும் நேரத்தில் தொலைபேசியின் வாங்கியை எடுத்துக் கீழே வைத்துவிட்டுப் போகலாமா என்று காலிப் யோசித்தான். ஆனால் முடிவாக அது தேவையில்லை என்று விட்டுவிட்டான். "நான் கூப்பிட்டுக் கூப்பிட்டுப் பார்த்தேன். தொலைபேசி எப்பொழுதுமே ஓயவில்லை" என்று ஸூஸன் பெரியம்மா சொன்னால் ரூயா மறந்தாற்போல் வாங்கியைக் கீழே வைத்துவிட்டுப் போயிருப்பாளென்று சொல்லிவிடலாம். உங்களுக்கே தெரியும் அவள் எவ்வளவு கவனக்குறைவானவளென்று. எவ்வளவு தூரம் ஞாபகமறதி கொண்டவளென்று.

6

பேடி ஊஸ்தாவின் குழந்தைகள்

"... காலமற்ற காற்றினூடே பெருமூச்சுகள் எழுந்து நடுங்குகின்றன"

– தாந்தே – நரகம் – காவிய பாகம் 4

நம்முடைய மனித இனம் அக்கறைகொள்ளும் விஷயங்களைப் பற்றி அச்சமின்றி ஆராய்வதற்கென்று ஒரு பத்தியைத் தொடங்கிய நாளாய் யார், எவர், எங்கிருந்து எனும் பேதமின்றி வந்த கடிதங்களால் நாங்கள் திக்குமுக்காடிப் போனோம். தங்களுடைய சொந்த வாழ்க்கையைப் பற்றி வெளிப்படையாகப் பேச நம்முடைய வாசகர்கள் எவ்வளவு ஆர்வமாக இருக்கிறார்கள் என்பதைக் காணும்பொழுது மனத்தைத் தொட்டது. வெகுநாட்களாகவே இப்படி ஒரு வாய்ப்புக்காக அவர்கள் காத்திருக்கும்படி ஆகிவிட்டதென்பது மறுக்கமுடியாத ஒன்று. அதே வேளையில், அவர்களுள் ஒரு சிலருக்குத் தங்களுடைய அனுபவங்களை எழுதுவதோடு நிறுத்திக்கொள்ளும் பொறுமை இருப்பதில்லை. நம் பத்திரிகை அலுவலகத்துக்கே நேராக வந்து மேல்மூச்சு கீழ்மூச்சு வாங்க முழுக்கதையையும் விலாவரியாக நம்மிடம் உட்கார்ந்து ஒப்பித்தால்தான் நிம்மதியடைகின்றனர். அதைவிடவும் ஒரு சிலர், அவர்கள் சொல்வதை நாம் அவ்வளவாக நம்பவில்லை என்று புரிந்துகொண்டு அவர்கள் கூறும் கற்பனைக்கும் அப்பாற்பட்ட விவரங்களை நாம் அவநம்பிக்கையோடுதான் கேட்டுக்கொண்டிருக்கிறோம் என்பதை உணர்ந்துகொண்டு, தங்களுடைய கதைகள் உண்மையானவை என்று நிரூபிக்க, தங்களுடைய வாழ்க்கைக்குச் சான்றளிக்க, நம்முடைய அலுவல் மேசையிலிருந்து நம்மை வெளியே இழுத்து, காலம்காலமாய் நம்முடைய சமூகம் கண்டுகொள்ளாமல் நிராகரித்திருக்கும், இதுவரை யாரும் அச்சில் கொண்டுவரத் துணிந்திராத, புழுதி படிந்த மர்மமான இருளுக்குள் இட்டுச் செல்ல முனைகிறார்கள். துருக்கியின் அலங்காரப்பதுமைகள் பற்றிய திகில் நிறைந்த ரகசிய வரலாற்றை நாம் இப்படியாகத்தான் முதன்முதலாக அறிந்துகொள்ள நேர்கிறது.

சாண நெடியடிக்கும் நாட்டாரியல் பதுமைகளான வெருளிகள் அல்லது சோளக்கொல்லை பொம்மைகளைத் தவிர வேறுவகையான அலங்காரப்பதுமைகளை உருவாக்கும் அற்புதக் கலையோடு நம்முடைய சமூகத்துக்கு நூற்றாண்டுகளாகப் பரிச்சயம் ஏதும் இல்லாமலேதான் இருந்து வந்திருக்கிறது. துருக்கியின் அலங்காரப் பதுமைகளை வடிவமைத்த மறுக்கமுடியாத முதல் கலைஞர், அலங்காரப் பதுமைக் கலையின் ரட்சகர் பேடி ஊஸ்தாதான். இளவரசர் ஜெலாலுதீனின் வழிகாட்டலில் நம்முடைய முதல் கப்பற்படை அருங்காட்சியகத்திற்கு வேண்டிய அலங்காரப் பதுமைகளை வடிவமைக்கும்படி அப்துல்ஹமீதால் பணியமர்த்தப் பட்டவர். அலங்காரப் பதுமைகளின் ரகசிய வரலாற்றுக்காக, இதே பேடி ஊஸ்தாவுக்குதான் நாம் கடமைப்பட்டிருக்கிறோம். மூன்று நூற்றாண்டுகளுக்கு முன்பாக ஏராளமான ஸ்பெய்ன் மற்றும் இத்தாலி நாட்டுக் கப்பல்களை மத்தியதரைக் கடலில் நம் வீரமிகு இளைஞர்கள் மூழ்கடித்திருந்தார்கள். மிதிவண்டியின் கைப்பிடி போல் வளைந்த மீசைகள் இன்னமும் துடித்தபடியிருக்க, தங்களுடைய மகிமை மிக்க முழு உடுப்பில், அரச வம்சங்களுக்கான சொகுசுப் படகுகளுக்கும் பெரும் போர்க் கப்பல்களுக்கும் நடுவே இவர்கள் நின்றுகொண்டிருக்கும் காட்சியைப் பார்த்து, நம்முடைய அருங்காட்சியகத்துக்கு வருகை புரிந்த முதல் விருந்தினர்கள் அசந்து போனார்களென்று சொல்லப்பட்டது. மரம், சுண்ணச்சாந்து, மெழுகு மற்றும் பெண்மான், ஒட்டகம், செம்மறியாடு இவற்றின் தோல், மனிதனின் தலைமுடி மற்றும் தாடி மயிர் ஆகிய வற்றைக் கொண்டு பேடி ஊஸ்தா இந்த ஆரம்பகால அதிசயங்களை உருவாக்கியிருந்தார். இந்த அதியற்புதமான கலைப்படைப்புகளை முதன் முதலில் பார்க்க நேர்ந்த குறுமதி கொண்ட ஷேக் அல் – இஸ்லாம் வெகுண்டெழுந்தார். கடவுளின் படைப்பான மனிதனை இந்த அளவுக்குத் தத்ரூபமாக வடிப்பதென்பது இறைவனோடு போட்டியிடுவதற்கு நிகரானது. எனவே, இந்த அலங்காரப் பதுமைகள் விரைவாகப் பார்வையிலிருந்து அகற்றப்பட்டு, போர்க் கப்பல்களுக்கு நடுவே தடுப்புக் கைப்பிடிகள் எழுப்பப்பட்டன.

நம்முடைய தேசத்தின் மேற்கு நோக்கிய நீண்ட பயணத்தின் நெடுகிலும் அனுபவிக்க நேர்ந்த தடை எனும் நோய்க்கு இச்சம்பவம் ஆயிரத்தில் ஓர் உதாரணம். ஆனால் பேடி ஊஸ்தாவின் இதயத்தில் தகித்துக்கொண்டிருந்த படைப்பூக்க நோயைத் தணிக்கும் முயற்சியில் இது வெற்றியடையவில்லை. இல்லம் எனும் ரகசியக் கிடங்கில் அவர் மேலும் மேலும் அலங்காரப்பதுமைகளை உருவாக்கிக்கொண்டிருந்த அதே வேளையில் தன்னுடைய இந்தக் ‘குழந்தைகளை’ மீண்டும் அருங்காட்சியகத்தியோ அல்லது வேறு இடத்திலோ காட்சிப்படுத்த அனுமதிக்க வேண்டுமென்று அதிகாரிகளிடம் அவர் முறையிட்டவாறிருந்தார். அவருடைய வேண்டுகோளுக்கு யாருமே செவிசாய்க்கவில்லை. அரசாங்கத்தையும் அரசின் பெயரால் ஆட்சி செய்வோரையும் இனியும் நம்பிப் பலனில்லை என்று தீர்மானித்த நிலையிலும், அவர் தன்னுடைய நவீனக் கலையைக் கைவிடவில்லை. அதற்கு பதிலாகத் தன் இல்லத்தின் கீழ் ஒரு நிலவறையை அமைத்து, அதில் தனக்கென ஓர் கலைக்கூடத்தை அவர் நிறுவிக்கொண்டார். அங்கேதான் அவர் தொடர்ந்து அலங்காரப்பதுமைகளை உருவாக்கியவாறிருந்தார். பிறகு ஒரு காலகட்டத்தில் பில்லி சூனியம், வக்கிரப் பழக்கவழக்கங்கள்,

மத துவேஷம் போன்ற குற்றச்சாட்டுகளைத் தன்னுடைய அண்டை அயலார் தன் மீது சுமத்திப் பழிக்கக் கூடும் என்பதாலும், இப்பொழுது ஓர் எளிய இஸ்லாமியர் இல்லம் கொள்ளக்கூடியதைக் காட்டிலும் எண்ணிக்கையில் அலங்காரப்பதுமைகள் அதிகரித்துவிட்டதாலும், அவர் பழைய இஸ்தான்புல் நகர்ப்பகுதியை விட்டு நகரின் ஐரோப்பியப் பகுதியான கேலட்டாவுக்குக் குடிபெயர்ந்தார்.

கூலே தீபி பகுதியிலிருக்கும் இந்த விசித்திரமான வீட்டைப் பற்றி முதலில் எனக்குச் சொன்னவர் ஒரு வாசகர்தான். அவரே பிறகு அந்த வீட்டை நேரில் பார்க்க என்னை அழைத்துக்கொண்டு சென்றார். இங்கே இந்த இடத்தில்தான் மிகுந்த உழைப்பைக் கோரும் தன்னுடைய கைவினையை மிகுந்த ஈடுபாட்டோடு பேடி ஊஸ்தா வைராக்கியமாகத் தொடர்ந்து மேற்கொண்டார். அப்படி ஈடுபாட்டோடு இருந்த காலத்தி லேயே, தானே கற்றுக்கொண்ட இந்தக் கலையின் நுணுக்கங்களைத் தன்னுடைய மகனுக்கும் கற்றுக்கொடுத்திருந்தார். இருபதாண்டுகளுக்குப் பிறகு, நாடு குடியரசாக உருவெடுத்த ஆரம்பக் காலகட்டத்தில் நிகழ்ந்த பெருமளவிலான மேற்கத்திய தாக்கத்தின் பின்விளைவாக, கனவான்கள் தங்களுடைய குஞ்சம் வைத்த தொப்பிகளைத் துறந்து பனாமா தொப்பிகளை அணிந்துகொள்ளத் தலைப்பட்டிருந்த காலத்தில், முகச்சால்வையைத் துறந்துவிட்டுக் குதிகாலுயர்ந்த செருப்புகளைச் சீமாட்டிகள் விரும்பி அணியத் தலைப்பட்ட காலகட்டத்தில், பெயோக்ளூ நிழற்சாலையின் இருமருங்கிலும் இருந்த உயர்ரகத் துணிக்கடைகளின் காட்சிச்சாளரங்களில் அலங்காரப் பதுமைகள் தலைகாட்டத் தொடங்கின. ஆனால் இந்தப் பதுமைகள் வெளிநாட்டிலிருந்து விலைகொடுத்து வாங்கப்பட்டிருந்தன. இந்த அயல்தேச அலங்காரப் பதுமைகளை முதன்முதலாகப் பார்த்த நாளிலிருந்து, தான் நீண்ட காலமாக எதிர்பார்த்துக்கொண்டிருந்த தருணம் வந்துவிட்டதென்று பேடி ஊஸ்தா முடிவு கட்டினார். ஆனந்தக் களிப்பில் தன்னுடைய கலைக்கூடத்தை விட்டுத் தெருவில் அவர் இறங்கி ஓடினார். ஆனால், தகதகக்கும் காஃபியகங்களும், மனமகிழ்மன்றங்களும், பகட்டும் ஆடம்பரமும் மிக்க நுகர்வோர்களும் நிறைந்த பெயோக்ளூ நிழற்சாலையில், அவர் அடைந்த இதுவரை அறிந்திராத ஏமாற்றம் மீண்டும் அவரை வீட்டின் நிலவறைக் கலைக்கூடத்தின் இருளுக்குள்ளேயே விரட்டிச் சாகும் வரையிலும் அவரை அங்கேயே முடக்கிப்போட்டது.

தன்னுடைய கலைப்படைப்பின் மாதிரிகளை எல்லாப் பண்டக சாலைகளுக்கும் அவர் எடுத்துச்சென்று காட்டினார். ஆனால் (அவருடைய நிலவறைக் கலைக்கூடத்திற்கு வந்து பார்த்த ஒவ்வொரு சாளர அலங்காரர்கள், உடுப்புகள், ஆடைகள், பாவாடைகள், காலுறைகள், தொப்பிகள் ஆகியவற்றைக் கொள்முதல் விலைக்கு வாங்கிக்கொடுக்கும் முகவர்கள் என) எல்லோருமே அவருடைய கலைப்படைப்புகளை நிராகரித்துவிட்டார்கள். ஏனென்றால், நாம் பார்த்து ஏங்கும் ஐரோப்பியத் தோற்றத்தில் அவை இல்லையென்பதுதான் காரணம். அவை யாவும் தோற்றத்தில் நம்மையே ஒத்திருந்தன. “எப்பொழுதுமே வாடிக்கையாளரை நாம் மனத்தில்கொள்ள வேண்டும்” என்று ஒரு கடைக்காரர் அவருக்கு ஆலோசனை கூறினார். “நம்முடைய நகரின் தெருக்களில் நாம் அன்றாடம் பல்லாயிரம் தடவை பார்க்க நேரும் கருத்த, வளைந்த கால்கள் கொண்ட மீசை வைத்த சகநாட்டவர் அணிந்து செல்லும் அங்கியை வாங்க வாடிக்கை

யாளர் விரும்புவதில்லை. மாறாக, இதுவரை அறிந்திராத தொலைதூர நிலத்தில் இருக்கும் அழகிய நபர் அணிந்திருக்கும் அங்கியைத்தான் வாடிக்கையாளர் பெரிதும் விரும்புகின்றனர். ஏனென்றால், அதைப் போன்ற ஒன்றை அணிந்துகொள்வதன் மூலம் அவரும் ஒரு புதிய நபராய் மாறிவிட, உருவாகிவிட முடியுமென்று நம்பத் தலைப்படுகிறார்." இந்த வியாபாரத்தில் கைதேர்ந்த ஒரு சாளர அலங்காரர் பேடி ஊஸ்தாவின் கலை நயத்தை வியந்து பாராட்டிய பிறகு, "இந்த உண்மையான துருக்கியர்களை, இந்த நிஜமான சகநாட்டவர்களை" தன்னுடைய கடையின் சாளரங்களில் காட்சிப்படுத்தித் தன்னால் வணிகம் செய்ய முடியாமலிருப்பதைப் பெருத்த அவமானமாகத் தான் கருதுவதாக மனம் நொந்து ஏற்றுக்கொண்டார். இப்பொழுதெல்லாம் துருக்கியர்கள் தாங்கள் துருக்கியர்களாக இருக்க ஆசைப்படுவதில்லை, மாறாக அவர்கள் முற்றிலும் வேறானவர்களாக இருக்கவே விரும்புகிறார்கள் என்பதுதான் காரணமென்று அவர் சொன்னார். இதன் அடிப்படையில்தான் அவர்கள் 'உடைப் புரட்சியை' ஏற்றுக்கொண்டுவிட்டார்கள். தாடிகளை மழித்துக் கொண்டுவிட்டார்கள். தங்களுடைய மொழியிலும், அகரவரிசையிலும் சீர்திருத்தங்களை ஏற்றுக்கொண்டுவிட்டார்கள். அவ்வளவாய்ப் பேசாத இன்னொரு கடைக்காரர் தன்னுடைய வாடிக்கையாளர்கள் ஆடைகளை வாங்குவதில்லை, மாறாகக் கனவுகளையே வாங்குகிறார்களென்று விளக்கமளித்தார். அந்த ஆடையை அணிந்திருக்கும் இன்னொருவராய் மாறிவிடும் கனவே தன்னுடைய வாடிக்கையாளர்களைத் தன்னுடைய கடைக்கு இட்டு வருவதாகவும் அவர் கூறினார்.

இந்தக் கனவுக்கு ஏற்ற வகையிலான அலங்காரப்பதுமைகளைப் பேடி ஊஸ்தா வடிவமைக்க முயன்றார். என்றாலும் இறக்குமதி செய்யப்பட்ட ஐரோப்பிய அலங்காரப் பதுமைகளிடம் தென்படும் விதவிதமான தோரணையோடும், பற்பசை விளம்பரப் புன்னகையோடும் தான் என்றுமே போட்டியிட முடியாது என்பதை அவர் உணர்ந்திருந்தார். அதனால் விரைவிலேயே அவர் தன்னுடைய கனவுகளை, தன்னுடைய உண்மையான கனவுகளை, நனவுகளாக்கும் முயற்சியில் தன்னுடைய கலைக்கூடத்துக்கே மீண்டுவிட்டார். அவருடைய வாழ்வின் இறுதிப் பதினைந்தாண்டுகளை இந்த உள்நாட்டு பிம்பங்களுக்கு ரத்தமும் சதையும் கொடுப்பதிலேயே செலவிட்டார். நூற்றைம்பதுக்கும் மேற்பட்ட அலங்காரப்பதுமைகளை அவர் உருவாக்கினார். அவை ஒவ்வொன்றுமே ஒரு கலைச் சின்னம்தான். பத்திரிகை அலுவலகத்துக்கு வந்து என்னைப் பார்த்துப் பேசி, தன்னுடைய தந்தையின் நிலவறைக் கலைக்கூடத்தை நானே நேரடியாகப் பார்க்க வேண்டுமென்று கையோடு கூட்டிச்சென்ற பேடி ஊஸ்தாவின் மகன், அந்த அலங்காரப் பதுமைகளை ஒன்றன் பின் ஒன்றாக நாங்கள் பார்த்து வியந்துகொண்டிருக்கையில், "நாம் என்னவாக இருக்கிறோம் என்பதை நிர்ணயிக்கும் அந்தப் பிரத்யேக அம்சம்' இந்த விசித்திரமான, புழுதி மண்டிய ஜீவன்களுக்குள் புதைந்து கிடக்கிறதென்று என்னிடம் கூறினார்.

கூலே தீபி பகுதியைத் தாண்டி, புழுதி படிந்த ஒரு சந்தின் வழியாகக் குப்பையும் கூளமுமான ஒரு நடைபாதையைக் கடந்து, சற்றே ஆழமான படிக்கட்டில் இறங்கி இப்பொழுது இங்கே, இந்த இருண்ட, குளிரான வீட்டின் நிலவறையில் இருக்கிறோம். இடப்பெயர்வின் மூலம் தாங்கள் உயிர் பெறலாமோ என்ற நம்பிக்கையோடு எங்களைச் சுற்றிலும் மன

உளைச்சலில் நெளிந்தவாறு அலங்காரப் பதுமைகள் நின்றுகொண்டிருந்தன. அரைகுறை வெளிச்சத்திலிருந்த நிலவறையில் நிழல்களின் ஊடே எங்களை உற்றுப் பார்த்தவாறு, தங்களையும் ஒருவரையொருவர் வெறித்துக்கொண்டு நூற்றுக்கணக்கான கண்கள், நூற்றுக்கணக்கான முகங்கள் இருந்தன ... அவற்றுள் ஒரு சில இருக்கையில் அமர்ந்திருந்தன. ஒரு சில தமக்குள்ளே பேசியபடியிருந்தன. வேறு சில உணவருந்திக்கொண்டிருந்தன. சில சிரித்துக்கொண்டிருந்தன. இன்னும் சில பிரார்த்தனை செய்தவாறிருந்தன. வேறு சிலவோ தங்களுடைய இருப்பின் மூலமாகவே வெளியுலகுக்குச் சவால் விட்டவண்ணம் இருந்தன. அந்த நேரத்தில் அவர்களின் இருப்பே எனக்குச் சகிக்கவியலாததாகத் தோன்றியது. ஒன்று மட்டும் மிகத்தெளிவாக விளங்கியது: கேலட்டா பாலத்தின் மீது மொய்த்துக்கொண்டிருக்கும் ஜனத்திரளிடம் தென்படக்கூடிய உயிர்ப்பு சக்தியைக் காட்டிலும் வலிமையான சக்தியை இந்த அலங்காரப் பதுமைகள் கொண்டிருந்தன; பெயோக்ளூ நிழற்சாலைக் கடைகள், மஹ்முத்பாஷா பண்டகச்சாலையின் காட்சிச் சாளரங்களில் காணப்படும் அலங்காரப் பதுமைகள் பற்றிச் சொல்லவே வேண்டியதில்லை. மன உளைச்சலில் நெளிந்துகொண்டு, மூச்சு விட்டுக்கொண்டிருக்கும் இந்த அலங்காரப் பதுமைகளின் சரும நிறமே உயிர்ப்போடு மிளிர்ந்துகொண்டிருந்தது. நான் மதிமயங்கிக் கிடந்தேன். அவருக்குள் துடித்துக்கொண்டிருந்த ஜீவனை எனக்குள்ளும் கொண்டு வர, இந்த இன்னோர் உலகின் பகுதியாகி அதன் ரகசியங்களைத் தெரிந்துகொள்ள உணர்ச்சி மேலிட்ட நடுக்கத்தோடு ஓர் அலங்காரப் பதுமையை (தொல்லைகளால் தளர்ந்திருந்த ஒரு வயதான, சகநாட்டவன்) நான் நெருங்கியது நினைவிருக்கிறது. ஆனால் அவரை நான் தொட்டுப் பார்த்தபொழுது அவருடைய தடித்த தோல் அந்த அறையைப் போலவே குளிர்ந்து, அச்சுறுத்துவதாக இருந்தது.

“ஒரு நபரை நிர்ணயிக்கிற உடல்மொழியை நாம் ஊன்றிக் கவனிக்க வேண்டுமென்று அப்பா எப்பொழுதுமே கூறிக்கொண்டிருப்பார்” என்று அந்த அலங்காரப் பதுமைகளைப் பெருமிதத்துடன் சுட்டிக்காட்டி பேடி ஊஸ்தாவின் மகன் விளக்கமளித்துக்கொண்டிருந்தார். நீண்ட, அயர்ச்சியூட்டும் ஒவ்வொரு பணிநாளின் முடிவிலும் அவரும் அவருடைய தந்தையும் அந்த இருண்ட கூலே தீபி நிலவறையிலிருந்து மேலேயுள்ள பூமிக்கு வந்து, டாக்ஸிஸம் பகுதியிலிருக்கும் இரவுக் கேளிக்கைக்குப் பேர்போன ஒரு காஃபியகத்துக்குப் போவார்களாம். அவர்கள் அங்கே தேநீர் வாங்கிக்கொண்டு உட்கார்ந்து அந்தப் பகுதியில் அலையடிக்கும் மக்கள் வெள்ளத்தைக் கவனித்துக்கொண்டிருப்பார்களாம். குறிப்பாக, மாந்தர்களின் உடல்மொழியை உற்றுக் கவனித்துக்கொண்டிருப்பார்களாம். ஒரு தேசம் தன்னுடைய வாழ்வியல் முறையை, தன்னுடைய வரலாற்றை, தன்னிடமிருக்கும் கலையை, இலக்கியத்தை, கலாச்சாரத்தையென்று எதை வேண்டுமானாலும் மாற்றலாம். ஆனால், அதற்குத் தன்னுடைய உடல்மொழியை மாற்ற வாய்ப்பே வராதென்று அந்தக் காலத்தில் அவருடைய தந்தை திடமாக நம்பிக்கொண்டிருந்தாராம். இதைச் சொல்லிக்கொண்டிருக்கும்போதே ஒரு வாடகைக் காரோட்டி ஒரு சிகரெட்டை எப்படிப் பற்றவைப்பாரென்று அவர் செய்துகாட்டினார். அதேபோல், பெயோக்ளூவைச் சேர்ந்த ஒரு தாதா, எப்படி, எதற்காக, கைகளை அகட்டி, ஒரு நண்டைப் போல் பக்கவாட்டில் நடந்து செல்கிறான் என்பதையும் நடித்துக்காட்டினார். பிறகு ஒரு வறுகடலை

வியாபாரியின் பயிற்சியாளனுடைய மோவாயைச் சுட்டிக்காட்டினார். அந்தப் பையன் நம் எல்லோரையும் போலவே வாயை அகலத் திறந்து சிரித்துக்காண்டிருந்தான். அதே போல் கையில் ஒரு பெரிய சுருக்குப் பையைச் சுமந்தபடி நிழற்சாலையில் தனியே நடந்து செல்லும் பெண்ணின் சோகமான கண்களில் தென்படும் மருட்சியை அவர் விவரித்தார். நம்முடைய நாட்டுமக்கள் நகரங்களினூடே நடந்து செல்லும்போது மட்டும் ஏன் தங்களுடைய பார்வைகளைத் தரையில் பதித்தும், கிராமப்புறங்களில் நடக்கும்பொழுது வானை நோக்கித் தலையை உயர்த்தியும் பார்க்கிறார்கள் என்பதற்கான விளக்கத்தையும் அவர் சொன்னார். முடிவிலியின் தருணத்தை எதிர்பார்த்தவாறு தங்களை உயிர்ப்பிக்கும் அந்தத் தருணத்தை எதிர்நோக்கியவாறு, நம்மை உற்றுநோக்கிக்கொண்டிருக்கும் அந்த அலங்காரப் பதுமைகள் மீதே மீண்டும் மீண்டும் கவனத்தை ஈர்க்க பேடி ஊஸ்தாவின் மகன் முயன்றுகொண்டிருந்தார். அவர்களுடைய முகபாவங்களைப் பற்றி, உடல்மொழியைப் பற்றி, தோரணைகள் உணர்த்தும் செய்திகள் பற்றி. மீண்டும் மீண்டும் மீண்டும் என எவ்வளவு முறை சொல்லிக்கொண்டிருந்தார் என்று நான் கணக்கு வைத்துக்கொள்ள வில்லை. இதெல்லாவற்றையும் மீறி இன்றைய பாணி உடுப்புகளை, அணிகலன்களைக் காட்சிப்படுத்தத் தோதான மிக அற்புதமான மனித மாதிரிகளாக அந்த மகோன்னதக் கலைப் படைப்புகள் திகழ்ந்தன என்பது தெளிவாகவே தெரிந்தது.

ஆனால், இந்தப் பரிதாபத்துக்குரிய படைப்புகளைப் பார்க்கும் பொழுது உங்கள் இதயத்தை நொறுக்கி இந்த நிலவறைக்கு மேலே இருக்கும் பகல்வெளிச்ச உலகத்திற்குத் தப்பிச் சென்றுவிட வேண்டுமெனும் தவிப்பை ஏற்படுத்தும் ஏதோ ஓர் அம்சம் இவற்றிடம் இருந்தது போல் தோன்றியது. அவற்றிடம் ஏதோ ஒரு குற்றம் இருந்தது. அதை எப்படிச் சொல்வது? ஏதோ ஓர் இருண்ட, வலிமிகுந்த, எரிச்சலூட்டும், ஏன் அச்சுறுத்தும் என்று கூடச் சொல்லலாம் ஏதோ ஓர் அம்சம் தென்பட்டது. “பிற்காலத்தில் சாதாரண முகபாவங்களை, உடல்மொழியை உன்னிப்பாகப் பார்ப்பதை அப்பா நிறுத்திவிட்டார்,” என்று மகன் விளக்கிக்கொண்டிருந்தார். அந்தத் தருணத்தில்தான் இந்தப் பயங்கரமான அம்சம் என்னவென்று எனக்குப் புலனாகியது. நான் வர்ணிக்க முயன்றுகொண்டிருந்த இந்த முக பாவங்களும், உடல் மொழியும் – துருக்கியர்கள் சிரிக்கும் விதம், மூக்கைத் துடைத்துக்கொள்ளும் நடத்தை, நடக்கும் பாணி, ஓரக்கண்ணால் பார்க்கும் விதம், கைகளைக் கழுவும் பாங்கு, புட்டிகளைத் திறக்கும் முறை – என இவை யாவுமே காலப்போக்கில் தங்களுடைய வெகுளித்தனத்தை இழக்கத் தொடங்கிவிட்டன. அல்லது அப்படியாக இந்த அப்பாவுக்கும் பிள்ளைக்கும் தோன்ற ஆரம்பித்தன. பார்த்துப் போலி செய்ய வேறெவரும் இதுவரை இல்லாத நிலையில் தம்மைத் தாமே நகலெடுத்துக்கொண்டோ அல்லது ஒருவரை மற்றொருவர் பார்த்து நகலெடுத்துக்கொண்டோ இருக்கும் இந்த மாந்தர்களை இவர்கள் இருவரும் காஃபியகங்களில் உட்கார்ந்து ஒரு காலத்தில் கவனித்துக்கொண்டிருப்பார்கள். இதே மாந்தர்கள் இப்போது யாரை நகலெடுத்துக்கொண்டிருக்கிறார்கள், மாற்றத்துக்காக இவர்கள் யாரை மாதிரியாகக் கொள்கிறார்களென்று புரிந்துகொள்ள முடியாமல் பேடி ஊஸ்தாவும் அவருடைய மகனும்

திணறியிருக்கின்றனர். அவர்களுடைய கையிருப்பிலிருந்த அந்த மாந்தர்களின் அன்றாட பாவனைகள்தான் அவர்களிடமிருந்த மிக அரிய பொக்கிஷங்கள். ஆனால் மெல்ல மெல்லத் தடுக்க முடியாதவாறு கண்ணுக்குப் புலனாகாத ஒரு ரகசிய எஜமானனுக்கு அடங்கிப் போவதைப் போல, அந்தப் பாவனைகள் மாறத் தொடங்கின. மறையத் தொடங்கின. அவைகளுக்குப் பதிலாகப் புது விதமான பாவனைகளும் உடல்மொழியும் மாந்தர்களிடத்தில் குடிபுகுந்தன. குழந்தைகளை மாதிரியாகக் கொண்ட அலங்காரப் பதுமைகளை இருவருமாக இணைந்து வடிவமைத்துக் கொண்டிருக்கும் பொழுதுதான் இந்தப் புதிரின் ஆழத்தை அவர்கள் ஒரு வழியாக அறிந்துகொண்டார்கள். "எல்லாம் அந்தப் பாழாய்ப்போன திரைப்படங்களால் வந்தது" என்று மகன் உணர்ச்சி மேலீட்டில் கத்தினார்.

ஆம். எல்லாமே அந்தக் பாழாய்ப்போன திரைப்படங்களின் வினை தான். தெருவில் தென்படும்போது நம்முடைய மாந்தர்கள் காட்டிவந்த முகபாவங்கள் அவற்றின் வெகுளித்தனத்தை இழக்கத் தொடங்கியதற்குக் காரணம் வட்ட வட்டத் தகரப் பெட்டிகளில் மேலை நாடுகளிலிருந்து கொண்டு வரப்பட்டு நம்முடைய அரங்குகளில் மணிக்கணக்காய்த் திரையிடப்படும் அந்தப் படங்கள்தான். கண்களுக்குப் புலனாவதைக் காட்டிலும் விரைவாக மக்கள் தங்களுடைய பழைய பழக்கவழக்கங்களை விட்டுவிடத் தொடங்கினர். அவர்கள் முற்றிலும் புதிய முகபாவனைகளை வரித்துக்கொண்டிருந்தனர். அவர்கள் செய்த ஒவ்வொன்றுமே போலியான பாவனையாகிப் போனது. இந்தப் புதுவிதமான பொய்த்தோற்றம், அர்த்தமற்ற உடல்மொழி மற்றும் நடத்தை குறித்துத் தன்னுடைய தந்தை கொண்டிருந்த கோபத்தை நியாயப்படுத்தும் வகையில் மகன் கொடுத்த உதாரணங்களைப் பற்றி நாம் இங்கே நீண்ட நேரம் செலவழிக்கத் தேவையில்லை. நம்முடைய மக்கள் திரையில் முதன்முதலாகப் பார்த்திருந்த விதவிதமான புதுவகைச் சிரிப்புகளையெல்லாம் அவர் நிகழ்த்திக்காட்டினார் என்று சொன்னாலே போதுமானது. அவர்கள் சாளரங்களை எப்படித் திறக்கிறார்கள், கதவை எப்படி முரட்டுத்தனமாய் உதைத்துத் திறக்கிறார்கள், தேநீர்க் கோப்பைகளை எவ்வாறு பிடிக்கிறார்கள், மேலங்கிகளை எவ்வாறு அணிகிறார்கள் என்பதைப் பற்றியெல்லாம் அவர் சொன்னதை இங்கே விவரிக்கத் தேவையில்லை. இவை போன்ற அனாமதேய, கற்றுக்கொண்ட உடல்மொழிக் கூறுகள், இந்தப் புதிய வகைத் தலையசைப்புகள், கண் சிமிட்டல்கள், வினயமான செருமல்கள், சீற்றம் மிகுந்த வலிப்புகள், கைகலப்புகள், இப்பொழுது நாம் கண்களை உருட்டிப் பார்க்கும் விதம், புருவங்களை நெரித்து நாம் காட்டும் அசாதாரண முகபாவங்கள், இந்தப் புதுமையான பாசாங்குத்தனங்கள் எல்லாமே நம்மை முன்பிருந்ததைக் காட்டிலும் உறுதிமிக்கவர்களாகவோ அல்லது நளினமானவர்களாகவோ ஆக்கக்கூடும். ஆனால், அதே நேரத்தில் இவை நமது பக்குவப்படாத குழந்தைமையைக் கொள்ளை கொண்டுபோய்விட்டன. கடைசியில், இந்தக் கலப்பின பாவனைகள் மனதை மிகவும் துன்புறுத்துவதால் அவற்றைக் காணச் சகிக்கவில்லை என்றார் பேடி ஊஸ்தா. இந்தப் பாசாங்கான முகபாவங்கள் தன்னுடைய 'குழந்தைகளுக்கும்' தொற்றிவிடுமோ என்று அவர் மனம் பதைத்தார். அதனால் இனி வெளியுலகைத் தவிர்த்து, கலைக்கூடத்துக்குள்ளேயே முடங்கி விடுவதென்று தீர்மானித்தார். அந்த

கருப்புப் புத்தகம் ❋ 93 ❋

நிலவறைக்குள் தன்னை அடைத்துக்கொண்ட பிறகு, 'இனி வெளிப்பட வேண்டிய புதிரின் சாறு' என்னவென்று தான் நீண்ட காலமாகப் புரிந்து கொண்டிருப்பதாக அவர் தெளிவுபடுத்தினார்.

பேடி ஊஸ்தாவின் இறுதிப் பதினைந்தாண்டுகளில் அவர் படைத்திருந்த கலைச்சின்னங்களைப் பார்வையிட்டுக்கொண்டிருந்த போது, எதிர்பாராத விதமாக இந்தச் சாறு எதுவென்று நான் கண்டு கொண்டேன். நீண்ட காலம் கழித்துத் தான் யாரென்று ஒரு வழியாகக் கண்டுகொண்ட ஓநாய்க்குட்டியின் குருட்டு ஊகத்தோடு இதை நான் விளங்கிக்கொண்டேன். அதற்குக் காரணம், இந்தப் பெரியப்பாக்கள், சித்தப்பாக்கள், மாமாக்கள், பெரியம்மாக்கள், சித்திகள், அத்தைகள், இந்த நண்பர்கள், பரிச்சயமானவர்கள், மளிகைக்கடைக்காரர்கள், தொழிலாளிகள் என்று அனைவரிடமும் என்னுடைய சாயலையே நான் பெரிதும் கண்டேன். இந்த அலங்காரப் பதுமைகளின் கண்கள் என் இதயத்துக்குள் ஊடுருவிச் சென்றிருந்தன. ஏனென்றால், அவை என்னுடைய பிம்பத்தைப் போலவே உருவாக்கப்பட்டிருந்தன. நம்பிக்கைக்கு இடமேயில்லாத கரையான் அரித்த இந்த இருளில் வீணாகிக்கொண்டிருக்கும் ஓர் அலங்காரப் பதுமையாக நான் என்னை உணர்ந்தேன். அலங்காரப் பதுமைகளாய் நிற்கும் இந்த சகநாட்டவர் உருவங்கள் மீது ஈய நிறப் புழுதி போர்த்திருந்தது (இவர்களுள் ஒரு பகுதியாக பெயோக்ளூ தாதாக்கள், தையல்காரப் பெண்கள் மட்டுமல்லாமல் புகழ்பெற்ற கோடீஸ்வரர் ஜெவ்தத் பே, கலைக்களஞ் சியத்தை உருவாக்கிய ஸெலாஹதீன் பே போன்றோர் இருந்தனர். கூடவே, தீயணைப்பு வீரர்கள், யாரும் பார்த்தே இருக்க முடியாத வகைக் குள்ளர்கள், புராதனக் காலப் பிச்சைக்காரர்கள், ஏன் கர்ப்பிணிப் பெண்களும்கூட இருந்தனர்). மங்கலான விளக்கொளியில் இந்தப் பதுமை களின் நிழல் நீண்டு வளர்ந்திருந்தது. என்னுடைய மதிப்பிலும் இந்தச் சோகப் படைப்புகள் உயர்ந்துகொண்டே போனார்கள். இவை தாங்கள் இழந்துவிட்ட வெகுளித்தனத்தை நினைத்துத் துக்கித்துக்கொண்டிருக்கும் வழிபாட்டு உருவங்கள். வேறு யாராகவோ மாற வேண்டும் எனும் ஏக்கத்தோடு, மாற முடியாமல் மனஉளைச்சலில் உழலும் முனிவர்கள். படுக்கையைப் பகிர்ந்திராத, கலவியை அறிந்திராத, இன்பம் துய்த்திராத காதலர்கள். ஆனால் அதற்குப் பதிலாக முடிவில் ஒருவரையொருவர் கொலை செய்துவிடும் காதலர்கள். இவர்கள் அனைவருமே, என்னைப் போல், நம் எல்லோரையும் போல், ஒரு காலத்தில் சொர்க்கமெனத் தோன்றிய ஒரு தொலைதூரக் கடந்த காலத்தில், தமது சாரத்தைத் தற்செயலாகத் தரிசித்திருக்கிறார்கள். ஆனால் அந்த அற்புத அனுபவத்தை உடனே மறந்தும் விட்டிருக்கிறார்கள். நாம் நாமாகவே இருக்கப் பெரும் பிரயத்தனங்களை மேற்கொண்டிருக்கும் போதும்கூட, இந்த மறந்து விட்ட நினைவுகள்தான் நம்மைத் துயர்கொள்ள வைக்கின்றன. நம்மை முற்றாக நாசப்படுத்தியிருக்கின்றன. நாம் நாமாக இருக்கச் செய்த நம்முடைய பாவனைகள், நாம் எவ்வாறு மூக்கைத் துடைக்கிறோம், எப்படி முகத்தைச் சொரிந்துகொள்கிறோம், எப்படித் தரையில் காலை உதைத்துக்கொள்கிறோம், நம்முடைய ஆற்றாமையை நாம் எப்படி வெளிப்படுத்துகிறோம், நம்முடைய தோல்விகளை நாம் முகத்தில் எப்படிப் பிரதிபலிக்கிறோம் – சுருங்கச் சொல்வதென்றால், நமக்கு நாமே உண்மையாக இருக்க நாம் செய்த பிரயத்தனங்களுக்குக் கொடுத்த

விலைதான் இவையெல்லாம். “தன்னுடைய அலங்காரப் பதுமைகளைக் கடைகளின் காட்சி சாளரங்களில் காணப்போகும் நாள் வந்துவிடும் என்றுதான் அப்பா உறுதியாக நம்பிக்கொண்டிருந்தார்! வேற்று தேச மக்களைப் பின்பற்றுவதை நிறுத்திவிடும் அளவுக்கு நம் மக்களும் மிக ஆனந்தமாக வாழும் நாள் என்றோ வரத்தான் போகிறதென்ற நம்பிக்கை அவரிடமிருந்து அகலவேயில்லை” என்றார் பேடி ஊஸ்தாவின் மகன். ஆனால், எனக்கென்னவோ, இந்த அலங்காரப் பதுமைகளின் கும்பல் என்னை மாதிரியே ஏங்கிக்கொண்டிருந்ததைப் போல் தோன்றியது. அதாவது காற்றில்லாமல் புழுங்கிக்கொண்டிருந்த இந்தப் பூஞ்சணம் பிடித்த நிலவறையிலிருந்து வெளியேறி, சூரியஒளி பரவிய தெருக்களில் மீண்டும் நடந்து, சகமனிதர்களைப் பார்த்து அவர்களுடைய பாவனைகளை நகலெடுத்து அவர்களோடு நம் மகிழ்ச்சியைப் பரிமாறிக்கொள்ள வேண்டு மென்றே ஏங்கிக்கொண்டிருந்ததைப் போல் தோன்றியது. ஏனென்றால் நாம் அனைவருமே வேறு யாரோ ஒருவராக இருக்கவே வெகுவாக முயல்கிறோம்.

ஆனால், அவை வீணில் அவ்வாறு நம்பிக்கொண்டிருக்கின்றன என்பது எனக்குப் பிறகுதான் தெளிவாகியது. விசித்திரப் பொருள்கள் மீது ஒருவித ஈடுபாடுகொண்டிருந்த கடைக்காரர் ஒருவர் அந்தக் கலைக்கூடத்துக்கு ஒரு நாள் வருகை புரிந்தார். தன்னுடைய செலவில் கொஞ்சத்தைக் குறைக்கலாம் எனும் எண்ணத்தில் விற்பனைக்கு இருந்த ஒரு சில பதுமைகளை அவர் வாங்கிச் சென்றார். ஆனால், தோரணைகளிலும், முக பாவனைகளிலும் வாடிக்கையாளர்களைக் கடந்து செல்லும் கூட்டத்தினரையுமே அந்த அலங்காரப் பதுமைகள் பெருமளவில் ஒத்திருந்தன. அவை மிகவும் சாதாரணமானவையாக, மிக மிக அசலானவையாக, பெரிதும் நம்மைப் போன்றே இருந்ததனால் யாருமே அவற்றைத் திரும்பிக்கூடப் பார்க்க வில்லை. இதனால், அந்தக் கருமித்தனமான கடைக்காரர் அந்த அலங்காரப் பதுமைகளை பாகம் பாகமாக ரம்பம் வைத்து அறுத்து, அவைகளுக்கு உண்மையான அர்த்தத்தைக் கொடுத்துக்கொண்டிருந்த உடல்மொழியைச் சிதைத்துவிட்டார். இப்படிக் குதறப்பட்ட கைகளும், பாதங்களும், புஜங்களும், கால்களும் அவருடைய குட்டிக் கடையின் சின்னச் சின்ன சாளரங்களில் கையுறைகள், காலணிகள், குடைகள், போன்ற பொருள்களைப் பார்வைப்படுத்திய வண்ணம் காலங்காலமாகக் கொலுவிருந்தன.

7

காஃப் மலையிலிருக்கும் எழுத்துகள்

ஒரு பெயர் அர்த்தம் தருவதாய் இருப்பது அவசியமா?

– முகம்பார்க்கும் கண்ணாடி வழியே எனும் நாவலில் லூயிஸ் கேரல்.

தூங்காமல் கழித்திருந்த அந்த இரவுக்குப் பிறகு தெருவில் காலடி எடுத்து வைத்தபோது வழக்கமாக ஒரே மாதிரியான சாம்பல் நிறத்தில் திகழும் நிஷாந்தஷி பகுதி ஒரு வினோதமான வெண்ணிற வெளிச்சத்தால் ஒளியூட்டப் பட்டுக்கொண்டிருந்ததைப் போல் காலிப்புக்குத் தோன்றியது. தான் எண்ணியிருந்ததைக் காட்டிலும் அதிகமாகவே பனி பொழிந்திருந்ததையும் அவன் கவனித்தான். குடியிருப்புக் கட்டடங்களின் முன்புறக்கூரைகளின் மீது தொங்கிக் கொண்டிருந்த ஒளியூடுருவும் பனிப் படிகங்களைப் பற்றிய சுரணையே இல்லாமல் ஜனத்திரள் நடைபாதையில் போய்க் கொண்டிருந்தது. உழைப்பாளர் வங்கிக்குச் (நிஷாந்தஷி சதுக்கத்தின் மீது கவிந்திருக்கும் புழுதி, புகை, வாகனப்புகை, நிலக்கரிப்புகை ஆகியவை கலந்து அடர்ந்திருக்கும் ஊதாநிற மேகத்தைக் குறிக்கும் விதமாக, அதை ரூயா நீராவி வங்கி என்று குறிப்பிடுவதுண்டு) சென்ற சிறிது நேரத்திலேயே தங்களுடைய கூட்டுக்கணக்கிலிருந்து பெரும் தொகையெதையும் ரூயா கடந்த பத்து நாட்களில் எடுத்திருக்கவில்லை என்பது காலிப்புக்கு உறுதிப்பட்டது. வங்கியின் வெப்பமூட்டும் இயந்திர அமைப்பு வேறு சீர்கெட்டிருந்தது. ஆனாலும் கூட, வங்கியிலிருந்தோர் அனைவரும் உற்சாகமான மனநிலையிலேயே இருந்தார்கள். அதற்குக் காரணம் விசித்திரமான ஒப்பனையில் வரும் வங்கிக் காசாளர்களுள் ஒருவருக்கு தேசிய பரிசுச்சீட்டுக் குலுக்கலில் ஒரு பரிசு விழுந்திருந்ததுதான். காலிப் தெருவில் தொடர்ந்து நடந்தான். முதலில் பூக்காரரின் பனிபடர்ந்த சாளரக் கடையைக் கடந்தான். அடுத்து, தேநீர் தயாரிப்பவ ரிடம் பயிற்சி எடுத்துக்கொள்ளும் சிறுவர்கள் குறுக்கும் மறுக்குமாகப் போய்வந்துகொண்டிருக்கும் கூரை வேய்ந்த

வழியைக் கடந்தான். தொடர்ந்து ஷிஷ்லி முன்னேற்ற உயர்நிலைப் பள்ளி வளாகத்திலிருக்கும் கஷ்கொட்டை மரங்களின் பேய்த்தனமான கிளைகளிலிருந்து தொங்கிக்கொண்டிருந்த பனிப் படிகங்களுக்கு அடியில் நடந்து அந்த இடத்தையும் கடந்தான். இந்தப் பள்ளியில்தான் ரூயாவும் அவனும் ஒரு காலத்தில் சேர்ந்து பயின்று வந்தார்கள். கடைசியில் அவன் அல்லாதீனின் கடைக்கு வந்து சேர்ந்தான். ஒன்பது ஆண்டுகளுக்கு முன்பு ஜெலால் தன்னுடைய கட்டுரையில் குறிப்பிட்டிருந்த அதே ஊதா நிறப் பிடரிக் கவிகையை இப்பொழுதும் அணிந்திருந்தார். மூக்கையும் துடைத்துக்கொண்டிருந்தார்.

"எப்படியிருக்கிறீர்கள் அல்லாதீன்? நலம்தானே? உடம்புக்கு ஒன்று மில்லையே?"

"கொஞ்சம் சளி பிடித்திருக்கிறது"

ரூயாவின் முன்னாள் கணவன் ஒரு காலத்தில் அரசியல் பருவ இதழ்களுக்குத் தொடர்ந்து கட்டுரைகள் எழுதிக்கொண்டிருந்தான். அவற்றுள் ஒரு சிலவற்றோடு காலிப் உடன்பாடுகொண்டிருந்த போதும், பிறவற்றை அவன் மூர்க்கமாகவே எதிர்த்தான். ஆனால் அந்தக் கட்டுரைகள் வெளியான பருவ இதழ்கள் ஏதாவது அல்லாதீனிடம் இன்னமும் விற்காமல் தேங்கியிருக்கிறதா என்று விசாரிக்கும்பொழுது மிகுந்த கவனத்தோடு அந்தக் கட்டுரைகளின் தலைப்புகளை அவன் உச்சரித்தான். அல்லாதீன் சற்றே விநோதமாகக் காலிப்பைப் பார்த்தான். சற்றே கலவரத்தோடு, கொஞ்சம் சிறுபிள்ளைத்தனமாகக்கூட என்றாலும், எந்த விதத்திலும் விரோதத்தைக் காட்டாமல், பல்கலைக்கழக மாணவர்கள்தான் இப்படிப் பட்ட விஷயங்களை வாசிப்பார்களென்று அவன் காலிப்பிடம் சொன்னான்.

"உங்களுக்கு அவை எதற்காகத் தேவைப்படுகின்றன?"

"அவற்றிலிருக்கும் புதிர்களை விடுவிக்கப்போகிறேன்" என்றான் காலிப்.

அவனுடைய நகைச்சுவையை ரசித்ததைப் போல் சிரித்த அல்லாதீன் "ஆனால், பையா, இந்தக் கட்டுரைகளில் எந்த விதமான புதிரும் இருந்ததே யில்லையே!" என்றான். புதிர்களை விடுவிப்பதில் உண்மையிலேயே பைத்தியமாக இருக்கும் நபர் மட்டுமே அல்லாதீனின் அளவுக்கு வருத்தத்தை வெளிக்காட்டியிருக்க முடியும். "இவையிரண்டும் புதிய கட்டுரைகள். இவற்றையும் நீ பார்க்க விரும்புகிறாயா?" என்றான் அவன்.

"நிச்சயமாக" என்றான் காலிப். ஏதோ பாலியல் கிளுகிளுப்பு பத்திரிகையை வாங்கிச் செல்லும் முதியவரைப்போலக் கிசுகிசுத்த குரலில் "இவற்றைச் செய்தித்தாளில் சுற்றித்தர முடியுமா?" என்று கேட்டான்.

எமிநோனு பேருந்தில் உட்கார்ந்திருந்தபோது, தன் மடியில் இருக்கும் சுமை மிகவும் கனத்துக்கொண்டே போவதைப் போல் அவன் சற்றே விசித்திரமாக உணர்ந்தான். அதைவிடவும் வேடிக்கையாக, ஏதோ ஒரு கண் அவன் மீது கவிந்திருப்பதைப் போல, அவன் செய்யும் ஒவ்வொன்றையுமே கவனித்துக்கொண்டிருப்பதைப் போல அவனுக்குத் தோன்றிக்கொண்டே இருந்தது. ஆனால், அது எந்தச் சக பயணியின் பார்வையும் அல்ல. ஏனென்றால், புயல் வீசும் கடலில் முன்னும் பின்னும்,

கருப்புப் புத்தகம் ✸ 97 ✸

மேலும் கீழுமாக அலைக்கழிக்கப்படும் நீராவிப் படகைப் போல் பேருந்து சென்றுகொண்டிருக்கையில் பனி படர்ந்த தெருக்களின் மீது போய்க் கொண்டிருந்த மக்கள் திரளைத்தான் சகபயணிகள் எல்லோருமே இலக்கின்றி வெறித்துக்கொண்டிருந்தனர். அந்த அரசியல் பருவ இதழ்களை ஒரு பழைய *மிலியட்* நாளிதழில் அல்லாதீன் பொதிந்து கொடுத்திருந்தான். இப்பொழுது அதைக் குனிந்து பார்க்கும்பொழுது அந்தப் பொதியின் மேல் பக்கத்தில் ஜெலாலின் பத்திக் கட்டுரையொன்று இருப்பது தெரிந்தது. அதில் வெளியாகியிருந்த புகைப்படத்தில் ஜெலால் காலிப்பையே உற்றுப்பார்த்துக்கொண்டிருப்பதைப் போல் தோன்றியது. ஆண்டுக் கணக்காக ஒவ்வொரு காலைப்பொழுதிலும் அவன் பார்த்துக் கொண்டிருக்கும் அதே படம்தான். ஆனால் இன்றென்னவோ விசித்திரமாக, புதுவிதமாக இவனைப் பார்த்துக்கொண்டிருக்கிறது. உன்னை நான் நன்கு அறிவேனென்று அது இவனிடம் சொல்லியது. உன்னுடைய ஒவ்வொரு நடவடிக்கையையும் நான் கவனித்துக்கொண்டிருக்கிறேன்! தன்னுடைய ஆன்மாவை அது அறிந்துகொள்ள முடியாதபடி தன்னைக் காத்துக்கொள்ளும் நம்பிக்கையில், தன்னுடைய பெருவிரலை அந்தப் படத்தின் மீது காலிப் வைத்துக்கொண்டான் என்றாலும் கூட அந்த நெடிய பேருந்துப் பயணத்தில், அதனுடைய இருப்பையும் அனைத்தையும் காணவல்ல அதனுடைய பார்வையையும் அவன் உணர்ந்தவாறேதான் இருந்தான்.

அலுவலகத்தை அடைந்தவுடனேயே காலிப் ஜெலாலை அவனுடைய பணியிடத்தில் தொலைபேசியில் தொடர்புகொள்ள முயன்றான். ஆனால் அவன் இன்னும் பணிக்கு வந்திருக்கவில்லை. தன்னிடமிருந்த அரசியல் பருவ இதழ்களின் கட்டைப் பிரித்து அந்த இடதுசாரிப் பத்திரிகைகளை காலிப் வெளியே எடுத்தான். பிறகு அவற்றைக் கவனமாகப் படிக்கத் தொடங்கினான். அவற்றைப் புரட்டும்போதே விடுதலை, வெற்றி – தீர்ப்பு கூறப்படும் நாள்! – ஆகியவை அணுக்கமாக வந்துவிட்டதைப் போன்று தோன்றிய பதற்றம் மிக்க, ஆனால் வெறித்தனமாய் இருந்த நாட்கள் நினைவில் அலைமோதின. இவற்றின் மீது அவன் எப்பொழுது நம்பிக்கையிழந்தான்? இப்பொழுது அவனுக்கு அது நினைவிலில்லை. ரூயாவின் பிரிவுமடலின் பின்புறத்தில் அவன் குறித்து வைத்திருந்த பட்டியலை அவ்வப்பொழுது எடுத்துப் பார்த்து அவளுடைய பழைய நண்பர்கள் ஒரு சிலரைத் தொலைபேசியில் தொடர்புகொள்வான். அதைத் தொடர்ந்து மேலும் மேலும் நினைவுகள் அலைமோதும். காஃபியகச் சுவருக்கும் பள்ளிவாசல் சுவருக்கும் இடையில் திரையிடப்பட்ட திறந்த வெளித் திரைப்படங்கள் போல், அந்த நினைவுகளும் அதியற்புதமான வகையில், நம்ப இயலாதவையாக காலிப்புக்குத் தோன்றின. எஷில்ஜம் ஸ்டுடியோவில் தயாரான கருப்பு வெள்ளைத் திரைப்படங்களில் கதை யமைப்பு அவ்வளவு சிறப்பாக இருக்காது. சில நேரங்களில், அவை என்ன சொல்ல வருகின்றன என்பதே குழப்பமாக, அர்த்தமற்றவையாகக் காலிப்புக்குத் தோன்றியதுண்டு. ஆனால், இதுதான் ஒருவேளை அவை சொல்லவந்த செய்தியோ என்று காலிப் நினைத்துக்கொள்வான். அதாவது, ஒன்றுமற்ற வெறுமையிலிருந்து ஒரு புதிய உலகை உருவாக்குவது. செல்வம் கொழிக்கும் கொடிய அப்பாக்கள், பொன்மனம் கொண்ட ஓட்டாண்டிகள், சமையற்காரர்கள், ஆண் வேலையாட்கள், பிச்சைக்காரர்கள், மீன் துடுப்பு போல இணைப்புகள் கொண்ட சிற்றுந்துகள் ஆகியன நிறைந்திருக்கும் ஒரு

கற்பனை உலகத்தைப் படைப்பது. (ஒரு முறை ரூயா சுட்டிக்காட்டியதைப் போல், ஒரு திரைப்படத்தில் வந்த டிசாட்டோ சிறப்புச் சிற்றுந்தின் உரிமை எண்ணும் அதற்கு முந்தைய வாரத்தில் பார்த்திருந்த திரைப்படத்தில் வந்த சிற்றுந்தின் எண்ணும் ஒன்றாக இருந்தன). ஏனைய பார்வையாளர்கள் எல்லோரும் பெருமூச்செறிந்து, பெரும் கண்ணீர்விட்டுத் திரைப்படத்தோடு ஒன்றியிருக்கையில் இவன் மட்டும் நம்பவியலாத நாடகத்தன்மையை இளப்பமாய்ப் பார்த்தபடி அமர்ந்திருப்பான். ஆனால், திடீரென்று – நீங்கள் யூகித்திருப்பதைப் போலவே – திரைக்குப் பின்னிருக்கும் சூனியக்காரியின் மந்திரச்சக்தியில் கட்டுண்டு சோகமான, தியாக சீலர்களான, ஆனாலும் உறுதிமிக்க நாயகர்களின் இன்னல்களைப் பகிர்ந்துகொள்ளும் துயர்மிக்க, முகம் வாடிய, இப்படியும் ஒரு தூய பெண்ணா எனும் வகை நாயகியரோடு சேர்ந்து காலிப்பும் தேம்பிக்கொண்டிருப்பான்.

ரூயாவும் அவளுடைய முன்னாள் கணவனும் ஒருகாலத்தில் வாசம் செய்துகொண்டிருந்த, இடதுசாரிக் குழுக்களிலிருந்து பிரிந்துசென்ற சிறு பிரிவினரின் கருப்பு வெள்ளை தேவதைக்கதையுலகை மேலும் பரிச்சயம் செய்துகொள்வதற்காக, அரசியல் சஞ்சிகைகளின் காப்பகத்தைப் பராமரித்து வரும் ஒரு பழைய நண்பனைக் காலிப் தொலைபேசியில் தொடர்புகொண்டான்.

“அந்த சஞ்சிகைகளை நீ இன்னும் சேகரித்துக்கொண்டுதானே இருக்கிறாய்?” என்று தன்னம்பிக்கை தொனிக்கும் குரலில் காலிப் கேட்டான். “என்னுடைய கட்சிக்காரர்களுள் ஒருவர் சிக்கலில் மாட்டிக் கொண்டிருக்கிறார். உன்னுடைய காப்பகத்தைப் பார்க்க முடிந்தால் அது எங்கள் தரப்புக்குச் சாதகமான செய்திகள் சேகரிக்க உதவும்.” “சந்தோஷ மாக!” என்றான் சயீம், எப்பொழுதும் போல் மிகுந்த நல்லெண்ணத்துடன். தன்னுடைய காப்பகத்தைப் பார்க்கவென்று ஒருவர் கேட்டது அவனைக் குஷிப்படுத்தியிருந்தது அன்றிரவு எட்டரை மணிக்கு மேல் வரலாமென்று அவன் காலிப்பிடம் சொல்லியிருந்தான்.

இரவாகும்வரை அலுவலகத்தில் காலிப் வேலை செய்தபடியிருந்தான். ஜெலாலைத் தொடர்புகொள்ள மேலும் சில தடவைகள் அவன் முயன்றான். ஆனால் தொடர்பு கிடைக்கவில்லை. அவன் இன்னும் வரவில்லையென்றோ அல்லது அவன் அப்பொழுதுதான் வெளியே சென்றான் என்றோ ஜெலாலின் பத்திரிகை அலுவலகச் செயலர் பதிலளித்துக்கொண்டிருந்தார். தொலைபேசியின் வாங்கியைக் கீழே வைக்கும்போதெல்லாம் பெரியப்பா மெலிஹ் அவனுக்கு விட்டுச் சென்றிருக்கும் நிலையடுக்குகளை ஏறிட்டுப் பார்ப்பான். பிறகு சஞ்சிகை களைப் பொதிந்து கொடுக்க அல்லாதீன் உபயோகித்திருந்த செய்தித் தாளின் பக்கத்தைப் பார்ப்பான். மீண்டும் அது அங்கே தென்படும். ஜெலாலின் கண் அவனையே உற்றுப்பார்த்துக்கொண்டிருக்கும். கூடாரச் சந்தையிலிருக்கும் ஒரு சிறிய கடையின் வாரிசுதாரர்களுக்குள் வந்திருந்த சச்சரவைப் பற்றி அவன் கேட்டுக்கொண்டிருந்தான். அவனைப் பார்க்க வந்திருந்த, அசாதாரணமாகப் பெருத்திருந்த தாயும் மகனுமான அணி ஒருவரை ஒருவர் குறுக்கிட்டுக்கொண்டே இருந்ததால், அந்த சச்சரவின் விவரங்களைக் கவனிப்பது அவனுக்குப் பெரும் சிரமமாக விளங்கியது. போதாக்குறைக்கு, அந்தத் தாயின் பை மருந்துகளால் நிரம்பியிருந்ததை யும் அவனால் கவனிக்காமல் விட முடியவில்லை. அதன் பிறகு,

கூலிங்கிளாஸ் கண்ணாடி போட்டுக் கண்களை மறைத்துக்கொண்டிருந்த ஒரு காவலரோடு பேசிக்கொண்டிருந்தான். தன்னுடைய ஓய்வு பெறும் தேதியைத் தவறாகக் கணித்திருப்பதற்காக அரசாங்கத்தின் மீது வழக்கு தொடர வேண்டுமென்று அவர் ஆவேசப்பட்டுக்கொண்டிருந்தார். இப்பொழுதிருக்கும் சட்டவிதிகளின்படி, மனநலக் காப்பகத்தில் அவர் சிகிச்சை பெற நேர்ந்த இரண்டாண்டுகள் பணிக்காலமாகக் கணக்கிடப் படுவதில்லையென்று விளக்கமாக அவன் அந்தக் காவலருக்குச் சொல்லிக் கொண்டிருந்தான். இந்தச் சம்பவங்களின்போதெல்லாம் ஜெலால் தன்னோடு அந்த அறையிலேயே இருந்துகொண்டிருப்பதைப் போல அவன் உணர்ந்தான்.

அவன் ரூயாவின் நண்பர்களை ஒவ்வொருவராக அழைத்துப் பேசத் தொடங்கினான். ஒவ்வொரு அழைப்புக்கும் புதிது புதிதாக ஏதேனும் காரணத்தைக் கண்டுபிடித்துச் சொல்லிக்கொண்டிருந்தான். அவனுடைய பழைய இடைநிலைப் பள்ளிக்கால சிநேகிதி மாசிதேவை அழைத்து குல் எனும் இன்னொரு சிநேகிதியின் தொலைபேசி எண் கிடைக்குமா என்று விசாரித்தான். தற்சமயம் அவன் எடுத்துக்கொண்டிருக்கும் வழக்குக்கு அது தேவைப்படுகிறதென்று கூறினான். ஆனால், ரோஜாப்பூ நறுமண வாசனையடிக்கும் குல்லின் – இவளைக் கண்டாலே மாசிதேவுக்குக் கட்டோடு ஆகாது – அழகிய இல்லத்துக்கு அவன் சென்றபொழுது, மூன்று நாட்களுக்கு முன்பாகத்தான் குல்பஹரே மருத்துவமனையில் குல் தனது மூன்றாவது மற்றும் நான்காவது குழந்தைகளை ஈன்றெடுத்திருக்கிறாள் எனும் செய்தியைப் பண்போடு பேசும் பணிப்பெண்ணொருத்தி காலிப்புக்குத் தெரிவித்தாள். மூன்றிலிருந்து ஐந்து மணிக்குள் மருத்துவமனைக்குச் சென்று தோட்டத்துச் சாளரத்தின் வழியாகப் பார்த்தால் இந்த அதியற்புதமான இரட்டையர்களை (ஹூஸுன் மற்றும் ஆஷிக் – அழகு மற்றும் அன்பு) காலிப் காண முடியுமென்றும் அவள் தெரிவித்தாள். ரூயா விரைவில் உடல்நலம் பெற ஃபிஜென் என்ற சிநேகிதி வாழ்த்துகளைத் தெரிவித்துக் கொண்டாள். என்னென்ன செய்ய வேண்டும் (செர்நிஷெவ்ஸ்க்கியின் நூல்) புத்தகத்தையும், ரேமன்ட் சான்ட்லரின் தொகுப்பையும் திருப்பித் தந்து விடுவதாகவும் அவள் வாக்களித்தாள். பெஹியேவை அழைத்துக் கேட்டபொழுது, காவல்துறை இயக்ககத்தின் போதைப்பொருள் பிரிவில் பணியாற்றும் உறவினர் யாரும் அவளுக்கு இல்லையென்று கூறிவிட்டாள். அவளுடைய குரலிலிருந்தே, அவளுக்கு ரூயா எங்கிருக்கிறாள் என்ற விவரம் தெரிந்திருக்கவில்லை என்பதை அனுமானிக்க முடிந்தது. தான் இந்த நிலவறைக் கொத்தடிமை ஜவுளித் தொழிற்சாலையில் இருப்பதைக் காலிப் எப்படிக் கண்டுபிடித்தானென்று ஸெமிஹ் என்ற சிநேகிதி ஆச்சரியப்பட்டாள். துருக்கியின் முதல் 'ஜிப்'பைத் தயாரிக்கவென்று பொறியாளர்களும், தொழில்நுட்ப வல்லுநர்களும் அடங்கிய ஒரு குழுவோடு பேயைப் போல் உழைத்துக்கொண்டிருப்பதாக அவள் ஒப்புக்கொண்டாள். ஆனால், பாபின் எனப்படும் தையல் பொறியின் நூல்வட்டுகள் கள்ளச் சந்தையில் கிடைப்பதைப் பற்றிப் பத்திரிகைகளில் சமீபமாக வெளியான செய்திகள் குறித்துத் தனக்கு எதுவும் தெரியாதென்று அவள் கூறினாள். அதனால் இந்த வழக்கில் தன்னால் அவனுக்கு அதிகம் உதவுவதற்கில்லையென்று அவள் கைவிரித்துவிட்டாள். தன்னுடைய அதீதப் பிரியங்களை (மிகவும் உண்மையான என்பதும் காலிப்புக்கு நிச்சய மாகத் தெரிந்திருந்தது) அவள் ரூயாவுக்குத் தெரியப்படுத்தச் சொன்னாள்.

ஆனால், எவ்வளவுதான் அவன் குரலை மாற்றிப் பேசிய போதும், எவ்வளவு வித்தியாசமான நபர்களாய்ப் பொய் வேடம் பூண்ட போதும், அவளை அவனால் கண்டுபிடிக்கவே முடியவில்லை. நாற்பதாண்டுக்காலப் பழைய கலைக்களஞ்சியங்களை வீடு வீடாகச் சென்று விற்றுக்கொண்டிருந்த சுலைமான் ஏதோ தவறு நடந்திருக்கிறதென்று (ஒரு நடுநிலைப் பள்ளியின் முதல்வராய் வேடம் பூண்டிருந்த) காலிப்பிடம் சொன்னான். ரூயா என்ற பெயரில் அவனுடைய பெண் யாரும் நடுநிலைப் பள்ளியில் பயின்று கொண்டிருக்கவில்லை. சொல்லப்போனால் அவனுக்குக் குழந்தைகளே கிடையாது. அவன் பேசியது முழுக்கவும் உண்மையென்றே தோன்றியது. இயாஸைப் பொறுத்த அளவிலும் இதே கதைதான். அவனுடைய அப்பாவுக்குச் சொந்தமான விசைப்படகில் கருங்கடலிலிருந்து நிலக்கரியை எடுத்து வியாபாரம் செய்துகொண்டிருந்தான். கனவுப்பலன்கள் நூலை ரூயா திரையரங்கில் தான் தவறவிடவில்லை என்று அவன் அடித்துக் கூறினான். அவன் திரைப்படம் பார்த்தே பல மாதங்கள் ஆகிவிட்டனவாம். மேலும், அவனிடம் அப்படி ஒரு புத்தகம் இருந்ததே இல்லையாம். மின்தூக்கிகளை இறக்குமதி செய்துகொண்டிருந்த ஆசிமைப் பொருத்தமட்டில், ரூயா குடியிருப்பிலிருக்கும் மின்தூக்கி பழுதானதற்கு அவன் பொறுப்பெடுத்துக்கொள்ள முடியாது என்று கூறிவிட்டான். ரூயா என்ற பெயர் கொண்ட குடியிருப்பையோ, தெருவையோ பற்றி இப்பொழுதுதான் முதன்முறையாக அவன் கேள்விப்படுகிறானாம். ரூயா என்ற பெயரைக் கேட்ட போதோ அல்லது கனவுகளைப் பற்றிப் பொதுவாகப் பேசிய போதோ அவர்களுடைய குரலில் எவ்விதப் பதற்றமோ, குற்றவுணர்வோ இருப்பதாகக் காலிப்புக்குப் படவில்லை. அவர்கள் அனைவருமே நேர்மையாகவும் முழுக்க, முழுக்க அப்பாவித்தனமாகவுமே பேசினார்கள் என்று காலிப் முடிவெடுத்தான். பகல் வேளைகளில் தன்னுடைய மாற்றாந் தந்தையின் அறிவியல்கூடத்தில் எலிமருந்து தயாரிக்கும் தொழிலிலும் இரவு நேரங்களில் மரணத்தின் ரசவாதம் பற்றிக் கவிதை எழுதுவதிலும் ஈடுபட்டிருந்த தாரிக் கனவுகளையும், கனவுகளின் மர்மங்களையும் தொடர்ந்து தன்னுடைய கவிதைகளில் கையாண்டு வருவதைப் பற்றி சட்டத்துறை மாணவர்களிடம் உரையாற்றத் தனக்கு மிகவும் சந்தோஷமே என்றும் அன்று மாலையே தக்ஷிம் சதுக்கத்தில், பழைய இரவுக்கேளிக்கை காஃபியகங்களுக்கு முன்பாக அவர்களைச் சந்திக்கத் தான் தயாராக இருப்பதாகவும் வாக்களித்தான். கமாலும் பூலெண்ட்டும் அனடோலியாவில் பயணம் செய்துகொண்டிருந்தார்கள். இந்த இருவரில் ஒருவன் சிங்கர் தையல் இயந்திர நிறுவனத்துக்காக ஒரு நாள்காட்டியை வடிவமைக்கும் பணியில் ஈடுபட்டிருந்தான். இதன் தொடர்பாக இஸ்மீரைச் சேர்ந்த ஒரு தையற்காரியின் பழையகால நினைவுகளைக் கேட்கப் போய்க்கொண்டிருந்தான். ஐம்பதாண்டுகளுக்கு முன்பாக அவள் பத்திரிகையாளர்களின் முன்னே, பெரும் பாராட்டுகளுக்கிடையே ஆட்டாதுர்க்கோடு வால்ட்ஸ் நடனம் ஆடியிருந்தாள். அதன் பிறகு எல்லோரும் அமர்ந்து பார்த்துக்கொண்டிருக்க, மிதிக்கட்டையில் இயங்கும் தையல் இயந்திரத்தின் முன்னமர்ந்து மேல்நாட்டுப் பாணி கால்சராயைத் தைத்துக் காட்டியிருந்தாள். அந்த இருவரில் மற்றொருவன், பேக்கேமன் எனப்படும் விளையாட்டில் பயன்படுத்த, ஐரோப்பியர்களால் பாப்பா நோஎல் என்றழைக்கப்படும் ஒரு முதியவனின் ஆயிரமாண்டுக்காலத் தொடையெலும்புகளால் செய்யப்பட்ட மந்திரப் பகடைக்காய்களை

ஒரு கோவேறுக் கழுதையின் மீதமர்ந்து கிராமம் கிராமமாக, காஃபியகம் காஃபியகமாகப்போய் விற்றுக்கொண்டிருந்தான். அந்தப் பட்டியலிலிருந்த எல்லோரையும் அவன் அணுகியிருக்கவில்லை. அவன் அழைத்த பல எண்கள் பிழையானவையாக இருந்து தொலைத்தன. அப்படியும் இல்லா விட்டால் அந்த எண்ணுக்குப் போகும் வழி பழுதாகியிருக்கும். பனியோ மழையோ கொட்டும் நாட்களில் இது போல் அடிக்கடி நடப்பதுண்டு. ஆனால் மாலை வெகு நேரம்வரை அவன் அந்த அரசியல் சஞ்சிகைகளை ஊன்றிப் படித்துக்கொண்டிருந்தான். கட்சி மாறிக்கொண்டிருக்கும் பிரிவுகளைப் பற்றி நிகழ் தேதி வரையான தகவல்கள் எல்லாமே அவனுக்கு விரைவிலேயே அத்துபடியாகியிருந்தன. கட்சிக்குத் தகவல் சொல்லும் எந்தெந்த நபரெல்லாம் சித்திரவதை செய்யப்பட்டு, கொல்லப்பட்டு, சிறைக்கு அனுப்பப்பட்டவரென்று அவன் தெரிந்துகொண்டிருந்தான். எந்தக் கைகலப்பில் யாரெல்லாம் அழிந்துபோயிருந்தார்கள், யார் அவர்களுடைய சவ அடக்கத்துக்கு ஏற்பாடு செய்தது எனும் தகவல்கள்கூட அவனுக்கு இப்பொழுது தெரிந்திருந்தது. எந்தெந்தக் கடிதங்களுக்கு இதழாசிரியர் பதில் சொல்லியிருக்கிறார், எவ்வெவற்றைத் திருப்பி அனுப்பியிருக்கிறார்கள், எவற்றையெல்லாம் பிரசுரித்திருக்கிறார்கள் என்பன போன்ற தகவல்களும், கேலிச்சித்திரம் வரைபவர்கள், கவிஞர்கள், இதழாசிரிய உதவியாளர்கள் என்று எல்லோருடைய பெயர்களும், அவர்களுடைய புனைபெயர்களும் அவனுக்கு இப்போது அத்துப்படியாகியிருந்தன. ஆனால், எங்குமே ரூயாவின் முன்னாள் கணவனின் பெயரோ, அல்லது அவனது மாற்றுப் பெயர்களோ அவன் கண்ணில் தட்டுப்படவேயில்லை.

வானம் இருண்டு கொண்டிருந்தது. துயர் ததும்ப, அசைவேதுமின்றித் தனது இருக்கையில் அமர்ந்திருந்தான் காலிப். சாளரத்தின் அடிக்கட்டையில் தத்திக்கொண்டிருந்த ஒரு காகம் அவனை ஓரக்கண்ணால் நோட்டமிட்டது. கீழேயிருந்த தெருவிலிருந்து ஒரு வெள்ளிக்கிழமை மாலைப்பொழுதுக்கான ஓசைகள் மேலெழும்பிக்கொண்டிருந்தன. சற்றே கண்ணயர்ந்த காலிப் ஆனந்தமான, மனங்குளிரும் கனவுக்குள் இழுபட்டு அமிழ்ந்து போனான். கொஞ்ச நேரம் கழித்து அவன் கண் விழித்தபோது இரவு கவிந்திருந்தது. என்றாலும் கூட, அந்தக் காகத்தின் கண்கள் அவனுக்குள் ஊடுருவிக் கொண்டிருப்பதை அவனால் உணர முடிந்தது. ஜெலாலின் கண்களும் கூடத்தான். அந்த இருண்ட அறையில் அவன் நிதானமாக நகர்ந்து ஒவ்வொரு இழுப்பறையாக மூடினான். பிறகு, தன்னுடைய மேலங்கியைத் துழாவியெடுத்துக்கொண்டு, இருண்டு கிடந்த தாழ்வாரத்தினூடே வழியைத் தேடித் தடவி அலுவலகத்தை விட்டுக் கிளம்பினான். அந்தக் கட்டிடத்தி லிருந்த விளக்குகள் எல்லாமே அணைக்கப்பட்டிருந்தன. தேநீர் கொண்டு வரும் பையன் கழிப்பறைகளைச் சுத்தம் செய்துகொண்டிருந்தான்.

பனி மூடியிருந்த கேலட்டா பாலத்தைக் கடக்கும்பொழுது குளிர் உறைத்தது. பாஸ்ஃபரஸிலிருந்து நடுங்கவைக்கும் காற்று வீசிக் கொண்டிருந்தது. கரக்காயில், புட்டிங் விற்கும் கடையைப் பார்த்ததும் நின்றான். உள்ளே சென்று ஒன்றையொன்று பிரதிபலித்துக்கொண்டிருந்த ஜோடிக் கண்ணாடிகளுக்கு இடையில் போடப்பட்டிருந்த சலவைக்கல் பதித்த மேஜையின் முன் அவன் அமர்ந்தான். அந்தக் கண்ணாடிகளுக்குத் தன் முதுகைக் காட்டியபடி வறுத்த முட்டையையும், கோழிக்கறியும் சேமியாவும் போட்டுச் செய்த ரசத்தையும் கொண்டுவரச் சொல்லி

விட்டுக் காத்திருந்தான். கண்ணாடிகள் மாட்டப்பட்டிராத ஒரு பக்கத்துச் சுவரை அஞ்சலட்டைகளையும் நாள்காட்டிகளில் காணப்படும் புகைப்படங்களையும் போலவே பெரிதாக்கப்பட்டிருந்த மலைப்பிரதேசக் காட்சியொன்று ஆக்கிரமித்திருந்தது. பளபளக்கும் ஏரிப்பரப்பின் பின்னணி யில், ஆண்டு முழுவதும் பசுமையோடிருக்கும் தாவர வகைகளுக்கு இடையே பரந்திருந்த பனிமுகடு கொண்ட மலைகளைப் பார்த்தபோது, அந்தக் காட்சிக்குத் தூண்டுதலாக இருந்த ஆல்ப்ஸ் மலையின் படம் அச்சிடப்பட்ட அஞ்சலட்டை காலிப்பின் நினைவுக்கு வரவில்லை. மாறாக, தானும் ரூயாவும் சிறார்களாக இருந்த பருவத்தில் அடிக்கடி போய் வந்த காஃப் எனும் மந்திர மலையைத்தான் அவன் நினைத்துக்கொண்டான். டூனல் எனும் இடத்துக்குச் செல்ல ஃபூநிகுலர் எனப்படும் வடவண்டியை அமர்த்தும்பொழுது, இருபதாண்டுகளுக்கு முன்பாக இந்தச் சுரங்கத்தில் நடந்திருந்த பிரபல விபத்தைப் பற்றி முன்பின் தெரியாத ஒரு முதியவரிடம் வாக்குவாதத்தில் அவன் ஈடுபட்டான். தண்டவாளத்தை விட்டு விலகித் தறிகெட்ட பொலிகுதிரைகளைப் போல் கரக்காய் சதுக்கத்தில் சென்று மோதி, சுவர்களையும், சாளரக் கண்ணாடிகளையும் களிப்போடு அந்த வண்டி நொறுக்கித் தள்ளியது உண்மையாவே வடம் அறுந்து போனதால் தானா? அந்த வடவண்டியை இயக்கும் பொறுப்பிலிருந்த குடிகார இயக்குநரின் சொந்த ஊரான ட்ராபிஸானிலிருந்துதான் அந்த அனாமதேய மனிதனும் வந்திருந்தான். சாங்கிர் பகுதியில் தெருக்கள் ஆள்நடமாட்டமே இல்லாதிருந்தன. கதவைத் திறந்து அன்பான, ஆனால் சற்றே கவனம் சிதறிய வரவேற்பை சயீம் நல்கிய பொழுது, கீழே இருந்த காஃபியகத்தில் காவலாளிகளும் வாடகைக் காரோட்டிகளும் பார்த்துக்கொண்டிருந்த அதே விவரணத் திரைப்படத்தைத்தான் சயீமும் அவனுடைய மனைவியும் பார்த்துக்கொண்டிருக்க வேண்டுமென்று காலிப் யூகித்தான்.

நாம் விட்டு வந்த விஷயங்கள் என்பது பால்கன் போரில் ஆட்டமன் பேரரசர்களின் சாதனைகள் பற்றிய விவரணத் தொலைக்காட்சித் தொடர்.

இப்பொழுது கிரேக்கர்கள், அல்பேனியர்கள், யூகோஸ்லாவியர்கள் என்று அன்னியர் கைவசம் சென்றுவிட்ட, பழைய பள்ளிவாசல்கள், நீரூற்றுகள், வண்டித்தொடர் பயணிகளுக்கான விடுதிகள் ஆகியவை பற்றி நிகழ்ச்சித் தொகுப்பாளர் பேசும்போது கிட்டத்தட்ட கண்ணீர் மல்கிய நிலையிலிருந்தார். எப்பொழுதோ திறனிழந்துவிட்ட திருகு சுருள்வில் பாவிய பதினெட்டாம் நூற்றாண்டு ஐரோப்பிய பாணி நீளிருக்கை மேல் அமர்ந்தவாறு, இழந்துவிட்ட பள்ளிவாசல்களின் அணிவகுப்பை காலிப் பார்த்துக்கொண்டிருந்தபொழுது கால்பந்தாட்டப் போட்டியைப் பார்க்க அழைக்கப்பட்டிருந்த அண்டை வீட்டுக் குழந்தையைப் போல் உணர்ந்தான். அவன் அங்கே இருக்கிறான் என்பதையே மறந்துபோனவர்கள் போல சயீமும் அவன் மனைவியும் இருந்தார்கள். ஒரு காலத்தில் ஒலிம்பிக் போட்டியில் பதக்கம் வென்றிருந்த மல்லனின் ஜாடை சயீமிடம் நிறையவே இருந்தது. இப்பொழுதும்கூடக் காய்கறிக்கடைகளில் இந்த மல்லனின் படங்கள் தொங்கிக்கொண்டிருப்பதைப் பார்க்கலாம். தோற்றத்தில் சயீமின் மனைவி இனிய, கொழுத்த சுண்டெலியைப் போல் இருந்தாள். அந்த அறையில் புழுதி நிறத்தில் ஒரு மேஜையும் அதே வண்ணத்தில் ஒரு விளக்கும் இருந்தன. நண்பன் சயீமைவிட அவனுடைய மனைவியை (அவளுடையே பெயர் என்ன? ரெம்ஸியேவா? என்று சும்மா யோசித்துக்

கொண்டிருந்தான் காலிப்) முக ஜாடையில் அதிகமும் ஒத்திருந்த ஒரு தாத்தாவின் சித்திரம் தங்க முலாமிட்ட சட்டத்துக்குள் அடைபட்டுச் சுவரில் தொங்கிக்கொண்டிருந்தது. உணவுப் பாத்திரங்கள் வைக்கும் நிலையடுக்கில் காப்புறுதி நிறுவனம் ஒன்றின் நாள்காட்டி, வங்கியொன்றின் விளம்பரம் பொறித்த சிகரெட் சாம்பல் கிண்ணி, இனியவகை மதுச்சாறுகளின் சேகரம், ஒரு பூக்குவளை, வெள்ளிச் சர்க்கரைக் கிண்ணம், காஃபி கோப்பைகள் ஆகியவை காணப்பட்டன. இரண்டு சுவர்களையும் ஒட்டி நிலைபெற்றிருந்த அடுக்குகளில் கட்டுக்கட்டாய் தூசு படிந்த பருவ இதழ்களும் உதிரியான நாளிதழ்களும் நிறைந்திருந்தன. காலிப் பார்க்க வந்திருக்கும் காப்பகம் இதுதான்.

பல ஆண்டுகளுக்கு முன்பாக, அவர்கள் பல்கலைக்கழகத்தில் பயின்றுகொண்டிருந்தபொழுதே அது நகைப்புக்குரிய விஷயமாக விளங்கி வந்திருக்கிறது. அபூர்வமாக வெளிப்படும் வெகுளித்தனமான பேச்சினூடே நம்முடைய மாபெரும் புரட்சியின் அறுதியான காப்பகத்தைத் தொகுக்கத் தான் உண்மையில் முயன்றதில்லை (அவனுடைய வகுப்புத் தோழர்கள் நையாண்டி செய்வதைப் போல). மாறாக, தன்னுடைய தீர்மானமற்ற மனநிலையே இப்படி ஒரு பங்களிப்பு செய்யத் தன்னை நிர்ப்பந்தப்படுத்தியது என்று சயீம் ஒப்புக்கொண்டிருக்கிறான். ஆனால் இந்தத் தீர்மானமற்ற மனநிலை என்பது ‘இரு வர்க்கங்களுக்கிடையே சிக்கிக்கொண்ட’ ஓர் இளைஞனின் உளவியல் பிரச்சினை அல்ல (அந்தக் காலத்தில் மக்கள் சொல்லிக்கொள்ள விரும்பியதைப் போல). மாறாக, ஒருவரோடொருவர் முரண்பட்ட இடதுசாரிப் பிரிவினரிடையேதான் அவன் சிக்கிக்கொண்டிருந்தான். அவற்றுள் எதைத் தேர்ந்தெடுப்பது என்று முடிவெடுக்க முடியாமல்தான் அவன் திணறிக்கொண்டிருந்தான்.

ஒவ்வொரு அரசியல் கூட்டத்திலும் மாணவர் அமைப்பிலும் விடாமல் பங்கேற்பதென்று அவன் உறுதியாயிருந்தான். ஒவ்வொரு பல்கலைக்கழகமாக, அதிலிருக்கும் ஒவ்வொரு சிற்றுண்டிச்சாலையாக ஓடியோடி மக்கள் பேசுவதைக் கவனமாகக் கேட்டு, ஒவ்வொரு கண்ணோட்டத்துக்கும் ஒவ்வொரு அரசியல் சார்புக்கும் உரிய மரியாதையைக் கொடுத்து நாட்களைக் கழித்துக்கொண்டிருந்தான். கேள்வி கேட்க மிகவும் கூச்சப்படுபவனாக இருந்த காரணத்தால், அவன் இடதுசாரிப் பிரச்சாரத்தின் தீவிர வாசகனாகியிருந்தான். ஒவ்வொரு அறிக்கையின் கையெழுத்துப் படி நகலையும் சிற்றறிக்கையையும் துண்டுப் பிரசுரத்தையும் தேடித்தேடி (மன்னிக்க வேண்டும், தொழில்நுட்பப் பல்கலைக்கழகத்தில் அன்றைக்கு விநியோகித்துக்கொண்டிருந்த அறிக்கையின் நகல் உங்களிடம் இருக்குமா? அதுதான், துருக்கி மொழியில் கலந்திருக்கும் அயல்மொழிச் சொற்களை நீக்க வேண்டும் என்பதைப் பற்றிய அறிக்கைதான்) விரைவிலேயே, தான் வாசிக்கக் கூடிய அளவுக்கு மீறி அவன் ஆவணங்களைச் சேர்த்துவிட்டிருந்தான். என்றாலும்கூட, எந்த அரசியல் சார்பைப் பின்பற்றுவதென்று அவனால் தீர்மானிக்க முடியவில்லை. இந்தத் தருணத்தில்தான் தான் படிக்காமல் சேகரித்து வைத்திருந்த ஆவணக் குவியல்களைப் பற்றி அவன் ஆழ்ந்து யோசித்திருக்க வேண்டும். காலம் செல்லச் செல்ல அவற்றைப் படிக்க வேண்டுமென்ற உந்துதல் அவனிடம் மங்கியது. அதன் தொடர்ச்சியாக எந்த நிலையை எடுப்பதென்று தீர்மானிக்க வேண்டிய தேவையும் குறைய ஆரம்பித்தது.

ஆனால், இந்தக் காலகட்டத்தில் அவனிடம் பெருக்கெடுத்திருந்த "ஆவண நதி" மிகவும் அகண்டு, பல கிளை நதிகளைத் தோற்றுவித்திருந்தது. எனவே இந்த நதியைத் தன் போக்கில் ஓட விட்டுச் சூன்யத்தில் கலக்கச் செய்வது அவமானமென்று அவன் கருதினான். இந்த நதி ஓர் அணைக்கட்டை வேண்டி நிற்கிறதென்று சயீம் தீர்மானித்தான் (இந்த வார்த்தைப் பிரயோகம் சயீமுடையதுதான். அவன் ஒரு பொறியியல் பட்டதாரி). எஞ்சியிருக்கும் தன்னுடைய வாழ்நாளை இந்த உன்னதமான திட்டத்துக்கென்று அர்ப்பணித்துவிடுவதென்று மிகுந்த தாராள உணர்வோடு அவன் முடிவெடுத்தான்.

நிகழ்ச்சி முடிந்ததும் அவர்கள் தொலைக்காட்சிப் பெட்டியை அணைத்தார்கள். வழக்கமான சம்பிரதாயக் கேள்விகளுக்குப் பிறகு, சயீமும் அவனுடைய மனைவியும் கண்களில் கேள்வியைத் தேக்கி அவனைத் தீர்க்கமாகப் பார்த்தனர். எனவே, காலிப் நேரடியாகத் தன்னுடைய கதையை எடுத்துவிட்டான். செய்திராத அரசியல் குற்றத்திற்காக வழக்கு தொடரப்பட்டுள்ள ஒரு பல்கலைக்கழக மாணவன் சார்பாக காலிப் ஒரு வழக்கில் வாதாடவேண்டியிருக்கிறது. இந்த வழக்கோடு ஒரு மரணம் தொடர்புபடுத்தப்படவில்லையென்று அவன் சொல்ல வரவில்லை. மோசமாகத் திட்டமிடப்பட்டு, செயல்படுத்தப்பட்டிருந்த ஒரு வங்கிக் கொள்ளையின் முடிவில் அதில் சம்பந்தப்பட்டிருந்த மூன்று இளைஞர்களுள் ஒருவன், வங்கியிலிருந்து தாங்கள் தப்பிச் செல்வதற்காக ஏற்பாடு செய்திருந்த திருடப்பட்ட ஒரு வாடகைக் காரை நோக்கி ஓடும் வழியில், எதிர்பாராத விதமாக சிறு உருவம் கொண்ட ஒரு மூதாட்டி மீது மோதிக் கீழே தள்ளிவிட்டான். அவன் மோதிய வேகத்தில் அவள் நடைபாதையின் மேல் விழுந்து தலையில் அடிபட்டுச் சம்பவம் நடந்த அந்த இடத்திலேயே உயிரையும் விட்டுவிட்டாள். ("இது கூடத் தெரியாதா என்ன?" என்றாள் சயீமின் மனைவி.) வங்கியைக் கொள்ளையடித்தவர் களுள் ஒருவனை மட்டுமே அவர்களால் பிடிக்க முடிந்தது. ஒரு நல்ல குடும்பத்தைச் சேர்ந்த அமைதியான பையன் அவன். ஆனால் அவன் ஒரு கைத்துப்பாக்கியை வைத்திருந்தான். சக குற்றவாளிகளுக்குக் கட்டுப் பட்டிருந்த நிலையில் தன்னுடைய சகாக்களின் பெயரைக் காவல்துறை யிடம் சொல்லிவிடுவதில்லையென்று காலிப்பின் இளம் கட்சிக்காரன் உறுதி பூண்டிருந்தான். எவ்வளவோ சித்ரவதை செய்து கேட்டும் அவன் தன் உறுதியில் நிலைகுலையாமல் இருந்ததுதான் இதில் மலைப்பூட்டக்கூடிய விஷயம். ஆனால், துரதிர்ஷ்டவசமாக அந்த மூதாட்டியின் மரணத் துக்குத் தானே பொறுப்பென்று எதிர்ப்பின்றி அந்த இளைஞன் ஏற்றுக்கொண்டு, அதன் அடிப்படையில்தான் தன்னுடைய நிலையில் அவன் உறுதியாயிருந்தான் என்பதை விசாரணைகளின்போது காலிப் கண்டுபிடித்திருந்தான். இதற்கிடையில் அந்த மூதாட்டியை உண்மையிலேயே கீழே தள்ளிவிட்டிருந்த இளைஞன் – மகமத் யில்மாஸ் எனும் தொல்லியல் துறை மாணவன் – உம்ரானியே பகுதிக்குப் பின்புறம் அமைந்திருக்கும் ஒரு புதிய குடிசை நகர்ப்புரத்தில் ஒரு வீட்டின் சுவரில் குறியீட்டுக் கோஷங்களை எழுதிக்கொண்டிருந்தபொழுது நடந்த சரமாரியான துப்பாக்கித் தாக்குதல்களின்போது யாரென்று கண்டுபிடிக்க முடியாத கொலைகாரர்களால் சுட்டுத்தள்ளப்பட்டுவிட்டான். இவனைத்தான் உண்மையான குற்றவாளியென்று அந்த நல்ல குடும்பத்துப் பையன் காட்டிக்கொடுத்திருக்க வேண்டும். இது யாருமே எதிர்பார்ப்பதுதான்.

ஆனால் இறந்துபோன மஹ்மத் யில்மாஸ்தான் உண்மையான மஹ்மத் யில்மாஸ் என்று காவல்துறை நம்ப மறுக்கிறது. இதில், இன்னொரு எதிர்பாராத திருப்பமாக அந்த வங்கிக் கொள்ளைக்குக் காரணமான அரசியல் குழுவைச் சேர்ந்த பல்வேறு உறுப்பினர்களும், அவர்கள் நடத்தி வரும் சஞ்சிகையில் உண்மையான மகமத் யில்மாஸ் இன்னமும் தொடர்ந்து கட்டுரைகளை எழுதிப் பிரசுரித்து வருவதாகச் சான்றளிக்க முன்வந்திருக்கிறார்கள். இந்தக் கட்டுரைகளும்கூட அந்த நல்ல குடும்பத்துப் பையன் காட்டியிருந்த வைராக்கியத்தைப் பிரதிபலிப்பதாகவே அமைந்திருக் கின்றன. தான் இந்த வழக்கை எடுத்துக்கொண்டிருப்பது, "இப்பொழுது சிறையில் வாடிக்கொண்டிருக்கும்" அந்த அமைதியான பையனின் சார்பாக அல்ல. மாறாக, அந்தப் பையனின் நல்லெண்ணம் படைத்த பணக்காரத் தந்தைக்காகத்தான். இப்படியெல்லாம் விளக்கமளித்த பிறகு,

1. இந்தப் புதிய மகமத் யில்மாஸும் பழைய மகமத் யில்மாஸும் இரு வேறு நபர்கள் என்பதை நிரூபிக்கும் கட்டுரைகளைத் தேடியெடுப்பது.

2. இறந்துபோன மகமத் யில்மாஸின் பெயரை மாற்றுப்பெயராகக் கொண்டு கட்டுரைகள் எழுதிவரும் நபரின் உண்மையான அடையாளத்தை நிறுவுவது.

3. இந்த விசித்திரமான சம்பவத்துக்குப் பொறுப்பான அரசியல் குழுவினர் கடந்த ஆறு மாதங்களில் வெளியிட்டிருக்கும் எல்லாப் பிரசுரங்களையும் ஆராய்வது. ஏனென்றால், சயீமும் அவனுடைய மனைவியும் தெரிந்துவைத்திருப்பதைப் போலத் தற்செயலாக ரூயாவின் முன்னாள் கணவனும் இந்தக் குழுவில் ஒரு காலத்தில் தலைமைப் பொறுப்பில் இருந்தவன்தான்.

   இறுதியாக,

4. இறந்துபோனவர்களின் அல்லது காணாமல் போனவர்களின் பெயரில் எழுதும் எழுத்தாளர்களின் முழுமையான பட்டியலை யும், அவர்கள் பயன்படுத்தும் புனைபெயர்களின் மொத்தப் பட்டியலையும் தொகுப்பது,

என இந்த நான்கையும் தான் செய்ய விரும்புவதாகக் காலிப் சொன்னான். இதில் காலிப்புக்கு உதவ சயீம் மிகுந்த ஆர்வத்துடன் இருப்பதாகக் கூறினான். அவர்கள் இருவரும் தங்கள் தேடலை உடனடியாகத் தொடங்கி னார்கள். சயீமின் மனைவி (அவளுடைய பெயர் இப்பொழுது காலிப்பின் நினைவுக்கு வந்துவிட்டது. ரூக்கியே.) அன்போடு பரிமாறிய கேக்கைப் பிட்டுபிட்டுத் தின்றுகொண்டு தேநீரைச் சுவைத்தபடி முதல் இரண்டு மணி நேரமும் எழுத்தாளர்களின் பெயர்களையும் அவர்களுடைய மாற்றுப் பெயர்களையும் மட்டுமே பார்த்துக்கொண்டிருந்தனர். பிறகு குழுவின் தகவல்சொல்லிகள், வீரத் தியாகிகள், ஆசிரியர் குழுவினர் என்று தங்களுடைய தேடலை அவர்கள் விரிவாக்கிக்கொண்டனர். மரண அறிவிப்புகள், எச்சரிக்கைகள், வாக்குமூலங்கள், வெடிகுண்டு அறிக்கைகள், கொள்கை மாறுபாடுகள், கவிதைகள், வெற்றுக் கோஷங்கள் என இவை யாவுமே இந்த நிழலான மறைவுலக நடவடிக்கைகளில் அவர்கள் ஈடுபட்டிருந்த காலத்திலேயே மறக்கத் தலைப்பட்டிருந்த விஷயங்கள்தான்.

இருந்த போதிலும் அவற்றின் வசிய சக்திக்கு ஆட்படுவதை இப்பொழுதும் கூட அவர்களால் தடுக்க முடியவில்லை.

மாற்றுப் பெயர்கள் எனும் உண்மையை மறைக்க விரும்பாத மாற்றுப் பெயர்கள், இந்த மாற்றுப் பெயர்களிலிருந்து உருவாக்கப்பட்ட மாற்றுப் பெயர்கள், இப்படி உருவாக்கப்பட்ட மாற்றுப்பெயர்களின் பகுதிகளிலிருந்து எடுத்துப் பொருத்தப்பட்ட மாற்றுப்பெயர்களென்று அனைத்தையும் அவர்கள் கண்டுபிடித்தார்கள். இதன் தொடர்ச்சியாகக் குறுக்கெழுத்துப் புதிர்கள், போடப்போடக் குறையாத எழுத்துப் புதிர்கள், கிட்டத்தட்ட வெளிப்படையான சங்கேதக் குறியீடுகள் எனப் பலவற்றையும் அவர்கள் ஆராய்ந்தார்கள். என்றாலும் இது தற்செயலானதா வலிந்து உருவாக்கப்பட்டதா என்று அவர்களால் உறுதியாக நிறுவ முடியவில்லை. ஆண்கள் இருவரும் அமர்ந்திருந்த மேஜையின் எதிர்ப்புற ஓரத்தில் ரூக்கியே உட்கார்ந்துகொண்டாள். ரூயாவைக் கண்டுபிடிக்கத் துப்பு ஏதும் கிடைக்குமா என்று காலிப் தேடித் தவித்துக்கொண்டு, அதே நேரத்தில் அபாண்டமாகக் கொலைக்குற்றம் சாட்டப்பட்டுவிட்ட ஒரு பையனை நிரபராதியென்று நிரூபிக்கும் சான்றுகளைத் தேடிக்கொண்டிருப்பதாய்ப் பாசாங்கு செய்துகொண்டிருக்கையில் அவனுக்குப் பரிச்சமான துயர் அந்த அறையில் கவிந்திருந்தது. புத்தாண்டு தினத்தன்று குழுமும் முடிவற்ற குடும்பக் கூட்டங்களில், வானொலிப் பேரிரைச்சலின் பின்னணியில், லோட்டோ எனப்படும் குலுக்குச்சீட்டுச் சூதாட்டம், காகிதப் பந்தயக் குதிரைகள் ஆகிய விளையாட்டுகளை வரவேற்பறையின் தரையில் குறுக்காக அமர்ந்து விளையாடும்பொழுது வந்துசேரும் அலுப்பும் பொறுமையின்மையும் கலந்த கலவையான துயருணர்வு அது. மீண்டும் பனி பெய்யத் தொடங்கிவிட்டதைத் திரைச்சீலைகளினூடே இருந்த இடை வழியாகக் காலிப் பார்த்தான்.

ஆனாலும், அவர்கள் தொடர்ந்து தேடியபடி இருந்தார்கள். பொறுமையான பேராசிரியர் சயீமும், அவனது புதிய அறிவுக்கூர்மையுள்ள சீடன் காலிப்பும். மாற்றுப்பெயர்க்காரர்களின் சாகசங்கள், ஒரு பிரிவிலிருந்து மற்றொரு பிரிவிற்குத் தாவும் அவர்களுடைய அனுபவங்கள், அவர்களுடைய எழுச்சிகள், வீழ்ச்சிகள் எனத் தங்களுடைய தேடலில் பரவசமாகியிருந்தனர். அவ்வப்பொழுது மாற்றுப் பெயர்க்காரர்களுள் யாரேனும் ஒருவர் காணாமல் போய்விட்டாலோ அல்லது பிடிபட்டிருந்தாலோ இல்லாவிட்டால் சித்ரவதைக்கு ஆளாகியிருந்தாலோ, அப்படியும் இல்லாமல் ஆரம்பகாலப் பருவ இதழ்களின் புகைப்படங்களில் தட்டுப்பட்ட ஒரு நபர் பின்பு அடையாளம் தெரியாத கொலையாளிகளால் சுட்டுத்தள்ளப்பட்டிருப்பதை அறிய வரும்போதோ அவர்கள் ஓரிரு நிமிடங்களுக்கு மௌனத்தில் ஆழ்ந்து தங்களுடைய தேடலை நிறுத்தி வைப்பார்கள். ஆனால், பிறகு இன்னொரு சொற்புதிரையோ அல்லது ஆர்வத்தை ஈர்க்கும் வேறொரு தகவலையோ அவர்கள் எதிர்பாராத விதமாகக் காண நேரும். உடனே மாற்றுப்பெயர்க்காரர்களின் வாழ்க்கையை மீள்கட்டமைப்பு செய்தவாறு, அவர்கள் மீண்டும் மோப்பம் பிடிக்கத் தொடங்கிவிடுவார்கள்.

அந்தப் பருவ இதழ்களில் தென்படும் பெரும்பாலான பெயர்களும் இட்டுக்கட்டப்பட்டவையே என்று சயீம் கருதினான். அவற்றில் வர்ணிக்கப்பட்டிருக்கும் ஒரு சில முக்கிய நாயகர்களின் சாகசங்களும்கூட

அப்படித்தானென்று அவன் கூறினான். அதே போல் பல்வேறான ஆர்ப்பாட்டங்கள், கூட்டங்கள், ரகசிய ஆலோசனைகள், தலைமறைவுக் கட்சி மாநாடுகள், இதே பெயர்களில் ஏற்பாடு செய்யப்பட்டிருந்த வங்கிக் கொள்ளைகள் எல்லாமும்கூட இப்படியானவைதான் என்று அவன் தெரிந்துவைத்திருந்தான். ஜாடி ஒன்று தலையைப் பதம் பார்த்ததால் ஆளுநர் இறந்துபோக தற்காலிக அரசு ஒன்றைப் புரட்சியாளர்கள் அமைக்கிறார்கள். புறாவின் சித்திரத்தைத் தாங்கிய வெளிர்சிவப்பு அஞ்சல் தலையை அவர்கள் வெளியிடுகிறார்கள். அதே மூச்சில், கவிதையைத் தவிர வேறெதையும் பிரசுரிக்காத நாளிதழ் ஒன்றையும் பிரசுரிக்கிறார்கள். மூக்குக்கண்ணாடித் தயாரிப்பாளர்களும், மருந்தகங் களும் இணைந்து மாறுகண் கொண்டவர்களுக்கு இலவசக் கண்ணாடிகள் வழங்க ஏற்பாடு செய்துகொண்டிருக்கும் பொழுது, ஏனையோர் ஆரம்பப் பாடசாலையின் அடுப்புக்கு வேண்டிய விறகைச் சேகரித்துக் கொண்டிருந்தனர். ஆனால் நாகரிகத்தோடு தொடர்புகொள்ள அவர்கள் கட்டியெழுப்பிக்கொண்டிருந்த பாலத்தை முடிப்பதற்கு முன்பாகவே ஆட்டாதுர்க்கின் ராணுவப்படை அங்கே வந்து சேர்ந்து எல்லாவற்றையும் தம் வசம் எடுத்துக்கொண்டுவிட்டது. நகரிலிருந்த பள்ளிவாசலின் மண்தரை மீதிருந்த வாசனையான புல்விரிப்பை மேய மாடுகள் எடுத்துக்கொண்ட நேரத்துக்கும் குறைவான நேரத்தில் சதுக்கத்திலிருந்த ப்ளேன் மரங்களில் புரட்சியாளர்கள் (பிணமாக) ஊஞ்சலாடிக்கொண்டிருந்தார்கள். ஆனால், வரைபடங்களிலும் கடிதங்களிலும் இருந்த ரகசியக் குறியீடுகளைச் சுட்டிக்காட்டிய அதே அமைதியான தொனியில், கூச்சூக் செருஹ் என்று ஒரு நகரமே இருந்ததில்லை என்பதையும் சயீம் விளக்கினான். வரலாற்றின் சாம்பலிலிருந்து ஒரு ஃபீனிக்ஸ் பறவையென வெளிக்கிளம்பிய இந்தக் கிளர்ச்சியைப் பொறுத்தமட்டில், இதில் பங்கெடுத்துக்கொண்டதாக நம்பப்படுபவர்களும் கற்பனையான நபர்களே. இங்கே சுவடுகள் மறைந்து போயின. பொய்யான பெயர்களின் ரகசியங்கள் கவிதையில் புதைந்திருந்தன. எதுகை மோனைகளும், கூறியது கூறல்களுமாகப் பின்னியிருந்த சிக்கலான வலையின் பின்னே மறைந்துகிடந்தன. எதிர்பாராத விதமாக மகமத் யில்மாஸ் தொடர்பான ஒரு துப்பு அவர்களுக்குக் கிடைத்தது. (இது உம்ரானியேவில், ஏறத்தாழ காலிப்பின் கதை நடந்திருந்த அதே காலகட்டத்தை ஒட்டி, நிகழ்ந்திருந்த ஓர் அரசியல் படுகொலையோடு தொடர்புள்ளது). ஆனால், இது அந்தக் காலக் கருப்பு வெள்ளைத் திரைப்படங்களைப் பார்ப்பதைப் போல் இருந்தது. எப்பொழுது பார்த்தாலும் அறுந்து அறுந்து போனது. இந்த இதழுக்குப் பிறகு வெளியான எந்த இதழிலும் இந்தக் கதைக்கான தொடர்ச்சி தென்படவேயில்லை.

அந்த நேரத்தில் மேஜையைவிட்டு எழுந்த காலிப் தொலைபேசியில் தன் வீட்டு எண்ணைச் சுழற்றி தான் சயீம் வீட்டில் இரவு வெகு நேரம்வரை தங்க வேண்டியிருக்கும் என்பதால் அவள் தனக்காகக் காத்திருக்காமல் தூங்கிவிட வேண்டுமென்று மிக மென்மையான குரலில் சொன்னான். அறையின் மற்றொரு கோடியில் இருந்த சயீமும் அவனுடைய மனைவியும் ரூயாவுக்குத் தங்களின் வாழ்த்துகளைத் தெரிவிக்குமாறு காலிப்பிடம் கேட்டுக்கொண்டனர். ரூயாவும் பதிலுக்கு வாழ்த்துகளைத் தெரிவிப்பதாகக் காலிப் சொன்னான்.

மாற்றுப்பெயர்களை வேட்டையாடி, சங்கேதக் குறிகளை அவிழ்த்தெடுத்து, புதியனவற்றை உருவாக்கும் விளையாட்டில் அவர்கள் மீண்டும் ஈடுபட்டார்கள். அந்த அறையின் ஒவ்வொரு சதுர அங்குலமும் செய்திப் பத்திரிகைகள், பருவ இதழ்கள், அறிக்கைகள், உதிரி உதிரியான தாள்கள் என்று நிறைந்திருக்க ஆண்கள் இருவரையும் அவர்களுடைய தேடலில் ஈடுபட விட்டுவிட்டு சயீமின் மனைவி படுக்கச் சென்றாள். நள்ளிரவைத் தாண்டி வெகு நேரம் கடந்திருந்தது. வசியம் செய்யும் மௌனத்தோடு பனி நகரைத் திரையிட்டிருந்தது. மங்கிய அச்சில் வெளியான இந்தக் காகிதக் குவியலின் மீது முடிவற்ற ஈர்ப்புகொண்டு, – எல்லாமே ஒரே போன்ற மைப் பஞ்சம் மிகுந்த நகலெடுக்கும் இயந்திரங்களிலிருந்து அச்சேற்றப்பட்டவை; எல்லாமே புகை படிந்த பல்கலைக்கழகச் சிற்றுண்டிச் சாலைகளிலிருந்தும், மழையொழுகும் வேலை நிறுத்தப் போராளிகளின் கூடாரங்களிலிருந்தும், அவை முதன்முதலாக விநியோகிக்கப்பட்டிருந்த தொலைதூரப் புகைவண்டி நிலையங்களிலிருந்தும் தேடியெடுக்கப்பட்டவை ("ஆனால் இதில் இன்னும் எத்தனையோ சேகரங்களைக் காணவில்லை" என்று தன்னடக்கம் மிகுந்த ஆவணக்காப்பாளனாக சயீம் ஆதங்கப்படுவான்) – அச்சுப் பிழையையோ, எழுத்துப் பிழையையோ பார்த்த மாத்திரத்தில் குதூகலித்து காலிப் தொடர்ந்து தேடியபடி இருந்தான். அப்பொழுது ஓர் உண்மையான சேகரிப்பாளனுக்கே உண்டான பெருமிதக் குரலில் மிக அபூர்வமானது என்று சொல்லியபடி பின்னறையிலிருந்து சயீம் வெளியே வந்தான். "இப்னு ஸெர்ஹானிக்கு எதிரான வழக்கு அல்லது தரையை விட்டு விலகாத ஒரு ஸூஃபி பயணியின் கதை."

தட்டச்சுப் பிரதிகளை ஒன்றிணைத்துத் தைக்கப்பட்டிருந்த தொகுப்பு அது. மிகுந்த கவனத்துடன் காலிப் அதன் பக்கங்களைப் புரட்டினான். "காய்சேரிக்கு அருகிலிருக்கும் ஒரு நகரிலிருந்து நம் நண்பன் வருகிறான். நடுத்தர அளவிலான தேச வரைபடத்தில் இந்த நகரின் பெயரைக் கண்டுபிடித்துவிட முடியாது" என்றான் சயீம். "இவனுடைய அப்பா ஒரு சிறிய சமயக்கூடத்தை நிர்வகித்து வந்த முஸ்லிம் துறவி. இவனுடைய பிள்ளைப் பருவம் முழுவதிலும், இவனை இஸ்லாமிய மதம் மற்றும் ஸூஃபி தத்துவம் ஆகியவற்றில் இவனுடைய அப்பா பயிற்றுவித்திருந்தார். ஹெகலைப் படித்துக்கொண்டிருந்தபோது லெனின் என்ன செய்தாரோ அதையே இவனும் பல ஆண்டுகளுக்குப் பிறகு செய்தான். பதின்மூன்றாம் நூற்றாண்டைச் சேர்ந்த அரேபிய ஸூஃபியான இப்னு ஸெர்ஹானி எழுதியிருந்த "தொலைந்த புதிரின் மறைபொருள்" எனும் நூலை வாசிக்கையில், 'பொருள்வாத' வியாக்கியானங்களை அந்த நூலின் ஓரங்களில் அவன் எழுதி வைத்திருந்தான். பிறகு இந்தக் குறிப்புகளையெல்லாம் நகலெடுத்து நீண்ட, தேவையற்ற அடைப்புக்குறி விளக்கங்களோடு நிரூபிக்க முயன்றிருந்தான். ஏதோ வேறொருவரின் தெளிவற்ற, புரியாத ஆவணத்தைப் பற்றிச் சிந்தித்துக்கொண்டிருப்பவனைப் போல, தன்னுடைய குறிப்புகளுக்கே மேலும் விவரணங்களைச் சேர்த்து ஒரு விதமான ஆய்வேடு போல அதை உருவாக்கி வைத்திருந்தான். இந்த ஆய்வேட்டிற்கு அவனே ஒரு முன்னுரையையும் எழுதிச் சேர்த்துக் கொண்டான். அந்த ஆய்வேட்டின் உள்ளடக்கம் வேறு யாராலோ எழுதப்பட்டதென்பதைப் போல் அந்த முன்னுரையில் மீண்டும் அவற்றைப் பற்றி விளக்கியிருந்தான். கடைசியில் அவை எல்லாவற்றையும் அவன்

தட்டச்சு செய்தான். சமயப் பற்றாளனாகவும் கிளர்ச்சியாளனாகவும் தான் அனுபவித்திருந்த தன்னுடைய சொந்த சாகசங்களை முப்பது பக்கத்தில் எழுதி இந்த நூலுக்கு முகவுரையாக்கிவிட்டான்.

மேலைநாட்டவர் இயற்கை வழிபாடு என்றழைக்கும் ஸூஃபி தத்துவத்துக்கும் தன்னுடைய அப்பாவின் பாதிப்பால் அவனாகவே உருவாக்கிக்கொண்ட ஒரு வகையான பொருள்வாதத் தத்துவத்திற்கும் இடையே இருந்த தொடர்பை இந்த எழுத்தாளன் எப்படிக் கண்டுபிடித்தான் என்பதை அவனே விவரிக்கும் பகுதிதான் இந்தக் கட்டுக்கதையின் மிகவும் சுவையான பகுதி. ஒரு மாலை நேரத்தில் நகரின் இடுகாட்டுப் பகுதியில் சுற்றித் திரிந்துகொண்டிருந்தபொழுது இந்தத் தொடர்பு பற்றி மனத்தில் தோன்றியதாம். இந்தச் சம்பவம் நடப்பதற்குப் பல வருடங்களுக்கு முன்பாக, இதே போல் கல்லறைகளுக்கு நடுவே திரிந்துகொண்டிருந்த பொழுது மேய்ந்துகொண்டிருந்த ஆடுகளுக்கும் கண்ணயர்ந்திருந்த பேய்களுக்கும் நடுவில் ஒரு காகத்தை அவன் பார்த்திருந்தான். பிறகு இருபதாண்டுகள் கழித்து, மேலும் உயரமாக வளர்ந்திருந்த புன்னை மரங்களை அண்ணாந்து பார்த்துக்கொண்டிருந்தபோது, அதே காகம் அங்கே உட்கார்ந்திருந்ததாம் – துருக்கியில் காகங்கள் இருநூறு வருடங்களுக்கும் மேலாக உயிர் வாழும் என்பது உனக்கே கூடத் தெரிந்திருக்கும். அந்தக் காகத்தைப் பார்த்தவுடனேயே ஆணவம் மிகுந்த அந்தப் பறவையைப் பற்றிய அனைத்தையும் அவனால் காண முடிந்ததாம். அதனுடைய கால்கள், அதன் தலை, அதன் இறக்கைகள் என்று எல்லாமே துல்லியமாக அதே போல் இருந்ததாம். உயர் சிந்தனையின் குறியீடாகக் காகங்கள் இருக்கின்றன என்பதும் உனக்குத் தெரிந்திருக்கும். நாம் பார்ப்பதற்கென்று, அந்தக் காகத்தைப் போலவே தோற்றமளிக்கும் ஒரு உருவத்தையும் அவன் சித்திரித்திருக்கிறான். அது இந்தத் தொகுப்பின் அட்டையில் இருக்கிறது. அமரத்துவத்தை அடைய முயலும் ஒவ்வொரு துருக்கியனும் தன்னுள் இருக்கும் ஜான்சனுக்கான பாஸ்வெல்லாகத் தானேதான் இருந்தாக வேண்டும் என்பதை இந்தப் புத்தகம் நிரூபிக்கின்றது. ஒரே நேரத்தில் தனக்கான கதேவாகவும், தனக்கேயான எக்கர் மன்னாகவும் அவன் இருந்தாக வேண்டியிருக்கிறது. இந்தப் புத்தகத்தை எழுதியவன் ஆறு பிரதிகளைத் தட்டச்சு செய்திருந்தான். அவற்றுள் ஒன்றையாவது ரகசியக் காவல்துறையின் ஆவணக் காப்பகங்களில் பார்க்க முடியுமா என்பது சந்தேகமே!”

காலிப்பும் சயீமும் அட்டையில் அச்சாகியிருந்த அந்தக் காகத்தையே கொஞ்ச நேரம் வெறித்துப் பார்த்துக்கொண்டிருந்தனர். பிறகு அந்தப் புத்தகத்தைத் திறந்து ஆசிரியருடைய சுயசரிதையை வாசிக்கத் தொடங்கினர். தன்னுடைய தந்தையிடமிருந்து சுவீகரித்துக்கொண்ட இரும்புப் பொருள்களை விற்கும் கடைக்கும் வீட்டுக்குமென்று வந்து போய்க்கொண்டிருந்த சோகமான, வெறுமையான, பரிதாபத்துக்குரிய வட்டார வாழ்க்கையை அவன் வாழ்ந்திருந்தபோதும் அவனுடைய கதை அவர்களுடைய கற்பனைக்குத் தீனிபோட்டது. மூன்றாவதாக இன்னொருவன் அந்த அறைக்குள் வந்துவிட்டதைப் போல் இருந்தது. இதில் ஒரே ஒரு கதைதான் இருக்கிறதென்று கத்த வேண்டும் போல் காலிப்புக்குத் தோன்றியது. இந்த எழுத்துகள், சொற்கள், விடுதலைக்கான இந்தக் கனவுகள், சித்ரவதைகளையும் தோல்விகளையும் பற்றிய இந்த

நினைவுகள், இவை யாவற்றையும் பற்றி இதுவரை எழுதப்பட்டிருந்த எல்லாமும், அது மகிழ்ச்சியோ துயரமோ எதுவென்றாலும், எல்லாமே ஒரே ஒரு கதையாக உருவெடுத்திருக்கிறது!

இத்தனை ஆண்டுகளாக சயீம் இந்தத் தாள்களை, துண்டுப் பிரசுரங்களை, பருவ இதழ்களை எல்லாம், அச்சுக்கடலில் பொறுமையாக வலை விரித்துத் தேடித்தேடி சேகரித்து வைத்திருந்தான். தன்னுடைய தேடலில் எங்கோ ஓரிடத்தில் இந்தக் கதைகளின் கதையை அவன் கண்டெடுத்திருக்கிறான். அதைக் கண்டெடுத்துவிட்டோம் என்பது அவனுக்குத் தெரிந்திருந்தது. ஆனால், அவனால் அதைப் பிறகு பார்க்க முடியவில்லை. அது கட்டுக் கட்டான தாள் குவியல்களுக்கு அடியில் எங்கோ புதைந்திருந்தது. அந்தக் கதைக்கான சாவியை அவன் தொலைத்திருந்தான். அந்தக் கதையைத் திறந்து பார்க்க உதவும் அந்த ஒற்றைச் சொல்லை அவன் மறந்துவிட்டிருந்தான்.

நான்காண்டுகளுக்கு முன்பு வெளியாகியிருந்த ஓர் இதழில் மகமத் யில்மாஸின் பெயர் தட்டுப்பட்ட போது அது தற்செயலானது என்று காலிப் கூறினான். தான் வீடு திரும்பவேண்டிய நேரம் வந்துவிட்டது என்றான். ஆனால், சயீம் அவனைப் போகவிடாமல் தடுத்து இந்தப் பருவ இதழ்களில் காணப்படும் எதுவுமே – அந்தக் குவியல்களை அவன் என்னுடைய பருவ இதழ்கள் என்றே இப்பொழுது குறிப்பிடத் தொடங்கியிருந்தான் – தற்செயலானதல்ல என்று வலியுறுத்தினான். அடுத்த இரண்டு மணி நேரத்துக்குத் தங்களுடைய அனைத்துத் தேடல்களுக்குமான இறுதித் தேடலில் அவர்கள் இறங்கினார்கள். துழாவித் தேடும் ஒளிவிளக்கைப் போல் ஒவ்வொரு சஞ்சிகையாக, அதிலிருந்த ஒவ்வொரு பக்கத்தையும் அவர்களுடைய கண்கள் ஊன்றித் தேடிக்கொண்டிருந்தன. மகமத் யில்மாஸ் முதலில் அஹ்மத் யில்மாஸ் என்றுதான் பெயர் மாறியிருந்தான். பிறகு ஒரு கிணறும், பக்கத்தில் குப்பையாய்க் குடியானவர்களும் கோழிக்குஞ் சுகளும் இருக்கும் படத்தை அட்டையில் கொண்டிருந்த ஒரு சஞ்சிகையில் அவன் மெடே ஜாக்மாஸ் என்று உருவெடுத்திருந்தான். அதே போல், மெட்டின் ஜாக்மாஸும் ஃபரீத் ஜாக்மாஸும் ஒரே நபர்தான் என்று நிறுவ சயீமுக்கு அதிகச் சிரமம் இருக்கவில்லை. ஆனால், இப்பொழுது நம் நண்பன் கொள்கை ரீதியான எழுத்துகளையெல்லாம் விட்டுவிட்டு, புகை நிரம்பிய திருமணக்கூடங்களில் ஒலிக்கும் துருக்கிய வகை ஸாஸ் இசைக்கு ஏற்ற பாடல்களைப் புனைவதில் ஈடுபட்டுவிட்டான். ஆனால் அது இத்தோடு நின்றுவிடவில்லை. அவன் மீண்டும் அரசியல் கட்டுரைகளைக் கொஞ்ச காலத்துக்கு எழுத நேர்ந்தது (இந்த ஆசிரியரைத் தவிர ஏனைய அனைவருமே காவல்துறைக்குத் துப்பு கொடுப்பவர்கள்தான் என்று நிரூபிக்க). பிரிட்டனின் பண்டிதர்கள் உலகின் மீது கட்டவிழ்த்துவிட்டிருக்கும் வக்கிர முறைகேடுகளைத் தோலுரித்துக் காட்டும் உறுதியோடு, பதற்றம் மிகுந்த, முன்கோபம் கொள்ளும் கணித ரீதியான பொருளாதார நிபுணனாக அவன் பின்னொரு காலகட்டத்தில் மாறிப்போனான். ஆனால் அவர்கள் பயன்படுத்திய அடர்ந்த, பொருத்தமற்ற, நைந்த சொல்வழக்குகளை விரைவிலேயே அவனால் தாங்க முடியாமல் போனது. சயீம் நுனிக்கால்களில் நடந்து தன்னுடைய படுக்கையறையிலிருந்து இன்னொரு சஞ்சிகைக் கட்டைச் சுமந்து வந்தான். என்ன ஆச்சரியம்! மூன்றாண்டுகள் இரண்டு மாதங்களுக்கு முன்பாக வெளியாகியிருந்த ஓர்

இதழில் மீண்டும் அந்த நண்பனே தலைகாட்டியிருந்தான். பார்த்தால் ஏதோ சயீம்தான் அவனை அங்கே நட்டு வைத்திருந்ததைப் போல் இருந்தது. இப்பொழுது அவனுடைய பெயர் அலி ஹரிக்காஊக்கே என்றிருந்தது. அரசர்களும் அரசியரும் தேவையற்றவர்களாகி அதற்கேற்றபடி சதுரங்க ஆட்டத்தின் நியதிகளும் மாறிப் போகும் அழகானதோர் வருங்காலத்தைக் கட்டுரை ஆரூடம் சொல்லியிருந்தது. அப்படியோர் நற்காலத்தில், அலி என்ற பெயர் கொண்ட சிறுவர்கள் நல்ல துருக்கியர்கள் போலச் சம்மண மிட்டுச் சுவரின் மீது சாய்த்தமர்ந்து, ஹம்ப்ட்டி டம்ட்டி புதிர்களை விடுவித்துக்கொண்டு எந்நேரமும் பொழுதைக் கழிப்பார்கள். அடுத்த பக்கத்தில் அலி ஹரிக்காஊக்கே என்பது கட்டுரையின் ஆசிரியரல்ல, மொழிபெயர்ப்பாளர் மட்டுமே என்று அறிவிக்கப்பட்டிருந்தது. கட்டுரை யின் உண்மையான ஆசிரியர் அல்பேனிய நாட்டுக் கணிதப் பேராசிரியர் என்று போட்டிருந்தது. ஆனால், இந்த அல்பேனிய நாட்டுப் பேராசிரியரின் வாழ்க்கைச் சரிதத்துக்கு அடுத்ததாக வெளியாகியிருந்த கட்டுரையைத் தன் மாற்றுப்பெயர்களையெல்லாம் ஒட்டுமொத்தமாய்த் துறந்துவிட்டு ரூயாவின் முன்னாள் கணவன் வெளிப்படையாகச் சொந்தப் பெயரிலேயே எழுத முன்வந்திருப்பது மற்றெல்லாவற்றையும்விட அதிகமாய் காலிப்பை அதிர்ச்சிக்குள்ளாக்கியது. கொஞ்ச நேரத்துக்கு அமைதியான அதிர்ச்சியோடு அவர்கள் அதைப் பார்த்துக்கொண்டிருந்த பொழுது, “வாழ்க்கையைப் போல் விசித்திரமான வேறொன்று இல்லை, எழுத்தைத் தவிர” என்று பெருமிதத்தோடு சொன்னான் சயீம்.

மீண்டும் நுனிக்கால்களில் நடந்து படுக்கையறைக்குள் சென்று இரண்டு பெட்டிகள் நிறைய பருவ இதழ்களை எடுத்துக்கொண்டு மீண்டான் சயீம். “அல்பேனிய தொடர்புகளோடும், சார்புகளோடும் இவை வெளியாகின்றன. இதில் ஒரு கதை இருக்கிறது. அது ஒரு விசித்திரமான புதிர். அதை ஆண்டுக்கணக்காகத் துப்புத் துலக்கியிருக்கிறேன். உன்னுடைய ஆராய்ச்சிக்கு அவை தொடர்புள்ளவையாக இருக்கும். நீயே பார்க்கப் போகிறாய்” என்றான் சயீம். மேலும் கொஞ்சம் தேநீரைத் தயாரித்து எடுத்துக் கொண்டு, தன்னுடைய நிலைத்தட்டுகளிலிருந்தும், பெட்டிகளிலிருந்தும் தனக்கு வேண்டிய ஆவணங்களைத் தேடியெடுத்து வந்து அவற்றை மேஜை மீது பரப்பினான்.

“ஆறு வருடங்களுக்கு முன்பாக இதெல்லாம் ஆரம்பித்தது” என்று தொடங்கினான் சயீம். “ஒரு சனிக்கிழமை மதியம், சுவையான விஷயம் எதுவும் இருக்கிறதா என்று பார்க்க பத்திரிகையின் அப்போதைய மிகச் சமீபத்திய இதழை நான் புரட்டிக்கொண்டிருந்தேன். அல்பேனிய உழைப்பாளர் கட்சியையும், என்வர் ஹோக்ஸாவையும் பின்பற்றிய, பிரிந்து சென்ற இடதுசாரிக் குழுக்கள் நடத்திக்கொண்டிருந்த மூன்று சஞ் சிகைகளுள் இதுவும் ஒன்று. ஆனால், இந்த மூன்றுமே ஒன்றுக்கொன்று மூர்க்கமாக எதிர்வினை ஆற்றிக்கொண்டிருப்பவை. எது எப்படியோ, இந்த சஞ்சிகையைப் படித்துக்கொண்டிருந்தபோது திடீரென்று இந்தப் புகைப்படமும், இந்தக் கட்டுரையும் கண்களில் பட்டன. இது குழுவின் புதிய உறுப்பினர்களுக்கு வரவேற்பளிக்கும் விதமாய் நடத்தப்பட்ட அறிமுகச் சடங்கு. அது என்னை அதிர வைத்தது. எவ்விதமான கம்யூனிஸ்ட் நடவடிக்கையும் தடைசெய்யப்பட்டிருக்கும் நாட்டில் ஒரு மார்க்ஸியக் கூட்டத்தைப் பற்றி அது விவரிக்கிறதே என்பதால் அல்ல. கவிதையை

ஒப்பிக்கும் மக்களையும், ஸாஸ் இசையை வாசிக்கும் மக்களையும் பற்றி அக்கட்டுரை பேசுகிறதே என்பதாலும் அல்ல. இது போன்ற கட்டுரைகளை எல்லா இடதுசாரி சஞ்சிகைகளும் ஒவ்வோர் இதழிலும் பிரசுரிப்பதுண்டு தான். ஏனென்றால் பிழைத்திருக்க வேண்டியும், வெகு வேகமாய் வளர்ச்சியடைந்து வருவதாகக் காட்டிக்கொள்ளவும் அவர்களுக்கு இது ஒன்றுதான் வழி! என்வர் ஹோக்ஸா மற்றும் அதிபர் மாஓ ஆகியோரின் சுவரொட்டிகள் திரைகளாய்த் தொங்கிக்கொண்டிருந்த ஓர் அறையில் அந்தக் கருப்பு வெள்ளைப் புகைப்படம் எடுக்கப்பட்டிருந்தது. அங்கே ஒரு சிலர் கவிதைகளை ஒப்பித்துக்கொண்டிருந்தனர். அது ஏதோ புனிதச் சடங்கு என்பதைப் போல், அசாதாரணமான தீவிரத்தோடு ஒரு கும்பல் சிகரெட் புகைத்தபடி அவர்களைச் சூழ்ந்திருந்தது. ஆனால் இதில் என் ஆர்வத்தைத் தூண்டிய விஷயம் என்னவென்றால், அந்த அரங்கின் "பனிரெண்டு தூண்கள்" என்று குறிப்பாகச் சுட்டிய கட்டுரையின் தலைப்புதான். அதைக் காட்டிலும் விசித்திரமானது, ஹஸன், ஹுஸேய்ன் மற்றும் அலி போன்ற மாற்றுப்பெயர்களை அந்தப் புதிய உறுப்பினர்கள் தேர்ந்தெடுத்துக்கொண்டதுதான். உனக்கே தெரிந்திருக்கும் இந்தப் பெயர்கள் எல்லாமே அலெவி எனும் ஷியா முஸ்லிம் பெயர்கள். ஆனால் இவை வெறும் அலெவி முஸ்லிம் பெயர்கள் மட்டுமல்ல. மாறாக, இவை எல்லாமே புகழ்பெற்ற ஸூஃபிக்களின், பெக்தாஷி சமூகத்தைச் சேர்ந்த ஷேக்குகளின் பெயர்கள் என்பதை நான் விரைவிலேயே கண்டுபிடித்தேன். ஒரு காலத்தில், அல்பேனியாவில் பெக்தாஷி ஸூஃபிக்களின் சமூகம் எவ்வளவு வலிமையோடு இருந்ததென்பதை நான் ஏற்கெனவே தெரிந்து வைத்திருக்காமல் போயிருந்தால் அது எனக்குள் எந்த அதிர்வையும் ஏற்படுத்தியிருக்காது. ஆனால் அதைப் பற்றி நான் அறிந்திருந்த காரணத்தால் ஏதோ ஒரு விஷயத்தைப் பற்றி, ஒரு நம்ப முடியாத விஷயத்தைப் பற்றி நான் தெரிந்துகொள்ள இருக்கிறேனென்று எனக்கு உடனே விளங்கியது. இதனால் அதில் நான் அமிழ்ந்துபோய் பெக்தாஷிக்கள், ஒட்டோமான் பேரரசரின் ஜெனிச்சேரி எனப்படும் உயர்குடி மெய்க்காப்பாளர்கள், ஹுரூஃபிப் பிரிவு ஸூஃபிக்கள் ஆகியோர் தொடர்பாய்க் கைக்குக் கிடைத்த அத்தனை புத்தகங்களையும் அடுத்த நான்கு வருடங்களுக்குப் படித்துக்கொண்டிருந்தேன். ஸூஃபிக்களில் ஹுரூஃபிப் பிரிவைப் பற்றி உனக்குத் தெரிந்திருக்கும். இவர்கள்தான் திருகுர்ஆனின் படைப்புகளில் தென்படும் மறைபொருளைக் கண்டுபிடித்துக் கூறுபவர்கள். இதுபோக நான் அல்பேனியக் கம்யுனிசம் பற்றியும் நிறைய படித்தேன். எல்லாவற்றையும் ஒன்றிணைத்துப் பார்க்கும்பொழுது நூற்றைம்பது வருடங்களுக்கு முன்பாக நடைபெற்றிருந்த ஒரு சதித் திட்டத்தை நான் கட்டமைத்துப் புரிந்து கொண்டிருந்தேன்.

"நான் எதைப் பற்றிச் சொல்லிக்கொண்டிருக்கிறேனென்பது உனக்குப் புரிகிறதா?" என்று சயீம் கேட்டான். அதன்பிறகு ஹாஜி பெக்தாஷ் வேலியின் காலத்திலிருந்து நிகழ்காலம் வரையிலான பெக்தாஷி சமூகத்தின் எழுநூறாண்டுக் கால வரலாற்றை அவன் காலிப்புக்கு விவரித்தான். ஸூஃபி, அலெவி மற்றும் ஷாமனிஸ மரபுகளில் இந்தச் சமூகம் வேரூன்றியிருக்கிறதென்று காலிப்பிடம் சயீம் கூறினான். ஆட்டமன் பேரரசு நிலைபெறுவதிலும் விரிவடைவதிலும் இந்தச் சமூகம் பங்காற்றியிருக்கிறது. அதே நேரத்தில், கிளர்ச்சியும் புரட்சியும் உள்ளடக்கிய நீண்டதொரு மரபையும் இது வளர்த்தெடுத்திருக்கிறது.

பெக்தாஷி சமூகத்தின் அரணென்று கருதப்படும் ஜெனிச்செரிப் படை இந்த மரபுக்குப் பேர் போனது. ஒவ்வொரு ஜெனிச்செரிப் படைவீரனும் பெக்தாஷி சமூகத்தைச் சேர்ந்தவன் என்பதை நீ நினைவில்கொண்டால், இஸ்தான்புல் எங்கிலும் இதன் ரகசிய அதிகாரம் வியாபித்திருப்பதை நீ பார்க்க முடியும். அதே சமயம், இந்த நகரிலிருந்து பெக்தாஷிகள் துரத்தியடிக்கப்பட்டதற்கும் ஜெனிச்செரிகள்தான் காரணம். 1826ஆம் ஆண்டில், தன்னுடைய மேற்கத்திய பாணி சீர்திருத்தங்களுக்கு எதிர்ப்புக் காட்டுகிறது என்ற காரணத்திற்காகச் சீற்றம் கொண்ட இரண்டாம் மஹ்மூத், ஜெனிச்செரி ராணுவக் குடியிருப்புகள் அனைத்தையும் பீரங்கிக் குண்டுகளால் தரைமட்டமாக்கினான். பிறகு அவர்களுக்கு ஆன்மிகப் பாதுகாப்பளித்த அனைத்துச் சமயக் கூடங்களையும் இழுத்து மூடி விட்டு பெக்தாஷி ஷேக்குகள் அனைவரையும் இஸ்தான்புல்லை விட்டுத் துரத்தியடித்தான்."

"இருபதாண்டுகள் தலைமறைவு வாழ்க்கைக்குப் பிறகு பெக்தாஷிக்கள் இஸ்தான்புல் நகருக்குத் திரும்பினார்கள். ஆனால், இந்த முறை அவர்கள் நக்ஷிபென்டி சமூகம் என்ற மாற்றுப்பெயரில் இயங்கினார்கள். அதன் பிறகு எண்பது வருடங்களுக்கு – குடியரசு நிறுவப்பட்டு, ஆட்டாதுர்க் நக்ஷிபென்டி சமூகத்துக்குத் தடை விதிக்கும் வரையிலும் – வெளிப்புற உலகில் அவர்கள் நக்ஷிக்கள் என்றே தம்மைக் காட்டிக்கொண்டார்கள். ஆனால், தனிமையில் அவர்கள் பெக்தாஷிக்களாகவே வாழ்ந்து வந்தார்கள். இதனால் அவர்களைச் சூழ்ந்திருந்த மர்மங்கள் மேலும் ஆழமான தலைமறைவு வாழ்க்கைக்கு அவர்களைத் தள்ளின." ஓர் ஆங்கிலேயப் பயணி எழுதிய நூல் ஒன்றிலிருந்து எடுக்கப்பட்டிருந்த பக்தாஷி சடங்கொன்றைச் சித்திரிக்கும் ஓவியம் மேஜை மீது செதுக்கப்பட்டிருந்தது. அதில் யதார்த்தத்தைவிடவும் கற்பனையே விஞ்சி நின்றது. அந்தக் கட்டுரையிலிருந்த பத்திகளை காலிப் எண்ணிப் பார்த்தான். பனிரெண்டு பத்திகள் இருந்தன.

"குடியரசு நிறுவப்பட்டு ஐம்பது வருடங்கள் கழித்து மூன்றாவது பெக்தாஷி அலை அடிக்கத் தொடங்கியது. ஆனால் இப்பொழுது அது புதிய வேடம் பூண்டிருந்தது. இப்பொழுது அவர்கள் தங்களை நக்ஷிபென்டிக்கள் என்று அடையாளப்படுத்திக்கொள்வதில்லை. மாறாக, மார்க்ஸிய – லெனினியவாதிகள் என்று கூறிக்கொள்கிறார்கள்."

சற்றே மௌனம் காத்த பிறகு சயீம் தன்னுடைய ஆராய்ச்சியை நிரூபிக்கும் பணியில் இறங்கினான். சஞ்சிகைகள், சிற்றறிக்கைகள், நூல்கள், பத்திரிகையிலிருந்து கத்தரித்து எடுக்கப்பட்டிருந்த செய்திகள், புகைப்படங்கள், செதுக்கோவியங்கள் என்று தலையைச் சுற்ற வைக்கும் சான்றுகளை ஒப்பித்துக்கொண்டிருந்தான். இந்த மார்க்ஸிய – லெனினியவாதிகள் செய்த, எழுதிய யாவும், முழுக்க முழுக்க பெக்தாஷி பாணியிலேயே இருந்தன. அதே சங்கேத நெறிப்படியே தங்கள் வாழ்க்கையையும் அவர்கள் அமைத்துக்கொண்டிருந்தார்கள். அவர்களுடைய அறிமுகச் சடங்குகள்கூட ஓர் இண்டு விடாமல் அப்படியே பெக்தாஷி முறையிலேயே இருந்தன. எப்படி மிகவும் கடுமையான சோதனைகளுக்கு ஆட்பட்டுத் தங்களுடைய வைராக்கியத்தையும் சுயமறுப்புக்கான திறனையும் பெக்தாஷிகள் நிரூபிக்க வேண்டியிருந்ததோ, அதைப் போலவே மார்க்ஸிய – லெனினியவாதிகளும் நிரூபிக்க

வேண்டி வந்தது. இரு வகையினருமே தங்களுடைய வீரத் தியாகிகளை, மகான்களை, தங்களுடைய முன்னோடிகளைப் போற்றித் துதிபாடினர். அஞ்சலியைக்கூட அவர்கள் ஒரே மாதிரியாகத்தான் செலுத்தினர். இரு வகையினருக்குமே மார்க்கம் எனும் சொல் ஆன்மிக முக்கியத்துவம் வாய்ந்ததாக விளங்கியது. ஒற்றுமையுணர்வை ஏற்படுத்த இருவருமே கூறியது கூறலையும், ஒப்பித்தலையும் பயன்படுத்தினர். அவர்களுடைய வழிபாட்டுக் கீதங்கள் ஒன்று போலவே இருந்தன. தங்கள் முன்னிருக்கும் பெக்தாஷியை எப்படி ஒருவர் இனம் கண்டுகொள்வாரோ அதே போல் மார்க்ஸிய –லெனினியவாதியும் ஒரு சக பயணியை அவருடைய மீசை, தாடி, இவ்வளவு ஏன், அவருடைய கண்களை வைத்துக்கூட அடையாளம் கண்டுகொள்வார். ஒரே மாதிரியான ஸாஸ் இசையையே அவர்கள் தங்களுடைய நிகழ்சிகளில் இசைத்தனர். கவிதைகளையும், ஒரே மாதிரி சந்தத்துடனும், ஓசை நயத்துடனும் ஒப்பித்தனர். “இதெல்லாவற்றையும்விட அதி முக்கியமானது” என்று சயீம் தொடர்ந்து சொல்லிக்கொண்டிருந்தான். இந்த யதார்த்தம் தற்செயலாக நேரிட்டதாகவோ அல்லது எல்லாம் வல்ல இறைவன் இந்த எழுத்துகளை எல்லாம் என் கைக்குக் கிட்டும்படிச் செய்தது ஒரு குரூர நகைச்சுவையானதாகவோ இருந்தால் ஒழிய, இன்றைய இடதுசாரிப் பருவ இதழ்களில் நீ பார்க்கும் சொல்லும் எழுத்துப் புதிர்களும் என எல்லாமே ஹுரூஃபிக்களிடமிருந்து பெக்தாஷிகள் இரவல் பெற்றிருந்தவையின் நவீன பிரயோகமே தவிர வேறில்லை. இதை கவனிக்காமல் போயிருந்தால் நான் குருடன்.”

அதன் பிறகு அங்கே மௌனம் நிலவியது. எங்கோ தொலைவில் இருந்த பாதையில் ஒரு காவலாளி எழுப்பிய ஊதல் சத்தம்தான் அந்த மௌனத்தைக் கிழித்தது. தான் ஏற்கெனவே அவிழ்த்திருந்த ஒரு சொற்புதிரைக் காலிப்பின் கவனத்துக்கு சயீம் கொண்டு வந்தான். முதலில் மேம்போட்டமான படிவம், பின்னர் இருவேறான அர்த்தங்களோடான மறைபடிவம். இப்படியே இரண்டாவது புதிர், பிறகு மூன்றாவதென்று அவன் தொடர்ந்து போய்க்கொண்டே இருந்தான். அவற்றை அவன் எடுத்துச் சொல்லிக்கொண்டிருந்த தொனி ஏதோ ஒரு ஜெபத்தை கவனித்துக்கொண்டிருக்கும் உணர்வைக் காலிப்பிடம் ஏற்படுத்தியது.

விடிகாலையின் தொடக்கத்தில், தூக்கத்துக்கும் விழிப்புக்கும் இடையே, ரூயாவைப் பற்றிக் கனவு காண்பதும், தாங்கள் இருவரும் இணைந்திருந்த மகிழ்ச்சியான நாட்களை நினைப்பதுமாகக் காலிப் அல்லாடிக்கொண்டிருந்த தருணத்தில், “இந்த விஷயத்தில் தனித்துவமான, அதிர வைக்கும் அம்சம்” என்று தான் நினைத்திருக்கும் விஷயத்தை சயீம் தொட்டான். காலிப் காதுகளைக் கூர்மையாக்கிக்கொண்டான். இந்த அரசியல் குழுக்களுக்கு ஆதரவாக அணி சேர்ந்த இளைஞர்களுக்குத் தாங்கள் பெக்தாஷிகள் என்பது தெரியாது. ஐந்தாறு அல்பேனிய பெக்தாஷிகளோடு இணைந்து, கட்சியின் நடுமட்டத் தலைமை திட்டமிட்ட சதியில் இவர்களெல்லாம் அறியாமை மிகுந்த கைப்பாவைகள். இந்த நடுமட்டத் தலைமைக்கும் கீழிருக்கும் ஒரு சில நபர்களுக்கும் மட்டுமே உண்மையில் என்ன நடக்கிறது என்பதைப் பற்றிக் கொஞ்சம் யூகிக்க முடியும். எனவே, இது போன்ற அமைப்புகளில் இணையும், நல்லெண்ணம் மிகுந்த, தங்களையே அழித்துக்கொள்ளத் தயாராக இருக்கும் ஆயிரக்கணக்கான இளைஞர்கள் இருக்கிறார்கள். தங்களுடைய அன்றாட வாழ்முறையை

மாற்றிக்கொண்டு தங்களுடைய வாழ்க்கையையே அடியோடு புரட்டிப் போட்டிருக்கும் இளைஞர்கள் இவர்கள். தங்களுடைய மதப்பிரிவின் நீட்சியாக இவர்களைப் பார்த்து, இவர்களுடைய அணிவகுப்பின்போது, சமூகக் கூட்டு உணவு நேரங்களின்போது, ரகசியச் சடங்குகளின்போது என ஒவ்வொரு சந்தர்ப்பத்திலும் எடுக்கப்பட்ட புகைப்படங்களை வைத்து இவர்களுடைய நடவடிக்கைகளைக் கவனமாக ஆராய்ந்து, இவர்களைத் துல்லியமாகக் கணித்துவைத்திருக்கும் அல்பேனிய பெக்தாஷி அணி ஒன்று இருக்கக்கூடுமென்று இந்த இளைஞர்களுக்குத் தோன்றியதே இல்லை. "ஏதோ ஒரு பூதாகரமான சதித்திட்டத்தை நம்பவே முடியாத ஒரு ரகசியத்தை எதிர்பாராத வகையில் கண்டுபிடித்து விட்டோமென்று நானும்கூட முதலில் அப்பாவித்தனமாகக் கற்பனை செய்துகொண்டேன். இந்த இளைஞர்கள் மிகவும் மோசமாக ஏய்க்கப்பட்டுவிட்டார்கள் என்று நான் நினைத்தேன்" என்றான் சயீம். "என்னால் தாங்கிக்கொள்ளவே முடியவில்லை. பதினைந்து வருடங்களில் முதல் முறையாகப் பேனாவை எடுத்து நானே ஒரு கட்டுரையை எழுதிவிட வேண்டுமென்கிற அளவுக்கு ஓர் ஆவேசம். ஆனால், அப்படி ஓர் எண்ணமே கூடாதென்று உடனடியாக முடிவெடுத்தேன்." பனி மூடிய பாஸ்ஃபரஸ் பகுதியில் ஒரு கரிய எண்ணெய்க் கப்பல் கடகடவென்று சாளரங்கள் அனைத்தையும் அதிரவைத்து வழுக்கிச் சென்றது. "ஏன் தெரியுமா? நாம் வாழும் இந்த வாழ்க்கை வேறொருவரின் கனவுதான் என்று நிரூபிப்பதன் மூலம் நான் எதையும் மாற்றிவிடப்போவதில்லை என்ற ஞானோதயம்தான்" என்று சயீம் விளக்கிக்கொண்டிருந்தான். பிறகு, கிழக்கு அனடோலியாவின் ஏதோ ஒரு மூலையில் இருக்கும் மலைக்குச் சென்று, அங்கிருந்து காஃப் மலையை அடைய இருநூறு ஆண்டுகளாகத் தன்னைத் தயார்ப்படுத்தி வந்த ஒரு ஸெரிபன் பழங்குடி மனிதனைப் பற்றிய கதையை காலிப்புக்குச் சயீம் சொன்னான். முன்னூற்றியிருபது வருடங்களுக்கு முன் எழுதப்பட்ட கனவுப் புத்தகத்திலிருந்துதான் இந்த எண்ணம் அவனுக்கு உதித்ததாம். அந்தப் பயணம்கூட ஒரு கனவாகவே இருந்ததாம். ஆனால், தாங்கள் கண்ட கனவை உயிர்ப்புடனே வைத்திருந்து, அதை ஒரு ரகசியம் போல் அடுத்தடுத்த தலைமுறைகளுக்குக் கடத்திவந்திருந்த பெக்தாஷி ஷேக்குகள், இந்த நீண்ட பயணம் என்றுமே சாத்தியமாகப் போவதில்லை என்று உணர்ந்து, வெகுகாலத்திற்கு முன்பாகவே ஆட்டமன் துருக்கியர்களோடு ஒரு உடன்படிக்கைக்கு வந்திருந்தனர். இந்தத் தகவலை இந்த மக்களுக்கு எடுத்துச் சொல்வதால் எதுவும் நடந்துவிடப் போகிறதா, என்ன? அனடோலியாவிலிருக்கும் சின்னச் சின்னத் திரையரங்குகளில் ஒரு ஞாயிற்றுக்கிழமை மதியத்தில் கும்பலாய்க் குழுமும் இந்தப் படை வீரர்களிடம், அவர்கள் பார்த்துக்கொண்டிருக்கும் வரலாற்று துயர்நாடகக் காட்சியில் நெஞ்சுறுதி மிக்க துருக்கிய மாவீரனிடம் நஞ்சு கலந்த மது நிறைந்த கோப்பையைக் கொடுத்துப் பருகச் சொல்லும் வஞ்சக எண்ணம் கொண்ட பூசாரி, நிஜ வாழ்க்கையில் ஓர் எளிமையான நடிகனே என்றும் உண்மையில் அவன் ஒரு நல்ல இஸ்லாமியன் என்றும் சொன்னால் அவர்களுக்கு ஏற்படும் தார்மிகக் கோபத்தைத் தடுத்துவிடுவதைத் தவிர நீ வேறு எதைச் சாதித்துவிட முடியும்?"

காலை நெருங்கிக்கொண்டிருக்கையில், நீளிருக்கையில் சாய்ந்தபடி சொக்கிக்கொண்டிருந்த காலிப்பிடம் சயீம் ஒரு புதிய திருப்பத்தை முன்வைத்தான். அல்பேனியாவிலிருக்கும் சென்ற நூற்றாண்டுத்

தொடக்கத்தில் நிறுவப்பட்டிருந்த குடியேறிகளின் விடுதியில் பெக்தாஷி சமூகத் தலைவர்களைச் சந்தித்த கட்சிப் பொறுப்பாளர்கள் ஐந்தாறு பேரும் தங்கள் கனவுகளை நினைவூட்டிய நடன அரங்கில் ஒன்றாய்க் குழுமினார்கள். அப்போது, அந்தப் புகைப்படங்களைப் பார்த்து மனம் விம்மியபடி அந்த அற்புதமான இளம் துருக்கியர்கள் தங்களுடைய சமூகத்தின் கனவுகளைத்தான் பகிர்ந்துகொள்கிறார்களே அன்றி, கிளர்ச்சியைத் தூண்டும் மார்க்ஸிய – லெனினியப் பகுப்பாய்வுகளை அல்ல என்றுதான் அந்தக் கட்சிப் பொறுப்பாளர்கள் நிச்சயமாக நினைத்துக்கொண்டிருப்பார்கள். ஆனால் அவர்களுக்கே தெரியாது தங்கத்தை அடைய காலம்காலமாகத் தாங்கள் மேற்கொண்டிருந்த தேடல் முடிவுக்கு வந்துவிட்டதென்று. இது ஒரு ரசவாதியின் தீவினையல்ல. மாறாக, அவனுடைய இருப்பிற்கான காரணமே இதுதான். ஒரு நவீனக் கண்கட்டு வித்தையாளன் தான் செய்ததெல்லாம் வெறும் தந்திரமே என்று எத்தனை தடவை எடுத்துச் சொல்லியபோதும், தாங்கள் ஒரு மாயத்தைத் தரிசித்ததாய் நம்பும் ஒரு சந்தோஷ நொடி அவனுடைய மெய்ம்மறந்த பார்வையாளர்களுக்கு எப்பொழுதுமே கிட்டியிருக்கும். தங்களுடைய வாழ்க்கையில் ஒரு சில சந்தர்ப்பங்களில் ஏதோ ஒரு சொல்லால், ஒரு கதையால் அல்லது தாங்கள் இருவரும் படித்திருந்த ஒரு புத்தகத்தால் காதல் வயப்பட்ட இளைஞர்கள் இருக்கவே செய்கிறார்கள். அப்படிப்பட்டவர்கள் தங்களுடைய இதயங்களை வழிப்படுத்திய மாயைகளை, மயக்கங்களைப் புரிந்துகொள்ளாமலேயே தாங்கள் மணம் செய்துகொண்ட காதலனோடோ, காதலியோடோ திருமணத்திற்குப் பிறகு சந்தோஷமாகத் தங்களை இணைத்த அதே உன்மத்த நிலையில் என்றென்றும் வாழ்ந்துகொண்டிருக்கவும் செய்கிறார்கள்.

தன்னுடைய சஞ்சிகைகளை அடுக்கி, ஒழுங்குபடுத்தி, அப்புறப்படுத்திய பிறகு, மனைவி கொண்டுவரப் போகும் காலைச் சிற்றுண்டிக்காக மேஜையைத் தயார்செய்து வைத்துவிட்டுக் காவலாளி கதவடியில் தள்ளிவிட்டுப்போயிருந்த நாளிதழை மேய்ந்துகொண்டிருக்கையில், இதெல்லாவற்றையும் பார்க்கும்பொழுது, இதுவரை எழுதிய எதுவுமே உலகின் ஆகச் சிறந்த அதிகாரபூர்வமான பிரதியானாலும்கூடக் கனவுகளைப் பற்றித்தான் – சொற்கள் மாயமாய்க் கொண்டுவரும் கனவுகளைப் பற்றித் தான் – எழுதப்பட்டிருக்கின்றனவே ஒழிய நிஜ வாழ்க்கையைப் பற்றி அல்ல. இந்த உண்மையை மக்களுக்குச் சுட்டிக்காட்டுவதன் மூலம் நாம் எதையும் சாதித்துவிடப்போவதில்லையென்று சயீம் கூறினான்.

8

மூன்று துப்பாக்கி வீரர்கள்

அவனுடைய எதிரிகளைப் பற்றி அவனிடம் கேட்டேன்.அவன் அவர்களைப் பற்றி எண்ணத் தொடங்கினான். பட்டியல் நீண்டு கொண்டே இருந்தது...

– யாஹ்யா கெமாலோடு மேற்கொண்ட உரையாடல்கள்.

இறப்பதற்கு முப்பத்தியிரண்டாண்டுகளுக்கு முன்பாகத் தன்னுடைய சவ அடக்கத்தைப் பற்றி அவர் ஒரு பத்திக் கட்டுரையை எழுதியிருந்தார். அவருடைய அதீத அச்சங்களை அக்கட்டுரை எதிரொலித்திருந்தது. பிறகு நடந்தவைகளை வைத்துப் பார்க்கும்பொழுது, அவருடைய அச்சங்கள் ஆழ்ந்த சிந்தனையில் வெளிப்பட்டவையே என்பது புலனாகியது. நானும் சவப்பெட்டியிலிருந்த பிணமும் போக அங்கே ஒன்பது பேர் இருந்தோம். உஸ்குதாரிலிருக்கும் தனியாருக்குச் சொந்தமான, சிறிய போதைப் புனர்வாழ்வு மருத்துவமனையிலிருந்து வந்திருந்த சேவகன், அதே நிறுவனத்திலிருந்து வந்திருந்த மற்றொரு சிகிச்சை பெறும் நபர், நம்முடைய பத்தி எழுத்தாளரின் பெயர் உச்சத்திலிருந்தபோது அவருடைய ஆத்மார்த்த சீடனாய் இருந்து ஒய்வுபெற்றுவிட்ட ஒரு பத்திரிகையாளர், இறந்துபோனவருடைய வாழ்க்கையைப் பற்றியோ அல்லது அவருடைய தொழிலைப் பற்றியோ எதுவுமே அறிந்திராத, மாறுகண் கொண்ட இரண்டு உறவினர்கள், மிகையான பகட்டோடு உடுப்பணிந்திருந்த ஒரு பணக்கார விதவை. அவளுடைய தொப்பியோடு ஒரு விசித்திரமான முகத்திரை பிணைக்கப்பட்டிருந்தது. அந்த முகத்திரையோடு, அவளைப் பார்க்கும்பொழுது சுல்தானுடைய பிரதம விசாரணை அதிகாரி போல் இருந்தாள். இவர்கள் போக, நம்முடைய மதிப்புக்குரிய இமாம். நேற்று வீசிய புயலின் மோசமான தருணங்களின்போது புதைக்க வேண்டி நேர்ந்து விட்டதால், வேகவேகமாக ஜபங்களைச் சொல்லி முடித்த இமாம், பார்க்கச் சகிக்காத அவசரத்தோடு சவப்பெட்டியின் மீது மண்ணை இட்டார். அது நடந்து முடிந்த மறு கணம் – அது எப்படி நடந்ததென்று என்னால் சரியாகச் சொல்லக்கூட முடியவில்லை – அங்கிருந்த சிறு கூட்டம் பனியில் மறைந்து

போனது. அடுத்து வர வேண்டிய ட்ராம் வண்டிக்காகக் கிஸ்க்லியில் நான் மட்டுமே காத்துக்கொண்டிருந்தேன். பிறகு பாஸ்ஃபரஸைக் கடக்க ஒரு விசைப்படகை அமர்த்திக்கொண்டேன். பாஸ்ஃபரஸின் ஐரோப்பியப் பகுதிக் கடற்கரையை அடைந்தவுடன், நேராக பெயோக்ளுவுக்குச் சென்றேன். அங்கே அல்ஹம்ப்ரா அரண்மனையின் திரையரங்கில் எட்வர்ட் ஜி. ராபின்சன் நடித்த *கருஞ்சிவப்புத் தெரு (Scarlet Street)* திரைப்படம் ஓடிக்கொண்டிருந்தது. உள்ளே சென்று அமர்ந்தேன். களிப்பில் கிட்டத் தட்ட மயக்கமே வந்துவிட்டது. கதையின் நாயகன் ஒரு தோல்வியுற்ற வணிகன். பிறகு தொழில்முறையில்லாத கலைஞனாக இரண்டாம் வாழ்வையும் தோற்று, தான் காதலிக்கும் பெண்ணை வசியப்படுத்த ஒரு கோடீஸ்வரனைப் போல் நடிக்கத் தீர்மானிக்கிறான். ஆனால், அவன் விரும்பும் ஜோன் பென்னட்டும் அவனைப் போலவே இரட்டை நாடகம் ஆடுகிறாள் என்று அவன் அறிந்திருக்கவில்லை. அவளுடைய பொய்த் தோற்றத்தைக் கண்டுபிடித்து, தன்னுடைய நொறுங்கிய இதயத்துக்கு ஆறுதலளித்து, துயரத்தில் நாயகன் மூழ்கிப்போவதை நாங்கள் கையறு நிலையோடு பார்த்துக்கொண்டிருந்தோம்.

இறந்துபோனவரை முதன் முதலில் நான் சந்தித்தபொழுது (அவருடைய பத்திக் கட்டுரைகளில் மிகுந்த வாஞ்சையுடன் அடிக்கடி அவர் பயன்படுத்திய அதே சொற்களைக் கடன்பெற்று முதல் பத்தியைத் தொடங்கிய மாதிரியே இந்த இரண்டாம் பத்தியையும் நான் தொடங்கு கின்றேன்). இறந்துபோனவரை முதன்முதலில் நான் சந்தித்தபொழுது அவர் தன்னுடைய எழுபதுகளிலும், நான் என்னுடைய முப்பதுகளிலும் இருந்தோம். தெரிந்த ஒருவரைப் பார்ப்பதற்காக பக்கிர்காய் எனும் இடத்திற்குச் சென்றுகொண்டிருந்தேன். ஸிர்கேஜிக்குச் செல்லும் புறநகர் ரயில் வண்டியில் ஏறப்போகும்பொழுது, திடீரென்று நான் கண்ட காட்சியென்ன? ரயில்நிலையக் கோடியிலிருந்த சிற்றுண்டி விடுதியில், ஒரு மேஜையின் அருகே அந்தப் பேர்பெற்ற பத்திக் கட்டுரையாளர் என்னுடைய பால்ய வயதிலும், இளமைக் காலத்திலும் படித்து வியந்து போற்றிய வேறு இரண்டு பத்தி எழுத்தாளர்களோடு ரேக்கி பானம் அருந்திக் கொண்டிருந்தார். இந்த மூன்று முதியவர்களையும் – மூவருமே எழுபதைக் கடந்தவர்கள். அதுவுமல்லாமல், என்னுடைய இலக்கிய காஃப் மலையில் நீண்ட நெடுங்காலமாகக் குடியிருப்பவர்கள் – அந்தப் பாழாய்ப்போன ஸிர்க்கேஜி நிலையத்தின் இரைச்சல் மிகுந்த கூட்டத்தின் நடுவே பார்க்க நேரிட்டது உண்மையில் என்னை அதிர வைக்கவில்லை. மாறாக, தங்களுடைய எழுத்து வாழ்வின் தொடக்கத்திலிருந்து பத்திரிகைகளில் ஒருவரையொருவர் தாக்கி, அவமதித்துக்கொண்டிருந்த இந்த மூன்று விதண்டாவாதக் கட்டுரையாளர்களும், அலெக்சாண்டர் டூமாஸின் பாரிஸ் விடுதியில், நட்பின் உல்லாசத்தோடு மதுக்கோப்பைகளை உரசிக்கொள்ளும் மூன்று துப்பாக்கி வீரர்கள் போல இருபதாண்டுகள் கழிந்தும், ஒன்றாக ஒரே மேஜையின் முன் அமர்ந்திருக்கும் காட்சிதான் என்னை வியப்படைய வைத்தது. பேனாவை எடுத்து எழுதத்தொடங்கிய இந்த ஐம்பதாண்டுகளில், மூன்று சுல்தான்கள், ஒரு கேலிஃப், மூன்று அதிபர்கள் ஆகியோரின் உயர்வையும் தாழ்வையும் இவர்கள் பார்த்திருந்தார்கள். ஆனால், இந்த மூன்று சர்ச்சைக் கட்டுரையாளர்களும் சச்சரவோடுதான் காலத்தைக் கழித்திருக்கிறார்கள். ஒரு சில வேளைகளில் நியாயமான காரணங்களோடும் ஒருவர் மீது மற்றவர் குற்றச்சாட்டுகளைச் சுமத்தியிருக்கிறார்கள். ஆனால் வழக்கமாகக் கிடைக்கும் வாய்ப்பைப் பயன்படுத்திக்கொண்டு, பகுத்தறிவு

வாதி, இளம் துருக்கியன், ஐரோப்பியவாதி, தேசியவாதி, ஃப்ரீமேஸன் அமைப்பைச் சேர்ந்தவர், கெமாலின் ஆதரவாளன், குடியரசுவாதி, துரோகி, நிர்வாகம் தெரியாத சுல்தான், மேலை நாகரிகவாதி, டெர்விஷ் மதத்துறவி, எழுத்துக் களவாணி, நாஜி, யூதன், அரேபியன், ஆர்மீனியன், தன்பாலினச் சேர்க்கையாளன், கட்சிமாறி, இஸ்லாமிய வெறியன், கம்யுனிஸ்ட், அமெரிக்க ஆதரவாளன், இவ்வளவு ஏன் – இப்போதைய அடைமொழியான – இருத்தலியல்வாதி என்றுகூட ஒருவரையொருவர் சாடிக்கொள்வர். (அந்தக் காலகட்டத்தில், ஆண்டலூஷியா என்றறியப்பட்ட ஸ்பெயின் நாட்டுப் பகுதியின் பெரும் பண்டிதராக விளங்கிய இப்னு அராபிதான் இதுவரை தோன்றிய இருத்தலியல்வாதிகளிலேயே மேன்மை யானவர் என்றும், எழுநூறு ஆண்டுகளுக்குப் பின்னர் தத்துவப் பரப்பில் முகிழ்த்த மேலைநாட்டு இருத்தலியல்வாதிகள் அனைவருமே இவரை நகலெடுத்து, இவருடைய கருத்தாக்கங்கள் ஒவ்வொன்றையும் களவாடி விட்டவர்கள் என்றும் சுட்டிய ஒரு பத்திக் கட்டுரையை இந்த மூவருள் ஒருவர் எழுதியிருந்தார்.) நான் அங்கேயே கொஞ்சநேரம் நின்று இந்த மூன்று விதண்டாவாதிகளையும் கவனித்துக்கொண்டிருந்தேன். சற்று நேரத்திலேயே, அவர்களுடைய மேஜைக்கருகில் சென்று என்னை அறிமுகப் படுத்திக்கொள்ளும் உந்துதல் என்னை ஆட்கொண்டது. அவர்கள் ஒவ்வொருவரையும் ஒன்றுபோல் பார்த்து வியக்கும் நபர் நானென்று என்னை மிகவும் கவனமாகவே அறிமுகப்படுத்திக்கொண்டேன்.

ஒரு விஷயத்தை நான் தெளிவுபடுத்தியாக வேண்டும், அன்பு வாசகர் களே! அந்தக் காலகட்டத்தில், நான் சற்றே மிகையான உற்சாகம் கொண்ட, புத்திசாலித்தனமான, எளிதில் உணர்சிவயப்படுகிற, வெற்றிகரமான இளைஞனாக, ஆனால் அதே நேரத்தில், நேரத்துக்கு நேரம் கருத்தை மாற்றிக்கொள்கிற, தன்னம்பிக்கைக்கும் தலைக் கனத்துக்கும் நடுவே, நேர்மைக்கும் கபடத்துக்கும் நடுவே தத்தளித்துக்கொண்டிருக்கிற நபராக உருவெடுத்திருந்தேன். பத்திரிகைத் துறைக்கு அந்தக் காலகட்டத்தில் நான் புதுமுகம். ஒரு பேச்சுக்குச் சொல்வதென்றால், பூ வாசம் முகரும் புதியவன்.

அவர்களைக் காட்டிலும் அதிக வாசகர் எண்ணிக்கை எனக்கிருந்தது, அவர்களைக் காட்டிலும் அதிக எண்ணிக்கையில் வாசகர் கடிதங்கள் எனக்கு வருகின்றன என்ற விவரங்களை நான் அறிந்திராமல் இல்லை (அதிலும், அவர்களைக் காட்டிலும் மேலான பத்திக் கட்டுரைகளை நான் எழுதுகிறேன் என்பதையும் நான் அறிந்திராமல் இல்லை). அதே போல், அந்த மூவரில் குறைந்தபட்சம் இருவராவது இந்த விபரங்களைச் சங்கடத்தோடு அறிந்தவர்களாக இருந்தார்கள் எனும் கூடுதல் விபரத்தையும் நான் அறிந்திராமல் இல்லை. இவற்றையெல்லாம் நான் அறிந்திராமல் இருந்திருந்தால், பத்திரிகைத்துறையின் ஜாம்பவான்கள் என்று பேர் வாங்கிய இந்த மூவரையும் அணுகிப் பேசும் துணிச்சல் எனக்கு வந்திருக்குமா என்பது கொஞ்சம் சந்தேகமே.

அதனால்தான் என்னைப் பார்த்தவுடன் அவர்கள் மூக்கைச் சுளித்து உதாசீனப்படுத்தியதை வெற்றிக்கான அறிகுறியாக நான் எடுத்துக் கொண்டேன். ஏனென்றால், வெற்றிகரமான பத்திக்கட்டுரையாளராக இல்லாமல், நான் ஒரு சாதாரண வாசகனாக, அவர்கள் சொல்லும் ஒவ்வொரு சொல்லையும் பிடித்துத் தொங்கிக்கொண்டிருப்பவனாக மட்டுமே இருந்திருந்தால், அவர்கள் என்னைக் கொஞ்சம் மரியாதையோடு

நடத்தியிருப்பார்கள். அவர்களுக்குச் சமதையாக என்னை உட்கார அனுமதிக்கவே அவர்களுக்குச் சற்று நேரம் ஆனது. அப்படி அனுமதி கொடுத்தவுடனேயே அவர்கள் என்னை ஒரு ஏவலாள் போல அடுப்படிக்கு ஏவினார்கள். பிறகு அவர்கள் பார்க்க விரும்பிய வாராந்திரப் பத்திரிகையைக் கடையில் வாங்கிவரச் சொல்லி விரட்டினார்கள். அவர்களுள் ஒருவருக்கு நான் ஆரஞ்சுப் பழத்தை உரித்துக் கொடுத்தேன். இன்னொருவருடைய கைக்குட்டை தவறி கீழே விழுந்தபோது, அவர் குனிந்து அதை எடுப்பதற்கு முன்பாக நான் குனிந்து எடுத்துக் கொடுத்தேன். எப்படி பதிலளித்தால் அவர்களுக்கு மகிழ்ச்சி கிட்டும் என்று யூகித்து அதற்கேற்ற மாதிரியே ஒரு விபரமற்றவனைப் போலத் தயக்கத்துடன், அவர்கள் கேட்ட கேள்விக்கு பதிலளித்தேன். ஆமாம் ஐயா, உண்மையில் எனக்குப் பெருத்த அவமானமாகவே இருக்கிறது. எனக்கு ஃபிரெஞ்ச் மொழி படிக்க வராது. ஆனால், தினமும் மாலை வேளைகளில் கையில் ஓர் அகராதியை வைத்துக்கொண்டுதான் போதலேரின் தீமையின் மலர் களைப் புரிந்துகொள்ள முயலுகிறேன். என்னுடைய அறியாமை குறித்து நானே அளித்த வாக்குமூலம் என் வெற்றியை மேலும் சகிக்க இயலாததாக அவர்களுக்கு ஆக்கியது. ஆனால், சட்டென்று முடிவெடுக்க முடியாமல் நான் தொடர்ந்து திணறிக்கொண்டிருப்பது என்னுடைய குற்றத்தின் தீவிரத்தைக் குறைக்க உதவியது.

எந்த விதத்திலும் நான் அவர்களுக்கு ஒரு பொருட்டே இல்லை என்பதைப் போல அவர்கள் காட்டிக்கொண்டார்கள். ஆனால் என்னைக் கண்டுகொண்டதாகக் காட்டிக்கொள்ளாமல் தங்களுக்குள்ளாகவே அவர்கள் உரையாடிக்கொள்ளத் தொடங்கியவுடன், (இளம் பத்திரிகையாளர் எவருடனாவது நான் இருக்க நேர்கையில் நானும் கூட இதே போலத்தான் நடந்துகொள்ளப் போகிறேன், பல ஆண்டுகளுக்குப் பிறகு) என்னை அயர வைக்கவே இந்த ஜாம்பவான்கள் இப்படியோர் உத்தியைக் கையாள்கிறார்கள் என்பது எனக்குத் தெளிவாகப் புரிந்துபோனது. நானும் மௌனமாய் அவர்களை வியநது பார்த்துக்கொண்டிருந்தேன் ஜெர்மானிய அணுவிஞ்ஞானியொருவர் இஸ்லாத்தைத் தழுவியிருந்தார். எல்லாச் செய்தியேடுகளிலும் இந்த விஷயம் பரபரப்பாகப் பேசப்பட்டுக் கொண்டிருந்தது. அவருக்கு உந்துதலாக இருந்த சக்திகளின் உண்மையான இயல்பு எப்படிப்பட்டதாக இருக்கக்கூடும்? துருக்கியின் மிகப் பெரிய பத்திக் கட்டுரையாளரான அஹ்மெட் மிதாட் எஃபெண்டி, சொற்போரில் தன்னை விஞ்சிவிட்ட லஸ்திக் சையத் பேவை ஓர் இருண்ட சந்திற்குள் இட்டுச் சென்று அடித்துத் துவைத்து, இனி என்றென்றும் அவரோடு சொற்போரில் ஈடுபடுவதில்லை என்ற வாக்குறுதியைக் கறந்துவிட்டார் எனும் செய்தி உண்மைதானா? தத்துவஞானி ஹென்றி பெர்க்ஸன் மறைஞானியா அல்லது பொருள்வாதியா? நம்முடைய பிரபஞ்சத்தின் உள்ளகத்தில் இரண்டாவதாக ஒரு பிரபஞ்சம் மறைந்திருக்கிறதென்பதை நிரூபிப்பது எப்படிச் சாத்தியப்படும்? தாங்கள் கடைப்பிடிக்காத நம்பிக்கைகளையும் அனுஷ்டானங்களையும் அடுத்தவருக்குப் போதிக்கிறார்கள் என்ற விமர்சனத் துக்கு எந்தெந்தக் கவிகளெல்லாம் திருக்குர்ஆனின் இருபத்தியாறாவது இயலின் இறுதி வரிகளில் உள்ளாகியிருக்கிறார்கள்? இதைப் பற்றிப் பேசிக்கொண்டிருக்கும் பொழுதே, ஆந்த்ரே ழீத் உண்மையிலேயே தன்பாலினவேட்கை கொண்டவரா? அல்லது, தனக்குரிய கவனத்தை அது ஈர்க்கும் என்பதற்காக அரேபியக் கவிஞர் எபு நோவ்வாஸைப் போலத் தானும் பெண்களைவிடவும் சிறுவர்களையே அதிகம்

விரும்புவதாகக் காட்டிக்கொள்ளத் தீர்மானித்தவரா? ஓவியர் மெல்லிங்கின் செதுக்கோவியத்தின் அடிப்படையில்தான் இரண்டாம் மஹ்மூத் பற்றியும் டோஃபேன் சதுக்கம் பற்றியும் தவறான வர்ணனைகளை வளைந்து கொடுக்காத கேரபான் எனும் நாவலின் தொடக்கப் பத்தியில் ழ்யூல் வெர்ன் செய்துவிட்டாரா? அல்லது ஃப்ரெஞ்சு எழுத்தாளர் லாமார்த்தினுடைய கீழைத்திசையில் ஓர் பயணம் நூலிலிருந்து அதை அப்படியே முழுமையாக எடுத்துக் கையாண்டு விட்டாரா? தன்னுடைய காவியமான மஸ்நவியின் ஐந்தாம் பாகத்தில், கழுதையோடு கலவி கொள்ளும்போது உயிரைவிட்ட பெண்மணியைப் பற்றி மறைஞான மகாகவி ரூமி குறிப்பிட்டிருப்பது கதைக்காகவா அல்லது நீதி போதனைக்காகவா?

இந்தக் கடைசிக் கேள்வியை வக்கணையாய் விவாதித்துக்கொண்டிருந்த போதுதான் அவர்களுடைய பார்வை நான் இருந்த திசையை நோக்கி நழுவியது. இந்தக் கேள்வியை என்னிடம்தான் அவர்கள் கேட்டிருக்கிறார்கள் என்பதை நரைபுருவ நெரிப்பிலேயே உணர்த்திவிட்டதால், நானும் இந்த விவாதத்தில் என் கருத்தைப் பகிர்ந்துகொண்டேன். எல்லாக் கதைகளையும் போலவே இந்தக் கதையும், அதன் கதைத் தன்மைக்காகவே சொல்லப் பட்டிருக்கிறது. என்றாலும், அது கூற வரும் நீதியைத் தக்க விதத்தில் திரையிட்டு வெளிப்படுத்த ரூமி முயன்றிருக்கிறார் என்றேன். நேற்று நான் யாருடைய சவ அடக்கத்திற்குப் போயிருந்தேனோ அந்த மனிதர் உடனே என் பக்கம் திரும்பி “மைந்தா, உன்னுடைய கட்டுரைகளைக் களிப்பூட்டுவதற்காக எழுதுகிறாயா அல்லது அறிவுரைகள் சொல்ல எழுதுகிறாயா?” என்று கேட்டார். எந்த விஷயத்தையும் ஆணித்தரமாக என்னால் பேச முடியுமென்று காட்டிக்கொள்வதற்காக மனத்தில் தோன்றிய பதிலை நான் பட்டென்று சொல்லிவிட்டேன். “நிச்சயமாகக் களிப்பூட்டத் தான் ஐயா.” இது அவர்களுக்கு உவப்பான பதிலாக இல்லை. “நீ மிகவும் இளையவன். இந்தத் தொழிலில் நீ இப்பொழுதுதான் காலடி எடுத்து வைத்திருக்கிறாய்” என்றார்கள் அவர்கள். “ஒரு சில அறிவுரைகள் சொல் கிறோம், கேட்டுக்கொள்.” “உங்களுடைய அறிவுரைகளைக் காகிதத்தில் நான் குறித்துக்கொள்வதில் உங்களுக்கு ஆட்சேபணை எதுவும் இல்லையே” என்று நான் கேட்டேன். பிறகு காசாளர் மூலைக்கு விரைந்து சென்று, அந்தச் சிற்றுண்டிச் சாலையின் உபயோகத்துக்கென்று வைத்திருந்த கொஞ்சம் தாள்களை உரிமையாளரிடம் கேட்டுப் பெற்று, மேஜை மீது அவற்றை அடுக்கி, எனாமல் மைப் பேனாவை எடுத்து, என்னுடைய வழிகாட்டிகள் சொல்லச் சொல்ல, பச்சை நிற மையால் குறிப்புகள் எடுத்துக்கொள்ளத் தொடங்கினேன். என் அன்புக்குரிய வாசகர்களே, அந்த ஞானோபதேசத்தை இப்பொழுது, உங்களிடம் நான் பகிர்ந்துகொள்ள விழைகிறேன்.

நீண்ட காலமாய் மறக்கப்பட்டுவிட்ட இந்த மூன்று ஜாம்பவான் களுடைய பெயர்களைத் தெரிந்துகொள்ள வாசகர்கள் மிகுந்த ஆர்வ மாக இருப்பீர்களென்று எனக்குத் தெரியும். இதுவரையிலும் இந்த விதண்டாவாதிகளின் பெயர்களை நான் சொல்லாமல் சமாளித்து வந்து விட்டதால், குறைந்த பட்சம் அவர்களின் பெயரைக் காதுகளிலாவது கிசுகிசுத்துவிடுவேனென்று என் வாசகர்கள் நம்பிக்கொண்டிருக்கக்கூடும். ஆனால் அதை நான் செய்யப் போவதில்லை.

இப்பொழுது அவர்களுடைய இல்லமாகிவிட்ட கல்லறைகளில் அவர்களை நிம்மதியாக உறங்கவிட வேண்டுமென்பதற்காக அல்ல, மாறாகத் தெரிந்துகொள்ளத் தகுதியான வாசகர்களைத் தகுதியற்றவர்களிடமிருந்து

தரம் பிரிக்கவே என்னுடைய இந்தத் தீர்மானம். இந்த நோக்கத்தை மனத்தில் கொண்டே மூன்று ஆட்டமன் சுல்தான்கள் அவரவர் கவிதைகளை எழுத இட்டுக்கொண்ட புனைபெயர்களை மறைந்துவிட்ட இந்தக் கட்டுரை யாளர்கள் ஒவ்வொருவருக்கும் கொடுக்க உத்தேசித்திருக்கிறேன். இந்தக் கவி சுல்தான்களை அடையாளம் கண்டுபிடித்துவிட முடிகிற வாசகர்களுக்கு, இவர்களுடைய புனைபெயர்களைக் கொண்டு நான் மறைத்துவைக்க எண்ணும் பத்திரிகை ஜாம்பவான்களுக்கும் சுல்தான்களுக்கும் இடையே இருக்கும் பொதுவான அம்சங்களை ஒப்பிட்டுப் புதிரை அவிழ்ப்பது அப்படியொன்றும் பிரமாதமான சாதனையாக இருக்காது. அதே சமயம், அப்படியொன்றும் பெரிய முக்கியத்துவத்தை நான் அதற்குக் கொடுக்கவில்லையென்பதையும் இங்கே சொல்லியாக வேண்டும். என்னுடைய வழிகாட்டிகள் என்னோடு விளையாடிய இந்தச் சதுரங்க விளையாட்டில்தான் உண்மையான புதிர் புதைந்திருக்கிறது. அறிவுரை என்ற பெயரில் அவர்கள் சொல்லிய ஒவ்வொரு யோசனையும், ஒவ்வொரு விதமான காய் நகர்த்துதலும் புதிரின் ரகசியத்தை ஆழப்படுத்திக்கொண்டே இருந்தன. இந்த ரகசியத்தின் அழகை இன்னும் என்னால் முற்றாக விளங்கிக் கொள்ள முடியவில்லை. இந்த விஷயத்தைப் பொறுத்தமட்டில், சதுரங்க விளையாட்டில் புலிகளாய் விளங்குவோரிடமிருந்து ஆட்ட நுணுக்கங்களைக் கற்றுத் தேர்ந்துவிடலாமென்று பத்திரிகைகளில் வெளிவரும் சதுரங்க ஆட்டம் குறித்த பத்திக்கட்டுரைகளை ஒன்று விடாமல் தொடர்ந்து மேய்ந்து வரும் அதிர்ஷ்டங்கெட்ட மூடனைப் போல்தான் நான் இன்னும் இருக்கிறேன். என்னுடைய ஆசான்களின் புதிரான சொற்களுக்கு நடுநடுவே அடைப்புக் குறிகளுக்குள் என்னுடைய விளக்கக் குறிப்புகளையும் நான் தூவியிருக்கிறேன். நான் எடுத்திருந்த பிரதியை என் சிற்றறிவுக்கு எட்டிய அளவில் எப்படி எளிமையாகப் புரிந்துகொண்டிருக்கிறேன் என்பதையும் அதிலிருந்து நான் உருவாக்கிக்கொண்ட பரிதாபகரமான கோட்பாடு களையும் இந்த விளக்கக் குறிப்புகளில் கொடுத்திருக்கிறேன்.

அ. அட்லி: அன்று பசுவெண்ணை நிறத்தில் ஆங்கிலேயத் துணியில் தைத்த முழு உடுப்பையும் (இதை நான் ஏன் சொல்கிறேனென்றால், நம் நாட்டில் எல்லா விலையுயர்ந்த சரக்கையும் நாம் ஆங்கிலேய என்ற அடைமொழியுடனே அழைக்கப் பழகியிருக்கிறோம்) அடர்நிறக் கழுத்துப் பட்டையையும் அவர் அணிந்திருந்தார். நல்ல உயரமாக, எடுப்பாக, படிய வாரப்பட்ட நரைமீசையுடன் காணப்பட்டார். கையில் ஒரு கைத்தடியை வைத்துக்கொண்டிருந்தார். காசில்லாத ஆங்கிலேயக் கனவான் போலத் தோன்றினார். தன் பெயரில் ஒரு காசும் இல்லாத ஒருவர் கனவானாக எப்படி இருக்க முடியும் எனும் கேள்விக்கான விளக்கத்தை என்னால் தரவியலாது.

ஆ. பஹ்தி: அவருடைய முகத்தைப் போலவே அவர் அணிந்திருந்த கழுத்துப்பட்டை அஷ்டகோணலாக இருந்தது. அவர் அணிந்திருந்த அங்கி கசங்கிப்போய், திட்டுத்திட்டாகக் கறை படிந்திருந்தது. பொத்தான் துவாரத்துக்குள் நுழைத்த சங்கிலியால் பிணைக்கப்பட்ட ஒரு கடிகாரம் அவருடைய சட்டைப்பைக்குள் இருந்தது. அவர் குண்டாக, அழுக்காக இருந்தார். தன்னுடைய ஒரே நண்பனென்று வாஞ்சையோடு சொல்லிக் கொண்ட சிகரெட் கையில் இடைவிடாமல் புகைந்துகொண்டிருந்தது. கடைசியில், அந்த ஒருதலை நட்பு மாரடைப்பால் அவரை பலி வாங்கித் துரோகமிழைக்க இருந்தது.

இ. ஜெமாலி: குட்டையான மனிதர். முன்கோபியும்கூட. தபால்காரருடைய உடைகளைப் போல் நிறம் மங்கிய மேலங்கியும் காற்சராயும் அணிந்து ஸுமர் வங்கி தேசியத் தொழிற்சாலையின் தயவில் கிடைத்திருக்கும் ரப்பர் காலடி கொண்ட தடித்த காலணிகளோடு எவ்வளவுதான் சுத்தமாகவும், நேர்த்தியாகவும் காட்சியளிக்க அவர் முயன்றபோதிலும் ஒரு பள்ளி ஆசிரியரைப் போல்தான் தோன்றினார். தடித்த கண்ணாடிகள் அணிந்து மிகவும் மோசமாகியிருந்த கிட்டப் பார்வைக் கோளாறோடு கோரத்திலும் கோரமாகக் காட்சியளித்தார்.

அன்று, என்னுடைய ஆசான்கள் எனக்குக் கூறிய புதிரான அறிவுரைகளும் அவற்றில் தென்படும் சமிக்ஞைகளைப் புரிந்துகொள்ள நான் மேற்கொண்ட எளிய முயற்சிகளும் இவைதான்:

1. *இ:* வெறும் கேளிக்கைக்காக ஒரு பத்திக்கட்டுரையை எழுதுவதென்பது திசைகாட்டியில்லாமல் மாக்கடலில் தத்தளித்துக் கொண்டிருப்பதைப் போலாகும்.

2. *ஆ:* இப்படிச் சொல்லும் அதே நேரத்தில், எந்தப் பத்திக் கட்டுரையாளனும் ஓர் ஈசாப்பாகவோ ரூமியாகவோ இருந்து விட முடியாது. எப்பொழுதுமே கதையிலிருந்துதான் பாடம் உருவாகுமேயல்லாமல், பாடத்திலிருந்து கதை உருவாவதில்லை.

3. *இ:* ஒரு போதும் வாசகர் தரத்துக்குக் கீழே இறங்கி எழுதலாகாது. மாறாக, உன் தரத்துக்குத்தான் நீ எழுத வேண்டும்.

4. *அ:* கதை என்பது திசைகாட்டியைப் போல. (எண் 1 இல் கூறப்பட்ட உவமைக்கான வாஞ்சைக் குறிப்பு)

5. *இ:* நம்முடைய வரலாற்றுக்குள்ளும், நம்முடைய இடுகாடுகளிலும் பூட்டிக் கிடக்கும் ரகசியத்தை உடைத்துப் பாராத எவருமே நம்மைப் பற்றியோ, மேலை நாடுகளைப் பற்றியோ பேசும் உரிமையை எடுத்துக்கொண்டுவிட முடியாது.

6. *ஆ:* கீழை – மேலை தொடர்பான சந்தேகங்களைத் தெளிவுபடுத்தும் திறவுகோல் தாடிக்கார ஆரிஃப் சொன்னதாகக் கூறப்படும் இந்த வார்த்தைகளில் பொதிந்திருக்கிறது:

   கிழக்கு நோக்கிச் சென்றுகொண்டிருக்கும் கப்பலில் இருந்துகொண்டு மேற்கே வெறித்துக்கொண்டிருக்கும் நல்வாய்ப்பை இழந்த ஜந்துக்களே! (தன்னுடைய பத்திக் கட்டுரைகளுக்காக எழுத்தாளர் ஆ உருவாக்கிய கதாபாத்திரமான தாடிக்கார ஆரிஃப் நிஜமான நபர் ஒருவரின் சாயலில் அமைந்ததாம்.)

7. *அ, ஆ, இ:* பழமொழிகள், சொலவடைகள், குட்டிக்கதைகள், நகைச்சுவைத் துணுக்குகள், பொன்மொழிகள், கவிதை வரிகள், கவிதைத் தொகுப்புகள் ஆகியவற்றைச் சேகரிக்கத் தொடங்கு.

8. *இ:* உன்னுடைய கட்டுரைக்கான பொருளைத் தேர்ந்தெடுத்துக் கொண்ட பிறகு அதற்குத் தோதான பொன்மொழியைத் தேடியலைந்துகொண்டிருக்காதே. அதற்குப் பதிலாக, முதலில் பொன்மொழியைத் தேர்ந்தெடுத்துக்கொண்டு அதற்குத் தோதான கட்டுரைப் பொருளைத் தேடித் தேர்க.

9. அ: உன் கட்டுரைக்கான முதல் வாக்கியம் அமையும்வரை மேஜை முன் எழுத உட்காராதே.

10. இ: ஏதாவதொன்றில் நீ ஆழமான நம்பிக்கை வைக்கவேண்டும்.

11. அ: அப்படி நீ எதிலும் ஆழமான நம்பிக்கை கொண்டிருக்கவில்லை என்றால், நீ எதிலோ ஆழமான நம்பிக்கை வைத்திருக்கிறாய் என்று உன் வாசகர்கள் நம்பும்படி செய்.

12. ஆ: சந்தைக்குப் போகும் குழந்தையைப் போன்றவன் வாசகன்.

13. இ: முஹம்மது நபியின் பெயரைத் தற்பெருமைக்காகப் பயன்படுத்துபவனை வாசகன் எப்பொழுதுமே மன்னிப்பதில்லை. இறைவனும்கூட அப்படிப்பட்டவனைச் செயலிழக்கச் செய்து விடுவார். (இது முஹம்மது நபியின் திருமண வாழ்வைப் பற்றியும், வணிக விவகாரங்கள் குறித்தும் ஒரு பத்திக் கட்டுரையில் அலசியிருந்த அ வின் மீதான மறைமுகத் தாக்குதல். ஒரு வேளை 11 இல் அ தன்னைத்தான் குறிப்பிட்டிருக்க வேண்டும் என்று இ தீர்மானித்திருக்கக் கூடும். அ வின் வாய் ஒரு பக்கம் கோணிக்கொண்டிருக்குமாறு பாதிப்பை ஏற்படுத்திவிட்ட லேசான பக்கவாத விளைவை மறைமுகமாகக் குறிப்பிட்டு இ பதிலடி கொடுத்திருக்கிறார்.)

14. அ: குள்ளர்கள் அனைவரையும் நேசி. ஏனென்றால் வாசகனும் குள்ளர்களை நேசிக்கின்றான். (இ எவ்வளவு குள்ளமானவர் என்பதை மறைமுகமாகச் சொல்லி அவர் 13இல் கொடுத்த அடிக்கான கணக்கை இங்கே அ நேர் செய்கிறார்.)

15. ஆ: உதாரணத்துக்கு, உஸ்குதாரிலிருக்கும், மர்மங்களுக்குப் பேர்போன குள்ளர்கள் புகலிடம், எழுதுவதற்குத் தோதான விஷயமாக இருக்கும்.

16. இ: மற்போர்கூட எழுதச் சுவையான விஷயம்தான். என்ன, ஒரு விளையாட்டாக அது நிகழ்த்தப்படும்போதும் வர்ணிக்கப்படும்போதும் மட்டுமே. (இது இ 15 இல் ஆ சொன்னதற்குக் கொடுத்த பதிலடி. ஆ 15 இல் மறைமுகமாகத் தன்னைத்தான் தாக்கியிருக்கிறார் என்று இ சந்தேகப்படுகிறார். மற்போரில் ஆ வுக்கு இருக்கும் அதீத ஆர்வமும், மற்போர் பற்றி அவர் எழுதி வரும் தொடரும் அவர் ஒருவேளை விடலைப் பயல்களோடு தன்பாலின வேட்கை கொண்டிருப்பவரோ என்று சிலரை யோசிக்கச் செய்திருக்கிறது.)

17. அ: வாசகன் என்பவன் திருமணமாகி நான்கு குழந்தைகளைப் பெற்றெடுத்தவன். ஆனால் கைக்கும் வாய்க்கும் பற்றாத போராட்டத்தில் அவனுக்குப் பனிரெண்டு வயதுக்குரிய முதிர்ச்சியே காணப்படும்.

18. இ: வாசகன் ஒரு பூனையைப் போல நன்றிகெட்டவன்.

19. ஆ: பூனைகள் புத்திக்கூர்மையுள்ள மிருகங்கள். அவை நன்றி கெட்டவை அல்ல. நாய்களை நேசிக்கும் எந்த எழுத்தாளரையும் நம்பக்கூடாது என்று அவைகளுக்குத் தெரியும். அவ்வளவுதான்.

20. *அ:* நாய்களையும் பூனைகளையும் மறந்துவிட்டு நாட்டுப் பிரச்சினைகளைப் பற்றி மட்டுமே எழுது.

21. *ஆ:* எல்லாத் தூதரகங்களின் முகவரியையும் தவறாமல் தெரிந்துவைத்துக்கொள். (இரண்டாம் உலகப் போர் நடந்து கொண்டிருந்த சமயத்தில் *இ* ஜெர்மானியத் தூதரகத்தோடு ஏற்படுத்திக்கொண்டிருந்த தொடர்பையும், *அ* பிரிட்டிஷ் தூதரகத்தோடு கொண்டிருந்த தொடர்பையும் பற்றிய மறைமுக நையாண்டி இது).

22. *ஆ:* மனதார சர்ச்சையில் ஈடுபடு. ஆனால், புண்படுத்தத் தெரிந்தாலொழிய சர்ச்சையில் ஈடுபடாதே.

23. *அ:* மனதார சர்ச்சையில் ஈடுபடு. ஆனால் உன்னுடைய பத்திரிகையின் ஆசிரியர் உன் தரப்பை ஆதரித்தால் மட்டுமே சர்ச்சையில் ஈடுபடு.

24. *இ:* மனதார சர்ச்சையில் ஈடுபடு. ஆனால் உன்னுடைய மேலங்கியை எடுத்துச் செல்ல மறந்துவிடாதே.

(சுதந்திரப் போரில் ஈடுபடாமல் இஸ்தான்புல்லிலேயே வேலையில் மும்முரமாக இருந்ததற்கான காரணத்தைக் கேட்ட பொழுது "அங்காராவில் என்னால் குளிர்காலத்தை ஓட்ட முடியாது" என்று *ஆ* சொல்லியிருந்தார். இந்தப் பிரபலமான பதிலுக்கான குத்தல்தான் இது).

25. *ஆ:* உன்னுடைய பத்திக் கட்டுரையைப் பற்றி வரும் கடிதங்களுக்குத் தவறாமல் பதில் எழுது. உனக்கு யாருமே கடிதம் எழுதுவதில்லையென்றால் உனக்கு நீயே கடிதங்களை எழுதிக் கொண்டு அவற்றுக்குத் தவறாமல் பதில் போடு.

26. *இ:* ஆயிரத்தொரு இரவுகளின் கதைசொல்லி ஷெஹராஸாத் தான் நம்முடைய வழிகாட்டியும் ஆசானுமாவாள். அவளுடைய புத்தகத்திலிருந்து வேண்டிய மட்டும் உதாரணங்களை எடுத்துக் கொள். வாழ்வில் நடந்த உண்மையான விஷயங்களைப் பற்றி எழுதும் பொழுது நீயும்கூட பத்துப் பதினைந்து பக்கங்களுக்குக் கதைகளை அங்கங்கே செருகிவிடலாம்.

27. *ஆ:* மிகக் குறைவாகவே படி. ஆனால் உன்னிப்பாகப் படி. இவ்வாறு செய்தால், நிறைய படித்து ஆனால் எதையுமே உள்வாங்கிக்கொள்ளாமல் போகும் பலரைக் காட்டிலும் மேலான அறிவுள்ளவனாக நீ தோற்றம் தருவாய்.

28. *ஆ:* உன்னை நீ முன்னிலைப்படுத்தக் கற்றுக்கொள். பிரபல மனிதர்களைப் பழக்கப்படுத்திக்கொள். அவர்கள் மாண்ட பிறகு அவர்களைப் பற்றிய அஞ்சலிக் குறிப்புகளை எழுத உனக்கு அது உதவும்.

29. *அ:* காலமாகிவிட்டவருக்கான அஞ்சலிக் குறிப்பின் இறுதியில் அவரை அவமதிக்க நேருமென்றால் அந்த அஞ்சலிக் குறிப்பின் தொடக்கத்தில் அன்பிற்குகந்த அமரர் என்று எழுதி வைக்காதே.

30. *அ, ஆ, இ:* கீழ்க்காணும் வாக்கியங்களை எப்பாடுபட்டாவது எழுதாமல் தவிர்:

     i. இந்த அன்பிற்குகந்த அமரர் நேற்றுகூட உயிருடனிருந்தார்.

     ii. நம்முடைய தொழில் மிகவும் குரூரமானது. நாம் இன்று எழுதுவது நாளையே மறக்கப்பட்டுவிடும்.

     iii. நேற்றிரவு இப்படியொரு நிகழ்ச்சியை வானொலியில் நீங்கள் கேட்டீர்களா?

     iv. காலம்தான் எவ்வளவு வேகமாகப் பறக்கிறது!

     v. அன்பிற்குரிய அமரர் இப்பொழுது உயிருடனிருந்தால் இந்தச் சீர்கெட்ட நிலைமையை எப்படி எதிர்கொள்வார்?

     vi. ஐரோப்பாவில் இப்படியெல்லாம் அவர்கள் நடந்து கொள்வதில்லை.

     vii. அந்தக் காலத்தில் ரொட்டியின் (அல்லது வேறு எதுவாக இருந்தாலும்) விலை வெறும் பத்து குருஸ்தான்.

     viii. பிறகு, எல்லாம் முடிந்த நிலையில் இதையும் நான் நினைத்துக்கொண்டேன்.

31. இ: பிறகு எனும் சொல் இன்னும் முதிராத, பயிற்சிநிலைப் பத்தி எழுத்தாளர்கள் விரும்பிப் பயன்படுத்துவது.

32. ஆ: ஒரு பத்திக் கட்டுரையில் கபடமான எதையும் எழுதுதல் கூடாது. ஒரு பத்திக் கட்டுரை வேறு எதுவாகவும் இருக்கலாம் அது கபடமாக மட்டுமே இருப்பது தகாது.

33. இ: தன்னுடைய கலைத் தாகத்தைத் தீர்த்துக்கொள்ள கவிதையைச் சீரழிக்கும் நபரின் அறிவுக்கூர்மையை மட்டும் புகழ்ந்து எழுதி விடாதே. (ஆ வின் கவிதைகளை நக்கலடிக்கச் சொல்லப்பட்டது இது)

34. ஆ: சரளமான மொழியில் எழுது. உன்னை வாசிப்பது எளிதாக இருக்கும்.

35. இ: உன் துயர்களை எழுது. உன்னை வாசிப்பது எளிதாக இருக்கும்.

36. ஆ: உன் துயர்களை எழுது. உனக்கு வயிற்றுப் புண் வரும்.

37. அ: உனக்கு வயிற்றுப் புண் வந்ததென்றால் நீ ஒரு கலைஞன். (முதன்றையாக இப்பொழுதுதான் அவர்களுள் ஒருவர் நல்ல விதமாக ஏதோ ஒன்றை அடுத்தவரைப் பற்றிச் சொல்லி யிருக்கிறார். அதனால் அவர்கள் எல்லோருமே குலுங்கிக் குலுங்கிச் சிரிக்கிறார்கள்)

38. ஆ: ஆனால் அதே சமயம், நீ ஒரே இரவில் கிழவனாகவும் ஆகிவிடுவாய்.

39. இ: உண்மை. ஆனால், அதிலும் ஒரு நன்மை இருக்கிறது. நீ உன்னுடைய அந்திமக் கால நினைவுகளை எழுத்தில் வடிக்க லாம்! (இது மீண்டும் எல்லோரிடமும் வாஞ்சை மிக்க இளிப்பை வரவழைக்கிறது)

40. அ: எழுதுவதற்கென்று மூன்று மிகப்பெரிய விஷயங்கள் எப்பொழுதுமே உண்டு. அவை, மரணம், காதல், இசை.

41. இ: ஆனால் காதல் பற்றி எழுதுவதென்றால் உன் மனத்தை முதலில் நீ தயார்ப்படுத்திக்கொள்ள வேண்டும். காதலென்றால் என்னவென்று நீ அறிந்திருக்க வேண்டும்.

42. ஆ: காதலைத் தேடிப் போ.

(இதைப் போன்ற அரிய ஆலோசனைகளுக்கு நடுவே நீண்ட பிணக்குகள், மௌனங்கள், விறைப்பான கணங்கள் வந்து வந்துபோய்க்கொண்டிருந்தன என்பதை வாசகர்களுக்கு நினைவூட்ட விரும்புகிறேன்.)

43. இ: காதலை மறைத்துக்கொள். என்ன இருந்தாலும் நீ ஓர் எழுத்தாளன்.

44. ஆ: காதல் என்பதோர் தாபம்.

45. இ: காதலை மறை. உனக்குள் ஏதோ ஓர் ரகசியம் இருக்கிறதென்பதைப் போல் காட்டிக்கொள்.

46. அ: உனக்குள் ஓர் ரகசியம் பொதிந்திருக்கிறது என்பதைப் போல் நீ காட்டிக்கொண்டால் பெண்கள் உன் மீது காதல் வயப்படுவார்கள்.

47. அ: பெண்கள் எல்லோரும் முகம் பார்க்கும் கண்ணாடியைப் போன்றவர்கள்.(இந்தத் தருணத்தில் புதிதாய் ஒரு ராக்கி புட்டியை அவர்கள் திறந்தார்கள். எனக்கும் ஒரு கோப்பையை நீட்டினார்கள்.)

48. ஆ: எங்களை என்றைக்கும் மறந்துவிடாதே. (உங்களை நான் நிச்சயம் நினைவில் வைத்திருப்பேன் ஐயா, உங்கள் எல்லோரையுமே நினைவில் வைத்திருப்பேன், நிச்சயமாக, வாசகர்கள் இந்நேரம் யூகித்திருப்பதைப் போல, இப்படித்தான் நான் அவர்களிடம் சொன்னேன். உண்மையில், அவர்களைப் பற்றிப் பிறகு ஒரு சில பத்திக்கட்டுரைகள் எழுதினேன். மேலும், அவர்களுடைய பல கதைகளையும் நான் தொடர்புபடுத்திக் கட்டுரைகள் எழுதியிருக்கிறேன்.)

49. அ: வீதியில் இறங்கி மக்களின் முகங்களைக் கவனி. அங்கே எவ்வளவோ விஷயங்கள் எழுதக் கிடைக்கும்.

50. இ: வரலாறுகளின் ரகசியங்களை உணர்ந்துகொள். ஆனால், அந்தோ பரிதாபம் அவற்றை நீ எழுதிவிட முடியாது. (இந்தச் சந்தர்ப்பத்தில் இ எங்களுக்கு ஒரு கதையைச் சொன்னார். இந்தக் கதையை நான் வேறொரு கட்டுரையில் சொல்கிறேன். நான் உன்னவன் என்று தன்னுடைய காதலியிடம் சொன்ன ஒரு மனிதனைப் பற்றியது. இந்தக் குறிப்பிட்ட கணத்தில்தான், அரை நூற்றாண்டுக் காலமாக ஒருவரையொருவர் அவமதித்துக் கொண்டிருந்த இந்த மூன்று எழுத்தாளர்களையும் ஒரே மேஜையில் ஒன்று கூடி அமரச் செய்த புதிரான விஷயம் எது என்று நான் மோப்பம் பிடித்தேன்.)

51. அ: அதே போல், எப்பொழுதுமே மறந்துவிடாதே. இந்த உலகம் நமக்கு எதிரானதாகவே இருக்கிறது.

52. ஆ: இந்த நாடு தன்னுடைய படைத் தளபதிகள், குழந்தைகள், அன்னையர்கள் ஆகியோரை நேசிக்கிறது. எனவே, அது உன்னையும் நேசிக்கும்.

53. அ: ஒருபோதும் முகவாசகங்களைப் பயன்படுத்தாதே. படைப்பின் புதைமறைவான செய்தியை அவை நசித்து விடும்!

54. ஆ: அந்தப் படைப்பு அப்படித்தான் நசித்துப் போக வேண்டும். தயங்காமல் முன்னேறி அதைக் கொன்று விடு. பிறகு அந்தப் புதிரை உன் தலையில் கட்டிய தீர்க்கதரிசிகளை முதல் காரியமாகக் கொன்று விடு.

55. இ: முகவாசகங்களை நீ கையாள்வதாக இருந்தால், நம்முடைய சாயலில் இருக்கும் மேலைநாட்டு எழுத்தாளர்களையோ, காவிய நாயகர்களையோ ஒருபோதும் மேற்கோள் காட்டிவிடாதே. அதே போல் நீ படித்திராத புத்தகங்களிலிருந்து எப்பொழுதுமே மேற்கோள் காட்டாதே. ஏனென்றால், அழிவுநேரம் நெருங்கும் பொழுது, டெஜஜால் எனும் தீய சக்தி நம் மீது இறங்கும் பொழுது இவை போன்ற பொய்ம்மைகளைத்தான் அவன் நம் மீது ஏவுவான்.

56. அ: நீயே தேவன், நீயே சாத்தான். இதை மட்டும் நீ ஒரு போதும் மறந்துவிடாதே. நீதான் நிழலில் பதுங்கியிருக்கும் டெஜஜால். நீயேதான் சொர்க்கத்தையாளும் இறைவனும். ஏனென்றால், ஒரேயடியாக நல்லவனாகத் திகழ்பவனையும், ஒரேயடியாகத் தீயவனாக இருப்பவனையும் பார்த்து விரைவிலேயே மக்கள் அலுத்துப்போகிறார்கள்.

57. ஆ: ஆனால், தான் ஏய்க்கப்பட்டுவிட்டதாக வாசகன் அறிய வரும்பொழுது, தன் முன் இருப்பது எல்லாம் வல்ல இறைவனல்ல, மாறாக டெஜஜால்தான் இறைவனின் உடுப்பில் மறைந்திருக்கிறான் என்று புரிந்துகொள்ளும்பொழுது, அவனுடைய கோபம் மட்டுமீறிச் சென்றுவிடும். அவன் உன்னை ஓர் இருண்ட சந்திற்குள் இழுத்துச் சென்று மொத்திவிடுவான்.

58. அ: அதனால்தான் நீ உன்னுடைய ரகசியங்களை வெளியில் சொல்லக்கூடாதென்பது. நம் தொழில் ரகசியங்களைக் கசிய விட்டால் நாம் அனைவருமே அழிய நேரிடும்.

59. இ: காதல்தான் ரகசியம். அதை மட்டும் ஒரு பொழுதும் மறந்து விடாதே. காதல் எனும் சொல்தான் மந்திரத் திறவுகோல்.

60. ஆ: இல்லை. அந்த மந்திரச் சொல் நம் முகத்தில்தான் எழுதப் பட்டிருக்கிறது. உன்னிப்பாகக் கவனி.

61. அ: அது காதல்தான். காதல், காதல், காதல்!

62. ஆ: களவெழுத்து பற்றி ரொம்பவும் மெனக்கெடாதே. ஏனென்றால், நாம் வாசிக்கும் சொற்பப் புத்தகங்களிலும் எழுதும் நூல்களிலும் மறைந்திருக்கும் ரகசியங்கள் எல்லாமே – உண்மையில்

சொல்லப்போனால் இந்த உலகத்து ரகசியங்கள் எல்லாமே – மறைவேதமெனும் கண்ணாடிக்குள்தான் பொதிந்திருக்கின்றன. "வர்ணம் தீட்டுவோர் இருவருக்கிடையில் நடந்த போட்டி" என்ற ரூமியின் கதை உனக்குத் தெரியுமா? அவரே அந்தக் கதையை வேறொருவரிடமிருந்து இரவல் பெற்றதுதான். அவரே கூட – (எனக்கு அந்தக் கதை தெரியும் ஐயா என்றேன் நான்)

63. இ: என்றோ ஒரு நாள், வயது முதிர்ந்த நிலையில், எந்த மனிதனாவது தானேவாக இருக்க இயலுமா என்று உன்னை நீயே கேட்டுக்கொள்ள நேரும் தருணத்தில், இந்த ரகசியம் நமக்குப் புரிந்துவிட்டதா என்ற கேள்வியையும் நீயே உன்னிடம் கேட்டுக்கொள்வாய். இதை மறந்துவிடாதே! (இல்லை, நான் மறக்கவில்லை.)

64. ஆ: பழைய பேருந்துகளை, அவசரத்தில் எழுதப்பட்ட நூல்களை, சகிப்புத்தன்மை மிகுந்தவர்களை எப்பொழுதுமே மறந்துவிடாதே. அதே போல் விளங்கிக்கொள்பவர்களுக்குக் கொடுக்கும் அதே அளவு கவனத்தை விளங்கிக்கொள்ளாதவர்களுக்கும் கொடு!

ரயில் நிலையத்திலிருந்தோ அல்லது ஒருவேளை சிற்றுண்டிச்சாலையின் உள்ளேயிருந்தோ காற்றில் ஒரு பாடல் மிதந்து வந்தது. காதலை, துக்கத்தை, வாழ்வின் வெறுமையைப் பாடிய பாட்டு. இந்தத் தருணத்தில் அவர்கள் என்னை மறந்துபோனார்கள். தாங்கள் யாரென்பதை நினைவில் கொண்டார்கள். மூன்று வயோதிக மீசை வைத்த ஷெகராஸாதுகள், மூன்று சகோதரர்கள், பகிர்ந்துகொள்ளக் கதைகள் இருக்கும் மூன்று சோகமான நண்பர்கள். இங்கே அவற்றுள் சில: ஏழு சொர்க்கங்களினூடே முகம்மது நபியின் பயணங்களைப் பின்பற்றிச் செல்ல வேண்டும் என்பதையே லட்சியமாகக் கொண்டிருந்த அதிர்ஷ்டங்கெட்ட பத்தி எழுத்தாளர் ஒருவர், இதைப் போன்ற ஒன்றை கவி தாந்தே ஏற்கெனவே முயன்று பார்த்திருக்கிறார் என்பது தெரிந்தவுடன், மனதொடிந்து போனதைப் பற்றிய சோகமும் நகைச்சுவையும் கலந்த கதை. பால்ய பருவத்தில், ஒரு காய்கறித் தோட்டத்துக்குள் பசுக்களைத் துரத்திக்கொண்டு ஓடுகையில் தன்னுடைய சகோதரியோடு தறிகெட்டுத் திரிந்த கிறுக்குப் பிடித்த, வக்கிரம் மிகுந்த சுல்தானைப் பற்றிய கதை. நார்வீஜிய நாவலாசிரியர் கிறிஸ்டியன் க்ராக்கின் கதாபாத்திரமான திருமணமாகாத தையற்காரி அல்பர்ட்டைனாகவும், எழுத்தாளர் ப்ரூஸ்ட்டாகவும் ஒரே நேரத்தில் தன்னைக் கற்பனை செய்துகொண்டு அதை நம்பத் தலைப்பட்ட வாசகரைப் பற்றிய கதை. மனைவி தன்னைவிட்டு ஓடிப் போனவுடன், கனவு வாழ்க்கையே வறண்டுபோன ஓர் எழுத்தாளரின் கதை. வெற்றி வேந்தன் மெஹ்மட் என்றறியப்படும் ஆட்டமன் சுல்தான் இரண்டாம் மெஹ்மட்டின் பெயரில் தன்னை மறைத்துக்கொண்டு எழுதிய பத்தி எழுத்தாளரைப் பற்றிய கதை, இத்யாதி, இத்யாதி.

9

யாரோ என்னைப் பின்தொடர்கிறார்கள்

சில நேரம் பனி பெய்தது. சில நேரம் இருள்.

– ஷேக் காலிப்

நண்பன், ஆவணக் காப்பாளர் சயிமை விட்டு காலிப் கிளம்பிய நேரத்தில் பொழுது புலர்ந்திருந்தது. ஜிஹாங்கிர் பகுதியின் பழங்காலத்திய தெருக்களின் வழியே நடந்து சென்று, கரக்கைக்கு இட்டுச் செல்லும் செங்குத்தான படிக்கட்டுகளை நோக்கிச் சென்றுகொண்டிருந்தபோது, பழைய பாணிக் கைவைத்த நாற்காலி ஒன்றைக் காலிப் பார்த்தான். ஒரு கொடுங்கனவின் இறுதி எச்சம் போல் இந்தக் காட்சி நாள் முழுவதும் அவன் மனத்தில் மீண்டும் மீண்டும் தோன்றிக் கொண்டே இருநதது. ஹெராயின், கஞ்சா போன்ற போதைப் பொருள் தொழிலைப் பற்றிக் கட்டுரை எழுதுவதற்காகச் சுவடுகளைப் பின்பற்றி ஜெலால் அலைந்துகொண்டிருந்த நாட்களில் அவனுக்கு நன்கு பரிச்சயமாகியிருந்த டாப்ஹேன் குடியிருப்புப் பகுதியின் கொல்லைப்புறத் தெரு ஒன்றில், சுவர்ச்சித்திரத் தாள்கள், லினோலியம் எனப்படும் மெருகிட்ட மெழுகுத்துணி, இழுப்பறைப் பெட்டிகள், சுண்ணச்சாந்து வார்ப்படம் போன்ற ஏதோ ஒன்றை விற்பனை செய்யும், மூடிய கடைக்கு வெளியே போடப்பட்டிருந்த இந்தக் கைவைத்த நாற்காலியைப் பார்த்திருக்கிறான். அதன் கைகளிலும் கால்களிலும் இருந்த வார்னிஷ் பூச்சு உதிர்ந்துபோய், தோலால் ஆன அதனுடைய இருக்கைப் பகுதி பெரிதாய்ப் பிளந்து, துருப்பிடித்த சுருள்கம்பிகள் வெளியே வழிந்தாற்போல் தெரிந்தன. பார்ப்பதற்குப் போரில் சாய்க்கப்பட்ட படைக் குதிரையின் பச்சைக் குடல்களைப் போல் அவை இருந்தன.

அந்தக் கைவைத்த நாற்காலி இருந்த அந்த ஆளரவமற்ற சந்து எப்படி வெறிச்சோடியிருந்ததோ அதேபோல் காலிப் போய்ச் சேர்ந்தபோது கரக்கையும் வெறிச்சோடியிருந்தது. (மணி என்னவோ ஏற்கெனவே எட்டைத் தாண்டியிருந்தது). ஆனால்

ஏதும் பிரச்சனையா, ஏதோ பேரழிவு நிகழப் போகிறதென்று நகரிலுள்ள அனைவருக்கும் சமிக்ஞைகள் கிடைத்துவிட்டனவா என்று காலிப் மனதுக்குள் ஆச்சரியப்பட்டுக்கொண்டிருந்தான். பாஸ்ஃபரஸில் குறுக்கும் மறுக்கும் போய்வந்துகொண்டிருக்க வேண்டிய படகுகள் அதற்குள்ளாகவே படகுத்துறையில் ஒன்றோடொன்று பிணைபட்டுக் கிடந்தன. பயணிகள் ஏறி இறங்கும் படகுத்துறை நிறுத்தங்கள்கூட ஆளரவமற்று வெறிச்சோடிக் கிடந்தன. பாலத்தின் கிராதிகள் மீது சாய்ந்தவாறு கீழே தெரியும் இருண்ட நீரை வெறித்துக்கொண்டிருந்தபோது, பொற்கொம்பு என்றழைக்கப்படும் கழிமுகப் பகுதியில் கிருத்துவப் பயணியர் வீசியெறியும் காசுகளை மீட்டெடுக்க பாலத்தின் இந்தப் பக்கத்திலிருந்து கூட்டங்கூட்டமாய்ச் சிறுவர்கள் ஒரு காலத்தில் குதித்துக்கொண்டிருப்பார்களே என்று காலிப் நினைத்துப் பார்த்துக்கொண்டிருந்தான். பாஸ்ஃபரஸ் வறண்டு போவதைப் பற்றி எழுதிய கட்டுரையில் இந்தக் காசுகளைப் பற்றி ஏன் ஜெலால் குறிப்பிடவில்லையென்று அவன் யோசித்துக்கொண்டிருந்தான். வருங்காலத்தில், அவை மறைந்து கிடக்கும் வேறு பல அர்த்தங்களைச் சுட்டாமல் போகுமா என்றும் அவன் வியந்துகொண்டிருந்தான்.

அலுவலகத்தை அடைந்ததும் ஜெலாலின் புதிய கட்டுரையை வாசிக்க நீள்மேஜைக்கு அருகே காலிப் அமர்ந்தான். அது உண்மையில் புதிய கட்டுரை அல்ல. மாறாக, சில ஆண்டுகளுக்கு முன்பு பதிப்பித்திருந்த ஒன்றின் மீள்பிரசுரம்தான். கொஞ்ச காலமாகவே புதிய விஷயங்கள் எதையும் ஜெலால் பதிவதில்லை என்பதற்கு இதுவே தெளிவான சான்றாக இருந்தது. அதே நேரத்தில் முற்றிலும் வேறான ஒன்றைச் சுட்டும் ரகசியக் குறியீடாகவும் இதைப் பார்க்க முடியும். நீ நீயாக இருப்பதில் மிகுந்த இன்னல் களை எதிர்கொள்கிறாயா எனும் கேள்விதான் அந்தக் கட்டுரையின் மையக்கரு. இந்தக் கேள்வியை ஜெலால் ஒரு முடிதிருத்துபவனிடம் கேட்டிருந்ததற்கான காரணங்கள் என்று கட்டுரையில் கூறப்பட்டவற்றைக் காட்டிலும் வேறு பல காரணங்கள் இருக்கக்கூடுமென்று காலிப்புக்குத் தோன்றியது. வெளியுலகில் பொதிந்திருக்கும் ரகசிய அர்த்தங்களைக் குறிப்பதே ஜெலாலின் உண்மை நோக்கமாக இருந்திருக்க வேண்டும்.

இதே விஷயத்தைப் பற்றித் தன்னிடம் ஜெலால் ஒருமுறை பேசியிருந்தது காலிப்பின் நினைவுக்கு வந்தது. "தங்கள் கண் முன்னாலேயே தெரிகிறது என்பதாலேயே தங்களைச் சுற்றியிருக்கும் விஷயங்களைப் பற்றிய உட்சாரத்தைப் பலரும் கவனிக்காமல் விட்டுவிடுகிறார்கள்" என்று ஜெலால் அவனிடம் சொல்லியிருந்தான். அதற்குப் பதிலாகத் தங்களுக்கு அப்பாற்பட்டதாகத் தோன்றும் அவற்றின் மேலோட்டமான அம்சங்களை மட்டுமே அவர்கள் கவனிக்கின்றார்கள். அவை விஷயங்களின் இருண்ட மூலைகளில் விளிம்பின் ஓரங்களில் தென்படுவதாலேயே அவை மிகவும் புதிரானவையென்று அவர்கள் கருதுகிறார்கள். இதனால்தான் எந்த நோக்கத்தோடு என்னுடைய கட்டுரைகளை எழுதுகிறேன் என்பதை நான் வெளிப்படையாகக் குறிப்பிடுவதில்லை. போகிற போக்கில் மட்டுமே அதை நான் குறிப்பிடுகிறேன். அது பாட்டுக்கு ஒரு மூலையில் ஒளிந்திருக்கும். ஆனால் நிச்சயமாக ஓர் இருண்ட மூலையிலோ அல்லது ரகசிய மூலையிலோ அல்ல. எந்த ஒரு குழந்தையும் விளையாடி விடக்கூடிய கண்ணாமூச்சி ஆட்டம்தான் இது. அந்த மூலையில் எதைப் பார்க்கிறார்களோ அதை என் வாசகர்கள் உடனடியாக நம்பிவிடுகிறார்கள். எப்படியிருந்தாலும் இதுதான்

என்னுடைய முதன்மை நோக்கம். அதனுடைய மிக மோசமான பகுதி இது: அவர்கள் கட்டுரையின் வெளிப்படையான விஷயத்தைக் கவனிக்கத் தவறிவிடுகிறார்கள். தங்களுடைய கண்களுக்கு எதிரிலேயே இருக்கும் விஷயங்களைப் பார்ப்பதில்லை. கொஞ்சமே கொஞ்சம் பொறுமையும், ஒரு அவுன்ஸ் அறிவும் இருந்தாலே விடுவித்துவிடக் கூடிய ரகசியங்களையும், புதிர்களையும் அவர்கள் புறக்கணித்துவிடுகிறார்கள். பத்திரிகையைப் பொறுத்தவரை ஒரு மூலையில் தூசு படிந்து அது மக்கிப் போகிறது.

தான் வாசித்துக்கொண்டிருந்த செய்தித்தாளையே ஒரு மூலையில் தூக்கிக்கிடாசி விடும் சலிப்பு திடீரென்று காலிப்பை ஆட்கொண்டது. நினைத்த மாதிரியே அதைத் தூக்கியெறிந்துவிட்டு ஜெலாலைப் பார்த்து வரலாம் என்று அவன் *மிலியட்* பத்திரிகை அலுவலகத்துக்குக் கிளம்பினான். வேறு யாரும் இல்லாத சமயமாகப் பார்த்து, வார இறுதி நாட்களில் அங்கே சென்று வருவதில் ஜெலாலுக்கு விருப்பமுண்டு என்பதை காலிப் அறிந்திருந்தான். அதிர்ஷ்டமிருந்தால் அவனை அலுவலகத்தில் தனியாகப் பார்க்கும் வாய்ப்பிருக்கும். ரூயா கொஞ்சம் கிறுக்குப் பிடித்த மாதிரி இருக்கிறாள், வேறொன்றுமில்லை என்று ஜெலாலிடம் சொல்ல வேண்டுமென்று அந்தச் சந்திற்குள் நுழையும்பொழுது காலிப் மனத்துக்குள் தீர்மானித்துக்கொண்டான். பிறகு, மனைவி விலகிச் சென்றுவிட்டதால் மனம் பேதலித்திருக்கும் ஒரு கட்சிக்காரனைப் பற்றி அவனிடம் ஒரு கதையை அவிழ்த்துவிட வேண்டும். அப்படி ஒரு கதையைச் சொன்னால் ஜெலால் அதற்கு என்னவிதமான எதிர்வினையாற்றுவான் என்று காலிப் யோசித்துக்கொண்டிருந்தான். உழைப்பு மிகுந்த, வெற்றிகரமான, தெளிவான சிந்தனையுள்ள, சுமுகமான, நல்லிதயம் படைத்த குடிமகன் ஒருவனுடைய அன்புக்குரிய மனைவி, கடந்த காலத்தோடு நம்மைப் பிணைக்கும் நம்முடைய வரலாற்றையும் மரபுகளையும் கருத்தில் கொள்ளாமல் எதிர்பாராதவிதமாக, விளங்கிக்கொள்ள முடியாதவாறு கணவனைக் கைவிட்டுச் சென்றுவிட்டாள் இப்படி ஒரு கதை என்ன மாதிரியான சமிக்ஞைகளைத் தன்னகத்தே கொண்டிருக்கும்? என்ன மாதிரியான மறைபொருள்களை? எந்த நேரத்திலும் வந்துவிட இருக்கிற எந்த அழிவுநாளுக்கான குறிகளை இது கொண்டிருக்கிறது? காலிப் சொல்லப்போகும் கதையின் ஒவ்வொரு விவரத்தையும் நுணுக்கமாகக் கேட்டுக்கொண்ட பிறகு ஜெலால் எதையாவது சொல்வான். அவன் சொல்லச் சொல்ல, இந்த உலகம் காலிப்புக்கு மீண்டும் அர்த்தமுள்ளதாக மாறிவிடும். நமக்கு ஏற்கெனவே தெரிந்த, ஆனால், நமக்குத் தெரிந்திருக்கிறது என்பதையே நாம் சுத்தமாக அறிந்திராத ஓர் அழகான கதைக்குள் தங்களுக்கான இடத்தை அந்த ரகசிய, ஆனால் சுயமாய் வெளிப்படுகிற உண்மைகள் தேடி அடைந்துவிடும். இந்தக் கதையால் ஆறுதலடைந்த பிறகு சகித்துக்கொள்ள எளியதாய் வாழ்க்கை மாறிப்போகும். ஈரான் நாட்டுத் தூதரகத் தோட்டத்தில் இருந்த ஈரமான மரங்களின் கிளைகளை காலிப் அண்ணாந்து பார்த்த நேரத்தில் இந்த உலகை ஒரேயடியாய்த் தலைமுழுகிவிட்டு அதற்குப் பதிலாக ஜெலாலின் உலகில் வாழ்ந்து பார்த்தால் எவ்வளவு நன்றாக இருக்குமென்று நினைத்துக்கொண்டான்.

ஜெலால் அவனுடைய அலுவலகத்தில் இல்லை. அவன் மேஜை சுத்தமாக இருந்தது. சிகரெட் சாம்பல் கிண்ணி காலியாக இருந்தது. தேனீர் கோப்பைகள் எதுவும் தென்படவில்லை. அவன் இங்கே வருகின்ற

பொழுதெல்லாம் வழக்கமாகச் செய்வதைப் போலவே, காலிப் அந்தக் கருஞ்சிவப்பு நிற, கைவைத்த இருக்கையில் சென்று அமர்ந்தான். கொஞ்ச நேரத்தில், கீழேயிருந்த தாழ்வாரத்திலிருந்து சிரிப்புச் சப்தம் கேட்டதைப் போல் காலிப்புக்குத் தோன்றியது.

ஆனால் உறுதியாகச் சொல்ல முடியாத நிலையில், நினைவுகள் வெள்ளமாய் மனத்துள் பெருகின. தன்னுடைய வகுப்புத்தோழன் ஒருவனை உடன் அழைத்துக்கொண்டு முதன்முதலாக அந்த அலுவலகத்துக்கு வந்தநாள் அவன் நினைவில் அலை மோதியது. அந்த வகுப்புத்தோழன், பின்னாளில் ரூயா மீது காதல் வயப்பட்டிருந்தான். வானொலியில் நடக்கும் வினாடிவினா நிகழ்ச்சிக்கான அனுமதிச் சீட்டுகளைப் பெற்றுக்கொண்டு போகும் சாக்கில் அவர்கள் அங்கே வந்திருந்தனர். அங்கே வரப்போவதைத் தன்னுடைய குடும்பத்தாரிடம் அவன் தெரிவித்திருக்கவில்லை (நேரம் மட்டும் இருந்திருந்தால், ஜெலால் அந்த அலுவலகத்தைச் சுற்றிக்காட்டியிருப்பான் என்று வீடு திரும்பும் வழியில் காலிப் சங்கடத்தோடு தன் நண்பனிடம் சமாளித்துக்கொண்டிருந்தான். அவனுடைய நண்பனோ, “அவருடைய மேஜை மீதிருந்த அந்தப் பெண்களின் படத்தையெல்லாம் பார்த்தாயா?” என்று கேட்டுக்கொண்டிருந்தான்).

பிறகு, ரூயாவோடு முதன்முதலாக அவன் இங்கே வந்த தருணத்தை நினைத்துப் பார்த்தான். இந்த முறை அவர்களுக்கு அலுவலகத்தைச் சுற்றிக்காட்ட ஜெலாலுக்கு நேரம் இருந்தது (“நீ வளர்ந்த பிறகு ஒரு பத்திரிகையாளராக ஆக விரும்புகிறாயா, இளம்பெண்ணே” என்று அந்த அச்சகத்தின் வயதான முதலாளி ரூயாவைக் கேட்டார். வீடு திரும்பும் வழியில் ரூயாவும் இதே கேள்வியைக் காலிப்பிடம் கேட்டாள்). கதைகளால் கவர்ச்சியூட்டிக்கொண்டு, காகிதக் கனவுகள் குவியலாய் உயர்ந்திருக்க, இந்த அலுவலக அறைதான் ஒரு காலத்தில் காலிப்பின் *ஆயிரத்தொரு இரவுகளாய்த்* திகழ்ந்தது என்பதை அவன் நினைத்துக்கொண்டிருந்தான்.

ஒரு வேளை புதுக்கதை ஏதாவது தட்டுப்படலாமென்றோ அல்லது பொங்கி வரும் நினைவுகளை மறக்கவோ காலிப் ஜெலாலுடைய மேஜையைக் குடைந்தான். அவனுக்குக் கிடைத்தவை: இன்னும் பிரிக்கப்படாமலிருந்த வாசகர் கடிதங்கள், பென்சில்கள், செய்திப் பத்திரிகைகளிலிருந்து கத்திரித்து எடுக்கப்பட்டிருந்த செய்தித் துணுக்குகள் (தன்னுடைய மனைவியைக் கொலை செய்துவிட்ட சந்தேகம் மிகுந்த கணவனைப் பற்றிய பச்சைநிற மைப் பேனாவில் குறித்து வைக்கப்பட்டிருந்த ஒரு பழைய கதை உள்பட), அயல்நாட்டுப் பத்திரிகைகளிலிருந்து கத்திரித்து எடுக்கப்பட்டிருந்த மாந்தர்களின் படங்கள், சித்திரங்கள், ஜெலால் தன் கைப்பட எழுதி வைத்திருந்த குறிப்புகள் (மறக்க வேண்டாம்: பட்டத்து இளவரசன் பற்றிய கதை), காலி பேனா மைப் புட்டிகள், தீப்பெட்டிகள், அசிங்கமான கழுத்துப் பட்டையொன்று, ஷாமினிஸம்,[1] மற்றும் ஹுரூஃபிஸம் எனப்படும் ஸூஃபி மார்க்கம் ஆகியவற்றைப் பற்றி மிக அபத்தமாக எழுதப்பட்டிருந்த பிரபலமான நூல்கள்; இவைதவிர உங்கள் நினைவாற்றலை எப்படி வளர்த்துக்கொள்வது என்பதைப் பற்றிய

1. ஷாமினிஸம்: மந்திர, சூனிய மதகுரு ஆட்சி, மாயவித்தை, பில்லி சூனியம் போன்ற உட்கூறுகளைக் கொண்ட சைபீரியப் பழங்குடி மக்களின் சமயம்

நூல்கள், ஒரு தூக்கமாத்திரைக் குப்பி, ரத்த அழுத்த நிவர்த்திக்கான மருந்துகள், சில பொத்தான்கள், பழுதாகிவிட்ட கைக்கடிகாரமொன்று, கத்திரிக்கோல், யாரோ பிரித்துப் பார்த்திருந்த வாசகர் கடிதத்திலிருந்து ஒரு சில புகைப்படங்கள் (வழுக்கைத்தலை ராணுவ அதிகாரியோடு ஜெலால் எடுத்துக்கொண்ட புகைப்படம், உடலில் எண்ணெய் பூசிக்கொண்டிருந்த மல்லர்கள் படம், ஏதோ ஒரு பட்டிக்காட்டுக் காஃபியகத்துக்கு வெளியே, புகைப்படக் கருவியை நட்போடு பார்த்துப் புன்னகைத்துக்கொண்டிருந்த பட்டி நாய்), வண்ணம் தீட்டும் பென்சில்கள், சீப்புகள், சிகரெட் நுனிகள், வெவ்வேறு நிறங்களில் பந்துமுனைப் பேனாக்கள்.

மை ஒற்றியின் அடியில் இரண்டு உறைகள் செருகப்பட்டிருந்தன. ஒன்றின் மீது 'பயன்படுத்தியது' என்றும், மற்றொன்றின் மீது 'பயன்பாட்டிற்கு' என்றும் குறிப்பிடப்பட்டிருந்தது. 'பயன்படுத்தியது' எனும் உறைக்குள், ஜெலால் கடைசியாகப் பிரசுரித்திருந்த ஆறு கட்டுரைகளின் தட்டச்சுப் பிரதிகள் தென்பட்டன. கூடவே, ஞாயிற்றுக்கிழமை இதழுக்கான, இது வரை பிரசுரமாகியிருக்காத ஒரு கட்டுரையும். 'பயன்படுத்தியது' என்ற உறைக்குள் இந்தக் கட்டுரையும் சேர்க்கப்பட்டிருப்பதற்குக் காரணம் அது ஏற்கெனவே அச்சுக் கோக்கப்பட்டு, தேவையான காட்சிப்படங்களும் இணைக்கப்பட்டு, நாளைய இதழுக்காகத் தயார் நிலையில் இருக்கலாம் என்று காலிப் யூகித்தான்.

'பயன்பாட்டிற்கு' என்று குறிப்பிடப்பட்டிருந்த உறைக்குள் மூன்று கட்டுரைகளே இருந்தன. அவை மூன்றுமே, மூன்றாண்டுகளுக்கு முன்பாகவே பிரசுரம் கண்டிருந்தவை. கட்டட அடித்தளத்தில் இருக்கும் அச்சுக் கோப்பவரின் மேஜை மீது நான்காவதாக ஒரு கட்டுரை திங்கட்கிழமை இதழுக்காக வடிவமைக்கப்பட்டிருக்குமானால் – காலிப்பின் யூகப்படி, நிச்சயமாக நான்காவது கட்டுரை அங்கே இருக்கும் –'பயன்பாட்டிற்காக' என்று குறிப்பிடப்பட்டிருக்கும் உறைக்குள் இருக்கும் கட்டுரைகள் எல்லாமாகச் சேர்த்துவரும் வியாழக்கிழமைக்கான இதழ் வரைக்குமான கட்டுரைகள் தயார். சொல்லாமல் கொள்ளாமல், ஜெலால் விடுப்பில் சென்றுவிட்டானென்று இதற்கு அர்த்தமா? ஆனால் இஸ்தான்புல்லைத் தாண்டி வெளியே எங்கும் இதுவரை ஜெலால் சென்றதேயில்லை.

ஜெலாலைப் பற்றி விசாரிக்கலாமென்று பத்திரிகை ஆசிரியர்களுக்கென்று ஒதுக்கப்பட்டிருந்த பெரிய அறைக்குள் காலிப் நுழைந்தான். தங்களுடைய இளமைக் காலத்தை எப்போதோ கடந்துவிட்டிருந்த இருவர் அரட்டையடித்துக்கொண்டிருந்த மேஜையருகே அவனுடைய கால்கள் அவனை இட்டுச் சென்றன. அந்த இருவரில் ஒருவர், நெஷாதி எனும் புனைபெயரால் யாவரும் அறிந்து வைத்திருக்கும் முன்கோபக்கார முதியவர். அவர் பல ஆண்டுகளாக ஜெலாலைக் கடுமையாக விமர்சித்துக் கட்டுரைகள் எழுதிவருபவர். இப்பொழுது அவரும் ஜெலாலும் ஒரே பத்திரிகையில் வேலை பார்த்துக்கொண்டிருக்கிறார்கள். பழைய நாட்களை நினைவுகூர்ந்து தார்மிகச் சீற்றத்துடன் இந்தப் பத்திரிகைக்காக அவர் ஆவேசக் கட்டுரைகள் எழுதி வந்தார். என்றாலும் அவை ஜெலால் எழுதும் கட்டுரைகள் அளவுக்கு முக்கியத்துவம் கொடுத்துத் தொகுக்கப்படவோ அதிகம் பேரால் படிக்கப்படவோ இல்லை.

"கொஞ்ச நாட்களாகவே ஜெலால் பே இங்கே வருவதில்லை" என்றார். அவர் எழுதும் கட்டுரைகளில் பிரசுரமாகி இருப்பதைப் போன்றே, அவருடைய முகமும் ஒரு புல்டாக் வகை நாய் போல இறுகியிருந்தது.

"நீங்கள் அவருக்கு என்ன உறவு?"

காலிப் என்ன விஷயமாக ஜெலாலைத் தேடி வந்திருக்கிறானென்று இரண்டாவது பத்திரிகையாளர் அவனை வினவிக்கொண்டிருந்தார், காலிப்போ அலைபாய்ந்துகொண்டிருந்த தன் மனத்தைக் குடைந்து யார் இந்த மனிதர் என்று நினைவுக்குக்கொண்டு வர முயன்றுகொண்டிருந்தான். ஆங். இப்பொழுது நினைவுக்கு வந்துவிட்டது. பத்திரிகையில் இவருடைய புகைப்படத்தையும் கூடப் பார்த்திருக்கிறான் – கருப்புக் கண்ணாடி, எளிதில் ஏமாற்ற முடியாதவர் – பத்திரிகையின் சஞ்சிகைப் பகுதியைச் சேர்ந்த ஷெர்லாக் ஹோம்ஸ். இப்பொழுது ஆட்டமன் சீமாட்டிகள் போல அலட்டிக்கொண்டிருக்கும் திரை நட்சத்திரங்களில் யார் யாரெல்லாம் பெயோக்ளுவைச் சேர்ந்த ஓர் அம்மணி நடத்திக்கொண்டிருக்கும் உயர்குடி விபச்சார விடுதியில் பணிபுரிந்துகொண்டிருந்தவர்கள், எந்தக் காலகட்டத்தில், எவ்வளவு காலமாக என்றெல்லாம் அவரால் சொல்ல முடியும். இஸ்தான்புல்லுக்கு வருவதற்கு முன்பாக ஃப்ரெஞ்சு நாட்டு மாகாண நகரங்களில் கழைக்கூத்தாடியாக அலைந்து திரிந்துவிட்டு, இஸ்தான்புல்லுக்கு வந்த பிறகு ஆர்ஜென்டினா நாட்டைச் சேர்ந்த செல்வச் சீமாட்டி போல் காட்டிக்கொண்டிருக்கும் நட்சத்திரப் பாடகி உண்மையில் அல்ஜியர்ஸ் நாட்டைச் சேர்ந்த இஸ்லாமியப் பெண்தான் என்று துப்பறிந்து சொன்னவர்.

"சுருக்கமாகச் சொல்லப்போனால் நீங்கள் அவருக்கு நெருங்கிய உறவினர். அப்படித்தானே?" என்றார் அந்த சஞ்சிகைப்பகுதி எழுத்தாளர். "காலமாகிவிட்ட அவரது தாயைத் தவிர ஜெலால் பேக்கு வேறு உறவினர்கள் யாரும் இல்லையென்றுதான் நான் நினைத்துக்கொண்டிருந்தேன்."

"ஓ" என்று சலித்துக்கொண்டார் சர்ச்சைக்கார எழுத்தாளர்."அவருக்கு உறவினர்கள் இல்லாமற் போயிருந்தால் இன்றைக்கு அவர் இருக்கும் நிலைக்கு ஜெலால் எப்படி வந்திருக்க முடியும்? ஒரு பேச்சுக்குச் சொல்ல வேண்டுமென்றால் அவருக்கு ஏராளமான உதவிகள் செய்த ஒரு மைத்துனர் இருந்தார். அவர் ஆழ்ந்த பக்திமான். ஜெலாலுக்கு எழுதக் கற்றுக் கொடுத்தவரேஅவர்தான். கடைசியில் அவருக்கே ஜெலால் துரோகம் இழைத்துவிட்டார். கும்காப்பி எனும் இடத்திலிருக்கும் பழைய சோப் தொழிற்சாலை வளாகத்துக்குள் இன்னமும் ரகசியச் சடங்குகளில் ஈடுபட்டு வரும் நக்ஷி பிரிவைச் சேர்ந்தவர் அவர். தங்களுடைய சடங்குகளையெல்லாம் செய்து முடித்த பிறகு – பல்வேறு சங்கிலிகள், ஆலிவ் எண்ணையாட்டும் செக்குகள், மெழுகுத்திரிகள், சோப் வார்ப்படங்கள் போன்றவை இந்தச் சடங்குகளில் பயன்படுத்தப்படும் – அவர் தனியாக அமர்ந்து இந்த மடத்தின் செயல்பாடுகள் பற்றிய அறிக்கையை நம்முடைய தேசியப் புலனாய்வு மையத்துக்காக எழுதி முடிப்பார். தான் சொல்லும் நபர்கள் உண்மையில் அரசுக்கு எதிராக எந்தச் சதியிலும் ஈடுபடவில்லையென்று ராணுவத்தை ஏற்றுக்கொள்ள வைக்கத் தன்னால் முடியுமென்று இந்த மனிதர் நம்பிக்கொண்டிருந்தார். அந்த அறிக்கைகளைப் படித்துப் பார்த்து அவற்றிலிருந்து ஜெலால் எதையேனும் கற்றுக்கொள்வார்,

நல்ல உரைநடை குறித்த ரசனையை மேம்படுத்திக்கொள்வார் எனும் நம்பிக்கையில், ஜெலாலிடம் தன்னுடைய அறிக்கைகளை இலக்கிய மைத்துனர் காட்டுவதுண்டு. பிறகு, அரசியல் காற்று இடதுபுறமாக வீசத் தொடங்கியவுடன், புதிய சிந்தனையோட்டத்துக்கு வாகாகத் தன்னுடைய கருத்துகளை வளைத்துக்கொண்ட ஜெலால், அத்தர், எபு ஹொரசானி, இப்னு அரபி, பாட்ஃபோலியோ போன்றோரின் மொழிபெயர்ப்புகளிலிருந்து இந்த அறிக்கைகளில் நேரடியாகக் கையாளப்பட்டிருந்த உருவகங்கள், உவமான உவமேயங்கள் ஆகியவற்றைக் களவாடி, அவற்றின் உரைநடைப் பாணியை ஈவிரக்கமின்றி கண்மூடித்தனமாகப் பின்பற்றி எழுதத் தொடங்கினார். என்றாலும்கூட, ஜெலாலின் உவமைகளை – அவை எல்லாமே அருதப்பழசாகிவிட்ட சமாச்சாரங்களிலிருந்து உருவானவை என்றாலும் – மரபையும், நவீனத்தையும் இணைக்கும் பாலமாக ஒரு சிலர் பார்க்கிறார்கள். ஆனால், உண்மையில் இந்தக் கதம்ப மாலைகள் எல்லாமே முழுக்க முழுக்க வேறொருவர் உருவாக்கியவையென்று அவர்களுக்கு எப்படித் தெரியும்? ஜெலால் ஒரு வழியாய் மறந்துவிட்ட இந்த மைத்துனர் பல்திறமை மிக்க மனிதர். முடிதிருத்துபவர்களின் தொழிலை எளிதாக்க இவர் கண்ணாடி பதித்த கத்தரிக்கோலைக் கண்டுபிடித்தவர். நம்முடைய குழந்தைகள் பலரின் எதிர்காலத்தை இருள வைத்துவிட்ட கொடிய தவறுகளைத் தவிர்க்கப் பாதுகாப்பான முறையில் ஆண்குறியின் முனைத்தோல் நீக்கும் கருவி ஒன்றையும் இவர் உருவாக்கினார். அதே போல், தூக்கு மேடைகளில் பயன்படுத்த வழக்கமான சங்கிலிகளுக்குப் பதிலாக எண்ணெய் பூசப்பட்ட வடங்களையும் இருக்கைகளுக்குப் பதிலாக நழுவித் திறந்துகொள்ளும் தரைக்கதவுகளையும் கண்டுபிடித்துத் தூக்கிலிடப்படும் மாந்தர் வலி உணராதவாறு செய்தார். தன்னுடைய சகோதரி மற்றும் மைத்துனனின் பாசம் இன்னமும் தனக்குத் தேவை என்றுணர்ந்த காலகட்டத்தில் தன்னுடைய *நம்பினால் நம்புங்கள்* பத்திக் கட்டுரைகளில் இந்தக் கண்டுபிடிப்புகளைப் பற்றி ஜெலால் தெரியப் படுத்தினார்."

"மன்னிக்க வேண்டும். நீங்கள் எல்லாவற்றையுமே தப்பாகப் புரிந்து கொண்டிருக்கிறீர்கள்!" என்று சஞ்சிகை எழுத்தாளர் கூறினார். *நம்பினால் நம்புங்கள்* பத்தியை எழுதிய காலகட்டத்தில் ஜெலால் பே தன்னந் தனியனாகத்தான் இருந்தார். நான் உங்களுக்கு ஒரு கதையைச் சொல்கிறேன். இது யாரோ சொல்லிக் கேட்டதல்ல. நான் என் கண்களாலேயே பார்த்த விஷயம்."

பழைய ஜெஷில்சாம் (துருக்கிய திரைப்படத் துறை) உணர்ச்சிக் காவியங்கள் ஏதோ ஒன்றிலிருந்து நேரடியாக வந்த கதை. வறுமையின் பிடியிலிருந்து வெளியே வந்து, வெற்றியடையப் போராடும் இரண்டு இளைஞர்கள். காலம்: புத்தாண்டு பிறப்பதற்கு முந்தைய மாலை வேளை. இடம்: சிதிலமடைந்து வரும் அண்டைப்புறத்திலிருக்கும் பாழடைந்து வரும் வீடு. நிஷாந்தஷியில் இருக்கும் பணக்கார உறவினரின் வீட்டில் நடக்கும் வைபவத்தில் கலந்துகொள்ளத் தனக்கு அழைப்பு வந்திருப்பதாக உற்சாகக் கனவுகளில் மிதக்கும் இளம் பத்திரிகையாளன் ஜெலால் தன் தாயிடம் சொல்கிறான். அங்கே, தன்னுடைய அத்தைகள், மாமாக்கள், பெரியப்பா, சித்தப்பாக்கள், பெரியம்மா, சின்னம்மாக்கள், அவர்களுடைய உற்சாகம் ததும்பும் பெண்கள், குறும்புக்காரப் பையன்கள் சூழ கேளிக்கை

மிகுந்த மாலைப் பொழுதை அவன் கழிக்கப்போகிறான். மேலும் என்னென்னவெல்லாம் உண்டோ? யாருக்குத் தெரியும்? அதன் பிறகு நகரிலிருக்கும் ஏனைய சந்தோஷங்களையும் அவன் அனுபவிக்க முற்படலாம். இந்தத் தருணத்தில் தனது மகனின் சந்தோஷத்தை மட்டுமே வேண்டும் தையல்காரியான அவனது அம்மா அவனை ஆச்சர்யப் படுத்தும் ஒரு விஷயம் இருக்கிறதென்று அவனிடம் சொல்கிறாள். இப்படிப்பட்ட ஒரு பெரிய வைபவத்தின்போது அணிந்துகொள்ள அவனிடம் நல்லதாய் உடை எதுவும் இல்லையே என்பதால் அவனுடைய அப்பாவின் பழைய மேலங்கி ஒன்றை அவள் பத்திரமாய் எடுத்து வைத்திருக்கிறாள். ஜெலால் அதைப் போட்டுப் பார்க்கிறான். அது அவனுக்குக் கச்சிதமாகப் பொருந்துகிறது (இந்தக் காட்சி அவனுடைய தாயின் கண்களில் நீரை வரவழைக்கிறது. நீ அப்படியே உன் அப்பாவை உரித்து வைத்திருக்கிறாய்). இந்த வைபவத்துக்கு இன்னொரு பத்திரிகையாள நண்பனும் அழைக்கப்பட்டிருக்கிறார் என்பதைக் கேட்டவுடன் அந்தத் தாயின் உதட்டில் ஓர் ஆசுவாசப் புன்முறுவல். இந்தச் சம்பவத்தை இப்பொழுது விவரித்துக்கொண்டிருக்கும் பத்திரிகையாளர்தான் இதைத் தன் கண்களாலேயே பார்த்துக்கொண்டிருந்தவர். தங்கள் வீட்டுப் புத்தாண்டு வைபவத்தில் கலந்துகொள்ள எந்தப் பணக்கார உறவினரோ, அல்லது வேறு யாருமோ பரிதாபத்துக்குரிய ஜெலாலை அழைக்கவில்லை என்பது அந்த மர வீட்டின் குளிர்ந்து இருண்ட படிக்கட்டுகள் வழியே கீழிறங்கித் தெருவில் கால் வைத்தவுடன் அந்தப் பத்திரிகையாளருக்குத் தெரிந்துபோகிறது. புத்தாண்டு வைபவத்தில் கலந்துகொள்வதற்குப் பதிலாக, மெழுவர்த்தியின் வெளிச்சத்தில் தையல் வேலை பார்த்துப் பார்த்து மெல்லக் குருடாகிக்கொண்டிருக்கும் தன் தாயின் கண் அறுவை சிகிச்சைக்குப் பணம் சேமிக்க, நேராகப் பத்திரிகை அலுவலகத்துக்குச் சென்று இராப் பணியிலும் ஜெலால் ஈடுபட வேண்டும்.

இந்தச் சோகக்கதையின் முடிவில் நிலவிய அமைதியை காலிப் குலைத்தான், ஜெலாலின் வாழ்க்கையைத் தான் நன்கு அறிந்திருக்கும் நிலையில் இந்தக் கதை நடந்திருக்கக் கொஞ்சமும் வாய்ப்பேயில்லை என்று அவன் விளக்கிக்கொண்டிருக்கும்பொழுது அந்த இரண்டு பத்திரிகை யாளர்களும் தேவைக்கதிகமான அக்கறை எதையும் காட்டவில்லை. ஒருவேளை இருக்கலாம். தாங்கள் அறிந்துவைத்திருந்ததைவிடவும் அதிகமான எண்ணிக்கையில் ஜெலாலுக்கு உறவினர்கள் இருந்திருக்கலாம். தாங்கள் குறிப்பிட்ட தேதிகளில் பிழை இருக்கலாம். ஜெலால் பேவுடைய அப்பா இன்னமும் உயிரோடுதான் இருக்கிறார் (இது உறுதியான தகவல்தானே தம்பி?). அப்படியென்றால், ஒருவேளை பாட்டியை அம்மா வென்று தவறாகத் தாங்கள் குழப்பிக்கொண்டிருக்கலாம். அதே போல் சகோதரியை அத்தையென்றோ, சித்தி அல்லது பெரியம்மாவென்றோ நினைத்துக்கொண்டிருக்கலாம். ஆனால் இப்படிப்பட்ட பிழைகளைப் பெரிய விஷயமாக அவர்கள் எடுத்துக்கொள்ளவில்லையென்பதை அவர்கள் தெளிவுபடுத்தியிருந்தார்கள். கொஞ்ச நேரம் தங்களோடு உட்கார்ந்து பேச வேண்டுமென்று காலிப்பை அவர்கள் கேட்டுக்கொண்டார்கள். புகைக்க ஒரு சிகரெட்டையும் அவனிடம் நீட்டினார்கள். பிறகு ஏற்கெனவே கேட்டிருந்த கேள்வியை அவர்கள் மீண்டும் அவனிடம் கேட்டனர் (அவருக்கு நீ என்ன உறவு?). தொடர்ந்து அவர்கள் பழைய நினைவுகளைக்

கிளறத் தொடங்கினார்கள். மலரும் நினைவுகளைஅவ்வப்பொழுது பறித்து, தங்களுடைய கற்பனைச் சதுரங்கப் பலகையில் கவனமாக இருத்தத் தொடங்கினார்கள்.

குடும்பத்தின் மீது ஜெலால் வைத்திருந்த பாசம் அளவில்லாதது. இஸ்தான்புல் நகரம் தொடர்பான விஷயங்களைத் தவிர வேறெதையும் எழுதக்கூடாதென்று தடை இருந்த காலகட்டத்தில், தான் சிறுபிராயத்தில் வசித்து வந்த பெரிய மாளிகையைப் பற்றி நீண்ட கவித்துவமான கட்டுரைகளை ஜெலால் எழுதியதுண்டு. அந்தக் கட்டடத்திலிருந்த ஒவ்வொரு சாளரமும் ஒவ்வொரு வித்தியாசமான எலுமிச்சை மரத்தைப் பார்த்தபடியிருக்கும் என்பதையெல்லாம் அதில் அவன் நினைவுக்குக் கொண்டு வந்திருந்தான். எந்த அளவுக்குப் புதிராக இருந்து தன்னுடைய வாசகர்களைக் குழம்ப வைத்தானோ, அதே அளவுக்குத் தணிக்கையாளர் களையும் அந்தக் கட்டுரைகளில் அவன் திகைக்கவைத்திருந்தான்.

பத்திரிகைத் துறைக்கு அப்பாற்பட்ட எவ்விதமான சமூகத் தொடர்பை யும் ஏற்படுத்திக்கொள்வதில் ஜெலாலுக்கு மிகுந்த அச்சம் இருந்தது. பெரிய கூட்டங்களுக்குச் செல்ல வேண்டி நேரும் பொழுதெல்லாம் தன்னோடு ஒரு நண்பனை அவன் கட்டாயமாக அழைத்துச் செல்வான். அந்த நண்பனுடைய நடையுடை பாவனைகளையும், பேச்சு பாணியையும் அந்தச் சந்தர்ப்பங்களில் அவன் அப்படியே சுவீகரித்துக்கொள்வான்.

என்ன ஓர் அபத்தம்! குறுக்கெழுத்துப் புதிர்களும், பெண்களுக்கு யோசனை சொல்லும் பத்திகளும் எழுதிக்கொண்டிருந்த ஓர் இளம் எழுத்தாளன், துருக்கியில் மட்டுமில்லாமல் பால்கன் பகுதிகளிலும், மத்திய கிழக்கு நாடுகளிலும்கூடப் பெருவாரியான அளவில் வாசிக்கப்படும் தகுதிக்கு மூன்றாண்டுகளில் உயர்ந்திருக்கிறான். மேலும், இடதோ வலதோ நாட்டில் பொருட்படுத்தத்தக்க யாரையுமே ஜெலால் இதுவரையில் அவமதித்ததில்லை. உறவினர்களும், உயர்ந்த இடத்திலிருக்கும் நண்பர்களும் காட்டிய கைம்மாறு எதிர்பார்க்காத பாசத்தையும், அருகதைக்கு மீறிய பாதுகாப்பையும் ஜெலால் அனுபவித்து வந்திருந்தாலொழிய இப்படியொரு சாதனை நிகழ்ந்திருக்க வாய்ப்பில்லை என்பதற்கு இதுவே நல்ல சான்றாக அமையவில்லையா?

போதாக்குறைக்கு, அந்தப் பிறந்த நாள் கதை வேறு. இந்த வசீகரமான மரபைத் – எல்லோருக்குமே தெரியும் இது மேலை நாகரிகத்தினுடைய அடிப்படையம்சம் என்று – தன்னுடைய நாட்டவர்களையும் ஏற்றுப் பின்பற்ற வைக்க முடியும் என்று நம்பிய முன்னோக்குப் பார்வைகொண்ட ஆட்சியாளர் ஒருவர் தன்னுடைய எட்டு வயது மகனுடைய பிறந்தநாள் விழாவுக்கு ஏராளமான பத்திரிகையாளர்களைத் தனிப்பட்ட முறையில் அழைத்திருந்தார். மத்தியதரைக் கடலின் கிழக்குக்கரை நாடுகளைச் சார்ந்த பணக்கார விதவை ஒருத்தி அந்த விழாவில் பியானோ வாசிக்க, செம்புற்றுப் பழத்தின் பசை தடவிய கேக் மீது செருகப்பட்டிருந்த எட்டு மெழுகுவர்த்திகளையும் தன் நண்பர்கள் புடை சூழ அவருடைய எட்டு வயது மகன் ஊதியணைத்தான். ஜெலால் தன்னுடைய கட்டுரையில் அந்த விழாவைப் பற்றி விடாப்பிடியாகக் கொடூரமாகக் கேலி செய்திருந்தான். பலரும் நினைத்திருந்ததைப் போல் சித்தாந்த ரீதியாகவோ, அரசியல் நோக்கம் கொண்டோ அல்லது அழகியல் காரணங்களுக்காகவோ அவன்

அப்படிப் பரிகசித்திருக்கவில்லை. மாறாக, நேசிக்கும் தந்தையையோ, அவ்வளவு ஏன் உண்மையான அன்பையோ அவன் அறிந்ததேயில்லை எனும் வலிமிகு உணர்வே இதற்குக் காரணம்.

அவனை யாரும் பார்க்க முடியவில்லையென்றால், அவன் கொடுத்திருக்கும் முகவரிகள் எல்லாமே தவறானவையாகவோ, போலி யானவையாகவோ இருக்கின்றனவென்றால், அதற்குக் காரணம் அவன் தன்னுடைய நெருங்கிய உறவினர்கள் மீது கொண்டிருக்கும் புரிந்துகொள்ள முடியாத வெறுப்புதான். அவர்கள் காட்டும் அன்பை அவனால் திருப்பிச் செலுத்த முடியாத நிலைதான் காரணம். அதே நேரத்தில் தன்னுடைய தூரத்துச் சொந்தங்கள் மீதும், ஏன் சொல்லப்போனால், பொதுவாக எல்லா மாந்தர்கள் மீதும் அவன் கொண்டிருக்கும் இகழ்ச்சியையே அது பிரதிபலிக்கிறது (ஜெலாலை எங்கே பார்க்க முடியும் என்று காலிப் அவர்களிடம் கேட்டிருந்தான்).

ஆனால், இந்த மனித இனத்தின் தொடர்புகளையெல்லாம் துண்டித்துக் கொண்டு, நகரின் ஏதோ ஒரு மூலையில் அவன் பதுங்கி இருப்பதற்கான காரணம் இதுவல்ல. முழுக்க, முழுக்க வேறான காரணங்களுக்காகவே அவன் அப்படி ஒதுங்கி வாழ்கிறான். அவனைப் பீடித்திருக்கும் இந்த நோயை துரதிர்ஷ்டம் பிடித்த ஓர் ஒளிவட்டமாய்ப் பிறவியிலிருந்தே அவன் அணிந்து வந்திருக்கும் இந்தச் சாபத்தை, விட்டுத் தொலைக்க முடியாத இந்தத் தனிமையுணர்ச்சியை, உண்மையாகவே குணப்படுத்த முடியாதென்று வேறு வழியில்லாமல் அவன் ஏற்றுக்கொண்டுவிட்டான். நம்பிக்கையிழந்து போன கையாலாகாதவனைப் போலத் தன்னுடைய தனிமையுணர்ச்சியைக் கட்டியணைத்துக்கொண்டு கிடக்க, எங்கோ கண்காணா இடத்தின் நடுவில் ஓர் அறைக்குள் அவன் தன்னை மறைத்துக் கொண்டிருக்கிறான்.

இந்த மறைவிடத்திலிருந்து அவனை வெளியே மீட்டுக்கொண்டுவர ஓர் ஐரோப்பிய படப்பிடிப்புக் குழுவினர் முயன்றுகொண்டிருக்கிறார்கள் என்று காலிப் சொல்லியிருந்தான்.

“எது எப்படியோ, ஜெலால் பேவை வேலையைவிட்டு எடுக்கப் போகிறார்கள்” என்றார் சர்ச்சைக்கார எழுத்தாளர் நெஷாதி. “கடந்த பத்து நாட்களாகப் புதிய பத்திக் கட்டுரை எதையுமே அவன் அனுப்பியிருக்க வில்லை. பிரசுரத்திற்கென்று அவன் விட்டுச் சென்றிருக்கும் பத்திக் கட்டுரைகள் எல்லாமே அவன் இருபது வருடங்களுக்கு முன்பு எழுதியவை. அவற்றில் காணப்பட்ட பிழைகளை மட்டுமே அவன் இப்பொழுது திருத்தியிருக்கிறான்.”

காலிப் நம்பிக்கையோடு எதிர்பார்த்தவாறே சஞ்சிகைப்பகுதி எழுத்தாளர் இதற்கு மறுப்பு தெரிவித்தார். முன்பை விட அவனுடைய பத்திக் கட்டுரைகள் பெரும் ஆர்வத்தைத் தூண்டியிருக்கின்றன. அவனுடைய தொலைபேசி ஓயாமல் ஒலித்துக்கொண்டிருக்கிறது. ஒவ்வொருநாளும் குறைந்தது இருபது கடிதங்களாவது ஜெலால் பெயருக்கு வருகின்றன.

“உண்மைதான். வேசிகள், வேசித்தரகர்கள், பயங்கரவாதச் செயல் களில் ஈடுபடுவோர், சிற்றின்பக் கேளிக்கையாளர், போதைப்பொருள் கடத்துவோர், பழைய தாதாக்கள் என்று முந்தைய பத்திக் கட்டுரைகளில்

யாரையெல்லாம் புகழ்ந்திருந்தானோ அவர்களிடமிருந்துதான் இந்தக் கடிதங்கள் வருகின்றன" என்றார் சர்ச்சைக்கார எழுத்தாளர்.

"அப்படியென்றால் அவற்றையெல்லாம் நீங்கள் திருட்டுத்தனமாகப் படித்துக்கொண்டிருக்கிறீர்கள். அப்படித்தானே?" என்றார் சஞ்சிகை எழுத்தாளர்.

"நீங்கள் மட்டும் என்னவாம்?" என்று பதிலுக்குக் கேள்வி எழுப்பினார் சர்ச்சைக்கார எழுத்தாளர்.

தொடக்க ஆட்டக் காய் நகர்த்துதலில் அகமகிழ்ந்திருக்கும் சதுரங்க விளையாட்டாளர்களைப் போல் அவர்கள் இருவரும் தத்தம் சாய்விருக்கையை நேராக்கிக்கொண்டார்கள். சர்ச்சைக்கார எழுத்தாளர் தன்னுடைய சட்டைப் பைக்குள் கைவிட்டு ஒரு சிறிய பேழையை உருவினார். தன் கையிலிருக்கும் பொருளை மறைந்துபோக வைப்பதில் கவனமாக இருக்கும் மந்திரவாதி எப்படி அந்தப் பொருளையே வெறித்துப் பார்த்துக்கொண்டிருப்பானோ அதைப் போல் அந்தப் பேழையையே அவர் வெறித்துப் பார்த்துக்கொண்டிருந்தார். பிறகு அதை காலிப்பிடம் நீட்டினார். "உங்களுக்கு உறவினன் என்று நீங்கள் சொல்லிக்கொள்ளும் இந்த மனிதரோடு இப்போதைக்கு எனக்குப் பொதுவாக இருக்கும் ஒரே விஷயம் இந்த வயிற்று உபாதைக்கான மாத்திரைகள் மட்டுமே! வயிற்றில் சுரக்கும் அமிலங்களை உடனடியாக இவை சீர் செய்துவிடுகின்றன. ஒரு மாத்திரையைச் சாப்பிட்டுப் பார்க்கிறீர்களா?"

என்ன மாதிரியான விளையாட்டில் இந்த மனிதர்கள் இவனோடு ஈடுபட்டிருக்கிறார்கள் என்று காலிப்புக்குப் புரியவில்லை. இது எவ்வளவு நேரமாகத் தொடர்ந்துகொண்டிருக்கிறது என்பதுவோ, இது எங்கே தன்னைச் செலுத்திக்கொண்டிருக்கிறது என்பதுவும்தான். என்றாலும் இதில் இணைந்துகொள்ள அவனும் விரும்பியதால் அந்த வெண்ணிற மாத்திரைகளுள் ஒன்றைப் பெற்றுக்கொண்டு கீழ்ப்படியும உணர்வுடன் அதைச் சப்பிச் சுவைக்கத் தொடங்கினான்.

முகத்தில் முறுவலோடு, "எங்கள் விளையாட்டை நீங்கள் ரசிக்கிறீர் களா?" என்றார் அந்த முதிய பத்தி எழுத்தாளர்.

"இந்த ஆட்டத்தின் விதிமுறைகள் என்னவென்று புரிந்துகொள்ள முயன்றுகொண்டிருக்கிறேன்" என்று காலிப் சற்றே தயக்கத்துடன் சொன்னான்.

"என்னுடைய பத்திக் கட்டுரைகளை நீங்கள் படிப்பதுண்டா?"

"படிப்பேன்."

"செய்தித்தாளைக் கையில் எடுத்தவுடன் நீங்கள் எதை முதலில் படிப்பீர்கள்? என்னுடைய பத்திக் கட்டுரையையா அல்லது ஜெலாலுடையதையா?"

"ஜெலால் பே என்னுடைய உறவினர்."

"அவருடையதை நீங்கள் முதலில் படிக்க அது ஒன்றுதான் காரணமா?" என்று கேட்டார் அந்த முதிய எழுத்தாளர்.

“உங்களை ஈர்ப்பது எது? ரத்த பந்தமா? அல்லது உரைநடையின் அழகா?”

“ஜெலால் என்னுடைய உறவினராக இருக்கலாம். ஆனால், அவருடைய உரைநடையும் கவர்ச்சியானதுதானே?” என்றான் காலிப்.

“இந்த மாதிரியான விஷயங்களை யாருமே எழுதிவிட முடியும். இதை நீங்கள் உணர்ந்ததில்லையா?” என்றார் அந்த முதிய எழுத்தாளர். “எது எப்படியிருந்தாலும், பத்தி எழுத்தென்று வகைப்படுத்த முடியாதபடிக்கு, அவற்றுள் பலதும் மிக நீண்ட கட்டுரைகளாக இருக்கின்றன. அவையெல்லாமே இரண்டாம் தரமான கதைகள். கலையம்சம் மிகுந்த குப்பை. வெற்று வார்த்தைகள். ஒரு சில சராசரி ஜாலங்கள். அவ்வளவுதான். தேனொழுகும் நினைவுக் குறிப்புகளின் குமட்டலூட்டும் அணிவகுப்பு. ஏதேனும் ஒரு முரண்தொகையைக் கையாளாத இரண்டு வரிகள் கூட இருக்காது. இல்லாவிட்டால் ஒரு நகைமுரண். பாண்டித்ய அறியாமையென்று திவான் கவிஞர்கள் குறிப்பிடும் வகையான நகைமுரண். உண்மையாகவே நிகழ்ந்த சம்பவங்களை நிகழாதவை போல் உருவாக்குபவை. அதே போல், நிகழாதவற்றையும் நிகழ்ந்தன போல் உருவாக்குபவை. மற்றதெல்லாம் தோல்வியடைந்துவிட்டால், தன்னுடைய உள்ளீடற்ற மேலோட்டை மிகை வாக்கியங்களைக்கொண்டு மறைத்து வாசகர்களை மதிமறக்கச் செய்வார். இந்த வாசகங்களைத்தான் அவருடைய வாசகர்கள் தரமான உரைநடையென்று தப்பர்த்தம் செய்துகொள்கிறார்கள். இது அவருக்கே உரித்தான திறமை. மற்றெல்லோரையும் போலவே அவருக்கும் ஒரே மாதிரியான வாழ்க்கை, ஒரே மாதிரியான கடந்த காலம், ஒரே மாதிரியான நினைவுகள்தான் அமைந்திருக்கின்றன. உங்களையும் சேர்த்துதான் சொல்கிறேன். போகட்டும். எங்களுக்கொரு கதை சொல்லுங்கள்!”

“என்ன மாதிரியான கதை?’

“உங்கள் மனத்துக்கு என்ன தோன்றுகிறதோ அது. எந்த மாதிரியான கதையானாலும் பரவாயில்லை.”

“ஒரு மனிதன் இருந்தான். ஒரு நாள் அவன் வீடு திரும்பியபொழுது அவனுடைய மனைவி அவனை விட்டுச் சென்றிருந்தாள். அதனால், அவளை அவன் தேடத் தொடங்கினான். நகரத்தில் அவன் சுற்றியலைந்த இடத்திலெல்லாம் அவள் விட்டுச் சென்ற தடயங்களைக் கண்டான். ஆனாலும், அவனால் அவளைக் கண்டுபிடிக்கவே முடியவில்லை…”

“அப்புறம்?”

“அவ்வளவுதான்.”

“இல்லை. இருக்க முடியாது. இதற்கு மேலும் இதில் ஏதோ இருக்க வேண்டும்,” என்றார் முதிய எழுத்தாளர். “அவள் காணாமல் போயிருந்த வேளையில் அவள் விட்டுச் சென்ற தடயங்களில் இந்த மனிதன் கண்டதென்ன? அவள் உண்மையிலேயே அழகியா? அவள் யாரிடம் அடைக்கலம் புகுந்திருக்கிறாள்?”

“இந்தத் தடயங்களைப் பார்க்கின்றபொழுது இந்த மனிதன் தன்னுடைய கடந்த காலத்தையே பார்க்கிறான். தன்னுடைய மனைவியுடன் தான் பகிர்ந்துகொண்டிருந்த கடந்த காலத்தை. அவள் யாருடன்

ஓடிப் போய்விட்டாளென்று அவனுக்குத் தெரியவில்லை. அல்லது, அதை அவன் தெரிந்துகொள்ள விரும்பவில்லையோ என்னவோ. ஏனென்றால், அவன் எங்கே போனாலும் தன்னுடைய மனைவியோடு பகிர்ந்துகொண்ட கடந்தகாலத்தைப் பேசும் மற்றொரு தடயத்தை எதிர் பாராமல் அவன் எதிர்கொள்ள நேர்கிறது. அவ்வாறு நேர்கிற ஒவ்வொரு தருணத்திலும், அவள் யாருடன் ஓடிப் போய்விட்டாளோ, அவனோடு அவள் எங்கே பதுங்கியிருக்கிறாளோ, அவை யாவுமே தன்னுடைய கடந்த காலத்துக்குள்ளேயே எங்கோ தங்கியிருப்பதாகத் தோன்றுவதை அவனால் தவிர்க்க முடியவில்லை."

"இது நல்ல கதைக்கரு" என்றார் முதிய பத்தி எழுத்தாளர். "எட்கர் ஆலன் போ அறிவுரை சொல்லியிருப்பதைப் போல், மாண்டவரோடு சேர்ந்திரு அல்லது தொலைந்த பெண்ணோடு சேர்ந்திரு! ஆனால் ஒரு நல்ல கதைசொல்லி இதைக் காட்டிலும் தீர்மானமாக முடிவெடுக்கும் திறனுள்ளவனாக இருக்க வேண்டும். சரியான முடிவெடுக்க முடியாமல் திணறுகின்ற எழுத்தாளர்களை வாசகர்கள் நம்புவதில்லை. இதோ, ஜெலால் பயன்படுத்தும் ஒரு சில தந்திரங்களைக்கொண்டு இந்தக் கதையை முடிக்கப் பார்ப்போம். முதலாவது, நினைவு எனும் தந்திரம். நவீன பாணிகளின் மீது மோகம் கொண்ட, கலகலப்பாகக் கலந்து பழகும் ஒரு மனிதனின் இனிப்பும் கசப்புமான நினைவேக்கங்களைக் கொண்டு உங்களுடைய கதைகளை அலங்கரியுங்கள். நடை: உங்களுடைய நினைவுகளைப் பாசாங்கான மொழியில் அலங்கரியுங்கள். வெறுமையைச் சுட்டும் தடயங்களை அவற்றோடு இணையுங்கள். புலமைமிகு மடமை: தன் மனைவியைக் கவர்ந்து சென்றது யாரென்று இந்த நபர் பாசாங்கு செய்ய வேண்டும். முரண்: எனவே, தன்னுடைய மனைவியைக் கவர்ந்து சென்றவன் வேறு யாருமில்லை அவனேதான். ஆனால், இது எப்படிச் சாத்தியப்படும்? நான் சொல்வது உங்களுக்கு விளங்குகிறதா? நீங்கள் இப்படி எழுதலாம். யாருமே இப்படி எழுதிவிடலாம்."

"ஆனால் ஜெலால் மட்டும்தான் இப்படி எழுதுகிறார்," என்றான் காலிப்.

"நீங்கள் சொல்வதை ஏற்றுக்கொள்கிறேன். ஆனால், இப்போதிருந்து, நீங்களும்கூட இப்படி எழுதலாமே!" என்று கூறினார் அந்த முதிய பத்தி யெழுத்தாளர். இந்த விஷயத்தில் அவர் வைத்ததுதான் சட்டம் என்று அடித்துப் பேசும் தொனி அவர் பேச்சில் தென்பட்டது.

"அவரைக் கண்டுபிடிக்க வேண்டுமென்றால், அவருடைய பத்திக் கட்டுரைகளைப் படித்துப் பாருங்கள்" என்றார் சஞ்சிகை எழுத்தாளர்.

"அவைகளுக்குள்தான் அவர் எங்கோ ஒளிந்துகொண்டிருக்கிறார், நிச்சயமாக. தன்னுடைய பத்திக் கட்டுரைகள் மூலமாக அவர் மக்களுக்குச் செய்தியனுப்புவார். எல்லா விதமான மக்களுக்கும். சிறு சிறு, தனிப்பட்ட செய்திகள். நான் என்ன சொல்ல வருகிறேனென்று உங்களுக்குப் புரிகிற தில்லையா?"

ஜெலாலுடைய கட்டுரைகளின் ஒவ்வொரு பத்தியையும் தொடங்கும் சொல்லும், முடிக்கும் சொல்லும் இணைந்து எப்படி ஒரு வாக்கியத்தை உருவாக்குகின்றன என்பதைத் தான் சிறுவனாக இருந்த காலத்தில்

ஜெலால் தனக்கு விளக்கிச் சொல்லியிருப்பதாக காலிப் அவர்களுக்குப் பதிலளிக்கும் போக்கில் சொன்னான். தணிக்கையாளர்களின் பத்திரிகைக் கண்காணிப்பாளர்களின் கண்களில் மண்ணைத் தூவி வெளியான எழுத்து விளையாட்டுகளையும் ஜெலால் காலிப்புக்குக் காட்டியிருக்கிறான். அதே போல், ஒவ்வொரு வாக்கியத்தின் முதல் மற்றும் இறுதி அசைகளைக் கொண்டு அவன் தொடுத்திருக்கும் சொற்சங்கிலிகளையும், பெரிய எழுத்துகள் கொண்டு உருவாக்கியிருக்கும் வாக்கியங்களையும், தன் அத்தைக்குக் கோபமூட்டவென்று தான் கண்டுபிடித்திருக்கும் சொல் விளையாட்டுகளையும்கூடக் காட்டியிருக்கிறான்.

“உங்களுடைய அத்தை மிகவும் வயதான பெண்மணியோ?” என்று சஞ்சிகை எழுத்தாளர் கேட்டார்.

“அவள் திருமணமே செய்துகொள்ளவில்லை” என்றான் காலிப்.

ஒரு குடியிருப்பைப் பற்றிய வாதம் எழுந்த பிறகு ஜெலால் பேவும் அவருடைய அப்பாவும் பேசிக்கொள்வதேயில்லையாமே?

அதெல்லாம் பழைய கதை. அதைப் பொருட்படுத்தத் தேவையில்லை என்று காலிப் அவர்களிடம் சொன்னான்.

ஜெலாலின் பெரியப்பா ஒரு வழக்குரைஞராமே? நீதிமன்ற ஆவணங்கள், ஆணைகள், சட்ட விதிமுறைகள் பற்றிய நூல்கள் ஆகியவற்றை உணவகப் பதார்த்தப் பட்டியல் மற்றும் பயணியர் படகுக் கால அட்டவணை ஆகியவற்றோடு போட்டுக் குழப்பிக்கொள்வாராமே?

மற்ற எல்லாவற்றையும் போல் இதுவும் ஒரு கட்டுக்கதை என்றான் காலிப்.

“உங்களுக்குப் புரியவில்லையா இளைஞரே!” என்று மூத்த எழுத்தாளர் சிடுசிடுத்தார்.“இங்கேயிருக்கும் நம்முடைய நண்பர் இந்தக் கதைகளையெல்லாம் ஜெலாலிடமிருந்து நேரடியாகக் கேட்டுத் தெரிந்துகொண்டிருக்கவில்லை. மாறாக, ஒரு துப்பறிவாளனைப் போல் ஆராய்ந்துதான் இவற்றையெல்லாம் அவர் கண்டுபிடித்திருக்கிறார். ஹுரூஃபிக்களிடமிருந்து கற்றுத் தேர்ந்த தந்திரங்களைக் கொண்டு. ஜெலாலின் பத்திக் கட்டுரைகளைச் சல்லடை போட்டுத் தேடி, மறைந்திருக்கும் எழுத்துகளை ஒவ்வொன்றாகப் பொறுக்கி. ஊசியைக் கொண்டு கிணற்றைத் தோண்டும் வேலையாக.”

அந்த மாபெரும் புதிருக்கான குரலை வழங்கும் இந்தச் சொல் விளையாட்டுகள் எல்லாமே அர்த்தம் பொதிந்தவையாக இருக்கக்கூடும் என்று சஞ்சிகை எழுத்தாளர் கூறினார். சாடைகளால் அந்தப் புதிரை உணர்த்தும் வல்லமையே ஏனைய எழுத்தாளர்கள் ஒருபொழுதும் அடைந்துவிட முடியாத உச்சங்களுக்கு அவரை உயர்த்தியது. ஆனாலும்கூட அறநெறிகளுள் பொதிந்திருக்கும் உண்மையை அவருக்கு நினைவூட்ட அவர் இன்னமும் தவித்துக்கொண்டிருந்தார். “தங்களுடைய தொழிலைத் தீவிரமாக எடுத்துக்கொள்ளும் பத்திரிகையாளர்கள் நன்கொடையால் நடத்தப்படும் சவ அடக்கத்தையோ அல்லது நகர நிர்வாகம் ஏற்பாடு செய்யும் சவ அடக்கத்தையோதான் தங்களுக்கென்று எதிர்பார்க்க முடியும்.”

“வேறு மாதிரியாகவும் நடந்திருக்கலாம். அவர் ஒரு வேளை – அப்படியெதுவும் இல்லாதபடிக்கு இறைவன் அருளட்டும் – இறந்தும் போயிருக்கலாம்” என்றார் முதிய பத்திரிகையாளர். “எங்கள் விளையாட்டை நீங்கள் ரசிக்கிறீர்கள் இல்லையா?”

“அவர் தன்னுடைய நினைவை இழந்துவிடும் கதை, அது உண்மைச் சம்பவமா அல்லது வெறும் கதையா?” என்று கேட்டார் சஞ்சிகை எழுத்தாளர்.

“அது ஓர் உண்மைச் சம்பவம்தான். அதே சமயம் அது ஒரு கதையும் கூட,” என்றான் காலிப்.

“அப்படியென்றால் அவருடைய வீடுகள்? அவர் ரகசியமாக வைத்திருந்த அந்த முகவரிகள்?”

“அவற்றுக்கும் இதுவே பொருந்தும்.”

“அவர் ஒருவேளை அந்த வீடுகளுள் ஒன்றில் தன் இறுதி மூச்சை விடப் படுத்துக் கிடக்கிறாரோ என்னவோ,” என்றார் பத்தி எழுத்தாளர். “இது மாதிரியான யூக விளையாட்டுகளை அவர் எப்பொழுதுமே நேசித்தார். இது உங்களுக்கும் தெரிந்ததுதானே!”

“அது மாதிரி ஏதாவதொன்று என்றிருந்தால் தனக்கு மிக நெருக்க மானவர்கள் என்று யாரையாவது அவர் இந்நேரம் அழைத்து வைத்துக் கொண்டிருந்திருப்பார்,” என்றார் சஞ்சிகை எழுத்தாளர்.

“அப்படி யாருமே அவருக்குக் கிடையாது,” என்றார் பத்தி எழுத்தாளர். “அவர் யாரிடமுமே நெருக்கமாக உணர்ந்ததில்லை.”

“ஆனால் இதோ இங்கே இருக்கும் நம்முடைய இளம் நண்பர் வேறு மாதிரியாக அல்லவா நினைக்கிறார்!” என்றார் பத்தி எழுத்தாளர். “உங்கள் பெயர் என்னவென்றுகூட நீங்கள் இதுவரை எங்களிடம் சொல்ல வில்லையே!”

காலிப் தன்னுடைய பெயரை அவர்களிடம் சொன்னான்.

“அப்படியென்றால் சொல்லுங்கள் காலிப் பே” என்றார் சஞ்சிகை எழுத்தாளர். “ஏதோ ஒரு சிக்கலைச் சமாளிக்க எங்கோ ஒரு பொந்தில் ஜெலால் பே ஒளிந்துகொண்டிருக்கிறாரென்றால், அவருக்குத் துணையாக யாரேனும் அவருக்கு அருகில் இருப்பார்கள், இல்லையா? அவருக்கு நெருக்கமானவர்கள், அவருடைய இலக்கிய ரகசியங்களை, அவருடைய உயிலை, சொத்துரிமையை விட்டுச் செல்லத் தோதானவர்களென்று யாராவது. சிலர் நினைப்பதைப் போல் அவர் ஒன்றும் தனிமை விரும்பி இல்லை.”

காலிப் கொஞ்ச நேரம் சிந்தனையில் ஆழ்ந்தான். “இல்லை” என்றான் சற்றே பதற்றமாக. “சிலர் நினைக்கும் அளவுக்கு அவர் ஒன்றும் தனிமை விரும்பியில்லை.”

“அப்படியென்றால் அவர் யாரைத் துணைக்கு அழைத்து வைத்துக் கொள்வார்?” என்று கேட்டார் சஞ்சிகை எழுத்தாளர். “உங்களைத்தானா?”

“அவருடைய சகோதரியை” என்று யோசிக்காமல் சொன்னான் காலிப். “அவரைக்காட்டிலும் இருபது வயது இளைய மாற்றாந்தாய் மகள் ஒருத்தி இருக்கிறாள். அவளைத்தான் அவர் துணைக்கு வைத்துக்கொள்வார்.” அவன் சற்று நேரம் யோசித்தான். பிளந்த இருக்கைப் பகுதியும், வெளியே துருத்திக்கொண்டிருக்கும் துருவேறிய சுழற்கம்பிகளும் கொண்ட கை வைத்த சாய்வு நாற்காலியை அவன் நினைவுக்குக்கொண்டு வந்தான். வேறு சிலவற்றையும் அவன் நினைவுபடுத்திப் பார்த்தான்.

“எங்களுடைய ஆட்டத்தின் சூட்சுமத்தை நீங்கள் விளங்கிக்கொள்ளத் தொடங்கிவிட்டீர்கள் போல் தோன்றுகிறது,” என்றார் முதிய பத்தி எழுத்தாளர். “இப்பொழுது பலன் கிடைக்கத் தொடங்கியிருப்பதால் உங்களுக்கே இதில் லயிப்பு உண்டாகிவிட்டது போல் இருக்கிறது.

போகட்டும். நான் இப்பொழுது உங்களிடம் வெளிப்படையாகப் பேச விரும்புகிறேன். எல்லா ஹுருஃபிக்களுக்கும் மிக மோசமான முடிவுகளே ஏற்படுகின்றன. ஹுருஃபிஸத்தைத் தோற்றுவித்த அஸ்தராபாதைச் சேர்ந்த ஃபஸலல்லா ஒரு நாயைய்ப் போலக் கொல்லப்பட்டார். அவருடைய பாதங்களைப் பிணைத்து சந்தையிலே அவருடைய உடலை இழுத்துச் சென்றார்கள். ஜெலால் பேவைப் போலவே, அறுநூறு ஆண்டுகளுக்கு முன்பாகக் கனவுகளை ஆராய்ந்து பலன் சொல்வதன் மூலமாகத்தான் அவரும்கூடப் பெயர் வாங்கினாரென்பது உங்களுக்குத் தெரியுமா? ஆனால், அவர் செய்தித்தாள்களுக்காகப் பலன் கூறவில்லை. நகருக்கு வெளியே ஒரு குகையில் இருந்துகொண்டு இந்தக் கலையை அவர் பரப்பிக்கொண்டிருந்தார்.”

“நீங்கள் ஒருவரைப் புரிந்துகொள்ள வேண்டுமென்றால் இப்படிப்பட்ட ஒப்பீடுகளால் எள்ளளவு பயனாவது இருக்குமா? வாழ்க்கையின் மாபெரும் ரகசியங்களை அவைகளால் ஊடுருவிப் பார்த்துவிட முடியுமா?” என்றார் சஞ்சிகை எழுத்தாளர். “ஏதோ, அமெரிக்கர்களை நகலெடுப்பது நமக்கு நன்மை பயக்கும் என்பதுபோல், நாம் திரை நட்சத்திரங்களென்று சொல்லிக்கொள்ளும் துயர் மிகுந்த உள்ளூர்க் கலைஞர்களின் அறிந்து கொள்ளத் தகாத ரகசியங்களை ஊடுருவிப் பார்க்க நான் முப்பதாண்டுக் காலமாக முயன்றுவருகிறேன். நான் தெரிந்துகொண்டதெல்லாம் இதுதான். மக்கள் இணைகளாகத்தான் வருகிறார்களென்று சொல்லுவோர் தவறு செய்கிறார்கள். ஒரே மாதிரி தோன்றும் இருவர் இருந்ததேயில்லை. நம்முடைய அப்பாவிப் பெண்கள் ஒவ்வொருவருமே ஏதோ ஒரு விதத்தில் பாவப்பட்டவர்கள்தான். நம்முடைய நட்சத்திரங்கள் ஒவ்வொன்றுமே வானில் தனித்து நிற்பவைதான். ஒப்பிட முடியாத, ஆதரவற்ற இரண்டாந்தர நட்சத்திரம்தான்.”

“ஆனால், ஹாலிவுட்டிலிருந்து வந்த அசல் நட்சத்திரங்கள் விதிவிலக்கானவர்கள்” என்றார் முதிய பத்தி எழுத்தாளர். “எந்த மூலப் படைப்புகளிலிருந்து தன்னுடைய கருத்துக்களை ஜெலால் பே எடுத்துக் கையாள்கிறார் என்பதை நான் ஏற்கெனவே சொன்னேன் இல்லையா? அந்தப் பட்டியலில் மேலும் சில பெயர்களை நான் இணைக்க வேண்டும். அவர் தாந்தே, தாஸ்தாவெஸ்கி ரூமி போன்றோரிடமிருந்து மட்டுமல்லாமல் ஷேக் காலிப்பிடமிருந்து கூடக் களவாடியிருக்கிறார்.”

“ஒவ்வொரு வாழ்க்கையுமே தனித்துவம் மிகுந்தது” என்று உணர்ச்சி வயப்பட்டுக் கூறினார் சஞ்சிகை எழுத்தாளர். “தனக்கு நிகரென்று வேறெதுவும் இல்லாதபோதுதான் எந்த ஒரு கதையுமே கதையாகிறது. ஒவ்வொரு எழுத்தாளரும் பரிதாபத்துக்குரியவரே. அவர்கள் எல்லோருமே தனிமையானவர்கள்தான்.”

“இதை என்னால் ஏற்றுக்கொள்ள முடியாது” என்றார் முதிய பத்தி எழுத்தாளர். “செவ்வியல்தன்மை மிக்கதென்று பலரும் சிலாகித்துப் பேசும் அந்தக் கட்டுரையிலிருந்தே தொடங்குவோம். அதுதான், *அந்த பாஸ்ஃபரஸ் வறண்டு போகும்போது* என்கிற கட்டுரை. இந்த உலகம் அழிவதற்கான சமிக்ஞைகள் – இவையெல்லாமே, இறுதித் தீர்ப்பைப் பற்றி திருக்குர்ஆனில் சொல்லப்பட்டிருக்கும் வாசகங்களிலிருந்தும், இப்னு கல்துன் மற்றும் எபு ஹோராசனியின் செய்யுள்களிலிருந்தும் களவாடிக் கையாளப்பட்டவைதானே! இறைத்தூதரின் வருகைக்கு முன்னதாக நேர இருக்கும் அழிவின் நாட்களைப் பற்றித்தானே இவையெல்லாம் வர்ணிக்கின்றன? அவர்களுடைய சொற்களைச் சூறையாடி ஜெலால் பேவும் அதையேதான் எழுதுகிறார். இதனுடன் ஒரு தாதாவைப் பற்றிய கதையையும் சேர்த்துக்கொள்கிறார். அந்தக் கட்டுரையில் எந்த விதமான கலைநயமும் இல்லை. ஆனால், அவருடைய வெறித்தனமான அபிமானிகள் கொண்ட சிறிய குழுவொன்றுக்கு தாதாவைப் பற்றிய கதை மட்டுமே கிளர்ச்சியூட்டிவிடவில்லை. அதே போல், அந்தக் கட்டுரை வெளியான அன்று எதற்காக உணர்ச்சி வெறிகொண்ட பெண்கள் நூற்றுக்கணக்கில் தொலைபேசியில் அவரை அழைத்தார்கள் என்பதற்கும் இது விளக்கமாக இருக்க முடியாது. அந்தக் கட்டுரையின் எழுத்துகளின் ஊடே சங்கேத பரிபாஷைகள் இருந்தன. என்னையோ உங்களையோ போன்றவர்களுக்கானது அல்ல அவை. மாறாக, இந்த விதமான சங்கேதக் குறியீடுகளைப் புரிந்துகொள்ளும் திறன்பெற்ற மதவெறி கொண்ட பக்தர்களுக்கானது. இப்படிப்பட்ட பக்தர்கள் இந்தத் தேசமெங்கும் வியாபித்திருக்கிறார்கள். அவர்களுள் பாதிப் பேர் விபச்சாரிகள். மீதிப் பேர் சிறுவர்களோடு பால் வல்லுறவு கொள்பவர்கள். அவர்கள் எல்லோருமே இதில் பொதிந்திருக்கும் செய்தியைப் பவித்திரமான கட்டளையாக ஏற்றுக் கொள்பவர்கள். பத்திரிகை அலுவலகத்தை இரவும் பகலும் மாறி மாறித் தொலைபேசியில் அழைத்து இப்படிப்பட்ட அபத்தமான எழுத்துக்காகத் தங்களுடைய அபிமான ஷேக் ஜெலால் பேவை வேலையைவிட்டு நீக்கிவிடக் கூடாதென்று வலியுறுத்துவதைத் தங்களுடைய கடமையாகக் கருதுபவர்கள். இதுவும் போக, அவருக்காக எப்பொழுதுமே ஒன்றிரண்டு பேர் பத்திரிகை அலுவலகத்துக்கு வெளியே காத்திருப்பார்கள் என்பதைச் சொல்லத் தேவையில்லை. ஆக, நீங்களும் அப்படிப்பட்டவர்களுள் ஒருவர் இல்லையென்பதை நாங்கள் எப்படித் தெரிந்துகொள்வது காலிப் பே?”

“இந்த காலிப் பே மீது எங்களுக்கு ஏனோ ஈர்ப்பு வந்துவிட்டது,” என்றார் சஞ்சிகை எழுத்தாளர். “இளமைக் காலத்தில் எங்களிடமிருந்த ஏதோ ஓர் அம்சத்தை அவரிடம் நாங்கள் பார்த்தோம். அவரிடம் எங்களுக்கு ஒரு லயிப்பு ஏற்பட்டுவிட்டது. இந்த ரகசியங்கள் அனைத்தையும் பகிர்ந்துகொள்ளப் போதுமான லயிப்பு. ஆக எதெது எப்படியென்று இப்படித்தான் எங்களுக்குத் தெரியவந்தது. ஒரு காலத்தில் பிரபலமாக

இருந்த திரை நட்சத்திரம் தன்னுடைய கடைசிக் காலத்தில் கழித்த ஓய்வகத்தில் இருக்கும்போது சொன்னதைப் போல – பொறாமையென்று நாம் சொல்லும் நோய் – என்ன ஆனது இளைஞனே? நீங்கள் கிளம்பப் போகிறீர்களா என்ன?"

"நீங்கள் இங்கேயிருந்து கிளம்ப வேண்டுமென்றால், மகனே, முதலில் இந்தக் கேள்விக்குப் பதில் சொல்லிவிட்டுப் போக வேண்டும்!" என்றார் முதிய பத்தி எழுத்தாளர். "இந்த ஆங்கிலேயத் தொலைக்காட்சி ஆட்கள் ஏன் ஜெலாலிடம் மட்டுமே பேச ஆசைப்படுகிறார்கள்? ஏன் என்னிடம் அவர்கள் பேச விரும்பவில்லை?"

"ஏனென்றால் அவர் உங்களைக் காட்டிலும் மேலான எழுத்தாளர்" என்றான் காலிப். அவன் அமர்ந்திருந்த இருக்கையைவிட்டு எழுந்து படிக்கட்டுக்கு இட்டுச் சென்ற நிசப்தமான தாழ்வாரத்தை நோக்கி நடந்தான். அவனுக்குப் பின்புறத்திலிருந்து முதிய பத்தி எழுத்தாளருடைய ஆரவாரமான, ஆனால் உற்சாகமான குரல் காதில் விழுந்தது.

"நீங்கள் சுவைத்துச் சப்பிய அந்த மாத்திரை அமிலநீக்கி என்றா உண்மையில் நினைத்தீர்கள்?"

தெருவை அடைந்தவுடன், தன்னைச் சுற்றிலும் கவனமாக உற்றுப் பார்த்தான் காலிப். எதிரே இருந்த நடைபாதையில் – மதத்தைப் பற்றி ஜெலால் அவதூறாக எழுதிய பத்திக் கட்டுரையை வெளியிட்ட செய்திப் பத்திரிகையொன்றை எப்போதோ முன்பொரு முறை ஏதோ ஒரு மதப் பள்ளியைச் சேர்ந்த ஓர் இளைஞர் குழாம் எரித்திருந்த அதே முக்கில் – ஆரஞ்சுப் பழங்களை விற்கும் மனிதனுக்கு அருகாக ஒரு வழுக்கைத் தலையன் நடைபயின்றுகொண்டிருப்பதை காலிப் பார்த்தான். ஆனால் ஜெலாலுக்காக யாரும் காத்துக்கொண்டிருப்பதைப் போல் தெரியவில்லை. தெருவைக் கடந்து ஒரு ஆரஞ்சுப் பழத்தை காலிப் வாங்கினான். அந்தப் பழத்தை உரித்துக்கொண்டிருக்கும்போது தன்னை யாரோ பின்தொடர்வதைப் போல் அவனுக்குத் தோன்றியது. கெகலக்லு பகுதியில் இருந்த தன் அலுவலகத்தை நோக்கித் திரும்பிக்கொண்டிருக்கும் போதுதான் அவ்வாறு நினைக்கக் காரணமாக அமைத்தது, அந்தக் கணத்தில் நிகழ்ந்த எந்த நிகழ்ச்சியென்று தெளிவுபடுத்திக்கொள்ள அவன் வீணாக முயன்றான். அங்காடிகளின் சாளரங்களில் பார்வைக்கு அடுக்கப்பட்டிருந்த புத்தகங்களை மேலோட்டமாகப் பார்த்தவாறு அந்தச் சந்துக்குள் சாவதானமாக நடந்துபோய்க்கொண்டிருக்கும்பொழுது அவ்வளவு தீர்மானமாக அவனை நினைக்க வைத்ததற்கு எந்தச் சம்பவம் காரணமாகியிருக்குமென்று யோசித்துக்கொண்டே போனான் காலிப். அவனுக்குத் தெரிந்ததெல்லாம் தன் கழுத்துக்குப் பின்புறத்தில் ஏதோ ஒன்றை – ஒரு 'கண்ணை' – அவனால் உணர முடிந்தது என்பதுதான். இந்த விதமாகத்தான் அவனால் விளக்க முடிந்தது.

ஒரு குறிப்பிட்ட சாளரத்தை நெருங்கியபோது வழக்கம் போல் அவன் நிதானித்தான். அப்பொழுது வேறு இரண்டு மிகப் பிரத்யேகமான கண்கள் தன்னை வெறித்து நோக்குவதை அவன் கண்டான். ஏதோ மிக நெருங்கிய ஒரு நண்பனைச் சந்தித்துவிட்ட உற்சாகம் அவனுள் நிறைந்தது. முதன் முறையாக அவன் எவ்வளவு நெருக்கமானவன் என்பதையும் காலிப் உணர்ந்தான். அது ரூயா மிகவும் விரும்பி வாசிக்கும் துப்பறியும் நாவல்களை

வெளியிடுவதில் சிறப்பு கவனம் செலுத்தும் பதிப்பகம். பல்வேறு புத்தக அட்டைகளின் மீது அவன் பார்த்துப் பழகியிருந்த சதிகார ஆந்தை, சிறிய காட்சிச் சாளரத்தில் பார்வைக்கு வைக்கப்பட்டிருக்கும் நூல்களின் மீதாக எப்பொழுதும் போல் தொத்திக்கொண்டு தன்னுடைய பொறுமை மிகுந்த பார்வையை காலிப் மீதும், இதர ஞாயிற்றுக்கிழமை ஜனநெரிசல் மீதும் படரவிட்டிருந்தது. அந்த அங்காடிக்குள் நுழைந்த காலிப், இதுவரை ரூயா வாசித்திருக்க வாய்ப்பில்லையென்று தான் நினைத்த மூன்று புத்தகங்களைப் பழைய புத்தகப் பட்டியலிலிருந்து தேர்ந்தெடுத்தான். கூடவே *பெண்கள், காதல், விஸ்கி* என்ற தலைப்பில் வெளியாகியிருந்த அந்தப் பதிப்பகத்தின் மிகச் சமீபத்திய வெளியீட்டையும் எடுத்துக்கொண்டான். தான் தேர்ந்திருந்த நூல்களை அங்காடியின் உதவியாளர் பொதிந்து தரக் காத்திருந்த வேளையில் மேற்தட்டு நூலடுக்கின் மீது ஒரு விளம்பர அட்டை ஆணியில் மாட்டப்பட்டுத் தொங்கிக்கொண்டிருந்ததைப் பார்த்தான். ‘வேறு எந்தத் துருக்கியத் தொடர் வரிசையும் இதுவரை 126ஆவது தொகுதியைக் கண்டதில்லை. துப்பறியும் புனைகதைகளின் தரத்துக்கு அதன் அளவே நிர்ணயம்.’ இதே போல் இலக்கியச் சல்லாப வரிசையொன்றும், ஆந்தை வரிசை கேலிச்சித்திரக் கதைத்தொகுப்பு ஒன்றும் வெளியாகியிருந்தன. இவற்றைப் பார்த்த காலிப் ஹுரூஃபிஸம் பற்றிய நூல் எதுவும் கிடைக்குமா என்று கேட்டுப் பார்த்தான். வெளியே தெருவில் திரிந்துகொண்டிருக்கும் கூட்டத்தையும், அதே நேரத்தில் விற்பனைப் பிரிவில் நின்றுகொண்டிருக்கும் இளைஞர்களையும் கண்காணிக்க வாகாக, வாயிற்கதவை ஒட்டி கரடுமுரடான தோற்றத்தோடு ஒரு வயதான மனிதன் அமர்ந்திருந்தான். காலிப் எதிர்பார்த்திருந்த பதிலையே அவன் சொன்னான்.

“எங்களிடம் அதெல்லாம் இல்லை. நீங்கள் தேடும் நூலைக் கருமி இஸ்மாயிலிடம் கேட்டுப்பாருங்கள். வைத்தாலும் வைத்திருப்பான்.” பிறகு, “ஹுரூஃபியார்க்கத்தைத் தழுவியிருந்த பட்டத்து இளவரசர் உஸ்மான் ஜெலாலெதின் எஃபென்டி கூட ஃபிரெஞ்சு மொழியிலிருந்து துருக்கிக்குத் துப்பறியும் நாவல்களை மொழிபெயர்த்திருக்கிறார். இது உங்களுக்குத் தெரியுமா?” என்று அந்த வயதான மனிதன் கேட்டான். “அவற்றின் தட்டச்சுப் பிரதிகள் ஒருமுறை என் கைக்குக் கிடைத்தன. அவர் எவ்வாறு கொல்லப்பட்டார் என்று உங்களுக்குத் தெரியுமா?”

கடையை விட்டுத் தெருவில் இறங்கியவுடன் வீதியின் இருபக்க நடைபாதைகளையும் காலிப் கவனமாக ஆராய்ந்தான். ஆனால் அவன் கவனத்தை ஈர்க்கும் விதமாக எதுவும் அவனுக்குப் புலப்படவில்லை. சான்ட்விஜ் கடையின் சாளரத்தின் ஊடே எட்டிப் பார்த்துக்கொண்டிருந்த, தலையைச் சுற்றி சால்வையணிந்த பெண்ணொருத்தியும் அளவுக்கு மீறிப் பெரிதாக இருந்த அங்கியை அணிந்த சிறுவன் ஒருவனும்; ஒரே மாதிரியான பச்சை வண்ணக் காலுறைகள் அணிந்த பள்ளிச் சிறுமிகள்; தெருவைக் கடக்கக் காத்துக்கொண்டிருந்த பழுப்பு நிற அங்கியணிந்த முதியவர். ஆனால், அலுவலகத்தை நோக்கி நடைபோடத் தொடங்கியவுடன், மேலேயிருந்து அவனையே உற்றுப் பார்த்துக்கொண்டிருக்கும் அந்தக் கண்ணை அவனால் உணர முடிந்தது.

இதற்கு முன்பாக அவனை யாரும் தொடர்ந்ததில்லை என்பதாலும், தன்னை யாரும் தொடர்வது போல் அவன் இதுவரை உணர்ந்ததில்லை

என்பதாலும், இந்த விஷயத்தில் காலிப்புக்குத் தெரிந்திருந்த எல்லாமுமே அவன் பார்த்திருந்த திரைப்படங்களிலிருந்தும் ரூயாவிடமிருந்த துப்பறியும் நாவல்களிலிருந்துமே அறியக் கிடைத்திருந்தன. இந்த நாவல்களுள் ஒரு சிலவற்றை மட்டுமே காலிப் வாசித்திருந்த போதிலும் அவற்றுக்கு அவன் தனிக் கவனம் கொடுத்திருந்தான். என்றோ ஒருநாள் தான் ஒரு நாவலை எழுதப்போவதாகவும் அதனுடைய தொடக்க அத்தியாயமும் இறுதி அத்தியாயமும் ஒன்றுபோலவே இருக்குமென்றும் அவன் கூறுவதுண்டு. அல்லது, உண்மையான முடிவு கதைக்குள்ளேயே தொக்கி நிற்பதான முடிவே இல்லாததைப் போல் தோன்றும் ஒரு கதையைத் தான் எழுதப்போவதாகவும் அவன் சொல்லிக்கொண்டிருப்பதுண்டு. மேலும், கதாபாத்திரங்கள் எல்லோருமே பார்வையற்றவர்களாக இருக்கும் ஒரு நாவலைத் தான் எழுதப்போவதாகவும் அவன் சொல்லிக்கொண்டிருப்பான். இப்படி, ஒரு விசித்திரமான யோசனையிலிருந்து மற்றொன்று என அவன் பிதற்றிக்கொண்டிருக்கும்போது ரூயா கண்களை உருட்டி அவனை முறைப்பாள். ஆனால், காலிப்போ ஒருநாள் தான் வேறொருவராக உருமாறிவிடும் கனவில் லயித்திருப்பான்.

காலிப்புடைய அலுவலகத்தின் ஒதுக்குப்புறமான ஒரு மூலையில் அமர்ந்து முடவனொருவன் பிச்சையெடுத்துக்கொண்டிருப்பான். இப்பொழுது, அவனது இரு கண்களிலும் பார்வையும் பறிபோய்விட்டதைப் போல் தோன்றுகிறது. தன்னை ஆட்கொண்டிருக்கும் கொடுங்கனவுக்குத் தூக்கமின்மை எந்த அளவுக்குக் காரணமோ அதே அளவுக்கு ரூயா காணாமல்போனதும் காரணமென்ற தீர்மானத்துக்கு காலிப் வந்த நேரத்தில்தான் பிச்சைக்காரனைப் பற்றிய எண்ணமும் தோன்றியது. அலுவலகத்துக்குள் நுழைந்தவுடன் அவன் நேராய்ச் சாளரத்தின் பக்கம் சென்று அதைத் திறந்து கீழே தெரிந்த தெருவை உற்று நோக்கினான். கவனமாக அதை ஆராய்ந்த பிறகு தன்னுடைய மேஜையை அடைந்து இருக்கையில் அமர்ந்தான். தொலைபேசிக்கருகில் இருந்த உறைக்கோப்பை எடுக்கத் தன் கை நீள்வதை அவன் பார்த்துக்கொண்டிருந்தான். அந்த உறைக்கோப்பிலிருந்து சுத்தமான ஒரு வெள்ளைத் தாளை உருவி, எந்த யோசனையுமில்லாமல் அந்தத் தாளில் அவன் எழுதத் தொடங்கினான்.

ரூயாவைக் கண்டுபிடிக்கக் கூடிய இடங்கள்

- அவளுடைய முன்னாள் கணவனின் வீடு
- என்னுடைய பெரியம்மா, பெரியப்பாவின் இல்லங்கள்
- பானுவின் வீடு. ஒரு பாதுகாப்பான இல்லம்.
- பாதுகாப்பானதென்று ஒரு சில அரசியல் அகதிகள் ஒரு சில நேரங்களில் பயன்படுத்தும் அந்த வீடு.
- கவிதையைத் தவிர வேறெதையும் பற்றி யாரும் பேசாத அந்த வீடு.
- சூரியனுக்குக் கீழே இருக்கும் அத்தனை விஷயங்களையும் பற்றிப் பேசும் அந்த வீடு.
- நிஷாந்தஷியிலிருக்கும் அந்த இன்னொரு வீடு
- ஏதோ ஒரு வீடு.

ஒரே சமயத்தில் யோசித்துக்கொண்டே எழுதுவது இயலாத காரியம் என்று தீர்மானித்துப் பேனாவைக் கீழே வைத்தான். மீண்டும் பேனாவை எடுத்தபொழுது அவளுடைய முன்னாள் கணவனின் வீட்டைத் தவிர பட்டியலிட்டிருந்த ஏனைய அனைத்தையும் அடித்தான். பிறகு எழுதினான்:

- ஜெலாலோடு ரூயாவைப் பார்க்க முடிகிற இடங்கள்.
- ஜெலாலுக்கிருக்கும் வீடுகள் ஒன்றில், ஜெலாலையும் ரூயாவையும் இணைந்து.
- ஜெலாலையும் ரூயாவையும் இணைந்து ஏதோ ஒரு விடுதியின் அறையில்.
- ஜெலாலும் ரூயாவும் இணைந்து திரைப்பட அரங்குகளுக்குச் செல்கையில்
- ஜெலாலும் ரூயாவும் இணைந்து? ஜெலாலும் ரூயாவும் இணைந்து?

ஒரு தாளில் இவை அனைத்தையும் எழுதி முடித்தவுடன் தான் எழுத வேண்டுமென்று கனவு கண்டிருந்த துப்பறியும் நாவல்களில் வரும் கதாநாயகனைப் போல் காலிப் உணர்ந்தான். ரூயாவை நினைவூட்டும் ஒரு புதிய உலகின் வாயிலில் – தான் வேறொரு நபராக ஆகப் போகும் உலகின் வாயிலில் – நின்றுகொண்டிருப்பதைப் போல் அவனுக்குத் தோன்றியது. அந்த உலகில் தான் பின்தொடரப்படும் சாத்தியம் இருந்தபோதிலும் மன அமைதி தரும் உலகாக அது இருக்குமென்று அவன் நம்பினான். தான் பின்தொடரப்படுவதாக ஒருவர் நினைத்துக் கொண்டாலும், காணாமல் போன ஒரு நபரிடம் இட்டுச் செல்லும் தடயங்களை மேஜை முன் உட்கார்ந்து தாளில் எழுதிவிடக் கூடிய அளவுக்குத் தான் ஒரு திடசாலியான நபர்தானென்று தன்மனத்தைத் தன்னால் உறுதிப்படுத்திக்கொள்ள முடியும். இப்படி ஒரு தீர்மானத்துக்கு அவன் வந்தான். ஒரு துப்பறியும் நாவலின் சாகச நாயகனுக்குரிய எந்தச் சாயலையும் அவன் கொண்டிருக்கவில்லை. இதையும் காலிப் உணர்ந்தே இருந்தான். என்றாலும் அப்படி பாவித்துக்கொள்வது அவன் மனத்துக்கு இதமாகவே இருந்தது. அப்படிப்பட்ட ஓர் ஆளாகத் தான் மாறிவிட முடியுமென்ற எண்ணமே அவனுடைய அந்தச் சந்தடிமிகுந்த, துப்புரவற்ற அலுவலகத்தில், சிக்கல் விழுந்துவிட்ட வலையாகிப் போன தன்னுடைய வாழ்க்கைக்குள் மூழ்கிவிட்ட நிலையில் அவன் அமர்ந்திருப்பதைச் சற்றே எளிதாக்கிவிட்டது. அந்த நேரம் பார்த்துத் திகைப்பை ஏற்படுத்தும் வண்ணம் சீராய்க் கேசத்தை வகிடு எடுத்திருந்த பையனொருவன் அருகாமையில் இருந்த உணவகத்திலிருந்து காலிப் கொண்டு வரச் சொல்லியிருந்த உணவைக் கொண்டு வந்தான். தன்முன்னிருந்த வெற்றுத்தாளில் காலிப் குறித்திருந்த தடயங்கள் அவனுக்குள் இருந்த அந்த இன்னொரு நபருக்குள் அவனை வெகு ஆழமாக இழுத்துச் சென்றிருந்தன. அதனால், அவன் முன் வைக்கப்பட்ட அந்த உணவு வெறுமனே ஓர் அருவருப்பான தட்டில் பரப்பி வைக்கப்பட்டிருக்கும் வெள்ளாட்டுக் கறியும், அரிசிச் சாதமும், கேரட் பச்சடியுமென்று அவனுக்குத் தோன்றவில்லை. மாறாக, ஏதோ முதன்முதலாகப் பார்க்கும் ஓர் உணவுப் பண்டமாக அவனுக்குப்பட்டது.

அவன் சாப்பிட்டுக்கொண்டிருந்தபோது தொலைபேசி ஒலித்தது. ஏதோ, அந்த அழைப்புக்காகவே காத்திருந்தவனைப் போல் அவன் உடனே

அதை எடுத்துப் பேசினான். தவறான எண்ணிலிருந்து வந்த அழைப்பு. சாப்பிட்டு முடித்து உணவுத்தட்டை ஒருபுறமாக ஒதுக்கி வைத்துவிட்டு நிஷாந்தஷியிலிருக்கும் தன்னுடைய வீட்டு எண்ணுக்கும் ஒரு சம்பிரதாய முறைப்படியான அழைப்பை மேற்கொள்ள முயன்றான். தொலைபேசி மணி ஒலித்துக்கொண்டே இருக்கயிருக்க ரூயாவைப் பற்றிய கற்பனையை வலிந்து உருவாக்கிக்கொண்டான். ஓய்ந்துபோய் வீட்டுக்கு வந்தவுடன் நேராய்ப் படுக்கையில் சென்று வீழ்ந்திருப்பாள்.

இந்தக் கணத்தில் அவள் தடுமாறி எழ முயன்றுகொண்டிருப்பாள். ஆனால், யாரும் அழைப்பை ஏற்காத நிலையில் அவன் அதைப்பற்றி ஆச்சரியப்படவேயில்லை. அடுத்து, அவன் ஹாலா பெரியம்மாவின் எண்ணைச் சுழற்றினான்.

அவள் கேள்விகளால் துளைத்துவிடுவாளென்று அவனுக்கு நன்றாகவே தெரியும். – ரூயா இன்னமும் ஜுரத்தோடுதான் படுத்துக் கிடக்கிறாளா? அவள் ஏன் தொலைபேசி அழைப்பை ஏற்கவில்லை? வீட்டின் அழைப்பு மணியை அடித்தபோது ஏன் வாசலில்கூட வந்து எட்டிப் பார்க்கவில்லை? அவர்கள் எல்லோரும் எவ்வளவு கவலைப் பட்டுக்கொண்டிருக்கிறார்கள் என்று அவளுக்குத் தெரியாதா? ஆக, இவ்வாறான கேள்விகளுக்கெல்லாம் ஒரே மூச்சில் பதில் சொல்ல வேண்டியிருக்குமென்று அவன் அறிந்தேயிருந்தான். அவர்களுடைய தொலைபேசி பழுதாகியிருந்தது. அதனால்தான் அவர்கள் இருவரும் யாரையும் அழைத்துப் பேச முடியாமல் போயிற்று. ரூயாவின் காய்ச்சல் தானே சரியாகிவிட்டது. அவள் மீண்டும் எழுந்து நடமாடத் தொடங்கிவிட்டாள். உடல்நிலை சரியில்லாமல் படுத்திருந்தாளோ என்று யாரும் சந்தேகித்துவிட முடியாத அளவுக்கு அவள் இப்பொழுது மிகவும் நன்றாகவே தேறிவிட்டாள். ஒரு வாடகை மகிழுந்தின் பின் இருக்கையில் – அது ஒரு 1956ஆம் ஆண்டு ஷவர்லே கார் – ஊதா நிற அங்கியணிந்து வசதியாக அமர்ந்தபடி, காலிப்புக்காக மகிழ்ச்சியோடு காத்துக்கொண்டிருக்கிறாள். கடுமையாக நோய்வாய்ப்பட்டிருக்கும் ஒரு பழைய நண்பனைப் பார்ப்பதற்காக அவர்கள் இஸ்மீருக்குச் சென்று கொண்டிருக்கிறார்கள். கப்பல் கிளம்ப இருக்கிறது. இந்தத் தொலைபேசி அழைப்புக்காகவே வழியிலிருக்கும் மளிகைக்கடையில் காலிப் இறங்கிக்கொண்டிருக்கிறான். எத்தனையோ பேர் காத்திருக்கையில் இந்தத் தொலைபேசியைப் பயன்படுத்த அவனுக்கு அனுமதியளித்த மளிகைக் கடைக்காரனுக்கு அவன் நன்றியைத் தெரிவித்துக்கொண்டான். ஆக, இப்போதைக்குப் போய் வருகிறேன். என்றாலும் வேறு கேள்விகளை எழுப்ப அது பெரியம்மா ஹாலாவுக்குத் தடையாயில்லை. வெளியே கிளம்பும்போது கதவை ஒழுங்காக மூடித் தாளிட்டுப் பூட்டிவிட்டு வந்தார்களா? தனது பச்சை நிற முழு அங்கியை எடுத்துக்கொள்ள ரூயா மறந்து போய்விடவில்லையே?

சயீம் தொலைபேசியில் அழைத்தபோது, தான் இதுவரை காலடி எடுத்து வைத்திராத ஒரு நகரத்தின் வரைபடத்தை மட்டுமே பார்த்து ஒரு மனிதன் எவ்வளவு மாறிவிட முடியுமென்று காலிப் தனக்குத்தானே கேட்டுக்கொண்டிருந்தான். காலிப் கிளம்பிச் சென்ற பிறகு தன்னுடைய ஆவணக் காப்பகத்தைத் தொடர்ந்து துழாவிக்கொண்டிருந்தபோது, வேறு

சில நம்பிக்கையூட்டும் தொடர்புகளைத் தான் கண்டெடுக்க முடிந்ததைக் காலிப்புக்குத் தெரியப்படுத்துவதற்காகத்தான் சயீம் அழைத்திருந்தான். அந்த மூதாட்டியின் மரணத்திற்குக் காரணமாக இருந்த மகமத் யில்மாஸ் உயிரோடிருக்கிறான் என்பது உண்மையாகவே இருக்கலாம். ஆனால் அவர்கள் முன்பு யூகித்திருந்ததைப் போல அஹ்மத் காகர் என்ற பெயரிலோ அல்லது ஹல்துன் கரா என்ற பெயரிலோ அவன் உலவிக் கொண்டிருக்கவில்லை. முஆமர் எர்ஜெனர் என்பதுதான் அவனுடைய புதிய புனைபெயர். அது புனைபெயர் போலக்கூடத் தெரியவில்லை. ஓர் ஆவியைப் போல் அவன் நகருக்குள் திரிந்துகொண்டிருக்கிறான். எப்பொழுதுமே ‘எதிரணியின் கருத்துநிலையிலிருந்து’ ஒவ்வொரு விஷயத்தையும் பார்க்கக்கூடிய பருவ இதழென்று பிரபலமாகியிருந்த சஞ்சிகை ஒன்றில் இந்தப் பெயரைப் பார்க்க நேர்ந்தபொழுது சயீமுக்கு ஆச்சரியம் உண்டாகவில்லை. மாறாக, ஸலிஹ் கோல்பாப் என்ற பெயரில், அதே எழுத்து நடையில், அதே போன்ற எழுத்துப் பிழைகளுடன் ஜெலாலின் இரண்டு பத்திக் கட்டுரைகளை கூர்மையாக விமர்சித்து அதே இதழில் வெளியாகியிருந்த இன்னொரு கட்டுரைதான் சயீமை அதிரச் செய்திருந்தது. ஸலிஹ் கோல்பாப் என்ற பெயர் ரூயாவின் முன்னாள் கணவனுடைய பெயரின் சாயலில், எதுகை மோனையோடு, எழுத்துகளின் எண்ணிக்கையிலும் ஒத்துப்போகிறது என்பதை அவன் கவனித்தான். உழைப்புக்கான பொழுது எனும் கல்விப்புல சஞ்சிகையின் முன்தேதியிட்ட இதழைத் தற்செயலாகப் புரட்டிக்கொண்டிருந்த நேரத்தில், அதன் முதன்மை ஆசிரியர் ஸலிஹ் கோல்பாப் என்றிருப்பதைக் கண்ட பொழுதுதான் சயீம் அதிகமாய்த் திகைத்துப் போனான். அந்த சஞ்சிகை யின் முகவரியைக் கொடுப்பதற்காகவே சயீம் இப்பொழுது காலிப்பை அழைத்திருந்தான். அந்த சஞ்சிகையின் பிரதான அலுவலகங்கள் நகருக்கு வெளியே இருந்தன: 13, ரெஃபத் பே தெரு, சினான்பாஸா, பகிர்காய்.

தொலைபேசியைக் கீழே வைத்த பிறகு கூன்டபே குடியிருப்புப் பகுதி எங்கே இருக்கிறதென்று பார்க்க நகர் வழிகாட்டிக் கையேட்டை காலிப் பிரித்துப் பார்த்தான். அதைப் பார்த்தவுடன் அவன் அப்படியே அதிர்ச்சியில் உறைந்துபோனான். முற்றாய்த் தன்வயம் இழந்துபோய் விட்டால் தேவலாம் என அந்த நொடியில் அவன் ஏங்கினான். ஆனால் அப்படி எதுவும் நடக்கவில்லை. அந்தப் பகுதியில் வாழும் உழைக்கும் வர்க்க அண்டை அயலார்களைப் பற்றி ஆய்வு செய்ய உதவிகரமா யிருக்கும் எனும் நோக்கத்தில், திருமணமானவுடன் ரூயாவும் அவளுடைய முதல் கணவனும் குடியேறிய நகரின் சேரிப்புறப் பகுதி இதுதான். முழுக் குன்றையும் ஆக்கிரமித்திருக்கும் இந்தப் புதிய கட்டட வளர்ச்சிக்கு வழிவிட்டு அந்தச் சேரிப்புறம் இப்பொழுது முற்றிலுமாய் மறைந்து விட்டிருந்தது. அந்த வரைபடத்தில் காணப்பட்ட குறிப்புகளின் படி, இந்த அண்டைப்புறத்தில் இருந்த ஒவ்வொரு தெருவுக்கும் சுதந்திரப் போரில் சாகசம் புரிந்திருந்த நாயகர்களுள் ஏதோ ஒரு நாயகரின் பெயர் சூட்டப்பட்டிருந்தது. அந்த வரைபடத்தின் ஒரு மூலையில் காணப் பட்டது பூங்காவாக இருக்கக்கூடுமென்று காலிப் யூகித்தான். ஒரு சிறிய பசும் சதுக்கம். அங்கே ஒரு ஸ்தூபியும் ஆட்டாதுர்க்கின் சிலையும் காணப் பட்டன. மீதியிருக்கும் வாழ்நாளைப் புதிய தேசங்களைத் தேடிச் செல்லும் ஆர்வத்தில் காலிப் கழிக்கத் தீர்மானிப்பானென்றால் அவன் மனத்தில் கடைசி இடத்தில் இடம் பெறுவது இந்தப் பிரதேசமாகவே இருக்கும்.

மீண்டும் பத்திரிகை அலுவலகத்தைத் தொலைபேசியில் தொடர்பு கொண்டபோது ஜெலால் இன்னும் வந்திருக்கவில்லை என்ற செய்தி அவனுக்குத் தெரிவிக்கப்பட்டது. உடனே அவன் இஸ்கந்தரைத் தொலைபேசியில் அழைத்தான். தான் ஜெலாலை எப்படியோ சிரமப்பட்டுக் கண்டுபிடித்துவிட்டதாகவும் அவனை நேர்முகம் காண ஓர் ஆங்கிலேயத் திரைப்படக் குழுவினர் ஆர்வமாக இருப்பதையும் அவனிடம் தெரிவித்து விட்டதாகவும் காலிப் இஸ்கந்தரிடம் கூறினான். அப்படி ஒரு வாய்ப்புக்கு ஜெலால் ஆட்சேபம் எதுவும் தெரிவிக்கவில்லையென்றும் ஆனால், தற்சமயம் அவன் வேறு அலுவல்களில் மும்முரமாக இருப்பதாகவும் காலிப் இஸ்கந்தரிடம் சொன்னான். இவற்றையெல்லாம் அவன் சொல்லிக் கொண்டிருக்கையில் பின்னணியில் ஒரு சிறுமியின் அழுகுரல் ஒலித்துக் கொண்டிருந்ததைக் கேட்டான். அந்தத் திரைப்படக் குழுவினர் இன்னும் ஆறு நாட்களுக்கு இஸ்தான்புல்லில் தங்கியிருக்கப் போகிறார்களென்று இஸ்கந்தர் காலிப்பிடம் சொன்னான். அவர்கள் ஜெலாலைப் பற்றி மிக நல்லபடியாகக் கேள்விப்பட்டிருந்தார்கள். எனவே அவனுக்காகக் காத்திருக்க அவர்கள் தயாராகவே இருப்பார்கள். காலிப் விரும்பினால் பேரா பலஸ் விடுதியில் அவர்களை நேரடியாகவே சந்திக்கலாம்.

மதிய உணவு உண்ட தட்டை வாயிற்கதவுக்கு வெளியே வைத்துவிட்டு காலிப் அலுவலகத்தைப் பூட்டினான். சந்தில் இறங்கி நடந்தபொழுது தான் இதுவரை கண்டிராத வகையில் வானம் வெளிறியிருந்ததைக் கவனித்தான். பனிச்செதில்கள் அடுப்புக்கரியின் நிறத்தில் விண்ணிலிருந்து வீழ்ந்து கொண்டிருப்பதாக அவன் கற்பனை ஓடியது. அப்படியே விழுந்தாலும்கூட இந்தச் சனிக்கிழமை மக்கள்திரள் அதைக் கண்டுகொள்ளாமல் விட்டுவிடும். அல்லது அவர்களும் ஒருவேளை அதைக் கண்டு மிரட்சிகொள்வார்களோ? இதனால்தான் அவர்கள் அனைவரும் கண்களைப் புழுதி மிகுந்த நடைபாதையின் மீதே பதித்தபடி நடக்கிறார்களோ! கைகளில் சுமந்து கொண்டிருந்த துப்பறியும் நாவல்களின் மனஅமைதி தரும் தாக்கத்தை அவன் இந்தவேளையில் உணர்ந்தான். எங்கோ இருக்கும் வசியத்துக்கு ஆட்பட்ட தொலைதூர தேசத்திலிருந்து அவை வந்திருந்த போதிலும், நகரிலிருக்கும் அயல்நாட்டு உயர்நிலைப் பள்ளிகளில் தொடங்கிய தம் கல்வியை முடிக்கவே முடியாமல் போய்விட்ட குற்றவுணர்வோடு வாழும் மகிழ்ச்சியற்ற மனையாள்களால் நம்முடைய தாய்மொழியில் அவை மொழிபெயர்க்கப்பட்டிருந்த போதிலும், நம் எல்லோருக்குமே அவை ஆறுதலைக் கொடுத்தன என்று காலிப் எண்ணினான். நல்லவேளையாக இவை இருப்பதால்தான் நகரம் தன் போக்கில் தனக்கான வேலையைப் பார்த்துக்கொண்டு போகிறது. அலுவலகங்களுக்கு வெளியே வெளிறிய நிற அங்கிகள் அணிந்த ஆண்கள் சிகரெட் லைட்டருக்கு வேண்டிய திரவத்தை விற்றுக்கொண்டிருக்கிறார்கள். அவர்களுக்கு அருகில் நின்று கொண்டிருக்கும் கந்தலாடையணிந்த நிறமற்ற கூனர்களும், வாடகை மகிழுந்துகளுக்கான வரிசையில் காத்து நிற்கும் அமைதியான பயணிகளும் அவரவர் வாழ்க்கையைத் தொடர்ந்து நடத்த முடிகிறது.

எமிநோனு நிறுத்தத்தில் பேருந்தில் ஏறிய காலிப் ஹார்பியே வரை அதில் சென்றான். பேருந்தை விட்டு இறங்கும்போது பேலஸ் திரையரங் கின் முன்பாக ஒரு கூட்டம் இருப்பதைக் கவனித்தான். இரண்டே முக்கால் மணி ஆட்டத்துக்கு சனிக்கிழமை மதிய நேரத்தில் கூடும்

என்று எதிர்பார்க்கப்படும் வகையான கூட்டம்தான் அது. இருபத்தைந்து ஆண்டுகளுக்கு முன்பாகக் காலிப்பும் ரூயாவும் தங்களுடைய வகுப்புத் தோழர்களோடு இந்தப் பகல் காட்சிக்கு வருவது வழக்கம்தான். இதே போன்ற முகப்பரு முளைத்த சிறார் கூட்டத்தோடு மழையங்கியை அணிந்து அவர்களும் நின்றிருக்கின்றனர். மரத்தூள் புழுதியாய்ப் படிந்த அதே படிக்கட்டுகளின் ஊடே முண்டியடித்துச் சென்றிருக்கின்றனர். திரைக்கு இனி வரவிருக்கும் மனங்கவர் காவியங்களின் விளம்பரச் சுவரொட்டி களுக்கு நடுவே – அவை ஒவ்வொன்றுமே சிறு சிறு விளக்குகளால் ஒளியூட்டப் பட்டிருக்கும் – அவர்கள் காத்து நிற்கும் வேளையில் ரூயா யாரோடு பேசிக்கொண்டிருக்கிறாள் என்பதைப் பொறுமையாக, அமைதியாக காலிப் நோட்டமிட்டுக்கொண்டிருப்பான். முந்தைய காட்சி இன்னும் முடிவுற்றிருக்காது. அது முடிவுக்கே வராதோ என்பது போல் தோன்றும். கதவுகள் திறக்கவே போவதில்லை. அவன் ரூயாவுக்கு அருகில் அமரப் போவதில்லை. விளக்குகள் மங்கப்போவதும் இல்லை. இரண்டே முக்கால் மணி ஆட்டத்துக்கு இன்னும் சில இருக்கைகள் மீந்திருக்கின்றன என்பதைப் பார்த்தவுடன் காலிப்புக்குள் ஒரு சுதந்திர உணர்வு வெடித்துக் கிளம்பியது. காற்றே இல்லாதது போல் திரையரங்கிற்குள் இன்னமும் உஷ்ணமாகவே இருந்தது. சென்ற காட்சிக்கு வந்துசென்றிருந்த பார்வையாளர்களின் மூச்சுக் காற்றின் நெடி இன்னமும் அங்கே விரவியிருந்தது. விளக்குகள் மங்கி விளம்பரங்கள் ஓடத் தொடங்கியவுடன் தான் தூங்கிவிடப்போகிறோம் என்று காலிப்புக்குத் தோன்றியது.

உறக்கம் கலைந்தவுடன் இருக்கையில் அவன் நிமிர்ந்து உட்கார்ந்தான். திரையில் ஓர் அழகான பெண் இருந்தாள். சொல்லவொணாத அழகி. எவ்வளவுக்கு அழகாக இருந்தாளோ அவ்வளவுக்கு அவள் சிக்கல்களால் அல்லல் பட்டுக்கொண்டிருந்தாள். பிறகு ஓர் அகண்ட, அமைதியான ஆறு தெரிந்தது. பிறகு ஒரு பண்ணை வீடு. அதற்கு அப்பால் ஒரு பண்ணை. பிறகு அல்லல் அழகி ஒரு நடுத்தர வயது மனிதரோடு பேசத் தொடங்கினாள். இதற்கு முன்பாக அந்த மனிதரைத் திரையில் பார்த்ததாக காலிப்புக்கு நினைவில்லை. அவர்களுடைய முகத்திலிருந்தும், திரையில் அவர்கள் நடமாடிய விதத்திலிருந்தும் – அயர்ச்சியோடு, ஆனால் அமைதியான விதத்தில் – அவர்களுடைய வாழ்வு துயர் மிக்கது என்பதைக் காலிப்பால் அவதானிக்க முடிந்தது. நிச்சயமாக இது வெறும் அனுமானமில்லை என்று அவன் உணர்ந்திருந்தான். வாழ்க்கையே முடிவற்ற துயர்களின் சரடுதானே! ஒன்றின் முடிவில் இன்னொன்று தயாராக மூலையில் பதுங்கி இருக்கிறதுதானே! முதலில் வந்த தீவினையானது சகித்துக்கொள்ளும் அளவிற்கு எளியதாக இருந்துவிட்டால் அடுத்து வருவது வன்மையாகத் தாக்கும். இவ்வகைத் துயர்களே நம் அனைவரையும் ஒரே மாதிரியான சாயல் கொண்டவர்களாக மாற்றும் சுருக்கங்களை நம் வதனங்கள் மீது விட்டுச் செல்கின்றன. எதிர்பாராத வகையில் திடீரென்று தீவினை நம்மை அண்டும்பொழுதுகூட அது நம் வாழ்க்கைப் பாதையில், நம் எதிரிலேயே நமக்காகக் காத்திருந்தது என்பதை நாம் அறிந்தேயிருப்போம். எனவே, அதை எதிர்கொள்வதற்கான ஆயத்த நிலையிலேயே நாம் எப்பொழுதும் இருந்து கொண்டிருப்போம். புதிய சிக்கல் எனும் மேகம் நம் வாழ்வில் கீழிறங்கி வரும்பொழுது நாம் தனிமையாக உணர்வோம். கதியற்ற தனிமை. தப்பிவிட இயலாத தனிமை. நம்முடைய துயர்களைப் பகிர்ந்துகொள்ளும் சக மாந்தர்களைக் கண்டடையும் மகிழ்ச்சியைக் கனவு கண்டவாறு நாம்

வாழ்ந்திருப்போம். திரையில் தான் காணும் பெண்ணின் சோகங்களும் தன்னுடைய சோகங்களும் ஒரே மாதிரியானவையே என்ற சிந்தனை காலிப் மனத்தில் ஒரு கணம் ஓடியது. அல்லது ஒரு வேளை, அவர்கள் பகிர்ந்துகொள்வது ஒரு சோகத்தையல்லாமல், ஓர் உலகத்தையோ என்னவோ! எவ்விதமான நம்பிக்கையையும் கொடுக்காத, அதே சமயம் உங்களை நிராகரிக்கவும் செய்யாத, வரன்முறைகளுக்குட்பட்ட ஒழுங்கான உலகையோ! அர்த்தத்துக்கும் அர்த்தமின்மைக்கும் இடையே தெளிவான கோடு வரையப்பட்டிருக்கும் உலகையோ! அடக்கமும் பணிவும் நற்செயல் களாகப் பேணப்படும் உலகையோ! திரைப்படத்தின் பிற்பகுதியில் ஒரு கிணற்றிலிருந்து அந்தப் பெண் நீரிறைத்துக்கொண்டிருந்தபோது, ஒரு பழைய ஃபோர்ட் ரக சரக்குச் சிற்றுந்தை ஓட்டிச் செல்லும்போது, ஒரு குழந்தையைக் கைகளால் அரவணைத்துத் தூக்கிச் செல்லும்போது, அந்தப் பெண் குழந்தையைப் படுக்கைக்குத் தூக்கிச் செல்லும் நேரத்தில் வாஞ்சையோடு அதனுடன் பேசிக்கொண்டிருக்கும்போது எல்லாம் அந்தப் பெண்ணோடு அந்த அறையில் நெருக்கமாக இருப்பதாகவே காலிப் நினைத்துக்கொண்டான். அவளைக் கட்டியணைத்துக்கொள்ள வேண்டும் என்ற உணர்வை காலிப்பிடம் ஏற்படுத்தியது அவளுடைய அழகோ அல்லது இயல்பாய் அவளுக்கு அமைந்திருந்த நளினமோ அல்ல. மாறாகத் தாம் இருவரும் ஒரே மாதிரியான உலகில்தான் வாழ்கிறோம் எனும் ஆழ்ந்த நம்பிக்கையே. இந்த மெலிந்த கருநிறக் கூந்தல் கொண்ட காரிகையைக் கைகளில் ஏந்திக்கொண்டு அவளையும் அதே போல் அவன் உணர வைப்பான். தன்னந்தனியனாய்த் தான் மட்டுமே இந்தத் திரைப்படத்தைப் பார்த்துக்கொண்டிருப்பதாகவும் தன் கண் முன் மட்டுமே இந்தக் காட்சி திரையவிழ்வதாகவும் காலிப் நினைத்துக்கொண்டான். ஆனால், பின்னர் ஒரு தருணத்தில், ஓர் அகண்ட நெடுஞ்சாலை குறுக்காய் ஓடும் அந்தச் சூரியன் தகிக்கும் நகரில் ஒரு சமர் நிகழ்ந்தபொழுது ஒரு வலிமையான, கட்டுமஸ்தான ஆள் குறுக்கிட்டு நிகழ்ச்சிகளைத் தன் கட்டுப்பாட்டுக்குள் கொண்டுவந்த பொழுது, அந்தப் பெண்ணோடு தான் கொண்டிருந்த மோகம் முடிவுக்கு வந்துவிட்டதாகக் காலிப் உணர்ந்தான். பிறகு திரையில் ஓடிய துணைத் தலைப்புகளை வரிவிடாமல் ஒவ்வொரு வார்த்தையாக அவன் படித்துக்கொண்டிருந்தான். அரங்கிலிருந்த அனைவரும் பொறுமை யிழந்து நகரத் தொடங்கியிருக்கையில் அவன் மெதுவாக வெளியேற எழுந்து நின்றான். வெளியே வானம் அதற்குள்ளாகவே கருமை பூண்டிருந்தது. அடர்த்தியாகப் பொழிந்துகொண்டிருந்த பனியின் ஊடே அவன் வீட்டை நோக்கி நடக்கத் தொடங்கினான்.

வெகு நேரம் கழித்துதான், அந்த ஊதா வண்ணக் கட்டம் போட்ட மெத்தையின் மீது ஓய்வுகொண்டிருக்கும் நேரத்தில்தான், வந்து வந்து கலைந்துகொண்டிருக்கும் உறக்கத்தினூடே புரண்டுகொண்டிருக்கும் பொழுதுதான், ரூயாவின் துப்பறியும் நாவல்களைத் தான் அந்தத் திரையரங்கிலேயே விட்டுவிட்டு வந்துவிட்டது அவனுடைய நினைவுக்கு வந்தது.

10

கண்

அதன் பிறகு, மிகுந்த உழைப்பைக் கொடுக்கும் வாழ்நிலையை அவன் கடந்து வந்தான். அந்தக் காலகட்டத்தில் ஒரு நாளைக்கு ஐந்து பக்கங்களுக்குக் குறையாமல் அவன் எழுதிக் குவித்தான்.

– அப்துர் ரஹ்மான் செரஃப்

ஒரு குளிர்கால இரவு நேரத்தில்தான் அதை நான் கண்ணுற்றேன். இன்னல் மிகுந்த காலகட்டங்களுள் ஒன்றை நான் கடந்துகொண்டிருந்தேன். மிகச் சிக்கலான என்னுடைய ஆரம்ப கால இதழியல் காலகட்டத்தில் நான் போராடிய அளவுக்குப் போராட வேண்டியிருக்கவில்லை. என்றாலும் எனக்கு வந்த அல்லல்களும் ஏற்பட்ட சோதனைகளும் அவற்றின் தழும்புகளை என் மீது பதித்துச் சென்றிருந்தன. ஒரு காலகட்டத்தில் என் தொழில் மீது நான் கொண்டிருந்த உத்வேகம் இப்பொழுது சற்றே மங்கியிருந்தது. கொடூரமான குளிர்கால மாலைப்பொழுதுகளில் 'நான் இன்னும் நிலைத்திருக்கிறேன்; அது மட்டுமே முக்கியமானது' என்று என்னை நானே சமாதனப்படுத்திக்கொள்ள முனைந்தேன். ஆனாலும், வெறுமையை நோக்கி நான் கூறும் வார்த்தைகளே அவை என்று எனக்குப் புலனாகியது. தூக்கமின்மை எனும் நோய் அந்தக் குளிர்பருவத்தில்தான் என்னை பீடிக்கத் தொடங்கியிருந்தது. இன்றுவரையிலும் அந்த வாதை தொடர்கிறது. இரவுப் பணியிலிருக்கும் எழுத்தரும் நானும் இரவு வெகு நேரம்வரை செய்தித்தாள் அலுவலகத்தில் தங்கி யிருப்போம். காலை நேரத்தின் சந்தடி மிகுந்த குழப்பத்தில் எழுதிவிடலாமென்று முயன்றிருந்தால் என்னால் எழுத முடியாமலே போயிருக்கக்கூடிய பத்திக் கட்டுரைகளை எழுதி முடிக்க, காலங்கடந்த இரவில்தான் நான் பிரயத்தனப்பட்டுக் கொண்டிருப்பேன். அந்தக் காலகட்டத்தில் நம்பினால் நம்புங்கள் எனும் வகையான பத்திக் கட்டுரைகளின் பால் ஐரோப்பிய செய்தித்தாள்களும் சஞ்சிகைகளும் பெரும் மோகம் கொண்டிருந்தன. என்னுடைய இரவுநேரத் தூக்கமின்மைக்கு இவை பொருத்தமான நல்வாய்ப்புகளாக அமைந்தன.

நான் சேகரித்து வைத்திருக்கும் பல்வேறு ஐரோப்பிய சஞ்சிகைகளுள் ஒன்றைத் தேர்ந்தெடுத்து இதைப் போன்ற பத்திக் கட்டுரைகளில் இருக்கும் சித்திரங்களையும் புகைப்படங்களையும் உன்னிப்பாக ஆராய்வேன். (வேறு எந்தவோர் அயல் மொழியையும் கற்றுக்கொள்ளும் தேவையை நான் எப்பொழுதுமே உணர்ந்ததில்லை. அது என் கற்பனை வளத்தைக் குறுக்கி விடும் என்று நான் திடமாக நம்பினேன்). கொஞ்ச நேரத்தில் என் கண்கள் ஏதோ ஒரு குறிப்பிட்ட சித்திரம் அல்லது புகைப்படத்தின் மீது லயிக்கும். கலாப்பூர்வமாய் மெய்மறந்து போகும் நிலை என்று வர்ணிக்கப்படும் நிலைக்குள் அது என்னைத் தள்ளி மூழ்கடித்துவிடும். அதற்குப் பிறகுதான் நான் என் பேனாவைக் கையிலெடுப்பேன்.

நான் இப்பொழுது வர்ணிக்கப்போகும் சம்பவம் ஒரு குளிர்கால இரவில் எதிர்பாராமல் நிகழ்ந்தது. *எல் இல்லஸ்ட்ரேஷன்* எனும் ஃபிரெஞ்சு மொழிச் சஞ்சிகையைப் புரட்டிக்கொண்டிருந்தேன். அப்பொழுது அதிலிருந்த கோரமான அரக்க உருவத்தை நான் கண்ணுற நேர்ந்தது. அந்த உருவத்தின் ஒரு கண் அதன் முகத்தின் உச்சியில் காணப்பட்டது. இன்னொரு கண் முகத்தின் அடியில் இருந்தது. அதைச் சரியாகக்கூட நான் பார்த்திருக்கவில்லை. அதற்குள்ளாகவே கிரேக்கக் காவியங்களில் வர்ணிக்கப்பட்டிருக்கும் சைக்லாப்ஸ் எனும் ஒற்றைக்கண் அரக்கர்களைப் பற்றிய சிறு கட்டுரை ஒன்றை எழுதத் தொடங்கிவிட்டேன். காலகாலமாக இவை பயணப்பட்டு வந்திருக்கும் இலக்கியச் சுவடுகளை அடியொற்றி அந்தக் கட்டுரையைத் தொடங்கினேன். டிடி கோர்கட் எனப்படும் துருக்கி நாட்டுக் கட்டுக்கதைகளில் இளம் யுவதிகளை அச்சுறுத்தும் அரக்கர்களில் தொடங்கி, காவியப் படைப்பாளி ஹோமரின் மகா காவியங்களில் காணப்படும் அருவருப்பான கொடிய ஐந்துக்கள், இமாம் முஹம்மத் அல் புகாரி எழுதியுள்ள *இறைத் தூதர்களின் வாழ்க்கை வரலாறு* எனும் நூலில் குறிப்பிடப்படும் தஜ்ஜால் எனப்படும் இறைஎதிரி, *ஆயிரத்தொரு இரவுகள்* கதையில் வரும் ஆட்டமன் பேரரசரின் அந்தப்புரங்களை முற்றுகையிடும் பேயுருக்கள், தன்னுடைய மனதுக்கினிய பியாட்ரிஸை (என்னுடையவளும்தான்) இத்தாலியக் கவி தாந்தே கண்டடைவதற்கு முன்பாகப் பார்க்க நேரிட்ட, நாவல்பழ நிற உடையிலிருந்த ஆவியுரு, எனக்கு மிகவும் பிடித்த வில்லியம் பேக்ஃபோர்டின் கோதிக் வகை திகில் நாவலான *வாதெக்கில்* வர்ணிக்கப்படும் ஆப்பிரிக்கப் பெண்ணின் வடிவத்தை, ரூமியால் வர்ணிக்கப்படும் நாடோடிக் கூட்டங்களின் தொடர் கவிகை வண்டிகளை வழிமறித்துக் கொள்ளையடித்த ஈனன் எடுத்துக் கொண்டது வரையில் விவரித்தேன். ஒரு கண்ணின் பின்னாக என்ன விதமான ரகசியங்கள் ஒளிந்திருக்கும், அவ்விதமான கண் எதன் சாயலில் இருக்கும், எதனால் அது நம்மை மயிர்க்கூச்செரிய வைக்கிறது, நாம் அதைக் கண்டு அஞ்சி நடுங்கி அதைத் தவிர்க்க முயல்வது ஏன் ஒரு நியாயமான செயலாகிறது என்பவை குறித்த என்னுடைய சிந்தனைகளை அடுத்து நான் எழுதத் தொடங்கினேன். இந்தச் சமயத்தில் என் எழுத்துக்கு நான் எந்த அளவுக்கு வசப்பட்டுப் போனேனென்றால், எழுதிக்கொண்டிருந்த அந்தச் சிறிய தனிப்பொருள் கட்டுரையில் இரண்டு குட்டி எச்சரிக்கைக் கதைகளைச் சேர்க்காமல் விட முடியாத அளவிற்கு நான் நிலை தடுமாறியிருந்தேன். பொற்கொம்பு (கோல்டன் ஹார்ன்) எனப்படும் கழிமுகத்தையொட்டிய அண்டைப்புறத்தில் ஒரு சைக்ளோப்ஸ் வசிப்பதாக வதந்தி உலவுவதைப் பற்றி எழுதினேன். சேறும் சகதியும், எண்ணெய்க்

கசிவும், வெள்ளப் பெருக்கும் மிகுந்த அந்தக் கழிமுகத்தைச் சிரமப்பட்டு நடந்தே கடந்து, தன்னுடைய இரட்டை உடன்பிறப்பு உறைந்திருக்கும், கடவுளால் கைவிடப்பட்ட ஒரு குகையை அந்த சைக்ளோப்ஸ் ஒரு வழியாய் வந்தடையும். அந்த இரண்டு சைக்ளோப்ஸும் வேறு வேறல்ல, ஒன்றே தான் என்றும் அதை ஒரு சிலர் சொல்வதுண்டு என்றும் எழுதினேன். அந்த சைக்ளோப்ஸின் ரத்த நாளங்களில் ஓடுவது உன்னத வம்சாவழிக் குருதியென்றுகூட ஒரு சிலர் பேசிக்கொள்கிறார்கள். அந்த சைக்ளோப்ஸ் கனவான்களுக்கு – அந்த சைக்லோப்ஸை ஒரு பிரபு என்றும் சிலர் சொல்வதுண்டு – பேரா எனும் பகுதியில் உறைந்திருக்கும் உயர்குடி விபசார விடுதிகள் மீது மிகுந்த லயிப்பு உண்டு. நள்ளிரவு பனிரெண்டு மணி அடித்தவுடன் அவர் உரோமத்தாலான தன்னுடைய தொப்பியைக் கழட்டுவார். அப்படி அவர் கழட்டியவுடன் அவரைச் சூழ்ந்திருக்கும் பெண்கள் எல்லோரும் அச்சத்தில் மயங்கி விழுந்துவிடுவார்கள்.

இந்த வரிகளைப் படிக்கும்பொழுது என்னுடைய கட்டுரைக்குச் சித்திரம் வரைபவரும்கூட மயங்கி விழுந்துவிடுவாரென்று எனக்குத் தெரியும். அதில் எனக்கு சந்தோஷமே. அவருக்கென்று சிறு குறிப்பு ஒன்றை இறுதியில் சேர்த்தேன் (மீசை மட்டும் வேண்டாம்). பிறகு அந்தக் கட்டடத்தை விட்டு வெளியேறினேன். அப்பொழுது நள்ளிரவைத் தாண்டி வெகு நேரமாகியிருந்தது. என்றாலும் என்னுடைய குளிரடிக்கும் வெறுமையான அறைக்குத் திரும்பும் மனநிலையில் நான் இல்லை. எனவே பழைய இஸ்தான்புல் நகரின் தெருக்களில் காலாற நடக்க முடிவெடுத்தேன். என்னுடைய கட்டுரையையும் நான் இட்டுக்கட்டிய கதைகளையும் நினைத்து மனத்துள் மகிழ்ச்சி இருந்தபோதிலும் எப்பொழுதும் போல் எனக்குள் ஒரு போதாமையை உணரத் தொடங்கினேன். நடப்பதின் மூலம் என்னுடைய இந்தச் சிறிய வெற்றியை நான் கொண்டாட முடிந்தால் தொடக்கத்திலிருந்து முடிவுவரை நான் வேறெதையுமே நினைக்காமல் இருந்துவிடுவேனென்றால், தீர்க்க முடியாத பிணியாய் என் ரத்த நாளங்களுக்குள் துடித்தோடிக்கொண்டிருக்கும் சோக உணர்விலிருந்து நான் தப்பிக்க முடியுமென்று நம்பினேன்.

ஒதுக்குப்புறமான தெருக்களைத் தேர்ந்தெடுத்து நான் நடந்தேன். இயற்கைக்கு விரோதமான கோணங்களிலெல்லாம் அவை வளைந்து நெளிந்து ஒன்றை மற்றொன்று குறுக்கிட்டு நின்றன. மட்டுமல்லாமல், முன்னர் இருந்த ஒன்றைக் காட்டிலும் அடுத்த இரண்டும் குறுகலாக இருந்தது. என் கண் எதிரிலேயே ஒன்றுக்குள் ஒன்றாய்ச் சரிந்து விழுவதைப் போல் தோன்றிய, கோணல் மாணலான உப்பரிகைகள் கொண்ட இருண்ட வீடுகள் தெருக்களில் விளிம்பு கட்டியிருந்தன. அந்த இல்லங்களின் கருமையான, ஊடுருவிப் பார்த்துவிட முடியாத சாளரங்கள் என்னைக் கண்காணித்துக்கொண்டிருந்தன. என்னுடைய காலடி ஓசையைத் தவிர வேறு ஓசை எதுவும் அந்நேரத்தில் என் செவிகளில் விழவில்லை. தொடர்ந்து நான் நடந்துகொண்டேயிருந்தேன். மனிதர்கள் மறந்துபோய்விட்ட தெருக்கள் வழியாக நகரத்தின் பேய் பிசாசுகளும், போதையேறிய குடிகாரர்களும், தூக்கத்துக்கு ஏங்கும் இரவுநேரக் காவலாளிகளும், குரைக்கும் நாய்களும்கூடக் கைவிட்டுவிட்ட தெருக்களின் வழியாக.

என்னையே ஒரு கண் உற்று நோக்கிக்கொண்டிருக்கிறது என்பதை முதன்முதலாக நான் உணர்ந்த தருணத்தில் அதைப் பற்றி நான் பெரிதாக

அலட்டிக்கொள்ளவில்லை. அது வெறும் பிரமையாகத்தான் இருக்கும் என்று எனக்கு நானே கூறிக்கொண்டேன். என்னை வேவு பார்த்துக் கொண்டிருக்கும் இந்த இல்லங்களின் உருக்குலைந்த தெருப்பக்கச் சாளரங்களிலிருந்து தகாத எண்ணத்துடன் என்னை எதுவும் நோக்கிக் கொண்டிருக்க வாய்ப்பில்லை. காலி மனைகளிலிருந்தும்கூட எந்தக் கண்ணும் அந்தர நிலையில் என் மீது கவிந்திருக்க முடியாது. இந்தக் கண்காணிக்கப்படும் உணர்வு என் கற்பனைக் கருவாகவே இருக்க வேண்டும். நான் இதை ஒரு பொருட்டாக எடுத்துக்கொள்ள விரும்பவில்லை. எங்கோ தொலைவிலிருக்கும் சுற்றுப்புறத் தெருக்களிலிருந்து அவ்வப்பொழுது கேட்கும் இரவுநேரக் காவலாளியின் ஊதல் ஒலியையும், சச்சரவிட்டுக் கொள்ளும் தெருநாய்களின் ஊளையையும் தவிர, அமைதி குலையாத இந்தத் தெருக்களின் ஊடே நான் தொடர்ந்து நடந்துகொண்டிருக்கும் பொழுது, ஏதோ ஒரு நெற்றியின் மையத்தில், ஒரு கேணியைப் போல் இருண்டு, ஆழமாக, சிற்சில சமயங்களில் வேகம்கொள்ளும் ஆற்றலோடு ஓய்வின்றித் தனியாக நீந்தியபடி, பிரசவ வலியோடு இந்தக் கற்பனைக் கண் என் மீதே கவிந்து கிடந்தது. மூச்சைத் திணற வைக்கும் கொடுங்கோன்மை யோடு, தான் அங்கே இல்லவே இல்லாததைப் போன்ற பாசாங்குடன் முறைத்துக்கொண்டிருக்கும் அந்தப் பார்வையிலிருந்து என்னால் தப்பித்து விட முடியாதென்று நான் புரிந்துகொண்டேன்.

இதை யாவும் அறிந்த, யாவற்றையும் காணும் ஆற்றல் மிகுந்த கண்ணானது தன்னை மறைத்துக்கொள்ளக் கூட முயலாமல் இப்பொழுது என்னையே வெறித்துப் பார்த்துக்கொண்டிருந்தது. ஆனால், நான் என்னுடைய கதைகளில் வர்ணித்திருந்த ஜந்துக்களுக்கும் இதற்கும் எவ்விதச் சம்பந்தமும் இருக்கவில்லை. அச்சுறுத்தும், அவலட்சணமான, கோமாளித் தனமான அம்சம் எதுவுமே இதனிடம் தென்படவில்லை. அதே போல், அயல் தன்மையையோ, கொடூரத்தையோகூட அது காட்டவில்லை. அதில் ஏதோ ஒரு – ஆமாம் – ஏதோவொரு பரிச்சயமான அம்சம் தென்பட்டது. அந்தக் கண்ணுக்கு என்னைத் தெரிந்திருந்தது. எனக்கும் அந்தக் கண்ணைத் தெரிந்திருந்தது. அதைவிடவும், நாங்கள் இருவருமே ஒருவரை ஒருவர் கொஞ்ச காலமாகவே தெரிந்துவைத்திருந்தோம். ஆனால், இந்த அளவுக்கு வெளிப்படையாக ஒருவரை மற்றொருவர் அங்கீகரிப்பதற்கு, அந்தப் பேய்க்கண் என் மீது கவிந்திருப்பதை நான் முதன்முதலாக உணர்ந்துகொண்ட தெருவில் அந்த நள்ளிரவு நேரத்தை அதனோடு நான் பகிர்ந்துகொள்ள வேண்டியிருந்தது.

அந்தத் தெருவின் பெயரை வெளிப்படுத்துவதை நான் தவிர்க்க விரும்புகிறேன். இஸ்தான்புல் நகரை நன்கு அறிந்திராதவர்களுக்கு அந்தப் பெயர் பெரிதாய் எதையும் உணர்த்திவிட முடியாது. அது பொற்கொம்பு குன்றுப் பகுதிகளுக்கு மேலாக அமைந்திருக்கிறதென்று மட்டும் சொன்னால் போதுமானது. நான் இப்போது வர்ணித்திருக்கும் அமானுஷ்ய அனுபவம் எனக்கு ஏற்பட்டு முப்பதாண்டுகள் கழிந்துவிட்ட நிலையில்கூட, ஒரு சில இருண்ட, மரத்தால் கட்டப்பட்ட வீடுகள் இங்கொன்றும் அங்கொன்றுமாய் நின்றுகொண்டிருப்பதை நான் பார்க்க முடிகிறதென்பதைக் கற்பனை செய்து பாருங்கள்! நடைபாதை மீது பாவப்பட்டிருக்கும் உருளைக்கற்களின் மீது இந்த இருண்ட இல்லங்கள் விசிறியடிக்கும் நிழல்களை, தெரு விளக்குகளின் மிக மங்கிய ஒளியைத்

தடுத்து நிற்கும் கோணல் மாணலான மரக்கிளைகளைக் கற்பனை செய்து பாருங்கள். அது போதும். நடைபாதைகள் குறுகலாகவும், குப்பைக் கூளங்கள் மிகுந்தும் காணப்பட்டன. சிறிய, அண்டைப்புறப் பள்ளிவாசலின் சுற்றுச்சுவர் எது எல்லையென்றே அறியாத கும்மிருட்டில் நீண்டிருந்தது. அங்கேதான், அந்தக் கும்மிருட்டில்தான், அந்தச் சுற்றுச்சுவரும் அந்தத் தெருவும் – ஏன் அந்தக் காட்சியே கூட – மறையும் அந்தப் புள்ளியில்தான் இந்த அசட்டுக் கண் (வேறெந்த அடைமொழியும் பொருந்தி வருமா?) எனக்காகக் காத்துக்கொண்டிருந்தது. அதற்குள்ளாகவே நாங்கள் ஒருவரை யொருவர் புரிந்துகொண்டிருந்தோம். அந்தக் கண்ணின் நோக்கம் தீயதா யில்லை. சொல்லப் போனால் என்னை அச்சுறுத்தவோ, கழுத்தை நெரிக்கவோ, என் மேனியில் கத்தியெதையும் பாய்ச்சவோ, என்னைக் கொல்லவோ அது வந்திருக்கவில்லை. இந்த அமானுஷ்ய அனுபவத்துக்குள் நான் நுழைவதற்கான வழியை எளிதாக்கிக் கொடுப்பதற்கென்றே அந்தக் கண் அங்கே இருந்தது. ஒரு கனவின் சிறப்பம்சங்களையெல்லாம் அது கொண்டிருந்ததென்று நான் பிற்பாடு உறுதிசெய்துகொண்டேன். எல்லா வற்றையும்விட என்னுடைய வழிகாட்டியாக விளங்கவே அது அங்கே இருந்தது.

மயான அமைதி. அந்த நேரத்தில் நான் செய்யத் துணிந்த சோதனை முயற்சியானது என்னுடைய தொழில் என்னிடமிருந்து பறித்துக்கொண்டிருந்த விஷயத்தோடு ஓரளவுக்கு, எனக்குள் நான் உணர்ந்திருந்த வெறுமையோடு முழுமையாகத் தொடர்புடையதென்பது எனக்கு உடனடியாகத் தெளிவாகியது. ஒரு மனிதன் உறக்கமின்றித் தவிக்கும் நேரத்தில்தான் அவனுடைய கொடுங்கனவுகள் மிகவும் அசலானவை யாக இருக்கின்றன. ஆனால் இது ஒன்றும் கொடுங்கனவல்ல. அது கூர்மையானதாக, தெளிவானதாக, அதன் துல்லியத்தைப் பொறுத்தவரை ஏறத்தாழக் கணித ரீதியில் இருந்தது. என் உள்ளே வெறுமையைத் தவிர வேறெதுவும் இல்லை என்பதை நான் அறிந்தேயிருந்தேன். இதைப் பற்றித்தான் நான் யோசித்துக்கொண்டுமிருந்தேன். அந்தப் பள்ளிவாசலின் சுற்றுச்சுவர் மீது நான் சாய்ந்து நின்றுகொண்டிருந்தபொழுது அந்தக் கண்ணும்கூட அதை அறிந்துவைத்திருந்தது. நான் எதைப் பற்றி யோசித்துக் கொண்டிருந்தேன், என்ன காரியம் செய்திருக்கிறேன் என்பதை நான் அறிந்திருந்தேன். மிகவும் வெளிப்படையாகத் தோற்றமளிக்கும் மற்றொரு உண்மையை அது இப்பொழுது சுட்டியவாறிருந்தது. நான் எப்படி அந்தக் கண்ணின் படைப்போ அதைப் போன்றே அந்தக் கண்ணும் என்னுடைய படைப்புதான். இந்த எண்ணம் எனக்குள் உதித்தவுடன் அது நொடிப் பொழுதில் மறைந்துவிடக் கூடியது என்றுதான் நினைத்தேன். பேனாவை எடுத்துத் தாளின் மீது வைத்தவுடன் துள்ளி விழுந்து ஒரே கணத்தில் மறைந்துபோகும் அசட்டுத்தனமான சொற்கள் போலவே இதுவும் அதிக நேரம் என்னோடு உறவாடிக்கொண்டிருக்கப்போவதில்லை என்றுதான் நான் நம்பினேன். ஆனால் அப்படி நடக்கவில்லை. அந்த எண்ணம் தொடர்ந்து நீடித்திருந்தது. அந்த எண்ணத்திற்குள் ஒரு திறந்த கதவு இருந்தது. நான் அதை நோக்கிப் போனேன். புதர்வேலிக்குள்ளிருந்த பொந்துக்குள் நுழைந்த முயலைப் பின்தொடர்ந்து சென்ற ஆங்கிலேயப் பெண்ணைப் போலவே நானும் விரைவில் ஒரு புதிய உலகினுள் தடுக்கி விழுந்துவிட்டதைக் கண்டுகொண்டேன்.

தொடக்கத்தில் நான்தான் அந்தக் கண்ணை உருவாக்கியிருந்தேன். என்னுடைய நோக்கம்: என்னை அது பார்க்க வேண்டும், எனக்குக் காவலாக இருக்க வேண்டுமென்று அதை நான்தானே உண்மையில் உருவாக்கியிருக்கிறேன். எனவே அதனுடைய உன்னிப்பான பார்வையி லிருந்து தப்பிக்கும் சிந்தனையே என்னிடம் உதிக்கவில்லை. அதனுடைய கண்காணிப்பில்தான் என்னை நானே உருவாக்கிக்கொண்டேன். அதனுடைய பிம்பத்தைப் போலவே என்னையும் வடிவமைத்துக்கொண்டேன். அதனுடைய கதகதப்பான ஒளியில் நான் உல்லாசமாகக் குளிர்காய்ந்து கொண்டிருந்தேன். அந்தக் கண்ணின் தொடர் கண்காணிப்பினால்தான் நான் உயிர் தரித்திருந்தேன் என்பது எனக்குப் புரிந்திருந்தது. அந்தக் கண் என்னைப் பார்க்காது போய்விட்டால், நான் உயிர் தரித்திருக்கவே சாத்தியமில்லை. இது எனக்கு மிகத் தெளிவாக விளங்கியது. அதனால் அந்தக் கண்ணைத் தொடக்கத்தில் உருவாக்கியவனே நான்தான் என்பதையே விரைவில் மறந்து போனேன். என்னைப் பிழைத்திருக்க விட்டிருப்பதற்காக அந்தக் கண்ணுக்கு நான் நன்றி பாராட்ட ஆரம்பித்தேன். அதனுடைய ஒவ்வொரு கட்டளைக்கும் அடிபணிந்து போக ஏங்கினேன். அப்படி அடிபணிந்து நிற்பேனேயானால் இதைக் காட்டிலும் அழகான இன்னொரு பிறவி எனக்காகக் காத்திருக்கிறது. ஆனால், இதைச் சாதிப்பது மிகக் கடினமான செயல். இந்தச் செயலைச் சாதிப்பதென்பதன் சிக்கல் (வாழ்க்கையில் நாம் அதிகம் அனுபவிப்பதைப் போல) வலியிலிருந்து தோன்றுவதல்ல. மாறாக, அது மன அமைதியை அடைவதிலேயே பெருமளவு இருந்தது. இயல்பானதென்று நாம் உணர்கின்ற விஷயங்களைஅப்படியே ஏற்றுக்கொள்வதில் இருந்தது. எனவே அந்தப் பள்ளிவாசலின் சுற்றுச்சுவர் மீது சாய்ந்திருந்தபொழுதில் நான் தடுக்கி விழுந்துவிட்டதாக நினைத்த சிந்தனையுலகு உண்மையில் ஒரு கொடுங்கனவாக எனக்குத் தோன்றவில்லை. நினைவுகளிளிருந்து நெய்யப்பட்ட பிம்பங்களிலிருந்தும் படிமங்களிலிருந்தும் மாயசக்தியால் வரவழைக்கப்பட்ட ஒரு சந்தோஷ ராஜ்ஜியமாகவே அது எனக்குத் தோன்றியது. என்னுடைய *நம்பினால் நம்புங்கள்* பத்திக் கட்டுரைத் தொடரில் நான் குறிப்பிட்டிருந்த கற்பனையான ஓவியர்களின் படைப்பு களில் புகை போல் எழுந்த, இயல்புக்கு மாறான தோற்றங்களைப் போலவே அது எனக்குத் தெரிந்தது.

இந்தப் பேருவகையெனும் சோலையின் மையத்தில் நான் இருந்தேன். அந்தப் பள்ளிவாசலின் சுற்றுச்சுவர் மீது சாய்ந்து, என்னுடைய சிந்தனை யோட்டத்தை நானே கவனித்தவாறிருந்தேன்.

என்னுடைய சிந்தனையின் மையத்தில் நான் கண்டிருந்த இந்த நபர் – இல்லாவிட்டால், என்னுடைய மனக்கண்ணில் மட்டுமே இயங்கி வந்த இந்த மாயா உலகின் மையமென்று வேண்டுமானால் வைத்துக்கொள்ளலாம், நீங்கள் விரும்பினால் – என்னுடைய இன்னொரு பிரதியில்லையென்பது எனக்கு உடனடியாகவே புரிந்தது. நாங்கள் இருவரும் ஒரே நபர்தான். நானும் அவனும். ஒரு சில கணங்களுக்கு முன்பாக நான் உணர்ந்திருந்த அந்தக் கூரிய பார்வைகூட உண்மையில் என்னுடையதுதான் என்பதையும் நான் அறிந்திருந்தேன். என்னையே நான் அந்தக் கண்ணாக உருமாற்றிக் கொண்டு வெளிப்புறத்திலிருந்து என்னையே நான் கண்காணித்துக் கொண்டிருந்திருக்கிறேன். இப்படியோர் உணர்வில் அமானுஷ்யமாகவோ,

ஊழ்வினையாகவோ எதுவுமே இருக்கவில்லை. வெளியிலிருந்து என்னைப் பார்த்த நொடியிலேயே இப்படிப் பார்க்கும் பழக்கம் எனக்கு நீண்ட காலமாகவே இருந்ததென்பது என் நினைவுக்கு வந்தது. இல்லையில்லை. இப்படிப் பார்க்கும் பழக்கம் எனக்கு நீண்ட காலமாகவே இருந்த தென்பது உண்மையில் எனக்குப் புரிந்ததென்று சொல்லலாம். பல ஆண்டுக் காலமாகவே என்னைவிட்டு வெளியே விலகிப்போய், எந்த அளவுக்கு நான் தகுதியுள்ளவனாக இருக்கிறேனென்று என்னை நானே எடை போட்டுக்கொண்டுதான் இருக்கிறேன். வெளிப்புறத்திலிருந்து என்னைப் பார்த்து, சரிதான், எல்லாமே சரியாகத்தான் இருக்கிறதென்று நான் கூறிக்கொள்வதுண்டு. வெளிப்புறத்திலிருந்து என்னைப் பார்த்து, போதுமான அளவுக்கு நான் சிறப்பாகத் தென்படவில்லை, யாரை நான் சாயலில் வடிக்க நினைக்கிறேனோ அந்த நபராகப் போதுமான அளவுக்கு வளரவில்லை என்றும் நான் கூறிக்கொள்வதுண்டு. அப்படியும் இல்லாவிட்டால் அந்த நபரை ஓரளவுக்கு நான் ஒத்திருக்கிறேன். ஆனாலும் முழுமையாய் அவராகவே ஆவதற்கு நான் இன்னமும் கடுமையாக முயல வேண்டும். ஆண்டுக் கணக்கில் இவ்வாறு எனக்கு நானே சொல்லித் தேற்றிக்கொண்ட பிறகு, மற்றொரு முறை பரிசீலித்துக்கொள்ள என்னை விட்டு வெளியே வந்து சரிதானென்று சொல்லி, எப்படியோ ஒரு வழியாக நான் யாராக ஆக வேண்டுமென்று விரும்பினேனோ அதே நபராக இப்பொழுது தோன்றுகிறேனென்று என்னை நானே அங்கீகரித்துக் கொள்வேன். அது மட்டுமல்ல மகிழ்ச்சியோடு, ஆஹா, ஒரு வழியாய் நானும் வந்து சேர்ந்துவிட்டேன். இப்பொழுது நான்தான் அவரென்றும் தட்டிக் கொடுத்துக்கொள்வேன்.

ஆனால், அவர் யார்? அந்த அற்புதமான சோலைகளினூடே பயணம் சென்றுகொண்டிருந்தபொழுது, இந்த இடத்தில்தான் தன்னை ஏன் அவன் எனக்குப் பரிச்சயமாக்கிக் கொண்டான் என்பது விளங்கிற்று. அந்த நீண்ட நள்ளிரவு நேர நடையின்போது, ஒரு நொடி கூட நான் அவனாக இருக்க முயலவில்லை என்பதுதான் காரணம். அவனுடைய பிம்பமாகவோ, வேறு யாருடைய பிம்பமாகவோ நான் என்னையே மறுஆக்கம் செய்து கொள்ள முயலவில்லை. நான் சொல்வதை நீங்கள் தப்பர்த்தம் செய்து விடக்கூடாது. ஒருவரைப் போலி செய்வதென்பது வளர்நிலைக் கலை. மற்றவர்களைப் போல் இருக்க நாம் முயலாத பட்சத்தில், நம்மைத் தவிர இதர மாந்தர்களாய் மாறிவிட விருப்பம் இல்லாத பட்சத்தில், விரைவிலேயே வாழ்க்கையை வாழவே இயலாமல் போய்விடுமென்று நான் நினைக்கிறேன். நான் சொல்ல வருவது என்னவென்றால், அந்த இரவில் நான் மிகவும் களைத்திருந்தேன். எனக்குள்ளிருந்த வெறுமை அபரிமிதமாக வழிந்தோடிக்கொண்டிருந்தது. ஆண்டுக்கணக்காக அவனுடைய ஒவ்வொரு கட்டளைக்கும் அடிபணிந்து, அவனாக மாறிவிடும் ஆசையின் இறுதி இழையையும் நான் தொலைத்திருந்தேன். அந்தக் கணத்தில் நான் அவனுக்குச் சரி சமம் என்றாகிப்போனேன். எங்களுடைய சமநிலை ஒப்பீட்டளவி லானது என்பதை நான் நன்கறிவேன். அவனுடைய கட்டளைக்கு அடிபணிந்து நான் நுழைந்திருந்த அந்த மாயச்சோலைக்குள் எட்டிப்பார்க்க மட்டுமே வேண்டியிருந்தது. அவனுடைய கூர்ந்த பார்வையை இன்னும் என்னால் உணர முடிந்தது. ஆனால், அந்தக் குளிர்கால இரவில் நான் சுதந்திரமாகவும் உணர்ந்தேன். என்னுடைய விடுதலையை நானாகத் தேர்ந்தெடுத்திருக்கவில்லை. எதையும் நான் வெற்றி கொண்டிருக்கவில்லை.

தோல்வியும் அயர்ச்சியுமே என்னை இந்த இடத்திற்கு இட்டு வந்திருந்தன. இங்கே நான் சுதந்திரமானவனாக, சரிசமமானவனாக மட்டுமில்லை, அவனோடு ஒன்றாகிப்போனவனாகவும் உணர்ந்தேன். (இந்த விஷயத்தைப் பொறுத்த அளவில் நான் கொண்டிருக்கும் தீர்மானமான பற்றின் உறுதி என்னுடைய எழுத்து நடையிலேயே தெள்ளத் தெளிவாக வெளிப்பட்டிருக்குமே!) இவ்வளவு காலத்தில் முதன்முறையாக, நான் எப்படி என்னுடைய ரகசியங்களை அவனிடம் கொட்டத் துணிந்தேனோ அதே போல் அவனும் தன்னுடைய ரகசியங்களை என்னிடம் சொல்லுவது தகுமென்று கண்டுகொண்டான். ஆம். உண்மைதான். எனக்கு நானேதான் பேசிக்கொண்டிருக்கிறேன். ஆனால், நாமெல்லோருமே அப்படித்தானே செய்துகொண்டிருக்கிறோம்? நம் எல்லோருக்குள்ளுமே ஓர் இரண்டாமவர் புதைந்திருக்கிறார். மனதார நம் ரகசியங்களைக் கிசுகிசுக்கத் தகுந்த ஓர் உயிர் நண்பன். நம்மில் ஒரு சிலருக்குள் மூன்றாவது நபரும்கூட இருக்கிறார்.

எழுத்துகளை மாற்றிப்போட்டு, என்னுடைய உன்னிப்பான வாசகர்கள் ஏற்கெனவே இதைக் கண்டுபிடித்திருக்கக் கூடும். என்றாலும் இதை நான் மீண்டும் விளக்குகிறேன். அவன் வேறு யாருமல்ல, கண்தான். அந்தக் கண்தான் அந்த நபர். நான் யாராக மாற வேண்டுமென்று ஆசைப்பட்டேனோ அதே நபர். முதன்முதலாக நான் உருவாக்கியது அந்தக் கண்ணையல்ல. முதலில் நான் உருவாக்கியது அந்த நபரை. நான் யாராக ஆகத் துடித்தேனோ அந்த நபரை. அவன்தான், நான் யாராக ஆகத் துடித்தேனோ அந்த நபரேதான், இப்பொழுது சற்றே விலகி நின்று தன்னுடைய மூச்சைத் திணற வைக்கும், அதிபயங்கரப் பார்வையை என் மீது பதித்திருந்தான். என்னுடைய சுதந்திரத்தை அவனுடைய கண் கட்டுப்படுத்தியிருந்தது. என்னுடைய எந்தச் செயலுமே அவனுடைய ஈவிரக்கமற்ற, குற்றம் சாட்டும் பார்வையிலிருந்து தப்ப முடியவில்லை. நான் எங்கே போனாலும் அங்கே அவன் இருந்தான். சபிக்கப்பட்ட சூரியனாய் என் மீது சரிந்துகொண்டிருந்தான். ஆனால், இதை ஏதோ குற்றச்சாட்டாய் நான் சொல்வதாக எடுத்துக்கொள்ள வேண்டாம். ஏனென்றால், என் முன்பாக அந்தக் கண் விரித்துக்காட்டியிருந்த தகதகக்கும் காட்சிப் பரப்பில் நான் மனத்தைப் பறிகொடுத்திருந்தேன்.

இந்தக் காட்சிப் பரப்பின் வடிவரீதியான கச்சிதத்தை நான் லயித்துப் பார்த்துக்கொண்டிருப்பதை உணர்ந்த நொடியிலேயே (இந்த விஷயத்தில் நான் மிகவும் வியந்து போவதே இந்த லயிப்பைப் பற்றித்தான்), நான் முன்பே சொல்லியிருந்ததைப் போல், நான்தான் அவனைப் படைத்திருந்தேன் எனும் உண்மை தெளிவாகிவிட்டது. என்றாலும், இது எப்படி நிகழ்ந்ததென்பதை என்னால் அவ்வளவு துல்லியமாகப் புரிந்துகொள்ள முடியவில்லை. என்னுடைய வாழ்க்கையிலிருந்து, என்னுடைய நினைவுகளிலிருந்துதான் அவனை நான் உருவாக்கியிருக்க முடியும் என்பதற்கான ஒரு சில துப்புகள் புலப்பட்டன. முழுதுமாய் அவனைப் போலவே ஆகிவிட வேண்டுமென்று நான் விரும்பியிருந்தேன். அதனால்தானோ என்னவோ, என்னுடைய பால்ய கால, பல்வேறான சித்திரக்கதை சாகச நாயகர்களையும் அயல்நாட்டு சஞ்சிகைகளில் நான் பார்த்திருந்த, சிந்தனை வயப்பட்ட படைப்பாசிரியர்களையும் – தத்தம் இல்ல நூலக அறை அல்லது எழுது மேஜை, அதுவும் இல்லாவிட்டால் இந்தப் பேர்பெற்ற பெருமக்களின் 'ஆழ்ந்த, அர்த்தமிகு எண்ணங்கள்' உதயமான புனிதத் தளங்களின்

முன்பாக, வாகான கோணங்களில் புகைப்படங்களுக்குத் தோற்றமளித்துக் கொண்டிருக்கும் படைப்பாளிகளை – நினைவூட்டும் ஏதோவோர் அம்சம் அவனுடைய நடவடிக்கைகளில் தென்பட்டது. உண்மைதான். நான் அவனைப் போலவே இருக்க வேண்டுமென்று ஆசைப்பட்டேன்தான். ஆனால் எந்த அளவுக்கு? இயற்கைக்கு மாறான அந்தக் காட்சிப்புலத்தை நான் அளவிட்டுக்கொண்டிருந்த நேரத்தில், வேறெந்தக் கடந்தகால சமாச்சாரங்களையெல்லாம் முதன்முதலாக அவனை நான் உருவாக்கிய தருணத்தில் பயன்படுத்தியிருக்கக் கூடுமென்று என்னை நானே குடைந்து கொண்டிருக்கும் நேரத்தில், வேறு சில, மன உளைச்சலை ஏற்படுத்தும் துப்புகளை நான் கண்டுபிடித்தேன். செல்வச் செழிப்பு மிகுந்த, ஓயாமல் உழைக்கக்கூடிய என் அண்டை வீட்டுக்காரர் ஒருவர் – என் அன்னை எந்நேரமும் இவர் புகழைப் பாடிக்கொண்டிருப்பார்; சொந்த நாட்டைக் காக்கத் தன் ஒட்டுமொத்த வாழ்நாளையும் அர்ப்பணித்திருந்த, மேலைவயமாகியிருந்த ஆட்டமன் கால ஆளுநர் ஒருவர் மீது கவிந்திருந்த சந்தேக நிழல்; மேலட்டையிலிருந்து பின்னட்டை வரை ஐந்து முறை நான் படித்துத் தீர்த்துவிட்ட புத்தகத்தின் சாகச நாயகனுடைய ஆவி; அமைதி காக்கும் தண்டனையை எங்களுக்கு அளித்திருந்த ஓர் ஆசிரியர்; தன்னுடைய பெற்றோர்களையே ஐயா, அம்மணி என்று மிக மரியாதையாக விளித்து வந்த என்னுடைய வகுப்புத் தோழன் ஒருவன் – இவன் ஒவ்வொரு நாளும் மிகச் சுத்தமான காலுறைகளை அணிந்து வருமளவிற்குப் பெரும் பணக்காரன்; ஸெஹ்ஸாடேபாஷி மற்றும் பெயோக்ளூ பகுதிகளில் இருக்கும் திரையரங்குகளில் காட்டப்படும் அயல்நாட்டுத் திரைப்படங்களில் தோன்றும் சிலபல சாதுர்யமான, வெற்றிகரமான, படபடவெனப் பேசும் சாகச நாயகர்கள்; இந்த சாகச நாயகர்கள் தங்களுடைய மதுக்கிண்ணங்களை ஏந்திப் பிடித்திருக்கும் விதம்; எவ்விதப் பதட்டமுமில்லாமல், மிகுந்த நகைச்சுவையுணர்வோடு, ஆர்ப்பாட்டமில்லாத தன்னம்பிக்கையோடு, பெண்களிடம், அதிலும் குறிப்பாக அழகான பெண்களிடம் அவர்கள் பழகும் சாமர்த்தியம்; கலைக்களஞ்சியங்களிலும், நூல் முகவுரைகளிலும் நான் படிக்க நேர்ந்திருந்த பிரபல எழுத்தாளர்கள், தத்துவஞானிகள், கண்டம் விட்டுக் கண்டம் சென்று புதியன தேடியலையும் ஆய்வாளர்கள், அறிவியல் கண்டுபிடிப்பாளர்கள் ஆகியோரின் வாழ்க்கைச் சரிதங்கள்; ஒரு சில போர்வீரர்கள்; எப்போதோ நான் படித்திருந்த அந்தப் புத்தகத்தின் சாகச நாயகன் – உறங்க முடியாமல் தவிப்பவன் என்பதால், ஓர் பிரளயத்திலிருந்து பெரும் நகரையே காத்து நின்றவன்; நள்ளிரவின் கும்மிருட்டில், அந்தப் பள்ளிவாசலின் சுவர் மீது சாய்ந்தவாறு என் எண்ணங்களின் வியத்தகு பேரரசை அளவிட்டுக்கொண்டிருந்தபொழுது இவர்கள் யாவரையும் நான் மனக்கண் முன் கொண்டுவந்திருந்தேன். ஓர் உலக வரைபடத்தில் பரிச்சயமான பெயர்கள் மின்னித் தோற்றம் கொள்வதைப் போல் இவர்கள் யாவரும் ஒருவர் பின் ஒருவராக வந்து, எனக்கு முகமன் கூறி வாழ்த்து தெரிவித்தார்கள். தன் வாழ்நாள் முழுவதையும் சுற்றிக் கழித்திருந்த தெருக்களின் வரைபடத்தின் முன்பு முதன்முதலாக நிற்க நேர்ந்த சிறுவனைப் போல் நான் பிரமிப்பில் ஆழ்ந்திருந்தேன். பிறகு நானும்கூட அந்த அனுபவத்தின் இதமற்ற அடிக்கசப்பை உணரத் தொடங்கினேன். இங்கிருக்கும் அத்தனை கட்டடங்கள், தெருக்கள், பூங்காக்கள், ஒரு வாழ்நாளின் நினைவுகளைச் சுமந்து நிற்கும் அனைத்து

இல்லங்கள் என எல்லாமே வெறும் கோடுகளும் புள்ளிகளுமான அமைப்பாய் மாறிப்போயின. கோடுகளும் புள்ளிகளும் அடர்ந்த மிகப் பரந்த வலைப்பின்னலுக்குள் சிதறிக் கிடக்கும் மிகச் சிறிய, அற்பமான, கொஞ்சமும் அர்த்தமற்ற புள்ளிகளாய் சுருங்கிக் காணப்பட்டன.

இந்த நினைவுகளிலிருந்துதான் அவனை நான் உருவாக்கியிருந்தேன். ஆனால் அவனுடைய கூரிய பார்வைக்குள், இந்தக் கும்பலான மக்கள், இடங்கள், என் கடந்தகால மனப்பிம்பங்கள் இவை யாவும் கலந்து இறைந்து கிடக்கும் படிமக் கலவை ஓவியத்திற்குள், ஓர் அரக்கனின் ஆன்மா பதுங்கியிருந்தது. ஏனென்றால், அவனுடைய கூரிய பார்வை இப்பொழுது எனதாகியிருந்தது. அவனுடைய கண்களின் ஊடே நான் என்னையும், என் ஒட்டு மொத்த வாழ்க்கையையும் கண்டேன். அவனுடைய கூரிய பார்வையின் கீழ் வாழ, அவனுடைய கண்காணிப்புக்கு என்னை ஆட்படுத்திக்கொள்ள எனக்கு மிகவும் சந்தோஷமாக இருந்தது. ஏனென்றால், அவனைப் பிரதி எடுக்கவென்றே நான் வாழ்ந்துகொண்டிருந்தேன். எனவே, அவனைப் போல் ஆவதின் மூலமாக நான் அவனுக்கு அணுக்கமாக ஆனேன். என்றேனும் ஒரு நாள் அவனோடு நான் இரண்டறக் கலந்துவிடுவேன் எனும் நம்பிக்கையிலேயே வாழ்ந்து வந்தேன். அவ்வாறில்லாவிட்டாலும் கூட அவனைப் போலவே வாழவாவது கற்றுக்கொள்வேன் எனும் நம்பிக்கையில். தவறு, நம்பிக்கையில் வாழ்ந்திருந்தேன் என்று சொல்வது கூடச் சரியில்லை. என்றேனும் ஒரு நாள் நான் நானாக இல்லாமல், வேறு யாரோவாக – அவனாகவே – மாறிப்போய்விடுவேன் என்பதே என்னுடைய நம்பிக்கை. இயற்கைக்கு முரணான என்னுடைய இந்தப் பரிசோதனையை ஏதோ ஒரு வித விழிப்புணர்வு என்று என் வாசகர்கள் கருதிவிடாமல் எச்சரிக்கையாக இருக்க வேண்டும். திடீரென்று கண்கள் திறந்து தரிசனம் கிடைக்கும் மனிதனைப் பற்றிய முன்னெடுத்துக்காட்டான கதையல்ல இது. அந்தப் பள்ளிவாசலின் சுற்றுச்சுவர் மீது சாய்ந்திருக்கையில், அந்த அதிசயச் சோலையில் நான் மேற்கொண்டிருந்த ஆய்வுப் பயணத்தின் போது, அந்தச் சோலை ஒரு வடிவ ரீதியான கச்சிதத்துடன் ஒளிர்ந்ததற்குக் காரணம் என்னவென்றால், குற்றவுணர்வு மற்றும் பாவ உணர்வு, இன்பம் மற்றும் தண்டனை ஆகிய அனைத்தும் கழுவித் துப்புரவாக்கப்பட்ட நிலையில் அது இருந்தது. துல்லியமாக இதே கோணத்தில், இதே தெருவில், இதே நள்ளிரவு வானில், ஒரு பௌர்ணமி நிலவு மெல்ல ஒரு கடிகாரத்தின் ஒளிர் வதனம் போல் மாறுவதை எப்பொழுதோ நான் கனவில் கண்டிருக்கிறேன். இப்பொழுது என் முன்னே நகர்ந்து செல்லும் காட்சி ஊர்தியும் அந்தக் கனவில் கண்டதைப் போலவே தெளிவாக, துலக்கமாக, வடிவ ஒழுங்கோடு இருந்தது. இந்தக் காட்சிப் புலனைப் பருகியபடி, அதன் உவப்பான அம்சங்களையும் கண்கவர் விவரங்களையும் கணக்கெடுத்தவாறு இங்கேயே அலைந்து திரிந்துகொண்டிருக்க நான் எவ்வளவு ஏங்கினேன்.

அதற்காக, அந்த ஏக்கத்தை நான் வெற்றிகொள்ளாமல் விட்டு விட்டேனென்று அர்த்தமல்ல. கருநீலப் பளிங்குக்கல்லால் ஆன சொக்கட்டான் பலகை மேல் மூன்று காய்கள் இருந்தால் அவற்றை எப்படி நகர்த்துவதென்று யோசிப்பேனோ அதே போல் யோசித்தேன். பள்ளிவாசல் சுற்றுச்சுவரின் மீது சாய்ந்திருக்கும் நான் அவனாகிவிட ஏங்குகிறேன். இந்த மனிதன் அவனைப் பார்த்துப் பொறாமை கொள்கிறான். அவனுக்கு மிக

அணுக்கமானவனாக ஆகிவிடத் துடிக்கிறான். அதே சமயம், அவனை நகலெடுக்க முயலும் இந்த நானின் படைப்புதான் அவன் என்பதை மறந்து விட இவன் சூழ்ச்சி செய்கிறான். இதனால்தான் அந்தக் கண் உண்மையில் அவ்வளவு தன்னம்பிக்கையோடு இருப்பது போல் தோன்றுகிறது. அந்தப் பள்ளிவாசலின் சுற்றுச்சுவர் மீது சாய்ந்திருக்கும் மனிதன்தான் அந்தக் கண். தன்னை அவனுக்கு அணுக்கமாகக் கொண்டு செல்லும் எனும் நம்பிக்கையில் அவனேதான் அதை உருவாக்கியிருந்தான் என்பதையும் கூட அவன் மறந்துவிட்டிருந்தான். ஆனால், அந்தப் பள்ளிவாசலின் சுற்றுச் சுவர் மீது சாய்ந்திருக்கும் அந்த மனிதன் இந்த மனக் கிலேசத்தை அறிந்தவனாகவே இருந்தான். அந்த மனிதன் தன்னுடைய முயற்சியைத் தொடங்கி அவனை அடைந்துவிட்டால், பிறகு அந்தக் கண் சிக்கலான நிலைமையில் மாட்டிக்கொள்ளும். குறிப்பாகச் சொல்ல வேண்டுமென்றால், அது ஏதுமற்ற சூன்யத்தில் சிக்கிக்கொள்ளும், இத்யாதி, இத்யாதி . . .

என்னையே நான் விலகி நின்று பார்த்துக்கொண்டிருந்தபோது இப்படியெல்லாம் நான் சிந்தித்தவாறிருந்தேன். அதற்குப் பிறகு, நான் கவனித்துக்கொண்டிருந்த அந்த 'நான்' பள்ளிவாசலின் சுற்றுச் சுவருக்குப் பக்கவாட்டில் திரும்ப நடந்து தெருவில் இறங்கி மர வீடுகள், காலி மனைகள், நீரூற்றுகள், அடைக்கப்பட்டிருக்கும் கடைகள் என்று மீண்டும் மீண்டும் ஒன்றுபோலவே தோன்றும் வடிவக் கோலங்களையெல்லாம் தாண்டித் தன் இல்லமும் படுக்கையும் இருக்கும் திக்கு நோக்கி அந்த இடுகாட்டின் முழுத்தொலைவையும் நடந்து கடக்கத் தொடங்கினான்.

கூட்ட நெரிசல் மிகுந்திருக்கும் நிழற்சாலையில் நம்மை விரைந்து கடந்து செல்லும் முகங்களை நோட்டமிட்டபடி நாம் நடந்து சென்று கொண்டிருக்கும்போது, ஏதோ ஓர் அங்காடியின் சாளரத்தின் கண்ணாடிக் கதவிலோ அல்லது பார்வைக்கு வைக்கப்பட்டிருக்கும் அலங்காரப் பதுமைகளுக்குப் பின்புறம் பொருத்தப்பட்டிருக்கும் முகம் பார்க்கும் கண்ணாடிகளிலோ பட்டுப் பிரதிபலிக்கும் நம் உருவத்தின் கண நேரத் தோற்றத்தைக் காண நேர்ந்தால் திடுக்கிடலோடு கூடிய ஓர் அங்கீகார நொடி எப்பொழுதுமே எனக்கு வாய்க்கும். என்னை நானே விலகி நின்று பார்த்தபோது இதைப் போன்ற அனுபவமே எனக்கு ஏற்பட்டது. ஆனால், ஏதோ கனவில் ஆழ்ந்திருப்பதைப் போல், இந்த நபரை என்னிலிருந்து வெளியே விலகி நின்று கவனித்துக்கொண்டிருந்த பொழுது, இந்த நபர் வேறு யாருமில்லை, நானேதான் என்பதை உணர்ந்த கணத்தில் எனக்கு வியப்பு உண்டாகவில்லை. மாறாக, அவன் மீது நான் கொண்டிருந்த வாஞ்சையின் வலிமையும் நம்பவியலா நெகிழ்வுமே எனக்கு ஆச்சரியமூட்டின. அவன் எவ்வளவு பரிதாபத்துக்குரியவனாகத் துயர் மிகுந்து, நம்பிக்கையற்று, சோகமாய் இருந்தான் என்பதை என்னால் உடனடியாக உணர முடிந்தது. மேலோட்டமாகத் தோன்றுவதைப் போல இல்லாதவன்தான் இந்த நபர் என்பதை மட்டுமே நான் புரிந்து கொண்டிருந்தேன். இந்தப் பரிதாபத்திற்குரிய ஜீவனை, இந்த அழிந்து விடக்கூடிய, எளிதில் உணர்ச்சிகளுக்கு ஆட்படுகிற குழந்தையை என் சிறகுகளுக்குள் பொத்தி வைத்து, அவனுடைய தந்தையாய், அல்லது, கடவுளாகக்கூட, இருந்துவிட நான் ஏங்கினேன். ஆனால், இப்படி யெல்லாம் நான் சிந்தித்துக்கொண்டிருந்த நேரத்தில், (அதே நேரம், அவன் என்ன நினைத்துக்கொண்டிருப்பான்? ஏன் அவன் இவ்வளவு

கருப்புப் புத்தகம்   ❈ 167 ❈

வருத்தமாகத் தென்படுகிறான்? அவன் ஏன் இவ்வளவு அயர்ச்சியோடு, அடங்கிக் கிடக்கிறான்? என்றெல்லாம் என்னை நானே ஓயாமல் கேட்டுக் கொண்டிருந்தேன்.) பிரதான சாலையை அடையும்வரை அவன் தொடர்ந்து நடந்தவாறிருந்தான். ஆனால் அதன் பிறகும், வழியில் தென்பட்ட பலகாரக் கடைகள் மற்றும் மளிகைக் கடைகளின் விளக்கொளியற்ற சாளரங்களைச் சிரத்தையின்றித் தளர்ந்துபோய், தயங்கித் தயங்கிப் பார்த்துக்கொண்டே அவன் தொடர்ந்து நடந்தான். காற்சட்டைப் பைகளின் ஆழத்தில் கைகளை நுழைத்துக்கொண்டிருந்தான். கொஞ்ச நேரம்போன பின் நிதானித்து, வந்த வழியைத் திரும்பிப் பார்த்தான். பிறகு வழியில் கடந்து சென்ற ஓரிரண்டு கார்களையோ, காலியான டாக்ஸிகளையோ திரும்பிக்கூடப் பார்க்காமல் ஸெஹ்ஸடேபசியிலிருந்து ஊங்கபாநி வரையிலான தொலைவை நடந்தே கடந்தான். ஒருவேளை அவன் கையில் காசில்லையோ என்னவோ!

ஊங்கபாநி பாலத்தைக் கடக்கையில் பொற்கொம்பு கழிமுக நீரைப் பார்ப்பதற்காக ஒரு கணம் நிதானித்தான். ஓர் இழுவைப் படகு அப்பொழுதுதான் அந்தப் பாலத்தைக் கடந்துகொண்டிருந்தது. இன்னமும் கும்மிருட்டாக இருந்தபோதிலும் அந்த இழுவைப் படகின் மெல்லிய புகைபோக்கியோடு இணைத்துக் கட்டப்பட்டிருந்த வடத்தை ஒரு பணியாளர் குழாம் வலித்துக்கொண்டிருப்பது அவன் கண்களுக்குப் புலனாகியது. ஷிஷாநே பகுதியிலிருந்த ஒரு சந்தில் ஏறிக்கொண்டிருந்த பொழுது, குடிகாரன் ஒருவனோடு ஒருசில வார்த்தைகளை அவன் பரிமாறிக் கொண்டான். இஸ்திக்லால் நிழற்சாலையில் ஒளிர்ந்துகொண்டிருந்த ஒரேயொரு கடையின் சாளரம் அவன் கவனத்தை ஈர்த்தது. அது ஒரு வெள்ளிக் கொல்லனின் கடை. அதன் முன்பு அவன் சற்று நேரம் நின்றான். அவன் மனத்தில் என்ன சிந்தனை ஓடியது? வாஞ்சைமிகு நடுக்கத்தோடு அவனைக் கவனித்துக்கொண்டிருந்த நேரத்தில் இப்படி ஓர் வியப்பு என்னுள் எழுவதைத் தடுக்க முடியவில்லை.

தக்ஸிம் பகுதியை அடைந்தவுடன் சிகரெட்டுகளும் தீப்பெட்டியும் வாங்க ஒரு பெட்டிக்கடையின் முன் அவன் நின்றான். நம்முடைய தேசத்தின் மன உளைச்சல் கொண்ட மக்களிடம் நாம் அடிக்கடி பார்க்க நேரிடும் நிதானமான அங்க அசைவுகளோடு, தான் வாங்கிய புது சிகரெட் பெட்டியை அவன் பிரித்தான். அதை மெல்லப் பற்ற வைத்தவுடன் – ஓ, அவன் வாயிலிருந்து எழும்பிய மெல்லிய துயர் மிகுந்த அந்தப் புகை வளையம்! – யாவுமறிந்த என் நிலையையும் மீறி, ஏதோ அவன்தான் நான் சந்தித்திருக்கிற முதல் நபர் என்பதைப் போல் மிகுந்த பதட்டத்துக் குள்ளானேன். பார்த்து, கவனமாயிரு என் குழந்தாய்! இதைச் சொல்ல நான் மிகவும் ஏங்கினேன். அவன் நடந்து சென்ற ஒவ்வொரு தெருவிலும், அவன் எடுத்து வைத்த ஒவ்வொரு அடியிலும் அவன் மீது எந்தத் தீங்கும் ஏற்படாமல் போனதற்காக நான் மேலுலகுக்கு நன்றி சொல்ல விரும்பினேன். நான் எங்கெங்கு பார்த்தாலும் – தெருவிலாகட்டும், குடியிருப்புகளின் நுழைவாயில்களிலாகட்டும், மேலே தென்பட்ட இருளடைந்த சாளரங்களிலாகட்டும் – எல்லா இடங்களிலுமே அழிவு உருக்கொண்டிருப்பதை என்னால் காண முடிந்தது.

இறைவனின் நற்கருணையால் நிஷாந்தஷி வரைக்குமான தொலைவை அவன் எந்தத் தீங்குமின்றிக் கடந்து வந்தான். இதயங்களின் நகர் என்ற

பெயர் தாங்கிய அடுக்ககத்தின் முன் நின்றவன் அதற்குள் நுழைந்தான். அவனுடைய பரண் குடியிருப்பை அடைந்தவுடன் அவன் இறக்கி வைக்க ஏங்கிய அத்தனை துன்பங்களையும், போதும் போதுமென்ற அளவுக்கு அவன் சுமந்திருந்தான் என்பதென்னவோ நிச்சயம். ஆனால், உடனடியாகப் படுக்கையில் வீழாமல் ஒரு நாற்காலியில் அவன் அமர்ந்தான். புகை பிடித்தவாறே ஒரு நாளிதழைப் புரட்டிக்கொண்டிருந்தான். பிறகு எழுந்து வேகவேகமாக நடக்கத் தொடங்கினான். ஓய்ந்துபோன பழைய நாற்காலிகள், காலொடிந்த எழுது மேஜை, நிறம் மங்கிப் போயிருந்த திரைச்சீலைகள், அவனுடைய நாளிதழ்கள், எழுதிக் குவித்த காகிதங்கள், புத்தகங்கள் என யாவற்றையும் தரையின் குறுக்கும் மறுக்கும் நடந்து கடந்தான். திடீரென்று எழுது மேஜையின் முன்பாக அமர்ந்தான். அவன் அமர்ந்த வேகத்தில் லொடலொடத்த அந்த நாற்காலி காலுக்கடியில் கடகடத்தது. பேனாவையெடுத்து ஒரு வெற்றுத்தாளில் ஒரு சில குறிப்புகளை எழுதக் குனிந்தான்.

அவனை ஒட்டியபடி நான் நின்றுகொண்டிருந்தேன். சொல்லப் போனால், தாறுமாறாய்ப் பொருள்கள் பரப்பிக் கிடந்த அந்த எழுது மேஜையின் மீது நான் நிற்காத குறைதான். எவ்வளவு நெருக்கமாக முடியுமோ அவ்வளவு நெருக்கமாக அவனுக்கருகில் நான் நின்று கொண்டேன். ஒரு குழந்தைக்கேயுரிய தீவிர கவனத்துடன் அவன் எழுதினான். ஏதோ தனக்கு மிகவும் பிடித்த திரைப்படத்தைப் பார்த்துக்கொண்டிருப்பவனைப் போல் அவன் தேர்ந்தெடுத்துப் பயன்படுத்திய சொற்களைப் பார்த்து அமைதியான உவகையோடு எழுதினான். ஆனால், அவனுடைய கண்கள் எந்நேரமும் உள்நோக்கிய நிலையிலேயே இருந்தன. என்றாலும் அவனை நான் கவனித்துக்கொண்டிருந்தேன். ஒரு மடலை முதன்முதலாக எழுதிப் பழகும் மகனைத் தந்தை கவனிப்பதைப் போல. ஒரு வாக்கியத்தை முடிக்கும்பொழுதெல்லாம் உதடுகளை மடித்து யோசித்தான். எழுதும் பொழுது, தாளின் மீது எழுதப்பட்ட ஒவ்வொரு சொல் மீதும் விழிகள் தாவித்தாவிச் சுழன்றன. ஒரு பக்கத்தை அவன் எழுதி முடித்தவுடன் என்ன எழுதியிருக்கிறானென்று படித்துப் பார்த்தேன். பிறகு ஆழ்ந்த துயரில் மூழ்கினேன்.

இந்தப் பக்கத்தைப் படித்தவுடன் அவனுடைய ஆன்மா தோலுரிக்கப்பட்டு வெளிப்படுமென்று நம்பியிருந்தேன். ஆனால், இன்னின்ன கேள்விகளுக்கான விடைகளையெல்லாம் தெரிந்துகொள்ள வேண்டுமென்று நான் தவித்துக்கொண்டிருந்தேன். ஆனால், அந்தக் கேள்விகளுக்கான விடைகளைப் பெறுவதற்குப் பதிலாக இப்பொழுது உங்கள் முன் வந்து விழும் இதே வாக்கியங்களைத்தான் என்னால் காண முடிந்தது. ஆக, இது அவனுடைய உலகல்ல. என்னுடையது. அவனுடைய சொற்களல்ல. இவை என்னுடையவை. இதோ இந்தக் கணத்தில் உங்கள் விழிகள் விரைந்து மேய்ந்துகொண்டிருக்கும் இந்த சொற்கள் எல்லாமே! (சற்றே நிதானியுங்கள்!) அவனெதிரே சென்று அவனுடைய சொந்த வார்த்தைகளில் எழுதச் சொல்ல வேண்டுமென்று பரிதவித்தேன். ஆனால், ஏதோ கனவில் நடப்பதைப் போல் அங்கேயே நின்று, நடப்பனவற்றையெல்லாம் கவனித்துக்கொண்டிருப்பதைத் தவிர வேறொன்றும் என்னால் செய்ய இயலவில்லை. ஒவ்வொரு வாக்கியமாக உருப்பெற உருப்பெற அவற்றின் ஒவ்வொரு சொல்லும் முந்தைய சொல்

ஏற்படுத்திய வேதனையைக் காட்டிலும் அதிக வலி கூடும் வேதனையை உண்டாக்கியது.

ஒரு பத்தியின் தொடக்கத்தில் அவன் சற்றே நிதானித்தான். அவன் என்னைப் பார்த்தான். நேருக்கு நேராய் என்னைப் பாப்பது போல் பார்த்தான். பழைய புத்தகங்களிலும் சஞ்சிகைகளிலும் ஒரு சில வேளைகளில் நீங்கள் இப்படிப்பட்ட காட்சிகளைப் பார்த்திருக்கலாம். படைப்பாளிகள் தங்களுடைய படைப்பூக்க தேவதையோடு நீண்ட, கொஞ்சுமொழி உரையாடலில் ஈடுபட்டிருப்பார்கள். அந்த உரையாடலின் ஓரங்களில் வேடிக்கையான சித்திரங்கள் வரையப்பட்டிருக்கும். ஒரு பேனா அளவுக்கே குட்டியூண்டாக இருக்கும் வழிபடத்தக்கப் படைப்பூக்க தேவதையோடு ஒரு ஞாபகமறதி நபர் தமாஷான விஷயங்களைப் பகிர்த்து கொண்டிருப்பார். ஆம். அப்படித்தான் நாங்கள் ஒருவரையொருவர் புன்னகையோடு பார்த்துக்கொண்டிருந்தோம். ஒரு வழியாக, நாங்கள் ஒருவரையொருவர் கண்டுகொண்டோம். இனி எல்லாமே தெளிவாகி விடுமென்று நான் மகிழ்ச்சியோடு நம்பினேன். இந்தச் சூழ்நிலை எதைக் கோருகிறதோ அதை அவன் புரிந்துகொள்வான். நான் தெரிந்து கொள்ள மிகுந்த ஆர்வம் காட்டுகிற தன்னுடைய இந்த உலகைப் பற்றிய கதைகளை அவன் எழுதுவான். தாளின் முன் அவன் தயார்நிலையில் அமர்ந்துவிட்ட பிறகு அவனோடு நானும் அமர்ந்து அவன் எழுத்தில் வடிப்பவற்றைக் கலப்படமற்ற மகிழ்ச்சியோடு வாசிப்பேன்.

ஆனால் அது நடக்கவில்லை. அவன் தெளிவுபடுத்த வேண்டுமென்று நான் எதிர்பார்த்த விஷயங்கள் எல்லாமே ஏற்கெனவே பிரகாசமான நாள் போல் தெளிவாகவே பார்க்கக் கிடைக்கின்றன என்று உணர்த்துவதைப் போல், அவன் சிக்கனமான தெய்வீகப் புன்னகையொன்றை உதிர்த்தான். பிறகு, அடுத்து செய்ய வேண்டிய ஒரு சாமர்த்தியமான காய் நகர்த்தலை யோசித்து வைத்துவிட்டச் சதுரங்க மேதையைப் போல், மிகுந்த புளகாங்கிதத் துடன் அவன் சற்று ஓய்வெடுத்துக்கொண்டான். அறியாதவற்றின் ஊடுருவ முடியாத காரிருளில் நான் மேலும் மூழ்கிப் போகத் தன்னுடைய இறுதிச் சொற்களை அவன் எழுதி முடித்தான்.

11

நம்முடைய நினைவுகளைத் திரைப்படங்களில் தொலைத்துவிட்டோம்

குழந்தைகளின் கண்களுக்கு ஊறு விளைவிப்பதோடு திரைப்படங்கள் அடங்கி விடுவதில்லை; அவர்களின் மனங்களையும் அவை பாழாக்கிவிடுகின்றன.

– உலுநே

துயில் கலைந்தவுடன், இரவு மேலும் அதிகமாய்ப் பனி பொழிந்திருக்க வேண்டுமென்று காலிப் எப்படியோ உணர்ந்துகொண்டான். கண் விழித்தபோது ஓரளவுக்கு நினைவில் நின்ற கனவில், அவன் பனி பொழிந்தாற்போல் கண்டிருக்கக்கூடும். ஆனால், சாளரத்தை நெருங்கும்போதே அந்தக் கனவு அவனுக்கு மறந்துவிட்டிருந்தது. பனியின் மௌனத்தில் நகரம் அமைதிகொண்டிருக்கப் போக்குவரத்தின் நாராசம் மெல்ல மங்கியிருந்தது. கொஞ்ச நேரமாகவே இருள் சூழ்ந்திருந்தது. வெந்நீர்க்கணப்பு போதுமான அளவுக்குச் சூடாக்கத் தவறியிருந்த தண்ணீரில் குளித்துவிட்டு விரைந்து ஆடை உடுத்திக்கொண்டான். பென்சிலையையும் தாளையும் எடுத்துக்கொண்டு எழுது மேஜையின் முன்னமர்ந்து, தன்னிடமிருக்கும் துப்புக்களைக் கொஞ்ச நேரம் எழுதி மனத்தில் கணக்கிட்டுப் பார்த்தான். பிறகு முகத்தை மழித்துக் கொண்டு தன்னிடமிருந்த ஹெரிங்போன் அரையங்கியை அணிந்துகொண்டான். அது அவனுக்குப் பொருத்தமாகவும் அழகாகவும் இருப்பதாக ரூயா கூறுவதுண்டு. அதே போன்ற ஓர் அரையங்கி ஜெலாலிடமும் இருந்தது. அதற்கும் மேலாக ஒரு கனமான முரட்டு மேலங்கியைப் போர்த்துக்கொண்டு அவன் வீதிக்கு வந்தான்.

இப்பொழுது பனி பொழிவது நின்றிருந்தது. கனமான புதிய பனிப் போர்வை டாக்ஸிகளையும் நடைபாதைகளையும் ஒரு சில அங்குலங்களுக்குப் போர்த்தியிருந்தது. சனிக்கிழமை மாலையில் கடைகளுக்குச் சென்று பொருள்களை வாங்கிக்

கொண்டு வீடு திரும்பும் மக்கள் வீதிதோறும் நெரிந்துகொண்டிருந்தார்கள். ஒவ்வொருவர் கையிலும் பொதிச்சுமை. அப்பொழுதான் பொழிந்திருந்த பனியின் மீது ஏதோ ஒரு புதிய கிரகத்தின் அதிகம் பழக்கப்பட்டிராத கடற்பாசித் தரை மீது நடப்பதைப் போல் நடுக்கத்துடன் கால்கள் பதித்த நடை. நிஷாந்தஷி சதுக்கத்துக்கு வந்தவுடன் பிரதானச் சாலையில் இன்னமும் போக்குவரத்து நெரிசல் குறையாதிருந்ததைக் கண்டு காலிப்புக்குக் கொஞ்சம் நிம்மதியாக இருந்தது. மாலை நேரத்துக்காகவென்று ஒரு மளிகைக்கடையின் வாசலுக்கு இடம்பெயர்ந்திருந்த நாளிதழ்த் தள்ளுவண்டிக்காரனைக் காலிப் அணுகினான். திறந்தமேனிப் பெண்டிரையும் வீண்வம்பையும் சுமந்திருந்த பத்திரிகைகளின் நடுவே முந்தைய நாளின் *மிலியட்* நாளிதழின் ஒரு பிரதி தென்பட்டது. அதை வாங்கிக்கொண்டான். பிறகு வீதியைக் கடந்து ஓர் உணவகத்துக்குள் நுழைந்தான். வீதியில் நடமாடும் யார் கண்ணிலும் பட்டுவிடாதவாறு மூலையிலிருந்த ஒரு மேஜை முன் சென்றமர்ந்தான். தக்காளி சூப்பும், ஒரு வட்டில் கோளா உருண்டையும் கொண்டுவரச் சொல்லிவிட்டுக் காத்திருந்தான். உணவுக்காகக் காத்திருந்த நேரத்தில் செய்தித்தாளை மேஜை மீது விரித்து வைத்து நிதானமாகவும், கூர்ந்த கவனத்துடனும் ஜெலால் எழுதியிருந்த ஞாயிற்றுக் கிழமைக்கான பத்திக் கட்டுரையை வாசிக்கத் தொடங்கினான்.

பல ஆண்டுகளுக்கு முன்பாக அவன் பதிப்பித்திருந்த கட்டுரைதான். அதையே காலையிலும் படித்திருந்ததால் இப்பொழுது அந்தக் கட்டுரையின் ஒரு சில வாக்கியங்கள் காலிப்புக்கு மனனம் ஆகியிருந்தன. காஃபி அருந்தும் நேரத்தில் அந்தப் பிரதியின் ஒரு சில பகுதிகளைக் குறித்து வைத்துக்கொண்டான். உணவகத்தை விட்டு வெளியே வந்ததும், ஒரு டாக்ஸியை அமர்த்திக்கொண்டு, பாகிர்க்காய் பகுதியிலிருக்கும் சினான்பாஷா குடியிருப்புப் பகுதிக்கு வண்டியை விடுமாறு ஓட்டுநரிடம் கேட்டுக்கொண்டான்.

டாக்ஸி சாளரத்தின் ஊடாக வழுக்கியோடிக்கொண்டிருந்தது. இஸ்தான்புல் அல்ல, முற்றிலும் வேறொரு நகரம் என்ற சிந்தனை அந்த நீண்ட பயணத்தின்போது காலிப்பின் மனத்தில் கிளர்ந்தது. குமிஷ்ஸூயூவிலிருந்து டால்மபேஹ்சேவுக்குச் செல்லும் திருப்பத்தில் மூன்று பேருந்துகள் ஒன்றையொன்று முட்டிக்கொண்டு நின்றன. அவற்றைச் சுற்றி சிறு கூட்டம் கூடியிருந்தது. பேருந்து நிறுத்தமும் டாக்ஸி நிறுத்தமும் வெறிச்சோடிக் கிடந்தன. முன்னெப்போதும் காணாத அளவுக்கு நகரை ஆளரவமற்று ஆக்கியிருந்தது பனி. விளக்குகள் ஒளிமங்கித் தெரிந்தன. ஒரு நகருக்கே உரிய இயல்பான இரவுநேர நடவடிக்கைகள் எதையும் பார்க்க முடியவில்லை. மூடிய கதவுகளும், வெறுமையான நடைபாதைகளுமாய் அந்த இடமே ஏதோ திரைப்படத்துக்கு அமைக்கப்பட்ட ஒரு மத்தியகால நகருக்கான ஆளற்ற காட்சியுலகைப் போல் தோன்றியது. பண்டகச் சாலைகள், அவசரகதியில் வேயப்பட்ட குடிசைகள், பள்ளிவாசல் கோபுரங்கள் ஆகியவற்றை மூடியிருந்த பனி வெண்மையாயில்லாமல் ஊதா நிறத்தில் இருந்தது. ஆக்ஸராய் பகுதியின் தெருக்களில் சுற்றியலையும் போது நாவற்பழ நிறத்தில் உதட்டுச் சாயம் பூசிய ஊதா நிற வதனம் கொண்ட விலைமாதர்களைக் காலிப் பார்த்தான். பழைய நகரத்தின் சுவர்களை ஒட்டி, இளைஞர்கள் ஏணிகளை வைத்துப் பனிச்சறுக்கு விளையாட்டில் ஈடுபட்டிருப்பதையும் பார்த்தான். பணிமனையை விட்டுப் பேருந்துகள் கிளம்பியவுடன்

அவற்றின் உள்ளிருந்த பயணியர், வெளியே நிறுத்தப்பட்டிருந்த காவல் துறையினரின் வாகனங்களில் பொருத்தப்பட்டிருந்த ஊதா நிற ஒளி விளக்குகளை அச்சத்தோடு வெறித்துப் பார்த்துக்கொண்டிருந்தனர். வெகு காலத்திற்கு முன்பு, ஓர் எதிர்பாராத கடுமையான குளிர்பருவத்தில் பொற்கொம்புக் கழிமுகம் முழுவதும் உறைந்துபோய்க்கிடந்த, நீண்ட, இயற்கைக்கு முரணான கதையை வயதான டாக்ஸி ஓட்டுநர் அவனிடம் விவரித்துக்கொண்டிருந்தார். அந்த 1959ஆம் ஆண்டு மாடல் பிளிமத் காரின் உள்ளேயிருந்த விளக்கொளி ஜெலாலின் ஞாயிற்றுக்கிழமைப் பத்திக் கட்டுரையைப் படிப்பதற்குப் போதுமானதாக இருந்தது. அதில் காலிப் மூழ்கிப் போனான். மேலும் மேலும் எண்களால், எழுத்துகளால், குறியீடுகளால் அந்தக் கட்டுரையை அவன் நிறைத்தான். என்றாலும் எந்தப் புதிரும் விடுபடவில்லை. ஸினான்பாஷா நகர்ப்பகுதியை அடைந்தவுடன் அதற்கப்பால் டாக்ஸி செல்ல முடியாதென்று ஓட்டுநர் கூறிவிட்டார். எனவே, காலிப் டாக்ஸியிலிருந்து இறங்கி மீதமிருந்த தொலைவை நடக்கத் தொடங்கினான்.

காலிப் நினைத்து வைத்திருந்ததைக் காட்டிலும் குன்ட்டெபே குடியிருப்புப் பகுதி பிரதானச் சாலைக்கு அண்மையிலேயே இருந்தது.

வழியில் அவன் கடந்து வந்த வீடுகள் எல்லாவற்றிலும் (அனேகமாக அவை யாவுமே குடிசைக்கான அஸ்திவாரத்தின் மீது எழுப்பப்பட்டிருந்த இரண்டடுக்கு கான்க்ரீட் கட்டடங்கள்) திரைச்சீலைகள் தொங்கிக் கொண்டிருந்தன. தெருவின் இருமருங்கும் தென்பட்ட கடைகள் யாவுமே இருண்டிருந்தன. ஒரு மேடான சந்தில் ஏறிய பிறகு காலையில் நகர வரைபடத்தில் பார்த்துக் குறித்து வைத்திருந்த ஒரு சிறிய சதுக்கத்தை அவன் வந்தடைந்தான். அதன் நடுவில் ஆட்டாதுர்க்கின் மார்பளவுச் சிலை (முழு உருவச் சிலை அல்ல) ஒன்று காணப்பட்டது. அந்த வரைபடம் தெளிவாக நினைவிலிருக்கும் நம்பிக்கையில் அவன் பள்ளிவாசலுக்குப் பக்கவாட்டிலிருந்த தெருவில் நடக்கத தொடங்கினான். அவன் எதிர்பார்த்திருந்ததைக் காட்டிலும் அந்தத் தெரு அகலமாக இருந்தது. தெருச்சுவர்கள் யாவற்றிலும் அரசியல் கோஷங்கள் நிறைந்திருந்தன.

இப்படியோர் இடத்தில் ரூயா வசிப்பாள் என்ற எண்ணமே காலிப்புக்கு வலித்தது. சாளரத்தின் நட்ட நடுவிலிருந்து புகைபோக்கி துருத்திக்கொண்டிருக்கும் ஒரு வீட்டில், உப்பரிகை ஏறத்தாழ தெருவிலேயே சரிந்து நிற்கும் ஒரு வீட்டில். ஆனால் பத்தாண்டுகளுக்கு முன்பாக, அவளைப் பார்ப்பதற்கென்று அவன் இங்கே வந்திருந்தபொழுது – அப்பொழுதும்கூட இப்படி நள்ளிரவில்தான் வந்திருந்தான் – நினைத்துக் கூட பார்த்திருக்க முடியாதவற்றைக் கண்டுவிட்டு, தலை தெறிக்கத் திரும்பிச் சென்றான். அந்தக் கொளுத்தும் ஆகஸ்ட் மாத மாலை நேரத்தில் திறந்து கிடந்த சாளரத்தின் வழியாக அவன் ரூயாவைப் பார்க்க நேரிட்டது. கையில்லாத பருத்தி ஆடையணிந்து, செய்தித்தாள்கள் உயரமாக அடுக்கிக் குவிக்கப்பட்டிருந்த ஒரு மேஜையின் முன்பாக அமர்ந்து குழற்கற்றையை முறுக்கியபடி ஏதோ வேலையில் ஈடுபட்டிருந்தாள். காலிப்புக்கு முதுகைக் காட்டியபடி அமர்ந்திருந்த அவளுடைய கணவன் தேநீரைக் கலக்கிக் கொண்டிருந்தான். கூடெதுவும் இன்றி நிர்வாணமாய்த் தொங்கிக் கொண்டிருந்த ஒளிவிளக்கைத் தாறுமாறாய்ச் சுற்றிக்கொண்டிருந்தது ஒரு விட்டில் பூச்சி. கணவனுக்கும் மனைவிக்கும் இடையில் ஒரு

தட்டில் அத்திப்பழம் வைக்கப்பட்டிருந்தது. அதற்குப் பக்கத்திலேயே கொசு மருந்தடிக்கும் கையடக்கக் குப்பியொன்று கிடந்தது. தேநீர்க் கோப்பைக்குள் கிணுங்கும் தேநீர்க் கரண்டியின் ஓசை வீட்டினுள்ளும், சிள் வண்டின் ரீங்காரம் வீட்டின் வெளியிலும் கேட்டுக்கொண்டிருந்தது. ஆனால், இப்பொழுதோ ஒரு சந்து முனையில் பனி திரையிட்டிருந்த மின்கம்பத்தில் ரெஃபத் பே தெரு என்ற பெயர்ப் பலகை கட்டப்பட்டிருந்தது. காலிப் அதைப் பார்த்தபோது, புலனான எதுவுமே பரிச்சயமானதாகத் தோன்றவில்லை. அந்தத் தெருவின் மேலும் கீழும் இரண்டு முறை அவன் நடந்து பார்த்தான். அதன் ஒரு முனையில் சிறார்கள் பனிப் பந்துகளை வீசியெறிந்து விளையாடிக்கொண்டிருந்தனர். அந்தத் தெருவின் மறு முனையில் இன்ன மாதிரியானதென்று வகைப்படுத்தவியலாத ஒரு பெண்ணை முன்னிலைப்படுத்தும் ஒளியூட்டப்பட்ட திரைப்பட விளம்பரப் பலகை நின்றிருந்தது. அந்தப் பெண்ணின் கண்கள் மட்டும் இருட்டடிப்பு செய்யப்பட்டுக் குருடாக்கப்பட்டிருந்தன. அந்தத் தெருவில் காணப்பட்ட எல்லா வீடுகளுமே இரண்டடுக்கு வீடுகள். எதன் மீதும் இலக்கம் எழுதப்பட்டிருக்கவில்லை. முதன்றை அவன் தேடி வந்த வீட்டுக்கருகில் வந்தும் அதை அடையாளம் கண்டுகொள்ளாமல் சாவதானமாகக் கடந்துசென்றிருந்தான். ஆனால், இரண்டாம் முறையாக இப்பொழுது வந்தபொழுது அந்த வீட்டின் சாளரத்தையும், வண்ணம் வெளிறிய காரை பூசாத சுவர்களையும், பத்தாண்டுகளுக்கு முன்பாக தொடக் கூசியிருந்த கதவுக் கைப்பிடியையும் வேண்டாவெறுப்பாய் நினைவில் வைத்திருந்தான். அந்த வீட்டுக்கு இரண்டாம் மாடியைக் கட்டியிருந்தார்கள். தோட்டத்துக்குச் சுற்றுச் சுவர் எழுப்பப்பட்டிருந்தது. முன்பு புற்கள் முளைத்திருந்த தரை இப்பொழுது கான்க்ரீட் தளமாகியிருந்தது. வீட்டின் அடித்தளம் இருண்டிருந்தது. இரண்டாவது மாடிக்கென்று தனியாக ஒரு வாசல் இருந்தது. திரைச்சீலையின் ஊடாக ஒரு தொலைக்காட்சிப் பெட்டியின் நீல ஒளியைக் காலிப் பார்த்தான். சுவரிலிருந்து துருத்திக் கொண்டிருந்த புகைபோக்கிக் குழாய் ஏதோ பீரங்கி போல் தோன்றியது. நிலக்கரியின் கந்தக – மஞ்சள் நிறப் புகையை அது விட்டுவிட்டுக் கக்கிக் கொண்டிருந்தது. இறைவனாய்ப் பார்த்து அனுப்பி வைக்கும் எதிர்பாரா விருந்தாளிக்கு சூடான உணவும், உஷ்ணமான கணப்பும், அறை முழுவதும் அடைந்து கிடக்கும் நல்லிதயம்கொண்ட மாந்தர்களும், முகமன் கூறக் காத்திருக்கிறார்கள் எனும் நற்செய்திக்குக் கட்டியம் கூறிக்கொண்டிருந்தது அந்தப் புகைபோக்கி.

பனி போர்த்திய மாடிப் படிகளில் மிகுந்த கவனத்துடன் கால் பதித்து ஏறிக்கொண்டிருந்தபொழுது, அடுத்த வீட்டுத் தோட்டத்திலிருந்த நாயொன்று நம்பிக்கையற்றுக் குரைத்து ஓய்ந்தது. நான் ரூயாவிடம் ரொம்பப் பேசப் போவதில்லையென்று தனக்குத்தானே சொல்லிக்கொண்டான் காலிப். அல்லது ஒருவேளை இது அவளுடைய முன்னாள் கணவனிடம் கூறுவதற்கான ஒத்திகையோ!

அவளுடைய பிரிவுமடலில் அவள் விளக்காமல் விட்ட அம்சத்திற்கான விளக்கத்தை முதலில்காலிப் கேட்க நினைத்தான். எதற்காக அவனை விட்டுப் பிரிந்தாள்? பிறகு அவள் உடனடியாக வீட்டிற்குத் திரும்பி அவளுக்குச் சொந்தமான பொருள்கள் அனைத்தையும் சேகரித்து எடுத்துச் சென்றுவிட வேண்டும். அவளுடைய புத்தகங்கள், அவளுடைய

ஒற்றைக் காலுறைகள், காலி மாத்திரைக் குப்பிகள், கொண்டையூசிகள், மூக்குக்கண்ணாடிப் பேழைகள், பாதி மென்று வைத்துவிட்ட சாக்கலேட், கேசக் கவ்விகள், சிறு குழந்தையாய் அவள் வைத்து விளையாடிய மர வாத்துகள். உன்னை நினைவுறுத்தித் தாங்கவியலாத சோகத்துக்கு என்னை உள்ளாக்கும் எல்லாப் பொருள்களையும். ஆனால், அந்த முரட்டு தடியன் கூட இருக்கும்போது இது எதையுமே சொல்லிவிட முடியாது. காலிப்பும் ரூயாவும் வேறெங்காவது சென்று ஆற அமர உட்கார்ந்து இதெல்லாவற்றையும் அறிவார்த்தமாகப் பேசலாமென்று கூற வேண்டும். அப்படியொரு இடத்துக்கு வந்த பிறகு, இப்படி 'அறிவார்த்தமாக' யோசிக்க வேண்டிய பேச்சை எடுத்த பிறகு வேறு பல விஷயங்களையும் ரூயாவிடம் பேசுவது மிகவும் எளிதாகிவிடும். ஆனால், இப்படியோர் அண்டைப்புறத்தில், ஆண்கள் மட்டுமே குழுமியிருக்கும் காஃபியகத்தைத் தவிர அவளை வேறெங்கு அவன் அழைத்துச் சென்றுவிட முடியும்? இப்படியெல்லாம் யோசித்து, முடிவெடுப்பதற்கு முன்பாகவே அவன் அழைப்பு மணியை அழுத்தியிருந்தான்.

முதலில் ஒரு குழந்தையின் குரல் கேட்டது (அம்மா வாசல்ல யாரோ வந்திருக்காங்க!) பிறகு ஒரு பெண்ணின் குரல் அதே அளவுக்குக் கவலையோடு. ஆனால், அது அவனுடைய மனைவியின் குரலுக்குச் சற்றும் சம்பந்தமில்லாதது. முப்பதாண்டுகளுக்கும் மேலாகத் தன்னுடைய சிநேகிதியாகவும், இருபத்தைந்து ஆண்டுகளாகத் தன் ஆருயிர்க் காதலியாகவும் திகழும் ஒரு நங்கையை அங்கே வந்து கண்டுபிடித்துவிட முடியுமென்று எண்ணிய தான் எவ்வளவு பெரிய முட்டாளாக இருக்க வேண்டுமென்று அந்தக் கணத்தில் காலிப் புரிந்துகொண்டான். அங்கிருந்து நழுவிவிடலாமாவென்றுகூட ஒரு நொடி அவன் யோசித்தான். ஆனால், அதற்குள்ளாகவே கதவு திறக்கப்பட்டுவிட்டது. ரூயாவின் முன்னாள் கணவனைக் காலிப் உடனடியாக அடையாளம் கண்டுகொண்டான். ஆனால், அவனுக்குக் காலிப்பை நினைவில்லை. அவன் நடுத்தர வயதில் இருந்தான். சாதாரண உடல்வாகு. காலிப் அவனை எப்படிக் கற்பனை செய்துவைத்திருந்தானோ அதே போல்தான் அவன் இருந்தான். அவனை மீண்டும் ஒருமுறை கற்பனை செய்து பார்க்க விரும்பாத விதத்திலும்.

ரூயாவின் முன்னாள் கணவனுக்கு ஆபத்தான வெளியுலகின் இருளுக்குக் கண்கள் பழகி, தன்னை யாரென்று நினைவு கூர ஏதுவாக காலிப் அவன் எதிரே காத்துக்கொண்டிருந்தான். அந்த நேரத்தில் அவன் யாரென்று தெரிந்துகொள்ள வெளியே எட்டிப்பார்த்த முன்னாள் கணவனின் புது மனைவியும், முதலில் ஒன்றும் பிறகு மற்றொன்றுமாக இரண்டு குழந்தைகளும் தட்டுப்பட்டார்கள்.

"யாருப்பா?"

ஒரு வழியாய் பதில் சொல்வதற்குள் அப்பா ஒரு நொடி உறைந்துதான் போய்விட்டார். அந்த இடத்தைவிட்டுத் தப்பித்து, அந்த வீட்டிற்குள் நுழையாமல் ஓடிவிட இது ஒன்றுதான் வாய்ப்பென்று கருதியதைப் போல் காலிப் தன்னுடைய கதையை மூச்சுவிடாமல் கூறி முடித்தான்.

அகாலமாய் அந்த நள்ளிரவில் தொந்தரவு செய்வதற்காக அவன் முதலில் மன்னிப்பை யாசித்தான். ஆனால், அவன் ஒரு சிக்கலில் இருக்கிறான். இன்னொரு முறை சற்றே சாவகாசமாக, நட்பு ரீதியிலான

முறையில் (முடிந்தால் ரூயாவையும் அழைத்துக்கொண்டு) வருவதாகவும், இன்றிரவு கொஞ்சம் அவசர வேலையிருப்பதாகவும் கூறினான். யாரோ ஒருவரைப் பற்றிய தகவலைக் கேட்டுப் போவதற்காக அவன் இப்பொழுது வந்திருக்கிறான். அல்லது யாரோ ஒருவரின் பெயரை அறிந்து கொள்வதற்காக. தனக்கு ஒரு கட்சிக்காரர் – ஒரு பல்கலைக்கழக மாணவன் – இருப்பதாகவும், நியாயமற்ற விதத்தில் அவன் மீது கொலைக்குற்றம் சாட்டப்பட்டிருப்பதாகவும் காலிப் கூறினான். இல்லை. கொலை ஏதும் நடக்கவில்லையென்று கூற வரவில்லை. ஆனால், உண்மையான கொலைகாரன் தலைமறைவாகிவிட்டான். வேறொரு புனையுருவில் அவன் நகருக்குள் நடமாடிக்கொண்டிருக்கிறான். ஒரு காலத்தில் சுற்றியலைந்து கொண்டிருந்ததாக நம்பப்பட்ட ஆவியைப் போல.

காலிப் தன்னுடைய கதையை அவிழ்த்துவிட்ட பிறகு, அவனை அவர்கள் வீட்டினுள் வேகமாக இட்டுச் சென்றார்கள். அவனுடைய ஷூக்களைக் கழற்றிவிட்டு ஒரு ஜதை செருப்புகளை அணிந்துகொள்ளக் கொடுத்தார்கள். அவனுடைய காலுக்கு அவை சிறியனவாக இருந்தன. தேநீர் இன்னும் கொதித்துக்கொண்டிருப்பதால் இப்போதைக்கு அருந்த வென்று ஒரு காஃபிக் கோப்பையைக் கையில் திணித்தார்கள். அந்த நபரின் பெயரென்று பாதுகாப்புக்காக ஏதோ ஒரு பெயரை இட்டுக்கட்டிச் சொல்லித் தன் கதையைக் காலிப் முடித்தவுடன், ரூயாவின் முன்னாள் கணவன் பேசத் தொடங்கினான். எவ்வளவுக்கெவ்வளவு அதிகமாகப் பேசினானோ அவ்வளவுக்கும் அவன் குரல் உணர்ச்சியற்றுப் போனது. அவன் கூறிய கதைகளில் மயங்கிக் கட்டுண்டு கிடந்த காலிப் அங்கிருந்து கிளம்பும் திராணி தனக்கு இருக்குமா என்று யோசிக்கத் தொடங்கினான். எப்படியிருந்தாலும் ரூயா தொடர்பான விஷயங்களைத்தானே கேட்டுக் கொண்டிருக்கிறோம், இவை பின்னர் ஏதோ ஒரு வகையில் துப்புகளாக அமையலாம் என்கிற ரீதியில், ஒரு கட்டத்தில் தன்னைத்தானே தேற்றிக் கொண்டதாகப் பிறிதொரு சந்தர்ப்பத்தில் இந்தச் சம்பவத்தை காலிப் நினைவுகூரப் போகிறான். ஆனால் இது அறுவை சிகிச்சை செய்யும் அறைக்குள் இட்டுச் செல்லப்படும் மரணத் தருவாயில் இருக்கும் நோயாளி தன்னைத்தானே ஏமாற்றிக்கொள்வதற்குச் சமானமானதே! அது ஏதோ ஒரு பெரிய அணைக்கட்டு தகர்ந்ததைப் போல் இருந்தது. வெள்ளமாய்ச் சீறி வந்த கதைகளுக்கு முடிவேதும் இருப்பதாய்த் தோன்றவில்லை. ஆனால், மூன்று மணி நேரத்திற்குப் பிறகு திறக்கவே போவதில்லையென்று தான் அஞ்சிக்கொண்டிருந்த கதவின் வழியாகத் தட்டுத் தடுமாறி காலிப் வெளியே வந்தபொழுது கீழ்க்கண்ட செய்தியை அறிந்துகொண்டிருந்தான்: நாம் எல்லோருமே நமக்கு நிறைய தெரியுமென்று நினைத்துக்கொண்டிருக்கிறோம்; ஆனால், உண்மையில் நமக்கு ஒன்றுமே தெரிந்திருப்பதில்லை.

உதாரணமாக, இன்றைக்கு அமெரிக்காவிலும் மேற்கு ஐரோப்பாவிலும் இருக்கும் யூதர்களுள் பெரும்பான்மையோர், ஆயிரம் ஆண்டுகளுக்கு முன்பாக வோல்காவுக்கும் காகஸஸுக்கும் இடைப்பட்ட நிலப்பரப்பை ஆண்டு வந்த கஸார் எனும் யூத வம்சத்தினரின் வழித்தோன்றல்கள்தான் என்பது நமக்குத் தெரிந்திருக்கும். அதே போல், கஸார் எனப்படும் வம்சத்தினர் உண்மையில் யூத மார்க்கத்தைத் தழுவிய துருக்கியர்களே என்பதையும்கூட நாம் அறிந்திருப்போம். ஆனால், நாம் அறிந்திராத

செய்தி என்னவென்றால், யூதர்கள் எந்த அளவுக்குத் துருக்கியக் கலாச்சாரத்தைப் பின்பற்றினார்களோ அதே அளவுக்குத் துருக்கியர்களும் கூட யூதத்தைப் பின்பற்றினார்கள் என்பது. இந்த இரு இன மக்களும், இருபதாம் நூற்றாண்டினூடே, சந்திக்கும் புள்ளிகள் இன்றி, ஆனால், எப்பொழுதுமே ஒரே தொடுகோட்டில், ஒரே வித ரகசிய இசையின் லயத்துக்கு ஏற்ப அசைந்தாடி, ஒரு நிரந்தரப் பிணைப்பில் என்றென்றும் சபிக்கப்பட்டு, இரட்டைப் பிறவிகள் போல் வாழ்ந்துவந்திருக்கிறார்கள் என்பதை அறிய பிரமிப்பாக இல்லையா?

பிறகு, மந்திரக் கம்பளம் போல் ஒரு வரைபடம் அறையில் மிதந்து வந்தது. ஒரு மின்னல் போல் காலிப் நொடியில் விழித்துக்கொண்டு, உஷார் நிலைக்கு வந்தான். மிகவும் உஷ்ணமாக இருந்த அறையின் குறுக்கும் மறுக்கும் நடந்து களைத்துப்போயிருந்த கால்களுக்கு உயிரூட்டிக் கொண்டிருந்தான். அங்கே, மேஜையின் மீது ஒரு கதைப் புத்தக கிரகத்தின் வரைபடம் கிடந்தது. அதன் மேனியெங்கும் அம்புக்குறிகள் நிறைந்திருந்தன. அதில் வியப்பூட்டும் அம்சம் என்னவென்றால், அவை பச்சை மைப் பந்துமுனைப் பேனாவால் குறியிடப்பட்டிருந்தன.

முதல் காரியமாக பாஸ்பரஸையும் டார்டநெல்ஸையும் ஒட்டி ஒரு புதிய அரசை நிறுவ வேண்டும். இந்தப் புதிய அரசில் குடியேற்ற, புதிய குடியேறிகளை அழைத்து வருவதற்குப் பதிலாக – இவர்களுடைய மூதாதையர் ஆயிரம் ஆண்டுகளுக்கு முன்னால் செய்ததைப் போல் – புதிய குடிமக்களைத் தம்முடைய நோக்கங்களுக்கு ஏற்ற வகையில் நவீன மக்களாக இவர்கள் உருவாக்கிக்கொள்ளலாம். யாரும் இபின் கல்துன்னைப் படிக்க வேண்டியதில்லை. இப்படியோர் சவாலைச் செயல்படுத்தும் பொறுப்பிலிருப்பவர்கள் இதில் வெற்றி பெற வேண்டுமானால், தாங்கள் செய்ய வேண்டியதெல்லாம் நம்முடைய நினைவுகளை, நம்முடைய கடந்த காலத்தை, நம்முடைய வரலாற்றை வேரோடு பிடுங்கி எறிந்து விட்டு, நமக்குள் பகிர்ந்துகொள்ள நம்முடைய துரதிர்ஷடங்களைத் தவிர வேறேதும் இல்லையென்று நம்மை நொந்துகொள்ள வைப்பதுதான் என்பதை எளிதில் யூகித்துவிடுவார்கள். பெயோக்ளு பகுதியின் கொல்லைப்புறத் தெருக்களிலும், பாஸ்பரஸைப் பார்த்தாற்போல் அமைந்திருக்கும் குன்றுகளிலும் அமைந்திருக்கும் ஒளிவுமறைவான மதப்பிரச்சாரப் பள்ளிகளுக்குச் செல்லும் துருக்கியக் குழந்தைகள் ஒரு காலகட்டத்தில் ஒரு வகையான, இளஞ்சிவப்பு நிற மலை வேம்பு நீரைக் குடிக்க வேண்டியிருந்தது. இது எல்லோருக்கும் தெரிந்த விஷயம். (தன் கணவனின் ஒவ்வொரு சொல்லையும் உன்னிப்பாய் கவனித்துக்கொண்டிருந்த குழந்தைகளின் தாய் அந்த நிறம் நினைவிருக்கிறதா என்று கேட்டாள்). ஆனால் இதற்கு வெகு காலத்துக்கப்புறம் மேலை நாடுகளின் 'மனித நேயப் பிரிவு', இப்படியோர் செயலை 'விளைவைப் பற்றி அக்கறையில்லாமல் மேற்கொள்ளப்பட்ட ஒன்று' என வேதியியல் காரணங்களின் அடிப்படையில் அறிவித்தது. நீண்ட கால நல்விளைவுகளைக் கொடுக்கக் கூடிய மென்மையான அணுகுமுறைக்கு அது மாறியது. புதிய திட்டம் என்னவென்றால் நம்முடைய சமூகத்தின் திரள் நினைவைத் திரை இசையால் அரித்தெடுத்துவிடுவது.

தேவாலய ஆர்கன் இசைக்கருவியின் அச்சம்கொள்ள வைக்கும் வடிவ ஒழுங்குடன் ஆன இசையதிர்வுகள், ஆராதிக்கும் அழகுடன் கூடிய பெண்கள், ஸ்தோத்திரப் பாடல்களை மீண்டும் மீண்டும் உச்சாடனம் செய்வதைப்

போன்ற பிம்பங்கள், போதையூட்டும் பானங்கள், ஆயுதங்கள், வானூர்திகள், வடிவமைப்பு உடுப்புகள் என்று கண்ணைக் கட்டி நிறுத்தும் காட்சிகள் – இவை எல்லாவற்றையும் ஒன்றிணைத்துப் பாருங்கள். ஆப்பிரிக்காவிலோ, லத்தீன் அமெரிக்காவிலோ, மதப் பிரச்சாரகர்கள் முயன்றுபார்த்த எதையும்விடத் திரைப்பட வழிமுறை மிகவும் அடிப்படையானதாகத் தாக்கம் கூடியதாக இருப்பது தெளிவாகும். (நன்றாக ஒத்திகை பார்த்த பிறகே இவ்வளவு நீண்ட வாக்கியத்தை ரூயாவின் கணவன் பேசியிருக்க முடியுமென்று காலிப் தீர்மானித்தான். இவ்வளவு நீண்ட வாக்கியங்களை வேறு யாரெல்லாம் கேட்டுக்கொண்டிருக்க வாய்ப்புண்டு? அவனுடைய அக்கம் பக்கத்து வீட்டுக்காரர்கள்? அவனுடைய சக–பணியாளர்கள்? அவனுடைய மாமியார்? வாடகை மகிழுந்தில் அவனுக்கருகில் அமர நேரும் சக பயணிகள்?) ஸெஹ்ஸடேபஷி மற்றும் பெயோக்ளு பகுதிகளிலிருக்கும் திரையரங்குகளில்தான் அவர்கள் தங்களுடைய திட்டங்களைச் செயல் படுத்துகிறார்கள். வெகு விரைவிலேயே, நூற்றுக்கணக்கான மாந்தர்கள் முற்றிலும் குருடாகிப் போனார்கள். தங்கள் மீது பிரயோகிக்கப்படும் இந்தக் குரூரமான சதித்திட்டத்தைப் புரிந்துகொண்டு கொந்தளித்துக் கோஷமிட்ட பார்வையாளர்கள் எல்லோரும் காவல்துறையாலும் கிறுக்குப் பிடித்த மருத்துவர்களாலும் வாயடைக்கப்பட்டனர். இன்றைய சிறார்கள் இதே போன்ற ஒரு விளைவை வெளிப்படுத்தியபோது – புதிய புதிய பிம்பங்களின் பல்நிலைப் பெருக்கத்தால் கண் பார்வையை இழக்க நேர்ந்தபோது – இலவச மூக்குக்கண்ணாடி வழங்குவதன் மூலம் அவர்களுடைய வேதனைக்கு ஏமாற்றுப் பரிகாரம் தந்தார்கள். அப்பொழுதும்கூட, ஒரு சிலர் வாய் பொத்திப் போக மறுத்தார்கள். கொஞ்ச நேரத்திற்கு முன்பு இங்கிருந்து மிகவும் தொலைவில் இல்லாத இன்னொரு அண்டைப்புறப் பகுதியில் நள்ளிரவில் அவன் நடந்து சென்று கொண்டிருந்தான். அப்பொழுது ஒரு திரைப்பட விளம்பரப் பலகையின் மீது ஒரு பதினாறு வயதுப் பையன் வெட்டியாய்த் துப்பாக்கியால் சுட்டுக் கொண்டிருந்தான். அது ஏன் என்பது உடனடியாய் விளங்கிவிட்டது. அதே போல் மற்றொரு சமயம் இரண்டு கைகளிலும் பெட்ரோல் நிரம்பிய தகரக் குவளைகளை வைத்துக்கொண்டிருந்த ஒரு நபரைத் திரையரங்கு ஒன்றின் வாயிலில் அவன் பார்த்தான். தன்னுடைய கண்களைத் திருப்பித் தர வேண்டுமென்று காவலாளிகள் அவனை அடித்து விரட்டும்வரை அவன் கேட்டுக்கொண்டேயிருந்தான். ஆம். பழையபடி பிம்பங்களைப் பார்க்கும் வல்லமை படைத்த கண் பார்வையை. அதே போல், வாரம் ஒரு முறை தவறாமல் திரைப்படம் பார்க்கும் பழக்கத்துக்கு அடிமையாகிவிட்ட, மலாட்யா பகுதியைச் சேர்ந்த ஒரு குடியானவச் சிறுவன். வீட்டிற்குத் திரும்பிக்கொண்டிருக்கும்போது, தன்னுடைய நினைவாற்றலையும், அத்தோடு சேர்த்து, தான் அதுவரை கற்று வைத்திருந்த அனைத்தையும் இழந்துவிட்டதை உணர்ந்தான். – செய்தித்தாள்களுக்குக் கூட அவன் கடிதங்கள் எழுதினான். அவனுடைய கடிதங்களை காலிப் படித்ததுண்டா? இதே பாணியில், வெள்ளித்திரையில் தாங்கள் கண்ட தெருக்கள், ஆடைகள், பெண்கள் ஆகியோரால் வசீகரிக்கப்பட்டு, முன்பு போல் தங்கள் வாழ்வை நடத்த இயலாமல்போன மாந்தர்கள் பற்றி நாள்கணக்காகக் காலிப்பிடம் அவன் பேசிக்கொண்டிருக்க முடியும் என்று தோன்றியது. இப்பொழுது அவர்கள் முன்னைக் காட்டிலும் ஏழ்மை யாகவும், இழி நிலையிலும் வாழ்ந்துகொண்டிருக்கிறார்கள். திரையில்

தாங்கள் பார்த்த நட்சத்திரங்களோடு தங்களை அடையாளப்படுத்திக் கொண்டவர்களை 'நோயுற்றவர்களெனவோ' 'தப்பான கண்ணோட்டம் கொண்டவர்களெனவோ' வகைப்படுத்த நம்முடைய புதிய எஜமானர்கள் மறுத்துவிட்டார்கள். அதற்கு மாறாக, தங்கள் திட்டத்தில் அவர்களைப் பங்குதாரர்களாக இணைத்துக்கொண்டார்கள். நாம் எல்லோருமே குருடாகிப்போனோம். கடைசி நபர் வரை, அனைவருமே . . ."

குடும்பத்தின் தலைவன் எனும் பொறுப்பை ஏற்றுக்கொண்டவனாய் ரூயாவின் முன்னாள் கணவன் கேட்டான்: திரைப்படம் பார்க்கும் பழக்கம் அதிகரிக்க அதிகரிக்க, அதற்கு நேரெதிராக இஸ்தான்புல் சீரழிந்து வருவதை ஏன் அரசு இயந்திரத்தின் அதிகாரிகளுள் ஒருவர்கூடக் கண்டு கொள்ளவில்லை? திரையரங்குகள் எல்லாமே எப்பொழுதும் விபச்சார விடுதிகளுக்கு அண்மையிலேயே அமைவது தற்செயலாகத்தானா? என்றும் அவன் கேட்டான். திரையரங்குகள் எல்லாமே இருட்டில் படம் காட்ட வேண்டிய அவசியம்தான் என்ன? அவை யாவுமே ஏன் இருண்டே கிடக்கின்றன?

தாங்கள் இதயபூர்வமாய் நம்பிக்கை கொண்டிருந்த ஓர் இயக்கத்துக்குச் சேவையாற்றும் பொருட்டு பத்தாண்டுகளுக்கு முன் அவனும் ரூயா ஹம்மும் இங்கே, இதே வீட்டிற்குக் குடி வந்தார்கள். புனைபெயர்களையும், புனைஅடையாளங்களையும் வைத்துதான் அது சாத்தியமானது. (காலிப் தன் நகங்களைப் பார்த்துக்கொண்டு அமர்ந்திருந்தான்). சித்தாந்தங்களைப் பரப்புவதற்காக அவர்கள் தங்கள் வாழ்க்கையையே அர்ப்பணித்திருந்தார்கள். இதன் விளைவாக, தாங்கள் பார்த்தேயிராத தொலைதூர தேசத்திலிருந்து அரசியல் அறிக்கைகளைப் பெற்று, அந்த அயல்மொழிப் பிரதிகளின் அசல்தன்மைக்கு ஊறு விளையாமல் தாய்மொழியில் அவற்றை மொழிபெயர்க்கும் பணியில் தங்கள் இருவரையும் ஈடுபடுத்திக்கொண்டார்கள். இதன் விளைவாகத் தாங்கள் சந்தித்தேயிராத நபர்களிடமிருந்து அரசியல் ஆருடங்களைப் பெற்று, தங்களால் சந்திக்கவே முடியாத மக்களுக்காக இந்தப் புதிய மொழியில் மறு ஆக்கம் செய்து தந்தார்கள். இதன் பலன் என்னவென்றால், தட்டச்சு செய்து அவற்றை நகலெடுக்கும் பணியே வாழ்க்கை என்றாகிப் போனது. ஆனால், உண்மையில் அவர்கள் அதுவரை ஆசைப்பட்டிருந்ததெல்லாம் தாம் யாராக இருந்தார்களோ அவ்வாறில்லாமல் வேறு யாரோவாக ஆக வேண்டும் என்பதுதான். புதிய தோழர்கள் யாரேனும் தன்னுடைய புனைநபரைத் தீவிரமாகக் கருத்தில் கொள்கிறார்களென்று அறிய வரும்போது அவர்கள் இருவரும் எவ்வளவு உவகை கொண்டார்கள். அப்படியொரு தருணத்தில், அந்த மின்கல உற்பத்தித் தொழிற்சாலையில் பலமணி நேர உழைப்பால் அவர்கள் அனுபவித்துக்கொண்டிருக்கும் களைப்பும் அயர்ச்சியும் எதிர்பாராமல் நீங்கிவிடும். எழுதாமல் தேங்கிப் போன கட்டுரைகளையும், உறைகளிலிட்டு அனுப்பப்படக் காத்திருக்கும் அரசியல் அறிக்கைகளையும் அந்தக் கணம் மறக்கடித்துவிடும். தன் கையில் இருக்கும் புதிய அடையாள அட்டையை வெறித்துப் பார்த்த வண்ணம் அவன் உட்கார்ந்தே இருப்பான். "நான் வேறாளாகிவிட்டேன்!" என்று இளமைக்கேயுரிய வெகுளித்தனத்துடன் அவன் ஆனந்தக் கூச்சல் போடுவான். "இப்பொழுது நான் முற்றிலும் வேறானவன்!" அதை எவ்வளவு முறை திரும்பச் சொன்னாலும் அவனுக்குப் போதாது. அவனைச்

சுற்றியிருப்பவர்களும்கூட அதை எவ்வளவு முறை கேட்ட போதும் அலுத்துக்கொண்டதில்லை. புதிய அடையாளம் கிடைத்தவுடன், தன்னைச் சுற்றியுள்ள உலகைப் பற்றி இதுவரை நினைத்திராத புதிய அர்த்தங்களை அவன் வாசிக்க அது உதவியது. தொடக்கத்திலிருந்து முடிவு வரையில் வாசிக்கக் காத்திருக்கும் ஒரு புத்தம் புதிய கலைக்களஞ்சியமாகி இருந்தது உலகம். இந்தப் புதிய பெருநூலை வாசிக்க வாசிக்க, அவர்கள் கண் முன்பாகவே அது மாறும். அதனுடைய வாசகர்களும் அதே போல் மாற்றத்துக்குள்ளாவார்கள். எனவே, அதை ஆரம்பத்திலிருந்து இறுதி வரை அவர்கள் வாசித்து முடித்தவுடன், மீண்டும் அந்தக் கலைக்களஞ்சிய உலகுக்கு மீண்டு தொடக்கத்திலிருந்து முடிவுவரை அதை முழுதுமாக வாசித்துப் பார்ப்பார்கள். இறுதியில், மாற்றி மாற்றி எடுத்துக்கொண்ட புனைபெயர்களின் முடிவற்ற போதையில் தங்களைத் தாங்களே இழந்து, அந்தப் பெருநூலின் பக்கங்களுக்கிடையில் அவர்கள் காணாமலே போய் விடுவார்கள். (தன்னுடைய கலைக்களஞ்சிய உருவகத்தின் பக்கங்களுக்குள் அந்தக் குடும்பத்தலைவன் தானே காணாமல் போய்க்கொண்டிருந்தபோது – அப்படி நடப்பது முதன்முறையாக இருக்க முடியாதென்று காலிப் சந்தேகப்பட்டான் – நிலையறைப் பெட்டியின் அடுக்கு ஒன்றில் செய்தித் தாளின் இணைப்புப் பகுதிகள் அடுக்கி வைக்கப்பட்டிருந்ததைக் காலிப் கண்ணுற்றான். அறிவெனும் ஆலமரம் – வாரத் தொடராக). புதிய புதிய அடையாளங்களுக்குள் ஒருவரைக் காணாமலடிப்பதென்பது, அந்த நபர்களின் கவனத்தைத் திசை திருப்ப 'அவர்கள்' மேற்கொண்ட உத்தியென்பதைக் காலம் கடந்து, ரூயாவின் முன்னாள் கணவன் ஒரு வழியாகக் கண்டுகொண்டான். ஏனென்றால், ஒரு புதிய நபராக உருவெடுத்த பிறகு, அதன் பிறகு மற்றொன்று, மற்றொன்று, மற்றொன்று என்று அடுக்கடுக்காக மாறிய பிறகு, தொடக்கத்தில் அவர்கள் யாராக இருந்தார்களோ அப்படியிருந்த கட்டத்தில் அவர்கள் அனுபவித்திருந்த மகிழ்ச்சியான நிலைக்கு மீளும் நம்பிக்கை மெல்ல மெல்லத் தேய்ந்து கொண்டே போனது. மடல்கள், அரசியல் அறிக்கைகள், புகைப்படங்கள், மனித முகங்கள், துப்பாக்கிகள் என்று தங்களால் அவிழ்த்துவிட இயலாத புதிர்களின் சமிக்ஞைகளால் கரை கட்டப்பட்டிருந்த அவர்கள் – இந்த மனிதனும் அவனுடைய முன்னாள் மனைவியும் – தங்கள் வழியைத் தொலைத்துவிட்டதை ஒப்புக்கொள்ளும் கணமும் வந்தது. அந்தக் காலகட்டத்தில் ஒரு குன்றின்மீது, புறம்போக்கு நிலத்தின் மையத்தில் இந்த வீடு தனித்து நின்றுகொண்டிருந்தது. ஒரு நாள், மாலை நேரத்தில், ஒரு சிறிய பையில் தன்னுடைய உடைமைகளைத் திணித்துக்கொண்டு தன் பழைய வீட்டிற்கு, பழைய குடும்பத்தினரை நாடி ரூயா கிளம்பிப் போய்விட்டாள். அங்கேதான் அவள் பாதுகாப்பாக உணர்ந்தாள்.

தன் பேச்சின் ஆவேசம் தன்னை மீறி வெளிப்பட்டுவிடும் தருணங்களில், ரூயாவின் கணவன் தான் அமர்ந்திருக்கும் இருக்கையைவிட்டு எம்பி அறையின் குறுக்கும் மறுக்கும் வேகமாக நடப்பான். அந்த வேகத்துக்கு ஈடுகொடுக்கத் திணறும் காலிப்பின் குழம்பிய மனதுக்கு ரூயாவின் கணவன் முகத்தைச் சுளித்துக்கொண்டிருக்கும் விதம் கேலிச்சித்திரக் கதாப்பாத்திரம் பக்ஸ் பன்னியைப் போலவே இருப்பதாகத் தோன்றும். அவர்களுடைய விளையாட்டில் 'அவர்களை'த் தோற்கடிக்க வேண்டுமென்றால், தொடங்கிய நிலைக்கே போக வேண்டியிருப்பது ஏன் அவசியமாகிறதென்று ரூயாவின் கணவன் இப்பொழுது விளக்கிக்கொண்டிருந்தான். ஈனத்தனமான

பூர்ஷ்வா எனப்படும் நடுத்தர வர்க்கத்தின் உறுப்பினரென்று அவனை நிர்ணயிக்கும் வகையினதாக அவனுடைய இல்லம் காட்சியளிக்கிறது. இதைக் காலிப் பேவே பார்த்துக்கொண்டிருக்கிறான். இந்த இடத்தில் தென்படும் ஒவ்வொன்றும் தான் ஒரு 'மரபுவழுவாக் குடிமகன்' என்பதைப் பறைசாற்றிக்கொண்டிருக்கிறது. அங்கே காணப்படும் அனைத்துமே அதற்கு முட்டுக் கொடுக்கும் வகையினதாகவே இருக்கின்றன. பூப்போட்ட பருத்தி உறையிடப்பட்ட பழைய சாய்வு நாற்காலிகள், செயற்கை இழைத் துணியால் ஆன திரைச்சீலைகள், விளிம்புகளில் பட்டுப்பூச்சிகளின் படங்கள் அச்சாகியிருக்கும் பீங்கான் தட்டுகள், விடுமுறை நாட்களில் விருந்தினர்கள் வந்தால் மட்டுமே பயன்படுத்தப்படும் இனிப்புப் பண்டங்கள் நிறைந்த அவலட்சணமான நிலையறை, ஒரு காலத்திலும் தொடப்பட்டிராத மது வகையறாக்கள், அழுக்கு நிறப் பழுப்பாகிவிட்ட தரைக் கம்பளங்கள். அவனுடைய இப்போதைய மனைவி ரூயாவைப் போல் கவர்ச்சியான நன்கு படித்த பெண்ணல்ல. அதை அவளுமே அறிவாள். அவனுடைய அருமை அம்மாவைப் போலவே, அவனுடைய மனைவியும் பகட்டில்லாத, எளிமையான, அடக்கமான பெண்தான் (இந்தக் கட்டத்தில் அந்த மனைவி காலிப்பைப் பார்த்து முறுவலித்தாள். அதன் அர்த்தம் என்னவென்று காலிப்புக்கு விளங்கவில்லை). சொல்லப் போனால், அவள் ரூயாவின் முன்னாள் கணவனுடைய சித்தப்பா பெண்தான். அவர்களுடைய குழந்தைகள் அவளைத்தான் உரித்து வைத்திருக்கிறார்கள். அவன் மட்டும் மாறாமலிருந்திருந்தால், அவனுடைய அப்பா அவனுக்கு அமைத்துக்கொடுத்த வாழ்க்கையுமே இதுவாகத்தான் இருந்திருக்கும். இந்த வாழ்க்கையை வேண்டி விரும்பித் தேர்ந்தெடுத்ததன் மூலம், அதனை முழுதுமாக உணர்ந்து வாழ்வதன் மூலம், இரண்டாயிரம் ஆண்டுகளுக்கு முன்பாகத் திட்டமிடப்பட்ட சதிச் செயலுக்கு இப்பொழுது மறுப்புச் சொல்வதாகிவிட்டது. நாம் யாராக இருக்கிறோமோ, அந்த நபருக்கு உண்மையாக இருந்து வேறொரு நபராக ஆவதற்கான மறுப்பாக அது அமைகிறது.

தற்செயலாக, இங்கே இருக்கிறதென்று காலிப் பே நினைத்துக் கொண்டிருப்பவை எல்லாமே உண்மையில் இந்த ஒரே நோக்கத்தை நிறைவேற்றவே இருக்கின்றன. அதோ அந்தச் சுவரில் மாட்டப்பட்டிருக்கும் கடிகாரம். அவர்கள் அதைத் தேர்ந்தெடுத்ததன் காரணம் இதைப் போன்ற ஒரு வீட்டில் இப்படி ஒரு கடிகாரம் ஒலித்துக்கொண்டிருக்க வேண்டும் என்பதால். இதைப் போன்ற வீடுகளில் இரவு முழுக்க ஒரு தொலைக்காட்சிப் பெட்டி ஓடிக்கொண்டே இருக்க வேண்டும் என்பதற்காக அவர்களும் வீட்டின் ஒரு மூலையில், ஒளிரும் தெரு விளக்கைப் போல் ஒரு தொலைக்காட்சிப் பெட்டியை வைத்திருக்கிறார்கள். பின்னல் வேலையால் உருவாக்கப்பட்ட ஒரு பொம்மையை அதன் மீது வைத்திருக்கிறார்கள். காரணம், இதைப் போன்ற வீடுகளில் அப்படி ஒரு பொம்மை இருக்குமென்பதற்காக. ஆக, இவையெல்லாமே ஏதோ ஒரு முன்கூட்டித் திட்டமிடப்பட்ட அமைப்புதான். அதோ அந்த மேஜையின் மீது அலங்கோலமாகக் கிடக்கும் பொருள்கள், விளம்பரப் படிவங்களைக் கத்தரித்துக்கொண்ட பின்னர் விசிறி எறியப்பட்டிருக்கும் பழைய செய்தித்தாள்கள், யாரோ ஒருவர் பரிசளித்து, வேறு யாரோ ஒருவரால் இப்பொழுது தையல் உபகரணப் பெட்டியாக மாறியிருக்கும் சாக்லேட் பெட்டியின் மீது தென்படும் பழப்பசைத் தீற்றல். அவ்வளவு

ஏன்? அவன் வெளிப்படையாகத் திட்டமிடாத வடிவமைப்புகள்கூட இருக்கின்றன. உதாரணத்துக்கு, குழந்தைகள் தவறி உடைத்துவிட்ட காஃபிக்கோப்பையின் கைப்பிடி. பார்க்க ஒரு காதைப் போலவே இருக்கும் கைப்பிடி. அதேபோல், அந்த அச்சமூட்டும் கணப்பின் அருகே உலர்ந்து கொண்டிருக்கும் துணி வகையறாக்கள். தன்னுடைய மனைவியோடும் குழந்தைகளோடும் பேசிக்கொண்டிருக்கும் ஒரு சில வேளைகளில், ரூயாவின் முன்னாள் கணவன் சற்றே பின்னால் சாய்ந்து உட்கார்ந்து கொண்டு அந்தக் காட்சியை ஏதோ திரைப்படத்தைப் பார்ப்பதைப் போலப் பார்த்துக்கொண்டிருப்பான். இந்த மாதிரியான வீட்டில் வசிக்கும் இப்படியான குடும்ப உறுப்பினர்களின் சொல்லும் செயலும் இப்படியான வாழ்க்கைக்கு மிகவும் ஏற்றதாக இருப்பதைக் காணும்பொழுது அவன் எவ்வளவு உவகை கொண்டிருக்கிறான். நாம் விரும்பியபடி வாழ்வதே சந்தோஷம், அதை நன்கு உணர்ந்து செய்வதே பரம சந்தோஷமென்று கொண்டால், ஆம், அவன் சந்தோஷமாகவே இருக்கிறான். ஆனால், இவற்றுக்கெல்லாம் மேல், இப்படியொரு வாழ்க்கையை மேற்கொண்டதன் மூலமாக இரண்டாயிரம் ஆண்டுகளுக்கு முந்தைய சதித்திட்டத்தைத் தன்னால் முறியடிக்க முடிந்ததெனும் உணர்வில் எழுந்த மகிழ்ச்சி இது.

இதைத் தனக்கான வாய்ப்பாக எடுத்துக்கொண்ட காலிப் இதையே உரையாடலை முடிக்கும் வாக்கியமாக ஆக்கிக்கொண்டான். மீண்டும் பனி பெய்யத் தொடங்கிவிட்டது என்று கூறி, கதவுக்கருகே திடீரென்று நகர்ந்து சென்றான். அங்கே தங்கியிருந்த நேரத்தில் விழுங்கியிருந்த பத்து கோப்பைத் தேநீரையும், காஃபியையும் மீறி அவன் சற்றே கிறுகிறுப்பாக உணர்ந்தான். ஆனால், தன்னுடைய அங்கியை மாட்டிய இடத்திலிருந்து எடுப்பதற்கு முன்பாக ரூயாவின் முன்னாள் கணவன் அவனை மறித்தான்.

இப்படிப்பட்ட சீரழிவு எங்கிருந்து தொடங்கியதோ, அதே இஸ்தான்புல்லுக்குத் திரும்பிச் செல்லும் நிலைக்காகக் காலிப் பேவைப் பார்த்து அவன் பரிதாபப்பட்டான். இஸ்தான்புல்தான் உரைகல். அங்கே வசிப்பதை இனி மறந்துவிட வேண்டும். இந்த நகரத்தில் மீண்டும் கால் பதிப்பதென்பது ‘அவர்களுடைய’ கட்டளைக்குத் தலை வணங்கி, தோல்வியை ஒப்புக்கொள்வதற்குச் சமானம். விரல்விட்டு எண்ணக்கூடிய ஒரு சில இருளூட்டப்பட்ட திரையரங்குகளில் தொடங்கியது இப்பொழுது அதற்கப்பால் வெகு தொலைவுக்குப் பரவிவிட்டது. இந்த அதிபயங்கர நகரம் சீரழிவின் பிம்பங்களால் மூழ்கடிக்கப்பட்டுக்கொண்டிருக்கிறது. வாழ்வின் மீது நம்பிக்கையிழந்த மக்கள் திரள், ஓய்ந்துபோன டாக்ஸிகள், மெல்ல மெல்லக் கடலுக்குள் மூழ்கிக்கொண்டிருக்கும் பாலங்கள், தகரக் குவளைக் குவியல்கள், குண்டும் குழியுமான சாலைகள், யாருமே கண்டுகொள்ளாத ராட்சத எழுத்துகளால் ஆன விளம்பரப் பலகைகள், கிழிபட்டுத் தொங்கும் அர்த்தமற்ற விளம்பரப் படுதாக்கள், பாதி வர்ணம் உதிர்ந்து மங்கிய நிலையில் அர்த்தமற்றுத் தெரியும் சுவர் விளம்பரங்கள், புட்டியில் அடைபட்ட பானங்கள் மற்றும் சிகரெட்டுகளுக்கான விளம்பரங்கள், வழிபாட்டுக்கு அழைப்பு விடுக்க ஒருவரும் பயன்படுத்தாத மினார்கள், குப்பை, கூள, புழுதிக் குவியல். இந்தச் சீரழிவிலிருந்து எதுவும் மலரப் போவதில்லை. அப்படி ஒரு புத்தெழுச்சி மலர வேண்டுமென்றால் – ஒவ்வொரு நாளும் சீரழிவைத் தடுத்தாட்கொள்ள வேண்டும். எப்படியெல்லாம் முடியுமோ அப்படியெல்லாம் தடுத்தாட்கொள்ள வேண்டும். இதே ரீதியில் தன்னைப்

போலவே முயன்றுவரும் வேறு சிலரும் இருக்கிறார்கள் என்று ரூயாவின் முன்னாள் கணவன் உறுதியாக நம்பினான். 'காங்க்ரீட் குடிசை நகர்கள்' என்று உயர்குடியினரும், அதிகார வர்க்கமும் புறக்கணிக்கும் இந்த மாதிரியான இடங்களிலிருந்துதான் அதற்கான முயற்சியைத் தொடங்க வேண்டும். ஏனென்றால் இங்கேதான் நம்முடைய அசலான சாரம் இன்னமும் காப்பாற்றப்பட்டுக்கொண்டிருக்கிறது. இப்படிப்பட்ட ஒரு சமுதாயத்துக்கு அடிக்கல் நாட்டியவன் என்பதற்கும், அதற்காக வாதாடும் பிரதிநிதி என்பதற்கும் அவன் பெருமை கொண்டிருக்கிறான். இந்த சமுதாயத்துக்குள் காலிப்பை வரவேற்று ஏற்றுக்கொள்வதில் அவனுக்கு மிகுந்த மகிழ்ச்சியே. அவன் விரும்பினால் இரவு முழுதும் அங்கேயே தங்கலாம்; வேறெதற்காக இல்லாவிட்டாலும், இவற்றையெல்லாம் பேசி முடிக்கவாவது . . .

அதற்குள் காலிப் தன் அங்கியைக் கையில் எடுத்துக்கொண்டான். அந்த மௌனம் காத்த மனையாளிடமும் தூங்கி வழிந்துகொண்டிருந்த குழந்தைகளிடமும் விடைபெற்றுக்கொண்டு வாயிற்கதவை நோக்கி நகர்ந்தான் காலிப். வெளியே பொழிந்துகொண்டிருந்த பனியைப் பார்த்த மாத்திரத்தில், "எப்படி வெள்ளை வெளேரென்று இருக்கிறது" என்றான் ரூயாவின் முன்னாள் கணவன். அவன் அதைச் சொன்னவிதம் காலிப் கூட ரசிக்கும்படியாக இருந்தது. பிறகு, தனக்குத் தெரிந்த வெண்மையான உடுப்புகளை மட்டுமே உடுத்தும் ஷேக் ஒருவரைப் பற்றி அவன் சொல்லத் தொடங்கினான். அவரைச் சந்தித்த பிறகு வெள்ளை வெளேரென்று ஒரு கனவு கண்டானாம். அந்த வெள்ளை வெளேர்க் கனவில் ஒரு தூய வெண்ணிற கெடிலாக்காரில் முஹம்மது நபியின் அருகில் அவன் அமர்ந்திருந்தானாம். காரின் முன்னிருக்கையில் ஓட்டுநருக்கு அருகில் – அவருடைய முகத்தை இவனால் பார்க்க முடியவில்லை – நபியின் இரண்டு குட்டிப் பேரன்கள் ஹசனும் ஹுஸைனும் அமர்ந்திருந்தார்களாம். பெயோக்ளு பகுதியின் சுவரொட்டிகள், விளம்பரப் பலகைகள், திரைப்பட அரங்குகள், விபச்சார விடுதிகள் ஆகியவற்றைக் கடந்து கெடிலாக் போய்க் கொண்டிருந்தபோது, பேரன்கள் இருவரும் தாத்தாவைத் திரும்பித் திரும்பிப் பார்த்து முகத்தைச் சுளித்துக்கொண்டே வந்தார்களாம்.

பனி போர்த்தியிருந்த மாடிப்படிக்கட்டை நோக்கி காலிப் போய்க் கொண்டிருந்தபோது, ரூயாவின் கணவன் தொடர்ந்து பேசிக்கொண்டே வந்தான். தான் கனவுகளைப் பற்றி அதிகம் அலட்டிக்கொள்பவனென்று காலிப் நினைத்துவிடக் கூடாது. ஒரு சில புனித சமிக்ஞைகளை எப்படி அடையாளம் காண்பதென்று இப்பொழுதுதான் அவன் கற்றுக்கொள்ளத் தொடங்கியிருக்கிறான். அவற்றையெல்லாம் காலிப்பிடம் அவன் பகிர்ந்து கொள்ள விழைகிறான். காலிப்புக்கு அவை பயன்படலாம். ரூயாவுக்கும்கூட. ஏற்கெனவே நிறைய பேர் அவற்றைப் பயனுள்ளதாகக் கருதியிருக்கிறார்கள்.

மூன்றாண்டுகளுக்கு முன்னர், அவனுடைய அரசியல் செயல்பாடுகள் உச்சநிலையிலிருந்த காலகட்டத்தில், ஒரு புனைபெயரில் அவனே சொந்தமாக எழுதிய "உலகைப் பற்றிய ஆய்வு" எனும் அறிக்கையை வார்த்தைக்கு வார்த்தை அப்படியே பிரதம மந்திரி ஒப்பித்ததைக் கேட்டபோது அவனுக்கு மனநிறைவாக இருந்தது. புலனாய்வு நிறுவனங்களின் செயல்திறனை "இந்த ஆட்கள்" பயன்படுத்திக்கொள்கிறார்கள். நாட்டில் வெளியாகும் மிகச் சிறிய சஞ்சிகையைக்கூட இந்த நிறுவனங்கள் தோண்டித்

துருவிப் பார்த்துவிடுகின்றன. பொருட்படுத்தக் கூடிய எதுவும் அவற்றில் வெளியாகியிருந்தால் உடனடியாக மேலிடத்துக்கு அவர்கள் அவற்றை அனுப்பி வைத்துவிடுகிறார்கள். இதில் எந்தச் சந்தேகமும் இல்லை. கொஞ்ச காலம் முன்பு ஜெலால் சாலிக் எழுதிய ஒரு கட்டுரையை அவன் பார்க்க நேர்ந்தது. மேற்சொன்ன அதே பாணியில், அவன் எழுதியிருந்த அதே கட்டுரையை ஜெலாலும் பயன்படுத்தியிருந்தான். ஆனால் இது ஒரு மோசமான சரக்கு. ஜெலால் தப்பான விடைகளைத் தேடிப் போயிருந்தான். தோற்றுப்போன சித்தாந்தத்தைத் தேடிப் போயிருந்தான். அந்தத் தேடலின் வழியில் தன் ஆன்மாவை அவன் எங்கோ விற்றிருந்தான்.

ஆனால், உதாசீனப்படுத்தப்பட்டு, ஒன்றுக்கும் உதவாததென்று ஏனையோரால் கைவிடப்பட்டிருந்த, ஓர் உண்மையான நம்பிக்கையாளனின் எண்ணங்களை இந்த இரு நபர்களும் – பிரதம மந்திரியும், பிரபலப் பத்தி எழுத்தாளரும் – நகலெடுக்க நேர்ந்த அவசியம்தான் இந்த இரண்டு விஷயங்களிலுமே சுவையான அம்சம். இந்த இரண்டு மனிதர்களின் வெட்கங்கெட்ட சிந்தனைக் களவைப் பத்திரிகைகளின் வாயிலாக அம்பலப் படுத்த வேண்டுமென்று கொஞ்ச காலம் அவன் சிந்தித்ததுண்டு. இடதுசாரிப் பிரிவினைக்குழுவின் யாருமே படித்திராத பிரசுரங்களில் முதன்முதலாக வெளியாகியிருந்த தன்னுடைய கட்டுரையிலிருந்து அவர்கள் எவ்வாறு ஒவ்வொரு சொல்லாகக் கையாடல் செய்திருக்கிறார்கள், எப்படி ஒரு சில வாக்கியங்களை முழுமையாகவே எடுத்தாண்டிருக்கிறார்கள் என்பதை எடுத்துச்சொல்ல வேண்டுமென்று யோசித்ததுண்டு. ஆனால் அப்படியொரு நேரடித் தாக்குதலுக்கு உகந்த சூழல் நிலவவில்லை.

தன்னுடைய பெயரைத் தான் எந்த அளவுக்கு நெருக்கமாக அறிந்திருந்தானோ அதே அளவுக்குப் பொறுமை எனும் சொல்தான் தாரக மந்திரம் என்பதையும் அவன் உணந்திருந்தான். என்றேனும் ஒரு நாள் தன் கதவை அவன் திறந்து வைக்கக்கூடும். அன்று அவர்களும்கூட அவனுடைய வாசற்படியில் நின்றுகொண்டிருக்கக் கூடும். அப்பாலிருக்கும் கொல்லைப்புறப் பகுதிக்குப் பனிபொழியும் மாலைப் பொழுதில், இருக்க வியலாத ஒரு புனைநபரைத் தேடி காலிப் பே வரக்கூடுமென்றால் இது ஒரு கட்டியங்கூறும் குறிதான். இதையும், இதைப் போன்ற பிற குறிகளையும் காலிப் பே எந்த அளவுக்கு ஆராய்ந்து வைத்திருக்கிறானென்று அவன் அறிந்துகொள்ள விரும்பினான். ஒரு வழியாகக் காலிப் மாடிப்படிகளில் இறங்க ஆரம்பித்தபோது அவன் தன்னுடைய இறுதிக் கேள்விகளைக் கிசுகிசுப்பான குரலில் கேட்டான்.

புதிய பார்வையில் நம்முடைய வரலாற்றை அணுகத் தன் மூலம் காலிப் பே முயலக்கூடுமா? தப்பான சந்துகளில் திரும்பிவிடும் அபாயம் இருப்பதால் பிரதானச் சாலை வரை காலிப்போடு தான் உடன் வரலாமா? இன்னொரு முறை காலிப் இங்கே வந்து போவது எப்பொழுது சாத்தியப்படும்? அது ஒரு புறம் இருக்க, தன்னுடைய ஆகச் சிறந்த நல்வாழ்த்துகளை அவன் ரூயாவுக்குத் தெரிவிப்பானா?

12

முத்தம்

அவரோவின் நூலான நினைவாற்றலை மங்க வைக்கும் விஷயங்களின் பட்டியலில், பருவ இதழ்களில் வெளியாகும் படைப்புகளை வாசிக்கும் பழக்கத்தையும் சேர்த்துக்கொள்வதே முறையாகும்.

—பயக்ர:ஃபியா லிடரரியா எனப்படும் இலக்கிய சுயசரிதையில் கவி காலரிட்ஜ்

அமான் உனக்கு வாழ்த்துக் கூறியிருந்தான் – சரியாக ஒரு வாரத்துக்கு முன்பாக. நானும் தெரிவிப்பதாகச் சொல்லியிருந்தேன். ஆனால், டாக்ஸியில் ஏறியவுடனேயே அதைச் சுத்தமாக மறந்துவிட்டேன். வாழ்த்தையல்ல, வாழ்த்துச் சொல்லியிருந்த நபரை. அதற்காக மிகவும் வருந்தினேனென்றும் சொல்லிவிட முடியாது. தன்னுடைய மனைவிக்கு வாழ்த்துச் சொல்லும் எந்த மனிதனையும் ஒரு புத்திசாலிக் கணவன் இயல்பாகவே மறநதுவிடுவான். இது என் கருத்து. ஏனென்றால், ஒருவேளை ஏடாகூடமாக எதுவும் இருந்துவிட்டால். அதிலும், அந்தப் பெண் ஒரு இல்லத்தரசியாக இருக்கும் நிலையில். இல்லத்தரசியென்று நாம் அழைக்கிற அந்த அதிர்ஷ்டங்கெட்ட பிறவி, சொந்த பந்தங்களையும் கடைக்காரர்களையும் தவிர அலுப்பூட்டும் தன் கணவனைவிட்டு வேறெந்த ஆண்மகனையும் பார்க்க வாய்ப்பேயில்லை. எனவே ஒரு கனவான் அவளுக்கு வாழ்த்துச் சொல்லிவிட்டால் அது அவளை யோசிக்க வைக்கும். யோசிக்க அவளுக்கு நேரம் வேறு நிறையவே இருக்கிறது. நற்பண்புகள் கொண்டிருப்பதற்காக அந்தக் கனவானையும் நாம் குற்றம் சொல்லிவிட முடியாது. ஆனால், கடவுளே இவனுடைய நற்பண்புகள் எங்கிருந்து முளை விடுகின்றன? முற்காலத்தில், ஒரு கனவான் செய்திருக்கக் கூடியதெல்லாம், ஒளிவு மறைவான அந்தப்புரத்திற்கு மட்டுமே தன்னுடைய வாழ்த்துகளை அனுப்பி வைக்க முடியும். பழைய ட்ராம்வண்டிகள் எவ்வளவோ பரவாயில்லை.

நான் இதுநாள்வரை திருமணமே செய்துகொள்ளவில்லை, எப்பொழுதுமே செய்துகொள்ளப் போவதுமில்லை

என்பதையும் நான் ஒரு பத்திரிகையாளனாக இருப்பதால் என்னால் திருமணத்தை நினைத்துக்கூடப் பார்க்க முடியாதென்பதையும் வாசகர்கள் தெரிந்து வைத்திருப்பார்கள். ஆம். ஒரு புதிரின் தொடக்க வரிகள். நான் இவ்வளவு நேசத்துடன் குறிப்பிட்ட அந்தப் பெண் யார்? ஜீ பூம்பா! முதுமையை எய்தி வரும் இந்தப் பத்தி எழுத்தாளர், மெல்ல மங்கி வரும் தனது நினைவாற்றலைப் பற்றி இப்பொழுது பேச இருக்கிறான். வாருங்கள். என்னோடு சேர்ந்துகொள்ளுங்கள். இந்தத் தோட்டத்தில் நாம் அருகருகாய் இணைந்து நடப்போம். வெளிறிக்கொண்டிருக்கும் என்னுடைய ரோஜா மலர்களின் நறுமணத்தை மகிழ்ச்சியோடு நுகர்ந்து கொண்டே – என்ன, சரியா? ஆனால், என்னிடம் ரொம்பவும் நெருங்கி விடாதீர்கள். சற்றுத் தள்ளியே நில்லுங்கள். அப்பொழுதுதான் உங்கள் கண்ணில் படாமல் கைகளை அசைத்து என்னுடைய எளிய தந்திர வித்தையை நான் நிகழ்த்திக்காட்ட முடியும்.

முப்பதாண்டுகளுக்கு முன்பாக, முதன்முதலாய் நான் பத்திரிகைத் துறையில் காலடியெடுத்து வைத்தபொழுது நிலைமை இப்படித்தான் இருந்தது. அந்தக் காலகட்டத்தில் நான் பெயோக்ளுவைப் பற்றிய செய்திகளைக் கொடுத்துவந்தேன். செய்தி சேகரிப்பதற்காக வீடு வீடாக ஏறி இறங்குவேன். மலிவான இரவு விடுதிகள் ஏதாவதொன்றில் புதிய கொலைகள் நடந்துள்ளனவா? குறிப்பாக, தாதாக்கள் அல்லது போதைப் பொருள் விற்பவர்கள்? அல்லது தற்கொலையில் முடிந்துள்ள காதல் தோல்விகள்? அயல்நாட்டுப் பிரபலங்கள் யாராவது இருக்கிறார்களா என்று தங்கும் விடுதிகளின் பேரேடுகளைத் துப்புரவாக ஆராய்வேன். குறைந்தபட்சம், சுவாரஸ்யமான மேனாட்டவர் யாரேனும் நம்முடைய நகருக்கு வருகை தர இருக்கிறார்களா? அவர்களை அயல்நாட்டுப் பிரபலமென்று வாசகர்களுக்கு அறிமுகம் செய்து வைத்துவிட முடியாதா? இப்படிப் பேரேடுகளைத் தூண்டித் துருவி ஆராயும் நல்வாய்ப்பை அருளியதற்காக விடுதியிலிருக்கும் உதவியாளர்களுக்கு மாதத்துக்கு இரண்டரை லிரா கொடுக்கவேண்டியிருந்தது. இன்று இருப்பதைப் போல் அந்தக் காலத்தில், பிரபலங்களின் எண்ணிக்கையால் உலகம் தத்தளித்துக்கொண்டிருக்கவில்லை. இருந்த குறைவான எண்ணிக்கையிலும் இஸ்தான்புல்லுக்கு வருவார் ஒருவருமில்லை. தங்களுடைய நாட்டில் இன்னமும் பிரபலமாகியிருக்காத "பிரபலங்களை"ப் பற்றி நான் அவ்வப் பொழுது எழுதுவதுண்டு. உண்மைக்குப் புறம்பாக அவர்களை மிக்வும் பிரபலமானவர்களாகச் சித்திரித்ததுண்டு. ஆனால், தங்களுடைய புகைப்படங்களைச் செய்தித்தாள்களில் பார்த்தவுடன் இவர்கள் எல்லோருமே திகைத்து மிரண்டு போவார்கள். இவர்கள் புகழும் பெருமையும் அடைவார்கள் என்று நான் கணித்த நபர்களுள் ஒரு சிலர் அவ்வப்பொழுது பல ஆண்டுகள் கழித்து தங்கள் நாட்டிலேயே புயலெனப் புகழ் பெறுவார்கள். "நேற்று நம் நாட்டிற்கு வருகை தந்திருந்த பிரபல ஃப்ரான்ஸ் நாட்டு ஆடை வடிவமைப்பு நிபுணர்" என்று யாரையாவது பற்றி ஒரு சில வரிகள் எழுதியிருப்பேன். இருபதாண்டுகளுக்குப் பிறகு, என்ன ஆச்சரியம், அந்தப் பெண்மணி பிரபலமான ஃப்ரெஞ்சு இருத்தலியல் பெண் ஆடை வடிவமைப்பாளரென்று பெயர் பெற்றிருப்பார். ஆனால், இதற்காக நன்றி என்று ஒரு வார்த்தைகூட எனக்குக் கிட்டாது. இதுதான் மேலைநாட்டின் நன்றிக்கடன்!

என்னுடைய சம்பாத்தியத்துக்கு என்னை அருகதையுள்ளவனாக ஆக்கிக்கொள்வதற்காக ஒளி குன்றிய பிரபலங்களையும், நாடு வளர்ந்து விட்டிருந்த தாதாக்களையும் (இப்பொழுது மாஃபியா என்று நாம் குறிப்பிடுகின்ற) துரத்தியலைந்துகொண்டிருந்த என் வாழ்வின் அந்தக் காலகட்டத்திற்கு மீள்வோம். ஒருநாள், வயதான மருந்தாளர் ஒருவரை நான் சந்திக்க நேர்ந்தது. அவருடையது ஒரு சுவையான கதையாக இருக்குமென்று மனத்தில்பட்டது. இன்று என்னைத் துன்புறுத்திக்கொண்டிருக்கும் இரண்டு உபாதைகளான தூக்கமின்மையாலும், நினைவிழத்தலாலும் அன்று அவர் துன்பப்பட்டுக்கொண்டிருந்தார். இந்த இரண்டு உபாதைகளும் ஒரே நேரத்தில் தாக்கும்போது, முதல் உபாதையான தூக்கமின்மையைப் பயன்படுத்தி நினைவிழத்தலைக் குணப்படுத்திவிடலாம் (உதாரணத்துக்கு, தூக்கமின்மையால் அவதிப்படுபவர்கள் நெட்டித் தள்ள வேண்டியிருக்கும் உபரி விழிப்புநிலைக் காலத்தை நினைவாற்றலைப் பெருக்கும் கலையை வளர்த்துக்கொள்ளப் பயன்படுத்துவதன் மூலம்) என்று வேறுவழியில்லாமல் நம்ப முற்படும் மனப்பாங்கு வந்துவிடும். ஆனால், உண்மையில், விழித்திருக்கும் உபரி நேரம் நினைவாற்றலை மேலும் வறண்டு போகவே செய்கிறது. நான் எப்படி இந்த முடிவை எட்டினேனோ, அதே போலவே இந்த முதியவரும் தூக்கமற்ற இரவுகள் தன் மனத்தில் ஒட்டியிருக்கும் நினைவுகளை அழிந்துவிடுகின்றன என்பதைக் கண்டுகொண்டார்.

பெயரற்ற, அம்சங்கள் ஏதுமற்ற, மணமற்ற, நிறமற்ற ஓர் உலகிற்குள் – நேரம் கூட நகராமல் நின்றுபோன ஓர் உலகிற்குள் – தான் சிக்கிக் கொண்டுவிட்டதைப் போல் இவர் உணர்ந்தார். 'நிலவின் மறுபக்கம்' என்று அயல்நாட்டுப் பத்திரிகைகள் வர்ணிக்கும் நிலைக்கு ஒப்பானது அது என்று அவர் கூறினார்.

தன்னுடைய மருந்து தயாரிக்கும் பரிசோதனைச் சாலைக்குள் தஞ்சமடைவதுதான் இந்தப் பிரச்சினைக்கு அந்த வயோதிகர் கண்ட தீர்வு. தன்னை வாட்டிக்கொண்டிருக்கும் உபாதைகளிலிருந்து விடுபட அங்கே அவர் ஒரு மருந்தைக் கண்டுபிடித்தார். இதே போன்ற பலனை அளிக்கக் கூடிய எழுத்து நடையை நான் பிறிதொரு காலத்தில் கண்டெடுத்தேன். ஒரு பத்திரிகையாளர் கூட்டத்தில் எனக்கும் போதைப் பொருள்களுக்கு அடிமையாகிப் போன ஒரு சக பத்திரிகையாளருக்கும் (அந்த மருந்தாளரையும் சேர்த்து நாங்கள் மூவர் மட்டுமே அந்த அறையில் இருந்தோம்) அவர் கண்டுபிடித்திருந்த மருந்து உண்மையிலேயே எதிர்பார்த்த பலனைக் கொடுத்தது. தன்னுடைய பிரமிப்பூட்டும் கண்டுபிடிப்பான அந்த இளஞ் சிவப்பு திரவத்தைப் பற்றி அந்தக் கூட்டத்தில் பெரிதாய் அலட்டிவிட்டு, ஒரு சில கோப்பை திரவத்தை விழுங்கிவிட்டு, அவரைப் பல ஆண்டுகளாக ஏமாற்றிக்கொண்டிருந்த துயிலை அன்று அவர் தன் வசப்படுத்திக் கொண்டார். இது பெரும் சலசலப்பை ஏற்படுத்தியது. ஒரு வழியாக, ஒரு துருக்கியர் ஏதோ ஒன்றைக் கண்டுபிடித்திருக்கிறார் எனும் செய்தி மக்களுக்குப் பரபரப்பானதாக இருப்பது இயற்கைதானே. ஆனால், தான் அனுபவித்து வந்த தூக்கமின்மையை அவர் குணப்படுத்திக்கொண்ட அதே வேளையில் தன்னுடைய நினைவுகள் எனும் சொர்க்கச் சோலைக்குள் சென்றுலவும் பாதைகளையும் அவர் மீட்டெடுத்திருந்தாரா என்பதை நாங்கள் தெரிந்துகொள்ள முடியாமலே போய்விட்டது. ஏனென்றால்,

அந்த வயோதிக மருந்தாளர், தொடர்ந்து தூங்கிக்கொண்டே இருந்தார். இறுதிவரை துயிலிலிருந்து அவர் மீளவேயில்லை.

இரண்டு நாட்களுக்குப் பிறகு இருண்டுவரும் வானை யோசனையோடு பார்த்துக்கொண்டு, அவருடைய சவ அடக்கத்தில் நான் பங்கெடுத்தபோது இந்த மனிதர் எதை நினைவுக்குக் கொண்டுவர முயன்றிருப்பாரென்று வியந்துகொண்டிருந்தேன். இதை என்னால் தவிர்க்க முடியவில்லை. இன்னமும்கூட அதை எண்ணி நான் வியந்துகொண்டுதான் இருக்கிறேன். முதுமை எய்திய நிலையில், நினைவின் பிரவாகத்தால் பொதி சுமக்கும் விலங்கென ஒடுங்கி நிற்பதாய் உணரும் நிலையில் எந்த நினைவை நாம் முதலில் உதறித் தள்ள விரும்புவோம்? அந்தக் காலகட்டத்துக்குச் சற்றும் பொருத்தமற்ற நினைவுகளையா? அல்லது, மனதைப் பெரும் பாரமாய் அழுத்திக்கொண்டிருக்கும் நினைவுகளையா? அப்படியும் இல்லாமல், தானாய் உதிர்ந்துவிடும் சருகுகளாகிப் போன நினைவுகளையா?

இஸ்தான்புல் நகரின் மிக ரம்யமான மூலைகளில் அமைந்திருக்கும் சிறு சிறு அறைகளில் அமர்ந்து, மென்பட்டுத் திரைச்சீலைகளின் ஊடாகக் கதகதப்பூட்டும் ஒளி வெள்ளத்தைப் பாய்ச்சும் கதிரவனைப் பார்க்கும் அனுபவம் எப்படியிருக்கும் என்பதை மறந்துவிட்டேன். கள்ளச்சந்தையில் நுழைவுச்சீட்டு விற்கும் ஆள் நுழைவுச்சீட்டு விற்கும் கூண்டிலிருந்த கிரேக்கப் பெண்ணின் மீது மையல்கொண்டு மதியிழந்து அலைவது எந்தத் திரையரங்கில் என்பதை மறந்துவிட்டேன். இந்தச் செய்திப் பத்திரிகைக்காகக் கனவுகளை அலசி ஆராய்ந்து கட்டுரைகள் எழுதிக்கொண்டிருந்த காலத்தில், எனது கனவுகளும் அவர்களுடைய கனவுகளும் ஒன்றுபோலவே இருப்பதாக எனக்குக் கடிதம் எழுதிய அருமை வாசகர்களின் பெயரை நான் மறந்துவிட்டேன். அதே போல், வெகு காலத்திற்கு முன்பு என்னுடைய மடல்களில் நான் அவர்களோடு பகிர்ந்துகொண்ட ரகசியத்தையும் மறந்துவிட்டேன்.

பல ஆண்டுகள் கழித்து, உறக்கமற்ற ஓர் இரவில், இந்த முதுமை எய்தி வரும் பத்தி எழுத்தாளன், இழந்துவிட்ட அந்த நாட்களைப் பற்றி எண்ணிக்கொண்டிருந்தான். தான் பற்றிக் கொள்வதற்கு ஏதேனும் ஒரு கொம்பு கிடைக்காதா என்று தவித்துத் தேடிக்கொண்டிருந்தான். அந்தக் கணத்தில், ஏதோ ஒரு காலத்தில் இஸ்தான்புல் தெருக்களில் நடந்துகொண்டிருந்தபோது மனத்தில் முகிழ்த்த ஒரு அதிபயங்கர ஆசை சட்டென்று அவன் நினைவுக்கு வந்தது. அந்த ஆசை – அதை என்னுடைய உடல் முழுவதும் ஆன்மா முழுவதும் உணர முடிந்தது – யாரையாவது ஒரு முறை முத்தமிட வேண்டும்.

அந்தக் காட்சியை அனேகமாக ஒரு சனிக்கிழமை பகல்நேரக் காட்சியின்போது, பழைய திரையரங்குகள் ஒன்றில்தான் நான் பார்த்திருப்பேனென்று நினைக்கிறேன். அநேகமாய், அந்தத் திரையரங்கைக் காட்டிலும் புராதனமான அமெரிக்கத் துப்பறியும் திரைப்படம் (செந்நிற வீதி – *Scarlet Street*) அது என்ற நினைவு. அதில் அதிக நேரம் நீடிக்காத ஒரு முத்தக் காட்சி. ஏனைய கருப்பு வெள்ளைப் படங்களில் காட்டப்பட்ட முத்தக் காட்சிகளிலிருந்து அது எந்தவிதத்திலும் மாறுபட்டிருக்கவில்லை. அதிலும் அன்றிருந்த தணிக்கை அதிகாரிகள் காட்டிய கெடுபிடியால் அது

நான்கு நொடிகளுக்கு மேல் நீடித்திருக்க வாய்ப்பில்லை. ஆனால் என்ன காரணத்தினாலோ அதே போல் ஒரு பெண்ணின் இதழ்கள் மீது என் இதழ்களைப் பதித்து என் சக்தியனைத்தையும் ஒன்றுதிரட்டி முத்தமிட வேண்டுமென்று எனக்குள் ஒரு ஏக்கம், தாபம் துளிர் விட்டிருந்ததை உணர்ந்தேன். என்னுடைய தாப வேட்கையில் நானே மூச்சுத் திணறி இறந்து போவேனோ எனும் அளவுக்கு இந்த உந்துதல் மிக வலிமையாக எனக்குள் வேர்விட்டிருந்தது. அப்பொழுது எனக்கு இருபத்திநான்கு வயதாகியிருந்தது. ஆனால் அதுவரை எந்த ஒரு பெண்ணையும் நான் உதட்டில் முத்தமிட்டிருக்கவில்லை. அதற்காக, விபச்சார விடுதியில் இருக்கும் பெண்களோடு உறவுகொண்ட அனுபவம் எனக்கில்லை என்று முடிவுகட்டிவிடாதீர்கள். ஆனால், அந்த மாதிரிப் பெண்கள் ஒரு போதும் முத்தமிடுவதில்லை. அதே போல் நானும் அவர்களை ஒரு போதும் முத்தமிட்டிருக்க விரும்பியிருக்கமாட்டேன்.

திரைப்படம் முடிவதற்கு முன்பாகவே நான் திரையரங்கை விட்டு வெளியேறினேன். பொறுமையிழந்து, உடல் விதிர்க்க இந்த நகரின் எந்த மூலையிலாவது இருக்கும் பெண் எவளாவதொருத்தி என்னை முத்தமிட விரும்பலாமென்று எனக்கு நானே கூறிக்கொண்டேன். டூனல் பகுதி வரை நான் நடந்தே – ஓடியே – கடந்தேன். பிறகு அங்கிருந்து திரும்பி கேலட்டாசராய் அரண்மனைவரை விரைந்து நடந்து வந்தேன்.

அங்கே என்னைச் சூழ்ந்திருந்த இருளை நம்பிக்கையின்றி வெறித்து நோக்கிக்கொண்டிருந்தேன். என்னுடைய நினைவு சரியென்றால், ஏதாவதொரு பரிச்சயமான முகம், ஒரு புன்னகை, ஒரு பெண்ணுருவம் தென்படாதா, முத்தமிடமாட்டோமா என்று தேடியவாறிருந்தேன். நான் போய்ப் பார்ப்பதற்கென்று நண்பர்களோ, உறவினர்களோ யாருமில்லை. ஒரு காதலியைத் தேடிக்கொள்ளும் திராணியும் எனக்கிருக்கவில்லை. என்றோ ஒருநாள் என் காதலியாகக் கூடிய வாய்ப்பிருக்கும் ஒரு பெண்ணைக்கூட நான் தேர்ந்துவைத்திருக்கவில்லை. ஜனநெரிசல் மிகுந்த நகரில் நான் நின்றுகொண்டிருந்தேன். ஆனால், பரிதவிக்கும் தனியனாக.

எப்படியோ ஒரு வழியாய் தக்ஷிம் பகுதிக்கு வந்து சேர்ந்து, அங்கே ஒரு பேருந்தில் ஏறினேன். என்னுடைய தந்தை எங்களைக் கைவிட்டுவிட்ட பிறகு எங்கள் பால் சிறிது அக்கறை காட்டிய என் தாய்வழி தூரத்து உறவில் ஒரு தம்பதியினர் இருந்தார்கள். அவர்களுக்கு என்னைக் காட்டிலும் வயதில் இளைய மகள் ஒருத்தியிருந்தாள். அவ்வப்பொழுது அவளோடு அஞ்சாங்கல் போன்ற ஒரு விளையாட்டை விளையாடியதுண்டு. ஒரு மணி நேரத்திற்குப் பிறகு ஃபின்டிக்ஸேட் குடியிருப்புப் பகுதியை வந்தடைந்து, அவர்களின் வீட்டு வாசலில் நின்று அழைப்பு மணியை அழுத்திக்கொண்டிருந்தேன். நான் முத்தமிடலாமென்று கனவு கண்டிருந்த அந்தப் பெண் பல ஆண்டுகளுக்கு முன்பாகவே திருமணம் ஆகிச் சென்று விட்டாளென்பது அப்பொழுதுதான் எனக்கு உறைத்தது. கடைசியில், அவளுடைய பெற்றோர்கள் இருவரும்தான் – பணி ஓய்வு பெற்றவர்கள் – வெளியே வந்து என்னை வீட்டுக்குள் அழைத்துச் சென்றார்கள். என்னைப் பார்த்தவுடன் அவர்களுக்குக் கொஞ்சம் வியப்பு. நான் எதற்காக இவ்வளவு ஆண்டுகளுக்குப் பிறகு திடீரென்று அவர்களைப் பார்க்க வர வேண்டுமென்று அவர்களுக்குப் புரியவில்லை.

வந்த கதை போன கதையென்று நாங்கள் பேசிக்கொண்டிருந்தோம். (நான் ஒரு பத்திரிகையாளன் என்று சொல்லியும் அவர்கள் ஆர்வம் எதுவும் காட்டவில்லை. நான் வம்புப் பகுதிகள் எழுதுகிறவன் என்றாவது சொல்லி வைத்திருக்கலாம். அவர்களைப் பொறுத்தவரை பத்திரிகையாளன் என்பதுதான் மிகக் கேவலமான பணி). நாங்கள் தேநீர் பருகினோம். எள்ளுருண்டைகளைக் கொறித்தோம். வானொலியில் ஒலிபரப்பாகிய கால்பந்தாட்ட வர்ணனையைக் கேட்டோம். இரவுணவுக்கு இருந்துவிட்டுப் போகும்படி அவர்கள் உபசரித்தார்கள். ஆனால் எனக்கு ஏற்கெனவே இருக்கும் ஒரு சில வேலைகளைப் பற்றி ஏதோ முணுமுணுத்துவிட்டு அங்கிருந்து சட்டென்று வெளியேறினேன்.

குளிரில் கால் பதித்தவுடன் முத்தத்தின் மீதிருந்த மோகம் மெல்ல மறைந்துபோனது. என்னுடைய சருமம் பனிக்கட்டியாய்ச் சில்லிட்டிருந்தது. ஆனால், குருதியோ கொந்தளித்துக்கொண்டிருந்தது. தசைகளெல்லாம் தீப்பற்றி எரிவதைப் போல் இருக்க என்னுடைய தகிப்பு தாங்கவியலாததாக இருந்தது. எமிநோனு பகுதியை அடைந்து கடிக்காய் பகுதிக்குச் செல்லும் படகில் ஏறினேன். உயர்நிலைப் பள்ளியில் எனக்கு சகாவாய் இருந்த ஒரு நண்பன் அங்கே வசித்து வந்தான். அவனுடைய வீட்டுக்கு அருகாமையில் ஒரு 'முத்தமிடக்கூடிய' பெண் (திருமணமாகாதவள்) இருக்கிறாள் என்று என்னிடம் எப்போதோ சொல்லியிருந்தது நினைவுக்கு வந்தது. ஃபெநர்பஹ்சே குடியிருப்புப் பகுதியிலிருந்த அவனுடைய வீட்டிற்கு நடந்து போய்க்கொண்டிருக்கும் பொழுது, அந்தப் பெண் வேறெங்காவது குடிபெயர்ந்து போயிருந்தாலும்கூட அவளைப் போன்ற வேறொரு பெண்ணை என் நண்பன் தெரிந்து வைத்திருப்பானென்று எனக்கு நானே சொல்லிக்கொண்டேன். என்னுடைய நண்பன் இருந்த பகுதிக்கு வந்து சேர்ந்த பிறகு அங்கிருந்த இருண்ட, மரத்தாலான தங்குமனைகளையும், சைப்ரஸ் மரங்களையும் ஒரு முழுச் சுற்று வந்த பிறகும் அவனுடைய வீடு எதுவென்று என்னால் கண்டுபிடிக்க முடியவில்லை. மரத்தால் கட்டப்பட்ட அந்தத் தங்குமனைகளின் நடுவே நான் அலைந்துகொண்டிருந்தபோது – அதற்குப் பிறகு அவற்றுள் பலவும் இடித்துத் தள்ளப்பட்டுவிட்டன – அங்குமிங்குமாக ஏதோ ஒரு சாளரத்தில் விளக்கொளி இருப்பதை நோட்டம்விட்டேன். தனக்குத் திருமணமாகு முன்பு ஓர் ஆடவனுக்கு முத்தம் கொடுக்க விரும்பும் பெண் இருக்கலாம் என்று நான் கற்பனை செய்துகொண்டே சாளரத்தை ஏறெடுத்துப் பார்ப்பேன். என்னை உதட்டில் முத்தமிடப் போகும் பெண் இதோ இங்கேதான் இருக்கிறாள் என்று நினைத்துக்கொள்வேன். எங்களுக்குள் அதிக இடைவெளி எதுவுமில்லை. ஒரு தோட்டச் சுவர், ஒரு கதவு, ஒரு மரப்படிக்கட்டு. இவ்வளவுதான். என்றாலும், அவளை நான் நெருங்க முடியவில்லை. முத்தமிட முடியவில்லை. கிடைக்காதா என்று நாமெல்லோருமே ஏங்கும் அந்த விசித்திரமான, ரகசிய, மாயசக்தி மிகுந்த விஷயம், ஒரு கனவைப் போல் அந்நியமான, கிடைக்க முடியாத அந்த விஷயம், அந்த அதிபயங்கர ஆசை – அந்தக் கணத்தில் கைக்கெட்டும் தூரத்தில் அதே சமயம் அண்ட முடியாத தொலைவிலிருந்தது.

இஸ்தான்புல்லின் ஐரோப்பியப் பகுதிக் கடற்கரைக்கு மீண்ட பின், படகில் இருக்கும் யாரோ ஒரு பெண்ணை அணுகி அவளை முத்தமிட்டால் எப்படியிருக்குமென்று யோசித்துக்கொண்டிருந்தது கூட நினைவிருக்கிறது.

ஒன்று, வலுக்கட்டாயமாக. அல்லது வேறு யாரோ என்று நினைத்து விட்டதாகப் பாசாங்கு செய்து. ஆனால், அப்படியொரு சிக்கலான செயலைத் தந்திரமாக நடத்தும் திறன் எனக்கில்லையென்பது எனக்கு நன்றாகவே தெரிந்திருந்தது. அதுவும் போக அங்கிருந்த கூட்டத்தைக் கணக்கெடுத்தபோது நான் விரும்புகிற வகையிலான முகம் எதுவும் தென்படவில்லை. இதைக் காட்டிலும் பரிதவிப்புடன், மூச்சுக்கு மூச்சு நம்பிக்கையின்மையை சுவாசித்து எங்கு பார்த்தாலும் வெறுமையை, வெறுமையைத் தவிர வேறெதையும் உணராமல் போன எத்தனையோ சந்தர்ப்பங்கள் என் வாழ்வில் வந்ததுண்டு. ஆனால், இப்பொழுது நான் வர்ணித்துக்கொண்டிருக்கும் அந்த நாளில் உணர்ந்த அளவுக்கு அதை ஆழமாக உணர்ந்ததில்லை.

நகரின் ஈரமான நடைபாதைகளை மணிக்கணக்காய் நடந்து, நடந்து, தேய்த்துக்கொண்டிருந்தேன். என்றேனும் ஒருநாள், பெரும் செல்வத்தைச் சேர்த்துப் புகழடைந்த பிறகு, இதே வெறுமையான தெருக்களுக்கு மீண்டும் வந்து எனக்கு வேண்டியதைப் பெறப் போகிறேனென்று எனக்கு நானே உறுதி கூறிக்கொண்டேன். ஆனால், இப்போதைக்கு உங்களுக்கு உண்மையாயிருக்கும் இந்தப் பத்தி எழுத்தாளருக்குத் தன் தாயோடு பகிர்ந்துகொள்ளும் வீட்டிற்கு மீள்வதைத் தவிர வேறு வகையில்லை. எவ்வகையில் முடியுமோ, அவ்வகையில் பால்ஸாக்கிடம் ஆறுதல் தேட வேண்டும். சரியாகச் சொல்வதென்றால் துருக்கி மொழியில் நான் மொழிமாற்றம் செய்துள்ள பால்சாக்கின் கற்பனைக் கதாபாத்திரம் ராஸ்ட்டின்யாக்கிடமிருந்து ஆறுதல் பெற வேண்டும். அந்தக் காலத்தில், வாசிப்பின் இன்பத்திற்காக நான் புத்தகங்களைப் படித்ததில்லை. பெரும்பாலான துருக்கியர்களைப் போலவே நானும் வாசிப்பை ஒரு கடமையாகவே மேற்கொண்டிருந்தேன். அறிவைச் சேகரம் செய்வதற்கான ஒரு வித வழிமுறையாக, என்றேனும் ஒருநாள் அது உதவக் கூடுமென்ற நோக்கில். ஆனால், இப்பொழுது எனக்குத் தேவைப்படும் விஷயம் எனக்குக் கிடைக்க அது எந்த விதத்திலாவது உதவ முடியுமா? இதனால், என்னுடைய அறைக்குள் வந்து அடைந்துகொண்ட பின்னரும், நான் பட்ட தவிப்பு என்னை அறையைவிட்டு வெளியே விரட்டியடித்தது. குளியலறைக்குள் இருந்த முகம்பார்க்கும் கண்ணாடியில் என்னை நானே பார்த்துக் கொண்டிருந்தபோது வேறு வழிவகையெதுவும் இல்லையென்றால், ஓர் ஆடவன் தன்னைத் தானேவாவது முத்தமிட்டுக்கொள்ளலாமே என்று தோன்றியது. அந்தத் திரைப்படத்தில் நான் பார்த்திருந்த தம்பதியை நினைவுக்குக் கொண்டுவர முயன்றுகொண்டே கண்ணாடியை வெறித்து நோக்கிக்கொண்டிருந்தேன். ஆனால் அவர்களுடைய உதடுகளை (ஜோன் பென்னட் மற்றும் டேன் துர்யா) என்னால் மனத்துக்குள் மீளுருவாக்க முடியவில்லை. எப்படியிருந்தாலும் நான் முத்தமிடப்போவது என்னையல்ல கண்ணாடியைத்தான் என்பது அதற்குள்ளாகவே எனக்கு உறைத்துவிட்டது.

உடைகளின் ஓரத்தில் வைத்துத் தைக்கப்படும் பட்டு ஜரிகை உருண்டைகளும், துண்டுத் துணிகளும் சுற்றி இறைந்து கிடக்க என் அன்னை மேஜையருகே அமர்ந்திருந்தார். யாரோ ஒரு தூரத்து உறவினரின் திருமணத்துக்கு அணிந்து செல்வதற்காக, அந்தத் தூரத்து உறவினரின் பணக்கார தூரத்து உறவினர் தைக்கக் கொடுத்திருந்த மாலைக் கேளிக்கைக்கான உடுப்பை முடித்துக்கொடுக்கும் அவசரத்தில்

அவர் போராடிக்கொண்டிருந்தார். இதையும் அதையும் நாங்கள் பேசிக்கொண்டிருந்தோம். பேச்சில் பெரும்பான்மையாகக் கதைகளும் கனவுகளுமே நிறைந்திருந்தன. என்றேனும் ஒருநாள் நான் சாதிக்கப் போவதாக நம்பிக்கொண்டிருந்தவைகளைப் பற்றி, என்னுடைய ஆதார ஆசைகள், நம்பிக்கைகள் ஆகியன பற்றி. ஆனால், என்னுடைய பேச்சில் அம்மாவுக்குக் கவனமில்லையென்பது எனக்கு விளங்கிவிட்டது. நான் என்ன சொல்லியிருந்தாலும் அவருக்கு அது ஒரு விஷயமாகவே இருந்திருக்கப்போவதில்லை என்பதை நான் புரிந்துகொண்டேன். என்ன சொல்லியிருந்தாலுமே!அவரைப் பொறுத்த அளவில், ஒரு சனிக்கிழமை இரவுப் பொழுதில் நான் அவரோடு வீட்டில் இருந்தேன் என்பதுதான் முக்கியம். அவருக்குத் துணையாக. திடீரென்று ஒரு மூர்க்கத்தனமான கோபம் என்னைத் தாக்கியது. புருவங்களை நெரித்தபடி அவரைப் பார்த்துக்கொண்டிருந்தபோது, வழக்கத்துக்கு மாறாக அவருடைய கேசம் சீராகவும், அக்கறையோடும் முடியப்பட்டிருந்ததைப் பார்த்தேன். உதட்டில் அதிமெல்லிய சாயத் தீற்றல்கூடக் காணப்பட்டது. இப்பொழுதுகூட அது அழுத்தமாக நினைவில் பதிந்திருக்கிறது – அந்த வண்ணம், தீயணைப்பு நிறச் சிவப்பு.

“என்னை ஏன் அப்படிப் பார்க்கிறாய்?” என்று அவர் அச்சத்துடன் வினவினார்.

ஒரு நீண்ட மௌனம் நிலவியது. நான் என் அன்னையை நோக்கி நகர்ந்தேன். இரண்டடி கூட எடுத்து வைத்திருக்கமாட்டேன். நின்றுவிட்டேன். என் கால்கள் உதறிக் கொண்டிருந்தன. மேலும் நெருங்கிப் போவதற்குள் நான் இறைய ஆரம்பித்தேன். என்ன சொன்னேன் என்பது இப்பொழுது என் நினைவிலில்லை. அந்தக் காலத்தில் எங்களுக்குள் அடிக்கடி நடக்கும் நோகடிக்கும் வாக்குவாதங்களில் நாங்கள் விரைவிலேயே மூழ்கிப்போனோம் என்பது மட்டுமே நினைவிருக்கிறது. மனத்தில் இருப்பதை வெளியே கொட்ட வாய்ப்பு கிடைக்கும்பொழுது ஒரு ஆடவனுக்கு உணரக் கிடைக்கின்ற, விடுதலைப்படுத்தும் கோபக்கணங்கள் அவை. ஒரு காஃபிக் கோப்பையை உடைத்தெறிந்தோ அல்லது கணப்பை எட்டி உதைத்தோ தன்னுடைய கருத்தை வலிமையாகச் சொல்லும் கோபக் கணங்கள்.

ஒரு வழியாக, என்னைக் கட்டுப்படுத்திக்கொண்டு அந்த அறையை விட்டு வெளியேறினேன். உடைகளின் ஓரத்தில் வைத்துத் தைக்கப்படும் பட்டு ஜரிகைத் துணிகளும், நூல் கண்டுகளும், ஆடை வடிவமைப்புக்கான இறக்குமதி ஊசிகளும் (துருக்கியிலேயே உருவாக்கப்பட்டு, அட்லி நிறுவனம் தயாரித்து விநியோகித்த ஆடை வடிவமைப்புக்கான ஊசிகள் 1976 ஆம் ஆண்டு வரை சந்தைக்கு வரவில்லை) அம்மாவைச் சுற்றிச் சூழ்ந்திருக்க, அவரைத் தனியே விட்டு வெளியேறினேன். நள்ளிரவு வரையில் தெருத்தெருவாகச் சுற்றியலைந்தேன். சுலைமானியே பள்ளிவாசலின் முற்றத்துக்குள் நுழைந்து பார்த்தேன். ஆட்டாதுர்க் பாலத்தைக் கடந்து பெயோக்ளு வரைக்கும் போனேன். நான் நானாகவே இல்லை. கோபத்தையும் பழிதீர்த்தலையும் பற்றி மட்டுமே பேசத் தெரிந்த ஓர் ஆவியுரு என்னைத் துரத்திக்கொண்டே வந்தது. நான் யாராக இருக்க வேண்டுமென்று விரும்பினேனோ அந்த நபரே என்னைத் துரத்திக் கொண்டுவந்ததைப் போல் தோன்றியது.

மக்கள் நடுவே இருக்க விரும்பி பெயோக்ளூவிலிருக்கும் ஒரு பணியாரக் கடைக்குள் நுழைந்து ஒரு மேஜையைத் தேர்ந்தெடுத்து உட்கார்ந்தேன். ஆனால், ஒரு சனிக்கிழமை இரவின் வெறுமையான நேரத்தைக் கழிக்க இங்கே வந்து உட்கார்ந்திருக்கும் வேறு யாரையும் நேருக்கு நேராய்ப் பார்த்துவிட்டால் என்ன செய்வதென்ற நடுக்கத்தில் அங்கிருந்த ஒருவரையும் பார்க்கவில்லை. எங்களைப் போன்றவர்கள் ஒருவரையொருவர் எளிதில் இனம் கண்டுகொள்வர். ஓ, நாங்கள் ஒருவரை யொருவர் எவ்வளவு வெறுக்கிறோம்! ஆனால், அங்கே வந்து அமர்ந்த கொஞ்ச நேரத்தில் ஒரு தம்பதி என்னை அணுகினார்கள். அந்த ஆடவன் என்னிடம் பேச ஆரம்பித்தான். நான் நினைவைக் குடைந்து பார்த்தேன். தும்பைப் பூவாய்த் தலை நரைத்திருக்கும் இந்தப் பிசாசு யாராக இருக்கும்?

ஃபெனர்பஹ்சேவில் யாருடைய வீட்டை நான் தேடியலைந்திருந்தேனோ அதே நண்பன்தான் இவன். இப்பொழுது திருமணமாகி அரசு ரயில்வே நிறுவனத்தில் வேலை பார்த்துக்கொண்டிருந்தான். தலைமுடி மட்டும் முழுதாய் வெளுத்திருந்தது. அட, பழைய நாட்களையெல்லாம் நன்றாகவே நினைவில் வைத்திருந்தான். உங்களுக்கே தெரிந்திருக்கும், ஒரு சில நேரங்களில் உங்களுடைய நெடுநாளைய நண்பன் யாரையாவது பார்க்க நேரிடும் பொழுது, அவன் உங்களைப் பற்றி ரொம்பவும் பேசி உங்களைத் தலைகுனியவைத்துவிடுவதுண்டு. ஏதோ நீங்கள்தான் உலகிலேயே மிகவும் சுவாரஸ்யமான நபர் என்பதைப் போல, ஆதி காலத்தில் நீங்கள் அவனிடம் பகிர்ந்துகொண்ட ரகசியங்கள் அனைத்துமே தனக்கு நினைவிருக்கிறதென்று பூடகமாய்ப் பேசி, உடன் வந்திருக்கும் உங்கள் மனைவியின் மனதைக் கவர முயற்சிப்பான். ஆக, இந்த நண்பனும் அதையேதான் செய்தான். ஆனால், ஒரு நொடிகூட அவன் என்னை முட்டாளாக்க நான் வாய்ப்பு தரவில்லை. அவனுடைய கற்பனாசக்தி மிகுந்த பழைய நினைவுகளை அசைபோடும்பொழுது, தலையாட்டிக் கொண்டிருக்க நான் தயாராக இல்லை. அதே போல், அவன் எப்பொழுதோ விட்டுச்சென்றுவிட்ட அதே பரிதாபத்துக்குரிய பழைய பாதையிலேயே நான் உழன்றுகொண்டிருக்கிறேன் என்பதைக் காட்டிக்கொள்ளவும் நான் விரும்பவில்லை.

சர்க்கரை போடாத பணியாரத்தின் மீது கரண்டியை வைத்து விண்டு கொண்டே எனக்குத் திருமணமாகிக் கொஞ்ச காலம் ஆகிவிட்டதென்று கதை விட்டேன். நன்றாகவே சம்பாதித்துக்கொண்டிருக்கிறேன். நீ வீட்டில் காத்துக்கொண்டிருப்பாய். என்னுடைய ஷவர்லே காரை தக்ஷிம் அருகே நிறுத்தி வைத்திருக்கிறேன். நான் இங்கே வந்ததற்குக் காரணம் உனக்குச் சொத்தைப் பல். ஆனால், திடீரென்று உனக்குக் கோழியின் நெஞ்சுப் பகுதி இறைச்சியால் செய்த பணியாரம் சாப்பிட வேண்டும் என்று ஆசை வந்துவிட்டது. இந்தக் கடையில் செய்வதைப் போல் ருசியாக அந்தப் பண்டத்தை வேறெங்கும் சமைப்பதில்லை. நாங்கள் நிஷாந்தஷியில் வசிக்கிறோம். வீட்டிற்குச் செல்லும் வழியில் அவர்களை நான் இறக்கிவிட்டுப் போகவா? என்னுடைய நண்பன் எனக்கு நன்றி கூறினான். அவன் இன்னும் ஃபெனர்பாஹ்சேவிலேயேதான் வசிப்பதாகக் கூறினான். உன்னைப் பற்றிக்கூட அவன் ஒரு சில கேள்விகள் கேட்டான். முதலில் ஒப்புக்கு. அவனுடைய ஆர்வத்துக்குத் தீனி போடும் வண்ணம்.

பிறகு, நீ நல்ல குடுபத்திலிருந்து வந்தவள் என்பதைக் கேட்டவுடன், தனக்குப் பல நல்ல குடும்பங்களோடு பரிச்சயம் உண்டென்று தன் மனைவியிடம் காட்டிக்கொள்வதற்காக. இந்த நல்ல வாய்ப்பைத் தவற விட்டுவிடக் கூடாதென்று, உன்னைக் கூட அவனுக்கு நினைவிருக்கும் என்று கூறி வைத்தேன். ஆமாம். அவனுக்கு நன்றாகவே நினைவிருக்கிறது. ஆமாம். மிகவும் சந்தோஷம். அவனுடைய உன்னதமான அன்பை அவன் உனக்குத் தெரிவிக்கிறான். உனக்கென வாங்கியிருந்த கோழியின் நெஞ்சுப் பகுதி இறைச்சியால் செய்த பணியாரத்தைப் பொதிந்து கைகளில் இடுக்கிக்கொண்டு கடையைவிட்டு வெளியே வருவதற்கு முன்பாக திரைப்படங்களில் பார்த்துக் கற்றுக்கொண்டிருந்தவாறு, மிக நாசூக்கான மேலைநாட்டுப் பாணியில் அவனை நான் முத்தமிட்டேன். பிறகு அவன் மனைவியையும் முத்தமிட்டேன். என்ன மாதிரியான விசித்திர வாசகர்கள் நீங்களெல்லாம். என்னவொரு வினோதமான நாட்டில் வாழ்ந்துகொண்டிருக்கிறோம் நாமெல்லாம்.

13

இங்கே பார் யாரென்று

நீண்ட காலத்துக்கு முன்பே நாம் சந்தித்திருக்க வேண்டும்.

– மாபெரும் துருக்கிய திரை நட்சத்திரம், தூர்க்கான் ஷோரே

ரூயாவின் முன்னாள் கணவனின் வீட்டிலிருந்து கிளம்பிய பிறகு பிரதான சாலையை நோக்கி காலிப் நடை போட்டான். டாக்ஸி பிடிக்க அவன் மேற்கொண்ட முயற்சிகள் பலிக்கவில்லை. தலைதெறிக்கும் வேகத்தில் அவ்வப்பொழுது அவனைக் கடந்து சென்ற நகரப் பேருந்துகள் எதிலும் அவனால் ஏற முடியவில்லை. பக்கிர்காய் புகைவண்டி நிலையம்வரை நடந்துவிடுவதென்று முடிவெடுத்தான். பனியினூடே கஷ்டப்பட்டு நடந்துகொண்டிருக்கையில் மனம் அலைபாய்ந்தது. மீண்டும், மீண்டும் ரூயாவைப் பார்ப்பதைப் பற்றியே கற்பனை செய்துகொண்டிருந்தான். முன்பிருந்த வாழ்க்கைக்கு அவளோடு மீள்வதைப் பற்றி. முதற்கண் அவள் எதற்காக வெளியேறினாள் என்பதைக்கூட மறந்திருந்தான். அது சிக்கலற்ற எளிய செயல். அதற்கான காரணமும் தெளிவானது. ஆனால், தன்னுடைய பகற்கனவின் தொடக்கத்தில் வந்து நிலைபெறும் நேரத்திலெல்லாம் அவளுடைய முன்னாள் கணவனைப் பார்க்கப் போனதைப் பற்றி மட்டும் ரூயாவிடம் சொல்லத் துணிவற்றுப் போனான்.

மளிகைக் கடைகளின் முன்புறச் சுவரில் உள்ளடங்கித் தெரியும் உருக்குலைந்த குளிர்பதனப் பெட்டியைப் பக்கிர்காய் புகைவண்டி நிலையம் நினைவூட்டியது. அரை மணி நேரம் கழித்து அவன் ஏறிய புகைவண்டியில் நாற்பதாண்டுகளுக்கு முன்பு இதே போன்று அனுபவித்திருந்த கடும் குளிர்கால இரவைப் பற்றி ஒரு முதியவன் கதை பேசிக்கொண்டு வந்தான். அந்தக் காலகட்டத்தின், சோபையிழந்த, கஷ்டமான ஆண்டுகளில், நம் நாடும் உலகப் போரில் இழுபட்டு அல்லலுறுமோ என்று அஞ்சிக்கொண்டிருந்த நாட்களில், இந்த முதியவனின் படைப்பிரிவு த்ரேஸ் பகுதியில் தனியாகச் சிக்கிக்கொண்டு ஒரு நெடிய, கொடூரமான குளிர்காலத்தைக் கழிக்கும்படி ஆயிற்று. ஒருநாள் காலையில், முழுப்

படைப்பிரிவும் உடனடியாக அந்தக் கிராமத்தைவிட்டுக் கிளம்பிவிட வேண்டுமென்று ஓர் ரகசிய உத்தரவு வந்துசேர்ந்தது. அவர்கள் அனைவரும் தத்தம் குதிரைகள் மீது ஆரோகணித்து, நாள் முழுவதும் பயணம் செய்து இஸ்தான்புல்லின் புறநகர்ப் பகுதியை அடைந்தார்கள். ஆனால் அவர்கள் உடனடியாக நகருக்குள் நுழையாமல் பொற்கொம்புக் கழிமுகத்தைப் பார்த்த வாக்கிலிருக்கும் குன்றுகளில் சஞ்சரித்துக்கொண்டிருந்தனர். இரவில் நகரின் இருள் சூழ்ந்த பிறகு பெரும்பகுதி மறைபட்டிருக்கும் தெருவிளக்குகளின் அமானுஷ்ய ஒளி மட்டுமே வழிகாட்ட இருண்ட தெருக்களின் ஊடே அவர்கள் கடந்து சென்றார்கள். சில்லிட்டிருக்கும் நடைபாதை உருளைக்கற்கள் மீது குதிரைகளை நடத்திச்சென்று ஸுட்லூஸ் எனும் இடத்திலிருக்கும் கசாப்பு மையத்தில் அவைகளைச் சேர்ப்பித்தார்கள். பிறகு அங்கே நிகழ்ந்த படுகொலைகளின் கொடூரத்தை அந்த முதியவன் விலாவாரியாக விவரித்தான். அந்த ஈவிரக்கமற்ற கசாப்புக்காரர்கள் பற்றி; நடைதளத்தின் மீது பாவப்பட்டிருக்கும் குருதி தோய்ந்த உருளைக்கற்கள் மீது, பழைய சாய்விருக்கையின் மெத்தைக்குள் அடைபட்டிருக்கும் சுருள்கம்பிகள் பிதுங்கி வெளியே தெரிவதைப் போல் வெளியே சரியும் தங்களுடைய குடலைப் பார்த்து மிரண்டு குதிரைகள் ஒன்றன் பின் ஒன்றாக மாய்வதைப் பற்றி; தங்களுடைய முறைக்காகக் காத்திருக்கும் குதிரைகளின் கண்களில் தென்படும் மிரட்சியும், குற்றமிழைத்தவர்களைப் போல நகருக்குள் பதுங்கிச் செல்லும் குதிரைப்படை வீரர்களின் கண்களில் தென்படும் மிரட்சியும் ஒரே மாதிரி இருக்கும் வினோதம் பற்றியெல்லாம் – காலிப்பால் செய்ய முடிந்ததெல்லாம் புகைவண்டியின் சத்தத்தோடு சேர்த்து இவற்றிற்கும் செவி கொடுத்ததுதான்.

ஸிர்க்கேசி புகைவண்டி நிலையத்துக்கு வெளியே டாக்ஸி எதுவும் தென்படவில்லை. தன்னுடைய அலுவலகத்துக்கு நடந்தே போய் இரவை அங்கே கழித்துவிடலாமா என்று காலிப் யோசித்துக்கொண்டிருந்தான்.

ஆனால், அந்த நேரம் பார்த்து எதிர்ச் சாரியிலிருந்து வளைந்து இவனை ஏற்றிக்கொள்ள வருவதுபோல ஒரு டாக்ஸி இவனுக்கு அருகே வந்தது. ஆனால், சாலையோரத்தில் காத்து நிற்கும் வேறொரு நபரிடம் அது சென்று நின்றது. கையில் சிறு பெட்டியைப் பிடித்துக்கொண்டு நின்ற ஒரு கருப்பு வெள்ளை மனிதன். ஏதோ ஒரு கருப்பு வெள்ளைப் படத்திலிருந்து இறங்கி வந்தவனைப் போல்தான் இருந்தான். அந்த நபர் டாக்ஸியில் ஏறியதும், ஓட்டுநர் காலிப்பின் அருகில் வந்து நிறுத்தி, ஏற்கெனவே ஏறியிருக்கும் கனவானையும், காலிப்பையும் கேலட்டாசராய் வரை கூட்டிச் செல்வதாகக் கூறினான். டாக்ஸியின் கதவைத் திறந்து காலிப் ஏறிக்கொண்டான்.

கேலட்டாசராயில் இறங்கிக்கொண்ட பிறகு, அந்தக் கருப்பு வெள்ளை மனிதனிடம் பேச்சுக் கொடுக்காமல் போனதற்காகக் காலிப் தன்னைத்தானே நொந்துகொண்டான். கரக்காய் படகுத்துறையில் கட்டப்பட்டு நின்று கொண்டிருந்த காலியான, ஆனால் விளக்குகள் ஒளிரும் படகுகளைப் பார்த்தபோது, அந்தக் கருப்பு வெள்ளை மனிதனிடம் திரும்பி ஐயா பல ஆண்டுகளுக்கு முன்பாக ஒரு காலத்தில் இதே போன்ற ஒரு பனி பொழியும் இரவில்,...என்று பேச்சுக் கொடுத்திருந்தால் எப்படியிருக்கும் என்று காலிப் கற்பனை செய்து பார்த்தார். இப்படி ஒரு பீடிகையுடன் அந்தக் கதையைத் தொடங்கியிருந்தால் மிக இலகுவாக அந்தக் கதையின்

முடிவுக்கு அதை இட்டுச் சென்றிருக்கலாம். அந்த மனிதனும் அந்தக் கதைக்குரிய கவனத்தைக் கொடுத்திருப்பான்.

அட்லஸ் திரையரங்கைத் தாண்டியிருந்த ஒரு காலணிக் கடையின் சாளரத்தில் பார்வைக்கு வைக்கப்பட்டிருந்த காலணிகளை (ரூயாவின் காலணி அளவு ஏழு) வெறித்துக்கொண்டிருந்தபோது ஒரு சிறிய, மெலிந்த மனிதன் அவனை அணுகினான். நகரத்திலிருக்கும் கேஸ் நிறுவன வசூல் காரர்கள் கையில் வைத்திருப்பதைப் போன்ற ஒரு சிறு பெட்டியொன்றைக் கையில் பிடித்திருந்தான்.

“உங்களுக்குத் திரை நட்சத்திரங்களைப் பிடிக்குமா?” என்று கேட்டான். தான் அணிந்திருந்த உள் அங்கியின் பொத்தான்களைக் கழுத்துவரை இழுத்து மூடி, ஒரு மேலங்கி போல அதைப் பயன்படுத்தியிருந்தான். வானம் துல்லியமாக இருக்கும் காலங்களில், தக்ஸிம் சதுக்கத்தில் நின்று, நூறு லிரா வாங்கிக்கொண்டு தொலைநோக்கி வழியாக நட்சத்திரங்களைப் பார்க்கக் காட்டும் நபர்களுள் ஒருவனாக இவன் இருக்கக் கூடுமென்று காலிப் நினைத்தான். ஆனால் இந்த மனிதனோ, தன்னுடைய கைப்பெட்டியைத் திறந்து ஒரு புகைப்படத் தொகுப்பு ஒன்றை வெளியில் எடுத்தான். கேட்காமலே அதன் பக்கங்களைப் புரட்டினான். உயர்தரமான தாளில் அச்சிடப்பட்ட நம் நாட்டின் கிளர்ச்சியூட்டும் திரைத் தாரகைகளின் புகைப்படத் தொகுப்பு அது.

இல்லையில்லை. அவை அசலான பிரபலமான திரைத் தாரகைகளின் புகைப்படங்கள் இல்லை. மாறாக, அவர்களைப் போன்றே உடையும் ஆபரணங்களும் அணிந்து அணி வகுத்து நிற்கும் ஒரே மாதிரியான தோற்றம் கொண்ட போலிகளின் புகைப்படங்கள். அசல்கள் பிரபலமாகியிருந்த அதே எடுப்பான தோற்றத்தில் இவர்களும் காட்சியளித்தார்கள் என்பதுதான் விசேஷம். அவர்களிடம் தென்பட்ட அனைத்துமே ஒரே மாதிரி இருந்தன. அவர்கள் நின்ற தோரணை, சிகரெட் புகைத்த பாணி, முத்தம் கொடுப்பதைப் போல் உதடுகளைக் குவிக்கவோ அல்லது இறுக்கவோ செய்த பாங்கு என அனைத்துமே அசலைப் போலவே இருந்தன. ஒவ்வொரு தாரகையின் புகைப்படம் இருந்த பக்கத்திலும் அவளுடைய பெயர், செய்தித்தாளில் வெளிவந்த தலைப்புகள், ஏதேனும் பத்திரிகையில் வெளியாகியிருந்த புகைப்படங்களும் இவற்றுடன் ஒட்டப்பட்டிருந்தன. அவற்றைச் சுற்றி, அந்தத் தாரகையின் வசீகரத்தை எவ்வளவு இயலுமோ அவ்வளவு கவர்ச்சியான விதங்களில் எடுத்துக்காட்ட தாரகைப் போலிகள் முனைந்திருந்தார்கள்.

காலிப்பின் ஆர்வத்தைத் தூண்டும் விதமாக அந்தச் சிறிய மனிதன் அவனை நியூ ஏஞ்சல் திரையரங்குக்கு இட்டுச் செல்லும் குறுகிய, ஆளரவமற்ற சந்துக்குள் அழைத்துச் சென்று, காலிப்பே பார்த்துக் கொள்ளும்படியாக அந்தப் புகைப்படத் தொகுப்பை அவனிடம் கொடுத்தான். நடன அரங்கில் சுழன்றுகொண்டு, பாவாடை எல்லையற்று எழும்பிக்கொண்டிருப்பதை அனுமதித்த வண்ணமிருந்த விதவிதமான துர்க்கன் சொரேக்களை, குடைகள், பைகள், கையுறைகள், காலுறைகள் ஆகியவற்றுக்கு அருகாகத் தனித்தனியாகக் கழட்டப்பட்ட கைகளும் கால்களும் மெல்லிய கயிறால் கூரையோடு இணைக்கப்பட்டு ஊசலாடிக் கொண்டிருக்கும் ஒரு கடைச் சாளர வெளிச்சத்தில், வெப்பமூட்டும்

சிகரெட்டுகளைப் பற்றவைத்தபடி காலிப் ஆராய்ந்துகொண்டிருந்தான். ஒரு சில முஜ்தே ஆர்கள் வாழைப்பழத்தை உரித்துக்கொண்டும், விஷமத் தனமாகப் புகைப்படக் கருவியை முறைத்துக்கொண்டும், எதைப் பற்றியும் லட்சியமற்று சிரித்துக்கொண்டும் இருந்தார்கள். ஒரு சில ஹ¬ல்யா கோச்சியிட்டுகள் கூலிங்கிளாஸ் கண்ணாடியணிந்திருந்தார்கள். இல்லா விட்டால், மார்க்கச்சையை அவிழ்த்து சரி செய்துகொண்டிருந்தார்கள். அல்லது பதார்த்தங்களைச் சமைக்கப் பாத்திரம் கழுவும் குழாயடியில் குனிந்து கொண்டிருந்தார்கள். அல்லது, திக்கற்ற நிலையில் சோகமாய் அழுத வண்ணம் தொலைவை வெறித்துக்கொண்டிருந்தார்கள். காலிப் அந்தப் புகைப்படத் தொகுப்பைப் பார்வையிட்டுக்கொண்டிருந்த நேரம் முழுதும் அந்தத் தொகுப்புக்குச் சொந்தக்காரன் காலிப்பை மிகக் கவனமாக நோட்டம் விட்டுக்கொண்டிருந்தான். பிறகு திடுதிப்பென்று, தடை செய்யப்பட்ட புத்தகத்தை மாணவனின் கையில் பார்த்துவிட்ட ஆசிரியை லாகவமாகப் பறிமுதல் செய்வதைப் போல, அந்தப் புகைப்படத் தொகுப்பை காலிப்பிடமிருந்து பிடுங்கித் தன்னுடைய கைப்பெட்டிக்குள் திணித்துக்கொண்டான்.

“அவர்களிடம் உங்களைக் கூட்டிப் போகவா?”

“இவர்கள் எல்லாம் எங்கே இருக்கிறார்கள்?”

“உங்களைப் பார்த்தால் கனவான் போலத் தெரிகிறீர்கள். என் பின்னால் வாருங்கள்.”

கொல்லைப்புறத் தெருக்கள் வழியாக அவர்கள் நடந்து சென்று கொண்டிருந்தபோது எவளேனும் ஒருத்தியைத் தேர்வு செய்யுமாறு உடன் வந்த நபர் காலிப்பை நச்சரித்துக்கொண்டிருந்தான். அதனால், துர்க்கன் சொரே போல் இருந்த ஒருத்தியைப் பிடித்திருப்பதாகக் காலிப் சொன்னான். “அவ சரியான கட்டை” என்றான் கைப்பெட்டிக்காரன், ஏதோ ரகசியத்தைப் பகிர்ந்துகொள்வதைப் போல். “அவளும் சந்தோஷப்படுவாள். அவளுக்கும் உங்களைப் பிடித்துப்போகும்.”

பெயோக்ளு காவல் நிலையத்துக்கு அடுத்ததாக, ஒரு பழைய கற்கட்டிடம் நின்றுகொண்டிருந்தது. அதனுடைய கதவின் மீது துணைவியர் எனும் அறிவிப்பு காணப்பட்டது. அவர்கள் முதல் தளத்துக்கு நடந்து சென்றார்கள். அங்கே புழுதியும், நெசவு இழையும் கலந்த வாடை அடித்துக் கொண்டிருந்தது. அந்த இருளூட்டப்பட்ட அறையில் துணியையோ தையல் இயந்திரங்களையோ காலிப்பால் பார்க்க முடியவில்லை. என்றாலும், தையல் துணைவியர் எனும் சொற்கள் அவனுடைய மனத்தில் முகிழ்ந்தன. அவர்கள் ஓர் உயரமான வெண்ணிறக் கதவைக் கடந்து இன்னொரு அறையில் நுழைந்தனர். இது ஒளிமயமாய் இருந்தது. அப்பொழுதுதான் அந்த காமத் தரகன் காசுக்காகக் காத்துக்கொண்டிருக்கிறான் என்ற நினைப்பே காலிப்புக்கு வந்தது.

காசை வாங்கிக் கால்சராய்ப் பைக்குள் போட்டுக்கொண்டு “துர்க்கன்” என்று குரல் கொடுத்தான் அந்த மனிதன். “துர்க்கன், வெளியே வந்து பார், உன்னைப் பார்க்க இஸிட் வந்திருக்கிறார்”

இரண்டு பெண்கள் மேஜையின் அருகே அமர்ந்து சீட்டு விளையாடிக்கொண்டிருந்தார்கள். இருவருமே திரும்பி காலிப்பைப்

பார்த்து முறுவலித்தார்கள். இடிந்து தரைமட்டமாகிவிட்ட ஒரு பழைய அரங்கின் திரையமைப்பைப் போல அந்த அறை தோற்றமளித்தது. கணப்புகளுக்குப் போதிய காற்றோட்டமில்லாமல் போகும் பட்சத்தில், துயில் வரவழைக்கப் பயன்படுத்தப்படும் வாசனைத் திரவியங்களின் அடர் நெடியோடு இருக்கும் அறைகள் எப்படி மூச்சுத் திணற வைக்குமோ அப்படியிருந்தது அந்த அறை. போதாக்குறைக்குப் பின்னணியில் ஓர் ஓய்ந்து போன துருக்கிய பாப் இசைத்தட்டு ஒலித்துக்கொண்டிருந்தது. துப்பறியும் நாவல்களைப் படிக்குபோது (பாதத்தைப் பின்புறமாக மடக்கி) ரூயா எப்படி அமர்ந்திருப்பாளோ அதே பாணியில் ரூயாவுக்குச் சற்றும் சம்பந்தமில்லாத சாயலில், ஒரு திரைத் தாரகைக்குரிய எவ்வித லட்சணங்களும் இன்றி ஒரு பெண் நகைச்சுவை சஞ்சிகையொன்றைப் புரட்டிக்கொண்டிருந்தாள். அவளை முஜ்தே ஆர் என்று காலிப் புரிந்துகொண்டதற்குக் காரணம் அவளுடைய சட்டையில் முஜ்தே ஆர் என்று கொட்டை எழுத்தில் எழுதப்பட்டிருந்ததுதான். ஏவலாளுக்குரிய சீருடையணிந்த ஒரு முதியவர் தொலைக்காட்சிப் பெட்டியின் முன்பாகத் தூங்கி வழிந்துகொண்டிருந்தார். உலக வரலாற்றில் இஸ்தான்புல் வெற்றிகொள்ளப்பட்டதன் தாக்கம் எவ்வாறிருந்தது என்பதைப் பற்றி ஒரு வல்லுநர் குழு தொலைக்காட்சியில் விவாதித்துக்கொண்டிருந்தது.

செயற்கை நெளி அமைக்கப்பட்ட கூந்தலோடு ஜீன்ஸ் காற்சராய் அணிந்த பெண்ணுக்கு ஓர் அமெரிக்க நடிகையின் சாயல் மெலிதாக இருப்பதாகக் காலிப்புக்குத் தோன்றியது. ஆனால், அந்த அமெரிக்க நடிகையின் பெயர் சட்டென மறந்துவிட்டது. இது வேண்டுமென்றே நடந்ததா என்று மட்டும் அவனால் உறுதியாகச் சொல்ல முடியவில்லை. இன்னொரு கதவின் வழியாக வேறொருவன் தடுமாறியபடி உள்ளே வந்து, முஜ்தே ஆரின் முன்பு நின்றான். அவளுடைய சட்டையின் மார்புப்பகுதியில் எழுதியிருந்த பெயரை வெறித்துப் பார்த்துவிட்டு, தலைப்புச் செய்திகளில் வரும் வரை தான் வாழ்ந்த வாழ்க்கையை நம்ப இயலாமல்போன நபரின் மனோபாவத்தோடு நம்ப முடியாமல் தலையை உசுப்பிக்கொண்டான். போதையின் ஈர்ப்போடு, அந்தப் பெயரைச் சற்றே உரக்க முனகினான். பெயரின் முதல் எழுத்து என்னவோ வாய்க்குள்ளேயே தங்கிவிட்டது.

புலித்தோல் போன்ற உடுப்பிலிருந்த பெண்தான் துர்க்கனாக இருக்கக்கூடுமென்று காலிப் தீர்மானித்தான். சாவதானமாக அவனை நோக்கி அவள் நடந்து வருகையில் அவள் ஒயிலாகவே தோன்றினாள். அனேகமாக அசல் துர்க்கனுக்கு மிக நிகரான பிரதி இவளாகவே இருக்கக் கூடும். அவளுடைய நீண்ட பொன்னிறக் கூந்தலை வலப்புறத் தோளில் சரியும்படி விட்டிருந்தாள்.

“நான் புகை பிடிப்பதில் உங்களுக்கு ஆட்சேபணை எதுவும் உண்டா” என்று வசீகரப் புன்னகை தவழ அவள் கேட்டாள். ஃபில்டர் இல்லாத சிகரெட் அவள் விரலிடுக்கில் தோன்றியது. “பற்றவைப்பதில் உங்களுக்கு சிரமம் ஒன்றுமில்லையே?”

காலிப் அவளுடைய சிகரெட்டைப் பற்ற வைத்தான். புகை மண்டலத்தின் பின்னே அவளுடைய தலை மறைந்துபோனது. இசையும் நின்றுபோனது. பிறகு நிலவிய விசித்திர அமைதியில் பனியினூடே

வெளிப்படும் மகானைப் போல அவள் வெளிப்பட்டாள். அவளுடைய கரிய, அகண்ட, நீண்ட இமைகள் கொண்ட கண்களை உற்றுப் பார்த்த போது, ரூயாவை விட்டு வேறொரு பெண்ணோடு தன்னால் உறவுகொள்ள முடியுமென்று வாழ்க்கையிலேயே முதன்முறையாக காலிப்புக்குத் தோன்றியது. தன்னுடைய பணத்தைப் பைக்குள் வைத்துக்கொண்டவுடன், மேலாளர் போல் உடுப்பணிந்த நபர் அவனை இஸிட் என்று அழைத்தான். மாடியிலிருந்த நேர்த்தியான அறைக்கு அவர்கள் ஒதுங்கியவுடன் அங்கேயிருந்த ஒரு அக்பேன்க் சாம்பல் குப்பியில் சிகரெட் நுனியை நசுக்கித் தேய்த்துவிட்டுப் பெட்டியிலிருந்து இன்னொரு சிகரெட்டை அந்தப் பெண் உருவினாள்.

"நான் புகைப்பதில் உங்களுக்கு ஆட்சேபணை எதுவும் இல்லையே" என்று மீண்டும் கேட்டுக்கொண்டாள். அவள் அமர்ந்திருந்த தோற்றமும் பேச்சுத் தொனியும் முன்பிருந்ததைப் போலவே இருந்தன. முன்பு போலவே, சிகரெட்டை உதட்டின் ஓரத்தில் பொருத்திக்கொண்டு பரிகாசப் புன்னகையோடு அவனை நோக்கித் திரும்பினாள். "கொஞ்சம் பற்ற வைக்க முடியுமா?" கவர்ச்சியான மார்புப்பிளவை எவ்வளவு முடியுமோ அவ்வளவு வெளிப்படுத்தியவாறு ஓர் எதிர்பார்ப்போடு அவள் முன்புறம் சரிந்தாள். அங்கே அவள் அப்படி நின்றுகொண்டிருந்த நேரத்தில், துர்க்கன் சொரே நடித்திருந்த ஒரு திரைப்படக் காட்சியையே அவள் மீண்டும் நிகழ்த்திக்கொண்டிருக்கிறாள் என்பதும் அந்தத் திரைப்படத்தின் ஆண் கதாபாத்திரமான இஸிட் கன்நேயைப் போல் தான் எதிர்வினையாற்ற வேண்டுமென்று அவள் எதிர்பார்க்கிறாள் என்பதும் காலிப்புக்குப் புரிந்தது. அவளுடைய சிகரெட்டை அவன் பற்ற வைத்தவுடன் புதிய புகை மண்டலம் அவளுடைய தலையைச் சூழ்ந்தது. அவளுடைய அகண்ட, கரிய, நீள் இமைக் கண்கள் மீண்டும் பனிப் போர்வைக்குள்ளிருந்து நிதானமாக வெளிவருவதைக் காலிப் பார்த்துக்கொண்டிருந்தான். ஒரு ஸ்டூடியோவில் மட்டும்தான் இந்த அளவுக்குப் புகையை உருவாக்க முடியும். அதை இவள் எப்படிச் செய்தாள்? அதுவும் வெறும் வாயினால்?

"நீ ஏன் இவ்வளவு மௌனமாய் இருக்கிறாய்?" என்றாள் அந்தப் பெண் முறுவலுடன்.

"அப்படியொன்றும் இல்லையே" என்றான் காலிப்.

"நீ கபடம் மிகுந்த ஆள், இல்லையா?" என்றாள் அந்தப் பெண் பாசாங்கான கரிசனத்தோடு. ஒருவேளை அது கோபமாகக்கூட இருந்திருக்கலாம்.

"இல்லையென்றால், நீ ரொம்பவும் வெகுளியா?"

பிறகு இதே வாக்கியத்தை அதே முகபாவங்களோடு அவள் மீண்டும் சொன்னாள். அவள் அணிந்திருந்த காது தொங்கட்டான்கள், திறந்து கிடந்த அவளுடைய தோள்கள் வரை எட்டின.

அந்தப் பெண்ணின் அலங்கார மேஜை மீது பொருத்தப்பட்டிருந்த வட்ட வடிவ முகம் பார்க்கும் கண்ணாடியின் விளிம்பில் செருகியிருந்த புகைப்படங்களைப் பார்த்த பிறகு, அவள் அணிந்திருந்த முதுகு திறந்த புலித்தோல் ஆடையானது இருபதாண்டுகளுக்கு முன் வெளிவந்த *காதலிக்கத் தகுதி பெற்ற* எனும் திரைப்படத்தில் மதுக்கூட மாது வேடத்தில்

நடித்த துர்க்கன் சொரே அணிந்திருந்த அதே பாணியிலானது என்பதை காலிப் புரிந்துகொண்டான். அதே திரைப்படத்திலிருந்து வேறு சில வசனங்களை அவள் தொடர்ந்து ஒப்பிக்கத் தொடங்கினாள். (செல்லம் கொடுத்துக் கெடுக்கப்பட்ட மன நிறைவில்லாத குழந்தையைப் போல் தலையைத் தொங்கப் போட்டுக்கொண்டு, மோவாய்க்கருகே கைகளைக் கோத்து, பிறகு அவற்றை அகலவிரித்து). “ஆனால், இப்பொழுது என்னால் தூங்க முடியாது. குடித்திருக்கும்போது எனக்குக் கொஞ்சம் வேடிக்கையும் விளையாட்டும் வேண்டும்!” (அண்டை வீட்டுக் குழந்தையைப் பற்றி கரிசனப்படும் வாஞ்சையான அத்தையைப் போல நெற்றியைச் சுருக்கினாள்.) “என்னோடு தங்கியிரு இஸிட்.” (திடீரென்று பெரும் மகிழ்ச்சிப் பிரவாகத்துடன்) “இன்று நாம் சேர்ந்திருக்க வேண்டுமென்பது விதி, இன்று சேர்ந்திருக்க வேண்டுமென்பது!” (ஒரு சீமாட்டியைப் போல்) “உங்களைச் சந்தித்ததில் மிகுந்த சந்தோஷம், உங்களைச் சந்தித்ததில் மிகுந்த சந்தோஷம், உங்களைச் சந்தித்ததில் மிகுந்த சந்தோஷம்,...” கதவை ஒட்டியிருந்த ஓர் இருக்கையில் காலிப் உட்கார்ந்தான். தன்னுடைய அலங்கார மேஜைக்கருகில் இருந்த குட்டி நாற்காலியில் அந்தப் பெண் அமர்ந்தாள். திரைப்படத்தில் வரும் நாற்காலியைப் போன்றே இதுவும் இருந்தது. இதே காட்சி அச்சுப் பிசகாமல் கண்ணாடியின் விளிம்பில் செருகப்பட்டிருந்தது. அசல் தாரகையை விட இந்தப் பெண்ணின் முதுகு அதிக வனப்பாய்த் தெரிந்தது. கண்ணாடியில் தன்னைக் காலிப் பார்த்துக் கொண்டிருப்பதை அந்தப் பெண் ஒரு நொடி நோட்டமிட்டாள்.

“நாம் நீண்ட காலம் முன்பாகவே சந்தித்திருக்க வேண்டும்.”

“நாம் நீண்ட காலம் முன்பே சந்தித்திருக்கிறோம்,” என்றான் காலிப் கண்ணாடியில் அந்தப் பெண்ணின் முகத்தைப் பார்த்துக்கொண்டே. “பள்ளியில் நாம் ஒரே வரிசையில் அமர்ந்ததில்லை. ஆனால், கதகதப்பான வசந்தகால நாட்களில் வகுப்பறையின் நீண்ட கலந்துரையாடல்களுக்குப் பிறகு சாளரங்கள் திறக்கப்படும். அப்பொழுது, பின்புறமிருக்கும் கரும்பலகையால் அந்தச் சாளரத்தின் கண்ணாடிச் சட்டம் ஒரு முகம் பார்க்கும் கண்ணாடி போல உன் பிம்பத்தைக் காட்டும். அப்படித் தெரியும் உன் முகத்தையே நான் பார்த்துக்கொண்டிருப்பேன்.”

“ஹ்ம்ம்ம்ம். ரொம்ப நாளைக்கு முன்பே நாம் சந்தித்திருக்க வேண்டும்.”

“ரொம்ப நாளைக்கு முன்பே நாம் சந்தித்திருக்கிறோம்,” என்றான் காலிப். “முதல் தடவை நாம் சந்தித்தபொழுது உன்னுடைய கால்கள் மிகவும் மெலிந்து மென்மையாக இருந்தன. எங்கே அவை உடைந்து விடுமோ என்றுகூட நான் பயந்ததுண்டு. நீ சின்னவளாக இருந்தபோது உன்னுடைய சருமம் மொரமொரப்பாக இருக்கும். ஆனால் நீ பெரியவளாக ஆக, ஒரு ரோஜா மலர் போல நீ பூத்துக் குலுங்கினாய். உன் சருமத்திலும் பளபளப்பு ஏறி அற்புதமாக ஆகிவிட்டது. வீட்டிற்குள் விளையாட முடியாத அளவுக்கு வெப்பமாகிவிடும் வேனிற்கால நாட்களில் நம்மைக் கடற்கரைக்குக் கூட்டிக்கொண்டு போய்விடுவார்கள். வீட்டிற்குத் திரும்பும் நேரத்தில் தரப்யாவில் நின்று ஐஸ் க்ரீம் சாப்பிட்டபடி கடலின் கரையோரமாக நடந்துபோய்க்கொண்டிருக்கும்பொழுது உப்புப் பூத்திருக்கும் நம்முடைய புஜங்களின் மீது நகங்களால் சொற்களைக் கீறிப் பார்த்திருப்போம்.

உன்னுடைய கைகளில் முளைத்திருக்கும் சின்னஞ்சிறு ரோமங்களை நான் மிகவும் நேசித்தேன். சூரிய ஒளியில் உன் கால்கள் இளஞ்சிவப்பாய் மாறிப்போகும் மாயத்தை நான் ரசித்தேன். என்னுடைய தலைக்கு மேலாக இருக்கும் மாடத்திலிருந்து எதையாவது எடுக்க நீ எம்பும் நேரத்தில் தலைமுடி உன் முகத்தின் மீது கவிழும் பாங்கை நான் ரசித்தேன்."

"ரொம்ப நாளைக்கு முன்பாகவே நாம் சந்தித்திருக்க வேண்டும்."

"உன்னுடைய அம்மாவிடமிருந்து நீ இரவல் வாங்கிப் போட்டுக் கொண்ட நீச்சலுடையின் வார்கள் உன் முதுகின் மீது பதித்த அடையாளங்களை நான் நேசித்தேன். அதே போல், பதற்றமாக இருக்கும் நேரங்களில் உன்னையும் அறியாமல் தலைமுடிக் கற்றையை நீ இழுத்துக் கொள்ளும் அழகை நான் ரசிப்பேன். ஃபில்டர் இல்லாத சிகரெட்டை நீ ஒருநாள் புகைத்துக்கொண்டிருந்தபோது நாக்கில் ஒட்டிக்கொண்ட புகையிலைத் துணுக்கைக் கட்டை விரலையும் நடு விரலையும் சேர்த்து நீ எடுத்த லாகவத்தை நான் ரசித்தேன். திரைப்படத்தைப் பார்த்துக் கொண்டிருக்கும்பொழுது உன்னுடைய வாய் திறந்திருக்கும் நேர்த்தியை நான் ரசித்தேன். புத்தகம் படித்துக்கொண்டிருக்கும் பொழுது எப்பொழுதும் பக்கத்தில் பருப்புகளும் வறுகடலையும் தட்டில் வைத்துக்கொண்டு, கவனமேயில்லாமல் நீ சாப்பிடும் பாங்கை நான் ரசித்தேன். சாவிகளைத் தொலைப்பதில் உனக்கிருக்கும் தேர்ச்சியை நான் ரசித்தேன். கிட்டப் பார்வை வந்துவிட்டதென்று நம்ப மறுத்து, எதையாவது பார்க்க வேண்டி வரும்பொழுது கண்களைச் சுருக்கிக்கொண்டு நீ பார்க்கும் விதத்தை நான் ரசித்தேன். தூரத்திலிருக்கும் எதையாவது பார்க்க வேண்டி வரும் பொழுது ஓரக்கண்களில் நீ பார்க்கும் அழகையும்கூட. அப்பொழு தெல்லாம் நீ வேறு எங்கோ இருந்துகொண்டு, முழுதும் வேறு எதையோ நினைத்துக்கொண்டிருக்கிறாய் என்பதையும் நான் அறிவேன். அதனால் கொஞ்சம் பதற்றம் அடைந்தாலும் முன்னைக் காட்டிலும் அப்பொழுது உன்னை நான் அதிகமாக நேசித்தேன். உன்னைப் பற்றி எனக்குத் தெரிந்தவைகளுக்காக எவ்வளவு நேசித்தேனோ அதேயளவு உன்னைப் பற்றி எனக்குத் தெரியாதவைகளுக்காகவும் நேசித்தேன். ஆனால், கடவுளே, அப்படியொரு நேசத்தைக் கண்டு எப்படி பயந்திருக்கிறேன் தெரியுமா?"

துர்க்கன் சொரேவின் கண்களில் ஒளிர்ந்த கலவரத்தை முகம் பார்க்கும் கண்ணாடியில் பார்த்த பிறகு காலிப் மௌனமானான். அலங்கார மேஜையை ஒட்டிப் போடப்பட்டிருந்த படுக்கையில் சாய்ந்து அந்தப் பெண் சோம்பல் முறித்துக்கொண்டிருந்தாள். "என்னருகில் வா, ஏன் வர மாட்டேன் என்கிறாய்?" என்றாள். "அந்த அளவுக்கு வேறு எதுவுமே பொருட்டல்ல, வேறு எதுவுமே. என்ன, உனக்குப் புரிகிறதா?" ஆனால், என்ன செய்வதென்று புரியாமல் காலிப் உட்கார்ந்துகொண்டே இருந்தான். "ஒருவேளை, நீ துர்க்கன் சொரேவை நேசிக்கவில்லையோ?" என்று அவள் கேட்டாள். அவளுடைய தொனியில் தென்பட்ட பொறாமை உண்மையானதா அல்லது அதுவும் நடிப்பின் ஒரு அம்சமா என்று காலிப்பால் தீர்மானிக்க முடியவில்லை.

"இல்லையே, நான் நேசிக்கத்தான் செய்கிறேன்."

"என் கண் இமைகளை நான் படபடக்கச் செய்தபோது அவற்றை நீ ரசித்தாய்தானே. இல்லையா?"

"ஆமாம். ரசித்தேன்."

"அப்படியென்றால் என் அருகே வா கண்ணா!"

முதலில் கொஞ்ச நேரம் பேசிக்கொண்டிருப்போமே!"

"எதைப் பற்றி?"

காலிப் கொஞ்ச நேரம் யோசித்தான்.

"உன் பெயர் என்ன? சம்பாத்தியத்துக்கு நீ என்ன செய்கிறாய்?"

"நான் ஒரு வக்கீல்."

"ஒரு காலத்தில் ஒரு வக்கீல் என்னைத் தேடி வருவதுண்டு," என்றாள் அவள்.

"என்னிடமிருந்த பணத்தையெல்லாம் அவன் எடுத்துகொண்டு போய்விட்டான். ஆனால், என் கணவன் பிடுங்கிக்கொண்டு போய் விட்ட காரை அவனால் திருப்பி வாங்கித் தரவே முடியவில்லை. அந்தக் கார் என் பேரிலே பதிவாகியிருந்தும்கூட. அந்தக் கார் என்னுடையது. புரிந்ததா? என்னுடையது. ஆனால் இப்பொழுது அந்த வேசி அதை ஓட்டிக்கொண்டிருக்கிறாள். 56ஆம் ஆண்டு மாடல், ஷவர்லே. தீயணைப்பு வண்டிச் சிவப்பு. அவனால் என்னுடைய காரைத் திருப்பி வாங்கித்தர முடியவில்லை என்றால் அப்படி ஒரு வக்கீலை வைத்துக்கொண்டிருப்பதில் என்ன பயன்? என் கணவனிடமிருந்து என்னுடைய காரை உன்னால் திருப்பி வாங்கித்தர முடியுமா?"

"முடியும். என்னால் முடியும்" என்றான் காலிப்.

"உன்னால் முடியுமா?" என்று ஆர்வத்தோடு கேட்டாள் அந்தப் பெண். "முடியும். உன்னால் முடியும். உன்னால் முடியுமென்றால் உன்னை நான் திருமணம்கூடச் செய்துகொள்வேன. இந்த வாழ்க்கையிலிருந்து என்னை நீ காப்பாற்றலாம். அதாவது இந்தத் திரைப்பட வாழ்க்கையிலிருந்து. ஒரு நடிகையாக வாழ்ந்து எனக்கு அலுப்புத் தட்டிவிட்டது. இந்த நாட்டில் மக்களெல்லாம் ரொம்பப் பழமைவாதிகளாக இருக்கிறார்கள். நடிப்பு என்பது ஒரு கலை என்பதை அவர்கள் புரிந்துகொள்வதேயில்லை. எங்களையே அவர்கள் விலைமாதர் என்கிறார்கள். நான் நடிகையல்ல. நான் ஒரு கலைஞர். உனக்குப் புரிகிறதா?"

"நிச்சயமாக."

"என்னை நீ திருமணம் செய்துகொள்வாயா?" என்று சந்தோஷமாகக் கூவினாள் அந்தப் பெண். "என்னை நீ திருமணம் செய்துகொண்டால், என்னுடைய காரில் நாம் ஊர் சுற்றலாம். என்னைத் திருமணம் செய்து கொள்வாயா? ஆனால், உன்னை நான் உண்மையாக நேசிக்காத வரை அது நடக்காது."

"நான் உன்னைத் திருமணம் செய்துகொள்கிறேன்."

"கூடாது, கூடாது. நீதான் முதலில் என்னிடம் கேட்க வேண்டும். எனக்கு உன்னைத் திருமணம் செய்துகொள்ளச் சம்மதமா என்று முதலில் கேள்."

“துர்க்கன், நீ என்னைத் திருமணம் செய்துகொள்வாயா?”

“அப்படியில்லை. உணர்ச்சி பொங்கக் கேட்க வேண்டும். திரைப்படங்களிலே செய்கிறார்களே, அதைப் போல. முதலில் நீ எழுந்து நில். இப்படி ஒரு கேள்வியை யாரும் உட்கார்ந்துகொண்டு கேட்பதில்லை.”

ஏதோ தேசிய கீதம் பாடப் போகிறவனைப் போல் காலிப் எழுந்து நின்றான்.

“துர்க்கன், நீ என்னை – நீ என்னைத் திருமணம் செய்துகொள்வாயா?”

“ஆனால், நான் கன்னிப்பெண் இல்லையே,” என்றாள் அந்தப் பெண். “எனக்கு ஒரு விபத்து நடந்துவிட்டது.”

“குதிரையோட்டிக் கொண்டிருந்தபோதா, அல்லது மாடிப்படிக்கட்டின் கைப்பிடியில் சறுக்கிக்கொண்டிருந்தபோதா?”

“இலையில்லை. நான் இஸ்திரி போட்டுக்கொண்டிருந்தபோது. நீ சிரிக்கிறாய். ஆனால், சுல்தான் உன் தலைக்கு விலை வைத்திருக்கிறார் என நேற்றுதான் ஒரு சிறிய பட்சி சொல்லிவிட்டுச் சென்றது. ஆமாம். உனக்குத் திருமணமாகிவிட்டதா?”

“ம். எனக்குத் திருமணமாகிவிட்டது.”

“திருமணமானவர்களோடுதான் கடைசியில் எனக்கு உறவு ஏற்படுகிறது,” என்றாள் அந்தப் பெண். காதலுக்கு அனுமதி எனும் திரைப்படத்தில் வரும் அதே குரலும் தொனியும் அந்தப் பெண்ணிடம். “ஆனால், அது ஒன்றும் பெரிய விஷயமில்லை. முக்கியமான விஷயம் தேசிய தண்டவாளச் சாலைதான். இந்த ஆண்டு சாம்பியன் போட்டியை யார் வெல்லப் போகிறார்கள்? இதெல்லாம் எங்கே கொண்டுவிடும் என்று நீ நினைக்கிறாய்? இந்த அராஜகத்தை ராணுவம் எப்பொழுது முடிவுக்குக் கொண்டு வரும் என்று நீ நினைக்கிறாய்? முடி வெட்டிக்கொண்டால் நீ பார்க்க இன்னமும் நன்றாகவே இருப்பாய். அது உனக்குத் தெரியுமா?”

“என்னுடைய தனிப்பட்ட விஷயங்களைப் பற்றிப் பேசாதே. அது அநாகரீகமான செயல்,” என்றான் காலிப்.

“சரி, ஆனால், கொஞ்சம் முன்னால் என்ன சொல்லிக்கொண்டிருந்தேன்?” என்றாள் அவள் இமைகள் படபடக்க, பாசாங்கான வியப்போடு. “நாம் திருமணம் செய்துகொண்டால் என்னுடைய காரை நீ திரும்ப எனக்கு வாங்கித் தர முடியுமா? இல்லையில்லை. என்னுடைய காரை நீ எனக்குத் திரும்பக் கிடைக்கச் செய்தால் நீ என்னைத் திருமணம் செய்துகொள்வாயா? அந்தக் காரின் எண்ணைத் தருகிறேன்; 34 CG 19 மே 1919. அனடோலியாவை விடுதலைப்படுத்த ஆட்டாதுர்க் சாம்சனை விட்டு விலகிய நாள். அந்தக் கார் 56ஆம் ஆண்டு மாடல் ஷவர்லே.”

“உன்னுடைய ஷவர்லேயைப் பற்றிச் சொல்” என்றான் காலிப்.

“சரி. சொல்கிறேன். ஆனால், அவர்கள் சீக்கிரமே வந்து கதவைத் தட்டுவார்கள். உன்னுடைய நேரம் கிட்டத்தட்ட முடிந்துவிட்டது.” நேரம் எனும் வார்த்தையை மட்டும் அவள் ஃப்ரெஞ்சு மொழியில் சொன்னாள்.

“ஃப்ரெஞ்சு மொழியெல்லாம் பேசத் தேவையில்லை”

“என்ன?”

“நான் பணத்தைப் பற்றிக் கவலைப்படவில்லை” என்றான் காலிப்.

“நானும்தான்,” என்றாள் அந்தப் பெண். “என்னுடைய 56ஆம் ஆண்டு மாடல் ஷவர்லே இதோ இந்த நகத்தின் நிறத்திலேயேதான் இருக்கும். அச்சாக இதே வண்ணம். என்னுடைய நகங்களில் ஒன்று உடைந்து விட்டது. இங்கே பார். அப்படியென்றால், என்னுடைய ஷவர்லேவிலும் இப்பொழுது ஏதோ ஒரு ஒடுக்கு விழுந்திருக்கும். நாசமாய்ப்போன அந்தக் கணவன் அதை அந்தத் தேவடியாளுக்குக் கொடுக்கும்வரை தினமும் சாயந்திர நேரங்களில் அதை இங்கே நான் ஓட்டிக்கொண்டிருப்பேன். ஆனால், இப்பொழுது தெருவில் அது என்னைக் கடந்து போகையில்தான் பார்க்கிறேன். நான் என்னுடைய காரைச் சொல்கிறேன். சில சமயம் தக்ஸிம் சதுக்கத்துக்குத் திரும்பி வரும் வழியில் அதை நான் பார்ப்பேன். அப்பொழுது வேறு யாராவதோர் ஓட்டுநர் இருப்பான். அதே போல், நான் கரக்காய் படகுத்துறையில் காத்திருக்கும்பொழுது வேறொரு ஓட்டுநர் இருப்பான். சவாரிக்காகக் காத்துக்கொண்டிருப்பான். அந்த வேசிக்கு அந்தக் காரின் மீது சொல்ல முடியாத வெறி. அன்றாடம் அதன் வண்ணத்தைப் புதிது புதிதாக மாற்றிக்கொண்டே இருப்பாள். ஒரு நாளைக்குப் பார்த்தால், தவிட்டு நிறத்தில் இருக்கும். மறுநாள் பார்த்தால் குரோம் வர்ணம் பூசிப் பளபளவென்று இருக்கும். புதிய விளக்குகள் வேறு பொருத்தப்பட்டிருக்கும். பால் கலந்த காஃபியின் நிறத்தில் இப்பொழுது அது மினுங்கிக்கொண்டிருக்கும். ஒருநாள் கழித்துப் பார்க்கும்பொழுது, அது திருமண ஊர்வலத்துக்கான காராகிவிட்டிருக்கும். அதன் மேற்புறத்தில் மாலைகளும், பூக்களுமாய் அலங்கரிக்கப்பட்டிருக்கும். ஒரு பொம்மைக் குழந்தை வேறு உட்கார்ந்துகொண்டிருக்கும். ஒரு வாரம் போகட்டும். என்ன ஆகுமென்று நினைக்கிறாய்? இப்பொழுது அது சுத்தமாகக் கருப்பு வர்ணம் அடிக்கப்பட்டு, முரட்டு மீசை கொண்ட ஆறு காவலர்கள் அதை ஓட்டிக்கொண்டு போவார்கள். நம்பினால் நம்பு. அது இப்பொழுது காவல்துறையின் ரோந்து கார். சந்தேகமேயில்லை. காவல் என்கிற அடையாளக் குறிகூட அதில் இருக்கும். ஆனால் ஒன்று. அந்தக் காரின் உரிம எண்ணை மட்டும் அவர்கள் ஒவ்வொரு தடவையும் மாற்றியிருப்பார்கள். ஏதோ என்னை ஏமாற்றி முட்டாளாக்கிவிடலாம் என்பதைப் போல்.”

“இருக்கும்.”

“ஆமாம். இருக்கும்,” என்றாள் அந்தப் பெண்ணும். “அவர்கள் எல்லோருமே அவளுடைய வாடிக்கையாளர்கள். அந்த ஓட்டுநரிலிருந்து காவலர்கள்வரை. ஆனால் அந்தக் கம்மனாட்டிக் கணவனுக்குத் தன் கண்ணெதிரில் என்ன நடக்கிறது என்பதைக் கூடப் பார்க்க முடியவில்லையா என்ன? திடுதிப்பென்று ஒரு நாள் சொல்லாமல் கொள்ளாமல் அவன் என்னை விட்டுவிட்டுப் போய்விட்டான். உன்னை யாரும் அப்படி விட்டுவிட்டுப் போயிருக்கிறார்களா? இன்று என்ன தேதி?”

“பனிரெண்டு.”

“காலம்தான் எப்படிப் பறக்கிறது. பார். நீ எப்படி என்னைப் பேச வைத்துக்கொண்டிருக்கிறாய். ஒருவேளை சிறப்பான வேறு எதையோ தேடிக்கொண்டிருப்பவனோ நீ? சும்மா சொல்லு. உன் மீது எனக்கு ஒரு ஈர்ப்பு வந்துவிட்டது. நீ ஒரு கனவான். அதனால் என்ன தப்பு? உண்மையிலேயே உன்னிடம் ஏராளமாய்ப் பணம் குவிந்து கிடக்கிறதா? உண்மையாகவே நீ பெரிய பணக்காரனா? இல்லை, இஸிட் மாதிரி காய்கறி விற்பவனா? இல்லையில்லை. இருக்க முடியாது. நீ ஒரு வக்கீல். வக்கீல் ஐயா, எனக்கு ஒரு விடுகதை சொல்லுங்கள். சரி. பரவாயில்லை. நான் உங்களுக்கு ஒரு விடுகதை போடுகிறேன். சுல்தானுக்கும் பாஸ்ஃபரஸ் பாலத்துக்கும் என்ன வேறுபாடு?”

“எனக்குத் தெரியாது.”

“சரி. போகட்டும். ஆட்டாதுர்க்குக்கும் முஹம்மது நபிக்கும்?”

“எனக்குத் தெரியாது.”

“ரொம்ப சீக்கிரம் நீ விட்டுக்கொடுத்துவிடுகிறாய்” என்றாள் அந்தப் பெண். கண்ணாடியில் கடைசி முறையாகத் தன்னைப் பார்த்துக்கொண்டு, எழுந்து நின்று, அவன் காதில் வந்து விடைகளைக் கிசுகிசுத்தாள். பிறகு காலிப்பின் கழுத்தைச் சுற்றிக் கைகளால் வளைத்துக்கொண்டாள். “நாம் திருமணம் செய்துகொள்வோம்,” என்று அவள் மெல்ல முனகினாள். “நாம் காஃப் குன்றுக்குச் செல்வோம். எனக்கு நீ உனக்கு நானென்று வாழ்வோம். முழுசாய் வேறு மனிதர்களாக நாம் மாறிடலாம். எடுத்துக் கொள். எடுத்துக்கொள். எடுத்துக்கொள்.”

விளையாட்டோடு விளையாட்டாக அவர்கள் முத்தமிட்டுக் கொண்டார்கள். ரூயாவை நினைவூட்டும் அம்சம் ஏதேனும் இந்தப் பெண்ணிடம் தென்படுகிறதா? ஒன்றுமே இல்லை. இருந்தபோதிலும் காலிப்புக்குக் குதூகலமாகவே இருந்தது. அவர்கள் படுக்கையில் சரிந்ததும், ரூயாவை நினைவூட்டும் ஒரு செயலை அந்தப் பெண் செய்தாள். அச்சு அசலாக அப்படியே இல்லாவிட்டாலும்கூட. எப்பேர்ப்பட்டவனின் உறுதியையும் குலைத்துவிடும் விதமாக ரூயா நாக்கை உள்ளுக்கு இழுத்துக்கொள்வாள். இப்படி அவள் செய்யும்பொழுது அவள் வேறு யாரோவாக மாறிவிட்டதாக காலிப்புக்குத் தோன்றும். ஆனால், போலி துர்க்கன் சொரேவின் நாக்கு பெரியதாகவும், தடிமனாகவும் இருந்தது. வலியதாகவும்கூட. மென்மையாக, அதே சமயம் விஷமத்தனமாக அவளுடைய நாக்கை அவனுடைய வாய்க்குள் நுழைத்தபோது அவன் கைகளில் தவழ்ந்த அந்தப் பெண்ணுக்குப் பதிலாக அவன்தான் வேறு யாரோவாக மாறிப்போயிருந்தான். இது அவனைக் கிளர்ச்சியுற வைத்தது. அந்தப் பெண்ணின் நாடகீயமான சரசத்தால் காலிப் ஊக்கம் பெற்றான். துருக்கியத் திரைப்படங்களில் காட்டப்படும் அபத்தமான முத்தக்காட்சிகளில் வருவதைப் போல, அவர்கள் படுக்கையின் ஒரு முனையிலிருந்து மறுமுனைக்கு உருண்டு புரண்டு அலைக்கழிந்தார்கள். முதலில் அவன் மேலேயும் பிறகு அவளும் மீண்டும் அவளின் பின்புறம் மீது அவனும் என்று மாறி மாறிப் புரண்டுகொண்டிருந்தார்கள். அந்த அறையில் இல்லாத ஓர் ஆவியுருவைப் போல் நடித்துக்காட்டி, உண்மையிலேயே தலை சுற்றுவதைப் போல் தலையை உலுக்கி, “என்னைக் கிறுகிறுக்கச்

செய்கிறாய்” என்றாள் அந்தப் பெண். படுக்கையின் மறுகோடியில் இருந்த அலங்கார மேஜைக் கண்ணாடியில் அவர்கள் தங்களைப் பார்த்துக் கொள்ள முடிந்தது. இருவரும் உடையைக் களையும்பொழுது அந்தப் பெண் கண்ணாடியில் பார்த்துக்கொண்டாள். பின்னர் தொடர்ந்த சல்லாபக் காட்சியின்போது, அந்தக் கண்ணாடியில் யாரோ மூன்றாவது நபர் இருந்துகொண்டு தங்களைக் கவனிப்பது போல் காலிப் உணர்ந்தான். அல்லது ஓர் உடற்பயிற்சி விளையாட்டுப் போட்டியில் பங்கெடுத்துக் கொள்பவர்களை மதிப்பிடுவதற்கென்று அனுப்பப்பட்ட மொத்த நடுவர் குழுவும் அபாரமான லாகவத்துடன் தன் திறன்களைக் காட்சிப்படுத்திக் கொண்டிருக்கும் தேர்ந்த ஜிம்னாஸ்ட்டை சந்தோஷத்துடன் கூட்டமாய்ப் பார்ப்பதைப் போன்று உணர்ந்தான். பிறகு, இன்னொரு கணத்தில், படுக்கையில் அவர்கள் மெல்ல எம்பி எம்பிக் குதித்துக்கொண்டிருக்கையில், “நாம் இருவருமே வேறு புதிய மனிதர்களாகிவிட்டோம்,” என்று அந்தப் பெண் முணுமுணுத்தாள். பிறகு, “நான் யார், நான் யார், நான் யார்,” என்று கேட்டுக்கொண்டாள். ஆனால், அவள் கேட்க விரும்பிய பதிலைச் சொல்ல முடியாத தொலைதூரத்துக்குக் காலிப் சென்றிருந்தான். “ஈரெண்டு நான்கு” என்றாள் அந்தப் பெண். பிறகு, “கவனி, கவனி, கவனி,” என்று முணுமுணுத்தாள். பிறகு, ஒரு சுல்தானையும் அதிர்ஷ்டங்கெட்ட பட்டத்து இளவரசனையும் பற்றிய ஒரு கதையை, அது ஏதோ தேவதைக் கதை என்பதைப் போல, நடந்திருக்கவே வாய்ப்பில்லை என்பதைப் போல அவனுடைய காதிலே கிசுகிசுத்தாள்.

“நான் நீயானால், நீ நானாவாய்” என்றாள் அந்தப் பெண் ஆடையை அணிந்துகொண்டே.

“நான் நீயாகி, நீ நானானால், அது எப்படிச் சரியாகும்?”

அவள் அவனைப் பார்த்து விஷமமாக முறுவலித்தாள்.

“ஆக, உன் துர்க்கன் சொரேவை உனக்குப் பிடித்திருந்ததா?”

“ஆம். எனக்குப் பிடித்திருந்தது.”

“அப்படியென்றால், இந்த வாழ்க்கையிலிருந்து என்னைக் காப்பாற்று. என்னைக் காப்பாற்றி இங்கிருந்து கூட்டிப் போ. உன்னோடு என்னையும் கூட்டிப் போய்விடு. இருவருமாகச் சேர்ந்து வேறு எங்காவது போய் விடலாம். நாம் ஓடிப் போய்விடலாம். நாம் திருமணம் செய்துகொள்வோம். நாம் ஒரு புதிய வாழ்க்கையைத் தொடங்குவோம்.”

இது என்ன காட்சி? அப்படியென்றால் எந்தப் படத்திலிருந்து? காலிப்பின் நினைவுக்கு வரவில்லை. இதைத்தான் அந்தப் பெண் ஒருக்கால் விரும்பினாளோ? காலிப்புக்குத் திருமணமாகிவிட்டதென்று தன்னால் நம்ப முடியவில்லையென்று அந்தப் பெண் காலிப்பிடம் சொன்னாள். தன்னுடைய திருமணமான வாடிக்கையாளர்களை அவள் நன்கறிவாளாம். அதனால், அவளால் கண்டுபிடித்துவிட முடியுமாம். அவர்கள் திருமணம் செய்துகொண்டு காலிப் மட்டும் அவளுடைய 56ஆம் ஆண்டு மாடல் ஷவர்லே காரை எப்படியாவது திரும்ப வாங்கிக் கொடுத்துவிட்டால், பாஸ்ஃபரஸ் கரையோரமாக அதிலே அவர்கள் உலா வரலாம். எமிக்ரானில் நிறுத்தி அல்வா ஏடு வாங்கலாம். தரப்யாவில்

கூடக் கடலைப் பார்த்துக்கொண்டே சிறிது நேரத்தைக் கழிக்கலாம். புயுக்தெரேவுக்குச் சென்று சாப்பிட நல்ல இடமாகப் பார்க்கலாம். "எனக்கு புயுக்தெரேவைக் கண்டாலே பிடிக்காது" என்றான் காலிப்.

"அப்படியென்றால், அவன் உன்னிடம் வருவானென்று நீ வெட்டியாய்க் காத்துக்கொண்டிருக்க வேண்டியதுதான்," என்றாள் அந்தப் பெண். "அவன் எப்பொழுதுமே உன்னிடம் வரப்போவதில்லை"

"எனக்கொன்றும் அவசரமில்லை."

"ஆனால், எனக்கு அவசரம்" என்றாள் அந்தப் பெண் பிடிவாதமாக. "ஆனால், அவன் வரும்பொழுது அவனை எனக்குத் தெரியாமல் போய் விடுமோ என்று யோசனையாக இருக்கிறது. அனேகமாக, நான்தான் அவனைக் காணும் கடைசி நபராக இருப்பேனோவென்றுகூட சந்தேகப் படுகிறேன்."

"யார் அவன்"

புதிரான முறையில் அந்தப் பெண் சிரித்தாள்.

"நீ திரைப்படங்களைப் பார்ப்பதேயில்லையா? உனக்கு விளையாட்டின் விதிகள் எதுவுமே தெரியாதா? இதெல்லாம் வகைப்படுத்தப்பட்டுள்ள ரகசியத் தகவல்கள். இதைப் போன்ற ஒரு நாட்டில் வேண்டாத வம்புப் பேச்சு உன்னைக் கொன்றுவிடும். நான் உயிர் வாழ விரும்புகிறேன்." புதிரான முறையில் மாயமாகிவிட்ட ஒரு நண்பனைப் பற்றி ஒரு வேளை அவன் கொலை செய்யப்பட்டு பாஸ்ஃபரஸ் நீருக்குள் தூக்கி எறியப் பட்டிருக்கலாம் என்று அவள் சொல்லிக்கொண்டிருந்தாள். அப்பொழுது யாரோ கதவைத் தட்டும் சத்தம் கேட்டது.

அந்தப் பெண் மௌனமாகிவிட்டாள். ஆனால், காலிப் அந்த அறையை விட்டு வெளியேறும்போது, "நாமெல்லோருமே அவருக்காகத்தான் காத்துக்கொண்டிருக்கிறோம். நாமெல்லோருமே. நாமெல்லோருமே அவருக்காகக் காத்துக்கொண்டிருக்கிறோம்" என்றாள்.

14

நாமெல்லோருமே அவருக்காகக் காத்துக்கொண்டிருக்கிறோம்

புதிரான விஷயங்கள் மீது நான் பித்தாய் இருக்கிறேன்.

— தஸ்தயேவ்ஸ்கி

நாமெல்லோரும் அவருக்காகக் காத்துக் கொண்டிருக்கிறோம். பல நூற்றாண்டுகளாகவே நாம் அவருக்காகக் காத்திருக்கிறோம். கேலட்டா பாலத்தைக் கடந்துபோகும் கூட்டத்தைப் பார்த்து அலுத்துப் போய் பொற்கொம்புக் கழிமுகத்தின் கருநீல நிற நீரை வெறிக்கும் பொழுது அவரையேதான் தேடுகிறோம். ஸுர்திபியில் இருக்கும் சின்னஞ்சிறு அறையைக்கூடக் கதகதப்பாக்க முடியாத கணப்புக்குள் மேலும் சில விறகுக் குச்சிகளை வீசும் பொழுதுகளிலும், ஜிஹாங்கிரில் இருக்கும் புராதன கிரேக்கக் கட்டடத்தின் முடிவற்ற மாடிப்படிகளில் ஏறும் பொழுதுகளிலும், எங்கோ தொலைவிலிருக்கும் அனடோலிய நகர் ஒன்றில், பாரம்பரிய மதுக்கூடத்தில், நம்முடைய நண்பர்கள் வந்துசேரக் காத்திருக்கும் நேரத்தைக் கழிக்க இஸ்தான்புல் செய்தித்தாளில் வெளியாகும் குறுக்கெழுத்துப் போட்டிகளில் மூழ்கியிருக்கும் பொழுதுகளிலும் நாம் அவரையே தேடுகிறோம். நம்முடைய கனவுகள் நம்மை எங்கெல்லாம் இட்டுச் செல்கின்றனவோ – அந்தச் செய்தித் தாளில் நாம் காணும் ஆகாய விமானத்திலேயே ஏறிப் பறந்து, ஒளிமயமான அறைக்குள் நுழைந்து, மிக அழகான நங்கையின் கைகளில் வீழ்ந்து, தவழ்ந்து – அங்கெல்லாமும் நாம் தேடுவதென்னவோ அவரையே. நூற்றுக்கணக்கான கண்கள் படித்து மேய்ந்த செய்தித்தாள்களில் பொதிந்து தரப்படும் மளிகைப் பொருள்களையோ அல்லது நெகிழிப் பைகளில் போட்டுத் தரப்பட்ட, செயற்கையிழை நெடியேறிய ஆப்பிள் பழங்களையோ, இல்லாவிட்டால், நம் கைகளும் விரல்களும் கன்றிப் போகுமளவுக்குச் சுமையாகிவிடும் வலைப் பைகளையோ சுமந்துகொண்டு புழுதி படிந்த

நடைபாதைகளில் தளர்ந்து நடக்கும் பொழுதுகளில் நாம் ஏங்குவது அவருக்காகவே. ரோமம் அடர்ந்த மனிதர்கள் சனிக்கிழமை இரவுகளில் மதுக்குப்பிகளை உடைத்துக்கொண்டிருப்பதையும், உலக அழகியர் மயிர்க்கூச்செறிய வைக்கும் சாகசங்களை நிகழ்த்த முனைவதையும் திரையரங்குகளில் அமர்ந்து பார்த்துக்கொண்டிருக்கும் நேரங்களிலும் கூட நாம் அவருக்காகக் காத்துக்கொண்டிருக்கிறோம். முன்பிருந்ததைக் காட்டிலும் தனிமையாய் உணர வைப்பதில் வெற்றி கண்டிருக்கும் விபசார விடுதிகளிலிருந்து வீடு திரும்பும் வேளைகளிலும், நம்முடைய உப்புப்பெறாத வேட்கைகளுக்காக நம்மைப் பரிகசிக்கும் நண்பர்கள் நிறைந்த பாரம்பரிய மதுக்கூடங்களை விட்டு வெளியேறும் பொழுதுகளிலும், வானொலி நாடகத்தைக் கேட்க நம்மை அண்டை வீட்டுக்காரர் அழைத்திருக்க, படுக்கப் போகாமல் அடம்பிடித்துக் கூச்சலிடும் அவருடைய குழந்தைகளால் அந்த நாடகத்தின் ஒரு வார்த்தைக்கூடக் காதில் விழாமல் போகிற தருணங்களிலும், நாம் அவரைத் தேடியபடியேதான் இருக்கிறோம். சிலுவாண்டிப் பயல்கள் தெருவிளக்குகளை உண்டிவில்லால் அடித்து நொறுக்கிவிட்டதால் இருள் ஆட்சி செய்யும் தனிமையான கொல்லைப்புறத் தெருக்களின் மூலைகளிலும், முடுக்குகளிலும்தான் அவர் முதன்முதலில் காட்சியளிப்பார் என்று நம்மில் சிலர் நம்பிக்கொண்டிருக்கிறோம். வேறு சிலரோ, குலுக்கல் அதிர்ஷ்டச் சீட்டு, பெண்களுக்கான சஞ் சிகைகள், பொம்மைகள், புகையிலை சமாச்சாரங்கள், ஆணுறைகள், எண்ணற்ற அற்ப அணிகலன்கள் ஆகியவற்றை விற்பனை செய்யும் சில்லறைக் கடைகளுக்கு முன்பாகத்தான் அவர் தோற்றம் தருவார் என்று நம்பிக்கொண்டிருக்கின்றனர். ஆனால் ஒரு வழியாய்த் தன்னை அவர் வெளிப்படுத்திக்கொள்ள நினைக்கும்போது, அரைபட்ட இறைச்சியை சிறுசிறு கோளங்களாக்கும் பணியில் ஈடுபடுத்தப்பட்டு, நாளொன்றுக்குப் பனிரெண்டு மணி நேரம் சிறார்கள் உழைத்துக்கொண்டிருக்கும் உணவக அடுக்களைகளில் என்றாலும், ஆயிரக்கணக்கான கண்கள் ஒன்றிணைந்து ஒரே கண்ணாக மாறிவிட ஏங்கும் திரையரங்குகள் என்றாலும் அல்லது கல்லறை வெளிகளில் அசைந்தாடிக்கொண்டிருக்கும் சைப்ரஸ் மரங்களின் வசியப்படுத்தும் நிழலில் துயிலும் தேவர்கள் போன்ற தூய இடையர்களிருக்கும் பசுங்குன்றுகள் என்றாலும் முடிவற்ற காத்திருப்பு முடிவுக்கு வரும் வேளையில், ஒரு கண் சிமிட்டலில் முடிவிலி மறைந்துபோகும் பொழுதில், அவரை முதலில் பார்க்க நேரும் அதிர்ஷ்டசாலிகள் உடனடியாக அவரை அடையாளம் கண்டு, மீட்சி மிகவும் கிட்டத்தில் வந்துவிட்டதென்பதையும் அறிந்துகொள்வார்கள். நாம் அனைவருமே இதில் உடன்பட்டிருக்கிறோம்.

ஆனால், அதன் லிபியைப் புரிந்துகொள்ளும் திறன் பெற்றிருப்பவர் களுக்கு மட்டுமே திருக்குர்ஆன் என்றபோதும், இந்த விஷயத்தைப் பொறுத்தமட்டில் அந்த மறைநூல் மிகவும் தீர்மானமாக இருக்கிறது (‘அதனுடைய பல்வேறு பாகங்களிலும் முரண்பாடுகளின்றிச் சீராகவே இறைநூல் வெளிப்படுகிறது, இத்யாதி, இத்யாதி’ என்பதை விளக்கும் அல் – இஸ்ரா சுராவின் 97ஆம் செய்யுளிலும், அல்–ஸுமர் சுராவின் 23ஆம் செய்யுளிலும் காணப்படுவதைப் போல்). என்றாலும் கூட, இதற்கான சான்றைத் தேடுபவர்கள் திருக்குர்ஆன் தன்னை வெளிப்படுத்திக்கொண்டு முன்னூற்று ஐம்பது ஆண்டுகளுக்குப் பின்னர் எழுதப்பட்ட, *தோற்றமும் வரலாறும்* என்ற நூலில் காணப்படும் ஒரு வரியைக்கொண்டே நிறைவடைய

வேண்டும். ஜெருசலேமைச் சேர்ந்த முத்தஹார் இப்னு தாஹிர் எனும் அந்த நூலின் ஆசிரியரைப் பொறுத்தவரை, "முஹம்மது நபியின் சாயலைக் கொண்டிருப்பவருக்கோ, முஹம்மது எனும் பெயரைக் கொண்டவருக்கோ அல்லது என்னுடைய படைப்போடு ஒத்துப்போகும் படைப்பைக் கொடுப்பவருக்கோ *அவர்* தன்னை வெளிப்படுத்திக்கொள்வார்." நபியின் இந்தத் திருவாசகத்தையும், இதைப் போன்ற ஏனைய திருவாசகங்களையும் பற்றித் தகவலளித்த சாட்சிகளின் சான்றறிக்கைகளுக்கு இந்த வாக்குமூலம் நம்மை இட்டுச் செல்கிறது. மேலும் முன்னூற்றைம்பது ஆண்டுகள் முன்னோக்கி நகர்ந்த பின் இப்னு பதூதாவின் யாத்திரைகளில் சிறு குறிப்பொன்று காணக் கிடைக்கிறது. சமாராவிலிருக்கும் ஹகீம் – அல் வால்தின் எனும் புனிதத் தலத்தின் பூமிக்கடியில் இருக்கும் சுரங்கப் பாதையில் நிகழ்த்தப்படும் சடங்கின்போது *அவர்* தோன்றுவார் என்று ஷியா பிரிவு இஸ்லாமியர் தயார் நிலையில் இருக்கிறார்களாம். இதற்குப் பிறகு முப்பதாண்டுகள் கழித்து, அவர் விரைவில் காட்சி தருவார் என்ற உறுதியோடு, ஆயிரக்கணக்கான கேடுகெட்ட இழிபிறவிகள் டெல்லி நகரின் மஞ்சள் நிறப் புழுதி படிந்த சாலைகளில் குழுமிருப்பதைப் பற்றி, தான் சொல்லச் சொல்லப் படியெடுப்பவரிடம் ஃபிரோஸ் ஷா கூறினாராம். அவ்வாறு *அவர்* காட்சியளிக்கும் நேரத்தில் லிபியின் புதிரையும் விடுவிப்பாராம்.

ஷியா இஸ்லாமிக் பிரிவைச் சேர்ந்த தீவிரவாதப் பிரதிகளை நுணுக்கமாக ஆராய்ந்த பிறகு ஏறத்தாழ சமகாலத்தியதான முன்னுரையில், இப்னு கல்துன் இந்தத் தெளிவுரையை வழங்குகிறார்: தீர்ப்பு நாளில் காட்சியளிக்கும்பொழுது, தெஜ்ஜால் என்று ஒரு சிலராலும் சாத்தான் என்று பொதுவாகப் பலராலும் அறியப்படும் அச்சமூட்டும் ஜந்துவைத் தன்னுடனே *அவர்* வைத்துக்கொள்வார். இந்த ஐந்துவை பகைகிறிஸ்து என்று கிருத்துவர்கள் அழைக்கிறார்கள். ஆனால், அந்த நாளின் முடிவில் *அவர்* அநத ஜந்துவை வெட்டி வீழ்த்திவிடுவார்

ஆனால் இங்கேதான் ஆச்சரியமான விஷயம் இருக்கிறது. நாமெல்லோருமே *அவருடைய* வருகைக்காகக் காத்துக்கொண்டிருந்தாலும், அதை முன்கூட்டியே அறிந்திருந்ததாகவும் பலர் பெருமைகொண்ட போதிலும், யாருமே, – இந்த மொத்த மனிதச் சமுதாயமுமே – வெகு தொலைவிலிருக்கும் அனடோலியாவில், தன்னுடைய இல்லத்தில் அமர்ந்திருக்கும் வேளையில், தனக்குக் கிட்டிய தரிசனத்தைப் பற்றி ஒரு முறை விவரித்த எனதருமை வாசகர் மெஹ்மட் யில்மாஸிலிருந்து, எழுநூறு ஆண்டுகளுக்கு முன்பாகவே இப்படியோர் தரிசனம் கிட்டி விட்டதைப் பற்றி *தி ஃபீநிக்ஸ்* எனும் நூலில் நினைவு கூர்ந்திருக்கும் இப்னு அரபி வரை, *அவரும்*, *அவர்* காப்பாற்றிய பிறருமாய் இணைந்து கான்ஸ்டான்டிநோபிளைக் கிருஸ்துவர்களிடமிருந்து மீட்டுவிட முடியும் என்று கனவு கண்ட தத்துவஞானி அல்–கிண்டியிலிருந்து, அல்–கிண்டியின் கனவு நனவாகிப் பல நூற்றாண்டுகள் கடந்த பின்பும், பெயோக்ளு பகுதியின் கொல்லைப்புறத் தெருவொன்றில் அமைந்திருக்கும் தையல் பொருள் விற்கும் அங்காடியில் நைலான் காலுறைகள், பித்தான்கள், தையல் பொறியின் நூல்வட்டுகள் சூழ உட்கார்ந்து தன்னுடைய பகற்கனவுகளில் *அவரைக்* காணும் விற்பனைப்பெண் வரை இந்த மனித இனத் திரளில் *அவருடைய* வதனத்தைப் பார்த்த ஜீவன் ஒன்றுகூடக் கிடையாது.

ஆனால், தெஜ்ஜால்வை நாம் மிகத் தெளிவாக அடையாளம் கண்டுவிட முடியும். அவன் செந்நிற முடியுள்ள ஒற்றைக்கண் ஐந்து எனத் *தீர்க்கதரிசிகளின் வாழ்க்கை வரலாறு* எனும் நூலில் அல் – புகாரி கூறுகின்றார். புனித யாத்திரையின் போதோ, அவனுடைய பெயர் முகத்திலேயே பொறிக்கப்பட்டிருக்குமென்று சொல்லப்படுகிறது. அவன் தடிமனான கழுத்து உள்ளவனென்று அல் – தயாலிஸி வர்ணிக் கின்றார். இஸ்தான்புல்லில் ஒரு தரிசனத்தின்போது அவருக்குத் தென்பட்ட ஐந்து சிவந்த கண்ணும், உரமேறிய உடம்புமாய் இருந்ததாய் ஹோஜா நிஸாமுத்தீன் எஃபெண்டி வர்ணிக்கிறார். நிருபராக நான் பணியைத் தொடங்கிய காலத்தில், அனடோலியாவின் கடற்கரைப் பின்னிலங்களில் பிரபலமாக இருந்த *கரகோஸ்* எனும் செய்தித்தாளில், ஒரு துருக்கிய மாவீரனின் சாகசங்களைப் பற்றிய கேலிச்சித்திரக் கதையொன்று வெளிவரும். அவன் மீதும் அவனுடைய போர்வீரர்கள் மீதும் ஏதோவொரு சைத்தான் தந்திரத்தைப் பிரயோகிக்க தெஜ்ஜால் கட்டத்துக்குள் ஊர்ந்து வரும் நேரத்தில் (கான்ஸ்டான்டிநோப்பிளின் அழகியரோடு அவர்கள் சல்லாபித்துக்கொண்டிருக்கும் நேரம் போன்ற எதிர்பாராத வேளைகளில் திக்குமுக்காடச் செய்திடுவான் – இன்னும் நகரம் வெற்றிகொள்ளப்படவில்லை எனும் நிலையிலும் கூட) அவன் அஷ்டகோணலான கைகால்களுடன், கோணிக்கொண்டிருக்கும் வாயோடு, அகன்ற நெற்றியும், உருண்டையான மூக்கும், மீசை மழித்த முகமுமாய்க் காணப்படுவான் (ஒரு சில சமயங்களில் சித்திரக்காரர்களுக்கு நான் சொல்லிக் கொடுத்துவிட்டு வரும் வழிகாட்டல்களுக்கு உடன்பட்டு வரும் அம்சம், இந்தக் கடைசி விவரம்). மிகையான கற்பனைகளுக்கு தெஜ்ஜால் நம்மை ஊக்கப்படுத்துகிறானென்றால், எல்லாம் வல்ல இறையை அவருக்குரிய முழுமையான மகத்துவத்துடன் சித்திரிக்கும் நம்முடைய ஒரே எழுத்தாளர் லெ கிரான்ட் பாஷா எனும் படைப்பில் வரும் முனைவர் ஃபரீத் கமால்தான். (ஃபிரெஞ்சு மொழியில் எழுதப்பட்டு, 1870ஆம் ஆண்டில் பிரசுரமான இந்நூலானது நம்முடைய இலக்கிய நெறிமுறைகளை ஒட்டி இருப்பதில்லை – இதில் பலருக்கும் வருத்தம் இருக்கிறது.)

எல்லாம் வல்ல இறையை அவருடைய உண்மையான குணாம்சங் களுடன் காட்டும் ஒரே படைப்பை, அது ஃப்ரெஞ்சு மொழியில் எழுதப் பட்டிருக்கிறது என்பதற்காகவே நாம் புறக்கணிப்பதென்பது, அதே மெல்லிய, ஃப்ரெஞ்சு மொழி ஆய்வுக் கட்டுரையிலிருந்துதான் *கரமாஸவ் சகோதரர்கள்* நாவலில் வரும் பிரம்மாண்டமான சமய விசாரணையாளர் கதாபாத்திரத்தின் மாதிரியை ரஷ்யப் படைப்பாளி தஸ்தயேவ்ஸ்கி களவாடியிருக்கிறார் என்று குற்றம் சாட்டும் பாதகத்திற்கு ஒப்பானதாகும். என்றாலும் கூட, *நீரூற்று* மற்றும் *மகா கிழக்கு* போன்ற கீழைநோக்கு சஞ்சிகைகளில் இப்படியொரு குற்றச்சாட்டை வைத்தவர்கள் மிகுந்த கிலியுடனேயே செய்தார்கள் என்பதையும் சொல்லத்தான் வேண்டும். எவ்வெவற்றையெல்லாம் கீழை நாடுகளிடமிருந்து மேலை நாடுகள் களவாடின, அதே போன்று மேலை நாடுகளிடமிருந்து கீழை தேசங்கள் எவ்வெவற்றையெல்லாம் களவாடின எனும் முடிவற்ற காப்பியத்தைத் தொடங்குவதற்கு முன்பாக இதை நான் சிந்தித்துப் பார்க்கிறேன். உலகமென்று நாம் அழைக்கும் இந்தக் கனவுப் பிரதேசமானது துயில் நடையர்களைப் போல் நாம் திரிந்துகொண்டிருக்கும் இல்லமென்று

வைத்துக்கொண்டால், நம்முடைய இலக்கிய மரபுகள் யாவும் நமக்கு மனநிம்மதியைக் கொடுக்கும் சுவர்க் கடிகாரங்களே.

1. இந்தச் சுவர்க் கடிகாரங்களுள் ஒன்று சரியானது, இன்னொன்று தவறானது என்பதெல்லாம் சுத்த அபத்தம்.

2. அதே போல், ஒன்று மற்றொன்றைவிட ஐந்து மணி நேரம் முன்னதாக இருக்கிறதென்று சொல்வதுமே அபத்தம்தான். இதே தர்க்கத்தைப் பயன்படுத்தி, அது ஏழு மணி நேரம் பின்தங்கி யிருக்கிறது என்றுகூட எளிதில் சொல்லிவிடலாம்.

3. இதே காரணத்துக்காகவே, ஒரு கடிகாரத்தில் 9.35 மணி என்று இருந்து இன்னொரு கடிகாரமும் அதே 9.35 என்று காட்டும் பொழுது, இந்த இரண்டாவது கடிகாரம் முதல் கடிகாரத்தை அப்படியே போலி செய்கிறதுதென்று சொல்வது சிந்தனையற்ற அபத்தப் பேச்சு.

தன்னுடைய மரணத்துக்கு முன்பாக இருநூறு மறைஞான படைப்பு களை அருளியிருந்தவர் இப்னு அரபி. ஸ்பெய்ன் நாட்டில் பிறந்த இஸ்லாமியத் தத்துவஞானி அவரோ ஈஸின் சவ அடக்கத்தில் கலந்துகொள்வதற்காக அந்த நாட்டிலிருக்கும் கொருதோவா எனும் நகருக்கு அவர் சென்றார். அதற்கு ஓராண்டுக்கு முன்பாக அவர் மொராக்கோ நாட்டில் இருந்தார். திருக்குர்ஆனின் அல் – இஸ்ரா செய்யுளின் தாக்கத்தில் அவர் எழுதிய படைப்பைப் பற்றி மேலே குறிப்பிட்டிருந்தது நினைவிருக்கலாம் (அச்சுக் கோர்ப்பவருக்கான குறிப்பு: பத்தியின் மேற்பகுதியில் இது வருமாயின், தயைகூர்ந்து மேலே என்பதைக் கீழே என்று மாற்றிடவும்). இப்னு அரபி மொராக்கோவில் சுற்றித் திரிந்த காலத்தில்தான் அவர் இதைப் படைத்தார். அல்லது இன்னும் குறிப்பாகச் சொல்ல வேண்டுமென்றால், ஜெருசலேம் நகருக்குத் தூக்கிச் செல்லப்பட்ட முஹம்மது நபி கதைப்படி (கனவுப்படி) சொர்க்கத்தையும் நரகத்தையும் ஆராய்ந்து பார்க்க வானத்தின் மீது ஒரு ஏணி (அரபி மொழியில் *மிராச்*) கொண்டு ஏறினார். இப்பொழுது, இப்னு அரபியின் பயண அனுபவங்களையும், அவருடைய *ஏழு சொர்க்கங்களை அடையும் வழிகாட்டி* என்ற நூலையும் வாசிப்பவர்கள், அந்த நூலை யாத்த பொழுது அவருக்கு முப்பத்தைந்து வயது (1198) ஆகியிருந்தது என்பதைக் கவனிப்பார்களானால், அவருடைய கனவுக் கன்னியான நிஸாம் சொல்வதே சரி, பியாட்ரிஸ் சொல்வது தவறு என்றோ அல்லது இப்னு அரபி சொல்வதே சரி, தாந்தே சொல்வது தவறென்றோ அல்லது இஸ்ரேலவர்களின் புனித நூலும் மக்கான் அல்–அஸ்ராவும்தான் சரியென்றும், தாந்தேவின் புனித இன்பியல் தவறென்றோ முடிவெடுப்பார்களேயானால், அவர்கள் நான் முன்னர் குறிப்பிட்டிருந்த முதலாம் வகை அபத்தத்துக்குத் துணை போகிறவர்களாகிறார்கள். பதினோறாம் நூற்றாண்டில் வாழ்ந்திருந்த அண்டலூஸியத் தத்துவஞானி இப்னு துஃபைல் பாலைவனத் தீவொன்றில் கைவிடப்பட்ட ஒரு குழந்தையைப் பற்றிய நூலொன்றினை இயற்றியிருந்தார். அந்தத் தீவில் அவர் அலைந்துகொண்டிருந்த காலத்தில் இயற்கை, கடல், உயிர் தரிக்க அவருக்குத் தேவையானவற்றை வழங்கிய பெண் மான், மரணத்தின் நிச்சயம், மேலிருக்கும் சொர்க்கம், தெய்வீகப் பேருண்மைகள் எனப் பலவற்றின் மீதும் பெருமதிப்பு கொண்டார். ஆனால், அதற்காக ஹாய்இ இப்னு யக்ஸான்

(சுயமாய்க் கற்றுக்கொண்ட தத்துவஞானி) ராபின்ஸன் க்ரூஸோவைக் காட்டிலும் அறுநூறு ஆண்டுகள் முன்கூட்டியே தோன்றிவிட்டவர் என்றோ – அல்லது டிஃபோவின் நாவலில் கருவிகளும் பிற பொருள்களும் கூடுதல் விவரங்களோடு வர்ணிக்கப்பட்டிருக்கின்றன என்பதால் டேனியல் டிஃபோவைக் காட்டிலும் இப்னு துஃபைல் அறுநூறு ஆண்டுகள் பின்தங்கியவர் என்றோ – யாரும் கொண்டாடுவார்களேயானால் இரண்டாவது வகையென்று நான் குறிப்பிட்ட அபத்தத்தை அவர்கள் முன்னெடுக்கிறார்கள்.

மூன்றாம் முஸ்தஃபாவின் ஆட்சிக் காலத்தின்போது வாழ்ந்திருந்த ஹாஜி வெலியுதின் எஃபென்டி எனும் ஷேக், ஈரடிச் செய்யுள்களால் ஆன நெடுங்கவிதையொன்றை 1761ஆம் ஆண்டு மார்ச் மாதம் இயற்றத் தொடங்கினார். ஒரு வெள்ளிக்கிழமை மாலையில் அவரைக் காண வந்திருந்த, நாசூக்கு என்பதையே அறிந்திராத ஒரு நண்பர் சமய சந்தர்ப்பம் புரியாமல் உதிர்த்திருந்த அவமரியாதையான சொற்கள்தான் இந்த முயற்சிக்கு ஊக்கம் அளித்திருந்தது. ஷேக்கின் நூலகத்திலிருந்த ஒரு பிரம்மாண்டமான பெட்டியைப் பார்த்துவிட்டு, “ஐயா, உங்களுடைய பெட்டி உங்கள் மனத்தைப் போலவே அலங்கோலமாய் இருக்கிறதே” என்று சொல்லிவிட்டாராம். இதற்கு மறுப்பு கூறும் விதமாகத் தன்னுடைய வால்நட் மரப்பெட்டியிலுள்ள பொருள்களைப் போன்றே, தன்னுடைய மனத்திலும் ஒவ்வொரு சிந்தனையும் அதனதன் இடத்தில்தான் இருக்கிறதென்று நிரூபிக்கவும் அவை ஒவ்வொன்றுமே, மற்றொன்றின் சாயலோடுதான் இருக்கிறதென்று எடுத்துக்காட்டவும் இயற்றப்பட்டதே அவருடைய ஈரடி நெடுங்கவிதை. ஆர்மினியாவில் உருவாக்கப்பட்டிருந்த அந்தப் பெட்டியில் உள்ளதைப் போன்றே, நம்முடைய மனமும் இரண்டு தடுப்பறைகளாகவும், நான்கு தடுக்குகளாகவும், பனிரெண்டு இழுப்பறைகளாகவும் பிரிபட்டிருக்கின்றது. அவற்றுள்ளேதான் நாம் நம்முடைய பொழுதுகளை, இடங்களை, எண்களை, படைப்புகளை மற்றும் உயிர்த்தரித்தல், தேவைகள், காரணங்கள், விளைவுகள் போன்ற வகையறாக்களைக் குவித்து வைத்திருக்கிறோம். தூய அறிவைப் பனிரெண்டு தடுப்பறைகளாகப் பிரித்துத் தத்துவஞானி கான்ட் எழுதியதற்கு இருபது ஆண்டுகளுக்கு முன்னரே இந்த ஈரடிச் செய்யுள் நெடுங்கவிதையை ஹாஜி வெலியுதின் எஃபென்டி இயற்றிவிட்டார் என்பதற்காகத் துருக்கியர் ஒருவரை ஜெர்மன் தத்துவஞானி போலி செய்திருக்கிறார் என்று கூறுவது நான் குறிப்பிட்ட மூன்றாம் வகை அபத்தத்தை நிறுவுவதாகும்.

காட்சியளிப்பாரென்று நாம் அனைவரும் பார்த்துக்கொண்டிருக்கும் மீட்பரைப் பற்றிய துலக்கமான வர்ணனையை மருத்துவர் ஃபரித் கமால் மேற்கொண்டிருந்த நேரத்தில் நூறாண்டுகள் கழித்து இந்த மூன்றாம் வகை அபத்தத்துக்கான பொருளாய்த் தானும் மாற நேரிடும் என்பதைக் கேள்விப்பட்டிருந்தால் நிச்சயமாக வியப்பை வெளிக்காட்டியிருக்க மாட்டார். உதாசீனப்படுத்தப்பட்டு, மறக்கப்பட்ட அந்த மனிதர் தன் கனவு களிலேயே வாழ்ந்திருந்தார். அவரை ஒருமுறைகூட யாரும் புகைப்படம் எடுத்ததில்லை. எனவே, இந்தக் கனவுப் பயணியின் ஆவியுருவை நான் கற்பனையில்தான் காண முடியும். அவர் போதைப் பொருள்களின் அடிமை. தன்னிடம் சிகிச்சை பெற வந்த நோயாளிகள் பலரையும்

போதைப் பொருள்களுக்கு அவர் அடிமைகளாக்கினார். அப்துர் ரஹ்மானின் கலைப்படைப்பான *புதிய ஆட்டமன்களும் சுதந்திரமும்* எனும் நூலிலிருந்து இந்தத் தகவலை நாம் அறிந்துகொள்ள முடியும். 1866ஆம் ஆண்டில்தான் – தஸ்தயேவ்ஸ்கியின் இரண்டாம் ஐரோப்பிய சுற்றுப்பயணத்துக்கு ஓராண்டு முன்னதாக – சுதந்திர வேட்கையும், கலக மனப்பான்மையும் இணைந்து அப்துர் ரஹ்மானை பாரிஸ் நகருக்கு ஓட வைத்தது. பாரிஸ் நகரில் வாழ்ந்திருந்த அந்தக் காலகட்டத்தில் ஐரோப்பாவில் வெளிவந்துகொண்டிருந்த *விடுதலை* மற்றும் *நிருபர்* எனும் புலம்பெயர்ந்தோருக்கான இரண்டு செய்தித்தாள்களில் ஒரு சில கட்டுரைகளை அவர் எழுதியிருந்தார். காலப்போக்கில், அரண்மனையுடன் தங்களுக்கிருந்த வேறுபாடுகளோடு சமரசம் செய்துகொண்டு, அவருடைய சக இளம் துருக்கியர்கள் ஒருவர் பின் ஒருவராக இஸ்தான்புல்லுக்குத் திரும்பினர். ஆனால், அவர் மட்டும் பாரிஸ் நகரிலேயே தொடர்ந்து தங்கினார். இந்தக் கட்டத்தில் அவருடைய பாதை உறைந்துவிடுகின்றது. தன்னுடைய நூலின் முன்னுரையில் பாதலேரின் *செயற்கைச் சொர்க்கங்கள்* எனும் நூலைப் பற்றிப் பூடகமாகக் குறிப்பிடுகின்றார். அதே போல், என்னுடைய மற்றொரு அபிமான எழுத்தாளரான தாமஸ் டி க்வின்ஸி பற்றிக்கூட அவர் அறிந்திருக்கலாம். அதனால்கூட அவர் அபினை உட்கொண்டு பரிசோதனைகளை மேற்கொண்டிருக்கலாம். ஆனால், இறையைப் பற்றிய அவருடைய குறிப்புகளில் இப்படியும் இருக்குமோ எனும் சந்தேகம் எழவே அவர் இடம் தரவில்லை. மாறாக, கிடைக்காதா என்று நாம் இன்று வெகுவாய் ஏங்கும் வலுவான தர்க்கத்துக்கு, அவற்றில் காணப்படும் சங்கேதக் குறிகள் நம்மை இட்டுச் செல்கின்றன.

இந்தத் தர்க்கத்துக்கு விளக்கம் கொடுக்கும் வகையிலும், நூலின் பின்புலமாக விளங்கும் வலிய சிந்தனையை இன்றைக்கு ராணுவத்தில் பணியாற்றும் நாட்டுப்பற்று மிக்க அதிகாரிகளுக்கு அறிமுகப்படுத்தும் விதமாகவும் இந்தப் பத்திக் கட்டுரையை நான் எழுதுகிறேன். ஆனால், அப்படி ஒரு கட்டுரையை எழுத வேண்டுமென்றால் முதலில் நான் அந்தப் புத்தகத்தை ஒரு பொருளாக பாவித்து அதைப் பற்றி விவரித்தாக வேண்டும். ஆகவே, 1861ஆம் ஆண்டில் பாரிஸ் நகரில் பூலே மலாஸ்ஸெ நிறுவனம் பிரசுரித்த மெல்லிய ஊதா நிற, வைக்கோல் தாளின் மீது அச்சிடப்பட்ட ஒரு புத்தகத்தைக் கற்பனை செய்து பாருங்கள். அது வெறும் தொண்ணூற்றியாறு பக்கங்களை மட்டுமே கொண்டது. அவர் காலத்திய இஸ்தான்புல்லைச் சித்திரிப்பதற்குப் பதிலாக இன்று நாம் காணும் கட்டடங்கள், நடைமேடைகள், உருளைக்கற்கள் பாவிய தெருக்கள் என்று அதில் வரையப்பட்டிருக்கும் சித்திரங்களையும் (ஃப்ரெஞ்சு ஓவியர் டி டெனியல் வரைந்தவை) கற்பனை செய்து பாருங்கள். அதே போல், பத்தொன்பதாம் நூற்றாண்டின் இடையில் பயன்பாட்டிலிருந்த இருட்டறைகளும் சித்ரவதை செய்வதற்கென்று இருந்த தொன்மையான கருவிகளும் இப்பொழுது எங்குமே தென்படுவதில்லை. அதற்குப் பதிலாக, சமீப காலமாக நாம் அறிந்துவைத்திருக்கிற கான்க்ரீட் எலி வளைகள், கூரையிலிருந்து தொங்கவிடப்படும் மனிதனைக் கற்பனைக்குக் கொண்டு வரும் அறைகள், நிழலின் இருளில் குறுக்கு விசாரணை செய்பவன், ஒரு மேக்னட்டோ எனப்படும் நகைச்சுவைச் சித்திரக் கதாநாயகன் ஆகியவற்றையே காண்கிறோம்.

நள்ளிரவில், இஸ்தான்புல் நகரின் ஒதுக்குப்புறமான தெருவொன்றைப் பற்றிய வர்ணனையோடு நூல் தொடங்குகிறது. இரவுநேரக் காவலாளிகள் நடைமேடையின் மீது கழியால் தட்டும் ஓசையும், எங்கோ தொலைவில் இருக்கும் அண்டைப்புறத்தில் நாய்கள் குரைக்கும் ஓசையும் தவிர மற்றபடிக்கு எங்குமே அமைதியாக இருக்கிறது. மரத்தால் கட்டப்பட்டிருக்கும் இல்லங்களின் சட்டமிட்ட சாளரங்கள் விளக்கொளி ஏதுமின்றி இருண்டு கிடக்கின்றன. ஏதோ ஒரு புகைபோக்கியின் வழியாக மெல்லிய தூண் போல் எழும்பிய புகை, நகரிலுள்ள பள்ளிவாசல்களின் குவிகூரைகள் மற்றும் இல்லக் கூரைகளின் மேற்பரப்புகளின் மீது படர்ந்திருக்கும் பனியில் கரைந்து மறைய, அண்டைப்புறம் துயிலில் ஆழத் தொடங்குகின்றது. அப்பொழுது திடீரென ஆளரவமற்ற நடைமேடையில் காலடியோசை கேட்கின்றது. என்ன வினோதம்! எப்படியோர் எதிர்பாரா நிலை! ஆனால், இந்தப் புதிய காலடியோசை நன்மைக்கான அறிகுறியென்று மக்கள் உணர்ந்திருக்கிறார்கள். குளிரால் சில்லிட்டிருக்கும் படுக்கைகளுக்கு அடுக்கின் மேல் அடுக்காக முட்டுக்கொடுத்துக்கொண்டிருப்போரும், அவ்வளவு ஏன், ஏற்கெனவே ஏழு நட்சத்திர மெத்தைப் போர்வைகளுக்குள் படுத்துறங்கிக் கனவில் ஆழ்ந்திருப்போரும்கூட இந்தக் காலடியோசை நன்மைக்கே என்று உணர்ந்திருந்தார்கள்.

மறுநாள் நல்ல சூரிய ஒளியும் உற்சாகமும் நிரம்பி வழிந்தது. முந்தைய இரவின் மூட்டத்தின் அறிகுறி எங்குமே தென்படவில்லை. எல்லோருமே *அவரை* அடையாளம் கண்டுகொண்டனர். *அவருடைய* காலடியோசையிலிருந்தே அவரை அவர்கள் தெரிந்துகொண்டனர். முடிவே இல்லாதது என்று தாங்கள் எண்ணியிருந்த துக்க முடிவிலி முடிவுக்கு வரப் போகிறதென்று எல்லோருமே குதூகலித்துக்கொண்டிருந்தார்கள். இப்பொழுது *அவருமே* அவர்களின் நடுவில் இருக்கிறார். குடைராட்டினத்தில் அவர்களோடு சுற்றிக்கொண்டிருக்கிறார். எதிரிகளாகிப் போன நண்பர்களை ஆரத் தழுவிக்கொண்டு. இசையில் மயங்கி, சிரித்து மகிழும் நடனக் கும்பலில் குதூகலித்து, ஆப்பிள் மிட்டாயையும் சூயிங் கம்மையும் மென்றுகொண்டிருக்கும் சிறார்களோடு இணைந்து கும்மாளமிட்டு. மக்களை இதைக் காட்டிலும் சிறந்த இடத்துக்கு இட்டுச் செல்லவிருக்கும், கடைநிலையிலுள்ளோரை ஒரு வெற்றியிலிருந்து மற்றொன்றுக்கு என ஊக்குவிக்கும் மீட்பராக *அவரைப்* பார்ப்பது இப்பொழுது கடினமான செயலாகிவிட்டது. இன்று *அவர்* ஒரு மூத்த சகோதரர். தனக்கு மிகவும் பிரியமான உடன்பிறப்புகளோடு உல்லாச நடை பழகுபவர். ஆனால், *அவருடைய* வதனத்தில் சந்தேகத்தின் நிழல் படிந்திருக்கிறது. ஏதோ ஓர் அவநம்பிக்கை. முன்கூட்டியே உணர்ந்து கொண்ட அறிவின் சாயல். அந்த நேரத்தில்தான், சிந்தனை வயப்பட்டு, நகரத் தெருக்களில் *அவர்* நடந்துகொண்டிருந்த வேளையில்தான், மாபெரும் பாஷாவின் காவலர்கள் *அவரைக்* கைது செய்து கற்களால் ஆன இருட்டறையில் அடைக்கின்றனர். நள்ளிரவில், கையில் ஒரு மெழுகுவர்த்தியோடு மகா பாஷாவே *அவரைப்* பார்க்க வந்து சேர்கிறார். விடியும் வரையிலும் அவர்கள் இருவரும் உரையாடிக்கொண்டிருக்கின்றனர்.

யாரிந்த மகா பாஷா? இதை வாசகர்களே யூகித்துக்கொள்ளட்டுமென்று இந்த நூலாசிரியரைப் போலவே நானும் விட்டுவிடுகிறேன். எனவே அவருடைய பெயரின் முழுமையான துருக்கிய மொழிபெயர்ப்பைத்

தருவதை இங்கே தவிர்க்கிறேன். அவர் ஒரு பாஷா என்பதனால், அவரை ஒரு பெரும் அரசுப் பிரதிநிதியாகவோ அல்லது மாவீரனாகவோ, இல்லாமற்போனால் வெறும் உயர்நிலை அதிகாரியாகவோ நாம் கற்பனை செய்துகொள்ளலாம். அவர் தீர்க்கமான தர்க்கத்தோடு பேசுகிறார் என்பதால், அவர் ஒரு தத்துவஞானியாக இருக்கக்கூடுமென்றும் நாம் நினைத்துக்கொள்ளலாம். சொந்த நலனைக் காட்டிலும் நாட்டின் நலனே மேலென்று நினைக்கும் நபர்களுக்கே உரிய ஞானம் கிட்டிய பிரபலம். அந்த இரவில், அந்த இருட்டறையில் மகா பாஷாதான் பெரிதும் பேசிக் கொண்டிருந்தவர். *அவர்* கேட்டுக்கொண்டு மட்டுமே இருந்தார். இதோ அந்த மகா பாஷாவின் தர்க்கரீதியான பேச்சு. *அவரை* வாயடைக்க வைத்த சொற்கள்:

1. எல்லோரையும் போலவே, அது *நீங்கள்*தான் என்பதை நானுமே உடனடியாக உணர்ந்துகொண்டேன் (இப்படித்தான் அந்த மகா பாஷா தொடங்கினார்). ஆனால், இந்த ரகசியத்தை சொற்களிலிருந்தோ, எண்களிலிருந்தோ, திருக்குர்ஆனில் கிடைக்கும் சமிக்ஞைகளிலிருந்தோ, உயரே இருக்கும் வானத்தி லிருந்தோ அல்லது கடந்த ஆயிரம் ஆண்டுகளாய் உங்கள் பெயரால் சொல்லப்படும் ஆருடங்களிலிருந்தோ தேடிக் கண்டு பிடிக்கும் தேவை எனக்கிருக்கவில்லை. மக்களின் முகங்களில் கொப்பளித்த உற்சாகத்தையும், வெற்றிக் களிப்பையும் கண்ட நொடியிலேயே அது *நீங்கள்*தான் என்பதை நான் தெரிந்து கொண்டுவிட்டேன். *நீங்கள்* அவர்களுடைய துயரைப் போக்கி, வலிகளை நீக்கி, அவர்களுடைய இழப்புகள் குறித்த அனைத்து வகையான நினைவுகளையும் துடைத்தெறிந்து விடுவீர்களென்று அவர்கள் எதிர்பார்க்கிறார்கள். வெற்றி மீது வெற்றியென்று அவர்கள் உங்களைத் தொடர்ந்து வரப் பார்க்கிறார்கள். ஆனால், இவற்றையெல்லாம் அவர்களுக்காக நீங்கள் நிகழ்த்திக் காட்ட முடியுமென்று உண்மையிலேயே நம்புகிறீர்களா? எவ்வளவோ நூற்றாண்டுகளுக்கு முன்பாக, இழிபிறவிகள் மனத்திலே நம்பிக்கையை வளர்த்தெடுக்க முஹம்மது நபியால் முடிந்திருக்கலாம். ஆனால், வெற்றி மீது வெற்றியென அவர்களை அவர் முன்நடத்திச் சென்றது அவருடைய வாளின் மகிமையால். ஆனால் இன்றோ, நாம் எவ்வளவுதான் மிகுந்த பக்திபூர்வமாக இருந்தபோதிலும் இஸ்லாத்தின் எதிரிகளுடைய தளவாடங்கள் நம்முடைவற்றை விட வலிமையானவையாக இருக்கின்றன எனும் உண்மையை நாம் உதாசீனப்படுத்துவதற்கில்லை. ராணுவ ரீதியான வெற்றியென்பது இப்போதைக்குச் சாத்தியமேயில்லை. ஃப்ரெஞ்சு நாட்டவருக்கும், ஆங்கிலேயர்களுக்கும் இந்தியாவிலும், ஆஃப்ரிக்காவிலும் ஒரு சில போலி மீட்பர்கள் சற்றுத் தீவிரமான இடர்களை ஏற்படுத்தினார்கள் என்பது உன்மைதான். என்றாலும் அவர்கள் பிற்பாடு நசுக்கப்பட்டு நாடு கடத்தப்பட்டார்கள் என்பதும் உண்மைதானே? இதனால் பெரும் அளவிலான பேரழிவுகள் நிகழ அவர்கள் வழி கோலினர் என்பதும்கூட உண்மையல்லவா? (இஸ்லாத்தின் மீது மட்டுமல்லாமல் ஒட்டுமொத்தக் கீழைக் கலாச்சாரத்தின் மீதும் மேலை நாட்டு நாகரிகம் எப்படி ஆதிக்கம் செலுத்துகிறது என்பதை

எடுத்துக்காட்டும் ராணுவ மற்றும் பொருளாதார ஒப்புமைகள் நூலின் இந்தப் பகுதி முழுவதும் நிரம்பியிருக்கின்றன. வளம் மிகுந்த மேலை நாடுகளையும், சிதைவுற்றிருக்கும் கீழை நாடுகளையும் பற்றி விவரிக்க முனையும் மகா பாஷா யதார்த்தமாக இருக்கத் தீர்மானித்துவிட்ட அரசியல்வாதியின் நேரடித் தொனியைக் கைக்கொள்கிறார். ஆனால் நாம் யாருக்காகக் காத்திருந்தோமோ, ஏமாற்றுக்காரரில்லாத அந்த அவரோ, பாஷா சித்திரித்திருந்த இருண்ட காட்சியை உறுதிப்படுத்துவதைத் தவிர வேறு வழியில்லாமல் இருந்தார்.)

2. ஆனால், இருண்ட காலத்தை எதிர்நோக்கும் இந்தச் சித்திரத்தில் அடித்தட்டு மக்களின் இதயத்தில் வெற்றிக்கான நம்பிக்கையை அளிக்கும் அம்சம் எதுவுமே இல்லையென்று சொல்வதல்ல இதன் பொருள். (நள்ளிரவைத் தாண்டியும் மகா பாஷா பேச்சைத் தொடர்ந்துகொண்டிருக்கிறார்). ஆனால், வெளியே இருக்கும் எதிரிக்கு எதிராக மட்டுமே ஆயுதத்தை ஏந்துவதென்பது அர்த்தமற்றது. உள்ளேயே இருக்கும் பகைவர்களை என்ன செய்ய? இறையச்சம் மிகுந்தவர்களைப் போல் நம்மிடையிலேயே நடமாடிக்கொண்டிருக்கும் பாவிகள், கந்துவட்டிக்காரர்கள், ரத்தத்தை உறிஞ்சுபவர்கள், கொடுங்கோலர்கள் ஆகியோர்தானே நம்முடைய துயர்களுக்கெல்லாம் காரணமானவர்கள்? இதுதானே யதார்த்தம்? எனவே, நீண்ட காலமாக அல்லல் பட்டு வரும் நம்முடைய சகோதரர்களின் மனத்திலே வெற்றி பெறும் நம்பிக்கையையும், மகிழ்ச்சிக்கான ஆதாரத்தையும் மீண்டும் தூண்டிவிட வேண்டுமென்றால், அதற்கான ஒரே வழி நம்முள்ளிருக்கும் பகைவர்கள் மீது போர் தொடுப்பதுதான். இதிலுள்ள நியாயமும் உங்களுக்குப் புரிகின்றதல்லவா? இதுதான் யதார்த்தமென்றால் இந்தப் போரானது பெரும் தளபதிகளுக்கானதோ, சாகச வீரர்களுக்கானதோ அல்ல. மாறாக, இது ஆள்காட்டிகளுக்கும், காவல்துறை அதிகாரிகளுக்கும், வதை வல்லுநர்களுக்குமானது என்பதை நீங்கள் ஏற்றுக்கொள்ள வேண்டும். நம்பிக்கையற்றிருக்கும் நம்முடைய சகோதரர்களிடம் அவர்களுடைய துன்பங்களுக்குக் காரணமானவர்கள் யாரென்று காட்டிவிட்டால், அவர்கள் மேலிருக்கும் சொர்க்கத்துக்கு எழும்பிச் சென்றுவிடுவதற்கு முன்பாக அவர்களுடைய துன்பங் களுக்குக் காரணமானவர்கள் அழித்தொழிக்கப்பட்டாக வேண்டுமென்று நம்முடைய சகோதரர்களை ஏற்றுக்கொள்ள வைப்பது எளிதாகிவிடும். கடந்த முன்னூறாண்டுகளாக இதைத்தான் உண்மையில் நாங்கள் செய்து வந்திருக்கிறோம். நம்முடைய சகோதரர்களுக்கு நம்பிக்கையூட்டும் விதமாக நம்முடைய பகைவர்களை அவர்களிடம் அடையாளம் காட்டி வருகிறோம். நம்முடைய சகோதரர்களும் நம்மை நம்புகிறார்கள். ஏனென்றால், அவர்களுக்கு உணவு எந்த அளவுக்குத் தேவையோ அதே அளவுக்கு நம்பிக்கையும் தேவைப்படுகிறது. இந்தக் குற்றவாளிகளுள் மிகவும் புத்திசாலிகளாகவும், பிடிப்பு மிக்கவர்களாகவும் இருப்பவர்கள் – அதாவது, தங்களுடைய குறிக்கோளின் தர்க்க நியாயங்களை நன்குணர்ந்தவர்கள் – தாங்கள்

தண்டிக்கப்படுவதற்கு முன்பாக, மிகச் சிறிய குற்றத்தையுமே மிகையானதாக்கி, மேலும் பல குற்றங்களைப் புரிந்ததாக அடிக்கொருதரம் ஒப்புக்கொள்வார்கள். ஏனென்றால், இது அடிமட்ட மக்களின் மனத்தில் மேலும் நம்பிக்கையை வளர்க்கும் என்று அவர்கள் நன்றாகவே தெரிந்து வைத்திருப்பார்கள். அவர்களுள் ஒரு சிலரை நாங்கள் அவ்வப்பொழுது மன்னித்து விடுவதும் உண்டு. அதன் மூலம், உள்ளேயிருக்கும் பிற எதிரிகளை வேட்டையாட அவர்கள் எங்களுக்கு உதவி புரிவார்கள். திருக்குர்ஆனில் சொல்லப்படுவதைப் போன்று நம்முடைய ஆன்மிக இன்பத்துக்கு நம்பிக்கையென்பது எந்த அளவுக்கு அடிக்கட்டுமானமாகத் திகழ்கிறதோ அதே அளவுக்கு, நிஜ உலகிலும் நம்பிக்கையே நம்முடைய வெற்றிகளுக்கும் அடிக்கட்டுமானமாக விளங்குகிறது. நமக்கு உணவளிக்கும் கைகள் நமக்கு நம்பிக்கையையும் சுதந்திரத்தையும் கொண்டு சேர்க்கும் என்று நாம் எதிர்பார்க்கிறோம்.

3. இப்படிப்பட்ட அசகாயச் சவாலைச் சாதித்துக் காட்டும் உறுதி உங்களிடம் இருக்கிறதென்று எனக்கு இப்பொழுது புரிகிறது. கண்ணிமைக்கும் நேரத்தில் குற்றவாளிகளைக் கும்பலிலிருந்து நீங்கள் பிரித்தெடுத்துவிடுவீர்கள் என்பதும், உறுதியாய் நின்று, நியாயம் கிடைக்கச் செய்வீர்கள் – அவர்களைச் சித்தரவதைக் குள்ளாக்கித்தான் அது கிட்டுமென்றாலும் – என்பதும் புரிகிறது. ஏனென்றால் அது நீங்கள். ஆனால், அடித்தட்டு மக்களின் இதயங்களில் நம்பிக்கையைத் தூண்டிவிட்ட பிறகு, ஒளிரும் தீப்பிழம்புகளை உயிர்ப்புடனே வைத்திருப்பது எப்படி? நிலைமை முன்பிருந்ததைக் காட்டிலும் எந்த விதத்திலும் சீரடைந்துவிடவில்லை என்பதை அவர்கள் காலப்போக்கில் கண்டுகொள்வார்கள். அவர்களுடைய அன்றாட உணவு எப்பொழுதும் போல் மாற்றமின்றியேதான் இருக்கிறது என்பதைப் பார்த்தவுடன் அவர்களுடைய நம்பிக்கை குலைய ஆரம்பிக்கும். வேதநூலின் மீது அவர்கள் வைத்திருக்கும் பக்தி மறைந்து போகும். இந்த நிஜ உலகின் மீது மட்டுமல்லாமல், உயரே மினுங்கிக் கொண்டிருக்கும் சொர்க்கத்தின் மீது அவர்கள் கொண்டிருக்கும் நம்பிக்கையும் சிதைந்துவிடும். அவர்கள் மீண்டும் இருளிடம், அழிவிடம், ஆன்மிக வெறுமையிடம் சரணடைந்துவிடுவார்கள். அதைவிடக் கொடுமை, அவர்கள் உங்களையே சந்தேகிக்க ஆரம்பித்துவிடுவார்கள். வெறுக்கவும் தொடங்கிவிடுவார்கள். உங்களுடைய வதை வல்லுநர்களிடமும் கொலைஞர்களிடமும் மிகுந்த உற்சாகத்துடன் தாங்கள் ஒப்படைத்த குற்றவாளிகளைப் பற்றிய மனசாட்சியின் உறுத்தலோடு ஆட்காட்டிகள் அல்லல்படுவார்கள். மெய்க்காப்பாளர்களும், காவலர்களும் சித்திரவதை செய்து அலுத்துப்போய் அதனுடைய பயனைப் பற்றிக் கேள்விகளை எழுப்பத் தொடங்குவார்கள். அதனால், அவர்களிடம் மேற்கொண்டு எதுவுமே செல்லுபடியாகாது. புதிய சித்திரவதை முறைகளால் அவர்கள் இனியும் ஏமாற மாட்டார்கள். நீங்கள் ஒரு காலத்தில் அவர்களுக்குக் கொடுத்திருந்த நம்பிக்கையும் இதே போல் சிதைந்துவிடும்.

திராட்சைக் கொத்துகளாய்க் கொலைக்கூடங்களில் தங்களால் தூக்கிலிடப்பட்ட அதிர்ஷ்டம் கெட்ட ஜீவன்கள் எல்லோருமே ஒன்றுமில்லாத குற்றத்திற்காகக் கொல்லப்பட்டிருக்கிறார்கள் எனச் சீக்கிரத்திலேயே அவர்கள் புரிந்துகொள்வார்கள். எனவே, இறுதித் தீர்ப்பு நாளன்று, நீங்களே உணர்வதைப் போல், உங்கள் மீதோ அல்லது நீங்கள் அவர்களுக்குச் சொல்லியிருந்த கதைகள் மீதோ அவர்கள் கொண்டிருந்த நம்பிக்கை அற்றுப் போயிருக்கும். நீங்களே புரிந்துவைத்திருப்பதைப் போல இதைவிடவும் மோசமான நிலையும் இருக்கிறது. ஏனென்றால், ஒரே கதையின் மீது தொடர்ந்து நம்பிக்கை வைக்கமுடியாத நிலை ஏற்படும்பொழுது, ஒவ்வொருவரும் தத்தமக்கேயுரிய கதைகளின் மீது நம்பிக்கைகொள்ளத் தொடங்குவார்கள். சொல்லப்போனால், அவர்கள் ஒவ்வொருவரும் தத்தம் கதைகளாகவே மாறிப்போய்விடுவார்கள். ஒவ்வொருவருமே அதைச் சொல்லியாக வேண்டுமென்றும் துடிப்பார்கள். நகரின் அசிங்கம்பிடித்த தெருக்களிலும், சர்வ சதா காலமும் கேடுகெட்டு, தூசு மண்டியிருக்கும் நகரின் சதுக்கங்களிலும் தத்தம் கதைகளைத் துயரின் ஒளிவட்டம் போல் அணிந்துகொண்டு, பல்லாயிரக்கணக்கான இழிபிறவிகள் துயில்நடை போடுபவர்கள் மாதிரி திரிந்துகொண்டிருப்பார்கள். அப்படியொரு வேளையில், அவர்கள் உங்களை, ஆமாம் உங்களையேதான், நீங்களாகப் பார்க்காமல் தெஜ்ஜாலாகப் பார்ப்பார்கள். அந்தச் சமயத்தில், உங்களுடைய கதைகள் மீது பக்திகொள்ளாமல் தெஜ்ஜாலின் கதைகள் மீது நம்பிக்கைகொள்ளத் தொடங்குவார்கள். அப்பொழுது தெஜ்ஜால் வெற்றிகரமாகத் திரும்பி வருவான். அப்பொழுது அவன் நானாகவோ என்னைப் போல் இன்னொருவனாகவோ இருப்பான். அப்படி வரும் அந்த நபர் நீங்கள் மக்களை இவ்வளவு காலமாக ஏய்த்து வந்ததாகக் கூறுவான். அவர்களுக்கு நம்பிக்கையூட்டுவதற்குப் பதிலாக நீங்கள் அவர்களிடம் பொய்களைக் கூறி வளர்த்ததாகக் கூறுவான். நீங்கள்தான் உண்மையில் தெஜ்ஜா என்றும் சாதிப்பான். ஒருவேளை அதற்குத் தேவை ஏற்படாமலும் போகலாம். ஏனென்றால், தெஜ்ஜாலோ அல்லது நீங்கள் இதுவரை பொய் சொல்லி ஏமாற்றியிருக்கிறீர்கள் என்று நம்பும் எதோ ஒரு அதிருப்தியாளனோ, நிச்சயமாக, நள்ளிரவில் சந்துக்குள் உங்களைப் பின்தொடர்ந்து வந்து, துப்பாக்கிக் குண்டுகள் துளைத்துவிட முடியாததென்று ஒருகாலத்தில் சொல்லப்பட்ட அந்த அழியும் உடலுக்குள் தன் துப்பாக்கி ரவைகளைக் காலி செய்திருப்பான். ஆக இப்படித்தான் எல்லாவற்றுக்கும் முடிவு உண்டாகும். பல்லாண்டுகளாக மக்களுக்கு நம்பிக்கையூட்டி, பல்லாண்டுகளாக அவர்களை ஏமாற்றி வந்தற்குப் பலன் இதுதான். உங்களுக்கு மிகவும் பரிச்சயமான, நீங்கள் மிகவும் நேசித்த புழுதி மண்டிய தெருக்களில் ஒறிரவு அவர்கள் நடந்து கொண்டிருப்பார்கள். அங்கே, அருவருப்பான நடைமேடையில் நீங்கள் செத்துக் கிடப்பதை அவர்கள் பார்ப்பார்கள்.

15

பனி விழும் மாலைப்பொழுதில் காதல் கதைகள்

சோம்பல் மாந்தர்கள், தேவதைக் கதைகளைத் துரத்தியபடி ...

– ரூமி

சாயலில் நடிகை துர்க்கன் சொரேவை ஒத்திருந்த பெண்ணின் அறையைவிட்டு வெளியே வந்தவுடன், டாக்ஸியில் முன்பு தன்னோடு சவாரியைப் பகிர்ந்துகொண்ட மனிதனைக் காலிப் பார்த்தான். பழைய கருப்பு வெள்ளைத் திரைப்படத்திலிருந்து நேராக இறங்கி வந்தவன் போலத் தோற்றமளித்த அதே நபர்தான். அடுத்து எங்கே போவதென்று யோசித்தபடி பெயோக்ளு காவல் நிலையத்தின் முன்பாகக் காலிப் நின்றுகொண்டிருந்தான். அப்பொழுது காவல்துறையின் கார் ஒன்று ஊதா நிற விளக்கு ஒளிர, நடைபாதைத் தடுப்பருகே மிடுக்காக வந்து நின்றது. படீரெனக் கதவு திறந்து, இரண்டு காவலர்கள் மூன்றாவதாய் ஒரு நபரோடு வெளியே இறங்கினார்கள். அந்த மனிதனை உடனடியாகக் காலிப் அடையாளம் கண்டுகொண்டான். கருப்பு வெள்ளைக்கே உரித்தான கவர்ச்சியைத் தொலைத்து, ஒரு குற்றவாளிக்கேயுரிய ஊதாநிறப் பளபளப்பை அவனுடைய வதனம் ஏற்றிக் கொண்டிருந்தது. அனைத்துவிதமான தாக்குதல்களிலிருந்தும் கவசமளிக்கும் ஒளிவெள்ளத்திற்குள் அவன் நகர்ந்ததும், அவனுடைய இதழ்க்கடையோரத்தில் சிறிய ரத்தத்திட்டு வெளிப்பட்டது. ஆனால், அந்த நபர் அதைத் துடைக்க முயலவில்லை. வாடகைக் காரினுள் அமர்ந்திருக்கும் பொழுது நெஞ்சோடு சேர்த்தணைத்திருந்த அவனுடைய கைப்பெட்டி இப்பொழுது இரு காவலர்களுள் ஒருவரின் கையில் அடங்கியிருந்தது. அலட்சியமாக, நேர்ப்பார்வை மட்டுமே பார்த்த வண்ணம் அவன் நடந்து சென்றான். அவன் குதூகலமாக இருந்ததைப் போல் தோன்றியது காலிப்பிற்கு விசித்திரமாகப்பட்டது. காவல் நிலையத்தின் படிகளுக்கு முன்பாகக் காலிப் நின்றுகொண்டிருப்பதைப் பார்த்த அந்த நபர் வெளிறிய புன்னகையைச் சிந்தினான்.

"மாலை வந்தனம், ஐயா"

"மாலை வந்தனம்" என்றான் காலிப் சற்றே தயக்கத்துடன்.

காலிப்பைச் சுட்டி, "யாரது?" என்றான் அந்த இரு காவலர்களுள் ஒருவன். அதற்குள்ளாக அந்த நபரைக் காவல் நிலையக் கதவுகளுக்கு உள்ளே தள்ளிச் சென்றுவிட்டதால், அவர்களுடைய உரையாடலின் இறுதிப் பகுதியைக் காலிப் கேட்க முடியாமல்போனது.

இரவு ஒரு மணிக்குப் பிறகு அவன் பிரதானச் சாலையை அடைந்த பொழுது அந்நேரத்திலும்கூட பனிபடர்ந்த நடைமேடைகளின் மீது ஒரு சிலர் நடமாடிக்கொண்டிருந்தனர். பிரிட்டிஷ் தூதராலயம் அமைந்திருக்கும் தெருவுக்குப் பக்கவாட்டில் அமைந்திருக்கும் தெருக்கள் ஒன்றில் இரவு முழுக்கத் திறந்திருக்கும் உணவகம் ஒன்றிருப்பது காலிப்பின் நினைவுக்கு வந்தது. அனடோலியாவிலிருந்து வரும் புதுப் பணக்காரக் குடியானவர்கள் மட்டுமின்றி, அறிவுஜீவிகளும் அடிக்கடி வந்துபோகும் இடம் அது. இம்மாதிரியான இடங்களைப் பரிகாசம் செய்வதையே வாடிக்கையாகக்கொண்டிருக்கும் கலை சஞ்சிகைகளிலிருந்து இது போன்ற தகவல்களை ரூயாதான் பார்த்துச் சொல்வாள்.

தொகாத்யான் என்ற பெயர் கொண்ட உணவு விடுதி ஒரு காலத்தில் இயங்கி வந்த கட்டடத்தைக் கடந்து செல்லும்போது இஸ்கந்தர் எதிர்ப்பட்டான். அளவுக்கு மீறி ரேக்கி பானத்தை உள்ளே இறக்கி யிருக்கிறான் என்பது அவன் மூச்சுக் காற்றிலே தெரிந்தது. அன்று முன்மாலைப் பொழுதில் பிபிசி நிறுவனத்தினரின் படக்குழுவை பேரா பலாஸ் விடுதியிலிருந்து அழைத்துச்சென்று, *இஸ்தான்புல்லின் ஆயிரத்தொரு இரவுகள்* (குப்பைத் தொட்டிகளை நாய்கள் தட்டிவிடும் காட்சி, தரைவிரிப்புகளையும் கஞ்சாவையும் விற்கும் வியாபாரிகள், பானை வயிறுகொண்ட பெண்களின் இடுப்பசைவு நடனம், இரவுவிடுதிகளின் கீழ்த்தர வாழ்க்கை) என்று அவன் சொல்லிக்கொண்டிருந்த ஏதோ ஒரு நிகழ்ச்சிக்கான படப்பிடிப்பை முடித்து, கொஞ்ச நேரத்துக்கு முன்பாகத் தான் அந்தக் குழுவினரை ஒதுக்குப்புறத் தெருக்களிலிருந்த மலிவான கேளிக்கை மதுக்கடையில் அவன் விட்டுவிட்டு வந்திருந்தான். அப்பொழுது ஒரு கைப்பெட்டியை வைத்துக்கொண்டிருந்த சற்றே விசித்திரமான தோற்றம் கொண்ட நபர் ஒருவன் – இவன் இஸ்கந்தருடைய குழுவைச் சேர்ந்தவனல்ல – வேறு யாரோ ஒருவன் அவனிடம் சொல்லிய, காதில் விழாத, ஏதோ ஒரு விஷயத்திற்காகக் கோபம் கொண்டு பொங்கி விட்டான். கடைசியில் காவலர்கள் வந்து அவனைச் சட்டையைப் பிடித்து இழுத்துக்கொண்டு போனார்கள். அந்நேரத்தில், அந்த வேறு யாரோ ஒருவன் சாளரத்தின் வழியாகத் தப்பிச் சென்றுவிட்டான். அதற்குள்ளாக, வேறு சில மனிதர்கள் காலி மேஜைகளை ஆக்கிரமித்துக் கொள்ளத் தொடங்கினார்கள். உடனடியாக அது ஒரு கேளிக்கை மிகுந்த மாலைப் பொழுதாக மாறிப்போனது. இப்பொழுது காலிப்புக்கு அவர்களோடு இணைந்துகொள்வதில் விருப்பம் இருக்கிறதா? பில்டர் இல்லாத சிகரெட் வாங்குவதற்கென்று இஸ்திக்லால் மரநிழற்சாலையின் நெடிய தொலைவு முழுதையும் தேடியலைந்த பின் இஸ்கந்தரும் காலிப்பும் பக்கத்திலிருந்த சின்னத் தெருவில் நுழைந்தனர். அவர்கள் நுழைந்த கட்டடத்தின் கதவுக்கு மேல் *இரவுவிடுதி* என்ற பலகை தென்பட்டது.

உள்ளே நுழைந்ததும், மகிழ்ச்சியோடும் ஆரவாரத்துடனும் ஆனால், அதே சமயம் பெரிய எதிர்பார்ப்பு எதுவுமின்றி காலிப் வரவேற்கப்பட்டான். ஆங்கிலப் பத்திரிகையாளர்களுள் ஒருத்தி – மிக அழகான மங்கை – ஒரு கதையை விவரித்துக்கொண்டிருந்தாள். இரவு கவிந்து நேரமாகி விட்டிருந்ததால், கச்சேரியை முடித்துக்கொண்டு துருக்கியச் செவ்வியல் இசைக்குழு கிளம்பிக்கொண்டிருந்தது. அதற்கு பதிலாக ஒரு மாயாஜால வித்தைக்காரன் நிகழ்ச்சியொன்றை நடத்திக்கொண்டிருந்தான். ஒரு பெட்டிக்குள்ளிருந்து இன்னொரு பெட்டி, அதற்குள்ளிருந்து மற்றொன்று என்று பெட்டிகளாக எடுத்துக்கொண்டிருந்தான். அவனுடைய பெண் உதவியாளருக்கு வளைந்த கவட்டுக் கால்கள். அறுவை சிகிச்சை மூலம் பிரசவித்திருந்த தழும்பு அவளுடைய வயிற்றின் கீழ்ப்பகுதியில் தெரிந்தது. அவள் கைகளில் பிடித்துக்கொண்டிருந்த தூங்குமூஞ்சி முயலைத் தவிர வேறு பிள்ளை ஏதும் அவள் பெற்றிருக்கக் கூடும் என்பதைக் கற்பனைகூடச் செய்து பார்க்க முடியவில்லை. ஸடி சுங்குர் எனும் மாயாஜால வித்தைக்காரரால் பிரபலமாகியிருந்த, வானொலிப்பெட்டியை மறைந்துபோகச் செய்யும் தந்திரத்தை இந்த வித்தைக்காரன் செய்த பொழுது பார்வையாளர்களின் கவனம் தன் மீது குவிந்திருக்குமாறு பார்த்துக்கொண்டான். ஆனால், அவன் மீண்டும் பெட்டிக்குள்ளிருந்து பெட்டியை எடுக்கத் தொடங்கியவுடன் குழுமியிருந்தவர்களுடைய ஆர்வம் குன்றிப்போனது.

உணவு மேஜைகளின் மறு கோடியில் இருந்தபடி அந்த ஆங்கிலேயப் பெண்மணி தன்னுடைய கதையை விவரித்துக்கொண்டிருந்தாள். இஸ்கந்தர் அதைத் துருக்கிய மொழியில் மொழிபெயர்த்துக்கொண்டிருந்தான். அந்தக் கதையின் தொடக்கத்தைக் காலிப் தவறவிட்டிருந்தான். ஆனாலும், கதையின் சாராம்சத்தைப் புரிந்துகொள்ள அந்தப் பெண்ணின் முகபாவங்கள் உதவக் கூடுமென்ற எண்ணத்தில் காலிப் அவளைக் கவனித்துக்கொண்டிருந்தான். கதை ஒரு பெண்ணைப் பற்றியது (அந்தப் பெண்ணேதான் கதையைச் சொல்லிக்கொண்டிருக்கிறாள் என்று காலிப் திடமாக நம்பினான்). ஆழ்கடலில் மூழ்கும் நபர் ஒருவன் கடலின் அடியாழத்திலிருந்து எடுத்துக் கொண்டு வந்திருந்த ஒரு பைஸாந்திய ரோமாபுரிக் காசின் முகத்தில் அந்தப் பெண் ஒரு மறைகுறியீட்டைப் படித்திருந்தாள். ஒன்பது வயதிலிருந்து தனக்குப் பரிச்சயமாகி, தன்னைக் காதலித்துக்கொண்டிருக்கும் ஒருவனை அந்த மறைகுறியீட்டை ஏற்றுக்கொள்ள வைக்க அவள் முயன்றாள். அந்தப் பெண்ணைப் பற்றியதுதான் அந்தக் கதை. ரோமாபுரிக் காசின் முகத்தில் தான் படித்திருந்த மறைகுறியீடானது அந்தப் பெண்ணுக்கு வெளிப்படையானதாகத் தோன்றியது. ஆனால், உணர்ச்சி கண்ணை மறைப்பதால் அந்த மனிதனுக்கு அந்த மறைகுறியீடு தென்படவில்லை. அவனால் செய்ய முடிந்ததெல்லாம் அந்தப் பெண்ணுக்குக் காதல் கடிதங்கள் எழுதுவது மட்டுமே. “ஆக, அந்த ஒன்றுவிட்ட சகோதரனும் சகோதரியும் திருமணம் செய்துகொண்டார்கள்” என்று துருக்கியில் இஸ்கந்தர் அந்தக் கதையை மொழிபெயர்த்தான். “அதற்குக் காரணமே ஆழ்கடலில் மூழ்குபவன் ஒருவன் கடலடியிலிருந்து முங்கி எடுத்து வந்த பைஸாந்தியக் காசுதான். அந்தக் காசின் முகத்தில் தென்பட்ட மாயக் குறியீடு அந்தப் பெண்ணின் வாழ்க்கையையே திருப்பிப் போட்டுவிட்டது. ஆனால், அதைப் பற்றிய சிறு அறிகுறியைக்கூட அவன் அறிந்திருக்கவில்லை.” அதனால் ஏதோ ஒரு கோட்டைக்குள் தன் வாழ்வைத் தனிமையில்

கழிக்குமாறு அந்தப் பெண்ணுக்கு நேர்ந்துவிட்டது. (இந்தப் பெண் அந்த நபரை விட்டு விலகிவிட்டாளென்று காலிப் யூகித்துக்கொண்டான்.) கதை முடிவுக்கு வந்ததும், மரியாதை நிமித்தம் (அபத்தமாக என்று காலிப்புக்குத் தோன்றியது) மேஜையில் குழுமியிருந்தவர்கள் மௌனம் காத்தனர். மூடனாக இருந்த கணவனை ஓர் அழகிய பெண் விட்டு விட்டு வந்துவிட்டாள் என்பதைக் கேட்டு காலிப் சந்தோஷப்பட்ட அளவுக்கு அவர்களும் மகிழ்ச்சியை வெளிப்படுத்தியிருக்க வேண்டும் என்ற எதிர்பார்ப்பு ஒருக்கால் நியாயமற்றதோ? அந்தக் கதையைத் தொடக்கத்திலிருந்தே கேட்டிருந்தால் அவனும் கூட ஒருவேளை வேறு மாதிரியாக யோசித்திருப்பானோ? ஆனால் அந்தத் துயர முடிவைக் கேட்டு அவனுக்கு வாய்விட்டுச் சிரிக்க வேண்டும்போல் தோன்றியது. அந்தக் கதையிலேயே அவனை நெகிழ வைத்த விஷயம் அந்தக் கதையை விவரித்த பெண்ணின் அழகு மட்டும்தான். அழகு என்பதைவிடவும் ஓரளவுக்குக் கவர்ச்சியானவள் எனும் தரத்திற்கு அவளை இப்போது அவன் கீழிறக்கிவிட்டிருந்த போதிலும்!

இன்னொரு கதையைச் சொல்லத் தொடங்கிய உயரமான நபர் ஓர் எழுத்தாளர் (காலிப் இதை இஸ்கந்தரிடமிருந்து தெரிந்துகொண்டான்). அவருடைய பெயரைக் காலிப் ஏற்கெனவே கேள்விப்பட்டிருந்தான். மூக்குக் கண்ணாடியைச் சரி செய்தபடி தான் சொல்லப்போகும் கதை ஓர் எழுத்தாளரைப் பற்றியதுதான் என்றாலும் அவர் தன்னுடைய கதையைத்தான் சொல்லிக்கொண்டிருக்கிறார் என யாரும் கற்பனை செய்துகொள்ள வேண்டாமென்று பார்வையாளர்களிடம் அவர் கேட்டுக் கொண்டார். பேசும்பொழுது சற்றே விசித்திரமான புன்னகையோடு அவர் பேசினார். தர்மசங்கடமாக உணர்ந்தவரைப் போல் தோன்றினார். அதேவேளையில் அவையோரை மகிழ்விக்கும் ஆர்வமும் அவருடைய தொனியில் வெளிப்பட்டது. அந்த எழுத்தாளருடைய உள்நோக்கங்களை காலிப்பினால் அறிந்துகொள்ள முடியவில்லை.

அந்த எழுத்தாளரின் கூற்றுப்படி, பல்லாண்டுக் காலம் தனிமையில் வீட்டிலேயே இருந்தபடி நாவல்கள் எழுதி, அவற்றை ஒருவரிடத்திலும் காட்டாமல் வைத்திருந்த மனிதரைப் பற்றிய கதை அது. அப்படியே அவற்றை அவர் காட்டியிருந்தாலும், யாரும் பிரசுரித்திருக்கப் போவதில்லை. எந்நேரமும் சாத்தப்பட்ட கதவுகளுக்குள்ளேயே அடைந்து கிடப்பதை நேசிக்கத் தொடங்குமளவுக்குத் தன்னுடைய எழுத்துப் பணியிடம் அவர் தன்னை முழுமையாக அர்ப்பணித்துக்கொண்டார் (அந்தக் காலத்தில் அது ஒரு பணியென்ற அங்கீகாரத்தை அடைந்ததில்லை). பிறருடைய சகவாசம் தனக்குப் பிடிக்காமல் போனதாலோ அல்லது அவர்கள் வாழ்ந்த முறை பிடிக்காமல் போனதாலோ அவர் இப்படி ஒதுங்கியிருக்கவில்லை. மாறாக, தன்னுடைய எழுது மேஜையிலிருந்து எழுந்து வருவதையே அவரால் தாங்கிக்கொள்ள முடியாமல் போயிருந்தது. ஆனால், இப்படி ஓயாமல் எழுது மேஜையே கதியென்று கிடந்ததால் அந்த எழுத்தாளருக்கு இருந்த கொஞ்ச நஞ்ச சமூக ஒட்டுறவும் விட்டுப்போயிருந்தது. அதனால், அபூர்வமாக எப்பொழுதேனும் வெளியே செல்ல நேரும் சந்தர்ப்பங்களில், சமூகச் சுழலோட்டத்தைப் பார்த்து மெய்விதிர்த்து ஏதோ ஒரு மூலையிலிருக்கும் மேஜையாய்ப் பார்த்துப்போய் அவர் அமர்ந்துகொள்வார். மீண்டும் தன்னுடைய எழுது மேஜைக்குச் செல்லத்

துடித்து நிமிடங்களை எண்ணிக்கொண்டிருப்பார். ஓய்வின்றித் தொடர்ந்து பதினான்கு மணி நேரம் அவர் வேலை செய்வதுண்டு. விடியற்காலையில், ஒரு மினாரிலிருந்து மற்றொன்று எனத் தொழுகைக்கான அழைப்பு கொடுக்கப்பட்டு அது குன்றுகளில் எதிரொலிக்கும்போதுதான் அவர் படுக்கச் செல்வார். அதுவுமேகூட, தான் காதலிக்கும் பெண்ணைப் பற்றிய கனவுகளில் மூழ்கிக் கிடக்கத்தான். ஆண்டில் ஒரு முறை மட்டுமே, அதுவும் வாய்ப்பிருந்தால் மட்டுமே அவர் அவளைக் காண வாய்க்கும். இந்தப் பெண் மீது அவருக்கிருந்த உணர்வு சல்லாபமோ, சரசமோ அல்ல. அது கற்பனையானதோர் சகாவுக்கான ஏக்கம். தனிமைக்கான அருமருந்து.

புத்தகங்களில் படித்திருந்ததைத் தவிர வேறெதுவும் காதலைப் பற்றித் தனக்குத் தெரியாதென்றும், அதே போல் காமம் என்பதும் அதிக ஆர்வத்தைக் கிளப்பிவிடாத உணர்வுதானென்றும் இந்த எழுத்தாளர் கூறிவந்தபோதிலும், இவரும் ஓர் அசாத்திய அழகியை மணம்புரிந்து கொள்ளுமாறு அமைந்தது. ஏறத்தாழ அதே காலகட்டத்தில் இவருடைய நூல்களும் பிரசுரம் கண்டன. ஆனால், இவருடைய திருமணமோ அல்லது பிரசுர அந்தஸ்தோ, இவருடைய அன்றாட அலுவல்களில் அதிக மாற்றத்தை ஏற்படுத்திவிடவில்லை. திருமணத்திற்குப் பிறகும் முன்பு போலவே வாக்கியங்களை மிகுந்த சிரத்தையுடன் அமைத்துக்கொண்டு, தனக்கு முன்பாகயிருக்கும் வெற்றுத் தாள்களை வெறித்தவாறும், புதிய கதைகளுக்கான விவரங்களை நுணுக்கமாகக் கனவு கண்டுகொண்டும், தொடர்ந்து எழுது மேஜையின் முன்பாகப் பதினான்கு மணி நேரத்தை இந்த எழுத்தாளர் செலவிட்டுக்கொண்டிருந்தார். விடியும் வேளையில் அவர் படுக்க வரும்பொழுது தன்னுடைய அழகிய, அமைதியான மனைவி கண்ட கனவுகளுக்கும் தொழுகைக்கான அழைப்புகளைக் கேட்டவாறே தான் மனத்தில் உருவாக்கிக்கொள்ளும் கற்பனையுலகத்திற்கும் உள்ள தொடர்பை உள்ளுணர்வின் மூலமாக இவரால் அறிந்துகொள்ள முடிந்தது என்பது மட்டும்தான் இவருடைய திருமணத்திற்குப் பின் இவரிடம் நிகழ்ந்திருந்த ஒரே மாற்றம். இருவருடைய பகல் கனவுகளும் ஒன்றினுள் ஒன்றாகத் ததும்பி வழிவதை, உயர்ந்து வீழ்வதை, அவளருகில் படுத்திருக்கும் நேரத்தில் அவரால் உணர முடிந்தது. ஒரே மௌனப் பாடலுக்கு அவர்கள் இருவரும் ஒத்திசைந்து சுவாசித்துக்கொண்டிருந்தனர். தன்னுடைய புதிய வாழ்க்கையில் எழுத்தாளர் மகிழ்ச்சி கண்டார். எத்தனையோ ஆண்டுகளின் தனிமைக்குப் பிறகு இன்னொருவர் அருகே படுத்துறங்குவது அவருக்கு அப்படியொன்றும் கஷ்டமான காரியமாக இருக்கவில்லை. தன்னுடைய மனைவியின் சுவாசத்தைக் கவனித்தவாறே பகற்கனவில் லயித்துக் கிடப்பதை அவர் மிகவும் விரும்பினார். அவளுடைய கனவுகளும் தன்னுடைய கனவுகளுக்குள் பாய்ந்தோடிக்கொண்டிருக்கும் என்றும், தன் கனவுகளும் அவ்வாறே அவளுடைய கனவுகளுக்குள் சுழித்தோடிக் கொண்டிருக்கும் என்றும் அவர் நம்ப முற்பட்டார்.

திடீரென்று, அவருடைய மனைவி அவரைவிட்டு விலகிய பிறகு – ஒரு குளிர்பருவக் காலையில் எந்தக் காரணத்தையும் சொல்லாமல் – அந்த எழுத்தாளர் மிகவும் கஷ்டமான காலத்தைக் கழிக்க வேண்டியிருந்தது. விடியற்காலை நேரத்தின் தொழுகை அழைப்பைக் கேட்டபடி பகல் கனவுகளில் மூழ்கியிருக்க அவரால் முடியாமல்போனது. தன்னுடைய திருமணத்திற்கு முன்பும், பின்பும் மிக எளிதாகக் கற்பனை செய்ய

முடிந்திருந்த, தன்னைச் சுகமாகத் துயில வைக்கும் பகல்கனவுகள் யாவும் – அப்படியே அவை வந்தாலும் – இப்பொழுது அலுப்பூட்டும் விதமாகவும், திருப்தியளிக்காத வகையிலும் இருந்தன. தன்னுடைய திட்டத்துக்கு அமைய மறுக்கும் நாவலை வலுக்கட்டாயமாக எழுதுவதைப் போலிருந்தது அந்த அனுபவம். தன்னுடைய கனவுக்குள் சிறைப்பட்டுத் தன்னைத்தானே வெளிப்படுத்திக்கொள்ள முடியாதென்று முரண்டு பிடிக்கும் ரகசியத்தைப் போல அது இருந்தது. தன்னுடைய திறமையின்மையை உறுதி செய்யும் விதமாக, தன்னுடைய குழப்பத்தை மேலும் சிக்கலாக்கும் விதமாக, ஆசை காட்டி இட்டுச் சென்று முட்டுச் சந்துகளிலேயே மீண்டும் மீண்டும் கொண்டு நிறுத்தும் அனுபவமாக அது இருந்தது. அவருடைய மனைவி அவரை விட்டு நீங்கிய முதல் சில நாட்களில் அவருடைய பகல்கனவுகள் தீவிரம் குன்றி நீர்த்துப் போயிருந்தன. இரவைக் கழிக்கக் கூரை மீது வந்து தங்கியிருந்த கடற்பறவைகள் எல்லாமே பறந்தோடிவிட்டன. குப்பையேற்றிச் செல்லும் கனரக வாகனமும், காலை நேரத்தின் முதல் நகரப் பேருந்தும் கடகடத்துக் கடந்து சென்றுவிட்டன. அதைவிடவும் மோசமாக, கனவுகளின் பஞ்சமும் தூக்கமின்மையும் அவருடைய எழுத்தை பாதித்தன. இருபது முறைக்கும் மேலாகத் திருத்தி எழுதிய பின்பும் எளிய வாக்கியங்களைக் கூட அந்த எழுத்தாளரால் உயிர்ப்பிக்க முடியவில்லை.

மூச்சடைக்க வைக்கும் உளச்சோர்விலிருந்து தப்பிக்க மிகக் கடுமையான சுயக் கட்டுப்பாடுகளை அவர் விதித்துக்கொண்டார். தன்னை அவை சமப்படுத்தும் என்ற நம்பிக்கையில் எப்பொழுதோ தான் கண்டிருந்த கனவுகள் ஒவ்வொன்றையும் மீண்டும் நினைவுக்குக் கொண்டுவர முயன்றார். வாரங்கள் கழிந்த பிறகு, ஒரு விடிகாலையில் தொழுகைக்கான அழைப்பைக் கேட்டவாறே அமைதியான உறக்கத்தில் அவர் ஆழ்ந்துபோனார். துயிலின் குளுமை இன்னும் நீங்கியிராத படுக்கையிலிருந்து எழுந்து நேராகத் தன்னுடைய எழுது மேஜைக்கருகே அவர் சென்றார். தான் அமைத்த வாக்கியங்களின் உயிர்ப்பும் நேர்த்தியும் சரளமாய்ப் பேனாவிலிருந்து தாளில் வழுக்கிச் செல்வதைப் பார்த்தவுடன் தன்னைப் பீடித்திருந்த விரக்தி விலகிவிட்டதை அவர் உணர்ந்தார். அதே நேரத்தில் தன்னையறியாமலேயே ஒரு விசித்திரமான தந்திரத்தைத் தன் மீதே அவர் கையாண்டுவிட்டதையும் அவர் அறிந்துகொண்டார்.

மனைவியால் கைவிடப்பட்ட இந்தக் கணவர், தன்னுடைய கனவுகளைப் புதிப்பித்துக்கொள்ள இயலாமல் போன இந்த மனிதர், தான் ஒரு காலத்திலிருந்த நிலையைக் கனவு கண்டு தன்னைப் பீடித்திருந்த நோயைத் தானாகவே குணப்படுத்திக்கொண்டிருக்கிறார். யாரோடும் இதுவரையில் படுக்கையைப் பகிர்ந்துகொள்ளாத இந்த மனிதரின் கனவுகள் ஒருபோதும் ஓர் அழகியின் கனவுகளோடு பின்னிப் பிணைந்ததில்லை. தான் மறந்துபோன தன்னுடைய சுயத்தைத் தானே வசியப்படுத்தி மீட்டெடுத்த வேகத்திலும், தீவிரத்திலும் அவர் தன் மீதே மோகம் கொள்ளத்தொடங்கினார். தனக்கான கனவுகளைத் தானே பலவந்தமாகக் காண்பதின் மூலமாகத் தனக்கான தாலாட்டைத் தானே பாடியபடி அவர் உறங்கிப்போனார். மிகவும் இயல்பாகிப் போகுமளவுக்கு இந்த இரட்டை வாழ்க்கைக்கு விரைவிலேயே அவர் பழகிக்கொண்டுவிட்டார். கனவில் லயித்துப் போகவோ, எழுதவோ அவர் பிறகு சிரமப்படவே வேண்டியிருக்கவில்லை. எழுதும் வேளையில் அவர்

வேறு யாரோவாக மாறிப்போனார். அதே சிகரெட்டுகளால் சாம்பல் கிண்ணியை நிறைத்துக்கொண்டு, அதே கோப்பையிலிருந்து காஃபியைப் பருகிக்கொண்டு அதே வேளையில், அதே படுக்கையில் தன் கடந்த காலம் எனும் ஆவியோடு துயிலில் ஆழ்ந்தபடி.

இன்னொரு குளிர்பருவக் காலை வேளையில் அவருடைய மனைவி மீண்டும் அவரிடம் திரும்பி வந்தபோது (அல்லது, அவளே சொன்னதைப் போல் அந்த இல்லத்திற்குத் திரும்பி வந்தபோது) – அதற்கான சரியான காரணத்தையும் அவரிடம் கூறாமல் – இந்த எழுத்தாளர் மீண்டும் மிகுந்த மன உளைச்சலுக்கு உள்ளானார். அவரால் அந்த நிலைக்குப் பழகவே முடியவில்லை. தான் கைவிடப்பட்டிருந்த ஆரம்ப நாட்களின் போது அவரைச் சங்கடப்படுத்தியிருந்த அதே விதமான நிரந்தரமின்மை மீண்டும் அவரைத் தொற்றிக்கொண்டது. மணிக்கணக்காய் உருண்டு புரண்ட பிறகு, எப்படியோ ஒரு வழியாய் உறக்கம் வந்தாலும் கொடுங்கனவுகள் வந்து திடீரென்று அவருக்கு விழிப்புத் தட்டிவிடும். தன்னுடைய வீடு எதுவென்று அடையாளம் காண முடியாமல் தடுமாறிக்கொண்டிருக்கும் குடிகாரனைப் போல் இலக்கின்றி, அமைதியிழந்து, தன்னுடைய பழைய சுயத்திலிருந்து புதிய சுயத்திற்கு மாறியபடி அவர் தவித்துக்கொண்டிருப்பார். இப்படித் தூக்கங் கெட்டுத் தவித்துக்கொண்டிருந்த ஒரு காலை வேளையில், அந்த எழுத்தாளர் படுக்கையைவிட்டு எழுந்து, தலையணையைக் கக்கத்தில் இடுக்கிக்கொண்டு தன்னுடைய படிப்பறைக்குச் சென்றார். அது தூசும் தாளுமாய் நெடியடித்துக்கொண்டிருந்தது. அங்கே ஒரு மூலையில் கிடந்த நீள் இருக்கையில் சுருண்டு படுத்து ஒருவழியாய் அவர் ஆழ்ந்து உறங்கிப் போனார். அந்த நாளிலிருந்து, அந்த எழுத்தாளர் தன்னுடைய மௌனம் காக்கும் மனைவியின் அருகே படுத்ததேயில்லை. அவளுடைய புதிரான கனவுகளைத் தான் கனவு கண்டதுமில்லை. அதற்குப் பதிலாக, தன்னுடைய படிப்பறையிலேயே, எழுது மேஜைக்கருகில் தன்னுடைய எழுதுதாள்களோடு அவர் படுத்துறங்கினார். விழிப்புத் தட்டிய மறு கணமே துயிலின் பனிமூட்டம் கலைவதற்குள் அவர் எழுத உடகார்ந்து விடுவார். இப்பொழுது அவ்வளவு எளிதாக அவரால் எழுத முடிந்த கதைகளுக்குள் தன்னுடைய கனவுகள் பாய்ந்தோடுவதை அவரால் உணர முடிந்தது. ஆனால், இப்பொழுது அவருக்கு வேறொரு சிக்கல் ஏற்பட்டுவிட்டது. அது அவரை மெய்விதிர்க்க வைத்தது.

அவருடைய மனைவி அவரை விட்டுப்போகும் முன்பாக அவர் ஒரு நாவலை எழுதியிருந்தார் (அதை ஒரு "வரலாற்று நாவல்" என்று அவருடைய வாசகர்கள் கூறிக்கொண்டார்கள்). அது தன்னுடைய இரட்டையோடு இடம் மாற்றிக்கொள்ளும் ஒரு நபரைப் பற்றியது. பின்னர், அவருடைய மனைவி அவரைக் கை விட்டுப்போன பிறகு அதற்கு முன்பாகத் தான் என்னவாக இருந்தாரோ அந்த நபராக வலுக்கட்டாயமாக மாறி அமைதியாகத் துயிலத் தொடங்கியபோது, அந்த நாவலை எழுதிய இரட்டையாகவே அவர் மாறிப்போனார். அவ்வாறு, முன்பிருந்த நபராக அவர் மாறியவுடன் தன்னுடைய எதிர்காலத்தையும், அந்த இரட்டையின் எதிர்காலத்தையும் முற்றிலுமாகப் புறக்கணித்துவிட்டார். இதனால், அந்த இரட்டையர் பற்றிய நாவலை மீண்டும் முதலிலிருந்து எழுதத் தொடங்கினார். விரைவிலேயே – வேறொன்றின் பிரதியாகவே ஒவ்வொன்றும் திகழும் இந்த உலகில் தாங்களாகவும், தாங்கள் போலி

செய்யும் நபராகவும் ஒரே நேரத்தில் மக்கள் இருந்து காட்டும் இந்தப் புவியில் எல்லாக் கதைகளும் பிற கதைகளாக வெளிப்படும் இந்த லோகத்தில் – இந்த உலகானது அவருக்கு அவ்வளவு அசலாகத் தோன்ற ஆரம்பித்தது. இந்த அளவுக்கு அசலாகத் தோன்றத் தொடங்கிவிட்ட இடத்தில் ஒரு கதையை வாசிக்க யாரும் விரும்பமாட்டார்களென்று எண்ணிய எழுத்தாளர், எழுத வேடிக்கையான, வாசகர்களும்கூட இன்னும் அதிகமாக விரும்பி வாசிக்கும்படியான வேறொரு அதீத கற்பனைநிலை உலகைப் புனையத் தொடங்கினார். அப்போதிருந்து, தன்னுடைய மர்மமான மனைவி படுக்கையில் உறங்கிக்கொண்டிருக்கும் இரவுகளில், நொறுக்கப்பட்ட தெரு விளக்குகளால் உருவாக்கிவிட்ட நிழலில், நகரின் இருண்ட சந்துகளில் எல்லாம் அலைந்து திரிந்து அந்த எழுத்தாளர் நேரத்தைக் கழிக்கத் தொடங்கினார். பைஸாந்தியக் கால நிலத்தடிப் பாதைகளையும், பழக்கங்களுக்கு அடிமையாகிப்போன மனித இன வண்டல்கள் தேடிக் குழுமும் காஃபியகங்கள், பாரம்பரிய மதுக்கூடங்கள், மனமகிழ் மன்றங்கள் போன்றவற்றைத் தேடியடைந்துகொண்டும் இருந்தார். எவ்வளவுக்கெவ்வளவு அதிகமாக நகரைப் பார்த்தாரோ, அவ்வளவுக்கு "நம்முடைய நகரைப்" பற்றித் தான் கனவு கண்டிருந்தவையெல்லாமே உண்மையிலும் உண்மை என்பதை அவர் உணர்ந்துகொண்டார். இந்த உலகே ஒரு புத்தகம்தான் என்பதை இந்த ஒரு உண்மை மட்டுமே அவருக்கு உணர்த்தியது. வாழ்வெனும் புத்தகத்தால் மதி மயங்கி, அதன் ஒவ்வொரு பக்கமாகத் திருப்பத் திருப்பத் தன் முன்னே விரிந்த அவற்றின் தெருக்களில் சுற்றித் திரிந்தும், புதிய முகங்களையும், புதிய பெயர்ப்பலகைகளையும், புதிய கதைகளையும் கண்டு ஆனந்தித்து மேலும் நீண்ட பொழுதுகளை அவர் கழிக்கத் தொடங்கினார். ஆனால், இந்தப் பொழுதுகள் எவ்வளவுக்கு நீண்டனவோ அவ்வளவுக்குப் படுக்கையில் சயனித்திருக்கும் தன்னுடைய அழகிய மனைவியிடமும், தன்னுடைய எழுது மேஜையில் பாராமுகமாய்க் கிடக்கும் முடிக்கப்படாத கதையிடமும் மீள்வதற்கு அவர் அஞ்சினார்.

ஆக, இங்கே அந்த எழுத்தாளரின் கதை முடிவுக்கு வந்தது. கனத்த மௌனமே கதைக்கு பதிலாக அமைந்தது. ஒரு வேளை, அது காதலைக் காட்டிலும் அதிகமாகத் தனிமையைப் பற்றிப் பேசும் கதை என்பதாலும், அது மாந்தர்களைக் காட்டிலும் அதிகமாகக் கதையாடலைப் பற்றி இருந்தது என்பதாலும் இருக்கலாம். அது மட்டுமல்லாமல், "காரணமே இன்றிக் கைவிடப்படும்" நிலைமையை ஒவ்வொருவருமே நினைத்துப் பார்த்ததாலும் இருக்கலாம். இந்த எழுத்தாளரின் மனைவி எதற்காக அவரை விட்டுப் பிரிந்தாள் எனும் காரணத்தைத் தெரிந்துகொள்ள அங்கிருந்த அனைவருமே ஆர்வமாய் இருந்தார்களோ என்று காலிப் யோசித்தான்.

அடுத்து வந்த கதைசொல்லி அங்கிருந்த மதுப்பிரிவின் பணிப்பெண். தான் கூறும் கதை உண்மையானதென்று கதை கேட்பவர்களிடம் அவள் அவ்வப்போது வலியுறுத்திக்கொண்டிருந்தாள். "நமது சுற்றுலா நண்பர்கள்" இந்த முக்கியமான அம்சத்தில் தெளிவாக இருக்க வேண்டும் என்று அவள் உறுதி செய்துகொள்ள விரும்பினாள். ஏனென்றால், இந்தக் கதை துருக்கிக்கு மட்டுமில்லாமல் மொத்த உலகத்துக்கும் ஒரு எடுத்துக்காட்டாக விளங்க வேண்டுமென்று அவள் விரும்பினாள். அவளுடைய கதை சமீப காலத்தில் நடந்த ஒன்று. அவர்கள் இப்பொழுது அமர்ந்திருக்கும் இதே

மனமகிழ் மன்றத்தில்தான் அது நிகழ்ந்தது. பல ஆண்டுகளாகப் பிரிந்திருந்த ஒன்றுவிட்ட சகோதரனும் சகோதரியும் சந்தர்ப்பவசமாகச் சந்திக்க நேர்கிறது. குழந்தைப் பருவத்தில் ஒருவர் மீது மற்றொருவர் கொண்டிருந்த பரஸ்பர மோகம் இப்பொழுது மீண்டும் பற்றிக்கொள்கிறது. அந்தப் பெண் மதுக்கூடப் பணிப்பெண் என்பதாலும், அந்தப் பையன் ஆட்கூட்டி ("வேறு விதமாகச் சொல்வதென்றால், அவன் ஒரு காமத்தரகன்," என்று அந்தப் பெண் அங்கிருந்த பெண் சுற்றுலாப் பயணிகளிடம் கூறினாள்) என்பதாலும், கௌரவக் கொலை எனும் ஆபத்து இதில் இல்லாமல் போனது. அந்தக் காலத்தில் அந்த மனமகிழ் மன்றத்தில் அமைதி தவழும். நாடு முழுக்க எப்படி அமைதி தவழ்ந்ததோ அதைப் போல. தெருக்களில் இளைஞர்கள் ஒருவரையொருவர் கொன்று குவித்துக்கொண்டிருக்கவில்லை. விடுமுறைக் காலங்களில் இனிப்புகள் அடங்கிய பொதிகளை மக்கள் ஒருவருக்கொருவர் பரிமாறிக்கொண்டார்கள். வெடிகுண்டுகளையல்ல. அந்தப் பெண்ணும் அந்தப் பையனும் சந்தோஷமாக இருந்தார்கள். காதல் வயப்பட்டிருந்தார்கள்.

எதிர்பாராத விதமாக அந்தப் பெண்ணின் தந்தை இறந்துவிட அவர்கள் இருவரும் ஒரே வீட்டிலும் சேர்ந்து வாழ வாய்த்தது. ஆனால், அதற்குப் பிறகும்கூட தங்களுடைய மணநாளுக்காக ஆர்வத்தோடு காத்திருந்தபடி (நான்கு கண்களோடு என்று நாங்கள் துருக்கி மொழியில் கூறுவதைப் போல்) அவர்கள் தனித்தனிப் படுக்கைகளிலேயே படுத்துறங்கினார்கள்.

அவர்கள் திருமணம் செய்துகொள்ள நிச்சயித்திருந்த அதே நாளில், ஏனைய பெண்களைப் போலவே இந்தப் பெண்ணும் தன்னை அலங்கரித்துக் கொண்டு நறுமணத் திரவியங்களில் ஊறியபடி இருந்த வேளையில் அந்தப் பையன் முதலிரவுக்குத் தன்னைத் தயார் செய்துகொள்வதற்கென்று முடிதிருத்துபவரிடம் சென்று சவரம் செய்துகொண்டான். பிறகு மரநிழற் சாலையில் காலாற நடந்துவரப் புறப்பட்டான். அப்படிப் போன நேரத்தில் அயர வைக்கும் அழகு கொண்ட ஒரு பெண்ணின் தந்திர வலையில் சிக்கிக்கொண்டான். ஒரே கணத்தில் அவன் தன் மதியை இழந்தான். பேரா பலாஸ் விடுதியில் இருந்த தன்னுடைய அறைக்கு அவனை அழைத்துச் சென்று அவனோடு மூர்க்கமாய்க் கலவிகொண்ட பிறகே அந்த அழகி தன்னுடைய ரகசியத்தை அவனிடம் வெளிப்படுத்தினாள். ஈரான் நாட்டு மன்னருக்கும், இங்கிலாந்து நாட்டு அரசிக்கும் ஏற்பட்டிருந்த கள்ள உறவில் பிறந்தவள்தான் இந்த அதிர்ஷ்டங்கெட்ட பெண். ஓரிரவின் கேளிக்கைக்குப் பிறந்த தன்னை நிராதரவாக்கிவிட்ட பெற்றோரைப் பழிதீர்த்துக்கொள்ளும் மாபெரும் திட்டத்தின் ஒரு பகுதியாகவே அவள் துருக்கிக்கு வந்திருக்கிறாள். அவள் நேரடியாக விஷயத்துக்கு வந்தாள். தனக்கு ஒரு வரைபடத்தை இந்த இளைஞன் கண்டுபிடித்துக் கொடுக்க வேண்டும்மென்று அவள் விரும்பினாள். அந்த வரைபடம் இரண்டு பகுதிகளாகப் பிரிபட்டிருப்பதாக அவள் கூறினாள். ஒரு பகுதி தேசிய பாதுகாப்புத் துறையிடமும், மற்றொரு பகுதி தேசியப் புலனாய்வுத் துறை எனப்படும் ரகசியக் காவல்துறையிடமும் இருக்கின்றது.

மோகத்தீயில் இன்னமும் வெந்துகொண்டிருந்த அந்தப் பையன் சாக்குப்போக்கு சொல்லிவிட்டு திருமணம் நடக்க இருந்த மனமகிழ் மன்றத்துக்கு விரைந்தோடி வந்தான். வந்திருந்த விருந்தினர்கள் எல்லோருமே அதற்குள் கலைந்து சென்றிருந்தார்கள். அந்தப் பெண் மட்டும் ஒரு

மூலையில் அழுதுகொண்டிருந்தாள். அவளைத் தேற்றிய பிறகு, தான் ஒரு "தேசப் பணியில்" நியமிக்கப்பட்டிருப்பதாக அந்தப் பையன் அவளுக்கு விளக்கினான். தங்களுடைய திருமணத்தை அவர்கள் ஒத்தி வைத்தார்கள். பிறகு, தாங்கள் அன்றாடம் அண்டிப் பிழைத்துவரும் நெறிகெட்ட பணியிடங்களுக்கு அடிக்கடி வந்து போகும் ஒவ்வொரு முறைகெட்ட காவலரிடமும் நைச்சியமாகப் பேசி, தங்களால் முடிந்த அளவுக்கு தகவல்கள் சேகரிக்கும்படி ஒவ்வொரு மதுக்கூடப் பணிப்பெண்ணிடமும், இடுப்பை ஒசித்தாடும் நடனமாதரிடமும், நாரீமணியிடமும், பெயோக்ளு பகுதியிலிருந்த சுலுக்குலே இன நாடோடிப் பெண்ணிடமும், அவர்கள் கேட்டுக்கொண்டனர். ஆனால், அந்த வரைபடத்தின் இரு பகுதிகளையும் கையகப்படுத்தி அவற்றை இணைத்த பிறகு, தன்னுடைய நேசமிகு ஒன்றுவிட்ட சகோதரன் தன்னையும், இஸ்தான்புல் நகரிலிருக்கும் தன்னைப் போன்ற ஏனைய கடும் உழைப்பாளிப் பெண்களையும் ஏமாற்றி விட்டான் என்பதை அந்தப் பெண் யூகித்துவிட்டாள். ஏனென்றால், இங்கிலாந்து அரசிக்கும், ஈரான் மன்னருக்கும் பிறந்த அந்தப் பெண் மீது அவன் தீராத மோகம் கொண்டிருந்தான். தன்னுடைய மார்க்கச்சின் இடப்புறத்தில் அந்த வரைபடத்தைச் செருகிக்கொண்டு, உடைந்து விட்ட தன்னுடைய இதயத்தின் கூறுகளை ஒன்று திரட்டி, கேடுகெட்ட நடத்தையுள்ள பெண்களுக்குப் பேர் போன, நகரில் பழிபாவங்களுக்கு அஞ்சாத ஆண்கள் அடிக்கடி வந்துபோகும் குலேடிபி விலைமாதர் விடுதியில் ஓர் அறைக்குள் அவள் அடைக்கலம் புகுந்தாள்.

அடங்காப்பிடாரியான இளவரசியின் கட்டளையை ஏற்று அந்த ஒன்று விட்ட சகோதரன் அந்த ஒன்றுவிட்ட சகோதரியைத் தேடி நகரெங்கும் அலைந்தான். ஆனால், தெருத்தெருவாக அலைந்துகொண்டிருக்கும் நேரத்தில், வேட்டைக்காரியை விடவும், வேட்டையாடப்படுபவளையே அவன் உண்மையில் காதலித்திருக்கிறான் என்பதை அவன் உணர்ந்து கொண்டான். ஆம், அந்த இளவரசியை அல்ல, மாறாகக் குழந்தைப் பருவத்திலிருந்தே தனக்குப் பரிச்சயமாகியிருந்த தன்னுடைய ஒன்றுவிட்ட சகோதரியைத்தான் அவன் நேசித்திருந்தான். எப்படியோ ஒரு வழியாய் குலேடிபி விலைமாதர் விடுதியை அடைந்து, முகம் பார்க்கும் கண்ணாடியில் தெரிந்த அவளுடைய பிம்பத்தைக் கதவு துவாரத்தின் வழியாக அவன் ஒரு கணம் பார்த்தான். கழுத்தைக் கவ்வும் பட்டியை அணிந்த ஒரு செல்வந்தனோடு அவள் இருந்தாள். "தன்னுடைய வெகுளித்தனத்தையும், அறியாமையையும் தக்கவைத்துக்கொள்ள" அவனுடைய பால்ய வயதுக் காதலி செய்துகொண்டிருந்த தந்திரங்களைக் கண்கூடாகக் கண்டவுடன், கதவை நெட்டித்தள்ளி அவளை அவன் காப்பாற்றினான். ஆனால், அந்தக் கதவுத் துவாரத்தின் மீது அழுத்திய கண்ணில் (அரை நிர்வாணமாக இருந்த அந்த மனத்துக்கு இனியவள் "புல்லாங்குழல் இசைத்துக் கொண்டிருந்ததை"க் காண) திடீரென்று பெரியதோர் புரை தோன்றி விட்டது. அவனுடைய மனத்தில் கொழுந்துவிட்டு எரிந்துகொண்டிருந்த பொறாமையைப் போலவே அதுவும் நீங்க மறுத்தது. இதே போன்றதோர் காதற்குறி அந்தப் பெண்ணின் இடப்புற முலையிலும் தென்பட்டது. பிற்பாடு, தன்னை வழி தவறச் செய்த பழிகாரியைக் கைது செய்யக் காவலர்களுடன் பேரா பலாஸ் விடுதிக்கு அந்த ஒன்றுவிட்ட சகோதரன் சென்றபோது அங்கிருந்த இழுப்பறையொன்றில் அந்த ஆட்கொல்லி இளவரசியால் வசியப்படுத்தப்பட்டு நிர்வாணமாக, ஆபாச கோணங்களில்

எடுக்கப்பட்டிருந்த பத்தாயிரத்துக்கும் மேற்பட்ட இளைஞர்களின் புகைப்படங்களைப் பார்த்தான். அரசியல் ரீதியாக அச்சுறுத்த இந்தப் புகைப்படத் தொகுப்பை அவள் வைத்திருந்ததாகத் தெரிந்தது. அத்தோடு போகவில்லை. மார்பளவுப் புகைப்படத்தோடு தொலைகாட்சியில் காட்டப்படும் கிளர்ச்சியாளர்களின் நூற்றுக்கணக்கான நூல்களும் அவள் வசம் இருந்தன. அதே போல், சுத்தியல்களும் அரிவாள்களுமாய்ப் பொறித்திருக்கும் கொள்கையறிக்கைகளும், அந்தக் கிறுக்குப் பிடித்த கடைசி சுல்தானின் மரண சாசனமும், துருக்கியைத் துண்டாடும் திட்டத்தின் பைஸாந்திய சிலுவைக்குறியிட்ட கையெழுத்துப் பிரதியும் கூடக் காணப்பட்டன என்பதைச் சொல்லத் தேவையில்லை. கலவரத்தை ஏற்படுத்தும் நோக்கத்துடனே அந்தப் பெண் துருக்கிக்கு வந்திருக்கிறாள் என்று ரகசியக் காவலர்கள் மிகவும் தெளிவாகவே தெரிந்து வைத்திருந்தனர். அவளுக்கு முன்னதாக, கொடிய மேகநோயைப் பரப்பும் திட்டத்தோடு துருக்கிக்கு வந்தவர்கள் கையாண்டிருந்த முறைகளிலிருந்து இவளுடைய முறைகள் எள்ளளவும் மாறுபட்டிருக்கவில்லை. ஆனால் ஒரு துரதிர்ஷ்டம் என்னவென்றால், அச்சுறுத்தும் நோக்கோடு அவள் வைத்திருந்த புகைப்படத் தொகுப்பில் பிறந்தமேனியாக, "லத்தியை" ஆட்டியபடி நின்றுகொண்டிருக்கும் காவலர்கள் ஒரு சிலரின் புகைப்படங்களும் உள்ளடங்கியிருந்தன. எனவே, குற்றத்தைக் காட்டிக்கொடுக்கும் இது போன்ற சமாச்சாரங்கள் பத்திரிகைகளின் கையில் சிக்குவதற்கு முன்பாகவே இந்த விஷயம் மூடி மறைக்கப்பட்டது. அந்த ஒன்றுவிட்ட சகோதரனின் திருமண அறிக்கையோடு இணைக்கப்பட்டிருந்த புகைப்படத்தை மட்டுமே காவல்துறை பத்திரிகைகளுக்கு வெளியிடக் கொடுத்தது. இந்தக் கதையை விவரித்த பிறகு பத்திரிகையில் வெளியாகி, தான் கத்திரித்து எடுத்துவைத்திருந்ததென்று கூறி ஒரு தாளை எடுத்த அந்த மதுப்பிரிவு மங்கை, அதை எல்லோரும் பார்ப்பதற்காகச் சுற்றுக்கு விட்டாள். புகைப்படத்திலிருந்தது அந்த மதுப்பிரிவு மங்கையேதான். வேறு யாருமில்லை. இன்று அவள் அணிந்துகொண்டிருக்கும் அதே முத்துகள் பதித்த காதணியையே அதிலும் அணிந்துகொண்டு நவீன பாணியிலான ஒரு எடுப்பான அங்கியையும் உடுத்திக் காட்சி தந்தாள்.

அவள் சொன்ன கதையை ஒரு சிலர் சந்தேகித்ததாலும், ஏனையோர் அதை வேடிக்கையாக நினைத்ததாலும் அந்தப் பெண் நிதானமிழந்தாள். தான் சொன்ன அனைத்துமே உண்மைதானென்று அவள் மீண்டும் வலியுறுத்தினாள். போதாக்குறைக்குத் தான் சொன்னதற்கு வலு சேர்க்க ஒரு ஆளையும் கூட்டிக்கொண்டாள். அந்த இளவரசியின் வெட்கக்கேடான திட்டத்தில் உடன் பணியாற்றிய புகைப்படக்காரர் அன்றைக்கென்று அந்த மனமகிழ் மன்றத்துக்கு வந்திருந்தார். தலை நரைத்த அந்தப் புகைப்படக்காரர் ஒரு மேஜையை நெருங்கும் நேரம் பார்த்து, "நம்முடைய விருந்தினர்கள்" தங்களைப் புகைப்படம் எடுத்துக்கொள்ள விரும்புவார்களென்றும், அவர்களுக்கு நல்லதோர் காதல் கதையைச் சொன்னால் கை நிறைய அன்பளிப்பு கொடுப்பார்களென்றும் அந்த மதுப்பிரிவுப் பணிப்பெண் அவரிடம் கூறினாள். அவரும் இதற்கு உடன்பட்டார்.

இது ஏறத்தாழ முப்பது ஆண்டுகளுக்கு முன்பாக நடந்த கதை. ஒரு நாள் புகைப்படக்காரரின் அரங்கிற்கு ஒரு வேலையாள் வந்திருந்தான். சிஷ்லி பகுதியிலிருக்கும் ட்ராம் வண்டிப் பாதையை ஒட்டியிருந்த ஒரு

வீட்டிற்கு அவரை அழைத்துச் செல்லவென்று அவன் வந்திருந்தான். சமூக வைபவங்களைப் புகைப்படமெடுக்கும் சக புகைப்படக்காரர்கள் எத்தனையோ பேர் இருக்க, ராக்கேளிக்கையைப் புகைப்படமெடுக்கும் தன்னைப் போன்ற ஒரு ஆளை, அதுவும் இப்படியோர் முகவரியில் வசிப்பவர்கள், ஏன் தேடி வர வேண்டுமென்று புகைப்படக்காரருக்குக் குழப்பமாக இருந்தது. ஆனாலும், என்னவென்று பார்க்கும் குறுகுறுப்பும் அவரிடம் இருந்தது. அதனால் வந்த வேலைக்காரனோடு அவர் கிளம்பிப் போனார். அங்கேயிருந்த அழகான இளம் விதவையொருத்தி "வியாபார யோசனை" ஒன்றை அவர் முன் வைத்தாள். பெயோக்ளுவில் இருக்கும் மனமகிழ் மன்றங்களில் அவர் அன்றாடம் எடுக்கும் ஒவ்வொரு புகைப்படத்தின் பிரதியையும் மறுநாள் காலை அவளிடம் கொண்டுவந்து கொடுத்தால் அவருக்குக் கணிசமான தொகையொன்றைக் கொடுப்பதாகக் கூறினாள்.

ஆர்வக் கோளாறினால் புகைப்படக்காரரும் இப்படியொரு ஏற்பாட்டிற்கு ஒத்துக்கொண்டார். அவள் முன்வைத்த வியாபார யோசனையின் பின்னணியில் ஏதோ ஒரு காதல் கதை இருக்கக்கூடுமென்று யூகித்து, எழிலான, ஆனால் சற்றே மாறுகண் கொண்ட அந்தப் பொன்னிறக் கூந்தல் நங்கையின் மீது ஒரு கண் வைத்திருக்க வேண்டுமென்றும் முடிவெடுத்தார். ஆனால், இப்படியொரு வியாபார ஒப்பந்தத்தில் அவர்கள் இருவரும் இணைந்து ஈராண்டுகள் ஆன பிறகும் கூட, அவளுக்குத் தெரிந்த நபரையோ அல்லது அவள் அடையாளம் தெரிந்து வைத்திருக்கும் நபரையோ அந்தப் பெண் தேடிக்கொண்டிருக்கவில்லை என்பது அவருக்கு உறுதியானது. ஒவ்வொருநாள் காலையிலும் அவர் கொண்டு வந்து காட்டும் நூற்றுக்கணக்கான புகைப்படங்களிலிருந்து ஒரு சிலவற்றை மட்டும் அவள் எடுத்துக்கொள்வாள். தான் தேர்ந்தெடுக்கும் நபரை வேறு கோணங்களில் எடுத்த புகைப்படம் இருக்கிறதாவென்றோ அல்லது அந்த நபரின் புகைப்படத்தை உருப்பெருக்கித் தர வேண்டுமென்றோ கேட்பாள். ஆனால், தொடர்ந்து ஒரே நபரின் புகைப்படங்களை அவள் தேர்ந்தெடுத்ததில்லை. ஒரு சில ஆண்டுகள் கழிந்த பிற்பாடுதான் – ஒரு வேளை, அவர்களுடைய வியாபாரக் கூட்டு ஏற்படுத்தியிருந்த நெருக்கத்தின் காரணமாகவோ அல்லது அவர் மீது நம்பிக்கை ஏற்பட்டதினாலோ – அவள் இந்தப் புகைப்படக்காரரிடம் மனம் திறந்தாள்.

"என்ன வெறுமையான முகங்கள்" என்பாள். "என்னவொரு உணர்ச்சியற்ற முகபாவம்! இந்த முகங்களுக்குள் என்னால் எதையுமே படிக்க முடியவில்லை! இனியும் இந்த மாதிரிப் படங்களை என்னிடம் கொண்டுவந்து காட்டாதே. எதுவுமே பிரயோஜனமில்லை" என்றாள். "அவற்றில் எந்த அர்த்தத்தையும் என்னால் பார்க்க முடியவில்லை. வாசிக்கத் தகுந்த எழுத்துகளே இல்லை!" அதே முகங்களை வேறு, வேறு கோணங்களில் அவள் எடுத்த புகைப்படங்களை அவளிடம் கொண்டு வந்து காட்டுவதுண்டு. ஆனால் எந்தவொரு முகத்தையும் அவளால் படிக்கவே (இந்த ஒரு வார்த்தையை அவள் மிகுந்த அழுத்தம் கொடுத்துச் சொல்வாள்) முடிந்ததில்லை. "இவர்கள் எல்லோரும் எவ்வளவு சோகமாக இருக்கிறார்கள்!" என்று அவள் அழுவாள். "எவ்வளவு விரக்தி! ஒரு இரவு விடுதியோ பாரம்பரிய மதுக்கூடமோ இதைத்தான் அவர்களுக்குக் கொடுக்குமென்றால் ஐயோ கடவுளே! அலுவலகங்களுக்கு அதி பயங்கர

கல்லாக்களுக்கு மேலாளர் மேஜைகளுக்கு இந்த முகங்கள் மீளும்போது இன்னும் எவ்வளவு வெறுமையாகத் தோன்றுமென்று நினைத்துப் பார்."

அதே சமயம், நம்பிக்கையூட்டும் விதமான ஓரிரு மாதிரிகள் அவர்களுக்குக் கிடைக்காமலுமில்லை. ஒரு முறை, ஒரு வயதான மனிதனின் சுருக்கம் நிறைந்த முகத்தில் எதையோ படிக்க முடியுமா என்று அந்தப் பெண் முயன்றாள். அந்த மனிதன் ஒரு நகைக்கடைக்காரன் என்பது பிறகுதான் தெரிய வந்தது. ஆனால் அவன் முகத்தில் தெரிந்த அர்த்தம் மிகவும் புராதானமானதாகவும், தேங்கிப்போனதாகவும் அவளுக்குப் பட்டது. அவனுடைய நெற்றியில் நிறைந்திருந்த சுருக்கங்களிலும், விழிகளுக்குக் கீழே பைகளாய் மடிந்திருந்த தோலில் தென்பட்ட எழுத்துகளின் திடத்திலும் படிப்பதற்கென்று எவ்வளவோ இருந்தன. என்ற போதிலும், அவை மூடப்பட்டுவிட்ட புத்தகத்தின் பல்லவிகளாக, எந்நாளும் மீண்டும் மீண்டும் ஒரே விதத்தில் ஒலித்துக்கொண்டிருக்கும் சங்கதிகளாக, நிகழ்கால உலகின் மீது எவ்வித ஒளியையும் பாய்ச்சும் திறனற்றவைகளாக இருந்தன. பிறகு இன்னொரு மனிதன் கிடைத்தான். இவன் ஒரு கணக்காளன். இன்றைய உலகைச் சுட்டும் எழுத்துகள் நிறைந்த புதிராய் இவனுடைய கவலை மிகுந்த நெற்றி தோன்றியது. மேக மூட்டம் மிகுந்த ஒரு காலைப்பொழுதில், உருப்பெருக்கப்பட்ட இவனுடைய உணர்ச்சிக் கொந்தளிக்கும் முகத்தை ஓரளவு ஆர்வத்தோடு ஆராய்ந்து கொண்டிருக்கையில், அன்று காலை நாளிதழில் வெளியாகியிருந்த ஒரு பெரிய புகைப்படத்தை அந்தப் பெண் நம் புகைப்படக்காரரிடம் காட்டினாள். இரண்டு கோடியை வங்கியிலிருந்து கறந்துவிட்ட மனிதன் என்று அந்தப் புகைப்படத்துக்கு மேல் தலைப்பிடப்பட்டிருந்தது. முரட்டு மீசை வைத்த இரண்டு காவலர்களுக்கிடையில் நின்றபடி, சலனமற்று புகைப்படக் கருவியைப் பார்த்துக்கொண்டிருந்தான் அவன். அவனுடைய தோற்றத்தில் சிறிதளவு பதற்றமும் தென்படவில்லை. சட்டத்துக்குப் புறம்பான குற்றமிழைத்ததின் உணர்ச்சிப் பரபரப்பு குன்றிய நிலையில், அவன் முகம் மருதாணிக் கறையிட்ட, இறைக்கு நேர்ந்துவிட்ட இளமறியின் முகத்தைப் போல் எந்தவொரு பாவத்தையும் வெளிப்படுத்தாததாக இருந்தது.

அங்கு குழுமியிருந்தோர் அனைவரும் ஒருவருக்கொருவர் கிசுகிசுத்தும், வியப்பில் புருவங்களை உயர்த்தியும், அந்தக் காதல் கதை உண்மையில் அந்தப் பெண்மணிக்கும் புகைப்படக்காரருக்கும் இடையில்தான் நடந்திருக்க வேண்டுமென்றும் அதற்குள்ளாகவே முடிவு கட்டிவிட்டனர். ஆனால், தன்னுடைய கதையை அந்தப் புகைப்படக்காரர் முடிக்கும் தருணத்தில் ஒரு புது நாயகன் தோன்றியிருந்தான். வேனிற்காலத்தின் ஒரு இனிய காலைப் பொழுதில், கும்பல் நெரியும் ஓர் இரவு விடுதியின் மேஜையொன்றில் எடுத்த புகைப்படத்தை அவளிடம் புகைப்படக்காரர் காட்டிக்கொண்டிருந்தபொழுது, ஓய்ந்துபோன பார்வைகளுக்கிடையே பளபளக்கும் ஒரு முகத்தை அவள் கண்டாள். இந்தப் பதினோரு ஆண்டுகளாக, தான் மேற்கொண்டிருந்த தேடல் வீணாகிவிடவில்லை என்பதை அவள் உடனே உணர்ந்துகொண்டாள். அன்று மாலையே அந்தப் புகைப்படக்காரர் அதே விடுதிக்குச் சென்றார். எவ்வளவுக்கு எளிமையாகவும், தெளிவாகவும் இருந்ததோ அவ்வளவுக்குத் தூய்மையான செய்தியை அந்தப் பெண்ணால் படிக்க முடிந்த அந்த அபாரமான

இளம் முகத்தை அங்கே அதிகச் சிரமமின்றி அவரால் விதவிதமாகப் புகைப்படம் எடுக்க முடிந்தது. இதற்கு அர்த்தம், காதல்தான். அந்த இளைஞனின் தெளிவான, விகல்பமற்ற முகத்தில் படிக்கக் கிடைத்த வாக்கியம் (துருக்கியில்) சமீப காலத்தில் அறிமுகமாகியிருந்த லத்தீன் மொழி அகரவரிசையில் எழுதப்பட்டிருந்த போதிலும், அந்தப் பெண்ணால் அதில் நான்கு புதிய எழுத்துகளைத் துல்லியமாகப் படிக்க முடிந்திருந்தது. புகைப்படக்காரரால் இந்த இளைஞனிடம் எதையும் பார்க்க முடியவில்லை என்பது அவளுக்கு நம்பவியலாததாகத் தோன்றியது. (அவனுக்கு முப்பத்து மூன்று வயதென்றும், கராக்யும்யூர்க் பகுதியில் இருக்கும் ஒரு சிறிய கடையில் கைக்கடிகாரங்களைப் பழுது நீக்கிக் கொண்டிருந்தவனென்றும் அவர்கள் பிறகு கண்டுபிடித்தார்கள்). இந்த முகம் எதையுமே சொல்லவில்லையென்றால், அந்தப் புகைப்படக்காரர் உண்மையில் பார்வையற்றவரே. அதன்பின் வந்த நாட்களை, திருமணத் தரகர்களிடம் முதன்முதலாகப் போகும் திருமணப் பெண் போல் அவள் பதற்றத்துடன் கழித்தாள். தன் இதயம் சுக்கலாகிவிடப் போகிறதென்று தொடக்கத்திலிருந்தே அறிந்துவைத்திருக்கும் காதலியைப் போல் அவள் பெருமூச்செறிந்தவாறிருந்தாள். அதையும் மீறி, நம்பிக்கையின் மிக மெல்லிய கீற்று தென்பட்டாலும், வருங்கால மகிழ்ச்சியைப் பற்றிய விரிவான விவரணைகளைக் கற்பனை செய்தபடி இருப்பாள். அந்த வாரத்தின் இறுதியில், அந்தப் புகைப்படக்காரர் அனைத்து விதமான தந்திரங்களையும் பயன்படுத்தி தன் வேட்டைப் பொருளைப் பத்திரப்படுத்தி வைப்பதற்குள், அந்தப் பெண்ணுடைய வீட்டின் ஒவ்வொரு சுவரையும் இளம் கைக்கடிகாரப் பழுதுநீக்கியின் புகைப்படங்கள் நிறைத்திருந்தன.

அதன்பிறகு ஓரிரவில், முன்பிருந்ததைக் காட்டிலும் அதிக விவரணைகள் கொண்ட நெருக்கமான கோணப் புகைப்படங்களைப் புகைப்படக்காரர் எப்படியோ சமாளித்து எடுத்தார். ஆனால், அதற்கப்புறம் அந்த இரவு விடுதியை விட்டுச்சென்ற தேவமுகம் கொண்ட அந்தக் கைக்கடிகாரப் பழுதுநீக்கி மீண்டும் அங்கே தலைகாட்டவேயில்லை. அந்தப் பெண்மணி ஆடிப் போய்விட்டாள். கராக்யும்யூர்க் சென்று அவனை எப்படியாவது பார்த்து வருமாறு புகைப்படக்காரரை அனுப்பி வைத்தாள். ஆனால், கைக்கடிகாரம் பழுதுநீக்கும் கடையில் அவனைப் பார்க்க முடியவில்லை. அவன் வசித்து வந்ததாகக் கூறப்பட்ட அண்டைப்பகுதிக்குச் சென்று தேடியபோது அவன் தந்திருந்த முகவரியிலும் அவன் காணப்படவில்லை. ஒரு வாரத்துக்குப் பிறகு மீண்டும் அந்த புகைப்படக்காரர் அங்கே சென்ற பொழுது, “கடனேதுமில்லாத நிறுவனம்” என்ற அடைமொழியோடு அந்தக் கடை விற்பனைக்கு வந்திருந்தது. அவனுடைய வீடும் காலியாகியிருந்தது. “பணத்துக்காக இல்லாமல், அன்பிற்காக' என்ற ரீதியில் புகைப்படக்காரர் தொடர்ந்து அந்தப் பெண்ணிற்குப் புகைப்படங்களைக் கொடுத்துக்கொண்டே இருந்தார். ஆனால் அவற்றின் மீது அவள் ஆர்வம் காட்டவில்லை. அந்த கைக்கடிகாரப் பழுதுநீக்கியின் முகத்தைத் தவிர வேறெந்த சுவாரஸ்யமான முகமும் அவளுக்குச் செய்தி எதையும் கூறவில்லை. அந்த ஆண்டு இலையுதிர்காலம் வழக்கத்தைக் காட்டிலும் சீக்கிரமாகவே வந்துவிட்டது. வழக்கமாகக் காற்றடிக்கும் ஒரு காலைப்பொழுதில் சுவாரஸ்யமான ஒரு ‘மாதிரியை' எடுத்துக்கொண்டு புகைப்படக்காரர் அந்தப் பெண்ணின் வீட்டிற்குச் சென்றார். ஆனால், அந்தப் பெண் வேறொரு முகவரிக்கு இடம் பெயர்ந்து சென்றுவிட்டதாகவும், அந்த இடத்தைத் தெரிவிக்கும் உரிமை

தனக்கில்லையென்றும், அலட்டல் மிகுந்த வாயிற்காப்போன் அவரிடம் கூறினான். ஆக, இதுதான் அந்தக் கதையின் முடிவென்று தனக்குத்தானே துயரோடு சமாதானப்படுத்திக்கொண்டதாகப் புகைப்படக்காரர் கூறினார். தன்னுடைய நினைவுகளிலிருந்து மீள் கட்டுமானம் செய்துகொள்ளும் கதையின் தொடக்கமாகவும் அது இருக்கக்கூடுமென்றும் அவர் நினைத்துக் கொண்டார்.

ஆனால், இந்தக் கதையின் உண்மையான முடிவு பல ஆண்டுகளுக்குப் பின்னரே ஒரு செய்தித்தாளைப் படித்துக்கொண்டிருந்தபோது அவருக்குத் தெரிய வந்தது. அதில் கீழ்கண்ட தலைப்பு காணப்பட்டது: *அவன் முகத்தின் மீது அவள் நைட்ரிக் அமிலத்தை வீசினாள்.* தன் காதலன் முகத்தில் நைட்ரிக் அமிலத்தை வீசிய அந்தப் பொறாமைக்காரக் காதலியின் பெயரும் ஸிஷ்லியில் இருந்த பெண்மணியின் பெயரும் ஒன்றல்ல. அவளுடைய சாயல் எந்த விதத்திலும் ஸிஷ்லிப் பெண்ணின் சாயலோடு ஒத்துப் போகவில்லை. இருவரும் ஒரே வயதை ஒத்தவர்களும் இல்லை. நைட்ரிக் அமிலத்தைக்கொண்டு அந்தக் காதலி சிதைத்திருந்த கணவனின் முகம் கைக்கடிகாரப் பழுதுநீக்கியின் முகம் அல்ல. மாறாக, அந்தச் செய்திக் குறிப்பின் அடியில் பிரசுரிக்கப்பட்டிருந்த ஒரு சிறிய அனடோலிய நகரில் இருக்கும் அரசு வழக்குரைஞரின் முகம் அது. அந்தப் பெண்மணியைப் பற்றியோ அல்லது அவளுடைய அழகான கடிகாரப் பழுதுநீக்கியைப் பற்றியோ அந்தப் புகைப்படக்காரர் நினைவில் பதிந்திருந்த எந்த ஒரு விவரணையோடும் அந்தச் செய்தித்தாள் குறிப்பு ஒத்துப் போகவில்லை. ஆனால், நைட்ரிக் அமிலம் எனும் சொல்லைப் பார்த்த கணத்தில் அவர்கள் இத்தனை ஆண்டுகளாக இணைந்திருந்த 'தன்னுடைய தம்பதியர்'தான் என்பதை புகைப்படக்காரர் உளப்பூர்வமாகப் புரிந்துகொண்டார். தாங்கள் ஓடிப் போகவும், இந்தப் புகைப்படக்காரரைப் போன்றே மனத்தாங்கல் கொண்டு தங்களுக்கிடையில் பிரச்சினை உருவாக்கக்கூடிய பல்வேறு நபர்களிடமிருந்தும் தப்பிப்பதற்காகவுமே அவர்கள் இந்த உபாயத்தைக் கையாண்டிருக்கிறார்கள்.

தன்னுடைய கதையைக் கேட்டுக்கொண்டிருக்கும் அயல்நாட்டுப் பத்திரிகையாளர்களின் எண்ணங்களைக் கணிக்க அந்தப் புகைப்படக் காரர் சற்று நிதானித்தார். தன்னுடைய கதையை அவர்கள் அங்கீகரித் திருக்கிறார்கள் என்பதையும், அது சுவாரஸ்யமாக இருக்கிறதென்று அவர்கள் நினைக்கிறார்கள் என்பதையும் கணித்த பிறகு, ஏதோ ஒரு ராணுவ ரகசியத்தைப் பகிர்ந்துகொள்பவரைப் போன்ற தொனியில், இறுதியாக ஒரு விவரத்தைச் சொல்லித் தன்னுடைய வெற்றிக்கு அவர் மகுடம் சூட்டிக்கொண்டார். இதே சிதைந்த முகத்தின் புகைப்படம் (மீண்டும் பல ஆண்டுகள் கடந்து) அதே கீழ்த்தரமான பத்திரிகையில் வெளியானபோது, நீண்ட காலம் இழுபறியாக இருந்த மத்திய கிழக்குப் போரின் இறுதி பலி என்ற யூகத்தின் அடிப்படையில் அந்தத் தலைப்பு இப்படியாக இருந்தது: *ஆக, முடிவில் எல்லாம் காதலுக்காகவே என்று சொல்கிறார்கள்.*

இதைத் தொடர்ந்து, அந்தப் புகைப்படக்காரர் புகைப்படம் எடுக்கையில் அங்கே குழுமியிருந்தவர்கள் அனைவரும் புன்னகை சிந்தினார்கள். அவர்களுள் ஒரு சில பத்திரிகையாளர்களையும், விளம்பர நிர்வாகிகளையும் காலிப் தெரிந்துவைத்திருந்தான். ஒரு வழுக்கைத் தலை

ஆசாமி கொஞ்சம் பரிச்சயமானவராகத் தோன்றினார். மேஜையின் கோடியில் அயல்நாட்டவர்கள் ஒருவரோடொருவர் நெருக்கியடித்துக் கொண்டு அமர்ந்திருந்தார்கள். எதேச்சையாக வாய்த்திருந்த நெருக்கத்தை அவர்கள் அனைவருமே விரும்பி ரசித்துக்கொண்டிருந்ததைப் போல் தோன்றியது. ஏதோ ஒரு சிறு விபத்துக்குப் பிறகு, மாலைப் பொழுதைக் கழிக்க ஒரே கிராமப்புற விடுதியில் தங்க நேர்ந்துவிட்ட வழிப்போக்கர்களைப் போல் அவர்கள் அனைவருமே ஒரே விதமான ஒட்டுதல் உணர்வைப் பகிர்ந்துகொண்டார்கள். கூடவே, ஒருவரைப் பற்றி மற்றொருவர் மேலும் அதிகமாகத் தெரிந்துகொள்ள வேண்டும் என்ற ஆர்வமும் அவர்களிடம் காணப்பட்டது.

நடிகை துர்க்கன் சொரே மதுக்கூட மங்கையாக நடித்திருந்த காதலிக்கும் உரிமம் என்ற திரைப்படத்தை இங்கேதான் படமாக்கியிருக்க வேண்டும். இந்தத் தீர்மானத்துக்குக் காலிப் இப்பொழுது வந்திருந்தான். அங்கேயிருந்த மூத்த பணியாளைக் கூப்பிட்டுத் தன்னுடைய யூகம் உண்மைதானா என்று விசாரித்தான். உணவு மேஜையின் முன் குழுமியிருந்தோர் அனைவரும் இப்பொழுது அந்தப் பணியாளைப் பார்க்கத் தொடங்கினர். அந்த மாலைப்பொழுதில் அந்த மேஜையில் குழுமியிருந்தோரின் கதைகளைத் தற்செயலாகக் கேட்க நேர்ந்ததின் விளைவோ என்னவோ, அந்தப் பணியாள் இப்பொழுது தன்னுடைய சொந்தச் சிறுகதையொன்றை சொல்ல ஆரம்பித்தான்.

இல்லை. காலிப் குறிப்பிட்டிருந்த அந்தத் திரைப்படத்தைப் பற்றியது அல்ல அந்தக் கதை. மாறாக, அந்த உணவகத்தில் படமாக்கப்பட்டிருந்த இன்னொரு திரைப்படத்தைப் பற்றியது. கனவு என்ற பெயர் கொண்ட திரையரங்கில் அந்தப் படம் வெளியிடப்பட்ட முதல் வாரத்தில் அவன் பதினான்கு முறை பார்த்திருந்தான். அந்தத் திரைப்படத் தயாரிப்பாளரும், அதில் தலைமைப் பாத்திரமேற்று நடித்திருந்த நடிகையும் கேட்டுக்கொண்டதற்கிணங்க அவன் ஒரு சில காட்சிகளில் தலை காட்டியிருந்தான். அவர்களின் வேண்டுகோளுக்கு அவன் அகமகிழ்ந்தே சம்மதித்திருந்தான். இரண்டு மாதங்களுக்குப் பிறகு அந்தப் படம் முடிந்த கையோடு அதைப் பார்க்கப் போனான். அவன் நடித்திருந்த காட்சிகளில் அவனுடைய முகத்தையும் கைகளையும் தன்னுடையவைதானென்று அவனால் அடையாளம் கண்டுகொள்ள முடிந்தது. ஆனால், வேறொரு கோணத்திலிருந்து அவனைப் படமாக்கியிருந்த மற்றொரு காட்சியில் அவனுக்கு மிகச் சுவையான அதிர்ச்சி காத்திருந்தது. அவனுடைய முதுகு, தோள்கள், கழுத்து ஆகியவை உண்மையில் அவனுடையதாக இருக்கவில்லை. அதே போல்தான் அவனுடைய குரலும். அதுவுமேகூட வேறொருவருக்குச் சொந்தமானதாக இருந்தது. அதை விடச் சுவையான விஷயம் என்னவென்றால், பிற்பாடு பல்வேறு திரைப்படங்களிலும் அவன் கேட்க நேர்ந்த நபரின் குரல்தான் அது. ஆனால், அவனுடைய நண்பர்களிலும், உறவினர்களிலும் ஒருவர்கூட இந்தக் குழப்பமேற்படுத்தும், முதுகுத்தண்டைச் சிலிர்க்க வைக்கும் கனவையொத்த பதிலிகள் மீது அதிக ஆர்வம் காட்டவில்லை. இந்தத் தந்திரக் காட்சிகளை அவர்கள் கண்டு கொள்ளவுமில்லை. போதாக்குறைக்கு, ஒரு நபரின் அடையாளத்தை இன்னொரு நபர் தத்தெடுத்துக்கொள்வது எவ்வளவு எளிதான செயல் என்பதையே அவர்கள் கணக்கில் கொள்ளவில்லை. ஒரு நபர் இன்னொரு

நபராக எப்படி எளிதில் அடையாளம் மாறிவிடலாம் என்பதையே அவர்கள் கவனத்தில் கொண்டிருக்கவில்லை.

பெயோக்ளூ பகுதியிலிருக்கும் திரையரங்குகள் வேனிற்காலத்தில் இரண்டு திரைப்படங்களைத் திரையிடும் என்பதும், அவ்வாறு திரையிடப் படும் படங்கள் பெரும்பான்மையும் பழையனவாகவே இருக்குமென்பதும் அந்தப் பணியாளின் கதையை கவனித்துக்கொண்டிருந்தவர்களுக்குத் தெரிந்துதான் இருந்தது. தன்னை மீண்டும் ஒரு முறை திரையில் பார்த்துக் கொள்ள வாய்ப்புக் கிடைக்குமென்ற நப்பாசையோடு ஆண்டுக்கணக்காக அந்தப் பணியாள் வாழ்ந்துகொண்டிருந்தான். தான் இளமையோடிருந்த காலத்தில் எப்படி இருந்தோம் என்று நினைவுபடுத்திக்கொள்வதற்காக அல்ல. மாறாக, ஒரு புதிய வாழ்வைத் தொடங்கும் கனவே அவனிடம் மேலோங்கியிருந்தது.

அவனுடைய நண்பர்களும் உறவினர்களும் ‘அந்த வெளிப்படையான காரணத்தை’ப் புரிந்துகொள்ளத் தவறிவிட்டார்கள் என்றபோதிலும், அன்றிரவு அங்கே குழுமியிருந்த சிறப்பு மிக்க விருந்தினர்கள் அப்படியிருக்க மாட்டார்கள் என்றே உறுதியாக நம்பினான்.

தங்கள் பேச்சு காதில் விழும் தொலைவுக்கு அப்பால் அந்தப் பணியாள் அகன்றவுடன் “அந்த வெளிப்படையான காரணம்” என்னவாக இருக்கக்கூடுமென்று அனுமானிப்பதில் சிறப்பு விருந்தினர்கள் நீண்ட நேரத்தைக் கழித்தார்கள். அது மோகமாகத்தான் இருக்க வேண்டுமென்று அவர்களுள் பெரும்பாலோர் தீர்மானமாகக் கருதினார்கள். அந்தப் பணியாள் தன் மீதே கொண்டுவிட்ட சுயமோகம். அல்லது தன்னையே தான் காண நேர்ந்துவிட்ட ஓர் உலகின் மீது ஏற்பட்டுவிட்ட மோகம். அதுவுமில்லாவிட்டால், திரைப்படக்கலை மீது கொண்டுவிட்ட மோகம். ஆனால், அவர்கள் அனைவரின் அனுமானங்களுக்கும் மதுக்கூட மங்கை முற்றுப்புள்ளி வைத்தாள். (தான் கேள்விப்பட்டிருந்த வகையில் எந்தவொரு மற்போர் வீரரைப் போலவும்) அந்தப பணியாள் ஒரு தன்பா[illegible] [illegible]ப்புக் கொண்டவன். கண்ணாடி முன் நின்று சுய இன்பத்தில் ஈடுபட்டிருக்கும் தருணங்களிலும், உணவு மேஜையை சுத்தம் செய்யும் சிறுவர்களைச் சமையல்கட்டில் வன்புணர்ச்சி செய்த சமயங்களிலும் அவன் சிக்கிக் கொண்டிருக்கிறான்.

காலிப் லேசாக நினைவு வைத்திருந்த அந்த வழுக்கைத் தலையர், நம்முடைய “தேசிய விளையாட்டுக்கு” எதிராக “ஆதாரமற்ற குற்றச்சாட்டுகளை”ச் சுமத்துவதாக மதுக்கூட மங்கைக்கு எதிராக சர்ச்சை புரிந்துகொண்டிருந்தார். த்ரேஸ் பகுதியில் குடியிருந்த காலத்தில் அவர் பல முன்னணி மற்போர் வீரர்களின் வாழ்க்கையைப் பற்றித் தெரிந்து வைத்திருந்தார். இந்த அசாதாரண மனிதர்கள் முன்னுதாரணமான குடும்ப வாழ்க்கையை மேற்கொண்டிருந்தவர்கள் என்று அவர் அடித்துப் பேசினார். உதாரணங்களைக் காட்ட பெரும் பட்டியலையே அவர் எடுத்துவிட்டுக் கொண்டிருக்கையில், காலிப்பின் பக்கமாகச் சாய்ந்து இந்த மனிதர் யாரென்று இஸ்கந்தர் அவனுக்கு விளக்கிக்கொண்டிருந்தான். பேரா பலாஸ் விடுதியின் வரவேற்பறையில் அந்த நபரை இஸ்கந்தர் பார்த்திருந்தான். அந்த நேரத்தில்தான் அந்த ஆங்கிலத் திரைப்படக் குழுவுக்கு நேர்காணல்களை ஏற்பாடு செய்துகொடுக்க அவன் நாயாய்

அலைந்துகொண்டிருந்தான். அதிலும், எப்பாடுபட்டாவது ஜெலாலைக் கண்டுபிடித்துவிட வேண்டுமென்று. ஆம். காலிப்பைத் தொலைபேசியில் தொடர்புகொண்ட அந்த மாலைப்பொழுதில்தான் இந்தக் கிழட்டு வழுக்கைத் தலையரை அவன் பார்த்திருக்க வேண்டும். அவருக்குமே கூட ஜெலாலைத் தெரியுமென்று இஸ்கந்தரிடம் சொல்லியிருந்தார். ஏதோ சொந்தப் பிரச்சினைக்காக அவரும் ஜெலாலைப் பார்க்க வேண்டும் என்றுதான் தேடிக்கொண்டிருக்கிறார். அதனால்தான் இருவருமாக இணைந்திருக்கத் தீர்மானித்திருக்கிறார்கள். பிறகு கடந்த நாட்களில் அவரை இஸ்கந்தர் ஒரு சில முறைகள் பார்க்க நேர்ந்தது. அவர் மிகவும் உபயோகமான நபராக இருந்தார். ஜெலாலைத் தேடிக் கண்டுபிடிப்பதில் மட்டும் என்றில்லை. அவருக்கிருந்த பெரும் நண்பர் குழாமினால், வேறு சில சில்லறை விஷயங்களிலும்கூட. அவர் பணியிலிருந்து ஓய்வு பெற்ற ராணுவ அதிகாரியென்று தெரியவந்தது. அவர் தெரிந்து வைத்திருந்த சொற்ப ஆங்கிலச் சொற்களைப் பயன்படுத்த இதை ஒரு வாய்ப்பாகப் பார்த்தார். அதை அவர் வெகுவாக ரசிக்கவும் செய்தார். நேரம் நிறைய இருப்பதால் பயனுள்ள வகையில் இயங்க விரும்பும் ஓய்வூதியதாரர்களுள் அவரும் ஒருவர். உண்மையாகவே, மக்கள் மகிழ்ச்சியாக இருக்க வேண்டும் என்பதே அவருடைய அவாவாக இருந்தது. இஸ்தான்புல் நகரின் மூலை முடுக்கையெல்லாம் அவர் அறிந்துவைத்திருந்தார். த்ரேஸ் பகுதியின் மற்போர் வீரர்களைப் பற்றிய குறிப்பை அங்கே குழுமியிருந்தோர்களிடம் எடுத்துச்சொன்ன பிறகு, தன்னுடைய சொந்தக் கதையை அவர் விவரிக்கத் தொடங்கினார். ஆனால், அது ஒரு விதமான புதிராக இருந்தது.

ஒரு சூரிய கிரகணத்தின்போது ஆட்டு மந்தையொன்று தானாகவே கிராமத்துக்குத் திரும்பி வந்துவிடுகிறது. அவைகளைப் பட்டியில் அடைத்து விட்டு, வீடு திரும்பும் இடையன் தன்னுடைய அன்பிற்கினிய மனைவி அவளுடைய காதலனோடு படுக்கையில் சுகித்துக்கொண்டிருப்பதைப் பார்க்கிறான். கண நேரத் தயக்கத்துக்குப் பிறகு அவன் கத்தியை எடுத்து இருவரையும் கொன்றுவிடுகிறான். பிறகு, சரணடைந்து, நீதிபதியின் முன்பாக நிற்கும்பொழுது தன்னைத் தற்காத்துக்கொள்ள அவன் முன்வைக்கும் வாதம் மிக எளிமையானது. தான் பார்த்தபோது, காதலனோடு படுக்கையில் சுகித்துக்கொண்டிருந்த பெண் தன்னுடைய மனைவியில்லை. தான் இதுவரை பார்த்தேயிராத வேறொருத்தி. இத்தனை ஆண்டுகள் தன் வாழ்வைப் பகிர்ந்துகொண்ட ஒருத்தி, தான் அறிந்திருந்த, நம்பிக்கை வைத்திருந்த ஒரு பெண் நிச்சயமாக இப்படியோர் பாதகத்தைத் தனக்குச் செய்திருக்கவே மாட்டாள். எனவே, படுக்கையில் இருந்த பெண்ணும் அவளல்ல. தானும் அப்பொழுது "தானேயல்ல". சாதாரண சந்தர்ப்பங்களில் இப்படிப்பட்ட அதிர வைக்கும் அடையாள மாறுபாடுகள் கேள்விப்பட்டிராதவையாகவே இருக்கக்கூடும். ஆனால், இது ஒரு சாதாரண நாளில்லை. அன்று சூரிய கிரகணம் நிகழ்ந்திருக்கிறது. தன்னுடைய உடலை ஆக்கிரமித்துக்கொண்ட அந்த இன்னொரு நபர் இழைத்துவிட்ட குற்றத்திற்கான பொறுப்பை ஏற்றுக்கொள்ள அந்த இடையன் தயாராக இருந்தான். தான் கொன்றுவிட்ட அந்த ஜோடியை, தன்னுடைய வீட்டிற்குள் புகுந்து, தன்னுடைய படுக்கையை வெட்கமின்றிப் பயன்படுத்திக்கொண்டிருந்த கயவர்கள் என்ற ரீதியில் பார்க்க வேண்டுமென்று இடையன் வாதிட்டான். தன்னுடைய

தண்டனைக் காலம் முடிந்த கையோடு – அது எவ்வளவு காலமாக இருந்தாலும் சரி – அந்தச் சூரிய கிரகணத்திற்கு அப்புறமாகத் தான் பார்க்க வாய்ப்பின்றிப் போய்விட்ட தன்னுடைய மனைவியை அவன் தேடப்போகிறான். அவளைக் கண்டுபிடித்துவிட்டால் தொலைந்து போன தன்னுடைய சுயத்தைக் கண்டெடுக்க நிச்சயம் அவள் உதவுவாள் என்று அவன் நம்பினான். இப்படியோர் வழக்கில் அந்த இடையனுக்கு நீதிபதி என்ன தண்டனை வழங்கினார்?

அவரவர் மனத்துக்குப் பட்ட மாதிரியெல்லாம் ஏனையோர் கர்னலுக்கு பதில்களைச் சொல்லிக்கொண்டிருக்கும்பொழுது இந்தக் கதையைத் தான் ஏற்கெனவே கேட்டிருப்பது போல் காலிப்புக்குத் தோன்றியது. அல்லது எதிலோ படித்திருக்கலாம். ஆனால் எப்பொழுது, எங்கே என்று காலிப்பினால் நினைவுக்குக் கொண்டு வர முடியவில்லை. அந்த நேரம் பார்த்துக் குளியலறையிலிருந்து புகைப்படக்காரர் மீண்டும் கொண்டு வந்த புகைப்படங்களுள் ஒன்றை வெறித்துக்கொண்டிருந்தபோது சட்டென்று பொறி தட்டியது. சட்டென்று மறைந்துவிட்ட அந்தக் கணப்பொழுதில், இந்த வழுக்கைத்தலைக் கிழவரையும் எங்கே பார்த்திருக்கிறானென்று அவனுக்கு நினைவுக்கு வந்துவிட்டது. ஒரே நொடியில் இந்த நபர் யாரென்று தன்னால் கூறிவிட முடியுமென்று காலிப் நினைத்துக்கொண்டான். அந்தப் புகைப்படக்காரருடைய கதையில் வந்த முகங்களைப் போல் படிக்கக் கடினமான முகம்தான் அவருடையதும். என்றாலும், நான் அந்த மறைபொருளை வெளிப்படுத்தி விடுவேன் என்று காலிப் நினைத்துக்கொண்டான். தான் பேசுவதற்கான முறை வந்ததும் அந்த இடையனை மன்னிப்பதைத் தவிர வேறு வழியேதும் நீதிபதிக்கு இல்லையென்று காலிப் சொன்னான். அப்பொழுது அந்த ஓய்வுபெற்ற கர்னலைப் பற்றிய ரகசியத்தின் சாவி அவருடைய முகம் முழுக்க எழுதி ஒட்டப்பட்டிருந்ததை அவன் பார்த்தான். கதையைச் சொல்லத் தொடங்கும்பொழுது ஒரு நபராகவும், அதை முடிக்கும் நேரத்தில் முற்றாய் வேறொரு நபராகவும் அவர் ஆகிவிட்டிருநததைப் போல் தோன்றியது. அந்தக் கதையைச் சொல்லிக்கொண்டிருக்கும் நேரத்தில் அவருக்கு என்னதான் ஆனது? கதையிலிருந்த எந்த அம்சம் அவரை இப்படி மாற்றிவிட்டது?

தான் கதை சொல்வதற்கான முறை வந்தவுடன் தனிமையில் வாடும் ஒரு முதுபெரும் பத்தி எழுத்தாளர் தன்னிடம் சொல்லியிருந்த காதல் கதையைத் தேர்ந்தெடுத்து காலிப் விவரிக்கத் தொடங்கினான். அந்தப் பத்தியெழுத்தாளரும் இன்னொரு பத்தி எழுத்தாளரிடமிருந்துதான் அந்தக் கதையைக் கேட்டுத் தெரிந்துகொண்டதாக அவனிடம் கூறியிருந்தார்.

பேப்இஅலி எனப்படும் அரசு அலுவலகப் பகுதியில் அமைந்திருக்கும் செய்தித்தாள் அலுவலகங்களிலேயே உட்கார்ந்துகொண்டு, அயல்நாட்டுப் பத்திரிகைகளை மொழிபெயர்த்துக்கொண்டும், மிகச் சமீப காலத்தில் வெளிவந்திருக்கும் திரைப்படங்கள், அரங்கேற்றம் கண்டிருக்கும் நாடகங்கள் ஆகியவற்றைப் பற்றிய விமர்சனங்களை எழுதிக்கொண்டுமே முழு வாழ்நாளையும் அந்த முதுபெரும் பத்திரிகையாளர் கழித்திருந்தார். அவர் திருமணமே செய்துகொள்ளவில்லை. பெண்களைக் காட்டிலும் பெண்களுக்கான உடைகளிலும், ஆபரணங்களிலுமே அவர் அதிக ஆர்வம்

காட்டினார். திருமணமே செய்துகொள்ளாமல் பெயோக்ளு பகுதியின் கொல்லைப்புறத் தெருக்கள் ஒன்றினில் இரண்டு படுக்கையறைகள் கொண்ட ஒரு குடியிருப்பில் அவர் தனியே வசித்துவந்தார். அவரைக் காட்டிலும் மூத்ததாகவும், தனிமையுணர்வோடும் தெரிந்த ஒரு கருங்கோட்டுப் பெட்டைப் பூனைதான் அவருடைய ஒரே துணையாக இருந்தது. மார்ஸல் ப்ரூஸ்ட் அவருடைய இழந்த காலத்தைத் தேடி எனும் படைப்பை வாசிக்கத் தூண்டியதுதான் அவருடைய அமைதியான வாழ்க்கையில் நிகழ்ந்த ஒரே அதிர்வு. அந்த நூலின் முடிவை எட்டிய பிறகு மீண்டும் தொடக்கத்துக்கே சென்று இறுதிவரை வாசித்த அந்த முதுபெரும் பத்திரிகையாளர் மீதமுள்ள தன்னுடைய வாழ்நாள் முழுக்கவும் அந்தப் படைப்பையே மீண்டும் மீண்டும் வாசித்துக்கொண்டிருந்தார்.

இந்த நூலின் மீது அந்த முதுபெரும் பத்திரிகையாளருக்கு அபாரமான மோகம் இருந்தது. தான் சந்தித்த ஒவ்வொருவரிடமும் ஆரம்பத்தில் இந்தப் புத்தகத்தைப் பற்றியே பேசிக்கொண்டிருந்தார். ஆனால் அதன் மூலமொழியான ஃபிரெஞ்சு மொழியில் அதைப் படித்துச் சுவைக்க ஒருவர்கூடத் தயாராக இல்லையென்பதை அவர் புரிந்துகொண்டார். தன்னுடைய ஆர்வமிகு உணர்வுகளைப் பகிர்ந்து கொள்ள அவருக்கு யாரும் கிட்டவில்லை. எனவே அவர் தனக்குள் தானே மூழ்கிப் போனார். அந்த நூலை அவர் எவ்வளவு தடவை படித்திருப்பாரென்பது ஆண்டவனுக்குத்தான் வெளிச்சம். அந்தக் கதையைக் காட்சிக்குக் காட்சி தனக்குத்தானே சொல்லிப் பார்த்துக்கொள்ளத் தொடங்கினார். ஏதேனும் ஒரு விஷயத்துக்காக நாள் முழுக்கவும் அவர் ஆதங்கப்பட்டிருந்தாலோ, நாசூக்கற்ற, சுரணையே இல்லாத, பேராசை மிகுந்த, அநாகரிகமான, பண்பு கெட்ட மனிதர்களின் முரட்டுத்தனத்தையோ குரூரத்தையோ அவர் எதிர்கொண்டிருந்தாலோ, 'இதைப் பற்றி யாருக்கு அக்கறை? எப்படியிருந்தாலும், நான் உண்மையில் இங்கேயே இல்லை" என்று தன்னைத்தானே அவர் தேற்றிக்கொள்வதுண்டு. நான் வீட்டிலே இருக்கிறேன். பக்கத்து அறையில் உறங்கிக்கொண்டிருக்கும் ஆல்பர்ட்டீனைப் பற்றிய கனவுகளில் ஆழ்ந்துபோய். இன்னும் ஒரு நொடியில் ஒருவழியாக அவள் கண் மலரும்பொழுது என்ன செய்வாளோ என்பதைப் பற்றிய கனவுகளில் அமிழ்ந்துபோய் வீட்டிற்குள் அவள் சுற்றிச் சுற்றி வரும்பொழுது அவளுடைய இனிய காலடியோசையைச் செவிமடுக்கிறேன். எனக்கு மிகவும் சந்தோஷமாக இருக்கிறது. ப்ரூஸ்ட்டின் கதை சொல்லியைப் போல் நகரின் தெருக்களில் வலம் வருகையில் அல்பர்ட்டீன் எனும் பெயர் கொண்ட ஒரு பெண்ணைப் பற்றிய கனவுகளில் அவர் லயித்திருப்பார். அதீத அழகும் இளமையும் வாய்த்திருக்கும் அவளைப் போன்ற பெண்ணொருத்தியைத் தான் அறிமுகம் செய்து கொள்வதே கூட தன்னுடைய சக்திக்கு அப்பாற்பட்ட கனவென்று அவர் ஒரு காலத்தில் நினைத்திருந்தார். அப்படிப்பட்ட பெண் தனக்காக வீட்டில் காத்துக்கொண்டிருப்பதாக அவர் கற்பனை செய்துகொள்வார். காத்திருக்கும் நேரத்தில் அவள் என்னவெல்லாம் செய்துகொண்டிருப்பாள் எனும் கற்பனையிலும் கிறங்கிக் கிடப்பார். போதுமான உஷ்ணத்தை ஒரு நாளும் வெளிப்படுத்திவிடாத கணப்பு ஒன்றிருக்கும் அவருடைய குடியிருப்புக்கு மீண்ட பிறகு, அல்பர்ட்டீன் தன்னைவிட்டு நீங்கிவிடுவதை ப்ரூஸ்ட் விவரிக்கின்ற நாவலின் மற்றொரு பாகத்தின் பக்கங்களைச் சோகமாக அவர் தன் நினைவுக்குக்கொண்டு

வருவார். தானும் அல்பர்ட்டீனும் அங்கே அமர்ந்து சிரித்துப் பேசி, காஃபியருந்தி மகிழ்ந்திருந்த தருணங்களை நினைத்துக்கொண்டிருக்கும் வேளையில், அந்த இல்லத்தின் நிராதரவான குளிர் தன் எலும்புக்குள் ஊடுருவுவது அவருக்கு உறைக்கும். அவள் வருகை தரும் ஒவ்வொரு சந்தர்ப்பத்திலும் அழைப்பு மணியை அடிப்பேனென்று அவள் அடம் பிடிப்பதைப் பொறாமையின் துடிப்பிற்குத் தான் அடிக்கொருதரம் பலியாகி விடுவதை எனப் பலவாறாக அவர் கற்பனையில் திளைத்திருப்பார். தாங்கள் இருவருமாக இணைந்து வெனிஸ் நகருக்குச் சென்றுவந்த பயணத்தின் நினைவுகளை ஏதேதோ மாயங்கள் செய்து ஒவ்வொன்றாக அவர் மீட்டெடுப்பார். முதலில் தன்னைப் ப்ரூஸ்ட்டாகக் கற்பனை செய்துகொண்டு பிறகு, அவருடைய ஆசைநாயகி அல்பர்ட்டீனாகத் தன்னை பாவித்துக்கொண்டு, வேதனையும் மகிழ்ச்சியும் மாறி மாறித் தாக்க, தாரை தாரையாய்க் கண்களில் நீர் வழிந்து முகமெங்கும் பரவ அவர் அமர்ந்திருப்பார்.

ஞாயிற்றுக்கிழமை காலை வேளையில் தன்னுடைய பெட்டைப் பூனையோடு குடியிருப்பில் அமர்ந்திருக்கும் நேரங்களில், பத்திரிகைகளில் வெளியாகியிருக்கும் கதைகளின் கீழ்த்தரத்தைப் பார்த்து வெகுண்டோ அல்லது அடுத்தவர் விஷயங்களை மோப்பம் பிடிக்கும் அண்டை வீட்டுக்காரர்கள், பதவிசாக இல்லாத தூரத்து உறவினர்கள், மரியாதை தெரியாத குழந்தைகள் ஆகியோரின் சீண்டல்களைச் சினந்தோ, தன்னுடைய பழைய மேஜையின் இழுப்பறைகள் ஒன்றினுள் ஏதோ ஒரு மோதிரத்தைக் கண்டுவிட்டதாகப் பாவனை செய்துகொள்வார். பணிப்பெண் ஃப்ரான்ச்வாஸ்தான் அந்த மோதிரத்தைக் கருங்காலி மரத்தாலான மேஜையின் இழுப்பறையிலிருந்து கண்டெடுத்தாளென்று தனக்குத்தானே சொல்லிக்கொள்வார். அது அல்பர்ட்டீனுடையதென்றும், அதை அவள் மறந்துவிட்டுச் சென்றுவிட்டாளென்றும் கற்பனை செய்து கொண்டு தன்னுடைய கற்பனைப் பணிப்பெண்ணிடம் திரும்பி, “இல்லை, ஃப்ரான்ச்வாஸ்,” – என்று தன்னுடைய பெட்டைபூனையின் காதுகளில் விழும் அளவுக்கு இரைந்து –“அந்த மோதிரத்தை அல்பர்ட்டீன் மறந்து வைத்துவிட்டுப் போகவில்லை. அதைத் திருப்பி அவளுக்குக் கொடுத்தனுப்பவும் வேண்டியிருக்காது. ஏனென்றால் வெகு சீக்கிரமே அவள் இந்த வீட்டிலேயே வந்திருக்கப் போகிறாள்” என்று சொல்வார்.

ஏனென்றால், இங்கே யாருக்குமே அல்பர்ட்டீன் யாரென்று, அவ்வளவு ஏன், ப்ரூஸ்ட்டேகூட யாரென்று தெரியாது. இந்த நாடு இப்படியோர் இழிநிலையில்தான் இருக்கிறதென்றோ அல்லது இதைப் போன்ற வேறெதையோ சொல்லிக்கொண்டோதான் தன்னைத்தானே அவர் சமாதானப்படுத்திக்கொண்டார். ஆனால், என்றோ ஒரு நாள், அல்பர்ட்டீனையும் ப்ரூஸ்ட்டையும் புரிந்துகொள்ளும் வகையான மக்களை இந்த நாடு உருவாக்குமென்றால், ஆம் அப்படியானதொரு காலகட்டத்தில் தான் பார்க்க நேரும், தெருக்களில் திரிந்துகொண்டிருக்கும் முரட்டு மீசை ஆசாமிகள் ஒருவேளை மேலான வாழ்க்கையை அனுபவிக்க வாய்க்கலாம். அப்படியானதோர் காலகட்டத்தில், மனத்தில் பொறாமை மூண்ட மறு நொடியில் ஒருவரையொருவர் கத்தியால் குத்திக்கொள்ளும் வழக்கத்தை அவர்கள் கைவிடுவார்களாக இருக்கும். அதற்குப் பதிலாக,

அப்படியோர் காலகட்டத்தில், வாழ்வைக் காட்டிலும் வண்ணமயமாக விளங்கும் கனவுகளில் தங்களுடைய காதலியரைக் கவர்ந்திழுத்துக் களிப்பதில் அவர்கள் மூழ்கிப் போகலாம். நன்கு படித்தவர்கள் என்று சொல்லிக்கொண்டு பத்திரிகைகளில் எழுத்தாளர்களாகவும், மொழிபெயர்ப்பாளர்களாகவும் பணிபுரிந்துகொண்டிருப்பவர்கள் எல்லோரும் இவ்வளவு கொடூரமானவர்களாகவும், மூடர்களாகவும் இருப்பதற்குக் காரணம், இந்த முதுபெரும் பத்திரிகையாளர் ப்ரூஸ்ட்டை வாசிப்பவர் என்பதையோ –சொல்லப்போனால், அவரேதான் ப்ரூஸ்ட்டும் அவரேதான் அல்பர்ட்டீனும் என்பதையோ – அறியாததால்தான்.

தானே ப்ரூஸ்ட் என்று நம்பத் தலைப்படும் அளவுக்கு அந்த முதுபெரும் பத்திரிகையாளர் ப்ரூஸ்ட்டின் கதைநாயகனோடு தன்னை வெகுவாக அடையாளப்படுத்திக்கொண்டதல்ல இந்தக் கதையின் முக்கியமான அம்சம். மாறாக, வேறு யாரும் படிக்காத மேலை நாட்டு எழுத்தாளர்களைப் படிக்கும் எல்லாத் துருக்கியர்களையும் போலவே ப்ரூஸ்ட்டின் எழுத்தை நேசிப்பதில் தொடங்கி, தானே அதை எழுதிவிட்டதாகவும் அவர் நம்பத் தலைப்பட்டதுதான் விசேஷம். காலப்போக்கில், தன்னைச் சுற்றியிருந்தவர்களை அவர் வெறுத்ததற்குக் காரணம் தான் நேசித்த ஒரு நூலை அவர்கள் வாசித்திருக்கவில்லை என்பதனால் அல்ல. மாறாக, தான் எழுதியிருக்கும் நூலை அவர்களில் யாருமே எழுதியிருக்க முடியாது என்பதனால்தான். எனவே, இந்தக் கதையில் உண்மையில் குறிப்பிட்டுச் சொல்லும்படியான அம்சம், அந்த முதுபெரும் பத்திரிகையாளர் தன்னைப் ப்ரூஸ்ட்டாகவும், அல்பர்ட்டீனாகவும் பாவித்துக்கொண்டு பல ஆண்டுகளைக் கழித்தார் என்பதல்ல. மாறாக, எல்லோரிடத்திலிருந்தும் ஆண்டுக் கணக்கில் இந்த ரகசியத்தைக் கட்டிக்காத்துவிட்டு, இன்னொரு பத்தி எழுத்தாளரிடம் இதை வெளிப்படுத்தியதுதான்.

அவருடைய இதயத்தில் அந்த இளம் பத்தி எழுத்தாளனுக்கு பிரத்யேகமான இடத்தைக் கொடுத்திருந்த காரணத்தால் அவர் ஒரு வேளை அப்படிச் செய்திருக்கலாம். ப்ரூஸ்ட்டையும், அழகிய அல்பெர்ட்டீனையும் அவருக்கு நினைவூட்டும் ஏதோ ஒரு அம்சம் அந்தப் பையனிடம் இருந்திருக்கலாம். அவனுடைய மேலுதட்டில் அரும்பத் தொடங்கியிருந்த மீசையோ அல்லது அவனுடைய வலுவான, செவ்வியல் மரபிலான உடலமைப்போ, கவர்ச்சிகரமான இடுப்போ, நீண்ட கண்ணிமைகளோ, எதுவோ ஒன்று. ப்ரூஸ்ட்டைப் போலவும், அல்பர்ட்டீனைப் போலவும், சற்றுக் கருத்த மேனியோடு, அதிக உயரமில்லாதவனாக, மிருதுவான, பட்டுப் போன்ற, ஒரு பாகிஸ்தானியனைப் போன்ற ஒளிரும் நிறத்துடன் அவன் இருந்திருக்கலாம். ஆனால் சாயலில் ஒத்துப்போன அம்சங்கள் இவ்வளவுதான். ஏனென்றால், அந்த அழகிய இளம் பத்தி எழுத்தாள னுக்கு ஐரோப்பிய இலக்கியத்தின் மீதிருந்த ஆர்வம் பால் தி காக்[1] மற்றும் பிட்டிகெரெலி[2] வரைதான் நீண்டிருந்தது. முதுபெரும் பத்தி

1. பால் தி காக்: (1793 –1871) பாரிஸில் வாழ்ந்திருந்த ஃப்ரெஞ்சு நாவலாசிரியர். பாரிஸ் நகரின் வாழ்க்கைச் சித்திரிப்புகளுக்காக உள்நாட்டைவிட அயல்நாடுகளில் அதிகம் பிரபலமாகியிருந்தவர்.

2. பிட்டிகெரெலி: டீனோ ஸெக்ரே எனும் இத்தாலிய எழுத்தாளரின் புனைபெயர். இவருடைய கொகெய்ன் என்ற பிரபலமான நாவல் போதை மருந்தைப் பற்றியும், பாலுறவைப் பற்றியும் தேவைக்கதிகமாக விவரிக்கிறதென்று கத்தோலிக்க தேவாலயம் தடைசெய்திருந்தது.

எழுத்தாளருடைய கதையைக் கேட்ட மாத்திரத்தில் முதலில் அவனுக்குச் சிரிப்பாகத்தான் இருந்தது. பிறகு, இந்த சுவாரஸ்யமான கதையை ஏதோ ஒரு பத்திக் கட்டுரையில் என்றோ ஒருநாள் தான் பயன்படுத்திக் கொள்வதாக அந்த இளம் பத்திக் கட்டுரையாளன் சொன்னான்.

தான் தவறு செய்துவிட்டதைப் புரிந்துகொண்ட முதுபெரும் பத்திரிகையாளர் தான் சொல்லியிருந்த எல்லாவற்றையும் மறந்துவிடுமாறு அந்த இளம் பத்தி எழுத்தாளனிடம் வேண்டிக்கொண்டார். ஆனால். அது காதிலேயே விழாததைப் போல் பாசாங்கு செய்த இளம் பத்தி எழுத்தாளன் தொடர்ந்து சிரித்தபடி இருந்தான். அன்றிரவு வீடு திரும்பிய அந்த முதியவர் தன்னுடைய வாழ்க்கை சிதைந்துபோய்விட்டதை ஒரே நொடியில் புரிந்துகொண்டார். இனி மேற்கொண்டு, அந்த வெறுமையான வீட்டில் ப்ரூஸ்ட்டின் பொறாமைக் கொந்தளிப்புகளையோ அல்லது அல்பர்ட்டீனோடு தான் கழித்திருந்த இன்பமான பொழுதுகளையோ அசை போட்டபடி உட்கார்ந்துகொண்டிருப்பது இயலாது. அல்லது தான் மட்டுமே அவள் மீது கொண்டிருந்த அசாதாரணமான வசியப்படுத்தும் காதலைப் புரிந்துகொள்ள வேண்டிய அல்பர்ட்டீன், இந்த இஸ்தான்புல் நகரம் முழுக்க வேறு யாருமே இந்த அளவுக்குக் காதல் வயப்பட்டிருக்க மாட்டார்கள் என்பதை, இந்தக் காதல் மட்டுமே அவருக்குப் பெருமிதம் தரும் ஆதார சக்தியென்பதைப் புரிந்துகொள்ள வேண்டிய அல்பர்ட்டீன் இப்பொழுது எங்கே இருப்பாளென்று வியந்தபடி உட்கார்ந்து கொண்டிருப்பதும் இயலாது. வெகு விரைவில் ஆயிர, பல்லாயிரக் கணக்கான சுரணையற்ற வாசகர்கள் படித்துக் களிக்கப்போகும் கேளிக்கைப் பொருளாகத் தன்னுடைய தூய்மையான உன்னதக் காதல் சீரழியப் போகிறதென்று நினைக்கவே அவருக்குக் கசந்தது. இத்தனை ஆண்டுக் காலமாகத் தான் வழிபட்டு வந்த பெண் அல்பெர்ட்டீனை யாரோ வன்புணர்வு செய்ய இருக்கிறார்களென்று கேள்விப்பட்டதைப் போல் அவா பதைத்துப் போனார். பிரதமர் தங்களை எவ்வாறு ஏமாற்றி மோசடி செய்தார் என்பதைத் தெரிந்துகொள்ளவோ அல்லது சமீப காலத்தில் வானொலியில் என்னென்ன பிழைகளைச் செய்திருக்கிறார்கள் என்று தெரிந்துகொள்ளவோ மட்டுமே செய்தித்தாள்களைப் புரட்டுகின்ற இந்த மூளையற்ற பேர்வழிகள், பிறகு மீனைப் பொதிந்து வைக்கவோ இல்லையென்றால், குப்பைக் கூடைகளின் விளிம்புகளில் மடித்து வைக்கவோதான் இந்தச் செய்தித்தாள்களைப் பயன்படுத்தப் போகிறார்கள். ஓ, எப்படிப்பட்ட பொறாமைத் துயரைத் தன்னுடைய மனத்தில் இந்த அன்பிற்கினிய அல்பர்ட்டீன் உண்டாக்கியிருக்கிறாள். மனம் உடைந்த மனிதனாக விட்டுச் சென்றிருக்கிறாள். பால்பெக்[3] நகரில் மிதிவண்டியின் மீது ஆரோகணிக்கும் தருணத்தில் முதன்முதலாக அவளைப் பார்க்க நேர்ந்த பொழுதிலிருந்து அவருடைய கனவுகளில் எந்நேரமும் மிளிர்ந்து கொண்டிருப்பவள். அவளுடைய பெயர் ஒரு கீழ்த்தரமான செய்திப் பத்திரிகையில் வெளிவரக்கூடும் எனும் நினைப்பே அவரைச் சாகத் தூண்டியது.

இந்தச் சிந்தனைதான் அந்தப் பூனை மயிர் மேலுதட்டில் அரும்பிக் கொண்டிருக்கும், பட்டு மேனிகொண்ட இளம் பத்தி எழுத்தாளனைத்

---

3. பால்பெக்: ஆன்ட்டி லெபனான் மலைத்தொடரின் அடிவாரத்தில் அமைந்திருக்கும் ஒரு நகரம்.

தொலைபேசியில் அழைத்துப் பேசும் தெம்பையும், மன உறுதியையும் அந்த முதுபெரும் பத்திரிகையாளருக்குக் கொடுத்தது. "தான், தான் மட்டுமே" தன்னுடைய தனித்துவம் மிக்க அழியாக் காதலுக்கும், தன்னுடைய மானுட அல்லல்களுக்கும், தன்னுடைய நிராதரவான எல்லையற்ற பொறாமைக்கும், நியாயம் கற்பிக்க முடியுமென்று கூறி, ப்ரூஸ்ட்டைப் பற்றியோ அல்பர்ட்டீனைப் பற்றியோ ஒரு பத்திக் கட்டுரையிலோ, வேறெங்குமோ தவறிக்கூட எழுதிவிட வேண்டாமென்று அவர் கெஞ்சிக் கேட்டுக்கொண்டார். மேலும், 'நீயுமேகூட ப்ரூஸ்ட்டின் நூலை ஒரு போதும் படித்ததில்லை என்பதையும் குறிப்பாக மனத்தில்கொள்ள வேண்டும்!" என்று சொல்லிவிட்டார். "யாருடைய புத்தகம்?" என்றான் அந்த இளம் பத்தி எழுத்தாளன். "என்ன புத்தகம் அது? ஏன் அதைப் பற்றி எழுதக் கூடாதென்கிறீர்கள்?" அந்த மூத்த சக எழுத்தாளருடைய காதலைப் பற்றி அந்த இளம் பத்தி எழுத்தாளன் அதற்குள்ளாகவே மறந்து விட்டிருந்தான். அந்த முதியவர் தன்னுடைய கதையை ஆதியோடந்தமாக அவரிடம் மீண்டும் விவரித்தார். மீண்டும் அந்த இளம் பத்தி எழுத்தாளன் சிரிப்புடனே அந்தக் கதையை எதிர்கொண்டான். ஆம், ஆம், இதை அவன் எழுதப்போகிறான், உண்மையாகவே எழுதத்தான் போகிறான் என்று உறுதி செய்தான். அதை எழுத வேண்டுமென்றுதான் அந்த மூத்த பத்தி எழுத்தாளர் விரும்பினாரோ என்றுகூட அந்த இளம் பத்தி எழுத்தாளன் ஒருவேளை நினைத்துக்கொண்டிருக்கலாம்.

எனவே, அவன் அதை எழுதியேவிட்டான். பத்திக் கட்டுரை என்பதைக் காட்டிலும், அது ஒரு கதையாகவே உருப்பெற்றிருந்தது. இந்தக் கதையில் உங்களுக்குச் சொல்லப்பட்டிருந்த அதே விவரணைகளுடன் அந்தக் கட்டுரை மூத்த எழுத்தாளரைப் பற்றி எழுதப்பட்டிருந்தது. 'மேலை நாட்டு நாவல் நாயகனோடு காதல் வயப்பட்டுவிட்ட வயோதிக இஸ்தான்புல்லர். தானேதான் அந்த நாயகன் என்று உறுதியாய் நம்பிக் கொள்ளும் அளவுக்குப் போய்விட்டவர். அந்த நாவலின் ஆசிரியரும் தானேதான் என்று நம்பத் தலைப்பட்டவர்.' இந்தப் பத்திக் கட்டுரையில் வரும் முதுபெரும் பத்திரிகையாளரும்கூட, இந்தக் கதையின் அசல் பத்திரிகையாளரைப் போலவே ஒரு பெட்டைப் பூனையை வைத்திருந்தார். தன்னுடைய கதை கேலிக்குரியதாக ஆகிவிடுவதைப் பார்த்து, இந்தப் பத்திக் கட்டுரையில் வரும் முதுபெரும் எழுத்தாளரும் கலங்கிப் போகிறார். அந்தக் கதைக்குள் வரும் கதைக்குள்ளும், ப்ரூஸ்ட்டின் பெயரையும் அல்பர்ட்டீனின் பெயரையும் செய்தித்தாளில் பார்த்தவுடன் முதுபெரும் எழுத்தாளர் செத்துப்போய்விடலாமா என்று நினைக்கிறார். தன்னுடைய வாழ்வின் இறுதிக்கட்ட, மகிழ்ச்சி பறிபோன இரவுகளின்போது அனுபவித்த கொடுங்கனாக்களில் ப்ரூஸ்ட்களும் அல்பர்ட்டீன்களும், முதிய பத்திரிகையாளர்களும் முடிவே இல்லாமல் ஒருவர் மாற்றி இன்னொருவர் என்று திரும்பத் திரும்ப வந்துபோகக் காண்கிறார் அந்தப் பத்திக் கட்டுரையில் வரும் முதுபெரும் பத்திரிகையாளர். அதே போல் ஆழமறியவியலாத கேணியென, கதைகள், அவற்றுக்குள் கதைகள், அந்தக் கதைகளுக்குள்ளும் கதைகளென்று கனவு காண்கிறார். நள்ளிரவில் விழித்துக்கொண்ட அந்த முதுபெரும் பத்திரிகையாளர் தன்னுடைய காதல்மாயமாகிவிட்டதை உணர்கிறார். தன்னுடைய காதலியைப் பற்றிய கனவுகளில் தொடர்ந்து அவரால் இன்பம் துய்க்க முடியாமல்

போகிறது. இப்படியொரு பெண் இருக்கிறாள் என்பதைக்கூட வேறு யாரும் அறியாதிருக்கும் நிலையைக் கொண்டுதான் இந்தப் பத்திக் கட்டுரையில் வரும் முதுபெரும் எழுத்தாளரின் கனவுகள் கட்டியெழுப்பப்பட்டிருந்தன. இந்தப் பத்திக் கட்டுரை வெளியாகிய மூன்று நாட்களுக்குப் பிறகு, வீட்டுக் கதவையுடைத்துப் பார்த்தவர்கள், அந்த அசல் முதுபெரும் பத்தி எழுத்தாளர் போதுமான அளவுக்குச் சூட்டை வெளிப்படுத்தியேயிராத கணப்பிலிருந்து வெளியேறிய புகையால் மூச்சுத் திணறி தூக்கத்திலேயே அமைதியாய் உயிர் நீத்திருந்ததைக் கண்டனர். அவரது பூனை இரண்டு நாட்களாக உணவேதும் உண்டிராமல் இருந்த நிலையிலும், தன்னுடைய எஜமானரைச் சாப்பிடும் அளவுக்குத் துணிச்சலின்றி இருந்தது.

சோகமானதாக இருந்த போதிலும், தான் கூறிய இந்தக் கதையும் ஏனைய கதைகளைப் போலவே கதை கேட்பவர்களை ஒருங்கிணைத்து விட்டது போல் காலிப்புக்குத் தோன்றியது. பார்க்க முடியாதபடி மறைவாக இருந்த வானொலிப்பெட்டியிலிருந்து இசை மிதந்து வர, கொஞ்சம் பேர் – அயல்நாட்டுப் பத்திரிகையாளர்கள் ஒரு சிலர் உட்பட – மதுக்கூட மங்கையருடன் நடனமாட எழுந்து நின்றனர். அந்த இரவு விடுதி மூடப்படும் வரை அவர்கள் நடனமாடிக்கொண்டும், நகைச்சுவையாகப் பேசிக்கொண்டும், சிரித்துக்கொண்டும் களித்திருந்தனர்.

16

நான் நானாகவே இருக்க வேண்டும்

நீங்கள் உற்சாகமானவராகவோ, சோகமானவராகவோ, ஏக்கவுணர்வு மிக்கவராகவோ, சிந்தனாவாதியாகவோ, பண்பானவராகவோ தோன்ற வேண்டுமென்றால் உங்களுடைய ஒவ்வொரு அசைவிலும் அதற்கான பாவனைகளை வெளிப்படுத்திவிட்டால் போதுமானது.

– சாதுர்யப் பேர்வழி திருவாளர் ரிப்லே எனும் நாவலில் பெட்ரிஷியா ஹைஸ்மித்,

இருபத்தியாறு ஆண்டுகளுக்கு முன்பாக, ஒரு குளிர்கால இரவில் எனக்கு நேர்ந்த ஓர் இயல்புநிலை கடந்த அனுபவத்தைப் பற்றி இந்தக் கட்டுரைப் பகுதியில் ஏற்கெனவே நான் எழுதியிருக்கிறேன். பதினோரு அல்லது பனிரெண்டு வருடங்களுக்கு முந்தையது அந்தக் கட்டுரை என நினைக்கிறேன். இதைக் காட்டிலும் துல்லியமாக என்னால் கணக்கிட்டுச் சொல்ல முடியவில்லை (என்னுடைய நினைவுத்திறன் என்னைக் கைவிட்டு விடுவதால் என்னுடைய ரகசிய ஆவணக்காப்பகத்தை நான் இனியும் தொடர்ந்து பயன்படுத்த முடியாமல் போவது என்னவொரு துரதிர்ஷ்டம்). எது எப்படியோ, அந்த விஷயத்தைப் பற்றி விரிவாக எழுதிய பிறகு எனக்கு வாசகர் கடிதங்கள் வந்து குவிந்தன. வழக்கமாக நான் எழுதும் விஷயங்களிலிருந்து விலகிச் சென்றுவிட்டதால் அவர்களுடைய எதிர்பார்ப்புக்கு ஏற்ப அந்தக் கட்டுரை அமையவில்லையென்ற கோபத்தை வாசகர்கள் பலரும் வெளிப்படுத்தியிருந்தார்கள். எப்பொழுதும் போல் நான் ஏன் தேசிய முக்கியத்துவம் வாய்ந்த விஷயங்களைப் பற்றி எழுதவில்லை? எப்பொழுதும் போல் இஸ்தான்புல் நகரின் மழைக்காலத் தெருக்களைப் பற்றி நான் ஏன் எழுதுவதில்லை? இது போன்ற, மனத்துக்கு இதமான குறை கூறும் கடிதக் கடலிலிருந்து ஒரு வாசகரின் கடிதம் மட்டும் தனித்துத் தெரிந்தது. “வேறொரு முக்கியமான விஷயத்தைப் பற்றி” நாங்கள் ஓர் ஒப்பந்தத்தில் இருப்பதை ‘மோப்பம்’ பிடித்திருந்த

அந்த வாசகர், நாங்கள் இருவரும் நிச்சயமாக உடன்படக் கூடிய மிக 'ஆழமான", "தனித்துவம் மிக்க" விஷயங்களைப் பற்றி விவாதிப்பதற்காகக் கூடிய விரைவில் என்னை வந்து பார்த்துச் செல்வதாகக் கூறியிருந்தார்.

தான் ஒரு முடிதிருத்துநர் என்றும் அவர் அந்தக் கடிதத்தில் குறிப்பிட்டிருந்தார் (இது சற்றே விசித்திரமானதாக எனக்குப்பட்டது). ஆனால் ஒரு பிற்பகல் வேளையில் நிஜமாகவே அவர் என்னைப் பார்க்க வந்து நின்றபோது அவரை நான் கிட்டத்தட்ட மறந்தே போயிருந்தேன். குறிப்பிட்ட காலக்கெடுவுக்குள் கட்டுரைகளை முடித்துத் தரும் அவசரத்தில் நாங்கள் இயங்கிக்கொண்டிருந்தோம். சொற்களின் எண்ணிக்கையைக் கட்டுக்குள் கொண்டுவரப் போராடிக்கொண்டிருந்த நேரம் அது. அவரைப் பார்த்துப் பேச உண்மையிலேயே எனக்கு நேரம் இல்லை. மேலும், மணிக்கணக்காகத் தன்னுடைய பிரச்சினைகளைப் பேசிக்கொண்டு, அவருக்குரிய இடத்தை என்னுடைய பத்திக் கட்டுரையில் நான் ஏன் அளிக்கவில்லை என்று நச்சரித்தவாறு அவர் உட்கார்ந்திருக்கப் போவதை என்னால் யூகிக்க முடிந்தது. எனவே, அவரைத் தவிர்த்து விடுவதற்காக இன்னொரு சமயம் வரச் சொல்லிக் கேட்டுக்கொண்டேன். தான் வரப்போவதாக முன்கூட்டியே எனக்கு எழுதியிருந்ததை அவர் எனக்கு நினைவூட்டினார். மேலும், "இன்னொரு முறை வந்து போக" அவருக்கு எப்படிப் பார்த்தாலும் நேரம் அமையாதாம். நான் உட்காராமல் நின்று கொண்டே இருக்க, அவர் என்னிடம் இரண்டு கேள்விகள் மட்டுமே கேட்கப்போவதாகவும், நான் உடனடியாக அவற்றுக்குப் பதிலளித்து விட முடியுமென்றும் உறுதியான தொனியில் கூறினார். நேரடியாக அவர் விஷயத்துக்கு வந்த வேகத்தைப் பார்த்து அசந்துபோய்ச் சுற்றி வளைக்காமல் அந்த இரண்டு கேள்விகளையும் கேட்கும்படி அவரைக் கேட்டுக்கொண்டேன்.

"நீங்கள் நீங்களாகவே இருப்பதில் உங்களுக்குப் பிரச்சினை ஏதும் இருக்கிறதா?"

விநோதமாக, வேடிக்கையாக, பிறகு பேசிச் சிரித்து மகிழக் கூடிய ஏதோ ஒரு சம்பவம் நடக்கப்போகிறதென்ற எதிர்பார்ப்பில் என் மேஜையைச் சுற்றி ஒரு சிறு கூட்டம் கூடிவிட்டது. எனக்கு உதவியாளர்களாகச் சேர்த்துக்கொண்டிருக்கும் இளம் பத்திரிகையாளர்கள் நான்கைந்து பேர் மற்றும், நகைச்சுவையான பேச்சுக்காகவே நேசிக்கப்படும் பருந்த, இரைந்து பேசியே பழகிவிட்ட, கால்பந்து விளையாட்டைப் பற்றி எழுதும் நிருபர். எனவே, அந்தக் கேள்விக்குப் பதிலாக அவர்கள் என்னிடம் எதை எதிர்பார்த்தார்களோ அதை நான் சொன்னேன். எனக்குத் தெரிந்த "சாதுர்யமான" நகைச்சுவைத் துணுக்கை அவரிடம் சொன்னேன். அந்த பதிலைத்தான் என்னிடமிருந்து எதிர்பார்த்ததைப் போல, நான் சொன்ன நகைச்சுவைத் துணுக்கை அந்த முடிதிருத்துநர் மிகவும் உன்னிப்பாகக் கவனித்துக்கொண்டிருந்தார். பிறகு தன்னுடைய இரண்டாவது கேள்வியை வீசினார்.

"எந்த ஒரு மனிதனுக்காவது தானாக மட்டுமே இருக்க வழியுண்டா?"

தன்னுடைய ஆர்வத்தைத் தீர்த்துக்கொள்வதற்கென்று கேட்காமல், வேறொருவரின் சார்பாக இந்தக் கேள்வியை அவர் வீசுகிறாரோ என்று

சந்தேகிக்கும் வண்ணம் அவர் கேட்டார். இந்தக் கேள்வியை அவர் மனனம் செய்துகொண்டு வந்திருக்கிறாரென்பது தெள்ளத் தெளிவாகத் தெரிந்தது. நான் முதலில் கூறிய நகைச்சுவைத் துணுக்கைக் கேட்டு எழுந்திருந்த சிரிப்பலையே காற்றில் இன்னும் கரையாதிருந்தது. பெரும் கேளிக்கையை எதிர்பார்த்து வேறு சிலரும் கூட்டத்தில் இணைந்திருந்தார்கள். எனவே, "தானாக மட்டுமே ஒரு மனிதன் இருப்பதற்கான" தேவையைப் பற்றி தத்துவார்த்த சொற்பொழிவாற்றுவதைக் காட்டிலும் பார்வையாளர்கள் வாய்பிளந்து எதிர்பார்த்துக்கொண்டிருக்கும் இரண்டாவது நகைச்சுவைத் துணுக்கையும் சொல்லி அந்த முடிதிருத்துநர் வாயடைக்கச் செய்வதுதானே இயல்பான காரியமாக இருக்கும்? அது போக, இன்னொரு நகைச்சுவைத் துணுக்கைச் சொன்னால், முதலாவதோடு சேர்ந்து நான் இல்லாத சமயங்களில் மக்கள் சொல்லிச் சிரிப்பதற்குகந்த கதையாக இந்தச் சிறு சம்பவத்தை அது மாற்றிவிடும் என்று நான் நினைத்தேன். அந்த இரண்டாவது நகைச்சுவைத் துணுக்கையும் சொன்னவுடன் (துரதிர்ஷ்டவசமாக, அது என்னவென்று இப்பொழுது நினைவில் இல்லை) அந்த முடிதிருத்துநர் "எனக்கு அப்பவே தெரியும்" என்று ஆனந்தக் களிப்போடு கூவினார். பிறகு இடத்தைக் காலி செய்தார்

இரு பொருள்படும் சிலேடையில் இரண்டாவது அர்த்தம் சற்றே நயமற்றதாகவும் தரம் தாழ்த்துவதாகவும் இருந்தாலொழிய நம் நாட்டினர் அதை ரசிப்பதில்லை. எனவே இந்த முடிதிருத்துநரை நான் புண்படுத்தி யிருப்பேனோ என்று அதிகம் கவலைப்பட்டுக் கொண்டிருக்கவில்லை. ஒரு பொதுக் கழிப்பறையில் என்னைப் பார்க்க நேரும் உணர்ச்சிவசப்பட்ட வாசகர் யாராவது தன்னுடைய காற்சராயினைச் சரி செய்தபடியே என்னை அணுகி, எனக்குக் கடவுள் நம்பிக்கை இருக்கிறதா என்றோ அல்லது வாழ்க்கையின் அர்த்தம் என்னவென்றோ கேட்டால் அவருக்குப் பதிலளிக்க எவ்வளவு நேரம் ஒதுக்குவேனோ அதே அளவுக்கு இந்த முடிதிருத்துநருக்கு ஒதுக்கினேன் என்று நினைத்துக்கொள்ளும் அளவுக்கு அலட்சியமாகக்கூட இருந்தேன்.

ஆனால், காலம் செல்லச் செல்ல... இந்த முடிவுறாத வாக்கியத்தைப் படிக்கும் எந்த வாசகரும் என்னுடைய செருக்குக்காக நான் வருத்தம் கொண்டிருக்கிறேன் என்பதைச் சந்தேகத்துக்கிடமின்றி இந்நேரம் புரிந்துகொண்டிருப்பார்கள். ஏனென்றால், அந்த முடிதிருத்துநர் நம்முடைய காலத்துக்கான ஆகப் பெரும் கேள்வியை எழுப்பியிருக்கிறார். கொடுங்கனாக்களைக் காண வைக்கும் அளவுக்கு, நடுச்சாமத்திலே விழிப்புத் தட்ட வைக்கும் அளவுக்கு, என்னுடைய குற்றவுணர்வு என்னை வாட்டி வதைத்தது என்று நான் சொல்வேனோ என்றுகூடக் கொஞ்சம் பேர் எதிர்பார்க்கலாம். ஆனால், அப்படிப்பட்ட வாசகர்கள் நான் யார் என்பதை இன்னமும் முழுதாகப் புரிந்துகொள்ளாதவர்களே. அந்தச் சம்பவத்திற்குப் பிறகு அந்த முடிதிருத்துநரைப் பற்றி நான் நினைக்கவேயில்லை – ஒரே ஒரு முறை தவிர. அந்த ஒரு முறையும்கூட நான் வேறெதையோதான் சிந்தித்துக்கொண்டிருந்தேன். அவரைச் சந்திப்பதற்கு முன்பாக, உண்மையில் பல ஆண்டுகளுக்கு முன்பாக, மனத்தில் உதித்திருந்த ஒரு சிந்தனையின் தொடர்ச்சியே அது. தொடக்கத்தில் அதை ஓர் எண்ணம் என்றுகூடச் சொல்ல முடியாததாகவே இருந்தது. குழந்தைப் பருவத்திலிருந்தே மனத்தில் அவ்வப்போது தலைகாட்டியபடியிருந்த ஒரு

பல்லவியென்று வேண்டுமானால் அதைச் சொல்லலாம். என் காதில் ஒலித்துக்கொண்டிருக்கும் பல்லவி. இல்லையில்லை. என் மனத்தில் என்னுடைய ஆன்மாவின் அடியாழத்திலிருந்து திடீரென்று எம்பி மீண்டும் மீண்டும் அதே சொற்களை ரீங்கரித்துக்கொண்டிருக்கும் ஒரு பல்லவி. நான் நானாக இருக்கவேண்டும், நான் நானாக இருக்கவேண்டும், நான் நானாக இருக்கவேண்டும்.

உறவினர்களும், பணி நிமித்தமான "நண்பர்களும்" சூழ்ந்திருந்த ஒரு பகல் பொழுதுக்குப் பிறகு, நள்ளிரவில் என்னுடைய இன்னொரு அறையில் போடப்பட்டிருந்த பழைய கைவைத்த சாய்வு நாற்காலியில் அமர்ந்தபடி, எதிரேயிருந்த முக்காலியின் மீது கால்களை நீட்டி ஒரு சிகரெட்டைப் பற்ற வைத்துக்கொண்டு கூரையை வெறித்தவாறிருந்தேன். அன்று பகல் முழுவதும் நான் பார்த்துப் பேசியிருந்த மனிதர்கள் எல்லோரும் தலைக்குள் ரீங்கரித்துக்கொண்டிருந்தார்கள். அவர்களுடைய பேச்சு, அவர்களுடைய சின்னச் சின்ன இரைச்சல்கள், முடிவற்ற ஓடையாய் அவர்களிடமிருந்து வந்த எண்ணற்ற கோரிக்கைகள் என யாவும் ஒரே சந்தடியாய்க் கூட்டிணைந்து, அருவருப்பான ஆயாசம்கொள்ள வைக்கும் தலைவலியாய்க் காதுகளை இரையாக்கித் தின்றுகொண்டிருந்தது. இன்னும் சரியாகச் சொல்வதென்றால் மெல்ல மெல்லப் பழிதீர்க்கும் பல் வலியாய்க் காதை அடைத்துக்கொண்டிருந்தது. ஓர் "எண்ணம்" என்று சொல்ல முடியாதபடிக்கு மீண்டும் மீண்டும் மனத்தில் தலைதூக்கிக்கொண்டிருந்த அந்தப் பல்லவியை இந்தத் தருணத்தில்தான் நான் முதன்முதலாகக் கேட்க நேர்ந்தது. என் காதில் ஒலித்துக்கொண்டிருந்த நாராசத்துக்கு அது ஒரு மாதிரியான – என்னவென்று சொல்வது? – எசப்பாட்டைப் போல் இருந்தது. இந்தப் பித்துப் பிடித்த கும்பலிடமிருந்து என்னைக் காத்து, என்னுடைய ஆன்மாவின் குரலுக்கு, எனக்கே எனக்கான நிச்சலனத்துக்கு, எனதே எனதான சந்தோஷத்துக்கு, ஏன், என்னுடைய சொந்த வாசனையை நுகர்ந்து பார்க்கக்கூட, என்னை மீட்டழைத்துச் செல்லும் பாதையை எனக்குக் காட்டுவதாக அந்த எசப்பாட்டு உறுதி கூறியது. நீ நீயாகவே இரு, நீ நீயாகவே இரு, நீ நீயாகவே இரு.

ஆக, இந்தப் பித்துப் பிடித்த கும்பலிடமிருந்து விலகி வாழ்வதென்பது – ஒவ்வொருவரையும் (ஆசிரியர்கள், அரசியல்வாதிகள், வெள்ளிக்கிழமை மத போதனைகளில் இஸ்லாமிய மதகுருக்கள், என்னுடைய அத்தை, சித்தி, பெரியம்மாக்கள், என்னுடைய தந்தை, என்னுடைய மாமா, சித்தப்பா, பெரியப்பாக்கள் என எல்லோருமே), என்னையும், நம் யாவரையும் அடி பணியச் செய்து, இந்த அற்பமான, மாசு படிந்த, பெருங்குழப்ப நிலைக்குள் மூழ்கடித்துவிட மேற்கொள்ளும் யத்தனங்களிலிருந்து விலகி வாழ்வதென்பது – எவ்வளவு உவப்பான செயலாக இருக்கிறதென்று ஒரு வழியாக நான் உணர்ந்துகொண்டேன். அவர்களுடைய ரசனையற்ற, அலுப்பூட்டும் கதைகளையெல்லாம் அவர்களிடமே விட்டுவிட்டு, எனக்கே எனக்கென்று சொந்தமாக இருக்கும் நினைவுத் தோட்டத்தில் தனியே திரிந்துகொண்டிருப்பது எவ்வளவு சுகமானது! கூடிய விரைவிலேயே, என்னெதிரில் இருந்த முக்காலியின் மீது நீட்டிக்கொண்டிருந்த மெலிந்த கால்களையும், இழிந்த பாதங்களையும் நேசத்தோடு பார்க்க வைக்கும் அளவுக்கு அது சுவையானதாக இருந்தது. கூரையை நோக்கிப் புகையை ஊதிவிட உதட்டருகே சிகரெட்டைக் கொண்டுவந்த என்னுடைய

அருவருப்பான கோணல் கைகளைக்கூட நான் சகித்துக்கொள்ளும் அளவுக்கு அது என்னை மாற்றிவிட்டிருந்தது. ஆக, ஒரு வழியாக நான் நானாக இருந்தேன்! அந்தக் கணப்பொழுது நான் நானாகவே இருந்ததால் ஒரு வழியாக என்னை என்னால் நேசிக்க முடிந்தது. இப்படியொரு மகிழ்வான நொடியில்தான் அந்தப் பல்லவியின் நிறங்கள் மாறத் தொடங்கின. ஒவ்வொரு புதிய கல்லாகக் கடக்கக் கடக்க, ஒரே சொல்லை உச்சரித்தவாறு பள்ளிவாசல் சுவரையொட்டி நடைபோடும் பட்டிக்காட்டு முட்டாள் போல நான் ஆகிப்போனேன். ஒரு புகைவண்டிக்குள்ளிருந்து வேடிக்கை பார்த்துக்கொண்டு ஒவ்வொரு தொலைபேசிக் கம்பத்தையும் எண்ணியபடி வரும் வயோதிகன் போல் ஆனேன். என்னுடைய தாரக மந்திரத்தை நான் உச்சரிக்க உச்சரிக்க அது என்னைத் தாண்டியும் படர்ந்து, என்னுடைய கேவலமான பழைய அறையெங்கும் வியாபித்தது. அந்த அறைக்குள்ளிருந்த ஒவ்வொரு பொருளையும் ஆக்ரோஷமான செறிவுடன் அது ஆக்கிரமித்தது. அதே அளவு ஆக்ரோஷத்துடன் என்னுடைய உச்சாடனத்தை நான் தொடரத் தொடரச் சினத்தின் குதூகலம் எனக்குள் பெருக்கெடுக்கக் கண்டேன்.

நான் நானாகவே இருக்க வேண்டுமென்று திரும்பத் திரும்பக் கூறிக் கொண்டிருந்தேன். என் மண்டைக்குள் ரீங்கரித்துக்கொண்டிருக்கும் இந்த மனிதர்களை நான் மறந்தாக வேண்டும். அவர்களுடைய முட்டாள்தனமான குரல்களை, அவர்களுடைய வாசனையை, அவர்களுடைய கோரிக்கைகளை, அவர்களுடைய காதலை, அவர்களுடைய வெறுப்பை நான் மறந்தாக வேண்டும். மறந்துவிட்டு, நான் நானாகவே இருக்க வேண்டுமென்று முக்காலியின் மீது சந்தோஷமாக ஓய்வுகொண்டிருந்த கால்களைப் பார்த்தபடி எனக்கு நானே சொல்லிக்கொண்டேன். நான் ஊதி விட்டிருந்த புகை கூரையை நோக்கி எழும்புவதைப் பார்த்தபடி, மீண்டும் எனக்கு நானே சொல்லிக்கொண்டேன். நான் நானாகவே இருக்க வேண்டும். அப்படி இல்லாமற்போனால், நான் யாராக ஆக வேண்டுமென்று அவர்கள் விரும்பினார்களோ, அந்த நபராக நான் மாறிப் போய்விடுவேன். நான் யாராக ஆக வேண்டுமென்று அவர்கள் நினைக்கிறார்களோ, அந்த நபரை என்னால் பொறுத்துக்கொள்ளவே முடியாது. அந்தச் சகிக்கவியலாத நபராக நான் இருப்பதற்குப் பதிலாக நான் ஒன்றுமற்ற நபராகவே நிஜத்தில் இருந்து தொலைக்கலாம். நான் இல்லாமல் இருப்பதுகூட இதைவிடவும் நன்றாகவே இருக்கும். ஏனென்றால், “இதழியல் துறையில் வேலை பார்க்கிறானாம். என்ன அவமானம். ஆனால், கடுமையாக உழைக்கிறான். அதற்காக ஒரு வேளை, கடவுளின் அருளிருந்தால், அவன் ஏதோ சுமாரான வெற்றி பெறக்கூடும்” என்று அத்தை, சித்தி, பெரியம்மா, மாமா, சித்தப்பா மற்றும் பெரியப்பா வகையறாக்கள் எந்நேரமும் புலம்பிக்கொண்டிருப்பார்கள். அதன் தொடர்ச்சியாக, நான் யாராக ஆக வேண்டுமென்று அவர்கள் கனவு கண்டார்களோ அந்த நபராக நான் ஆகிவிடுவேன். அந்த நபரிடமிருந்து தப்பிக்க ஆண்டுக் கணக்கில் முயன்ற பிறகு, இப்பொழுது வளர்ந்த மனிதனாக இருக்கும் நான், என்னுடைய தந்தை தன் புதிய மனைவியோடு வாழ்ந்துகொண்டிருக்கும் அந்தப் புதிய வீட்டிற்குத் திரும்பவும் சென்றேன். “பல ஆண்டுக்கால கடின உழைப்பிற்குப் பிறகு, இப்பொழுது பெயரளவுக்கேனும் கொஞ்சம் வெற்றியை ருசித்திருக்கும்” மனிதனாக நான் மாறியிருந்தேன். இதில்

கேவலம் என்னவென்றால் என்னை நான் வேறுவிதமாகப் பார்த்துக் கொள்ளவே முடியவில்லை என்பதுதான். என்னால் உரித்தெறிந்துவிட முடியாத அருவருக்கத்தக்க தோலாய் இந்த நபர் என் மீது கவிந்திருந்தான். அதற்குப் பிறகு, அவர்களோடு நான் உடனிருந்த சமயங்களிலெல்லாம் இந்த இன்னொரு நபரின் சொற்களையே நான் பேசிக்கொண்டிருப்பதைக் கண்டுகொள்வேன். அவை என்னுடைய பேச்சாக இருந்ததே இல்லை. பிறகு, மாலையில் நான் வீடு திரும்பியவுடன், இந்த இன்னொரு நபர் பேசியிருந்த எல்லாவற்றையும் மீண்டும் நினைவுக்குக் கொண்டுவந்து என்னை நானே வதைத்துக்கொள்வேன். “இந்த விஷயத்தைப் பற்றிப் போன ஞாயிறன்று எழுதியிருந்தேன்” என்றோ அல்லது “இதைப் பற்றி மீண்டும் அடுத்த பத்திக் கட்டுரையில் எழுதுகிறேன்” என்றோ அல்லது “இந்த செவ்வாய்க்கிழமை இந்த இன்னொரு விஷயத்தைப் பற்றியும் விரிவாகப் பேசுகிறேன்” என்றோ பழகிச் சலித்துப்போன வாசகங்களை எனக்கு நானே – என்னுடைய விசனத்தால் நானே மூச்சு முட்டிப் போகும் வரையிலும் – மீண்டும், மீண்டும் சொல்லிக்கொண்டிருப்பேன்.

இவ்விதமான அவல நினைவுகள்தான் என் வாழ்க்கை முழுதிலும் நிறைந்திருக்கின்றன. என்னுடைய இருக்கையில் கால்களை நீட்டி அமர்ந்து கொண்டு, நான் யாரென்பதை நினைத்துப் பார்ப்பதற்கு முன்பாகவே, வேறு யாரோவாக நான் பாவனை செய்துகொண்டிருந்த தருணங்களை மனம் அசை போடத் தொடங்கிவிடும்.

உதாரணத்திற்கு, – கட்டாய ராணுவச்சேவையில் ஈடுபடுத்தப்பட்ட ஏனைய பயிற்சியாளர்கள் எல்லோருமாக நான் என்ன மாதிரியான நபர் என்று தீர்மானித்திருந்ததால் – என்னுடைய ராணுவச் சேவைக்காலம் முழுவதுமே “இக்கட்டான காலகட்டத்தில்கூட நகைச்சுவையாய்ப் பேசாமல் இருக்க முடியாதவன்’ என்ற பிம்பத்துடன் கழித்திருந்தேன். ஒரு முறை, படு மோசமான திரைப்படம் ஒன்றைப் பார்க்கச் சென்றிருந்தேன். நேரத்தை ஓட்டுவதறகாக அப்படி. கொஞ்சம் குளிராக இருக்கும், இருளான இடத்தில் தனியாக இருக்க விரும்பி ஐந்து நிமிட இடைவேளையின் போது நான் புகை பிடித்துக்கொண்டிருந்தபோது, அங்கே கூடியிருந்த சோம்பேறிக் கூட்டம் “ஏதோ ஒரு அதிமுக்கியமான பணியில் அமர்த்தப் பட்டிருக்கும் மதிப்புமிக்க இளைஞன்” என்று என்னைப் பற்றி நினைத்துக் கொண்டிருந்திருக்கும் என்பதை அவர்கள் என்னைப் பார்த்துக் கொண்டிருந்த தோரணையை வைத்தே என்னால் அனுமானித்துவிட முடிந்தது. அது மட்டுமே போதுமானதாக இருந்தது. அப்போதிருந்தே நான் “ஆழ்ந்த, சொல்லப்போனால், பவித்ரமான சிந்தனையில் மூழ்கியிருக்கும் இளைஞனாக” மாறிப்போனேன். நாங்கள் ஒரு ராணுவப் புரட்சியை நடத்த மும்முரமாகத் திட்டமிட்டுக்கொண்டிருந்த நாட்களில், அதிகாரத்தின் ஆயுதங்களைக் கைப்பற்றும் கணத்தைக் கனவு கண்டிருந்த நாட்களில், புரட்சி தாமதப்பட்டு, அதன் விளைவாக மக்களுடைய இன்னல்களை நீட்டித்துவிட வேண்டி வந்திடுமோ எனும் அச்ச உணர்வினால், இரவில் துயில்வதே இயலாததாகிப்போன, தன்னுடைய மக்கள் பால் அதீத அன்பு கொண்டிருக்கும் நாட்டுப்பற்றாளனாக நான் மாறியிருந்ததை இப்பொழுது நினைவுகூர முடிகிறது. யார் கண்ணிலும் பட்டுவிடவில்லை என்கிற நிச்சயத்தோடு, அவசரகதியில் ஒளிந்து மறைந்து விபசார விடுதிகளுக்கு நான் ரகசியமாய்ப் போய் வந்துகொண்டிருந்த காலத்தில், சமீபமாக

நிகழ்ந்துவிட்ட காதல் தோல்வியால் நம்பிக்கையிழந்து விரக்தியுற்ற ஆண்களிடம் விலைமாதர்கள் அதிகக் கருணை காட்டுவார்கள் என்பதால் அப்படிப்பட்ட நபரின் பாவனையை மேற்கொண்டதும் எனக்கு நினைவிருக்கிறது. அப்படிப்பட்ட சந்தர்ப்பங்களில் குறித்த நேரத்திற்குள் தெருவைக் கடக்க முடியாமல் போகும்பொழுதும், காவல் நிலையத்தைக் கடக்க நேரும்பொழுதும், பண்பு மிக்க, இறையச்சம் கொண்ட குடிமகனின் பாவனையை மேற்கொள்வேன். புத்தாண்டு பிறப்பதற்கு முந்தின மாலைப் பொழுதில், அந்தச் சடங்கைத் தனியே, என்னளவில் கழிப்பதைச் சகிக்க முடியாமல், தாத்தா பாட்டி வீட்டிற்குப் போய்விடும் சந்தர்ப்பங்களில் லோட்டோ எனும் குலுக்குச் சீட்டு விளையாட்டில் பங்கெடுத்துக்கொள்ளும் வேளையில் அதில் முழு ஈடுபாட்டோடு இருப்பதாகக் காட்டிக்கொள்வேன். கவர்ச்சிகரமானவர்கள் என்று நான் கருதும் பெண்களோடு இருக்க நேர்கையில் நான் நானாக இருப்பதைத் தவிர மற்றெல்லாமுமாக இருப்பேன். அவர்கள் என்னிடம் நெருக்கமாக இருக்க எந்த மாதிரியான நபராய் இருக்க வேண்டுமோ அப்படி நான் மாறிப்போவேன். இதனால், அவர்களுள் ஒரு சிலருக்கு திருமணத்தைத் தவிர வேறு எந்த சிந்தனையும் இல்லாத, பிழைப்புக்கு மிகவும் கஷ்டப்படுகிற நபராகத் தோன்றுவேன். வேறு சிலருக்கோ, நம் நாட்டின் விடுதலைக்காகப் பாடுபடுவதைத் தவிர வேறெதற்கும் வாழ்க்கையில் நேரமில்லாத தீர்க்கமான நபராய்த் தோன்றுவதுண்டு. அதுவுமில்லாவிட்டால், நம்முடைய நாட்டில் எங்கெங்கும் காணப்படும் சுரணையின்மை, மூடத்தனம் ஆகியவற்றால் அயர்ச்சி கண்டுவிட்ட மனிதனாக நான் மாறுவதுண்டு. இவ்வளவு ஏன். அந்த அருவருப்பூட்டும் தேய்வழக்கான, “ரகசியக் கவிஞன்” ஆகக்கூட நான் பாவனை மேற்கொண்ட தருணங்களும் உண்டு. இதெல்லாவற்றுக்கும் பிறகும் (ஆம், இறுதியாக), இருமாதங்களுக்கொருமுறை வழக்கமாகச் செல்வது போல் முடிதிருத்தும் கடையில் நான் அமர்ந்திருந்த நேரத்தில் நான் நானாக இல்லாமற் போன நிலை எனக்கு நினைவுக்கு வருகிறது. நான் நானாக இருப்பதற்குப் பதிலாக, நான் பிரதி செய்துகொண்டிருக்கும் நபர்களின் ஒட்டுமொத்த வடிவாய் இருக்கும் நபரை அங்கே நான் நகலெடுத்துக்கொண்டிருந்தேன்.

மனத்தின் கனத்தை இறக்கி வைக்கவே நான் முடிதிருத்துநரிடம் சென்றிருந்தேன் (இந்தக் கதையின் தொடக்கத்தில் வந்த அந்த முடிதிருத்துந ரல்ல இவர்). முடியைச் சீர்ப்படுத்துவதைப் பற்றி நானும் அவரும் பேசிக்கொண்டிருக்கும்பொழுது கண்ணாடியினூடே, தலைமுடிக்குக் கீழாய்த் தெரிந்த தலையை, அதற்குக் கீழாய்த் தெரிந்த தோள்கள், அதன் கீழே மார்பு என்று நாங்கள் பார்த்துக்கொண்டிருந்தபோது, அந்த இருக்கையில் அமர்ந்தபடி தன்னுடைய பிம்பத்தைப் பார்த்துக் கொண்டிருக்கும் நபர் வேறு யாரோ என்பதை நான் உடனடியாகப் புரிந்து கொண்டேன். “முன்புறத்தில் எவ்வளவு முடியைக் குறைக்க வேண்டும்?” என்று முடிதிருத்துநர் என்னிடம் கேட்டபொழுது அவர் தொட்டுக் கொண்டிருந்த தலையும், அதைத் தாங்கிக்கொண்டிருந்த கழுத்தும், அந்தத் தோள்களும், மார்பும், எனக்குச் சொந்தமானவையல்ல, மாறாக பத்தி எழுத்தாளர் ஜெலால் பேவுக்குச் சொந்தமானவை. இந்த நபரோடு எனக்கு எந்த உறவும் கிடையாது. இது எனக்குத் தெள்ளத் தெளிவாகவே புரிந்திருந்தது. முடிதிருத்துநருக்கும்கூட இது புரிந்திருக்கும் என்றே நான் உறுதியாய்

நம்பினேன். ஆனால், அவர் எதையும் கவனித்ததைப் போல் தெரியவில்லை. என்னையே நான் மறந்து, ஒரு பத்தி எழுத்தாளராக மட்டுமே உண்மையில் உணர வேண்டும் என்பதற்காக, தனக்குச் சற்றும் சம்பந்தமில்லாத விதத்தில் அவர் ஏதோ பேசிக்கொண்டிருந்ததைப் போல் தோன்றியது. "போர் தொடங்கிவிட்டால், நாம் கிரேக்கர்களைத் தோற்கடிக்க முடியுமா?", "பிரதமரின் மனைவி ஒரு விபச்சாரி என்பது உண்மையா?", "காய்கறிகளின் விலை கூடிக்கொண்டே போகக் காரணம் காய்கறி வியாபாரிகள்தானா?" போன்ற கேள்விகளை அவர் என்னிடம் கேட்டுக்கொண்டிருந்தார். இந்த விஷயங்களில் என்னுடைய சிந்தனையைப் பகிர்ந்துகொள்ளவிடாமால் தடுத்த கொடுங்கோன்மையான குட்டிச்சாத்தானை இங்கே என்னால் சித்திரிக்க முடியவில்லை. எனக்குப் பதிலாகக் கண்ணாடியிலிருந்து என்னை முறைத்துப் பார்த்துக்கொண்டிருந்த கொடூரமான பத்தி எழுத்தாளன் வழக்கமான சாதுர்யப் பகட்டு மிக்க அபத்தங்களை முனகியபடியிருந்தான். "சமாதானம் ஒரு நல்ல விஷயம்தான்." "ஒரு சிலரைத் தூக்கில் போடுவதால் மட்டுமே விலைகளைக் குறைத்துவிட முடியாதென்பதைப் புரிந்துகொள்வது மிக முக்கியம்." இத்யாதி, இத்யாதி.

தனக்கு எல்லாம் தெரியும் என்ற நினைப்புடனிருந்த அந்தப் பத்தி எழுத்தாளனை நான் எவ்வளவு வெறுத்தேன் தெரியுமா? எப்பொழுது, எதெல்லாம் தனக்குத் தெரியாமலிருந்தது என்பதைக் கூடத் தெரிந்துவைத்திருந்த அந்தப் பத்தி எழுத்தாளனை. தன்னுடைய குறைகளையும், குறைபாடுகளையும்கூடச் சாதுர்யமான சின்னச் சின்ன விகடங்களாக மாற்றிக்கொள்ளத் தெரிந்த அந்தப் பத்தி எழுத்தாளனை. என்னை நானாக உணரவிடாமல், ஜெலால் பே போல் உணர வைத்த அந்த முடிதிருத்துநரை எவ்வளவு வெறுத்தேன் தெரியுமா? இந்தத் தருணத்தில்தான், என்னுடைய விசனம் மிகுந்த மனவோட்டங்களின் ஊடேதான் முன்பு என்னைப் பத்திரிகை அலுவலகத்தில் வந்து பார்த்து, அந்த விசித்திரமான கேள்விகளை என் முன்வைத்த அந்தப் பழைய முடிதிருத்துநர் என் நினைவுக்கு வந்தார்.

ஆனால், இரவு மடிய இருக்கும் இந்தப் பொழுதில், என்னை என் அசலாக இருக்கவிட்டிருக்கும் இந்தச் சாய்விருக்கையில், முக்காலியின் மீது கால் நீட்டியபடி அமர்ந்துகொண்டு, கசந்துபோன நினைவுகளால் தலை கிறுகிறுத்தபடியிருக்கும் நேரத்தில், காதில் அந்தப் பழைய பல்லவி ஆக்ரோஷமாக ஒலித்துக்கொண்டிருக்கும் வேளையில், என்ன சொல்ல வேண்டுமென்பது எனக்குத் தெளிவாகிவிட்டது. "ஆம், என்னுடைய அன்புக்குரிய முடிதிருத்துநரே!" என்று எனக்கு நானே சொல்லிக் கொண்டேன். "நீங்கள் சொன்னது உண்மைதான். நாம் யாரும் நாமாகவே இருக்க வழியேயில்லை. அதை யாரும் ஒருபோதும் அனுமதிப்பதில்லை. என்னுடைய பல்லவி அமைந்திருக்கும் அதே தாளகதியில் என் வார்த்தைகள் இப்பொழுது இயங்கின. ஆனால், வேறு யாரோடும் நான் பகிர்ந்துகொள்ள ஆசைப்படாத பேரமைதியின் புகலிடத்திற்குள், அதன் அடியாழத்திற்குள், அந்த சொற்கள் என்னை அமிழ்த்தின. இந்தக் கணத்தில்தான், இந்தக் கதையின் தொடக்கத்தில், பத்திரிகை அலுவலகத்தில் என்னை வந்து சந்தித்த அந்த முடிதிருத்துநருக்கும், முடிவில் அவரை நினைவுகூர வைத்த வேறொரு முடிதிருத்துநருக்குமுள்ள

தொடர்பை என்னால் காண முடிந்தது. இந்த இரட்டையரின் கண்ணாடிப் பிம்பங்களும் ஒரு மாபெரும் திட்ட வரைபடத்தைச் சார்ந்தவை. என்னைத் தொடர்ந்து வாசித்துவரும் வாசகர்கள், என்னுடைய முந்தைய பத்திக் கட்டுரைகளில் குறிப்பிடப்பட்டிருக்கும் அந்த அர்த்த அமைப்பை நினைவு கூர முடியும். அதை ஒருவித "ரகசிய சமச்சீர்மை" என்று மட்டுமே என்னால் இப்போதைக்குச் சொல்ல முடியும். உண்மையில், அது என் வருங்காலத்தைச் சுட்டும் ஒரு குறியீடு. ஒரு நீண்ட நாளின் இறுதியில், சந்தடி மிகுந்த மாலைப்பொழுதின் முடிவில், தனியே, உங்களுடைய ஓய்விருக்கையில் சாய்ந்து, நீங்கள் நீங்களாக இருக்க வாய்க்கையில்... சாகசங்கள் நிறைந்த நீண்ட பயணம் முடிந்து திரும்புவதைப் போன்ற... சொந்த வீட்டிற்கு மீள்வதைப் போன்றதோர் அனுபவம் அது.

17

என்னை நினைவிருக்கிறதா?

> ஆறுதல் கிடைக்க அந்த நாட்களை நான் நினைத்துப் பார்த்தாலும், இருளினூடே நகர்ந்து செல்லும் கூட்டத்தைப் போன்ற தெளிவில்லாத பிம்பமே மிஞ்சுகிறது.
>
> **– அஹமத் ரஸீம்**

அந்த இரவு விடுதியைவிட்டுக் கிளம்பிய பிறகு கதைசொல்லிகள் உடனடியாகக் கலைந்து சென்றுவிடாமல் தெருவில் திரிந்துகொண்டிருந்தார்கள். அப்படி அலைவதால் என்ன விளைவுகள் நேருமென்ற அக்கறையேதும் அவர்களுக்கு இருக்கவில்லை. ஏதோ ஒரு கொலையைக் கண்கூடாகப் பார்த்துவிட்டவர்கள் போல, கொலை நிகழ்ந்த இடத்தில் இன்னொரு கொலையும் விழலாமோ என்ற எதிர்பார்ப்பில் அங்கேயே சுற்றிக்கொண்டிருக்கும் கும்பலைப் போல அவர்கள் திரிந்துகொண்டிருந்தார்கள். அந்த வழுக்கைத் தலை ஆசாமி இப்பொழுது அகலமான விளிம்புகொண்ட ஃபெடோரா வகைத் தொப்பியை அணிந்திருந்தார். “நாம் எல்லோரும் அங்கே போக முடியாது இஸ்கந்தர் பே. இந்த அளவுக்குப் பெரிய கும்பலை அவர்களால் சமாளிக்க முடியாது. நம்முடைய ஆங்கிலேய நண்பர்களை மட்டுமே நான் அழைத்துச் செல்ல விரும்புகிறேன். அவ்வளவுதான். நம்முடைய நாட்டின் இந்த முகத்தையும் அவர்கள் பார்க்க வேண்டும். வேறெதற்காகவும் இல்லாவிட்டாலும், இது அவர்களுக்கு ஒரு பாடமாகவாவது அமையும். அவர் காலிப்பின் பக்கமாகத் திரும்பி, “நீங்களும் வரலாம்” என்றார். ஆனால், டெபேபஷி இருக்கும் இடத்தை நோக்கி அவர்கள் கிளம்பியபொழுது அந்தக் குழுவிலிருந்த இரண்டு பேரை மட்டும் ஏனையவர்களைப் போல் எளிதாகக் கழட்டி விட முடியவில்லை. ஒரு தொல்பொருள் தரகரும் – இவர் ஒரு பெண் – தூரிகையைப் போல் மீசை வைத்துக்கொண்டிருந்த நடுவயதுக் கட்டிடக்கலை நிபுணரும்தான் அந்த இருவர்.

அமெரிக்கத் தூதராலயத்தைக் கடந்துகொண்டிருந்த நேரத்தில், “நிஷாந்தஷியிலும் ஷிஷ்லியிலும் இருக்கும் ஜெலால்

பேவின் வீடுகளுக்கு நீங்கள் எப்பொழுதாவது போயிருக்கிறீர்களா?" என்று தொப்பி அணிந்த அந்த வழுக்கைத் தலையர் காலிப்பிடம் கேட்டார். "எதற்காகக் கேட்கிறீர்கள்?" என்றான் காலிப், அவருடைய முகத்தைக் கூர்ந்து பார்த்துக்கொண்டே. ஆனால் அவனால் அந்த முகத்தில் எந்த அர்த்தத்தையும் படிக்க முடியவில்லை. "நீங்கள் ஜெலால் சாதிக்கின் ஒன்றுவிட்ட சகோதரன் என்று இஸ்கந்தர் பே சொல்லிக்கொண்டிருந்தார். அவர் எங்கே என்று நீங்கள் தேடவில்லையா? நம்முடைய ஆங்கிலேய விருந்தினர்களுக்கு நம்முடைய நாட்டைப் பற்றி அவர் விளக்கமாகச் சொல்ல வேண்டுமென்று நினைக்கவில்லையா? பாருங்களேன், இந்த உலகம் ஒரு வழியாக நம்மைப் பற்றிக்கூடத் தெரிந்துகொள்ள ஆசைப்படுகின்றது." "ஆம். உண்மையாகவே, எனக்கும் அந்த ஆசை இருக்கின்றது" என்றான் காலிப். "அப்படியென்றால், அவருடைய முகவரிகள் உங்களிடம் இருக்கின்றனவா?" என்றார் அந்தத் தொப்பி ஆசாமி. "இல்லை, என்னிடம் இல்லை" என்றான் காலிப். "அவர் யாருக்குமே முகவரியைத் தருவதில்லை." "இந்த மாதிரி இடங்களில் பெண்களைக் கூட்டிக்கொண்டு அவர் தனியாகப் போய் விடுவதாகக் கூறுகிறார்களே, அது உண்மையா?" "இல்லை" என்றான் காலிப். "தப்பாக எடுத்துக்கொள்ளாதீர்கள்" என்றார் அந்த மனிதர். "இது வெறும் வதந்திதான். மக்கள் வழக்கமாகச் சொல்லும் விஷயம்தான். அவர்களை யாரால் தடுக்க முடியும்? அதிலும், ஜெலால் பே போன்ற புகழ்பெற்ற சாகச நாயகனைப் போன்ற ஒருவரைப் பற்றி! எனக்கு அவரைக் கொஞ்சம் நெருக்கமாகவே தெரியும்" என்றார் அவர். "அப்படியா?" என்றான் காலிப். "ஆமாம். உண்மையாகவே. நிஷாந்தஷியில் இருக்கும் அவருடைய வீட்டிற்கு என்னைக் கூட்டிக்கொண்டு போயிருக்கிறார்" என்றார் அந்த மனிதர். "எங்கே இருக்கிறது அந்த வீடு?" என்றான் காலிப். "அந்தக் காலத்திலேயே அதை இடித்துத் தள்ளிவிட்டார்கள். அது ஓர் இரண்டடுக்குக் கற்கட்டடம். தான் தனியாகக் காலத்தை ஓட்டிக்கொண்டிருப்பதைப் பற்றி அன்று மாலை முழுவதும் ஆசாமி புலம்பித் தள்ளிவிட்டார். எப்பொழுது வேண்டுமானாலும் நான் அவரை வந்து பார்க்கலாம் என்று கூறியிருந்தார்" என்றார் அவர். "ஆனால் அவர் தனியாக இருக்கத்தானே விரும்புவார்?" என்றான் காலிப். "ஒருவேளை, நீங்கள் அவரைச் சரியாகப் புரிந்துகொண்டிருக்கவில்லையோ என்று தோன்றுகிறது" என்றார் அந்த மனிதர். "என்னுடைய உதவி அவருக்குத் தேவைப்படுகிறதென்று ஒரு குரல் எனக்குள் கேட்டுக்கொண்டே இருக்கிறது. உண்மையாகவே அவருடைய முகவரி உங்களிடம் இல்லையா?" "நிச்சயமாக என்னிடம் இல்லை" என்றான் காலிப். "ஆனால், விஷயம் இல்லாமல் அவரோடு யாரும் தங்களை அடையாளப்படுத்திக்கொள்வதில்லை." "அவர் ஒரு அசாதாரணமான மனிதர்" என்று கருத்துதிர்த்தார் அந்தத் தொப்பித் தலையர். இப்படியாகத்தான் அவர்கள் ஜெலாலின் சமீபத்திய பத்திக் கட்டுரைகளைப் பற்றிப் பேசத் தொடங்கினார்கள்.

டூனல் பகுதியிருந்த திசையில் ஒரு பக்கவாட்டு வீதியில் அவர்கள் நடந்துகொண்டிருந்தனர். ஏதோ காவலாளியின் ஊதல் ஒலி போல் வந்த ஓர் அரவத்தைக் கேட்டுச் சத்தம் வந்த குறுகிய சந்தை நோக்கி எல்லோரும் தலையைத் திருப்பிப் பார்த்தார்கள். அங்கே ஊதா நிறத்தில் பிரகாசித்துக் கொண்டிருந்த நியான் விளக்கொளியில் பனி படர்ந்த நடைபாதைதான் காணக் கிடைத்தது. கேலட்டா கோபுரத்தைத் தாண்டிக் கிளை பிரியும் ஒரு தெருவுக்குள் அவர்கள் திரும்பியபோது இருமருங்கிலுமிருந்த

கட்டடங்களின் மேல்தளங்கள் மெல்ல மெல்லத் தன் மீது கவிந்து கொண்டிருப்பதைப் போல் காலிப்புக்குத் தோன்றியது. கேலட்டா கோபுரத்தின் உச்சியிலிருந்த விளக்குகள் செந்நிறத்தில் இருந்தன. நாளை இன்னும் அதிகமாய்ப் பனி பொழியுமாம். நள்ளிரவைத் தாண்டி இரவு இரண்டு மணியாகியிருந்தது. ரொம்பத் தொலைவில்லாத ஓரிடத்தில் கடையின் கீழிழு கதவு இறக்கிவிடப்படும் சத்தம் கேட்டது.

அந்தக் கோபுரத்தைச் சுற்றி நடந்த பிறகு காலிப் இதுவரை பார்த்திராத ஒரு பக்கவாட்டுத் தெருவுக்குள் அவர்கள் நுழைந்து, பனி போர்த்திய நடைபாதையின் மீது நடக்கத் தொடங்கினர். ஒரு சிறிய இரண்டடுக்கு இல்லத்தின் பழைய கதவைத் தொப்பிக்காரர் தட்டினார்.

கொஞ்ச நேரம் கழித்து மாடியில் விளக்கெரிந்தது. ஓர் ஊதா நிறத் தலை சாளரத்தின் வழியே எட்டிப்பார்த்தது. “கதவைத் திற. நான்தான்” என்றார் தொப்பிக்காரர். “ஆங்கிலேய விருந்தினர்களைக் கூட்டி வந்திருக்கிறேன்.” கூச்சமும் குற்றவுணர்வுமாய் ஒரு புன்னகையை அவர் தன் ஆங்கிலேய நண்பர்களுக்காய் உதிர்த்தார்.

அந்தக் கதவின் மீது மார்ஸ் அலங்காரப்பதுமை கலைக்கூடம் என்ற பெயர்ப்பலகை காணப்பட்டது. முப்பதிலிருந்து நாற்பது வயது மதிக்கத்தக்க வெளிறிய, சவரம் செய்யாத முகத்துடன் ஒரு மனிதன் வந்து கதவைத் திறந்தான். தூக்கக் கலக்கத்தில் அவனுக்குக் கண்கள் ஒட்டிக்கொண்டிருந்தன. இடுப்பில் கருப்புப் பைஜாமாவும் மேலே நீலக் கோடுகள் போட்ட பைஜாமா சட்டையும் அணிந்திருந்தான். ஏதோ ஒரு ரகசிய நோக்கத்துக்காக அணி சேர்க்கப்பட்டிருக்கும் உறுப்பினர்களைப் பார்ப்பதைப் போல் ஒவ்வொருவர் கண்களையும் ஊடுருவிப் பார்த்தபடி அவன் ஒவ்வொருவரோடும் கைகுலுக்கினான். பிறகு வர்ணக் கலவைகளின் வாசமடிக்கும், மிகுந்த ஒளிவீசும் அறைக்குள் அவர்களை இட்டுச் சென்றான். அங்கே பெட்டிகள், வார்ப்புகள், டப்பாக்கள், பதுமைகளுக்கான உடற்கூறுகள் என்று உயர, உயரமாக அடுக்கிவைக்கப்பட்டிருந்தன. அறைக்குள் வரும் வழியில் தான் எடுத்துக்கொண்டிருந்த விளக்கக் கையேடுகளை வந்திருந்தவர்களிடம் விநியோகித்துவிட்டு ஒரே சீரான அலுப்பூட்டும் குரலில் அவன் விளக்கம் அளிக்கத் தொடங்கினான். “பால்க்கன் பகுதியிலும், மத்திய கிழக்கிலும், எங்களுடைய நிறுவனம்தான் மிகப் பழமையான அலங்காரப்பதுமை உருவாக்கும் கலைக்கூடம். நவீனமயமான, தொழில்மயமான, துருக்கியின் சாதனைகளுக்கு ஓர் எடுத்துக்காட்டாய் எங்களுடைய நூறாண்டு வரலாறு அமைந்திருக்கிறது. இப்பொழுது நூறு சதவிகிதம் துருக்கிய அம்சங்களோடு விளங்குபவை நாங்கள் வடிவமைத்திருக்கும் கைகளும், கால்களும், இடுப்புகளும் மட்டு மல்ல . . .”

“ஜெப்பார் பே” என்று சற்றே எரிச்சலுடன் விளித்தார் அந்த வழுக்கைத் தலையர். “இவர்கள் காட்சிக்கூடத்தைப் பார்த்துப்போக வந்தவர்கள் இல்லை. கீழே நிலவறையில் இருக்கும் சமாச்சாரங்களை உன்னுடைய வழிகாட்டுதலோடு பார்க்க இவர்கள் ஆசைப்படுகிறார்கள். அந்தப் புரட்சிகரமான சமாச்சாரங்களை, நம்முடைய வரலாற்றை, நாம் இன்று என்னவாக இருக்கிறோமோ அப்படி உருவானதற்கான காரணிகளை.”

முகத்தைச் சுளித்தவாறே அந்த வழிகாட்டி ஒரு குமிழைத் திருகினான். அந்த அறையும், அதனுள் குவிபட்டிருந்த நூற்றுக்கணக்கான கை, கால், தலை, முண்டம் என்று அலங்காரப் பதுமைகளுக்கான உடல் உறுப்புகளும் இருளில் மூழ்கின. கீழிறங்கும் படிகளுக்கு இட்டுச்செல்லும் தளத்தில், கூடற்ற ஒற்றை ஒளிக்குமிழி எரிந்தது. இரும்பாலான படிக்கட்டுகளில் அவர்கள் கவனமாய் இறங்கிக்கொண்டிருக்கும் போது காலிப் திடீரென்று நின்று காற்றின் ஈரப்பதத்தை மெல்ல முகர்ந்துபார்த்தான். வியப்பூட்டும் வேகத்தில் ஜெப்பார் பே அவனருகில் வந்து நின்றான்.

"நீ எதைத் தேடி இங்கே வந்தாயோ அதைப் பார்க்கப் போகிறாய், பதற்றப்படாதே" என்று தெரிந்தவன் போல் சொன்னான். "நான் 'அவனுடைய' சார்பாக இங்கிருக்கிறேன். முட்டுச் சந்துகளுக்குள் அலைந்து திரிந்து நீ தொலைந்துபோவதை அவன் விரும்பவில்லை".

ஒவ்வொருவரிடமும் இப்படிப் புதிராகப் பேசுவதுதான் அவன் வழக்கமா? முதலாவதாக இருந்த அறைக்குள் நுழைந்ததும், அங்கிருந்த அலங்காரப் பதுமைகளைச் சுட்டிக்காட்டி, "என்னுடைய தந்தையின் படைப்புகள்" என்றான் அந்த வழிகாட்டி. இரண்டாவதாக இருந்த அறையில் இன்னொரு கூடற்ற விடிவிளக்கு எரிந்துகொண்டிருந்தது. விதவிதமான ஆட்டமன் மாலுமிகள், கடற்கொள்ளையர்கள், மேஜை விரிப்பின் மீது பரப்பப்பட்டிருக்கும் உணவைச் சுற்றிக் குந்தியிருக்கும் குடியானவர் கும்பலைப் பார்த்துக்கொண்டிருக்கும் பத்திர எழுத்தர்கள் என்று வகைவகையாய் இருந்த அலங்காரப்பதுமைகளுக்கு அந்த விடிவிளக்கு ஒளியூட்டிக்கொண்டிருந்தது. அந்த வழிகாட்டி தொடர்ந்து கிசுகிசுப்பான குரலில் பேசிக்கொண்டிருந்தான். ஒரு வண்ணாத்தி, தலை துண்டிக்கப்பட்ட நாத்திகவாதி, தன்னுடைய தொழிலுக்கான கருவிகளுடன் நிற்கும் கொலைக்குற்றத்தை நிறைவேற்றும் ஊழியன் எனப் பதுமைகள் நிறைந்திருந்த, மூன்றாவது அறையில்தான் அந்த வழிகாட்டி என்ன சொல்லிக்கொண்டிருக்கிறான் என்பதைக் காலிப்பினால் கேட்கவே முடிந்தது. "நூறாண்டுகளுக்கு முன்பாக, நீங்கள் முதலாவது அறையில் பார்த்திருந்த படைப்புகள் முதன்முதலாக உருவாக்கப்பட்ட காலத்தில், இந்த ஒரே எளிய நோக்கத்தைத் தவிர வேறு நோக்கம் எதுவும் என் தாத்தாவுக்குக்கூட இருந்திருக்கவில்லை. அதாவது, அங்காடி களின் காட்சிச் சாளரங்களில் வைக்கப்படும் அலங்காரப் பதுமைகள் நம்முடைய சொந்த ஜனங்களின் சாயலில் இருக்க வேண்டும். என் தாத்தா விரும்பியதெல்லாம் அவ்வளவுதான். ஆனால், அவருடைய நோக்கத்துக்கு ஒரு சதிகாரக் குழு தடையாக இருந்தது. அவர்களேகூட, இருநூறு ஆண்டுகளுக்கு முன்னதான அனைத்துலகச் சதித்திட்டத்துக்கு இரையாகிப்போனவர்களே."

மேலும் சில படிக்கட்டுகள் கீழிறங்கி, கதவுகளினூடே புகுந்து, மேலும், மேலும் படிக்கட்டுகளில் இறங்கி ஓர் அறைக்குள் அவர்கள் பிரவேசித்தார்கள். அந்த அறையின் கூரை ஈரப்பதத்தால் ஒளிர்ந்து கொண்டிருந்தது. கொடிக்கம்பி போல் தோன்றிய வடத்திலிருந்து, கூடற்ற விடிவிளக்குகள் அந்த அறைக்குள் தொங்கிக்கொண்டிருந்தன. அதற்கும் கீழேயிருந்த ஓர் அறையில் நூற்றுக்கணக்கான அலங்காரப் பதுமைகள் வீற்றிருந்தன.

அவற்றுள் முப்பதாண்டுகள் ராணுவத் தலைவராகப் பொறுப்பு வகித்திருந்த ஃபீல்ட் மார்ஷல் ஃபெவ்ஸி சாக்மாக்கின் உருவம் இருந்தது. எதிரியோடு மக்களும் கூட்டுச் சேர்ந்துவிடுவார்களோ எனும் அச்சத்தில், நாட்டிலிருந்த அனைத்துப் பாலங்களை மட்டுமில்லாமல், (ரஷ்யர்கள் அடையாளங்களாகப் பயன்படுத்திவிடுவார்களோ என்று) எல்லா மினார்களையும்கூடத் தகர்த்தெறிந்துவிடத் திட்டம் தீட்டியிருந்தவர் சாக்மாக். அது மட்டுமின்றி இஸ்தான்புல் நகரைக் காலி செய்யவைத்து, அதைப் பாழ்நகரமாக ஆக்கி, தப்பித்தவறி எதிரிகள் அதன் மீது கை வைத்தால், அவர்களைக் கபளீகரம் செய்துவிடும் புதிரமைப்பாய் ஊரை மாற்றிவிடவும் அவர் கனவு கண்டிருந்தார். இவருடைய உருவ பொம்மைக்கு அடுத்ததாகக் கோன்யா பகுதியின் குடியானவர்களுடைய உருவப் பொம்மைகள் காணக்கிடைத்தன. அவர்களுடைய – அன்னையர், தந்தையர், மகள்கள், தாத்தாக்கள், மாமா, சித்தப்பா, பெரியப்பாக்கள் என அனைவருடைய – இயல்பான அம்சங்கள் ஒரே மாதிரியான சாயலில் தென்பட்டன. இவற்றையடுத்து, வேண்டாமென்று வீசியெறிந்த பழைய குப்பைப் பொருள்களை (நமக்கு இது தெரியாதபோதும்), நம்மை இன்றிருக்கும் நிலைக்கு உருவாக்கியிருக்கும் குப்பைகளைச் சேகரித்துத் தள்ளுவண்டியில் குவித்து, வீடு வீடாய்ச் சென்று விற்றுப் பிழைக்கும் காயலான் சரக்கு வியாபாரிகளுடைய உருவங்கள் இருந்தன. தாங்களாகவும் இருக்க இயலாமல், வேறு யாரோவாகவும் இருக்க இயலாமல், தாங்களாக இருக்கவே இயலாத சாகச வீரர்களின் பாத்திரங்களை ஏற்று நடிக்கும் திரை நட்சத்திரங்களை அவர்கள் அங்கே கண்டார்கள். தாங்களாகவே இருக்க முடிகிற பாத்திரங்களை லகுவாய் ஏற்று நடிக்கும் அதியற்புத துருக்கிய திரைத்தாரகைகளையும் கூடத்தான். மேலைநாட்டுக் கலையிலும் அறிவியலிலும் ஆகச் சிறந்தவற்றைத் துருக்கியப் பார்வையாளர்களிடம் கொண்டு சேர்த்துவிட வேண்டுமெனும் முனைப்பில், மொழிபெயர்ப்பதிலும் படைப்பைத் தழுவிப் புத்துருவாக்கும் முயற்சியிலும் தங்களுடைய வாழ்க்கையையே அர்ப்பணித்திருந்த "அந்தப் பரிதாபத்திற்குரிய" கையறுநிலை உயிரிகளை அடுத்துக் காணமுடிந்தது. குழப்பியடிக்கும் இஸ்தான்புல் தெருக்களுக்குப் பதிலாக, – பெர்லின் மாநகரில் இருப்பதைப் போன்று எலுமிச்சை மரங்கள் அணிவகுத்து நிற்கும் – பாரிஸ் நகரில் காணப்படுவதைப் போன்று நட்சத்திர வடிவில் அமைந்திருக்கும் – செயின்ட் பீட்டர்ஸ்பர்க் நகரில் காணப்படுவதைப் போன்று, விதான வளைவுகளாய்ப் பாலங்கள் நிர்மாணிக்கப்பட்டிருக்கும் – நவீன ரக நடைபாதைகளோடு கூடிய மகோன்னதமான மரநிழற்சாலைகளை அமைத்து அதன் மூலமாக, நம்முடைய சேனைத் தளபதிகள், தங்களுக்கு நிகரான ஐரோப்பியத் தளபதிகளுக்குச் சற்றும் சளைக்காத வகையில் தோல்வார்களில் பிணைபட்டிருக்கும் தங்களுடைய நாய்களை மாலை வேளைகளில் உலாவ அழைத்துச்சென்று, அவை கழிவதைப் பார்க்க வகை செய்யும் லட்சியக் கனவைக் கொண்டிருந்த உருப்பெருக்கிகளின் ஊடே வரைபடங்களைப் பார்ப்பதிலேயே தங்களின் வாழ்நாள் முழுதையும் கழித்திருந்த, தங்களின் கல்லறைகள் மீது நிறுவப்பட்ட கற்கள் சிதைந்து என்றைக்கோ மறைந்தும் போய்விட்ட, நிறைவேறாக் கனவுகளோடு மறைந்துபோயிருந்த கனவாளிகளின் உருவ பொம்மைகள் அடுத்து காணக் கிடைத்தன. பிறகு, தங்களின் சந்தேக நிழல் பட்டுவிட்டவர்களைச் சித்திரவதை செய்ய சர்வதேச நியதிகளுக்கு மாறிவிட மனமில்லாமல்,

உள்நாட்டின் மரபு ரீதியான முறைகளைத் தொடர விரும்பி ஓய்வுக்காலம் முடியும் முன்பாகவே பணி ஓய்வைத் தேர்ந்திருந்த, ஒரு காலத்தில் தேசியப் புலனாய்வு நிறுவனம் என்றறியப்பட்டிருந்த, முன்னாள் ரகசியப் புலனாய்வுத் துறை அதிகாரிகளின் உருவ பொம்மைகள் நின்று கொண்டிருந்தன. தோள்களின் மீது பெரும் நுகத்தடிகளைச் சுமந்தபடி, தயிர், கோதுமைக் கூழ், மீன் என்று தெருத்தெருவாகச் சரக்குகளைச் சுமந்து விற்றுச் செல்லும் நடைவியாபாரிகளின் உருவப் பொம்மைகள் இருந்தன. அதேபோல், காஃபியகக் காட்சிகள் காணக் கிடைத்தன. "என் தாத்தா இந்த வகைப் பொம்மைகளில் ஆர்வம் காட்டினார். என் தந்தை இதில் தொடர்ந்து முன்னேற்றம் கண்டார். இப்பொழுது நான் இதைத் தொடர்ந்து செய்துகொண்டிருக்கிறேன்" என்று எங்கள் வழிகாட்டி இந்த அலங்காரப் பதுமைகளை அறிமுகம் செய்தார். இவ்வகைப் பதுமைகளில் தோளுக்குள் முகம் கவிழ்த்தபடியிருக்கும் வேலையற்ற மனிதர்கள், சொக்கட்டானோ சதுரங்கமோ விளையாடும் லயிப்பில் தாங்கள் எந்த நூற்றாண்டைச் சேர்ந்தவர்கள் என்பதையும், தாங்கள் யார் என்பதையும் மறந்துபோன அதிர்ஷ்டக்காரர்கள், ஒரு கையில் தேநீர்க் கோப்பையையும் மறு கையில் மட்டரக சிகரெட்டையும் பிடித்தபடி, தங்களுடைய இருப்பிற்கான காரணத்தை நினைவுக்குக் கொண்டுவரும் யத்தனத்தோடு எல்லைகளற்ற வெளியை வெறித்தபடி அமர்ந்திருக்கும் சமகாலத்திய மாந்தர்கள், பெரும் வேதனையைச் சுமந்தபடி இருக்கும் இதர மாந்தர்கள், சீட்டாட்டம், சொக்கட்டான், நண்பர்கள் என்று மிதமிஞ்சி அனுபவித்து எப்பேற்பட்ட வேதனையிலிருந்தும் தப்பித்துக்கொள்ளும் வேறு சிலர்.

"எப்பேற்பட்ட வலுவான சர்வதேச சதித்திட்டத்துக்கு எதிராகத் தான் போராட வேண்டி இருந்ததென்பதை, இறக்கும் தறுவாயில் என் தாத்தா தெளிவாகவே உணர்ந்திருந்தார்" என்றார் எங்களுடைய வழிகாட்டி. "எமது மக்கள் தங்களின் இயல்புக்கேற்றவாறு வாழும் வாய்ப்பை அளிக்க இந்த வரலாற்றுச் சக்திகள் விரும்பவில்லை. எங்களுடைய மிகப்பெரும் பொக்கிஷமாய் விளங்கும் அன்றாடச் செயல்பாடுகளும், உடல் மொழியும் எங்களுக்குக் கிட்டாமல் போவதையே அவர்கள் விரும்பினார்கள். இதனால், இஸ்திக்லால் அங்காடியின் காட்சிச் சாளரங்களிலும், பெயோக்ளூ பகுதியின் அங்காடிகளிலிருந்தும் என் தாத்தாவை அவர்கள் அடித்துத் துரத்தினார்கள். மறைந்து வாழ்வதே என் தாத்தாவிற்கு விதிக்கப்பட்டிருக்கும் ஒரே பாரம்பரியம் – ஆம், மறைந்து வாழும் வாழ்க்கைதான் – என்பதை அப்பா புரிந்துகொண்டார். ஆனால், தன் வரலாற்றின் ஆரம்பக்கட்டத்திலிருந்து ஒரு மறைந்து வாழும் நகரமாகவே இஸ்தான்புல் இருந்து வந்திருக்கிறதென்பதை அவர் புரிந்துகொண்டிருக்கவில்லை. பிறகு ஒரு காலத்தில், தான் வடிவமைத்த அலங்காரப் பதுமைகளுக்கு இடம் தேடும் முயற்சியில், நிலத்தை அகழ்ந்து கொண்டிருந்த பொழுதுதான், ஏராளமான சுரங்கப்பாதைகள் இருப்பதை அவர் கண்டுபிடித்தார்."

இந்தச் சுரங்கப்பாதைகளுக்கு இட்டுச் செல்லும் படிக்கட்டுகளுக்கு, ஒவ்வொரு தளமாக, அறைகள் என்று சொல்லத் தகுதியற்ற, புழுதி படிந்த குகைகளின் ஊடே நடந்துபோய்க்கொண்டிருந்தபோது, நம்பிக்கை யிழந்த அலங்காரப் பதுமைக் கூட்டங்களை அவர்கள் பார்த்துக்கொண்டே

சென்றார்கள். கூடுகளற்ற மின்குமிழிகளின் ஒளியின் கீழே மண்ணும், புழுதியும் படிந்து நின்றுகொண்டிருந்த அந்தப் பதுமைகளைப் பார்த்தவாறு சென்றுகொண்டிருந்த பொழுது, நிராகரிக்கப்பட்டுவிட்ட பேருந்து நிலையத்தில், வரவே வராத பேருந்துக்காகக் காத்திருக்கும் மக்களை ஒரு சில சமயம் அவை காலிப்புக்கு நினைவூட்டின. வேறு சில சமயம் நகரின் தெருக்களில் அவன் நடந்துகொண்டிருக்கும் பொழுது அவன் மனத்தில் முகிழ்க்கும் ஒரு மன மயக்கத்தை – இந்த உலகின் துயர் மிகுந்த மாந்தர் அனைவருமே உடன்பிறப்புகளே எனும் மனமயக்கத்தை – அவை நினைவுக்குக் கொண்டுவந்தன. லோட்டோ நிறுவனத்தின் காற்பந்து சாக்குப் பைகளைச் சுமந்தவாறிருக்கும் மனிதர்களின் உருவப் பதுமைகளை அவன் அங்கே பார்த்தான். கேலியும் கிண்டலுமான பதற்றம் மிகுந்த மாணவர்களின் உருவப் பதுமைகளும் இருந்தன. பருப்புகளையும் கொட்டைகளையும் விற்கப் பயிற்சி எடுத்துக்கொண்டிருக்கும் வணிகர்கள், பறவை ஆராய்ச்சியாளர்கள், பொக்கிஷ வேடுவர்கள் ஆகியோரின் உருவப் பதுமைகளும் கூடத் தென்பட்டன. கீழைத் திசையிலிருந்துதான் ஒட்டுமொத்த மேலைநாட்டு அறிவியலும் கலையும் தோன்றின என்பதை நிரூபிக்க தாந்தேவைப் படித்துக்கொண்டிருக்கும் உருவப் பதுமைகள், ஸ்தூபிகள் என்பவை வேற்று கிரகங்களுக்கு சமிக்ஞைகளை அனுப்பிக்கொண்டிருப்பவை என்பதை நிரூபிக்க வரைபடங்களை உருவாக்கிக்கொண்டிருக்கும் பதுமைகள், உயர் மின்சக்தி வடங்களிலிருந்து மின்சக்தி பாய்ந்ததால் உடல் நீலம் பாரித்து, இருநூறு ஆண்டுகளுக்கு முந்தைய நிகழ்வுகளை நினைவுக்குக் கொண்டுவரத் தொடங்கியிருக்கும் அருள்வாக்குக் கூறும் மாணவர்களைப் போல் உடையணிந்த பதுமைகளென்று பலவும் அங்கே இருந்தன. இந்த அலங்காரப் பதுமைகள் வகைப்படுத்தப்பட்டு குழுவாக நிற்கவைக்கப்பட்டிருந்தன. ஊரை அடித்து உலையில் இடுபவர்களுக்கு என்று ஒரு சில இடங்களும், பாவிகளுக்கு என வேறு சில இடங்களும் ஒதுக்கப்பட்டிருந்தன. தாங்களாக இருக்க இயலாதவர்களுக்கும், வேறு யாரோவாக ஆகிவிட்டிருப்பவர்களுக்கும் இடங்கள் ஒதுக்கப்பட்டிருந்தன. அதே போல், மகிழ்ச்சியற்ற மணவாழ்க்கை அமைந்தவர்களுக்கும், பரிதவிக்கும் பிசாசுகளுக்கும், புதைகுழியிலிருந்து எழும்பிவிட்ட போர் நாயகர்களுக்கும் தனித்தனி இடங்கள் ஒதுக்கப்பட்டிருந்தன. நெற்றியில் புதிரெழுத்துகள் பொறிக்கப்பட்ட மனிதர்ளையும், இந்தக் குறியீடுகளைப் படித்துச் சொல்லவல்ல ஞானிகளையும், இந்நாள்வரை மரபைத் தற்காத்துப் பேணி வரும் புகழ்பெற்ற மகான்களையும் அங்கே அவர்கள் பதுமையின் வடிவில் கண்டனர்.

மற்றொரு மூலையில், துருக்கியின் பிரபலமான எழுத்தாளர்களுக்கும் கலைஞர்களுக்கும் மத்தியில் இருபதாண்டுகளுக்கு முன்பாகத் தன்னுடைய சிறப்பம்சமாக விளங்கிய மழைக்கால அங்கியைத் தரித்தபடி நிற்கும் ஜெலாலின் அலங்காரப் பதுமைகூட கண்ணில்பட்டது. ஜெலால் மீது பெரும் நம்பிக்கை வைத்திருந்த தன்னுடைய தந்தை 'எழுத்துகளின் புதிர்களை' ஜெலாலிடம் ரகசியமாக வெளிப்படுத்தியிருந்ததாக வழிகாட்டி விளக்கிக்கொண்டிருந்தார். ஆனால், ஒரு சில மலிவான வெற்றிகளை அடைவதற்காக ஜெலால் அந்த 'எழுத்துகளின் புதிர்களை'த் தவறாகப் பயன்படுத்திவிட்டாரென்றும் அவர் கூறினார். இந்த வழிகாட்டியின் தந்தையைப் பற்றியும், பாட்டனாரைப் பற்றியும் இருபதாண்டுகளுக்கு

முன்பாக ஜெலால் எழுதியிருந்த பத்திக் கட்டுரையின் பிரதி சட்டமிடப் பட்டு அந்த அலங்காரப் பதுமையின் கழுத்தில் மரண சாசனம் போல் தொங்கவிடப்பட்டிருந்தது. பல அங்காடிக்காரர்களையும் போலவே, இந்த வழிகாட்டியின் குடும்பமும் தேவையான அனுமதியைப் பெறாமலேயே தங்களுடைய தேவைக்கேற்றவாறு குகைகளை அகழ்ந்து வைத்துக்கொண்டிருந்தது. சுவர்களிலிருந்து கசிந்துகொண்டிருந்த ஈரப்பதமும், பூஞ்சையும் நாசியைத் தாக்கி மூச்சுத் திணறலை ஏற்படுத்தி விடாதபடிக்கு எச்சரிக்கையுடன் வழிகாட்டியைப் பின் தொடர்ந்தான் காலிப். தான் அனுபவித்துவிட்ட எண்ணற்ற துரோகங்களுக்குப் பிறகு, தன்னுடைய ஒட்டுமொத்த நம்பிக்கையையும் தன்னுடைய அனடோலிய சுற்றுப்பயணத்தின்போது தான் சேகரித்துவைத்திருந்த ரகசியக் குறியெழுத்துகளின் மீது வைத்திருந்ததாக அந்த வழிகாட்டி காலிப்பிடம் சொல்லிக்கொண்டு வந்தான். அந்த ரகசியக் குறியெழுத்துகளை இந்தத் துயர்மிகுந்த பதுமைகளின் நெற்றியில் பொறித்துவைத்திருப்பதாகவும் அவன் சொன்னான். ஒரு காலத்திலிருந்த இஸ்தான்புல் நகரின் அசல் தன்மைக்குச் சான்றளிக்கும் இந்தச் சுரங்கப்பாதைகளை அவன் எவ்வாறு தொடர்ந்து அகழ்ந்துகொண்டிருந்தான் என்றும் அவன் விளக்கிக்கொண்டிருந்தான். ஜெலாலின் பதுமைக்கு முன்பாக நீண்ட நேரம் அசையாமல் நின்று அவனுடைய வாட்டசாட்டமான, தடித்த உருவத்தையும், மென்மையான பார்வையையும், சிறிய கைகளையும் காலிப் பார்த்துக்கொண்டிருந்தான். உன்னால்தான் நான் நானாக இருக்க முடியாமல் போய்விட்டதென்று அவனுக்குச் சொல்ல வேண்டும் போல் இருந்தது. என்னை நீயாக மாற்றிவிட்டுவிட்ட அந்தக் கதைகளையெல்லாம் நான் நம்பியது உன்னால்தான். தன்னுடைய தந்தையின் உயர்தரப் புகைப்படத்தை ஆராய்ந்துகொண்டிருக்கும் மகனைப் போல் அவன் ஜெலாலின் பதுமையை நீண்டநேரமாக வெறித்துக்கொண்டிருந்தான். ஜெலால் அணிந்துகொண்டிருந்த காற்சராய்க்கான துணியை ஸிர்கேஜி பகுதியிலிருந்த தூரத்து உறவினருக்குச் சொந்தமான கடையில் தள்ளுபடி விலையில் ஜெலால் வாங்கியிருந்தான் என்பதைக் காலிப் நினைத்துக் கொண்டான். ஆங்கிலத் துப்பறியும் நாவல்களில் வரும் துப்பறிவாளனைப் போன்ற தோற்றத்தைத் தனக்குத் தருகிறது என்பதாலேயே தான் அணிந்து கொண்டிருந்த மழையங்கியை ஜெலால் மிகவும் நேசித்தான் என்பதையும் காலிப் நினைவுகூர்ந்தான். கைகளை எந்நேரமும் உள்ளே நுழைத்து நுழைத்து, அந்த மழையங்கியின் பாக்கெட்டுகள் தையல் பிரிந்திருந்தன என்பதும்கூட காலிப்பின் நினைவுக்கு வந்தது. ஜெலாலுடைய கீழுதட்டின் மீதோ, தொண்டைக் குழியின் மீதோ, சவரக்கத்தியின் கீறல்கள் கடந்த சில ஆண்டுகளாகத் தென்படுவதில்லை என்பதும். அதே போல், அந்தப் பாக்கெட்டிலிருக்கும் மை நிரப்பிப் பேனாவைத்தான் ஜெலால் இன்று வரை பயன்படுத்திக்கொண்டிருக்கிறான் என்பதும் நினைவுக்கு வந்தது. இந்த மனிதனைக் காலிப் நேசிக்கவும் செய்தான். பார்த்து அச்சப்படவும் செய்தான். ஜெலாலின் இடத்தைப் பிடிக்கவும் அவன் விரும்பினான். அதே சமயத்தில் அவனிடமிருந்து தப்பித்துக்கொள்ளவும் ஆசைப்பட்டான். அவனைத் தேடிக் கண்டுபிடிக்கவும் விரும்பினான். அதே சமயத்தில், அவனை மறக்கவும் விரும்பினான். தன்னால் புரிந்துகொள்ள முடியாத இந்த ரகசியத்துக்கான, ஜெலால் அறிந்துவைத்திருந்த, ஆனால், என்றுமே மறைத்துவைத்திருந்த இந்த மறு உலகிற்கான, ஒரு கொடுங்கனவாக

மாறிப்போய்விட்ட இந்த விளையாட்டிலிருந்து மீள வகை செய்யும் திறவு கோலை, ஒரு வழியாய்க் கேட்டுப்பெறும் வேகத்துடன் இருப்பவனைப் போல், காலிப் ஜெலாலின் மழையங்கியின் கழுத்துப் பட்டையைப் பிடித்தான். சற்றுத் தொலைவில், மனக்கிளர்ச்சியைக் காட்டிக்கொடுக்கும் குரலில் தன்னுடைய அபிமான விவரணையை வழிகாட்டி ஒப்பித்துக் கொண்டிருப்பது காலிப்புக்குக் கேட்டது.

"காலப்போக்கில், தனக்குக் கிட்டிய குறியெழுத்துகளின் அர்த்த அறிவை நம்முடைய தெருக்களிலோ, வீடுகளிலோ, சமுதாயத்தில் எங்குமோ பார்த்துவிட முடியாத தன்னுடைய அலங்காரப் பதுமைகளின் வதனங்களின் மீது பொறித்துவைக்கத் தொடங்கினார் என் தந்தை. இதை அவர் செயல்படுத்திய வேகத்தில் மண்ணுக்கடியில் நாங்கள் அகழ்ந்து வைத்திருந்த அறைகளுக்குள் இடம் போதாமல் நெருக்கடி ஏற்பட்டது. அப்படிப் பார்க்கும்பொழுது, அந்த நேரத்தில் இந்தச் சுரங்கப்பாதைகள் எங்களுக்குத் தட்டுப்பட்டது தற்செயலான விஷயம் அல்ல. நம்முடைய வரலாறு தலைமறைவில்தான் தப்பிப் பிழைக்க வேண்டும் என்பதையும், தலைமறைவு வாழ்க்கையே, மேலே தென்படும் தவிர்க்கவியலாத சீரழிவின் அறிகுறிதான் என்பதையும், எங்கள் வீட்டிற்கு இட்டுச் செல்லும் இந்தச் சுரங்கப் பாதைகள், எலும்புக்கூடுகள் சிதறிக் கிடக்கும் இந்தச் சுரங்க வழிகள், எங்களுக்கு வரலாற்று ரீதியான ஒரு வாய்ப்பை, தங்களுடைய வரலாறுகளை, அவற்றின் அர்த்தங்களை, தங்களுடைய முகத்தில் பதிந்து சுமந்திருக்கும் குடிமக்களை உருவாக்கும் வாய்ப்பை எங்களுக்குக் கொடுத்திருக்கிறது என்பதையும் என் தந்தை உடனடியாகப் புரிந்துகொண்டார்."

ஜெலாலின் கழுத்துப் பட்டியைக் கைகளிலிருந்து காலிப் விடுவித்த வுடன், அந்தப் பதுமை தலைமைப் பொறுப்பிலிருக்கும் போர்வீரனைப் போல் முன்னும் பின்னுமாக ஆடியது. இந்த வினோதமான, திகிலூட்டும், அதே சமயம், கோமாளித்தனமான உருவத்தைத் தான் என்றென்றும் நினைவில் வைத்திருப்போம் என்றெண்ணியவாறு இரண்டு தப்படிகள் பின்னே சென்று, ஒரு சிகரெட்டை காலிப் பற்றவைத்தான். சற்றே தயக்கத்துடன், "என்றேனும் ஒருநாள், எலும்புக்கூடுகளோடு ஐக்கியமாகிப் போகக் கூடிய அலங்காரப்பதுமைகள்" வீற்றிருக்கும் தலைமறைவு நகருக்குள் தன் குழுவினரைப் பின்தொடர்ந்தான்.

அங்கே சென்றவுடன் அந்தச் சுரங்கப்பாதையை வழிகாட்டி சுட்டிக்காட்டினான். அட்டிலா இனத்தவர் தம்மைத் தாக்கக்கூடுமென்ற அச்சத்தில் 1,536 ஆண்டுகளுக்கு முன்பாக, பொற்கொம்புக் கழிமுகத்துக்கு அடியில், பைஸாந்திய இனத்தவர் அகழ்ந்து வைத்திருந்த பல சுரங்கப் பாதைகளுள் இதுவும் ஒன்று என்றான் அவன். கையில் விளக்கோடு அதனுள்ளே சென்றால், 775 ஆண்டுகளுக்கு முன்பாக வெனிஸ் நகரிலிருந்து வந்த ஆக்கிரமிப்பாளர்களிடமிருந்து தாங்கள் மறைத்துவைத்திருக்கும் பொக்கிஷங்களைப் பாதுகாத்தவாறு சிலந்திக்கூடு அண்டிய இருக்கைகளிலும், மேஜைகளிலும் எலும்புக்கூடுகள் உட்கார்ந்திருப்பதைப் பார்க்கலாமென்று பெரும் சீற்றத்தோடு அவன் சொல்லிக்கொண்டிருந்தான். அவன் சொல்லச் சொல்ல, இதே உருவங்களும் அச்சு அசலாய் இதே கதையும் குறிப்பால் உணர்த்தும் ஒரு புதிரைப் பற்றிய பத்திக் கட்டுரையொன்றை ஜெலால் எழுதியிருந்தது காலிப்பின் நினைவில் தட்டியது. இப்படியோர் அழிவு

நெருங்குவதின் பலமான அறிகுறிகளைப் படித்துவிட்ட தன் தந்தை தலைமறைவு உலகிற்கு இடம்பெயர முடிவெடுத்ததைப் பற்றி அந்த வழிகாட்டி சொல்லிக்கொண்டிருந்தான். இந்த நகரின் ஒவ்வொரு அவதாரமும் – பைஸாந்தியம், வைசாந்தியம், நோவா ரோமா, ஆந்தூஸா, ஸார்க்ராட், மைக்லாக்ராட், கான்ஸ்ட்டான்ட்டிநோபில், காஸ்போலி, இஸ்டின் போலின் என ஒவ்வொன்றும் – தன்னுடைய இருப்பின்போது, தனக்கு முந்தைய நாகரிகம் தஞ்சமடைந்திருந்த தலைமறைவுப் பாதைகளைத் தனக்கடியில் கொண்டிருந்தது. இது ஒரு வித, அசாதாரணமான இரட்டை நகருக்கு வழிவகுத்துவிட்டதென்றும் தன்னை ஆழத்தில் அமிழ்த்திவிட்ட மேற்புற நகரின் மீது புதைநகரம் ஒருவழியாய்ப் பழிதீர்த்துக்கொண்டிருக்கிறது என்றும் அந்த வழிகாட்டி ஆவேசமாகக் கூறிக்கொண்டிருந்தான். இன்று காணப்படும் அருவருப்பான குடியிருப்புக் கட்டடங்களே இதற்கான சான்று என முன்னொரு காலத்தில் ஜெலால் எழுதியிருந்த பத்திக் கட்டுரையொன்றில் குறிப்பிட்டிருந்தது வழிகாட்டியின் பேச்சைக் கவனித்துக்கொண்டிருந்த காலிப்புக்கு நினைவுக்கு வந்தது. சீற்றம் தலைக்கேற, ஏற வழிகாட்டியின் குரல் உயர்ந்தது. இந்த உலகம் அழியும் நாள் நெருங்கிவிட்டதென்று தீர்மானமாக நம்பிய தன் தந்தை அதை எதிர்கொள்ளும் முனைப்பில் இருந்தாரென்று அவன் சொல்லிக் கொண்டிருந்தான். எலிகளும் சிலந்திகளும் மண்டிய எலும்புக்கூடுகள் விரவிக் கிடக்கின்ற, பொக்கிஷங்கள் அடைந்துகிடக்கின்ற இந்த ஒவ்வொரு சுரங்கப்பாதையையும் தான் வடிவமைத்த அலங்காரப் பதுமைகளைக் கொண்டு நிரப்பிவிட வேண்டுமென்று அவர் கனவு கண்டார். இந்தக் கனவுதான் அவருடைய வாழ்க்கைக்கு அர்த்தத்தைக் கொடுத்தது. இப்பொழுது இந்த வழிகாட்டியும் அவருடைய அடிச்சுவட்டைப் பின்பற்றிச் செல்கிறான். ஒவ்வொரு அலங்காரப்பதுமையின் நெற்றியிலும் அதற்கான அர்த்தத்தைக் கொடுக்கும் குறியெழுத்துகளைப் பொறித்தபடி இருக்கின்றான்.

இந்த மனிதன் ஒவ்வொரு நாளும் அதிகாலையிலேயே எழுந்து முதல் ஆளாக *மிலியட்* நாளிதழை வாங்கி ஜெலாலின் பத்திக் கட்டுரையைப் பொறாமையுடனும், ஆவேசமான பொறுமையின்மையோடும் படிப்பவனாக இருப்பானோ என்று காலிப் மனதுக்குள் வியந்துகொண்டிருந்தான். அப்பொழுது, அவர்கள் விருப்பப்பட்டால் அங்கிருந்த திகைப்பூட்டும் ஒரு சுரங்கப்பாதைக்குள் சென்று பார்க்கலாமென்று அந்த வழிகாட்டி அறிவித்தான். அவர்களுக்கு மன தைரியம் இருந்தால், தங்கக் கழுத்தணிகளும் கை வளையல்களும் திரை போல் கூரையிலிருந்து தொங்கி ஊசலாடிக்கொண்டிருக்க, அவற்றின் ஊடே, அப்பாஸைட் இனத்தவரால் தலைமறைவு வாழ்க்கைக்குத் தள்ளப்பட்ட பைஸாந்திய இனத்தவரின் எலும்புக்கூடுகளையும் புனிதப் போராளிகளிடமிருந்து ஒளிந்து, ஒருவரையொருவர் கட்டிப் பிடித்தவாறிருக்கும் யூதர்களின் எலும்புக் கூடுகளையும் பார்க்கலாமென்று அந்த வழிகாட்டி சவால் விட்டுக்கொண்டிருந்தான். ஜெலாலின் மிகச் சமீபத்திய பத்திக் கட்டுரைகளை அவன் நிச்சயமாக ஆழ்ந்து படித்திருக்க வேண்டுமென்பதை அவனுடைய பேச்சு காலிப்புக்கு உறுதிப்படுத்தியது. தங்கள் இனத்தவர் ஆறாயிரம் பேரை பைஸாந்தவர்கள் கொன்று குவித்த பிறகு தப்பியோடிய, மீதமிருந்த ஜெனோவன், அமால்ஃபியன், பீஸன் போன்ற இன வணிகர்களின் எழுநூறாண்டுப் பழமை வாய்ந்த எலும்புக்கூடுகள், பதினான்காம் நூற்றாண்டில் பல்லாயிரக்

கணக்கான உயிர்களைப் பலி கொண்ட கொள்ளை நோயிலிருந்து தப்பி வந்தவர்களின் – இவர்கள் அசோவ் கடல் வழியாக வந்த கப்பலில் இந்த நகருக்குக் கொண்டுவரப்பட்டவர்கள் – அறுநூறாண்டுப் பழமை வாய்ந்த எலும்புக்கூடுகளுக்கு அருகருகாய் அமர்ந்திருப்பதை அவர்கள் அங்கே பார்க்க முடியுமென்று அந்த வழிகாட்டி தொடர்ந்து விவரித்துக் கொண்டே போனான். ஆவார் இனத்தவரின் முற்றுகையின்போது இந்தச் சுரங்கப்பாதைகளுக்குள் எடுத்துவரப்பட்ட மேஜைகளின் அருகே ஒருவர்மீதொருவர் சாய்ந்தபடி இறுதித் தீர்ப்பு நாளுக்காக இந்த எலும்புக் கூடுகள் யாவும் பொறுமையோடு காத்துக்கொண்டிருக்கும். மேலும் மேலும் அந்த வழிகாட்டி பேசிக்கொண்டே போனான். ஜெலால் எந்த அளவுக்குப் பொறுமையானவனோ அதே அளவுக்கு இவனும்கூட மிகப் பொறுமையானவன்தான் என்ற தீர்மானத்துக்கு காலிப் வந்திருந்தான். முற்றுகையிட்ட ஆட்டமன்களிடமிருந்து தப்பி ஓடிய பைசாந்தியர்கள் ஒளிந்துகொண்ட சுரங்கப்பாதைகளை வழிகாட்டி சுட்டிக்காட்டிக் கொண்டிருந்தான். ஹேகியா ஸோஃபியாவிலிருந்து ஹேகியா ஐரீன் வரையிலும், அங்கிருந்து பேன்ட்டோக்ரேட்டர் வரையிலும், அதுவும் போதாமல் பொற்கொம்புக் கழிமுகத்தின் இந்தப் பக்கம் வரையிலும் அந்தச் சுரங்கப்பாதைகள் நீண்டிருந்தன. நானூறு ஆண்டுகளுக்கு முன்பாக காஃபி, புகையிலை, கஞ்சா ஆகிய பொருள்களுக்கு சுல்தான் நான்காம் முராத் தடைவிதித்திருந்தபோது மீண்டும் ஒரு பெருங்கூட்டம் இவற்றுள் நுழைந்தது. காஃபிக் கொட்டை அரைக்கும் இயந்திரங்களையும், காஃபி தயாரிக்கும் பாத்திரங்களையும், புகைபிடிக்கும் குழாய்களையும், கஞ்சா மற்றும் புகையிலை அடைத்த பொட்டலங்களையும் கிண்ணிகளையும் கையில் இறுகப் பற்றியபடி இருக்கும் இவர்களின் எலும்புக்கூடுகளையும் கூட நீங்கள் பார்க்க முடியும். இந்த அலங்காரப் பதுமைகள் தங்களை விடுவிப்பார்களென்று இவர்கள் காத்திருக்கிறார்கள் என அந்த வழிகாட்டி சொல்லிக்கொண்டிருந்தான். ஜெலாலின் உருவபொம்மை மீது பட்டுப போன்ற மென்மையான தூசு காலப்போக்கில் படியப் போவதை அக்கணத்தில் காலிப் கற்பனைசெய்து பார்த்தான். ஓர் அரண்மனைச் சதி தோல்வியுற்ற பிறகு சுல்தான் மூன்றாம் அஹமதின் பட்டத்து இளவல், பைசாந்தியர்களிடமிருந்து தப்பிப் பிழைக்க யூதர்கள் அகழ்ந்து வைத்திருந்த சுரங்கப்பாதைகளுக்குள் முகாமிட்டிருந்தான். அவனுடைய எலும்புக்கூட்டையும், எழுநூறாண்டுகளுக்கு முன்னர் இங்கிலாந்து நாட்டரசர் ஜார்ஜின் ஆட்சிக் காலத்தின்போது, தன்னுடைய காதலனோடு அரண்மனையைவிட்டுத் தப்பி வந்த அடிமைப் பெண்ணின் எலும்புக்கூட்டையும் இங்கே காண முடியும். மேலும், ஈரம் காயாத பணத்தாள்களின் வண்ணங்களைச் சரி பார்க்கத் தூக்கிப் பிடித்தபடியிருக்கும் நவீன கால, கள்ளநோட்டு அச்சிடும் மனிதர்களின் எலும்புக்கூடுகளையும்கூட அவர்கள் காண நேரிடலாம். அதைவிட்டால், வேறு எந்த மேடையிலும் பார்த்துவிட முடியாத அளவுக்கு மிகத் தத்ரூபமான சிவப்பு நிறச் சாயலைக் கொண்டுவர இஸ்லாமிய மெக்பெத் சீமாட்டி தன்னுடைய சிற்றரங்கிலிருந்து, தான் ஆடை மாற்றும் அறையாகப் பாவித்துவந்த சிறு குகைக்குள் இறங்கி, கிண்ணத்தில் இருக்கும் தடைசெய்யப்பட்டிருந்த எருமை ரத்தத்தில் கை நனைத்து வருவதையாவது அவர்கள் பார்க்க முடியும். அதையும் விட்டால் துருவேறிய பல்கேரிய நாட்டுக் கப்பல்களில் அமெரிக்காவுக்கு ஏற்றுமதி

செய்துவிடும் நம்பிக்கையோடு, உயர்தர ஹெராயினைக் கண்ணாடிப் பானைகளில் வடித்தெடுக்கும் ஊக்கம் மிகுந்த இளம் வேதியியலாளர்களை அவர்கள் கர்ணக்கூடும். இதைக் கேட்ட மாத்திரத்தில் ஜெலாலின் முகத்திலும், அவன் எழுதிய பத்திக் கட்டுரைகளிலும் இந்த அர்த்தங்கள் அனைத்தையும் தன்னால் படித்துவிட முடியுமென்று காலிப்புக்குத் தோன்றியது.

அதற்குப் பிறகு, அந்த வழிகாட்டி தன்னுடைய விரிவுரையை முடிக்க இருந்த நேரத்தில் தன்னுடைய தந்தையின் கனவாகவும், தன்னுடைய கனவாகவுமே ஆகிவிட்ட வருங்காலத்தைப் பற்றி எடுத்துச் சொன்னான். மேற்பரப்பில் இயங்கும் இஸ்தான்புல் நகரில் இருக்கும் யாவும் சூரிய வெப்பத்தில் வறுபட்டு தகித்துக்கொண்டிருக்கும் வேனிற்கால நாளொன்றில் ஈக்களுக்கும், குவிந்து கிடக்கும் குப்பைக் கூளத்திற்கும், மேகமாய்க் கவிந்திருக்கும் புழுதிக்கும் நடுவில் தூக்கக் கலக்கத்தில் தள்ளாடியபடி, இந்த இருண்ட பூஞ்சணம் பிடித்த சுரங்கப்பாதைகளில் அசாத்தியப் பொறுமையோடு காத்துக்கொண்டிருக்கும் இந்த எலும்புக்கூடுகள் யாவும் சிலிர்த்து உயிர் பெற்றுவிடும். பிறகு அங்கே பெரும் கொண்டாட்டம் நிகழும். காலம், வரலாறு, சட்டத்தின் ஆட்சி என அனைத்துக்கும் அப்பால் அவைகளை இட்டுச் செல்லும் பெரும் நற்பேறு நிகழும். இப்படிப்பட்டதோர் பரவச நாள் பற்றிய தன்னுடைய கற்பனைகளை அந்த வழிகாட்டி சொல்லி முடித்த பிறகு இனியும் அவனின் குரல் தனக்கு வழிகாட்டத் தேவைப்படாது என்பதைக் காலிப் உணர்ந்தான். ஏனென்றால், அந்த அலங்காரப் பதுமைகளும், எலும்புக்கூடுகளும் நடனமாடுவதையும், அந்த இசை மெல்லத் தேய்ந்து நிசப்தத்தில் மூழ்குவதையும், அந்த நிசப்தம் புணர்ச்சியில் ஈடுபட்டிருக்கும் எலும்புக்கூடுகளின் உரசல் சப்தத்துக்கு வழி விடுவதையும் அதற்குள்ளாகவே அவன் கற்பனை செய்திருந்தான். அதே போல், தன்னுடைய "சக குடிமக்களின்" முகத்தில் பொறிக்கப்பட்டிருக்கும் வலியையும் அவனால் கற்பனை செய்ய முடிந்திருந்தது. அவர்கள் மேலே வரத் தத்தளித்துக்கொண்டிருக்கும்போது அவர்களின் காலடியில் உடைபட்டுச் சிதறியிருக்கும் கோப்பைகள் மற்றும் குடுவைகள் உள்பட அவன் கற்பனை செய்திருந்தான். அவர்களுடைய துயர் அவன் மீது கவிந்து அழுத்திக்கொண்டிருப்பதை அவன் இன்னமும் உணர்ந்தவாறிருந்தான். அவனுடைய கால்கள் துவண்டிருந்ததற்குக் காரணம் அங்கிருந்த செங்குத்தான படிக்கட்டுகளோ, குறுகலான சுரங்கப் பாதைகளோ, அன்றைய நீண்ட நாளின் அலுவல்களோ இல்லை. வழுக்கும் படிக்கட்டுகளின் வழியாகச் சிரமப்பட்டு ஏறும்போது அவன் பார்த்திருந்த, கூடற்ற மின்குமிழிகள் மட்டுமே ஒளியூட்டிய முகங்களும், அவனுடைய சகோதரர்களாகத் தோன்றிய அந்த அலங்காரப் பதுமைகளின் முகங்களில் தென்பட்ட அயர்ச்சியும்தான் அவனுடைய கால்களைத் துவண்டுபோக வைத்திருந்தன. அவர்களுடைய குனிந்த தலைகளும், கூன் விழுந்த முதுகுகளும், வளைந்து நெளிந்த கால்களும் ஏதோ அவனுடைய உடலின் நீட்சிகளோ என்பது போல் அவனுக்குத் தோன்றியது. அவர்களுடைய முகங்கள் அவனுடைய முகமாகவே தோன்றின. அவர்களுடைய மன விரக்தியும் அவனுடையதாயிற்று. அவர்கள் மெல்ல மெல்ல அவனை நோக்கி நகர்ந்து வருவதைப் போல் இருந்தது. அவர்களைப் பார்க்கவே காலிப் விரும்பவில்லை. குறிப்பாக அவர்களுடைய கண்களைப் பார்ப்பதற்கு அஞ்சினான்.

ஆனால், தன்னுடைய இரட்டைச் சகோதரனிடமிருந்து பிய்த்துக்கொண்டு வருவதைப் போல் அவர்களை அவனால் தவிர்க்கவியலாதிருந்தது. அவன் நம்ப ஆசைப்பட்டதெல்லாம் என்னவென்றால், – பதின்வயதினனாக ஜெலாலின் பத்திக் கட்டுரைகளைப் படித்துக்கொண்டிருந்த காலத்தில் அவன் நம்பியிருந்த புதிரின் முடிச்சை எப்பொழுதாவது அவன் அவிழ்த்துவிட்டால் – இந்தக் காட்சி தரும் புற உலகிற்குப் பின்னால் ஒளிந்திருக்கும் ரகசியத்தை அவனால் வெளிப்படுத்த முடிந்துவிட்டால் அந்த உண்மை மிக எளியதாக இருக்கும். இதற்கான திறவுகோலைக் கண்டெடுத்தவர்களுக்கு ஆன்ம விடுதலைக்கான ரகசியச் செய்முறையை அளிக்க வல்லதாக இருக்கும். ஆனால், (ஜெலாலின் பத்திக் கட்டுரைகளைப் படிக்கும்போதெல்லாம் அவன் உணர்வதைப் போல) தன்னுடைய தாக்கத்தை அவன் இழக்க நேரலாம். இதனால், இந்தப் புதிரை விடுவிக்க முனையும் போதெல்லாம், தன்னுடைய நினைவு தன்னிடமிருந்து நழுவிச் செல்வதைப் போல் அவன் உணர்வதுண்டு. இறுதியில் ஒரு குழந்தையைப் போல் கையறுநிலையில் அவன் தத்தளிப்பான். அந்த அலங்காரப் பதுமைகள் எதைக் குறிக்கின்றன என்றோ, அவனுக்கு அங்கே என்ன வேலை இருக்கிறதென்றோ, சிறிதும் அவன் அறிந்திருக்கவில்லை. இந்த முகங்களின் மீது எழுதப்பட்டிருந்த குறியெழுத்துகளின் அர்த்தத்தை அவன் அறிந்தவனல்ல. தன்னுடைய சொந்த இருப்பிற்கான ரகசியத்தையும்கூட அவன் அறிந்திருக்கவில்லை. மேலே ஏற, ஏற மேற்பரப்புக்கு அருகாக அவர்கள் வந்து சேரச் சேர, தான் சற்று முன்னரே தரிசித்திருந்த ரகசிய மறைவாழ் உலகினை நினைவுகூர்வது காலிப்புக்குக் கடினமாகிப்போனது. ஏற்கெனவே அது தன் நினைவைவிட்டு நழுவிச் சென்றுவிட்டதை அவன் உணரத் தலைப்பட்டான்.

வழிகாட்டி கவனம் வைத்துச் சொல்ல வேண்டியிராத மிகவும் சாதாரணமான அலங்காரப் பதுமைகள் நிறைந்த மேல்தள அறைகளுள் ஒன்றை அவர்கள் கடந்தபொழுது, அந்தப் பதுமைகளின் முகத்தை காலிப் ஏறெடுத்துப் பார்த்தான். அவையனைத்தும் ஒரே மாதிரியான எண்ணங்களையும் ஒரே மாதிரியான தலைவிதியையும் தமக்குள் பகிர்ந்துகொண்டிருக்கின்றன என்பதை அவன் உடனடியாகப் புரிந்து கொண்டான். ஒரு காலத்தில் அவர்கள் அனைவருமே ஒன்றாக வாழ்ந்திருந்தவர்கள். அவர்களுடைய வாழ்வும் அர்த்தம் மிகுந்ததாகவே இருந்திருக்கின்றன. ஆனால், இன்னதென்று அறியாத காரணத்தால் அவை தம் அர்த்தத்தைத் தொலைத்திருந்தன. அவர்களின் நினைவை அவர்கள் எப்படித் தொலைத்திருந்தார்களோ அதே போல். அந்தத் தொலைந்து போன அர்த்தத்தை அவர்கள் மீட்டெடுக்க முயலும் ஒவ்வொரு முறையும், சிலந்தி வலை பின்னிய அந்த நினைவுப் புதிர்ப்பாதைக்குள் நுழைய முற்படும் ஒவ்வொரு முறையும், அவர்கள் மீண்டும் தொலைந்துதான் போனார்கள். தங்களுடைய மனத்தின் இருண்ட, முட்டுச் சந்துகளுக்குள் மீண்டு வெளியேற வழி தேடி அவர்கள் அலைந்துகொண்டிருந்த நேரத்தில் அவர்களுடைய புது வாழ்வுக்கான திறவுகோலானது நினைவுகள் எனும் கேணியின் அடியாழத்தில் விழுந்துவிட்டது. அது ஒரேயடியாகவே தங்களுக்குத் தொலைந்துபோனதாகிவிட்டதென்பது தெரிந்திருந்தும், தத்தம் இருப்பிடங்களை, தேசங்களை, கடந்த காலத்தை, வரலாற்றைத் தொலைத்துவிட்ட மாந்தர்கள் உணரும் அதே கையறு வலியை இவர்களும் உணர்ந்தார்கள். தொலைந்துபோனதின் வலியை

வீட்டிலிருந்து வெகு தொலைவு வந்துவிட்டதின் வலியை அவர்கள் உணர்ந்த விதம் மிகவும் தீர்க்கமானதாக, தாங்கிக்கொள்ள இயலாததாக இருந்தது. அந்த ரகசியத்தை, இங்கே தாங்கள் தேடி வந்திருக்கும் அந்தத் தொலைந்துபோன அர்த்தத்தை நினைவுக்குக் கொண்டுவராமலிருக்கும் முயற்சியே அவர்களின் ஒரே நம்பிக்கையாக விளங்கியது. அதற்கு மாற்றாக இறைவனிடம் தங்களை ஒப்படைத்துவிட்டு, முடிவிலியின் நிரந்தரக் காலத்துக்காகப் பொறுமையோடு அமைதியாகக் காத்திருப்பதை மட்டுமே இப்பொழுது அவர்களால் செய்ய இயலும். ஆனால், அவர்களின் மூச்சைத் திணறவைக்கும் காத்திருத்தலோடு தான் இணைந்துகொள்வது முடியாத காரியம்.மேற்பரப்பை நெருங்க, நெருங்க இது காலிப்புக்குத் தெளிவாகவே விளங்கியது. தான் தேடிக்கொண்டிருப்பதைக் கண்டெடுக்காத வரையிலும் தனக்கு அமைதி கிட்டப்போவதில்லை என்பதை அவன் உணர்ந்திருந்தான். தன்னுடைய கடந்தகாலத்தை, தன்னுடைய நினைவுகளை, தன்னுடைய கனவுகளைத் தொலைத்துவிட்ட ஒருவனாக இருப்பதைக் காட்டிலும் வேறொருவரின் நகலாக இருப்பது மேலல்லவா?

முதலில் நுழைந்த இரும்புப் படிக்கட்டுகளுக்கு அருகே வந்தவுடன் அவன் தன்னை ஜெலாலின் நிலையில் இருத்திப் பார்த்துக்கொண்டான். அந்த அலங்காரப் பதுமைகளையும், அவற்றின் உருவாக்கத்துக்கு அடிப்படையான கருத்துருவையும் இப்பொழுது அவன் மனதார வெறுத்தான். அவை அபத்தமான பொருள்கள். தமது இருப்பிற்கான மூல காரணத்தையே காட்டிக்கொடுத்துவிடும் வெறித்தனமான ஜடங்கள். தீய எண்ணம் நிறைந்த உருவப் படைப்புகள். அச்சத்தால் உறைய வைக்கும் நகைச்சுவைத் துணுக்குகள். விளக்கம் சொல்லவியலாத மட்டித்தனமான இழி படைப்புகள். இதோ இந்த வழிகாட்டியைப் பாருங்களேன். இந்த சுயம்புவான கேலிச்சித்திரத்தை. உருவப் படைப்புக் கலையை இஸ்லாம் தடை செய்கிறதென்று சொல்லப்படும் வாதத்தை இவனுடைய தந்தை ஏற்றுக்கொள்ளவில்லை என்று சொல்லி, தன்னுடைய கருத்துக்கு நியாயம் கற்பிக்க இவன் முயலுகிறான். நாம் கருத்துரு என்று சொல்லும் எதுவுமே ஒருவரின் பிம்பத்தை மீறியதாக இருந்ததில்லை. அவர்கள் அனைவரும் இங்கே பார்க்க நேர்ந்ததும் இவ்வளவுதான் – பிம்பங்களின் தொடர் வரிசை. இப்பொழுது, முதல் அறைக்கு மீளும் தருணத்தில் இந்த “உன்னதக் கருத்துருவுக்கு” ஆதரவாகவே இந்த அலங்காரப் பதுமைகளைப் படைக்கும் தொழிலைத் தான் மேற்கொண்டிருப்பதாக எங்களுடைய வழிகாட்டி விளக்கிக்கொண்டிருந்தான். இந்த உன்னதப் படைப்புத் தொழில் மேலும் ஓங்கி வளரத் தங்களால் இயன்றதைப் பச்சை நிற அன்பளிப்புப் பேழையில் விட்டுச் செல்லுமாறு தன்னுடைய விருந்தினர்களை வற்புறுத்திக்கொண்டிருந்தான்.

ஓர் ஆயிரம் லிராக்களை அந்தப் பச்சை நிறப் பேழைக்குள் போட்ட பிறகு புராதனப் பொருள்களை விற்பனை செய்யும் பெண்மணியை நேருக்கு நேராகக் காலிப் எதிர்கொண்டான்.

“என்னை நினைவிருக்கிறதா?” என்று அவள் வினவினாள். ஏதோ கனவிலிருந்து அப்பொழுதான் விழித்துக்கொண்டவளைப் போல் அவள் தோன்றினாள். அவளுடைய பாவனைகள் சிறுபிள்ளைத்தனமாகவும், விளையாட்டுத்தனமாகவும் தோன்றின. “என் பாட்டி சொன்ன கதைகள் எல்லாமே உண்மையோ என்று இப்பொழுது எனக்குத் தோன்றுகிறது.”

மங்கலாக வெளிச்சம் பரவியிருந்த அந்த அறையில் பூனையின் கண்களைப் போல் அவளுடைய கண்கள் மின்னின.

"மன்னிக்க வேண்டும், என்ன சொன்னீர்கள்" என்றான் காலிப் சற்றே திடுக்கிட்டு எரிச்சலை மறைக்கும் குரலில்.

"ஆக, நான் யாரென்று உங்களால் இன்னமும் நினைவுபடுத்த முடியவில்லை, அப்படித்தானே?" என்றாள் அந்தப் பெண். "இடைநிலைப் பள்ளியில் நாம் இருவரும் ஒரே வகுப்பில் பயின்றோம். என் பெயர் பெல்க்கிஸ்"

"பெல்க்கிஸ்?" என்றான் காலிப். அதே நொடியில் ரூயாவைத் தவிர வேறு யார் முகத்தையும் தன்னால் நினைவுக்குக் கொண்டுவர முடியாதென்று அவனுக்குத் தோன்றியது.

"என்னிடம் கார் இருக்கிறது" என்றாள் அந்தப் பெண். "நானும் நிஷாந்தஷியில்தான் வசிக்கிறேன். உங்களை வீட்டில் இறக்கிவிடுகிறேன்"

தெருவில் வியாபித்திருக்கும் தூய காற்றுவெளிக்கு மீண்ட பிறகு, கலைந்து செல்ல அந்தக் குழுவுக்குச் சிறிது நேரம் பிடித்தது. அந்த ஆங்கிலேயப் பத்திரிகையாளர்கள் பேரா பலஸ் விடுதியை நோக்கி நடை போட்டனர். தொப்பியணிந்த நபர் தன்னுடைய முகவரி அட்டையைக் காலிப்பிடம் கொடுத்தார். ஜெலாலுக்குத் தன் அபிமானத்தையும் தெரியப் படுத்த வேண்டினார். பிறகு, ஜிஹாங்கிர் நோக்கிச் செல்லும் ஒதுக்குப்புறத் தெருவில் இறங்கி மறைந்தார். இஸ்கந்தர் ஒரு வாடகை மகிழுந்தை அமர்த்திக்கொண்டான். தூரிகை போன்ற மீசை வைத்திருந்த அந்தக் கட்டடக்கலை நிபுணர் காலிப்புடனும், பெல்கிஸுடனும் நடந்தார். அட்லஸ் திரையரங்கிற்குச் சற்றுத் தள்ளி, ஒரு தெரு வண்டிக்காரனிடம் அவர்கள் ஒரு தட்டு அரிசிப் புலவு வாங்கினார்கள். தாக்ஸிம் அருகே குளிர்ந்து சில்லிட்டிருந்த சாளரத்தின் பின்னே, வசியத்தால் கட்டுண்ட பொம்மைகள் போல் மினுங்கிக்கொண்டிருந்த கைக்கடிகாரங்களைப் பார்ப்பதற்காக ஒரு கைக்கடிகாரக் கடையின் முன்பாக அவர்கள் சிறிது நேரம் நின்றார்கள். வானின் ஊதா மை நிறத்தை அச்சு அசலாக ஒத்திருந்த ஓர் ஊதா நிறக் கிழிந்த திரைப்பட சுவரொட்டியையும், அடுத்ததாகத் தென்பட்ட புகைப்படக்காரரின் கடையின் சாளரத்தில் காட்சிக்கு வைக்கப்பட்டிருந்த பல ஆண்டுகளுக்கு முன்பாக மரண தண்டனை நிறைவேற்றப்பட்ட முன்னாள் பிரதமரின் படத்தையும் காலிப் வெறித்துக்கொண்டிருந்தான். அப்பொழுது, சில்லேமான்யே பள்ளிவாசலுக்கு அவர்களை அழைத்துச்செல்ல விரும்புவதாக அந்தக் கட்டடக்கலை நிபுணர் கூறினார். சற்று முன்பு அவர்கள் பார்த்து வந்திருந்த "அலங்காரப் பதுமை நரகத்தைக்" காட்டிலும் அதிக சுவாரஸ்யம் தரும் ஒரு சில சமாச்சாரங்களை அவர்களுக்குக் காட்ட விரும்புவதாக அவர் கூறினார். நானூறு ஆண்டுப் பழமை வாய்ந்த அந்தப் பள்ளிவாசல் மெல்ல, மெல்ல இடம் பெயர்ந்துகொண்டிருக்கிறது! டாலிம்ஹேன் பகுதியில் ஓர் ஒதுக்குப்புறமான தெருவிலிருந்த கார் நிறுத்தத்தில் பெல்கிஸின் கார் விடப்பட்டிருந்தது. அதையெடுத்து வரக் கிளம்பிய அவர்கள் ஒருவருக்கொருவர் எதுவும் பேசிக் கொள்ளாமலே நடந்தார்கள். இருண்ட, அச்சுறுத்தும் இரண்டடுக்குக் கட்டடங்கள் அவர்களைக் கடந்து பின்னே செல்வதைக் கண்ட காலிப்புக்கு வார்த்தைகளால் வர்ணிக்க

முடியாத பயங்கரமென்று கூவ வேண்டும்போல் தோன்றியது. காற்றால் அலைக்கழிக்கப்பட்ட பனிச் செதில் திடீரென்று வானிலிருந்து பொழிய ஆரம்பித்தது. ஒட்டுமொத்த நகரமும் உறக்கத்தில் ஆழ்ந்திருந்தது.

நீண்ட நேரம் காரைச் செலுத்திய பிறகு அவர்கள் பள்ளிவாசலின் வாயிலுக்கு வந்துசேர்ந்தனர். அங்கே வந்துசேர்ந்தவுடன் அந்தக் கட்டடக் கலை நிபுணர் விளக்கம் சொல்லத் தொடங்கினார். அந்தப் பள்ளி வாசலின் புனரமைப்புப் பணியின்போதும், பராமரிப்புப் பணியின் போதும் அந்தப் பள்ளிவாசலின் அடியிலிருக்கும் சுரங்கப்பாதைகளை அவர் பார்த்திருக்கிறார். கொஞ்சம் பணத்தைக் கண்ணில் காட்டினால் அந்தப் பள்ளிவாசலின் கதவுகள் யாவற்றையும் மதகுரு சந்தோஷமாகத் திறந்து காட்டுவாரென்று அவருக்குத் தெரிந்திருந்தது. பெல்க்கிஸ் காரை நிறுத்தியவுடன், தான் காரிலேயே காத்திருப்பதாகக் காலிப் கூறினான்.

"நீ காரில் உட்கார்ந்திருந்தால் விறைத்துப்போய்விடுவாய்," என்றாள் பெல்க்கிஸ்.

மிகவும் பரிச்சயமானவள் போல் அந்தப் பெண் பேசுவதைக் காலிப் கவனத்தில் வைத்தான். அவளுடைய அழகையும் மீறி அவள் அணிந்திருந்த மிகக் கனமான அங்கியும், தலையில் சுற்றியிருந்த துப்பட்டாவும், தன்னுடைய தூரத்து உறவினர், தன்னுடைய பெரிய பாட்டிகளுள் யாரோ ஒருவரை காலிப்புக்கு நினைவுபடுத்தின. விடுமுறை நாட்களில் அவர்கள் அந்தப் பாட்டியைச் சென்று பார்ப்பதுண்டு. அந்தப் பாட்டி செய்யும் வாதுமை பர்ஃபி மிகவும் தித்திப்பாக இருக்கும். மேலும் மேலும் சாப்பிடச் சொல்லி காலிப்பை அவள் வற்புறுத்துவாள். ஒரு குவளை நீரை அருந்தாமல் அவனால் இன்னொரு பர்ஃபியைச் சுவைக்க முடிந்ததேயில்லை. அந்தப் பாட்டியின் வீட்டிற்கு அவர்கள் செல்லும் வேளைகளில் ரூயா அவர்களோடு உடன் வந்ததில்லையே. ஏன்? "இல்லை. எனக்கு வரப் பிடிக்கவில்லை" என்று உறுதியான குரலில் கூறினான் காலிப். "அதுதான் ஏன்?" என்றாள் அந்தப் பெண். "அப்புறமாக நாம் ஒரு மினாரின் மீது ஏறிப் பார்க்கலாம்." சொல்லிவிட்டு அவள் கட்டடக்கலை நிபுணரைப் பார்த்தாள். "மினாரின் மீது ஏறிப் பார்க்கலாம் இல்லையா?"

சற்று நேரம் அமைதி நிலவியது. பக்கத்தில் எங்கோ ஒரு நாய் குரைத்துக்கொண்டிருந்தது. பனிப்பொழிவின் கீழ் உறங்கும் நகரின் சுவாசத்தைக் கேட்க முடிந்தது. "படியேறும் அளவுக்கு என்னுடைய இதயம் வலுவானதில்லை" என்றார் அந்தக் கட்டடக்கலை நிபுணர். "நீங்கள் ஆசைப்பட்டால் தனியாகப் போய் வரலாம்." மினார் மீது ஏறி நகரைப் பார்க்கும் ஆவலில் காலிப் காரை விட்டு இறங்கினான். பனிபடர்ந்த மரக்கிளைகளுக்கு வெளிச்சம் பாய்ச்சிக்கொண்டிருந்த கூடற்ற மின்குமிழிகள் ஒளிரும் வெளிமுற்றத்தைக் கடந்து உள்முற்றத்தை அவர்கள் வந்தடைந்தார்கள். இங்கிருந்து பார்க்கையில் அந்தப் பெரிய கற்கட்டடம் முன்பிருந்ததைக் காட்டிலும் சிறியதாகத் தோன்றியது. தன்னுடைய ரகசியங்களை மறைத்துக்கொள்ளத் தெரியாத, பரிச்சயமான கட்டடமாக அது மாறிப் போயிருந்தது. அதன் பளிங்குக் கற்களின் மீது படர்ந்து மூடியிருந்த உறைபனி அயல்நாட்டுக் கைக்கடிகாரங்களுக்கான விளம்பரங்களில் காட்டப்படும் நிலவின் வதனத்தைப் போல் கருமையாய், அம்மை வடுக்கள் நிறைந்த முகம் போல் காட்சியளித்தது.

வில்வளைவு விதானம் அமைந்திருந்த மூலையில் ஓர் உலோகக் கதவு தென்பட்டது. கட்டடக்கலை நிபுணர் தாளின் கொண்டியைத் தோரணை யாகத் தட்டி ஒலியெழுப்பினார். தட்டிக்கொண்டே, நூற்றாண்டுகளாக – ஓரளவுக்கு அதன் பளுவைத் தாங்க முடியாமலும், அதே சமயத்தில், அது அமைந்திருந்த குன்றின் சரிவாலும் – ஓராண்டுக்கு இரண்டு அங்குல நீளம் என்ற கணக்கில் பொற்கொம்புக் கழிமுகத்தின் பக்கமாக அந்தப் பள்ளிவாசல் சாய்ந்துகொண்டே வருவதாக அந்தக் கட்டடக்கலை நிபுணர் விளக்கினார். அந்தக் கட்டடத்தைச் சூழ்ந்து நிற்கும் 'இந்தப் பெரும் கற்சுவர்கள்' மட்டும் இல்லாமலிருந்திருந்தால் (இதன் ரகசியம் என்னவென்று இனிமேல்தான் புரிந்துகொள்ள வேண்டும்) கரையை நோக்கிய கட்டடச் சாய்வு இன்னும் துரிதப்பட்டிருக்கும். 'இந்தக் கழிவகற்றும் முறை' (நவீனத் தொழில்நுட்பம் நிகர் காண இயலாத அளவுக்கு மேம்பாடடைந்த ஒன்று); 'இந்த நிலத்தடி நீர்த் தேக்கம்' (எவ்வளவு நுணுக்கமாக அமைக்கப்பட்டு, எவ்வளவு மேதமையோடு பராமரிக்கப்பட்டிருக்கிறது); நானூறாண்டுகளுக்கும் முந்தைய 'இந்தச் சிக்கலான சுரங்கப்பாதைகள்', என்று சிலாகித்து அவர் விளக்கிக் கொண்டிருந்தார். தாள் நீக்கப்பட்டு இருண்ட நடைவழிக்கு அவர்கள் இட்டுச் செல்லப்பட்டவுடன், அந்தப் பெண்ணின் கண்கள் ஆர்வ மிகுதியால் பளிச்சிடுவதைக் காலிப் கவனித்தான். இந்த பெல்க்கிஸ் அப்படி யொன்றும் பிரமாத அழகில்லைதான். என்றாலும், அடுத்து அவள் என்ன செய்யப் போகிறாளென்று தெரிந்துகொள்ள அவனுக்குள் ஆர்வம் கிளைத்தது. "மேற்குலகம் விடை காணவியலாமல் தவிக்கும் புதிர்களுள் இதுவும் ஒன்று." குடித்து போதையில் ஆழ்ந்துவிட்டவரைப் போல் அந்தக் கட்டடக்கலை நிபுணர் சொல்லிக்கொண்டிருந்தார். அதே போதை நிலையில் நடைவழியின் ஊடாக அவர்களை இட்டுச் சென்றார். காலிப் உள்ளே செல்லாமல் வெளியிலேயே நின்றுகொண்டான்.

சில்லிட்டிருந்த தூண்களின் நிழலிலிருந்து இமாம் வெளிப்பட்டார். அதே சமயத்தில் நடைபாதையிலிருந்து குரல்கள் ஒலிப்பதை காலிப் கேட்டான். இவ்வளவு அதிகாலை வேளையில் துயிலெழும்ப நேர்ந்ததைப் பற்றி அந்த இமாம் அலட்டிக்கொண்டதாகவே தெரியவில்லை. நடைபாதையில் குரல்கள் ஒலிப்பதை அந்த இமாமும் உற்றுக்கேட்டார். பிறகு, "அந்தப் பெண்மணி சுற்றுலாப் பயணியா?" என்று கேட்டார். அந்த இமாமின் தாடி அவருக்கு உண்மையான வயதைக் காட்டிலும் கூடுதலான தோற்றத்தைத் தருகிறதென்று கணித்தவாறே, "இல்லை" என்று காலிப் சொன்னான். "நீங்களும் ஆசிரியரா" என்றார் அந்த இமாம். "ஆமாம். நானும் ஆசிரியன்தான்." "ஃபிக்ராத் பேவைப் போல் நீங்களும் ஒரு பேராசிரியரோ?" "ஆமாம். இந்தப் பள்ளிவாசல் மெல்லச் சரிந்து கொண்டிருக்கிறதாமே! அது உண்மையா?" "ஆமாம். அதனால்தான் நாங்கள் இங்கேயே இருக்கிறோம்." "இறைவன் அருள் புரிவாராக." அவர் சந்தேகத்தோடு பார்ப்பதைப் போல் தோன்றியது. "அந்தப் பெண்மணி குழந்தையைக் கூட்டி வந்திருக்கிறாளா?" இல்லையென்றான் காலிப். "இந்தப் பள்ளிவாசலின் அடியாழத்தில் ஒரு குழந்தை பதுங்கிக்கொண்டிருக்கிறது." "நூற்றாண்டுக் காலமாக இந்தப் பள்ளிவாசல் சரிந்துகொண்டிருக்கிறது" என்றான் காலிப், தீர்மானமற்ற குரலில். "எனக்கும் தெரியும்" என்றார் இமாம். "அங்கே செல்வதற்குத் தடை விதிக்கப்பட்டிருக்கிறது. ஆனால், அதையும் மீறி அந்தச் சுற்றுலாப் பயணி, அந்தப் பெண், தன்னுடைய

குழந்தையைக் கூட்டிச் சென்றுவிட்டாள். நானும் அவளைப் பார்த்தேன். அவள் திரும்பி வரும்பொழுது தனியாகவே வந்தாள். அந்தக் குழந்தை அங்கேயே தங்கிவிட்டது.” “நீங்கள் உடனடியாகக் காவல்துறைக்குத் தகவல் கொடுத்திருக்கலாமே” என்றான் காலிப். “அதற்குத் தேவையே ஏற்படவில்லை,” என்றார் மதகுரு. “ஏனென்றால், அவர்களுடைய புகைப்படங்கள் பத்திரிகைகளில் வெளியாகியிருந்தன. அந்தப் பெண்ணின் படமும் அந்தக் குழந்தையின் படமும். அந்தக் குழந்தை எத்தியோப்பிய மன்னரின் பேரப்பிள்ளை. அவர்கள் சரியான நேரத்தில் வந்து அவனை வெளியே எடுத்துவிட்டார்கள்” “அந்தக் குழந்தையின் முகத்தில் என்ன எழுதியிருந்தது?” என்றான் காலிப். “பாருங்கள். உங்களுக்குத் தெரியாதா?” என்றார் அந்த இமாம், சந்தேகக் குரலில். “உங்களுக்கு இது பற்றி ஏற்கெனவே தெரிந்திருக்கிறது. இந்தக் குழந்தையின் கண்ணை நேருக்கு நேராய்ப் பார்க்க முடியவில்லை.” “அந்தக் குழந்தையின் முகத்தில் என்ன எழுதியிருந்தது,” என்று விடாமல் கேட்டான் காலிப். “அவன் முகத்தில் என்னவெல்லாமோ எழுதியிருந்தது” என்றார் இமாம். அவர் பேச்சில் தடுமாற்றம் ஒலித்தது. “உங்களுக்கு முகங்களைப் படிக்க முடியுமா?” இமாம் மௌனமானார். “தான் இழந்துவிட்ட முகத்தைத் தேடி ஒரு மனிதன் செல்லும்போது அந்த முகத்தின் அர்த்தத்தை மட்டும் தேடிச் செல்வது போதுமென்று நீங்கள் நினைக்கிறீர்களா?” என்று காலிப் கேட்டான். “என்னைவிட உங்களுக்கு இது பற்றி அதிகமாகத் தெரியும் போலிருக்கிறதே,” என்றார் அந்த இமாம் சற்றே கலவரத்துடன். “பள்ளிவாசல் திறந்திருக்கிறதா?” “இப்பொழுதுதான் கதவைத் திறந்து வைத்தேன்” என்றார் இமாம். “விரைவிலேயே காலைத் தொழுகைக்கு அவர்கள் இங்கே வந்துவிடுவார்கள். உள்ளே போய்ப் பாருங்கள்.”

பள்ளிவாசலுக்குள் யாருமில்லை. வெறுமையான சுவர்களுக்கு நியான் விளக்குகள் ஒளியூட்டிக்கொண்டிருந்தன. ஆனால் கடல் போல் அவன் முன்னே தரையில் விரிந்துகிடந்த நாவல்பழ நிற விரிப்புகளுக்கு அவற்றால் ஒளியூட்ட முடியவில்லை. காலுறைகளுக்குள்ளாக இருந்த பாதங்கள் பனி போல் குளிர்ந்து போவதைக் காலிப் உணர்ந்தான். மேலேயிருந்த கோபுர விதானத்தை, தூண்களை, கற்களால் ஆன கட்டுமானங்களை அவன் நோட்டம் விட்டுக்கொண்டிருந்தான். அதில் லயிக்க மனம் ஏங்கினாலும், தன்னை எதுவோ தடுத்துக்கொண்டிருப்பதாய் அவன் உணர்ந்தான். இங்குதான் கொஞ்சமும் தெளிவில்லாத, முன் கூட்டியே உணர்த்தும் சமிக்ஞைகள்… ஆனால் இந்தப் பிரம்மாண்டமான கட்டடம் கல்லைப் போலவே ஊடுருவிவிட இயலாததாக இருந்தது. அது யாரையும் வரவேற்கவுமில்லை. யாரையும் வேறோர் உன்னத இடத்துக்கு இட்டுச் செல்வதாகவும் இல்லை. ஏதுமற்ற வெறுமையானது ஏதுமற்ற வெறுமையைக் குறிக்கும் என்றெடுத்துக்கொண்டால், எதுவும் எதையும் குறிக்குமல்லவா? ஏதோ ஓர் நீல நிற ஒளிப்பிழம்பைப் பார்த்தது போல் காலிப் ஒரு கணம் திடுக்கிட்டான். பிறகு புறா ஒன்று சிறகடித்ததைப் போன்ற ஒலி அவன் காதில் விழுந்தது. ஆனால், அதன் பிறகு, தேங்கிப்போன நிசப்தத்துக்கு அவன் மீண்டான். மீண்டும் அந்த ஒளியைத் தரிசிக்க அவன் காத்திருந்தான். அது வரவேயில்லை. தன்னைச் சூழ்ந்திருக்கும் பொருள்கள் எல்லாமும், சுவர்களிலிருக்கும் கற்கள் உட்பட, முன்பிருந்ததைக் காட்டிலும் ‘நிர்வாணமாக’ இருப்பதைப் போல்

அவனுக்குத் தோன்றியது. அவனிடம் அவை ஓலமிடுவதைப் போல் தோன்றியது. எங்களுக்கு அர்த்தத்தைக் கொடு என்று ஓலமிடுவதைப் போல. ஆனால், அதன் பின்னர் கிசுகிசுப்பான தொனியில் பேசும் இரண்டு முதியவர்கள் தரையைக் கடந்துசென்று தொழுகைக்கான திசைமாடத்தின் முன்பாக மண்டியிட்ட பிறகு அந்த ஓலம் நின்றுபோனது.

அதனால்தானோ என்னவோ, ஸ்தூபியின் மீது ஏறிப் போகும்போது காலிப்புக்கு எவ்வித எதிர்பார்ப்புகளும் இல்லாமல்போனது. அவனை விட்டுவிட்டு பெல்க்கிஸ் ஹம் மட்டும் கிளம்பிப் போய்விட்டாள் என்று கட்டடக்கலை நிபுணர் தகவல் கூறியவுடன், படிக்கட்டுகளின் வழியாகக் காலிப் விரைந்தோடினான். ஆனால், சீக்கிரமாகவே நெற்றிப் பொட்டில் இதயத்துடிப்பை அவன் உணர்ந்தான். எனவே கொஞ்சம் ஆசுவாசப்படுத்திக்கொள்ள நின்றான். கால்கள் வலித்தன. இடுப்பும் கூட வலி கண்டிருந்தது. அதனால் உட்கார்ந்துகொண்டான். கூடற்ற மின்குமிழ் விளக்கை அண்ணாந்து பார்த்துக்கொண்டு ஒவ்வொரு படியாக உட்கார்ந்து உட்கார்ந்து நகர்ந்தான். தான் இருக்கும் இடத்திற்கு மேலாக ஒரு பெண்ணின் காலடியோசையைக் கேட்டதும், மீண்டும் விரைந்தோடத் தொடங்கினான். ஆனால், ஸ்தூபியின் உப்பரிகையை அடைந்த பிறகுதான் அவனால் அவளைப் பிடிக்க முடிந்தது. கீழே தெரிந்த இருண்ட நகரை, அதனுடைய மங்கலான ஒளி கண் சிமிட்டிக் கொண்டிருப்பதை, பனியோடு சேர்ந்து அதன் நிழல்கள் மினுங்கிக்கொண்டிருப்பதைப் பார்த்தபடி அவர்கள் இருவரும் மிக நீண்ட நேரம் அங்கே மௌனமாக நின்றார்கள்.

வானில் மெல்ல மெல்ல வெளிச்சம் பரவிக்கொண்டிருந்த போதும், நகரம் என்னவோ இன்னமும் இருளிலேயே மூழ்கிக்கிடந்தது. நிலவின் இருண்ட பக்கத்தைக் காட்டிலும் அதிகமாய் நகரம் இருண்டிருந்ததாய் காலிப்புக்குத் தோன்றியது. இரவு முடிய இன்னமும் நேரம் இருந்தது. சற்றுப் பொறுத்து, அங்கே குளிரில் நடுங்கியபடி அவன் நின்றுகொண்டிருக்கும் போது, அந்தப் பள்ளிவாசல் கீழே அமைந்திருக்கும் கான்க்ரீட்டினால் ஆன கூர்ங்கோணத் தொழுவங்கள், ஏன் அவற்றின் புகைபோக்கிகளிலிருந்து எழும்பும் புகை உட்பட அனைத்துமே, உள்ளிருந்தே ஒளி பெற்றிருப்பதாக அவனுக்குத் தோன்றியது. தன்னுடைய இறுதி வடிவை இன்மேல்தான் கண்டடைய இருக்கும் ஒரு கிரகத்தின் மேற்பரப்பைப் பார்த்துக் கொண்டிருக்கிறோம் என்று நம்பும் அளவுக்கு அவன் சிந்தனை தாவிக் கொண்டிருந்தது. நகரின் கவிகை மாடங்களும், விரிந்து பரந்திருக்கும் கான்க்ரீட், கல், ஓடு, மரம், ப்லெக்ஸிக்லாஸ் எனப்படும் உறுதியான ப்ளாஸ்டிக் ஆகியவற்றால் எழுப்பப்பட்டிருக்கும் கட்டடங்களும், தனித்தனிக் கூறுகளாகத் தோன்றின. அவற்றின் பிளவுகளுக்குள் அடியுலகின் உருகி வழியும் கனலொளியும் காணக் கிடைத்தன. ஆனால் நீண்ட நேரத்திற்கல்ல. விரைவிலேயே நகரம் தன்னுடைய விவரங்களை எழுதத் தொடங்கிவிட்டது. சுவர்கள், புகைபோக்கிகள், கூரைகளின் மேற்புறங்கள் ஆகியவற்றினூடே வங்கிகளையும், சிகரெட்டுகளையும் விளம்பரப்படுத்தும் பலகைகள் தென்பட்டன. பனியின் ஊடே அந்த விளம்பரப் பலகைகளின் பூதாகர எழுத்துகள் வெளிப்பட வெளிப்பட அவர்களுக்கு மிக அருகிலிருந்த ஒலிப்பெருக்கியில் இமாமின் தகரக்குரல் வெடித்துக் கிளம்பியது.

படியிறங்கும் வேளையில் பெல்க்கிஸ் ரூயாவைப் பற்றி விசாரித்தாள். தன்னுடைய மனைவி தனக்காக வீட்டில் காத்துக்கொண்டிருப்பதாகக் காலிப் சொன்னான். இன்று அவளுக்காக மூன்று துப்பறியும் நாவல்களை வாங்கியிருப்பதாகவும் சொன்னான். ரூயா இரவு முழுவதும் விழித்திருந்து துப்பறியும் நாவல்களைப் படிப்பதில் ஆர்வமுள்ளவள்.

மீண்டும் ரூயாவைப் பற்றி பெல்க்கிஸ் பேச்செடுக்கும்போது அவர்கள் இருவரும் அவளுடைய மூரத் காரின் சுகத்துக்கு மீண்டிருந்தனர். எப்பொழுதும் போல் வெறிச்சோடிக் கிடந்த ஜஹாங்கீர் மரநிழற் சாலையில் அந்தக் கட்டடக்கலை நிபுணரைச் சற்று முன்னதாகத்தான் அவர்கள் இறக்கி விட்டுவிட்டு, இப்பொழுது தாக்ஸிம் நோக்கிப் போய்க்கொண்டிருந்தனர். ரூயாவுக்கு வேலையெதுவும் இல்லையென்று காலிப் விளக்கம் கொடுத்துக்கொண்டிருந்தான். துப்பறியும் நாவல்களைப் படித்துதான் அவள் பொழுதைக் கழிக்கிறாள். எப்பொழுதாவது அவற்றை அவள் மொழிபெயர்ப்பதும் உண்டு. தாக்ஸிம் சதுக்கத்தைச் சுற்றி அவர்கள் கார் சென்றுகொண்டிருந்தபோது ரூயா மொழிபெயர்ப்பை எவ்வாறு செய்கிறாளென்று பெல்க்கிஸ் கேட்டாள். அவள் மிகவும் மெத்தனமான வேகத்திலேயே மொழிபெயர்ப்பதாகக் காலிப் சொன்னான். ஒவ்வொரு நாளும் காலையில் காலிப் அலுவலகத்துக்குக் கிளம்பிப் போய்விடுவான். மேஜை மீதிருக்கும் காலைச் சிற்றுண்டியின் மீதத்தை அப்புறப்படுத்திய பிறகு ரூயா தன்னுடைய பணியைத் தொடங்குவாள். ஆனால், ரூயா வேலை செய்யும் நேரங்களில் அவன் ஒருமுறைகூடப் பார்த்ததில்லை. எனவே அந்த நிலையை அவனால் கற்பனை செய்வது கூட இயலாது. இன்னொரு கேள்விக்கு, ரூயா படுக்கையை விட்டு எழும்பியிருக்காத காலை வேளைகளில்கூடத் தான் சில சமயம் வீட்டை விட்டுக் கிளம்பிவிடுவதுண்டு என்று தூக்கத்தில் நடப்பவனைப் போல் அவன் தெளிவில்லாமல் உளறிக்கொண்டிருந்தான். வாரத்திற்கொருமுறை அவனுடைய பெரியம்மாக்களின் வீட்டிற்கு இரவு உணவு உண்ணச் செல்வது வழக்கமென்று சொன்னான். அதேபோல், ஒரு சில மாலை வேளைகளில் பேலஸ் திரையரங்கிற்குச் செல்வதும் உண்டு.

“எனக்குத் தெரியும்” என்றாள் பெல்க்கிஸ். “நான் உங்கள் இருவரையும் அங்கே பார்த்திருக்கிறேன். வரவேற்புக் கூடத்திலிருக்கும் விளம்பர தட்டிகளைப் பார்த்துக்கொண்டு, உப்பரிகைக்கு இட்டுச் செல்லும் படிகளில் கூட்டத்தோடு கூட்டமாய் ஏறிக்கொண்டு, எப்பொழுதுமே விடாமல் மனைவியின் தோள் மீது மென்மையாய்க் கையைப் போட்டபடி. உன்னுடைய வாழ்க்கை எவ்வளவு மகிழ்ச்சிகரமானதாக இருக்கிறதென்று என்னால் பார்க்க முடிந்தது. ஆனால், கூட்டத்துக்குள் பார்க்கும்பொழுதும், அந்த விளம்பரத் தட்டிகளைப் பார்க்கும்போதும், வேறோர் உலகுக்குக் கதவுகளைத் திறந்துவிடும் ஒரு முகத்தை உன்னுடைய மனைவி தேடியவாறிருப்பாள். முகங்களில் தென்படும் ரகசிய அர்த்தங்களை அவள் படிக்க வல்லவள் என்பதைத் தொலைவிலிருந்து பார்த்தே என்னால் அனுமானித்துவிட முடிந்தது.”

காலிப் மௌனம் காத்தான்.

“மகிழ்ச்சியான, பண்பான நடத்தைகொண்ட எந்தவொரு கணவனும் செய்ய ஆசைப்படுவதை, ஐந்து நிமிடங்களுக்கு விடப்படும்

இடைவேளை நேரத்தின்போது நீயும் செய்வதுண்டு. தேங்காய்த் துருவல் தூவப்பட்ட சாக்லேட் பாளத்தையோ, பெங்குயின் ஐஸ்க்ரீமையோ உன் மனைவியைக் குஷிப்படுத்த நீ வாங்கித் தர நினைத்ததுண்டு. இருக்கைகளின் இடைவழியில், மங்கலான அரங்கொளியில் நின்றுகொண்டிருக்கும் விற்பனைப் பையனின் மரத்தாம்பாளத்தின் அடிப்புறத்தில் ஒரு காசால் தட்டி நீ அதற்காக சமிக்ஞை கொடுப்பாய். உன் மனைவி சோகமாகத் திரையில் லயித்திருக்கும் நேரத்தில் நீ சட்டைப் பைக்குள் சில்லரைக்காகத் துழாவிக்கொண்டிருப்பாய். வாக்குவம் கிளீனர்கள் அல்லது ஆரஞ்சுப் பழ சாறெடுக்கும் எந்திரங்களுக்கான விளம்பரங்களைப் பார்த்துக் கொண்டிருக்கும் நேரத்தில்கூட, அவள் தடயங்களுக்காகத் தன்னை இன்னொரு நாட்டில் கொண்டு சேர்க்கும் மந்திர சமிக்ஞைக்காகக் காத்திருப்பதைப் போலவே எனக்குத் தோன்றும்." இப்பொழுதும்கூட காலிப் ஏதும் சொல்லாமல் இருந்தான். "நள்ளிரவுக்குச் சற்று முன்பாக, ஒவ்வொரு தம்பதியரும் கையோடு கை கோத்து, ஒருவரின் மேலங்கிக்குள் இன்னொருவர் என நெருக்கியடித்துக்கொண்டு அரங்கை விட்டு வெளியேறும்போது, நீங்கள் இருவரும் கை கோத்தபடி, வழியை நேராக வெறித்தபடி வீட்டிற்கு நடந்து செல்வீர்கள்." "ஆக, நீ எங்களைத் திரையரங்கில் ஒரு முறை பார்த்திருக்கிறாய். அதைத்தானே சொல்ல வருகிறாய்?" என்று காலிப் இடைமறித்தான்.

"ஒரு முறையல்ல. திரையரங்குகளில், வெவ்வேறான சந்தர்ப்பங்களில் பன்னிரண்டு முறை நான் உங்கள் இருவரையும் பார்த்திருக்கிறேன். தெருவிலே உங்கள் இருவரையும் அறுபதுக்கும் மேற்பட்ட தடவைகள் பார்த்திருக்கிறேன். மூன்று முறை உணவகங்களிலும், ஆறு முறை அங்காடிகளிலும் பார்த்திருக்கிறேன். வீட்டுக்குத் திரும்பியதும், நான் சிறு வயதில் என்ன செய்தேனோ அதையே செய்திருக்கிறேன். உன் அருகில் இருந்தது ரூயா அல்ல மாறாக நான்தான் என்று கற்பனை செய்துகொள்வேன்."

மீண்டும் மௌனம்.

"இடைநிலைப் பள்ளியில் படிக்கும்போது," என்று பேச்சைத் தொடர்ந்தாள் அந்தப் பெண். கார் பேலஸ் திரையரங்கைத் தாண்டிச் சென்றுகொண்டிருந்தது. "இடுப்புப் பட்டியின் கொளுவியில் சாவிச் சங்கிலியைத் தொங்கவிட்டபடி வலம் வரும் பையன்களோடு சிரித்துப் பேசிக்கொண்டிருப்பதிலேயே ரூயா தன்னுடைய இடைவேளை நேரம் முழுவதையும் செலவழிப்பாள். முடியை ஈரமாக்கி, காற்சராயின் பின்புறத்தில் செருகியிருக்கும் சீப்பை எடுத்து நீவி சீவிக்கொள்வது மட்டுமே குஷியான பொழுதுபோக்கு என்று நினைக்கும் பையன்களின் கும்பல் அது. அவர்கள் சொல்லும் கதைகளைக் கேட்டு அவள் சிரித்துக் கொண்டிருப்பதை, புத்தகத்தைப் படிப்பவனைப் போல் உன்னுடைய டெஸ்க்கில் இருந்து நீ கண்காணித்துக்கொண்டிருப்பாய். நீ நோட்டம் விட்டுக்கொண்டிருப்பது ரூயாவையல்ல என்னைத்தான் என்று நான் அப்பொழுது கற்பனை செய்துகொள்வேன். குளிர்காலக் காலைப் பொழுதுகளில் உனக்கருகே அந்த சந்தோஷம் மிகுந்த பெண்ணை நான் பார்ப்பதுண்டு. தெருவின் போக்குவரத்து இடைஞ்சலை அவளுக்காகக் கவனமாகப் பார்க்க நீ இருக்கும் துணிச்சலில் அக்கறையின்றி அவள் சாலையைக் கடப்பாள். அது ரூயாவாக இல்லாமல் நானாக இருப்பதாகக்

கற்பனை செய்துகொள்வேன். சில சமயம், சனிக்கிழமை பிற்பகல் வேளைகளில், உன்னைச் சிரிக்க வைத்துப் பேசிக்கொண்டிருக்கும் யாரோ ஒரு சித்தப்பா அல்லது பெரியப்பாவுடனோ, மாமாவுடனோ நீ தாக்ஸிம் வாடகைச் சிற்றுந்து நிலையத்தை நோக்கிப் போய்க்கொண்டிருப்பதைப் பார்ப்பேன். என்னை நீ பெயோக்ளுவுக்கு அழைத்துக்கொண்டு செல்வது போல் நான் கற்பனை செய்துகொள்வேன்."

"இந்த விளையாட்டு எவ்வளவு காலம் நீடித்தது?" என்றான் காலிப், காரிலிருந்த வானொலிப் பெட்டியை இயங்கவிட்டவாறே.

"இது ஒன்றும் விளையாட்டல்ல" என்றாள் அந்தப் பெண். காரின் வேகத்தை மட்டுப்படுத்தாமல் அவனுடைய இல்லம் இருக்கும் தெருவைக் கடந்த பிறகு "உன் தெருவுக்குள் நான் திரும்பவில்லை" என்றாள்.

ஏதோ ஒரு தொலைதூரத் தேசத்திலிருந்து வந்திருக்கும் தபாலட்டையைப் பார்ப்பது போல் தான் வசிக்கும் தெருவைத் திரும்பிப் பார்த்துவிட்டு, "இந்தப் பாடலை நான் கேட்டிருக்கிறேன்" என்றான் காலிப். "ட்ரினி லோபஸ் இதைப் பாடுவதுண்டு." ரூயா வீட்டுக்கு வந்துவிட்டாளென்று சொல்லும்படியான எவ்விதத் தடயமும் அந்தத் தெருவிலோ, குடியிருப்பிலோ தென்படவில்லை. தன்னுடைய விரல்களுக்கு ஏதாவது வேலை கொடுக்க வேண்டுமே எனும் பரிதவிப்போடு, வானொலிப்பெட்டியின் முகப்பின் மீது காலிப் தாளமிட்டுக்கொண்டே வந்தான். எலிகளைக் கட்டுப்படுத்தும் முறை பற்றி பண்படுத்தப்பட்ட கனிவான குரலில் ஒரு மனிதர் உழவர்களுக்கான யோசனைகளைச் சொல்லிக்கொண்டிருந்தார்.

நிஷாந்தஷி பகுதியின் ஒதுக்குப்புறத் தெருக்களில் கார் திரும்பியவுடன், "நீ திருமணமே செய்துகொள்ளவில்லையா?" என்று வினவினான் காலிப்.

"நான் ஒரு விதவை," என்றாள் பெல்க்கிஸ்."என் கணவர் காலமாகி விட்டார்." "எனக்கு உன்னை ஞாபகமேயில்லை" என்று முரட்டுத்தனமாகக் கூறினான் காலிப். எதனால் அப்படி ஈனத்தனமாகப் பேசினானென்று அவனுக்கே புரியவில்லை. "ஆனால், உன்னிடம் இருக்கும் ஏதோ ஓர் அம்சம் எனக்கு வேறொரு வகுப்புத் தோழியை ஞாபகப்படுத்துகிறது. மிக இனிமையான, மிகவும் நாணம் மிகுந்த ஒரு யூதப் பெண். மேரி தவாசி. அவளுடைய அப்பாதான் வோக் பின்னலாடை நிறுவனத்தின் முதலாளி. ஒவ்வொரு புத்தாண்டிலும் ஒரு சில பையன்களும், ஒரு சில ஆசிரியர்களும் கூட, அந்த ஆண்டுக்கான வோக் நாள்காட்டியைக் கொண்டுவரும்படி அவளிடம் கேட்பார்கள். அந்த நாள்காட்டியில் வோக் நீள் காலுறைகளை அணிந்தவாறிருக்கும் பெண்களின் புகைப்படங்கள் இடம்பெற்றிருக்கும். அவர்கள் கேட்டவாறே அவளும் அவற்றைக்கொண்டு வந்து தருவாள். அது அவளுக்குத் தர்மசங்கடமான செயல் என்றாலும்கூட."

சற்றே மௌனமாயிருந்த பிறகு, "திருமணமான புதிதில் நானும் நிஹாத்தும் மிகவும் சந்தோஷமாகவே இருந்தோம்" என்றாள் அந்தப் பெண். "அவர் மிகவும் பண்பானவர். மிக அமைதியானவர். கொஞ்சம் அதிகமாகப் புகைப்பவர். நாளிதழ்களைப் படித்துக்கொண்டும், வானொலியில் கால்பந்தாட்ட வர்ணனைகளைக் கேட்டுக்கொண்டும் ஞாயிற்றுக் கிழமைகளைக் கழிப்பவர். யாரோ அவருக்கொரு புல்லாங்குழலைக்

கொடுத்திருந்தார்கள். அதையும் அவர் வாசித்துப் பயிற்சி செய்வதுண்டு. மிகவும் அபூர்வமாகவே குடிப்பார். ஆனால் இதுவரை பார்த்ததிலேயே மிகச் சோகமான குடிகாரர் அளவுக்கு இவரும் சோகமாய்த் தெரிவார். தலைவலி என்று கஷ்டப்படத் தொடங்கிய காலத்தில் மிகவும் தர்மசங்கடமாய் உணர்ந்தவர். ஆனால், அந்தக் காலகட்டத்திலேயே, அவருடைய மூளையின் பின்பக்கத்தில் ஒரு பெரிய கட்டியை நிதானமாக வளர விட்டிருந்தார். எவ்வளவுதான் முயன்றாலும் தங்கள் உள்ளங்கையில் மறைத்து வைத்திருப்பது என்னவென்று காட்டவே காட்டிவிடாத குழந்தைகளை நீ பார்த்திருப்பாய். இவரும் அப்படித்தான் தன்னுடைய மூளையில் பிடிவாதமாய் வளர்த்துவந்த கட்டியை மறைத்துவிட்டார். தாங்கள் மறைத்து வைத்திருந்த மணியை, ஒருவழியாய் உள்ளங்கையைத் திறந்து காட்டிப் புன்னகைக்கும் குழந்தைகளையும் நீ பார்த்திருப்பாய்தானே? சக்கர நாற்காலியில் உட்கார வைக்கப்பட்டு அறுவை சிகிச்சைக்கான அரங்கிற்குள் கொண்டுசெல்லப்பட்ட வேளையில் அதே மாதிரி ஒரு சந்தோஷப் புன்னகையை அவர் உதிர்த்தார். ஒரு வார்த்தையும் பேசாமல் அங்கேயே அவர் உயிரையும் விட்டார்."

ஹாலா பெரியம்மாவின் வீட்டிற்குப் பக்கத்திலிருக்கும் ஒரு தெருவில் அந்தப் பெண் காரை நிறுத்தினாள். அந்தத் தெருவிற்கு அவன் அதிகமாய் வந்துபோனதில்லை. ஆனாலும், தன்னுடைய தெரு அளவுக்கு அதையும் அவன் பரிச்சயப்படுத்தியே வைத்திருந்தான். அந்தப் பெண் அவனை ஒரு குடியிருப்பு அடுக்ககத்துக்குள் அழைத்துச் சென்றாள். வெளிப்புறத் தோற்றத்திலேனும் அது இதயங்களின் நகர் குடியிருப்பை அதிரவைக்கும் விதத்தில் ஒத்திருந்தது.

"அவருடைய மரணம் ஒரு விதமான பழிதீர்ப்பென்று எனக்குப் புரிந்தது" என்றாள் அந்தப் பெண் ஒரு பழங்கால மின்தூக்கியில் ஏறிக் கொண்டவுடன். "நான் ரூயாவின் பிரதியாக இருக்கும் பட்சத்தில், அவர் உன்னுடைய நகலாகத்தானே இருந்திருக்க வேண்டும்? அவருக்கும் அது தெரிந்திருந்தது. ஏனென்றால், ஒரு சில மாலை வேளைகளில் என்னைவிடவும் அதிகமாய் மது அவருக்குத் தேவைப்பட்டது. உன்னைப் பற்றியும், ரூயாவைப் பற்றியும் சதா பேச்செடுக்காமல் என்னாலும் இருக்க முடிந்ததில்லை."

அவளுடைய குடியிருப்புக்குள் நுழைந்த கொஞ்ச நேரத்திற்கு மீண்டும் மௌனம் கௌவிக்கொண்டது. இந்த வீட்டிற்குள்ளும் அவனுடைய குடியிருப்பில் இருப்பதைப் போன்றே அச்சு அசலாக அறைக்கலன்கள் அமைக்கப்பட்டிருந்தன. உள்ளே சென்று அமர்ந்த பிறகு, அவள் பக்கமாகத் திரும்பி, சற்றே மன்னிப்பு கோரும் தொனியில், "நிஹாத்தும் நம்முடைய வகுப்பில்தான் படித்திருக்க வேண்டும், இல்லையா" என்றான் காலிப்.

"அவர் உன்னைப் போலவே இருந்திருப்பார் என்றுதானே நினைக்கிறாய்?"

உருவங்களை நினைவில் கொண்டுவர காலிப் முயன்றான். ஒரு சில உருவங்கள் இறுதியாகத் தேறின. உடற்பயிற்சி வகுப்பிலிருந்து விலக்குப் பெற பெற்றோர்கள் கொடுத்தனுப்பியிருக்கும் கடிதங்களை வைத்துக்கொண்டு காலிப்பும், நிஹாத்தும் நின்றுகொண்டிருக்க, மந்தமானவர்களென்று ஆசிரியர் அவர்களை வைதுகொண்டிருக்கும் காட்சி. பிணவாடையடிக்கும்

கருப்புப் புத்தகம் ❀ 277 ❀

ஆண்கள் கழிப்பறையில் காலிப்பும் நிஹாத்தும் குழாயிலிருந்து நீர் பருகும் காட்சி. பருமனான, கோமாளித்தனமான, கருமமே கண்ணாக இருப்பவனாக, மந்தமான அவ்வளவாகப் புத்திசாலித்தனம் வெளிப்படாத பையனாகவே காலிப் நிஹாத்தை நினைவுகூர்ந்தான். எவ்வளவுதான் முயன்றாலும் தன்னைப் போலவே இருக்கும் மற்றொருவனை அவனால் நினைவுக்குக் கொண்டுவர முடியவில்லை. அவன் பால் எந்த ஒட்டுதலும் ஏற்படவில்லை.

"ஆமாம்" என்றான் காலிப். "கொஞ்சம் கொஞ்சம் நிஹாத் என்னைப் போலவே இருப்பானென்று நினைக்கிறேன்". "அவர் கொஞ்சம் கூட உன்னைப் போல் இல்லை," என்றாள் பெல்க்கிஸ். அவளை முதன்முதலில் காலிப் கவனித்தபோது பளிச்சிட்டதைப் போலவே, இப்பொழுதும் அவளுடைய கண்கள் விபரீதமாக மின்னின. "ஒருபோதும் அவர் உன்னைப் போல் இருக்க முடியாதென்று எனக்குத் தெரியும். ஆனால், நாங்கள் இருவரும் ஒரே வகுப்பில் படித்தோம். நீ ரூயாவை எப்படிப் பார்ப்பாயோ அதே போல் அவரையும் என்னைப் பார்க்கவைக்க முடிந்தது. உணவு இடைவேளையில் ரூயாவும் நானும் பையன்களுடன் சேர்ந்துகொண்டு ஸ்வீட்டிஷ் பணியாரக் கடையில் சிகரெட் புகைத்துக்கொண்டிருக்கும் போது, நடைபாதையில் அவர் நடந்துபோவதைக் கவனிப்பேன். கடைக்குள் இருக்கும் உற்சாகக் கூட்டத்தின் நடுவே நான் இருப்பதைத் தெரிந்துகொண்டு பரிதவிப்புடன் நோட்டம் விட்டுக்கொண்டே அவர் நடந்துசெல்வார். சீக்கிரமாகவே சூரியன் அஸ்தமித்து குடியிருப்புகளின் உறுத்தலான விளக்கொளியில் மரக்கிளைகள் வெறுமையாய்க் காட்சி தரும் சோகமான இலையுதிர்க்கால மாலைப்பொழுதுகளில் அந்தக் கிளைகளை நீ எப்படிப் பார்ப்பாயோ அதே போல் அவரும் பார்த்துக் கொண்டிருப்பார் என்பது எனக்குத் தெரியும். ஆனால், அவர் என்னையே நினைத்துக்கொண்டிருப்பார், ரூயாவை அல்ல."

காலையுணவை உண்பதற்காக அவர்கள் அமர்ந்தபொழுது, திரைச்சீலைகளின் ஊடாகக் கதிரொளி வழிந்தது.

ஒரு விஷயத்தைப் பற்றி அடுத்த நபரும் ஆர்வம் மிகுந்திருக்கிறார் என்று அறிந்துகொண்டு அதை நோக்கிப் பேச்சை லாகவமாக நகர்த்தத் தெரிந்த நபரால் மட்டுமே சாதிக்க முடிவதைப் போல், "எந்த நபரும் தான் தானாகவே இருப்பது எவ்வளவு கஷ்டமானதென்று எனக்குத் தெரியும்," என்றாள் பெல்க்கிஸ். "முப்பது வயதை எட்டும்வரை இது எனக்குப் புரியாமல் போய்விட்டது. வேறொருவராக இருக்க ஆசைப்படுவதென்பது வெறும் பொறாமையினால் மட்டுமென்றே நான் அதுவரைக்கும் நினைத்துக்கொண்டிருந்தேன். இரவு வேளைகளில், படுக்கையில் மல்லாந்து படுத்தவாறு, கூரை மீது படியும் நிழல்களை வெறித்துக்கொண்டே, அந்த இன்னொரு நபராக மாறிவிட நான் ஏங்கிக்கொண்டிருப்பேன். ஒரு கையுறையைப் போல் என்னுடைய சருமத்தை எளிதாகக் கழற்றிப் போட்டுவிட முடியுமென்றே நான் நினைத்துக்கொண்டிருந்தேன். அதன் மூலமாக இந்த வேறொரு நபரின் சருமத்திற்குள் நான் எளிதாய் நுழைந்துகொண்டு ஒரு புதிய வாழ்வைத் தொடங்கிவிடலாம் எனும் அளவிற்கு என்னுடைய தாபம் கொடூரமாயிருந்தது. ஒரு சில வேளைகளில் நான் திரையரங்கில் உட்கார்ந்திருப்பேன். அல்லது கூட்டம் மிகுந்திருக்கும் கடைகளில் நின்றுகொண்டிருப்பேன். என்னை மக்கள் பார்க்காமலே

செல்வார்கள். ஏனென்றால், தத்தம் உலகுக்குள் அவர்கள் தொலைந்து போயிருப்பார்கள். இந்த வேறொரு நபராக நான் மாறிப் போக, அவளுடைய வாழ்க்கையை நான் வாழ்ந்துவிட எனக்குள் ஏற்படும் தவிப்பு மிகவும் உக்கிரமாகிவிடும். எனக்குள் ஏற்படும் வலி தாங்க முடியாமல் போய் கண்களிலிருந்து கண்ணீர் வழிந்தோடும்."

மிகச் சுத்தமான ஒரு கத்தியைக் கொண்டு, வாட்டப்பட்ட மெல்லிய ரொட்டித் துண்டொன்றின் நொறுங்கு பரப்பை அந்தப் பெண் சுரண்டிக் கொண்டிருந்தாள்.

"தன்னுடைய வாழ்க்கையை வாழாமல் வேறொருவரின் வாழ்க்கையை வாழும் ஆசை எதனால் உண்டாகிறதென்பது இவ்வளவு ஆண்டுகளுக்கு அப்புறமும்கூட, எனக்குப் புரியாத புதிர்தான்," என்றவாறே அவள் பேச்சைத் தொடர்ந்தாள். "வேறெவரின் வாழ்வையும் தேர்ந்தெடுக்காமல் நான் ஏன் ரூயாவின் வாழ்வை வாழ விரும்பினேன் என்பதை என்னால் விளங்கிக்கொள்ளவே முடியவில்லை. பல ஆண்டுகளாக அதை ஒரு நோய் என்றே நான் கருதினேன். இந்த உலகிடமிருந்து நான் மறைக்க வேண்டிய நோய். இதை மட்டுமே என்னால் சொல்ல முடியும். இந்த நோய் பீடித்த என் ஆன்மாவைப் பார்த்து எனக்கு அவமானமாக இருந்தது. இப்படிப்பட்ட ஆன்மாவைச் சுமக்க வேண்டியிருக்கும் இந்த உடலைப் பார்த்தும் அதேபோல் நான் அவமானப்பட்டேன். என்னுடைய வாழ்க்கை அசலானதல்ல. போலியானது. எல்லா நகல்களையும் போலவே நானும் என்னையோர் இரங்கத்தக்க இழி பிறவியாக, மறக்கப்பட வேண்டிய ஜீவனாகப் பார்த்தேன். என்னுடைய "அசல் சுயத்தை" நான் நகலெடுப்பதுதான் என்னுடைய விரக்தியிலிருந்து தப்பிக்க ஒரே வழியாக எனக்குப் பட்டது. ஒரு கட்டத்தில், படிக்கும் பள்ளியை மாற்றிக்கொள்ளலாமா, புதிய வசிப்பிடத்துக்கு மாற்றிக்கொண்டு, புதிய நண்பர்களைப் பரிச்சயம் செய்துகொண்டு இருந்துவிடலாமா என்றெல்லாம்கூட நான் யோசித்ததுண்டு. ஆனால் எனக்கும் உனக்கும் இடையில் இருக்கும் தூரம் அதிகமானால் மேலும், மேலும் உன்னை நினைத்து நான் ஏங்கத் தொடங்குவேன் என்பதும் எனக்குப் புரிந்திருந்தது. புயலடிக்கும் இலையுதிர்க்காலப் பிற்பகல் வேளைகளில் ஜன்னல் வழியாக மழைத்தாரையை வெறித்துக்கொண்டு, மணிக்கணக்காய் சாய்வுநாற்காலியில் உட்கார்ந்திருப்பேன். உங்களையே நான் நினைத்துக் கொண்டிருப்பேன் – ரூயாவையும், காலிப்பையும். எனக்கு அப்பொழுது கிடைக்கும் தடயங்களை வைத்துக்கொண்டு அந்த நொடியில் ரூயாவும் காலிப்பும் என்ன செய்துகாண்டிருப்பார்களென்று கற்பனைசெய்து கொண்டிருப்பேன். ஓரிரு மணி நேரம் கடந்த பிறகு, இந்த இருட்டறையில் சாய்வு நாற்காலியில் உட்கார்ந்திருப்பது ரூயாதான் என்ற தீர்மானத்துக்கு நான் வருவேன். இந்தக் குரூரமான நினைப்பு எனக்கு அளவில்லாத பரவசத்தைக் கொடுக்கும்."

அதிகம் பரிச்சயமில்லாத ஒருவரின் வேடிக்கையான கதையைச் சொல்வது போல் இலகுவான முறுவலுடன்,பேசிக்கொண்டே சமையல் கட்டுக்கும் கூடத்துக்குமாக தேநீரும் சிற்றுண்டியும் எடுத்துக்கொண்டு அவள் பரபரப்பாக இயங்கிக்கொண்டிருந்தாள். அதனால் அவள் சொன்ன விஷயங்களைக் கேட்டு காலிப் தேவையற்ற மனஉளைச்சலுக்கு ஆளாக வில்லை.

“என் கணவரின் மரணம்வரையிலும் இந்த நோய் என்னைப் பீடித்திருந்தது. இன்னும்கூட இது என்னை வாட்டிக்கொண்டுதான் இருக்கிறது. என் கணவர் இறந்த பிறகு, குற்றவுணர்வோடு நான் தனித்திருந்த வேளைகளில், இந்த உலகில் யாருமே தாமாக இருப்பது முடியவே முடியாதென்ற தீர்மானத்துக்கு நான் வந்தேன். அளவுகடந்து நான் கொண்டிருந்த குற்றவுணர்வும்கூட இந்த நோயின் வேறொரு வகையான வெளிப்பாடுதான் என்பதை நான் புரிந்துகொண்டேன். இப்பொழுது புதியதாக என்னைத் தொற்றியிருக்கும் வெறியும்கூட அதே வகையானது தான். நான் நிஹாத்துடன் பகிர்ந்துகொண்ட அந்த வாழ்க்கையை மீண்டும் வாழ்ந்து பார்க்கும் வெறி. அச்சு அசலாக அதே போல். ஆனால் இப்பொழுது நான் நானாகவே இருந்து வாழ்ந்துபார்க்கும் வெறி. கருங்கும்மிருட்டான ஒரு நள்ளிரவில், இந்தக் குற்றவுணர்ச்சி என்னை அழித்துவிடுமென்று என்னை நானே எச்சரிக்கை செய்துகொண்ட வேளையில், ஒரு மயிர்க்கூச்செரிய வைக்கும் எண்ணம் எதிர்பாராமல் எனக்குள்ளே தோன்றியது. என்னுடைய வாழ்க்கையின் முதற்பகுதியில் நான் வேறொரு நபராக மாறிவிடத் துடித்துக்கொண்டிருந்ததால், நான் நானாகவே இல்லாமல் இருந்தேன். கடந்துபோன வாழ்க்கையை நான் நானாகவே இருந்து கழிக்க முடியாமல் போனதால் ஏற்பட்ட துயருடன் இரண்டாம்கட்ட வாழ்க்கையை இதற்கப்புறமாய் நான் வாழப்போகிறேன். இதை நினைத்து என்னால் சிரிக்காமல் இருக்க முடியவில்லை. சிரித்து முடித்தவுடன், என்னுடைய கடந்த காலத் துயரென்றும், எதிர்கால அச்சுறுத்தலென்றும் நான் நினைத்திருந்த விஷயங்கள் எல்லாமே, இங்கே வாழும் ஒவ்வொருவருடனும் நான் பகிர்ந்துகொள்ள வேண்டிய விதியாகிப்போனது. இந்த விதியை நினைத்து தினம் தினம் நான் என்னையே நொந்துகொள்ள வேண்டிய அவசியமில்லை. ஏனென்றால், நாம் யாருமே, எந்தக் கணத்திலும் நாம் நாமாக இருக்கவே முடியாதென்று எனக்கு விளங்கிவிட்டது. இதில் எனக்கு எந்தச் சந்தேகமும் இல்லை. பேருந்துக்காக வரிசையில் காத்து நிற்கும் மனஉளைச்சல் மிகுந்த வயோதிகனுக்குள்கூடப் பல பிசாசுகள் வாழ்ந்துகொண்டிருக்கும். ஒரு காலத்தில் தான் யாராக மாற ஆசைப்பட்டிருந்தானோ அந்த ‘அசல்’ மாந்தர்களின் ஆவியுருக்கள். குளிர்பருவக் காலை வேளையில் கொஞ்சம் சூரிய ஒளியில் நனையட்டுமென்று தன்னுடைய குழந்தைகளைப் பூங்காவுக்கு அழைத்து வந்திருக்கும் ரோஜாநிறக் கன்னம்கொண்ட தாய்க்குள்ளும்கூட இவை இருக்கும். அவளும்கூடத் தன்னைத்தானே தியாகம் செய்துகொண்டிருப்பாள். அவளும்கூட வேறொரு தாயின் நகல்தானே. திரையரங்குகளைவிட்டுச் சிதறி வெளியேறுகிற சோகமான மனிதர்களுக்குள்ளும் இவை இருக்கும். நெரிசல் மிகுந்த மரநிழற் சாலைகளில் திரிந்தவாறோ, கூச்சல் மிகுந்த காஃபியகங்களில் சஞ்சலம் மிகுந்த மனத்தோடு அமர்ந்தவாறோ காணப்படும் இழிபிறவிகளுக்குள்ளும் இதே கதிதான். அவர்களும் தாங்கள் யாராக இருக்க வேண்டுமென்று ஆசைப்பட்டார்களோ அவர்களுடைய ‘அசல் சுயங்களால்’ இரவும் பகலும் ஆட்கொள்ளப்பட்டிருப்பார்கள்.”

காலையுணவு உண்ட மேஜையின் அருகிலேயேதான் அவர்கள் இருவரும் சிகரெட் பிடித்தபடி இன்னமும் அமர்ந்திருந்தார்கள். அந்த அறை கதகதப்பாக இருந்தது. அந்தப் பெண் பேசப் பேசக் களங்கமற்ற

நிலையை உறுதிப்படுத்தும் துயில் அவன் மீது அலைகளாய் கவிந்து கொண்டிருந்தது. ஓய்வுகொள். இது வெறும் கனவுதான் என்றன அந்தத் துயிலலைகள். கதகதப்பாகும் இயந்திரத்தின் முன்பாகப் போடப்பட்டிருந்த நீள் இருக்கையில் நீட்டிப் படுத்து ஒரு குட்டித் தூக்கம் போட அவளுடைய அனுமதியை அவன் கேட்டுக்கொண்டிருந்தபோது, அவள் பட்டத்து இளவரசனின் கதையைச் சொல்லத் தொடங்கியிருந்தாள். "நாம் இதுவரை பேசிக்கொண்டிருந்த விஷயத்தோடு" நெருக்கமான தொடர்புடையது அந்தக் கதையென்று அவள் சொல்லிக்கொண்டிருந்தாள்.

ஆமாம். ஒரு காலத்தில் ஓர் இளவரசன் வாழ்ந்திருந்தான். வேறெந்த ஐயத்தையும்விட முக்கியமானதென்று ஓர் ஐயத்தை அவன் இனம் கண்டிருந்தான். தான் தானாக இருப்பதா, தானாக இல்லாமல் இருப்பதா? அந்தக் கதை இன்னதென்று புரிந்துகொள்வதற்கு முன்பாகவே, தான் வேறு யாராகவோ மாறிப்போவதைக் காலிப் உணர்ந்துகொண்டான். பிறகு அந்த வேறு யாரோவாகவும் இல்லாமல் இன்னொருவராக மாறி அவன் துயிலில் ஆழ்ந்தான்.

கருப்புப் புத்தகம்

18

இருண்ட வாயுச்சுரங்க வாயில்

அந்த மரியாதைக்குரிய குடியிருப்புக் கட்டடத்தின் தோற்றம் எப்பொழுதுமே ஒரு மானிட முகத்தைப் போல் என்னைப் பாதித்திருக்கிறது.

– ஏழு முக்கோணச்சுவர் கொண்ட வீடு என்ற நாவலில்
நதானியேல் ஹாதார்ன்

பல ஆண்டுகளுக்குப் பிறகு ஒரு பிற்பகல் வேளையில் நான் அந்தக் கட்டடத்தைப் பார்க்கச் சென்றேன். அதற்காக, இடைப்பட்ட காலத்தில் அந்தத் தெருப்பக்கம் செல்வதை நான் தவிர்த்திருந்தேன் என்று சொல்லிவிட முடியாது. ஏனென்றால், பல்வேறு சந்தர்ப்பங்களில் அந்த நடைபாதைகளின் மீது நான் நடந்திருக்கிறேன். தளர்வான மேலங்கிகளும், தளர்த்தப்பட்ட கழுத்துப் பட்டிகளும், ஊஞ்சலாடிக் கொண்டிருக்கும் பருத்த புத்தகப் பைகளுமாக, அலைபோல் அலைந்துகொண்டிருக்கும் உயர்நிலைப்பள்ளி மாணவர்களை ஒதுக்கியபடி மதிய வேளைகளிலும், அலுவல் முடிந்து வீட்டிற்கு விரைந்துகொண்டிருக்கும் ஆடவர்களோடும், தேநீர் விருந்துபசாரங்களில் பங்கெடுத்துவிட்டு வீடு நோக்கித் துள்ளிச் செல்லும் மகளிரோடும் சங்கமிக்க மாலை நேரங்களிலும். ஆனால், ஒரு காலத்தில் எனக்கு எவ்வளவோ முக்கியமாக இருந்த அந்தக் கட்டடத்தைப் பார்க்கவென்று முன்னெப்போதும் நான் சென்றது கிடையாது.

அது ஒரு குளிர்பருவம். பிற்பகல் முடியும் தருணம். வானம் கருத்துக்கொண்டிருந்தது. புகைபோக்கிகளிலிருந்து வெளியேறிய கரும்புகை அந்தக் குறுகலான மரநிழற்சாலையில் அடர்த்தியாகக் கவிந்து அதற்குள்ளாகவே இரவாகிவிட்டதைப் போல் காட்சியளித்தது. இரண்டே குடியிருப்புகளில் மட்டுமே விளக்கெரிந்துகொண்டிருந்ததைப் பார்த்தேன். சாளரங்களின் ஊடாகக் கசிந்த மங்கலான, உயிர்ப்பற்ற ஒளி, அந்த இரண்டு குடியிருப்புகளும் இல்லங்கள் அல்ல, மாறாக நேரங் கழிந்தும், தாமதமாக வேலையில் அமிழ்ந்திருக்கும் குனிந்த தலைகள் நிறைந்த அலுவலகங்களே என்பதை எனக்கு உணர்த்தின.

அந்தக் கட்டடத்தின் முன்பகுதி உயிர்ப்பின்றி காணப்பட்டது. மீதமிருக்கும் தளங்கள் எல்லாமே கருங் கும்மிருட்டாய் இருந்தன. ஒவ்வொரு சாளரத்திலும் திரைச்சீலைகள் இழுத்து மூடப்பட்டிருந்தன. பார்வையற்றவர்களின் விழிகளைப் போல் வெறுமையாகவும், அச்சுறுத்தும் விதத்திலும் அவை யாவும் என்னை வெறித்துப் பார்த்துக்கொண்டிருந்தன. இந்தக் கட்டடம் எப்படி உணர்ச்சியற்று இருக்கிறது. எப்படி நாதியற்று, ஜீவனில்லாமல் இருக்கிறது. இதே கட்டடம் முன்பொரு காலத்தில் பெரிய துயர் மிகுந்த குடும்பத்தின் கலகலப்பு ரீங்கரித்துக்கொண்டிருந்த இடமாக விளங்கியது என்பதை இப்போது கற்பனைசெய்யக்கூட இயலவில்லை.

அதனுடைய இளமைக்காலப் பாவங்களுக்காக இப்பொழுது தண்டிக்கப்பட்டதைப் போல் அந்தக் கட்டடம் தோன்றுகிறது. அதன் அழிவைப் பார்ப்பது எனக்கு சந்தோஷமாகவே இருந்தது. அதன் பாவம் தோய்ந்த இன்பங்களில் எனக்குரிய நியாயமான பங்கை என்னால் ஒருபோதும் அனுபவிக்க முடியாமல் போனதுதான் என் மகிழ்ச்சிக்குக் காரணமென்பது எனக்குத் தெரியும். ஆக, அந்தக் கட்டடம் பாழடைந்து கிடப்பதைக் காண்பது எனக்கு ஒரு விதமான வஞ்சம் தீர்த்தல். ஆனால், அந்தக் கணத்தில் என் மனத்தில் வேறோர் எண்ணம் மேலோங்கியிருந்தது. பிற்காலத்தில் வெறும் பிளவு என்றாகிவிட்ட அந்தக் குழிக்குள் புதைந்திருந்த ரகசியம் என்னவாயிற்று? அது வெறும் பிளவென்று மாறிப்போன பொழுது, அந்தக் குழியும், அதற்குள் இருந்த எல்லாமும் என்னவாகின?

அந்தக் கட்டடத்துக்குப் பக்கத்தில் ஒரு காலத்தில் அமைந்திருந்த குழியை மீண்டும் நினைத்துப் பார்த்தேன். இரவு நேரங்களில் என்னை நடுநடுங்கவைக்கும் ஆழமே அறிய முடியாத ஒரு குழி அது. என்னை மட்டுமல்ல, அந்தக் கட்டடத்திலிருந்த ஒவ்வொரு பையனையும், பெண்ணையும், ஏன், பெரியவர்களையும் கூடத்தான். புராண, இதிகாசப் பரிமாணங்களைக் கொண்டது அந்தக் குழி. வௌவால், எலி, தேள், விஷப்பாம்பு என்று பலதும் திரண்டு வாசம் செய்யும் குழி. *காதலும் அழகும்* எனும் கவிதை நூலில் ஷேக் காலிப்பும்[1], *மஸ்னவியில்* ரூமியும் வர்ணிக்கும் அதே குழிதான் இதுவுமென்று நான் நிச்சயமாக நம்புகிறேன். ஒரு வாளியை இதனுள் இறக்கிவிட்டால், உள்ளேயிருக்கும் ஏதோ ஒன்று நிச்சயமாக வடத்தை அறுத்துவிடும். அந்தக் குழியின் அடியாழத்தில் பூச்சாண்டி ஒன்று பதுங்கியிருக்கிறதென்று எங்களுக்குச் சொல்லி வைத்திருந்தார்கள். எங்களுடைய கட்டிடத்தின் அளவுக்குப் பிரம்மாண்டமான கரியநிறப் பூச்சாண்டி. "தப்பித்தவறிக்கூட அதற்குப் பக்கத்தில் போய்விடாதீர்கள் செல்லங்களே!" இதைத்தான் அவர்கள் சொல்லிக்கொண்டிருப்பார்கள். ஒரு முறை வாயிற்காவலாளியின் இடுப்புப் பட்டியில் ஒரு வடத்தைக் கட்டி அந்தக் குழிக்குள் இறக்கிவிட்டார்கள். அந்தக் கரிய, காலமற்ற வெற்றிடத்திலிருந்து வெளிப்பட்டபோது, அவனுடைய நுரையீரல்கள் இரண்டும் ஜென்ம ஜென்மத்திற்கும் போதுமான அளவுக்கு சிகரெட்டின் கரியகழிவால் நிரம்பியிருந்தது. அவனுடைய கண்களில் நீர் கொப்பளித்துக் கொண்டிருந்தது. அந்தக் கேணியைக் காவல் காத்துக்கொண்டிருந்த வஞ்சகம் மிகுந்த பாலைவனச் சூனியக்காரி ஒரு சில வேளைகளில் வாயிற் காவலாளியின் சந்திரவதன மனைவியின் உருவத்தில் தோன்றக்கூடும் என்று எனக்கு முன்பே தெரிந்திருந்தது. அந்தக் குடியிருப்பில் வசித்த

1. ஷேக் காலிப்: கவிஞர்.

எல்லோருடைய நினைவிலும் அந்தக் குழியின் ரகசியம் புதைந்திருக்க வேண்டும் என்பதுகூட எனக்கு முன்பே தெரிந்திருந்த விஷயம்தான். கடந்த காலத்துக்குள்ளேயே நிரந்தரமாக ஒளிந்திருக்க முடியாத ரகசிய பாவமாய் எங்கள் அனைவரின் வாழ்க்கையிலும் கரிய நிழல்களைத் தோற்றுவித்தபடி அந்தக் குழி எங்கள் எல்லோரையும் ஆட்கொண்டிருந்தது. ஆக, தங்களுக்கு அவமானம் தரக்கூடிய எதன்மீதும் மண்ணைப் போட்டு மூடிவிடும் மிருகங்களைப் போல, இந்தக் குழியையும், அதனுள்ளே உழன்று கொண்டிருக்கும் ஜீவராசிகளையும் ஒட்டுமொத்தமாக மூடி மறைத்துவிடக் காலம் கனிந்துவிட்டதென்று ஒரு வழியாய் முடிவெடுக்கப்பட்டது. ஒரு நாள் காலையில், இரவின் நிறங்கள் அடர்ந்த கொடுங்கனவில் நனைந்து, என்னால் இனம்காண முடியாத முகங்களின் நினைவில் தலை கிறுகிறுக்க நான் விழித்தெழுந்தபோது, அந்தக் குழி முழுதுமாய் மூடப்பட்டிருந்ததைக் கண்டேன். ஆனால் என்னுடைய கொடுங்கனவு இன்னும் முடிந்தபாடில்லை. இதற்கப்புறமாகத்தான் பயங்கரம் தொடங்கியது. ஏனென்றால் அந்தக் குழி அதன் அச்சில் சுழன்று மேலெழுந்து விண்ணை ஏகியது. எங்களுடைய சாளரங்களுக்குள் புரியாத புதிர்களையும் மரணத்தையும் கொண்டு சேர்த்த இந்த அதிபயங்கரப் புனலை வேறு எப்படித்தான் விவரிப்பது? ஒரு சிலர் அதைப் பிளவு என்றார்கள். வேறு சிலரோ அதை இருண்ட வாயுச்சுரங்க வாயில் என்றழைக்கத் தொடங்கினர் . . .

இந்தப் புதிய வெளிகள் ஒளியை உள்வாங்கிக்கொண்டுதான் இருந்தன வென்றும், அவை இருளை உமிழவில்லையென்றும் வாதிட்ட ஒரு சிலரும் இருக்கவே செய்தார்கள். என்றாலும்கூட எங்களுள் பலரும் இவற்றை வெறுக்கவே செய்தோம். இதனால்தான் அதற்கு இந்த அவப்பெயர். இந்தக் குடியிருப்பு அடுக்ககம் கட்டப்பட்ட ஆரம்ப காலத்தில் அதன் இருமருங்கிலும் காலி மனைகளே இருந்தன. அந்த மரநிழற் சாலையை அணிவகுத்து நிற்குமோர் அருவருப்பான சுவர் போல் விரைவிலேயே மாறிவிட்ட கான்க்ரீட் சமாச்சாரங்கள் மாதிரி அந்தக் கட்டடம் தோற்றமளிக்கவில்லை. ஆரம்ப காலத்தில், எந்த வீட்டின் சமையல் உள்ளிலிருந்து பார்த்தாலும் பள்ளிவாசல், வாடகைச் சிற்றுந்து களின் வரிசை, பெண்கள் உயர்நிலைப் பள்ளி, அல்லாதீனின் கடை என்று எல்லாமும் தெரியும். ஒவ்வொரு குடியிருப்பின் நீளவாக்கிலும் அமைந்திருந்த தாழ்வாரங்களிலிருந்து பார்க்கும்போது தெரியும் காட்சியும் ஒன்று போலவே இருக்கும். அதே போல்தான், வேண்டாத அறைக்கலன் களைப் போட்டுவைக்கும் அறைகள், வேலைக்காரப் பெண்களுக்கான அறைகள், குழந்தைகளின் அறைகள், இஸ்திரி மேஜை போடப்பட்டிருக்கும் அறைகள், அத்தைப்பாட்டிகளின் அறைகள், வறிய உறவினர்களுக்கான அறைகளென்று எங்கிருந்து பார்த்தாலும் தெரியும் காட்சிகள் யாவும் ஒரே மாதிரியே இருக்கும். ஆனால், எங்களுக்கு அடுத்ததாக அமைந்திருந்த காலி மனை ஒரு கட்டடம் கட்டும் நிறுவனருக்கு விற்கப்பட்டது. விரைவிலேயே, மூன்று கஜ தூரத்தில் வரிசைகட்டி நிற்கும் புதிய சாளரங்களைத் தவிர வேறெதையும் பற்றி யோசிக்கும் வழியின்றி, எங்களுக்கும் உலகுக்கும் இடையே ஒரு பிரம்மாண்டமான குடியிருப்பு அடுக்ககம் நின்றுகொண்டிருந் தது. இப்படித்தான் அந்தக் கேணிக்குள் இருக்கும் பிளவு உருவானது. சாளரங்கள் ஏனைய சாளரங்களைப் பிரதிபலிக்கும் முடிவிலிக்கு இடையில், அசிங்கமான, நிறம் வெளிறிய, கான்க்ரீட் சுவர்கள் கரைகட்டியிருக்கும் இருண்ட, ஆழமான வெளி அது. கீழ்த்தளங்களைப் பற்றிச் சொல்லத் தேவையில்லை.

வெகு சீக்கிரத்திலேயே புறாக்கள் இந்த இடத்தை ஆக்கிரமித்துக் கொண்டன. இந்தச் சோகம் கவிந்த இருளுக்கு இப்பொழுது அதற்கே உண்டான நறுமணமும் கிடைத்துவிட்டது. சாளரங்களின் கான்க்ரீட் விளிம்புகள், தாமாகவே முறிந்து விழும் சாளர அடிக்கட்டை, எட்டாத உயரத்திலிருக்கும் மழைநீர் வெளியேறும் குழாய்களின் மடங்கிய விளிம்புகள் என்று தொடர்ந்து பெருகும் குஞ்சுகளோடு எங்கு பார்த்தாலும் அவை வசித்துக்கொண்டிருந்தன. சீக்கிரத்திலேயே அவற்றின் கழிவு பொங்கி வழியத் தொடங்கியது. வானிலை மாற்றங்களால் ஏற்பட இருக்கும் பேரழிவை முன்னறிவிப்பதோடு மட்டுமின்றி எல்லா வகையான தீவினை களையும் பற்றிய முன்னறிவிப்பையும் செய்தவாறு துடுக்குத்தனம் மிகுந்த கடற்பறவைகளும் அவ்வப்பொழுது இந்தப் புறாக்கூட்டத்தில் வந்து இணைந்துகொள்ளும். போதாக்குறைக்கு, இரவின் கும்மிருட்டில் வழி தவறிய காகங்கள் இந்த ஆழம் காணவியலாப் பள்ளத்தை ஒட்டிய குருட்டுச் சாளரங்கள் மீது வேகமாக வந்து பாயும். வாயிற் காவலாளியின் காற்றோட்டமே இல்லாத, தாழ்ந்த கூரையைக் கொண்ட குடியிருப்பிற்கு இட்டுச் செல்லும் குட்டையான இரும்புக் கதவொன்று இருந்தது. முன்பின் தெரியாதவர்கள் அது ஏதோ சிறைச்சாலைக்கான வாயிற்கதவென்று நினைத்துக்கொள்ளக் கூடும் (அதனுடைய கிரீச்சிடும் கீல்கள் சிறைக்கிடங்கை நினைவுக்குக் கொண்டுவரும்). குனிந்த தலையோடு அதனுள்ளே நுழைய முற்படுபவர்கள் கீழே அகண்டு கிடக்கும் நிழல் எனும் தரையை நோட்டம் விடுவார்களேயானால், எலி கொறித்த பறவையுடல்கள்அந்த இடமெங்கும் சிதறிக் கிடப்பதைக் காண்பர். இந்த அடித்தளத்தின் தாழ்வாரமெங்கிலும் எல்லா வகையான புழுக்கைகளும் எச்சங்களும் நிறைந்திருக்கும். தமக்கான மொழியைத் தாமே தேடிக் கதறும் அளவுக்குக் குமட்டலூட்டும் விஷயங்கள் அவை. கழிவு நீர்த் துவாரங்களின் ஊடாக மேல் தளங்களுக்கு ஊடுருவிக் களவாடும் எலிகள் விட்டு வைத்திருக்கும் புறாக்களின் முட்டையோடுகள். பூப்போட்ட மேஜை விரிப்புகளை உதறும்பொழுது இந்தப் பெட்ரோலியக் கிணற்றுக்குள் தவறி விழுந்துவிடும் அதிர்ஷ்டங்கெட்ட கத்திகள் மற்றும் முள் கரண்டிகள். தூக்கக் கலக்கத்தில் உதறப்படும் போர்வைகளிலிருந்து விழுந்து அனாதையாகும் காலுறைகள். தூசு தட்டும் துணி வகைகள், சிகரெட் துண்டுகள், உடைந்த சாளரங்களின் கண்ணாடிச் சில்லுகள், நொறுக்கப்பட்ட மின்குமிழிகள், தகர்ந்துபோன முகம்பார்க்கும் கண்ணாடிகள், படுக்கைகளின் துருவேறிய விற்சுருள்கள். நம்பிக்கையற்ற பிடிவாதத்துடன் தொடர்ந்து மூடி மூடித் திறக்கும் நீள்– இமைக் கண்கள் கொண்ட கைகளற்ற முண்டத்துடன் கிடக்கும் இளஞ்சிவப்பு நிற குழந்தை பொம்மைகள். காற்றுப்போன பந்துகள், குழந்தைகளின் அழுக்காகிவிட்ட உள்ளாடைகள், ஐயத்துக்கிடமான பத்திரிகைகளின் கவனமாகக் கிழித்தெறியப்பட்ட சுக்கல்கள், சந்தேகத்துக்கிடமான செய்திப் பத்திரிகைகள். யோசித்துப் பார்க்கவே அச்சமாக இருக்கும் புகைப்படங்கள் ...

மேலே சொன்ன பொருள்களுள் ஏதோவொன்றை மீட்டெடுத்து, அப்பொழுதுதான் பிடிபட்ட குற்றவாளியைக் காவலன் பிடித்துச் செல்வதைப் போல், அந்தக் குப்பைப் பொருளைத் தன் முன்பாக உயர்த்திப் பிடித்து வாயிற்காவலாளி ஒவ்வொரு தளமாக ஏறி இறங்குவான். இது அவ்வப்போது நடக்கும் செயல். அந்தப் புழுதி நிறைந்த கீழுலகிலிருந்து அவன் வெளியே இழுத்துவரும் அந்த ஐயத்துக்கிடமான பொருளுக்கு

அங்கே குடியிருப்போர் யாருமே சொந்தம் கொண்டாட முன்வந்ததில்லை. "அது எங்களுடையது இல்லை" என்றுதான் அவர்கள் சொல்வார்கள். "மேலேயிருந்து, அது அங்கேயா விழுந்துகிடந்தது?"

'அங்கேயா' என்கிற வார்த்தையில் கொடுக்கப்படும் அழுத்தம், ஏதோ அது ஒரு பயங்கரம் என்பதைப் போலவும், அதிலிருந்து தப்பி, அதை நினைவிலிருந்து முற்றிலுமாக அப்புறப்படுத்திவிட வேண்டுமென்கிற தவிப்பை வெளிப்படுத்துவதாகவும், அதே நேரத்தில் அதனுடைய காலவரம் பற்ற இறுகு பிடியிடம் அவர்கள் சரணடைந்துவிட்டதைப் போலும் இருக்கும். ஏதோ ஓர் அருவருப்புக்கொள்ள வைக்கும் தொற்று நோயைப் பற்றிக் குறிப்பிடுவதைப் போல அவர்கள் இருண்ட வாயுச்சுரங்க வாயிலைப் பற்றிப் பேசுவதுண்டு. தாங்கள் எடுத்து வைக்கும் அடியில் கவனமாக இல்லாவிட்டால் தாங்களும்கூட அந்தக் கழிவுநீர்க் குட்டைக்குள் விழுந்திடு வோம் எனும் நடுக்கம் அவர்கள் பேச்சில் தென்படும். கபடம் மிகுந்த அந்நியக் கரங்களால் தங்களுடைய வாழ்க்கையின் இதயத்துக்குள்ளே சூழ்ச்சி செய்து நிறுவப்பட்டுவிட்ட உலைக்கலன் அது. செய்தித்தாள்களில் குறிப்பிடப்படும் நுண்ணுயிர் நோய்க்கிருமிகள் யாவுமே இங்கேதான் அடைகாக்கப்பட்டு பொரிந்திருக்கும் என்பதில் யாருக்கும் எவ்வித ஐயமும் இருக்கவில்லை. இதனால்தான் தங்களுடைய குழந்தைகள் எந்நேரமும் நோய்வாய்ப்பட்டே காலம் கழிக்கிறார்கள். இதனால்தான் இந்தச் சிறு வயதிலேயே அவர்கள் பேய், பிசாசு போன்றவற்றாலும் மரணம் பற்றிய முன்னறிவிப்பாலும் ஆட்கொள்ளப்படுகிறார்கள். அச்சத்தின் சுற்றுவிளிம்பென அந்தக் கட்டடத்தைச் சில வேளைகளில் சூழ்ந்து கொள்ளும் விசித்திரமான நாற்றங்களுக்கு இதுவே பிறப்பிடம். இதே மூலாதாரத்திலிருந்துதான் எங்களுடைய அவநம்பிக்கையும் தீவினையும் தோன்றியிருக்கின்றன. இதில் எள்ளளவும் சந்தேகமில்லை. எங்களுடைய வாழ்வை இருண்டுபோக வைக்க அடியாழத்திலிருந்து இந்தப் பிளவு வெளிக்கிளம்பிய பிறகுதான் எத்தனையோ தீவினைகள் எங்களிடம் வந்து சேர்ந்தன. கடன், விவாகரத்து, திவால், பொறாமை, கள்ளவொழுக்கம், முறைதவறிய பாலுறவு, மரணம் என்று எத்தனையோ தீவினைகள். எங்கள் குடும்ப வரலாற்று ஏடுகளைப் புரட்டிப்போட்டு நினைவடுக்குகளின் மிக இருண்ட பொந்துகளுக்குள் அவற்றைக்கொண்டு செருகிய பின்பும், எங்களுடைய சாளரங்களைச் சுற்றிச்சுற்றி வரும் கருநீலப் புகை அவற்றை எங்களுக்கு ஓயாமல் நினைவுபடுத்திக்கொண்டிருக்கும்.

ஆனால், கடந்த காலத்தின் தடைசெய்யப்பட்ட பக்கங்களிலிருந்து தேடித் துருவிப் பார்த்து ஏதோ ஒரு பொக்கிஷத்தைக் கண்டெடுக்க யாராவது ஒருவர் எப்பொழுதும் ஆர்வமாகவே இருப்பதுண்டு. இதற்காக இறைவனுக்கு நாம் நன்றி கூற வேண்டும். ஆக இறுக்கமாக இழுத்து மூடப்பட்டிருக்கும் திரைச்சீலைகளுக்கிடையில்,தங்களுடைய சிறு நெற்றியை வைத்தழுத்தி, குழந்தைகள் (ஆ, குழந்தைகள்) நெளிந்து கொண்டிருக்கும் அந்த நீண்ட (மின்சக்தியை மிச்சப்படுத்துவதற்காக இருட்டிலேயே அமிழ்த்தப்பட்டிருக்கும்) தாழ்வாரங்களிலும் இதே நிலைதான். ஒட்டுமொத்தக் குடும்பமும் தாத்தாவின் குடியிருப்பிற்கு அழைக்கப்படும் நாட்களில், கீழ்த்தளங்களில் வசிக்கும் குடும்ப உறுப்பினர் களுக்கு, மேஜையில் உணவு பரிமாறப்பட்டுவிட்டதென்று வேலைக்காரப் பெண் அந்தப் பிளவின் வழியாகவே கூப்பிடுவாள். தன்னுடைய மகனோடு பரண் மீது ஒதுக்கிவிடப்பட்டுவிட்ட தாயைச் சேர்த்துக்கொள்ள அவர்கள்

விரும்பாத சந்தர்ப்பங்களில் அவர்கள் இருவரும் என்ன சாப்பிடுகிறார்கள், உணவு மேஜையில் உட்கார்ந்துகொண்டு என்னென்ன சதித்திட்டம் போடுகிறார்கள் என்று துப்பறிய தன்னுடைய சமையற்கட்டின் சாளரத்தை அந்தப் பணிப்பெண் திறந்து வைப்பாள். காது கேளாத, வாய் பேச இயலாத ஜீவனொன்று அந்தச் சாளரத்தின் அருகே நின்று அந்தக் கருந்துளையையே வெறித்துக்கொண்டிருக்கும். அவன் அங்கே நின்றுகொண்டிருப்பதைப் பார்த்துவிட்டு, அவனைப் படுக்கைக்கு அழைத்துச் செல்ல அவனுடைய வயோதிகத் தாய் வரும்வரை வெறிப்பது நீடிக்கும். மழைக்கால நாட்களில், தனக்கு எதிரில் வழிந்தபடி இருக்கும் நீரைச் சாளரத்தின் அருகே நின்று பார்த்தபடி அந்த வேலைக்காரப் பெண் பகற்கனவில் லயித்திருப்பாள். அந்தக் குடும்பம் ஏதுமற்ற ஏழ்மைக்குள் தடுமாறி விழுந்து நொறுங்க இருந்த பிற்காலத்தில், அந்த அடுக்ககத்துக்கு மீண்ட அந்த வெற்றிகரமான இளைஞனும்கூட அதே போல் பகற்கனவில் லயித்திருப்பான்.

அவர்கள் அங்கே கண்டெடுத்த பொக்கிஷங்களை விரைவாகப் பட்டியலிடலாம்: பனிச்செதில் போர்த்தச் சமையலறைச் சாளரங்கள் மீது சாய்ந்திருக்கும் இன்னாரென்று தெரியாத சிறுமிகளும் பெண்களின் வெளிறிய உருவங்களும்; தொழுகைக்காகக் குனிவதும் நிமிர்வதுமாக, ஓர் ஆவியின் நிழலெனத் தோற்றமளிக்கும் முதுகு வசித்திருக்கும் மங்கலான அறை. படுக்கையின் மெத்தை மீது கிடக்கும் ஒரு பத்திரிகை. அதன் அருகிலே ஒரு மூதாட்டியின் கால் (நெடுநேரம் காத்திருந்தால், அந்தப் பத்திரிகையின் ஏடுகளைப் புரட்டிப் பார்த்துவிட்டு, மெல்லக் காலைச் சொறிந்துகொள்ளும் கைகளைப் பார்க்க இயலும்). குளிர்ந்து கிடக்கும் சாளரக் கண்ணாடிக் கதவின் மீது அழுந்தியபடியிருக்கும் இளைஞனின் நெற்றி. தன்னுடைய குடும்பம் உண்மையை மறைத்துவிடாதபடி தடுக்கும் இந்த இளைஞன் என்றேனும் ஒருநாள் வெற்றியோடு மீண்டு ஆழம்காண வியலாத குழியின் விளங்காப் புதிரை எப்படியேனும் தோண்டி எடுத்து விடும் வைராக்கியத்துடன் இருப்பவன் (இதே இளைஞன் எதிரே இருக்கும் சாளரத்துக்குள் பார்த்து, தன்னைப் போலவே கனவுகளில் அமிழ்ந்திருக்கும் தன்னுடைய மாற்றாந்தாயின் வசீகரமான பிம்பத்தை அவ்வப்பொழுது காணுவதுண்டு).

அதே போல், இருளில் நெருக்கியடித்து இணைந்திருக்கும் புறாக்களின் தலைகளையும், மார்புகளையும் நாம் மறக்கலாகாது. கரு நீல நிழல்களை, துடித்தபடியிருக்கும் திரைச்சீலைகளை; ஒரு கணம் அணைந்து, மறு கணமே எரியும் விளக்குகளை; இன்னும் விளக்கெரிந்துகொண்டிருக்கும் அறைச் சாளரங்களின் மீது தென்படும் ஆரஞ்சு வண்ணக் கோடுகளை; இந்தக் கோடுகள் உணர்த்தி நிற்கும் சோகமான, குற்றவுணர்வுகொண்ட நினைவுகளை என எதையுமே நாம் மறக்கலாகாது. நம்முடைய வாழ்க்கை தான் எவ்வளவு குறுகியது! நாம்தான் எவ்வளவு குறைவாகப் பார்க்கிறோம்! நாம் அறிந்திருப்பதெல்லாம் எவ்வளவு கம்மியானது! எனவே, நாம் குறைந்தபட்சம் கனவாவது காண்போம்.

என்னருமை வாசகர்களே உங்கள் அனைவருக்கும் இனிய ஞாயிறாக அமைய வாழ்த்துகள்!

19

நகரத்தின் சைகைகள்

> இன்று காலையில் கண்விழித்தபோது இருந்த நான் நேற்று உறங்கச் செல்வதற்கு முன்பிருந்த அதே நான்தானா? சற்றே வித்தியாசமான நானாக நான் இருந்தது நினைவுக்கு வருகிறது. ஆனால், நான் நேற்றிருந்த அதே நான் இல்லையென்றால், "உண்மையில் நான் யார்?" என்பதே இப்போதைய கேள்வி.
>
> – அற்புதவுலகில் ஆலிஸ் எனும் நாவலில் லூயிஸ் கேரல்

காலிப் கண்விழித்தபோது முன்பின் அறிந்திராத ஓர் உருவம் தன்முன் இருக்கக் கண்டான். பெல்க்கிஸ் உடை மாற்றியிருந்தாள். ஒரு கரிய நிற இரவு அங்கியைத் தரித்திருந்தாள். தான் ஓர் அந்நிய இல்லத்தில், அந்நியப் பெண்ணோடு இருக்கின்றோம் எனும் உணர்வு காலிப்புக்கு உண்டானது. அவளுடைய முகமும் சிகையலங்காரமும் கூட மாற்றம் கண்டிருந்தன. பீகிங்கில் 55 நாட்கள் எனும் திரைப்படத்தில் தோன்றும் நடிகை ஆவா கார்ட்னரைப் போல் முடியைப் பின்னுக்கு இழுத்து வாரியிருந்தாள். அவளைப் போலவே இவளும் சூப்பர்டெக்னிரமா சிவப்பு நிற உதட்டுச் சாயத்தைப் பூசியிருந்தாள். புதியதாகத் தோன்றிய அந்த வதனத்தை வெறித்துப் பார்த்தபடி, கொஞ்ச காலமாக மக்கள் தன்னிடம் விளையாட்டுக் காண்பிக்கிறார்களென்று காலிப் நினைத்துக்கொண்டான்.

சற்றுப் பொறுத்து, காலிப் அவனுடைய மேலங்கியை அந்தப் பெண் நேர்த்தியாக மடித்து வைத்திருந்த உடுப்பு மாடத்தின் அருகே சென்றான். அவனுடைய அங்கியின் பைக்குள்ளிருந்து செய்தித்தாளை எடுத்துப் பளிச்சென்று சுத்தமாகத் தெரிந்த காலையுணவு மேஜையின் மீது விரித்து வைத்தான். ஜெலாலின் பத்திக் கட்டுரையை மீண்டும் படித்துப் பார்த்தான். அதன் ஓரத்தில் தான் எழுதிவைத்திருந்த குறிப்புகளும், பிரதியில் அடிக்கோடிட்டிருந்த சொற்களும், அசைகளும் இப்பொழுது படிக்கையில் எவ்வித அர்த்தத்தையும் தராததுபோல உணர்ந்தான். தான் குறித்துவைத்திருந்த சொற்கள் எதுவுமே புதிரை அவிழ்க்கும் திறவுகோல்கள்

இல்லை என்பதை அவன் உடனடியாகக் கண்டுகொண்டான். அதே சமயத்தில், அதில் புதிரென்று ஏதும் இருக்கிறதாவென்ற சந்தேகமும் அவனுக்கு ஏற்பட்டது. அந்தச் சொற்கள் தம்மைத் தாமே குறிப்பதைப் போலும் தோன்றியது. வேறெதையோ குறிப்பதைப் போலும் தோன்றியது. தற்சமயம் தன்னுடைய நினைவாற்றல் தன்னைக் கைவிடுவதால், உலகிற்குத் தன்னால் சொல்ல முடியாமல் போகும் ஓர் அபாரமான கண்டு பிடிப்பைப் பற்றி அந்த ஞாயிற்றுக்கிழமைப் பத்திக் கட்டுரையில் ஜெலால் எழுதியிருந்தான். அந்தக் கதையின் ஒவ்வொரு வாக்கியமும், உலகில் வாழும் ஒவ்வொருவரும் தெரிந்தும் புரிந்தும் வைத்திருந்த, இன்னொரு மானுட சோகத்தைக் கூறும் வேறொரு கதையிலிருந்து பெறப்பட்டதைப் போல் தோன்றியது. இது மிகவும் தெளிவாகவும், மிகவும் அசலானதாகவும் இருந்தது. இதனால், ஒரு சில எழுத்துகளை, அசைகளை, சொற்களைப் பிரித்தெடுத்து, வேறொரு தினுசில் அவற்றை அமைக்க வேண்டிய தேவையிருக்கவில்லை. இப்படியொரு தீர்மானத்தோடு அந்தப் பத்திக் கட்டுரையைப் படிப்பது மட்டும்தான் ஒளித்துவைக்கப் பட்டிருக்கும் அர்த்தத்தை வெளிக்கொண்டுவர உதவும். ஒவ்வொரு சொல்லாக அவன் கண்கள் மேய்ந்துகொண்டிருந்தன. ஜெலாலும், ரூயாவும் ஒளிந்திருக்கும் இடத்தைக் கண்டுபிடிப்பதுதான் (அதே வேளையில், அவர்கள் ஏன் அப்படி ஒளிந்துகொண்டிருக்கிறார்கள் என்ற காரணத்தைப் புரிந்துகொள்வதுவும்தான்) தன்னுடைய முதல் நோக்கமென்று அவன் தனக்குத்தானே சொல்லிக்கொண்டான். நகரின் எல்லா ரகசியங்களையும், ஏன் வாழ்வின் அனைத்து ரகசியங்களையும்கூட இந்தக் கட்டுரையின் வரிகள் அவனுக்கு வெளிப்படுத்திவிடும். ஆனால், பெல்க்கிஸின் புதிய வதனத்தை அவன் ஏறெடுத்துப் பார்த்தபோதெல்லாம் அவனுள் குடிகொண்டிருந்த நல்லெண்ணங்கள் மறைந்துபோயின. தன்னைக் கட்டுப்படுத்திக்கொள்ள, பத்திரிகையின் அந்தப் பக்கத்தின் மீதே கண்களைப் பதித்துக்கொள்ள அவன் முயன்றான். மீண்டும் மீண்டும் அந்தப் பத்திக் கட்டுரையைப் படித்துப் பாாத்தான். தன்னால் எளிதாகக் கண்டுபிடித்துவிட இயலுமென்று உறுதியாக நம்பிய அர்த்தத்தை இன்னமும் அவனால் கண்டுபிடிக்க இயலாமலே இருந்தது. ஒரு சிந்தனையின் விளிம்பில், ஒரு தீர்க்கதரிசனம் போல் தட்டுப்பட்ட வாழ்வின் ரகசியம், உலகின் அர்த்தம், தன் பிடியை மீறி மினுங்கிக்கொண்டிருப்பதை உணர்ந்து அவன் சந்தோஷம் கொண்டான். ஆனால், இந்த ரகசியத்தைச் சொற்களில் வடித்தெடுக்க அவன் முயன்றபோது, அவனால் காண முடிந்ததெல்லாம் ஒரு மூலையில் அமர்ந்தவாறு தன்னையே கவனித்துக்கொண்டிருந்த இந்தப் பெண்ணின் வதனத்தைத்தான். சற்று நேரம் போராடிய பிறகு, தன்னுடைய இறை நம்பிக்கையும், உள்ளுணர்வும் தன்னை வெகுதூரத்திற்கு இட்டுச் சென்றிருக்கவில்லையென்று அவன் தீர்மானித்தான். அவனுக்கிருந்த ஒரே நம்பிக்கை, தன்னுடைய அறிவைப் பயன்படுத்துவதுதான். இந்த முடிவுக்கு வந்தவுடன், பத்திரிகையின் ஓரங்களில் புதிய குறிப்புகளை எழுதவும், புதிய அசைகளையும், சொற்களையும் அடிக்கோடிடவும் தொடங்கினான். அவன் அமர்ந்திர்ந்த மேஜைக்கருகில் பெல்க்கிஸ் வந்து நின்றபோது அவன் ஆழ்ந்த சிந்தனை வயப்பட்டிருந்தான்.

“அது ஜெலால் சாலிக்கின் பத்திக் கட்டுரையாச்சே!” என்றாள் அவள். “அவர் உன்னுடைய சித்தப்பா என்று கேள்விப்பட்டிருக்கிறேன். அந்தச்

சுரங்கப்பாதையில் அவருடைய அலங்காரப் பதுமையைப் பார்த்தபோது நான் எப்படிப் பயந்து போனேன் தெரியுமா! அதை நீ பார்த்தாயா?"

"ஆம். பார்த்தேன்," என்றான் காலிப். "ஆனால், அவர் என் சித்தப்பா அல்ல. என் பெரியப்பாவின் மகன்."

"அந்த அலங்காரப் பதுமை அச்சு அசலாய் அவரைப் போலவே இருந்ததுதான் என்னை நடுங்க வைத்தது," என்றாள் பெல்க்கிஸ். "உன்னையோ, ரூயாவையோ பார்க்கும் நைப்பாசையில் நிஷாந்தஷியில் நான் திரிந்துகொண்டிருக்கும்போது ஒரு சில வேளைகளில் அவர் தட்டுப்படுவதுண்டு. அந்த பொம்மை அணிந்துகொண்டிருக்கும் அதே உடுப்பை அவரும் அணிந்துகொண்டிருப்பார்."

"ஆமாம். அந்தக் காலத்தில் அவர் அணிந்துகொண்டிருந்த மழைக் கால அங்கி அதுதான்," என்றான் காலிப். "அதைப் பலமுறை அவர் அணிந்திருக்கிறார்."

"இன்னும்கூட ஒரு பிசாசு போல் அவர் நிஷாந்தஷியில் அலைந்து கொண்டிருக்கிறார்," என்றாள் பெல்க்கிஸ். "ஆமாம், இதெல்லாம் என்ன? ஓரங்களில் ஏதோ குறிப்பெடுத்து வைத்திருக்கிறாய்?"

"இந்தப் பத்திக் கட்டுரைக்கும் இவற்றுக்கும் எந்தச் சம்பந்தமுமில்லை," என்றான் காலிப், அந்தச் செய்தித்தாளை மடித்துக்கொண்டே. "இவை யெல்லாம், காணாமல் போய்விட்ட ஒரு துருவ எல்லை ஆராய்ச்சியாளரைப் பற்றியது. இவரைத் தேடி இன்னொரு ஆராய்ச்சியாளர் கிளம்புகிறார். அவரும் காணாமல் போகிறார். இரண்டாவதாகக் காணாமல் போகின்ற ஆராய்ச்சியாளரைச் சூழ்ந்திருக்கும் மர்மம் முதலாவதாகக் காணாமல் போனவர் பற்றிய மர்மத்தை அதிகப்படுத்துகின்றது. அவர் வேறொரு பெயரில், மக்கள் மறந்துபோய்விட்ட ஒரு நகரில் வாழ்ந்துகொண்டிருக்கிறார். ஆனால், அவரும் ஒருநாள் கொல்லப்படுகிறார். அந்தத் தருணத்தில், மக்கள் மறந்துபோய்விட்ட நகரில் வேறொரு பெயரில் வாழ்ந்துகொண்டிருந்த, கொலையுண்ட நபர் . . ."

கதையின் முடிவை எட்டியபோது, மீண்டும் தொடக்கத்திலிருந்தே அந்தக் கதையைச் சொல்ல வேண்டியிருக்கும் என்பது காலிப்புக்குப் புரிந்து விட்டது. அப்படி அவன் சொல்லச் சொல்ல, சொன்ன கதைகளையே மீண்டும் மீண்டும் சொல்ல வைக்கிற மனிதர்களைப் பற்றிய கசப்பான எண்ணங்கள் அவனுடைய சிந்தனையை நிறைத்தன. மக்கள் மட்டும் தாம் தாமாகவே இருந்துவிட்டால் என்று அவனுக்குச் சொல்லத் தோன்றியது. அவர்கள் மட்டும் கதைகள் சொல்வதை நிறுத்திவிட்டால். இரண்டாம் முறை அந்தக் கதையை விவரிக்கும்பொழுது, அவன் மேஜையைவிட்டு எழுந்து அந்தச் செய்தித்தாளைப் பழையபடி தன்னுடைய மேலங்கியின் பைக்குள் மடித்துத் திணித்தான்.

"நீ கிளம்பப் போகிறாயா?" என்றாள் பெல்க்கிஸ் சற்றே நாணத்தால் முகம் சிவந்து.

"இன்னும் என்னுடைய கதையை நான் முடிக்கவே இல்லையே" என்றான் காலிப் எரிச்சலுடன்.

அவனுடைய கதையைச் சொல்லி முடித்தவுடன் அவன் மீண்டும் பெல்க்கிஸைப் பார்த்தான். ஏதோ ஒரு முகமூடியை அவள் அணிந்திருப்பதைப் போல் அவனுக்குத் தோன்றியது. அந்த சூப்பர்டெக்னிரமா உதடுகளையும், அந்த முகமூடியையும் மட்டும் அவனால் பிய்த்தெறிந்துவிட முடியுமென்றால் அதனுள்ளே இருக்கும் முகத்தைப் படித்துவிடுவது அப்படியொன்றும் அவனுக்குச் சிரமமாக இருக்காது. என்றாலும், அது என்ன மாதிரியான அர்த்தத்தைக் கொடுக்கும் என்பது அவனுக்கு இன்னும் விளங்கவில்லை. குழந்தைப் பருவத்தில் தனக்கு மிகவும் அலுப்பு ஏற்படும் நேரங்களில் அவன் ஒரு விளையாட்டை விளையாடுவதுண்டு... 'நாம் ஏன் இங்கே இருக்கிறோம்'? தான் வேறு என்ன வேலை செய்துகொண்டிருந்தாலும் இந்த விளையாட்டையும் கூடவே விளையாடிக்கொண்டிருக்கலாம். இப்பொழுதும் அதே போல்தான் இருந்தது. தன்னுடைய கதையை மீண்டும் விவரித்துக்கொண்டிருந்தபொழுது, அவனுடைய மனம் வேறு பக்கம் சஞ்சரித்துக்கொண்டிருந்தது. ஜெலாலிடம் காணப்பட்ட இந்த இயல்புதான் பெண்களை அவன் பால் ஈர்த்ததோ என்று காலிப் வியந்துகொண்டிருந்த காலம் ஒன்றிருந்தது. அதாவது, ஒரு கதையை விவரித்துக்கொண்டிருக்கும் பொழுதே தன்னுடைய சுயசிந்தனையையும் தொடர்ந்து மேற்கொள்ளும் திறமை. ஆனால், ஜெலால் கதை சொல்லக் கேட்டுக்கொண்டிருக்கும் வகையான பெண்ணாக பெல்க்கிஸை எடைபோட முடியவில்லை. தன் முகத்தில் வெளிப்படும் அர்த்தத்தை மறைக்க முடிகின்ற பெண்ணாக அவள் தோன்றவில்லை.

"நீ எங்கே இருக்கிறாயோ என்று ரூயா கவலைப்பட்டுக்கொண்டிருக்க மாட்டாளா?" என்று கேட்டாள் பெல்க்கிஸ்.

"நிச்சயமாகக் கவலைப்பட மாட்டாள்," என்றான் காலிப். "கண்ட நேரத்திற்கும் நான் வீடு திரும்புவது அவளுக்குப் பழகிவிட்டது. என்னுடைய கட்சிக்காரர்களைத் துரத்திக்கொண்டு எவ்வளவு இரவுகளை நான் தொலைத்திருக்கிறேனென்று எனக்கு ஞாபகம்கூட இல்லை. எல்லா விதமான வழக்குகளையும் நான் கையாள்கிறேன். காணாமல் போகின்ற அரசியல் ஆர்வலர்கள், பொய்யான பெயரில் கடன் வாங்கிச் சுருட்டிக்கொண்டு செல்பவர்கள், வாடகை தராமல் ஓடிவிடுகின்ற குடக்கூலிக்காரர்கள், இரண்டாவது மனைவியைத் திருமணம் செய்ய கள்ள அடையாள அட்டைகளைப் பயன்படுத்தும் அதிர்ஷ்டங்கெட்ட ஆண்கள் . . . சில சமயங்களில் நான் காலைவரைகூட வீட்டுப்பக்கம் தலைகாட்டாமல் இருந்திருக்கிறேன்."

"ஆனால், இப்பொழுது நண்பகல் கடந்துவிட்டதே," என்றாள் பெல்க்கிஸ். "நான் ரூயாவாக இருந்து, உனக்காக வீட்டில் காத்துக் கொண்டிருந்தால், உடனடியாக நீ என்னைத் தொலைபேசியில் அழைக்க வேண்டுமென்று எதிர்பார்ப்பேன்."

"எனக்கு இப்பொழுது அவளை அழைத்துப் பேச ஆசையில்லை."

"நான் உனக்காகக் காத்திருக்க நேர்ந்திருந்தால், கவலையில் இந்நேரம் உடல்நிலை சரியில்லாமல் போய், படுக்கையில் விழுந்திருப்பேன்" என்று பெல்க்கிஸ் தொடர்ந்து பேசிக்கொண்டே போனாள். "தொலைபேசி அழைப்பு வராதா என்று ஜன்னலையே பார்த்துக்கொண்டிருப்பேன். நான் எவ்வளவு கவலைப்பட்டு வருத்தப்பட்டுக்கொண்டிருக்கிறேன் என்று

நன்றாகத் தெரிந்திருந்தும், நீ அழைக்கவில்லையென்றால் அது என்னை மேலும் வருத்தத்துக்குள்ளாக்கும். கூப்பிட்டுப் பேசு. நீ இங்கேதான் இருக்கிறாயென்று சொல். என்னோடு இருக்கிறாயென்று அவளிடம் சொல்."

ஏதோ ஒரு பொம்மையைப் போல் அந்தத் தொலைபேசியைத் தொட்டிலாட்டிக்கொண்டே அந்தப் பெண் வந்தாள். காலிப் வீட்டிற்கு அழைப்பு விடுத்தான். யாருமே பதிலளிக்கவில்லை.

"வீட்டிலே யாருமே இல்லை."

"அப்படியென்றால் அவள் எங்கே போயிருப்பாள்?" என்றாள் அந்தப் பெண். ஆர்வத்தைவிட விளையாட்டுத்தனமே அவளுடைய குரலில் மேலோங்கியிருந்தது.

"எனக்குத் தெரியவில்லை," என்றான் காலிப்.

அந்தச் செய்தித்தாளை அங்கியின் பையிலிருந்து எடுத்தான். மீண்டும் மேஜைக்கே திரும்பி ஜெலாலின் பத்திக் கட்டுரையை ஆரம்பத்தி லிருந்து படிக்கத் தொடங்கினான். அதை மீண்டும் மீண்டும் பலமுறை வாசித்ததில் வார்த்தைகளின் அர்த்தம் தொலைந்துபோய் அவை வெறும் உருவங்களாகத் தோற்றம் கொண்டன. கொஞ்ச நேரம் போன பின், இந்தப் பத்திக் கட்டுரையைத் தானேகூட எழுதியிருக்க முடியுமென்று காலிப்புக்குப்பட்டது. ஜெலால் போலவே தன்னாலும் எழுத முடியுமென்ற எண்ணம் தோன்றியதும், அந்த உடுப்புமாடத்திலிருந்து தன்னுடைய மேலங்கியை உருவிக்கொண்டு, அந்தச் செய்தித்தாளைக் கவனமாக மடித்து, அந்தப் பத்திக் கட்டுரையை மட்டும் கிழித்தெடுத்துத் தன்னுடைய அங்கிப்பையில் போட்டுக்கொண்டான்.

"கிளம்புகிறாயா?" என்றாள் பெல்க்கிஸ். "போகாதே."

கொஞ்ச நேரம் கழித்துதான் அவனுக்கு ஒரு டாக்ஸி கிடைத்தது. அந்தப் பரிச்சயமான தெருவைக் கடைசியாய் ஒருமுறை பார்ப்பதற்காக டாக்ஸியின் ஜன்னல் பக்கம் திரும்பியபோது, அவளுடைய முகத்தை இனி தன்னால் மனத்திலிருந்து அகற்றவே முடியாதோ எனும் ஓர் அச்சம் அவனுக்குள் முளைத்தது. அவனைத் தங்கிச் செல்லுமாறு அவள் மன்றாடிக்கொண்டிருந்த காட்சி இன்னமும் கண் முன்பாகத் தோன்றிக் கொண்டிருந்தது. அவளை வேறொரு முகத்தோற்றத்தில் இன்னொரு கதையில் பார்க்க நேர்ந்துவிட்டால் எவ்வளவு நன்றாக இருக்குமென்று அவன் பரிதவித்தான். ரூயா வாசிக்கும் துப்பறியும் நாவல்களில் வருகின்ற சாகச நாயகனைப் போலவே ஓட்டுநர் பக்கமாகத் திரும்பி, இன்ன மரநிழற்சாலையென்று சொல்லி, வேகமாக என்று துரிதப்படுத்த அவனுக்கு ஆசையாயிருந்தது. ஆனால், அதற்குப் பதிலாகக் கேலட்டா பாலத்துக்கு அவன் வண்டியை விடச் சொன்னான்.

ஞாயிற்றுக்கிழமை நெரிசலை ஆர்வம் எதுமில்லாமல் வேடிக்கை பார்த்தபடி அந்தப் பாலத்தைக் காலிப் கடந்துகொண்டிருந்தான். ஆண்டுக் கணக்காகத் தன்னை அலைக்கழித்துக்கொண்டிருந்த ஒரு புதிரை விடுவிக்கப்போகும் தருணத்தின் விளிம்பில் தான் இருப்பதாக அவன் தீர்மானமாக நம்பினான். அப்படியொரு புதிர் ஆண்டுக் கணக்காகத்

தன்னை அலைக்கழித்துக்கொண்டிருக்கிறது என்பதைக்கூட அவன் இதுவரையில் உணர்ந்ததில்லை. அதே நேரத்தில், ஓர் ஆழ்கனவு நிலையில், இது ஒரு மனமயக்கமென்றும் அவன் உணர்ந்திருந்தான். ஆனாலும் கூட, இந்த முரணான எண்ணங்களை அவனால் லாகவமாகவே கையாள முடிந்தது. விடுப்பில் வந்திருக்கும் போர்வீரர்கள், கடலுக்குள் மீன்பிடித் தூண்டில்களை வீசியபடியிருக்கும் மனிதர்கள், பயணியர் படகுகளைப் பிடிக்க விரைந்துகொண்டிருக்கும் குடும்பத்தினரென்று பலரையும் அவன் கடந்து நடந்தான். அவன் அவிழ்க்கவிருக்கும் புதிருக்குள் அவர்களும்கூட வசித்தார்கள். ஆனால், அவர்கள் இதை அறிந்திருக்கவில்லை. தனக்கு முன்பாக இருக்கும் இந்தத் தந்தை – அவருடைய மூத்த மகன் புத்தம்புது உடற்பயிற்சிக் காலணிகள் அணிந்து, ஒரு கயிறை வைத்துக்கொண்டு அருகிலே தவ்வியபடியிருக்க, கையில் ஓர் சிசுவைத் தாங்கியபடி, ஒரு ஞாயிற்றுக்கிழமைப் பொழுதைக் கழிக்க வந்திருக்கிறார். இதோ, இந்தப் பேருந்திலே அமர்ந்திருக்கும் இந்தத் தாய் – தலையிலே ஒரு சிவப்பு வண்ணச் சால்வையால் தலையைப் போர்த்தியிருக்கிறாள். அவளுக்குப் பக்கத்திலே அமர்ந்திருக்கும் அவளுடைய மகளும் அதைப் போன்றதொரு வண்ணச் சால்வையைச் சுற்றிக்கொண்டிருக்கிறாள். இந்தப் புதிரை காலிப் அவிழ்த்த மறு நொடியில் தங்களுடைய வாழ்வை இவ்வளவு காலமாக உருவாக்கி வந்திருக்கும் விஷயத்தை இவர்களும் கண்டுகொள்வார்கள்.

இன்னமும் பாலத்தின் மீதுதான் அவன் நடந்துகொண்டிருந்தான். மார்மரா கடலை ஒட்டிய பகுதியிலிருந்தான். ஏறத்தாழ ஓடுவதைப் போல் மக்களை நோக்கி அவன் விரைந்துகொண்டிருந்தான். கண்ணிமைக்கும் நேரத்துக்குத்தான் என்றாலும், அவர்களுடைய முகத்திலிருந்து எப்பொழுதோ மங்கிவிட்டிருந்த அர்த்தங்கள் திடீரென்று மீண்டு அவர்களை ஒளிரச் செய்ததைப் போல் அவனுக்குத் தோன்றியது. அவர்கள் கலவரமடைந்திருந்தார்கள். இந்த மனிதன் எதற்காக இப்படித் தங்களை நோக்கித் தலைதெறிக்க விரைந்து வருகிறான்? அவர்களுடைய கண்கள் பளிச்சிட்டு அகல விரிந்தன. அந்தக் கண்களை உற்றுப்பார்த்த பொழுது அவர்களுடைய ரகசியங்கள் யாவற்றையும் காலிப்பால் படிக்க முடிந்தது.

அவர்களுடைய மேலங்கிகளும் உள்அங்கிகளும் பழையதாய், மிகவும் பழையதாய் நிறம் மங்கியிருந்தன. இவ்வுலகிலிருக்கும் எதைக் கண்டும் அவர்கள் கிளர்சியுறுவதாகத் தோன்றவில்லை. தங்களுடைய காலுக்குக் கீழிருக்கும் நடைபாதையைப் போல அவர்களுக்கு எல்லாமே மிகச் சாதாரணமானதாகவே இருந்தது. ஆனாலும்கூட இந்த உலகோடு அவர்களால் ஒட்ட முடியவில்லை. அவரவர் சிந்தனைகளில் அவரவர் தொலைந்திருந்தார்கள். அப்படியும், அவர்களைச் சற்றே சீண்டிவிட்டால், கண்கள் பளிச்சிட்டு அவர்களுடைய முகமூடிகள் கழன்று விடுகின்றன. ஒரு நொடிக்கே என்றாலும் அதை ஓரளவுக்கேனும் கண்டுவிட முடியும். அவர்களுடைய கடந்த காலம், அவர்களுடைய ஆன்மா, அவற்றுக்கான திறவுகோல் என்று யாவற்றையும் பார்த்துவிட முடியும்தான். அவர்களை மட்டும் மீண்டும் என்னால் கலவரப்படுத்த முடிந்தாலென்று நினைத்தான் காலிப். அவர்களுக்குப் பட்டத்து இளவரசனின் கதையைக் கூற மட்டுமே, என்னால் முடிந்தால். அந்தக் கதை மீண்டும் மனத்துக்குள் தோன்றியபொழுது அது மிகப் புதியதாய்த் தோன்றியது. ஏதோ அந்தக்

கதையை அவனே வாழ்ந்திருந்ததைப் போலவும், இப்பொழுது அது நினைவுக்கு வந்ததைப் போலவும் இருந்தது.

அந்தப் பாலத்தின் மீது நடந்து சென்றுகொண்டிருந்த ஒவ்வொருவரும் பிளாஸ்டிக் பைகளைச் சுமந்து சென்றுகொண்டிருந்தனர். காகிதப் பொட்டலங்கள், செய்தித்தாள்கள், பிளாஸ்டிக் மற்றும் உலோகப் பொருட்களால் அந்தப் பிளாஸ்டிக் பைகள் பிதுங்கிக்கொண்டிருந்தன. ஏதோ முதன்முறையாக அவற்றைப் பார்ப்பவனைப் போல், அவற்றின் மீது அச்சிடப்பட்டிருக்கும் சின்னங்களை கவனமாகப் படித்தபடி அவன் அவற்றை வெறித்துப் பார்த்துக்கொண்டிருந்தான். இந்தச் சொற்களும் இந்த எழுத்துக்களும்தான் அவனை வேறோர் உலகுக்கு, அந்த அசலான உலகுக்கு இட்டுச் செல்லப்போகின்றன என்ற சிந்தனை ஒரு நொடி அவனுக்கு ஏற்பட்டது. உடனே அவனுடைய இதயம் துள்ளியது. ஆனால், அவை கொடுத்த நம்பிக்கையூட்டும் வாக்குறுதிகள் ஒரு நொடிக்கு மேல் தாக்குப்பிடிக்கவில்லை. பளிச்சிட்ட நொடியிலேயே அவையும் அந்த மனித முகங்களைப் போலவே மங்கிப்போயின. என்றாலும் காலிப் அவற்றை விடாமல் படித்துக்கொண்டு வந்தான். பணியாரக் கடை... அட்டக் காய்... தூர்க்ஸான்... உலர் பழங்கள்... இதுவே நேரம்... அரண்மனைகள்.

ஒரு வயதான மீன்பிடிப்பவனைப் பார்த்து காலிப்பின் கண்கள் பளிச்சிட்டன. அவனுடைய பிளாஸ்டிக் பையில் எழுத்துக்கள் எதுவும் காணப்படவில்லை. மாறாக, ஒரு நாரையின் படம் மட்டுமே காணப்பட்டது. எழுத்துக்களைப் படிப்பதைப் போலவே படங்களையும் தன்னால் எளிதாகப் படித்துவிட முடியுமென்று அவனுக்குத் தோன்றியது. ஒரு பையில் ஒரு சந்தோஷமான குடும்பத்தின் படத்தைக் கண்டான். மிக நேர்த்தியான குடும்பம். ஒரு தந்தை, தாய், மகள் மற்றும் மகன். உலகைப் பார்த்து மிகுந்த நம்பிக்கையோடு முறுவலித்துக்கொண்டிருக்கும் குடும்பம். இன்னொரு பையின் மீது இரு மீன்களின் படம் இருந்தது. ஒரு சிலவற்றில் காலணிகளின் படங்கள். வேறு சிலவற்றில் துருக்கியின் வரைபடம். கட்டடங்களின் நிழற்படங்கள், சிகரெட் பெட்டிகள், பக்லாவா எனப்படும் தின்பண்டங்கள், கரும்பூனைகள், சேவல்கள், குதிரை லாடங்கள், மினார்கள், மரங்களென்று விதவிதமான படங்களைக் காலிப் பார்த்துக்கொண்டு வந்தான். அவை யாவுமே புதிருக்கான விடையைத் தம்மகத்தே கொண்டிருப்பன போல் தோன்றின. ஆனால் அது என்ன புதிர்? புதிய பள்ளிவாசலின் முன்பாக, புறாக்களுக்கான தீனியை விற்றுக்கொண்டிருக்கும் மூதாட்டியின் அருகே ஒரு பை இருந்தது. அதில் ஆந்தையின் படம் அச்சிடப்பட்டிருந்தது. ரூயா வாசிக்கும் துப்பறியும் நாவல்களின் முகப்பில் தான் பார்த்திருக்கும் அதே ஆந்தையாகவோ அல்லது இந்த உலகில் ரகசியமாய் ஓர் ஒழுங்கை நிலைநாட்ட முயன்ற, கண்ணுக்குத் தெரியாத கையை முதன்முதலாகக் காலிப் உணருமாறு செய்த, தந்திரமாய் மறைந்திருந்த சகோதரனின் கண்ணாகவோதான் அது இருக்குமென்று காலிப் தீர்மானித்த தருணம் அது. ஆக, இதோ இங்கே அது இருக்கிறது! அம்பலப்படுத்தப்பட வேண்டிய, கண்டுபிடிக்கப்பட வேண்டிய கைத்தந்திரம். என்னைப் பார் என்று அலறியபடி! ஆனால் ஒருவராலும் ஒரு பொருட்டென மதிக்கப்படாமல். அவனைத் தவிர வேறு யாராலுமே! இந்த ரகசியத்திற்குள்ளேயே, தத்தம் தொண்டைக்குழி முட்ட இவர்கள் அனைவரும் புதையுண்டு கிடக்கின்ற போதிலும்!

அந்த ஆந்தையை இன்னும் நெருக்கத்தில் நின்று பரிசீலிக்க நினைத்த காலிப், சூனியக்காரியை நினைவுபடுத்திய அந்த மூதாட்டியிடமிருந்து ஒரு கோப்பை பறவைத் தீனியை வாங்கினான். வாங்கிய தானியத்தைத் தரையில் தூவினான். திடீரென, புறாக்களின் சிறகுகள் ஒன்றிணைந்து அமைந்திருந்த, பரந்து விரிந்ததோர் கருங்குடையின் கீழ் அவன் நின்று கொண்டிருந்தான். ஆம். அவன் நினைத்தது சரிதான். அந்தப் பையில் இருந்த ஆந்தை ரூயாவுடைய நாவல்களின் முகப்பில் காணப்படும் அதே ஆந்தைதான். புறாக்களுக்குத் தீனி போட்டுக்கொண்டிருக்கும் தங்களுடைய மகளைப் பெருமிதமாகப் பார்த்துக்கொண்டிருந்த ஒரு பெற்றோரை அவன் கவனித்தான். அவர்கள் அவனை மிகவும் மனம் வெதும்பச் செய்தனர். இந்த ஆந்தையை, இந்தப் பளபளப்பான உண்மையை, இந்த சைகைகளை எவ்வாறு அவர்களால் உதாசீனப்படுத்த முடிகிறது? இங்கே நின்றுகொண்டு, எப்படி எதையுமே உண்மையில் அவர்களால் பார்க்க இயலாமல் போகிறது? சந்தேகத்தின் சாயல்கூட அவர்களுடைய மனத்தில் இல்லையே! எவ்விதத் தடயமும் காணப்படவில்லையே! அவர்கள் எல்லோருமே மறந்துபோயிருக்கிறார்கள். ரூயா தனக்காக வீட்டில் காத்துக்கொண்டிருப்பதாகவும், அவளுடைய கையில் தவழும் துப்பறியும் நாவலின் நாயகன் தானென்றும் காலிப் கற்பனைசெய்து கொண்டான். இப்பொழுது அவனுக்கும் அந்தக் கைக்கும்தான் சம்பந்தமே! இந்த உலகைச் சீரமைத்துக்கொண்டிருக்கும் கண்ணுக்குப் புலனாகாத எல்லாம் வல்ல கை அது. அது இப்பொழுது அவனுக்கு அந்தப் புதிரின் மையத்தைச் சுட்டிக்கொண்டிருக்கிறது.

மணிகள் பதித்த சட்டத்தில் அடைபட்டிருக்கும் ஸுலெமன்யே பள்ளிவாசலின் படத்தைத் தூக்கிக்கொண்டு யாரேனும் ஒரு கற்றுக்குட்டி அந்தப் பள்ளிவாசலைக் கடந்துபோகும் காட்சிதான் அப்பொழுது அவனுக்கு வேண்டியிருந்தது. பிளாஸ்டிக் பைகளின் மீது அச்சிட்டிருக்கும் எழுத்துக்கள், சொற்கள், படங்கள் எல்லாம் குறியீடுகளாக இருக்கும் நிலையில், அவை குறிக்கும் விஷயங்களும் கூடக் குறியீடுகளதானே. அந்தப் பள்ளிவாசல் படத்தில் காணப்படும் பகட்டான வண்ணங்கள் அந்தப் பள்ளிவாசலைக் காட்டிலும் அசலானதாக இருக்கின்றன. அந்தக் கண்ணுக்குப் புலனாகாத கையானது சொற்கள், முகங்கள், படங்கள் ஆகியவற்றோடு நின்றுவிடுவதில்லை. சூரியனுக்குக் கீழிருக்கும் ஒவ்வொன்றோடும் அது விளையாடிப் பார்க்கிறது. இந்த எண்ணம் ஏற்பட்ட சற்று நேரத்திற்கெல்லாம், சிறைக்கிடங்கு வாயில் மாவட்டத்தின், ஸிந்தான் காப்பி எனப்படும் குழிமுயல் பண்ணைகள் போன்ற தெருக்களில் தான் நடந்துகொண்டிருப்பதைக் காலிப் உணர்ந்தான். இதற்கும்கூட ஒரு ரகசிய அர்த்தம் இருந்தது. ஆனால் அவனால் மட்டுமே அதைக் காண முடிந்திருந்தது. குறுக்கெழுத்துப் புதிர் ஒன்றைக் கிட்டத்தட்ட முடித்த நிலையில் இறுதி வார்த்தைகள் தாமாகவே அதற்குரிய இடத்தில் வந்து விழுமென்று நன்கறிந்த நபரைப் போல் அவன் பொறுமையோடு இருந்தான்.

வளைந்து நெளிந்து செல்கின்ற நடைபாதைகளை ஒட்டி அணிவகுத் திருந்த, இற்றுவிழும் நிலையிலிருக்கும் கடைகளைச் சற்று நேரத்திற்குக் காலிப் நோட்டம்விட்டான். அவனுக்கு முன்பாயிருந்த, அளவில் பெரிய, தோட்டக் கத்தரிக்கோல்கள், நட்சத்திர ஜிகினா வேலைப்பாடுகொண்ட திருப்புளிகள்,

வாகனம் நிறுத்துமிடமல்ல எனும் அறிவிப்புப் பலகைகள், தக்காளிக்கூழ் அடைத்த தகர டப்பிகள், மலிவான உணவகங்களில் தொங்கவிடப்பட்டிருந்த ஒரு தினுசான நாள்காட்டிகள், ப்லெக்ஸிக்ளாஸ் நெகிழி எழுத்துக்கள் தோரணமாகத் தொங்கும் இந்த பைஸாந்திய கால்வாய்ப் பாலங்கள், உலோக ஷட்டர் கதவுகளிலிருந்து தொங்கியபடியிருக்கும் கனமான கொண்டிப்பூட்டுகள் – இவை எல்லாமே தங்களைப் படிக்கச் சொல்லி ஓலமிடும் சைகைகள்தானே! அவன் விரும்பினால் அவற்றையும்கூட முகங்களைப் படிப்பதைப் போலவே படிக்கலாம்தான். இதன் படி, இந்தக் குறடு வன்முறையைக் குறிக்கிறதென்றால், அந்தச் சிறிய குடுவையில் ஊறிக்கொண்டிருக்கும் மெல்லுடலி நத்தைச் சிப்பிகள் பொறுமையைக் குறிக்கின்றனவென்று கொள்ளலாம். கார் டயர் விளம்பரத்தில் காணப்படும் அந்த உற்சாகம் மிகுந்த ஓட்டுநர் அங்கேயே கிட்டத்தட்ட நிற்பது போல் தோன்றுகிறது. இவை எல்லாமாக இணைந்து அவனும் அங்கே இருக்கிறான் என்பதையும், அவன் தன்னுடைய இலக்கை நோக்கிப் போய்க்கொண் டிருக்கும் பொழுது மிகவும் கவனமாகவும், நிதானத்தோடும் இருப்பது அவசியம் என்றும் குறிப்பிடுவதைப் போல் இருக்கின்றது. ஆனால் தமது அர்த்தங்களை வெளிக்காட்டிவிடாத பிற சைகைகளும் அவனைச் சூழ்ந்திருக்கின்றன. தொலைபேசிக் கம்பிகள், போக்குவரத்துக் குறிகள், சலவைத் தூள் பெட்டிகள், சுன்னத்து விளம்பரம், தெளிவற்ற அரசியல் கோஷங்கள், மின்சேவைப் பதவி இலக்கங்கள், பனிக்கட்டிச் சிதறல்கள், போக்குவரத்துக்கான அம்புக் குறிகள், எழுதாத வெற்றுத்தாள்கள் . . . ஒருவேளை அவன் காத்திருப்பானேயானால் எல்லாமே தெளிவாகும். ஆனால், இப்பொழுது அவை யாவுமே மிகுந்த குழப்பமாகவும், சலிப்பூட்டக் கூடியதாகவும், இரைச்சல் நிறைந்தும் காணப்பட்டன. ரூயா வாசிக்கும் துப்பறியும் நாவல்களில் விவரிக்கப்படும் சொகுசான உலகிற்கும் இதற்கும்தான் எவ்வளவு வேறுபாடு! தேவைக்கதிகமான சைகைகளைக் கொடுத்து அந்த நாவல்களில் வரும் நாயகர்களை அதன் ஆசிரியர்கள் இன்னலுக்குள்ளாக்குவதில்லை.

அந்த நிலையிலும் அலி ஜெலேபி பள்ளிவாசலின் தோற்றம் அவனுக்கு ஆறுதலாக இருந்தது. ஏனென்றால், அவன் புரிந்துவைத்திருக்கிற ஒரு கதையை அது குறிக்கிறது. பல ஆண்டுகளுக்கு முன்பாகத் தான் கண்டிருந்த ஒரு கனவைப் பற்றி ஜெலால் குறிப்பிட்டிருந்தான். முஹம்மது நபியுடனும், அவருடைய பல்வேறு சீட மகான்களுடனும் இந்தச் சிறிய பள்ளிவாசலில் அவன் இருப்பதாக அந்தக் கனவில் கண்டிருக்கிறான். பின்னொரு நாளில், காசிம்பாஷா பகுதியிலிருக்கும் கனவுப்பலன் சொல்லும் நபரை ஜெலால் நாடிச் சென்றான். அந்தக் கனவின் அர்த்தத்தை அவன் ஜெலாலுக்கு விளக்கியிருக்கிறான். அதாவது, அவன் தன்னுடைய வாழ்நாளின் இறுதிவரை ஓயாமல் எழுதிக்கொண்டே இருப்பான். தன்னுடைய எழுத்துக்களில் அவன் பலவற்றையும் கற்பனை செய்து எழுதுவான். அதனால், வீட்டைவிட்டு வெளியே எங்கும் போகாமலேயே, தன்னுடைய வாழ்க்கையை அவன் ஒரு பெரும் பயணமாகப் பார்ப்பான். எவ்லியா ஜெலேபி எனும் பதினேழாம் நூற்றாண்டைச் சேர்ந்த பயண எழுத்தாளரிடமிருந்தே இந்தக் கதையை ஜெலால் இரவல் பெற்றிருக்கூடும். இதை மிகவும் தாமதமாகவே காலிப் புரிந்துகொண்டான்.

அங்கேயிருந்த ஓர் உணவுச் சந்தையைக் கடந்து செல்லும் வேளையில், "முதன்முறையாக அந்தக் கதையைப் படித்தபோது ஒரு விதமாகவும்,

இரண்டாம் முறை படித்தபோது முற்றிலும் வேறு விதமாகவும் அந்தக் கதை எனக்கு அர்த்தமாகியது இதனால்தான்," எனத் தனக்குத்தானே அவன் கூறிக்கொண்டான். ஜெலால் எழுதியிருக்கும் அதே பத்திக் கட்டுரையை மூன்றாம் முறையாகவோ, நான்காம் முறையாகவோ தான் படிக்க நேர்ந்தால், அது மீண்டும் புதுப்புது அர்த்தங்களைக் கொடுத்துக்கொண்டிருக்குமென்று அவன் தீர்மானமாக நம்பினான். அப்படியே அது கொடுக்குமென்றாலும் இப்போதைக்கு அவன் சரியான பாதையில்தான் போய்க்கொண்டிருக்கிறான். சிறுவனாக இருந்தபோது அவன் மிகவும் நேசித்த புதிர்களுள் ஒன்றைப் போல் அது இருந்தது. தொடர் கதவுகள் நிறைந்த அரங்கிற்குள் அவன் புதிரின் மையத்தை நோக்கிச் சென்றுகொண்டிருக்கிறான். இந்த எண்ணம் அவனுக்குள் தோன்றிய வேளையில் காய்கனிக் கடைகள் நிறைந்த சிக்கலான தெருக்களுக்குள் சுற்றியலைந்து காலிப் சோர்ந்துபோயிருந்தான். எங்கேயாவது உட்கார்ந்து ஜெலால் எழுதியிருக்கும் ஒவ்வொரு பத்திக் கட்டுரையையும் வாசித்துப் பார்க்க வேண்டுமென்று அவன் மனம் ஏங்கியது.

அந்தச் சந்தைக்கடை இரைச்சலாலும், நெடியாலும் தலை கிறுகிறுத்துக் கொண்டிருக்க அந்த இடத்தைவிட்டு வெளியே வந்தவுடன் ஒரு காயலாங்கடைக்காரனை அவன் பார்த்தான். அவனுடைய காலடியில், நடைபாதையில் காலியாக இருந்த ஒரு துண்டு நிலத்தில், ஓர் அகலமான துணி விரிக்கப்பட்டு அதன் மீது பொருள்கள் பரப்பப்பட்டிருந்தன. அவற்றைப் பார்த்தவுடன் காலிப்பின் கண்கள் குத்திட்டு நின்றன. முழங்கை வடிவக் குழாய்கள் இரண்டு, தினுசு தினுசான இசைத்தட்டுகள், கழன்று போய்விட்ட குறடொன்று, விளக்கின் அடிப்பகுதி, ஒரு கருப்பு நிறத் தொலைபேசி, படுக்கையிலிருந்து பிரிந்துவிட்ட இரண்டு சுருள் வில்கள், முத்தின் தாய் வகை சிகரெட் இடுக்கி, உடைந்த சுவர்க்கடிகாரம், பெலாருஷ்யா நாட்டு பணத்தாள் கட்டு, பித்தளை நீர்க்குழாய், ரோமானிய வேடுவச்சியின் உருவச்சிலை – டயானா தேவதையோ? – புகைப்படம் செருகும் காலிச் சட்டம், பழைய வானொலிப் பெட்டி, கதவுக கைபபிடி ஒரு ஜதை, சர்க்கரைக் கிண்ணம். அவை எல்லாவற்றையும் அதற்கான பெயரோடு சொல்லி ஒவ்வொரு சொல்லையும் மிகக் கவனமாகவும் தெளிவாகவும் உச்சரித்துப் பார்த்தான். அவற்றை உன்னிப்பாக ஆராயவும் செய்தான். அவனை திடுக்குறச் செய்தவை அந்தப் பொருள்களல்ல. மாறாக, அவை அடுக்கி வைக்கப்பட்டிருந்த முறைதான். அந்தத் துணியின் மீது பரப்பியிருந்த பொருள்கள் எதுவுமே அசாதாரணமானவையல்ல. நகரில் இருக்கும் காயலாங்கடைக்காரர்கள் எல்லோருமே ஒரே மாதிரியான பொருள்களைத்தான் விற்கிறார்கள். ஆனால் இந்தக் கிழவர் பொருள்களை அடுக்கியிருந்த விதம் சொக்கட்டான் பலகையை நினைவூட்டியது. மிக நேர்த்தியான நான்கு நிரல்கள், நான்கு வரிசைகள். இது யதேச்சையானது அல்ல. முன்கூட்டியே நிர்ணயிக்கப்பட்ட அமைப்பாகத்தான் இருக்க முடியும். ஆங்கில மொழியையும், ஃபிரெஞ்சு மொழியையும் பயின்றுகொண்டிருந்த காலத்தில் அவன் எழுதிய சொற்திறன் தேர்வுகளை அந்தப் பொருள் அடுக்குமுறை நினைவூட்டியது. பதினாறு பரிச்சயமான பொருள்கள். ஒரு புதிய மொழியில் பெயரிடப்படக் காத்திருக்கின்றன. காலிப் அவற்றுக்கான விடைகளை உரக்கச் சொல்லிப் பார்க்க ஆசைப்பட்டான்: பைப், ரெகார்ட், டெலிஃபோன், ஷூ, ப்ளையர்ஸ் . . . ஆனால், அவற்றின் இதர அர்த்தங் களை அவை ரகசியமாக வைத்திருக்கவில்லை. அதுதான் காலிப்புக்கு

அதிர்ச்சியாக இருந்தது. இது சொற்திறனுக்கான தேர்வென்று கற்பனை செய்துகொண்டு, அந்தப் பித்தளை நீர்க்குழாயைப் பார்ப்பான். அது ஒரு பித்தளை நீர்க்குழாய் அவ்வளவே. அதற்கு மேலும் இல்லை, குறைவாகவும் இல்லையென்று தனக்குத்தானே கூறிக்கொள்வான். ஆனால் அதையே மீண்டும் ஒரு முறை பார்க்கும்பொழுது அந்த வேறு அர்த்தம் புலனாகிக் கிளர்ச்சியடைவான். அந்தக் கருப்புநிறத் தொலைபேசியைப் பார்ப்பான். அயல்மொழிப் பாடப்புத்தகங்கள் எல்லாவற்றிலும் அவன் கண்டிருக்கும் அதே வகைத் தொலைபேசி. அச்சு அசலாய். அதனுடைய வெளிப்படையான பயன்களைப் பார்த்து அவன் அதிசயித்ததுண்டு. குறிப்பாக, அழைப்பவருக்கு மாற்றுக் குரல்களில் பதிலளிக்க வகைசெய்யும் அதன் அம்சத்தைக் கண்டு. ஆனால், அதில் வேறொரு முக்கிய மறைபயனும் இருப்பதை அவன் உணர்ந்திருக்கிறான்.

மறைபொருளுக்கான உலகுக்குள் எப்படி நுழைவது? மறைபொருளை எப்படிப் புரிந்துகொள்வது? அவன் நுழைவாயிலில் நிற்கின்றான். உற்சாக மாக. எதிர்பார்ப்புடன். ஆனால், அந்த நுழைவாயிலை எவ்வாறு கடந்து செல்வதென்பது அவனுக்கு விளங்கவில்லை. ரூயா வாசிக்கும் துப்பறியும் நாவல்களில் புதிர் விடுபட்டு, மர்மமான இரண்டாம் உலகம் தன்னைத்தானே வெளிப்படுத்திக்கொள்ளும் நேரத்தில், அந்தப் புதிர் ஒரு சில நொடிகளுக்குப் பிரகாசமாய் ஜொலித்து ஆர்வக்குறைவின் காரணமாக முதல் உலகின் நிழல்களுக்குள் பின்வாங்கிவிடும். அந்த நள்ளிரவு வேளையில், அல்லாதீனின் அங்காடியில் வாங்கிய வறுகடலையைக் கொறித்துக்கொண்டே, அவன் பக்கமாகத் திரும்பி "அப்படியென்றால், அந்த ஓய்வுபெற்ற கர்னல்தான் கொலைகாரன் என்றாகிறது. ஏனென்றால், கொலையுண்டவன் எப்போதோ ஒரு முறை அவரை அவமதித்திருக்கிறான். ஆக, பழிதீர்ப்பதே நோக்கம் என்றாகிறது" என்று ரூயா கூறுவாள். ஆங்கிலேயப் பரிசாரகர்களையும், சிகரெட் கிடுக்கிகளையும், உணவு மேஜைகளையும், பீங்கான் கோப்பைகளையும், குழல் துப்பாக்கிகளையும், நாவலில் குப்பையாய் மலிந்திருக்கும் ஏனைய விவரங்களையும் தன்னுடைய மனைவி அதற்குள்ளாகவே மறந்து விட்டாளென்று காலிப் புரிந்துகொண்டிருப்பான். அவளுடைய மனத்தில் இன்னும் வட்டமிட்டுக்கொண்டிருக்கும் ஒரே விஷயம் இந்த மக்களும் பொருள்களும் குறியீடாக நிற்கும் இந்தப் புதிய உலகமும் மட்டுமே. ஆனால், இந்த இழிவான நாவல்களின் முடிவை எட்டும்பொழுது இதே பொருள்கள் ரூயாவையும் அவளுடைய துப்பறியும் நிபுணரையும் வேறோர் புதிய உலகத்திற்குக் கடத்திவிடும். அதே நேரத்தில், காலிப் செய்யக் கூடியதெல்லாம் தன்னாலும் ஒரு நாள் அந்த உலகைக் காண முடியலாமெனும் நம்பிக்கையை வளர்த்துக்கொள்வது மட்டும்தான். இப்பொழுது, மேலும் ஏதேனும் தடயம் கிட்டுமா எனும் பரிதவிப்பில், அப்படி ஓர் புதிர்த் தன்மையோடு தன்னுடைய விற்பனைப் பொருள்களைக் கடைபரப்பியிருந்த அந்த முதியவர் பக்கம் காலிப் திரும்பினான். அவரை நேருக்கு நேராய்க் கண்களைப் பார்த்து, அவருடைய முகத்தைப் படிக்க முயன்றான்.

"இந்தக் கருப்புத் தொலைபேசி என்ன விலை?"

"நீங்கள் உண்மையில் வாங்கப் போகிறீர்களா?" என்றார் அந்தக் காயலாங்கடைக்காரர். பேரத்திற்குத் தயாராயிருந்த அதே நேரத்தில்

அவருக்கு அவநம்பிக்கையும் இருந்தது. இந்தக் கேள்வியைக் கேட்டு காலிப் துணுக்குற்றான். தான் வாங்க வந்திருப்பவனா எனும் கேள்வியை இந்த முதியவரிடமிருந்து காலிப் நிச்சயமாக எதிர்பார்த்திருக்கவில்லை. ஆக, இந்த நிலைமைக்குத்தான் இது தன்னைக் கொண்டு விட்டிருக்கிறது என்று காலிப் நினைத்துக்கொண்டான். இப்பொழுது இவர்கள் என்னை வேறொன்றின் குறியீடாகப் பார்க்கிறார்கள்! ஆனால், அவன் நுழைய ஆசைப்பட்டது இந்த உலகுக்குள் அல்ல. சொற்களைக் கொண்டு ஜெலால் ஜாலம் காட்டிவந்த அந்த உலகுக்குள் நுழையத்தான் காலிப் ஏங்கிக்கொண்டிருந்தான். இந்த உலகுக்குள் இருக்கும் பொருள்களுக்குப் பெயரிட்டும், கதைகள் வாயிலாக அந்த உலகில் மக்களை இட்டு நிரப்பியும் தனக்கென்று ஜெலால் ஒரு மறைவிடத்தை உருவாக்கிக் கொண்டு, அதன் திறவுகோலையும் ஒளித்துவைத்துவிட்டான். அந்தக் காயலாங்கடைக்காரரின் கண்களில் தென்பட்டிருந்த ஆர்வப் பளிச்சிடல் இப்பொழுது காணாமல் போயிருந்தது. பொருளை விற்கும் வாய்ப்பு நிச்சயமில்லை என்றானவுடன் முன்பிருந்த வாட்ட நிலைக்கே அவருடைய கண்கள் மீண்டன.

சிறிய, எளிய விளக்கின் அடிக்கட்டையைச் சுட்டிக்காட்டி, “இது எதற்கானது?” என்று விசாரித்தான் காலிப். “அது ஒரு மேஜையின் கால்,” என்றார் அந்த முதியவர். “ஆனால், ஒரு சிலர் அதைத் திரைச்சீலைக் கம்பின் நுனியில் பொருத்திக்கொள்கிறார்கள். வேறு சிலர் அதைக் கதவின் கைப்பிடியாகவும் உபயோகப்படுத்திக்கொள்கிறார்கள்.”

ஆட்டாதுர்க் பாலத்தில் கால் வைத்தவுடன், இனிமேற்கொண்டு முகங்களை மட்டுமே பார்ப்பதென்று காலிப் தீர்மானித்தான். அவன் உற்றுப்பார்ப்பதைக் கண்டு ஒவ்வொரு முகமும் மலர்வதைக் கவனித்தான். அவர்கள் ஒவ்வொருவரின் தலைக்குள்ளிருந்தும் கேள்விக்குறிகள் குமிழியிட்டு வெளியே வருவதையும் அவனால் காண முடிந்தது. ஸ்பானிஷ் அல்லது இத்தாலி மொழிச் சித்திர நாவல்களின் சுருக்கிய வடிவங்களில் மக்கள் செய்யும் விதமாக. ஆனால், அவர்கள் எவ்விதத் தடயமும் இல்லாமல் மறைந்துவிடுவார்கள். அந்தப் பாலத்திற்கப்பால் புலனாகிய கட்டடங்கள் குழுமிய நிலப்பரப்பையும் வான்வெளியையும் கூர்ந்து கவனித்துக்கொண்டிருந்தான் காலிப். அந்தப் பரப்பின் வெளிர் சாம்பல் வண்ணத் திரையில் தான் பார்த்துக்கொண்டிருக்கும் ஒவ்வொருவரின் முகமும் பளபளத்துக்கொண்டிருப்பதாக அவனுக்குத் தோன்றியது. ஆனால், இதுவும்கூட மாயையே! தன்னுடைய சகநாட்டவரின் முகங்களை உற்று நோக்கி இந்த நகரின் நெடிய வரலாற்றை – அதன் அவப்பேறுகளை, அது இழந்து நிற்கும் ஆடம்பரம் மிகுந்த சிறப்புகளை, அதன் துயரை, வலியை, வேதனையை – அறிந்துகொள்ளுதல் ஒருவேளை சாத்தியப்படுமோ! ஆனால் இவை எதுவுமே ஒரு ரகசிய உலகைச் சுட்டிக்காட்டவென்று கவனமாக வகைப்படுத்தப்பட்டிருக்கும் தடயங்கள் இல்லை. எல்லோராலும் பகிர்ந்துகொள்ளப்படும் தோல்வியிலிருந்து, எல்லோராலும் பகிர்ந்து கொள்ளப்படும் வரலாற்றிலிருந்து, எல்லோராலும் பகிர்ந்துகொள்ளப்படும் அவமானத்திலிருந்து தோன்றியிருப்பவை இந்தச் சைகைகள். பொற்கொம்புக் கழிமுகத்தின் சாம்பல்நீல நிற நீருக்குள் நுரைத்துக் கடக்கும் பாதையில் இவை அசிங்கமான, மண் நிறக் குமிழிகளைத்தான் சுவடுகளாய் விட்டுச் சென்றிருக்கின்றன.

டூனல் பகுதியின் ஒதுக்குப்புறத் தெருக்கள் ஒன்றினுள் இருந்த காஃபியகத்துக்குள் காலிப் காலெடுத்து வைத்த நேரத்தில் எழுபத்து மூன்று புதிய முகங்களைப் படித்திருந்தான். இந்த அளவுக்குத் தான் முன்னேறி விட்டோம் எனும் மகிழ்ச்சியோடு, ஒரு மேஜையின் அருகே அவன் அமர்ந்தான். அங்கேயிருந்த பணிப் பையனிடம் ஒரு தேநீருக்குப் பணித்து விட்டு, அங்கிப் பையிலிருந்து ஜெலாலின் பத்திக் கட்டுரையை எடுத்து, அதைத் தொடக்கத்திலிருந்து படிக்க ஆரம்பித்தான். அந்த எழுத்துக்கள், சொற்கள், வாக்கியங்கள் எதுவுமே எந்தவித மாற்றமும் கண்டிருக்கவில்லை. ஆனால் அவற்றின் மீது கண்கள் மேய்ந்துகொண்டிருக்க, முன்னெப்போதும் மனத்தில் முகிழ்த்திராத யோசனைகளை இப்பொழுது அவை கிளர்த்திக் கொண்டிருந்தன. இவை எதுவுமே, ஜெலாலின் கருத்துக்கள் இல்லை. எல்லாமே அவனுடையவை. ஆனாலும் ஏதோ ஒரு விசித்திரமான விதத்தில் அவை அந்தக் கட்டுரையின் பிரதியில் பிரதிபலிக்கக் கண்டான். தன்னுடைய எண்ணங்களுக்கும், ஜெலாலின் சிந்தனைகளுக்கும் இடையே காணப்படும் இணைவான அம்சங்களைக் கவனித்தபோது, ஒரு பரவச அலை அவனுக்குள் கடந்துபோனது. சிறுவனாக இருந்தபொழுது தான் யாராக இருக்க வேண்டுமென்று ஏங்கினானோ, அதே நபராகத் துல்லியமாக உருமாற்றம் கொள்ளும் முயற்சியில் தான் வெற்றிகண்ட நேரத்தில் உண்டான அதே பரவச நிலை. அந்த மேஜையின் மீது கூம்பு போல் சுருட்டப்பட்ட தாள் ஒன்று அவன் கவனத்தை ஈர்த்தது. அதைச் சுற்றிலும் சூரியகாந்தி விதையின் தோல் சிதறிக் கிடந்தது. இதைப் பார்த்தவுடன் தனக்கு முன்பாக அந்த இடத்தில் உட்கார்ந்திருந்த நபர் சூரியகாந்தி விதைப் பொட்டலத்தைக் கொண்டுவந்திருக்க வேண்டும் என்றும், அனேகமாக அதைத் தெருவோர வியாபாரியிடம்தான் வாங்கி யிருக்க வேண்டுமென்றும் அவன் யூகித்தான். அந்தக் கூம்பு வடிவத் தாளின் விளிம்பைப் பார்க்கும்பொழுது, அது பள்ளிப்பாட நோட்டுப் புத்தகத்திலிருந்து கிழிக்கப்பட்டதென்பது புலனாகியது. அதன் இரு பக்கத்திலும் இருந்த குழந்தைமை மாறாத கையெழுத்தை வாசித்தான்.

1972ஆம் ஆண்டு. நவம்பர் ஆறாம் நாள். பனிரெண்டாம் அலகு. வீட்டுப்பாடம். எங்கள் இல்லம். எங்கள் தோட்டம். எங்கள் இல்லத்தின் பின்புறம் இருக்கும் தோட்டத்தில் நான்கு மரங்கள் இருக்கின்றன. அவற்றுள் இரண்டு நெட்டிலிங்க வகையைச் சார்ந்தவை. மீதமுள்ள இரண்டும் வில்லோ மரங்கள். அந்த வில்லோ மரங்கள் இரண்டுள் ஒன்று மிகப் பெரியது. மற்றது சிறியது. எங்களுடைய தோட்டத்தைச் சுற்றி ஒரு சுவர் இருக்கிறது. கற்களையும், வலைக்கம்பியையும் கொண்டு அப்பாவே அந்தச் சுவரை எழுப்பினார். ஓர் இல்லம் என்பது குளிர்பருவத்தின் குளிரிலிருந்தும், வேனிற்கால வெப்பத்திலிருந்தும் நம்மைக் காத்துக்கொள்ள உதவும் புகலிடம். நம்முடைய இல்லம் தீவினைகளிலிருந்து நம்மைக் காத்திடும். எங்கள் இல்லத்தில் ஒரு கதவும், ஆறு சாளரங்களும், இரண்டு புகைபோக்கிகளும் இருக்கின்றன.

தாளின் இந்தப் பக்கத்துக்கு அடியில், வேலியோடமைந்த தோட்டத்துக் குள்ளிருக்கும் ஒரு வீட்டின் ஓவியம் வண்ணப் பென்சில்கள் கொண்டு வரையப்பட்டிருந்தது. வீட்டின் ஓடுகள் ஒவ்வொன்றும் தெளிவான

வெளிக்கோடுகளால் வரையறுக்கப்பட்டிருந்தன. என்றாலும் கூரை முழுக்க கவனமின்றி மெழுகிய செந்நிறத்தில்தான் காட்சி தந்தது. அந்தக் கையெழுத்துப் பிரதியில் காணப்பட்ட கதவு, சாளரங்கள், புகைபோக்கிகள் ஆகியவற்றின் எண்ணிக்கையோடு ஓவியத்தில் காணப்பட்ட கதவு, சாளரங்கள், புகைபோக்கிகள் ஆகியவற்றின் எண்ணிக்கை மிகத் துல்லியமாக ஒத்துப் போயிருந்ததைக் கண்டவுடன், மீண்டும் ஒரு பரவச அலை தன்னுள் கடந்துபோவதை காலிப் உணர்ந்தான். அலையின் சுவடுகளை இன்னமும் உணர்ந்தவாறே காகிதத்தாளைத் திருப்பி அதில் குறிப்புகளை எடுக்கத் தொடங்கினான் காலிப். குழந்தையின் வீட்டுப்பாட விவரங்கள் எந்த அளவுக்கு அசலானவையோ, அதே அளவுக்குத் தாளின் கோடுகளுக்கிடையில் தான் குறித்திருந்த சொற்களும்கூட அசலானவைதான் என்று அவன் சந்தேகத்துக்கிடமின்றி நம்பினான். தனக்கான குரலை, தான் நிரந்தரமாய்த் தொலைத்துவிட்டதாக நினைத்துக்கொண்டிருந்த மொழியை மீண்டும் கண்டடைந்துவிட்டதாக அவனுக்குத் தோன்றியது. தனக்காய்த் தோன்றிய குறிப்புகளையெல்லாம் நுணுக்கி நுணுக்கிப் பட்டியலிட்டான். பக்கத்தின் இறுதியை எட்டியவுடன் “இது எவ்வளவு எளிதாக இருக்கிறது” என்று நினைத்தான். பிறகு, “நானும் ஜெலாலும் ஒரே மாதிரி யோசிக்கிறோம் என்பது தீர்மானமாகத் தெரிந்துவிட்டது. எனவே, நான் மேலும் அதிக முகங்களைப் படிக்க வேண்டும்” என்றும் நினைத்தான். தன்னைச் சுற்றிலும் அமர்ந்து தேநீர் குடித்துக்கொண்டிருப்பவர்களின் முகங்களைப் படித்த பிறகு, குளிர் நடுங்கும் தெருவுக்குள் பார்வையை ஓட்டினான் காலிப். கேலட்டாசராய் பகுதியின் பின்புறமிருந்த தெருக்கள் ஒன்றினுள், தனக்குத்தானே பேசியவாறிருக்கும், தலைச்சால்வை அணிந்த ஒரு மூதாட்டியை அவன் பார்த்தான். ஷட்டர் பாதி மூடிய நிலையிலிருக்கும் மளிகைக்கடையைவிட்டுக் குனிந்து நெளிந்து வெளியே வந்த சிறுமியின் முகத்தைப் பார்த்துவிட்டு, எல்லா வாழ்க்கையும் ஒன்றையொன்று ஒத்திருக்கிறதென்று கண்டுகொண்டான். சாயம்போன ஆடையணிந்து, பனியில் வழுக்கி விழுந்து, தான் அணிந்திருக்கும் ரப்பர் காலணிகளை வெறித்துப் பார்த்துக்கொண்டிருந்த ஓர் இளம்பெண்ணின் முகத்தைப் பார்த்து, பதற்றத்தால் வேதனைக்குள்ளாவதின் அர்த்தத்தைக் காலிப் படித்துத் தெரிந்துகொண்டான்.

பிறகு, இன்னொரு காஃபியகத்தில் சென்று அமர்ந்துகொண்ட காலிப், ஜெலாலின் பத்திக் கட்டுரையைப் படித்ததைப் போலவே குழந்தையின் வீட்டுப்பாடத்தையும் எடுத்து விரைவாகப் படித்து முடித்தான். ஜெலாலின் பத்திக்கட்டுரைகளைத் திரும்பத் திரும்ப வாசிக்கும் பொழுது, ஜெலால் சுமந்துகொண்டிருந்த நினைவுகளோடு தனக்குத் தொடர்பு ஏற்பட்டுவிடும் என்பது அவனுக்கு விளங்கிவிட்டது. ஜெலாலின் ஞாபகங்களுக்குள் மட்டும் அவனால் ஊடுருவிவிட முடிந்தால், ஜெலால் எங்கே ஒளிந்திருக்கிறான் என்பதைத் தெரிந்துகொள்ள முடியும். இது சாத்தியமாக வேண்டுமென்றால், ஜெலால் தன்னுடைய அனைத்துப் படைப்புகளையும் ஆவணப்படுத்தி வைத்திருக்கும் இடத்தைக் கண்டறிய வேண்டும். இந்த இடம் ஒரு வீடாகத்தான் இருக்க வேண்டுமென்பது காலிப்புக்குத் தெளிவாகவே புரிந்திருந்தது. நம்மைத் தீயவற்றிலிருந்து காக்கும் ஒரு புகலிடம். அந்த வீட்டுப்பாடத்தை மீண்டும் படித்துப்பார்த்த பொழுது பொருள்களை அவற்றின் உண்மைப்பெயர் சொல்லி அழைக்க எவ்வித அச்சமும் கொள்ளாத ஒரு கள்ளங்கபடமற்ற குழந்தையைப்

போல் தானும் இருப்பதாகக் காலிப் உணர்ந்தான். அதே போல், ரூயாவும் ஜெலாலும் எங்கே ஒளிந்திருக்கிறார்கள், இப்பொழுதுகூட அவர்கள் இருவரும் அவனுக்காக எங்கே அமர்ந்து காத்துக்கொண்டிருக்கிறார்கள் என்பதை அந்தத் தாள்களின் பக்கங்களில் காணப்படும் சொற்கள் காட்டிக்கொடுத்துவிடுமென்று எதிர்பார்த்தான். இப்படியோர் மகிழ்ச்சி யான எண்ணம் மனத்தில் உதித்த போதெல்லாம், மேலும் சில குறிப்பு களைப் பதிந்துகொள்வான். ஆனால், அவையோ அவனுக்கு எதையுமே சொல்லுவதாகத் தெரியவில்லை.

வீதியில் இறங்கியபொழுது காலிப் ஒரு சில குறிப்புகளை நீக்கிவிட்டு வேறு சிலவற்றுக்கு அழுத்தம் கொடுத்திருந்தான். அவர்கள் நிச்சயமாக நகருக்கு வெளியே இல்லை. ஏனென்றால், வேறெங்கிருந்தாலும் ஜெலாலால் எழுத முடியாது. அவர்கள் நகரத்தின் ஆசியப்பகுதியிலும் இருக்க வாய்ப்பில்லை. ஏனென்றால் ஜெலால் அந்தப் பகுதியை எப்பொழுதும் இளப்பமாகவே பார்ப்பான். அங்கே போதுமான ‘வரலாறு’ இல்லையாம். ஜெலாலின் நண்பர்கள் யார் வீட்டிலும் ரூயாவும் ஜெலாலும் ஒளிந்திருக்க வாய்ப்பில்லை. ஏனென்றால், அது மாதிரியான நண்பர்கள் ஜெலாலுக்குக் கிடையாது. அதே போல், ரூயாவின் நண்பர்கள் வீட்டிலும் அவர்கள் ஒளிந்திருக்க முடியாது. ஏனென்றால், அப்படிப்பட்ட வீடுகளுக்கு ஜெலால் ஒருபோதும் போகமாட்டான். ஏதேனும் ஓர் அனாமதேய விடுதியிலும் அவர்கள் மறைந்துகொண்டிருக்க வாய்ப்பில்லை. அவர்கள் இருவரும் சகோதரனும் சகோதரியுமாகவே இருந்தாலும்கூட ஓர் ஆணோடு ஒரு பெண் தனியறையில் தங்குவது எப்பொழுதுமே சந்தேகத்தைக் கிளப்பி விடும்.

அடுத்த காஃபியகத்துக்குள் காலிப் நுழைந்தபோது தான் சரியான பாதையில் போய்க்கொண்டிருக்கிறோம் எனும் நம்பிக்கையாவது அவனிடம் குறைந்தபட்சம் மீந்திருந்தது. இப்பொழுது பெயோக்ளு பகுதியின் ஒதுக்குப்புறத் தெருக்களில் அவன் நடந்துகொண்டிருந்தான். இஸ்தான்புல் நகரின் தெருக்களைப் பற்றி மிக விரிவாக ஜெலால் ஒரு முறை எழுதியிருந்தது இப்பொழுது காலிப்பின் நினைவுக்கு வந்தது. ஒரு கடைக்குள் எட்டிப் பார்த்தான். அமரத்துவம் அடைந்துவிட்ட மற்போர் வீரன் ஒருவனின் படம் சுவரில் இருந்தது. அந்த மற்போர் வீரன் ஒலிம்பிக் பதக்கத்தை வென்றவன். அவனைப் பற்றிக்கூட ஜெலால் ஒரு முறை நிறைய எழுதியிருக்கிறான். இதே சட்டமிடப்பட்ட படத்தை நகரெங்கிலும் இருக்கிற சிகையலங்காரக் கடைகளிலும், தையலகங்களிலும், உற்பத்திப் பண்டகசாலைகளிலும் பார்க்க முடியும். அது ஹயாத் பத்திரிகையிலிருந்து கிழித்து எடுக்கப்பட்டிருந்த கருப்பு வெள்ளைப் புகைப்படம். இடுப்பில் கை வைத்தபடி அந்த மற்போர் வீரன் நின்றுகொண்டிருந்தான். புகைப்படக் கருவியை அடக்கத்தோடு பார்த்து முறுவலித்துக்கொண்டிருந்தான். அவனுடைய முகத்தைப் படிக்க காலிப் முயன்றபோது, அந்த மற்போர் வீரன் ஒரு கார் விபத்தில் மரணமடைந்துவிட்டான் என்பது நினைவுக்குத் தட்டியது. இந்த மனிதனின் அடக்கமான புன்னகைக்கும் பதினேழு ஆண்டுகளுக்கு முன்பாக இவனுக்கு மரணம் சம்பவிக்கக் காரணமாக இருந்த கார் விபத்துக்கும் ஏதோ தொடர்பு இருக்கிறதென்று காலிப்புக்குத் தோன்றியது. இப்படியோர் எண்ணம் உதிப்பது இது முதல் முறையல்ல. இந்த விபத்து ஒரு சைகையைக் குறிக்கிறதென்று காலிப் இப்பொழுது உணர்ந்தான்.

ஒரு புதிய கதையைச் சுட்டும் புதியதோர் சைகைத் தொகுப்பை உருவாக்கும் எண்ணத்தில், நிஜத்தையும் புனைவையும் அவன் கலந்துகட்ட வேண்டி வந்தால், அதில் தற்செயலுக்கும் ஒரு பங்குண்டு என்பதையே அந்த விபத்து அர்த்தப்படுத்துகிறது. உதாரணத்திற்கு, "காஃபியகத்தை விட்டு தாக்ஸிம் பகுதியை நோக்கித் திரும்பியபோது, அந்தக் களைத்துப் போன குதிரை ஹஸ்னன் காலிப் தெருவிலிருக்கும் குறுகிய நடைபாதையின் விளிம்பிற்கு அந்த வண்டியை இழுத்துச் சென்றதை நான் பார்த்தேன். அப்பொழுது, எனக்கு எழுதப்படிக்கக் கற்றுக்கொடுத்த என் பாட்டி உபயோகப்படுத்திய அரிச்சுவடிப் பாடநூலில் நான் பார்த்திருந்த குதிரை நினைவுக்கு வந்தது" என்று தனக்குத்தானே நினைத்துக்கொண்டான் காலிப். அந்த பூதாகர அரிச்சுவடிக் குதிரையை நினைத்த நொடியில், டெஷ்விக்கியே மரநிழற் சாலையில் ஜெலால் தன்னந்தனியனாகப் பல ஆண்டுகள் வசித்து வந்த ஒரு பரண் குடியிருப்பு காலிப்பின் நினைவுக்கு வந்தது. தன்னுடைய ஆளுமையைப் பிரதிபலித்துக் கடந்த காலத்தைத் தனக்கு நினைவூட்டும் பொருள்கள் பலவும் சூழ்ந்திருக்க அவன் அங்கே வசித்திருந்தான். இதன் பலனாக, இந்தக் குடியிருப்புக்கு ஒரு முக்கிய இடம் இருக்கலாமோவென்ற சைகை தட்டுப்பட்டது.

ஆனால், பல ஆண்டுகளுக்கு முன்பாகவே ஜெலால் அந்தக் குடியிருப்பைக் காலி செய்துவிட்டான். தனக்குக் கிடைத்த சைகைகளைத் தவறாகக் கணித்திருப்போமோ எனும் எண்ணத்தில் காலிப் சற்றே தயங்கினான். உள்ளுணர்வு தன்னை வழிதவற வைத்துவிடுமென்று சந்தேகப்பட்டால், அந்த நகரம் விரைவில் அவனை விழுங்கிவிடும். அதில் அவனுக்கு எள்ளளவும் சந்தேகம் இருக்கவில்லை. உண்மையில் கதைகள்தான் அவன் முன்னேறிச் செல்ல வழிசெய்கின்றன. பார்வையற்றவன் பரிச்சயமான பொருள்களைத் தட்டுத் தடுமாறித் தேடிச் செல்வதைப் போல் இருளினூடே தன்னுடைய வழியை உள்ளுணர்வால் தேடும் முயற்சியில்தான் இந்தக் கதைகளை அவன் கண்டெடுக்கிறான். கடந்த மூன்று நாட்களாக, இந்த நகரின் தெருக்கள் வழியாகக் கதியற்று அவன் அலைந்துகொண்டிருக்கிறான் என்றபோதும், அவனால் இன்னமும் தொடர்ந்து தேடிக்கொண்டிருக்க அவனால் முடிகிறது. அதற்குக் காரணம் தன்னுடைய வழியில் எதிர்ப்படுகின்ற முகங்கள் எல்லாவற்றையும் படித்து அதன் மூலம் ஒரு கதையைக் கட்டியெழுப்பிக்கொண்டிருக்க முடிவதுதான். தன்னைச் சுற்றிலுமிருக்கும் இந்த இதர முகங்களைப் பொறுத்த அளவிலும் இதே நிலைதான் என்பதில் அவன் தீர்மானமாக இருந்தான். ஆக, கதைகள்தான் அவனை மேலும் மேலும் முன்னேறிச் செல்ல உந்துகின்றன.

தன்னம்பிக்கையை மீட்டெடுத்தவுடன், இன்னொரு காஃபியகத்துக்குள் நுழைந்து தான் இதுவரை கண்டுள்ள முன்னேற்றத்தை மதிப்பிடத் தொடங்கினான். வீட்டுப்பாடம் எழுதப்பட்டிருந்த தாளின் பின்பக்கத்தில் காலிப் குறிப்பெடுத்திருந்த தடயப் பட்டியல் தெளிவாகவும் எளிமையாகவும் இருந்தது. அவன் அமர்ந்திருந்த காஃபியகத்தின் மறுகோடியில் பனிமூடிய மைதானத்தில் நடந்துகொண்டிருக்கும் கால்பந்தாட்டப் போட்டி ஒளிபரப்பாகிக்கொண்டிருந்தது. அந்த மைதானத்தின் வரம்புக் கோடுகள் சாம்பல் தூவி நிர்ணயிக்கப்பட்டிருந்தன. மண் படிந்து, அந்தப் பந்து கரிய நிறத்தில் இருந்தது. விரிப்பெதுவும் போடப்படாத ஓரிரு மேஜைகளில்

ஓரிரு குழுவினர் சீட்டாடிக்கொண்டிருந்தனர். இவர்களைத் தவிர அந்தக் காஃபியகத்தில் இருந்த ஏனையோர் அனைவரும் அந்தக் கருப்புப் பந்தையே பார்த்துக்கொண்டிருந்தார்கள்.

அந்தக் காஃபியகத்தை விட்டுக் கிளம்பிக்கொண்டிருந்தபோது, அந்தக் கருப்பு வெள்ளைக் கால்பந்துப் போட்டியைப் போலவே தான் தேடிச் செல்லும் ரகசியமும் தெளிவாகவும் கச்சிதமாகவும் இருப்பதாகக் காலிப் தனக்குத்தானே சொல்லிக்கொண்டான். தான் செய்ய வேண்டியதெல்லாம், தன்னைக் கடந்துபோகும் முகங்களையும், உருவங்களையும் மிக உன்னிப்பாகக் கவனத்தில்கொள்ள வேண்டியது மட்டுமே. அவனது கால்கள் அவை விருப்பட்ட திக்கிற்கு அவனை இட்டுச் செல்லும். இஸ்தான்புல் எங்கிலும் காஃபியகங்கள் மிகுந்திருந்தன. நகர் நெடுக எங்கு நடந்து சென்றாலும், இருநூறடி தூரத்திற்கு ஒரு காஃபியகத்தைக் காண முடியும்.

திடீரென, தாக்ஸிம் பகுதியின் அருகே ஒரு திரையரங்கிலிருந்து வெளியேறிக்கொண்டிருந்த மக்கள் கூட்டத்தின் நடுவே காலிப் சிக்கிக் கொண்டான். அவர்கள் அனைவருமே நேர்கொண்ட பார்வையாய் மெய்மறந்து எதிரே வெறித்தபடி, ஒருவரோடொருவர் கை கோத்துக் கொண்டோ அல்லது காற்சராய்ப் பைகளுக்குள் கைகளை நுழைத்துக் கொண்டோ படிகளில் இறங்கிக்கொண்டிருந்தார்கள். அவர்களுடைய முகங்களைப் படித்துக் கிடைத்த சைகைகளால் காலிப் திக்குமுக்காடிப் போனான். இவற்றின் பின்னணியில் அவனுடைய கொடுங்கனவு மங்கிப்போனது. அவர்களுடைய முகங்களில் அவனுக்குத் தென்பட்ட தெல்லாம் சாந்தம். ஏதோ ஒரு கதையில் ஆழ்ந்துபோனதால் இந்த மக்கள் அனைவராலும் தத்தம் சோகங்களைக்கூட மறக்க முடிந்திருக்கிறது. இதோ இங்கே, இந்த இழிவான தெருவில் அவர்கள் இருக்கின்றார்கள். ஆனால், அதே சமயம் அவர்கள் அங்கே மிகுந்த ஆவலோடு தங்களை அர்ப்பணித்துவிட்ட அந்தக் கதைக்குள் இருக்கின்றார்கள். தோல்வியும் வலியும் இணைந்து மனிதத்தை உறிஞ்சித் தள்ளிவிட்ட நிலையில் அவர்கள் அந்தத் திரையரங்கிற்குள் சென்றிருக்கிறார்கள். ஆனால், தங்களுடைய நினைவுகளுக்கும் சோகங்களுக்கும் அர்த்தத்தைக் கொடுக்கும் இந்தச் செழிப்பான கதை இவர்களின் மனத்தில் இப்பொழுது நிறைந்திருக்கிறது. தாங்கள் இப்பொழுது வேறு யாரோ என்று அவர்கள் நம்புகிறார்கள் என்று காலிப் ஏக்கத்துடன் எண்ணிக்கொண்டான். அவர்கள் பார்த்து விட்டு வந்திருக்கும் இதே திரைப்படத்தைப் பார்த்து, அதே கதைக்குள் தன்னையும் இழந்து, தானும் வேறு யாரோவாக ஆகிவிட முடியாதா எனும் நப்பாசை ஒரு நொடி அவன் மனத்தில் துளிர்த்தது. ஆனால், அவர்கள் தெருவில் இறங்கி இலக்கின்றி அலையும்போதும், அவ்வப்போது நின்று அலுப்பூட்டும் அங்காடிச் சாளரங்களின் ஊடாக உற்றுப்பார்த்துக் கொண்டிருக்கும்போதும், அவர்களுக்கு மிகவும் பரிச்சயமான, சோம்பலான, சாரமற்ற உலகுக்கு அவர்கள் மீள்வதைக் காலிப் கவனித்தான். அவர்கள் அதிக சிரத்தை எடுத்துக்கொள்வதில்லை என அவன் நினைத்துக்கொண்டான்.

தன்னிடமிருக்கும் ஒட்டுமொத்த சக்தியையும் திரட்டினால்தான் ஒருவர் இன்னொருவராய் மாற முடியும். தன்னுடைய கனவு நனவாவதற்குத் தேவைப்படும் சக்தியும், மனஉறுதியும் ஒரு வழியாகத் தனக்குக் கிடைத்திருக்கின்றதென்று தாக்ஸிம் சதுக்கத்தை அடைந்தபோது

காலிப் திடமாக நம்பினான். இப்பொழுது நான் வேறு யாரோ என்று தனக்குத்தானே அவன் சொல்லிக்கொண்டான். அந்த எண்ணமே மிகவும் சுகமாக இருந்தது. தன்னைச் சுற்றியிருக்கும் உலகம் மாறிக்கொண்டிருப்பதாகக் காலிப்புக்குத் தோன்றியது. தன்னுடைய காலடியில் இருக்கும் பனி போர்த்திய நடைபாதை மட்டுமில்லை. கோக்கோகோலா மற்றும் தாமெக் பழச்சாறு நிறுவனங்களின் விளம்பரப்பலகைகள் மட்டுமில்லை, தலையிலிருந்து பாதம் வரையிலான தன்னுடைய முழு உடலுமே மாற்றத்துக்குள்ளாகியிருப்பதைப் போல் அவன் உணர்ந்தான். தன்னுடைய மனத்தை முழுமையாகச் செலுத்தினால், இந்தச் சொற்களை மீண்டும் மீண்டும் ஒப்புவித்துக் கொண்டே இருந்தால், இந்தப் பிரபஞ்சத்தையே தலைகீழாய் மாற்றி விடுவது எந்த ஒரு மனிதனுக்கும் ஏதுவாகும். ஆனால் அப்படியோர் அசாத்திய எல்லைக்கெல்லாம் போக வேண்டிய அவசியமேயில்லை. நான் வேறோர் ஆளென்று காலிப் தனக்குத்தானே சொல்லிக்கொண்டான். ஆனால், இந்த வேறொரு நபருக்கான பெயரை அவனால் உருவாக்க முடியவில்லை. தன்னுடைய நினைவுகளும், சோகங்களும் ஒரு பிலாக்கணம் போல் மேலெழும்பிக்கொண்டிருந்ததைக் காலிப் உணர்ந்தான். அந்தப் பிலாக்கண இசையோசை ஓங்க ஓங்கத் தன்னுடைய பிரபஞ்சத்தின் மையமாக விளங்கும் தாக்ஸிம் சதுக்கம் மெல்ல மெல்ல உருமாறுவதை அவன் கவனித்தான். சீக்கிரமாகவே, ராட்சச வான்கோழிகளைப் போல் போக்குவரத்து நெரிசலில் தத்தளித்துக்கொண்டிருக்கும் பேருந்துகளும், இந்தப் பேருந்துகளின் பின்னே அதிர்ச்சியில் செயலிழந்து நிற்கும் பிரம்மாண்டமான கடல் நண்டுகளைப் போல் ஊர்ந்துகொண்டிருக்கும் தள்ளுவண்டிகளும், இதுவரை தென்பட்டிராத மூடுபனி சூழ்ந்த தெருமுனைகளுக்குள் மறைந்துகொண்டிருந்தன. இருந்தாற்போலிருந்து, தான் இதற்கு முன் பார்த்தேயிராத, வறிய, மறக்கப்பட்டுவிட்ட நாட்டிற்குள், அதன் மையத்திலிருக்கும் நவீன, பகட்டான சதுக்கத்துக்குள் காலடி எடுத்து வைத்துவிட்டதைப் போல் காலிப்புக்குத் தோன்றியது. அதன் அடையாளங்கள் ஏதும் மாறாமல அப்படியேதான் இருந்தன. ஆனால் பனி போர்த்தியிருக்கும் சுதந்திரச் சிலையையும், எங்கும் இட்டுச் செல்லாத, அகன்று கிடக்கும் கிரேக்கப் படிக்கட்டையும், பத்தாண்டுகளுக்கு முன்பாக எரிந்து தரைமட்டமாகிய – தான் அக்கறையற்ற குஷியோடு பார்த்துக் கொண்டிருந்த – ஒப்பரா வகை இசைநாடக அரங்கையும் இப்பொழுது காலிப் பார்த்தபொழுது, அவைகளும் கூடத் தாம் குறியீடாக இருந்த அந்தக் கற்பனையான நாட்டிற்குச் சொந்தமானவையே என்பது விளங்கியது. பேருந்து நிறுத்தத்தில் நெரிசலுக்குள் நசுங்கிக்கொண்டிருந்தபோதும், அதே கூட்டம் பேருந்துக்குள்ளும், பகிருந்து நிறுத்தத்திலும் இடித்து நெருக்கிக்கொண்டும், தள்ளிக்கொண்டும் இருந்த நேரத்திலும் எந்த ஒரு புதிரான முகத்தையும் காலிப் பார்த்திருக்கவில்லை. எந்தவொரு நெகிழிப்பையும் வேறொரு உலகிற்கான மறைமுகமான நம்பிக்கையை காலிப்புக்குக் கொடுக்கவில்லை.

அதனால் அவன் ஹர்பியே மற்றும் நிஷாந்தஷி பகுதிகளிருந்த திக்கை நோக்கி நடந்தான். இடையிலே ஒரு முறைகூட காஃபியகத்தில் நிற்கவோ முகங்களைப் படிக்கவோ அவனுக்குத் தோன்றவில்லை. பின்னர் வெகுநேரம் கழித்துத் தான் தேடிக்கொண்டிருந்த இடத்தைக் கண்டுபிடித்துவிட்டதாக நிச்சயித்துக்கொண்ட பிறகு, அந்தக் கடைசி நிலையில் தான் யாராக இருந்தோமென்று அவனால் தெளிவாகத்

தீர்மானிக்க முடியவில்லை. நான் ஜெலாலாக மாறிவிட்டேனென்று உறுதியாகச் சொல்ல முடியவில்லையே என்று அவன் தனக்குத்தானே கூறிக்கொண்டான். ஜெலாலின் ஒட்டுமொத்தக் கடந்த காலத்தையும் வெளிச்சமிட்டுக் காட்டும் பழைய பத்திக் கட்டுரைகள், நோட்டுப்புத்தகங்கள், செய்தித்தாள்களிலிருந்து கத்தரித்து எடுக்கப்பட்ட பகுதிகள் ஆகியவற்றை மனதுக்குள்ளாகத் தூண்டித்துருவிப் பார்த்துவிட்டு, நான் நானாகவே இருப்பது இன்னும் மாறவில்லையென்றும் கூறிக்கொண்டான். தான் பயணம் மேற்கொள்ள வேண்டிய விமானம் தாமதமாகிவிட்டதால், தான் பார்க்க நினைத்திராத நாட்டில் அரைநாளைக் கழிக்க நேர்ந்து விட்ட உல்லாசப் பயணியைப் போல அவன் தெருக்களில் நடந்து கொண்டிருந்தான். வழியில் எதிர்ப்பட்ட ஆட்டாதுர்க்கின் சிலை இந்த நாட்டின் வரலாற்றில் ஒரு ராணுவவீரன் முக்கியப் பங்காற்ற முடியும் என்பதை அவனுக்குச் சொல்லிக்கொண்டிருந்தது. வெளிநாட்டிலிருந்து இறக்குமதியாகும் கனவுகளைப் பார்த்து ரசிப்பதன் மூலம் இந்த நாட்டு மக்கள் ஞாயிற்றுக்கிழமைப் பிற்பகல் வேளைகளில்அலுப்பிலிருந்து தப்பிக்கிறார்கள் என்பதைத் திரையரங்குகளின் மங்கிய, பிரகாசமான விளக்குகளின் முன்பாகப் பொழுதைப் போக்கிக்கொண்டிருந்த கூட்டம் சொல்லியது. ஸான்ட்விஜ் மற்றும் அப்பம், பணியாரம் ஆகிய தின்பண்டங்களை விற்கும் சிறு வணிகர்களின் கண்கள் காட்சிக்கு அமைக்கப்பட்டிருக்கும் சாளரங்களையும் நடைபாதைகளையுமாக மாறி மாறிப் பார்த்துக்கொண்டிருந்தன. சோகக் கனவுகளும், நினைவுகளும் அவர்கள் மனத்திலிருந்து வேகமாக மங்கிக்கொண்டு வருவதை இக்காட்சி சொல்லியது. இலையுதிர்ந்த, கருத்த மரங்கள், அந்த மரநிழற் சாலையின் மையம்வரை கிளைபரப்பி நின்றன. மாலை மங்க மங்க இவை மேலும் கருமை பூசி நிற்கும். ஒட்டுமொத்த தேசத்தின் துயரைக் குறிக்கும் விதமாக அந்தக் கருமை இருக்கும் என்பதை அந்த மரங்கள் சொல்லிக்கொண்டிருந்தன. இறைவா, இப்படியோர் பொழுதில், இவ்வளவு அச்சுறுத்தலாய் விளங்கும் ஒரு மரநிழற் சாலையில், இப்படித் தொலைந்து போய்விட்ட ஒரு நகரத்தில் என்னதான் செய்ய இயலும்? வாய் இதை முணுமுணுத்த அதே நேரத்தில் இது ஜெலாலின் பழைய பத்திக் கட்டுரையொன்றிலிருந்து தான் கடன்பட்டிருக்கும் மேற்கோள் என்பதையும் காலிப் உணர்ந்துகொண்டான்.

அவன் நிஷாந்தஷியை வந்தடைந்த நேரத்தில் வானை இருட்டு கவ்வியிருந்தது. குடியிருப்புகளின் புகைபோக்கிகளும், மாலை நேர வாகனப் போக்குவரத்துமாய்ச் சேர்ந்து உமிழ்ந்த கழிவுப் புகையால் நடைபாதைகள் கரியடர்ந்து காணப்பட்டன. ஆனால் காற்றில் அதற்கேயுரிய காட்டம் கவிந்திருந்தது. அதை உள்ளிழுத்தவுடன் காலிப்புக்கு நிம்மதியாய் இருந்தது. நிஷாந்தஷி பகுதியின் இதயமாய் விளங்கும் குறுக்குச்சாலைக்கு வந்து சேர்ந்தவுடன் வேறொருவராக மாறிவிடும் உந்துதல் காலிப்புக்குள் மிகவும் வீறுகொண்டு எழுந்தது. குடியிருப்புகளின் முகப்புகளையும், அங்காடிச் சாளரங்களையும், வங்கிகளின் பெயர்ப்பலகைகளையும், நியான் ஒளியெழுத்துகளையும் காலிப் ஏற்கெனவே பல்லாயிரம் முறை பார்த்திருக்கிறான். ஆனால், இப்பொழுது அவை யாவும் புதிது போல் உருமாற்றம் பெற்றிருந்தன. ஒரு சாகசதிற்குத் தயாரான மனநிலையில் அவன் மிகவும் உற்சாகமாய் உணர்ந்தான். தன் வாழ்நாள் முழுக்கப் புழங்கியிருந்த அந்தத் தெருக்கள் இப்பொழுது இந்த அளவுக்கு மாறியிருப்பது போல்

தோன்றுவதற்குத் தன்னுடைய மனநிலையே காரணமென்பது அவனுக்குப் புரிந்தது. அதே சமயம், அது வெறும் தற்காலிக மனநிலை மட்டுமல்ல, அவனுக்கு நிரந்தரமாக அமையப்போகும் மனப்பாங்கே அதுவாகத்தான் இருக்குமென்பதையும் அவன் உணர்ந்துகொண்டான்.

அந்தச் சாலையைக் கடந்து வீட்டிற்குச் செல்லாமல் இடதுபுறமாக, டெஷ்விக்கியெ மரநிழற் சாலைக்குள் திரும்பினான். சந்தோஷத்தில் மனம் துள்ளிக்கொண்டிருந்தது. தான் புதிதாய் மாறிக்கொண்டிருந்த நபரின் ஆதிக்கத்தில் அவன் இருந்தான். அதனால் எதைப் பார்த்தாலும், அதை இப்பொழுதுதான் புதிதாய்க் காண்பதைப் போல் பார்த்துப் பரவசப் படாமல் அவனால் இருக்க முடியவில்லை. தன்னை வீட்டுக்குள்ளேயே முடக்கிப்போட்டு வைத்திருந்த நோயிலிருந்து இப்பொழுதுதான் மீண்டெழுந் திருப்பவனைப் போல் அவன் உணர்ந்தான். பல்லாண்டுகளாகப் பார்க்காமல் போன புற உலகை இப்பொழுதுதான் தரிசிப்பதைப் போல் அவனுக்குத் தோன்றியது. ஓ! எவ்வளவு காலமாக இந்தப் பணியாரக் கடை வழியாகத் தினந்தோறும் போயிருப்பேனோ தெரியாது. இந்தக் கடையின் காட்சிச்சாளரம் ஒரு நகைக்கடை அளவுக்குப் பிரகாசமாய் இருப்பது இப்பொழுதான் புலனாகிறது. அதே போல், இந்தத் தெரு எப்பொழுதுமே இவ்வளவு குறுகலாகவே இருந்திருக்கிறது. இந்த நடைபாதைகள் எப்பொழுதுமே இப்படி வளைந்து நெளிந்தும்தான் இருந்திருக்கின்றன. இதையெல்லாம் வாய்விட்டுச் சொல்ல வேண்டும் போல் இருந்தது காலிப்புக்கு.

சிறுவனாக இருந்த காலத்தில் தன்னுடைய உடலையும், ஆன்மாவை யும் உதறிவிட்டு வேறோர் புதிய நபராய் மாறிவிடுவதைப் போல் அவன் கற்பனைசெய்து பார்த்ததுண்டு. ஆனால் அந்தப் புதிய நபரை வெளியிலிருந்து பார்ப்பதற்கு அவனுக்கு எப்போதும் அலுத்ததில்லை. இப்பொழுதும், அதே போல் செய்து பார்க்கும்போது, அதன் மாய உரு காலிப்புக்குத் தட்டுப்பட்டது. இப்பொழுது ஆட்டமன் வங்கியைக் கடந்து சென்றுகொண்டிருக்கிறேன் என்று அவன் தனக்குத் தானே கூறிக்கொண்டான். இப்பொழுது இதயங்களின் நகர் குடியிருப்பைக் கடக்கிறான் – தன்னுடைய அம்மாவோடும், அப்பாவோடும், தாத்தா வோடும் பல்லாண்டு வாழ்ந்த இடம் – அதை ஏறெடுத்துக்கூடப் பார்க்காமல் கடக்கிறான். இதோ இப்பொழுது மருந்துக்கடை முன்பாக நிற்கிறான். சிறுவயதில் தனக்கு மருந்தூசி போட்ட பெண்ணின் மகன்தான் இப்பொழுது கல்லாவில் இருக்கிறானென்று அடையாளம் கண்டுகொள்கிறான். இப்பொழுது எவ்வித அச்சமுமின்றிக் காவல் நிலையத்தைக் கடந்து செல்கிறான். சிங்கர் தையல் இயந்திரங்களின் நடுவே நின்றுகொண்டிருக்கும் அலங்காரப் பதுமைகளைப் பார்த்து, அவை ஏதோ முன்னாள் நண்பர்கள் என்பதைப் போல் முறுவலித்துச் செல்கிறான். பல்லாண்டுக்கால சூழ்ச்சியின் பயனாய் உருவாகியிருக்கும் ரகசியச் சதியின் மையச் சுழலுக்குள் குதிக்கத் தேவைப்படும் சக்தியையும், மன உறுதியையும் ஒன்று திரட்டிக்கொள்வதைப் போல் இப்பொழுது நீண்ட மூச்சை இழுத்துவிட்டுக் கொள்கிறான்.

தெருவைக் கடந்த பிறகு மீண்டும் இருமடங்கு வேகத்தில் திரும்பி வந்தான். மீண்டும் தெருவைக் கடந்து அந்த மரநிழற் சாலையில் அங்குமிங்குமாய் நின்றுகொண்டிருந்த எலுமிச்சை மரங்களுக்கு அடியிலும்,

ஒவ்வொரு வீட்டின் முகப்பிலிருந்தும் தொங்கிக்கொண்டிருப்பதைப் போல் தோற்றமளித்த விளம்பரப் பலகைகளுக்கு அடியிலும் நடந்தான். பிறகு மீண்டும் தொடங்கிய இடத்துக்கே சென்று, முன்னர் செய்ததைப் போலவே செய்தான். ஆனால், ஒவ்வொரு முறையும் சற்றே கூடுதல் தொலைவு நடந்து தன்னுடைய புலனாய்வின் எல்லையை விரித்துக் கொண்டே போனான். அப்படிப் போய்க்கொண்டிருந்தபோது, தன்னுடைய முன்னாள் சுயம் துரதிர்ஷ்டவசமாகக் கவனிக்கத் தவறியிருந்த விவரணைகளை நினைவில் பதியவைத்தபடி நடந்தான். அல்லாதீனின் கடைச் சாளரத்தில் பழைய செய்தித்தாள்கள், பொம்மைத் துப்பாக்கிகள், நைலான் மகளிர் காலுறைகள் ஆகியவற்றுக்கு நடுவே ஒரு சுருள்விசைப் பேனாகத்தியும் இடம் பிடித்திருப்பதைக் கவனித்தான். போக்குவரத்து நெரிசலைக் கட்டுப்படுத்த, 'கட்டாயமாகத் திரும்ப வேண்டும்' என்று டெஷ்விக்கியே மரநிழற் சாலைக்கு வழிகாட்டிக்கொண்டிருந்த சைகைக்குறி ஒன்றிருந்தது. அது உண்மையாகவே இதயங்களின் நகர் குடியிருப்பைச் சுட்டிக்கொண்டிருந்த மாதிரி தோன்றியது. பள்ளிவாசலின் குட்டையான சுற்றுச்சுவர் மீது பறவைகளுக்காக மக்கள் போட்டுச் சென்றிருந்த ரொட்டித் துணுக்குகள் அவ்வளவு குளிரையும் மீறிப் பூஞ்சணம் பிடித்திருந்தன. பெண்கள் உயர்நிலைப்பள்ளியின் சுவர்கள் மீது எழுதப்பட்டிருந்த அரசியல் கோஷங்களின் சொற்கள் சிலவற்றில் இரட்டை அர்த்தம் தொனித்தது. இன்னமும் விளக்கெரிந்துகொண்டிருந்த ஒரு வகுப்பறைச் சுவரில் ஆட்டாதுர்க்கின் படம் மாட்டப்பட்டிருந்தது. கடைச் சாளரத்தின் அழுக்கான கண்ணாடியில் பார்த்தபொழுது தானும் இதயங்களின் நகர் குடியிருப்பை நேருக்குநேராகப் பார்த்தபடி இருப்பதைக் காலிப் பார்த்தான். மர்மக் கையொன்று பூக்கடைச் சாளரத்திலிருந்த ரோஜா மலர்களுக்கு புதிரான வகையில் ஊக்குகள் கொண்டு மேலும் இதழ்களை இணைத்துக் கொண்டிருந்தது. புதிதாய்த் தொடங்கப்பட்டிருக்கும் தோல்பொருள் அங்காடியில் இருந்த கண்கவர் அலங்காரப் பதுமைகள் எல்லாம் ஜெலால் முன்னொரு காலத்தில் வசித்திருந்த பரண் குடியிருப்பையே அண்ணாந்து பார்த்த வண்ணம் இருந்தன. பிற்பாடு, ரூயாகூடத் தன் அப்பாவோடும் அம்மாவோடும் அங்கே வசித்தாள்.

அந்தப் பதுமைகளோடு சேர்ந்து காலிப்பும் நெடுநேரமாய்ப் பார்த்துக்கொண்டிருந்தான். ரூயா வாசிக்கும் அயல்நாட்டுத் துப்பறியும் நாவல்களில் வரும் தவறே இழைக்காத நாயகர்களின் அச்சில் தன்னை வலுக்கட்டாயமாய் வார்த்துக்கொண்டான். இந்த நாவல்களைப் போலவும் இந்த அலங்காரப் பதுமைகளைப் போலவும் ரூயாவும் அயல்நாட்டில் வடிவமைக்கப்பட்டவள்தானே என்று அவன் தனக்குத் தானே நினைவூட்டிக்கொண்டான். அந்த அலங்காரப் பதுமைகள் அண்ணாந்து பார்த்துக்கொண்டிருக்கும் திக்கிலேயே தானும் பார்த்து ஜெலாலும் ரூயாவும் அந்தப் பரண் குடியிருப்பில்தான் ஒளிந்துகொண்டிருக்கிறார்கள் என்று தீர்மானிப்பது அறிவார்ந்த செயலாகவே அவனுக்குப்பட்டது.

தன்னுடைய பார்வையைத் தாழ்த்திக்கொண்டு மீண்டும் பள்ளிவாசலை நோக்கி காலிப் விரைந்தான். ஆனால் அப்படிச் செய்யத் தன்னுடைய ஒட்டுமொத்த சக்தியையும் அவன் பிரயோகிக்க வேண்டியிருந்தது. அவனுடைய கால்கள் இதயங்களின் நகர் குடியிருப்பைவிட்டு விலக விருப்பப்படாததைப் போல் தோன்றியது. நேராக அந்தக் குடியிருப்புக்குள்

நுழைந்து தங்களுக்கு மிகவும் பரிச்சயமான படிக்கட்டுகளின் வழியே ஓடி மேல்தளத்தை அடைந்துவிட அவை பரபரத்தன. அந்த மேல்தளத்துக்குள் அவனை இட்டுச் சென்று அதனுடைய இருண்ட, அச்சம்கொள்ள வைக்கும் மையத்துக்குள் அத்துமீறி நுழைந்து, ஏதோ ஒன்றை அவனுக்குக் காட்டிவிட அவை துடித்தன. காலிப் அந்தக் காட்சியைக் கற்பனையில் காணக்கூடக் கூசினான். சக்தியனைத்தையும் திரட்டி அந்தக் குடியிருப்புக் கட்டடத்தைவிட்டு அப்பால் நடந்தான் காலிப். தான் வழியில் கடந்துசென்ற நடைபாதைகள், அங்காடிகள், விளம்பரப் பலகைகள், போக்குவரத்துக் குறிகள் என அனைத்திலும் பழைய அர்த்தங்களை மீட்டெடுக்கப் போராடியவாறே அவன் நடந்தான். அந்தச் சிந்தனை அவன் மனத்தில் உதித்த மறு நொடியில் – அவர்கள் அங்கே இருக்கக்கூடுமென்று யூகித்த அந்தக் கணத்தில் – எந்த நொடியிலும் நிகழவிருக்கும் பேரழிவிற்கான சைகைகள் தென்பட்டு அவனைத் திக்குமுக்காட வைத்தன. எவ்வளவுக்கு அதிகத் தொலைவு அவன் நடந்தானோ அவ்வளவிற்கு அவனுடைய பீதி பெருக்கெடுத்தது. ஒருவேளை, இப்பொழுது அல்லாதீனின் அங்காடி அருகே தான் வந்து விட்டதாலோ அல்லது காவல் நிலையத்தை நெருங்கிக் கொண்டிருப்பதாலோ அச்சம் அதிகரித்திருக்கலாம். அல்லது முக்கில் காணப்பட்ட ‘கட்டாயமாகத் திரும்ப வேண்டும்’ எனும் அறிவிப்புக் குறி உண்மையில் இதயங்களின் நகர் குடியிருப்பைச் சுட்டவில்லை என்பதாலும் இருக்கலாம். இந்தத் தருணத்தில் அவன் மிகவும் குழம்பி ஓய்ந்துபோயிருந்தான். அதனால் உட்கார்ந்து யோசிக்க ஏதோ ஓரிடத்தைக் கண்டாக வேண்டுமென்று அவனுக்குத் தோன்றியது.

டெஷ்விக்கியேவிலிருந்து எமிநோனுவுக்குப் போகும் டாக்ஸி நிறுத்தத்திற்கு அடுத்ததாக ஒரு காஃபியகம் தென்பட்டது. அதற்குள் நுழைந்து, ஒரு தட்டுப் பணியாரமும் ஒரு கோப்பைத் தேநீரும் கொண்டுவரப் பணித்தான். தன்னுடைய பால்யப் பருவத்தையும் இளமையையும் கழித்திருந்த அந்தக் குடியிருப்பை வாடகைக்கு அமர்த்திக்கொள்வதோ, அல்லது சொந்தமாக வாங்கிவிடுவதோதானே ஜெலாலைப் பொறுத்த அளவில் மிக இயல்பான செயலாக இருந்திருக்கும்? அதுவும், தன்னுடைய கடந்த காலத்தைப் பற்றியும் அழிந்துவரும் நினைவாற்றல் குறித்தும் அதீதமாய்க் கவலைப்பட்டுக்கொண்டிருக்கும் ஜெலால் போன்ற ஒரு நபருக்கு? மேலும், அவனை அங்கிருந்து பலவந்தமாக வெளியேற்றிய உறவுக்காரர்கள் அனைவரும் தத்தம் செல்வத்தைத் தொலைத்து, இப்பொழுது ஒதுக்குப்புறமான தெருக்களில் குடியேறிவிட்ட நிலையில், இந்தக் குடியிருப்பை மீட்டெடுப்பது ஜெலாலைப் பொறுத்தமட்டில் தனிப்பட்ட வெற்றியாகவே இருக்கும் என்பதையும் கணக்கிலெடுத்துக் கொள்ள வேண்டும். ரூயாவைத் தவிர இதர குடும்ப உறுப்பினர்கள் அனைவரிடமிருந்தும் அப்படிப்பட்ட வெற்றியை மறைத்துவிடுவதென்பதும் முழுக்க முழுக்க ஜெலாலுக்கே உரிய குணாம்சம்தான். அந்தக் கட்டடம் பிரதானச் சாலையில் அமைந்திருந்தது. என்றாலும்கூடத் தன்னுடைய சுவடுகளை மறைப்பது ஜெலாலுக்கு அப்படியொன்றும் கடினமான செயலாக இருந்திருக்காது.

இந்தத் தீர்மானத்தை எட்டியவுடன் ஒரு சில நிமிடங்களுக்கு அந்தக் காஃபியகத்துக்குள் நுழைந்த ஒரு குடும்பத்தின் மீது காலிப்பின் முழுக் கவனமும் பாய்ந்தது. ஒரு ஞாயிற்றுக்கிழமையின் பிற்பகல் பொழுதை

திரையரங்குகளில் செலவிட்டுவிட்டு, அந்த அம்மா, அப்பா, மகள், மகன் ஆகியோர் இரவுணவு உண்ண அங்கே வந்திருக்கிறார்கள். அந்தப் பெற்றோர்கள் ஏறத்தாழ காலிப்பின் வயதில் இருந்தார்கள். தன்னுடைய அங்கிப் பையிலிருந்து உருவிய செய்தித்தாளைப் புரட்டியபடியிருந்தார் அந்தத் தந்தை. அற்ப விஷயத்திற்குச் சச்சரவிட்டுக்கொண்டிருக்கும் குழந்தைகள் இருவரையும் கண்காணித்தபடி இருந்தாள் அந்தத் தாய். தன்னுடைய குடும்பத்தினரின் பல்வேறான தேவைகளுக்கும் அவள் ஈடுகொடுத்துக்கொண்டிருந்தாள். தொப்பியிலிருந்து முயலை வரவழைக்கும் வித்தைக்காரனின் சாகசத்தோடு கைப்பைக்குள்ளும் வெளியிலுமாக அவளுடைய கை இறக்கைகட்டிப் பறந்துகொண்டிருந்தது. முதலில் மூக்கொழுகும் தன்னுடைய மகனுக்கு ஒரு கைக்குட்டை. பிறகு அந்தத் தந்தையின் நீட்டிய கைக்கு ஒரு மாத்திரை. மகளுடைய கூந்தலுக்கு ஒரு கேசக் கவ்வி. மீண்டும் தந்தைக்கு ஒரு சிகரெட் லைட்டர் (அவர் இப்பொழுது ஜெலாலின் பத்திக் கட்டுரையைப் படித்துக்கொண்டிருந்தார்). மூக்கொழுகும் மகனுக்கு மீண்டும் அதே கைக்குட்டை.

பணியாரத்தைத் தின்று முடித்துவிட்டுத் தேநீரையும் பருகி முடித்த சமயத்தில் காலிப்புக்கு அந்தத் தந்தை நடுநிலை மற்றும் உயர்நிலைப் பள்ளிகளில் தன்னோடு உடன் பயின்றவர் என்று பட்டது. வாயிற்கதவைத் திறந்து வெளியேறும்போது, அந்தத் தந்தையிடம் இந்தச் செய்தியைச் சொல்ல வேண்டுமென்ற உந்துதல் அவனுக்கு உண்டானது. அந்த மனிதரின் வலப்பக்கக் கன்னத்திலிருந்து தொண்டை வரை கீழிறங்கிய வெட்டுத் தழும்பைக் கவனித்தவனுக்கு, ஷிஷ்லி முன்னேற்ற உயர்நிலைப் பள்ளியில் தன்னோடும் ரூயாவோடும் ஒரே வகுப்பில் பயின்ற கெட்டிக்கார, வாயாடிப் பெண்தான் அவன் மனைவி என்பதும் உறைத்தது. வழக்கமான சம்பிரதாய அறிமுகச் செயல்களான, பழைய நாட்களை நினைவு கூர்தல், இப்போதைய நிலவரம் என்னவென்று தகவல் பரிமாறிக்கொள்ளுதல், பேச்சின் சாரத்தை முழுமையாக்க ரூயாவைப் பற்றி வாஞ்சையோடு பேசிக் கொள்ளுதல் என்று பெரியவர்கள் ஈடுபட்டிருக்கையில், தங்களுடைய பெற்றோரின் கண்காணிப்பு இல்லாமற்போன இரண்டு குழந்தைகளும் தங்களது சச்சரவைத் தீர்த்துக்கொள்வதில் இறங்கியிருந்தன. தனக்கும் ரூயாவுக்கும் குழந்தைகள் இல்லையென்று காலிப் விளக்கம் சொல்லிக் கொண்டிருந்தான். தான் வீடு திரும்பக் காத்திருக்கும் ரூயா இப்பொழுது ஒரு துப்பறியும் நாவலில் மூழ்கியிருப்பாள். தாங்கள் இருவரும் இன்று இரவு பேலஸ் திரையரங்கில் ஏதோ ஒரு திரைப்படத்தைப் பார்க்கத் திட்டமிருக்கிறது. திரைப்படத்துக்கான அனுமதிச் சீட்டை வாங்கிச் செல்லவே இப்பொழுது தான் வெளியில் வந்திருப்பதாகவும், வந்த நேரத்தில் பெல்க்கிஸைப் பார்க்க நேர்ந்ததாகவும் காலிப் சொல்லிக் கொண்டிருந்தான். பெல்க்கிஸ், அவளை அவர்களுக்கு நினைவிருக்கிறதா? – கருமையான கூந்தல், சுமாரான உயரம். அதே பெல்க்கிஸ்தான். இருக்கவே முடியாதென்று அந்த அலுப்பூட்டும் தம்பதியினர், சலிப்பூட்டும் விதமாக, விடாப்பிடியாகச் சொல்லிக்கொண்டிருந்தார்கள். "நம்முடைய வகுப்பில் பெல்க்கிஸ் என்ற பெயரில் ஒருவர்கூட இருந்ததில்லை!" தோல் அட்டையிட்ட ஆண்டுமலரை அவ்வப்போது எடுத்துப் பார்த்து, தங்களுடைய வகுப்புத் தோழர்கள் ஒவ்வொருவரையும் நினைவுபடுத்திக் கொள்வது அவர்களுக்கு வழக்கமாம். அதனால்தான் அவர்கள் அவ்வளவு தீர்மானமாகச் சொல்கிறார்களாம்.

வீதியில் இறங்கியதும், நிஷாந்தஷி சதுக்கத்தை நோக்கி காலிப் விரைந்தான். ரூயாவும் ஜெலாலும் ஏழேகால் மணி காட்சிக்கு பேலஸ் திரையரங்கிற்கு வருவார்கள் என்ற நிச்சயத்துடன் அவன் நேராகத் திரையரங்கை நோக்கி ஓடினான். ஆனால் நடைபாதையில் அவர்களைப் பார்க்க முடியவில்லை. வாயிற்கதவருகே கூடியிருந்த கூட்டத்திலும் அவர்களைக் காணவில்லை. அவர்கள் திரும்பி வருவதற்காகக் காத்திருந்த நேரத்தில் முதல்நாள் மதியம் தான் பார்த்த திரைப்படத்தில் நடித்திருந்த பெண்ணின் புகைப்படத்தை நோட்டம் விட்ட காலிப், அவளுடைய இடத்தில் தான் இருக்க வேண்டுமென்று மீண்டும் ஏங்கினான். கடைச்சாளரங் களை உற்றுப் பார்த்துக்கொண்டும், தன்னைக் கடந்துபோகும் மனிதர்களின் முகத்தைப் படித்துக்கொண்டும், அந்தத் தெருவில் அவன் மேலும் கீழுமாய் அலைந்தான். கொஞ்ச நேரத்திற்குப் பிறகு இதயங்களின் நகர் குடியிருப்பின் முன்பாகத் தான் நின்றுகொண்டிருப்பதைக் காலிப் உணர்ந்தான். மாலை எட்டு மணிக்கெல்லாம் அந்த மரநிழற்சாலையிலிருந்த அனைத்து இல்லங்களின் சாளரங்களும் தொலைக்காட்சிப் பெட்டியிலிருந்து வரும் நீலநிற ஒளியால் தகதகத்துக்கொண்டிருந்தன. இதயங்களின் நகர் குடியிருப்பைத் தவிர. அந்தக் குடியிருப்புக் கட்டடத்தின் இருண்டு கிடக்கும் சாளரங்களை வெறித்துக்கொண்டிருந்த காலிப் மேல்தளத்தின் முகப்பிலிருந்து கருநீலத் துணியொன்று தொங்கிக்கொண்டிருப்பதைப் பார்த்தான். முப்பதாண்டுகளுக்கு முன்பாக, அவர்கள் அனைவரும் ஒரே குடும்பமாக இங்கே வசித்துவந்த வேளையில், தண்ணீர் வண்டிக்குச் சைகை காட்டுவதற்காக ஒரே மாதிரி துணியை உப்பரிகையிலிருந்து அவர்கள் தொங்கவிடுவது வழக்கம். நீர் நிறைந்த பீங்கான் பீப்பாய்களை வண்டியில் ஏற்றித் தண்ணீர் வண்டிக்காரனும், அவனுடைய குதிரையுமாக அந்த மரநிழற் சாலையில் இழுத்துக்கொண்டு வருகையில் இந்தச் சைகையைப் பார்த்து, எந்தெந்தத் தளங்களில் குடிநீர் தீர்ந்துவிட்டதென்று அவன் அடையாளம் கண்டுகொள்வான்.

இந்தத் துணியும் ஒரு சைகையாகவே இருக்குமென்று தீர்மானித்த காலிப் அதற்கான வாய்ப்புகளை மனத்தில் அலசிப் பார்த்தான். ரூயாவும் ஜெலாலுமாக இணைந்து தாங்கள் இருவரும் அங்கிருக்கிறோமென்று அவனுக்குக் கொடுக்கும் சைகையாக அது இருக்கலாம். அல்லது, தான் போற்றிப் பாதுகாக்கும் கடந்த காலத்துக்குள் மீண்டும் பயணம் மேற்கொண்டுவிட்டதை ஜெலால் அறிவிக்கும் குறியீடாக அது இருக்கலாம். இப்படியே யோசித்துக்கொண்டு எட்டரை மணிவரை அங்கேயே நின்றுகொண்டிருந்தான் காலிப். பிறகு தன்னுடைய வீட்டை நோக்கி அடியெடுத்து வைத்தான்.

புகைத்துக்கொண்டும், புத்தகங்களையும் செய்தித்தாள்களையும் படித்துக்கொண்டும் ரூயாவோடு மாலைப்பொழுதைப் பகிர்ந்துகொண்ட ஓய்வறையின் விளக்கொளியைப் பார்த்து காலிப் தாங்கவொண்ணா துயருக்குள்ளானான். அது ஏதோ நீண்ட காலம் முன்பிருந்த நிலை என்பதைப் போல் தோன்றியது. உண்மையில் அப்படியொன்றும் நீண்ட காலம் ஆகியிருக்கவில்லை. ஏதேனும் ஒரு பயணச் சிறப்பிதழில் இழந்த சொர்க்கத்தைப் பற்றிய புகைப்படம் எதையாவது அவன் பார்த்திருக்கக்கூடும். ரூயா திரும்பி வந்துவிட்டதற்கான அறிகுறியோ அல்லது தொலைபேசியில் அழைத்ததற்கான சுவடோ வீட்டில் எங்குமே

தென்படவில்லை. கூடு திரும்பிய கணவன் அதே வாசனைகளை, அதே நிழல்களைச் சந்தித்தான். சோகம் கவியும் விளக்கொளியின் கீழ் அமர்வதற்காகத் தன்னுடைய சத்தம் செய்யாத இருக்கையைவிட்டு எழுந்து, இருண்ட கூடத்தைக் கடந்து, இருண்ட படுக்கையறைக்குச் சென்றான் காலிப். அங்கியைக் கழற்றிய பிறகு இருட்டிலேயே படுக்கையைத் துழாவிக் கண்டுபிடித்து மல்லாக்கப் படுத்தான். ஓய்வறையிலிருந்து கசிந்த மங்கலான ஒளியும், தாழ்வாரத்தில் பிரகாசித்துக்கொண்டிருந்த தெருவிளக்கின் வெளிச்சமுமாக இணைந்து கூரையில் நிழல்களைச் சிதறியிருந்தன. மிக நேர்த்தியாகச் செதுக்கப்பட்ட சாத்தானின் முகங்களைப் போல் அந்த நிழல்கள் வடிவமைந்திருந்தன.

படுக்கையைவிட்டு எழுந்தவுடன் தான் என்ன செய்ய வேண்டும் என்று காலிப் தெளிவு பெற்றிருந்தான். செய்தித்தாளை எடுத்துத் தொலைக்காட்சி நிகழ்ச்சி நிரலைப் படித்தான். பிறகு அந்தப் பகுதியில் என்னென்ன திரைப்படங்கள் ஓடுகின்றனவென்று பார்த்தான். அவை திரையிடப்படும் நேரம் ஒன்று போல் இருக்கின்றதா என்று சரிபார்த்துக் கொண்டான். ஜெலாலின் பத்திக் கட்டுரையை இறுதி முறையாகப் பார்த்துக் கொண்டான். குளிர்பதனப் பெட்டியைத் திறந்து, மெல்லுடலி நத்தைச் சிப்பி ஊறுகாய்க் குடுவையைப் பார்த்தான். இன்னும் கெட்டுப்போகாமல் இருந்த ஒரு சிலவற்றை எடுத்துக்கொண்டான். இன்னமும் சாப்பிடத் தகுந்ததாக இருந்த வெண்பாலேட்டுக் கட்டியின் விள்ளலொன்றையும் எடுத்துக்கொண்டான். தேடிப்பார்த்துக் கிடைத்த ரொட்டியின் உலர்ந்த அடிப்பகுதியையும் எடுத்துக்கொண்டு சாப்பிட உட்கார்ந்தான். பத்தேகால் மணியளவில் வீட்டிலிருந்து வெளியே வந்தான். மீண்டும் இதயங்களின் நகர் குடியிருப்பை நோக்கி நடந்தான். வீதியைக் கடந்து, தான் முன்பு நின்றிருந்த இடத்திலிருந்து ஒரு சில அடிகள் தள்ளி நின்றுகொண்டான்.

சற்று நேரத்திற்கெல்லாம் அங்கிருந்த கூடத்தின் விளக்கு ஒளிரத் தொடங்கியது. காலங்காலமாய் அங்கே வாயிற்காப்போனாக வேலை பார்த்து வரும் இஸ்மாயில் எஃபெண்டி வாயிலுக்கருகே வந்தான். உதட்டில் வழக்கம்போல் சிகரெட் தொங்கிக்கொண்டிருந்தது. குப்பைக் கூடைகளை எடுத்துப் பக்கத்திலிருந்த பிரம்மாண்டமான கஷ்கொட்டை மரத்துக்கு அருகில் வைக்கப்பட்டிருந்த பெரிய பீப்பாயில் கவிழ்க்கலானான். வீதியைக் கடந்து எதிர்ச்சாரியை அடைந்தான் காலிப்.

"இஸ்மாயில் எஃபெண்டி, எப்படியிருக்கிறீர்கள்? ஜெலாலிடம் இந்த உறையைக் கொடுத்துவிட்டுப் போகலாமென்று வந்தேன்."

"ஆஹா, காலிப்" என்றான் அந்தக் கிழவன். எவ்வளவோ ஆண்டு களுக்குப் பிறகு அவனைப் பார்த்த மகிழ்ச்சி முகத்தில் தெரிந்தது. ஆனால், பழைய மாணவன் ஒருவனைச் சந்தித்துவிட்ட தலைமை ஆசிரியரைப் போல், இவனை எப்படி எதிர்கொள்வதென்ற திகைப்பும் தென்பட்டது. "ஆனால், ஜெலால் இங்கே இல்லையே."

"இங்கே பாருங்கள், அவன் இங்கேதான் இருக்கிறானென்று எனக்குத் தெரியும். பாருங்கள், நான் யாரிடமும் எதையும் சொல்லப் போவதில்லை." பேசிக்கொண்டே ஒரு தீர்மானத்துடன் அந்தக் கட்டடத்துக்குள் காலடி யெடுத்து வைத்தான் காலிப். "நீங்கள் என்ன செய்வீர்களோ தெரியாது. இதை ஒருவரிடமும் சொல்லிவிடவேண்டாம். அவன் எனக்குத் தெளிவாகச்

சொல்லியிருக்கிறான். இந்த உறையை இஸ்மாயில் எஃபெண்டியிடம் சேர்த்துவிடு. என்னிடம் அவன் அவ்வளவுதான் சொன்னான்."

அந்தக் காவலாளியின் குடியிருப்பை நோக்கிக் கீழே இறங்கினான் காலிப். தனது குழந்தை காலத்திலிருந்ததைப் போலவே தாழ்வாரத்தில் சமையல் எரிவாயுவும், சமையல் எண்ணெயுமாய்க் கலந்து நெடியடித்துக் கொண்டிருந்தது. இஸ்மாயிலின் மனைவி கமர் அதே கைவைத்த சாய்வு நாற்காலியில் உட்கார்ந்திருந்தாள். முன்னர் வானொலிப்பெட்டி வைக்கப் பட்டிருந்த மேஜை மீது இப்போது தொலைக்காட்சிப்பெட்டி. அதில் அவள் கவனமாயிருந்தாள்.

"கமர், இங்கே பார் யார் வந்திருக்கிறேனென்று!" என்றான் காலிப்.

"ஆஹா!' என்றாள் அந்தப் பெண். எழுந்து நின்று அவனைக் கட்டித் தழுவிக்கொண்டாள். "எங்களையெல்லாம் மறந்துவிட்டாயே!"

"உங்களை எப்படி எங்களால் மறக்க முடியும்?"

"எத்தனை தடவை இந்தக் கட்டடத்தைக் கடந்துபோயிருக்கிறீர்கள் நீங்கள் எல்லாம்! ஒரு தடவையாவது எங்களைப் பார்த்து நலம் விசாரிக்கத் தோன்றியிருக்கிறதா ?"

ஓர் உறையை அவளிடம் காட்டி, "இதை ஜெலாலிடம் கொடுத்து விட்டுப் போகலாமென்று வந்தேன்," என்றான் காலிப்.

"உன்னிடம் சொன்னது இஸ்மாயிலா?"

"இல்லை. ஜெலால்தான் என்னிடம் சொன்னான்," என்றான் காலிப். "அவன் இங்கேதான் இருக்கிறானென்று எனக்குத் தெரியும். ஆனால், எந்தக் காரணத்தைக் கொண்டும் யாரிடமும் இது பற்றி நீ மூச்சு விட்டு விடாதே."

"எங்களுக்குத் தெரியாதா?. நாங்கள் யாரிடமும் வாயே திறப்பதில்லை," என்றாள் அந்தப் பெண். "என்ன இருந்தாலும் அவன் எங்களுக்குக் கடுமையான உத்தரவு போட்டிருக்கிறானே."

"எனக்கும் தெரியும்," என்றான் காலிப். "அவர்கள் மேலேதானே இருக்கிறார்கள் ?"

"எங்களுக்கு எதுவும் தெரியாது. நாங்கள் அசந்து தூங்கிக் கொண்டிருக்கும் நேரத்தில் நள்ளிரவில் அவன் திரும்பி வருவான். நாங்கள் தூங்கி எழுந்திருப்பதற்கு முன்பாகவே கிளம்பிப் போய்விடுவான். வெளியே கூட்டிப் பெருக்கிவிட்டுச் செய்தித்தாளை வைத்துவிட்டு வந்து விடுவோம். சில நாட்கள், கதவுக்கு வெளியே செய்தித்தாள் எடுக்கப்படாமல் குவியலாய்க் கிடக்கும்."

"நான் மேலே போகப்போவதில்லை," என்றான் காலிப். கையில் வைத்திருந்த உறையை வைக்க ஓரிடத்தைத் தேடுபவனைப் போல் அந்தக் குடியிருப்புக்குள் சுற்றும் முற்றும் பார்த்தான். அதே உணவருந்தும் மேஜை. அதே நீலக் கட்டம் போட்ட நீர்புகா மேஜை விரிப்பு. வீதியில் செல்லும் பாதசாரிகளின் கால்களையும், கடந்து செல்லும் கார்களின் சேறுபடிந்த டயர்களையும் பார்க்காமல் மறைக்க அதே மங்கிய வண்ணத் திரைச்சீலைகள். ஒரு முடைந்த பிரம்புக் கூடை, சர்க்கரைக்

கருப்புப் புத்தகம் 313

கிண்ணம், சமையல் எரிவாயு அடுப்பு, கரி பிடித்த வெப்பமூட்டி . . . அந்த வெப்பமூட்டிக்குச் சற்று மேலாக ஓர் ஆணியில் சாவியொன்று தொங்கிக்கொண்டிருந்ததைக் காலிப் கவனித்தான். அந்தப் பெண் மீண்டும் தன்னுடைய இருக்கையில் வசதியாய் அமர்ந்துகொண்டாள்.

“இரு உனக்குக் கொஞ்சம் தேநீர் போட்டுத் தருகிறேன்” என்றாள். “அதோ அந்தப் படுக்கையின் ஓரத்தில் சௌகர்யமாய் உட்கார்ந்துகொள்.” ஆனால், அவளுடைய பாதிக்கவனம் இன்னமும் தொலைக்காட்சிப்பெட்டியின் மீதே பதிந்திருந்தது. “ரூயா, ஹனிம் எப்படியிருக்கிறாள்? நீங்கள் ஏன் இன்னும் குழந்தை பெற்றுக்கொள்ளவில்லை?”

இப்பொழுது அவளுடைய முழுக்கவனமும் தொலைக்காட்சிப் பெட்டிக்குத் திரும்பியிருந்தது. அதில் பார்த்த பெண் தொலைவிலிருந்து பார்க்கக் கொஞ்சம் ரூயாவைப் போல் தோற்றமளித்தாள். அவளுடைய கேசம் என்ன நிறத்திலிருந்ததென்று தெளிவாயில்லை. ஆனால் தூக்கத்திலிருந்து எழுந்து வந்தவளுடையதைப் போல் அது கலைந்திருந்தது. அவளுடைய சருமம் பளபளப்பாக இருந்தது. அவளுடைய கண்களில் ரூயாவைப் போன்றே வெளியுலகைப் பற்றிய சிறுபிள்ளைத்தனமான அக்கறையின்மை வெளிப்பட்டது. அவள் உதட்டுச் சாயம் பூசியிருந்தாள். பார்த்தால் சந்தோஷமானவள் போல் தெரிந்தாள்.

“மிக அழகான பெண்,” என்று காலிப் முணுமுணுத்தான்.

“ரூயா ஹனிம் இன்னும் அழகு,” என்றாள் கமர் ஹனிம் அதே மென்மையான குரலில். ஆனால், அவளுடைய மிரண்ட, வியந்து பாராட்டும் விழிகள் தொலைக்காட்சிப் பெட்டியின் திரை மீதே பதிந்திருந்தன. கையை நீட்டி ஆணியிலிருந்து சாவியை எடுத்த காலிப் அதைக் கோட்டுப்பைக்குள் போட்டுக்கொண்டான். வீட்டுப்பாடத் தாளும் அதில் குறிக்கப்பட்டிருந்த குறிப்புகளும் அதை அழுத்திப் பிடித்துக்கொண்டன. கமர் ஹனிமைப் பார்த்தான். அவள் பார்த்திருக்கவில்லை.

“இந்த உறையை எங்கே வைக்கட்டும்?”

“அதை என்னிடமே கொடு,” என்றாள் அவள். காலியான குப்பைக் கூடைகளை இஸ்மாயில் எஃபென்டி மீண்டும் கட்டடத்துக்குள் எடுத்துக் கொண்டு வருவது வீதியைப் பார்த்தபடி இருந்த சிறிய சாளரத்தின் வழியே தெரிந்தது. அவன் மின்தூக்கிக்குள் நுழையும் சத்தம் கேட்டது. மின்தூக்கி மேலேறத் தொடங்கியவுடன் தொலைக்காட்சிப் பெட்டியில் பிம்பங்கள் அதிர்வுற்றுத் தெளிவில்லாமல் தெரியத் தொடங்கின. இந்தச் சந்தர்ப்பத்தைப் பயன்படுத்திக்கொண்டு காலிப் விடைபெற்றுக் கொண்டான். நிதானமாக, சத்தமின்றி, அவன் கட்டடத்தின் பிரதான வாயிலுக்குப் படியேறிச் சென்றான். உள்ளுக்குள் இருந்தபடியே வாயிற்கதவைத் திறந்து பலமாய் அறைந்து சாத்தினான். சத்தமின்றி மாடிப்படிக்கட்டுக்குச் சென்று இரண்டு தளங்கள் மேலேறினான். இதயம் படபடவென்று அடித்துக்கொள்வதை விரல்களால் உணர முடிந்தது. இரண்டாம் தளத்துக்கும், மூன்றாம் தளத்துக்கும் இடையில் இருந்த படிக்கட்டின் மேடையில் உட்கார்ந்துகொண்டான். மேலே உள்ள தளங்களில் காலிக் குப்பைக்கூடைகளை வைத்துவிட்டு இஸ்மாயில் எஃபென்டி கீழிறங்கிச் செல்லக் காத்திருந்தான். திடீரென்று விளக்குகள்

அணைந்தன. “தானாகவே” என்று முணுமுணுத்தான் காலிப். சிறு குழந்தையாய் இருந்தபொழுது இந்தச் சொல் என்ன மாதிரியான அந்நியத் தன்மையோடும், மருட்டும் வகையிலும் இருந்ததென்று அவனுக்கு நினைவில் தட்டியது. மீண்டும் விளக்குகள் ஒளிர்ந்தன. அந்த வாயிற்காவலாளி மீண்டும் மின்தூக்கிக்குள் நுழைந்தான். மின்தூக்கி கீழிறங்கும் வேளையில் காலிப் மாடிக்கு ஓசையின்றி ஏறினான். தன்னுடைய பெற்றோர்களோடு ஒரு காலத்தில் வசித்திருந்த குடியிருப்பின் கதவு மீது ஒரு வழக்கறிஞரின் பெயர் பொறித்த பித்தளைப் பலகையைப் பார்த்தான். தாத்தா பாட்டியின் குடியிருப்புக்கு வெளிப்புறத்தில் ஒரு மகப்பேறு மருத்துவரின் பித்தளைப் பெயர்ப் பலகையும், ஒரு காலிக் குப்பைக்கூடையும் இருப்பதைப் பார்த்தான்.

ஜெலாலின் வீட்டுக் கதவு மீது எவ்விதக் குறியோ, பெயரோ தென்பட வில்லை. சமையல் எரிவாயு நிறுவன பண வசூலிப்பவருக்கே உரிய தன்னம்பிக்கையோடு அழைப்பு மணியை அழுத்தினான் காலிப். இரண்டாம் முறை மணி அடித்தவுடன் மாடிப்படியின் கீழ்த்தளத்தில் இருந்த விளக்கு அணைக்கப்பட்டது. மூன்றாம் முறையாகவும், நான்காம் முறையாகவும் மணியை அழுத்திக்கொண்டே, இன்னொரு கையால் அங்கிப்பையின் ஆழத்தில் சாவியைத் துழாவினான். அதைக் கண்டெடுத்த பிறகும்கூட, அழைப்பு மணியை அவன் கை அழுத்திக்கொண்டிருந்தது. அவர்கள் உள்ளேதான் ஒளிந்திருக்கிறார்கள் என்று சொல்லிக்கொண்டான். அந்த ஓய்வறையில் கிடக்கும் கைவைத்த சாய்வு நாற்காலிகளில்தான் அவர்கள் அமர்ந்திருக்கிறார்கள். எதுவும் பேசாமல் ஒருவரையொருவர் பார்த்தபடி காத்திருக்கிறார்கள். ஆரம்பத்தில், அந்தப் பூட்டுக்குள் அவனால் சாவியை நுழைக்கவே முடியவில்லை. அவன் தப்பான சாவியைத் தூக்கிக்கொண்டு வந்திருப்பதாகத் தீர்மானித்த நேரத்தில் – மருள வைக்கும் குளறுபடியான இந்த உலகைத் திடீரென்று புரிந்துகொண்டு அதில் அமைந்திருக்கும் ஒழுங்கை ஏதோ ஒரு ஞானதிருஷ்டியால் கண்டுகொள்ள முடிகிற குழப்பமான மனத்தைப் போல் – அந்தச் சாவி பூட்டுக்குள் நுழைந்தது. வாழ்க்கையின் விசித்திர நேர்த்தியும் ஒழுங்கும் இவ்வளவு கச்சிதமாக நிலைநாட்டப்படுவதைக் காண்பது எவ்வளவு ஆச்சரியகரமானதாக எப்படிப்பட்டதோர் பரவசமூட்டும் எளிமை மிக்கதாக இருக்கிறது! அந்தக் குடியிருப்பு இருளில் மூழ்கியிருப்பதுதான் காலிப்பின் கவனத்தில் முதலில் பதிந்தது. பிறகு, அந்த இருண்ட குடியிருப்புக்குள் எங்கோ ஓரிடத்திலிருந்த தொலைபேசி ஒலித்துக்கொண்டிருந்தது காதில் விழுந்தது.

பாகம் இரண்டு

20

ஆவி வீடு

காலியாய் இருக்கும் வீட்டைப் போல் அவன் அரண்டு போயிருந்தான்.

– பொவாரி சீமாட்டி எனும் நாவலில் குஸ்தாவ் ப்ளாபேர்

காலிப் கதவைத் திறந்து மூன்று அல்லது நான்கு நிமிடங்கள் கழித்தே அந்தத் தொலைபேசி ஒலிக்கத் தொடங்கியிருந்தது. திரைப்படக் கொள்ளையர் கூடத்தில் ஒலிக்கும் அபாயமணியைப் போல் கரகரப்பாய், விடாப்பிடியாக அது ஒலித்தது. அந்தத் தொலைபேசிக்கும் கதவுக்கும் ஏதேனும் இணைப்பு இருக்குமோ என்ற சந்தேகத்தில் காலிப் பதறத் தொடங்கினான். மூன்றாம் முறை தொலைபேசி ஒலித்தவுடன், தொலைபேசியை நோக்கி விரையும் பதற்றத்தில் அந்த இருண்ட வீட்டுக்குள் ஜெலால் தன்மீது மோதிக்கொள்ளப் போகிறான் என்று காலிப் அஞ்சினான். நான்காம் முறையாகத் தொலைபேசி அழைத்தவுடன், வீட்டில் யாருமே இல்லை என்ற தீர்மானத்துக்கு வந்தான். ஐந்தாம் முறை, அந்தக் குடியிருப்பில் நிச்சயம் யாரோ இருக்கிறார்களென்று சந்தேகப்பட்டான். ஏனென்றால், வீடு காலியாயிருக்கிறதென்றால், யாரும் இப்படித் தொடர்ந்து அழைத்துக்கொண்டிருக்க மாட்டார்கள். ஆறாம் முறை ஒலித்தவுடன் பதினைந்து ஆண்டுகளுக்கு முன்னர் பார்த்திருந்த இந்தக் காலியான குடியிருப்பின் அமைப்பை மனக்கண் முன் கொண்டுவரப் பெரும் பிரயத்தனப்பட்டான் காலிப். விளக்கின் ஸ்விட்ச் எங்கே இருக்கிறதென்று தேடித் தடுமாறிக்கொண்டிருந்தபொழுது, அந்தத் தொலைபேசி மீதே மோதிக்கொண்டான். அந்த இருண்ட, தாறுமாறாய்ப் பொருள்கள் இறைந்து கிடக்கும் அறையில் எப்படி வழி கண்டுபிடித்து அந்தத் தொலைபேசிக்கருகில் வந்து நின்றான் என்பது மட்டும் அவனுக்கு இன்னும் விளங்காப் புதிர்தான். தட்டுத் தடுமாறி அந்தத் தொலைபேசியைக் கையில் எடுத்த வேளையில், அங்கேயே ஒரு கைவைத்த சாய்வு நாற்காலியை அவனுடைய உடம்பு கண்டுபிடித்து அமர்ந்திருந்தது.

"ஹலோ" என்றான்.

"ஓ, நீங்கள் ஒரு வழியாய் வந்துவிட்டீர்களா?" என்று கேட்ட குரலை அவனால் அடையாளம் காண முடியவில்லை.

"ஆமாம்."

"ஜெலால் பே, உங்களை நான் ரொம்ப நாளாகத் தேடிக்கொண்டிருக்கிறேன். இந்த அகால வேளையில் உங்களை அழைத்துத் தொந்தரவு கொடுப்பதற்கு என்னை மன்னிக்க வேண்டும். நான் உங்களை எப்படியாவது சந்திக்க வேண்டுமே."

"நீங்கள் யாரென்று புரியவில்லையே."

"பல வருஷங்களுக்கு முன்பு, ஒரு முறை குடியரசு தின நடன நிகழ்ச்சி ஒன்றில் நாம் சந்தித்திருக்கிறோம். உங்களிடம் என்னை நான் அறிமுகப்படுத்திக்கொண்டேன், ஜெலால் பே. ஆனால், என்னை உங்களுக்கு நினைவிருக்க வாய்ப்பில்லை. அப்புறமாய், வேறு பெயர்களில் நான் உங்களுக்கு இரண்டு கடிதங்களை அனுப்பினேன். சுல்தான் அப்துல்ஹமீதின் மரணத்தில் புதைந்திருக்கும் ரகசியத்தை அம்பலப்படுத்த அது தொடர்பான என்னுடைய யூகத்தை உங்களோடு பகிர்ந்து கொள்வதற்காக ஒரு முறை எழுதினேன். அடுத்த கடிதம், சேமப்பெட்டிக் கொலையென்று சர்ச்சைக்குள்ளாகியிருந்த பல்கலைக்கழக மாணவச் சதி தொடர்பானது. இந்த விஷயத்தில் ஒரு ரகசியப் புலனாய்வு அதிகாரி சம்பந்தப்பட்டிருக்கிறாரென்று உங்களுக்குத் துப்பு கொடுத்ததே நான் தான். பிறகுதான் நீங்கள் இதில் தீவிர கவனம் செலுத்தினீர்கள். இந்த மர்மத்தின் ஆழத்தைத் தொட்ட பிறகு, இதைப் பற்றி உங்கள் பத்திக் கட்டுரையில் எழுதினீர்கள்."

"ஆமாம்."

"இப்பொழுது இன்னொரு புதிய தகவல் தொகுப்பு என்னிடம் இருக்கிறது."

"பத்திரிகை அலுவலகத்தில் என்னுடைய இடத்தில் அதைச் சேர்த்து விடுங்கள்."

"நீங்கள் ஒரு சில நாட்களாகப் பத்திரிகை அலுவலகத்துக்கு வருவதில்லையென்று எனக்குத் தெரியும். அது மட்டுமல்ல. இப்படியோர் அவசரமான விஷயத்தில் வேறு யாரையும் என்னால் நம்ப முடியுமா என்று தெரியவில்லை."

"நல்லது. அப்படியென்றால் அதை வாயிற்காப்போனிடம் கொடுத்து விடலாமே."

"உங்கள் முகவரி என்னிடம் இல்லை. தொலைபேசிக் கோப்பகத்தில் உங்களுடைய இலக்கம் மட்டுமே இருக்கிறது. முகவரி இல்லை. இந்தத் தொலைபேசியை நீங்கள் வேறொரு பெயரில் பதிந்திருப்பீர்களென்று நினைக்கிறேன். தொலைபேசிக் கோப்பகத்தில் ஜெலால் சாலிக் எனும் பெயரில் ஒருவர்கூட இல்லை. ஆனால், ஜெலாலுத்தீன் ரூமி எனும் பெயரில் ஒருவர் இருக்கிறார். அனேகமாக அது புனைபெயராகவே இருக்கும்."

“உங்களுக்கு என்னுடைய தொலைபேசி எண்ணைக் கொடுத்தவர் முகவரியைக் கொடுக்காமல் இருப்பாரா?”

“இல்லையே. கொடுக்கவில்லை.”

“என்னுடைய எண்ணை உங்களுக்கு யார் கொடுத்தது?”

“நம் இருவருக்கும் பொதுவான நண்பர். நாம் சந்திக்கும்போது இதைப் பற்றிக் கூட நான் உங்களிடம் பேச வேண்டும். கொஞ்ச நாட்களாகவே நான் உங்களைத் தேடிக்கொண்டிருக்கிறேன். எந்த வழியையுமே நான் விட்டு வைக்கவில்லை. உங்கள் குடும்பத்தினரைத் தொலைபேசியில் அழைத்துப் பேசினேன். உங்கள் மீது மிகுந்த வாஞ்சை காட்டும் பெரியம்மாவிடம் பேசினேன். உங்களுடைய பத்திக் கட்டுரைகளில் நீங்கள் குறிப்பிட்டிருக்கும் விருப்பமான இடங்களில் எல்லாம் தேடிப்பார்த்தேன். குர்துலூஸ் பகுதியின் ஒதுக்குப்புறமான தெருக்கள், ஜெஹாங்கீர், பேலஸ் திரையரங்கம் என்று எல்லா இடத்துக்கும் போனேன். உங்களை எங்காவது தற்செயலாகப் பார்த்துவிட முடியாதா என்று அலைந்துகொண்டிருந்தேன். அப்படி அலைந்துகொண்டிருக்கும்போது, பேரா பலஸ் விடுதியில் தங்கியிருக்கும் ஆங்கிலேயப் படக்குழுவினர் உங்களைப் பேட்டி எடுக்க ஆவலாக இருக்கிறார்களென்று கேள்விப்பட்டேன். அவர்களும்கூட உங்களைத் தேடிக்கொண்டிருக்கிறார்கள். இது உங்களுக்குத் தெரியுமா?”

“அந்தக் கோப்பகத்தைப் பற்றிச் சொல்லுங்கள்.”

“இதைப் பற்றித் தொலைபேசியில் பேச முடியாது. உங்கள் முகவரியைக் கொடுங்கள். இப்பொழுதுகூட அப்படியொன்றும் நேரம் ஆகிவிடவில்லை. நான் நேராக அங்கே வருகிறேன். அது நிஷாந்தஷியில்தானே இருக்கிறது?”

உணர்ச்சியைக் காட்டாத அலட்சியமான தொனியில் பேச முயன்று, “ஆமாம்” என்றான் காலிப். “ஆனால், இந்த மாதிரியான விஷயங்களில் இப்பொழுது எனக்கு ஆர்வம் இருப்பதில்லை.”

“நீங்கள் சொல்லுவது புரியவில்லை.”

“என்னுடைய பத்திக் கட்டுரைகளைக் கவனமாகப் படித்திருந்தீர்கள் என்றால் இது மாதிரி சமாச்சாரங்கள் மீது எனக்கு நாட்டமில்லாமல் போய்விட்டதற்கான காரணத்தைப் புரிந்துகொண்டிருப்பீர்கள்.”

“இல்லை, இல்லை. இது உங்களுக்குப் பிடித்த விஷயம் இல்லை. ஆனால், நிச்சயமாக இதைப் பற்றி எழுத நீங்கள் ஆசைப்படுவீர்கள். அந்த ஆங்கிலேயத் திரைப்படக் குழுவினரிடம்கூட இதைப் பற்றி நீங்கள் சொல்லலாம். உங்களுடைய முகவரியைக் கொடுங்கள்.”

“மன்னித்துக்கொள்ளுங்கள்,” என்றான் காலிப் சற்றே அகம்பாவம் மிகுந்த குரலில். தன்னுடைய குரலிலிருந்த உற்சாகத்தைப் பார்த்து அவனுக்கே திகைப்பாக இருந்தது. “இலக்கியவாதிகளுக்கெல்லாம் இப்பொழுது நான் நேரம் ஒதுக்குவதில்லை.” அகமகிழ்வோடு, அவன் தொலைபேசியை வைத்தான். இருட்டில், அவனுடைய கை மிகுந்த தன்னம்பிக்கையோடு மேஜை விளக்கின் அடிப்புறத்தில் இருந்த ஸ்விட்சைத் தடவி விளக்கை ஏற்றியது. அதன் மங்கலான ஆரஞ்சு நிற ஒளி அந்த அறையை மூழ்கடித்தது. அங்கே கண்ட காட்சி காலிப்பைக் குழப்பித்

திடுக்கிட வைத்தது. பின்னொரு சமயத்தில் அதைப் பற்றிக் குறிப்பிடும் பொழுது அதைக் கானல் நீரென்று அவன் வர்ணிக்க இருக்கிறான்.

கால் நூற்றாண்டுக்கு முன்பாகத் திருமணம் ஆகாத இளம் பத்திரிகையாளன் ஜெலால் இங்கே வசித்திருந்த காலத்தில் அந்த அறை எப்படியிருந்ததோ அச்சு அசலாய் அதே போல் இப்போதும் இருந்தது. அறைக்கலன்கள், திரைச்சீலைகள், விளக்குகள் பொருத்தப்பட்டிருந்த இடங்கள், வண்ணங்கள், நிழல்கள், வாசனைகள் என எல்லாமே இருபத்தைந்து ஆண்டுகளுக்கு முற்பட்ட அறையை அப்படியே நகலெடுத்திருந்தன. அங்கே புதிதாய் ஏதேனும் இருந்ததென்றால் அது பழையதைப் போலத் தோன்றச் செய்யும் பாவனைதான். கடந்துபோய் விட்ட அந்தக் கால் நூற்றாண்டு நிகழவேயில்லை என்று தன்னை நம்ப வைப்பதற்கான தந்திரம் போல் இருந்தது. இதுவும் தன்னிடம் காட்டப்படும் விளையாட்டின் ஓர் அங்கம்தானோ என்று காலிப் தன்னைத்தானே கேட்டுக்கொண்டான். ஆனால், மிகவும் உன்னிப்பாகக் கவனித்த பிறகு, அந்த அறையில் இருந்த எதுவுமே தன்னிடம் விளையாட்டுக் காட்டவில்லை என்ற தீர்மானத்துக்கு அவன் வந்தான். மாறாக, தான் சிறுவனாக இருந்த காலத்திலிருந்து தான் வாழ்ந்து அனுபவித்திருந்த ஒவ்வொன்றுமே உருகி வழிந்து மறைந்துபோய்விட்டதைப் போல்தான் அவன் உணர்ந்தான். அந்தக் கும்மிருட்டிலிருந்து புலப்படத் தொடங்கிய எந்தப் பொருளுமே புதிதாய் இல்லை. ஆன போதும், அவையெல்லாமே புதிதின் வசீகரத்தை ஒளிரச் செய்துகொண்டிருந்தன. அதற்குக் காரணம் என்னவென்றால் அவையெல்லாமே தன்னுடைய நினைவுகளைப் போலவே, பழசாகி, உடைந்து நொறுங்கி, மறைந்துபோயிருக்குமென்று காலிப் நம்பியிருந்ததுதான். என்றாலும் அவை அங்கேயே இருந்தன. கடைசியாக அவற்றை அவன் எங்கே பார்த்து மறந்திருந்தானோ அதே இடத்தில். பழைய மேஜைகள், சாயம் போன திரைச்சீலைகள், அழுக்கான சிகரெட் கிண்ணிகள், பழசாகிவிட்ட கைவைத்த சாய்வு நாற்காலிகள். இவற்றுக்கெல்லாம் காலிப் நிர்ணயித்திருந்த தலைவிதிக்கு அவை தலைவணங்க மறுத்ததைப் போல் தோன்றியது. தங்களுக்கென்று சிருஷ்டித்துக்கொண்ட ஒரு புது உலகில் தஞ்சமடைந்துவிட்டதன் மூலம் அவை அந்தத் தலைவிதியிலிருந்து தப்பிவிடத் தீர்மானித்திருந்ததைப் போல் இருந்தது (பெரியப்பா மெலிஹ் தன்னுடைய புதிய குடும்பத்தோடு இஸ்மீரிலிருந்து இங்கே குடிபெயர்ந்த நாளிலேயே). இருபத்தைந்து ஆண்டுகளுக்கு முன்பாக இங்கே வசித்துவந்த இளம் பத்திரிகையாளன், தான் நாற்பதாண்டுகளுக்கு முன்பாகத் தன்னுடைய அன்னையோடு இதே இடத்தில் குடியேறிய காலத்தில் எப்படியிருந்தனவோ அச்சு அசலாக அதே நேர்த்தியோடு பொருள்களை ஒழுங்குபடுத்தி வைத்திருக்கிறான். இதை காலிப் நடுக்கத்தோடு தனக்குத்தானே நினைவுபடுத்திக்கொண்டான்.

சிங்கத்தின் பாதத்தைப் போல் கடைந்த கால்களோடு இருக்கும் அந்த வாதுமை மர மேஜை, பிஸ்தா – பச்சை நிறத்தில் திரைச்சீலைகள் அணிந்திருக்கும் சாளரத்திலிருந்து முன்பிருந்த அதே தூரத்தில் போடப் பட்டிருந்தது. அந்தக் கைவைத்த சாய்வு நாற்காலியின் தலையணைக்கு, சூமர் வங்கி தேசிய நெசவுத் தொழிற்சாலையில் உற்பத்தி செய்யப்பட்டிருந்த அதே துணியால் உறையிடப்பட்டிருந்தது. மானுட உருவம் போல் தோற்ற

மளிக்கும் அதே எண்ணெய்யும் கேசத் தைலமும் கலந்த கறை இப்போதும் அந்தத் தலையணையின் மீது படிந்திருந்தது (அந்தத் தலையணை மீது வரையப்பட்டிருந்த ஓவியத்தில் இருபத்தைந்து ஆண்டுகளுக்குப் பிறகும் அதே பசித்த, கொடூர வேட்டை நாய்கள் செம்பழுப்பு நிற இலைகள் அடர்ந்த காட்டுக்குள் கதியற்ற கலைமான்களைத் துரத்திக்கொண்டிருந்தன). ஏதோ ஓர் ஆங்கிலத் திரைப்படத்துக்கான காட்சியமைப்பிலிருந்து வெளியேறி அலைந்துகொண்டிருந்ததைப் போல் தோற்றம் தந்த, நீண்ட காதுகள் கொண்ட ஆங்கிலேய நாய் பொம்மையொன்று அதே பழைய உலகை உற்றுப் பார்த்தவாறே அந்த தூசு படிந்த கண்ணாடி அலமாரிக்குள்ளிருக்கும் பித்தளைக் கிண்ணத்தில் அமர்ந்திருந்தது. வெப்பமூட்டியின் மீது அதே உடைந்த கைக்கடிகாரங்கள், கோப்பைகள், நகம் வெட்டும் சாதனங்கள். காலிப் அவற்றை எப்படி விட்டுச் சென்றிருந்தானோ அதே போலவே அவை அந்த மங்கிய ஆரஞ்சு வண்ண விளக்கொளியில் இப்பொழுதும் தோற்றம் தந்தன. அவற்றை விட்டுச் சென்ற பிறகு அவன் ஒரு முறைகூட அவற்றை நினைத்துப் பார்த்ததில்லை. “ஒரு சில பொருட்களை நாம் நினைவு கொள்வதேயில்லை,” என்று சமீபத்திய கட்டுரையொன்றில் ஜெலால் குறிப்பிட்டிருந்தான். “வேறு எத்தனையோ பொருள்கள் நம் நினைவிலேயே இல்லை என்பதைக்கூட நாம் நினைத்துப் பார்ப்பதில்லை. இந்த மாதிரி பொருள்களைத்தான் நாம் தேடிக் கண்டெடுக்க வேண்டும்.” ரூயாவும் அவளுடைய பெற்றோரும் இந்தக் குடியிருப்புக்குக் குடிவந்து ஜெலால் இங்கிருந்து வெளியேற்றப்பட்டதற்குப் பிற்பாடு, இந்த அறைக்கலன்கள் மெல்ல மெல்ல இடம் மாற்றப்பட்டிருந்தன. அது இப்போது காலிப்பின் நினைவுக்கு வந்தது. அல்லது அவை பழசாகிப்போய் அவற்றுக்குப் பதிலாக வேறு பொருள்கள் மாற்றப்பட்டிருந்தன. அவற்றுள் ஒரு சில எந்தச் சுவடுமின்றி நரகத்துக்குள் மறைந்துவிட்டிருந்தன. மீண்டும் தொலைபேசி ஒலித்தவுடன், இன்னும் மேலங்கியைக் கழற்றாத கோலத்தில், அந்தக் கைவைத்த சாய்வுநாற்காலியில் அமர்ந்தபடியே காலிப் தன்னுடைய பால்ய நண்பனான அந்தத் தொலைபேசியை எடுக்கத் திரும்பினான். அது தனது நோக்கமில்லை என்றாலும் ஜெலாலின் குரலில் பேசுவது அப்படியொன்றும் சிரமமாக இருக்கப்போவதில்லையென்பதை அவன் நன்றாகவே உணர்ந்திருந்தான்.

தொலைபேசியில் மீண்டும் அதே குரல் ஒலித்தது. காலிப்பின் வேண்டுகோளுக்கு இணங்கி, பகிர்ந்துகொண்ட நினைவுகளின் அடிப்படையில் இல்லாமல், தன்னுடைய பெயரைச் சொல்லியே அழைத்த நபர் தன்னை அறிமுகப்படுத்திக்கொண்டான். அவனுடைய பெயர்: மாஹிர் ஈகின்ஜி. அந்தப் பெயருள்ள முகத்தைக் காலிப்பினால் கற்பனை செய்ய இயலவில்லை.

“ஒரு பெரிய கவிழ்ப்பு முயற்சி நடைபெறப்போகிறது. ராணுவத்திற்குள்ளேயே இருக்கும் ஒரு சிறு குழு. மிகத் தீவிரமான சமயப்பற்றுள்ள ஒரு சிறு குழுவும்கூட. ஒரு புத்தம் புதிய அமைப்பு. அவர்கள் மஹ்தி எனும் மீட்பர் மீது பற்றுள்ளவர்கள். அவருக்கான நேரம் வந்துவிட்டதென்று அவர்கள் நம்புகிறார்கள். அதற்குக் காரணம் உங்களுடைய பத்திக் கட்டுரைதான்.”

“அப்படிப்பட்ட அபத்தமான, அற்பமான சிந்தனைகள் உள்ளவர்களோடு நான் எப்பொழுதுமே உறவு வைத்துக்கொண்டதில்லை.”

"இல்லை. நீங்கள் தொடர்பு வைத்திருந்தீர்கள் ஜெலால் பே, உண்மையில் தொடர்புவைத்திருந்தீர்கள். நீங்கள் சொல்லுவதும் ஒரு விதத்தில் சரிதான். நீங்களே உங்களுடைய பத்திக் கட்டுரையில் குறிப்பிட்டிருக்கிறீர்கள். உங்களுடைய நினைவுகளை நீங்கள் இழந்துகொண்டே வருகிறீர்கள். அல்லது அழித்துக்கொண்டிருக்கிறீர்கள். அல்லது ஒருவேளை நீங்கள் நினைவில்கொள்ள விரும்பவில்லையோ என்னவோ. உங்களுடைய பழைய பத்திக் கட்டுரைகளை எடுத்துப் பாருங்கள். உங்களால் முடிந்த பொழுது அவற்றுள் ஒரு சிலவற்றைப் படித்துப் பாருங்கள். அப்பொழுது உங்களுக்கு ஞாபகம் வரும்."

"இல்லை. எனக்கு நினைவுக்கு வராது."

"நிச்சயம் வரும். ஏனென்றால், எனக்குத் தெரிந்த அளவில், ஒரு ராணுவப் புரட்சி நடைபெறப்போகிறதென்று கேள்விப்பட்ட பிறகு, வசதியாய்க் கைவைத்த சாய்வுநாற்காலியில் அமர்ந்துகொண்டிருக்கக்கூடிய ஆளல்ல நீங்கள்."

"நீங்கள் சொல்லுவதும் சரிதான். நான் அப்படிப்பட்ட ஆளல்லதான். சொல்லப்போனால், இப்பொழுதெல்லாம் நான் நானாகக்கூட இருப்பதில்லை."

"நான் நேரடியாக விஷயத்திற்கு வருகிறேன். நான் உங்களுடைய கடந்த காலத்தை உங்கள் நினைவுக்குக்கொண்டு வருகிறேன். நீங்கள் இழந்துவிட்ட நினைவுகள் அத்தனையையும் மீட்டெடுத்துக் கொடுக்கிறேன். நான் செய்யும் காரியம் எவ்வளவு உன்னதமானது என்பதையும், உங்களிடமுள்ள அனைத்தையும் உங்களுக்கு நான் மீட்டுத் தந்திருக்கிறேன் என்பதையும் நீங்கள் விரைவிலேயே புரிந்துகொள்வீர்கள்."

"நீங்கள் சொல்லுவது சரியாகவே இருக்கலாம். ஆனாலும்கூட உங்களைப் பார்க்க நான் பிரியப்படவில்லை."

"நிச்சயமாக உங்களை நான் பார்க்கத்தான் போகிறேன். பார்த்துக் கொண்டேயிருங்கள்."

"அப்படியென்றால் நீங்கள் என்னுடைய விலாசத்தைக் கண்டுபிடிக்க வேண்டியிருக்குமே. நான் வீட்டை விட்டு வெளியே வருவதேயில்லை."

"கவனியுங்கள். இஸ்தான்புல் நகரின் தொலைபேசிக் கோப்பகத்தில் மூன்று லட்சத்துப் பத்தாயிரம் பெயர்கள் பதிவாகியிருக்கின்றன. நான் ஏற்கெனவே முதல் இலக்கத்தை வைத்து ஒரு யூகத்துக்கு வந்திருக்கிறேன். ஒரு மணி நேரத்தில் ஐந்தாயிரம் எண்களை என்னால் நுணுகி ஆராய முடியும். இந்த முகவரியையும், இந்தப் புனைபெயரில் இயங்கி வருபவரையும் கண்டுபிடிக்க மீறிப்போனால் எனக்கு ஐந்து நாட்களுக்கு மேல் ஆகாது."

"ஒன்றுமில்லாத விஷயத்திற்காக வீணாக ஏன் மெனக்கெடுகிறீர்கள்?" என்றான் காலிப், தைரியமாகப் பேசும் குரலில். "இந்தத் தொலைபேசி எண் பதிவுசெய்யப்படவே இல்லை."

"புனைபெயர்களைப் பற்றி நீங்கள் பித்துப்பிடித்து இருக்கிறீர்கள். நீங்கள் எழுதுவதை நான் பல ஆண்டுகளாகப் படித்து வருகிறேன். எனவே, எந்த அளவுக்கு நீங்கள் புனைபெயர்களின் மீது மோகம் கொண்டிருக்கிறீர்கள்

என்பதும், வேறு யாரோவாக விளையாட்டுக் காட்டுவீர்கள் என்பதும் எனக்குத் தெரியும். இன்னொருவரின் இடத்தில் இருந்தவாறு நீங்கள் இயங்க வழிகோலும் விளையாட்டுகள் பற்றியும் எனக்கு மிக நன்றாகவே தெரியும். தொலைபேசிக் கோப்பகத்திலிருந்து உங்களுடைய இயற்பெயர் விடுபடுவதற்கு விண்ணப்பம் எழுதிக் கொடுப்பதைக் காட்டிலும் புனைபெயர் ஒன்றை உருவாக்கிக்கொள்வதில் இருக்கும் குஷியையே நீங்கள் விரும்புவீர்கள். நீங்கள் விரும்பித் தேர்ந்திருக்கும் புனைபெயர்களின் பட்டியல் ஒன்றையே நான் வைத்திருக்கிறேன்."

"என்னென்ன பெயர்கள்?"

சளசளவென்று அவற்றையெல்லாம் அவன் ஒப்புவித்தான். தொலைபேசியை வைத்த பிறகு அதன் இணைப்பையே துண்டித்தான் காலிப். அந்த நபர் சொன்ன பெயர்களையெல்லாம் தனக்குத்தானே சொல்லிப் பார்த்துக்கொண்டான். எந்தச் சுவடுமே இல்லாமல் அவை எல்லாம் நினைவிலிருந்து அகன்றுவிடும் என்ற அச்சத்தில், தன்னுடைய அங்கிப் பையிலிருந்து அந்தக் காகிதத்தாளை எடுத்து அந்தப் பெயர்களை எல்லாம் அவன் குறித்து வைத்துக்கொண்டான். தன்னைத் தவிர, இன்னொரு நபரும் கூட ஜெலாலைத் தேடியலைந்துகொண்டிருக்கிறான் எனும் எண்ணம் காலிப்பை பதற்றத்துக்குள்ளாக்கியது. அதுவும், தன்னை விடவும் கவனமாக ஜெலாலின் பத்திக் கட்டுரைகளைப் படிக்கும் ஒருவன். தன்னைவிடவும் அவற்றை அதிகமாய் நினைவில் வைத்திருக்கக்கூடியவன். இப்பொழுது காலிப்புக்குத் தன்னுடைய அசல் தன்மையின் மீதே சந்தேகம் எழத் தொடங்கியது. இந்த வாசகருடைய விடாமுயற்சி அவனுக்குக் கடுப்பேற்றினாலும், அதையும் மீறி அவனோடு ஏதோ ஒரு வகையான சகோதரத்துவம் உண்டாகியிருப்பதாகக் காலிப்புக்குத் தோன்றியது. அவர்கள் இருவருமாக இணைந்து ஜெலாலின் பழைய பத்திக் கட்டுரைகளை வாசித்துப் பார்த்தால், அவன் இப்பொழுது அமர்ந்திருக்கும் இந்தக் கைவைத்த சாய்வுநாற்காலியைப் பற்றியும், இந்த அமானுஷ்யமான அறையைப் பற்றியும் மேலும் ஆழமான அர்த்தங்களைக் கண்டுபிடித்துவிட முடியுமென்று அவன் திடமாக நம்பினான்.

அவனுக்கு அப்போது ஆறு வயது. ரூயாவின் குடும்பம் இன்னும் இங்கே குடிபெயர்ந்திருக்கவில்லை. அந்த வயதில்தான் ஞாயிற்றுக்கிழமை பிற்பகல் வேளைகளில், வானொலியில் ஒலிபரப்பாகும் கால்பந்தாட்டப் போட்டிகளின் வர்ணனையைக் கேட்கத் தன்னுடைய தாத்தா பாட்டியின் குடியிருப்பிலிருந்து பிரம்மச்சாரி ஜெலாலின் பரண் குடியிருப்புக்குக் காலிப் நழுவிவிடுவான் (வாஸீஃபும் உடன் வருவதுண்டு. அவர்கள் கேட்டு ரசிக்கும் அளவுக்கே தானும் கேட்டு ரசிப்பதைப் போல் அவன் தலையாட்டியபடி அங்கே அமர்ந்திருப்பான்). பலவீனமான மனங் கொண்ட அவனுடைய மேலதிகாரி பாதியில் விட்டுச்சென்ற மல்யுத்தம் பற்றிய தொடரைப் பற்றிய செய்தித் தொகுப்பை முடிப்பதற்காக ஜெலால் போராடிக்கொண்டிருப்பான். காலிப் அதை கவனித்துக் கொண்டிருப்பான். வாயின் ஓரத்தில் கங்குடன் ஒரு சிகரெட் தொங்கிக் கொண்டிருக்க, அதிவேகமாய் ஜெலால் தட்டச்சு செய்துகொண்டிருப்பான். இப்பொழுது உட்கார்ந்திருக்கும் அதே நாற்காலியில்தான் காலிப் அப்போதும் அமர்ந்திருப்பான். வெளியேற்றப்படுவதற்கு முன்பாக,

மெலிஹ் பெரியப்பாவோடும், அவருடைய குடும்பத்தாரோடுமாய் அந்தக் குடியிருப்பில் ஜெலால் ஒண்டுக்குடித்தனம் இருந்த காலம் அது. அந்தக் குளிர்பருவ மாலை வேளைகளில் பெரியப்பா சொல்லும் ஆப்பிரிக்கக் கதைகளைக் கேட்கும் சாக்கில் தன் பெற்றோரிடம் அனுமதி பெற்று காலிப் இந்த மேல்தளத்துக்கு வருவான். ஆனால் அவன் வருவது பெரியம்மா ஸூஸனையும் ரூயாவையும் ஆச்சர்யத்தோடு பார்ப்பதற்காகத்தான். வசீகரத்தில் ரூயாவும் தன்னுடைய அன்னையை அப்படியே உரித்து வைத்திருந்தாள். இதே இருக்கையில் உட்கார்ந்தபடி, பெரியப்பா மெலிஹ் கூறும் கட்டுக்கதைகளை விசித்திரக் கண் ஜாடைகளாலும், புருவ நெரிப்புகளாலும் ஜெலால் கேலி செய்துகொண்டிருப்பான். ஒரு சில மாதங்களுக்குப் பின், அவன் அந்த இடத்தைவிட்டு மறைந்துபோனான். மெலிஹ் பெரியப்பாவும் காலிப்பின் அப்பாவும் சச்சரவிட்டுக்கொண்டு பாட்டியை அழவைத்துக்கொண்டிருந்தார்கள். பாட்டியின் குடியிருப்பில் பெரியவர்கள் கூடி யாருக்கு எந்தெந்தப் பொருள் சொந்தமென்பதையும், அவர்களில் யார் எந்தத் தளத்தில் குடியிருப்பது என்பதையும் பற்றி விவாதித்துக்கொண்டிருப்பார்கள். அந்த நேரத்தில் யாரேனும் ஒருவர், “இந்தக் குழந்தைகளை மேலே அனுப்பிவிடுங்கள்,” என்று கூறுவதுண்டு. இந்த அமைதியான அறைக்குள் வந்தவுடன், இந்தக் கைவைத்த சாய்வு நாற்காலியில் ரூயா காலாட்டியபடி உட்காருவாள். மரியாதையில் வாயடைத்து காலிப் அவளையே கவனித்துக்கொண்டிருப்பான். இதெல்லாம் இருபத்தைந்து ஆண்டுகளுக்கு முன்பாக.

நீண்ட நேரமாய் அதே கைவைத்த சாய்வுநாற்காலியில் காலிப் அமைதியாய் உட்கார்ந்திருந்தான். பிறகு, ஜெலாலும் ரூயாவும் எங்கே பதுங்கியிருக்கிறார்களென்று காட்டிக்கொடுக்கும் தடயங்கள் ஏதேனும் சிக்கும் எனும் நம்பிக்கையில், அந்தக் குடியிருப்பிலிருந்த ஏனைய அறைகளின் இண்டு இடுக்கெல்லாம் குடைய ஆரம்பித்தான். இந்த அறைகளையும்கூட, தன்னுடைய குழந்தைப் பருவம் மற்றும் இளமைக்கால நினைவுகளால் ஜெலால் நிரப்பி வைத்திருந்தான். ஆனால், இரண்டு மணி நேரம் கழித்து (அதற்குள்ளாகவே காணாமல் போன தன்னுடைய மனைவியைத் தேடும் நிர்ப்பந்தத்துக்குள்ளான துப்பறியும் நிபுணரைப் போல நினைத்துக்கொள்ளாமல், தன்னுடைய ஆதாரக் கனவுகளை முதன்முதலாகக் காட்சிப்படுத்தியிருக்கும் அருங்காட்சியகத்துக்குள் நுழைய இப்போதுதான் அனுமதிபெற்று, மலைப்பால் வாய் பிளந்து ஓரறையி லிருந்து இன்னோர் அதிசய அறையென்று உலவிக்கொண்டிருக்கும் நபர் போல் காலிப் உணரத் தொடங்கியிருந்தான்), கீழ்க்கண்ட இரண்டு முடிவுகளையும் அவன் எட்டியிருந்தான்.

தொலைபேசியை எடுக்கச் செல்லும் வழியில் தான் மோதிக்கொண்ட மேஜை மீதிருந்த இரண்டு கோப்பைகளைப் பார்த்து, வேறொருவரையும் இந்தக் குடியிருப்பில் ஜெலால் உபசரித்திருக்கிறானென்று தீர்மானித்தான் காலிப். ஆனால் அந்த வலுவற்ற கோப்பைகள் நொறுங்கிவிட்டன. சிதறிய துண்டுகளில் படிந்திருந்த காஃபியின் மெல்லிய ஏட்டைச் சுவைத்துப் பார்த்த பிறகும்கூட, அவனால் எந்த உறுதியான முடிவுக்கும் வர முடிய வில்லை (ரூயாவுக்கு காஃபியில் சர்க்கரை தூக்கலாக இருக்க வேண்டும்). கதவருகே குவிந்திருந்த *மிலியட்* நாளிதழ்களுள் மிகப் பழையதில் காணப் பட்ட தேதியை வைத்துப் பார்க்கும்பொழுது, ரூயா வீட்டைவிட்டு

வெளியேறிய அதே நாளில்தான் ஜெலால் அந்தக் குடியிருப்புக்குக் கடைசியாக வந்துபோயிருக்கிறான். அன்றைய பத்திக் கட்டுரையின் பிரதி – *பாஸ்ஃபரஸ் வறண்டுபோகும்போது* – அங்கிருந்த ரெமிங்டன் தட்டச்சு இயந்திரத்திற்குப் பக்கத்தில் கிடந்தது. ஜெலாலின் பச்சை மை பந்துமுனைப் பேனா தன் வழக்கமான சீற்றச் சுழிப்புகளோடு பிழைகளைத் திருத்தியிருந்தது. படுக்கையறையில் இருந்த உடுப்புத் தடுக்குகளிலோ, முன்வாசல் கதவையொட்டி இருந்த கூடத்திலோ, ஜெலால் நீண்ட பயணம் மேற்கொண்டு வெளியே சென்றிருப்பதற்கான எந்த அறிகுறியும் தென்படவில்லை. அதே போல், இந்தக் குடியிருப்பிலிருந்து தள்ளிப் போய் வேறோர் இடத்தில் வெகுகாலம் இருக்கப்போவதற்கான திட்டமும் தென்படவில்லை. அவன் தனக்கென்று சொந்தமாக்கிக்கொண்டிருக்கும் அனைத்தும் இங்குதான் இருந்தன. ஊதாக் கோடுகள் போட்ட ராணுவப் பைஜாமாவிலிருந்து காலணிகளில் படிந்து கிடக்கும் பச்சைமண் வரை; குளிர்பருவம் முழுவதும் அவன் அணிந்திருந்த கருநீல மேலங்கியிலிருந்து, குளிர்நிலை தாங்கும் உள்ளங்கிகள்வரை; அழுக்குக்கூடைக்குள்ளிருந்த அழுக்கான காலுறைகளிலிருந்து ஏராளமான உள்ளாடைகள் வரை (மிகவும் வறிய குழந்தைப் பருவத்தைக் கடந்துவந்த பிறகு, கொஞ்சம் கையில் பணம் புழங்கும் நடுத்தர வயதினர் அனைவரையும் போலவே, தானும் உள்ளாடைகள் வாங்கும் போதைக்கு அடிமையானவன் என்றும், ஒரு நபர் பயன்படுத்தத் தேவையானதற்கும் அதிகமாகவே தன்னிடம் உள்ளாடைகள் சேர்ந்திருந்ததாகவும், தன்னுடைய பத்திக் கட்டுரைகள் ஒன்றில் ஜெலால் வாக்குமூலம் போல் சொல்லியிருந்தான்). எந்த நொடியிலும் அவன் அங்கே திரும்பி வந்து தன்னுடைய அன்றாடச் செயல்களை மேற்கொள்ளக்கூடும் என்பதையே அங்கிருந்த அறிகுறிகள் யாவும் உணர்த்தின.

ஜெலால் தன்னுடைய சிறுபிராய இல்லத்தின் உள் அலங்காரங்களை அச்சு அசலைப் பிரதியெடுக்க எப்படியெல்லாம் கவனமாய் மெனக்கெட்டிருக்கிறான் என்பதை அங்கிருந்த துவர்த்துகளையும், படுக்கை விரிப்புகளையும் மட்டுமே பார்த்து எடைபோடுவது மிகவும் கடினம். ஆனாலும், வரவேற்பறையில் தென்பட்ட ஆவி வாசம் செய்யும் வீட்டைப்போன்ற அம்சங்களை அந்தக் குடியிருப்பெங்கிலும் ஜெலால் மீட்டெடுத்திருந்தான் என்பது புலனாகியது. ரூயா சிறுமியாய் இருந்த காலத்திய படுக்கையறைச் சுவர்கள் எல்லாம் அதே குழந்தைத்தனமான நீலநிறத்தில் இருந்தன. ஜெலாலின் அன்னை ஒரு காலத்தில் பயன்படுத்திய படுக்கை அதன் அசல்தன்மைகளோடு அதே அறையில்தான் கிடந்தது. அதன் மீதுதான் அவளுடைய தையல் சமாச்சாரங்களை – ஆடை வடிவமைப்புகள், இறக்குமதி செய்யப்பட்ட துணி வகைகள், நவநாகரிக பாணியை விளம்பரப்படுத்தும் சஞ்சிகைகள், ஷிஷ்லியிலும் நிஷாந்தஷியிலும் இருக்கும் நாரீமணிகள் கொடுத்த கத்தரிக்கப்பட்ட புகைப்படங்கள், இத்யாதி – அவள் ஒருகாலத்தில் பரப்பி வைத்திருந்தாள். அங்கிருந்த வாசனைகளைப் பொறுத்தமட்டில் எளிதாய்ப் புரிந்துகொள்ள முடிந்தது. இழந்து போன காலத்தைக் கிசுகிசுக்கும் நறுமணத்தின் நெடி எங்கெல்லாம் அடித்ததோ, அங்கெல்லாம் காலமீட்சி முழுமையடைந்திருக்கிறது என்பதற்கான காட்சித் தடயங்களும் காணக் கிடைத்தன. தன்னால் காண நேர்ந்த பொருள்களை வைத்தே அவற்றோடு தொடர்புடைய

வாசனையைக் காலிப்பால் நினைவுக்குக் கொண்டுவர முடிந்தது. ரூயா படுக்கையாகப் பயன்படுத்திய நீள் இருக்கையின் அருகே வந்தவுடன், பூரோ எனும் சோப்பின் (ஒரு காலத்தில் சந்தையில் இந்த சோப் மட்டுமே கிடைத்தது) கலவையான வாசனை வீசியது. கூடவே, மெலிஹ் பெரியப்பாவின் பழைய நறுமணத் திரவிய (யோர்கி டொமாட்டிஸ் – இப்பொழுது எங்குமே விற்பனையாவதில்லை) வாசனையும். ஆனால், சொல்லப்போனால், இஸ்மீரை விட்டுக் கிளம்பிவரும்போது ரூயா எடுத்துக்கொண்டு வந்திருந்த அல்லது பெயோக்ளூ பகுதியிலோ, அல்லாதீனின் அங்காடியிலோ வாங்கி வைத்திருந்த வர்ணம் தீட்டும் புத்தகங்கள், பொம்மைகள், சிகைப் பொருத்திகள், வண்ணப் பென்சில்கள் ஆகியன நிறைந்திருக்கும் இழுப்பறையைக் காணவில்லை. அதே போல், போதையூட்டும் வாசனையைக் கிளப்பும் சோப்கள், பெப்பெர்மின்ட் சிக்லெட்டுகள், பெ – ரே – ஜா வகை நறுமண திரவியக் குப்பிகள் ஆகியன படுக்கையைச் சுற்றி இறைந்து கிடக்கக் காணோம். அங்கே ஜெலால் அடிக்கொருதரம் வந்து செல்கின்றானா, அப்படி வந்திருக்கும் பொழுது எவ்வளவு நேரம் அங்கே தங்குகிறான் என்பதையெல்லாம் அந்த ஆவி வாசம் செய்யும் வீட்டுக்குரிய அம்சங்களை வைத்துக் கணிப்பது காலிப்புக்கு சிக்கலான விஷயமாக இருந்தது. சாம்பல் கிண்ணி யில் மட்டுமின்றி அந்தக் குடியிருப்பெங்கிலும் ஆங்காங்கே ஜெலால் புகைத்துப்போட்டிருந்த *யேனி ஹர்மான்* மற்றும் *கெலிஞ்சிக்* பிராண்ட் சிகரெட் நுனிகளையும், சமையலறை அடுக்குகளிலிருந்த சுத்தமான தட்டுகளையும், பல்லாண்டுகளுக்கு முன்பாக, *இபாதா* பிராண்ட் பொருள்களைக் காட்டமாகத் தாக்கி எழுதியிருந்த காலகட்டத்தில் அவனிடத்தில் தென்பட்ட அதே உக்கிரத்தோடு மேல் பக்கத்திலிருந்து அவன் பிதுக்கியெடுத்திருந்த *இபாதா* பற்பசைக் குழாயையும் காலிப் கவனமாக ஆராய்ந்தான். பித்து நிலையில் மிகக் கவனமாக அமைக்கப்பட்டிருக்கும் அருங்காட்சியகச் சேர்மானங்களைப் பார்த்துக்கொண்டிருப்பதைப் போல அவன் உணர்ந்தான். அங்கே ஒளிர்ந்துகொண்டிருந்த மின்குமிழிகளின் மீது படிந்திருக்கும் தூசு, அந்த வர்ணம் மங்கிய சுவர்களில் இருபத்தைந்து ஆண்டுகளுக்கு முன்பாக என்ன மாதிரியான நிழல் பிம்பங்களை விழ வைத்திருந்ததோ அதே போல் இப்பொழுதும் விழவைக்க ஜெலால் ஏற்பாடு செய்திருப்பானோ? இப்படியெல்லாம் சந்தேகம்கொள்ளும் அளவுக்குக் காலிப்பின் கற்பனை தாவியது. தங்களுடைய சின்னம்மா, பெரியம்மாக்களும், பாட்டியும் சொன்ன கதைகளில் வந்த ஆப்பிரிக்கக் காடுகளையும், மத்திய ஆசியப் பாலைவனங்களையும் மரநாய்களையும், ஓநாய்களையும் சூனியக்காரிகளையும் அரக்கர்களையும், இரண்டு சிறுகுழந்தைகள் பார்க்க வகை செய்த நிழல்கள் அவை (எச்சிலை விழுங்கக்கூடச் சிரமப்பட்ட காலிப் இவ்வாறு நினைத்துக்கொண்டான்). அதனால்தான், மாடி முகப்பிலிருந்த இறுக்கிச் சாத்தப்பட்ட கதவின் விளிம்புகளில் தேங்கிக் கிடக்கும் சிறு சிறு நீர்க்குட்டைகளைப் பார்த்தோ, மூலை முடுக்குகளில் திரண்டிருக்கும் பட்டுப்போன்ற சாம்பல் நிற தூசு மணிகளை வைத்தோ அல்லது வெப்பமூட்டியின் உஷ்ணத்தால் தளர்ந்து போய்க்கிடக்கும், ஒட்டப்பட்ட மரத்தரைவிரிப்புகள் போடும் கிரீச்சொலியை வைத்தோ, இந்த இல்லம் எந்த அளவுக்குப் பயன்பாட்டில் இருக்கிறதென்பதைக் கணிப்பது காலிப்புக்குச் சிரமமாக இருந்தது. சமையலறைக்கு வெளியே இருக்கும் அந்தப் பகட்டான கடிகாரம்

கோடீஸ்வரர் ஜெவ்தத் பேவின் வீட்டில் ஒவ்வொரு மணிக்கும் தவறாமல் மணியடிக்கும் கடிகாரத்தின் அச்சு நகல் (இந்தக் கோடீஸ்வரன் பரம்பரைப் பணக்காரன் என்று ஹாலா பெரியம்மா அடிக்கடி ஞாபகப்படுத்திக் கொண்டிருப்பாள்). ஆனால், இந்தக் கடிகாரம் 9:35 மணியில் நிறுத்தி வைக்கப்பட்டிருந்தது. ஆட்டாதுர்க்கின் அருங்காட்சியகங்களில் இதே போன்றதோர் எரிச்சலூட்டும் கவனமான ஒழுங்கைப் பார்க்க முடியும். அங்கே இருக்கும் கடிகாரங்கள் அனைத்தும் 9:05 மணியில் நிறுத்தி வைக்கப்பட்டிருக்கும். அதுதான் அந்த மகோன்னத மனிதர் இறந்த நேரம். தன் முன் நின்றுகொண்டிருக்கும் இந்தக் கடிகாரம் இன்னொரு மரணத்தைக் குறிப்பதாக இருக்குமா என்றோ, 9:35 மணிக்கு மரணமடையப் போகிறவர் யாரென்றோ கேலிப்புக்கு ஏனோ கேள்வி எழவில்லை.

இப்பொழுது அந்தப் பிசாசு போன்ற கடந்தகாலம் அவன் மனத்தை வெகுவாக அழுத்தித் தட்டாமாலை சுற்ற வைத்துக்கொண்டிருந்தது. அங்கே இருந்த அசல் அறைக்கலன்களெல்லாம் எங்கே போயிருக்குமென்று யோசித்துக்கொண்டிருந்தான் காலிப்: இடப்பற்றாக்குறையின் காரணமாகக் காயலாங்கடைக்குப் போயிருக்கலாம். அங்கிருந்து இன்னதென்று தெரியாத ஏதேனும் ஒரு தொலைவிடத்துக்கு அவற்றை அனுப்பியிருக்கலாம். அங்கே அவை விற்பனை செய்யப்பட்டு இப்பொழுது மறக்கப்பட்டும் இருக்கலாம். எனவே, புதிதாகத் தோன்றுவதாக அவன் கருதிய ஒரேயோர் அறைக்கலனை மட்டும் ஆராய்ந்து பார்க்கலாமென்று அவன் கூடத்திற்குச் சென்றான். அது ஓர் எல்ம் மர அலமாரி. சமையலறைக்கும் குளியலறைக்கும் இடையிலிருந்த சுவரின் முழு நீளத்துக்கும் கண்ணாடி முகப்போடு பொருத்தப்பட்டிருந்தது. அவற்றுள் இருந்த அனைத்தும் எரிச்சலூட்டும் கவனத்துடன் காலப் ப்ரக்ஞையோடு ஒழுங்குபடுத்தப்பட்டிருந்தன. அந்த அலமாரியின் அடுக்குகளிலும் இழுப்பறைகளிலும் தேடியதில் கிட்டிய விஷயங்கள் இவை: பத்திரிகை நிருபராக ஜெலால் பயிற்சி மேற்கொண்டிருந்த காலத்தில் வெளியாகி, கத்தரித்து எடுக்கப்பட்டிருந்த செய்தித் துணுக்குகள்; சாதகமாகவோ, பாதகமாகவோ ஜெலாலைப பற்றிக் குறிப்பிடப்பட்டிருந்த கட்டுரைகளின் கத்தரித்து எடுக்கப்பட்ட தொகுப்பு; புனைபெயரில் ஜெலால் பிரசுரித்திருந்த பத்திக் கட்டுரைகள், கதைகள், ஒன்றுவிடாமல்; தன்னுடைய இயற்பெயரில் ஜெலால் வெளியிட்டிருந்த பத்திக் கட்டுரைகள் ஒவ்வொன்றும்; ஜெலால் எழுதியிருந்த *நம்பினால் நம்புங்கள்* பத்திக் கட்டுரைகளின் கத்தரித்து எடுக்கப்பட்டிருந்த பிரதிகள்; அதேபோல், *உங்கள் கனவுகளுக்கான விளக்கங்கள், வரலாற்றில் இன்றைய நாள், நம்பமுடியாத தருணங்கள், உங்கள் கையெழுத்தை ஆராய்தல், உங்கள் முகமும், உங்கள் ஆளுமையும், புதிர்களும் குறுக்கெழுத்துப் போட்டிகளும்* எனும் வித, விதமான தலைப்புகளில் அவன் எழுதி வெளியாகியிருந்த ஒவ்வொரு பத்திக் கட்டுரையின் தொகுப்பு; ஜெலால் கொடுத்திருந்த பேட்டிகளின் கத்தரித்து எடுக்கப்பட்டிருந்த பிரதிகள்; ஏதோவொரு காரணத்துக்காக இதுவரை வெளியாகாமல் இருக்கும் பத்திக் கட்டுரைகளின் திருத்தாப் படிகள்; பிரத்யேகக் குறிப்புகள்; பன்னெடுங்காலமாகச் செய்தித்தாள்களிலிருந்து கத்தரித்து எடுக்கப்பட்டிருந்த பல்லாயிரக்கணக்கான கட்டுரைகளும், புகைப்படங்களும்; தன்னுடைய கனவுகள், மனக்கோட்டைகள், தான் மறந்துவிடக் கூடாத விவரங்கள் ஆகியவற்றை எழுதிவைத்திருக்கும்

நோட்டுப் புத்தகம்; காலணிகள் அடைத்து வந்த பெட்டிகள், பருப்பு மற்றும் உலர்பழங்கள் அடைத்து வந்த பெட்டிகள், சர்க்கரையில் தோய்த்தெடுத்த கஷ்கொட்டைப் பருப்புகள் அடைபட்டு வந்த பெட்டிகளென்று சகல விதமானவற்றிலும் சேமித்துவைக்கப்பட்டிருக்கும் வாசகர் கடிதங்கள்; புனைபெயரில் தன்னந்தனியனாகவோ அல்லது வேறொருவரோடு இணைந்து பாதியோ ஜெலால் எழுதியிருந்த தொடர் கட்டுரைகளின் தொகுப்பு; ஜெலால் தானே எழுதியிருந்த நூற்றுக்கணக்கான கடிதங்கள்; நூற்றுக்கணக்கான, வினோத சஞ்சிகைகள், துண்டுப் பிரசுரங்கள், புத்தகங்கள், கையேடுகள், பள்ளி ஆண்டு மலர்கள், ராணுவ ஆண்டிதழ்கள்; பெட்டி, பெட்டியாகப் புகைப்படங்கள் – சித்திரங்கள், பாலியல் புகைப் படங்கள், விசித்திரமான பூச்சிகள் மற்றும் விலங்குகளின் படங்கள்; இரண்டு பெரிய பெட்டிகள் நிறைய ஹுருஃபிஸம் மற்றும் எழுத்து வடிவ அறிவியல் பற்றிய கட்டுரைகள்; குறிகள், எழுத்துகள், குறியீடுகள் ஆகியவை அடிக்கோடிடப்பட்டிருந்த, பழைய பேருந்து அனுமதிச் சீட்டு, கால்பந்துப் போட்டிக்கான அனுமதிச்சீட்டு, திரைப்படங்களுக்கான அனுமதிச் சீட்டு ஆகியவற்றின் அடிக்கட்டைகள்; பத்திரிகையாளர் சங்கம் ஜெலாலுக்கு அளித்திருந்த விருதுகள்; புழக்கத்திலில்லாத பழைய துருக்கி மற்றும் ரஷ்யப் பணத்தாள்கள்; தொலைபேசி இலக்கங்கள் மற்றும் முகவரிகள் குறிக்கப்பட்ட மூன்று குறிப்பேடுகள்.

முகவரிகள் குறிக்கப்பட்ட மூன்று குறிப்பேடுகளையும் கண்டெடுத்த வுடன் வரவேற்பறையில் தான் முன்பு அமர்ந்திருந்த கைவைத்த சாய்வு நாற்காலிக்கு மீண்டு அவற்றை ஒன்றன் பின் ஒன்றாகப் பார்க்கத் தொடங்கினான். நாற்பது நிமிடத் தேடலுக்குப் பின் அவற்றுள் காணப் பட்ட பெயர்களுக்கு உரியவர்கள் அனைவருமே, ஐம்பதுகளிலும் அறுபது களிலும் ஜெலாலின் வாழ்க்கையோடு தொடர்பில் இருந்தவர்கள் என்று காலிப்புக்கு விளங்கியது. பின்னர் வந்த பத்தாண்டுகளின் முடிவில் அவர்கள் வேறு முகவரிக்கு மாறியிருக்கிறார்கள் என்பதும் புலனாகியது. அந்தக் குறிப்பேடுகளில் பதியப்பட்டிருக்கும் தொலைபேசி இலக்கங்கள் ஜெலாலையோ, ரூயாவையோ கண்டுபிடிக்க உதவிகரமாக இருக்கப்போவதில்லை என்பதும் அவனுக்குப் புரிந்தது. அந்தக் கண்ணாடி அலமாரிக்குள் இரண்டாம் முறையாக மேலும் சற்று நேரம் தேடியதில், சேமப்பெட்டிக் கொலை தொடர்பாக மாஹிர் ஈகின்ஜி ஜெலாலுக்கு அனுப்பியிருந்த கடிதத்தைக் காலிப் கண்டெடுத்தான். இந்த விஷயம் தொடர்பாக ஜெலால் எழுதியிருக்கும் பத்திக் கட்டுரைகளைக் கண்டெடுக்க எழுபதுகளின் தொடக்கத்திலிருந்து ஜெலால் எழுதியிருக்கும் பத்திக் கட்டுரைகளையும், வாசகர் கடிதங்களையும் காலிப் படித்துப் பார்க்கத் தொடங்கினான்.

சேமப்பெட்டிக் கொலை என்று பத்திரிகைகள் பெயர் சூட்டியிருந்த அந்த அரசியல் கொலையைப் பற்றி அறிந்துகொள்ள காலிப் ஆர்வம் காட்டியதற்குக் காரணம், அந்தக் கொலையோடு தொடர்புள்ள ஒரு சிலருடன் உயர்நிலைப் பள்ளியில் பயிலும் காலத்தில் அவனுக்குப் பரிச்சயம் இருந்ததுதான். ஆனால், ஜெலால் இந்தக் கொலையில் ஆர்வம் காட்டியதற்குக் காரணம் என்னவென்றால் – இந்த நாட்டில் ஒவ்வொரு விஷயமுமே இன்னொன்றின் நகலாகவே விளங்கும் நிலையில் – இந்தக் கொலையில் குற்றம் சாட்டப்பட்டிருந்த பிரிந்துசென்ற கட்சியினர்,

தஸ்தயேவ்ஸ்கியுடைய நாவலின் *(பேய் பிடித்தவன்)*, கதையமைப்பை மிக நுணுக்கமாகத் தழுவியிருந்ததுதான். அவர்கள் அதை உணர்ந்திருக்கக் கூட இல்லை. அந்தக் காலகட்டத்தில் வெளியாகியிருந்த வாசகர் கடிதங்களை மேய்ந்துகொண்டிருக்கையில் இந்தச் சம்பவத்தைப் பற்றிப் பின்னிரவு உரையாடல்களின்போது ஓரிரு முறை ஜெலால் பூடகமாகக் கோடிகாட்டியிருந்தது காலிப்பின் நினைவில் தட்டியது. அவன் அனுபவித்த குளிரான, சோகமான சூரியன் ஒளிராத நாட்கள் அவை. அந்த நாட்களை அவன் மறக்கவே விரும்பியிருந்தான். உண்மையில் இந்த நிமிடம்வரை அவை மறக்கப்பட்டே இருந்தன. அந்தக் காலகட்டத்தில்தான் ரூயா அந்த 'இனிய பையனை' மணமுடித்திருந்தாள். அந்தப் பையனுடைய வெற்றிக்காகக் காலிப் அவனை மதித்தானா, அல்லது அவன் அதற்குச் சற்றும் தகுதியற்றவனாகத் தெரிந்தானா? இதைத் தீர்மானிக்க மனத்துள் நிகழ்ந்த போராட்டத்தில் அந்த 'இனிய பையனுடைய' பெயர் என்னவென்று காலிப்புக்கு மறந்துபோனது. இப்படிப் பொறாமையுணர்வால் சற்றே கவனம் சிதறிய காலிப் இவ்விஷயம் சம்பந்தப்பட்ட வம்பு, வதந்தி ஆகிய அனைத்தையும் மிக உன்னிப்பாகப் படித்துக்கொண்டிருந்தான். அந்தப் புதிதாய்த் திருமணமான தம்பதி எவ்வளவு மகிழ்ச்சியாக அல்லது மகிழ்ச்சியில்லாமல் இருந்தார்கள் என்பதைக் கண்டுபிடிக்கப் பெரிதும் முயன்றுகொண்டிருந்தான். ஆனால், கடைசியில் அரசியல் ரீதியாக அந்தக் காலகட்டத்தில் என்னென்ன நடந்துகொண்டிருந்தது என்பதைப் பற்றித்தான் அவன் தெரிந்துகொள்ள முடிந்திருந்தது. ஒரு குளிர்பருவ மாலை வேளையில் வாஸிஃப் தன்னுடைய மீன்களுக்கு இரையிட்டுக் கொண்டிருந்தான் (கலப்பினப் பெருக்கத்தால் தமது குஞ்சம் போன்ற துடுப்புகளின் அடர்த்தியைச் செந்நிற வாக்கின் வகை மீன்களும், வாட்டோனை ரக மீன்களும் இழந்திருந்தன). அவ்வப்பொழுது நிமிர்ந்து தொலைக்காட்சியைப் பார்த்தவாறே ஹாலா பெரியம்மா மிலியட் நாளிதழின் குறுக்கெழுத்துப் போட்டியில் ஈடுபட்டிருந்தாள். குளிரான படுக்கையறையின் குளிர்ந்த கூரையைக் கடைசி முறையாகப் பார்த்த பாட்டி உயிரைவிட்டாள். சாயம்போன ஓர் அங்கியை அணிந்து சவ அடக்கத்துக்கு வந்திருந்தாள் ரூயா. அவள் தலையில் சுற்றியிருந்த சால்வை அங்கியைக் காட்டிலும் நிறம் வெளுத்திருந்தது. தனியாக வேறு வந்திருந்தாள் (அந்த அளவுக்குப் பரவாயில்லையென்று அபிப்ராயப்பட்டார் மெலிஹ் பெரியப்பா. தன்னுடைய பட்டிக்காட்டு மருமகனை அவர் வெறுத்தார். அவருடைய வார்த்தைகள் காலிப்பின் ரகசிய எண்ணங்களுக்குள் எதிரொலித்தது). சவ அடக்கம் முடிந்தவுடன் வந்த சுவடு தெரியாமல் அவள் கிளம்பியிருந்தாள். சவ அடக்கம் முடிந்த பிற்பாடு, அவனும் ஜெலாலும் அந்தக் குடும்பத்தின் குடியிருப்புகள் ஒன்றில் ஒரு சில மாலைப் பொழுதுகளைச் சேர்ந்து கழித்தனர். அப்பொழுது இந்தச் சேமப்பெட்டிக் கொலை பற்றி எதுவும் தெரியுமா என்று ஜெலால் காலிப்பிடம் விசாரித்தான். பிறகு, மிகவும் ஆர்வத்தோடு காலிப் தனக்குத் தெரியுமென்று சொன்ன இந்த மாணவப் புரட்சியாளர்களில் எவரேனும் 'அந்த ரஷ்ய எழுத்தாளரின் புத்தகத்தை'ப் படித்திருக்கிறார்களா என்று கேட்டான். "ஏனென்றால் எல்லாக் கொலைகளுமே ஏனைய கொலைகளின் நகல்களே. எப்படி எல்லாப் புத்தகங்களும் ஏனைய புத்தகங்களின் நகல்களோ அதே போல," என்று அந்த மாலை வேளையில் ஜெலால் சொல்லிக்கொண்டிருந்தான். "அதனால்தான் என்னுடைய இயற்பெயரில் நான் எந்தப் புத்தகத்தையுமே

பிரசுரிப்பதில்லை." மறுநாள் இரவு துக்கம் அனுஷ்டிப்பவர்களோடு சேர்ந்து மீண்டும் உட்கார்ந்து கொண்டிருந்தபொழுது மிகவும் நேரம் கடந்திருந்தது. அப்பொழுது அவர்கள் இருவர் மட்டுமே ஒதுங்கியிருந்தார்கள். "மிகக் கோரமான கொலைகளில்கூட ஏதோவொரு அம்சம் தனிப்பட்டுத் தெரியும். ஒரு மோசமான புத்தகத்திலும் அப்படித்தான்" என்றான் ஜெலால். கால ஓட்டத்தில் இந்த எண்ணத்தைக் காலிப் தொடர்ந்து வளர்த்துக்கொண்டிருந்தான். அந்தச் சிந்தனையின் ஆழங்களுக்குள் ஜெலால் இறங்கிப் போகப் போக இருவரும் உண்மையில் ஏதோ ஒரு பயணம் செல்வதைப் போல் காலிப்புக்குத் தோன்றியது. "ஆக, வேறு மாதிரிச் சொல்வதென்றால், உண்மையில் புத்தகங்களே அப்பழுக்கற்ற நகல்கள். கொலைகள் அல்ல. ஆனால் நாம் மிக அதிகம் நேசிக்கின்ற எல்லாமே நகல்களின் நகல்கள். புத்தகங்களை விளங்கிக்கொள்ளப் பயன்படும் கொலைகளும், கொலைகளை விளங்கிக்கொள்ளப் பயன்படும் புத்தகங்களும் உலகளவிலான ஈர்ப்பைக்கொண்டவை. ஏனென்றால், எந்த ஒரு மனிதனும் தன்னை வேறு யாரோவாக நினைத்துக்கொள்ளும் பொழுதுதான் தனக்குப் பலியாகும் ஒருவனின் தலை மீது குண்டாந்தடியை இறக்க முடியும் (தன்னை ஒரு கொலைகாரனென்று ஏற்றுக்கொள்ள யாரால் முடியும்?). படைப்பாற்றல் என்பதே சினத்தில் பிறப்பதுதான். எல்லா நினைவுகளையும் துடைத்தெடுத்துவிடும் சினம். ஆனால், நாம் பிறரிடமிருந்து கற்றுக்கொண்ட விதமாகவே நம்முடைய சினத்தை வெளிப்படுத்த முடியும். நாம் பயன்படுத்தும் கத்திகள், துப்பாக்கிகள், விஷ வகையறாக்கள், இலக்கிய உத்திகள், இலக்கிய வகைமைகள், யாப்பு வடிவங்கள், எல்லாமே இந்த உண்மையைத்தான் காட்டிக்கொடுக்கின்றன. அவ்வளவு ஏன், 'சமூக எதிரிகள்' என்று சொல்லப்படுகிறவர்கள் உச்சரிக்கும் அழிவற்ற சொற்களும்கூட –'நான் நானாக இல்லை மேதகு நீதிபதி அவர்களே' – இந்த உண்மையையே காட்டிக்கொடுக்கின்றன. அதாவது, ஒரு கொலையைப் பற்றிய எல்லாச் சடங்குகளையும் மனத்தில் பதியும் விவரங்களையும் பிறரிடமிருந்தே தெரிந்துகொள்கிறோம். வேறு மாதிரியாகச் சொல்லுவதென்றால் கட்டுக்கதைகளிடமிருந்தும் கதைகளிடமிருந்தும் பழம் நினைவுகளிலிருந்தும் செய்தித்தாள்களிலிருந்தும் தெரிந்துகொள்கிறோம். சுருங்கச் சொல்வதென்றால் கொலையைப் பற்றி இலக்கியத்திலிருந்துதான் நாம் புரிந்துகொள்கிறோம். மிகவும் எளிமையான கொலைகூட – உதாரணத்திற்கு, பொறாமையால் தூண்டப்பட்டு, பிழையாகச் செய்யப்பட்டுவிட்ட கொலையும்கூட – ஒரு நகலெடுப்புதான். ஓர் இலக்கிய நகலெடுப்பு. அந்தக் கொலையைச் செய்தவருக்கே அது தெரியாதபோதும்கூட. இதையெல்லாம் நான் எழுத வேண்டும்தானே? நீ என்ன நினைக்கிறாய்?" அவன் அதை எழுதவேயில்லை.

நள்ளிரவையும் தாண்டி அந்தக் கூடத்துக் கண்ணாடி அலமாரியிலிருந்து தேடியெடுத்திருந்த பழைய பத்திக் கட்டுரைகளைக் காலிப் படித்துக்கொண்டிருந்தபோது அந்த வரவேற்பறையில் எரிந்துகொண்டிருந்த விளக்குகள் மெல்ல மெல்ல நாடக அரங்கின் முன்பாக அமைக்கப்பட்டிருக்கும் ஒளி விளக்குகளைப் போல மங்கத் தொடங்கின. செங்குத்தான, புழுதி நிறைந்த குறுகலான தெருவில், பழசாகிவிட்ட கனரக வாகனத்தின் கியர் மாறுவதைப் போல் குளிர்பதனப் பெட்டி சோகமாய் உறுமியது. சற்றைக்கெல்லாம் அந்தக் குடியிருப்பு இருளில் மூழ்கியது. ஏனைய

இஸ்தான்புல்வாசிகளைப் போலவே மின்வெட்டின் இன்னல்களுக்குப் பழகிப் போயிருந்த காலிப் இருக்கையில் அசையாமல் உட்கார்ந்திருந்தான். மின்சார இணைப்பு உடனே வந்துவிடாதா எனும் நப்பாசையில் அந்தப் பத்திரிகைச் சமாச்சாரங்களைத் தன் மடிமீதே வைத்திருந்தான். வெப்பமூட்டிகளின் தடதடக்கும் ஓசை, சுவர்களின் நிசப்தம், ஒட்டப்பட்ட மரத்தரைவிரிப்புகள் போடும் கிரீச்சொலி, நீர்க்குழாய்களிலிருந்து வெளியேறும் காற்றின் கிசுகிசுப்பு, இதுவரை பார்த்திராத கடிகாரத்தின் டிக் டிக் ஒலி, வாயுச்சுரங்க வாயிலிலிருந்து மிதந்து வரும் விசித்திர முனகல் என அந்தக் குடியிருப்பின் நெடுங்காலமாய் மறந்துவிட்டிருந்த உட்புறச் சலனங்களை காலிப் வெகுநேரம் செவிமடுத்தபடியிருந்தான். மெல்லத் துழாவி ஜெலாலின் படுக்கையறைக்குள் காலிப் நுழைந்தபோது வெகுநேரம் கடந்துவிட்டிருந்தது. தான் அணிந்திருந்த ஆடைகளைக் களைந்துவிட்டு, ஜெலாலின் பைஜாமாவை அவன் அணிந்துகொண்டான். முந்தைய இரவில்தான் மகிழ்மன்றத்தில் சந்தித்திருந்த வளர்த்தியான நாவலாசிரியரை அந்த நேரத்தில் அவன் நினைத்துக்கொண்டான். அவர் எழுதியிருந்த வரலாற்று நாவலில் வரும் நாயகனும்கூட அவனுடைய இரட்டைப் பிரதியின் இருண்ட, நிசப்தமான, வெறுமையான படுக்கையில் படுப்பான் என்பது காலிப்பின் நினைவில் தட்டியது. ஜெலாலின் படுக்கையில் படுத்த பிறகும் காலிப் உடனே உறங்கிவிடவில்லை.

கருப்புப் புத்தகம்   ❊ 333 ❊

21

உங்களால் தூங்க முடியவில்லையா?

நம் கனவுகள் ஓர் இரண்டாம் வாழ்க்கை

– ஷெரார்ட் ட நெர்வால் ஆரீலியா எனும் சுயசரிதையில்

நீங்கள் இப்பொழுதுதான் படுக்கச் சென்றிருக்கிறீர்கள். பரிச்சயமான சூழல். படுக்கை விரிப்பும் போர்வையும் உங்களுடைய வாசத்தில், நினைவுகளில் ஊறிக் கிடக்கின்றன. உங்கள் தலையணையின் நடுப்பகுதியில் மென்மையின் சொகுசைத் தலை தேடிக் கண்டடைந்துவிட்டது. ஒருக்களித்துப் படுத்திருக்கிறீர்கள். கால்களை வயிற்றோடு ஒட்டிச் சுருண்டுகொள்கிறீர்கள். நெற்றி முன்னே நீண்டு கொள்கிறது. தலையணையின் குளிரான பக்கம் உங்கள் முகத்தைக் குளிர்விக்கிறது. சீக்கிரம், வெகு சீக்கிரம், நீங்கள் உறங்கிவிடுவீர்கள். உங்களைச் சூழ்ந்திருக்கும் இருளில் எல்லா வற்றையும் மறந்துவிடப் போகிறீர்கள். எல்லாவற்றையும்.

ஆம். எல்லாவற்றையும்தான். உங்களுடைய மேலதிகாரி களின் கொடூர அதிகாரத்தை; யோசிக்காமல் பேசிவிட்டு, சொல்லியிருக்க வேண்டாமே என்று பிறகு வருந்துகின்ற விஷயங்களை; முட்டாள்தனங்களை; முடிக்காமல் வைத்திருக் கும் வேலைகளை; விளைவுகளை யோசிக்காமல் செய்துவிட்ட காரியங்களை; துரோகங்களை; அநீதிகளை; அலட்சியங்களை; உங்களைக் குற்றஞ் சொல்லியவர்களை; உங்களைக் குற்றஞ் சொல்லப் போகிறவர்களை; உங்களுடைய பொருளாதார நெருக்கடிகளை; விரைந்தோடும் காலத்தை; எல்லையற்ற காத்திருப்புகளை; உங்களுக்கு எட்டாக் கனியாகவே இருக்கும் நபர்களை, பொருள்களை; உங்கள் தனிமையை; உங்கள் தலைக்குனிவுகளை; உங்கள் தோல்விகளை; உங்கள் இழிநிலையை; உங்கள் வலியை; உங்களுக்கேற்பட்ட பேரிடர்களை – எல்லாப் பேரிடர்களையும்தான் – இன்னும் சற்று நேரத்தில் இவையனைத்தையும் நீங்கள் மறந்துவிடப்போகிறீர்கள். அந்த நினைப்பே உங்களுக்குச்

சுகமாக இருக்கிறது. பொறுமையாகக் காத்திருக்கிறீர்கள். அதோ அந்தச் சாதாரணமான, மிகவும் பரிச்சயமான உடுப்பு அடுக்குகளும், இழுப்பறை களும், வெப்பமூட்டிகளும், மேஜைகளும், நாற்காலிகளும், இறுக்க மூடிய திரைச்சீலைகளும், கழித்துக்கட்டிய ஆடைகளும், சிகரெட் பெட்டிகளும் –தீப்பெட்டி அதோ அந்த உள்ளங்கியின் பைக்குள் இருக்கிறது. அதற்குப் பக்கத்தில் கைப்பையும் கைக்கடிகாரமும்கூட – இருளில் அல்லது அரை யிருட்டில் உங்களோடு காத்திருக்கின்றன. எல்லாமே காத்திருக்கின்றன.

காத்திருக்கும் வேளையில் இரவின் பரிச்சயமான சப்தங்களைச் செவிமடுத்தபடி இருக்கிறீர்கள். அண்டைப்புறத்தில் தெருவின் பக்கவாட்டிலும், உங்களுக்கு மிகவும் பரிச்சயமான நடைபாதைப் பாவுகற்களிலும் தேங்கிய நீரின் மீது பாய்ந்து, விரையும் ஒரு காரின் ஒலி; அருகாமையில் எங்கோ வாயிற்கதவு சார்த்தப்படும் ஓசை; பழசாகிவிட்ட குளிர்பதனப் பெட்டியின் ரீங்காரம்; தொலைவில் கேட்கும் நாய்களின் குரைப்பொலி; கடலிலிருந்து மிதந்து வரும் மூடுபனிக்கான அபாயச் சங்கொலி; திடீரென்று கீழிழுக்கப்படும் பணியாரக் கடையின் உலோகக் கதவுகளின் கடகடவென்ற ஒலி. இந்த ஓசைகளோடு சேர்ந்து உறக்கத்தின் நினைவுகளும் கனவுகளும். வேறோர் உலகத்துக்குள் இட்டுச் செல்லும் மறதியின் நினைவுகள். இவையெல்லாமும் சேர்ந்து அப்படியொன்றும் நேரமாகிவிடாதென்று நினைவுபடுத்திய வண்ணம் இருக்கும். விரைவிலேயே, துயிலெனும் வசிய உலகுக்குள் நீங்கள் சறுக்கிச் செல்லும்போது உங்களைச் சுற்றியிருக்கும் அனைத்தோடும் – உங்களுடைய பிரியமான படுக்கை உள்பட – சேர்ந்து, இவை யாவும் உங்கள் மனத்திலிருந்து மாயமாகிவிடும். நீங்கள் தயாராகிவிட்டீர்கள்.

ஆம். நீங்கள் தயாராகிவிட்டீர்கள். உங்களுக்கே உங்களுக்கான உடலிலிருந்து நீங்கள் மிதந்து வெளியேறுவதைப் போல் உணர்கிறீர்கள். நீங்கள் மிக நேசிக்கும் கால்கள், கைகள், புஜங்கள் என்று ஒவ்வொன்றையும் விட்டு விலகுகிறீர்கள். நீங்கள் தயாராகிவிட்டீர்கள். இது உங்களுக்கு மிகுந்த உற்சாகத்தைக் கொடுக்கிறது. அதனால், நீங்கள் விட்டுச் செல்லும் கைகளின் தேவையைக்கூட நீங்கள் உணர்வதில்லை. கண்களை மூட மூட, அவற்றையும் விரைவில் மறந்துவிடுவீர்கள் என்பதும் உங்களுக்குப் புரிகிறது.

வெளிச்சத்திலிருந்து உங்கள் கண்பாவைகள் பாதுகாக்கப்பட்டுள்ளன என்பதை இமைகள் உணரும் சிறு துடிப்பு உங்களுக்கு நினைவூட்டுகிறது. துயிலுக்குக் கட்டியங்கூறும் பரவசக் காட்சிகளையும் நறுமணங்களையும் கண்கள் தாமாகவே உறிஞ்சிக்கொண்டதைப் போல் தோன்றுகிறது. கண்களுக்குள்ளே இப்பொழுது மினுங்கும் இனம்புரியாத வெளிச்சம் கசிவது அந்த அறையிலிருந்தல்ல, மாறாக மனத்திலிருந்தே என்பது புலனாகின்றது. அந்த மங்கலான படபடக்கும் வெளிச்சம், நிச்சலனத்தின் ஆழம் காட்ட மெல்ல விரியும்போது, இரவின் இருளுக்குள் வாணவேடிக்கையாய் வெடித்துச் சிதறுகிறது. அதன் ஒளியில், நீல வண்ணத்தின் ஒளித் தேக்கங் களையும், ஊதா நிற மின்னல் வெட்டுகளையும், கருஞ்சிவப்பு நிறப் புகையையும், கவிகை மாடங்களையும், நள்ளிரவின் நீல வண்ண நடுங்கும் அதிர்வலைகளையும், இளம் செந்நீல நிற அருவிகளின் பிம்பங்களையும், எரிமலைகளின் உமிழ்வாயிலிருந்து சீறிவரும் கருஞ்சிவப்புத் தீ நதிகளையும்,

அடர்நீல வண்ண நட்சத்திரங்களின் ரகசியக் கண் சிமிட்டல்களையும் தரிசிக்கிறீர்கள். இந்த வடிவங்களும் நிறங்களும் மீண்டும் மீண்டும் காட்சி தருகின்றன. இருளில் மங்கி மறைகின்றன. மீண்டும் வெடித்துச் சிதறி புதிய வடிவங்கள் எடுக்கின்றன. அதே சமயத்தில், உங்களுடைய நினைவுகள், அவற்றின் பகட்டோடும் வண்ணமயமான சூழலோடும் ஒரு கண்கவர் காட்சி அணிவகுப்பை மேற்கொள்கின்றன. கூடவே மறந்து விட்ட காட்சிகளின் அணிவகுப்பையும், ஏன் நடந்திராத காட்சிகளின் அணிவகுப்பையும்தான்.

ஆனாலும் உங்களால் உறங்க முடியவில்லை.

உண்மைக்கான வாக்குமூலத்திற்கு இன்னும் நேரம் வரவில்லையோ? கடந்த காலத்தில் உங்களுக்கு உறக்கம் பிடிக்க உதவிய எண்ணங்களுக்கு இப்பொழுது மீள் அழைப்பு விடுப்பது நலம். கூடாது. இன்று என்ன செய்தீர்கள் என்பதையோ, நாளைக்கு என்ன செய்ய இருக்கிறீர்கள் என்பதையோ சிந்திக்க உங்களுக்கு அனுமதியில்லை. இதற்கு முன்பாகப் பலமுறை மறதிக் கடலில் உங்களை லகுவில் கொண்டு செலுத்திய இனிய நினைவுகளை மீண்டும் அழைத்து வாருங்கள். கவனியுங்கள்! அவை யாவும் உங்களுக்காகவே காத்திருக்கின்றன. இப்பொழுது நீங்கள் மீண்டிருக்கிறீர்கள். அவை மிதமிஞ்சிய களிப்புகொண்டிருக்கின்றன. கூடாது. இப்பொழுது நீங்கள் திரும்பிப் போகப் போவதில்லை. பனி மூடிய தொலைபேசிக் கம்பங்களின் இரண்டு நீள் வரிசைகளின் நடுவே பயணம் மேற்கொண்டிருக்கும் புகைவண்டியில் நீங்கள் அமர்ந்திருக்கிறீர்கள். உங்களுக்குப் பிரியமான அனைத்துப் பொருள்களையும் அடக்கிய கைப்பையொன்று உங்கள் கைகளில். ஆஹா! அவர்களுக்கு நீங்கள் அளித்த அதிபுத்திசாலித்தனமான பதில் அதுதான். அந்தக் கவின் மிகு சொற்களை நீங்கள் ஏதுமற்ற வெளியிலிருந்து வசியம் செய்தாற்போல் இழுத்து வந்திருக்கிறீர்கள் என்பதை நினைத்தாலே இனிக்கிறது. அவர்கள் வாயடைத்துப் போய்விட்டனர். ஏனென்றால், தங்களுடைய பிழைகளை அவர்கள் உணர்ந்துவிட்டார்கள். மேலும், அவர்கள் உங்களை மனத்துள் வியந்து பாராட்டுகிறார்கள்! உங்களுடைய கைகள் காதலியின் இடையைச் சுற்றிப் பின்னியிருக்கின்றன. அவளுடைய அழகிய மேனியை உங்கள் உடல் மீது இழுத்துக்கொண்டிருக்கிறீர்கள். அவளும் அதே போல் செய்கிறாள். அந்தத் தோட்டத்துக்கு நீங்கள் மீண்டும் வந்திருக்கிறீர்கள். பழுத்த செர்ரிப் பழங்களைக் கிளைகளிலிருந்து மறவாமல் கொய்யும் அதே தோட்டத்துக்குத்தான். வேனிற்காலம் வந்துவிட்டது. குளிர்பருவம் வந்துகொண்டிருக்கிறது. இடையே இலையுதிர்க்காலம் விரைவில் வந்து விடும். விரைவிலேயே விடிந்துவிடும். பிரகாசமான, நீல வானத்தைக் கொண்ட காலைப்பொழுது வந்துவிடும். சூரியன் ஒளிரும் காலைப் பொழுது. மிக மிகப் பரவசமான காலைப்பொழுது. இல்லை. இன்னும் நீங்கள் உறங்கவில்லை.

அப்படியென்றால், நான் சொல்லுவதை போல் நீங்கள் செய்து பாருங்கள். மெல்ல ஒருக்களித்துப் படுங்கள். ஆனால், கைகளையோ கால்களையோ அசைக்காதீர்கள். உங்களுடைய சிரம் தலையணையின் மறுவிளிம்புக்கு வரட்டும். உங்களுடைய கன்னம் தலையணையின்

குளிர்ச்சியை உணரட்டும். பிறகு, இளவரசி மரியா பேலியோலிகினாவை[1] நினைத்துப் பாருங்கள். மொகலாய நாட்டரசன் ஹூலாகு[2]வைத் திருமணம் செய்துகொள்வதற்காக, எழுநூறாண்டுகளுக்கு முன்னர் பைஸாந்தியத்திலிருந்து அனுப்பப்பட்டவள் அவள். தன்னுடைய பால்ய வீட்டைவிட்டு வலுக்கட்டாயமாகப் பிரிக்கப்பட்டவள். அதுதான், கான்ஸ்டான்டிநோப்பில்தான். உங்களுக்கான வீடும் அதே நகரம்தானே? ஹூலாகுவைத் திருமணம் செய்துகொள்ளும் நோக்கத்தோடு இங்கிருந்து ஈரானுக்கு அனுப்பப்பட்டவள். ஆனால், அவள் அங்கே சென்று சேர்வதற்கு முன்பாகவே அவன் இறந்துவிட்டான். எனவே, அவனுடைய மகன் அபாக்காவுக்கு அவள் மணமுடிக்கப்பட்டாள். அவன் பிறகு அரியணை ஏறினான். அந்த முகலாய அரண்மனையில் பதினைந்தாண்டுகளைக் கழித்த பின்னர், அவளுடைய கணவன் கொல்லப்பட்டான். அவளும் ஒரு வழியாக, இப்பொழுது நீங்கள் உறக்கம்கொள்ளாமல் தவித்தபடி இருக்கும், இதே குன்றுப்பகுதிக்கு மீண்டாள். எனவே நீங்கள் மரியாவின் இடத்தில் உங்களை வைத்துப்பாருங்கள். இந்த நகரைவிட்டு வெளியேறும் பொழுது அவள் உணர்ந்திருந்த துக்கத்தைக் கற்பனை செய்து பாருங்கள். அவள் இங்கே மீண்ட பிறகு பொற்கொம்புக் கழிமுகத்தில் தனக்கென்று நிர்மாணித்துக்கொண்ட கிறிஸ்தவ தேவாலயத்துக்குள் அடைபட்டுக் கழிந்த அவளுடைய இறுதிக்காலத்தைக் கற்பனை செய்யுங்கள். இல்லையென்றால், ஹாந்தான் சுல்தான்[3] மிகுந்த நேசம் கொண்டிருந்த குள்ளர்களை நினைத்துக்கொள்ளுங்கள். தன்னுடைய அன்புக்குகந்த இந்த நண்பர்களை மகிழ்விக்க, முதலாம் அஹ்மெட்டின் தாயாகிய இவள் உஸ்கூதரில் இவர்களுக்கென்று ஒரு குள்ளர் இல்லத்தைக் கட்டிக் கொடுத்தாள். அங்கே பல காலம் வசித்துவந்த பிறகு தங்களை வேறொரு நாட்டிற்குக் கொண்டு செல்ல, உலக வரைபடத்திலேயே எங்கும் கண்டிருக்க முடியாத ஒரு சொர்க்கபுரிக்கு அழைத்துச் செல்ல – மீண்டும் ஹாந்தான் சுல்தானின் உதவியுடன் – இக்குள்ளர்கள் தங்களுக்கென ஒரு பெரிய போர்க் கப்பலைக் கட்டிக்கொண்டார்கள். பிறகு அவர்கள் அதிலே புறப்பட்டுப் போனார்கள். மீண்டும் இஸ்தான்புல்லுக்கு வரும் நோக்கமின்றி. தன்னுடைய நண்பர்கள் கிளம்பிச் சென்றபோது ஹாந்தான் சுல்தான் பட்டிருக்கக் கூடிய வேதனையை எண்ணிப் பாருங்கள். அதே போல், அந்தப் போர்க் கப்பலிலிருந்து தங்கள் கைக்குட்டைகளை ஆட்டியபடி பிரிந்து சென்ற அந்தக் குள்ளர்களின் துக்கத்தையும். நீங்களே ஒரு பயணம் மேற்கொண்டு நீங்கள் நேசிக்கும் எல்லாவற்றோடும் இஸ்தான்புல் மெல்ல மெல்ல விலகித் தொலைவில் மங்கித் தெரியும் காட்சி உங்களிடம் ஏற்படுத்தக் கூடிய உணர்ச்சிக் கொந்தளிப்பின் ஆழத்தைக் கற்பனை செய்து பாருங்கள்.

---

1. மரியா பேலியோலிகினா: எட்டாம் பேலியோலோகொஸ் மைக்கேல் எனும் பைஸாந்தியச் சக்ரவர்த்தியின் மகள். இரண்டாம் மங்கோலிய அரசர் அபாக்வா கானின் மனைவி. மங்கோலியர்களின் மேரி என்ற பெயராலும் இவள் அறியப்படுகிறாள். பேனஜியோடிஸா மடாலயத்தை நிறுவியவள்.

2. ஹூலாகு: இரண்டாம் மங்கோலிய அரசர் அபாக்வா கானின் தந்தை

3. ஹாந்தான் சுல்தான்: பாரசீகச் சக்ரவர்த்தி மூன்றாம் சுல்தான் மேமட்டின் பட்ட மகிஷி. முதலாம் சுல்தான் அஹ்மத்தின் ராஜமாதா.

அப்படியும் என்னால் தூங்க முடியவில்லையென்றால் அன்பு வாசகர்களே, வரவே வராத புகைவண்டிக்காக ஆளரவமற்ற நிலையத்தின் நடைமேடையில் மேலும் கீழுமாய் நடைபோட்டபடி காத்திருக்கும் மன சஞ்சலம் மிகுந்த ஒரு மனிதனை நான் நினைத்துக்கொள்வேன். அந்த மனிதன் போய்ச் சேர வேண்டிய இடத்தைக் கற்பனை செய்து முடிக்கும் நொடியில் நான் அவனாகவே மாறிப் போயிருப்பேன். எழுநூறாண்டுகளுக்கு முன்பாக இந்த நகரை வசப்படுத்தியிருந்த கிரேக்கர்களைச் சென்றடையும் முயற்சியில் சிலீவ்ரிகாபி எனும் இடத்துக்கருகே இருக்கும் நகர்அரண்களின் கீழ்ப் பரப்பில் சுரங்கப் பாதையைத் தோண்டிக்கொண்டிருக்கும் மனிதர்களை நான் நினைத்துக்கொள்வேன். இவ்வுலகிலிருக்கும் அனைத்துப் பொருள்களுக்கும் இரண்டாவதாக ஓர் அர்த்தம் இருக்கிறதென்பது புலனாகும் வேளையில், மாந்தர்களுக்குக் கிட்டும் மலைப்பை நான் கற்பனை செய்து பார்ப்பதுண்டு. நாம் வாழும் இந்தப் பிரபஞ்சத்திற்குள்ளாக மறைந்துகிடக்கும் இன்னொரு பிரபஞ்சத்தை நான் கற்பனை செய்வதுண்டு. அப்படியொரு பிரபஞ்சத்தின் புத்தம்புதிய பளிச்சிடும் தெருக்களில் நான் போதை தலைக்கேறி அலைந்துகொண்டிருப்பதாக, என்னைச் சுற்றியிருக்கும் பொருள்கள் எல்லாமும் தங்களுடைய உட்புற சுயத்தை வெளிப்படுத்த மலர்களைப் போல் இதழ் விரிப்பதாகக் கற்பனை செய்து கொள்வதுண்டு. தன்னுடைய ஞாபகங்கள் அனைத்தையும் தொலைத்து விட்ட ஒரு மனிதனின் எல்லையற்ற வியப்பை நான் கற்பனையில் காண்பேன். இதற்கு முன்பாக நான் கண்டேயிராத ஓர் ஆவியுலகில் நான் கைவிடப்பட்டுவிட்டதாகக் கற்பனை செய்துகொள்வேன். அங்கே எல்லாமும், எல்லாமல்லாத எல்லாமும் வெறுமையாயிருப்பதாக – ஒரு காலத்தில் லட்சக்கணக்கானோருக்கு இல்லமாய்த் திகழ்ந்த அக்கம்பக்கக் குடியிருப்புகள், மரநிழற் சாலைகள், பள்ளிவாசல்கள், பாலங்கள், கப்பல்கள் என யாவுமே – வெறுமையாயிருப்பதாகக் கற்பனை செய்துகொள்வேன். அந்த ஆவியுலகின் பேயுறையும் வெளிகளில் அலைந்து திரிகையில் எனக்கேயெனக்கான கடந்த காலமும், என்னுடைய சொந்த நகரமும் என் நினைவில் தட்டுப்படும். கன்னத்தில் கண்ணீர் வழிந்தோட என்னுடைய அண்டைப்புறத்துக்கு, என் சொந்த வீட்டிற்கு, மெல்ல வலி இழையோட, வழி கண்டு, மீண்டு, உறங்குவதற்காகப் புரண்டு அலைக்கழிந்து நான் அவதிப்பட்டுக்கொண்டிருக்கும் இந்தப் படுக்கையில் வீழ்வேன். நான்தான் ஃப்ரான்ஷ்வா ஷம்போலியோன்[4] என்று நினைத்துக்கொள்வேன். இரவில் படுக்கையை விட்டெழுந்து ரோஸெட்டா கல்லின்[5] மீது பொறிக்கப்பட்டிருக்கும் சித்திர எழுத்துகளைப் படித்துப் புரிந்துகொள்ள வேண்டுமென்று நினைப்பேன். உறக்கத்தில் நடக்கும் வியாதியுள்ளவன் போல் என்னுடைய மனத்தின் உட்புறத் தெருக்களில் அலைந்து திரிந்து, தொலைந்துவிட்ட நினைவுகளின் முட்டுச் சந்துகளில் முட்டி மோதிக் காணாமற் போவேன். நான்தான் சுல்தான் நான்காம் மூரத் என்று கற்பனை செய்துகொள்வேன். நான் அமல்படுத்திய மதுவிலக்கு விரும்பத்தக்க

4. ஃப்ரான்ஷ்வா ஷம்போலியோன்: ஃப்ரெஞ்சுநாட்டுக் கல்விமான். பன்மொழி ஆய்வாளர். கீழைத்தேச ஆய்வாளரும்கூட. எகிப்து நாட்டைப் பற்றியும், அதன் சித்திர எழுத்துகள் பற்றியும் ஆய்வுகள் மேற்கொண்ட முன்னோடி.

5. ரோஸெட்டா கல்:1799 ஆம் ஆண்டு எகிப்தில் கண்டுபிடிக்கப்பட்ட படிகக்கல் பாறை. கி.மு.196ஆம் ஆண்டு, தாலமி வம்ச ஆட்சிக் காலகட்டத்தில், அரசர் ஐந்தாம் தாலமியின் சார்பாக மெம்ஃபிஸ் நகரில் விதிக்கப்பட்ட தீர்ப்பு இப்பாறையில் பொறிக்கப்பட்டுள்ளது.

விளைவுகளை ஏற்படுத்தியிருக்கிறதா என்று நானே பார்த்துத் தெரிந்து கொள்ள பாமரன் போல் உடையணிந்து அரண்மனையிலிருந்து வெளியே செல்வேன். ஆயுதமேந்திய மெய்க்காப்பாளர்களும் மாறுவேடத்தில் என்னுடன் வருவார்கள். அவர்கள் என்னைப் பாதுகாப்பார்கள் என்ற நம்பிக்கையோடு நான் நகரில் உலா வருவேன். என்னுடைய குடிமக்கள் பள்ளிவாசல்களைச் சுற்றிலும் அலைந்துகொண்டிருப்பதை, இன்னும் வியாபரத்திற்காக, இங்கும் அங்குமாய்த் திறந்திருக்கும் பண்டக சாலை களை, மறைவாக இருக்கும் சுரங்கப் பாதைகளில் சோம்பேறிகள் இரவுப் பொழுதைக் கழிக்கும் இருட்குகைகளை, வாஞ்சையோடு ரசித்துப் பார்த்துக்கொண்டிருப்பேன்.

பிறகு நான் என்னை மெத்தை தைப்பவரிடம் பயிற்சி மேற்கொள்பவ னாகக் கற்பனை செய்து பார்ப்பேன். வீடு வீடாக அலைந்து குறியீட்டுச் சொல்லின் முதல் மற்றும் இறுதி அசைகளைக் கிசுகிசுத்தபடியே, பத்தொன்பதாம் நூற்றாண்டின் அறுதியான கலகத்துக்கு நகரிலிருக்கும் கடைக்காரர்களைத் தயார்செய்துகொண்டிருப்பேன். அதுவும் இல்லா விட்டால் தடைசெய்யப்பட்ட அமைப்பைச் சேர்ந்த, சோம்பிக் கிடக்கும் இஸ்லாமிய மதகுருக்களை அவர்களுடைய காலங்காலமான உறக்கத்தி லிருந்து விழித்தெழ வைக்க இஸ்லாமியக் கல்லூரியிலிருந்து அனுப்பப்பட்ட தூதுவனாக என்னைக் கற்பனை செய்துகொள்வேன்.

இன்னும் நான் உறங்கியிருக்கவில்லையென்றால் அன்பு வாசகர்களே, தான் இழந்துவிட்ட நேசத்துக்குரியவளின் அச்சான பதிலியைத் தேடும், ஆனால் அவளைப் பற்றிய சுவடுகள் அனைத்தையும் மறந்துபோய் விட்ட சோகமான காதலனாக நான் மாறிப்போவேன். என்னுடைய பிரியத்துக்குகந்தவளைத் தேடி நான் நகரெங்கும் அலைந்து திரிவேன். நான் தட்டித் திறக்கும் ஒவ்வொரு கதவுக்குப் பின்னும் நான் நுழையும் ஒவ்வொரு அபின் நேசர் புகலிடத்திலும், கதைசொல்லிகள் கூடும் ஒவ்வொரு கூட்டத்திலும், பாடல்கள் ஒலிக்கும் ஒவ்வொரு இல்லத்திலும், என்னுடைய கடந்த காலத்தைத் தேடித் திரிவேன். என்னுடைய நினைவாற்றலும், என்னுடைய கற்பனா சக்தியும், நனைந்து ஊறிக் கிடக்கும் கனவுகளும், நீண்ட பயணத்தின் அயர்ச்சியில் புதையுண்டு போகாமலிருந்தால், உறக்கத்துக்கும் விழிப்புக்கும் இடையிலிருக்கும் அந்தச் சாம்பல் நிற நிலத்தில் எனக்குப் பரிச்சயமான இடத்தைக் கண்டு கண்கள் பளிச்சிடும்வரை நான் தொடர்ந்து சஞ்சரித்துக்கொண்டிருப்பேன். அது எனக்குத் தெரிந்த தூரத்து உறவினர் வீடாகவோ அல்லது நெருங்கிய உறவினரின் கைவிடப்பட்ட தங்குமனையாகவோ இருக்கலாம். அது எதுவாக இருப்பினும் நான் அதனுள்ளே நுழைவேன். அந்த இல்லம்தான் என்னுடைய தொலைந்துபோன உள்வெளி என்பதைப் போல் அதன் ஒவ்வொரு கதவையும் திறந்து பார்த்து, ஒவ்வொரு அறையாகத் தேடி அதன் கடைசி அறைக்குள் நுழைவேன். அங்கே சுடர்விட்டுக் கொண்டிருக்கும் மெழுகுவர்த்தியை ஊதி அணைத்துவிட்டுப் படுக்கையில் உடலைச் சரிப்பேன். விசித்திரமான, பரிச்சயமற்ற பொருள்கள் என்னைச் சூழ்ந்திருக்க, நான் உறக்கத்தில் ஆழ்வேன்.

22

ஷம்ஸ் தேப்ரீஸைக் கொன்றது யார்?

எவ்வளவு காலம் உன்னை நான் தேடியலைய? வீடு வீடாய்? இன்னும் எவ்வளவு காலம், மூலை முடுக்கெல்லாம், தெருத்தெருவாய்?

– ரூமி

நிம்மதியான நீண்ட தூக்கத்திற்குப் பிறகு காலிப் காலையில் கண் விழித்தான். தலைக்கு மேலாக இருக்கும் ஐம்பதாண்டுக்கால விளக்கு அழுக்கு மஞ்சள் ஒளியை உமிழ்ந்துகொண்டிருந்தது. காலிப் இன்னும் ஜெலாலின் பைஜாமாவிலேயேதான் இருந்தான். அந்தக் குடியிருப்பில் இரவு மின்தடைக்குப் பிறகு தூங்கிவிட்டதால், தான் அணைக்காமல்விட்ட விளக்குகளை ஒவ்வொன்றாய் அணைத்தான். வாசல் கதவின் கீழ் போடப்பட்டிருந்த *மிலியட்* நாளிதழை எடுத்துக்கொண்டு, ஜெலாலின் மேஜைக்கருகே அமர்ந்து படிக்கத்தொடங்கினான். சென்ற சனிக்கிழமை அந்த நாளிதழின் அலுவலகத்துக்குச் சென்றிருந்த பொழுது பார்த்திருந்த பத்திக் கட்டுரை இன்றுதான் வெளியாகி யிருந்தது. அதில் ஒரு பிழை தென்பட்டவுடன் ('நீங்களாக இருப்பது' என்பதற்குப் பதிலாக, 'நாமாக இருப்பது' என்று அச்சாகியிருந்தது), தன்னிச்சையாக அவனுடைய கை பச்சை மை பந்துமுனைப் பேனாவை எடுத்துத் திருத்தியது. நீலக்கோடு போட்ட பைஜாமாவை அணிந்தபடி, இந்த மேஜையினருகில் அமர்ந்துகொண்டு, ஜெலால் *மிலியட்* நாளிதழின் பிரதியை இதே பச்சை மை பந்துமுனைப் பேனாவால் திருத்தும்பொழுது, அவன் சிகரெட்டைப் புகைத்தபடியிருப்பான் என்பது அந்தப் பத்திக் கட்டுரையைப் படித்து முடிக்கும் நேரத்தில் காலிப்பின் நினைவுக்கு வந்தது.

எல்லாமே ஒழுங்காகவே போய்க்கொண்டிருக்கிறது என்ற உள்ளுணர்வு அவனுக்கிருந்தது. இரவு நிம்மதியாய் உறங்கி எழும் மனிதனிடம் தென்படும் உற்சாகமான தன்னம்பிக்கையோடும்,

கடினமான அன்றாட வேலைகளை எதிர்கொள்ளும் தெம்போடும், காலிப் ஒரு காஃபி போட்டுக்கொண்டான். அதைவிடவும் பெரிய விஷயம் தான் வேறு யாரோவாக இருக்க வேண்டிய தேவையை அவன் உணரவில்லை.

காஃபியைப் பருகிய பின் பத்திக் கட்டுரைகள், கடிதங்கள், கத்தரித்து எடுக்கப்பட்ட சமாச்சாரங்கள் ஆகியவை நிரம்பிய பெட்டிகள் சிலவற்றைக் கூடத்து அலமாரியிலிருந்து எடுத்துக்கொண்டு வந்து எழுதுமேஜையின் மீது பரப்பினான். வைராக்கியத்தோடு இவை யாவற்றையும் அவன் படித்து முடித்தால், இவற்றுக்கு உரிய கவனத்தைக் கொடுத்தால், இறுதியில் தான் எதைத் தேடிக்கொண்டிருக்கிறோமோ அது கிடைத்துவிடும். இதை அவன் உறுதியாக நம்பினான்.

கேலட்டா பாலத்தினடியிலிருக்கும் தோணிப் பாலங்களில் வசித்துவரும் முகமற்ற குழந்தைகளின் கொடூர வாழ்க்கையைப் பற்றி திக்கித் திணறிப் பேசும், நகரின் அரக்கத்தனமான அநாதை இல்ல இயக்குநர்களைப் பற்றி, கேலட்டா பாலத்திலிருந்து, நீருக்குள் குதிப்பது போல் எக்கி, அதே மூச்சில் மேலெழும்பிப் பறக்கும் இறக்கை முளைத்த குஞ்சுகளின் விண்ணேகும் போட்டிகளைப் பற்றி, சிறார் பாலீர்ப்பு வணிகத்தின் மத்திய கிழக்காசிய வரலாற்றையும் இந்தத் தொழிலின் 'நவீன' வணிகர்களையும் பற்றி எனப் படிக்கப் படிக்க ஒவ்வொரு புதிய பத்திக் கட்டுரைக்கும் அததற்குத் தேவையான, பொறுமையான வாசிப்பை காலிப்பால் கொடுக்க முடிந்தது. இஸ்தான்புல் நகரில் முதன்முதலாக மாடல் டி ஃபோர்ட் காரை ஓட்டும் வாய்ப்பைப் பெற்ற பேஷிக்டாஷ் நீர்முகப் பகுதியைச் சேர்ந்த கார் மெக்கானிக்கின் உதவியாளரின் நினைவோடைகளை அவன் படித்தான். ஒலியெழுப்பும் மணிக்கூண்டை, நகரிலிருக்கும் ஒவ்வொரு அண்டைப் புறப் பகுதியிலும் நிறுவுவதற்கான தேவையென்ன என்பதைத் தெரிந்துகொண்டான். *ஆயிரத்தொரு இரவுகள்* திரைப்படத்தில் அந்தப்புரத்திலிருக்கும் பெண்கள் கருப்பு அடிமைகளைச் சந்திக்க ஒப்பந்தம் போடும் காட்சிகள் அனைத்தையும் எகிப்து தடைசெய்த காரணத்தின் வரலாற்று முக்கியத்துவம் பற்றித் தெரிந்துகொண்டான். குதிரைகள் இழுத்துச் செல்லும் ட்ராம் வண்டி நகரும் பொழுது ஓடி ஏறுவதில் இருக்கும் அனுகூலங்கள் பற்றி யோசித்தான். இஸ்தான்புல்லை விட்டுக் கிளிகள் யாவும் பறந்தோடி விட்ட நிலையில் காகங்கள் ஏன் நகரை ஆக்கிரமித்துக்கொண்டன என்பதை உறுதி செய்துகொண்டான். ஒவ்வொரு குளிர்பருவத்திலும், நகரில் விழும் பனிக்குக் காக்கைகள் எவ்வாறு காரணமாகின்றன என்பதையும் தெரிந்துகொண்டான். இவை யாவற்றையும் படிக்கப் படிக்க முன்பிருந்த அளவுக்கே தன்னம்பிக்கையோடும், நேர்மறையான சிந்தனையோடும் காலிப் இருந்தான்.

இதே கட்டுரைகளை முதன்முதலாகப் படித்த பழைய நாட்களை அவன் நினைத்துப் பார்த்தான். அவ்வப்பொழுது நிதானித்து, வேண்டிய குறிப்புகளையோ அல்லது முக்கியமான வாக்கியத்தையோ, பத்தியையோ, குறித்துக்கொண்டான். இல்லாவிட்டால் தேவைப்பட்ட இடங்களில் ஒரு சில சொற்களை மீண்டும் படித்துப் பார்த்தான். ஒரு பத்திக் கட்டுரையைப் படித்து முடித்தவுடன் அதை அதற்குரிய பெட்டிக்குள் போட்டுவிட்டு வேறொன்றை ஆவலுடன் உருவிப் படிப்பான்.

சாளரங்களின் விளிம்புகளில் சூரியன் ஒளிர்ந்துகொண்டிருந்தது. ஆனால், கதிர்கள் எதுவும் அறைக்குள் தலைகாட்டவில்லை. திரைச்சீலைகள் விரித்து வைக்கப்பட்டிருந்தன. பக்கத்துக் கட்டடத்தின் விளிம்புகளிலும், அதன் பனி மூடிய சாக்கடைகளிலும் உருவாகியிருந்த பனிக்கட்டிகள் உருகி, நீர் சொட்டிக்கொண்டிருந்தது. செந்நிற ஓடுகள் பதித்த அந்தக் கட்டடக் கூரை மீது கருப்பு நிறப் பனி திட்டுத்திட்டாய் உறைந்திருந்தது. அந்தக் கட்டடத்தின் நெடிதுயர்ந்த புகைபோக்கியிலிருந்து நிலக்கரிப் புகை வெளியேறிக்கொண்டிருந்தது. அந்தக் கட்டடக் கூரையின் முக்கோண வடிவுக்கும், புகைபோக்கியின் நீள்சதுர வடிவுக்கும் இடைப்பட்ட வெளியில் பிரகாசிக்கும் நீல வானம் சிக்கிக்கொண்டிருந்தது. படிப்பதில் சலிப்பேற்பட்டு, இந்த முக்கோணத்துக்கும் நீள்சதுரத்துக்கும் இடையில் தெரிந்த வெளியை காலிப் வெறித்துப் பார்த்துக்கொண்டிருந்தபோது, பறந்து செல்லும் காகங்களின் கருப்பு வில்வடிவம் குறுக்கும் நெடுக்குமாய் வானின் நீலத்தை ஆக்கிரமித்தது. தன்னுடைய பத்திக் கட்டுரைகளை இங்கே உட்கார்ந்து பிழைதிருத்திக்கொண்டிருக்கும் வேளைகளில் ஜெலாலும் கூட இதே துண்டு வானில், இந்தக் காக்கைகளைப் பார்த்துக்கொண்டு கண்களுக்கு ஓய்வு கொடுப்பானென்று காலிப் நினைத்துக்கொண்டான்.

வெகு நேரம் கடந்த பின், அடுத்த வீட்டுச் சாளரத்தின் இறுக்க மூடிய திரைச்சீலைகள் மீது சூரியன் பட்டுத் தெறித்துக்கொண்டிருந்தபோது, தன்னுடைய நம்பிக்கை மெல்லத் தேய்வதை காலிப் உணர்ந்தான். ஒவ்வொரு பொருளும் சொல்லும், அதன் அர்த்தமும் முறை மாறாமல் அதனதன் இடத்தில் இருக்கிறதென்று ஓரளவுக்கு உறுதிபடத் தோன்றினாலும், அவை யாவற்றையும் இணைத்துப் பற்றி நிற்கும் ஆழ்நிலை உண்மை இன்னமும் தன்னுடைய கைப்பிடிக்குள் வரவில்லையென்பதை அவன் வேறுவழியின்றி ஏற்றுக்கொண்டான். இப்பொழுது, தீர்க்க தரிசிகளைப் பற்றியும், போலி நபிகளைப் பற்றியும், அரியணையேறத் துடிக்கும் எமாற்றுக்காரர்களைப் பற்றியும் ஜெலால் எழுதியிருந்த தொடர் கட்டுரைகளைக் காலிப் படிக்கத் தொடங்கியிருந்தான். அவற்றுள் ஷம்ஸ் தேப்ரீஸ் என்பவரைப் பற்றிய கட்டுரையொன்று தட்டுப்பட்டது. ஷம்ஸின் மரணத்திற்குப் பிறகு, ஸலாஹுதீன் எனும் நகைக்கடைக்காரர் ஒருவர் மாபெரும் ஸூஃபி கவிஞர் ரூமியோடு நெருக்கமாகியிருந்தார். அவரைப் பற்றியும் ஜெலால் எழுதியிருந்தான். ஸலாஹுதீனும் இறந்த பிறகு அவருடைய இடத்தைப் பிடித்துக்கொண்ட ஜெலேபி ஹூஸ்மெட்டின் என்பவரைப் பற்றியும் எழுதியிருந்தான். தன்னுடைய ரசனைக்கு அவை ஒத்து வராதென்று தீர்மானித்த காலிப் வடிந்துகொண்டிருக்கும் உற்சாகத்தை மீட்டெடுக்க *நம்பினால் நம்புங்கள்* என்ற தலைப்பில் வெளியாகியிருந்த பத்திக் கட்டுரைகளின் குவியலுக்குள் கவனத்தைத் திருப்பினான். ஆனால், கவிஞர் ஃபிகானியைப் பற்றிய கதைகளில் கவனம் விலகிவிட அவன் அனுமதிக்கவில்லை. சுல்தான் இப்ராகிமின் பிரதம மந்திரியை இழிவுபடுத்திக் கவிதை புனைந்ததற்காகக் கவிஞர் ஃபிகானி கழுதையின் மீது கிடத்தப்பட்டு நகரெங்கும் ஊர்வலமாக அழைத்துச் செல்லப்பட்டார். அதேபோல், ஷேக் எஃப்லாகி பற்றிய கதைகளிலும் காலிப் தன் கவனத்தைச் சிதற விடவில்லை. ஷேக் எஃப்லாகி தன்னுடைய சகோதரிகள் அனைவரையும் ஒருவர் பின் ஒருவராகத் திருமணம் செய்துகொண்டார். ஆனால், அவரையும் அறியாமலேயே அவர்களின் மரணத்தை அவர் துரிதப்படுத்தியிருந்தார்.

வாசகர் கடிதங்கள் இருக்கும் பெட்டிக்கு வந்தவுடன் ஜெலால் மீது ஆர்வம் கொண்டிருந்தோரின் வகைமையைப் பார்த்து காலிப்பால் ஆச்சரியப்படாமல் இருக்க முடியவில்லை. தான் சிறு வயதில் ஜெலால் மீது கொண்டிருந்த பக்திக்குச் சற்றும் குறையாத வகையில் அவனுடைய வாசகர்களும் மையல் கொண்டிருந்தார்கள். ஆனால், மலையெனக் குவிந்து கிடந்த கடிதங்களைக் குடைந்து பார்த்தபோது, ஒரு சில வாசகர்கள் ஜெலாலிடம் நிதி கோரி எழுதியிருந்தார்கள். வேறு சிலர், தங்களுடைய சொந்தப் பிரச்சினையில் ஜெலால் ஏதோ ஒரு நிலையெடுக்க வேண்டுமென்றோ, இல்லாவிட்டால் தாங்கள் நேசித்த அல்லது வெறுத்த நபர்களை அவனும் நேசிக்கவோ அல்லது வெறுக்கவோ வேண்டுமென்றோ கோரியிருந்தார்கள். வேறொரு பத்தி எழுத்தாளரோடு ஜெலால் ஒரு முறை சொற்போரில் ஈடுபட்டிருந்தான். அந்தப் பத்தி எழுத்தாளரின் மனைவி ஒரு வேசை என்பதை ஜெலால் அறிந்துகொள்ள வேண்டுமென்று ஒரு சிலர் விரும்பியிருந்தார்கள். ஒரு ரகசிய மதப் பிரிவு சதித்திட்டம் ஒன்றை நிறைவேற்றப்போகிறது என்பதையும், உள்ளூரில் ஏகபோக ஆதிக்கம் செலுத்திவந்த இயக்குநர் ஒருவர் லஞ்சம் வாங்குகிறார் என்பதையும் ஓரிருவர் தெரியப்படுத்திக்காண்டிருந்தனர். இவற்றையெல்லாம் வாசிக்க வாசிக்க காலிப் நம்பிக்கையிழக்கத் தொடங்கினான்.

இந்த மேஜைக்கருகில் உட்காரத் தொடங்கியதிலிருந்து ஜெலாலைப் பற்றித் தன் மனத்திலிருந்த பிம்பம் மெல்ல மாறத் தொடங்கியிருக்கிறதென்ற உண்மை காலிப்புக்கு உறைக்கத் தொடங்கியது. பரிச்சயமான உலகைச் சேர்ந்த பரிச்சயமான பொருள்களால் சூழப்பட்டிருந்த அவன் இப்பொழுது ஜெலாலை அதே முப்பட்டகத்தின் ஊடாகப் பார்த்தான். பல்லாண்டுக் காலமாக யாருடைய கட்டுரையை வாசித்து வருகிறானோ, அந்தப் பத்திக் கட்டுரையாசிரியரை இப்பொழுது ஒரு மனிதனாக அவனால் பார்க்க முடிந்தது. அந்தப் பத்திக் கட்டுரையாசிரியருடைய ‘இருண்ட பக்கத்தை’ அவனால் இப்பொழுது புரிந்துகொள்ள முடிந்தது. அது சற்றுத் தொலைவிலிருந்துதான் என்ற போதிலும் ஜெலாலின் சொற்களைக் கொண்டே புரிந்துகொள்ள முடிந்தது. பிற்பகலில், அவன் இருக்குமிடத்துக்கு நேர் கீழே அமைந்திருந்த மகப்பேறு மருத்துவரின் ஆலோசனைக் கூடத்துக்கு வரும் சுகவீனமான பெண்களையோ, கருவுற்றிருக்கும் பெண்களையோ மின்தூக்கி தொடர்ந்து மேலும் கீழுமாய் இறக்கி ஏற்றிக்கொண்டிருந்தது. காலிப் ஜெலாலைப் பற்றிக் கொண்டிருந்த நாயகக் கவர்ச்சி மெல்ல மங்கி, ‘விசித்திரமான வகையில் கொஞ்சம் போதாமல் இருக்கும்’ மனிதன் என்ற பிம்பம் மனத்தில் உருக்கொள்ளத் தொடங்கியிருந்தது. அதே போல், இந்த அறையும் அதன் உள்ளிருக்கும் பொருள்களும்கூட மாறிக்கொண்டு வருவதைக் காலிப் உணரத் தொடங்கினான். முன்போல், அவை இப்பொழுது அவனுக்கு வரவேற்பு நல்கவில்லை. மாறாக, தன்னுடைய ரகசியங்களை அடியாழத்தில் புதைத்துவைத்திருக்கும் ஓர் உலகிற்கு வழிகாட்டும் அபாயச் சைகைகள் போல் அவை இப்பொழுது அவனுக்குத் தோன்றின.

கிலேசமூட்டும் இந்தப் புதிய வகைப் பார்வைக்கு ரூமியைப் பற்றி ஜெலால் எழுதியிருக்கும் சமாச்சாரங்களே காரணமென்பதை உணர்ந்து கொண்ட காலிப் நேரடியாக விஷயத்துக்குள் நுழையத் தீர்மானித்தான். ரூமியைப் பற்றி ஜெலால் எழுதியிருந்த கட்டுரைகள் அனைத்தையும்

அவன் வேகமாக ஒன்றுபடுத்தினான். எவ்வளவு விரைவாக முடியுமோ அவ்வளவு விரைவாக அவற்றைப் படிக்கத் தொடங்கினான்.

இதுநாள்வரை தோன்றியிருக்கும் ஆன்மீகக் கவிகளிலே மிக உன்னதமான இந்தக் கவிஞர் பதின்மூன்றாம் நூற்றாண்டில் கோன்யா எனும் நகரில் வசித்து வந்த காலத்தில் பாரசீக மொழியில் எழுதியிருந்த கவிதைகளோ அல்லது நற்பண்புகளென்றால் என்னவென்று விளக்க, நடுநிலைப் பள்ளியில் ஒழுக்கவியலைப் போதிக்கும் ஆசிரியர்கள் இந்தக் கவிதைகளிலிருந்து மேற்கோள்காட்டி வரும் தேய்வழக்காகிவிட்ட வரிகளோ ஜெலாலை ஈர்த்திருக்கவில்லை. அதே போல், ரூமியின் படைப்புகளிலிருந்து தலைமுறை தலைமுறையாகச் சாமான்ய எழுத்தாளர்கள் தங்களுடைய தலைப்புப் பக்கத்தை அலங்கரிக்க எடுத்தாண்டிருக்கும் 'தத்துவ முத்துகளும்' அவனுக்குப் பொருட்டாக இருக்கவில்லை. உல்லாசப் பயணிகளையும், படங்கள் போட்ட தபாலட்டையைத் தயாரிப்பவர்களையும் பரவசப்படுத்தும், பாவாடையணிந்து வெறுங்கால்களோடு சுற்றிச் சுற்றி நடனமாடும் பிச்சாண்டி மதகுருக்கள் மீதும்கூட அவனுடைய நாட்டம் சென்றிருக்கவில்லை. ரூமி இந்த மண்ணில் தோன்றி எழுநூறு ஆண்டுகள் ஆனபின்னும் ரூமியைப் பற்றியும், அவருடைய மறைவிற்குப் பின் தோற்றுவிக்கப்பட்டிருக்கும் அமைப்பு குறித்தும் பல்லாயிரக்கணக்கான ஆய்வுக் கட்டுரைகள் எழுதப்பட்டிருக்கின்றன. ஆனால் இவற்றைக் காட்டிலும், ரூமி மீது ஜெலாலுக்கு இருந்த ஆர்வத்துக்குக் காரணம் தன்னுடைய பத்திக்கட்டுரைகளுக்கு அவர் ஒரு தொடக்கப் புள்ளியாக விளங்கக்கூடும் என்பதுதான். ஒரு சில ஆண்களோடு ரூமி கொண்டிருந்த 'பாலியல் மற்றும் ஆன்மிக' நெருக்கம்தான் ரூமியிடம் ஜெலால் ஈர்ப்பு கொண்ட அம்சம்.

நாற்பத்தைந்து வயதில் தன்னுடைய தந்தையைப் போலவே ரூமியும் கோன்யா நகரில் ஒரு ஷேக்காக இருந்தார். அந்தக் கால கட்டத்தில் அவர் மீது பக்திகொண்டிருந்த சீடர்கள் மட்டுமின்றி ஒட்டுமொத்த நகருமே அவர் மீது மதிப்பு கொண்டிருந்தது. அந்தக் காலகட்டத்தில்தான் அவர் ஷம்ஸ் தேப்ரீஸின் தாக்கத்திற்கு உள்ளானார். ஷம்ஸ் தேப்ரீஸ் ஒரு நாடோடி மதத் துறவி. ரூமியின் வாழ்வியல் மதிப்பீடுகள், வாழ்க்கை பற்றிய கண்ணோட்டம், பாண்டித்தியம் என எதுவுமே ஷம்ஸ் தேப்ரீஸோடு ஒத்தியைந்து வரவில்லை. ஜெலாலின் கருத்துப்படி இவர்களிருவரும் இணைந்தது எந்த விதத்திலும் அறிவுக்கொவ்வாத சேர்க்கையாகவே பட்டது. எழுநூறாண்டுக் காலமாக இந்தச் சேர்க்கைக்கான விளக்கத்தைப் புரிந்துகொள்வதற்காக அறிஞர்கள் படாதபாடு படுவதே இதற்கான உரிய சான்று. ஷம்ஸ் தேப்ரீஸ் கொல்லப்பட்ட பிறகு – ஏனைய சீடர்களால் மூர்க்கத்தனமாய் எதிர்ப்புக்குள்ளானதன் காரணமாய் – ஏதுமறியா நகைக்கடைக்காரர் ஒருவரை அவருடைய இடத்திற்கு ரூமி நியமித்தார். ஷம்ஸ் தேப்ரீஸிடம் உணர்ந்திருந்த 'ஆன்மீகப் பேருவகையை' ரூமி தன்னுடைய புதிய உதவியாளர் மூலமாகவும் அடைந்தாரென்று காலங்காலமாகப் பண்டிதர்கள் கூறி வருகிறார்கள். ஆனால், அதற்கான ஆதாரமாக இதை எடுத்துக்கொள்வதற்கில்லை என்று ஜெலால் விடாப்பிடியாக வாதம் செய்திருக்கிறான். மாறாக, பாலியல் ரீதியாகவும் ஆன்மீக ரீதியாகவும் மனநோய்கொண்டிருந்த மனிதனையே இது சுட்டுகிறது. இந்த உதவியாளரும் இறந்த பிறகு ரூமி மூன்றாவதாக ஒருவரைத் தேர்ந்தெடுத்தார். அவரும்

இரண்டாமவரைப் போலவே மிகவும் மந்தப் புத்தி உள்ளவராக வெறும் தலையாட்டி பொம்மையாகவே இருந்தார்.

நூற்றாண்டுகளாக ஆய்வியல் அறிஞர்கள் சான்றுகளைத் தேடி வந்த வண்ணம் இருக்கின்றனர். சுற்றிலுமிருக்கும் உண்மைகளை இடம் மாற்றி, ஏற்றுக்கொள்ள இயலாதனவற்றை ஏற்றுக்கொள்ளத் தக்கதாகத் தோன்றச் செய்து, அந்த மூன்று உதவியாளர்களுக்கும் இருக்கவியலா (அடிப்படையற்ற) நற்குணங்களை உரித்தாக்கி ஜாலம் காட்டுகின்றனர். ஒரு சில சந்தர்ப்பங்களில் அவர்களுடைய பாரம்பரியத்தையே கூடத் திரித்து, அந்த மூன்று உதவியாளர்களும் அலியின் அல்லது முஹம்மதின் வழித்தோன்றல்கள் என்று நிறுவத் தலைப்படுகிறார்கள். என்றாலும், ரூமியைத் தனித்துவம் மிக்கவராகக் காட்டும் ஓர் அம்சத்தை இந்த ஆய்வியளாலர்கள் கவனிக்கத் தவறிவிட்டனர். கோன்யா நகரில் ஒவ்வோராண்டும் ரூமியின் நினைவேந்தல் நிகழ்ச்சிஅனுசரிக்கப்படுகிறது. இதுநாள்வரை அனுசரிக்கப்படும் இந்த நிகழ்ச்சியோடு இயைந்து போகும் வண்ணம் ரூமியைப் பற்றித் தான் கொண்டிருக்கும் இதுபோன்ற கருத்துகளை வெளியிட, ஒரு ஞாயிற்றுக்கிழமையன்று வெளியாகும் பத்திக் கட்டுரையை ஜெலால் தேர்ந்தெடுத்துக்கொண்டான். ரூமியைத் தனித்துவம் மிக்கவராகக் காட்டும் இந்த விஷயம் ரூமியின் செய்யுள் வரிகளிலேயே வெளிப்படுகின்றது. இருபத்தியிரண்டு ஆண்டுகளுக்கு முன்பாக, இந்தப் பத்திக் கட்டுரையைத் தான் முதன்முதலாகப் படித்த பொழுது, மதம் தொடர்பான ஏனைய கட்டுரைகளைப் போலவே, இதுவும் தனக்குத் தாங்கவியலாத அலுப்பூட்டியதென்பது இப்போது காலிப்பின் நினைவுக்கு வந்தது. இப்படியொரு கட்டுரை வந்திருந்ததை அவன் நினைவில் வைத்திருக்கக் காரணமே, அதே ஆண்டில் வெளியிடப்பட்டிருந்த ரூமி தொடர் அஞ்சல் தலைகள்தான் (பதினைந்து குரூஸ் மதிப்பிலிருந்த அஞ்சல் தலைகள் வெளிர் சிவப்பு நிறத்திலும், முப்பது குரூஸ் அஞ்சல் தலைகள் ஊதா நிறத்திலும், சற்றே அபூர்வமாகக் கிடைத்த அறுபது குரூஸ் அஞ்சல் தலைகள் பச்சை நிறத்திலும் வெளியிடப்பட்டிருந்தன). இவற்றையெல்லாம் நினைவுக்குக் கொண்டுவந்தவுடன் அந்த அறையிலிருந்த பொருள்கள் மீண்டும் மாறிக்கொண்டிருப்பதாய் காலிப்புக்குத் தோன்றியது.

ஜெலாலின் வாதப்படி (நூற்றாண்டுகளாக, பல்லாயிரக்கணக்கான ஆய்வுக் கட்டுரைகளில் ஏற்கெனவே சொல்லியிருப்பதைப் போல்), பார்த்த நொடியிலேயே ஷம்ஸ் தப்ரீஸின் வசிய சக்திக்கு ரூமி ஆட்பட்டுவிட்டார். ஆனால் – பலரும் கூறுவதைப் போல் – இன்று மிகப் பிரபலமாக இருக்கும் அந்தக் கேள்வியை ஷம்ஸ் கேட்டு அதற்குப் பின்னர் ரூமியும் ஷம்ஸும் இன்று பிரபலமாகப் பேசப்படும் அந்த உரையாடலில் இறங்கிவிட்டதல்ல வசிய சக்திக்கான காரணம். அன்று அவர்கள் விவாதித்தது அடக்கத்தைப் போதிக்கும் மிகச் சாதாரணமான ஸூஃபி நீதிக்கதையொன்றைப் பற்றித்தான். ஸூஃபிசம் பற்றிப் பேசுகின்ற, ஆயிரக்கணக்கான, உப்புச்சப்பற்ற புத்தகங்களில் காணப்படும் வகையான நீதிக்கதைதான் அது. இவை பள்ளிவாசல்களுக்கு வெளியே விற்பனைக்குக் கிடைக்கும் எளிய நீதிநூல்கள். எல்லோராலும் பேசப்படுகிற அளவுக்கு ரூமி உண்மையிலேயே ஞானவானாக இருந்திருந்தால் இப்படியொரு தரைமட்டமான நீதிக்கதையால் கவரப்பட்டிருக்கமாட்டார். தான் கவரப்பட்டிருப்பதாகப் பாசாங்குதான் செய்திருப்பார்.

உண்மையில் இதுதான் நடந்திருக்க வேண்டும். ஷம்ஸிடம் சக்திவாய்ந்த ஆன்மீகமும் ஆழமும்கொண்ட மனிதனைத் தான் கண்டுவிட்டதாக ரூமி நடித்திருக்க வேண்டும். ஜெலாலின் பார்வையில் இதெல்லாம் சுட்டுவதென்னவென்றால் அந்த மழை நாளில், அப்படியொரு 'ஆன்ம துணை'க்காகவே ரூமி ஏங்கிக்கொண்டு இருந்திருக்க வேண்டும். அச்சு அசலாய்த் தன்னுடைய பிம்பத்தை இன்னொரு மனிதனிடம் காணும் ஏக்கமே அவரிடம் மேலோங்கி இருந்திருக்க வேண்டும். எனவே, அந்த மனிதர் மீது பார்வை பட்டுவிட்ட நொடியிலிருந்து அவரைத்தான் அதுவரை தேடிக்கொண்டிருந்ததான தீர்மானத்துக்கு ரூமி வந்துவிட்டார். அதே போல் ஷம்ஸிடமும் அந்த மேன்மையான நபர் அவரே என்று அவரை ஏற்றுக்கொள்ள வைக்க ரூமிக்கு அதிக முயற்சி தேவைப்பட்டிருக்கவில்லை. அவர்களுடைய சந்திப்பிற்குப் பின், உடனடியாக – 23 அக்டோபர்1244 – மதரசாவின் பின்புறமிருந்த ஒரு தனியறைக்கு அவர்கள் சென்று விட்டனர். ஆறு மாதங்கள்வரை அவர்கள் அங்கிருந்து மீளவில்லை. அந்த நீண்ட, ஆறுமாத கால இடைவெளியில் அந்தத் தனியறையில் என்னதான் நடந்தது? இந்தக் கேள்விக்கான விடையைத் தேடுவதில் மெவ்லவி அமைப்புக்கு அவ்வளவாக ஆர்வம் இருக்கவில்லை. அது மிகவும் 'உலகாயதமான' கேள்வியென்று அது முத்திரை குத்தியிருந்தது. ஜெலாலும், தன்னுடைய வாசகர்களை அனாவசியமாய்ச் சீண்டிப்பார்க்க விரும்பாமல், வார்த்தைகளை மிகக் கவனமாகத் தேர்ந்தெடுத்து, விஷயத்தின் மையம் என்று அவன் கண்டதை நோக்கி நகர்ந்துவிட்டான்.

வாழ்க்கை முழுதும் தன்னுடைய மறு 'சுயத்தை'த் தேடியே கழித்திருக் கிறார் ரூமி. தன்னை நெகிழ வைத்து இதயத்திற்கு ஒளி பாய்ச்ச வல்ல அந்த இரட்டையைத் தேடியே. தன்னுடைய வதனத்தையும் ஒட்டுமொத்த ஆன்மாவையும் பிரதிபலிக்கும் அந்தக் கண்ணாடியைத் தேடியே. ஆக, அந்தத் தனியறையில் அவர்கள் என்ன செய்திருந்தாலும் அவை யாவுமே, ஏக நபராய் மாறுவேடம் பூண்டிருக்கும் மக்கள் திரளின் சொல்லும் செயலும் என்பதைப் போலவோ அல்லது மக்கள்திரள் போல் மாறுவேடமணிந் திருக்கும் ஏக நபரின் சொல்லும் செயலும் என்பதைப் போலவோதான் அதிகபட்சம் பார்க்கப்பட்டிருந்தன. ஏனென்றால், இந்த மூச்சுத்திணற வைக்கும் பதின்மூன்றாம் நூற்றாண்டு அனடோலிய நகரத்தையும், தன்னுடைய மூளையற்ற சீடர்களின் பக்தியையும் சகித்துக்கொள்வதற்காக (இவர்களைத் தானாகவே ரூமியால் கைவிட முடியவில்லை), தன்னுடைய இருப்பிலிருக்கும் பல்வேறான அடையாளங்களிலிருந்து ஒன்றைத் தேவைப்படும்போதெல்லாம் எடுத்து மாற்றிக்கொள்ளும் தேவை ரூமிக்கு இருந்தது. இதே காரணத்துக்கவே – அதாவது, கொஞ்ச நேரத்துக்காவது மன நிம்மதியை அனுபவிப்பதற்காகக் – கவிஞர்கள்கூடக் காலங்காலமாக மாறுவேடங்களை விரும்பி ஏற்றிருக்கிறார்கள். இந்த ஆழமான இச்சைக்கு நயம் சேர்க்க, தன்னுடைய ஆதிகால பத்திக் கட்டுரைகளிலிருந்து ஒரு படிமத்தை ஜெலால் இந்தக் கட்டுரையில் கோர்த்திருந்தான். "இதே ரீதியில், கொடுங்கோலர்கள், அடிவருடிகள், ராஜ்யம் முழுக்க விரவிக் கிடக்கும் ஓட்டாண்டிகள் ஆகியோரை இகழ்ச்சியாகப் பார்த்து ஓய்ந்து போன அஞ்ஞான நாட்டின் அரசன், தெருக்களில் அவ்வப்பொழுது நிம்மதியாக அலைந்து திரியும் நேரங்களில் அணிந்துகொள்வதற்கென்றே ஒரு குடியானவனுக்கான ஆடையைச் சேமப்பெட்டியில் ஒளித்துவைத்திருக்க வேண்டும்."

காலிப் எதிர்பார்த்திருந்ததைப் போலவே இந்தப் பத்திக் கட்டுரைக்கு எதிராக எண்ணற்ற மதத் தலைவர்களின் கொலை மிரட்டல்களை ஜெலால் சந்தித்திருந்தான். மதச்சார்பற்ற குடியரசுவாதிகளென்று தம்மைக் கருதிக்கொண்டிருக்கும் வாசகர்களிடமிருந்து பாராட்டுக் கடிதங்களும் வந்திருந்தன. இப்படிப்பட்ட விஷயங்களை இனிமேற்கொண்டு தொட்டு விட வேண்டாமென்று அந்த நாளிதழின் ஆசிரியர் கேட்டுக்கொண்டிருந்த போதும் ஒரு மாதம் கழித்து ஜெலால் இதே விஷயத்துக்கு மீண்டிருந்தான்.

மெவ்லவிக்கள் அனைவரும் ஏற்றுக்கொள்ளும் உண்மைத் தகவல்களை விவரிப்பதிலிருந்து தொடங்கி இந்தப் புதிய பத்திக்கட்டுரையை ஜெலால் எழுதியிருந்தான். எவ்வித மதிப்புமற்ற ஒரு பிட்சாண்டித் துறவியோடு ரூமி கொண்டிருந்த நெருக்கமான நட்பைப் பார்த்துக் கொதித்தெழுந்த ரூமியின் இதர சீடர்கள், ஷம்ஸுக்கு வாழ்க்கையை நரகமாக்கினர். கொலை மிரட்டல்களையும் விடுத்தனர். இதனால், பனி கொட்டும் ஒரு குளிர்பருவ நாளில் – சரியாகச் சொல்வதென்றால் 1246ஆம் ஆண்டு, பிப்ரவரி 15ஆம் நாளில் ஷம்ஸ் கோன்யா நகரைவிட்டு வெளியேறி, எங்கோ மறைந்துவிட்டார் (வரலாற்று ரீதியாகத் துல்லியமாக இருக்க விரும்பும் ஜெலாலின் உத்வேகம் காலிப்பை மிகவும் வசீகரித்தது. தன்னுடைய உயர்நிலைப் பள்ளிப் பாடநூல்களையும் அவற்றில் காணப்பட்ட எண்ணற்ற அச்சுப் பிழைகளையும் அவன் நினைத்துக்கொண்டான்). தனக்கு மிகவும் பிரியமான தன்னுடைய இரட்டையின் பிரிவை ரூமியால் தாங்கவியலவில்லை. ஷம்ஸ் டமாஸ்கஸ் நகரில் இருப்பதாக அவருக்கு அதற்குள்ளாகவே தகவல் வந்திருந்தது. உடனே தன்'விருப்பத்துக்குரியவரை' அவர் மீண்டும் கோன்யா நகருக்கே வரவழைத்தார். தன்னுடைய வாசகர்களைத் தேவைக்கதிகமாகக் காயப்படுத்திவிடக் கூடாதென்பதற்காக, 'விருப்பத்துக்குரியவர்' எனும் பிரயோகத்தை ஜெலால் அடைப்புக் குறிக்குள் போட்டிருந்தான். ஷம்சைக் கோன்யா நகருக்கு வரவழைத்த கையோடு அவரைத் தன்னுடைய மகள்களுள் ஒருத்திக்குத் திருமணமும் செய்து வைத்தார். ஆனால் விரைவிலேயே, பொறாமையெனும் சுருக்குக்கயிறு மீண்டும் அவருடைய கழுத்தை நெரிக்கத் தொடங்கியது. 1247ஆம் ஆண்டில் ஓர் ஐந்தாம் வியாழக்கிழமையன்று பதுங்கியிருந்த கும்பலொன்று ஷம்ஸைத் தாக்கிக் கத்தியால் குத்திக் கொலை செய்தது. ரூமியின் மகனான அல்லாதினும் அந்தக் கும்பலில் இருந்தார். இரவின் வானிலிருந்து மிகக் குளிர்ந்த மோசமான மழை பொழிந்துகொண்டிருக்க, ரூமியின் வீட்டிற்கு அடுத்தாற்போலிருந்த கிணற்றுக்குள் ஷம்ஸின் சடலம் வீசப்பட்டிருந்தது.

ஷம்ஸின் பிரேதம் வீசப்பட்டிருந்த கிணற்றைப் பற்றிப் படித்துக் கொண்டிருந்தபோது காலிப்புக்குப் பரிச்சயமான விவரங்கள் கண்ணில் பட்டன. அந்தக் கிணறு, அந்த உடல், அந்தப் பிணத்தின் தனியான தவிப்பென்று அந்த விபரீதமான அச்சமூட்டும் காட்சியை எழுநூறாண்டு களுக்கு முன்பாக, அந்த அடர்ந்திருண்ட குளிர் நடுக்கும் இரவில், தானே அங்கே நின்று பார்த்ததைப் போல் அவ்வளவு துல்லியமாக காலிப்பால் பார்க்க முடிந்ததென்றால் அதற்குக் காரணம், அந்தக் கற்சுவரையும், ஹோராசான் வகைப் பூச்சு வேலையையும் அவன் அசலாக அடையாளம் கண்டிருந்ததால்தான். அந்தப் பத்திக் கட்டுரையைப் பல முறை திரும்பத் திரும்ப வாசித்துப் பார்த்துவிட்டு அதே காலகட்டத்தில் எழுதப்பட்டிருந்த வேறு சில கட்டுரைகளையும் காலிப் மேம்போக்காக

மேய்ந்தான். *இருண்ட வாயுச்சுரங்க வாயில்* என்ற தலைப்பில் அந்தக் குடியிருப்பினை ஒட்டியிருக்கும் பள்ளத்தினைப் பற்றி அவனே எழுதியிருந்த பத்திக்கட்டுரையிலிருந்து சில வாக்கியங்களை வார்த்தை மாறாமல் ஜெலால் கையாண்டிருக்கிறான் என்பது காலிப்பிற்குப் புலனாகியது. இந்தப் புதிய பத்திக் கட்டுரையின் நடையில் எந்த மாற்றத்தையும் உணரமுடியாதபடிக்குச் சாமர்த்தியமாக அவன் இந்த வேலையைச் செய்திருந்தான்.

ஹுரூஃபிஸம் பற்றி ஜெலால் எழுதியிருந்த பத்திக் கட்டுரைகளைக் காலிப் படித்திருந்தால், இந்த எத்து வேலையைப் பற்றி அதிகம் அலட்டிக் கொண்டிருக்கமாட்டான். என்றாலும்கூட மேஜை மீது குவிந்து கிடந்த பத்திக் கட்டுரைகளைப் புதிய கண்ணோட்டத்தில் பார்க்க இந்தப் பத்திக்கட்டுரை உதவியது. ஜெலாலின் பத்திக் கட்டுரைகளைப் படித்துக் கொண்டிருந்தபொழுது, தன்னைச் சுற்றிலுமிருக்கும் பொருள்கள் மாறிக் கொண்டே இருந்தது எதனால் என்று காலிப் கண்டுகொண்டான். அதே தருணத்தில் இந்த மேஜைகள், திரைச்சீலைகள், விளக்குகள், சிகரெட் சாம்பல் கிண்ணிகள், ஏன் அந்த வெப்பமூட்டியின் மீதிருக்கும் கத்திரிக்கோல் உட்பட, யாவற்றிலும் ஒருகாலத்தில் அவற்றை ஒன்றிணைத்திருந்த அர்த்தமும் நல்லெண்ணமும் எதனால் வடிந்துபோய்விட்டன என்றும் காலிப் கண்டுகொண்டான்.

ஏதோ தான்தான் அந்த மனிதன் என்பதைப் போலவே ஜெலால் ரூமியைப் பற்றி அந்தக் கட்டுரையில் சொல்லியிருந்தான். அந்தக் கட்டுரையின் வரிகளுக்குள் எங்கோ ஓரிடத்தில் யாருமறியாத வண்ணம் நிழல்களுக்குள் அவன் பதுங்கிக்கொண்டு தன்னுடைய அடையாளத்தை ரூமியுடையதாக மாற்றிக்கொண்டிருந்தான். அதற்கு முந்தைய பத்திக் கட்டுரைகளை வாசிக்க காலிப் மீண்டபோது ரூமியைப் பற்றிய 'வரலாற்று ரீதியான' கட்டுரைகளில் செய்திருந்த மாதிரியே தன்னுடைய வாழ்க்கையை ஒட்டி எழுதியிருந்த பத்திக் கட்டுரைகளிலும்கூட, அதே வாக்கியங்கள், பத்திப் பிரிப்புகள், அதே வகையான துக்கம் ததும்பும் தொனி ஆகியவற்றை ஜெலால் பயன்படுத்தியிருக்கிறான் என்பதைக் காலிப் கண்டுபிடித்தான். ஆக, அந்த இருவரும் ஒருவரே என்று அவன் உறுதிபட நம்பினான். அத்தோடு போகவில்லை. தன்னுடைய அந்தரங்கக் குறிப்பேட்டிலும், இதுவரை வெளியாகாத பத்திக் கட்டுரைகளிலும், அவனுடைய 'வரலாற்று உரையாடல்களிலும்', வேறொரு மெல்லவி கவிஞரைப் பற்றி (*அழகும் அன்பும்* எனும் நூலின் ஆசிரியர், ஷேக் காலிப்) அவன் எழுதியிருந்த கட்டுரைகளிலும், *கனவுகளின் அர்த்தங்கள்*' தொடரிலும், இதர எண்ணற்ற பத்திக்கட்டுரைகளிலும், இந்த விசித்திர விளையாட்டைத் தொடர்ந்து விளையாடுமளவுக்கு ஜெலால் சென்றிருந்தான். தங்களை வேறொருவராகக் கற்பனை செய்துகொண்டிருந்த அரசர்களைப் பற்றிய நூற்றுக்கணக்கான கதைகளை அவனுடைய *நம்பினால் நம்புங்கள்* கட்டுரைகளில் ஜெலால் எழுதியிருந்தான். வேறொருவராக மாறத் துணிந்த பின் தங்களுடைய அரண்மனைகளையே எரித்துச் சாம்பலாக்கிய சீனச் சக்ரவர்த்திகளைப் பற்றி. தங்களுடைய குடிமக்களோடு ஒருவராய் இரவில் சுற்றித் திரியும் போதைக்கு அடிமையாகி மாறுவேடத்தில் அரண்மனைகளைவிட்டு வெளியேறி, முக்கிய அரசு அலுவல்களை நாள் கணக்கில் தேங்கவைத்திருந்த சுல்தான்களைப் பற்றி. தன்வரலாற்று

அம்சங்கள் கொண்டவை போல் தோன்றிய, பாதி முடிந்த நிலையில் இருந்த கதைகள் எழுதப்பட்டிருந்த நோட்டுப் புத்தகமொன்று காலிப்பின் கண்ணில்பட்டது. ஒரு கோடைக்காலத்தின் சாதாரணமான நாளொன்றில், தன்னை லீப்னிஸ் என்றும், ஜெவ்தத் பே எனும் பிரபல சக்தி வாய்ந்த தொழிலதிபராகவும் முஹம்மதாகவும் ஒரு நாளிதழுக்குச் சொந்தக்காரன் எனவும், அனடோல் ஃப்ரான்ஸ் எனவும், வெற்றிகரமான சமையற்கலை நிபுணர் என்பதாகவும், தன்னுடைய போதனைகளுக்காக மிகவும் வியந்து பாராட்டப் பெற்ற ஒரு மதபோதகராகவும், ராபின்ஸன் க்ரூஸோ எனவும், பால்ஸாக் எனவும் இன்னும் வேறு ஆறு நபர்கள் போலவும் ஜெலால் தன்னைக் கற்பனை செய்து பார்த்துக்கொண்டானாம். அந்த ஆறு நபர்களின் பெயரை வெளியில் சொல்லக் கூச்சப்பட்டு அவற்றை அடித்திருந்தான். பல்வேறு அஞ்சல் தலைகளிலும் விளம்பர அட்டைகளிலும் பார்த்திருந்த ரூமியின் சித்திரங்களால் கவரப்பட்டு, ஜெலால் வரைந்திருந்த கோட்டோவியங்களை காலிப் புரட்டிப் பார்த்தான். அப்பொழுது, அலங்கோலமாய் வரையப்பட்டிருந்த ஒரு பேழையின் சித்திரம் கண்ணில் பட்டது. அதன் மீது ரூமி ஜெலால் என்று எழுதப்பட்டிருந்தது. பிறகு, "ரூமியின் ஆகச்சிறந்த படைப்பான *மஸ்னவி*, தொடக்கத்திலிருந்து இறுதிவரை களவாணி எழுத்தேதான்," என்று ஆரம்பித்திருந்த ஒரு வெளியிடப்படாத பத்திக் கட்டுரையை காலிப் கண்ணுற்றான்.

அசலான அக்கறைக்கும், அசலான அறிஞர்களின் ஏளனத்துக்கும் ஆளாகிவிடும்படி எதையும் சொல்லிவிடக் கூடாதென்ற அச்சத்துக்கும் நடுவே ஊசலாடும் மிகைப்பகட்டு நிறைந்த மொழிநடையில் மனத்தைப் புண்படுத்தும் ஒரு சில பகுதிகளை ஜெலால் அந்தப் பத்திக்கட்டுரையில் பட்டியலிட்டிருந்தான். இன்னின்ன கதைகள் *கலைலாவும் திம்னாவும்* எனும் நீதிக்கதைகளின் தொகுப்பிலிருந்து களவாடப்பட்டவை; மற்றொரு கதை அத்தாரின் *பறவைகள் மாநாடு* எனும் கவிதை நூலிலிருந்து களவாடப்பட்டது; மேற்குறிப்பிடப்பட்ட துணுக்கு, வார்த்தைக்கு வார்த்தை *லைலாவும் மஜ்னுவும்* எனும் நெடுங்கவிதை நூலிலிருந்து எடுத்தாளப்பட்டது. அதே போல், ரூமியின் *மனாகிபியும்* எவ்லியாவிடமிருந்து எடுத்தாளப்பட்டது. மூல நூல்கள் பற்றிய அந்தப் பட்டியலை ஆராய்ந்தபொழுது *தீர்க்கதரிசிகளின் கதைகள், ஆயிரத்தொரு இரவுகள்,* இபின் ஸெரானி போன்ற பெயர்கள் குறிப்பிடப்பட்டிருந்ததைக் காலிப் கண்ணுற்றான். பிறரிடமிருந்து கதைகளைக் களவாடுவதைப் பற்றிய ரூமியின் தனிப்பட்ட சிந்தனைகளோடு ஜெலால் அந்தப் பட்டியலை நிறைவுசெய்திருந்தான். அந்த அறை இருண்டுகொண்டே வந்தது. காலிப்பின் கண் முன்னே புலனாகிய இருண்ட சிந்தனைகள் அந்த அறையின் இருட்டை மேலும் அடர்த்தியாக்கின. அந்தச் சிந்தனைகள் யாவும் ரூமியிடமிருந்தல்ல, ஜெலாலிடமிருந்தே – ரூமியின் இடத்தை எடுத்துக்கொண்ட ஜெலாலிடமிருந்தே – வருகின்றன என்று காலிப்புக்குத் தோன்றியது.

தனியாக இருப்பதைச் சகித்துக்கொள்ள முடியாமல் தம்மை வேறு யாரோவாகக் கற்பனை செய்துகொண்டு மன அமைதியைத் தேடும் பலரையும் போலவே வேறு எங்கிருந்தாவது ஒரு கதையைக் கேட்டிருந்தால் மட்டுமே ரூமியால் அதை விவரிக்க முடிந்திருந்தது என்று ஜெலால் கூடுதலாய்

விளக்கம் கொடுத்திருந்தான். என்ன இருந்தாலும், வேறொருவராக மாறி விடத் துடிக்கும் மகிழ்ச்சியற்ற ஆத்மாக்களுக்குக் கதைசொல்லல் என்பது ஒரு தந்திரமே. தம்மை அடக்கியாளும் உடலிலிருந்தும், ஆன்மாவிலிருந்தும் தப்பித்துக்கொள்ள அவர்களே கண்டுபிடித்துக்கொண்ட ஆகச் சிறந்த வழிமுறை அது. ரூமியும் ஒரே கதையைத்தான் சொல்வார். அதிலிருந்து வேறொரு கதைக்கான அணுகுவாயில் பின்னர் கிடைக்கும் என்பதற்காக. ஆயிரத்தொரு இரவுகளைப் போலவே, மஸ்னவியும் விசித்திரமான, சிக்கல் நிறைந்த ஒரு படைப்புதான். முதல் கதை முடிவுறு முன்பாகவே இரண்டாம் கதை தொடங்கிவிடும். இரண்டாவது முடியுமுன்பாகவே மூன்றாவது ஆரம்பிக்கும். முடிவற்ற கதைகள். தொடங்குவதே இறுதியில் நிராகரிக்கத்தான். அந்தக் கதைசொல்லிகள் நிராகரித்துத் தப்பியோடப் பார்க்கும் தத்தம் அடையாளங்களைப் போல. ஜெலாலிடமிருந்த *மஸ்னவி*யின் பிரதியை காலிப் புரட்டிப் பார்த்தான். அதிலிருந்த பாலியல் பகுதிகள் எல்லாம் பச்சை மைப் பேனாவால் அடிக்கோடிடப்பட்டிருக்க, இதர பகுதிகளில் சீற்றம் மிகுந்த பச்சை நிறக் கேள்விக்குறிகளும் ஆச்சர்யக்குறிகளும் தூவப்பட்டிருந்தன. அல்லது முழுமையாகவே சுழிக்கப் பட்டிருந்தன. இப்படி அலங்கோலமாய்ப் பேனாவால் கிறுக்கப்பட்டிருந்த பக்கங்களில் காணப்பட்ட கதைகளை விரைந்து படித்து முடித்தான் காலிப். முதன்முதலில் படித்தபோது, முற்றாக சுயமான எழுத்தென்று தான் நினைத்திருந்த ஜெலாலின் பத்திக் கட்டுரைகள் பலவும், *மஸ்னவி*யிலிருந்து களவாடப்பட்டு நவீன இஸ்தான்புல் வாழ்க்கைக்கேற்றவாறு மாற்றிக் கொள்ளப்பட்டிருக்கிறதென்று காலிப் புரிந்துகொண்டான்.

வடிவத்திலும் உள்ளடக்கத்திலும் ஒரு கவிதையை அப்படியே ஒப்பனை செய்யும் நாஸிரே எனும் நுணுக்கமான கவிதை வகையைப் பற்றி பல இரவுகள், வெகு நேரம் ஜெலால் பேசிக்கொண்டிருந்ததை காலிப் இப்பொழுது நினைவு கூர்ந்தான். தன்னிடம் இருக்கும் ஒரே திறன் அதுதான் என்று அவன் அப்போது சொல்லியிருந்தான். வரும் வழியில் அவர்கள் வாங்கி வந்திருந்த கேக்குளை ரூயா கொறித்துக்கொண்டிருக்க, தான் எழுதிய பல பத்திக் கட்டுரைகளும் – ஏன் எல்லாமே – பிறரின் தயவில் எழுதியதுதான் என்று ஜெலால் அப்பொழுது மனந்திறந்து ஒப்புக்கொண்டிருந்தான். ஏதோ ஒன்றை உருவாக்குவதென்பது முக்கியமல்ல. மாறாக, நமக்கு முன்பே ஆயிரக்கணக்கான ஆண்டுகளாய்த் தோன்றியிருக்கும் பல்லாயிரக் கணக்கான மாமனிதர்கள் உருவாக்கித் தந்திருக்கும் அதிசயங்களிலிருந்து எடுத்துக்கொண்டு, அவற்றை அங்குமிங்குமாகக் கொஞ்சம் மாற்றியமைத்து, புதிது போல் ஆக்கித் தருவதில்தான் மகிமை இருக்கிறது. இதனால்தான் பிற மூலப்படைப்புகளிலிருந்து தன்னுடைய பத்திக் கட்டுரைகளுக்கு வேண்டிய சரக்கைத் தான் எடுத்துக்கொள்வதாக ஜெலால் கூறியிருக்கிறான். அந்த அறையும், அதனுள்ளிருக்கும் பல்வேறான பொருள்களும், அந்த மேஜையும், அதன் மீது குவிந்திருக்கும் காகிதக் குவியலும் நிஜமானவை என்பதற்கான அடிப்படை இருக்கிறதா? இந்தச் சந்தேகம் காலிப்புக்கு அதற்குள்ளாக வந்திருந்தது. ஜெலாலின் சொந்தப் படைப்புகள் என்று தான் நெடுங்காலமாகக் கருதி வந்தவை உண்மையில் வேறொருவரின் படைப்பே என்பதை இப்பொழுது காலிப் புரிந்துகொண்டதால் எழுந்த சந்தேகமில்லை அது. மாறாக, இந்த உண்மை உணர்த்தி நின்ற இதர சாத்தியக் கூறுகள்தாம் அவனைக் கலவரப்படுத்தின.

ஏனென்றால், இந்த நகரின் வேறொரு பகுதியில் இருபத்தைந்தாண்டு களுக்கு முன்பிருந்ததைப் போல் அச்சு அசலாய் அமைக்கப்பட்ட இன்னொரு அறை இருக்குமோ என்று காலிப்புக்கு இப்பொழுது தோன்றியது. அந்த அறையில், இந்த நொடியில் அமர்ந்திருப்பது ஜெலால் இல்லையென்றால் – காலிப் அமர்ந்திருப்பதைப் போலவே, அதே எழுது மேஜைக்கு அருகில், கதைகள் சொல்லியபடி, அவனுடைய ஒவ்வொரு வார்த்தையையும் ரூயா பிடித்துத் தொங்கியபடி – அங்கே அந்த இன்னொரு எழுது மேஜைக்கருகில் உட்கார்ந்திருப்பது ஜெலாலின் ஆவணக்காப்பகத்தை உன்னிப்பாய்ப் படித்துப் பார்த்து, தன்னுடைய இழந்த மனைவியைக் கண்டுபிடிக்கும் தடயங்கள் சிக்குகின்றனவா என்று தேடிக்கொண்டிருப்பது காலிப்பின் அதிர்ஷ்டங்கெட்ட இரட்டையாகத்தான் இருக்கக்கூடும். பொருள்களும், பிம்பங்களும், நெகிழிப்பைகளின் மீது அச்சிடப்பட்டிருக்கும் குறிகளும் வேறொன்றைக் குறிக்கும் சைகைகளாக இருப்பது சாத்தியமென்றால், ஒவ்வொரு முறை புதிதாகப் படிக்கும்பொழுதும் ஜெலாலின் பத்திக் கட்டுரைகள் புதுப்புது அர்த்தங்களைச் சுட்டுமென்றால், ஒவ்வொரு முறை நினைத்துப் பார்க்கும்பொழுதும், காலிப்பின் வாழ்க்கையும் புதிய அர்த்தங்களைக் கொடுக்கும். இந்த முடிவற்ற அர்த்தத் தொடர் ஈவிரக்கமில்லாமல் முடிவிலியாய் பெருகிக்கொண்டே போவதை நினைத்துப் பார்க்கையில், அந்தச் சுழலுக்குள் தன்னை நிரந்தரமாய் இழந்துவிடுவோமோ என்று காலிப் அஞ்சினான். வெளியே இருட்டிக் கொண்டிருந்தது. கிட்டத்தட்ட தொட்டுணரலாம் போல் இருந்த சாம்பல் நிறப் பனி அறைக்குள் மெல்லக் கசிந்தது. சிலந்திகள் பல்கிப்பெருகி, பூஞ்சணம் அடர்ந்து, மரணத்தின் நெடி படர்ந்திருக்கும் நிலவறையை அந்தப் பனி நினைவுபடுத்தியது. இந்தப் பேயாட்சி எல்லைக்குள்ளிருந்து தப்ப, தவறிப்போய் விழுந்துவிட்ட இந்தக் கொடுங்கனவிலிருந்து தப்பிக்க, காலிப்புக்கு ஒரே ஒரு வழிதான் தெரிந்திருந்தது. அயர்ந்துவிட்ட கண்களைக் கசக்கிக் கசக்கி, மேலும் மேலும் படித்துக்கொண்டே இருக்க வேண்டும். இதை மனத்தில் இருத்திக்கொண்டு அவன் விளக்கை ஏற்றினான்.

ஆக, தான் விட்ட இடத்திலிருந்து அவன் தொடர ஆரம்பித்தது இப்படித்தான். ஷம்ஸின் கொலைகாரர்கள் அவருடைய சடலத்தைச் சிலந்தி மண்டிய அந்தக் கிணற்றில் வீசியெறிந்துவிட்ட அந்தக் கட்டம். தன்னுடைய "நண்பரும், உயிருக்குயிரானவரும்" ஆன மனிதரை இழந்து விட்டோம் என்ற துக்கத்தில் கவிஞர் ரூமி தனிமையை நாடினார். ஷம்ஸ் கொலை செய்யப்பட்டுவிட்டார் என்பதையோ, அவருடைய பிரேதம் கிணற்றுக்குள் வீசப்பட்டுவிட்டதென்பதையோ அவரால் கொஞ்சமும் நம்ப இயலவில்லை. அதைவிடவும், அவருடைய பார்வையிலேயே இருக்கக் கூடிய அந்தக் கிணற்றை அவருடைய சுற்றத்தினர் காட்டியபோது அவர் மட்டற்ற சினத்தை வெளிப்படுத்தினார். அந்தக் கிணற்றில் தேடுவதற்குப் பதிலாக, தன்னுடைய நேசத்திற்குரியவரை வேறெங்கெல்லாமோ தேடிப் பார்க்க, வாகான காரணங்களை யோசிக்கத் தொடங்கினார். முதல் முறை காணாமல் போயிருந்தபோது சென்றிருந்த மாதிரி இப்பொழுதும் ஷம்ஸ் ஏன் டமாஸ்கஸ் நகருக்குச் சென்றிருக்கக் கூடாது?

இப்படியாகத்தான் ரூமி டமாஸ்கஸ் நகருக்குக் கிளம்பிச் சென்றார். ஏதேனும் ஒரு சைகை கிட்டாதா என்று அந்த நகரின் ஒவ்வொரு வீதியிலும் தேடியலைந்ததும் இதன் பொருட்டுத்தான். ஒவ்வொரு

கருப்புப் புத்தகம்

தெருவாய் அவர் ஏறி இறங்கினார். ஒவ்வோர் அறையிலும் நுழைந்து தேடினார். ஒவ்வொரு மதுக்கூடத்திலும் விசாரித்தார். ஒவ்வொரு மூலை முடுக்கும், ஒவ்வொரு பாறைக்கு அடியிலும்கூடத் தேடிப் பார்த்தார். தன்னுடைய பிரியத்துக்குகந்தவரின் பழைய நண்பர்கள் ஒவ்வொருவரையும் போய்ப் பார்த்தார். அவர்களுக்குப் பொதுவில் இருந்த வேறு சில பரிச்சயமான நபர்களை விசாரித்தார். அந்த நகரில் ஷம்ஸ் மிகவும் நேசித்த இடங்களுக்கெல்லாம் சென்று பார்த்தார். ஷம்ஸ் அடிக்கடித் தென்படும் இடங்களென்று சொல்லப்பட்ட பள்ளிவாசல்கள், விடுதிகள் ஆகியவற்றையும் ரூமி விட்டு வைக்கவில்லை. தான் தேடி வந்த காரணத்தைக்காட்டிலும், தேடும் வேட்டையே முக்கியமானது என்று நிலை முற்றும்வரை அவர் தேடிக் களைத்தார். வௌவால்கள், அத்தர், அபின் புகை ஆகியன வியாபித்திருக்கும், தேடும் நபரும் தேடும் நபரின் விருப்பதிற்குகந்த பொருளும் இடம் மாறிக்கொள்ளும் மாயாஜால, இறைநிறைவாதப் பிரபஞ்சத்திற்குள் தான் தொலைந்து போய்விட்டதை, அந்தப் பத்திக் கட்டுரையின் இந்தக் கட்டத்தில் வாசகன் உணர்கிறான். அங்கே, இலக்கை அடைவதைக் காட்டிலும், அதை நோக்கிய பயணமே பொருட்டாகிறது. அங்கே, இழந்துவிட்ட காதலனையோ காதலியையோ விடக் காதலைப் பொய்யாய்க் காரணம் காட்டி நிலைபெறும் கழிபேருவகையே பொருட்படுத்தத்தக்கதாகிறது. இதைத் தொடர்ந்து, டமாஸ்கஸ் நகரில் கவிஞர் ரூமி சுற்றியலைந்த போது அவர் எதிர்கொள்ள நேர்ந்த சாகசங்களைப் பற்றிய சுருக்கமான விவரணை காணப்பட்டது. ஞானம் பெறும் முயற்சியில் ஸூஃபி மார்க்கத்தைத் தேர்ந்தெடுத்த ஒவ்வொரு யாத்ரீகனும் கடந்து சென்றாக வேண்டிய படிநிலைகளை இந்த விவரணை அப்படியே ஒத்திருந்தது. ஆக, தன்னுடைய நேசத்திற்குரியவரின் மறைவைத் தொடர்ந்து ஏற்படும் குழப்பமான காட்சியை 'மறுதலித்தல்' என்று கொண்டால், தன்னுடைய நேசத்திற்குரியவரின் நண்பர்கள், எதிரிகள் ஆகியோரைக் கவிஞர் ரூமி சந்திப்பது, தன்னுடைய நேசத்திற்குரியவர் நடந்து சென்றிருந்த தெருக்களைச் சென்று பார்ப்பது, வேதனையூட்டும் நினைவுகளைக் கிளரும் தன்மை கொண்ட உடைமைகளைப் பார்ப்பது போன்ற காட்சிகளைத் தொடர் 'சோதனைகள்' என்று எடுத்துக்கொள்ளலாம். விலைமாதர் இல்லத்தில் நடந்த காட்சி 'காதலில் கரைதல்' என்பதைக் குறிக்கிறதென்றால், அல் ஹல்லாஜ் மன்ஸூரின் வீட்டில், அவரது மரணத்திற்குப் பிறகு கண்டெடுக்கப்பட்ட மறைபொருள் மடல்களும், புனைபெயர்கள், இலக்கியப் புதிர்கள், சொல் விளையாட்டுகள் ஆகியவற்றைக் கொண்டு தங்களுடைய உண்மையான அர்த்தத்தைத் திரையிட்டு மறைத்திருக்கும், இந்தப் பதுக்ககத்தில் இருக்கும் இதர எழுத்துக்களும் 'சொர்க்கத்திலும் நரகத்திலும் தொலைந்து போவதை' விளக்குகின்றன. அல்லது அத்தார் அவற்றைப் பற்றிக் குறிப்பிட்டதைப் போல, "மர்மமெனும் பள்ளத்தாக்கில் தொலைந்து போவதை' அவை எடுத்துச் சொல்கின்றன. நள்ளிரவில், மதுக்கூடத்தில் குழுமியிருக்கும் கதைசொல்லிகள் ஒவ்வொருவரும் ஒரு 'காதல் கதையை'ச் சொல்ல வேண்டுமெனும் காட்சி அத்தாரின் *பறவைகள் மாநாடு* நூலிலிருந்து எடுத்தாளப்பட்டது. அதேபோல் நகர் முழுக்க அலைந்து திரிந்து, அதன் தெருக்கள், கடைகள், சாளரங்கள் ஆகியவற்றி லிருந்து எழும்பும் மர்மத்தால் போதையேறி இறுதியில், தான் காஃப் குன்றில் தன்னைத்தானே தேடிக்கொண்டு இருப்பதைக் கவிஞர் ரூமி

ஒருவழியாய்ப் புரிந்துகொள்ளும் காட்சி ஒன்றிருக்கிறது. இந்த இறுதிக் காட்சியானது ஒரு ஸூஃபி யாத்ரீகன் 'இறைவனோடு இரண்டறக் கலந்து ஐக்கியமாகிவிடும்' நிலையைக் குறிக்கும் வகையிலானது என்பதை அந்த நூலே விளக்குகிறது.

பகட்டான மரபுக்கவிதை வடிவில் தன்னுடைய பத்திக் கட்டுரையைப் ஜெலால் அலங்கரித்திருந்தான். மேலோட்டமான பார்வைக்கு, தாங்கள் தேடுவது எதுவோ அதனோடு ஐக்கியமாகிவிடும் நீண்டகால ஸூஃபி பாரம்பரியத்தை நிறுவுவதற்காகவே ஜெலால் இப்படிச் செய்திருப்பதாகத் தோன்றும். ஆனால், பல மாதங்களாகத் தொடர்ந்த தன்னுடைய தேடல் முடிவுற்று, ஆயாசத்தோடு ரூமி உச்சரித்த வார்த்தைகளைக் குறிப்பிடும்பொழுது, கவிதை நடையைக் கைவிட்டு, வெறும் பொழிப்புரையைத்தான் ஜெலால் கொடுத்திருந்தான். ஏனென்றால், கவிதையை மொழிபெயர்ப்பதை அவன் வெறுத்தான். டமாஸ்கஸ் நகரில் அலைந்துதிரிந்து, அதன் மர்மங்களுக்குள் தொலைந்துபோன கவிஞர் ரூமி, "நான் அவனாக இருப்பதுதான் உண்மையென்றால், நான் ஏன் இன்னும் தேடிக்கொண்டிருக்கிறேன்?" என்று புலம்பினார். இந்த இடத்தில்தான் அந்தப் பத்திக் கட்டுரை தன் உச்சத்தைத் தொட்டிருந்தது. அதற்கு முத்தாய்ப்பாக எல்லா மெவ்லவிகளும் மிகுந்த பெருமிதத்தோடு மீண்டும் மீண்டும் சொல்லத் துடிக்கும் ஓர் இலக்கிய உண்மையை ஜெலால் சொல்லியிருந்தான். அது என்னவென்றால் தன்னுடைய பயணத்தின் இந்தக் கட்டத்தில் பயண வழியெங்கிலும் தான் எழுதியிருந்த கவிதைகள் அனைத்தையும் ஒன்று திரட்டிய ரூமி, தன்னுடைய பெயரைப் போடாமல், ஷம்ஸ் தேப்ரீஸ் என்று கையெழுத்திட்டார் என்பதுதான்.

இந்தப் பத்திக் கட்டுரையில் காலிப்பை மிகவும் கவர்ந்த அம்சம் எதுவென்றால் – சிறு வயதில் அதைப் படித்தபோது அவனைக் கவர்ந்திருந்த அம்சமும்கூட – அந்தத் தேடல் ஒரு காவல்துறைப் புலனாய்வைப் போல எழுதப்பட்டிருந்த முறைதான். இதன் இறுதியில் தன்னுடைய முடிவாக ஜெலால் ஒன்றைச் சொல்லியிருந்தான். மத நம்பிக்கையுடைய வாசகர்களுக்கு இது எரிச்சலூட்டும். ஆனால், ஸூஃபி வழிமுறையைப் பற்றிய சாரம் மிகுந்த வாதங்களை முன்வைத்ததின் மூலம் இவ்வகை வாசகர்களை அவன் சமாளித்திருந்தான். அதே நேரத்தில் குடியரசின் மதசார்பற்ற வாசகர்களுக்கு இந்த முடிவு மட்டற்ற மகிழ்ச்சியைக் கொடுக்கும். அந்த முடிவு இதுதான்: "ஏனென்றால், ஷம்ஸ் தப்ரீஸைக் கொன்று கிணற்றில் வீசிவிட விரும்பிய நபர், உண்மையில் ரூமியைத் தவிர வேறு யாருமில்லை." துருக்கிய காவல்துறை அடிக்கடி பயன்படுத்தும் சூழ்ச்சியை வைத்தே தன்னுடைய வாதத்தை ஜெலால் நிரூபித்தான். (பெயோக்ளூ மாவட்ட நீதிமன்றத்தில் ஜெலால் நிருபராகப் பணியாற்றிய 1950களில் மிக நெருக்கமாகத் தெரிந்துவைத்திருந்த வழக்கறிஞரையும் இங்கே குறிப்பிடாமல் இருக்க முடியாது). ஒரு சிறு நகர அதிகாரியின் ஜம்பமான தொனியை நக்கலடித்து, ஷம்ஸின் மரணத்தால் மிக அதிகமான பயனை அனுபவித்தவர் ரூமியைத் தவிர வேறு யாருமில்லை என்பதைத் தன் வாசகர்களுக்குப் புரிய வைத்திருந்தான் ஜெலால். ஏனென்றால், மகிமையேதும் இல்லாத வெறும் இறையியல் ஆசானாக இருந்த ரூமியை, காலத்துக்கும் அழிவற்ற மாபெரும் ஸூஃபி கவிஞர் என்ற நிலைக்கு இந்த மரணம் உயர்த்திவிட்டது. எனவே, இந்தக் கொலையில் யாருக்கேனும்

நோக்கமென்று இருந்தால், அது ரூமிக்கு மட்டுமே இருந்தது. ஒருவர் இறந்துபோக வேண்டுமென்று ஆசைப்படுவதற்கும், ஒருவரைக் கொலை செய்வதற்கும் நிறைய வித்தியாசங்கள் இருக்கத்தான் செய்கின்றன. என்றபோதும், இது கிறிஸ்தவ நாவல்களில் மட்டுமே காணப்படும் ஒரு சின்ன வேறுபாடு. எனவே, ஜெலால் இதைப் பற்றி அதிகமாக விவரிக்க மனமில்லாமல் இருந்தான். அந்தக் கொலைக்குப் பிற்பாடு ரூமியின் நடவடிக்கைகளில் தென்பட்ட விசித்திரமான செயல்கள் மீது கவனத்தைக் குவிக்க அவன் நகர்ந்துவிட்டான். குற்றவுணர்வின் சைகைகளையும், கற்றுக்குட்டிக் கொலைகாரர்கள் மேற்கொள்ளும் தந்திரங்களையும் பற்றி விவரிக்கத் தொடங்கிவிட்டான். அதாவது, கொலையுண்ட நபர் உண்மையிலேயே இறந்துவிட்டாரா என்று பாசாங்காய்ச் சந்தேகிப்பது, பைத்தியக்காரர்களைப் போல் பிதற்றுவது, கிணற்றுக்குள் இருக்கும் பிணத்தைப் பார்க்க மறுப்பது என்பன போன்று. தன் தரப்பு வாதத்தைத் திருப்திகரமாக நிரூபித்த பிறகு, வேறொரு புதிய விஷயத்துக்கு ஜெலால் தாவிவிட்டான். இது காலிப்பைப் பெரும் மனத் துயருக்குள் ஆழ்த்தியது. உண்மையில் ரூமிதான் கொலைகாரர் என்றால், அவர் டமாஸ்கஸ் நகரின் தெருக்களுக்குள் பல மாதங்கள் தேடியலைந்த நிலையை எப்படிப் புரிந்துகொள்வது? அந்த நகரின் நாற்புறமும் அவர் மீண்டும் மீண்டும் அலைந்து தேடியிருக்கிறார். இது எதைக் குறிக்கிறது?

அந்தப் பத்திக் கட்டுரையின் கால அளவையும் மீறி ஜெலால் இந்த விஷயத்துக்கு நேரத்தைச் செலவிட்டிருந்தான். இக்கட்டுரை தொடர்பாக ஜெலால் எடுத்திருந்த குறிப்புகளையும் – எல்லாம் வெவ்வேறு நோட்டுப் புத்தகங்களில் காணப்பட்டன – கால்பந்தாட்டப் போட்டித் தொடருக்கான அனுமதிச் சீட்டுகளின் அடிக்கட்டைகளும், திரைப்படங்களுக்கான அனுமதிச் சீட்டுகளின் அடிக்கட்டைகளுமாகக் குவிந்து கிடந்த ஒரு பெட்டியின் அடிப்புறத்தில் காணப்பட்ட டமாஸ்கஸ் நகரின் வரைபடத்தையும் வைத்து காலிப் இதைக் கணித்திருந்தான். ரூமி டமாஸ்கஸ் நகரில் மேற்கொண்டிருக்கக்கூடிய பயணப் பாதையைத்தான் வழக்கமாகப் பயன்படுத்தும் பச்சை நிற மை பேனாவால் கோடிழுத்துப் புலனாய்வு செய்திருந்தான். தான் ஷம்ஸைக் கொன்றுவிட்டதை ரூமி அறிந்திருந்ததால், நிச்சயமாக ஷம்ஸைத் தேடி ரூமி அலைந்திருக்க மாட்டார். அப்படியென்றால், ரூமி வேறேதோ காரணத்திற்காகத்தான் அந்த நகருக்குச் சென்றிருக்க வேண்டும். ஆனால், அந்தக் காரணம் என்ன? கவிஞர் ரூமி, டமாஸ்கஸில் சென்று பார்த்த ஒவ்வொரு மூலை முடுக்கையும் ஜெலால் வரைபடத்தில் குறித்திருந்தான். மேலும், அந்த நகரின் அண்டைப்புறங்கள், தங்கும் விடுதிகள், சத்திரங்கள், மதுக்கூடங்கள் என்று ரூமி தேடியலைந்த இடங்களின் பெயர்களையெல்லாம் அந்த வரைபடத்தின் பின்புறத்தில் பட்டியலிட்டிருந்தான். அவற்றுள் ஏதேனும் மறைபொருளோ ரகசிய ஒத்திசைவோ இருக்குமா என்ற சந்தேகத்தில் அவற்றின் எழுத்துகளையும் அசைகளையும் காலிப் மாற்றிப் போட்டுப் பார்த்தான்.

இரவு விழுந்து நெடுநேரத்திற்குப் பிறகு கெய்ரோ நகரின் வரைபடம் ஒன்றையும், 1934ஆம் ஆண்டிற்குரிய இஸ்தான்புல் நகரின் கோப்பகம் ஒன்றையும் காலிப் கண்ணுற்றான். நானா வகையானதும் நிரம்பியிருந்த ஒரு பெட்டிக்குள்ளிருந்து காலிப் இவற்றைக் கண்டெடுத்திருந்தான்.

துப்பறியும் புனைவுகளுக்கு நெருங்கிய சாயலுடைய *பாதரச அலி', தந்திரத் திருடன்* மற்றும் இவை போன்ற வேறு பல ஆயிரத்தொரு இரவுக் கதைகளைப் பற்றி ஒரு பத்திக் கட்டுரை எழுதிய காலகட்டத்தில் ஜெலால் சேகரித்திருந்த விஷயங்கள் அடங்கிய பெட்டி அது. எதிர்பார்த்ததைப் போலவே அந்தக் கதைகளின் வரிகள் பச்ச வண்ணப் பேனா மையால் அம்புக்குறிகளிட்டு அடையாளப்படுத்தப்பட்டிருந்தன. இஸ்தான்புல் நகர் கோப்பகத்திலிருந்த வரைபடங்களின் மீது மேலும் பல அம்புக்குறிகள் இடப்பட்டிருந்தன. அதே பச்சை வண்ண மைதான். ஆனால் அதே பேனாவாலா என்று சொல்ல முடியவில்லை. இஸ்தான்புல் நகரின் வரைபடங்கள் குழப்பமான கதம்பமாய் இருந்தன. என்றாலும்கூட, இஸ்தான்புல் நகரெங்கிலும் தான் அலைந்துதிரிந்த நாட்களில் அனுபவித் திருந்த அதே சாகச உணர்வு சிதறிக் கிடக்கும் பாதையை அந்தப் பச்சை நிற அம்புக்குறிகளும் பின்பற்றிச் சென்றிருக்கின்றன என்றே காலிப்புக்குத் தோன்றியது. தன்னுடைய எண்ணம் தவறென்று தனக்குத் தானே நிரூபித்துக்கொள்ளும் முயற்சியில் தான் இதுவரை கால் பதித்திராத அலுவலகக் கட்டடங்கள், சென்று பார்த்திராத பள்ளி வாசல்கள், ஒரு முறைகூட நுழைந்திராத சந்துகள் ஆகியவற்றை, அந்த அம்புக்குறிகள் சுட்டியிருக்கின்றன என்று நினைவூட்டிக்கொண்டான் காலிப். ஆனால், அந்தக் கட்டடத்திற்கு அடுத்ததாக இருக்கும் கட்டடத்திற்கோ அடுத்த தெருவில் இருக்கும் பள்ளிவாசலுக்கோ அதே குன்றின் உச்சிக்கு இட்டுச் செல்லும் வேறொரு சந்துக்குள்ளோ போயிருப்பதையும் அவன் ஒப்புக் கொள்ள வேண்டியிருந்தது. ஆக மொத்தத்தில், வரைபடம் சொல்லுவது எதுவானாலும். இஸ்தான்புல் நகரென்னவோ ஒரே தினுசான பயணத்தை மேற்கொண்டிருக்கும் மக்களால் மொய்க்கப்பட்டிருக்கிறது என்பதுதான் உண்மை.

எட்கர் அலன் போவால் ஈர்க்கப்பட்டு ஜெலால் ஒரு பத்திக்கட்டுரை எழுதியிருந்தான். அதில் அவன் யூகித்திருந்த பாணியில், டமாஸ்கஸ், கெய்ரோ, இஸ்தான்புல் ஆகிய நகரங்களின் வரைபடங்களைக் காலிப அருகருகாக வைத்துக்கொண்டான். குளியலறையில் தான் கண்டெடுத்திருந்த சவரக்கத்தியின் உதவியால், இஸ்தான்புல் நகர் கோப்பகத்தில் இருந்த வரைபடங்களை ஒவ்வொன்றாகக் கத்தரித்து எடுத்தான். ஒரு காலத்தில், ஜெலாலின் தாடியைச் சீர்படுத்த உதவிய சவரக்கத்தி அது. அதன் நுனியில் கம்பியாய்த் தொங்கிக்கொண்டிருந்த முடிகள் அதற்குச் சான்றளித்தன. அந்த வரைபடங்களை முதலில் ஒன்றாக இணைத்துவைத்தபோது, அவற்றில் காணப்பட்ட அம்புக்குறிகளும், துண்டுத் துண்டான கோடு களும் வேறுவேறு அளவுகளில் இருப்பதைக் காலிப் கண்ணுற்றான். எனவே மேற்கொண்டு எப்படி இவற்றை அணுகுவதென்ற குழப்பத்தில் ஆழ்ந்தான். பிறகு வரவேற்பறைக் கதவில் பதிக்கப்பட்டிருந்த கண்ணாடித் தடுப்பின் மீது அந்த வரைபடங்களை அழுத்தி வைத்துப் பார்த்தான். பத்திரிகையிலிருந்து ஏதேனும் படத்தை நகல் எடுக்க வேண்டியிருந்தால், சிறுவர்களாக இருந்த காலத்தில் காலிப்பும் ரூயாவும் இப்படிச் செய்வது வழக்கம். கதவின் பின்புறமிருந்து வெளிச்சம் இந்தப் படங்களின் ஊடாக ஊடுருவும். பிறகு, அழுத்தி வைத்த வரைபடங்களையெல்லாம் எடுத்து, ஜெலாலின் அன்னை அவளுடைய ஆடை வடிவமைப்புகளைப் பரத்தி வைத்திருக்கும் அதே மேஜையின் மீது காலிப் விரித்து வைத்தான். ஒரு புதிர் அமைப்பின் இறுதிநிலைக் கூறுகளைப் பார்ப்பது போல் அவற்றை

அவன் பார்க்கத் தொடங்கினான். ஏனென்றால், கதவின் மீது அவற்றைப் பொருத்திப் பார்த்தபொழுது – ஏற்கெனவே வடிவமைக்கப்பட்டதைப் போல் இல்லாமல் இதுவும் ஏதோ தற்செயலாகவே நிகழ்ந்ததைப் போல் தோன்றியது – அவன் கண்ணுக்குத் தெரிந்ததெல்லாம் ஒரு முதியவரின் சுருக்கம் விழுந்த வதனம்தான்.

எவ்வளவுக்கெவ்வளவு அந்த முகத்தைக் கூர்ந்து பார்த்தானோ அவ்வளவிற்கு அந்த முகத்தோடு தான் நெடுநாளாய்ப் பரிச்சயம் கொண்டிருக்கிறோம் என்ற உணர்வு அவனுள் எழும்பியது. இந்த உணர்வும், இரவின் ஆழ் அமைதியுமாகச் சேர்ந்து அவனுக்கு ஆறுதலை அளித்தன. அவனுடைய தன்னம்பிக்கை ஓங்கியது. தன்னை இப்பொழுது காத்துக் கொண்டிருக்கும் நிச்சலனம் எனும் நீண்ட அங்கி, மிகக் கவனமாகத் தைக்கப்பட்டிருக்கிறது எனும் உணர்வும், அது வேறொருவருக்காக முன்கூட்டியே வடிவமைக்கப்பட்டது எனும் உணர்வும் அவனுக்குள் மேலெழுந்தன. இந்தத் தருணத்தில் தன்னை வழிநடத்திக்கொண்டிருப்பது ஜெலால்தான் என்று காலிப் உறுதிபட நம்பினான். வதனங்களில் மறைந்திருக்கும் அர்த்தங்களைப் பற்றிய பத்திக் கட்டுரைகளை ஜெலால் பெருமளவில் எழுதியிருக்கிறான். ஆனால், அயல்நாட்டுத் திரைத் தாரகைகளின் முகங்களைப் பற்றி யோசித்துக்கொண்டிருக்கும் பொழுது தான் உணர்ந்திருந்த ‘அக அமைதி’யைப் பற்றி ஜெலால் எழுதியிருந்த ஒரு சில வரிகள்தான் இப்பொழுது காலிப்பின் நினைவில் மேலெழும்பியது. தன்னுடைய பணியின் தொடக்க காலத்தில் ஜெலால் சேகரித்து வைத்திருந்த திரைப்பட விமர்சனங்கள் இருக்கும் பெட்டியை காலிப் தேடியெடுத்தது இப்படியாகத்தான்.

ஒரு சில திரை நட்சத்திரங்களின் முகங்கள் தனக்குள் கிளறிவிட்ட வலியையும் ஏக்கத்தையும் பற்றி இந்த விமர்சனங்களில் ஜெலால் விளக்கமாக எழுதியிருந்தான். ஒளியூடுருவிச் செல்லும் பளிங்குச் சிற்பங்களுக்கு, கதிரவனிடமிருந்து நிரந்தரமாய் முகம் திருப்பியிருக்கும் கிரகங்களின் பட்டு வதனங்களுக்கு, தொலைதூரத் தேசத்திலிருந்து செவி நுகரும் கனவுகளின் கிசுகிசுப்பிற்கு என்று பலவற்றிற்கும் ஜெலால் அவர்களை ஒப்பிட்டுப் பேசியிருந்தான். தானும் ஜெலாலும் கொண்டிருக்கும் மோகம் ரூயா மீதோ, கதைசொல்லும் கலை மீதோ அல்ல; மாறாக தாபத்தின் வசீகரிக்கும் இசைலயங்களின் மீது; மிக மெல்லிய முனகலாய் ஒலிக்கும் விரகமெனும் இசை மீது. இந்த வரைபடங்களில், இந்த வதனங்களில், இந்தச் சொற்களில் ஜெலால் கண்டுபிடித்திருந்த விஷயத்தைக் காலிப் மிகவும் நேசித்தான். அதே நேரத்தில், அதைக் கண்டு அஞ்சவும் அஞ்சினான். இந்த விமர்சனங்களை இன்னும் ஆழமாகப் படித்துப் பார்க்க வேண்டும்; அவற்றின் மேற்பரப்பைவிட்டுக் கீழிறங்கி, ஆழத்தில் ததும்பும் தெய்வீக இன்னிசையில் மூழ்கிவிட வேண்டும் என்றெல்லாம் அவன் ஆசைப்பட்டான். ஆனால் ஏதோ ஒன்று அவனைத் தடுத்து நிறுத்தியது. துருக்கியத் திரை நட்சத்திரங்களை ஜெலால் இதுபோன்ற எழுத்து நடையில் எப்பொழுதுமே வர்ணித்தவனில்லை. ஐம்பதாண்டுகளுக்கு முன்பாக அனுப்பப்பட்டிருந்த தந்திகளை – குறியெழுத்துகளும் அர்த்தங்களும் தொலைந்துபோய் மறக்கப்பட்டுவிட்ட தந்திகளை – அவர்களுடைய வதனங்கள் அவனுக்கு நினைவூட்டின.

காலை உணவை முடித்துவிட்டு இந்த மேஜைக்கருகில் முதலில் அமர்ந்திருந்தபோது தான் உணர்ந்திருந்த நேர்மறையுணர்வு இப்பொழுது தன்னைக் கைவிட்டதேன் என்று காலிப்புக்கு மிக நன்றாகவே புரிந்திருந்தது. கடந்த எட்டு மணி நேரமாகத் தான் படித்துக்கொண்டிருந்த வேளையில் அவன் ஜெலாலைப் பற்றி மனத்தில் கொண்டிருந்த பிம்பம் பெரும் மாறுதலுக்குள்ளாகியிருந்தது. அவனுமேகூட வேறொரு ஆளாகியிருந்தான். அன்று காலையில் அங்கே வந்து அமர்ந்தபோது, வேறு யாரோவாக மாறும் தவிப்பு அவனைவிட்டு நீங்கியிருந்தது. உலகின் மீது புகார்களின்றி அதிலும், நிச்சயமாகத் தன்னுடைய களங்கமின்மை மீது எந்தப் புகாருமின்றி கருமமே கண்ணாகப் பொறுமை காத்து இருந்தால், இந்த உலகம் அதனுடைய ரகசியச் சாரத்தை வெளிப்படுத்தும் என்பது புரிந்திருந்தது. ஆனால், இப்பொழுது உலகம் அவனை விட்டு விலகிப்போய்க் கொண்டிருந்த நிலையில் அவனைச் சுற்றிலுமிருக்கும் பொருள்கள் பரிச்சயமானவை எனும் ஒளிவட்டத்தை இழந்து அந்நியக் கோளிலிருந்து பெறப்பட்ட அந்நியமான சைகைகள் என்றாகிவிட்டன. இந்த நிலையில், தன்னால் அடையாளம் கண்டுகொள்ள முடியாத வதனங்களை அந்த வரைபடங்களில் காலிப் வெறித்துப் பார்த்துக்கொண்டிருந்தான். அவன் இப்பொழுது விரும்பியதெல்லாம், நம்பிக்கையூட்டாத இந்தக் காட்சித் தொடரிடம் தன்னை இட்டு வந்திருக்கும் உடலிடமிருந்தான விடுதலையை மட்டும்தான். தன்னுடைய தனிப்பட்ட கடந்த காலத்தைப் பற்றி ஜெலால் எழுதியிருந்த பத்திக் கட்டுரைகளைப் படிக்க காலிப் மீண்டான். ரூமி மீதும் மெவ்லவி மதப் பிரிவின் மீதும் ஜெலால் கொண்டிருந்த ஆர்வத்துக்கான காரணத்தை விளக்கும் கடைசி நேரத் தடயத்துக்காக அவன் பரிதவித்துக்கொண்டிருந்த வேளையில் நகரில் இரவுணவுக்கான நேரம் வந்துவிட்டிருந்தது. டெஷ்விக்யே மர நிழற்சாலையெங்கும் தொலைக்காட்சிப் பெட்டிகளின் ஊதாநிற ஒளி வியாபித்திருந்தது.

மெவ்லவி மதப் பிரிவின் பால் ஜெலால் ஆர்வம் காட்டியிருந்தது தன்னுடைய வாசகர்களின் தீவிர, ஆனால தெளிவாக இல்லாத ஆர்வத்துக்குத் தீனி போடுவதற்காக அல்ல. அவனுடைய ஆர்வத்திற்குக் காரணம் அவனுடைய மாற்றாந் தந்தை. அவர் ஒரு மெவ்லவி. அவனுடைய அசல் தந்தை ஐரோப்பாவிற்கும் தென்னாப்பிரிக்காவிற்கும் அவனுடைய அன்னையை விட்டுப் பறந்தோடிய பிறகு, மனங்கசந்த அன்னை, அவரை விவாகரத்து செய்தாள். தையல்காரியாகப் பிழைப்பை ஓட்டி, தன்னையும், மகனையும் காப்பாற்றிக்கொள்ள முடியாத நிலையில், ‘மூக்கால் பேசும் ஒரு கூன் விழுந்த வழக்கறிஞரை’ அவள் திருமணம் செய்துகொண்டாள். யுவெஸ் சுல்தான் பகுதியின் ஒதுக்குப்புறத் தெருக்களில், ஒரு பைஸாந்திய நீர்த்தேக்கத்தை ஒட்டி செயல்பட்டு வந்த ஒரு ரகசிய மெவ்லவி துறவியர் விடுதியோடு இணைந்தவர் இந்த வழக்கறிஞர். இந்த உண்மை பிறகே தெரிய வந்தது. கொடூர, மதச்சார்பற்ற நகைத்திறத்தோடு, அந்த விடுதியின் ரகசியச் சடங்குகளை ஜெலால் பகடி செய்திருந்தான். அது வால்டேருக்கு நிகரான சொல்நயம் என்று காலிப் கருதினான். இந்த மாற்றாந் தந்தையோடு ஒரே வீட்டில் வசித்து வந்த காலத்தில், ஒரு திரையரங்கின் வாயிலில் காத்து வருவோருக்கு வழிகாட்டும் பணியாளனாக ஜெலால் வேலை பார்த்துக் கொண்டிருந்தான் என்பதைத் தொடர்வாசிப்பில் தெரிந்துகொண்டான் காலிப். அந்தத் திரையரங்கில் ஜெலால் பற்பல சச்சரவுகளில் ஈடுபட

வேண்டி வந்தது. சில சமயங்களில் அவனே வம்பிழுத்திருப்பான். சில வேளைகளில் அவன் வம்புக்கு இரையாகியிருப்பான். திரைப்படத்தின் இடைவேளைகளில் அவன் சோடா விற்பனை செய்திருக்கிறான். முறுகலான நெய் அப்பம் சுடுபவரிடம் நைச்சியமாக உறவாடி அந்தப் பண்டத்தில் உப்பும் மிளகும் கூடுதலாய்ப் போடச் செய்திருக்கிறான். இதனால் திரைப்படம் பார்க்க வந்திருப்பவர்கள் தன்னிடம் மேலும் மேலும் சோடா வாங்கிப் பருகுவார்கள் என்பதற்காக இந்த ஏற்பாடு. இந்தத் தகவல்களையெல்லாம் படிக்கும்பொழுது காலிப் முதலில் தன்னை வருவோருக்கு வழிகாட்டும் பணியாளனாகக் கற்பனை செய்து பார்த்தான். பிறகு, அமளியில் ஈடுபடும் பார்வையாளனாக. பிறகு முறுகலான நெய் அப்பம் சுடுபவரிடம் நைச்சியமாக உறவுகொண்டிருப்பவனாக. இறுதியில், எப்பொழுதும் போல் ஒரு நல்ல வாசகனாகத் தன்னை அவன் ஜெலாலுடன் அடையாளப்படுத்திக்கொண்டான்.

ஷேஸாடேபஷியிலிருந்த திரையரங்கு பணியை விட்டு விலகிய பிறகு தான் மேற்கொண்டிருந்த வேலையைப் பற்றி ஜெலால் அடுத்த பத்திக் கட்டுரையில் விவரித்திருந்தான். அது காகிதத்தாளின் நெடியும், பசையின் வாசமுமாய்க் கலந்து கட்டி அடிக்கும் புத்தகம் தைப்பவருடைய தொழிலகம். அந்தக் கட்டுரையின் ஆரம்பத்தில் தான் இப்பொழுது சிக்கிக்கொண்டிருக்கும் இக்கட்டை முன்கூட்டியே அறிவிப்பது போன்ற ஒரு வாக்கியத்தைக் கண்டதும் காலிப்பின் கண்கள் குத்திட்டு நின்றன. தங்களுக்கென்று சோகமான, ஆனால் மதிக்கத்தகுந்ததோர் கடந்த காலத்தைக் கற்பனையில் உருவாக்க முயலும் எந்த எழுத்தாளரும் இயல்பாய்த் தேர்ந்துவிடும் சோம்பலான வாக்கியங்களுள் அதுவும் ஒன்று. என் கையில் கிடைத்ததையெல்லாம் வாசித்தேனென்று ஜெலால் எழுதியிருந்தான். ஜெலாலைப் பற்றித் தெரிந்துகொள்ள கையில் சிக்கியதையெல்லாம் படித்துக்கொண்டிருந்த காலிப்புக்கு ஜெலால் புத்தகம் தைப்பவரிடம் வேலைபார்த்த நாட்களின் அனுபவங்களைப் பற்றி எழுதுவதாகவே தோன்றவில்லை. மாறாக, அவன் தன்னைப் பற்றி எழுதுவதாகவே தோன்றியது.

நள்ளிரவு வேளையில் அந்த வீட்டைவிட்டு வெளியே கிளம்பும் வரை ஜெலாலின் வாக்கியம் அவனுடைய சிந்தனையில் தொடர்ந்து எதிரொலித்துக்கொண்டே இருந்தது. ஒவ்வொருமுறை அந்த வாக்கியம் நினைவில் மோதும் போதும், அந்த நொடியில் காலிப் என்ன செய்து கொண்டிருப்பான் என்பதை ஜெலால் அறிந்தே வைத்திருக்கிறான் என்பதற்கான நிரூபணமாகக் காலிப் அதைப் பார்த்தான். அவன் இந்த ஐந்து நாட்களில் அனுபவித்திருந்த கடும் சோதனைகள் அந்த வாக்கியத்தின் அர்த்தத்தையே மாற்றிவிட்டிருந்தன. தான் நகரெங்கும் அலைந்து கொண்டிருப்பது ஜெலாலையும் ரூயாவையும் தேடிக் கண்டுபிடிக்கவே என்று காலிப் இப்பொழுது நம்பத் தயாராக இல்லை. மாறாக, ஜெலால் (ஒரு வேளை ரூயாவும்கூட) தனக்காக வடிவமைத்திருக்கும் விளையாட்டில் தான் வெறும் கையாளாகச் சுழன்றுகொண்டிருக்கிறோம் என்று அவனுக்குத் தோன்றியது. என்ன இருந்தாலும் சற்றுத் தொலைவிலிருந்து பிறரை ஆட்டிவைக்கும் வகையான சின்னச் சின்னத் தந்திரங்கள், பன்முக அர்த்தங்கள், புனைவுகள் ஆகியவற்றின் பால் ஜெலாலுக்கு அதீத ஈடுபாடு

இருந்தது. எனவே, இந்த அறையில் தான் மேற்கொண்டிருக்கும் புலனாய்வு உண்மையில் தன்னுடைய விடுதலைக்கானதாக இல்லாமல் ஜெலாலின் கதிமோட்சத்திற்கானதாகக்கூட இருக்கலாம். இது ஒன்றும் நடக்க இயலாத விஷயம் இல்லை.

மூச்சடைக்க வைக்கும் இந்தச் சிந்தனை மனத்தில் எழுந்தவுடன் – போதாக்குறைக்கு, பல மணி நேரமாகப் படித்துக்கொண்டிருந்ததால் கண்களில் உண்டாகியிருந்த அழற்சியுமாகச் சேர்ந்து – அந்த வீட்டைவிட்டு உடனே வெளியே கிளம்ப வேண்டுமென்ற உந்துதல் காலிப்புக்குள் வந்தது. மேலும், சமையல் அறையிலும் சாப்பிடுவதற்கு ஏதும் கிடைக்கவில்லை. கதவுக்குப் பக்கத்திலிருந்த உடுப்படுக்கிலிருந்து ஜெலாலின் அடர் ஊதா நிற மேலங்கியைக் காலிப் எடுத்து அணிந்துகொண்டான். வாயிற்காப்போனும் அவனது மனையாளும் ஒருவேளை இன்னமும் படுக்கப் போகாமலிருந்து தூக்கக் கலக்கத்தோடு சாளரத்தின் வழியாகப் பார்த்துத் தொலைத்தால், இந்தப் பரிச்சயமான மேலங்கியை வைத்து அது ஜெலால்தான் என்று நினைத்துக்கொள்ள ஏதுவாகும். விளக்கைப் போடாமலே அவன் படியிறங்கிச் சென்றான். வாயிற்காப்போனின் குடியிருப்பில், முன்புற வாயிற்கதவைப் பார்த்தாற்போல் இருந்த தாழ்வான சாளரத்தைக் கடந்து செல்லும்போது குடியிருப்புக்குள் விளக்கெரியவில்லை என்பதைக் காலிப் பார்த்து உறுதி செய்துகொண்டான். முன்வாயிற்கதவுக்கான சாவி அவனிடம் இல்லை. எனவே கதவைப் பாதி திறந்த நிலையில் வைத்துவிட்டுச் சென்றான் காலிப். நடைபாதையில் கால் வைத்தவுடன் அவனுக்குள் ஒரு நடுக்கம் பரவியது: தொலைபேசியில் அழைத்த அந்த நபர். அவனைப் பற்றி சுத்தமாக மறந்திருந்தான். அவன் எங்கோ நிழலில் பதுங்கியிருந்து இப்பொழுது தலைகாட்டக் கூடுமென்ற அச்சம் அவனுக்குள் அரைகுறையாகத் தலைதூக்கியது. இந்த மனிதன் நிச்சயமாகத் தனக்கு முன்பின் அறிமுகமற்ற நபராக இருக்கப் போவதில்லை. மிகவும் ஆபத்தான விஷயம் எதையேனும் அவன் கையில் வைத்துக்கொண்டிருக்கக் கூடும். ஏதோ ஒரு ரகசிய தீவிரவாதப் பிரிவு மும்முரமாக திட்டமிட்டுக்கொண்டிருக்கும் ராணுவச் சதி பற்றிய வெறும் ஆவணக்கோப்பாக மட்டும் அது இருப்பதற்கில்லை. இல்லை. அவன் எதிர்பார்த்ததைப் போல் எதுவும் நடக்கவில்லை. ஏனென்றால், அவனைத் தவிர வேறு யாருமே அந்த வீதியில் தென்படவில்லை. அவன் தன்னைத் தானே, தொலைபேசியில் கேட்ட குரலாக, தன்னைத் தொடர்ந்து வரும் நபராகக் கற்பனை செய்துகொண்டான். கூடாது. இன்றிரவு அவன் வேறு யாராகவும் தன்னைக் கற்பனை செய்துகொள்ளக்கூடாது. தான் தானாகவே இருக்க வேண்டும். காவல் நிலையத்தைக் கடந்து போகும்போது வாழ்க்கை எப்படியிருக்கிறதோ அப்படியே நான் அதைப் பார்க்கிறேன் என்று தனக்குத்தானே சொல்லிக்கொண்டான். இயந்திரக் கைத்துப்பாக்கிகளை ஏந்தியபடி, வெளிப்புற வாசலில் நின்று காவல் புரிந்துகொண்டிருந்த காவலர்கள் தூக்கக் கலக்கத்திலும் சந்தேகக் கண்களோடு அவனை உற்றுப் பார்த்தார்கள். சுவர்களில் காணப்பட்ட விளம்பரங்களிலும், விளம்பர அட்டைகளிலும் மற்றும் ஒளிரும் நியான் விளம்பரப் பலகைகளிலும் இருந்த எழுத்துக்களைப் படிப்பதைத் தவிர்க்க, அவன் தரை மீதே கண்ணைப் பதித்தபடி நடந்தான். நிஷாந்தஷியிலிருந்த சிற்றுண்டிச் சாலைகள், காஃபியகங்கள் எல்லாமுமே மூடப்பட்டிருந்தன.

வெகு நேரம் கழித்து ஆளரவமற்ற நடைபாதைகளில் கஷ்கொட்டை மரங்கள், சைப்ரஸ் மரங்கள், நெடிதுயர்ந்த ப்ளேன் மரங்கள் ஆகியவற்றின் அடியில், வீட்டுக் கூரைகளின் மழைநீர்த் துவாரங்களின் வழியே உருகி வழியும் பனியின் சோக முனகல்களை, அண்டைப்புறங்களிலிருந்த காஃபியகங்களின் மென்மையான இரைச்சலை, தன்னுடைய காலடிகளின் சப்தத்தை எல்லாம் உற்றுக் கேட்டவாறே பல மணி நேரம் நடந்த பிறகு, கரக்காயில் இருக்கும் ஓர் எளிய சிற்றுண்டியகத்தில் நின்றான் காலிப். சூப், கோழி இறைச்சி, ரொட்டியால் செய்யப்பட பணியாரம் ஆகியவற்றை உண்டு வயிற்றை நிரப்பிக்கொண்ட பின், அங்கிருந்த தட்டிக் கடையில் கொஞ்சம் பழங்களும், ஒரு காஃபியகத்தில் ரொட்டியும் பாலேடுக் கட்டியும் வாங்கிக்கொண்டான். பிறகு இதயங்களின் நகர் குடியிருப்புக்குத் திரும்பவும் நடந்தான்.

23

கதைகள் சொல்ல முடியாத மாந்தர் பற்றிய கதை

"ஆஹா!" (என்றான் பரவசமடைந்த வாசகன்). "இதுதான் அறிவு! இதுதான் மேதைமை! இது எனக்குப் புரிகிறது! இதை நான் ரசிக்கிறேன்! இதே மாதிரி நான் நூறு முறையாவது யோசித்திருப்பேன்!" வேறு விதமாகச் சொல்வதென்றால், என்னுடைய சாமர்த்தியத்தை இந்த வாசகன் எனக்கே நினைவூட்டியிருக்கிறான். அதனால் நான் அவனை ஆச்சரியத்தோடு பார்க்கிறேன்!

– தன் சமகாலம் பற்றிய கட்டுரைகள் எனும் நூலில் காலரிட்ஜ்

இல்லை. என்னுடைய தலைசிறந்த மாபெரும் படைப்பு என்பது டமாஸ்கஸ், கெய்ரோ, இஸ்தான்புல் ஆகிய நகரங்களின் வரைபடங்களில் காணப்படும் ஒற்றுமைகளை விவரித்து, பதினாறு ஆண்டுகள் நான்கு மாதங்களுக்கு முன்பாக நான் எழுதியிருந்த புலனாய்வுக் கட்டுரை அல்ல (யாரேனும் விரும்பினால், அவர்கள் இந்தப் பத்திக் கட்டுரையை மீண்டும் எடுத்துப் பார்த்து, தர்ப் அல் முஸ்தாகிம், ஹலிலி சந்தைக்களம், நம்முடைய கூரை வேயப்பட்ட பேரங்காடி என எல்லாமே M வடிவில் இருப்பதைப் பார்க்கலாம். அந்த Mஐ உற்றுப் பார்த்தால், அது ஒரு வதனத்தை ஒத்திருப்பதையும் காணலாம்).

நாம் கொஞ்சமும் அறியாத வண்ணம் நம் வாழ்க்கை முழுவதும் நம்மைச் சூழ்ந்திருக்கும் ரகசியத்தை முதலும் கடைசியுமாகக் கண்டுபிடித்து நான் அந்தப் பத்திக் கட்டுரையில் எழுதியிருந்தேன். தான் சார்ந்திருந்த மதப்பிரிவின் ரகசியங்களை ஃபிரான்ஸ் நாட்டு ஒற்றன் ஒருவனுக்கு ஷேக் மஹ்மூத் தெரியப்படுத்திவிட்டார். அமரத்துவத்தையும் நிரந்தரத்துவத்தையும் விலை கொடுத்து வாங்குவதற்காக அவர் இவ்வாறு செய்திருந்தார். இதற்காக இருநூற்று இருபது ஆண்டுகள் அவர் மனம் குமைந்தபடி இருந்தார். நெடுங்காலத்திற்கு முன்பு ஏதோ ஓர் உத்வேகத்தில் இதைப் பற்றிய பத்திக் கட்டுரையொன்றையும் நான் எழுதியிருந்தேன்.

இல்லை. இதுவும்கூட என்னுடைய ஆகச்சிறந்த அறிவார்த்தமான படைப்பு இல்லை (இது குறித்து மேலும் அறிந்துகொள்ள ஆவலாக இருக்கும் வாசகர்கள் இந்தப் பத்திக் கட்டுரையை மீண்டும் வாசிக்கும் பட்சத்தில், தனக்கு விதிக்கப்பட்ட அமரத்துவம் எனும் சாபத்திற்குப் பரிகாரம் தேடும் விதமாக இதே ஷேக், எப்படிப் போர்முனைகளில் சுற்றியலைந்து, ரத்தம் சொட்ட, மரணப்படுக்கையில் இருந்த சாகச நாயகன் ஒருவனை ஏமாற்றி அவனுடைய அடையாளத்தைக் கவர்ந்து கொண்டார் என்பதைத் தெரிந்துகொள்ளலாம்).

பெயோக்ளு கொள்ளைக்கூட்டத்தைப் பற்றித் தமது நினைவை இழந்துவிடும் கவிஞர்களைப் பற்றி, மாயாஜாலக்காரர்களைப் பற்றி, இரு வேறான அடையாளங்களைச் சுமந்திருக்கும் இசைத் தாரகைகளைப் பற்றி, மனத்தை மாற்றிக்கொள்ளாத காதலர்களைப் பற்றியெல்லாம் நான் எழுதியிருக்கும் கட்டுரைகளை மீண்டும் நினைவுபடுத்திப் பார்க்கையில் என்னால் நேரடியாக விஷயத்துக்கு வரவே முடிந்ததில்லை என்பது புலனாகிறது. மனத்தைத் தொடர்ந்து நெருடிகொண்டிருக்கும் விளிம்புநிலை விஷயங்களுக்குள்ளாகவே எப்பொழுது பார்த்தாலும் நான் நழுவி இருக்கிறேன். ஆனால், மைய விஷயம்தான் முக்கியம் என்று எனக்கு இப்பொழுது தோன்றுகிறது. ஆனால் இது ஒன்றும் என்னுடைய தனித்துவமான அம்சம் இல்லை. முப்பது ஆண்டுகளாக நான் எழுதிக்கொண்டு வருகிறேன். ஆனால், அதே அளவுக்கு ஆர்வமாக நான் படித்ததில்லை. என்றாலும்கூட, இப்பொழுது நான் உங்களுக்கு வெளிப்படுத்த இருக்கும் உண்மையை இப்படி வெளிச்சம் போட்டுக் காட்டிய எழுத்தாளர் கிழக்கிலும் சரி, மேற்கிலும் சரி எனக்குத் தெரிந்துவேறு யாருமே இருந்ததில்லை.

நான் இப்பொழுது சொல்லுவதைப் படித்துக்கொண்டிருக்குபோதே, நான் வர்ணிக்கும் முகங்களைத் தயைகூர்ந்து கற்பனையில் கொண்டு வர முயலுங்கள் (வாசிப்பதென்பது, நம்முடைய மௌனத் திரைப்படச் சுருளில் ஓர் எழுத்தாளனுடைய சொற்களுக்குக் கிளர்ச்சியூட்டுவதைத் தவிர வேறென்ன?). மனமென்னும் இந்த வெள்ளித் திரையின் மீது அனடோலியாவிலிருக்கும் ஒரு பண்டக சாலையை ஒளிரவிடுங்கள்.

அது ஒரு குளிர்காலப் பிற்பகல் பொழுது. வானம் அதற்குள்ளாகவே கருமை பூண்டிருக்கிறது. வியாபாரம் மந்தமாகவே இருக்கிறது. அதனால், எதிர்ச்சாரியிலிருக்கும் முடிதிருத்துநர் தன்னுடைய உதவியாளரிடம் கடையைப் பார்த்துக்கொள்ளச் சொல்லிவிட்டு வெளியே சென்று விட்டார். அவன் இப்பொழுது இங்கே வந்திருக்கிறான். தன்னுடைய தம்பியோடும், பணியிலிருந்து ஓய்வுபெற்றுவிட்ட முதியவரோடும், நகருக்கு வந்திருக்கும் ஒரு விருந்தாளியோடும் அமர்ந்திருக்கிறான். விருந்தாளி வந்திருப்பது கூடிக் குலாவவே. கடை கண்ணியைப் பார்த்துப் போக அல்ல. பொழுதைப் போக்க, அவர்கள் வெட்டிப் பேச்சு பேசிக்கொண்டிருக்கிறார்கள். ராணுவத்தில் ஒன்றாகப் பணிபுரிந்த நாட்களின் கதைகளைப் பேசிக்கொண்டு, செய்தித்தாள்களைப் புரட்டிக் கொண்டு, வம்பு பேசிக்கொண்டு அவர்கள்பொழுதைக் கழிக்கிறார்கள். அவ்வப்பொழுது சிரித்து மகிழ்கிறார்கள். ஆனால், அவர்களுள் ஒருவன் அதிகம் பேசாத, மன சஞ்சலம் மிக்கவனாக இருக்கின்றான். அவன் பேச முயலும்போதெல்லாம் மற்றவருடைய கவனத்தை ஈர்க்கப் படாதபாடு

படுகின்றான். அவன்தான் முடிதிருத்துநரின் தம்பி. அவனுக்கும் பகிர்ந்து கொள்ளக் கதைகள் இருக்கின்றன. நகைச்சுவைத் துணுக்குகளும்கூட இருக்கின்றன. ஆனால் அவற்றைச் சொல்ல வேண்டுமென்று அவன் தவிக்கும் போதெல்லாம் அவற்றைச் சொல்லும் சாமர்த்தியம் அவனுக்குக் கூடுவதில்லை. அவனால் தனக்குத்தானே வெளிச்சம் போட்டுக் காட்டிக் கொள்ள முடிவதில்லை. அந்தப் பகல்பொழுது முழுக்க ஒரு கதையைச் சொல்ல அவன் வாயெடுக்கும் போதெல்லாம் மற்ற இருவரும் அதை உணரக்கூட உணராமல், மறித்து ஓரங்கட்டிவிடுகின்றனர். தான் கதை சொல்ல முயலும் வேளையில் மற்ற இருவரும் குறுக்கிடும்போது அவன் முகம் போகும் போக்கைக் கற்பனை செய்து பாருங்கள்.

அதே போல், மேலைவயமான ஆனால் வழக்கத்திற்கு மாறாக, செல்வந்தனாக இல்லாத ஒரு மருத்துவர் இல்லத்தில் நிகழும் நிச்சயதார்த்த வைபவத்தைக் கற்பனையில் கொண்டு வாருங்கள். ஒரு கட்டத்தில் அவருடைய வீட்டை முற்றுகையிட்டிருக்கும் விருந்தினர்களுள் ஒரு சிலர் அவருடைய மகளின் படுக்கையறைக்கு எப்படியோ வந்து சேர்கின்றனர். அந்த அறையில் இருக்கும் படுக்கை மீது மேலங்கிகள் குவிந்து கிடக்கின்றன. அந்த விருந்தினர்களுள், கவர்ச்சியான ஒரு யுவதியும் அவளை வசீகரிக்க முயன்றுகொண்டிருக்கும் இரண்டு ஆண்களும் காணப்படுகிறார்கள். அவர்களுள் ஒருவன் அவ்வளவாக வனப்புள்ளவனாகவோ கெட்டிக் காரனாகவோ தெரியவில்லை. ஆனால் அவன் சளசளவென்று அரட்டையடிக்கும், இணக்கமான பண்பு கொண்டவன். எனவே, அந்த அறையிலிருக்கும் முதிய ஆடவர்களைப் போலவே அந்தப் பெண்ணும் அவன் சொல்லும் கதைகளைக் கேட்டுக்கொண்டிருக்கிறாள். அங்கே இருக்கும் அனைவருமே தங்கள் முழுக் கவனத்தையும் அவன் மீதே பதித்திருக்கின்றார்கள். இப்பொழுது அந்த இன்னொரு இளைஞனின் முகத்தைக் கற்பனை செய்ய முயலுங்கள். சரளமாய்ப் பேசிக்கொண்டிருக்கும் தன்னுடைய நண்பனைக் காட்டிலும் மிகவும் அறிவுள்ளவனாகவும், கூருணர்வு மிக்கவனாகவும் இருக்கும் அவனால் என்ன முயனறும் பிறரது கவனத்தைக் கவரவே முடியவில்லை.

இப்பொழுது, திருமணமாகி இரண்டாண்டுகளுக்கும் மேலான மூன்று சகோதரிகளைக் கற்பனை செய்து பாருங்கள். கடைசித் தங்கை யின் திருமணம் முடிந்து இரண்டு மாதங்கள் கழிந்த பின்னர் அவர்கள் மூவரும் அம்மா வீட்டிற்கு வந்திருக்கிறார்கள். சுவரில் டிக் டிக் என்று ஒலி எழுப்பிக்கொண்டிருக்கும் பிரம்மாண்டமான கடிகாரமும், பொறுமை யிழந்து கீச் கீச்சென்று கத்திக்கொண்டிருக்கும் மஞ்சக் குருவியும் நாம் இருப்பது ஓரளவிற்கு வெற்றிகரமான வணிகரின் இல்லத்தில் என்பதைக் காட்டுகின்றன. மந்தமான வெளிச்சம் பரவியிருக்கும் குளிர்காலப் பிற்பகல் பொழுது. நான்கு பெண்களும் தேநீர் பருகியபடி அமர்ந்திருக்கிறார்கள். எல்லோருக்கும் கடைசித் தங்கை எப்பொழுதுமே குதூகலம் நிரம்பியவள். தன்னுடைய இரண்டு மாதத் திருமண வாழ்வில் நடந்த வேடிக்கை கதைகளை அவள் விவரித்துக்கொண்டிருக்கிறாள். எல்லோருக்கும் மூத்த அக்கா மிக அழகானவள். அவளுக்குத்தான் திருமண வாழ்க்கை பற்றிய அனுபவங்கள் அதிகம். என்றாலும், தன்னுடைய கணவரிடம் ஏதேனும் குறை இருக்கிறதோ, தன்னுடைய வாழ்வில் எதையேனும் இழந்திருக்கிறோமோ என்று அவள் சோகமாகத் தன்னைத் தானே கேட்டுக்

கொண்டிருக்கிறாள். இப்பொழுது, இந்தத் துயர் மிகுந்த வதனத்தை உங்கள் மனக்கண் முன் கொண்டு நிறுத்துங்கள்.

இந்த முகங்கள் அனைத்தையும் பார்த்துவிட்டீர்களா? ஏதோ ஒரு விசித்திரமான வகையில் இவை எல்லாமே ஒன்று போலத் தோன்றுவதை நீங்கள் கவனித்தீர்களா? அவர்கள் ஒவ்வொருவரையும் சாயலில் ஒத்திருக்க வைக்கும் ஏதோ ஓர் அம்சம் தென்படுகிறதா? அவர்களுடைய ஆன்மாக்களைப் பிணைத்திருக்கும் கண்ணுக்குப் புலனாகாத ஒரு சரடு? கதைகள் சொல்வது எப்படியென்று தெரியாத இந்த அமைதியான ஜீவன்களின் முகத்தைப் பார்க்கும்போது – வாயடைத்து நிற்கும் ஜீவன்கள்; தங்களுடைய பேச்சை யாரும் கேட்க வகையற்றவர்கள்; வேலைப்பாட்டின் நுட்பங்களுக்குள் மறைந்துபோகிறவர்கள்; விவாதம் முடிந்த பின்னரோ வீட்டிற்குச் சென்றுவிட்ட பிறகோதான் கொடுத்திருக்க வேண்டிய சரியான பதில் மனத்தில் உதிக்கும் அப்பாவிகள்; ஒருத்தருக்கும் சுவாரஸ்யமான கதைகளைச் சொல்ல முடியாதவர்கள்; இப்படிப்பட்ட நபர்களிடம் ஆழமும், அர்த்தமும் இல்லையா என்ன? அவர்களால் சொல்லமுடியாமல் போகிற ஒவ்வொரு கதையின் ஒவ்வோர் எழுத்தும் அவர்களுடைய வதனத்தில் நீந்திக்கொண்டிருப்பதைக் காண முடியும். அவர்களுடைய மௌனத்தின், மன அயர்ச்சியின், ஏன் தோல்வியின் குறிகளைக்கூடக் காண முடியும். இவ்வளவு ஏன்! உங்களுடைய முகச்சாயலைக்கூட நீங்கள் அந்த முகங்களில் கற்பனை செய்து பார்க்க முடியும். நாம்தான் எத்தனை நபர்களாக இருக்கிறோம்! எப்பேர்ப்பட்ட கடுந்துயரையெல்லாம் சுமந்துகொண்டிருக்கிறோம்! இந்தப் பாழாய்ப்போன உலகில் என்ன மாதிரியான கையறு நிலையில் நாமெல்லாம் இருக்கிறோம்!

ஆனால், உங்களை நான் மீண்டும் ஏமாற்ற விரும்பவில்லை. நான் உங்களுள் ஒருவன் இல்லை. ஒரு பேனாவை எடுத்து எதையோ கிறுக்கி, அதையும் எப்படியோ அடுத்தவரை வாசிக்கச் செய்துவிட முடியும். யாரும் இந்த நோயிலிருந்து குணம் காணலாம். மானுட நிலையின் இந்த சாரத்தைப் பற்றி அடித்துப் பேச முடிகிற எந்த எழுத்தாளரையும் ஏன் நான் இதுவரை சந்தித்ததில்லை என்பதற்கான நல்ல விளக்கமாக இது அமையும். ஆனால், எனக்கு எழுதுவதற்கு இதைத் தவிர வேறு விஷயமேயில்லை என்பதை, என் பேனாவைத் தொடும்போதெல்லாம் நான் ஒரு வழியாக உணர்ந்துவிடுகிறேன். நம் வதனங்களுக்குள் பொதிந்திருக்கும் கவிதையை அறிந்துகொள்வதற்காக மட்டுமே என்னுடைய நேரம் முழுவதையும் நான் இனிமேற்கொண்டு அர்ப்பணிக்க இருக்கிறேன். நம்முடைய மானுடப் பார்வையின் ஆழத்தில் பதுங்கியிருக்கும் அதிபயங்கர ரகசியத்தை அறிந்து கொள்வதற்காக மட்டுமே. எனவே, தயாராக இருங்கள்!

24

வதனங்களின் புதிர்கள்

பொதுவாக, முகத்தைக்கொண்டே ஒருவரை எடை போடுகிறோம்

– 'முகம் பார்க்கும் கண்ணாடி வழியே' எனும் நாவலில்
லூயிஸ் கேரல்

செவ்வாய்க்கிழமையன்று காலை எழுதுமேஜை அருகே உட்கார்ந்து தனக்கெதிரில் குவிந்து கிடந்த பத்திக் கட்டுரைகளைக் காலிப் பரிசீலித்துக்கொண்டிருந்தான். முந்தைய நாள் அவனிடம் ததும்பிக்கொண்டிருந்த நேர்மறை எண்ணங்கள் யாவும் இப்பொழுது வடிந்திருந்தன. ஒருநாள் பார்த்த வேலையில், ஜெலால் பற்றி அவனுக்கிருந்த பிம்பம் தானாகவே மாறிவிட்டிருந்தது. அது மட்டுமின்றி, தான் எதைக் கண்டுபிடிக்க முயல்கிறோம் என்பதைப் பற்றிய தெளிவும் இப்பொழுது அவனிடம் இல்லை. ஆனால், தான் தீர்மானமாக நம்பிய ஒரு விஷயம் அவனுக்கு ஆறுதல் அளித்தது. அவன் இப்போதிருந்த இக்கட்டான நிலையில் கூடத்திலிருந்த அலமாரியிலிருந்து எடுத்து வந்திருந்த பத்திக் கட்டுரைகளையும், நோட்டுப் புத்தகங்களையும் படித்துப் பார்ப்பதைத் தவிர வேறு வழி ஏதும் அவனுக்குத் தெரியவில்லை. அவற்றைப் படிப்பதன் மூலமாக ஜெலாலும் ரூயாவும் எங்கே பதுங்கியிருக்கிறார்கள் என்பதைப் பற்றிய யூகத்துக்கு வரலாம். எது எப்படி இருந்த போதும், அவனுடைய புழுதி படிந்த ஸிர்கேஜி அலுவலகத்தில் உட்கார்ந்துகொண்டு, ஒருவரையொருவர் சுரண்டிக்கொண்டிருக்கும் இரும்பு மற்றும் கம்பள வணிகர்களின் கோப்புகளையோ அல்லது பழிபாவங்களுக்கஞ்சாத வீட்டுடமையாளர்களிடமிருந்து குடியிருப்போரைக் காக்கும் அல்லது காலை வாரிவிடும் ஒப்பந்தங்களையோ கவனமாகப் படித்துக்கொண்டிருப்பதைக் காட்டிலும், சிறுபிராயத்து இனிய நினைவுகள் மண்டிக் கிடக்கும் இந்த அறைக்குள் அமர்ந்து ஜெலாலின் பத்திக் கட்டுரைகளை வாசித்துக்கொண்டிருப்பது எவ்வளவோ இன்பகரமானது. அவனுடைய வாழ்க்கை சிதறிப் போயிருக்க லாம். ஆனாலும்கூடச் சற்றே கூடுதலான சுவாரஸ்யத்தைக்

கொடுக்கும் பணிக்குப் பதவி உயர்வு பெற்றுவிட்ட அரசாங்க அலுவலரைப் போல காலிப்புக்கு ஒரு மன நிறைவு கிட்டியிருந்தது.

இரண்டாம் தடவையாகக் காஃபி குடித்த பின் தான் இதுவரை தேடிக் குவித்திருந்த தடயங்களை ஒட்டுமொத்தமாய் ஒரு பார்வை பார்த்தான் காலிப். உடனே, பழைய உற்சாகம் மீண்டும் அவனைத் தொற்றிக் கொண்டது. வாயிற்காப்போன் கதவருகில் போட்டுச் சென்றிருந்த *மிலியட்* நாளிதழைக் காலிப் எடுத்து வந்தான். பல ஆண்டுகளுக்கு முன் ஜெலால் எழுதி வெளியாகியிருந்த *சாக்குப்போக்கும் அவமதிப்பும்* என்ற பத்திக் கட்டுரையின் மீள்பதிப்பு அதில் வெளியாகியிருந்தது. அதைப் பார்த்தவுடன், ஞாயிற்றுக்கிழமையன்று புதிய பத்திக் கட்டுரை எதையும் ஜெலால் எழுதிக்கொடுத்திருக்கவில்லை என்பதைக் காலிப் யூகித்துக்கொண்டான். கடந்த ஆறுநாட்களில் வெளியாகியிருக்கும் ஆறாவது மீள்பதிப்பு இது. இன்னும் ஒரே ஒரு பத்திக் கட்டுரைதான் மீதமிருக்கிறது. அடுத்த முப்பத்தாறு மணி நேரத்திற்குள்ளாகப் புதிய பத்திக் கட்டுரையொன்றை ஜெலால் எழுதி அனுப்பத் தவறினால், வியாழக்கிழமையன்று வரவேண்டிய நாளிதழில் அவனுடைய பத்திக் கட்டுரை இடம் பெற்றிருக்காது. முப்பத்தைந்து ஆண்டுகளாகத் தொடர்ந்து காலையில் எழுந்தவுடன் முதல் வேலையாக ஜெலாலின் பத்திக் கட்டுரை களைப் படித்துப் பழகியிருப்பவர்கள் ஏராளமானோர். ஏனென்றால், பிற பத்திக் கட்டுரையாளர்களைப் போல் இல்லாமல், ஜெலால் ஒருமுறை கூட விடுப்பில் சென்றது கிடையாது. அல்லது உடல்நலம் குன்றியதால் கட்டுரையை எழுதாமல்விட்டதில்லை. ஒரு நாளில், நாளிதழை எடுத்து இரண்டாம் பக்கத்தைத் திருப்பி அங்கே வெற்றுப் பக்கத்தைப் பார்ப்ப தென்பது இந்த உலகே முடிவுக்கு வந்துவிட்டதைப் போல. பாஸ்ஃபரஸின் நீரெல்லாம் வடிந்து போவதைப் போல.

தன்னை நாடி வரக்கூடிய எந்தத் தடயத்தையும் திறந்த மனத்தோடு ஏற்றுக்கொள்வது எனும் தீர்மானத்துக்கு வந்தான் காலிப். இரண்டு இரவுகளுக்கு முன்பாக அந்தக் குடியிருப்புக்குள் வந்தவுடன் துண்டித்திருந்த தொலைபேசி இணைப்பை அவன் மீண்டும் சீர் செய்தான். அந்த இரவில் தன்னோடு உரையாடிய நபரைப் பற்றிச் சிறிது நேரம் யோசித்தவாறிருந்தான். மாஹிர் இகின்ஜி என்று அந்த நபர் தன்னை அறிமுகப்படுத்திக்கொண்டிருந்தான். சேமப்பெட்டிக் கொலை பற்றியும், திட்டமிடப்பட்டிருக்கும் ராணுவ சதி பற்றியும் அந்தக் குரலுக்குரியவன் சொன்னதையெல்லாம் மீண்டும் நினைவுக்குக் கொண்டுவந்தான் காலிப். உடனே, ஜெலாலின் பழைய பத்திக் கட்டுரைகளைப் பார்க்க வேண்டுமென்று முடிவெடுத்தான். அவற்றை மீண்டும் அவற்றிற்குரிய பெட்டிகளிலிருந்து வெளியே எடுத்த பிறகு, மிகவும் கவனமாக அவற்றைப் படிக்கத் தொடங்கினான். அப்பொழுது தீர்க்கதரிசிகளைப் பற்றி ஜெலால் எழுதியிருந்த பல்வேறான கட்டுரைகள் காலிப்பின் நினைவுக்கு வந்தன. இவை, பெரும்பாலும் போகிற போக்கில் சொல்லப்பட்ட குறிப்புகளும், கட்டுரையோடு ஒட்டாத துணுக்குகளுமாக, வேறெதையோ சுட்டும் விஷயங்களாகவே இருந்தன. அவற்றை ஒவ்வொன்றாகத் தேடித் துழாவிக் கண்டுபிடிக்க காலிப்புக்கு ஏகப்பட்ட நேரம் வேண்டியிருந்தது. இதனால், ஒரு முழுநாள் வேலையைச் செய்துவிட்டவனைப் போல் அவன் சீக்கிரத்திலேயே களைப்படைந்துவிட்டான்.

ஒரு ராணுவச் சதியைத் தூண்டிவிடும் வகையான பத்திக் கட்டுரைகளை 1960களின் ஆரம்ப காலத்தில் ஜெலால் எழுதிக்கொண்டிருந்தான். ரூமியின் கொள்கைகளுள் ஒன்றெனத் தான் புரிந்துகொண்டிருந்த விஷயத்தை அந்தக் காலகட்டத்தில்தான் அவன் மனத்தில் இருத்திக்கொண்டிருந்திருக்க வேண்டும். ஒரு கருத்துக்கு ஆதரவாகப் பரந்த வாசகர் வட்டத்தை வென்றெடுக்க விரும்பும் எந்தப் பத்திக் கட்டுரையாளனும், வாசகர்களுடைய நினைவுகளின் வண்டல் மண்டியிருக்கும் அடியாழத்திலிருந்து அந்தக் கருத்தை மீட்டெடுக்க வேண்டியிருக்கும். ஏனென்றால், நூற்றாண்டுகளாகக் கருங்கடலின் அடியாழத்தில் மூழ்கி இழிநிலையிலிருக்கும் போர்க் கப்பல்களைப் போல், அந்தக் கருத்தானது அங்கேதான் கண்ணயர்ந்திருக்கும். ஜெலாலின், வரலாற்று ரீதியான வாதங்களைப் படித்துக்கொண்டே வருகையில், தன்னுடைய நினைவுகளின் வண்டலிலிருந்து ஏதேனும் கருத்து மேலெழும்பாதாவென்று காலிப் பவ்யமாய்க் காத்துக்கொண்டிருந்தான். ஆனால், அவனுடைய கற்பனையைத்தான் அந்தச் சொற்களால் கடைந்தெடுக்க முடிந்தது.

கூரைவேயப்பட்ட பேரங்காடியில் விலையை விருப்பத்திற்கேற்றவாறு நிர்ணயம் செய்து தில்லு முல்லு செய்துகொண்டிருந்த வணிகர்களுக்குச் சிம்ம சொப்பனமாக விளங்கியவர் பனிரெண்டாம் இமாம். இவர் அந்தப் பேரங்காடியின் வழிகளை அடைத்து வணிகர்களை வேட்டையாடியவர். தீர்க்கதரிசியென்று தன்னுடைய தந்தையால் கொண்டாடப்பட்ட ஒரு ஷேக்கின் மகன், ஈரானிய குர்த் குடியானவர்கள் குழு ஒன்றையும் திறமைசாலிக் கருமார்களையும், தான் கொண்ட கொள்கைகளுக்கு ஆதரவாக ஒன்றிணைத்துப் பெரும் எண்ணிக்கையிலான கோட்டைகள் மீது தாக்குதல் தொடுத்திருந்தார் (*போர்த் தளவாடங்களின் வரலாறு* எனும் நூலில் விவரித்துள்ளபடி). சாக்கடைகளிலிருந்து வெளித்தள்ளப்பட்ட உருளைக் கற்கள் இறைந்து கிடக்கும் பெயோக்ளு பகுதித் தெருவொன்றில், வெண்ணிறக் கூரையற்ற, கெடிலாக் கார் ஒன்றில், முகம்மது நபி போய்க் கொண்டிருந்ததைக் கனவில் கண்ட பற்றுப் பாத்திரம் தேய்ப்பவரின் கையாளாக இருந்த நபரொருவர் தன்னையே தீர்க்கதரிசியாக அறிவித்துக் கொண்டார். நகரிலிருக்கும் விலைமாதர்கள், நாடோடி இனத்தவர், ஓட்டாண்டிகள், ஊர்ச்சுற்றிகள், பிக்பாக்கெட் திருடர்கள், சிகரெட் விற்கும் பையன்கள், காலணிகளுக்கு மெருகேற்றும் தொழிலாளிகள் போன்ற நபர்களுடைய வாழ்வில் ஆதிக்கம் செலுத்திக்கொண்டிருந்த தரகர்கள், தாதாக்கள் ஆகியோருக்கு எதிராக இவர் அவர்களை ஒன்று திரட்டிப் போராட வைத்தார். மேற்சொன்னவர்களைப் பற்றியெல்லாம் காலிப் படித்துக்கொண்டிருந்தபோது, தன்னுடைய சொந்தக் கனவுகள் மற்றும் நினைவுகளின் செங்கல் நிற, விடியற்கால ஆரஞ்சு வண்ண தகதகப்பைக் கொண்டு மேலே விவரித்த ஒவ்வொரு காட்சிக்கும் முலாம் பூசியபடியிருந்தான். ஆனால் இவற்றைக் காட்டிலும் அவனுடைய கற்பனைக்குத் தீனி போட்ட கதை வேறொன்றிருந்தது. வேட்டைக்கார அகமதுவைப் பற்றி அவன் படித்துக்கொண்டிருந்தான். முதலில் தான்தான் பட்டத்து இளவரசனென்றும், பிறகு சுல்தானென்றும் பொய்யாக அறிவித்துக்கொண்ட வேட்டைக்கார அகமது இறுதியில் தன்னைத்தானே தீர்க்கதரிசியென்றும் கூறிக்கொண்டார். இவரைப் பற்றிப் படித்துக்கொண்டிருந்தபோது அவனுக்குத் திடீரென்று ஒரு மாலைப்பொழுது ஞாபகம் வந்தது. ரூயா வழக்கம் போல் வெகுளித்தனமாகத்

தூக்கக்கலக்கத்தோடு முறுவலித்துக்கொண்டிருந்தாள். தன்னுடைய இடத்தில் ஒரு ‘போலி ஜெலால்’ இருந்து பத்திக் கட்டுரைகளை எழுத வேண்டி வந்தால், அவன் எதை எழுத வேண்டுமென்பதைப் பற்றி விலாவாரியாக ஜெலால் பேசியிருந்தான்.

(இதில் வேடிக்கை என்னவென்றால், அப்படியொரு ‘போலி ஜெலாலுக்குத்’ தேவைப்படுவதெல்லாம் தன்னுடைய நினைவுகளைக் கைக்கொள்ளும் திறன் மட்டுமே என்று அவன் சொல்லியிருந்தான்). இந்த வார்த்தைகளை நினைத்துப் பார்த்தவுடன் காலிப் விதிர்விதிர்த்துப் போனான். தான் உள்ளிழுத்துவிடப்பட்டிருக்கும் இந்த நிகழ்ச்சி ஓர் ஆபத்தான விளையாட்டு. ஒரு மரணப் பொறி.

முகவரிகள் பதிந்திருந்த புத்தகத்தைக் காலிப் மீண்டும் புரட்டிப் பார்த்தான். தொலைபேசிக் கோப்பகத்தை வைத்துப் பெயர்களையும் தொலைபேசி இலக்கங்களையும் சரி பார்த்தான். அவனுக்குச் சந்தேகம் ஏற்படுத்திய ஒரு சில எண்களைத் தொலைபேசியில் அழைத்துப் பார்த்தான். முதலாவது எண் லாலேலி பகுதியிலிருக்கும் நெகிழிப்பொருள் தயாரிப்பாளரை இணைத்தது. பற்றுப் பாத்திரம் வைக்கும் கூடைகள், அழுக்குத் துணிக் கூடைகள், வாளிகள் ஆகியவற்றைத் தயாரிக்கும் தொழிலில் அவர்கள் ஈடுபட்டிருந்தார்கள். வார்ப்பட மாதிரி மட்டும் இருந்தால் போதும். என்ன தினுசான பொருளையும் எந்த வண்ணத்தில் வேண்டுமானாலும் தயாரித்து ஒரு வாரத்தில் அவர்களால் கொடுக்க முடியுமாம். இரண்டாவது எண்ணைச் சுழற்றினான் காலிப். ஒரு குழந்தைதான் எடுத்தான். தான் அம்மாவோடும், அப்பாவோடும், தாத்தாவோடும் வசிப்பதாக அந்தக் குட்டிப் பயல் கூறினான். அப்பா வீட்டில் இல்லை என்றான். அதற்குள் அவனுடைய அண்ணனாம் – குட்டிப் பயல் இவனைப் பற்றிச் சொல்லாமல் விட்டிருந்தான் – குறுக்கிட்டு, அந்நியர்களுக்குத் தங்கள் பெயரைச் சொல்லுவதில்லை என்றான். இந்தக் கட்டத்தில், சந்தேகம்கொண்ட அவர்களுடைய அம்மா தொலைபேசியைப் பிடுங்கிக்கொண்டாள். “உங்களுடைய பெயர் என்ன? நீங்கள் யார்?” என்று எச்சரிக்கையுடன், அரண்டு போனவளாய்க் கேட்டாள். “நீங்கள் தப்பான எண்ணை அழைத்திருக்கிறீர்கள்”.

குறிப்புகள் எழுதப்பட்டிருந்த பேருந்து மற்றும் திரைப்பட அனுமதிச் சீட்டுகளின் அடிக்கட்டைகளைக் காலிப் புரட்டத் தொடங்கியபோது மதியமாகிவிட்டிருந்தது. பல்வேறு திரைப்படங்களைப் பற்றிய தனது கருத்துகளையும், ஒரு சில நடிகர்களைப் பற்றிய குறிப்புகளையும் கவனமான கையெழுத்தில் ஜெலால் அவற்றில் பதிந்திருந்தான். ஒரு சிலவற்றை அடிக்கோடிட்டிருந்தான். அது எதற்காக என்று கண்டுபிடிக்க முயன்றான் காலிப். பேருந்துக்கான அனுமதிச் சீட்டுகளிலும்கூட சொற்களையும், பெயர்களையும் ஜெலால் குறித்து வைத்திருந்தான். அவற்றுள் ஒன்றின் மீது, லத்தீன் எழுத்துகளைக் கொண்டு ஒரு முகம் வரையப்பட்டிருந்தது. அந்த அனுமதிச் சீட்டு பதினைந்து குரூஸ் மதிப்புள்ளது. அது அறுபது களின் ஆரம்பத்தில் எடுக்கப்பட்ட அனுமதிச் சீட்டென்பதை அதன் விலை தெரிவித்தது. அந்த அனுமதிச் சீட்டுகளில் காணப்பட்ட எழுத்து களைக் கவனமாகப் பரிசீலித்தான் காலிப். ஜெலாலின் ஆரம்பப் பணிக் காலத்தில் மேற்கொள்ளப்பட்ட பிரபலங்களின் நேர்காணல்களில் சில (“பிரபல அமெரிக்கத் திரைத் தாரகை, மேரி மார்லோ நேற்று

நம்முடைய நகருக்கு வந்திருந்தாள்!”). குறுக்கெழுத்துப் போட்டிகளின் திருந்தாப் படிகள் ஒரு சில. மனம் போனவாறு தேர்ந்தெடுக்கப்பட்ட ஏராளமான வாசகர் கடிதங்கள். பத்திக் கட்டுரைகள் எழுதும் திட்டத்தில், செய்தித்தாள்களிலிருந்து கத்தரித்து எடுக்கப்பட்டிருந்த, பல்வேறு பெயோக்ளு பகுதி கொலைகள் பற்றிய செய்திக் குறிப்புகள். கொலைகள் யாவுமே, குற்றவாளியும், குற்றத்திற்குப் பலியானவனும் போதையிலிருந்த நேரத்தில், நள்ளிரவைத் தாண்டியே செய்யப்பட்டிருந்தன. ஒவ்வொரு குற்றத்திலும் பயன்படுத்தப்பட்டிருந்த ஆயுதமென்னவோ கத்திதான். ஒவ்வொரு சம்பவமுமே ஒரே மாதிரியான, ஆண்மையான பாணியில்தான் நிகழ்ந்திருந்தது. ஒவ்வொன்றுமே, ஒரே போன்ற, கடைந்தெடுத்த நீதியையே சுட்டின: “நிழலான நடவடிக்கைகளில் ஈடுபடும் யாருக்கும் இதுதான் முடிவு.” பெரும்பாலான கொலைகள் அவற்றிற்கு முந்தின கொலைகளின் சாயலிலேயே இருப்பது போல் தோன்றுகின்றன. இதே கொலைகளைப் பற்றி சொல்லியிருந்த வேறு சில பத்திக் கட்டுரைகளில், இஸ்தான்புல்லின் மிகுந்த கிளர்ச்சியூட்டும் அண்டைப்புறங்கள் எனும் செய்திக் கட்டுரைகளிலிருந்து எடுத்திருந்த குறிப்புகளையும் ஜெலால் பயன்படுத்தியிருந்தான். வரலாற்று உண்மைகள் என்ற தலைப்பில் வெளிவந்திருந்த தொடர் கட்டுரையும் அதே பெட்டியில் கிடைத்தது. கல்வி நூலக அச்சகமென்ற அச்சகத்தின் உரிமையாளரான காசிம் பேதான் 1928 ஆம் ஆண்டில் முதன்முதலாக, லத்தீன் அகரவரிசையைப் பயன்படுத்தி ஒரு துருக்கிய நூலை வெளியிட்டவர். இந்தத் தகவலை அந்தக் கட்டுரை காலிப்புக்கு நினைவூட்டியது. அதற்குப் பிறகு பல பத்தாண்டுகளுக்கு, அதே காசிம் பே தொழுகை நேர தினசரிப் பஞ்சாங்கம் என்ற ஒன்றை உருவாக்கி அச்சிட்டு வந்தார். ஆண்டின் ஒவ்வொரு நாளுக்கும் இதில் ஒரு பக்கம் ஒதுக்கப்பட்டிருக்கும். அன்றாடம் கிழித்து எறியப்பட்டிருந்த தாள்கள் அவை. என்றாலும் அவற்றை காலிப் இன்னமும் தெளிவாகவே நினைவில் வைத்திருந்தான். அந்தப் பஞ்சாங்கத்தின் ஒவ்வொரு பக்கத்திலும், இன்றைய பாடமென்று ஒன்று அச்சிடப்பட்டிருக்கும் (ரூயா அவற்றை மிகவும் நேசித்தாள்). ஆட்டாதுர்க், அல்லது வேறொரு இஸ்லாமிய மத அறிஞர், இல்லாவிட்டால், பெஞ்சமின் ஃப்ராங்க்லின், போட்ஃபோலியோ போன்ற மேனாட்டு மேதைகளின் பொன்மொழிகள், அல்லது, ரசனை மிகுந்த நகைச்சுவைத் துணுக்கு. இவற்றோடு, அன்றைய தொழுகை நேரங்களைக் குறிக்கும் கடிகார வதனங்களும் அந்தப் பஞ்சாங்கத்தில் இருக்கும். இந்தப் பஞ்சாங்கங்களிலிருந்து கிழித்தெறியப்பட்டிருந்த பக்கங்களில் அச்சாகியிருக்கும் கடிகார வதனங்களின் முட்களைத் திருத்தி, தொங்கு மீசைகளும் வளைந்த மூக்குகளுமாக இருக்கும் மனித முகங்களாய் அவற்றை மாற்றிவிட்டிருந்தான் ஜெலால். இவற்றைப் பார்த்த பிறகு, ஒரு சுத்தமான காகிதத்தில், காலிப் ஒரு சில குறிப்புகளை எழுதி வைத்தான். ஏதோ முக்கியமான தடயங்கள் சிக்கியிருப்பதாகத் தன் மனம் ஏற்றுக்கொள்ள வேண்டுமென்பதற்கான முயற்சி அது. பகலுணவிற்கென்று வாங்கி வைத்திருந்த ரொட்டி, பாலேடுக் கட்டி, ஆப்பிள் பழங்கள், ஆகியவற்றைச் சாப்பிட்டுக்கொண்டிருக்கும் நேரத்தில், தான் எழுதி வைத்திருந்த குறிப்புகளை விசித்திரமான தாபத்துடன் பார்த்துக்கொண்டிருந்தான்.

இரண்டு அயல்நாட்டுத் துப்பறியும் நாவல்களின் கதைக்களனை ஒரு நோட்டுப் புத்தகத்தின் கடைசிப் பக்கங்களில் ஜெலால் சுருக்கமாகக்

குறித்து வைத்திருந்தான் (*தெய்வீகப் பொன்வண்டு, மற்றும் ஏழாம் எழுத்து*). ஜெர்மன் நாட்டு உளவாளிகளைப் பற்றியும் மேகினாட்[1] கோட்டைப் பற்றியும் எழுதப்பட்டிருந்த புத்தகங்களிலிருந்து திரட்டிய, சங்கேதக் குறியீடுகளைப் புரிந்துகொள்வதற்கான வழிமுறைகளையும் அதே இடத்தில் அவன் குறித்து வைத்திருந்தான். இந்தக் குறிப்புகளினூடாக, பச்சை மை பந்துமுனைப் பேனாவின் கோணல்மாணலான சுவடு காலிப்பின் கண்ணில்பட்டது. கெய்ரோ, டமாஸ்கஸ், இஸ்தான்புல் ஆகிய நகரங்களின் வரைபடங்களில் அவன் கண்டிருந்தது போன்ற கோடுகளை அவை மெலிதாக நினைவூட்டின. அதே நேரத்தில், அவை ஒரு வதனத்தையோ, மலர்ச்செண்டையோ, பள்ளத்தாக்கில் பாய்ந்தோடும் குறுகலான நதியையோகூட நினைவுக்கு இழுத்து வந்தன. முதல் நான்கு பக்கங்களில் காணப்பட்ட, புதிரான, ஒத்திசைவற்ற இந்தக் கோடுகளுக்கான விடையை அந்த நோட்டுப் புத்தகத்தின் ஐந்தாம் பக்கத்தில் காலிப் கண்டுபிடித்து விட்டான். ஒரு எறும்பின் தீர்மானமற்ற, வளைந்து நெளிந்த பயணப் பாதையை அந்தப் பச்சை மைச் சுவடு பின்பற்றியிருந்தது. ஒவ்வொரு வெற்றுப் பக்கத்தையும் அது சுற்றிச் சுற்றி வர, அந்தப் பச்சை மைப் பேனா அதைத் துரத்திச் சென்றிருக்கிறது. ஐந்தாம் பக்கத்தில் அந்த எறும்பு களைத்துப்போய் விழுந்திருக்கிறது. அந்தப் பக்கத்தில் அதனுடைய நசுங்கிய சடலம் இன்னமும் கிடந்தது. நல்ல பயன்களை விளைவிக்க முடியாமல் போன குற்றத்திற்காக அந்த எறும்பு இப்படி மிகக் கொடூரமாகத் தண்டிக்கப்பட்டு எவ்வளவு காலம் ஆகியிருக்குமோ என்று யோசித்த காலிப், ரூமியால் இந்த விசித்திரமான பரிசோதனையின் மீது ஏதேனும் வெளிச்சம் பாய்ச்ச முடியுமா என்று பார்க்க முடிவெடுத்தான். தன்னுடைய கையெழுத்துப் பிரதி ஒன்றின் மீது ஓர் எறும்பு ஊர்ந்து போனதைப் பற்றி மஸ்னவியின் நான்காவது தொகுதியில் ரூமி வர்ணித்திருக்கும் பத்தி ஒன்றைக் காலிப் தேடிப்பிடித்தான். அரேபிய எழுத்துகளின் மலர் வடிவங்களை அந்த உயிரி முதலில் பார்க்கிறது. பிறகு சொற்களால் உருவாகியிருக்கும் தோட்டத்தைப் பார்க்கிறது. பிறகு பேனாவை இயக்கும் கையையும் அந்தக் கையை இயக்கும் பேரறிவையும் பார்க்கிறது. "பிறகு, அந்தப் பேரறிவையும் இயக்கவல்ல உயர் பேரறிவு ஒன்றிருக்கிறதென்பதை அந்த எறும்பு கண்டுகொண்டது" என்று ஜெலால் ஒருமுறை ஒரு பத்திக் கட்டுரையில் சொல்லியிருந்தான். ஆக, மீண்டும் ஒருமுறை ஸூஃபி கவிஞர் ரூமியின் கற்பனையோடு ஜெலாலின் கற்பனை இரண்டறக் கலந்திருந்தது. இந்தப் பத்திக் கட்டுரைகளுக்கும் அவை வெளியாகியிருந்த தேதிகளுக்கும் இடையே ஏதேனும் ஒட்டுறவு இருக்கலாமென்று காலிப் நம்பினான். ஆனால், இஸ்தான்புல் நகரில் ஏற்பட்டிருந்த மாபெரும் தீவிபத்துகளின் நிகழ்விடங்களைப் பற்றியும், அவை நிகழ்ந்த தேதிகளைப் பற்றியும் அந்தத் தீ விபத்துகள் கபளீகரம் செய்திருந்த மரத்தாலான இல்லங்களைப் பற்றியும் எழுதப்பட்டிருந்த குறிப்புகளை மட்டுமே அந்த நோட்டுப் புத்தகத்தின் இறுதிப் பக்கங்களில் அவனால் பார்க்க முடிந்தது.

தொடர்ந்து, இந்த நூற்றாண்டின் தொடக்கத்தில் பழைய புத்தக விற்பனையாளர் ஒருவரின் கையாளாக இருந்த ஒருவன் வீடு வீடாகச் சென்று

---

1. மேகினாட்: 1930களில் ஜெர்மனியின் முற்றுகையைச் சமாளிக்க, இத்தாலி, சுவிட்சர்லாந்து, ஸ்பெயின், ஜெர்மனி ஆகிய நாடுகளின் எல்லையோரங்களில் ஃப்ரான்ஸ் நாடு எழுப்பிய சுவர். போருக்கான ஃபிரெஞ்சு அமைச்சர் மேகினாட்டின் பெயரால் அழைக்கப்பட்டது.

தனது பொருள்களை விற்கச் செய்த தந்திரங்களைப் பற்றி காலிப் படித்தான். இஸ்தான்புல்லின் சுற்றுப்புறப் பகுதிகள் ஒவ்வொன்றிற்கும் தலா ஒரு நாள் என்று ஒரு படகை எடுத்துக்கொள்வானாம் அந்த நபர். அந்தப் பகுதிகளில் பெரும் மாளிகைகளில் வசிக்கும் பணக்காரர்கள்தான்அவனுடைய குறி. அந்தப்புரப் பெண்டிர், வீட்டைவிட்டு வெளியே செல்ல இயலாமல் கிடக்கும் தள்ளாத வயதினர், மாளாத வேலைப்பளுவில் மூழ்கிக் கிடக்கும் எழுத்தர்கள், கனவில் மிதக்கும் கண்களைக் கொண்ட குழந்தைகளென்று பலதரப்பட்டவர்களிடமும் தன்னுடைய புத்தகப் பையிலிருக்கும் பேரம் பேசி, விற்க வேண்டிய புத்தகங்களை அவன் தள்ளிவிடுவானாம். ஆனால், அவனுடைய உண்மையான வாடிக்கையாளர்கள் யாரென்றால் சுல்தான் அப்துல் ஹமீதால் தண்டனைக்குள்ளான பாஷாக்கள்தான். இவர்கள் ராஜாங்க மந்திரிகளாக இருந்தவர்கள். சுல்தானின் உளவாளிகள் எங்கும் நீக்கமற நிறைந்திருப்பார்களெனும் அச்சத்தில், தங்களுடைய அமைச்சகங் களை விட்டோ, மாளிகைகளை விட்டோ அவர்கள் வேறெங்குமே செல்வதில்லை. தான் விற்கும் புத்தகங்களின் பிரதியில் நுழைத்திருக்கும் புதிர்களை அவிழ்த்து ஹுரூஃபி ரகசியங்களை அறிந்துகொள்ளும் வழிமுறைகளை அந்தப் பாஷாக்களுக்கு (அவனுடைய வாசகர்களுக்கு என்ற பதத்தையே ஜெலால் விரும்பித் தேர்ந்திருந்தான்) அந்தப் புத்தக வியாபாரியின் உதவியாள் சொல்லிக்கொடுப்பானாம். இவற்றையெல்லாம் படித்துக்கொண்டிருக்கும் போதே, தான் எதிர்பார்த்திருந்ததைப் போலவே, தான் மெல்ல மெல்ல வேறோருவராய் மாறிக்கொண்டிருப்பதைக் காலிப் உணர்ந்தான். ஏனென்றால், ஏதோ ஒரு தொலைதூரப் பெருங்கடலில் நிகழ்ந்த அமெரிக்க சாகசத்தை விவரிக்கும் நூலின் குறுக்கப்பட்ட வடிவத்தின் கடைசிப் பக்கத்தில் காலிப் பார்த்திருந்த குறியீடுகளையும், புதிர் அவிழ்க்கும் சொற்களையும் போலவே இந்த ஹுரூஃபி ரகசியங்களும் மிக எளிமையானவை. குழந்தைத்தனமானவையும்கூட. அவனும் ரூயாவும் சிறு பிள்ளைகளாய் இருந்த காலத்திலேயே, ஒரு சனிக்கிழமை பிற்பகல் வேளையில் இந்தக் குறுக்கப்பட்ட நூலை ஜெலால் ரூயாவுக்குக் கொடுத்திருந்தான். ஒரு கதையைப் படித்தால் நீங்கள் வேறொருவராக மாறிவிடுவீர்கள். இதுதான் அந்நூலின் புதிருக்கான திறவுகோல். இந்த நேரம் பார்த்துதான் அந்தத் தொலைபேசி ஒலித்தது. மறுமுனையில் கேட்டது அதே குரல்தான்.

“உங்கள் தொலைபேசியை நீங்கள் மீண்டும் இணைத்திருப்பது எனக்கு மகிழ்ச்சியளிக்கிறது ஜெலால் பே!” அது நடு வயதைத் தாண்டிய நபரின் குரல். “இப்படியானதோர் நேரத்தில், பேரழிவு நிகழ இருக்கும் காலகட்டத்தில், உங்களைப் போன்ற ஒரு முக்கியமான நபர் நகரத்திலிருந்து, ஏன், ஒட்டுமொத்த தேசத்திலிருந்தே தன்னைத் துண்டித்துக்கொண்டிருப்பதைக் கற்பனை செய்துகூடப் பார்க்க முடியவில்லை.”

“உங்களுடைய தொலைபேசிச் சந்தாதாரர் விவரப் புத்தகத்தில் எந்த அளவுக்கு உங்களால் முன்னேற முடிந்திருக்கிறது?”

“மிகவும் கஷ்டப்பட்டுதான் முயல்கிறேன். ஆனாலும், நான் எதிர்பார்த்ததைவிடவும் ரொம்ப மெதுவாகவே என்னால் முன்னேற முடிகிறது. மணிக் கணக்காய்த் தொடர்ந்து எண்களையே பார்த்துக் கொண்டிருக்கும்போது மனம் அலைபாயத் தொடங்கிவிடுகிறது. யோசிக்க இயலாதவற்றையெல்லாம் யோசிக்கத் தொடங்கிவிடுகிறது. மாயாஜால

சூத்திரங்கள், சமச்சீர் தொகுப்புகள், அநுவாதங்கள், கணித அணிகள், வடிவங்களென்று பலவற்றையும் நான் பார்க்கத் தொடங்கியிருக்கிறேன். இவை என்னை மந்தமாக்கி விடுக்கின்றன."

"வதனங்களும் உங்களுக்குத் தெரிகின்றனவா?"

"ஆமாம். ஆனால், ஒரு சமச்சீர் தொகுப்பை நான் பார்த்த பிறகுதான் நீங்கள் சொல்லும் இந்த வதனங்களையே நான் பார்க்கிறேன். இந்த எண்கள் எப்பொழுதுமே பேசிக்கொண்டிருப்பதில்லை. சில நேரங்களில் அவை மௌனமாகவும் இருக்கின்றன. நான்கெல்லாம் சேர்ந்து எதையோ என்னிடம் சொல்ல விரும்புகின்றன என்று எனக்கு நானே சொல்லிக்கொள்வேன். ஏனென்றால் ஏராளமான நான்காம் எண்களை நான் பார்க்கிறேன். ஒன்றன் பின் ஒன்றாக. அவை இரண்டிரண்டாய்த் தோன்றுகின்றன. பிறகு திடீரென்று அவை சமச்சீர் நிரல்களாக இடம்பெயர்ந்துவிடுகின்றன. என்ன ஒரு விந்தை! அவை பதினாறுகளாக மாறிவிடுகின்றன. பிறகு இடைவெளியை இட்டு நிரப்ப ஏழாம் எண்கள் வெள்ளமாய் வழிகின்றன. அவையும் அதே சுரத்திற்கேற்பக் கிசுகிசுக்கின்றன. இவையெல்லாமே அபத்தமான தற்செயல் நிகழ்வுகள்தான் என்பதைச் சொல்லிவிடுகிறேன். ஆனால், தைமூர் யில்திரிமோக்ளூ எனும் பெயர் கொண்ட மனிதரின் தொலைபேசி இலக்கம் 140 22 40 என்பதைப் பார்க்கும்போது உங்களுக்கு அங்காராவில் நடந்த போர்தானே உடனடியாக நினைவுக்கு வரும்? அந்தப் போர் 1402ஆம் ஆண்டில் நடந்தது. அதில் காட்டுமிராண்டி தைமூர், பெயாஸிட் என்ற பெரும் மின்னல் வேக வீரனுடன் மோதினான். பெயாஸிட்டை நாம் யில்திரிம் என்ற பெயராலும் அறிவோம்தானே? அந்தப் போரில் வெற்றிபெற்ற பிறகு, பெயாஸிட்டின் மனைவியைத் தைமூர் கடத்திச்சென்று அவளை அந்தப்புரத்தில் அடைத்து விடவில்லையா? தொலைபேசிச் சந்தாதாரர் விபவரப் புத்தகம் முழுக்க நம்முடைய வரலாற்றின் கூறுகள் மினுங்கிக் கொண்டிருக்கின்றன! அவை என்னை உள்ளே இழுத்துவிடுகின்றன. உங்களைத் தொடர்புகொள்ளவிடாமல் தடுத்துவிடுகின்றன. என்றாலும், இந்த மாபெரும் சதியைத் தடுத்து நிறுத்தும் வல்லமைகொண்டவர் நீங்கள் மட்டும்தான் என்று எனக்கு நன்றாகவே தெரியும். அவர்களை இந்தத் திசையில் பார்க்குமாறு அம்பை எய்தவர் நீங்கள்தான். எனவே, ஜெலால் பே, உங்களால் மட்டுமே இதை நிறுத்த முடியும்."

"ஏன் அப்படி நினைக்கிறீர்கள்?"

"அவர்கள் தீர்க்கதரிசியின் வருகைக்காகக் காத்துக்கொண்டிருக்கிறார்கள் என்பதை நாம் கடைசியாகப் பேசிக்கொண்டிருந்தபோது சொல்ல மறந்து விட்டேன். ஆனால் அவர்கள் வீணாகக் காத்துக்கொண்டிருக்கிறார்கள். எத்தனையோ ஆண்டுகளுக்கு முன்பாக நீங்கள் எழுதியிருந்த பத்திக் கட்டுரையிலிருந்துதான் ஒரு சில போர்வீரர்களுக்கு இந்த மாதிரியான யோசனையே வந்தது. அவர்கள் அதைப் படித்ததோடு நின்றுவிட வில்லை. அதை நம்பவும் நம்பினார்கள். என்னைப் போலவே. 1961ஆம் ஆண்டின் ஆரம்பத்தில் நீங்கள் எழுதிய பத்திக் கட்டுரைகளை நினைவு படுத்திப் பாருங்கள். உதாரணத்திற்கு, அந்த மகோன்னதக் கேள்வி முறையாளர் பற்றி நீங்கள் எழுதியிருந்த நாஸிரே வகை இலக்கிய வடிவம். அதேபோல், தேசியப் பரிசுச்சீட்டுகள் மீது அச்சிடப்பட்டிருந்த

மகிழ்ச்சியான குடும்பத்தின் படம் ஏற்றுக்கொள்ளத்தக்கதாக இல்லை என்று நீங்கள் கருத்துக் கூறியிருந்த, கேவலமாக முடிக்கப்பட்டிருந்த கட்டுரை. (பின்னல் வேலையில் ஈடுபட்டிருக்கும் அன்னை, செய்தித்தாள் படித்துக்கொண்டிருக்கும் தந்தை – அவர் ஒருவேளை உங்களுடைய பத்திக் கட்டுரையைப் படித்துக்கொண்டிருக்கலாம் – தரையில் அமர்ந்தபடி வீட்டுப்பாடத்தை எழுதிக்கொண்டிருக்கும் மகன், கணப்புக்குப் பக்கத்தில் கண்ணயர்ந்திருக்கும் பாட்டியும், பூனையும்) இந்தக் கட்டுரைகளை நீங்கள் மீண்டும் படித்துப் பார்க்க வேண்டும். அதேபோல், உங்களுடைய திரைப்பட விமர்சனங்களையும். அறுபதுகளின் தொடக்கத்தில் துருக்கியத் திரைப்படங்களைப் பற்றி எதற்கு அவ்வளவு காட்டமாக எழுதியிருந்தீர்கள்? இந்தத் திரைப்படங்கள் லட்சக்கணக்கானவர்களுக்கு மிகுந்த இன்பத்தைக் கொடுத்தன. நாம் உண்மையில் எப்படியெல்லாம் உணர்ந்திருந்தோமோ அப்படியே அந்த உணர்வுகளை இந்தத் திரைப்படங்கள் வெளிப்படுத்தின. ஆனால் உங்கள் பார்வையில் பட்டதெல்லாம் இந்தத் திரைப்படங்களின் காட்சியமைப்பு மட்டும்தான். படுக்கைக்கு அருகே இருக்கும் நறுமணத் திரவியக் குப்பிகள், யாரும் தொட்டிருக்காத பியானோக்களின் மீது வீற்றிருக்கும் புகைப்படங்களின் மேல் படிந்திருக்கும் ஒட்டடை, முகம் பார்க்கும் கண்ணாடிகளின் விளிம்புகளில் செருக்கப்பட்டிருக்கும் அஞ்சலட்டைகள், வீட்டு வானொலிப்பெட்டியின் மீது உறங்கியபடி இருக்கும் நாயின் உருவப்பொம்மை – என்ன இதெல்லாம்? ஏன்?

“எனக்குச் சொல்லத் தெரியவில்லை.

“ஓ. சொல்லத் தெரியவில்லையா? உங்களுக்கா? இவற்றையெல்லாம் நம்முடைய இழிநிலைக்கும், அழிவுக்குமான சமிக்ஞைகளாக நீங்கள் காட்டுகிறீர்கள். இல்லையா? நம்முடைய வீடுகளிலிருக்கும் காற்றுக் குழாய்களின் வழியே நாம் வீசியெறியும் அற்பப் பொருள்களைப் பற்றிச் சொல்வதைப் போல் இவற்றைப் பற்றியும் சொல்லியிருக்கிறீர்கள். அதே குடியிருப்பில் நெருக்கியடித்துக்கொண்டு வாழும் குடும்பங்களைப் பற்றியும் சொல்லியிருக்கிறீர்கள். எந்த அளவுக்கு நெருக்கமென்றால், ஒன்றுவிட்ட சகோதர, சகோதரிகள் ஒருவரையொருவர் திருமணம் செய்து கொள்ளும் அளவிற்கான நெருக்கம். நம்முடைய கைவைத்த நாற்காலிகள் சீக்கிரம் பழசாகிவிடாமல் இருப்பதற்காக, அவற்றின் மீது போடப்படும் உறைகளைப் பற்றியும்கூடச் சொல்லியிருக்கிறீர்கள். இவையும்கூட மீளவொண்ணாத ஈனத்தை, சராசரிக்கு இறங்கிவிட்ட தாழ்நிலையை, சுட்டும் வேதனையான சமிக்ஞைகள்தான். அதற்கப்புறம், உடனடியாகவே வரலாற்றுக் கட்டுரைகளென்று நீங்கள் சொல்லிக்கொள்ளும் விவரணைகளில் விடுதலை சீக்கிரமே வந்துவிடுமென்று மறைமுகமாகக் குறிப்பிட்டிருக்கிறீர்கள். நம்முடைய மிக இக்கட்டான காலகட்டத்தில் நம்மை அவலத்திலிருந்து மீட்டெடுக்க யாரோ ஒருவர் தோன்றுவாரென்று சொல்லியிருக்கிறீர்கள். இந்தப் பூமியில் ஏற்கெனவே தோன்றி நடமாடிய ஒரு ரட்சகர் – பல நூற்றாண்டுகளுக்கும் முன்பாகத் தோன்றியவராகவும் இருக்கலாம் – வேறொரு நபராக மீண்டும் அவதரிக்கலாம். அவர் காலமாகி ஐநூறாண்டுகளுக்குப் பிறகு மெவ்லானா ஜெலாலுதீன் எனும் பெயரிலோ அல்லது ஷேக் காலிப் என்ற பெயரிலோ அல்லது ஒரு செய்தித்தாள் பத்தி எழுத்தாளராகவோ அவர் உதிக்கலாம். இப்படிப்பட்ட கட்டற்ற கற்பனைகளை நீங்கள் திரித்துக்கொண்டிருந்தபோது, பொது

நீர்க்குழாய்களில் காத்திருக்கும் பெண்களின் துயரையும், பழசாகிவிட்ட ட்ராம் வண்டிகளின் மர இருக்கைகளில் கீறப்பட்டிருக்கும் துயர் மிகுந்த காதற்பாக்களையும் சம்பந்தமில்லாமல் இணைத்துச் சொல்லிக் கொண்டிருந்தபோது, உங்களுடைய வார்த்தைகளை மறுபேச்சின்றி அப்படியே ஏற்றுக்கொண்ட இளம் ராணுவ அதிகாரிகளின் குழுவொன்று இருந்தது. இந்த அவலத்திலிருந்தும், துயரத்திலிருந்தும் மீட்டெடுத்து விடுவிக்கத் தீர்க்கதரிசி ஒருவர் வரப்போகிறாரென்றும், ஒரே நொடியில் யாவும் நேர் செய்யப்பட்டுவிடுமென்றும் அவர்கள் நம்பத் தலைப்பட்டனர். இப்படியொரு சிந்தனையை அவர்கள் மனத்திலே விதைத்தது நீங்கள்தான்! அவர்கள் யாரென்பது உங்களுக்குத் தெரியும். இந்தக் கட்டுரைகளை நீங்கள் எழுதியதே அவர்களை மனத்தில் வைத்துதானே!"

"ஆக, இப்பொழுது நான் என்னதான் செய்ய வேண்டுமென்று எதிர்பார்க்கிறீர்கள்?"

"உங்களை நான் பார்க்க வேண்டும். அது போதும் எனக்கு."

"எதற்காக? அபத்தமான இந்த ஆவணக் கோப்பு. அது உங்கள் கைவண்ணம்தானே!"

"உங்களைப் பார்க்க அனுமதித்தால் எல்லாவற்றையும் நான் விளக்கமாகச் சொல்ல முடியும்."

"பொய்யான பெயரைத்தான் என்னிடம் நீங்கள் தந்திருக்கிறீர்கள்?" என்றான் காலிப்.

"உங்களை நான் பார்த்தேயாக வேண்டும்." அதே பாசாங்கான ஏற்ற இறக்கங்களோடு, இரைஞ்சியது அந்தக் குரல். "உன்னைக் காதலிக்கிறேன். உன்னை நான் பார்க்க வேண்டும்," என்று குழையும் திரைக்குரல் கலைஞரின் அதே அலாதியான, நெகிழ்ச்சியூட்டும் தொனியில். "நான் ஏன் உங்களைப் பார்க்கத் துடித்தேன் என்பதை நாம் சந்திக்கும்போது நீங்கள் புரிந்து கொள்வீர்கள். என்னளவுக்கு உங்களை அறிந்து வைத்திருப்பவர்கள் வேறு ஒருவருமே இல்லை. ஆம். யாருமே இல்லை. உங்களுடைய கனவுகளில் மூழ்கியபடி வெப்பமூட்டியின் மீது காய்ந்துகிடக்கும் மால்டேப்ஸ் சிகரெட்டுகளைப் புகைத்துக்கொண்டு, நீங்கள் எவ்வளவு தேநீரும் காஃபியும் பருகுகின்றீர்களென்று எனக்குத் தெரியும். உங்களுடைய தட்டச்சுப் பிரதிகளை நீங்கள் பச்சை மை பந்துமுனைப் பேனாவால்தான் திருத்துகிறீர்கள் என்பதும், உங்களுடைய வாழ்க்கையின் மீதோ, உங்கள் மீதோ நீங்கள் பிடிப்பற்று இருக்கிறீர்கள் என்பதும் எனக்குத் தெரியும்."

"இதெல்லாம் நான் ஏற்கெனவே பலமுறை எழுதிய விஷயங்கள்தானே!" என்றான் காலிப்.

"உங்களுடைய அப்பா உங்களை நேசிக்கவில்லையென்பதும், புதுப் பெண்டாட்டியோடு அவர் ஆப்பிரிக்காவிலிருந்து திரும்பிய பிறகு நீங்கள் தஞ்சமடைந்திருந்த அந்தப் பரண் குடியிருப்பிலிருந்து உங்களைத் துரத்திவிட்டுவிட்டார் என்பதும்கூட எனக்குத் தெரியும். உங்கள் அம்மாவோடு நீங்கள் மீண்டும் அங்கே குடியேறிய பிறகு உங்களுக்கு ஏற்பட்ட சோதனைகளும் இக்கட்டுகளும் பற்றியும்கூடத் தெரியும். ஓ, சகோதரனே. பெயோக்ளு பகுதிக்கான நிருபராக நீங்கள்

நலிந்த நிலையில் போராடிக்கொண்டிருந்த காலத்தில் உங்கள் மீது கவனத்தை ஈர்ப்பதற்காக நடந்தேயிராத கொலைகளைக் கற்பனை செய்து எழுதினீர்கள். இல்லாத திரை நட்சத்திரங்களைப் பேட்டி காண, உருவாகாத திரைப்படங்களைப் பற்றிப் பேசவென்று நீங்கள் பேரா பலஸ் விடுதிக்குச் சென்றீர்கள். துருக்கியிலிருக்கும் கஞ்சா அடிமையின் ஒப்புதல் வாக்குமூலங்களைப் பற்றி எழுதுவதற்காக நீங்களும் கஞ்சா புகைக்கப் பழகினீர்கள். புனைபெயரொன்றில் நீங்கள் பிரசுரித்த மல்யுத்தத் தொடரை முடித்துவைக்க அனடோலியாவிற்குச் சென்று வாழ்க்கையில் மறக்க முடியாத அடியை வாங்கினீர்கள். *நம்பினால் நம்புங்கள்* பகுதியில் உங்களுடைய வாழ்க்கையில் நிகழ்ந்த கண்ணீர்க்கதைகளை எழுதினீர்கள். ஆனால் வாசகர்கள் அதைப் புரிந்துகொள்ளவில்லை. உங்களுக்குக் கைகள் வேர்க்குமென்பது எனக்குத் தெரியும். நீங்கள் இரண்டு முறை வாகன விபத்தில் சிக்கினீர்கள் என்பதும் தெரியும். தரமான நீர்புகா காலணிகளை இன்னமும் உங்களால் வாங்க முடியவில்லை என்பதும், வேறெதைக் காட்டிலும் தனிமையைக் கண்டுதான் நீங்கள் மருள்வீர்கள் என்றாலும் அதிக நேரம் நீங்கள் தனித்தே இருக்கிறீர்கள் என்பதும் தெரியும். மினார்களின் மீது ஏறிப்பார்க்க, பாலின்ப சஞ்சிகைகளைப் படிக்க, அல்லாதீனின் கடையைச் சுற்றி வர, உங்களுடைய மாற்றாந்தாய் வயிற்றுச் சகோதரியுடன் நேரத்தைக் கழிக்கவென்று பலவும் உங்களுக்குப் பிடிக்கும். என்னைவிட வேறு யார் இவற்றையெல்லாம் அறிந்துவைத்திருக்க முடியும்?”

“ஓரளவிற்கு நிறைய பேருக்கு இவையெல்லாம் தெரியும்” என்றான் காலிப். “என்னுடைய பத்திக்கட்டுரைகளைப் படித்தே இவற்றை அவர்கள் தெரிந்து வைத்திருக்கிறார்கள். என்னை உண்மையில் எதற்காகப் பார்க்க விரும்புகிறீர்கள் என்பதை நான் தெரிந்துகொள்ளலாமா?”

“ராணுவப் புரட்சி தொடர்பாகத்தான்.”

“நான் தொலைபேசியை வைக்கப்போகிறேன்.”

“நான் சத்தியம் செய்கிறேன்” என்றது அந்தக் குரல், நம்பிக்கையிழந்த, பதற்றம் மிகுந்த தொனியில். “உங்களை நேரில் பார்க்கும்போது எல்லா வற்றையும் நான் சொல்ல முடியும்.”

காலிப் தொலைபேசியின் இணைப்பைத் துண்டித்தான். கூடத்திலிருந்த அலமாரியை நோக்கிச் சென்றான். முந்தின நாள் அவன் கவனத்தை ஈர்த்திருந்த ஓர் ஆண்டுமலரை அதிலிருந்து எடுத்துக்கொண்டு இருக்கையில் உட்கார்ந்தான். ஒவ்வொரு நாளின் முடிவிலும், மிகவும் களைத்து வீடு திரும்பும் ஜெலாலும்கூட அதே நாற்காலியில்தான் உட்காருவதுண்டு. அது 1947ஆம் ஆண்டின் போர்ப் பயிற்சிக் கல்லூரியின் ஆண்டுமலர். மிக நேர்த்தியாகத் தைக்கப்பட்டிருந்தது. ஆட்டாதுர்க், அதிபர், ராணுவப் பிரிவுகளின் இணைத் தலைமைத் தளபதிகள், தலைமைத் தளபதி, கல்லூரியின் ஆசிரியர் குழு ஆகியோரின் படங்களும் பொன்மொழிகளும் மலரின் தொடக்கப் பக்கங்களை நிறைத்திருந்தன. என்றாலும், இதர பக்கங்களில் மாணவர்கள் கவனத்தோடு எடுத்துக்கொண்ட படங்கள் காணக்கிடைத்தன. வெங்காயச் சருகு போன்ற தாள் ஒவ்வொரு பக்கத்தையும் பாதுகாக்க இடையிடையே செருகப்பட்டிருந்தது. அந்த ஆண்டு மலரைப் புரட்டிக்கொண்டிருந்தபோது, தொலைபேசியைத்

துண்டித்தவுடன் மறு வேலையாக இந்தப் புத்தகத்தை எடுத்துப்பார்க்கும் உந்துதல் எதனால் ஏற்பட்டது என்ற ஆச்சரியம் காலிப்பின் மனத்தில் உதித்தது. இதை அவனால் விளங்கிக்கொள்ளவே முடியவில்லை. அதிலிருந்த மாணவர்களின் முகங்களெல்லாம் வியக்கத்தக்க வகையில் ஒரே மாதிரியாக இருந்தன. தலையில் தரித்திருந்த தொப்பிகளையும், கழுத்துப் பட்டியிலிருந்த பட்டைகளையும் போல் அந்த முகங்கள் எல்லாமே ஒரே சாயலில் இருந்தன. பழைய புத்தகக் கடைகளுக்கு வெளியே போடப்பட்டிருக்கும் தூசு படிந்த மேஜைகள் மீது ஒரு சில சமயங்களில் தென்படும் நாணயவியல் சஞ்சிகைகளுள் எதோ ஒன்றைப் பார்த்துக்கொண்டிருக்கும் உணர்வு காலிப்புக்கு ஒரு கணம் உண்டாயிற்று. அந்த சஞ்சிகைகளில் காணப்படும் வெள்ளி நாணயங்களின் புகைப்படங்கள் எல்லாமே ஒன்று போலவே இருக்கும். அவற்றின் மீது பொறிக்கப்பட்டுள்ள உருவங்களை நாணயவியல்துறை வல்லுநர் மட்டுமே இனம் பிரித்துக் காட்ட முடியும். ஆனபோதும் காலிப் சோர்ந்து விடவில்லை. அதற்குப் பதிலாக, தெருக்களில் நடந்து செல்லும்போதோ, படகுத்துறைகளில் காத்திருப்பு அறைகளில் உட்கார்ந்திருக்கும்போதோ ஏற்படும் அதே உற்சாகம் இப்போதும் காலிப்பிடம் மேலோங்கியது. அவனுக்கு எப்போதுமே முகங்களைப் பார்த்துக்கொண்டிருப்பது பிடிக்கும்.

அந்த ஆண்டுமலரின் பக்கங்களைப் புரட்டிக் கொண்டிருந்தபோது, தன்னுடைய குழந்தைப் பருவத்தில், தான் வெகு ஆவலோடு படிக்கக் காத்திருந்த புதிய காமிக் புத்தகம் கைக்கு வந்தவுடன் அதைத் திறந்து காகிதத்தாளின் வாசனை, அச்சு மையின் வாசனையென்று முகர்ந்து பார்த்துக்கொண்டிருப்பது நினைவுக்கு வந்தது. ஆம். புத்தகங்கள் எப்பொழுதுமே உணர்த்துவதைப் போல், ஒவ்வொன்றும் வேறொன்றுடன் தொடர்புடையதாகவே இருக்கிறது. அந்த ஆண்டுமலரில் இருந்த முகங்களைப் பார்த்துக்கொண்டிருந்த போதும், தெருக்களில் தான் காண நேரும் முகங்களில் தென்படும் அதே நொடிநேரப் பிரகாசம் இந்த வதனங்களிலும் தென்படக் கண்டான் காலிப். கண்களுக்கும் கூட, முகங்களின் அளவுக்கே சொல்ல நிறைய விஷயம் இருப்பதைப் போல் அவனுக்குத் தோன்றியது.

தங்களுடைய பிழைப்புக்குப் பங்கம் நேர்ந்துவிடாதபடி சற்றுத் தொலைவிலிருந்தே தூண்டிவிட்டுக்கொண்டிருந்த உயர்பதவி வகித்த அதிகாரிகள் நீங்கலாக, அறுபதுகளின் தொடக்கத்தில் முயன்று தோற்ற புரட்சியை வடிவமைத்த பெரும்பாலானோரின் புகைப்படங்கள் அந்த ஆண்டுமலரின் பக்கங்களில் இருக்கின்றவென்று காலிப் திட்டவட்டமாக நம்பினான். மலரின் வெங்கயச் சருகுத் தாள்களின் மீது ஜெலால் சிறுபிள்ளை போல் பரவலாகக் கிறுக்கித் தள்ளியிருந்தான். ஒரு சில புகைப்படங்களுக்குத் தாடியும் மீசையும் வரைந்திருந்தான். வேறு சிலவற்றுக்கு மூக்கின் அடியிலோ அல்லது கன்னத்து எலும்புகளுக்கு அடியிலோ நிழலின் திண்மையைக் கூட்டியிருந்தான். ஆனால் அந்த மலரில் எங்குமே ராணுவச் சதியைப் பற்றிய பேச்சே இல்லை. அந்தப் புகைப்படங்களில் இருந்தோர் பலரின் நெற்றிகளையும் எந்தப் பொருளும் தராத லத்தீன் எழுத்துகளால் ஜெலால் நிறைத்திருந்தான். அவர்களின் கண்களுக்குக் கீழே தொங்கிய சதைப் பைகளை நேர்த்தியான பிறைவடிவங் களாகவோ அல்லது முழுவட்டங்களாகவோ மாற்றியிருந்தான். வேறு

சில முகங்களை நட்சத்திரங்களாலும் கொம்புகளாலும், மூக்குக் கண்ணாடிகளாலும் அலங்கரித்திருந்தான். இளம் அதிகாரிகளின் மோவாய்க் கட்டைகளையும், நெற்றி மற்றும் மூக்கெலும்புகளையும் கோடிழுத்து வரையறைப்படுத்தியிருந்தான். வேறு சில முகங்களின் மீது நெற்றியிலிருந்து மோவாய் வரைக்கும், மூக்கிலிருந்து உதடுகள் வரைக்கும், முகத்தின் ஒரு பக்கத்திலிருந்து இன்னொரு பக்கம் வரைக்கும், அவய எல்லைகளை அளவெடுப்பதைப் போல் கோடிழுத்திருந்தான். ஒரு சில புகைப்படங்களுக்குக் கீழே மலரின் பிற பக்கங்களில் இருக்கும் புகைப்படங்களோடு உள்ள தொடர்பு குறிக்கப்பட்டிருந்தது. பல புகைப்படங்களுக்குப் பருக்களையும், மச்சங்களையும், மங்குகளையும், மருக்களையும், பிறவித் தழும்புகளையும், சிராய்ப்புகளையும், தீவடுக்களையும் சேர்த்திருந்தான். கோடுகளால் கீறியோ, எழுத்துகளால் நிரப்பியோ அலங்கோலப்படுத்தவியலாத பளிச்சென்று பிரகாசிக்கும் வதனங்களுக்குப் பக்கத்தில், 'ஒரு புகைப்படத்தைத் திருத்துவதென்பது அதன் ஆன்மாவைக் கொல்வதற்குச் சமம்' என்று எழுதியிருந்தான்.

கூடத்தின் அதே மூலையிலிருந்து தேடியெடுத்திருந்த பிற ஆண்டு மலர்களிலும் இதே வாக்கியம் எழுதப்பட்டிருப்பதை காலிப் கவனித்தான்.

பொறியியல் கல்லூரி மாணவர்கள், மருத்துவக் கல்லூரி ஆசிரியர்கள், 1950ஆம் ஆண்டில் தேசிய நாடாளுமன்றத்திற்குத் தேர்ந்தெடுக்கப் பட்டிருந்த பிரதிநிதிகள், ஸிவாஸ் – கைஸேரி ரயில் பாதைத் திட்டத்தின் பொறியாளர்கள் மற்றும் நிர்வாகிகள், பர்ஸா நகரை அழகுபடுத்துவோர் சங்கத்தின் உறுப்பினர்கள், இஸ்மீர் மாவட்டத்தின் அல்ஸான்ஜாக் பகுதியைச் சேர்ந்த, கொரியப் போரில் பங்கெடுத்திருந்த முன்னாள் படை வீரர்கள் ஆகியோரின் புகைப்படங்கள் மீதும் ஜெலால் இவ்வாறே கிறுக்கித் தள்ளியிருந்தான். இரண்டு பக்கங்களிலும் இருக்கும் எழுத்துகள் தெளிவாகத் தெரிய வேண்டுமென்பதற்காக அவர்களுடைய வதனங்களின் நடுவில் அழுத்தமான கோடுகளைப் போட்டு இரண்டாகப் பிளந்திருந்தான். ஒரு சில பக்கங்களை வேகமாகத் தள்ளியும், ஒரு சிலவற்றை நின்று நிதானமாக வெறித்தும் என இருவேறு நிலைகளில் அந்த ஆண்டு மலர்களைக் காலிப் புரட்டிக்கொண்டிருந்தான். எங்கெல்லாம் நிதானித்தானோ அங்கெல்லாம் மறதியின் மேகங்களுக்குள் கஷ்டப்பட்டுத் தேடியடைந்த தொலைதூர நினைவை அது பறந்து சென்று விடுவதற்கு முன்பாகப் பிடித்துவிட வேண்டுமெனும் தவிப்பு அவனிடம் தொற்றிக்கொண்டது. இருளில் இட்டுச் செல்லப்பட்ட வீட்டின் முகவரியை யோசித்துச் சொல்வதற்கு நிகரானது இந்தத் தவிப்பு. உடனடியாக வெளிப்பட்டதைத் தவிர வேறெதையும் சில முகங்கள் காட்டவில்லை. இதர முகங்கள் முதல் பார்வைக்கு மிகச் சாந்தமாக பதற்றமின்றித் தெரிந்தன. ஆனால், எதிர்பார்த்திராத தருணத்தில் கதைகளுக்குள் ஏகின. இந்தச் சமயத்தில்தான் காலிப் வண்ணங்களைக் காண ஆரம்பித்தான். பல ஆண்டுகளுக்கு முன்பு இதே சோகப்பார்வையை அயல்நாட்டுத் திரைப்படத்தில் வரும் பணிப்பெண்ணிடம் அவன் கண்டிருக்கிறான். ஆனால், அது நொடிநேரம்தான். ஏனென்றால், தோன்றிய மறு கணமே அவள் திரையிலிருந்து மறைந்துவிடுவாள். இதே போன்றதோர் உணர்வை, வானொலியில் ஓர் அற்புதமான பாடலைக் கேட்கும்பொழுதும் அவன் உணர்ந்திருக்கிறான். அந்தப் பாடலை எல்லோருமே மனப்பாடமாகத்

தெரிந்துவைத்திருந்தார்கள். ஆனால் இவன் மட்டும் அதை எப்படியோ மறந்துவிட்டிருந்தான். அது கடைசி முறையாக ஒலிபரப்பாகிறதென்று அறிந்திருந்த போதிலும்.

பிற்பகல் கரைந்து, மாலை மங்கிய வேளையில் மீண்டும் கூடத்து அலமாரியிடம் சென்ற காலிப் அதிலிருந்த ஆண்டுமலர்கள், புகைப்படத் தொகுப்புகள், செய்தித்தாள்கள் மற்றும் சஞ்சிகைகளிலிருந்து கத்தரித்து எடுக்கப்பட்ட புகைப்படங்கள் நிறைந்த பெட்டிகள் ஆகியவற்றை அள்ளி எடுத்துக்கொண்டு வரவேற்பறைக்கு மீண்டான். பிறகு போதை தலைக்கேறிய குடிகாரனைப் போல் அவற்றைக் குடையத் தொடங்கினான். இளம் பெண்கள், ஃபெடோரா வகைத் தொப்பி அணிந்த கனவான்கள், தலையில் சால்வை சுற்றிய பெண்மணிகள், சுத்தமாய் முகம் மழித்த இளைஞர்கள், அழுக்கான இழிபிறவிகள் ஆகியோரின் படங்கள் அதில் அடங்கியிருந்தன. அவர்கள் யாரென்றோ, அந்தப் புகைப்படங்கள் எங்கே, எப்போது, எப்படி எடுக்கப்பட்டன என்பது பற்றியோ எந்தக் குறிப்பும் கிடைக்கவில்லை. ஒரு சில புகைப்படங்களில் வெளிப்படையாகவே மனவருத்தத்தைக் காட்டும் முகங்கள் காணக் கிடைத்தன. பாதுகாப்புக் காவலர்களும், ஒரு சில அமைச்சர்களும் கனிவோடு பார்த்துக் கொண்டிருக்க நகரத் தந்தை பிரதமரிடம் மனு அளிப்பதைத் தவிப்போடு கவனித்துக்கொண்டிருக்கும் இரண்டு குடிமகன்களின் புகைப்படம்; பெஷிக்டாஷ் பகுதியிலிருக்கும் தேரேபோயு மரநிழற் சாலையில் ஏற்பட்ட ஒரு தீவிபத்தின்போது தன்னுடைய படுக்கையையும் குழந்தையையும் காப்பாற்றும் ஒரு பெண்ணின் படம்; மக்கள் கொண்டாடும் திரை நடிகர் அப்துல் வஹாப் நடித்த ஒரு திரைப்படத்துக்கு அனுமதிச்சீட்டு வாங்க அல்ஹாம்ப்ரா திரையரங்கிற்கு வெளியே வரிசைகட்டி நிற்கும் மகளிர் கூட்டத்தைக் காட்டும் புகைப்படம்; போதைப்பொருள் வைத்திருந்ததற்காக, பிரபல இடுப்பசைவு நடனத் தாரகையும் ஒரு திரை நட்சத்திரமும் காவலர்களால் பெயோக்ளு காவல்நிலையத்துக்கு அழைத்து வரப்படும் புகைப்படம் தில்லுமுல்லு செய்யும்போது கையும் களவுமாகப் பிடிபட்டு வெளிறிய முகம்கொண்ட கணக்காளரின் புகைப்படம். எதற்காக இவர்கள் எல்லோரும் உயிர் தரித்தார்கள், ஏன் காப்பாற்றப்பட்டார்கள் என்பதை இந்த முகங்கள் சொல்லுவது கிட்டத்தட்டக் காதுகளில் ஒலித்தாற்போல் காலிப்புக்குத் தோன்றியது. ஒரு நபரின் முகத்தில் தென்படும் உணர்சிகளை வடித்துக்காட்டும் புகைப்படங்களைவிட அளவிடற்கரிய மனநிறைவு தரும், ஆர்வத்தைத் தூண்டும் பொருள் வேறொன்று இருக்க முடியுமா என்ன?

சீராக்கப்பட்ட அல்லது தந்திர உத்தியால் மேம்படுத்தப்பட்ட புகைப்படங்கள்கூட, தங்களுடைய அர்த்தத்தை வெளியே காட்டாத வெறுமையான உணர்ச்சியைக் காட்டும் புகைப்படங்கள்கூட வார்த்தைகளால் சொல்லவொண்ணாத ஒரு புதையுண்ட ரகசியத்தைக் கண்களால் வெளிப்படுத்த முனைந்தன. இந்தப் புகைப்படங்கள் ஒரு விதமான சோகத்தைக் காட்டுபவை; திகிலூட்டும் நினைவுகளைக் கிளரும் கனமான கதையைச் சொல்பவை. காலிப்பின் கண்களை அவை உற்று நோக்கும் போது சொற்களால் விவரிக்க முடியாத ஒரு துயரை அவன் உணர்ந்தான். தேசிய குலுக்குச்சீட்டில் ஜாக்பாட் பரிசை அப்போதுதான் வென்றிருந்த மெத்தை தைப்பவரின் உதவியாளுடைய சந்தோஷமான அதே நேரத்தில்

மருட்சியுடன் இருக்கும் முகத்தையும், தன்னுடைய மனைவியைக் கத்தியால் குத்திவிட்ட ஒரு ஆயுள்காப்பீட்டு முகவரின் முகத்தையும், மிஸ் யூரோப் அழகிப் போட்டியில் இரண்டாம் நிலையைப் பெற்று, 'நம் நாட்டின் உன்னதமான தூதர்' ஆக உயர்ந்துவிட்ட துருக்கிய அழகியின் முகத்தையும் பார்த்தவுடன் காலிப்பின் கண்களில் நீர் திரண்டது.

தன்னுடைய பத்திக் கட்டுரைகளில் ஜெலால் அடிக்கடி வெளிப்படுத்தி யிருக்கும் சோகத்தின் சாயலை ஒரு சில வதனங்களில் காலிப் பார்க்க நேர்ந்தது. இந்தப் புகைப்படங்களையெல்லாம் கூர்ந்து நோக்கிய நேரங்களில்தான் ஜெலால் இந்தப் பத்திக் கட்டுரைகளை எழுதியிருக்க வேண்டும். தொழிற்சாலை சேமிப்புக் கிடங்குகளைப் பார்த்தாற்போல் இருக்கும் குடியிருப்புப் பகுதிகளின் தோட்டங்களில் துவைத்த துணிகள் தொங்கிக்கொண்டிருப்பதைப் பற்றிய கட்டுரைக்குத் தூண்டுதலாக அமைந்தது அனேகமாக இப்பொழுது காலிப் கையில் வைத்திருக்கும் 'நமது' பயில்முறை குத்துச்சண்டை வீரரின் படமாகத்தான் இருக்க வேண்டும். அதே போல், 'நமது' பிரபலமான 111 வயதான பாடகியின் ரத்தச் சிவப்பும் வெளுப்பும் கலந்த முகத்தைப் புகைப்படத்தில் பார்த்து விட்டு, ஆட்டாதுர்க்கோடு அவள் படுத்துறங்கியதை மறைமுகமாகக் குறிப்பிட்டதை நினைவில் கொண்டுதான் கேலட்டா பகுதியின் வளைந்து நெளிந்த தெருக்களைப் பற்றிய கட்டுரையை (அந்தத் தெருக்கள் அப்படியொன்றும் வளைந்து நெளிந்து இருக்கவில்லை; அயல்நாட்டினரின் கண்களுக்குத்தான் அப்படித் தெரிகிறதென்று ஜெலால் வாதிட்டிருந்தான்) ஜெலால் எழுதியிருக்கக்கூடும். பேருந்தில் மெக்காவிலிருந்து வீடு திரும்பும் வழியில் நடந்த விபத்தில் இறந்து தலையில் குல்லாவுடன் சாலையோரம் கிடக்கும் யாத்ரீகர்களைக் காட்டும் புகைப்படத்திலிருக்கும் முகங்களை காலிப் உற்றுப்பார்த்துக்கொண்டிருந்தான். பழைய இஸ்தான்புல்லின் வரைபடங்களைப் பற்றியும் செதுக்குச் சித்திரங்கள் பற்றியும் ஜெலால் ஒருமுறை எழுதியிருந்த பத்திக் கட்டுரையைக் காலிப் உடனே நினைத்துக் கொண்டான். மறைத்துவைக்கப்பட்டிருக்கும் பொக்கிஷங்களைச் சுட்டும் சமிக்ஞைகளை இஸ்தான்புல் நகரின் பழைய வரைபடங்கள் சிலவற்றில் காணவியலும் என்றும், 'நமது' சுல்தானைக் கொல்லும் நோக்கத்துடன் இஸ்தான்புல்லுக்கு வந்த வெறிகொண்ட தேச எதிரிகளைச் சுட்டும் சைகைகள் ஒரு சில ஐரோப்பியச் செதுக்குச் சித்திரங்களில் காணக் கிடைக்கின்றன என்றும் ஜெலால் இந்தப் பத்திக் கட்டுரையில் எழுதியிருந்தான். இஸ்தான்புல்லின் வேறெங்கோ ஒரு மூலையில், வேறொரு ரகசியக் குடியிருப்பில் வாரக்கணக்கில் மறைந்துகொண்டு இந்தக் கட்டுரையை ஜெலால் எழுதிக்கொண்டிருக்கும் காட்சியை காலிப் தன் மனக்கண்ணில் பார்த்தான். பச்சை மையில் ஜெலால் குறிப்பெடுத் திருந்த வரைபடங்களுக்கும் இந்தக் கட்டுரைக்கும் ஏதோ ஒரு விதத் தொடர்பு இருக்கக்கூடுமென்று அவன் தீர்மானித்தான்.

இஸ்தான்புல் வரைபடத்தில் காணப்பட்ட அண்டைப்புறங்களின் பெயர்களை அவன் உரக்கச் சொல்லிப் பார்த்துக்கொண்டான். இந்தப் பெயர்களுள் பலவற்றை ஒரு நாளின் போக்கில் ஆயிரமாயிரம் முறையாவது அவன் உச்சரித்திருப்பான். அதனால் அவை நினைவில் வெகு ஆழமாகப் பதிந்திருந்தன. ஆனால் அவை யாவும் அர்த்தமற்றதாகவே தோன்றின. பொதுப்பயனுக்கான சொற்களாகிய தண்ணீர், பொருள் போன்றவற்றைப்

போலவே அவையும் எவ்வித அர்த்தமும் இல்லாதிருந்தன. ஆனால், தன்னுடைய அன்றாடப் புழக்கத்திற்கு அப்பாற்பட்ட இடப் பரப்புகளின் பெயர்களை உரக்க உச்சரித்தபோது அவை அவனுக்குப் பெரும் கிளர்ச்சியூட்டுவதாக இருந்தன. இஸ்தான்புல்லின் மறக்கப்பட்டுவிட்ட அண்டைப்புறங்களைப் பற்றி ஜெலால் ஒரு கட்டுரைத் தொடரை எழுதி வந்தது காலிப்புக்கு ஞாபகம் வந்தது. அலமாரிக்கு மீண்டவுடன், அங்கே, *ரகசியம் திரையிட்டு மூடியிருக்கும் நம் நகரின் மூலைமுடுக்குகள்* என்ற தலைப்பில் அவன் பல கட்டுரைகளைப் பார்த்தான். ஆனால், அவை ஜெலால் எழுதிய சிறு புனைவுகளுக்கான சாதனங்களே ஒழிய இஸ்தான்புல்லின் அதிகம் தெரியவந்திராத மாவட்டங்கள் பற்றிய விவரணைக்காக அல்லவென்பது காலிப்புக்கு விரைவிலேயே விளங்கியது. வேறு சந்தர்ப்பமாக இருந்திருந்தால் இது அவனுக்குச் சிரிப்பை வரவழைத்திருக்கும். ஆனால், இப்பொழுதோ தன்னுடைய எதிர்பார்ப்புகள் குரூரமாக அடித்து நொறுக்கப்படுவதை நினைத்து காலிப்புக்கு ஆத்திரமே மேலோங்கியது. இத்தனை ஆண்டுகளாகத் தன்னுடைய வாசகர்களுக்கு மட்டுமல்ல தனக்குத்தானேயும் ஜெலால் நம்பிக்கைத் துரோகம் இழைத்துக்கொண்டிருக்கிறான். ஃபத்திஹ் ஹர்பியே பகுதியில் இயங்கி வந்த ட்ராம் வண்டியில் ஏற்பட்ட சிறு பூசலைப் பற்றி, மளிகைக் கடைக்கு அனுப்பப்பட்ட ஃபெரிக்காய் பகுதிச் சிறுவன் மீண்டும் வீடு வந்து சேராததைப் பற்றி, டோஃபேன் பகுதியிலிருக்கும் கடிகாரக்கடையில் ஒலிக்கும் கடிகாரங்களின் இசைநயம் பற்றி எனப் பலதரப்பட்ட கட்டுரைகளையும் படிக்கப் படிக்க, இனியும் 'இந்த மனிதன் தன்னை முட்டாளாக்குவதை அனுமதிக்கப்போவதில்லை' என்று காலிப் தனக்குள் முணுமுணுத்துக்கொண்டான்.

ஆனால், கொஞ்ச நேரத்திற்குள்ளாகவே ஹர்பியே, ஃபெரிக்காய், அல்லது டோஃபேன் பகுதிகளிலுள்ள ஏதோ ஒரு வீட்டில் ஒளிந்து கொண்டிருப்பானோ என்று தன்னிச்சையாய் காலிப்பின் சிந்தனை ஜெலால் பக்கம் திரும்பியிருந்தது. தன்னை ஒரு பொறியில் சிக்க வைத்து விட்டானே என்ற கோபம் இப்பொழுது சுத்தமாய் நீங்கியிருந்தது. மாறாக, ஜெலால் எழுதிக் குவித்திருக்கும் ஒவ்வொன்றிலும் தடயங்களைத் தேடியலையும் தன்னுடைய மனத்தின் மீதே அவனுடைய ஆத்திரம் திரும்பியது. கதைகளின்றி வாழ்வதை அவனால் சகித்துக் கொள்ளவே இயலாது. ஆனால் அவன் அதற்காகத் தன்னையே வெறுத்துக்கொண்டான். தொடர்ந்த கேளிக்கைகளின்றி இருக்க முடியாத குழந்தைகளை அவன் எப்படி வெறுத்தானோ அதே போல். சைகைகளுக்கோ, தடயங்களுக்கோ, இரண்டாம் மூன்றாம் அர்த்தங்களுக்கோ, ரகசியங்களுக்கோ, புதிர்களுக்கோ இந்த உலகில் இடமே இல்லையென்று அவன் உடனடியான முடிவுக்கு வந்தான். அவை எல்லாமே அவனுடைய கற்பனையேயன்றி வேறொன்றுமில்லை. இந்தச் சைகைகள் யாவும் அவனுக்குத் தென்பட்டதற்கான காரணம் அவனுடைய பசித்த, தேடல் வேட்கை மிகுந்த மனம் அவற்றைக் காண விரும்பியதுதான். ஏதோ ஓர் உயர்நிலை அர்த்தத்தைச் சுட்டும் எந்த ஒரு துரும்பையும் பற்றிக்கொள்ள அந்த மனம் தவித்ததால்தான். தாம் குறிக்கும் மேலோட்டமான அர்த்தத்தைத் தவிர வேறெதையும் பொருள்கள் சுட்டாத ஓர் உலகில் வாழ வேண்டுமென்ற தாபம் அவனுள் திடீரென்று கிளர்ந்தது. எழுத்துகள், பிரதிகள், முகங்கள், தெரு விளக்குகள்

என யாவுமே தமக்காகவே இருக்கும் ஓர் உலகில், ஜெலாலின் எழுது மேஜை, பெரியப்பா மெலிஹ்ஹின் பழைய கைவைத்த சாய்வு நாற்காலி, கத்தரிக்கோல் மற்றும் பந்துமுனைப் பேனா என எல்லாவற்றின் மீதும் ரூயாவின் விரல் ரேகைகள் பதிந்திருந்தபோதிலும் எதுவுமே சந்தேகத்தைக் கிளரும் ரகசியங்களைத் தம்முள் கொண்டிருக்கவில்லை. பச்சை மை பந்துமுனைப் பேனாக்கள் வெறும் பச்சை மை பந்துமுனைப் பேனாக்களாக மட்டுமே இருக்கும் இந்த உலகில் எவ்வாறு தன்னுடைய வழியைத் தேடிக் கண்டுபிடிப்பது? போதாக்குறைக்கு, வேறு யாரோவாக மாறும் தாபமும் இனியெப்போதும் தலைதூக்காது எனும் நிலையில்? திரைப்படங்களில் மட்டுமே பார்த்திருக்கும் தொலைதூரத் தேசத்தைப் பற்றிக் கனவில் மிதக்கும் சிறுவனைப் போல மேஜை மீது விரிந்து கிடந்த வரைபடத்தைக் குனிந்து பார்த்துக்கொண்டிருந்தான் காலிப். தான் அங்கே ஏற்கெனவே இருப்பதாகவும் பாவனை செய்துகொண்டான். ஒரு வயோதிகனின் சுருக்கம் விழுந்த நெற்றி அந்த வரைபடத்தில் தெரிவதாக அவனுக்கு ஒரு நொடி தோன்றியது. பிறகு எல்லா சுல்தான்களின் முகங்களும் இரண்டறக் கலந்து ஒரே பிம்பமாய்த் தெரிவது போல் இருந்தது. பிறகு ஓர் இளவரசனின் முகம். ஆனால், அவை தெரிவதைப் போல் உணர்ந்த மறு வினாடியில் அவை மறைந்தும் விட்டன.

கொஞ்ச நேரம் கழித்து, முப்பதாண்டுக் காலமாக ஜெலால் சேகரித்து வந்திருக்கும் இந்த வதனங்கள், தான் தப்பித்துச் செல்ல ஏங்கும் அந்த மற்றொரு பரப்பின் காட்சிகளைக்காட்ட இயலுமாக இருக்கும் என்று தீர்மானித்தான் காலிப். இதை மனத்தில்கொண்டு கைவைத்த நாற்காலியொன்றில் வந்து விழுந்தான். கூடத்து அலமாரியிலிருந்து எடுத்து வந்த பெட்டிகளிலிருக்கும் புகைப்படங்களை மனம் போன போக்கில் வெளியே உருவி, சைகைகளையோ, ரகசியங்களையோ தேடாமல் அவற்றிலிருக்கும் வதனங்களைப் பார்க்க முயன்றான். அடையாள அட்டைகளில் குறிப்பிடப்பட்டிருக்கும் அங்க, அவய விவரங்களைப் போலவே ஒன்றுக்கொன்று தொடர்பில்லாத மூக்குகள், கண்கள், வாய்களென்று அந்த வதனங்களும் அனாமதேயங்களாக மாறிப் போயின. அவ்வப்பொழுது, ஏதேனுமோர் ஆயுள்காப்பீட்டு ஆவணத்தில் ஒட்டப்பட்டிருக்கும் அசாதாரண சோகத்தோடு தோன்றும் அழகிய நங்கையின் புகைப்படம் தட்டுப்படுவதுண்டு. ஆனால், அவளுடைய புதிரானச் சோகத்தை ஆராயப் புறப்படுவதற்கு முன்பாகவே, எவ்வித வலியையோ அல்லது வெளிப்படுத்தாத கதையையோ தேக்கி வைத்திராத இன்னொரு வதனத்தின் மீது தன்னுடைய கவனத்தை அவன் திருப்பி விடுவான். இந்த வதனங்கள் சொல்லத் துடிக்கும் கதைகளுக்குள் இழுபட்டு விடாமல் இருப்பதற்காக, ஜெலால் அவற்றுக்குக் கொடுத்திருக்கும் தலைப்புகளைப் படிப்பதையோ அல்லது பக்கங்களின் ஓரங்களிலும், முகத்தின் மீதும் எழுதியிருக்கும் எழுத்துக்களைக் கண்டுகொள்வதையோ காலிப் தவிர்த்தான். இந்தப் புகைப்படங்களைத்தான் அவன் வெகு நேரம் பார்த்துக்கொண்டிருந்தான். மனித முகங்களின் எளிய வரைபடங்களாக அவற்றைக் காணப் போராடினான். கீழேயிருந்த தெருவில் போக்குவரத்து நெரிசல் மெல்ல, மெல்ல அதிகரித்துக்கொண்டிருப்பதையும் கவனத்தில் வைத்துக்கொண்டிருந்தான். கன்னத்தில் கண்ணீர் வழிந்துகொண்டேயிருக்க ஜெலாலின் முப்பதாண்டுக் காலச் சேகரிப்பை மேலோட்டமாக மட்டுமே அவனால் மேய்ந்திருக்க முடிந்தது.

25

தூக்கிலிடுபவரும் அழும் வதனமும்

> "அழாதே, அழாதே, தயவு செய்து அழாதே!"
>
> – ஹாலித் ஸியா

கண்ணீர் விடும் ஆணைப் பார்த்தால் நாம் ஏன் மனம் நோகிறோம்? ஒரு பெண் அன்றாடம் அழுது நாம் பார்த்ததில்லை. ஆனால், அப்படிப் பார்க்க நேரும் பொழுது அது வேதனையளிக்கக்கூடிய, மனத்தை நெகிழ வைக்கும் காட்சியாக இருக்கிறது. நம்முடைய இதயம் அவளைத் தேற்றத் துடிக்கிறது. ஆனால், அழுவது ஆணாக இருக்கும் பட்சத்தில் நாம் கையாலாகாத நிலைக்குத் தள்ளப்படுகிறோம். ஏதோ நடக்கக்கூடாதது நடந்துவிட்டதாக நினைத்துக் கொள்கிறோம். மிக நேசித்த ஒருவரின் மரணம். அல்லது, உலகமே அஸ்தமித்துவிட்டது. அழுகின்ற ஆண்மகன் நிராதரவாக எவ்வித ஆதாரமுமின்றி மன தைரியத்தை முற்றிலுமாய் இழந்துபோய் நிற்பதைக் காண்கையில் நம் மனம் உளைச்சல் கொள்ளாமல் இருக்கவே முடியாது. இப்படி அழும் ஆண்மகன் உண்மையில் நம்முள் ஒருவன்தானா எனும் கேள்வியை நமக்குள் எழுப்பிக்கொள்கையில் பீதியின் குரூர விரல் நம்முடைய முதுகுத்தண்டில் ஊர்வதை உணர முடியும். ஏனென்றால், பரிச்சயமான முகம் சில நேரங்களில் ஏற்படுத்தும் திகில் கலந்த வியப்பு – மனப்பாடமாய்த் தெரியும் ஒரு வரைபடம் – திடீரென எவ்வித முன்னறிவிப்பும் இல்லாமல் ஒரு அயல்நாட்டின் உருவ எல்லைகளை எடுத்துக்கொள்கிறது. இதை நாம் எல்லோருமே அறிவோம். நைமாவின் வரலாறு எனும் நூலின் நான்காம் பாகத்தில் இந்த விஷயத்தைப் பற்றி ஒரு கதையைத் தற்செயலாக நான் பார்க்க நேர்ந்தது. இதே கதையை மெஹ்மட் ஹலீஃபேவின் *அரச அடிமைகளின் வரலாறு* எனும் நூலிலும் எடிர்னேவின் காதிரி எழுதிய *தூக்கிலிடுவோரின் வரலாறு* எனும் நூலிலும் கூடப் பார்க்கலாம்.

ரொம்பவும் அதிகக் காலமென்று சொல்லிவிட முடியாத கடந்த காலத்தில் ஓர் இளவேனில் மாலைப்பொழுது. மீறி மீறிப் போனால் முன்னூறு ஆண்டுகளுக்கு முன்பாக. அந்தக் காலகட்டத்தில் மிகப் பிரபலமாக இருந்த கருப்பு உமர் என்பவன் குதிரை மீது பயணம் சென்றுகொண்டிருந்தான். அவன் எர்ஸூரும் எனும் காவற்கோட்டையை அணுகும் தூரத்திலிருந்தான். சுல்தான் பிறப்பித்த கட்டளைச் சாசனம் அவன் கையிலிருந்தது. தலைமை அரண்மனைக் காவலன் மூலமாக அது அவனிடம் சேர்ப்பிக்கப்பட்டிருந்தது. எர்ஸூரும் காவற்கோட்டையின் தளபதி அப்தி பாஷாவைத் தூக்கிலிடுவதற்கான ஆணை அது. ஆண்டின் இந்தப் பருவத்தில், சாதாரணப் பயணிக்கு ஒரு மாதம் பிடிக்கும் தொலைவைப் பன்னிரெண்டே நாட்களில் கடந்துவிட்ட மகிழ்ச்சியில் உமர் திளைத்துக்கொண்டிருந்தான். அந்த இளவேனிற்கால இரவு மிகவும் ரம்மியமாக இருந்தது. உமரின் பயணக் களைப்பை அது மறக்கச் செய்திருந்தது. ஆனால், அதே நேரம் தனக்கு முன்பாகயிருக்கும் சவாலான காரியத்தைப் பற்றிய சந்தேகம் அவனுக்குள் முளைவிட்டது. இது சற்றே அசாதாரணமான ஓர் உணர்வு. ஏதோ ஒரு சாபத்தின் நிழல், சந்தேகத்தின் சாயல், தன்னுடைய கடமையைச் சரிவர நிறைவேற்ற முடியாமல் குறுக்கிடும் நிச்சயமின்மையின் இனம்புரியாத மனக்கிலேசம் அவனுள் கிளர்ந்தது.

இந்தப் பணியில் அதற்கேயுரிய சிக்கல்கள் நிறைந்திருந்தன. இந்தப் பாஷாவை உமர் இதுவரை பார்த்ததில்லை. அவர் எப்படியிருப்பார் என்றே அவனுக்குத் தெரியாது. தங்களுடைய எஜமானருக்கு விசுவாசமாக இருக்கும் மனிதர்கள் நிறைந்த கோட்டைக் காவற்படைக்குள் அவன் தனியனாக நுழைய வேண்டியிருக்கும். சுல்தானின் ஆணையைச் சமர்ப்பித்தவுடன் அதை எதிர்ப்பதால் எந்தப் பயனுமில்லை என்பதை பாஷாவுக்கும் அவருடைய காவற்படைக்கும் புரியவைக்கத் தன்னுடைய வாட்டசாட்டமான உருவம் மட்டுமே போதுமென்று உமர் திடமாக நம்பினான். ஆனால், விதிவசமாக நிலைமையின் தீவிரத்தைப் பாஷா உடனடியாகப் புரிந்துகொள்ளத் தவறினால் அவருடைய படையின் கை ஓங்கும். அதற்கு முன்பாக உமர் அவரைத் தீர்த்துக்கட்ட வேண்டியிருக்கும். ஆனால், இதைப் போன்ற பணியில் அந்தத் தூக்கிலிடுபவனுக்குப் பழுத்த அனுபவம் இருந்தது. ஆகவே, தன்னுடைய மன சஞ்சலத்துக்கு அது காரணமாக இருக்க முடியாதென்று உமர் நினைத்தான். தன்னுடைய முப்பதாண்டுப் பணிக்காலத்தில் அவன் இருபது இளவரசர்களை, இரண்டு பேரமைச்சர்களை, ஆறு அமைச்சர்களை, இருபத்தி மூன்று பாஷாக்களைத் தூக்கிலிட்டிருக்கிறான். இவர்களோடு பிறரையும் – நேர்மையானவர்களையும் குறுமதிக்காரர்களையும் நிரபராதிகளையும் குற்றவாளிகளையும் இளைஞர்களையும் முதியவர்களையும் கிறிஸ்தவர் களையும் முஸ்லீம்களையும் – சேர்த்தால் அறுநூறுக்கும் அதிகமானோரின் உயிரை அவன் எடுத்திருக்கிறான். தன்னுடைய பயிற்சிக்காலத்தின் தொடக்கத்திலிருந்து ஆயிரக்கணக்கானோரை அவன் சித்திரவதைக்கு உள்ளாக்கியிருக்கிறான்.

அந்த இளவேனிற்காலக் காலைப்பொழுதில் நகருக்குள் நுழைவதற்கு முன்பாக அந்தத் தூக்கிலிடுவோன் ஒரு சுனையின் அருகே நின்றான்.

குதிரையிலிருந்து இறங்கி காலைக்கடன்களை முடித்துக்கொண்டு தொழுகைக்கு மண்டியிட்டான். தன்னுடைய பணியில் துணையிருக்கும்படி அவன் மிக, மிக அபூர்வமாகவே இறைவனிடம் விண்ணப்பித்துக் கொள்வான். ஆனால், பணிவு மிகுந்த கடினமாக உழைக்கக் கூடிய தன்னுடைய அடிமையின் பிரார்த்தனைகளுக்கு நல்லிதயம் கொண்ட இறைவன் எப்பொழுதும் போல் செவி சாய்த்தான்.

ஆக, எல்லாமே திட்டப்படி நடந்தேறியது. தன்னைக் காண வந்திருப்பவனுடைய முகத்தைப் பார்த்த நொடியில் – மழிக்கப்பட்ட தலைமீதிருந்த, கூம்பு வடிவிலான செந்நிறத் தொப்பி, இடைவார் இடைக்கச்சையில் செருகப்பட்டிருந்த எண்ணெய் தடவிய தூக்குக் கயிறு ஆகியவற்றிலிருந்து – தன்னைத் தூக்கிலிடுபவன் வந்துவிட்டான் என்பதைப் பாஷா புரிந்துகொண்டார். ஆனால், எவ்விதத்திலும் அவர் அவனைத் தடுக்க முயலவில்லை. ஒருவேளை, தன்னுடைய குற்றத்தை உணர்ந்து, தன்னுடைய தலைவிதிக்காக நீண்ட காலமாகவே அவர் தயார் நிலையில் இருந்திருக்க வேண்டும்.

முதலில் அந்த மரண சாசனத்தை ஆரம்பத்திலிருந்து கடைசி வரை குறைந்தது பத்து முறைகளாவது அந்த பாஷா படித்திருப்பார். ஒவ்வொரு முறையும் மிகுந்த கவனத்தோடு அவரதை வாசித்தார் (கீழ்ப்படிதலுக்கான உண்மையான சமிக்ஞை). படித்து முடித்த பிறகு, அந்த மரண சாசனத்தை அவர் முத்தமிட்டார். பிறகு பாசாங்கான தோரணையோடு அதை நெற்றிக்கு உயர்த்தினார் (இந்த அபிநயம் உமரை அப்படியொன்றும் மயக்கிவிடவில்லை. தன்னைச் சுற்றியிருப்போரைக் கவர எந்த ஒரு மனிதனும் மேற்கொள்ளும் சாதாரண உபாயம்தான் இது). பிறகு, திருக்குர்ஆனை வாசித்து, தொழுகை நடத்த விரும்புவதாக அந்த பாஷா தெரிவித்தார் (இறை நம்பிக்கையுடைய எவரிடமிருந்தும் எழக்கூடிய சாதாரணமான கோரிக்கைதான் இதுவும். போக, நேரத்தைக் கடத்துவதற்கான தந்திரமும்கூட). தொழுகையை முடித்த பிறகு, தன்னிடமிருந்த விலையுயர்ந்த பொருள்களையெல்லாம் அந்த பாஷா கழற்றினார். அவருடைய மோதிரங்கள், ஆரங்கள், ஆபரணங்கள் என எல்லாவற்றையும். ‘என்னுடைய நினைவாக’ என்று முணுமுணுத்தவாறே, அவற்றைத் தன்னுடைய ஆட்களுக்குப் பகிர்ந்தளித்தார். தன்னைத் தேடி வந்திருக்கும் நபருக்கு விட்டுச்செல்ல எதுவும் இல்லையென்பதை உறுதிப்படுத்திக்கொண்டார். (இதுவும்கூடப் பொதுவாகப் பின்பற்றப்படும் தந்திரம்தான். குறிப்பாக, மிகவும் உலகாயதமான, மேலோட்டமான மனப்பாங்கைக் கொண்டிருப்போர் பின்பற்றும் தந்திரம். தங்களைத் தூக்கிலிடப்போகும் நபர் மீது அவர்கள் கொண்டிருக்கும் தனிப்பட்ட வன்மத்தைக் காட்டுகிறார்களாம்). மேலே சொன்ன அத்தனை சாமர்த்தியங் களையும் காட்டிவிட்ட பிறகு தண்டனைக்குள்ளான எல்லா நபர்களும் செய்யும் காரியத்தையே இந்த பாஷாவும் செய்தார். தூக்கிலிடுபவன் தூக்குக் கயிற்றைத் தலைக்கு மேலாகக்கொண்டு சென்றவுடன் இரைந்தும் வைதும் முஷ்டிகளால் முரண்டு பிடித்தும் எதிர்ப்பைக் காட்டினார். ஆனால் அவருடைய மோவாயின் மீது அவன் விட்ட ஒரே குத்தில் அவர் நிலைகுலைந்து போனார். பிறகு தன்னுடைய மரணத்துக்குத் தயாரானார். கண்ணிலிருந்து நீர் பெருக்கெடுத்தது. இந்தக் கட்டத்தில்

அழுவதும் எல்லோருக்குமே இயல்பானதுதான். ஆனால், அந்த பாஷாவின் அழுகை நிறைந்த முகத்தில் தென்பட்ட ஏதோ ஓர் அம்சம் அந்தத் தூக்கிலிடுபவனை, தன்னுடைய முப்பதாண்டுக்கால தொழில் அனுபவத்தில் முதன்முறையாகச் சந்தேகம்கொள்ள வைத்தது. அதனால், அவன் இதுவரை எப்போதுமே செய்திராத ஒரு காரியத்தைச் செய்தான். அந்தப் பாஷாவைத் தூக்குக்கயிறால் சுருக்கிடுவதற்கு முன்பாக அவருடைய தலையை ஒரு துணியால் மூடினான். இப்படிச் செய்யும் தன்னுடைய சகாக்களை அவன் எப்பொழுதுமே கடுமையாக விமர்சித்திருக்கிறான். ஏனென்றால், தூக்கிலிடுவோன் எனும் தொழிற்பெயருக்குத் தகுதியான யாருக்குமே தன்னுடைய பலிகடாவின் கண்களைத் தொடக்கத்திலிருந்து இறுதிவரை நேருக்கு நேராகப் பார்க்கும் திராணி இருக்க வேண்டும். தன்னுடைய தொழில் நுட்பத்திலிருந்து கொஞ்சம்கூட விலகி விடக்கூடாது.

பாஷா இறுதி மூச்சை விட்டுவிட்டார் என்பதை உறுதி செய்து கொண்ட பிறகு அந்தத் தூக்கிலிடுபவன் தன்னிடமிருந்த கூர்மையான, நேரான வாளை (குத்துவாள் என்றும் சில சமயங்களில் குறிப்பிடப்படும்) எடுத்து, வேகமாக அந்தப் பாஷாவின் உடலிலிருந்து சிரத்தைத் துண்டித் தான். குருதியின் ஆவி இன்னமும் பறந்துகொண்டிருக்க, துண்டித்த தலையை தேன் நிரம்பிய, கம்பளிச் சாக்குப்பைக்குள் போட்டுக் கொண்டான். இஸ்தான்புல் வரை திரும்பிச் செல்ல வேண்டிய நீண்ட பயணத்தின்போது அந்தத் துண்டித்த தலை அழுகிப்போகாதவாறு அந்தப் பை பாதுகாக்கும். அந்தத் தேன் நிரம்பிய கம்பளிப்பைக்குள் அந்தத் தலையை நிமிர்த்தி வைத்துக்கொண்டிருக்கும் பொழுதுதான், அவனுடைய மரணம் சம்பவிக்கும் வரைக்கும் (அது ஒன்றும் அவ்வளவு தூரத்திலுமில்லை) அவன் மனத்தைப் பேயாய்ப் பிடித்துக்கொண்டு, துன்புறுத்தப் போகும் கோரமான அந்த அழும் முகத்தை உமர் இறுதி முறையாகப் பார்த்தான்.

பின்னர் உடனடியாகக் குதிரை மீது ஆரோகணித்து அந்த நகரை விட்டு நீங்கினான். தலை சாக்குப் பைக்குள் பத்திரமாக இருந்தது. அந்த பாஷாவின் ஓலமிடும் இழவுக்காரர்கள் அவருடைய சடலத்தின் முண்டத்தை இறுதி யாத்திரைக்கு எடுத்துச் செல்வதற்கு முன்பாக இரண்டு நாள் பயணத் தொலைவுக்கு அவர் தலையை எடுத்துச்சென்று விட வேண்டுமென்று உமர் விரும்பினான். எங்கேயும் நிறுத்தாமல் ஒன்றரை நாள் பயணம் செய்த பிறகு அவன் கெமாஹ் எனும் வேறொரு காவற்கோட்டைக்கு வந்துசேர்ந்தான். அங்கேயிருந்த நாடோடிக் கவிகை வண்டிக்காரர்களின் சத்திரத்தில் இரவு உணவை முடித்துக்கொண்ட பிறகு ஆழ்ந்த உறக்கத்தில் வீழ்ந்தான்.

கனவு மாற்றிக் கனவென தூக்கத்தில் அரை நாள் கழிந்தது. மீண்டும் விழித்துப் பார்த்தபொழுது அவனுக்குக் கடைசியாகக் கண்டிருந்த கனவு நினைவுக்கு வந்தது. எடிர்னே எனும் நகரில் அவன் கழித்திருந்த குழந்தைப் பருவத்துக்கு அந்தக் கனவு அவனை இட்டுச் சென்றிருந்தது. அவனுக்கு முன்பாக ஒரு பிரம்மாண்டமான ஜாடி நிறைய ஊறவைத்த அத்திப்பழம் இருந்தது. சாறு எடுப்பதற்காக அவனுடைய அன்னைஅத்திக்காய்களை வேகவைக்கும் பொழுது அந்த நறுமணம் வீடு, தோட்டம், அண்டைப்புறமெங்கும் என்று நீக்கமறப் பரவும். இது

அவனுக்கு இப்பொழுது நினைவுக்கு வந்தது. ஆனால், அந்த ஜாடியை அவன் நெருங்கும்பொழுது அந்தச் சின்னஞ்சிறு பச்சை நிற உருண்டைகள் ஓர் அழும் முகத்தின் கண்களாக மாறியிருந்தன. அந்த ஜாடியின் மூடியைத் திறந்து பார்த்தவுடன், குற்றவுணர்வின் தாங்கவொண்ணாத நோவு அவனுக்குள் இறங்கியது. அந்த ஜாடியைத் திறந்து பார்க்கக் கூடாதென்ற தடையை மீறியதால் வந்த நோவல்ல அது. மாறாக, அதனுள்ளிருந்த அமானுஷ்யமான பொருளைப் பார்த்த பிறகு ஏற்பட்ட பேரச்சத்தால் உண்டான நோவு. அந்த ஜாடிக்குள்ளிருந்து ஒரு வளர்ந்த மனிதனின் விம்மல்கள் கேட்டதால் அவன் பீதியில் பேச்சற்று உறைந்துபோனான்.

மறுநாளிரவு, இன்னொரு கவிகை வண்டிச் சத்திரத்தில் வேறொரு படுக்கையில் தூங்கிக்கொண்டிருந்தபோது, அவன் கண்ட கனவுகள் அவனுடைய இளமைக்காலத்துக்கு அவனை இட்டுச் சென்றன. இரவு கவிவதற்கு சற்று நேரம் முன்பாக எடிர்னே நகரின் ஒதுக்குப்புறத் தெருக்கள் ஒன்றினுள் அவன் இருக்கிறான். ஒரு நண்பன். ஆனால் யாரந்த நண்பன்? அவனைப் பார்க்க அப்பொழுதுதான் வந்திருக்கிறான். உமரை அழைத்து, வானைப் பார்க்கச் சொல்கிறான். அங்கே, ஒரு எல்லையில் அஸ்தமிக்கும் சூரியன் தெரிகிறது. மறு எல்லையில் உதிக்கும் சந்திரனின் வெளிறிய முகம். பிறகு, சூரியன் மறைந்து, வானமும் இருண்டு, நிலவின் வட்ட முகமும் தகதகக்கும் தங்கமாக மாறியபொழுதில் திடீரென்று, அது ஒரு மனித முகம் என்பதை உமர் உணர்கிறான். அவனைக் குனிந்து பார்த்து அந்த முகம் அழுதுகொண்டிருக்கிறது. இல்லை. அந்த எடிர்னே இரவைக் கலக்கத்துக்குள்ளாக்கி, அந்த நகரின் தெருக்களுக்கு ஓர் அயல் உலகின் அமானுஷ்ய ஒளியைக் கொடுத்தது அந்த அழும் முகத்தின் துயரல்ல. மாறாக அதில் குடியிருந்த புதிர்த்தன்மைதான்.

உறக்கத்தில் தான் கண்டிருந்த காட்சியை மறுநாள் காலையில் அந்தத் தூக்கிலிடுவோன் நினைத்துப் பார்த்துக்கொண்டிருந்தான். அது தன்னுடைய நினைவிலிருந்து கிளர்ந்த ஒரு விஷயம் என்பதை அவன் விளங்கிக்கொண்டான். தன்னுடைய தொழின்முறை அனுபவத்தில் அவன் ஆயிரக்கணக்கான ஆண்களின் அழும் முகங்களைப் பார்த்திருக்கிறான். ஆனால், எதுவுமே இந்த அளவுக்கு அவனை ஈவிரக்கமற்றவனாக, பயங்கரமானவனாக, குற்றமுள்ளவனாக உணர வைத்ததே இல்லை. அதிகம் பேருக்குத் தெரியாதென்றாலும், தன்னுடைய பலிகடாக்களைப் பார்த்து அவன் இரக்கம் கொண்டிருக்கிறான். ஆனால், நீதி நிறைவேற்றப்பட வேண்டுமெனும் வைராக்கியத்தில் அவன் ஒரு போதும் தளர்ச்சியைக் காட்டியதில்லை. தன்னுடைய பலிகடாக்களை மூச்சுத் திணற வைத்தோ, அல்லது கழுத்தை நெரித்தோ, தலையைத் துண்டித்தோ கொல்லுவதற்குத் தூக்கிலிடுபவன் தயாராகிக்கொண்டிருக்கையில், தாங்கள் இழைத்திருந்த குற்றத்திற்குத் தம்மை இட்டுச் சென்ற நிகழ்வுகளின் தொடர்ச்சியைத் தூக்கிலிடுபவனைக் காட்டிலும் அதிகமாகவே சம்பந்தப்பட்ட நபர்கள் தெரிந்து வைத்திருப்பார்கள். இது ஒன்றும் அவனுக்குத் தெரியாததல்ல. மரணத்துக்கான நேரம் நெருங்கும்போது, சம்பந்தப்பட்ட நபர் ஓலமிட்டு, புலம்பி, தேம்பியழுது, மூச்சடைத்து, மூக்கிலிருந்து நீர் வடிய இரைஞ்சுவான். ஆனால், ஒருபோதும் அவனால் இந்தத் தூக்கிலிடுபவனின் மன உறுதியைக் குலைக்கவே முடிந்ததில்லை. தண்டனைக்குள்ளான மனிதர்கள் இந்த உலகைவிட்டு நீங்கும்போது பிரபலமான இறுதிச்

சொற்களைப் பேசிவிட்டு இறக்க வேண்டும் என்றோ அல்லது வரலாற்றிலும் காவியத்திலும் நிலைத்து வாழும் மகத்தான ஆளுமைகளாக வேண்டுமென்றோ, அப்படியில்லாத நிலையில் வெறுக்கப்படும் நபர்களாய் அவர்கள் கருதப்பட வேண்டுமென்றோ நினைக்கும் முட்டாள்தனமான நபரல்ல இந்தத் தூக்கிலிடுபவன். அதே போல், வாழ்க்கையின் தற்செயலான கொடூரத்தைப் புரிந்துகொள்ளாமல் தண்டனைக்குள்ளானவர்களின் மிகைபாவனைகளைக் கண்டு அவர்கள் மீது இரக்கம்கொண்டு செய்வதறியாமல் திகைக்கும் சக தூக்கிலிடுபவர்களைப் போன்ற அசடனுமல்ல இவன்.

அப்படியிருக்க, இப்படியோர் வழக்கத்துக்கு மாறான செயலிழக்கும் நிலைக்கு அவனைக் கொண்டு தள்ளுமளவுக்கு அவனுடைய கனவுகளில் அப்படியென்னதான் இருந்தது?

கதிரவன் ஒளிரும் காலை வேளை. குதிரை மீது ஆரோகணித்து, கம்பளிச் சாக்குப்பையோடு நீண்ட, பாறைப் பாழ்வெளியில் கருப்பு உமர் பயணம் செய்துகொண்டிருந்தான். எர்ஸுரும் காவற்கோட்டையின் வெளிப்புறப் பகுதியில் தான் உணர்ந்திருந்த தீர்மானமற்ற குழப்பமும், ஏதோ ஒரு சாபம் வரப்போவதற்கான தெளிவற்ற மன சஞ்சலமும்தான் இப்படிப்பட்ட கனவுகள் தோன்றக் காரணமென்று அவன் நினைத்துக் கொண்டான். அந்த பாஷாவின் முகத்தில் தென்பட்ட மர்மமான புதிரை அவன் உற்று நோக்கியிருந்தான். அதனால்தான் அந்த முகத்தை துணித் திரையிட்டு எடுத்துக்கொள்ளத் தீர்மானித்தான். அந்த முகத்தை எப்படியாவது மறந்து தொலைக்க வேண்டுமென்று அவன் தவித்ததும் அதற்காகத்தான். அந்த நீண்ட நாளின் மீதமிருந்த நேரமெல்லாம் தடை செய்யும் சகுனங்களின் ஊடாகவே (பானை வயிறென உப்பிப் புடைத்த பாய்மரப் படகு, அத்தி – முக சிங்கம்) அந்தத் தூக்கிலிடுபவன் பயணம் செய்ய வேண்டியிருந்தது. செங்குத்தான பாறை முகடுகளின் மீது குதிரையில் ஆரோகணித்தபடி இப்பொழுதுதான் முதன்முறையாகப் பார்ப்பதுபோல் அன்னியப் பார்வையோடும், அதிர்ச்சியோடும் நீண்ட பைன் மர, புங்க மர வரிசைகளைத் தான் செல்லும் வழியில் அவன் கடந்தான். மேலும், மிக விந்தையான – மிக, மிக விசித்திரமான – கூழாங்கற்கள் நிறைந்த உறை நதிக்கரைகளை அவன் கடந்து வந்தான். குதிரையின் பின்புறத்தில் கட்டப்பட்டு ஊஞ்சலாடிக்கொண்டே வரும் அந்தக் கம்பளிப் பையின் உள்ளிருக்கும் முகத்தைப் பற்றி அப்பொழுதெல்லாம் அவன் ஒரு முறை கூட நினைக்கவில்லை. ஏனென்றால், உண்மையிலேயே பெரும் அதிர்ச்சி தரக்கூடியது இந்த உலகமே என்று அவனுக்கு இப்பொழுது தோன்றத் தொடங்கியிருந்தது. அது ஒரு புதிய உலகம். அதை இப்பொழுதுதான் அவன் கண்டுபிடித்திருக்கிறான். முதன்முறையாக இப்பொழுதுதான் அதைப் பார்த்திருக்கிறான்.

வழியில் தென்பட்ட மரங்கள் யாவும் உறக்கம் கெட்ட இரவுகளின் போது நினைவுகளுக்கிடையே கண் சிமிட்டியபடி இருக்கும் கரிய நிழல்களை ஒத்திருப்பதை அவன் முதன்முறையாகக் கவனித்தான். பசும் புல்வெளிச் சரிவுகளில் தமது ஆட்டை மேய்த்துக்கொண்டிருக்கும் ஏதுமறியா இடையர்கள் வேறு யாருடைய சிரசோ என்பதைப் போல் தமது தலைகளைத் தோள்களின் மீது சுமந்து செல்வதை உமர் பார்த்தான்.

மலையடிவாரங்களில் பொட்டுப் பொட்டாய்த் தெரிந்த சின்னஞ் சிறு கிராமங்களைக் கடக்கும்போது – பத்தே பத்து குடில்கள் ஒரு வரிசையில் – பள்ளிவாசலின் வாயிலில் கழட்டி விடப்பட்டிருக்கும் காலணிகளின் வரிசை போன்று அவை உமருக்குத் தோன்றின. இப்படித் தோன்றுவது அதுதான் முதன்முறை. இரண்டு நாட்களுக்குப் பிறகு மேற்குப்புற செந்நீல மலைப் பகுதியில், ஏதோ ஒரு சிற்றோவியத்திலிருந்து நேரடியாகப் பறித்தெடுத்து வந்ததைப் போல் தோன்றிய மேகங்களுக்குக் கீழாக அவன் பயணத்தைத் தொடர்ந்தான். அப்போது, அவை எதைக் குறிக்கின்றன என்று அவன் முதன்முறையாக யோசிக்கத் தலைப்பட்டான். நிர்வாணமாக்கப்பட்டுவிட்ட, ஒட்டு மொத்தமாய் அம்மணமாக்கப்பட்டு நிற்கும் உலகம். தன்னைச் சுற்றிலும் இருக்கும் செடிகொடிகள், பயந்த இயல்பு கொண்ட விலங்குகள், பாறைகள், கற்கள் ஆகியவற்றை உற்றுப் பார்த்துக்கொண்டே பயணம் செய்துகொண்டிருந்தபோது, அவை சுட்டிக்காட்டும் பயங்கரத்தின் பிரதேசம் திடீரென்று அவனுக்கு உறைத்தது. இப்பொழுது அவனைச் சூழ்ந்திருக்கும் கையறுநிலையைப் போல வெளிப்படையாகவும் நினைவின் மூலத்தைப் போல் மிகப் புராதானமானதாகவும் அந்தப் பிரதேசம் அவனுக்குக் காட்சியளித்தது. மேலும் மேற்குப்புறமாகப் பயணம் செய்யச் செய்ய, நீண்டு விழும் நிழல்கள் புதுப்புது அர்த்தங்களை அவனுக்கு உணர்த்தியவாறு இருந்தன. ஒவ்வொரு புதிய காட்சிப் பரப்பின் சைகைகளும், தடயங்களும் மட்பாண்டத்தின் விரிசல்களினூடே கசியும் குருதியைப் போல் அவனுள் இறங்கிக்கொண்டே இருந்தன. ஆனபோதும், அவற்றின் மாயப்புதிர்களை அவனால் இனம் காணவே முடியவில்லை.

இரவு கவிந்தவுடன் கவிகை வண்டிச் சத்திரம் ஒன்றில் வயிற்றை நிரப்பிக்கொண்டு உமர் இளைப்பாறினான். ஆனால், தன்னிடமிருந்த கம்பளிச்சாக்குப் பையையும் வைத்துக்கொண்டு ஒரு குறுவறையில் படுத்துறங்குவது சாத்தியமில்லையென்று அவனுக்குப் புரிந்தது. வெடித்து விட்ட புண்ணிலிருந்து திசையெங்கும் வழியும் சீழ் போன்று அந்தக் கனவு நடுநிசியில் வந்து தன்னை மூழ்கடித்துவிடுமென்று அவன் அஞ்சினான். அந்த அழும் முகம் ஒவ்வோர் இரவிலும் கனவில் தோன்றுமென்றும், ஒவ்வோர் இரவும் வித்தியாசமானதோர் நினைவின் உருவில் அது மீளுமென்றும் அவனுக்குத் தோன்றியது. இனிமேற்கொண்டு அந்த நிராதரவான அழும் முகத்தை அவனால் பார்க்கவே சகிக்காது. எனவே, அந்தக் கவிகை வண்டிச் சத்திரத்தில் கொஞ்ச நேரம் இளைப்பாறிவிட்டு, கூட்டத்திலிருக்கும் விதவிதமான முகங்களை மலைப்புடன் வெறித்துப் பார்த்தபடி இரவோடிரவாக அவன் பயணத்தைத் தொடர்ந்தான்.

இரவு மிகவும் குளிர்ச்சியாகவும் நிசப்தமாகவும் இருந்தது. மெல்லிய காற்றுக்கான அறிகுறிகூட இல்லை. ஒரு கிளையும் அசையவில்லை. களைத்திருந்த குதிரை தன் பாட்டுக்குப் போய்க்கொண்டிருந்தது. எந்தச் சம்பவமும் இல்லாதபடிக்கு அவன் கொஞ்ச தூரம் பயணம் செய்தான். அவனுக்கு எப்பொழுதும் பழகியிருந்த மாதிரியே, ஆர்வத்தைக் கிளரும் எதுவும் கண்ணில் படாததைக் குறித்து மகிழ்ச்சியோடிருந்தான். பதிலற்ற கேள்விகள் எதுவும் மனத்தைத் துளைக்கவில்லை. மிகவும் இருட்டாக இருந்ததுதான் இதற்குக் காரணமாக இருக்க வேண்டுமென்று அவன் பிறகு நினைத்துக்கொண்டான். ஏனென்றால், மேகங்களினூடாக நிலவு எட்டிப்

பார்க்கத் தொடங்கியவுடன் அவனைச் சுற்றிலுமிருந்த மரங்கள், நிழல்கள், கற்கள் என யாவும் தீர்க்க முடியாததோர் புதிரை மெல்ல மெல்லச் சுட்டத் தொடங்கியிருந்தன. அந்த ஆளரவமற்ற இரவில் துயர் மிகுந்த நடுகற்களோ, தனித்து நிற்கும் சைப்ரஸ் மரங்களோ, ஊளையிடும் ஓநாய்களோ அவனைக் கலவரப்படுத்தவில்லை. மாறாக, இவை யாவற்றையும் ஒரு கதையாக மாற்றிவிட வேண்டுமென்ற தவிப்புதான் அவனுக்கு அதிர்ச்சியாகவும், திகிலூட்டுவதாகவும் இருந்தது. அவற்றைப் பார்க்கும் பொழுது அவனிடம் எதையோ சொல்ல விரும்புவதற்காக இந்த உலகம் தன்னைத்தானே நிர்வாணமாக்கிக் கொண்டதைப் போல் தோன்றியது. ஆனால், இதற்கு முன்பாகத் தான் கனவில் மட்டுமே கண்டிருந்த இப்பொழுது நேரில் பார்க்க முடியாத ஒரு பனிப்படலத்துக்குள் அதனுடைய குரல் தொலைந்து போயிருந்தது. மறுநாள் விடியும் வேளையில் அந்தத் தூக்கிலிடுபவனின் காதில் கேவல் ஒலி கேட்கத் தொடங்கியது.

கதிரவன் மெல்ல மேலெழும்பத் தொடங்கியது. தான்தான் கற்பனை செய்து கொள்கிறோமென்று அவன் தனக்குத்தானே சொல்லிக் கொண்டான். அவன் காதில் ஒலித்தது விம்மல் ஒலியல்ல. சமீபமாய் வீசத் தொடங்கியிருக்கும் காற்றில் கிளைகள் உரசும் ஒலிதான் அது. கிரீச்சிடும் சாளரக்கதவை மூடக் கதகதப்பான படுக்கையைவிட்டு எழுந்திருக்கும் மனிதனைப் போல, அந்தக் கம்பளி சாக்குப் பையின் உள்ளிருந்து கிளம்பிய விம்மல் ஒலி நண்பகல் நேரத்தில் மிகவும் தெளிவாகவே கேட்கத் தொடங்கியது. தன்னுடைய கம்பளிச் சாக்குப் பையைச் சேணத்தின் மீது உறுதியாகப் பிணைப்பதற்காக ஓடும் குதிரையை நிறுத்திக் கீழிறங்கினான் உமர். ஆனால் அதே நாளில், சற்று நேரம் கடந்த பின்னர், புயல்மழையின் ஊடாகக் குதிரையை ஓட்டிச் சென்ற பிறகு வெறும் கேவல் ஒலிகள் காதில் ஒலிப்பதோடு நின்றுவிடவில்லை. அந்த அழும் முகத்தின் கண்ணீர் தன்னுடைய சருமத்தின் மீது பொழிந்துகொண்டிருப்பதைப் போலவும் உமர் உணர்ந்தான்

மீண்டும் வெயில் அடித்தபோது இந்த உலகின் மறைபொருள் ஏதோ ஒரு வகையில் அந்த அழும் முகத்தின் புதிரோடு இணைந்திருக்கிறதென்ற தீர்மானத்துக்கு அவன் வந்தான். தான் அறிந்திருக்கும் உலகம் – அல்லது தான் புரிந்துகொண்டிருப்பதாக நினைத்துக்கொண்டிருக்கும் உலகம் – சாதாரண முகங்கள் வெளிப்படுத்தும் எளிமையான அர்த்தங்கள் வாயிலாகவே அவனுக்குப் பரிச்சயமாகி இருக்கிறது. அதனால்தான், அந்த அழும் முகத்தில் தென்பட்ட பேயச்சமூட்டும் பார்வையை முதன்முதலாகப் பார்க்க நேர்ந்த நொடியிலிருந்து அந்த உலகின் அர்த்தம் நொறுங்கிச் சிதைந்து போயிருந்தது. தன்னுடைய கையறு நிலையில் அவனுக்குக் காணக் கிடைத்ததெல்லாம் ஒரு சூனியக்காரியின் கிண்ணம், மீண்டும் சீராக்க முடியாதபடிக்கு விரிசல் விட்டுவிட்ட ஒரு மந்திரப் படிகக் கல், தலைகீழாகிப் போன ஓர் உலகம். நனைந்து போய்விட்ட ஆடைகளை வெயிலில் உலர்த்திக்கொண்டிருந்தபோது மீண்டும் நிலைமையைச் சீராக்க ஒரே ஒரு வழிதான் இருக்கிறதென்று அவன் யோசித்தவாறிருந்தான். அந்தச் சிரத்தைச் சுற்றியிருக்கும் துணியைக் கழற்றி வீசிவிட்டு, அந்த முகம் வெளிப்படுத்தும் துயரைத் துடைத்தெடுப்பதென்று முடிவெடுத்தான். ஆனால், அவனுக்கிடப்பட்டிருக்கும் கட்டளை மிகவும் கண்டிப்பானது. தேன் நிரம்பிய கம்பளிச் சாக்குப் பைக்குள் இருக்கும் அந்த சிரத்தை

மிகப் பத்திரமாகப் பாதுகாத்து, கைபடாமல் இஸ்தான்புல் நகருக்குக் கொண்டு சேர்க்க வேண்டும் என்பதுதான் அந்த மதிப்பு மிக்க ஆணை.

குதிரை மீது ஆரோகணித்தபடியே உமர் உறக்கமின்றி ஓர் இரவைக் கழித்தான். இரவு கவிந்தவுடன் நாய்கள் குரைத்துக்கொண்டிருக்கும் ஒரு கிராமத்துக்குள் அவன் நுழைந்தான். அங்கே யதேச்சையாக ஒரு கிணற்றைப் பார்த்தான். குதிரையை விட்டுக் குதித்திறங்கி அந்தக் கம்பளிச் சாக்குப் பையை உருவி எடுத்தான். அதைக் கட்டியிருந்த கயிற்றைப் பிரித்து, தேனுக்குள் கையை விட்டு, அந்தச் சிரத்தின் முடியைப் பற்றி, அதைக் கவனமாகத் தூக்கினான். பிறகு, கிணற்றிலிருந்து வாளியில் தண்ணீர் மொண்டு அந்தச் சிரத்தை ஒரு சிசுவைக் குளிப்பாட்டுவதைப் போல் கவனமாகக் கழுவினான். ஒரு துணியால் அதை மேலிருந்து கீழாகச் சுத்தமாகத் துடைத்த பிறகு நிலவொளியில் அந்த சிரத்தை உற்று நோக்கினான். அது இன்னமும் அழுதுகொண்டுதான் இருந்தது. அதன் முகத்தில் இன்னமும் தாங்கவொண்ணாத மறக்கவியலாத துயரின் பார்வை உறைந்திருந்தது.

அந்தச் சிரத்தைக் கிணற்றின் பக்கத்தில் வைத்துவிட்டுத் தன்னுடைய தொழிலுக்குத் தேவைப்படும் உபகரணங்களை எடுத்து வரக் குதிரையிடம் சென்றான். ஒரு சில வித்தியாசமான கத்திகளும் சித்திரவதை செய்யவென்று வைத்திருக்கும் மழுங்குமுனைகள் கொண்ட எஃகுத் தடிகளும்தான் அவை. முதலில் கத்திகளுள் ஒன்றை எடுத்து எலும்பிலிருந்து தோலை உரித்து வாயின் ஓரங்களை மாற்ற முயன்றான். கொஞ்ச நேர உழைப்புக்குப் பிறகு உதடுகள் கோணல்மாணலாகியிருந்த போதும் வஞ்சகமான, புதிர் நிறைந்த புன்னகையின் சாயலை அந்த முகத்தில் அவன் எப்படியோ கொண்டு வந்துவிட்டான். பிறகு, வேதனையால் பிழியப்பட்ட நிலையில் இன்னமும் மூடியபடியே கிடக்கும் அந்த வதனத்தின் இமைகளைத் திறந்து வைக்கும் நுட்பமான பணியில் அவன் ஈடுபட்டான். அவற்றை நெடுநேரம் கீறிக்கீறி அகற்றிய பிறகுதான் அந்த வதனத்தில் புன்னகை விகசித்தது. அந்தச் சிக்கலான வேலையால் அவன் மிகுந்த களைப்படைந்திருந்த போதிலும் மனம் சற்றே ஆறுதல் அடைந்திருந்தது. அந்த அப்தி பாஷாவைக் கழுத்தை நெரித்துக் கொல்லும் முன்பாக, அவருடைய மோவாயின் பக்கவாட்டில் இறக்கியிருந்த முஷ்டியின் செந்நீலக் குறியைப் பார்த்து அவன் சந்தோஷப்பட்டுக்கொண்டான். ஒரு குழந்தைக்குரிய நேர்மறை எண்ணங்களோடு, உலகை நியாயத்தின் பக்கம் நிமிர்த்திவிட்ட திருப்தியோடு, தன்னுடைய உபகரணங்களை மீண்டும் அவற்றிற்குரிய சாக்குப்பையில் போடுவதற்காக அவன் குதிரையிடம் சென்றான்.

மீண்டும் திரும்பிக் கிணற்றண்டை வந்தபோது அந்தச் சிரம் அங்கே இல்லை. அந்தப் புன்னகைக்கும் சிரம் தன்னிடம் விளையாட்டுக் காட்டுகிறதென்றே அவன் முதலில் நினைத்தான். ஆனால், அது கிணற்றுக்குள் விழுந்திருக்கக் கூடுமென்று தோன்றியவுடன் அடுத்து என்ன செய்ய வேண்டுமென்று அவன் நிதானித்துக்கொண்டான். மிக அருகாமையிலிருக்கும் ஒரு வீட்டிற்கு ஓடி, வீட்டிற்குள் இருப்பவர்கள் எழுந்தோடி வரும்வரை கதவை இடித்துக்கொண்டிருந்தான். அந்தத் தூக்கிலிடுபவனின் அதிபயங்கரத் தோற்றமே அங்கேயிருந்த முதியவனையும் அவனுடைய மகனையும் உமரின் கட்டளைக்குக் கீழ்ப்படிய வைக்கப்

போதுமானதாக இருந்தது. மேலிருந்து பார்க்கையில் தோன்றும் அளவுக்கு அப்படியொன்றும் ஆழமான கிணறல்ல அது என்று அப்பனும் மகனுமாக அடித்துச் சொல்லியிருந்தபோதும் அம்மூவருமாக அந்தச் சிரத்தைக் கிணற்றிலிருந்து வெளியே எடுக்க இரவு முழுவதும் போராடிப் பார்த்தார்கள். பிறகு, எண்ணெய் பூசப்பட்டிருந்த தூக்குக்கயிற்றை மகனின் இடுப்பில் முடிந்து அவனைக் கிணற்றுக்குள் இறக்கினார்கள். விடிவதற்குச் சற்றே முன்பாகத்தான் அவர்கள் அவனை வெளியே இழுத்தார்கள். அந்த சிரத்தின் முடியைப் பற்றிக்கொண்டிருந்த அவன் பீதியடைந்து கத்தியபடி இருந்தான். அந்தச் சிரம் நொறுங்கி உடைந்திருந்தது. ஆனால் அது அழுதுகொண்டிருக்கவில்லை. மனநிம்மதியோடு அந்தத் தூக்கிலிடுபவன் சிரத்தை உலர்த்தி, தேன் நிறைந்த கம்பளிச்சாக்குப்பையில் அதை மீண்டும் போட்டான். அந்த முதியவனுக்கும் அவனுடைய மகனுக்கும் நன்றி கூறிய அவன், அவர்கள் கைகளில் ஒரு சில நாணயங்களைத் திணித்தான். பின்னர், சந்தோஷமாக அந்தக் கிராமத்தை விட்டுக் கிளம்பி மேற்குத் திசையிலான தன்னுடைய பயணத்தைத் தொடர்ந்தான்.

கதிரவன் மேலெழும்பி, இளவேனிற்கால, பூக்கும் மரங்களிலிருந்த புள்ளினங்கள் கீச்சிட்டுக்கொண்டிருக்க, வானளவு சந்தோஷத்துடன் உமர் தன்னைச் சுற்றிலும் பார்த்தபடி பயணம் செய்துகொண்டிருந்தான். உலகம் பழையபடி அதன் இயல்புக்கு மீண்டுவிட்டதாக அவனுக்குப் பட்டது. அவனுக்குப் பின்புறம் கட்டப்பட்டிருந்த கம்பளிச் சாக்குப் பையிலிருந்து இப்பொழுது கேவல் ஒலி எதுவும் காதில் விழவில்லை. நண்பகலுக்குச் சற்று முன்பாக, பைன் மரக் காடுகள் சூழ்ந்த ஒரு குளத்தை அடைந்தான். குதிரையை விட்டிறங்கி, உடலைக் கிடத்தி, வெகு நாட்களாக வராமல் ஏய்த்துக்கொண்டிருந்த, ஆழ்ந்த, ஆனந்தமான, உறக்கத்தில் ஆழ்ந்தான். தூங்குவதற்கு முன்பாக, தான் இளைப்பாறிக்கொண்டிருந்த இடத்திலிருந்து எழும்பி அந்தக் குளத்தின் கரையோரம் வரை நடந்து போனான். நீரில் தெரிந்த தன்னுடைய பிம்பத்தைப் பார்த்து, இந்த உலகில் மீண்டும் ஒழுங்கைத் தான் நிலைநாட்டியிருக்கிறோமென்று பெருமிதப்பட்டுக் கொண்டான்.

ஐந்து நாட்கள் கழித்து அவன் இஸ்தான்புல் நகரை அடைந்த பிறகு, அவனுடைய பலிகடாவை நன்கறிந்தவர்கள், தேன் நிரம்பிய கம்பளிச் சாக்குப் பையிலிருந்து அவன் வெளியே எடுத்துக்காட்டிய சிரம் நிச்சயமாக அப்தி பாஷாவினுடையதாக இருக்கவே முடியாதென்று அடித்துச் சொன்னார்கள். ஏனென்றால், அவர் புன்னகைத்து இதுவரையில் யாருமே பார்த்ததில்லையாம். ஆனால், அந்தத் தூக்கிலிடுபவன் அந்த முகத்தை உற்று நோக்கியபோது, அந்தக் குளத்தில் தென்பட்ட களிப்பு மிகுந்த பிம்பத்தை அதில் கண்டான். தனக்கெதிராகச் சாட்டப்பட்ட குற்றங்களை – அப்தி பாஷா அவனுக்குக் கையூட்டுக் கொடுத்து வேறொருவரின் சிரத்தைக் கொய்து போக வைத்துவிட்டார். ஒரு பாவமும் அறியாத இடையன் ஒருவனின் சிரமாகக்கூட அது இருக்கலாம். அடையாளம் தெரியாமலிருக்க அவன் அந்த முகத்தை சிதைத்திருக்கிறான் – மறுப்பதில் பயனேதுமில்லை என்று அவன் புரிந்துகொண்டான். ஏனென்றால், தன்னுடைய சிரத்தைத் துண்டிக்க வந்திருக்கும் மற்றொரு தூக்கிலிடுபவன் அங்கே வரவழைக்கப்பட்டுவிட்டதை அவன் கவனித்துவிட்டான்.

அந்தச் சிரம் அப்தி பாஷாவுடையதில்லை, மாறாக ஏதுமறியா இடையன் ஒருவனுடையது எனும் வதந்தி காட்டுத் தீயெனப் பரவியது. எர்ஸூரும் காவற்கோட்டைக்கு இரண்டாவதாக அனுப்பப்பட்ட தூக்கிலிடுபவனையும், அவனுக்காகக் காத்திருந்த அப்தி பாஷா கோட்டைக் குள் நுழைந்த நொடியிலேயே கொன்று போட்டார் என்ற அளவுக்கு வதந்தி பரவியது. இதன் தொடர்ச்சியாக எழுந்த கிளர்ச்சி இருபதாண்டுகள் நீடித்தது. ஆறாயிரத்து ஐநூறு உயிர்கள் இதில் பலியாயின. அந்தக் கிளர்ச்சியின் உண்மையான தலைவன் யாரென்பது தீர்மானமாகவில்லை. ஏனென்றால், அந்த பாஷாவின் முகத்தில் காணப்பட்ட எழுத்துகளைப் படித்தவர்கள் பிற்காலத்தில் அவரை வஞ்சகர் என்றே குறிப்பிடத் தொடங்கினர்.

26

எழுத்துகளின் புதிரும், புதிரின் இழப்பும்

நூறாயிரம் ரகசியங்கள் வெளிப்படும்
அந்த விந்தை முகம் திரை நீக்கிக் காட்டப்படும்பொழுது.

– அத்தார், பறவைகளின் மாநாடு எனும் நூலில்.

இரவு உணவு நேரத்தில், நிஷாந்தஷி சதுக்கத்தில் போக்குவரத்து நெரிசல் சற்றே ஓய்ந்த பிறகு, தெரு முக்குக் காவலரின் தொடர்ந்த ஊதல் கீச்சொலி காற்றில் அறவே நின்றுபோன பிறகு, மனத்தில் எவ்வித நெகிழ்ச்சியையும் ஏற்படுத்தாத அந்தப் புகைப்படங்களை காலிப் வெகுநேரமாகப் பார்த்துக்கொண்டிருந்தான். வலியை, வேதனையை, துயரை ஒரு காலத்தில் சொல்லியிருந்த வதனங்கள் இப்பொழுது சொல்ல ஏதுமற்று இருந்தன. கண்ணீர் வழிவது நின்று போயிருந்தது. அந்தப் புகைப்படங்களில் காணப்பட்ட சகநாட்டவர் எவராலும் மகிழ்ச்சியையோ, வாஞ்சையையோ, கிளர்ச்சியையோ அவனுக்குள் தூண்டிவிட முடியவில்லை. மேற்கொண்டு எதையும் அவனுக்குக் கொடுக்க வாழ்க்கையிடம் ஏதுமில்லை. அந்தப் புகைப்படங்களை வெறித்துக்கொண்டிருந்தபோது, தன்னுடைய நினைவுகள், நம்பிக்கைகள், ஒட்டுமொத்த எதிர்காலம் ஆகிய அனைத்தையும் பறிகொடுத்துவிட்ட ஒரு நபரின் அலட்சியமும் அக்கறையின்மையும்தான் அவனிடம் மேலோங்கியிருந்தது. மனத்தின் மூலையில் கருக்கொண்டிருக்கும் மௌனம் வெகு விரைவிலேயே மேனியெங்கும் கசியத் தொடங்கிவிடும் என்று அவனுக்கு உறுதிப்பட்டது. சமையல் அறையிலிருந்து எடுத்துவந்திருந்த ரொட்டியையும், பாலேடுக் கட்டியையும் சாப்பிட்டுவிட்டு ஆறிப்போன தேநீரைப் பருகிய பிறகு, பொட்டுப் பொட்டாய் ரொட்டித் துணுக்குகள் உதிர்ந்து கிடக்கும் புகைப்படங்களைக் காலிப் தொடர்ந்து பார்த்துக் கொண்டிருந்தான். பகற்பொழுதின் ஓயாத ஆரவாரம் இரவின் ஒலிகளுக்கு வழிவிட்டிருந்தது. குளிர்பதனப் பெட்டியின்

ரீங்காரம், தெருக்கோடியில் இருக்கும் கடையில் கீழிழு கதவை இழுத்து மூடும் ஓசை, அல்லாதீனின் கடைக்கு அருகே எழுந்த சிரிப்பொலி. அவ்வப்பொழுது, குதிகால் உயர்ந்த காலணிகள் நடைபாதையில் எழுப்பும் டக், டக் என்ற ஒலி. அடிக்கொருதரம், ஏதேனும் ஒரு வதனம் திடீரென்று அவனை அச்சத்தோடோ, அளவற்ற பீதியோடோ, இயல்புக்கு மீறிய மலைப்போடோ உற்றுப் பார்த்து அவனுடைய மன அமைதியைக் குலைக்கும்.

இந்த நேரத்தில்தான் எழுத்துக்களின் புதிர்களுக்கும் வதனங்களின் அர்த்தங்களுக்கும் தொடர்பு இருக்கலாமோ என்ற யோசனை காலிப்புக்கு வந்தது. ஆனால், அந்தப் புகைப்படங்களின் மீது ஜெலால் குறித்து வைத்திருந்த சைகைகளைப் புரிந்துகொள்ளும் ஆர்வத்தைக் காட்டிலும், ரூயாவுக்குப் பிடித்தமான துப்பறியும் நாவல்களில் வரும் நாயகர்களை நகல் செய்ய ஏற்பட்டிருந்த உந்துதல்தான் காலிப்பின் மனத்தில் இப்படியோர் யோசனை உதிக்கக் காரணம். துப்பறியும் நாவலில் வரும் நாயகர்களைப் போல் செயல்படவும், பார்க்கும் ஒவ்வொன்றிலும் தென்படும் முடிவற்ற தடயத் தொடரைக் கண்டுகொள்ளவும் தேவைப்படுவதெல்லாம், நம்மைச் சூழ்ந்திருக்கும் ஒவ்வொரு பொருளும் ஒரு ரகசியத்தைத் தன்னுள் பொதிந்து வைத்திருக்கிறதென்று ஏற்றுக்கொள்ளும் மனப்பாங்குதான் என்று ஆயாசத்தோடு நினைத்துக்கொண்டான் காலிப். பிறகு, மீண்டும் கூடத்துக்குள்ளிருந்த அலமாரியிடம் சென்றான். ஹுரூஃபிஸம் தொடர்பான புத்தகங்கள், ஆய்வுக்கட்டுரைகள், பத்திரிகைகளிலிருந்து கத்தரித்து எடுக்கப் பட்ட சமாச்சாரங்கள் ஆகியவற்றை ஜெலால் சேகரித்துக் குவித்து வைத்திருந்த பெட்டியைக் கண்டெடுத்தான். அதில் ஆயிரக்கணக்கான புகைப்படங்களும் இருந்தன. அவற்றையெல்லாம் எழுதுமேஜைக்குக் கொண்டு சென்று, உடனடியாக வேலையில் இறங்கினான்.

அரபு மொழியின் எழுத்துருக்களைக்கொண்டு உருவாக்கப்பட்டிருந்த வதனங்களை அவன் பார்த்தான். வாவ்களும் ஐன்களுமாய்க் கண்கள். ஸாய்களும் ராஸ்களுமாய்ப் புருவங்கள், ஆலிஃப்களாய் மூக்குகள். அந்த எழுத்துகளை ஜெலால் மிகவும் கவனமாக எழுதியிருந்தான். பழைய துருக்கி எழுத்துகளை மிகச் சீரிய மாணவனாக இருந்து அவன் கற்றுக்கொண்டிருக்க வேண்டும். ஓர் உலோக அச்சுப் பாளத்தில் வாவ்களையும் ஜிம்களையும் கொண்டு உருவாக்கப்பட்டிருந்த கண்ணீர் விடும் கண்களைப் பார்த்தான். ஜிம்களில் இருந்த புள்ளிகள் இணைந்து கண்ணீர் வழிந்தோடுவதைப் போல் அந்தப் பக்கத்தில் உருவாக்கப்பட்டிருந்தது. ஜெலால் கைவைக்காமல் விட்டிருந்த ஒரு கருப்பு வெள்ளைப் புகைப்படத்தில் அதே எழுத்துகளைக் கண்களில், புருவங்களில், மூக்கில், உதடுகளில் என்று படிப்பதில் காலிப்புக்கு எந்தச் சிரமமும் இருக்கவில்லை. புரியும்படியான கையெழுத்தில், அந்தப் புகைப்படத்தின் கீழே ஒரு பெக்டாஷி ஷேக்கின் பெயரை ஜெலால் எழுதியிருந்தான். ஆஹ் எனும் காதல் ஏக்கத்தை வெளிப்படுத்தும் செதுக்கெழுத்துகளை காலிப் கண்டான். அதே போல், புயலடிக்கும் கடல்களில் சிக்குண்டு தவிக்கும் போர்க் கப்பல்களைச் சாயலில் ஒத்திருந்த எழுத்துகளையும் பார்த்தான். பேரச்சத்தில் அகலத் திறந்து கிடக்கும் விழிகளைப் போல் தோற்றமளித்த, வானிலிருந்து கீழிறங்கும் எழுத்தாலான மின்னல் கீற்றுகளையும் அவன் கண்டான். எழுத்து முடிச்சுக்குள் சிக்கிக் கொண்ட எழுத்து வதனங்களையும் அவன் பார்த்தான். மரத்தின்

கிளைகள் மற்றும் தாடிகள் போல் தோற்றமளித்த அவை ஒவ்வொன்றும் தனித்தனியான எழுத்துகளால் வடிவமைக்கப்பட்டிருந்தன. மங்கிப் போன சித்திரங்களையும் அவன் பார்த்தான். அந்தச் சித்திரங்களிலிருந்த உருவங்களின் கண்களை ஜெலால் பேனாவால் நோண்டியெடுத்திருந்தான். ஏதுமறியா அப்பாவிகளின் உதடுகளின் மீது, குற்றம் புரிந்தவர்களென்று தோன்றும் வகையில் ஜெலால் சைகைகளைக் கீறியிருந்தான். பாவம் செய்திருந்தோரின் நெற்றிகள் மீது கிலி கொள்ள வைக்கும் அவர்களின் தலைவிதியைக் கீறியிருந்தான். தூக்கிலிடும்போது அணிவிக்கப்படும் வெண்ணிற அங்கிகளில், தூக்கு மேடைகளில் ஊசலாடிக் கொண்டிருந்த பிரதம மந்திரிகள் மற்றும் கொள்ளையர் ஆகியோரின் முகங்களில் தென்பட்ட அலட்சியத்தை அவன் பார்த்தான். எல்லோரும் பார்க்கும் விதமாக அவர்களுடைய குற்றங்கள் பட்டியலிடப்பட்டு, அந்தப் பட்டியலட்டைகள் மார்பில் தொங்கவிடப்பட்டிருந்தன. அவற்றைப் பற்றிய நினைவே இன்றி, தம் கால்கள் பதிந்திட முடியாத நிலத்தையே வெறித்த படி அவர்கள் தொங்கிக்கொண்டிருந்தார்கள். திரை நட்சத்திரங்களின் மங்கி விட்ட வண்ணப் புகைப்படங்களை அவன் பார்த்தான். அவர்களுடைய கண்களில் விபச்சார வாழ்வின் அவமானம் எழுதப்பட்டிருந்ததைத் தாம் படித்திருந்ததாக ஜெலாலின் வாசகர்கள் குறிப்பிட்டிருந்தனர். சுல்தான்கள், பாஷாக்கள், ருடால்ஃப் வேலன்டினோ, முசோலினி ஆகியோரின் அச்சு அசலான நகலென்று தம்மைக் கருதிக்கொண்ட வாசகர்கள் பலரும் அனுப்பி வைத்திருந்த அவரவர் புகைப்படங்களை அவன் பார்த்தான். தமது வதனங்களை அவர்களாகவே எழுத்துக்களாலும், சைகைகளாலும் அலங்கரித்துக்கொண்டிருந்தனர். *அல்லாஹ்*வின் பெயர் ஏன் *ஹ்* என்று முடிகிறதென்பதை விளக்கும் விதத்தில் பத்திக்கட்டுரையொன்றை ஜெலால் ஒரு முறை எழுதியிருந்தான். அந்தப் பத்திக் கட்டுரையில் ஏதோ ஒரு சங்கேதக் குறியீட்டைக் கண்டுபிடித்திருந்த வாசகர்கள் ஜெலாலுக்கு விரிவான கடிதங்களை எழுதியிருந்தனர். அந்தப் பெட்டியை மேலும் குடைந்ததில் இந்த வாசகா கடிதங்களில் ஜெலால் பார்த்து வைத்திருந்த ரகசிய எழுத்துப் போட்டிகளுக்கான குறிகளைக் காலிப் கண்டுபிடித்தான். அதே போல், வார, மாத, வருடக் காலகட்டங்களில் *காலை, வதனம், சூரியன்* ஆகிய சொற்களை ஜெலால் பயன்படுத்தியிருந்த விதத்தின் ரகசிய சமச்சீர்களுக்கான விளக்கங்களையும் எழுத்து விளையாட்டுகள் உருவ வழிபாட்டுக்கு நிகரானவையென்று வாசகர்கள் சாட்டிய குற்றச்சாட்டு களையும் காலிப் கண்டெடுத்தான். ஹுரூஃபிஸத்தைத் தோற்றுவித்த அஸ்தராபாத் எனும் நகரைச் சேர்ந்த ஃபஸலல்லாவின் படங்களையும் அவன் கண்டெடுத்தான். அவை யாவுமே மிகச் சிறிய வடிவிலான சித்திரங்களிலிருந்து நகலெடுக்கப்பட்டவை. அரேபிய மற்றும் லத்தீன் எழுத்துகள் அவற்றின் மீது ஊர்ந்துகொண்டிருந்தன. அல்லாதீனின் கடையில் அவன் வழக்கமாக வாங்கும் சாக்லேட் வேஃபர்களோடு இணைந்து கிடைக்கும் கால்பந்தாட்ட வீரர்களின் பட அட்டைகளின் தொகுப்பையும் அவன் அந்தப் பெட்டிக்குள் கண்டான். உடற்பயிற்சிக்கான காலணிகளின் பாதப்புறம் போல் கடினமாகப் பல்வேறான நிறங்களில் வரும் பபிள் கம் பட்டைகளோடும் இவைபோன்ற அட்டைகள் வருவதுண்டு. இவையும்கூட எழுத்துகளாலும் சொற்களாலும் நிரப்பப்பட்டிருந்தன. வாசகர்கள் அனுப்பித் தந்திருந்த கொலைகாரர்கள், பாவம் செய்தோர், ஷேக்குகள் ஆகியோரின் படங்களையும் அவன் கண்டெடுத்தான்.

“நம்முடைய சக நாட்டவர்களின்” நூற்று, ஆயிர, பல்லாயிரக் கணக்கான படங்கள் அந்தப் பெட்டிக்குள் புதைந்திருந்தன. ஒவ்வொரு வதனத்தின் மீதும் எழுத்துகள் மொய்த்துக்கொண்டிருந்தன. கடந்த முப்பதாண்டு காலகட்டத்தில் ஜெலாலின் வாசக வட்டத்திலிருக்கும் சகநாட்டவர், அனடோலியாவின் மூலை முடுக்கிலிருந்தெல்லாம் அனுப்பி வைத்திருந்த புகைப்படங்கள். புழுதி நிறைந்த சின்னஞ்சிறு கிராமங்களிலிருந்து, கோடைக்கால சூரிய ஒளி பூமியில் விரிசல்கள் ஏற்படுத்தும் தொலைதூர நகரங்கள் வரை. குளிர்பருவத்தின் முதல்நாளில் விழும் பனிப் போர்வைகள் நான்கு மாதங்களுக்கு நீடித்து, பசித்த ஓநாய்களைத் தவிர வேறு வெளியூர்க்காரர்கள் யாரையும் வர விடாமல் தடுத்துவிடும் கிராமங்கள். ஆண்களுள் பாதிப்பேர் முடமானவர்களாக விளங்கும், சிரிய நாட்டு எல்லையிலிருக்கும், கள்ளக் கடத்தல்காரர்களின் கிராமங்கள். வாக்குறுதியளிக்கப்பட்டு நாற்பதாண்டுகளுக்குப் பின்னரும் சாலை வசதிக்காகக் காத்திருக்கும் மலையகக் கிராமங்கள். அனடோலியாவின் பெரு நகரங்களில் இருக்கும் மதுக்கூடங்கள் மற்றும் மலிவான இரவு விடுதிகள். சட்டத்துக்குப் புறம்பான இறைச்சிக் கூடங்களாகச் செயல்பட்டு வரும் குகைகள். போதை மருந்து மற்றும் சிகரெட் கடத்துபவர்களின் ரகசியத் தலைமையகங்கள். தொலைதூரப் புகைவண்டி நிலையங்களின் தனிமையான கட்டுப்பாட்டு அறைகள். கால்நடை வணிகர்கள் அடிக்கடிச் செல்லும் விடுதிகளின் வரவேற்புக் கூடங்கள். சோகுகொலுக்கின் விபசார விடுதிகள். இத்யாதி, இத்யாதி. ஒவ்வொரு அரசு அலுவலகம் மற்றும் நகராட்சிக் கட்டடத்தின் முன்பும் படிப்பறிவில்லாதவர்களுக்காக மனுக்களைத் தட்டச்சு செய்துதரும் மனிதர்களுக்கு அருகாக இருந்து கொண்டு படம் பிடித்துத் தரும் புகைப்படக்காரர்கள் எடுத்துத் தந்திருந்த ஆயிரக்கணக்கான அச்சுப்பிரதிகளைக் காலிப் பார்த்தான். மிக உயரமான, மூன்றுகால் நிலச்சட்டங்களின் மீது பொருத்தப்பட்ட லைக்கா புகைப்படக் கருவியைத்தான் அவர்கள் எல்லோருமே பயன்படுத்தினார்கள். அதை வைத்துக்கொண்டு அங்கே வந்து போவோரை எப்பொழுதுமே கெட்ட எண்ணத்தோடு அவர்கள் சுற்றித் திரிவார்கள். புகைப்படங்களை எடுக்கும் பொழுது, ரசவாதியைப் போலவோ அல்லது குறி சொல்பவனைப் போலவோ ஒரு கருப்புத் திரைக்குள் மறைந்துகொண்டு பம்புகள், துருத்திகள் லென்ஸ்களுக்கான கருப்பு உறைகள், கண்ணாடித் தகடுகள் ஆகியவற்றோடு பரபரப்பாக இயங்கிக்கொண்டிருப்பார்கள். புகைப்படக்கருவியின் வழியே உற்றுப் பார்க்கும்பொழுது இப்படிப்பட்ட சகநாட்டவர் என்ன மாதிரி யோசித்திருப்பார்கள் என்பதைக் கற்பனை செய்து பார்ப்பதொன்றும் மிகக் கஷ்டமான செயலல்ல. நித்தியத்துவத்திற்கான அவர்களின் ஆசை மரணம் விடுக்கும் அறிக்கைகளால் மெல்ல மெல்லக் கரைந்து போகும். ஆனால் அதற்காக அவர்கள் எவ்வளவு ஏங்கினார்கள் என்பதையும் காலிப் உடனடியாகவே உணர்ந்துகொண்டான். வேறு எத்தனையோ முகங்களிலும் அவன் கண்டிருந்த மரணம், தோல்வி, அழிவு ஆகியவற்றின் சைகைகளோடு இந்த ஆசை தொடர்புடையது என்பதையும்கூட உணர்ந்துகொண்டான். ஒரு காலத்தில் அவர்கள் மகிழ்ச்சியாகவே இருந்திருக்கிறார்கள். பின்புதான் பேரழிவு அவர்களைத் தாக்கியிருக்கிறது. எரிமலையொன்று வெடித்துச் சிதறி இப்பொழுது எல்லாமே சாம்பலிலும், புழுதியிலும் புதைந்துகிடக்கின்றன. அதனடியில் இருக்கும் புதிரை அவன் வெளிக்கொண்டுவர வேண்டுமானால், அவர்களுடைய தொலைந்துபோன

நினைவுகளை மீண்டும் கைப்பற்ற வேண்டுமென்றால், ஒவ்வொரு முகத்திலும் இருக்கும் எழுத்துகளின் முடிச்சை அவிழ்த்துதான் ஆக வேண்டும்.

ஒரு சில புகைப்படங்களின் பின்புறத்தில் குறிப்புகள் காணப்பட்டன. ஜெலால் ஐம்பதுகளில் எழுதி வந்த உங்கள் முகம், உங்கள் ஆளுமை எனும் பத்திக் கட்டுரையில் இவையெல்லாம் பிறகு இடம் பெற்றன. அதே சமயத்தில் புதிர்கள், திரை விமர்சனங்கள், நம்பினால் நம்புங்கள் ஆகியவற்றையும் அவன் எழுதி வந்தான். அவற்றுள் ஒரு சில புகைப் படங்கள் ஜெலாலின் வேண்டுகோளுக்கிணங்க (நம்முடைய பத்திக் கட்டுரைகளில் பிரசுரிக்க ஏற்ற வாசகர்களின் புகைப்படங்களைப் பார்வையிட விரும்புகிறோம்) அனுப்பிவைக்கப்பட்டிருந்தன. இதர புகைப்படங்கள் வேறு சில அந்தரங்கமான காரணங்களுக்காக அனுப்பி வைக்கப்பட்டிருந்தன. இந்த நபர்கள் புகைப்படக் கருவியை உற்றுப் பார்த்துக் கொண்டிருக்கும்போது, தங்களுடைய கடந்த காலத்தின் தொலைவில் இருந்த எதையோ இப்பொழுது நினைத்துக்கொண்டவர்களைப் போல் தோன்றினார்கள். ஒரு மின்னல் கீற்றின் பசும் பிம்பத்தில் தொடுவானில் தென்பட்ட கரும்புள்ளியின் தெளிவற்ற சாயலை இப்பொழுதுதான் பார்க்க நேர்ந்தவர்கள் போல. மறதி நோய் பீடித்தவர்களைப் போல, தமது நினைவுகள் இனியெப்போதும் தம்மிடம் மீள வழியே இல்லையென்ற தீர்மானமான நிலைக்குத் தம்மை நீண்ட காலமாகத் தயார்ப்படுத்திக் கொண்டு தங்களின் தலைவிதி மீண்டும் ஓர் இருண்ட புதைகுழிக்குள் மூழ்குவதைப் பார்த்தபடி இருப்பவர்களைப் போலத் தோன்றினார்கள். இந்த முகங்களை வெறித்துக்கொண்டு அவர்களின் கண்களில் தென்பட்ட மௌனத்தை உணர்ந்தபொழுது, இந்தப் படங்களை, கத்திரித்து எடுக்கப்பட்ட சமாச்சாரங்களை, முகங்களை, எழுத்துகளைக் கொண்ட முகபாவங்களையெல்லாம் சேகரிப்பதில் ஜெலால் எதற்காக இத்தனை ஆண்டுகளைச் செலவிட்டிருக்கிறான் என்பதைக் காலிப் புரிந்து கொண்டான். ஆனால், இப்படிக் கிடைத்த உள்ளொளியைத் தன்னுடைய நிலைமைக்கு அவன் பொருத்திப் பார்க்க முற்பட்டபோது, ஜெலாலுடைய வாழ்வோடும் ரூயாவின் வாழ்வோடும் தன் சொந்த வாழ்க்கை எவ்வாறு பின்னிப் பிணைந்திருக்கிறது என்பதைப் புரிந்துகொள்ள முயன்றபோது அல்லது இந்த ஆவி வசிக்கும் வீட்டிலிருந்து எப்படி வெளியேறுவதென்று யோசித்துக்கொண்டிருக்கும்போது அல்லது புதிதாய்ப் பெற்றிருக்கும் இந்த உள்ளொளியைத் தன் வாழ்க்கைக் கதைக்கான திறவுகோலாகப் பயன்படுத்த முடியுமா என்று யோசித்துக்கொண்டிருக்கும்போது, அந்தப் படங்களில் காணப்படும் வதனங்களைப் போலவே அவனும் கொஞ்சம் நிதானிப்பான். ஒரு சம்பவத்தோடு இன்னொன்றை என்று இணைத்துப் பார்த்து அர்த்தமுள்ளதோர் கதையை உருவாக்க மனத்தைக் கட்டாயப்படுத்தினாலும், எழுத்துகளும் முகங்களும் கட்டமைக்கும் பனிப்படலத்தில் எல்லாமே தொலைந்துபோய்விடுகிறது. ஆக, இந்த முகங்களில் தென்படும் பேரச்ச உணர்வுக்கு மெல்ல, மெல்ல அவன் நெருங்கிவரத் தொடங்கியது இப்படியாகத்தான். அவனுடைய வாழ்விலும் அந்தப் பேரச்ச உணர்வு விரைவிலேயே ஊடுருவிக் கசியப் போகிறது.

உலோக அச்சுப் பாளங்களிலும், எழுத்துப் பிழைகளோடு புதிராய் விளங்கும் கையேடுகளிலும் விவரிக்கப்பட்டிருந்த, ஹுரூஃபி மதப்

பிரிவைத் தோற்றுவித்த தீர்க்கதரிசி ஃபஸலல்லாவின் வாழ்வைப் பற்றி அவன் படித்துக்கொண்டிருந்தான். 1339ஆம் ஆண்டு ஹோராஸனில் காஸ்பியன் கடற்கரைக்கு அருகிலிருக்கும் அஸ்த்ராபாத் எனும் நகரில் அவர் பிறந்திருந்தார். பதினெட்டு வயதில் அவர் ஸூஃபி மார்க்கத்தைத் தேர்ந்திருந்தார். பிறகு மெக்காவுக்குப் புனித யாத்திரை மேற்கொண்டு திரும்பியபோது, ஷேக் ஹசன் என்பவரின் சீடராகியிருந்தார். அஸர்பைஜான் மற்றும் ஈரான் நாடுகளின் நகரங்களில் பயணம் செய்து கொண்டிருந்தபொழுது இந்த உலகைப் பற்றியும், அதன் வழிகளைப் பற்றியும் ஃபஸலல்லா கற்றுக்கொண்டிருந்த விஷயங்களைப் பற்றியும், மெக்காவுக்குச் சென்று வரும் வழியில் தப்ரீஸிலும், ஷிர்வானிலும், பாக்குவிலும் அவர் சந்தித்திருந்த ஷேக்குகளுடன் விவாதித்திருந்த விஷயங்களைப் பற்றியும் காலிப் படித்துக்கொண்டிருந்தான். அப்பொழுது அவர் காட்டிய உதாரணத்திலிருந்து கற்றுக்கொள்ளும் உந்துதல் காலிப்புக்குள் கிளர்ந்தது. அந்த அச்சுப் பாளத்தில் சொல்லியிருந்தபடி, 'புதிதாய்த் தொடங்க' ஓர் உத்வேகம் கிளர்ந்தது. ஃபஸலல்லா மேற்கொள்ள விழைந்த 'புது வாழ்'வை நாடிப்போகும் எவருமே ஃபஸலல்லா தனக்காகக் காத்திருக்கும் வாழ்வைப் பற்றியும், மரணத்தைப் பற்றியும் சொல்லியிருந்த ஆரூடங்கள் – இவை யாவுமே சரியாக இருந்தனவென்று பிற்காலத்தில் நிரூபணமாகின – மிகச் சாதாரணமான சம்பவங்களை விளக்கமாகச் சொல்வதாகத்தான் நினைப்பார்களென்று காலிப்புக்குத் தோன்றியது. தன்னுடைய கனவுகளின் அர்த்தங்களுக்காகத்தான் ஃபஸலல்லா முதன்முதலாகப் பிரபலமானார். அவருக்கு வந்த கனவொன்றில் தீர்க்கதரிசி சாலமனோடும், இரண்டு ஹூட்ஹூட் பறவைகளோடும் அவர் இருந்தார். தாங்கள் அமர்ந்திருக்கும் மரத்தினடியில் படுத்துறங்கிக் கொண்டிருக்கும் இந்த இரண்டு மனிதர்களையும் அந்தப் பறவைகள் உற்றுப் பார்த்துக்கொண்டிருந்தன. அந்த நேரத்தில் ஃபஸலல்லாவின் கனவுகளும், தீர்க்கதரிசியின் கனவுகளும் ஒன்றோடொன்று கலந்தன. இதனால் அந்த இரண்டு ஹூட்ஹூட் பறவைகளும் ஒன்றாகிவிட்டன. மற்றொரு கனவில், ஃபஸலல்லா தன்னைத் தனிமைப்படுத்திக் கொண்டு ஒரு குகையில் ஒதுங்கி வாழ்கிறார். அவரைப் பார்த்துப் போக ஒரு முஸ்லிம் மதத் துறவி வருகிறார். பின்னர் ஒரு சமயத்தில் அந்தத் துறவி உண்மையிலேயே ஃபஸலல்லாவைக் காண வந்திருந்தபொழுது அவரும் இதே போல் கனவு கண்டிருந்ததை ஃபஸலல்லா தெரிந்துகொள்கிறார். ஒரு புத்தகத்தைப் புரட்டியபடி அவர்கள் இருவரும் ஒன்றாக அந்தக் குகையில் உட்கார்ந்திருந்தபொழுது அந்த எழுத்துகளில் அவர்களுடைய வதனங்களை அவர்கள் கண்டனர். அவர்கள் நிமிர்ந்து பார்த்தபொழுது அந்தப் புத்தகத்திலிருந்த எழுத்துகளை அவரவர் வதனத்தில் இருவரும் பார்த்தார்கள்.

ஃபஸலல்லாவைப் பொறுத்த வரை இருப்பதையும் இல்லாததையும் பிரிக்கும் எல்லைக் கோடு ஒலிதான். ஏனெனில், ஆன்மிக உலகிலிருந்து, பருப்பொருள் சார்ந்த உலகிற்குக் கடந்து வரும் எதற்குமே அததற்குரிய ஒலி என்று இருக்கிறது. 'ஆகச் சப்தமற்ற' பொருள்கள்கூட, மோதிக் கொள்ளும்போது ஒலியெழுப்புகின்றன. ஒலிகளிலே மிகவும் மேம்பட்டவை சொற்கள்தான். பேச்சு என்று நாம் சொல்லும் உயர்ந்த விஷயத்தின் கட்டுமானப் பொருள்கள்தான் சொற்கள். இந்தச் சொற்கள் எழுத்துகளால் அமைகின்றன. உயிர் தரித்தலின் அர்த்தத்தையும், வாழ்வின் புனிதத்தையும்

புரிந்துகொண்டு இந்தப் புவியில் இறைவனின் அவதாரத்தைக் காண விழைபவர்கள் செய்ய வேண்டியதெல்லாம் மனிதர்களின் வதனங்களில் தென்படும் எழுத்துக்களைப் படிக்க வேண்டியது மட்டுமே. நம் அனைவருக்குமே இரண்டு புருவங்களோடு நான்கு இமைமுடிக் கோர்வைகள், ஒரு தலைமுடிக் கற்றை, ஆக ஏழு முடிக் கோர்வைகள் இருக்கின்றன. நாம் வயதுக்கு வந்த பிறகு, நம் வதனத்தை மூக்கு இரு கூறாகப் பிளந்துவிடுகிறது. அப்பொழுதிலிருந்து வதனத்தின் மீது செதுக்கப்பட்டிருக்கும் எழுத்துகள் பதினான்காக ஆகிவிடுகின்றன. உண்மையானது, கற்பனையானது எனப்படும் கவித்துவமான முடிக் கோர்வைகளைக் கணக்கில் எடுத்துக் கொண்டால் இந்த எண் இரு மடங்காகிறது. தீர்க்கதரிசி முஹம்மது இருபத்தியெட்டு எழுத்துகள் கொண்ட மொழியில் பேசியது தற்செயலானதல்ல என்று நிரூபிக்க இது ஒன்றே போதும். அதைவிடவும், இந்த மொழிதான் திருக்குர்ஆனை இவ்வுலகிற்குக் கொண்டுவந்தது என்பதை நிரூபிக்கவும் இது ஒன்றே போதும். ஆனால், ஃபஸ்லுல்லாவின் சொந்த மொழியான பாரசீக மொழியில் முப்பத்தியிரண்டு எழுத்துகள் இருக்கின்றன. இந்த மொழியில்தான் அவர் *நிரந்தர வாழ்வின் நூல்* எனும் புத்தகத்தை எழுதினார். ஆக, அகரவரிசையின் எழுத்துகள் அனைத்தையும் ஒவ்வொரு முகத்திலும் ஃபஸலல்லா பார்க்க விரும்பினார். அந்த நான்கு உபரி எழுத்துகளைக் கவனமாக முடி மோவாய் ஆகிய கோர்வைகளில் கண்டு அவற்றையும் அவர் இரண்டாகப் பிரித்திருந்தார். அந்தப் பெட்டியிலிருந்த புகைப்படங்கள் சிலவற்றில் காணப்பட்ட நபர்கள் 1930களில் இருந்த ஹாலிவுட்டின் கேசமின்னியான ப்ரில்லியன்டைன் தடவிய திரை நட்சத்திரங்களைப் போல் நடு வகிடு எடுத்திருந்தார்கள். அது எதனால் என்பது இதைப் படித்தவுடன் காலிப்புக்கு விளங்கியது. எல்லாமே நேராகவும் குழந்தைத்தனமான எளிமையோடும் தோன்றின. ஆக, சொல் விளையாட்டுகளில் ஜெலால் மிக அதிகம் விரும்பியிருந்த அம்சம் எது என்பதைக் காலிப் மீண்டும் கண்டுகொண்டான்.

தன்னைத்தானே மீட்பரென்றும் தீர்க்கதரிசியென்றும் ஃபஸலல்லா அறிவித்துக்கொண்டார். வானிலிருந்து இறங்குவார் என்று யூதர்களும் கிறிஸ்தவர்களும் காத்துக்கொண்டிருக்கும் இறைத்தூதர். முஹம்மது கட்டியங் கூறிய மெஹ்தி. ஜெலால் தன்னுடைய பத்திக் கட்டுரைகளில் *அவர்* என்றே குறிப்பிட்டு, பெயர் சொல்லிக் குறிப்பிட மறுத்த மகோன்னத ஆளுமை. இஸ்ஃபஹானில் ஏழு சீடர்களை அடைந்த பின், ஃபஸலல்லா தன்னுடைய செய்தியைப் பரப்பக் கிளம்பினார். இந்த உலகம் தனது ரகசியங்களை அவ்வளவு எளிதாக வெளிப்படுத்திவிடும் இடமல்ல எனும் செய்தியை நகரம் நகரமாக போதித்துக்கொண்டே சென்றார் ஃபஸலல்லா. உலகம் அபரிமிதமான ரகசியங்களைத் தன்னுள் பொதிந்து வைத்திருக்கிறது. இந்த ரகசியங்களை ஊடுருவிப் பார்த்து அறிந்துகொள்ள ஒரே வழி எழுத்துகளில் தென்படும் புதிர்களை ஊடுருவிப் படித்துக்கொள்வது ஒன்றுதான். இதையெல்லாம் படிக்கப் படிக்க, காலிப்பை அமைதி ஆட்கொண்டது. அவன் எதிர்பார்த்திருந்ததைப் போலவேதான் நீண்ட காலமாக ஆசைப்பட்டதைப் போலவேதான், அது இருந்தது. அவனுடைய உலகும் அபரிமிதமான ரகசியங்களால் ததும்பிக்கொண்டிருக்கிறது என்பதற்கு இதுவே ஆதாரம். இதை உறுதிப்படுத்துவது இந்த உண்மையின் எளிமையே என்று அவன் கருதினான். ஏனென்றால், இந்த உலகம் அபரிமிதமான ரகசியங்களைப் பொதிந்து வைத்திருக்கிறது என்பது

உண்மையென்றால், தன் முன்னிருக்கும் மேஜை மீது தான் காணும் ஒவ்வொன்றும் – காஃபிக் கோப்பை, சிகரெட் சாம்பல் கிண்ணி, மடல் பிரிக்கும் சாதனம், அதனருகில் சோம்பிக் கிடக்கும் நண்டைப் போல் ஓய்ந்திருக்கும் அவனுடைய கை – வேறொரு உலகைச் சுட்டும் சைகைகள் தானே? அவை யாவுமே அந்த இன்னொரு உலகுக்குச் சொந்தமானவை தானே? ரூயா இந்த இன்னொரு உலகில் இருந்தவள். அந்த உலகின் வாயிலில் காலிப் நின்றுகொண்டிருக்கிறான். வெகு விரைவில் அவன் எழுத்துகளின் புதிர்களை ஊடுருவிவிடுவான்.

அப்படி ஊடுருவ அவன் மேலும் கவனமாய்ப் படிக்க வேண்டும். ஃபஸலல்லாவின் வாழ்வையும் இறப்பையும் பற்றிய குறிப்புகளை அவன் மீண்டும் படிக்கத் தொடங்கினான். தன்னுடைய மரணத்தைப் பற்றி ஃபஸலல்லா கனவு கண்டு, கனவுக்குள் ஆழ்ந்திருப்பவரைப் போலவே மரணத்துக்குள் நடந்து சென்றிருக்கிறார். மதத்தின் எதிரி என்று குற்றம் சாட்டப்பட்டு – இறைவனை வழிபடுவதற்கு மாறாக எழுத்துகள், மாந்தர்கள், உருவச்சிலைகள் ஆகியவற்றை வழிபட்டார், தன்னைத்தானே இறைத்தூதர் என்று அறிவித்துக்கொண்டார், தான் கண்ட கனவுகளில் நம்பிக்கை கொண்டிருந்தார், திருக்குர்ஆனின் ரகசிய, மறைபொருள் அர்த்தங்களைப் படித்துப் புரிந்துகொள்ளத் தான் கண்ட கனவுகளைப் பயன்படுத்தினார், இதன் காரணமாக திருக்குர்ஆனின் அசலான, வெளிப்படையான சாரத்தைப் புறக்கணித்தார் என்றெல்லாம் குற்றம் சாட்டப்பட்டு – கைது செய்யப்பட்டு, விசாரிக்கப்பட்டு, தூக்கிலிடப்பட்டார். ஃபஸலல்லாவும் அவருடைய சகாக்களும் கொல்லப்பட்ட பிறகு, இரானில் இனிமேற்கொண்டும் தங்குவது பாதுகாப்பில்லை என்பதை ஹுரூஃபிக்கள் உணர்ந்துகொண்டனர். ஆகவே, ஹுரூஃபி மார்க்கத்துக்கு இப்பொழுது பொறுப்பேற்றிருந்த கவி நேஸிமியைப் பின்பற்றி அவர்கள் அனடோலியாவிற்கு வந்துசேர்ந்தனர். ஃபஸலல்லாவின் புத்தகங்களையும் கையெழுத்துப் பிரதிகளையும் ஒரு பச்சைநிற சேமப்பெட்டியில் அடைத்துக் கொண்டு, கவி நேஸிமி நகரம் மாற்றி நகரம் என அலைந்துகொண்டிருந்தார். அந்தப் பச்சைநிறச் சேமப்பெட்டிதான் பிற்பாடு ஹுரூஃபிக்களின் அழிவற்ற காவியமாகப் போற்றப்பட இருந்தது. சிலந்திகள் கூட சோம்பி, தூக்கக் கலக்கத்தில் காணப்பட்ட இஸ்லாமியப் பள்ளிகளிலும், பல்லிகள் கூட அசைய யோசிக்கின்ற இஸ்லாமியத் துறவி மடங்களிலும் கவி நேஸிமி போதித்தவாறிருந்தார். ரகசியங்கள் அபரிமிதமாகப் பொங்கி வழிவது திருக்குர்ஆனில் மட்டுமல்ல. இந்த ஒட்டுமொத்த உலகுமே அப்படித்தான் இருக்கிறது என்பதைத் தன்னுடைய புதிய சீடர்களுக்கு எடுத்துச் சொல்ல, அவர்களுக்கு எழுத்து மற்றும் சொல் விளையாட்டுகளை அவர் கற்பித்தார். இவைகளைக் கண்டுபிடிக்க அவருக்கு உந்துதல் தந்தது அவருக்கு மிகவும் விருப்பமான விளையாட்டான சதுரங்கம்தான். அவருடைய மிகப் பிரபலமான ஈரடிச் செய்யுள் ஒன்றில் தன்னுடைய காதலியின் வதனத்தில் தென்பட்ட ஒரு முக அம்சத்தையும் கவர்ச்சிப் புள்ளியையும் ஓர் எழுத்துக்கும் ஒரு நிறுத்தற்குறிக்கும் ஒப்பிட்டு எழுதி யிருக்கிறார். அந்த எழுத்தையும் நிறுத்தற் குறியையும் கடலின் அடியாழத்தில் இருக்கும் கடற்பாசிக்கும் முத்திற்கும் ஒப்பிட்டார். தானே அந்த முத்தெடுக்க ஆழ்கடலுக்குள் மூழ்கி உயிரை விடப்போகிறவன்தான் என்பதைச் சுட்டவே அவர் இவ்வாறு எழுதினார். இப்படி மனமுவந்து மரணத்துக்குள் மூழ்கிய இந்த நபர் கடவுளை நாடிச் செல்லும் காதலியைப்

போன்றவன். இறுதியாக, வட்டம் முழுமையடைகையில், இந்தக் காதலியே கடவுளுக்கு நிகர் என்றாகிறாள். அலெப்போ எனுமிடத்தில் கைது செய்யப்பட்டு, நீண்ட விசாரணைக்குட்படுத்தப்பட்டு, கசையால் அடித்துக் கொல்லப்பட்டு கவி நிஸிமியின் வாழ்வும் முடிவுக்கு வந்தது. நகரமே பார்த்துச் செல்லும் வகையில் அவருடைய உடல் தொங்கவிடப் பட்டிருந்தது. பின்னர் அவருடைய உடல் ஏழு துண்டங்களாகக் கூறு போடப்பட்டு, அவருடைய கவிதைகளை ஆதரவாளர்கள் இன்னமும் உச்சாடனம் செய்துகொண்டிருந்த ஏழு நகரங்களிலும் தலா ஒரு கூறெனப் புதைப்பதற்கு அனுப்பிவைக்கப்பட்டது.

கவி நேஸிமியின் தாக்கத்தைக் குறைக்க இந்த நடவடிக்கை ஒருவிதத்திலும் பயன்படவில்லை. ஆட்டமன் உலகெங்கிலுமுள்ள பக்தாஷிக்களிடம் தொடர்ந்து ஹுரூஃபிஸம் வெகு வேகமாகப் பரவியது. இஸ்தான்புல்லை வெற்றிகொண்ட பதினைந்து ஆண்டுகளுக்குப் பிறகு, வெற்றி வேந்தன் மெஹ்மட்டிடமும் அது சென்றடைந்தது. ஆனால், ஃபஸலல்லாவின் எழுத்துகளின் மீது சுல்தான் ஆர்வம் காட்டுகிறார் எனும் செய்தி அவரோடு உடன் பயணிக்கும் மதநெறியாளர்களின் கவனத்திற்கு வந்தது. அவருடைய புதிய அரண்மனையின் ஒவ்வோர் மூலைமுடுக்கிலும் இந்த உலகின் புதிர் பற்றி, எழுத்துகளின் மறைபொருள் பற்றி, பைஸாந்திய ரகசியங்கள் கண்ணடித்துக்கொண்டிருந்தன. ஒவ்வொரு புகைபோக்கி, குவிதானம், மரம் என்று சுட்டிக்காட்டித் தங்கள் காலுக்குக் கீழிருக்கும் மாபெரும் தலைமறைவு உலகின் புதிர்களைத் திறக்க உதவும் திறவுகோல்களாக அவற்றில் எதுவும் பயன்படலாமென்று மெஹ்மட் கூறத் தொடங்கியிருந்தார். கலவரமடைந்த மதகுருமார்கள் ஒன்றாக இணைந்து சுல்தானிடம் நெருக்கமாக இருந்த ஹுரூஃபிக்களைப் பொறியில் சிக்கவைக்க முயன்றனர். அப்படிச் சிக்க வைத்தவுடன், அவர்கள் அனைவரையும் உயிரோடு கொளுத்திவிட்டனர்.

ஒரு சின்னஞ்சிறிய புத்தகத்தைப் புரட்டிக்கொண்டிருந்த பொழுது (இரண்டாம் உலகப் போரின்போது, எர்ஸுரும் பகுதிக்கு அருகாமையில் இருக்கும் ஹோராஸன் எனுமிடத்தில் இந்த நூல் ரகசியமாக அச்சிடப்பட்டது எனும் கையெழுத்துக் குறிப்பு ஒன்று இந்தப் புத்தகத்தின் இறுதிப் பக்கத்தில் காணப்பட்டது. இது உண்மையாயிருக்கலாம் என்பதைப் போல் தோற்றமளிக்கிறதோ, ஒரு வேளை !), வெற்றி வேந்தனின் மகனான இரண்டாம் பெயாஸிட்டைக் கொல்லும் முயற்சி தோல்வியடைந்த பிறகு ஹுரூஃபிக்கள் உயிருடன் எரித்தும் சிரச்சேதம் செய்தும் கொல்லப் படும் படங்களைக் காலிப் கண்டெடுத்தான். இன்னொரு பக்கத்தில் அதிபராக்கிரம சுலைமானின் கட்டளைக்கு அடிபணிந்து நாட்டைவிட்டு வெளியேறத் தவறிய ஹுரூஃபிக்களைத் தண்டக்கம்பத்தில் பிணைத்து உயிரோடு எரியூட்டப்படும் நேரத்தில் அவர்களுடைய முகத்தில் தென்பட்ட அதீத அச்சவுணர்வை வெளிப்படுத்த அந்த ஓவியன் அதே சிறுபிள்ளைத்தனமான பாணியைப் பின்பற்றியிருந்தான். அவர்களுடைய மேனியை வளைந்து வளைந்துத் தீண்டும் தீயின் நாவுகளைக் கவனித்துப் பார்த்தபோது *அல்லாஹ்* எனும் சொல்லின் முதல் எழுத்துகளான *அ* வையும் *ல்* லையும் காலிப் எளிதில் இனங்கண்டு கொண்டான். ஆனால் இதில் விசித்திரம் என்னவென்றால் இந்த மனிதர்களை விழுங்கும் தீயின் நாவுகள் அரேபிய எழுத்தில் இருக்க அவர்கள் கண்களிலிருந்து

வழிந்தோடும் கண்ணீரோ லத்தீன் அகரவரிசையில் காணப்படும் O, U, C ஆகியவற்றின் சாயலில் காணப்பட்டது. 1928ஆம் ஆண்டில் நிகழ்ந்த 'அரபி மொழியிலிருந்து லத்தீனுக்கு' எனும் எழுத்துப் புரட்சிக்கான ஹுரூஃபி எதிர்வினையை காலிப் இப்பொழுதுதான் முதன்முறையாகப் பார்க்கிறான். ஆனால், அதை மீண்டும் பெட்டிக்குள் அடுக்குவதற்கு முன்பாக அதைக் கவனமாக ஆராய அவன் நேரம் ஒதுக்கவில்லை. ஏனென்றால், எழுத்துகளின் புதிர்களை விடுவிக்க உதவும் சூத்திரத்தைக் கண்டுபிடிப்பதிலேயே அவன் இன்னமும் முனைப்பாக இருந்தான்.

பிறகு, இறைவனின் முக்கியப் பண்பென்பது ஒரு மறைத்து வைக்கப்பட்டிருக்கும் பொக்கிஷம், ஒரு *கென்ஸ் இ மஹ்ஃபி*, ஒரு புதிர் என்பதற்குச் சான்று கூறும் பல கட்டுரைகளையும் காலிப் படித்தான். அந்தப் புதிரின் உள்ளே நுழைவதற்கான வழியைக் கண்டுபிடிப்பதுதான் மீந்திருக்கும் ஒரே தடை. நம்முடைய உலகில் இந்தப் புதிர் எப்படிப் பிரதிபலிக்கிறது என்பதைக் கண்டுகொள்வதுதான் இனி ஒவ்வொருவரும் செய்ய வேண்டிய செயல். இவ்வுலகிலிருக்கும் ஒவ்வொரு பொருளிலும், ஒவ்வொரு நபருக்குள்ளும் அந்தப் புதிர் எவ்வாறு குடிகொண்டிருக்கிறது என்பதை அறிந்துகொள்வதுதான் இனி மீதமிருக்கும் வேலை. இந்த உலகே சமிக்ஞைகளின் சமுத்திரம். இந்தக் கடல் நீரின் ஒவ்வொரு துளியும் அந்தப் புதிரின் பின்னிருக்கும் கரிப்பான சுவடுகளைத் தன்னகத்தே கொண்டிருக்கிறது.

களைத்து, எரிச்சல் மிகுந்த கண்கள் பக்கம் பக்கமாகப் படித்துக் கொண்டிருக்க, இந்தச் சமுத்திரத்தின் ரகசியங்களுக்குள் தான் வெகு விரைவில் மூழ்கி முத்தெடுக்க இருக்கிறோமென்ற தீர்மானமான நம்பிக்கையோடு காலிப் இருந்தான்.

ஏனென்றால், சமிக்ஞைகள் எங்கெங்கும் காணக்கிடைக்கின்றன எனும்போது, ஒவ்வொரு பொருளிலும் அவை உறைந்திருக்கின்றன எனும்போது, அந்தப் புதிரும்கூட எங்கெங்கும் காணக்கிடைக்கின்றது, ஒவ்வொரு பொருளிலும் உறைந்திருக்கிறது என்பதுதானே அர்த்தம். எவ்வளவுக்கெவ்வளவு அதிகமாகப் படித்தானோ அவ்வளவுக்குத் தன்னைச் சூழ்ந்திருக்கும் பொருள்களான முத்துகள், ரோஜா மலர்கள், வைன் மதுக்கோப்பைகள், நைட்டிங்கேல் பறவைகள், பொன்னிறக் கூந்தல், இரவுகள், தீ ஜ்வாலைகள், தான் படித்துக்கொண்டிருக்கும் கவிதையில் தென்படும் காதலர் வதனங்கள் ஆகிய அனைத்துமே தங்களை வெளிப்படுத்திக்கொள்ளும் சமிக்ஞைகள் என்பதையும், ஆனால், அதே நேரத்தில், அவன் இப்பொழுது மெல்ல மெல்ல நுழைந்துகொண்டிருக்கும் புதிரும்கூட அவையேதான் என்பதையும் காலிப் தெளிவாக உணர்ந்து கொண்டான்.

அந்த விளக்கின் மென்மையான ஒளியில் நனைந்திருக்கும் திரைச்சீலை, ரூயாவைப் பற்றிய எத்தனையோ நினைவுகளைப் படிக்கத் தரும் நாற்காலிகள், சுவர் மீது படிந்திருக்கும் நிழல்கள், அந்த அச்சுறுத்தும் தொலைபேசி ஆகிய அனைத்தும் நினைவுகளாலும் கதைகளாலும் கனத்திருந்தன. சிறு பிராயத்தில் எதையோ தெரியாத்தனமாகக் கண்டுபிடித்துவிட்டால் வியந்துகொண்டிருக்கும் விஷயங்களைப் போலத்தான் இவையுமோ என்று யோசித்தபடி இருந்தான் காலிப். என்றாலும், ஒவ்வொருவரும்

வேறு யாரோ ஒருவராக ஆள்மாறாட்டம் செய்துகொண்டிருக்கும், இல்லாத அசலின் அச்சு அசலான நகலாய் ஒவ்வொரு பொருளும் திகழும் இந்தத் திகிலான விளையாட்டில் தன்னுள் எழும் தெளிவற்ற முன்னெச்சரிக்கை உணர்வுகளைப் புறந்தள்ளியபடி அவன் தொடர்ந்து படித்துக்கொண்டிருந்தான். ஒரே ஒரு துண்டைப் பொருத்துவதின் மூலம் அந்த விளையாட்டின் ஆன்மாவுக்குள் நுழைந்து வேறொரு நபராய்த் தன்னால் மாறிப்போக முடியுமென்று குழந்தைப் பருவத்தில் தான் அடிக்கடி நம்பிக்கொண்டிருந்ததைப் போல, இப்பொழுதும் அவன் தனக்குத்தானே உறுதியளித்துக்கொண்டான். தான் உணரும் அதே அச்சம் ரூயாவையும் கவ்விக்கொள்வதைக் கவனித்தால், "உனக்கு பயமாக இருந்தால் நான் வேண்டுமானால் விளக்கைப் போடுகிறேனே!" என்று காலிப் சொல்லுவதுண்டு. "வேண்டாம். போடாதே" என்பாள் ரூயா. ஏனென்றால், அவள் விளையாட்டை மிகவும் நேசித்தவள். தன்னைத்தானே பீதியில் ஆழ்த்திக்கொள்ள விழைபவள்.

காலிப் தொடர்ந்து படித்தான். பதினேழாம் நூற்றாண்டின் தொடக்கத்தில் ஜெலாலி கிளர்ச்சியின்போது அனடோலியா நாராய்க் கிழிபட்டுக்கொண்டிருந்தது. அந்தக் குழப்பமான நிலைமையைச் சாதகமாக்கிக்கொண்டு, பாஷாக்கள், நீதிமான்கள், கொள்ளையர்கள், மத குருமார்கள் ஆகியோரின் கொடுங்கோபத்திலிருந்து தப்பியோடி, குடியானவர்கள் விட்டோடியிருந்த தொலைதூரக் கிராமங்களில் ஹுரூஃபிக்கள் தஞ்சம் புகுந்திருந்தனர். இந்தக் கிராமங்களில் அவர்கள் அனுபவித்து வாழ்ந்திருந்த மகிழ்ச்சியான, அர்த்தமுள்ள வாழ்க்கையை விவரிக்கும் நீண்ட கவிதையொன்றைப் படித்துப் புரிந்துகொள்ளப் போராடிக்கொண்டிருந்த வேளையில் காலிப்பின் மனம் தன்னுடைய சிறு வயதில் ரூயாவோடு தான் வாழ்ந்து அனுபவித்திருந்த வாழ்க்கையை அசை போடத் தொடங்கியிருந்தது.

அந்தக் கவிதை எழுதப்பட்டிருந்த ஏதோ ஒரு பொற்காலத்தில் செயல் வேறு, அர்த்தம் வேறு என்றில்லாதபடிக்கு இரண்டும் ஒன்றாகவே இருந்தன. இப்புவியிலேயே சொர்க்கமும் உறைந்திருந்தது. வீட்டில் நாம் வைத்துக் கொண்டிருந்த பொருள்கள் நம்முடைய கனவுகளோடு ஒன்றினவாக இருந்தன. நம்முடைய கைகளில் நாம் ஏந்திய பொருள்கள் ஒவ்வொன்றும் – நம்முடைய கருவிகள், கோப்பைகள், குறுவாள்கள், எழுதுகோல்கள் என ஒவ்வொன்றும் – நம்முடைய ஆன்மாவின் நீட்சியாகத் திகழ்ந்த மிக மிக மகிழ்ச்சியான நாட்கள் அவை. *மரம்* என்றோர் கவிஞன் சொன்னால், அவன் சொன்னதைக் கேட்ட ஒவ்வொருவரும் அதே மரத்தை மட்டுமே கற்பனையில் கொண்டு வருவார்கள். அந்தச் சொல்லையும், அது குறிக்கும் மரத்தையும், அந்த *மரம்* குறிக்கும் தோட்டத்தையும், அந்தத் தோட்டம் குறியீடாகத் திகழும் வாழ்க்கையையும் அவர்களால் காண முடிந்தது. அந்த மரத்திலிருக்கும் இலைகளையோ, கிளைகளையோ ஒவ்வொன்றாக எண்ணிப் பார்க்காமலேயே அவர்களால் அவற்றைக் காண முடிந்தது. ஏனென்றால், அவர்கள் குறிக்க நினைத்த பொருள்களோடு சொற்கள் அந்த அளவுக்கு நெருக்கம் கொண்டிருந்தன. எந்த அளவுக்கென்றால், காலை வேளைகளில் மலைகள் மீதிருந்து அடிவாரத்திலிருக்கும் காலியான கிராமங்களுக்குள் பனிப்பொழிவு வழிந்தோடும்போது வாழ்வோடும், சொற்கள் குறித்து நிற்கும் பொருள்களோடும், கவிதை இயைந்து நிற்கும்.

பனி பொழியும் காலை வேளைகளில் கண் விழிக்கும் யாரும் கனவையும் நனவையுமோ, வாழ்க்கையையும் கவிதையையுமோ, மாந்தர்களையும் அவர் தம் பெயர்களையுமோ இரு வேறு கூறுகளாய் இனங்கண்டுவிட முடியாது. ஒரு கதை உண்மையானதுதானா என்று யாரும் கேட்டதில்லை. ஏனெனில், அந்தக் கதைகள் விவரிக்கும் வாழ்க்கை எவ்வளவு அசலானதோ அதே அளவுக்கு அசலானவை அந்தக் கதைகளும். அவர்கள் தங்கள் கனவுகளை வாழ்ந்து, வாழ்க்கையை அர்த்தப்படுத்தினார்கள். உலகில் காணக்கிடைக்கும் மற்றெல்லா விஷயங்களையும் போலவே அந்த நாட்களில் முகங்களும்கூட அர்த்தங்கள் பொதிந்தவையாகவே இருந்தன. அதனால், படிப்பறிவற்றவர்கள்கூட – ஒரு பழத்துண்டிலிருந்து அகரத்தையோ, ஒரு குல்லாயிலிருந்து அ வையோ, அல்லது ஒரு குச்சியிலிருந்து அலிஃபையோ பிரித்தறியத் தெரியாத நபரால்கூட – அந்த முகங்களின் அர்த்தங்களை எளிதில் படித்துவிட முடிந்தது.

அந்தத் தொலைதூர, மகிழ்ச்சியான, காலம் தீண்டியிராத நாட்களை மனத்துக்குள் எழுப்பிவிட மாலை நேர வானில் சலனமற்றுத் தொங்கிக் கொண்டிருக்கும் ஆரஞ்சு நிறச் சூரியனைக் கவிஞன் வர்ணித்தான். சாம்பல் நிறத்தையும், கண்ணாடியின் நிறமற்ற தன்மையையும் மாறி மாறி ஒளிர்ந்த சமுத்திரங்களின் மீது வீசவே வீசாத காற்றால் பாய்மரங்கள் உப்பியிருக்க முன்னேறிச் செல்லும் போர்க்கப்பல்களை வர்ணித்தான். வெண்ணிறப் பள்ளிவாசல்களைப் பற்றியும், மினுமினுக்கும் கானல் நீராக, அதே நேரத்தில் அழியாத் தன்மையோடு, அந்தக் கடலின் மீது எழும்பும் ஸ்தூபிகளையும் பற்றிப் படிக்கும் நேரத்தில், ஒட்டுமொத்த இஸ்தான்புல் நகரையும் பதினேழாம் நூற்றாண்டிலிருந்து ரகசியமாகப் பரப்பப்பட்டு வந்த ஹுரூஃபிக்களின் போதனைகள் அரவணைத்துக்கொண்டிருப்பதைக் காலிப் உணர்ந்துகொண்டான். ஏனென்றால், முன்னொரு காலத்தில் நாரைகளும், அண்டரண்டப் பறவைகளும், ஸிமூர்க் எனப்படும் இதிகாசப் பறவைகளும், ஃபீனிக்ஸ் பறவைகளும், அந்த வெண்ணிற மூன்றடுக்கு ஸ்தூபிகளிலிருந்து பறந்தெழுந்து, வானில் மிதந்தலைந்து, இஸ்தான்புல் நகரிலிருக்கும் கவிகை மாடங்களின் மீதுதான் நூற்றாண்டுக் காலங்களாக வந்தமர்ந்திருக்கின்றன. அதே போல், இன்னொரு வழிப்போக்கனின் பாதையில் ஒரு முறைகூடச் செங்கோணமாய்க் குறுக்கிடாதபடிக்கு இஸ்தான்புல்லின் தெருக்களில் ஒரு நபர் இலக்கின்றி அலைந்து திரிய முடியும். அதே சமயத்தில், நகரெங்கும் வியாபித்துத் தலைசுற்ற வைக்கும் மாற்று வழிகளில் இன்பமாய்ப் பயணம் செய்து ஒரு விடுமுறை நாளை முடிவற்றும் கழிக்க முடியும். இந்த நெடும்பயணங்கள் முடிவுற்று, தான் கடந்து வந்த பாதையின் சுவட்டை விரல்கள் கொண்டு வரைபடமாய்க் காண ஒரு பயணி முயல்வானெனில், அப்படியோர் வரைபடத்திலிருந்து தன்னுடைய வதனமே தன்னை வெறித்துப் பார்ப்பதை அவன் காண முடியும். அந்த வதனத்தின் மீது வாழ்க்கையின் புதிர்களை வெளிப்படுத்தும் எழுத்துகளையும் அவன் காண இயலும். அதே விதமான பயணியர், கதகதப்பான நிலவொளி ததும்பும் கோடை இரவுகளில் வாளிகளைக் கிணற்றுக்குள் இறக்கினால் வெறும் குளிர்ந்த நீரை மட்டுமின்றி, வாளி நிறைய புதிரான சைகைகளையும், விண்மீன்களையும் அவர்கள் மேலே இறைத்து வருவார்கள். இந்தச் சைகைகளின் அர்த்தங்களையும், அர்த்தங்களின் சைகைகளையும் வெளிப்படுத்தும் செய்யுள்களை ஒப்பித்த படி இரவு முழுக்க அவர்கள் அப்படியே இருப்பார்கள். இவற்றையெல்லாம்

படித்தவுடன் இரண்டு விஷயங்கள் காலிப்புக்குத் தீர்மானமாகின: இஸ்தான்புல்லில்தான் ஹுரூஃபிஸத்தின் பொற்காலம் நிகழ்ந்திருக்கிறது என்பதும், ரூயாவுடனான தனது பொற்காலம் போயே போய்விட்டது, இனி அது ஒரு போதும் மீள்வதற்கில்லை என்பதும்தான்.

ஓரங்களை எலிகள் கொறித்திருந்த ஒரு செய்யுள் நூலை அவன் திறந்து பார்த்தான். அதன் மூலைகளில் காணப்பட்ட, பகட்டான பச்சை மற்றும் நீலப்பச்சை நிறங்களில் பூத்திருந்த, பூஞ்சனத்தை ரசித்தவாறே, ஈரப்பதமான, நறுமணம் வீசும் பக்கங்களைப் புரட்டினான். மேலும் விவரமான தகவல்கள் வேண்டுவோர் எர்ஸுரும் மாநகருக்கு அண்மையிலிருக்கும் ஹோராஸன் எனும் நகரில் வெளியிடப்பட்டிருக்கும் ஒரு கையேட்டைப் பார்க்கச் சொல்லி அந்த நூலின் இறுதிப் பக்கத்தில் போட்டிருந்தது. அந்தக் கையேட்டின் இறுதிப் பக்கத்தில், காணப்பட்ட கவிதையின் இறுதி வரிகளுக்கும் நூல் பற்றிய விவரக் குறிப்புகளுக்கும் இடையில், – அதாவது, பதிப்பாளர் மற்றும் அச்சிட்டவர் ஆகியோரின் முகவரிகள், பதிப்பித்த மற்றும் அச்சிட்ட தேதி போன்றன – அச்சுக்கோப்பவர் நீண்டதோர் இலக்கணப் பிழை மிகுந்த வாக்கியத்தைச் செருகி, அதே தொடர் வரிசையில் ஏழாம் தொகுப்பைப் பார்க்கும்படி கேட்டுக்கொண்டிருந்தார். *எழுத்து களின் புதிரும், புதிரின் இழப்பும்* என்ற நூலையும், அதன் ஆசிரியரான எஃப். எம். ஊஜுஞ்சூவையும் இஸ்தான்புல்லின் பத்திரிகையாளர் சலீம் காஜ்மாஸ் மிகப் பாராட்டி எழுதியிருக்கிறார் எனும் தகவலை அவர் தந்திருந்தார்.

தூக்கமின்மையால் தலை கிறுகிறுக்க, மனமோ சொல் விளையாட்டிலும் ரூயாவைப் பற்றிய கனவுகளிலும் சுற்றிச் சுற்றி வந்துகொண்டிருக்க ஜெலாலுடைய பத்திரிகைத் தொழிலின் ஆரம்பகால ஆண்டுகளை நோக்கிக் காலிப்பின் எண்ணம் சிறகடித்தது. அப்பொழுதெல்லாம் சொல் விளையாட்டுகளில் ஜெலால் காட்டி வந்த ஆர்வம், அவனுடைய நண்பர்கள், அலுவலகச் சகாக்கள, உறவினர்கள் மற்றும் காதலிகளுக்கு அவன் அனுப்பிவைத்த சங்கேதச் செய்திகளுக்கு அப்பால் சென்றதில்லை. தள்ளாடிக்கொண்டிருந்த காகித மலைகளுக்குள் காலிப் ஆவேசமாகக் குடைந்து தேடினான். முழுக்கத் தேடிய பிறகு, முதலில் பார்த்திருந்த பெட்டிகளுள் ஒன்றை அரைமனத்தோடு மீண்டும் தேடத் தொடங்கினான். செய்தித்தாள்களிலிருந்து கத்தரித்து எடுத்திருந்த செய்தித் துணுக்குகளின் சேகரத்தை ஜெலால்அந்தப் பெட்டியில்தான் நிரப்பி வைத்திருந்தான். காலிப் தேடிய விஷயம் அதில்தான் இருந்தது. ஆனால், இப்பொழுது நேரம் நடுநிசியைத் தாண்டியிருந்தது. வெளியே தெருவில் நிலவிய கலவர மூட்டும் அமைதி, ஊரடங்குச் சட்டங்களையும், ராணுவக் கவிழ்ப்பு முயற்சிகளையும், நம்பிக்கையின் மரணத்தையும் அவனுக்கு நினைவூட்டின.

வெளியிடல் பற்றி வெகுமுன்பே அறிவிக்கப்படும் “படைப்புகள்” பலவற்றுக்கும் அடிக்கடி நேர்வதைப் போலவே, *எழுத்துகளின் புதிரும், புதிரின் இழப்பும்* நூலும் விளம்பரப்படுத்தப்பட்டிருந்த நேரத்தில் வெளியாகியிருக்கவில்லை. அந்த 200 பக்க நூல் ஒருவழியாக 1962ஆம் ஆண்டில்தான் வெளியானது. அதுவும்கூட, ஹோராஸன் நகரில் பிரசுர மாகாமல் கூர்தேஸ் நகரில் பிரசுரிக்கப்பட்டிருந்தது. அப்படியான இடத்தில்கூட ஒரு பிரசுர நிலையம் இருக்குமென்று காலிப் நிச்சயமாக எதிர்பார்த்திருக்கவில்லை. அந்த நூலின் பழுப்பேறிக்கொண்டிருந்த

அட்டையில் நேர்த்தியற்ற செதுக்கோவியப் பலகை கொண்டு தரமற்ற மையால் அச்சிடப்பட்டிருந்த அடர்வண்ணப் படமொன்று இடம் பெற்றிருந்தது. வாதுமை மரங்கள் அணிவகுத்திருக்கும் சாலையின் தொடுவானில் மறையும் காட்சி. ஆனால், ஒவ்வொரு மரத்தின் அருகிலும் எழுத்துகள் தென்பட்டன. கோரமான, குருதியை உறைய வைக்கும் எழுத்துகள்.

முதல் பரிசீலனையில் லட்சிய நோக்கம் கொண்ட ராணுவ அதிகாரியின் ஏதோ ஓர் அம்சம் அந்த நூலில் தென்பட்டது. "இருநூறு ஆண்டுகள் கடந்துவிட்டன: இன்னும் நாம் ஏன் மேற்குலகின் வளர்ச்சியை எட்டிப் பிடிக்கவில்லை? முன்னேற்றத்தைக் கொண்டு வருவது எப்படி?" எங்கோ தொலைவிலிருக்கும் அனடோலிய கிராமத்தில், ஆசிரியரின் சொந்தச் செலவில் அச்சிடப்பட்டிருக்கும் நூலில் எதிர்பார்க்கப்படும் அர்ப்பணிப்பு உணர்வோடு அந்த நூல் தொடங்கியிருந்தது. "போர்ப் பயிற்சிக் கல்லூரி மாணாக்கனே! நீதான் இந்த நாட்டைக் காக்கப் போகிறவன்!" ஆனால், அந்த நூலின் பக்கங்களை வேகமாகப் புரட்டிக்கொண்டிருந்த பொழுது, அது முற்றிலும் வேறு வகையான புத்தகம் என்பதைக் காலிப் கண்டுகொண்டான். உடனே, அமர்ந்திருந்த நாற்காலியை விட்டு எழுந்து, ஜெலாலின் எழுது மேஜைக்கருகில் சென்று உட்கார்ந்தான். புத்தகத்தின் இரு மருங்கிலும் முழங்கைகளை ஊன்றியபடி, மிகக் கவனமாக அந்த நூலைப் படிக்கத் தொடங்கினான்.

எழுத்துகளின் புதிரும், புதிரின் இழப்பும் என்ற அந்த நூல் மூன்று பகுதிகளாகப் பிரிக்கப்பட்டிருந்தது. முதல் இரண்டு பகுதிகளும் தலைப்பிலேயே வெளிப்பட்டிருந்தன. முதல் பகுதியான எழுத்துகளின் புதிர், ஹுரூஃபி மதப் பிரிவைத் தோற்றுவித்த ஃபஸலல்லாவின் வாழ்க்கை வரலாற்றை விவரிப்பதிலிருந்து தொடங்கியது. நூலாசிரியர் எஃப். எம். ஊஜூஞ்சூ, இந்தச் சரிதையை மதச் சார்பற்ற கோணத்தில் அணுகியிருந்தார். ஃபஸலல்லாவின் ஸூஃபி கொள்கைகளையும், அவருடைய மறையியல் எழுத்துகளையும் பற்றி அவர் அடக்கி வாசித்திருந்தார். ஃபஸலல்லாவை ஓர் அறிவுஜீவி, தத்துவஞானி, மொழியியலாளர், கணித வல்லுநர் என்கிற ரீதியில் மட்டுமே எஃப். எம். ஊஜூஞ்சூ விவரித்திருந்தார். இருக்கலாம். ஃபஸலல்லா ஒரு தீர்க்கதரிசியாக, ஒரு மீட்பராக, இஸ்லாத்தின் புனிதத் தியாகியாக, புனிதமான இறைஞானியாக, ஒரு மகானாக இருந்திருக்கலாம். ஆனால், முதன்மையாக அவர் ஒரு சிந்தனையாளர். பெரும் மேதை. அதே நேரத்தில் அவர் "நம்மைப் பொறுத்தமட்டில் தனித்துவம் வாய்ந்தவரும்கூட." எனவே, ஒரு சில மேற்கத்திய சிந்தனையாளர்கள் செய்திருப்பதைப் போல அவரை இயற்கை வழிபாட்டாளராகவோ அல்லது ப்ளாட்டினஸ், பைதாகரஸ், கப்பாலா போன்ற சிந்தனையாளர்களின் தாக்கத்திற்கு உட்பட்டவர் என்றோ வர்ணிப்பது தன்னுடைய வாழ்நாள் முழுக்கத் தீவிரமாக எதிர்த்து வந்த மேலைக் கலாச்சாரத்தைக் கொண்டே அவரை மூச்சடைக்க வைக்கும் முயற்சிதான். ஏனென்றால், நம்முடைய ஃபஸலல்லா தூய்மையான கீழை நாட்டவர்.

எஃப். எம். ஊஜூஞ்சூவைப் பொறுத்தமட்டில் இந்த உலகானது இரு எதிரெதிர் அம்சங்கள்கொண்ட கூறுகளாலானது. நன்மையையும் தீமையையும் போல், வெண்மையையும் கருமையையும் போல், தேவர்களையும்

சாத்தான்களையும் போல், கிழக்கும் மேற்கும் முற்றிலும் இருவேறான புவிக்கூறுகள். சோம்பித் திரியும் கனவாளிகளின் கற்பனைகளையும் மீறி, இவ்விரு உலகங்களும் ஒன்றிணைந்து வாழ்வதென்பதற்கான வாய்ப்புகள் இல்லவே இல்லை எனலாம். இவற்றுள் ஏதாவதொன்று எப்பொழுதுமே மேலோங்கியிருந்திருக்கிறது. ஒன்று, எஜமானனாயிருந்த நிலையில் மற்றொன்று அதன் அடிமையாக இருந்திருக்கிறது. அவை இரண்டும், எப்பொழுதுமே சச்சரவிட்டுக்கொள்ளும் இரட்டைப் பிறவி களாகவே இருந்து வந்திருக்கின்றன. இருந்தும் வருகின்றன. சமீபத்திய ஆயிரமாண்டுகளைப் பற்றிய சுருக்கமான ஆய்வே போதும், இதைத் தெள்ளென விளக்க. கார்டியன் முடிச்சை (நூலாசிரியர் இதைப் 'புதிர் முடிச்சு' என்றே குறிப்பிடுகின்றார்) அலெக்சாண்டர் அவிழ்ப்பதிலிருந்து நூலாசிரியர் தொடங்குகின்றார். பிறகு புனிதப் போர்கள், புனித ரோமாபுரிப் பேரரசின் முதல் சக்கரவர்த்தியான சார்லிமேக்னேவுக்கு ஹரூன் அல் ரஷீத் கொடுத்தனுப்பிய எழுத்துகளும், எண்களும் இரட்டை அர்த்தங்களோடு மிளிரும் மாயக் கடிகாரத்தைப் பற்றிய நூல், பண்டைய ஆப்பிரிக்க நகரமான கார்த்தேஜின் தளபதியாக விளங்கிய ஹானிபெல் அல்ப்ஸ் மலைத்தொடரைக் கடந்தது, ஆண்டலூஸியாவில் பெற்ற இஸ்லாமிய வெற்றிகள் (இந்த இடத்தில், ஜோர்தோபா பள்ளிவாசலின் தூண்களை எண்ணுவதற்காகவே ஒரு முழுப் பக்கத்தை ஆசிரியர் ஒதுக்கியிருக்கிறார்), கான்ஸ்டான்டிநோப்பிலுக்குள் வெற்றி வேந்தன் மஹ்மட்டின் வெற்றிகரமான நுழைவு, இதே சுல்தானை ஒரு ஹுரூஃபி என அவர் அறிவிப்பதென்று நூலை நகர்த்துகிறார் ஆசிரியர். கஸார்களின் அழிவு, டோப்பியோவிலும் (இது வெண்ணிறக் கோட்டையென்றும் அழைக்கப்படுகிறது) வெனிஸ் நகரிலும் ஆட்டமன்கள் அடைந்த தோல்விகள் என நூலின் இப்பகுதியை அவர் முடித்து வைக்கிறார்.

எஃப். எம். ஊஜெஞ்ச்சூவைப் பொறுத்தமட்டில், தன்னுடைய படைப்புகளில் ஃபேஸலல்லா அடிக்கொருதாம் மறைமுகமான குறியீடுகளால் உணர்த்தும் உண்மையை விளக்குவனவாக இந்த வரலாற்றுச் சம்பவங்கள் அமைகின்றன. இந்த இருவேறுபட்ட உலகுகளில், எது உயர்நிலை அடைகிறது, எவ்வளவு காலத்திற்கு அதன் ஆதிக்கம் நீடிக்கிறது என்பதை நிர்ணயம் செய்வது வாய்ப்பல்ல, மாறாக அறிவுரீதியான ஆளுமையே. ரகசியங்களும் இரட்டை அர்த்தங்களும் ததும்பி வழியும் ஒரு புதிரான இடமாக இந்த உலகைப் பார்ப்பதில் வெற்றி கண்டவர்களே எந்த ஒரு "குறிப்பிட்ட வரலாற்றுக் காலகட்டத்திலும்", ஜெயித்த அணியினராக விளங்குகிறார்கள். இதற்கு மாறாக, இந்த உலகை ஓர் எளிய இடமாக, புதிர்களோ குழப்பங்களோ இல்லாத இடமாகப் பார்க்கும் பிரிவினர் தோல்வியைத் தழுவவும், அதன் தவிர்க்கவியலாத பின்விளைவான அடிமைத் தனத்தையும் அனுபவிக்க விதிக்கப்பட்டவர்கள்.

இந்த நூலின் இரண்டாவது பகுதியில் புதிரின் இழப்பைப் பற்றிய விரிவான அலசலை எஃப். எம். ஊஜெஞ்ச்சூ மேற்கொள்கிறார். அவருடைய பார்வையில், உலகினின்று மறைந்து நிற்கும் ஒரு மையம் இருக்கிறதெனும் கருத்து கீழை, மேலை ஆகிய இரு கலாச்சாரங்களிலுமே நிலவுகிறது. பண்டைய கிரேக்கத் தத்துவத்திலும், நியோபிளாடோனிய கிருத்துவத்தில் மேலோங்கியிருந்த உருவ வழிபாட்டிலும், ஹிந்துத் தத்துவத்தில் சொல்லப்படும் நிர்வாணத்திலும், அத்தாரின் ஸிமூர்க்

பறவை குறித்த செய்யுள்களிலும், ரூமியின் நேசத்துக்குரிய நபரிடமும், ஹுரூஃபிக்களின் ரகசியப் பொக்கிஷத்திலும், கான்ட்டின் நௌமெனான் எனும் தத்துவத்திலும், துப்பறியும் நாவலின் குற்றவாளியிலும் இதே கருத்து வெளிப்படுகிறது. எஃப். எம். ஊஜுஞ்ச்சூவின் கருத்துப்படி, இப்படிப் பட்ட ஒரு மையம் இருக்கிறது எனும் கருத்தைத் தொலைத்துவிட்ட நாகரிகம் தன்னுடைய சமநிலையை இழப்பதைத் தவிர வேறு கதியில்லை.

இதைத் தொடர்ந்து நூலில் காணப்பட்ட ஒரு மறைபுதிர் பகுதியில் தன்னுடைய நேசத்திற்குரிய ஷம்ஸ் கொலை செய்யப்படுவதற்கு ரூமி எவ்வாறு உடன்பட்டார் என்பதை எஃப். எம். ஊஜுஞ்ச்சூ விளக்க முற்படுகிறார். ஷம்ஸின் மரணத்தில் பொதிந்திருக்கும் மர்மமென்று தான் “நிறுவியிருந்ததை” பேணிக் காக்கும் பொருட்டு ரூமி எதற்காக டமாஸ்கஸ் நகருக்குப் பயணம் சென்றார் என்பதையும், அந்த நகரில் நீண்ட நாட்களாய்த் தேடியலைந்துகொண்டிருந்த நேரத்தில் ஏன் அவரால் தன்னுடைய “ரகசிய” எண்ணங்களைப் பேணிப் பாதுகாக்க முடியாமல் போனதென்பதையும், தன்னுடைய வசத்தில் இல்லாமல் மனம் சுழன்றாடிக்கொண்டிருப்பதாகத் தான் உணர்ந்த வேளையிலெல்லாம், தன்னுடைய மையத்தை மீண்டும் கண்டெடுக்கச் செல்லும் வழியில், ஒரு சில இடங்களில் அவர் ஏன் பயணத்தை நிறுத்தினார் என்பதையும் எஃப். எம். ஊஜுஞ்ச்சூ விளக்க முற்படுகிறார். காலிப்பால் அந்தக் கட்டுரையை அதற்கு மேல் தொடர்ந்து படிக்க முடியவில்லை. இழந்து விட்ட புதிரை மீள்நிர்மாணம் செய்வதற்கு இரண்டு வழிகளை நூலாசிரியர் பரிந்துரைக்கிறார். மிக நேர்த்தியான ஓர் கொலையைச் செய்தல். பிறகு, எவ்விதத் தடயத்தையும் விட்டு வைக்காமல் மறைந்துபோதல்.

இதற்கப்புறமாய், எல்லா ஹுரூஃபிக்களுடைய அதிமுக்கிய அக்கறை பற்றிப் பேச எஃப். எம். ஊஜுஞ்ச்சூ நகர்ந்துவிடுகிறார். அதுதான், எழுத்துகளுக்கும் வதனங்களுக்கும் இடையே இருக்கும் உறவு. *நிரந்தர வாழ்வுக்கான புத்தகம்* எனும் நூலில் ஃபஸலல்லா தொடங்கி வைத்திருந்த விவாதத்தைப் பின்பற்றிச் செல்லும் நூலாசிரியர், இறையின் வதனம் மறைந்தே இருந்தபோதிலும், மனித வதனங்களில் வெளிப்படுவதின் மூலமாகத் தன்னை வெளிப்படுத்திக்கொள்கிறது என்று விளக்க முற்படுகிறார். எல்லா வதனங்களுக்கும் பொதுவாய்த் தென்படும் அம்சங்களை விரிவாக அலசி ஆராய்ந்த பிறகு, அரேபிய எழுத்துகளில் இவை எவ்வாறு வெளிப்படுகின்றன என்று அவர் எடுத்துக் காட்டுகிறார். ஆகச் சிறந்த ஹுரூஃபி கவிஞர்களான நேஸிமி, ரஃபி, மிஸாலி, பாக்தாதின் ரூஹி, கூல் பாபா ஆகியோரிடமிருந்து வெளிப்படும் வெவ்வேறான அம்சங்களைப் பற்றிய அளவுக்கதிகமாய் நீண்ட, சற்றே சிறுபிள்ளைத்தனமான தர்க்கத்திற்குப் பிறகு ஒரு சூத்திரத்தை அவர் முன்மொழிகிறார். மகிழ்ச்சியிலும் வெற்றியிலும் திளைக்கும்போது நாம் வாழும் இந்த உலகினில் அர்த்தம் காணப்படுவதைப் போலவே நம்முடைய வதனங்களும் அர்த்தம் ததும்பினவாய் இருக்கக் காணலாம். இதற்காக நாம் ஹுரூஃபிக்களுக்குத்தான் நன்றி பகர வேண்டும். ஏனென்றால், இந்த உலகில் ததும்பி நிற்கும் புதிர்களையும் நம்முடைய வதனங்களில் காணப்படும் எழுத்துகளையும் காண முடிந்தவர்கள் அவர்கள் மட்டுமே. ஆனால், இப்பொழுது ஹுரூஃபிஸம் இந்தப் புவியை விட்டு மறைந்தோடிப்போனது. அதைத் தொடர்ந்து, நம் வதனங்கள் எப்படித் தமது எழுத்துக்களைத்

தொலைத்துவிட்டு நிற்கின்றனவோ, அதேபோன்று, உலகும் தன்னுடைய புதிரை இழந்து நிற்கிறது. நம்முடைய வதனங்கள் எல்லா அர்த்தங்களையும் காலியாக்கிவிட்டன. அதோடு சேர்ந்து வதனங்களைப் படிக்கும் கலையும் கூட வெறுமையாகிவிட்டது. நம்முடைய புருவங்கள், கண்கள், மூக்குகள், கூர்ந்த பார்வைகள், முக பாவனைகள், முகங்கள் என எல்லாமே ஏதுமற்ற வெறுமையாய் ஆகிவிட்டன. இதைப் படித்தவுடன் எழுந்து போய்த் தன்னைக் கண்ணாடியில் பார்த்துக்கொள்ள வேண்டுமெனத் திடீரென்று காலிப்புக்குத் தோன்றியது. ஆனால், எவ்வளவு கவனமாய் முடியுமோ, அவ்வளவுக்கு காலிப் தொடர்ந்து ஊன்றிப் படிக்கலானான்.

வதனங்களில் தென்படும் இந்த வெறுமைக்கும் இருட்சாயல் கொண்ட புகைப்படக் கலைக்கும் ஏதோவொரு தொடர்பிருக்கிறது. துருக்கிய, அரேபிய, இந்தியத் திரை நட்சத்திரங்களின் முகங்களை உற்றுப் பார்க்கும் எவருக்கும் இந்தத் தொடர்பு புரிபட்டுவிடும். ஏனென்றால், அவர்களுடைய விசித்திரமான இட அமைப்பு, நிலவின் இருண்ட பக்கத்தை நினைவுக்கு இட்டு வரும் வகையினதாக இருப்பதுதான். நம்முடைய வதனங்கள் வெறுமையாக இருப்பதால்தான் இஸ்தான்புல், டமாஸ்கஸ், கெய்ரோ ஆகிய நகரங்களின் வீதியெங்கும் ஜனத்திரள் நடுநிசியில் புலம்பும் பேய்களாய் நெருக்கியடித்து உலவிக்கொண்டிருக்கின்றது. ஆண்கள் அனைவரின் முகத்திலும் ஒரே மாதிரியான கடுகடுப்பும், மீசையும். பெண்கள் அனைவரும் ஒரே மாதிரி தலையையும் கழுத்தையும் சுற்றியிருக்கும் சால்வையோடு; எல்லோரும், ஒருவர் பாக்கியின்றி அனைவரும், நிலத்தையே உற்றுநோக்கிக்கொண்டு. இதில் முன் செல்ல ஒரே ஒரு வழிதான் இருக்கிறது. நம்முடைய வதனங்களில் இருக்கும் கோடுகளை லத்தீன் அகரவரிசை எழுத்துகளோடு இணைக்கும் புது முறையொன்றை உருவாக்கி, நம்முடைய வதனங்களுக்குப் புது அர்த்தத்தைக் கொடுத்து, இந்த வெறுமையை வென்றடக்குவதுதான். அந்த நூலின் இறுதிப் பகுதியில் இதைத்தான் தான் மேற்கொள்ளப் போவதாக, இரண்டாம் பகுதியின் இறுதி வாக்கியத்தில் ஆசிரியர் உறுதியளித்திருந்தார்.

அதற்குள்ளாகவே, இரட்டை அர்த்தம் தரும் சொற்கள் மீது அவர் கொண்டிருந்த தாபத்துக்காகவும், சொல் விளையாட்டுகளின் மீது அவருக்கிருந்த சிறுபிள்ளைத்தனமான மோகத்துக்காகவும் எஃப். எம். ஊஜஷெஞ்சூவைக் காலிப் நேசிக்கத் தொடங்கியிருந்தான். ஜெலாலை நினைவூட்டும் ஏதோ ஓர் அம்சமும் அவரிடம் தென்பட்டது.

27

மிக நீண்ட சதுரங்க ஆட்டம்

தன்னைப் பற்றியும், தன்னுடைய ஆட்சியைப் பற்றியும் குடிமக்கள் என்ன நினைக்கிறார்கள் என்றறிந்துகொள்ள, ஹரூன் அல் – ரஷீத் ஒரு சில சமயங்களில் மாறுவேடத்தில் பாக்தாத் நகரை வலம் வருவதுண்டு. ஆக, இன்னொரு இரவு . . .

– ஆயிரத்தொரு இரவுகள்.

சமீபகால வரலாற்றிலே ஓர் இருண்ட காலகட்டம் இருக்கிறது. அதை "மக்களாட்சிக்கான பாதை" என்று ஒரு சிலர் வர்ணிக்கிறார்கள். அந்தக் காலகட்டத்தின் மையத்துக்குள் இருக்கும் புதிர்களை வெளிச்சத்திற்கு இட்டு வரும் கடிதமொன்று வாசகர் ஒருவரின் கையில் கிடைத்திருக்கிறது. தான் யாரென்பதை அவர் ரகசியமாக வைத்துக்கொள்ள விரும்புகிறார். அந்தக் கடிதம் அவருடைய கைக்கு வந்துசேர்ந்த விந்தையான தற்செயல் தொடர் நிகழ்வுகள், நெருக்கடிகள், காட்டிக்கொடுத்த துரோகச் செயல்கள் ஆகியவற்றைப் பற்றி ஒரு வார்த்தைகூட வெளியில் வரக்கூடாது என்றும் அவர் கேட்டுக்கொண்டிருக்கிறார் (அதற்கான பலமான காரணங்களும் இருக்கின்றன). அந்தக் கடிதத்தை எழுதியிருப்பவர் வேறு யாருமில்லை. ஒரு காலத்தில் நம் அனைவரையும் தலைமையேற்று வழிநடத்திய சர்வாதிகாரி தான். அந்தக் கடிதமும், அயல்நாட்டில் வசிக்கும் அவருடைய மகனுக்கோ, மகளுக்கோ எழுதப்பட்டதைப் போல்தான் தெரிகின்றது. இங்கே நீங்கள் காண்பது அந்த அசல் மடலின் அப்பட்டமான பிரதி. ஏனென்றால், பாஷாவுக்கே உரிய அதனுடைய பகட்டான அலங்கார நடையை நீர்த்துப் போகச் செய்யும் முயற்சியை நான் மேற்கொள்ளவில்லை.

"மிகத் துல்லியமாக ஆறு வாரங்களுக்கு முன்பாக ஓர் ஆகஸ்ட் மாத இரவு. இந்தக் குடியரசின் நிறுவனர் தன் கடைசி மூச்சை விட்ட நேரம். அந்த அறை மூச்சுத் திணறலை ஏற்படுத்தும் அளவுக்கு உஷ்ணமாக இருந்தது. நேரம் நின்று விட்டது என்பதை யாரும் கற்பனை செய்திருக்க முடியும்.

அவர் இறந்த நொடியான ஒன்பது மணி ஐந்து நிமிடங்களில் நிறுத்தி வைக்கப்பட்டது பொன்வண்ண உலோகக் கலவையால் செய்யப்பட்டிருந்த அந்தப் புகழ்மிக்கக் கடிகாரம் மட்டுமில்லை. செத்துப்போய்விட்ட உன் அம்மாவை அது எவ்வளவு கலவரப்படுத்தியிருந்தது என்பது நினைவிருக்கிறதா? அவளுடைய அச்சத்தைப் பார்த்து நீ எப்படி விழுந்து, விழுந்து சிரித்தாய்? இல்லை. அந்த ஆகஸ்ட் மாத இரவு மிகவும் உஷ்ணமாக இருந்தது. எனவே, டோல்மபாச்சே அரண்மனையிலிருந்த அனைத்துக் கடிகாரங்கள், இஸ்தான்புல்லிலிருந்த அனைத்துக் கடிகாரங்கள் என எல்லாமும் முக்கி முனகி முடங்கின. அனைத்து விதமான இயக்கத்தையும், ஏன் அனைத்துச் சிந்தனையையுமே அவை முடக்கிப் போட்டன. பாஸ்ஃபரஸிலிருந்து தென்றல் வீசுவதற்கான ஒரு அறிகுறியும் தென்படவில்லை. திரைச்சீலைகள் எல்லாம் தளர்ந்துபோய் துளி அசைவின்றி நின்றன. கடற்கரை ஓரமாகக் காவலுக்கு நிறுத்தப்பட்டிருந்த காவலாளிகள் எல்லோருமே அலங்காரப் பதுமைகள் போல் அசையாமல் நின்றுகொண்டிருந்தனர். நான் கட்டளையிட்டதால்அவர்கள் அவ்வாறு நிற்கவில்லை. மாறாக, காலமே நின்று போனதால்தான் அவர்கள் அவ்வாறு நிற்கிறார்கள் என்றே நான் நினைத்தேன். பல ஆண்டுக் காலமாக என் மனத்திலிருந்த அந்தத் திட்டத்தை நிறைவேற்றும் தருணம் வாய்த்து விட்டதென்று நான் முடிவெடுத்தேன். இதற்கு முன்பாக எப்போதும் இதை நிறைவேற்ற வேண்டுமென்று நான் நினைத்ததில்லை. என்னுடைய சேமப்பெட்டியிடம் சென்று அதனுள்ளே அடியில் நான் ரகசியமாய் பத்திரப்படுத்தி வைத்திருந்த குடியானவனின் ஆடையை எடுத்து அணிந்துகொண்டேன். இதுவரை நான் பயன்படுத்தியிராத அந்தப்புர வாயிற்கதவின் வழியாக யாரும் அறியாத வண்ணம் வெளியேறினேன். இதே பின்கட்டு வாயில் வழியாகவும் தோப்கபி, பேலர்பே, யில்டிஸ் போன்ற பிற மாபெரும் அரண்மனைகளின் பின்கட்டு வாயில்கள் வழியாகவும் எத்தனை சுல்தான்கள், பெரும் தலைவர்கள் எல்லாம் கடந்த ஐநூறாண்டுகளில் வெளியேறி இருக்கிறார்கள் என்பதையும், இருளின் நிழல்களில் தங்களைத் தாங்களே தொலைத்துக்கொண்டு, இந்தப் பெருநகரோடு ஒன்றிணைந்து, பிறகு தங்களுடைய அரண்மனைகளுக்குப் பத்திரமாகவும், சேதம் ஏதுமின்றியும் மீண்டிருக்கிறார்கள் என்பதையும் என்னுடைய நெஞ்சுரத்திற்கு வலுச் சேர்க்கும் விதமாக நினைத்துக் கொண்டேன்.

“இஸ்தான்புல்தான் எவ்வளவு மாறியிருக்கிறது! என்னுடைய ஷவர்லே காரின் குண்டு துளைக்க முடியாத ஜன்னல்கள் என்னைத் தடுத்தாட்கொண்டது குண்டுமழையிலிருந்து மட்டுமல்ல, இந்த நேசத்திற் குரிய நகரின் அன்றாட வாழ்வின் சந்தங்களிலிருந்தும்தான் என்று எனக்குத் தோன்றியது. அரண்மனைச் சுவர்களை விட்டு அத்து மீறி வெளியேறிய பிறகு, கரக்காய் பகுதியை நோக்கி நடந்தேன். வழியில் ஒரு நடைபாதை வியாபாரியிடம் அல்வா வாங்கினேன். அது தீய்ந்த சர்க்கரையின் சுவையில் இருந்தது. நடைபாதை வரை வழிந்து வந்துவிட்ட காஃபியகங்களைத் தாண்டிச் செல்லும்போது அங்கே மேஜையருகில் அமர்ந்து வானொலியைக் கேட்டுக்கொண்டோ அல்லது சீட்டோ சொக்கட்டானோ விளையாடிக்கொண்டிருக்கும் ஆடவர்களோடு ஒரு சில வார்த்தைகள் பேசினேன். பணியாரக் கடைகளில் அமர்ந்தபடி, வாடிக்கையாளருக்காகக் காத்துக்கொண்டிருக்கும் விலைமாதர்களையும்,

சிற்றுண்டிச் சாலைகளின் கண்ணாடிச் சாளரத்தினூடே தெரியும் கபாபைச் சுட்டிக்காட்டிப் பிச்சை கேட்டுக்கொண்டிருக்கும் சிறுவர்களையும் பார்த்தேன். மாலை நேரப் பிரார்த்தனை முடிந்து வெளியேறும் கூட்டத்தில் கலந்துறவாட, பள்ளிவாசல்களின் முற்றங்களுக்குள் சென்று நின்றேன். ஒதுக்குப்புற வீதிகளுக்குள் நடந்து, குடும்பத்தினர் நடத்தும் தேநீரகங்களுக்குள், வறுத்த சூரியகாந்தி விதைகளைக் கொறித்துக் கொண்டு தேநீரைப் பருகியபடி அமர்ந்து பார்த்தேன். பெரிய, பெரிய உருளைக் கற்கள்கொண்டு பாவப்பட்டிருந்த ஓர் ஒதுக்குப்புறத் தெருவில் நடந்துகொண்டிருந்தபோது, அண்டை அயலாரோடு வீடு திரும்பிக் கொண்டிருந்த இளம் குடும்பமொன்றைப் பார்த்தேன். ஓ. தலையில் சால்வையைப் போர்த்தியிருந்த அந்த அன்னை தன்னுடைய கணவரின் கையை மிகுந்த நம்பிக்கையுடன் பற்றிக்கொண்டிருக்க, அந்தத் தந்தை, தூக்கக் கலக்கத்தில் இருந்த குழந்தையை எவ்வளவு வாஞ்சையோடு சுமந்துகொண்டிருந்தார் என்பதைக் கவனித்துக்கொண்டிருந்தேன். கண்களி லிருந்து நீர் வழிந்தது.

“இல்லை. என்னை நெகிழ வைத்தது என் சகநாட்டவரின் இன்ப துன்பங்களல்ல. நீண்ட காலமாக நான் ஏங்கிக்கொண்டிருந்த சுதந்திரமான இரவை ருசித்துக்கொண்டிருந்த அதே நேரத்தில், எவ்வளவுதான் எளிமையானதென்ற போதிலும், அவர்கள் தங்களுடைய உண்மையான வாழ்வை வாழ்ந்துகொண்டிருப்பதைக் காண நேர்ந்ததுதான் என்னை மிகவும் நெகிழ்வுகொள்ளச் செய்தது. ஏனென்றால், யதார்த்தத்தை விட்டு வெகு தொலைவு விலகிய, என்னுடைய கனவுகளில் நான் அனுபவித்திருந்த அச்சவுணர்வையும், துயரையும் அந்தக் காட்சி மீண்டும் தூண்டி விட்டுவிட்டது. நகரத்தின் காட்சிகளை உள்வாங்கிக்கொள்வதின் மூலமாக என்னுடைய அச்சங்களிலிருந்து விடுபட நான் போராடிக் கொண்டிருந்தேன். ஆனால், மாவுப்பலகாரக் கடைகளின் கண்காட்சிச் சாளரங்களுக்குள்ளும், அப்பொழுதுதான் முடிந்திருந்த நகர்ப்புறப் படகுப் போக்குவரத்தின் மாலை நேர இறுதிச் சேவையிலிருந்து வழிந்தோடி வரும் மக்கள் கூட்டத்தையும், அந்தப் படகின் வசீகரமான புகைபோக்கியிலிருந்து வெளிப்படும் இறுதிப் புகை வளையங்களையும் பார்த்துக்கொண்டு நின்ற போது கண்களில் கண்ணீர் பெருக்கெடுப்பதை என்னால் தடுக்கவே முடியவில்லை.

“கூடிய விரைவிலேயே, இந்த நகரத்தின் மீது நான் விதித்திருந்த ஊரடங்கு நேரம் அமலுக்கு வந்துவிடும். அரண்மனைக்குத் திரும்பும் வழியில், கடலின் குளிர்ந்த காற்றைக் கொஞ்ச நேரம் சுவாசிக்க எண்ணி எமிநூனு பகுதியில் இருந்த ஒரு படகோட்டியை அணுகினேன். அவனிடம் ஐம்பது குரூஸ் கொடுத்து பொற்கழிமுகத்தின் மறுகரையில், கரக்காயிலோ அல்லது கபாதிஷிலோ என்னை இறக்கிவிட்டுவிடுமாறு கேட்டுக்கொண்டேன். “உனக்கு என்ன ஆனது, ஐயா?” என்று இரைந்தான் அவன். “உன்னுடைய உணவோடு சேர்த்து உன் மூளையையும் நீ சாப்பிட்டுவிட்டாயா என்ன? நம்முடைய அதிபர் பாஷா தன்னுடைய விசைப்படகில் ஒவ்வொரு நாளிரவும் இதே நேரத்திற்கு வலம் வருவாரென்பது உனக்குத் தெரியாதா என்ன? வழியில் எதிர்ப்படும் எவரையும் அவர் கைது செய்து கொடுஞ் சிறைக்குள் அடைத்துவிடுவாரென்பதுகூடத் தெரியாதா என்ன?” என்னுடைய படத்துடனிருக்கும் இளஞ்சிவப்பு நிறப் பணத்தாள்கள்

(இப்படி என் படத்துடன் இவை வெளியிடப்பட்டதற்காகக் கடுஞ் சினமுற்ற என் எதிரிகள் பரப்பி வந்த வதந்திகளையும் நான் நன்கறிந்தே வைத்திருந்தேன்) ஒரு சிலவற்றை இருளிலே கைமாற்றி, எப்படியாவது உன்னுடைய துடுப்புப் படகில் கூட்டிப் போய் அதிபர் பாஷாவின் விசைப் படகைக் காட்டமாட்டாயா, தயை கூர்ந்து?" என்று கேட்டேன். நான் கொடுத்த பணத்தைக் கைகளில் இறுகப் பற்றியபடி, "அப்படியென்றால், இதோ இந்த மழைக் கித்தான் துணிக்கடியில் ஊர்ந்து ஒளிந்துகொள். ஆனால், ஆடாது அசங்காது இருக்க வேண்டும், என்ன?" என்று படகின் முன்முனையைக் காட்டினான் அந்தப் படகோட்டி. "இறைவன் நம்மைக் காத்தருளட்டும்," என்று சொல்லிய படி துடுப்பை வலிக்கத் தொடங்கினான்.

"கடல் கொண்டிருந்த அடர் கருமையால் நாங்கள் எங்கே சென்றோம் என்பதை என்னால் கணிக்க முடியவில்லை. அது பாஸ்ஃபரஸாக இருக்கலாம். அல்லது மார்மராவாக. இல்லையென்றால், பொற்கொம்புக் கழிமுகமாக. கருநிழலாய்த் திகழ்ந்த நகரத்தின் அளவுக்கே அமைதியாய்க் கடல் அசைவற்றிருந்தது. அந்த மழைக்கித்தானுக்கடியில் பதுங்கிய படி, அதன் மேற்பரப்பிலிருந்து எழும்பும் மிக நுண்ணிய பனிக் கற்றையைக் கூட சுவாசித்துக்கொண்டிருந்தேன். தொலைவில் ஒலித்துக்கொண்டிருந்த விசைப்படகின் சப்தம் சமீபித்ததும், "இதோ வருகிறார்! எப்பொழுதும் போல், ஒரே விதமாக! மிகச் சரியான நேரத்திற்கு!" என்று படகோட்டி கிசுகிசுத்தான். மேற்புறம் சிப்பிகளால் அலங்கரிக்கப்பட்டிருந்த துறைமுகக் காவற் படகுகளின் பின்னே பாதுகாப்பாக மறைந்துகொண்ட பிறகு, அந்தக் கடல் நீரில் இடமும் வலமுமாக அலைந்து, நகரின் ஒவ்வொரு மூலைமுடுக்கையும், கடலின் ஒவ்வோர் அங்குலத்தையும் ஈவிரக்கமின்றி தேடித் துருவி, கடற்கரையை ஒட்டி அணிவகுத்திருந்த பள்ளிவாசல்கள், கட்டடங்கள் என அனைத்து இடங்களிலும் விரவியிருக்கும் இருள் சூழ்ந்த இடைவெளிகளையும் ஊடுருவிப் பார்த்துக்கொண்டிருந்த தேடொளி விளக்கைவிட்டுக் கண்களை அகற்ற முடியாமல் பார்த்துக் கொண்டிருந்தேன். பிறகு, அந்தப் பிரம்மாண்டமான, வெண்ணிறக் கப்பல் மெல்ல அணுகி வருவதைக் கவனித்துக்கொண்டிருந்தேன். ஆபத்துக்கால நீச்சலுக்குத் தேவையான உடுப்பணிந்து, கையில் துப்பாக்கியுடன் மெய்க்காவலர்கள் அந்தக் கப்பலின் கிராதியை ஒட்டி அணிவகுத்திருந்தார்கள். அவர்களுக்கும் மேலே மீகாமனுக்கான பாலத்தின் மீது பயணியரின் சிறு கும்பலொன்றைக் கண்டேன். அதற்கும் மேலே, கப்பலின் மேற்தள உச்சியில் அதிபர் பாஷாவின் வேடதாரி நின்றுகொண்டிருந்தான். அங்கேயிருந்த அரைகுறையிருளில் அவனை என்னால் சரிவரப் பார்க்க முடியவில்லை. என்றபோதும், அவன் என்னுடைய உடைகளை அணிந்துகொண்டிருப்பது படர்ந்திருந்த பனியையும் நிழல்களையும் மீறி எனக்குத் தெரிந்தது. படகோட்டியை அவனைப் பின் தொடர்ந்து போகச் சொன்னேன். ஆனால் அவன் என் பேச்சுக்குச் செவி சாய்க்கவில்லை. இன்னும் சற்று நேரத்தில் ஊரடங்கு நேரம் அமலுக்கு வருகிறது என்பதை எனக்கு நினைவூட்டி அவன் என்னைக் கபாத்திஷில் இறக்கிவிட்டான். நகரின் இருண்ட, ஆளரவமற்ற தெருக்களின் வழியாக நான் அரண்மனைக்குத் திரும்பினேன்.

"மீந்திருந்த இரவை அவனைப் பற்றி யோசித்தே கழித்தேன். அவன்தான், என்னைப் போலவே இருப்பவன், என் ஆள்மாறாட்டக்காரன். ஆனால் அவன் யாரென்றோ, அவன் என்ன செய்துகொண்டிருக்கிறானென்றோ

தெரிந்துகொள்வதில் எனக்கு ஆர்வமிருக்கவில்லை. மாறாக, அவனைப் பற்றி யோசிப்பதன் மூலமாக எனக்கு என்னைப் பற்றி யோசிக்க அவகாசம் கிடைத்தது. மறுநாள் காலையில், ஊரடங்கு நேரத்தை ஒரு மணி நேரத்திற்குத் தள்ளிவைக்க, ராணுவச் சட்ட தளபதிகளுக்கு உத்தரவிட்டேன். இதன் மூலம், அவனைப் பின் தொடர்ந்து செல்ல எனக்கு மேலும் அவகாசம் கிட்டும் என்பதற்காக. தேசத்திற்கான என்னுடைய உரைக்குப் பிறகு, இந்தப் புதிய ஊரடங்கு நேர முறை உடனடியாக அமல்படுத்தப்படுகிறதென்ற அறிவிப்பை அவர்கள் வானொலியில் செய்தார்கள். பிறகு, சிறையில் அடைத்து வைக்கப்பட்டிருக்கும் பலரை விடுதலை செய்யச் சொல்லி உத்தரவு பிறப்பித்தேன். இதன் மூலம், ராணுவச் சட்டத் தளர்த்தம் உடனடியாகவே நிகழப்போகிறது என்ற நம்பிக்கையை நாட்டில் ஏற்படுத்தினேன். சிறிது நேரத்திற்குள்ளாகவே விடுதலை செய்யப்பட்ட அனைவரும் சுதந்திரமாக வெளியே சுற்றிக் கொண்டிருந்தார்கள்.

“ஆனால், இந்த நடவடிக்கையின் காரணமாக, மறுநாள் இரவு இஸ்தான்புல் மிகுந்த களிப்பில் இருந்ததா என்றால், இல்லை. ஆக, என்னுடைய மேம்போக்கான எதிரிகள் குற்றம் சொல்வதைப் போல், நம்முடைய மக்களின் மீது கனமான அங்கியைப் போல் கவிந்து கிடக்கும் சோகம் உண்மையில் அரசியல் அடக்குமுறையின் காரணமாக விளைந்ததல்ல என்பதற்கு இதுவே நிரூபணம். அந்த சோகத்துக்கான மூல காரணம் மிக ஆழமானது. கொஞ்சமும் மாற்றவியலாதது. அந்த மறு இரவிலும் அவர்கள் இன்னமும் புகைத்துக்கொண்டும் குடித்துக் கொண்டும்தான் இருந்தார்கள். இன்னமும் அதே ஐஸைச் சுவைத்துக் கொண்டும் வறுத்த சூரியகாந்தி விதைகளைக் கொறித்துக்கொண்டும்தான் இருந்தார்கள். தத்தம் காஃபியகங்களில் உட்கார்ந்துகொண்டு, ஊரடங்குச் சட்ட நேரத்தைக் குறைத்து நான் வெளியிட்ட அறிவிப்பைக் கேட்டுக் கொண்டிருந்தார்கள். அப்பொழுதும்கூட அவர்கள் எப்பொழுதும் போல் உற்சாகமின்றி சோகமாகவே காணப்பட்டார்கள். அவர்களுக்கு நடுவே நான் நடந்து செல்கையில், விழிப்படைந்த உலகிற்குள் வருவதற்கு நிரந்தரமாகத் தடைசெய்யப்பட்டுவிட்ட, தூக்கத்தில் நடக்கும் வியாதிக்காரனைப் போல் மிகுந்த துயரோடு இருந்தேன். ஏதோ ஒரு காரணத்திற்காக அந்தப் படகோட்டி எமிநூனுவில் எனக்காகக் காத்திருந்தான். நாங்கள் உடனடி யாகக் கிளம்பினோம்.

“இன்றிரவு பலமாய்க் காற்றடிக்கப்போகிறது. கடலும் கொந்தளிப்புடன் இருக்கும். இந்த அதிபர் பாஷா தனக்கு ஆபத்து எனும் எச்சரிக்கை சமிக்ஞையை ஏதும் பார்த்துவிட்டாரோ என்னவோ, நம்மைக் காத்திருக்க வைக்கிறார். இன்னொரு காவற் படகின் பின்புறம் எங்களை மறைத்துக் கொண்டு, அந்த விசைப்படகு கபாத்திஷில் எங்கள் முன் கடந்து செல்லக் காத்திருந்த வேளையில் பாஷாவைப் போல் ஆள்மாறாட்டம் செய்யும் அந்த நபரை நான் நன்றாகப் பார்த்தேன். அவன் மிகுந்த அழகுடையவனாக எனக்குத் தோன்றினான். இந்த இரண்டு சொற்களையும் ஒன்றாகப் பயன்படுத்த முடியுமா என்று தெரியவில்லை. ஆனாலும் அவன் மெய்யாலுமே எவ்வளவுக்கு அழகாக இருந்தானோ அவ்வளவுக்கு அசலானவனாகவும் இருந்தான். இது உண்மையில் சாத்தியம்தானா?

அந்த விசைப்படகின் மேல்தளத்தில் தன்னந்தனியனாக அவன் நின்று கொண்டிருந்தபோது – ஏனென்றால், இப்பொழுதும்கூட கீழேயிருந்த பாலத்தில் இதர பயணிகள் நெருக்கியடித்து நின்றுகொண்டிருந்தார்கள் – அவனுடைய கண்கள் தேடொளி விளக்கைப் போல் தோன்றின. அவை நகரத்தையும், அதன் மக்களையும், வரலாற்றையும் கூர்ந்து ஆராய்ந்து கொண்டிருந்தன. அவன் அப்படி எதைப் பார்த்தான்?

"கொஞ்சம் பணத்தாள்களை அந்தப் படகோட்டியின் கைகளில் திணித்தவுடன் அவன் மீண்டும் துடுப்புகளைக் கையிலெடுத்தான். அலைகளோடு ஆடி ஆடிப் பயணம் செய்தபின், காஸிம்பாஷா படகுக் கரைக்கு அருகில் அந்த விசைப்படகை மீண்டும் பிடித்தோம். ஆனால் சற்றுத் தொலைவிலிருந்துதான் அதை எங்களால் கண்காணிக்க முடிந்தது. அவர்கள் எல்லோரும் கருப்பு மற்றும் அடர்நீல லிமோஸின் வகைக் கார்களில் ஏறிக்கொண்டிருந்தனர். ஆனால், அந்த லிமோஸின் கார் வரிசையில் எனக்கே சொந்தமான ஷவர்லே காரும் இருந்தது. நேரமாகிவிட்டதென்று படகோட்டி எச்சரித்துக்கொண்டிருந்தான். ஊரடங்கு நேரம் இன்னும் சற்று நேரத்தில் தொடங்கிவிடும்.

"நீண்ட நேரமாக அலைகடலுக்குள் ஆடி ஆடிப் பயணம் செய்திருந்த தால் நிதானத்துக்கு வர மிகவும் சிரமப்பட வேண்டியதாயிற்று. கரைக்கு வந்த பிறகு, நான் சீக்கிரமே கண்டுகொண்டதைப் போல், அங்கிருந்த சூழலை அமானுஷ்யமாக்கியது இந்தத் தள்ளாட்டமல்ல. ஏனென்றால், அந்தப் படகோட்டி எச்சரித்ததைப் போலவே இப்பொழுது வெகு நேரமாகிவிட்டிருந்தது. நகரமே வெறிச்சோடிக் கிடந்தது. நானே பிரகடனப் படுத்தியிருந்த ஊரடங்குச் சட்டத்தின் காரணமாக நகரத்தின் அனைத்து மரநிழற் சாலைகளும் ஆளரவமற்று இருந்தன. தெருக்களின் வேற்றுலக வெளிர் வண்ணத்தால் கிளர்ச்சியுற்ற நிலையில் அரண்மனைக்குத் திரும்பிக்கொண்டிருந்தேன். என்னுடைய கனவுகளில் மட்டுமே எனக்குப் பரிச்சயமாகியிருந்த உலகைச் சார்ந்ததென்று நான் நினைத்திருந்த ஓர் ஆவியுருவை நான் காண நேர்ந்தது. அலைந்துகொண்டிருந்த தெருநாய்க் கூட்டத்தையும், எனக்கு இருபதடி முன்னால் வண்டியைத் தள்ளிய படி, ஆனால் எடுத்து வைக்கும் ஒவ்வோர் அடிக்கும் என்னைத் திரும்பித் திரும்பிப் பார்த்துக்கொண்டே சென்ற சோளப்பொறி விற்கும் வண்டிக்காரனையும் விட்டால் ஃபின்டிக்லி பகுதியிலிருந்து டால்மபாச்சே பகுதிவரை நீண்டிருந்த மரநிழற் சாலை ஆளரவமற்று வெறிச்சோடியிருந்தது. அந்த வண்டிக்காரனின் பாவனைகளிலிருந்தே, அவன் என்னைக் கண்டு அச்சப்பட்டு விரைந்தோடிக் கொண்டிருக்கிறான் என்பது புலனாகியது. அதற்கு மாறாக, அந்த மரநிழற் சாலையில் அணிவகுத்திருக்கும் வாதுமை மரங்களுக்குப் பின்புறம் பதுங்கியபடி வரும் அந்த உருவத்தைப் பார்த்துதான் அவன் கவலைகொள்ள வேண்டும் என்று அவனிடம் எடுத்துச்சொல்ல நான் பரிதவித்தேன்.

ஆனால், ஏதோ கனவில் நடப்பதைப் போல் என் வாயைத் திறந்து அவனிடம் எதுவும் என்னால் பேச முடியவில்லை. ஒரு கனவில் நிகழ்வதைப் போலவே என்னுடைய விருப்பத்திற்கு மாறான மௌனம் என்னைக் கலவரப்படுத்தியது. அல்லது, பேசக்கூட முடியாத அளவுக்கு நான் கலவரமடைந்திருந்தேனோ என்னவோ. நிழலில் பதுங்கிப் பதுங்கி வந்து

கொண்டிருக்கும் அந்த அச்சுறுத்தும் உருவத்திடமிருந்து எவ்வளவுக்கு முடியுமோ அவ்வளவு விலகி நடக்க நான் வேகம் கூட்டினேன். நான் எவ்வளவுக்கு வேகமெடுத்தேனோ அவ்வளவுக்கு அந்தச் சோளப்பொறி விற்பவன் பீதியடைந்தான். என்னைப் பின்தொடர்ந்து வரும் இந்த உருவம் இன்னதென்று எனக்குப் புரியவில்லை. ஆனால் ஒன்று மட்டும் தீர்மானமாக விளங்கியது. அதுதான் என் கலவரத்தை உச்ச நிலைக்குக் கொண்டுசென்றது. அது என்னவெனில் இது கனவில்லை, நிஜம் என்பது தான்.

"இது போன்ற பயங்கர அனுபவங்கள் எனக்கு மீண்டும் ஏற்பட்டு விடாமல் இருப்பதற்காக, ஊரடங்கு நேரத்தை மேலும் சில மணி நேரத்திற்குத் தள்ளி வைக்க மறுநாள் காலை ஏற்பாடு செய்தேன். சிறையில் அடைபட்டிருக்கும் மேலும் ஒரு சிலரை விடுவிக்கவும் உத்தரவிட்டேன். புதிதாக அறிக்கை எதுவும் வெளியிட நான் முனையவில்லை. அதற்கு பதிலாக, என்னுடைய பழைய அறிவுப்புகளுள் ஒன்றையே அவர்கள் பயன்படுத்திக்கொண்டார்கள்.

"வயது மட்டுமே கொடுக்கவியலும் ஞானம் எனக்குக் கவசமாக விளங்க, அன்று மாலையும் நகரம் எந்த மாற்றமுமின்றியே இருக்கும் என்று எதிர்பார்த்தேன். என்னுடைய எதிர்பார்ப்பு பொய்க்கவில்லை. ஒரு சில திறந்தவெளிக் கலையரங்குகள் தங்களுடைய பணி நேரத்தைக் கூட்டிக்கொண்டிருந்தன. அதைத் தவிர வேறு மாற்றமேதும் இல்லை. பஞ்சு மிட்டாய் வியாபாரிகளின் கைகள் எப்பொழுதும் போல் அதே இளம் சிவப்பு நிறத்தில்தான் இருந்தன. தங்களுடைய வழிகாட்டிகளின் துணையில்லாமல் தெருக்களில் திரியும் அளவுக்குத் துடுக்குத்தனமாக மேலைநாட்டு உல்லாசப் பயணிகள் இருக்கவில்லை. ஆனால், அவர்களுடைய முகங்கள் என்னவோ வெள்ளையாகத்தான் இருந்தன.

"வழக்கமான இடத்தில் படகோட்டி எனக்காகக் காத்துக்கொண் டிருப்பதைப் பார்த்தேன். அதிபர் பாஷாவும் அதே போல்தான் என்று என்னால் கூற முடியும். அவரைப் பார்க்க நேர்ந்த பொழுது கரையிலிருந்து அப்படியொன்றும் அதிகத் தொலைவுக்கு நாங்கள் வந்திருக்கவில்லை. முதல்நாளிரவில் இருந்ததைப் போன்றே கடல் மிகவும் அமைதியாக இருந்தது. ஆனால், பனி பெய்வதற்கான அறிகுறிகள் எதுவும் தென்படவில்லை. அந்த இருண்ட கடலென்னும் கண்ணாடியில் நகரின் விளக்குகளும், மினார்களும் மினுங்கிக்கொண்டிருந்தன. முன்பு போலவே அந்த ஆள்மாறாட்டக்காரன் பாலத்துக்கு மேலிருந்த படகின் மேல்தளத்தில் நின்றுகொண்டிருந்தான். அவனுடைய உருவத்தை என்னால் அளவெடுக்க முடிந்தது. அவன் அசலானவன். நகரில் விளக்குகள் ஜொலித்துக்கொண்டிருந்தன. அதனால் நாங்கள் அவனைத் தெளிவாகப் பார்க்க முடிந்ததைப் போலவே அவனும் எங்களைத் தெளிவாகப் பார்க்க முடிந்தது.

"நாங்கள் அவனுடைய விசைப்படகை நோக்கிச் செல்லத் தொடங்கி னோம். காசிம்பாஷா செயற்கைத் துறைமுகத்திற்கருகில் அவனைப் பிடித்தோம். நான் அமைதியாகக் கரையில் இறங்கினேன். ஆனால், நிழலிலிருந்து துள்ளி எழும்பிய பாஷாவின் ஆட்கள் – பார்த்தால், போர் வீரர்களைப் போல் தெரியவில்லை. இரவு விடுதியில் துள்ளியாடும் நடனக்

ஓரான் பாமுக்

காரர்களைப் போல இருந்தார்கள் – உடனடியாக என் கைகளைப் பற்றினார்கள். இந்த இரவு வேளையில் இங்கே நான் என்ன செய்து கொண்டிருக்கிறேன்? நடுங்கும் குரலில், ஊரடங்கு நேரம் இன்னமும் ஆரம்பிக்கவில்லை என்பதை நான் அவர்களுக்கு நினைவூட்டினேன். சிர்கேஜி விடுதியொன்றில் தங்கியிருக்கும் அப்பாவிக் குடியானவன் நான். என்னுடைய கிராமத்திலிருக்கும் வீட்டிற்குத் திரும்பிச் செல்வதற்கு முன்பாக ஒரு துடுப்புப் படகில் பாஸ்ஃபரஸ் கடற்பகுதியில் சுற்றிப்பார்க்க ஆசைப்பட்டேன். பாஷாவின் ஊரடங்குச் சட்டம் பற்றி எனக்கு அதிகமாக எதுவும் தெரியாது. ஆனால், அதிபர் பாஷா தன்னுடைய ஆட்களோடு இறங்கி வந்ததைப் பார்த்தவுடன், அதிர்ந்துபோன படகோட்டி எல்லா விஷயங்களையும் கக்கிவிட்டான். இந்த மாலைப்பொழுதில் பாஷா சாதாரண மாந்தர்களின் உடுப்பில் இருந்தார். ஆனால், பாஷா முன்னெப்போதைக் காட்டிலும் இப்போது அதிகம் என்னைப் போலவே இருந்தார். நானோ முன்னைக்காட்டிலும் அதிகமாய் ஒரு குடியானவன் போலவே தோன்றினேன். மீண்டும் ஒரு முறை நாங்கள் தத்தம் தரப்பு விவரங்களைக் கூற அவர் கட்டளைகளைப் பிறப்பித்தார். படகோட்டி சுதந்திரமாகப் போகலாம். நான் மட்டும் அவரோடு செல்ல வேண்டும்.

என்ன ஏதென்று தெரிந்துகொள்வதற்கு முன்பாகவே நானும் பாஷாவும் அவருடைய துப்பாக்கிக் குண்டு துளைக்க முடியாத ஷவர்லே காரில் அமர்ந்து துறைமுகத்தை விட்டுக் கிளம்பியிருந்தோம். எங்களுக்கும் காரோட்டிக்கும் இடையில் இருந்த ஓசைத் தடுப்பு – இதைப் போன்றதோர் ஏற்பாடு என்னுடைய ஷவர்லே காரில்கூட இல்லை – நாங்கள் இருவரும் மிக மிக அந்தரங்கமாகப் பேசிக்கொள்ள வசதியாக இருந்தது.

“இப்படியோர் நாளுக்காக ஆண்டுக் கணக்கில் நாம் காத்திருந்தோம்!” என்றார் பாஷா. அவருடைய குரல் கொஞ்சமும் என்னுடையதைப் போலில்லை. “நான் இதை இவ்வளவு நாட்களாக எதிர்பார்த்திருந்தேன். நீங்கள் எதிர்பார்த்திருக்கமாட்டீர்கள். ஆனால், இப்படியோர் சந்தர்ப்பத்தில் சந்திப்போம் என்று நாம் இருவருமே நினைத்திருக்க முடியாது.”

“இப்படியாக, அவன் தன்னுடைய கதையைத் தொடங்கினான். அவனுடைய குரலில் இருந்த தொய்வு, மெல்லத் தேய்ந்துகொண்டிருக்கும் வெறியால் சூடாக்கப்பட்டுக்கொண்டிருந்தது. ஒரு வழியாக சாதித்து விட்டோம் என்பதில் அவனுக்கு உண்டாகியிருந்த கிளர்ச்சி, இந்தக் கதை அதன் முடிவை எட்டப்போகிறது என்பதை உணர்ந்துகொண்டதால் ஏற்பட்ட அமைதியால் மௌனமாக்கப்பட்டிருந்தது. உண்மையில், போர்ப் பயிற்சிக் கல்லூரியில் நாங்கள் இருவருமே ஒரே வகுப்பில்தான் பயின்றிருக்கிறோம். ஒரே வகுப்பில் அதே ஆசிரியர்களின் வகுப்புகளில் படித்திருக்கிறோம். இதை அவன்தான் தெரிவித்தான். அதே குளிர்கால இரவுகளில் ஒரே விதமான பயிற்சி முறைகளைப் பயின்று வந்தோம். அதிகப்படியான உஷ்ணம் மிகுந்த வெயில்காலத்தில் எங்களுடைய கற்பாசறைகளில் இருக்கும் தண்ணீர்க் குழாய்களுக்கருகில், வரிசையில் நின்றபடி நீர் சொட்டக் காத்திருப்போம். விடுமுறை அளிக்கப்பட்டவுடன் எங்களின் நேசத்துக்குகந்த இஸ்தான்புல் தெருக்களில் அலைவதற்கு ஒன்றாகக் கிளம்பிவிடுவோம். வாழ்க்கை எப்படி அமையும் என்பதைப் பற்றித் துல்லியமாகக் கணித்திருக்க முடியாதபோதிலும், அந்தக் கால

கட்டத்தில்தான் அவனுக்கு அதைப் பற்றிய முதல் யூகம் உருவாகியிருந்தது. "ஏனென்றால் – கணிதப் பாடத்திலும், குறி பார்த்துச் சுடும் போட்டியிலும், ஆகச் சிறந்த மதிப்பெண்களைப் பெற எல்லாப் பாடங்களிலும் மிக உயர்ந்த மதிப்பெண்களைப் பெற்று, கல்லூரியிலேயே மிகப் பிரபலமான பயிற்சியாளனாகப் பேரெடுக்க என்று நாங்கள் ஒருவர் மற்றவருக்குத் தெரியாதபடிக்குப் போட்டியிட்டுக்கொண்டிருந்தோம். நான் அவனைக் காட்டிலும் வெற்றி பெற்றவனாக விளங்குவேன் என்று அப்பொழுதே அவனுக்குத் தெரிந்திருந்தது. உன் அன்னையைக் கலவரப்படுத்திய, மணி ஒன்பதைத் தாண்டி ஐந்து நிமிடங்கள் ஆகியிருந்த பொழுது நிறுத்தப்பட்டிருந்த கடிகாரங்கள் சூழ்ந்த அரண்மனை வாழ்க்கையை வாழப்போகிறவன் நான்தான் என்பது அவனுக்கு அப்பொழுதே தெரிந்திருந்தது. இந்தப் போட்டி மிகவும் ரகசியமானதாகவே இருந்திருக்க வேண்டுமென்று அவனிடம் நான் சொன்னேன். ஏனென்றால், போர் பயிற்சிக் கல்லூரியில் என்னோடு படித்த சக மாணவன் யாருடனும் நான் போட்டியிட்டதாகவே எனக்கு நினைவில்லை. அப்படிப்பட்ட மனப்பாங்கைப் பற்றி நான் என்ன நினைத்தேன் என்பதைப் பற்றி நீங்கள் குழந்தைகளாக இருந்த காலத்தில் நான் உங்களுக்குச் சொன்ன விஷயங்களிலிருந்து நீங்கள் அறிந்துகொண்டிருப்பீர்கள். அதே போல், அந்த ஆள்மாறாட்டக்காரன் எனக்கு நண்பனாக இருந்த நினைவும் இல்லை. அவன் அது குறித்து வியப்படையவில்லை. சக போட்டியாளனைக் கூடக் கவனத்தில்கொள்ள முடியாத அளவுக்கு என்னுடைய தன்னம்பிக்கை மிகவும் அபாரமானதாக இருந்ததென்பதை அவன் அப்பொழுதே உணர்ந்து கொண்டிருந்தான். என்னுடன் பயின்றவர்கள் யாரும் எட்டிப் பிடிக்க வகையில்லாத அளவுக்கு என்னுடைய சாதனைகள் விஞ்சியிருந்தன. என்னைக் காட்டிலும் பல ஆண்டுகள் மூத்த பயிற்சியாளர்கள், எங்களுக்கு உயர் அதிகாரிகள் என்று கருதப்படுகின்ற லெஃப்டினன்ட்கள், படைத் தலைவர்கள் ஆகியோரையும் விஞ்சும் அளவுக்கு அவை இருந்தன. என்னுடைய நகலாக, என்னுடைய இரண்டாம் தர நிழலாக இருக்க விரும்பாத அவன் இந்தப் போட்டியிலிருந்து ஒட்டுமொத்தமாய் விலகிக் கொள்ளத் தீர்மானித்தான். நிழல்களாய் இருப்பதில் எதிர்காலமில்லை. எனவே அவன் 'அசலாக' மாற விரும்பினான். இவை யாவற்றையும் அவன் என்னிடம் சொல்லிக்கொண்டிருக்கையில், மக்கள் நடமாட்டமின்றிக் காணப்பட்ட தெருக்களை நான் நோட்டமிட்டுக்கொண்டே வந்தேன். அதே நேரத்தில், அந்த ஷவர்லே காருக்குள்ளும் உன்னிப்பாகக் கவனித்த படி வந்தேன். மெல்ல மெல்ல, அது என்னுடைய ஷவர்லேவின் அச்சு அசலானது அல்ல என்பதையும் கண்டுகொண்டேன். ஆனால், அசைவேது மின்றி எங்களுக்கு முன் நீண்டிருந்த எங்களுடைய நான்கு கால்களையும் காரின் தரையில் வரிசையாக வீற்றிருந்த எங்களுடைய பாதங்களையும் பார்த்த பிறகு அவை ஒன்று போலவே தோற்றமளிப்பதை என்னால் கவனிக்காமல் ஒதுக்க முடியவில்லை.

நிறைய நேரம் போன பிறகு, எங்களுடைய நாடகத்தில் சந்தர்ப்பம் என்பதற்கு வாய்ப்பே இல்லாமல் போய்விட்டதென்று அவன் என்னிடம் சொன்னான். நாங்கள் பயிற்சியை முடித்து வெளி உலகில் கால் பதித்து நாற்பதாண்டுகள் கழிந்த பிறகு, நம்முடைய கையறு தேசம் இன்னொரு சர்வாதிகாரிக்குத் தலை வணங்கி, இந்த இஸ்தான்புல் நகரை ஒட்டு

மொத்தமாக அவனிடம் தாரை வார்த்துவிடும் என்றோ அல்லது இந்தச் சர்வாதிகாரி நம்முடைய வயதை ஒத்த ஒரு சாதாரணப் போர் வீரனாக இருப்பார் என்றோ ஆரூடம் சொல்வதற்கு அருள்வாக்கு சொல்பவர் எவரும் தேவையில்லை. அதே போல், இந்தச் சாதாரணப் போர்வீரன் நானாக இருப்பேனென்று முன்கூட்டியே கணித்துக் கூறுவதும்கூட அப்படியொன்றும் சிரமமான செயலில்லை. அதனால், அவன் முன்கூட்டியே யூகித்திருந்த தர்க்கரீதியான முடிவை விரிவாக்கி, நாங்கள் போர்ப் பயிற்சிக் கல்லூரியை விட்டு வெளியேறும் முன்பாகவே, எங்களுடைய எதிர்காலத்தை அவன் திட்டமிட்டுவிட்டான். அவன் முன்பாக இரண்டு வழிகள் தேர்ந்தெடுப்பதற்கு இருந்தன. அதிபர் பாஷாவாக நான் தலைமை ஏற்கவிருக்கும் இந்தப் பேயுலவும் நகரத்தில் ஏனையோர் அனைவரும் செய்வதைப் போலவே, அவனும் தன்னுடைய வாழ்க்கையை நம்பகத்தன்மைக்கும் பொய்மைக்கும் இடையே, கேடு கெட்ட நிகழ்காலத்துக்கும் கடந்த மற்றும் வருங்காலத்துக்கான பெருமித மகிமைக்கும் இடையே ஊசலாடவிட்டுக் கழிக்கலாம். அல்லது, தானே அசலாக மாறுவதற்கான புதிய வழிமுறையைக் கண்டுபிடிக்கும் முனைவில் தன் வாழ்க்கையை அர்ப்பணிக்கலாம். பிந்தைய வழிமுறையை அவன் தேர்ந்தெடுத்த பிறகு, தன்னைப் போர்ப் பயிற்சிக் கல்லூரியிலிருந்து வெளியேற்றும் வகையான, அதே சமயத்தில் அவனைச் சிறைச்சாலைக்கு அனுப்பாத வகையில்லாத ஒரு குற்றத்தை அவன் முதலில் புரிய வேண்டி யிருந்தது. அதற்காக, அவன் போர்ப் பயிற்சிக் கல்லூரித் தளபதியின் சீருடையை அணிந்துகொண்டு இரவுநேரக் காவலர் அணிவகுப்பைப் பார்வையிடச் சென்று, கையும் களவுமாகப் பிடிபட்ட கதையை என்னிடம் விவரித்தபோதுதான் இந்த மந்தமான பயிற்சி மாணவனை நான் ஒருவழியாக நினைவுக்குக் கொண்டுவந்தேன். கல்லூரியை விட்டு வெளியேற்றப்பட்டவுடன் அவன் நேரடியாக வணிகத்தில் இறங்கிவிட்டான். "நம்முடையதைப் போன்ற ஓர் ஏழை நாட்டில், மிகச் சுலபமான காரியம் பணக்காரனாவதுதான்" என்று அவன் பெருமிதத்தோடு சொன்னான். இது சற்றே முரண்பாடாகத் தோன்றும். என்றாலும், நாம் ஏழை நாடாக இருப்பதற்குக் காரணம் நாம் தொழில்முனைவை ஊக்கப்படுத்தாததுதான். இதற்கு மாறாக, நமக்கு விதிக்கப்பட்டிருப்பது இதுதான் என்று ஏற்றுக் கொள்ளும் மனப்பாங்கை நாம் வளர்த்துவிட்டோம். சற்று நேர மௌனத் திற்குப் பிறகு நம்பகத் தன்மையோடு இருப்பது எப்படியென்பதை அவனுக்குக் கற்றுக்கொடுத்ததே நான்தான் என்று அவன் என்னிடம் கூறினான். "ஆம். நீதான்" என்றான், ஏதோ நான் அவனிலும் தாழ்நிலையில் இருப்பவன் என்பதைப் போல. "இவ்வளவு ஆண்டுகளுக்குப் பின்பும், நீ என்னைவிடவும் அசல்தன்மை குறைந்தவனாகவே இருக்கிறாய். பரிதாபகரமான குடியானவனே, நீயேதான்."

"இதன்பின்னர் நீண்டதோர் மௌனம் நிலவியது. என்னுடைய உதவியாளன் எனக்கென வரவழைத்திருந்த அந்த 'நம்பகமான' குடியானவ உடையில், நான் எவ்வளவு முட்டாள்தனமாக உணர்ந்தேனென்பது எனக்குத்தான் தெரியும். இல்லை, அதைவிடவும் மோசமாக. நான் அசலானவன் இல்லை என்பதாக. என்னுடைய விருப்பத்திற்கு மாறாக ஒரு கனவுக்குள் இழுத்து வரப்பட்டுவிட்டவனைப் போல். இந்த மௌனத்தின் போதுதான், இந்தக் கனவு எங்கிருந்து முளை விட்டிருந்ததென்பதை

கருப்புப் புத்தகம் 419

நான் உணர்ந்துகொண்டேன். மெல்ல நகரும் திரைக்காட்சி போல், காரின் சாளரங்களின் ஊடே சுழன்றோடும் இருண்ட இஸ்தான்புல் நகர் காட்சிகளிலிருந்து – ஆளற்ற தெருக்களிலிருந்தும், நடைபாதைகளிலிருந்தும், காலி மனைகளிலிருந்தும் – இந்தக் கனவு முகிழ்த்திருந்தது. ஏனென்றால், இப்பொழுது நான் பிறப்பித்திருந்த ஊரடங்கு நேரம் அமலுக்கு வந்து, நகரைப் பேய்கள் வசம் ஒப்படைத்துவிட்டு எல்லோரும் பறந்துவிட்டிருந் தார்கள்.

“என்னுடைய பெருமித உணர்வு கொண்ட வகுப்புத்தோழன் எனக்கு எடுத்துக் காட்டிக்கொண்டிருப்பது நான் உருவாக்கியிருந்த கனவு நகரைத் தவிர வேறில்லை. இது எனக்கு இந்நேரம் விளங்கியிருந்தது. பிரம்மாண்டமாய் நெடிதுயர்ந்த சைப்ரஸ் மரங்களால் கூளையாகவோ அல்லது முற்றிலும் மறைந்தோ போயிருந்த மரத்தாலான வீடுகளைக் கடந்து அந்த ஷவர்லே கார் போய்க்கொண்டே இருந்தது. தங்களுக்கான இடுகாட்டுக்குள்ளும் வழிந்து சென்றுவிடும் அளவுக்கு வறிய அண்டைப்புறங்களின் ஊடாகச் சென்ற கார், ஒருவழியாக எங்களுடைய கனவுகளின் நுழைவாயிலுக்கு வந்து சேர்ந்தது. சச்சரவிட்டுக்கொண்டிருக்கும் நாய்க்கூட்டத்திடம் கைவிடப்பட்டுவிட்ட உருளைக்கற்கள் பாவிய தெருக்களின் வழியாகவும், ஒளியைக் காட்டிலும் நிழல்களை அதிகமாய்க் கசியவிடும் நோயுற்ற தெருவிளக்குகள் இருந்த குறுகிய, கரடு முரடான சந்துகள் ஊடேயும் நாங்கள் பயணம் செய்தோம். இதுவரையிலும் நான் கனவுகளில் மட்டுமே கண்டிருந்த விஷயங்களையெல்லாம் நாங்கள் கடந்து சென்றோம். தகர்ந்து கொண்டிருக்கும் சுவர்கள், உடைந்த புகைபோக்கிகள், வறண்டுவிட்ட தடாகங்கள், திடீரென்று பார்க்கையில் உறங்கும் அரக்கனைப் போல் தோற்றம் தந்த தூங்கி வழிந்துகொண்டிருக்கும் பள்ளிவாசல்கள். இவை யெல்லாம் என்னை நடுக்கத்தில் ஆழ்த்தின. அரண்மனையில் மட்டுமின்றி ஒட்டுமொத்த இஸ்தான்புல் நகரிலும் காலம் நின்றுபோய்விட்டதோ என்ற சந்தேகம் எனக்குள் எழுந்தது. காலியாகக் கிடந்த குளங்கள், மறக்கப் பட்டுவிட்ட சிலைகள், உடைந்த கடிகாரங்கள் ஆகியவை நிறைந்த பொதுச் சதுக்கங்களைக் கடக்கும்போது, வணிக உலகில் தான் அடைந்திருக்கும் மாபெரும் வெற்றிகளைப் பற்றி கதைத்துக்கொண்டே வந்த என்னுடைய நகலை நான் திரும்பிக்கூடப் பார்க்கவில்லை. இப்பொழுது நாங்கள் இருக்கும் சூழலை எதிரொலிப்பது போல் தோன்றிய, அவன் சொன்ன கதைகளையும் நான் காது கொடுத்துக் கேட்கவில்லை (காதலனோடு சல்லாபித்துக்கொண்டிருந்த மனைவியைக் கையும் களவுமாகப் பிடித்த ஒரு முதியவனைப் பற்றிய கதையும், ஹரூன் அல் – ரஷீத் மறைந்துவிடும் ஆயிரத்தொரு இரவுகள் கதையும் இவற்றுள் அடக்கம்). விடியலின் கிரணங்கள் தோன்றத் தொடங்கிய நேரத்தில், யதார்த்தத் தோற்றம் வடிந்துபோய்விட்ட மற்றெல்லா மரநிழற் சாலைகள், தெருக்கள், நகரின் சதுக்கங்களைப் போலவே என்னுடைய கடைசிப் பெயரையும் – உன்னுடைய கடைசிப் பெயரையும்தான் – தாங்கிய மரநிழற் சாலையும், ஒரு கனவின் நீட்சியாக உருப்பெற்றிருந்தது.

“இரண்டு ஓவியர்களுக்கிடையிலான போட்டி” என்று ரூமி வர்ணிக்கும் கனவைப் பற்றி அந்தத் தற்பெருமைக்கார நகல் என்னிடம் சொல்லிக் கொண்டிருந்தான். அப்போதுதான், அதே நாளில் சற்று நேரம் கழித்து

நாட்டுக்கு ஒலிபரப்பாக இருந்த, ஊரடங்குச் சட்டத்தை மட்டுமின்றி ராணுவ அதிகாரத்தையே அகற்றிவிடும் அந்தப் பிரகடனத்தை நான் மனத்துக்குள் எழுதி வைத்துக்கொண்டேன். ரகசியமாய் உன்னைக் குறுக்கு விசாரணை செய்ய நம்முடைய மேற்குலக நண்பர்களைத் தூண்டியது இதே பிரகடனம்தான். என்னுடைய தூக்கமற்ற இரவு முடியும் தறுவாயில், படுக்கையில் புரண்டு புரண்டு படுத்துக்கொண்டிருந்த பொழுது, வெறிச்சோடிப் போயிருக்கும் சதுக்கங்கள் மீண்டும் சந்தோஷம் மிகுந்த மக்கள் திரள் மொய்க்கும் இடங்களாக மாறுகின்ற, உடைபட்ட கடிகாரங்களின் உறைந்துபோன முட்கள் மீண்டும் நகரத் தொடங்கி விட்ட, ஓர் உலகினில் இருப்பது போல் என்னை நானே கற்பனை செய்து பார்த்துக்கொண்டேன். வறுத்த விதைகளைக் கொறித்தபடி காஃபியகங்களில் அமர்ந்திருக்கும் மக்களும், பாலங்களின் மீது நடை பயின்றுகொண்டோ, திரையரங்குகளின் வாயில்களில் திரிந்துகொண்டோ இருக்கும் ஜனத்திரளும், தங்களுடைய பேய்களையும் கனவுகளையும் விட அசலானவர்களாய் இருக்கப்போகும் புதிய வாழ்க்கையை மேற்கொள்வார்கள். என்னுடைய கனவுகள் நனவாகிவிட்டனவா? நான் அசலானவனாக இருக்கும் விதத்திலான நிலக்காட்சி ஒருவழியாக இஸ்தான்புல்லுக்கு வரமளிக்கப்பட்டுவிட்டதா? என்னிடம் இதற்குப் பதிலில்லை. உலகைப் பற்றி லட்சியக் கனவில் ஆழ்ந்திருப்பவர்களைக் காட்டிலும், என்னுடைய எதிரிகளுக்கு அதிக வாய்ப்புகளைச் சுதந்திரம் வழக்கம் போல் வழங்கியிருக்கிறதென்று என்னுடைய மெய்க்காப்பாளர் களிடமிருந்து நான் கேள்விப்படுகிறேன். அதற்குள்ளாகவே அவர்கள் அமைப்பு ரீதியாக ஒன்றுபட்டுக்கொண்டிருக்கிறார்கள். தேநீரகங்களில், விடுதி அறைகளில், பாலங்களுக்கடியில், எங்கெங்கெல்லாம் முடியமோ அங்கெல்லாம் சந்தித்து நம்முடைய வீழ்ச்சிக்குச் சதித்திட்டம் தீட்டிக் கொண்டிருக்கிறார்கள். எவரொருவராலும் ஒருபோதும் புரிந்து கொண்டுவிட முடியாத கோஷங்களை எழுதி நம்முடைய சுவர்களை நாசப்படுத்திக்கொண்டிருக்கும் சநதர்ப்பவாதிகள் அதற்குள்ளாகவே இரவில் மொய்த்துக்கொண்டிருக்கிறார்கள். மாறுவேடமணிந்து ஒரு சுல்தான் தன்னுடைய மக்களிடையே உலா வரும் காலமெல்லாம் முடிந்துவிட்டது. அது இனிமேற்கொண்டு புத்தகங்களில் பார்க்கப்படும் உலகமாக மட்டுமே இருக்குமென்று நாம் எதிர்பார்க்கலாம்.

“இந்தக் கதையை இதே போன்றதொரு கதைப் புத்தகத்தில் சமீபத்தில் தான் நான் படிக்க நேர்ந்தது. யாவுஸ் சுல்தான் சலீம் யுவ இளவரசராக இருந்த காலத்தில் தப்ரீஸ் நகருக்கு விஜயம் செய்தபொழுது, ஒரு மதத்துறவி போல் வேடமணிந்து அதன் தெருக்களில் திரிந்து கொண்டிருந்ததாக *ஆட்டமன் பேரரசின் வரலாறு* எனும் நூலில் அதன் ஆசிரியர் ஹேமர் குறிப்பிடுகிறார். மிக உன்னதமான சதுரங்க ஆட்டக்காரர் என்று இளவரசர் சலீம் பேர் பெற்ற பிறகு, சதுரங்க விளையாட்டு ஆர்வலராக விளங்கிய ஷா இஸ்மாயில் அவரை அரண்மனைக்கு அழைத்தார். மிக நீண்ட சதுரங்க ஆட்டத்திற்குப் பிறகு பெர்ஷிய மன்னர் ஷாவை இளவரசர் சலீம் தோற்கடித்தார். சலீம் ஆட்டமன் சுல்தானாகப் பதவியேற்று, சால்தூரன் போரில் வென்று தப்ரீஸ் நகரை வசப்படுத்திய பொழுதுதான், பல ஆண்டுகளுக்கு முன்பாகத் தன்னைச் சதுரங்கத்தில் தோற்கடித்தது யாரென்று ஷாவுக்குப் புரிந்தது. அவ்வளவு ஆண்டுகளுக்கப்புறமும்

அந்த ஆட்டத்தின் காய் நகர்வுகளனைத்தையும் அவரால் நினைவு வைத்திருக்க முடிந்ததா என்ற கேள்வி மனத்தில் எழுவதை என்னால் தவிர்க்க முடியவில்லை.

ஏனென்றால், எங்களுடைய விளையாட்டில் எல்லா நகர்வுகளையும் என்னுடைய செருக்கு மிகுந்த ஆள்மாறாட்டக்காரன் நிச்சயமாக நினைவில் வைத்திருந்தான். சொல்ல மறந்துவிட்டேன். *அரசனும் சிப்பாயும்* என்கிற சதுரங்க சஞ்சிகைக்கான என்னுடைய சந்தா முடிந்துவிட்டதைப் போல் தோன்றுகிறது. பல மாதங்களாகவே அந்த சஞ்சிகையை எனக்கு அனுப்புவதை அவர்கள் நிறுத்திவிட்டார்கள். தூதராலயத்திலிருக்கும் உன்னுடைய வங்கிக் கணக்கிற்கு நான் கொஞ்சம் பணம் அனுப்புகிறேன். அது வந்து சேர்ந்தவுடன் என்னுடைய சந்தாவைப் புதுப்பித்துத் தருவாயா?"

28

புதிரின் வெளிப்பாடு

...நீங்கள் வாசித்துக்கொண்டிருக்கும் பகுதி உங்கள் வதனத்தின் பிரதிக்குப் பொழிப்புரையாகிறது.

— எகிப்தின் நியாஸி

எழுத்துகளின் புதிரும், புதிரின் இழப்பும் நூலின் மூன்றாம் பகுதியைப் படிக்கத் தொடங்கும் முன்பாக ஒரு கோப்பை செறிவான காஃபியைப் போட்டுக்கொள்ள காலிப் சமையலறைக்குச் சென்றான். கண் விழித்திருக்க உதவுமென்று, குளியலறைக்குள் சென்று குளிர்ந்த நீரை முகத்தில் அடித்துக் கொண்டான். கண்ணாடியில் முகத்தைப் பார்க்காமல் எப்படியோ சமாளித்துக்கொண்டான். காஃபியோடு மீண்டும் ஜெலாலின் எழுதுமேஜையின் அருகே அமர்ந்தான். இயலவே இயலாத மிகக் கடினமான கணிதச் சிக்கலைத் தீர்க்கும் தறுவாயில் மனக்கிளர்ச்சிகொண்டிருக்கும் உயர்நிலைப்பள்ளி மாணவனைப் போல் அவன் உணர்ந்தான்.

எஃப். எம். ஊஜுஞ்ச்சுவின் கருத்துப்படி, கீழைத் தேசங்கள் அனைத்தையும் ரட்சிக்க இருக்கும் இறைத்தூதர் துருக்கியில்தான் அவதரிக்கப் போகிறார். ஆக, இதன் தொடர்பாக அறியப்பட வேண்டுவது என்ன? அந்த அவதார நாளுக்கு நம்மைத் தயார்ப்படுத்திக்கொள்ள வேண்டும். அதற்கு, இழந்துவிட்ட புதிரை நாம் மீட்டெடுக்க வேண்டும். அந்தப் புதிரை மீட்டெடுக்க 1928 ஆம் ஆண்டில் துருக்கி நாடு ஏற்றுக்கொண்ட புதிய லத்தீன் எழுத்துருவுக்கும் வதனங்களுக்கும் இடையில் காணப்படும் தொடர்பை நிறுவ இறைத்தூதரின் வழிபாட்டாளர்கள் முயல வேண்டும். மறந்து போன ஹுரூஃபி கையேடுகள், பெக்தாஷி கவிதைகள், அனடோலிய நாட்டார் கலைகள், புராதன ஹுரூஃபி கிராமங்களின் பேய்த்தோற்ற இடிபாடுகள், துறவிமடங்கள் மற்றும் பாஷாக்களின் மாளிகைச் சுவர்களில் செதுக்கப் பட்டிருக்கும் உருவங்கள், ஆயிரக்கணக்கான, பொறிக்கப்பட்ட கையெழுத்துருக்கள் ஆகியவற்றிலிருந்து உதாரணங்களை எடுத்துக்கொண்டு இப்படியோர் இலக்கை அடைய

முற்படலாம். அப்படி முயல்வோருக்கென்று அரபி மற்றும் பாரசீக மொழிகளிலிருந்து மொழியாக்கம் செய்யுபோது கையாளப்பட்டிருந்த விதவிதமான பேச்சொலிகளுக்குத் தரப்பட்டிருந்த “மதிப்பை” எஃப். எம். ஊஜூஞ்ச்சு எடுத்துக்காட்டியிருந்தார். அதற்குப் பிறகு, ஒவ்வொரு எழுத்தையும் மனித வதனங்களில் எங்கெங்கு காணவியலும் என்பதை அபாரமான, அப்பழுக்கற்ற துல்லியத்துடன் அவர் விளக்கியிருந்தார். பின் வந்த பக்கங்களில் இடம்பெற்றிருந்த படங்களில் காணப்பட்ட வதனங்களை காலிப் உற்று நோக்கியபடி இருந்தான். அந்த வதனங்களில் லத்தீன் எழுத்துகள் எதுவும் தென்படாமல் போனாலும், அவற்றின் அர்த்தங்கள் மிகத் தெளிவாக இருப்பதால், யாருமே அவற்றை எளிதில் படித்துவிட முடியுமென்று நூலாசிரியர் அடித்துச் சொல்லியிருந்தார். ஜெலாலின் அலமாரியிலிருந்து எடுத்து வந்த புகைப்படங்களைப் பார்த்துக்கொண்டிருந்தபோது உணர்ந்த அதே உறைய வைக்கும் பீதியை இப்பொழுதும் காலிப் உணர்ந்தான். மோசமாகப் பிரதியெடுக்கப்பட்டிருந்த இந்தப் புகைப்படங்களின் கீழிருந்த குறிப்பு, அவற்றிலிருப்பவை ஃபஸலல்லா, அவருக்குப் பின்வந்த இருவர், ‘சின்னஞ்சிறிய சித்திரத்திலிருந்து பிரதியெடுக்கப்பட்ட ரூமி’ ஒலிம்பிக் மற்போர்வீரர் ஹமீத் கப்லான் ஆகியோரின் வதனங்களென்று சொன்னது. ஆனால், வேறொரு பக்கத்தைப் புரட்டிக்கொண்டிருக்கையில் ஐம்பதுகளின் பிற்பகுதியில் எடுக்கப்பட்டிருந்த ஜெலாலின் புகைப்படம் இருந்தது. இதைப் பார்த்தவுடன் காலிப்பின் இதயம் ஒரு நொடி துடிக்க மறந்தது. ஏனைய புகைப்படங்களைப் போலவே இந்தப் புகைப்படமும் எழுத்துகளால் குறிக்கப்பட்டிருந்தது. ஒவ்வோர் எழுத்தும் அம்புக்குறியிட்டு அடையாளப்படுத்தப்பட்டிருந்தது. ஜெலாலின் மூக்கின் மீது ஒரு *U*வையும், கண்களின் மீது *Z*களையும், முழு வதனத்தையும் ஆக்கிரமித்திருந்த பக்கவாட்டு *H*ஐயும் எஃப். எம். ஊஜூஞ்ச்சு கண்டுபிடித்திருந்தார். மேலும் பக்கங்களைப் புரட்டிக்கொண்டிருந்தபோது, ஒரு சில ஹுரூஃபி ஷேக்குகள், மரணமடைந்து மறு உலகத்திற்குப் போய்ச் சேர்ந்துவிட்ட, இந்தப் புகைப்படங்களில் மட்டுமே மீண்டு வந்திருக்கும் பிரபலமான இமாம்கள் ஆகியோருடைய படங்களோடு, ஒரு சில ஹாலிவுட் திரை நட்சத்திரங்களின் (க்ரெட்டா கார்போ, ஹம்ஃப்ரி போகார்ட், எட்வர்ட் ஜி. ராபின்ஸன், பெட்டி டேவிஸ்) படங்களும் கலந்திருக்கக் கண்டான். அந்தத் திரை நட்சத்திரங்களின் வதனங்களில் “அலாதியான அர்த்தங்கள்” பொதிந்திருப்பதை அவன் கண்ணுற்றான். பிரபல தூக்கிலிடுவோர், ஒரு சில பெயோக்ளு தாதாக்கள் ஆகியோரின் படங்களும் இவற்றோடு தென்பட்டன. தன்னுடைய நிருபர் தொழிலின் தொடக்க காலத்தில் இந்த தாதாக்களின் சாகசங்களைப் பற்றி ஜெலால் எழுதியிருந்தான். ஒவ்வொரு முகத்திலும் தென்பட்ட ஒவ்வோர் எழுத்தும் இரட்டை அர்த்தத்துடன் மிளிர்வதாக நூலாசிரியர் குறிப்பிட்டிருந்தார். அதாவது, அந்த எழுத்து மேலோட்டமாகச் சுமந்து நின்ற, தானாகவே விளங்கக் கூடிய அர்த்தத்தோடும், அந்த வதனம் பொதிந்து வைத்திருக்கும் ரகசிய அர்த்தத்தோடும்.

ஒவ்வொரு வதனத்திலும் தென்படும் ஒவ்வோர் எழுத்தும் ஒரு மறைபொருளைக் கொண்டிருந்து, ஒவ்வொரு மறைபொருளும் ஒரு கருத்துருவைக் குறிப்பதாக அமைந்திருக்கும் நிலையில், அந்த எழுத்து களால் உருவாகும் ஒவ்வொரு சொல்லும் இரண்டாவதான மறைமுக அர்த்தத்தைக் கொண்டிருக்கும். இதுபோன்ற ஏதோவொரு கருத்தை

எஃப். எம். ஊஜூஞ்சு கூறியிருந்தார். வாக்கியங்களுக்கும், பத்திகளுக்கும் கூட இதே போன்ற நிலை பொருந்தி வரலாம். சுருங்கச் சொல்வதென்றால் எழுதப்பட்டிருக்கும் அனைத்துப் பிரதிகளும், இரண்டாவதான மறை பொருளைப் பொதிந்து வைத்திருக்கும். ஆனால், இந்த அர்த்தங்கள் வேறு வாக்கியங்களிலும், வேறு சொற்களிலும்கூட வெளிப்படுத்தப்படலாம். "பொழிப்புரை மூலமாக" இரண்டாவது அர்த்தத்திலிருந்து மூன்றாவது, மூன்றாவதிலிருந்து நான்காவது என்று எல்லையற்று அர்த்தங்களைக் கோத்துக்கொண்டே போகலாம். இதை மனத்தில் கொண்டால் இறுதியில் எந்த ஒரு பிரதிக்கும் எண்ணற்ற அர்த்த சாத்தியங்கள் உண்மையில் இருக்கவே செய்கின்றன என்பது விளங்கும். ஒன்று மற்றொன்றுக்கு என இட்டுச் செல்லும், நகரத் தெருக்களின் முடிவே இல்லாத புதிர்ப் பாதையைப் போன்றதே அது. மனித முகங்களை ஒத்திருக்கும் வரைபடங்கள். எனவே, அந்த வரைபடத்தில் தென்படும் தெருக்களின் வழியே அலைந்து நகரின் புதிர் மெல்ல மெல்ல அவிழ்வதை ஒரு பயணி கண்ணுற நேரலாம். அப்படிப்பட்டதோர் பயணியைக் காட்டிலும், தன்னுடைய தர்க்க அறிவைப் பின்பற்றி, இந்தப் புதிரைத் தனக்கே தெரிந்த வழிகளில் விடுவிக்க நினைக்கும் ஒரு வாசகன் எவ்விதத்திலும் மாறுபட்டவன் அல்ல. எவ்வளவுக்கெவ்வளவு அவன் கண்டுபிடிக்கிறானோ, அவ்வளவுக்கு அந்தப் புதிர் படர்ந்து பரவுகிறது. எவ்வளவுக்குப் புதிர் படர்ந்து பரவுகிறதோ, அவ்வளவுக்கு அந்தப் புதிர் வெளிப்படவும் செய்கிறது. அதே அளவுக்கு அதிகத் தெளிவுடன் தானே தேர்ந்தெடுத்திருந்த தெருக்களில், தான் இறங்கிச் சென்றிருந்த சாலைகளில், ஏறிச் சென்றிருந்த சந்துகளில் அந்தப் பயணி புதிரைக் காண்பான். ஏனெனில், அந்தப் புதிரானது அவனுடைய பயணத்திலேயே இருக்கிறது. அவனுடைய சொந்த வாழ்க்கையிலேயே இருக்கிறது. துயர் மிகுந்த அந்த வாசகன், கதையின் ஓட்டத்தாலும், ஈர்ப்புச் சக்தியாலும் துவண்டு போய், அதன் அடியாழத்தில் மூழ்கி தன்னுடைய ஆளுமையையே இழந்துவிடுவான். துல்லியமான அந்த நொடியில்தான், நீண்ட காலமாக எதிர்பார்க்கபபட்ட நம்முடைய ரட்சகர் – அவர் என்று மட்டுமே ஒரு சிலரால் பயபக்தியுடன் குறிப்பிடப்படும் இறைத் தூதர் – இறுதியாகத் தன்னை வெளிப்படுத்திக்கொள்வார். வாழ்க்கையின் அதிமுக்கியமான கட்டத்தில் புதிர்ப் பாதையாய் மிரட்டும் பிரதியில் வரைபடங்களோடு வதனங்கள் ஒன்று கலந்துவிடும் புள்ளி இங்கேதான் தென்படுகிறது. இந்தப் புள்ளியில்தான் அந்தப் பயணிக்கு (தனக்கு முன்பாக ஸூஃபி பாதையைத் தேர்ந்தெடுத்த ஏனையோரைப் போன்றே) ஒரு வழியாக, தான் நெடுங்காலமாக எதிர்பார்த்துக்கொண்டிருந்த மெஹ்தியின் சைகை கிடைக்கும். பிறகு, எழுத்தெனும் திறவுகோல்களையும், சொற்குறிகளையும் கவசமாகக்கொண்டு தனக்கேயான வழியை அவன் தேடத் தொடங்குவான். அவன் செய்யவேண்டியதெல்லாம், சைகைகளைக் காட்டும் குறிகளைப் பின்தொடர்வது மட்டுமே. குழந்தைத்தனமான குதூகலத்துடன் இதைக் கூறுகிறார் எஃப். எம். ஊஜூஞ்சு. இந்தப் புற உலகை விட்டுவிட்டு, பிரதிகளில் மெஹ்தி நமக்கு விட்டுச் சென்றிருக்கும் சைகைகளைக் கண்டுகொள்வது மட்டுமே நமக்கான பணியென்றும் அவர் சொல்லுகிறார்.

இந்த இறுதிநிலைப் புதிரை அவிழ்க்க வேண்டுமென்றால் இந்த நாளிலிருந்தே நாம் மெஹ்தியின் நிலையிலிருந்து நம்மைப் பார்க்கக் கற்றுக்கொள்ள வேண்டும். அவர் என்ன செய்வார் என்பதை முன்

கூட்டியே கணிக்க முன்வருதல் நம் கடமையாகிறதென்று எஃப். எம். ஊஜெஞ்ச்சூ கருதுகிறார். வேறு விதமாகச் சொல்லுவதென்றால், சதுரங்க விளையாட்டுக்காரர்களைப் போல *அவர்* அடுத்து எவ்வாறு காய் நகர்த்துவார் என்று யூகிக்க வேண்டியிருக்கும். இந்த விளையாட்டில் பங்குகொள்ள வாசகர்களுக்கு எஃப். எம். ஊஜெஞ்ச்சூ அழைப்பு விடுக்கிறார். பரந்த அளவிலான பார்வையாளர்களை, எந்த நேரத்திலும், எந்தச் சூழ்நிலையிலும் சென்றடையும் மனிதன் ஒருவனை வாசகர்கள் கற்பனை செய்துகொள்ள வேண்டுமென்று அவர் கேட்டுக்கொள்கிறார். “உதாரணத்திற்கு, ஒரு பத்திக் கட்டுரையாளரைக்கூட நாம் கற்பனை செய்துகொள்ளலாம்,” என்று அவர் அவசரமாகக் குறுக்கிடுகிறார். நாட்டின் ஒவ்வொரு மூலை முடுக்கிலிருந்தும், ஒவ்வொரு பயணியர் படகு, பேருந்து, பகிர் வாடகையுந்து, சிகையலங்காரக் கடையிலிருந்தும், ஒவ்வொரு காஃபியகத்தின் ஒவ்வோர் மூலையிலிருந்தும், ஒவ்வொரு நாளும் பல்லாயிரக்கணக்கான வாசகர்களால் படிக்கப்படும் ஒரு பத்திக் கட்டுரையாளர், இறைத்தூதர் வழிகாட்டும் ரகசியச் சமிக்ஞைகளுக்கான தகவல் பரப்பு ஊடகமாக நிச்சயமாகச் செயல்பட முடியும். இந்தப் புதிரைப் பற்றிய பிரக்ஞை சிறிதும் இல்லாதவர்களுக்கும் கூட, அவருடைய பத்திக் கட்டுரைகள் மேலோட்டமானதோர் அர்த்தத்தையாவது கொடுக்கும். ஆனால், இறைத்தூதருக்காகக் காத்திருக்கும் எவருமே, மறைபொருளைப் பற்றியும், சங்கேத சூத்திரங்களைப் பற்றியும் ஓரளவுக்காவது அறிந்த எவருமே, இந்தப் பத்திக் கட்டுரைகள் சுட்டும் இரண்டாவது அர்த்தத்தை, அந்தப் பிரதியின் மறைபொருளை, அந்தப் பத்திக் கட்டுரையின் எழுத்துகள் மூலம் திரட்டித் தொகுத்துக்கொள்ள முடியும். உதாரணத்திற்கு, *வெளியிலிருந்து நான் கவனித்த அளவில் எனக்குள் எழுந்த சிந்தனைகள் இவை* என்பதைப் போன்ற ஏதோவொரு வாசகத்தைப் பிரதிக்குள் இறைத்தூதர் நுழைத்திருகிறார் என்று வைத்துக் கொள்வோம். இப்படியோர் விசித்திரமான வாசகத்தைப் படிக்க நேரும் சாதாரண வாசகன் குழம்பி நிற்பான். ஆனால், எழுத்துகளின் புதிர்களைப் பற்றிய பரிச்சயம் உள்ள வாசகர்கள் தாம் காத்துக்கொண்டிருந்த சங்கேதக் குறியீடு இந்த வாசகத்தில் பொதிந்திருக்கிறதென்பதை உடனடியாகப் புரிந்துகொள்வார்கள். தமக்கேயுரிய சைகைக்குறிகளுடன், தமக்காகக் காத்துக்கொண்டிருந்த இந்த மாபெரும் சாகசத்தை அவர்கள் ஆரத் தழுவிக்கொள்வார்கள். ஒரு புதிய, பிரகாசமான வாழ்க்கைக்குத் தங்களை இட்டுச் செல்லப்போகும் புதிய பாதையில் பயணம் மேற்கொள்ளக் கிளம்பிவிடுவார்கள்.

எனவே, தன்னுடைய நூலின் மூன்றாம் பகுதிக்கு *புதிரின் வெளிப்பாடு* என்று தலைப்பிட்டு, சூசகமாக ஓர் உண்மையை எஃப். எம். ஊஜெஞ்ச்சு உணர்த்தியிருகிறார். அவர் உணர்த்திருப்பதைப் போல, புதிர் எனும் கருத்துருவை இழந்துவிட்டதால்தான் கீழையுலகு மேலையுலகின்அடிமையாகிப் போனதென்பது உண்மையாகவே இருந்த போதிலும், அந்தப் புதிர் எனும் கருத்துருவை மீட்டெடுப்பது மட்டுமே நமக்குப் போதுமான செயலாக இருந்துவிட முடியாது. தன்னுடைய பிரதிகளில் இறைத்தூதர் மறைத்து வைத்திருக்கும் வாக்கியங்களைக் கண்டுபிடிப்பதுதான் இப்போதைய அவசரப் பணியென்று மேலே நகர்கிறார் நூலாசிரியர். பிறகு, எட்கர் அலன் போவுடைய *சங்கேத எழுத்துகளைப் பற்றி ஒரு சில வார்த்தைகள்* எனும் கட்டுரை மீது

எஃப். எம். ஊஜ ஒஞ்ச்சு கவனத்தைத் திருப்புகிறார். குறிப்பாக, அதில் பரிந்துரைக்கப்பட்டிருக்கும் சங்கேதக் குறியீட்டு சூத்திரங்களின் மீது. அகரவரிசையை மாற்றி மாற்றிப் போடும் முறைதான் அல் – ஹல்லாஜ் எனும் ஸூஃபி ஞானி பயன்படுத்திய முறைக்கு அணுக்கமான ஒன்று. இறைத்தூதரும் இதே சங்கேதக் குறியீடுகளையே பயன்படுத்துவார் என்று எஃப். எம். ஊஜ ஒஞ்ச்சு ஆணித்தரமாகக் கூறுகிறார். முன்னர் சொல்லியிருந்த கருத்துகளின் சாரமாகத் திகழும் ஒரு பத்தியோடு, எஃப். எம். ஊஜ ஒஞ்ச்சு தன்னுடைய நூலை திடீரென்று முடித்துவிடுகிறார். எல்லா சங்கேதக் குறிகள் மற்றும் சூத்திரங்களுக்கான தொடங்குபுள்ளி ஒவ்வொரு பயணியின் வதனத்திலும் தென்படும் எழுத்துக்களாகவே இருக்க வேண்டும். இது எப்பொழுதுமே அவசியமான ஒன்று. எவருமே, தன்னுடைய வதனத்தில் தென்படும் எழுத்துகளை முதலில் கண்டு கொள்ள வேண்டும். இதைச் செய்யாமல் யாருமே அந்தப் பெரும் பயணத்தை மேற்கொள்ளவியலாது. எந்தக் கனவாளியும் புதியதோர் உலகை உருவாக்கும் முயற்சியைத் தொடங்கிவிட முடியாது. மனித முகங்கள் யாவற்றிலும் தென்படும் எழுத்துகளைக் கண்டுகொள்ளும் வழிகாட்டியாக மட்டுமே இப்பொழுது கைகளில் தவழும் இந்த எளிய புத்தகத்தை வாசகன் பயன்படுத்த முடியும். புதிரின் இதயத்தை அணுக அவனை இட்டுச் செல்லும் சங்கேதக் குறியீடுகள் மற்றும் சூத்திரங்களைக் கற்றுக்கொள்வதற்கான அறிமுக நூலே இது. ஏனென்றால், விரைவிலேயே ஒரு சூரியனைப் போல் எழுந்து தன்னுடைய தெய்வீக ஒளியால் நம் அனைவரையும் மூழ்கடிக்கப் போகிற இறைத்தூதருக்கான தனியுரிமைப் பயன்பாடுதான் இந்தச் சங்கேதக் குறிகளும், சூத்திரங்களும். எனவே அவர் மட்டுமே, அவர் ஒருவர் மட்டுமே பிரதியில் அவற்றை நுழைக்க முடியும்.

அந்த இறுதி வாக்கியத்தில் காலிப் ஏதோ ஒரு செய்தியை உணர்ந்து கொண்டான். அதனால் அவன் உடனடியாகப் புத்தகத்தைக் கீழே வைத்தான். ஏனென்றால், சூரியனைக் குறிக்கும் அரபிச் சொல் ஷம்ஸ் என்பதாகும். ஷம்ஸ் ரூமியின் கொல்லப்பட்ட காதலன். கொஞ்ச காலமாகவே மனத்தைக் குடைந்து, அச்சுறுத்திக்கொண்டிருக்கும் எண்ணம் இப்பொழுது காலிப்பைக் கவ்விப் பிடித்தது. உடனே தன்னுடைய முகத்தைக் கண்ணாடியில் பார்க்க அவன் குளியலறைக்கு விரைந்தான். "எவ்வளவோ காலத்துக்கு முன்பாகவே என் முகத்தில் தென்படும் அர்த்தத்தை ஜெலால் படித்திருக்கிறான்," என்று அரற்றினான். தான் சபிக்கப்பட்டுவிட்டதாக, குறிவைக்கப்பட்டுவிட்டதாக, அம்பலப்படுத்தப்பட்டுவிட்டதாக, ஏதோ ஒரு தவறை அப்பொழுதான் செய்துவிட்டுக் குற்றவுணர்வோடு தவிக்கும் குழந்தையைப் போல அல்லது வேறு யாரோவாக மாறிவிட்ட நபரைப் போல அல்லது வேறொருவரின் ரகசியத்தை எதிர்பாராமல் கண்டு விட்ட ஒரு நபரைப் போல அவன் உணர்ந்தான். ஏனெனில், இதுவே சாலையின் முடிவு. இங்கிருந்து இனி திரும்பிச் செல்லவும் வழியில்லை. தனக்கு முன்பாகத் தெரியும் பேரழிவிலிருந்து இனித் தப்பிக்கவே இயலாது. "இப்போதிருந்து, நான் வேறொருவன்," என்று தனக்குத்தானே பேசிக் கொண்டான் காலிப். அவனுடைய எண்ணம் சிறுபிள்ளைத்தனமாகத் தோன்றினாலும், இனி திரும்பவே இயலாத ஒரு பயணத்தைத் தான் மேற்கொண்டுவிட்டோம் என்பது அவனுக்குத் தெளிவாகவே புரிந்தது.

மணி மூன்றைக் கடந்து பனிரெண்டு நிமிடங்களாகி இருந்தது. அதிகாலை நேரம் மட்டுமே உணரப்படும் அமைதிக்குள் நகரம் மூழ்கி யிருந்தது. உண்மையில் அது நிசப்தத்தின் போலித் தோற்றம்தான். ஏனெனில், இப்பொழுதும் கூட எங்கிருந்தோ மென்மையான விர்ர் எனும் ஒலி கேட்டுக்கொண்டிருந்தது. அது அருகாமையிலிருக்கும் அடுப்புலையில் இருந்தா அல்லது பாஸ்ஃபரஸைக் கடந்துகொண்டிருக்கும் தொலைதூரக் கப்பலின் மின்னுற்பத்திச் சாதனத்திலிருந்தா என்பது தெரியவில்லை. தான் என்ன செய்ய வேண்டுமென்பதைக் கொஞ்ச காலமாகவே காலிப் அறிந்திருந்த போதிலும், இன்னும் சற்று நேரத்திற்குக் கட்டுப்பாடுடன் இருக்க அவன் தன்னைத் தயார்ப்படுத்திக்கொண்டான்.

மூன்று நாட்களாக மனத்தின் மூலையில் ஒதுக்கி வைத்திருந்த ஓர் எண்ணம் இப்பொழுது மீண்டும் அவனுக்குள் தலை தூக்கியது. ஜெலால் ஏதாவது கட்டுரையை அனுப்பி வைத்திருந்தாலொழிய, நாளை வர வேண்டிய பத்திக் கட்டுரைக்கான இடம் காலியாகவே இருக்கும். இத்தனை ஆண்டுகளில், இப்படியோர் நிலை ஏற்பட ஜெலால் இதுவரை அனுமதித்ததில்லை. காலிப்பால் அப்படியோர் நிலையை எண்ணிப் பார்க்கவும் முடியவில்லை. ஏனென்றால், நாளைய செய்தித்தாளில் ஒரு புதிய பத்திக் கட்டுரை இடம் பெறாமல் போனால் ஜெலாலும் ரூயாவும் சிரித்து அரட்டையடித்துக் கொண்டுதான் அவர்களைக் கண்டுபிடிப்பதற்காக நகரின் எங்கோ ஒரு மூலையில் ஒளிந்துகொண்டு காத்திருக்கிறார்கள் என்று தனக்குத்தானே நம்பிக்கையாய்ச் சொல்லிக்கொள்ளக்கூட முடியாது. அந்த அலமாரியிலிருந்து அவ்வப்பொழுது எடுத்துக்கொண்டுவந்திருந்த பழைய பத்திக் கட்டுரைகளை அவசரமாகப் புரட்டிக்கொண்டிருந்தபொழுது, இவற்றுள் எதுவொன்றையும் தான் எழுதியிருக்க முடியுமென்ற எண்ணம் அவன் மனத்துள் ஓடியது. அவனிடம் அதற்கு வேண்டிய குறிப்புகள் இருந்தன. மூன்று நாட்களுக்கு முன்னதாக அந்தப் பத்திரிகை அலுவலகத்துக்கு அவன் சென்றிருந்தபொழுது அங்கிருந்த முதிய பத்திக் கட்டுரையாளர் தன்னிடம் கொடுத்த செய்முறைக் குறிப்புகளல்ல அந்தக் குறிப்புகள். இவைவேறு வகையானவை. நீ இதுவரை எழுதிய ஒவ்வொன்றையும் நான் படித்திருக்கிறேன். உன்னைப் பற்றிய அனைத்துமே எனக்குத் தெரியும். தெரிந்துகொள்ள வேண்டிய ஒவ்வொன்றையும் நான் படித்துவிட்டேன். தனக்குத் தானே அவன் பேசிக்கொண்டிருந்தபோதும், இந்தக் கடைசி வார்த்தைகளை அவன் வாய்விட்டே சொல்லியிருந்தான். கைக்குக் கிடைத்த இன்னொரு பத்திக் கட்டுரையையும் எடுத்து அதையும் படித்துமுடித்தான். ஆனால், அதை வாசிப்பென்ற கணக்கில் சேர்த்துக்கொள்ள முடியாது. ஏனென்றால், அந்தச் சொற்கள் அவன் காதில் ஒலித்துக்கொண்டிருந்த போதிலும், அவற்றுக்குள் பொதிந்திருக்கும் இரண்டாவது அர்த்தங்களை அவன் தேடியபடியே இருந்தான். இந்த இரண்டாம் அர்த்தங்களை எவ்வளவுக்கு நன்றாகப் புரிந்துகொண்டானோ, அவ்வளவுக்கு அவன் ஜெலாலுடன் நெருக்கமாக உணர்ந்தான். ஒரு பிரதியின் ஆசிரியருடைய நினைவுத் தோட்டத்திற்குள் நுழைவதைக்காட்டிலும் வேறு என்ன நோக்கம் அந்தப் பிரதியைப் படிப்பதில் இருக்கக் கூடும்?

இப்பொழுது மீண்டும் கண்ணாடியின் அருகே சென்று தன்னுடைய வதனத்தில் தென்படும் எழுத்துகளைப் படிக்க அவன் தயாரானான்.

குளியலறைக்குள் சென்று கண்ணாடியை உற்றுப் பார்த்தான். அதன் பிறகு காரியங்கள் மள மளவென்று நடந்தன.

கொஞ்ச காலம் கழிந்த பிறகு – சொல்லப்போனால் பல மாதங்களுக்குப் பிறகு – முப்பதாண்டுகளுக்கு முன்பாக அவனுக்குப் பரிச்சயமாகியிருந்த உலகை இதமாக நகலெடுத்திருந்த மௌனமான பொருள்கள் சூழ்ந்திருக்க, இதே எழுது மேஜைக்கருகில் காலிப் அமர்ந்திருந்த நேரத்திலெல்லாம், அந்தக் கண்ணாடியில் முதன்முறை பார்த்த நொடியை மீண்டும் நினைத்துப் பார்ப்பான். எப்பொழுது நினைத்தாலும் ஒரே சொல்தான் அவனுடைய மனத்தில் வட்டமிடும்: பயங்கரம். என்றாலும், அன்று அந்தக் கண்ணாடியில் தன்னுடைய பிம்பத்தை உற்றுப்பார்க்க அவன் விரைந்தபோது அவனுள் கலவர உணர்வெதுவும் இருக்கவில்லை. மாறாக, மனத்தை வெறுமையே நிறைந்திருந்தது. அவனால் நினைவுக்குக் கொண்டு வர இயலாத ஏதோவொன்று இல்லாமல் போனதைப் போல. எதையும் உணர்ந்து பார்க்கக் கூடிய திறனைத் தான் இழந்துவிட்டதைப் போல. ஏனென்றால், கூடற்ற அந்த ஒளிவிளக்கின் கீழ் நின்றுகொண்டு ஏதோ ஒரு செய்தித்தாளில் வெளியாகியிருக்கும் பிரதம மந்திரி அல்லது திரை நட்சத்திரத்தின் புகைப்படத்தைப் பார்த்தால் ஏற்படுகிற ஒட்டுதல் இல்லா ஆர்வத்துடன் அவன் தன் முகத்தைப் படித்துக்கொண்டிருந்தான். பல நாட்களாகத் தனக்குப் போக்குக் காட்டிக்கொண்டிருக்கும் புதிரை அவிழ்க்கும் இறுதிக்கட்டத்தில் இருப்பவனைப் போன்றோ அல்லது சங்கேதக் குறியீட்டிற்கான விடையைக் கண்டுபிடித்துவிட்டவனைப் போலவோ அவன் இப்பொழுது உணரவில்லை. அது ஏதோவொரு நிறம் மங்கிய மேலங்கி என்பதைப் போலவோ, ஒரு அச்சம் தரும் குடை என்பதைப் போலவோ அல்லது கண்களைக் கவரக்கூடியதாய் ஏதுவுமில்லாத, அலுப்பூட்டும், சாதாரண குளிர்கால நாள் என்பதைப் போலவோ தன்னுடைய முகத்தை காலிப் பார்த்துக்கொண்டிருந்தான். பின்னாளில், அந்தக் கணத்தை நினைத்துப் பார்க்கும்பொழுது, அந்தக் காலத்தில் என்னை நானே ஏற்றுக்கொண்டு வாழ நிறைய பழகியிருந்தேன், அதனால் என்னுடைய சொந்த முகத்தைக்கூட என்னால் அடையாளம் காணவியலாமல் போய்விட்டதென்று சமாதானப்படுத்திக்கொள்வான் காலிப். ஆனால், அவனுடைய அக்கறையின்மை குறுகிய காலமே நீடித்திருந்தது. ஏனெனில், ஜெலாலின் அலமாரியிலிருந்து அவன் தேடிக் கண்டெடுத்திருந்த புகைப்படங்களிலும், படங்களிலும் இருந்த வதனங் களைப் பார்க்கும் அதே விதத்தில் கண்ணாடியில் தெரிந்த தன்னுடைய முகத்தையும் அவன் பார்க்கத் தொடங்கியவுடன், அந்த வதனத்தின் நிழல் பகுதிகளில் எழுத்துருக்கள் வடிவம் கொள்ளத் தொடங்கின. தன்னுடைய முகம் எழுத்தால் நிறைக்கப் பெற்றிருக்கும் காகிதத்தாள் போல் இருப்பதாக அவனுக்குத் தோன்றியது. பிற முகங்களுக்கும் கண்களுக்கும் ரகசியக் குறியீடுகள் நிறைந்து புதிராய்த் தோன்றும் ஒரு வெட்டெழுத்து போல. இது விசித்திரமானதோர் உணர்வு. அதைப் பற்றி அவன் அதிகமாய்ச் சிந்தித்துக்கொண்டிருக்கவில்லை. ஏனென்றால், தன்னுடைய கண்களுக்கும் புருவங்களுக்கும் இடையிலிருந்த நிழல் பிரதேசங்களில் தெளிவான எழுத்துகள் எழும்பி வருவதை அவன்

இப்பொழுது பார்த்தான். விரைவிலேயே அவை மிகவும் தெளிவாகத் தென்படத் தொடங்கின. இவ்வளவு காலமாக இவற்றைத் தான் கவனிக்காமல் இருந்தோம் என்பதையே அவனால் நம்ப முடியவில்லை. அவை பின்னர் ஏற்பட்ட பிம்பங்களாகவே இருக்குமென்று அவனுக்குத் தோன்றியது. எழுத்துக்களைக் கொண்டு ஜெலால் குறித்து வைத்திருந்த ஆயிரக்கணக்கான படங்களை மணிக்கணக்காய்த் தொடர்ந்து பார்த்துக் கொண்டிருந்ததால் ஏற்பட்ட பார்வைக் கோளாறாகவே அது இருக்க வேண்டும். அல்லது தந்திரமாய் அவனைச் சிக்க வைத்து, தேவைக்கதிகமான தீவிரத்துடன் அவனை ஈடுபட வைத்திருக்கும் மாயாஜால விளையாட்டின் அடுத்த கட்டமாகவும் இது இருக்கலாம். ஆனால், கண்ணாடியிலிருந்து கண்களை விலக்கிவிட்டு ஒரு நொடி கழித்து மீண்டும் பார்த்தபொழுது அந்த எழுத்துகள் அப்படியே, அங்கேயே இருந்தன. சிறு வயதில் தான் மிகவும் விரும்பிப் பார்க்கும் இருளொளிப் படங்களைப் போல் – முதலில் ஒரு மரத்தின் கிளைகள் மட்டும் தென்படும். பிறகு, உற்று நோக்கினால் அவற்றின் பின்னே ஒளிந்திருக்கும் திருடன் தென்படுவான் – அவை மாறி மாறி ஆட்டங் காட்டவில்லை. மாறாக, ஒவ்வொரு நாள் காலையிலும் முகச்சவரம் செய்யும்பொழுது எவ்விதச் சிந்தனையுமின்றி அவன் வெறித்துக்கொண்டிருக்கும் அதே நிலப்பரப்பில் அந்த எழுத்துகள் நிலையாக வேர்பிடித்திருந்தன. அவனுடைய கண்களில், அவனுடைய புருவங்களில், அவனுடைய மூக்கில். எல்லா ஹுரூஃபிக்களும் ஒரு ஆலிஃபை பார்த்த அதே பகுதிகளில். ‘முக வட்டம்’ என்று அவர்கள் குறிப்பிடும் அந்த உருண்டையான பரப்பில். இவற்றைப் படிப்பதைக் காட்டிலும் படிக்காமல் தவிர்ப்பது கடினமான செயல். ஆனால் காலிப் அதைத்தான் செய்தான். குமட்டலூட்டும் இந்த முகமூடியைக் கழற்றி விடுவித்துக்கொள்ளும் நம்பிக்கையில் நெடுங்காலமாக ஹுரூஃபி கலை மற்றும் இலக்கிய வகைகளைப் பயின்றதால் தன்னிடம் படிந்திருந்த ஒவ்வாத எண்ணங்கள் அனைத்தையும் ஒன்று திரட்டினான். தன்னிடம் மிகுந்திருந்த பழைய அவநம்பிக்கைக்குப் புத்துயிர் ஊட்டினான். வதனங் களில் எழுத்துகளைப் படிக்க முடியும் எனும் சிந்தனையை வளர விடுவதே சிறுபிள்ளைத்தனமான, தன்னிச்சையான அபத்தம் என்று தனக்குத்தானே உறுதியளித்துக்கொள்ள முயன்றான். ஆனால், அவனுடைய முகத்திலிருந்த கோடுகளிலும் வளைவுகளிலும் தென்பட்ட எழுத்துக்கள் மிகவும் ஆணித்தரமாக இருந்தன. வெறும் கண்களுக்கே மிகத் தெளிவாகப் புலப்பட்டன. அதனால், கண்ணாடியின் அருகிலிருந்து அவனால் நகரவே முடியவில்லை.

அப்பொழுதுதான் அந்தத் திகிலுணர்வு அவனை ஆக்கிரமித்தது. ஆனால், அவை யாவுமே மிக விரைவாக நடந்தேறிவிட்டன. முதலில் அந்த எழுத்துகள் தோன்றின. பிறகு, அதே வேகத்தில் அந்த எழுத்துகள் குறிக்கும் சொற்களும் வெளிப்பட்டன. எனவே, இதைப் பற்றி அவன் பிற்பாடு சிந்தித்துக்கொண்டிருந்தான். குறியீடுகள் மொய்க்கும் முகக் கவசமாகத் தன் வதனம் மாறிவிட்டதைப் பார்த்த பிறகு அந்தத் திகிலுணர்வு ஏற்பட்டதா அல்லது அந்த எழுத்துக்கள் வெளிப்படுத்திய அதிபயங்கர செய்தியைப் படித்த பிறகு ஏற்பட்டதா என்பதை அவனால் அப்பொழுது தீர்மானிக்க முடியவில்லை. ஆனால், பின்னொரு நாளில் பேனாவை எடுத்து இந்தச் செய்தியை எழுத முற்பட்டபோது – பல ஆண்டுகளாகத் தெரிந்து வைத்திருக்கும், ஆனால் மறக்கப் போராடிக்கொண்டிருக்கும்,

நினைவு வைத்திருக்கும், ஆனால், ஒரு போதும் ஏற்றுக்கொள்ளாத, இந்த உண்மையை வெளிப்படுத்த முயலும்போது – இதை முற்றிலும் வேறு மாதிரியான சொற்களில் அவன் வெளிப்படுத்தியிருப்பான். ஆனால், அன்று காலை அவனுடைய வதனத்தில் தென்பட்ட எழுத்துகளை முதன்முதலாக அவன் படித்தபொழுது அந்த உண்மை எளிமையானதாக இருந்திருக்க முடியாதென்று அவனுக்குத் தோன்றியது. ஏனெனில், தன் முகத்தில் எழுதப்பட்டிருந்த செய்தி என்னவென்பதை அவன் ஏற்கெனவே தெரிந்துகொண்டிருந்தான். அதைப் பார்த்து வியந்துபோனதாய் அவனால் பாசாங்கு செய்யவும் முடியவில்லை. பயங்கரம் என்று அவன் பின்னர் வர்ணிக்கப்போகும் விஷயம், உண்மை என்பது இவ்வளவு எளிமையானதாக இருக்கக் கூடுமா எனும் வியப்பால் விளைந்ததாக இருக்கலாமோ, ஒரு வேளை? ஏனென்றால், மேஜை மீது வீற்றிருக்கும் மெல்லிய தேநீர்க் கோப்பையைப் பார்க்கும்பொழுதெல்லாம் நம்பவியலாத அழகுடன் அது தோன்றுவதாக ஏற்படும் மலைப்பை உணரும் அதேவேளையில், எவ்விதமான புதிய ஆர்வத்தையும் கிளர்த்திவிடாத பரிச்சயமான பொருள்தானே அது என்பதாகவும் உணரும் மன நிலையில் அவன் சிக்குண்டிருந்தான்.

தன்னுடைய முகத்தில் தான் படித்திருந்த செய்தி வெறும் மாயையல்ல, உண்மைதான் எனும் தீர்மானத்துக்கு வந்த பிறகு, கண்ணாடியிடமிருந்து விலகி, கூடத்துக்கு மீண்டான் காலிப். ஒரு கவசமாக, வேறு யாருக்கோ சொந்தமானதாக, சைகைகளால் புதிர்த் தோற்றம்கொண்டிருந்த வெட்டெழுத்தாகத் தன்னுடைய முகம் மாறியிருப்பதை அவன் உணர்ந்தான். பிற்பாடு 'அதி பயங்கரம்' என்று அவன் வர்ணிக்கப் போகும் விஷயத்திற்கு, இந்த மாற்றத்தோடு உள்ள தொடர்பைக் காட்டிலும், இந்த வெட்டெழுத்து குறிக்கும் விஷயத்தோடுதான் அதிகத் தொடர்பிருந்தது. ஏனெனில், எல்லாவற்றையும் கணக்கில் கொள்ளும்போது, இதே எழுத்துகளை எல்லா முகங்களிலும் காண முடியும் என்பதையே இந்த அற்புத விளையாட்டின் விதிகள் நிர்ணயிக்கின்றன. இந்த விஷயத்தில் அவன் நிச்சயமாகவே இருந்தான். இந்த நிச்சயத்தன்மை அவனுக்கு ஆறுதலாக இருந்தது. ஆனால், அந்தக் கூடத்திலிருந்த அலமாரியின் தடுக்குகளை அவன் ஆராய்ந்துகொண்டிருந்தபோது, அவனுக்குள் மிக உக்கிரமான வலி ஏற்பட்டது. ஜெலாலும், ரூயாவும் இல்லாததை அவன் மிகவும் உணர்ந்து அவர்களோடு இருக்க ஏங்கினான். இதனால், இயல்பாக இருக்க முடியாமல் தவித்தான். தான் இழைத்திராத குற்றங்களுக்காக அவனுடைய உடலும் ஆன்மாவும் அவனைக் கைவிட்டுவிட்டதைப் போல் அவனுக்குத் தோன்றியது. ஏதோ ஒரு விதமான ரகசியத் தோல்வி, சொல்லவொணாத துயர், அவனுடைய மனத்தை ஆக்கிரமித்துக்கொண்டதைப் போல, பிற சிந்தனைகளையெல்லாம் கசக்கிப் பிழிந்தெடுத்துவிட்டதைப் போல, அவனைச் சுற்றியிருக்கும் மற்றெல்லோரும் சந்தோஷமாய்த் தூக்கியெறிந்து விட்ட துயர் மிகுந்த வரலாறு அவன் சுமப்பதற்கெனவே காத்திருப்பதைப் போலத் தோன்றியது.

பிற்பாடு, அந்தக் கண்ணாடியைவிட்டு விலகி வந்தவுடன், நான்கைந்து நிமிடங்களுக்குத் தான் என்ன செய்துகொண்டிருந்தோம் என்பதை மீண்டும் அசை போட்டுக்கொண்டிருக்கையில் – ஏனென்றால், இவையெல்லாமே மிகக் குறுகிய காலத்திற்குள் நடந்து முடிந்திருந்தன –

கூடத்துக்குச் செல்லும் வழியிலிருந்த அந்த அலமாரிக்கும், வாயுச்சுரங்க வாயிலைப் பார்த்தாற் போல் இருந்த சாளரத்துக்கும் நடுவே தான் நின்ற நொடியை நினைத்துக்கொள்வான். திகிலில் நனைந்து போய், மூச்சு விடவே சிரமப்பட்டு, அந்த இருண்ட கண்ணாடிக்கும் தனக்கும் இடையே பெரும் இடைவெளி ஏற்பட்டுவிடாதா எனும் ஏக்கத்தோடு, நெற்றியில் வியர்வை முத்துக்கள் சில்லென்று அரும்ப நின்ற நொடி அது. அந்தக் கண்ணாடியிடம் மீண்டும் திரும்பிச் சென்று, தன் முகத்தின் மீது காகிதத்தாள் போன்று படர்ந்திருக்கும் முகக் கவசத்தைக் காயத்தின் மீது காய்த்திருக்கும் பொருக்கைப் பிய்த்தெடுப்பதைப் போல் உரித்தெடுத்து, அதனடியில் வெளிப்படும் புதிய வதனத்தின் மீதிருக்கும் சைகைகளையும் எழுத்துகளையும், விளம்பரத் தட்டிகள் நெகிழிப் பைகள் நகரின் சிக்கலான தெருக்கள் ஆகியவற்றில் காணப்படும் எழுத்துகளைக் காட்டிலும் அதிக மாய்ப் பொருள்கொண்டுவிட முடியாதபடிக்குப் படிக்க முடிந்தால் எப்படியிருக்குமென்று காலிப் கற்பனை செய்து பார்த்தான். தன் மனத்தில் உணர்ந்த வலியிலிருந்து தப்பித்துக்கொள்ள, அந்த அலமாரியிலிருந்து பொறுக்கிக்கொண்டு வந்திருந்த பத்திக் கட்டுரையொன்றைப் படிக்க முயன்றான். ஆனால், ஜெலால் இதுவரை எழுதியிருந்த அனைத்தையும் தானே எழுதியதைப் போன்று அவன் முழுமையாகத் தெரிந்து வைத்திருந் தான். இனி வரக்கூடிய மாதங்களிலும், ஆண்டுகளிலும் அவன் அடிக்கடி செய்ய இருப்பதைப் போலவே, தான் பார்வையிழந்துவிட்டதாய், கண்கள் பளிங்கினால் செய்யப்பட்டனவாய், கண்களின் பாப்பாவுக்கு பதிலாக இருட்குழிகள் இருப்பதாய், வாய் இருக்க வேண்டிய இடத்தில் அடுப்பின் திறப்பு இருப்பதாய், மூக்கின் துவாரங்கள் இருக்கும் இடத்தில் துருவேறிய திருகாணி ஓட்டைகள் இருப்பதாய்க் கற்பனையில் ஆழ்ந்து பார்த்தான் காலிப். தன்னுடைய முகத்தைப் பற்றி யோசித்த ஒவ்வொரு முறையும், அதன் மீது எழுதப்பட்டிருக்கும் எழுத்துகளை ஜெலாலும் பார்த்திருக்கிறான் எனும் எண்ணமும், என்றேனும் ஒரு நாள் தானும் அவற்றை அடையாளம் கண்டுவிடக் கூடும் என்பதையும் ஜெலால் இவ்வளவு காலமாகத் தெரிந்தே வைத்திருந்தான் எனும் சிந்தனையும், தொடக்கத்திலிருந்தே காலிப் அவனுக்கு உடந்தையாக இருந்திருக்கிறான் எனும் உணர்வும் அவனுடைய நினைவில் நிழலாடிக்கொண்டே இருந்தன. ஆனாலும், பிற்பாடு இந்த உண்மை வெளிப்பட்ட சில நிமிடங்களுக்குள்ளாகவே இப்படிப்பட்ட தெளிவோடு அதைப் பற்றித் தன்னால் சிந்தித்திருப்பது சாத்தியம்தானா என்று அவனால் உறுதியாகச் சொல்ல முடியவில்லை. அவனுக்கு அழ வேண்டும் போலிருந்தது. ஆனால் கண்ணீர் வரவில்லை. இன்னமும் கூட மூச்சு சீராகவில்லை. தொண்டைக் குழியிலிருந்து கட்டுப்பாட்டையும் மீறி வேதனையின் கேவல் எழுந்தது. அந்தச் சாளரத்தின் கைப்பிடியைப் பற்றிக்கொள்ள அவன் கை தன்னிச்சையாய் இயங்கியது. அவன் அதை, அந்த வாயுச்சுரங்க வாயிலை, ஒரு காலத்தில் கிணறொன்று இருந்த அந்த இடத்தைப் பார்க்க விரும்பினான். தனக்கு யாரென்று கூடத் தெரிந்திராத ஒரு நபரைப் போல் ஆள்மாறாட்டம் செய்ய முயலும் சிறுவனைப் போல் அவன் உணர்ந்தான்.

சாளரத்தைத் திறந்து, இருளுக்குள் எட்டிப் பார்த்தான். சாளரத்தின் சட்டத்தின் மீது முழங்கைகளை ஊன்றி, ஆழமே தெரியாத அந்தக் கிணற்றுக்குள் முகம் புதைத்துப் பார்த்தான். வயிற்றைப் புரட்டும் துர்நாற்றம் மேலெழும்பி வந்தது. அரை நூற்றாண்டுக் கால புறா எச்சம், வேண்டாதவை

என்று வீசியெறியப்பட்ட பொருள்கள், குடியிருப்பின் தூசு, நகரத்தின் கரிப்புகை, மண், கரிச்சாந்து, நம்பிக்கையிழந்த நிலை ஆகியவற்றின் நாற்றம் அது. தாங்கள் மறக்கத் துடித்த பொருள்களை மக்கள் வீசியெறிந்துவிடும் இடம் இதுதான். அந்தக் கிணற்றின் ஆழம் காணவியலா ஆழத்துக்குள் தன்னையும் கிடாசிவிடும் உந்துதல் அவனைப் பற்றிக்கொண்டது. ஒரு காலத்தில் அங்கே வாழ்ந்திருந்தோரின் கைவிடப்பட்ட நினைவுகளுக்குள் மூழ்கிவிடும், பற்பல ஆண்டுகளாக, பழம் கவிதையின் கேணிகளிலிருந்தும், பீதிகளிலிருந்தும், புதிர்களிலிருந்தும் மிகப் பொறுமையாக ஜெலால் கட்டியமைத்திருந்த அந்தக் கருந்துளைக்குள் மூழ்கிவிடும் உந்துதல் அவனை ஆக்கிரமித்தது. ஆனால், ஒரு குடிகாரனைப் போல அந்தப் படுகுழியை வெறித்துப் பார்ப்பதை மட்டும்தான் அவனால் செய்ய முடிந்தது.

ரூயாவும் அவனுமாக அந்தக் குடியிருப்பில் கழித்திருந்த நாட்களின் நினைவுகளை அந்தத் துர்நாற்றம் மீட்டெடுத்து வந்தது. ஒரு காலத்தில் வெகுளியான சிறுவனாக, நல்லியல்புகள் கொண்ட பதின்பருவத்தினனாக, விசுவாசமான கணவனாக, அறியாதவற்றின் விளிம்பில் தள்ளாடிக் கொண்டிருக்கும் சாதாரணக் குடிமகனாக என்று அவன் இருந்த நிலையெல்லாம் இந்தத் துர்நாற்றத்திலிருந்து முகிழ்த்தவைதான். ஜெலாலோடும் ரூயாவோடும் இருக்க வேண்டும் எனும் ஏக்கம் அடக்கமுடியாதபடிக்கு எழுந்து அவனுக்கு அழ வேண்டும் போல் தோன்றியது. ஏதோ கனவில் இருப்பதைப் போல் அவன் உணர்ந்தான். அவனுடைய உடம்பின் ஒரு பாதி பிய்த்தெடுக்கப்பட்டு தொலைதூர இருளுக்குள் வீசியெறியப் பட்டுவிட்டதைப் போல் தோன்றியது. யாரேனும் வந்து மீட்கும்வரை கத்திக் கதறிக்கொண்டிருப்பதொன்றுதான் இந்தப் பொறியிலிருந்து தப்பிக்க ஒரே வழி என்பதாகவும் தோன்றியது. முகத்தை, பனி கொட்டும் குளிரான இரவு அழுத்திக்கொண்டிருக்க அந்த ஆழம் காணவியலாப் படுகுழிக்குள் வெறித்துப் பார்ப்பதை மட்டும்தான் அவனால் செய்ய முடிந்தது. அந்த இரு[illegible]ள்ளத்துக்குள் வெறிப்பதன் மூலமாகத்தான் அந்த நகரில் தேடியலைந்த வலியையும் வேதனையையும் அவன் இறக்கி வைக்க முடிந்தது. அந்த ‘அதி பயங்கரத்தை’ப் புரிந்துகொள்ளவும் முடிந்தது. பிற்பாடு, தோல்வி, துயர், அழிவு ஆகியவற்றின் புதிரென்று வர்ணிக்கப்பட இருக்கும் விஷயத்தைக் கண்டுகொள்ள முடிந்தது. ஜெலாலின் ஒட்டுமொத்த வாழ்க்கையுமே அந்தப் படுகுழிதான். இவ்வளவு ஆண்டுகளாக, ஆசை ஆசையாய் ஜெலால் தயார்செய்திருந்த, சகல வசதிகளுடனும் கூடிய பொறி. அங்கேயே காலிப் மிக நீண்ட நேரம் நின்றுகொண்டிருந்தான். சாளரத்தைப் பிடித்துத் தொங்கிக்கொண்டு, அந்த வாயுச்சுரங்க வாயிலை வெறித்தபடி ! முகத்தையும் கழுத்தையும் அந்த வதைக்கும் குளிர் அரிக்கத் தொடங்கிய பிறகுதான் அவன் உள்ளே வந்து சாளரத்தைச் சாத்தினான்.

பிறகு நடந்ததெல்லாம் தெளிவாக, நன்கு வெளிச்சமிட்டுக் காட்டப்பட்டதாக, எளிதில் புரிந்துகொள்ளத்தக்கதாக இருந்தது. அந்த இரவின் இறுதிக் கட்டத்தில் தான் என்ன செய்துகொண்டிருந்தோம் என்பதைப் பிற்பாடு நினைவில் மீட்டெடுக்கையில், அவனுடைய ஒவ்வோர் அசைவும் தர்க்கத்தோடு இயைந்ததாக, அவசியமானதாக, பொருத்தமானதாகத் தோன்றியது. மேலும், தான் அப்பொழுது அமைதியாகவும், கட்டுப்பாட்டுடன் இருந்ததை அவன் நினைவுக்குக் கொண்டுவந்தான். மீண்டும் வரவேற்பறைக்குள் சென்று அங்கிருந்த ஓர் இருக்கையில் சரிந்தான்.

பிறகு ஜெலாலின் எழுதுமேஜையை ஒழுங்குபடுத்தினான். அதன் மீதிருந்த காகிதங்கள், பத்திரிகைகள், பத்திரிகையிலிருந்து கத்தரித்து எடுக்கப்பட்ட துணுக்குகள், புகைப்படங்கள் என யாவற்றையும் அவையவைக்குரிய பெட்டியில் போட்டு அந்தப் பெட்டிகள் அனைத்தையும் அலமாரிக்குள் கொண்டு வைத்தான். அந்தக் குடியிருப்பு முழுவதையும் சுத்தப்படுத்தினான். அவன் தங்கியிருந்த இரண்டு நாட்களில் ஏற்படுத்திய அலங்கோலத்தை மட்டுமின்றி, ஜெலால் விட்டுச் சென்றிருந்த குப்பையையும் சேர்த்து ஒழுங்குபடுத்தினான். சிகரெட் சாம்பல் கிண்ணிகளைக் காலி செய்தான். கோப்பைகளையும் குவளைகளையும் கழுவிக் கவிழ்த்தான். சாளரங்களைக் கஷ்டப்பட்டுத் திறந்து வைத்து காற்றுப் புக ஏற்பாடு செய்தான். முகத்தைக் கழுவினான். இன்னொரு கோப்பை சாரம் மிகுந்த காஃபியைத் தயாரித்துக் கொண்டான். இப்பொழுது சுத்தமாகவும் அடைசலின்றியும் இருந்த எழுது மேஜை மீது ஜெலாலின் பழைய ரெமிங்க்டன் தட்டச்சுப் பொறியைக் கொண்டுவந்து வைத்தான். ஜெலால் பல ஆண்டுகளாகப் பயன்படுத்தி வந்த காகிதக்கட்டு மேஜையின் இழுப்பறைக்குள் இருந்தது. அதிலிருந்து ஒரு வெற்றுத்தாளை உருவி அதைத் தட்டச்சுப்பொறியில் செருகினான். பின்னர் உடனடியாகத் தட்டச்சு செய்யத் தொடங்கினான்.

அந்த எழுது மேஜையை விட்டு நகராமல் கிட்டத்தட்ட இரண்டு மணி நேரம் எழுதிக்கொண்டிருந்தான். இப்பொழுது எல்லாமே அதனதன் இடத்தில் பொருந்திப்போயின. புதுத்தாளின் வாசனை கூட உற்சாகமளிப்பதாக இருந்தது. சொற்கள் தாமாகவே பொழியத் தொடங்கின. அவனுடைய விரல்கள் தட்டச்சு விசைகளைத் தொட்டு, பரிச்சயமான, பழைய கீதத்தை இசைக்க இசைக்க, இந்தச் சொற்களை வெகு காலம் முன்பிருந்தே மண்டைக்குள் தான் உருவேற்றியிருக்க வேண்டுமென்பது அவனுக்குப் புரிந்தது. ஒரு வேளை, அவ்வப்பொழுது சரியான சொல்லுக்காக அவன் தயங்கியிருப்பானாக இருக்கும். ஆனால், தன்னுடைய சிந்தனையின் ஓட்டத்துக்கு அவன் தன்னையே ஒப்புக் கொடுத்துவிட்டிருந்தான். ஜெலாலின் வார்த்தைகளில் சொல்வதாக இருந்தால் சிந்தனையோட்டத்தை பலவந்தப்படுத்தாமல்.

கண்ணாடியை உற்றுப் பார்த்து, என் முகத்தைப் படித்தேன் என்ற சொற்களோடு தன்னுடைய பத்திக் கட்டுரையைத் தொடங்கினான். இரண்டாவது வாக்கியத்தை, *ஒரு வழியாக நான் யாராக மாற ஏங்கினேனோ அவனாகவே மாறிவிட்டதாகக் கனவு கண்டேன்* என்று எழுதினான். மூன்றாம் வாக்கியத்திலிருந்து பெயோக்ளு பகுதியைப் பற்றிய பிரபலமான கதைகளை மீள்விவரிப்பு செய்தான். ஒவ்வொரு வாக்கியமும் முந்தயதைப் போலவே எவ்வித முயற்சியும் இன்றி வெளிப்பட்டது. ஆனால், எவ்வளவு அதிகமாய் எழுதினாலும், அவனுடைய இதயத்தில் உணர்ந்த வலி தீரும் வகையற்றிருந்தது. தான் என்ன எழுதினோமோ அதைத்தான் ஜெலாலின் வாசகர்களும் எதிர்பார்த்திருப்பார்கள். அதையே தான் அவர்கள் விரும்புவார்கள். மூன்று கட்டுரைகளின் அடியிலும் ஜெலாலின் கையெழுத்தை இட்டான். தன்னுடைய உயர்நிலைப் பள்ளி நோட்டுப் புத்தகங்களின் பின்புறத்தில் இந்தக் கையெழுத்தைப் போட ஆண்டுக்கணக்காகப் பயிற்சி செய்திருந்தான். எனவே இப்பொழுது அதை எளிதாகப் போடமுடிந்ததில் அவனுக்கு வியப்பேதும் உண்டாகவில்லை.

விடிந்த பிறகு கீழே இருந்த தெருவில், ஒரு குப்பையள்ளும் ஊர்தி, அதன் நாற்புறமும் குப்பைத் தொட்டிகள் சடசடவென ஓசை யெழுப்பியபடி சென்றுகொண்டிருந்தது. எஃப். எம். ஊஜூஞ்ச்சுவுடைய நூலில் பார்த்திருந்த ஜெலாலின் புகைப்படத்தை அண்மைக் கோணத்தில் பார்க்க எண்ணி அந்த நூலை வைத்த இடத்திற்கு காலிப் மீண்டும் சென்றான். அந்த நூலின் இன்னொரு பக்கத்தில், ஒரு வெளிறிய, அக்கறை யற்ற மனிதரின் தலைப்பிடப்படாத புகைப்படத்தைக் கண்டான். அதுதான் நூலாசிரியராக இருக்க வேண்டுமென்று தீர்மானித்தான். மீண்டும் அந்த நூலாசிரியரின் வாழ்க்கைக் குறிப்பைக் கவனமாகப் படித்தான். 1962ஆம் ஆண்டில் நடக்காமல் தவறிப்போன கவிழ்ப்புச் சதியில் குற்றம் சாட்டப்பட்டபோது எஃப். எம். ஊஜூஞ்ச்சுவுக்கு என்ன வயதிருக்குமென்று கணித்தான். எஃப். எம். ஊஜூஞ்ச்சுவின் முதல் பணி அனடோலியாவில் தொடங்கியிருந்தது. அந்தச் சமயத்தில் ஹமீத் கப்லானை அவர் பார்த்திருக்கிறார். அதாவது அவர் ஒரு லெஃப்டினன்டாக இருந்த காலத்தில். அப்படியென்றால் அவருக்கு ஏறத்தாழ ஜெலாலின் வயதுதான் இருக்கக் கூடும். 1944, 1945 மற்றும் 1946ஆம் ஆண்டுகளில் வெளிவந்திருந்த போர்ப் பயிற்சிக் கல்லூரியின் ஆண்டு மலர்களை மீண்டும் எடுத்து, அந்த ஆண்டுகளில் பட்டம் பெற்றிருந்தவர்களின் வரிசையைக் காலிப் மிகக் கவனமாக ஆராய்ந்தான். 'புதிரின் வெளிப்பாடு' எனும் மூன்றாம் பகுதியில் தென்பட்ட பெயரற்ற முகத்தின் இளம் வயதுத் தோற்றமாக இருந்திருக்கக் கூடிய நிறைய முகங்களைக் காலிப் கண்ணுற்றான். என்றாலும், அவருடைய கவனிப்புக்குரிய அம்சமான வழுக்கை அவருடைய ராணுவத் தொப்பியால் மறைபட்டிருக்கலாம்.

காலை எட்டரை மணிக்கு இதயங்களின் நகர் குடியிருப்பிலிருந்து காலிப் மெல்ல நழுவினான். அவனுடைய மேலங்கியின் பின்புறம் காற்றில் பறக்க உள் அங்கியின் பைக்குள் அவன் எழுதிய மூன்று கட்டுரைப் பிரதிகளும் மடித்துச் செருகப்பட்டிருந்தன. இந்தக் கோலத்தில் அவன் சாலையை விரைந்து கடக்கையில் அலுவலகத்திற்கு விரைந்து கொண்டிருக்கும் குடும்பஸ்தனைப் போலவே தோன்றினான். அவனை யாருமே கண்டுகொள்ளவில்லை. அப்படியே கண்டுகொண்டிருந்தாலும், கூப்பிடவில்லை. மிக அற்புதமான காலைப்பொழுது. வானம் குளிர்கால ஊதா நிறத்திலிருந்தது. நடைபாதையெங்கும் பனி மூட்டமும், பனிக் கட்டியும், மண்ணுமாய்க் கலந்து இறுகியிருந்தது. ஒரு கட்டடத்தின் நடைவழிக்குள் அம்பெனப் பாய்ந்து வீனஸ் சிகையலங்காரக் கடையைத் தாண்டினான். ஒவ்வொருநாளும் காலை வேளையில் தாத்தாவுக்கு முகச்சவரம் செய்ய இந்தக் கடையிலிருந்துதான் ஆட்கள் வருவார்கள். பின்னர் வந்த ஆண்டுகளில் காலிப்பும் இந்தக் கடைக்கு ஜெலாலுடன் அடிக்கடி வருவதுண்டு. ஜெலாலின் சாவிக்குப் பிரதியெடுக்க இங்கே இருக்கும் பூட்டு – சாவிப் பழுதுநீக்கியிடம் வந்து நின்றதுண்டு. கட்டடத்தின் மூலையிலிருந்த வியாபாரியிடமிருந்து காலிப் *மிலியட்* நாளிதழை விலைக்கு வாங்கிக்கொண்டான். பிறகு, ஜெலால் அடிக்கடி காலையுணவு உட்கொள்ளும் சுதி'ஸ் பணியாரக் கடைக்குள் நுழைந்தான். வறுத்த முட்டைகள், உறையவைத்த பாலேடு, தேன் மற்றும் தேநீர் ஆகியவற்றை கொண்டுவரப் பணித்தான். காலையுணவை உண்டபடியே ஜெலாலின் பத்திக்கட்டுரையைப் படித்தான். கட்டுரையைப் படிக்கப் படிக்க ஒரு சில

தடயங்களை வைத்துக்கொண்டு அர்த்தமுள்ளதோர் கதையை மாயாஜாலம் போல் வரவழைக்கும் சமயத்தில், ரூயாவின் துப்பறியும் கதைகளின் நாயகர்களும் இதே போல் உணர்ந்திருப்பார்களோ என்று காலிப் மனத்துக்குள் வியந்துகொண்டிருந்தான். ஒரு மர்மத்தை அவிழ்ப்பதற்கான திறவுகோல் கையில் கிடைத்துவிட்ட துப்பறியும் நிபுணரைப் போல், அதே திறவுகோல் கொண்டு பல புதிய கதவுகளையும் திறக்கப் போகும் துப்பறியும் நிபுணரைப் போல், அவன் உணர்ந்தான்.

முந்தின சனிக்கிழமையன்று நாளிதழின் அலுவலகத்துக்கு காலிப் சென்றிருந்தபொழுது, அங்கிருந்த ஜெலாலின் எழுது மேஜையில் காலிப் பார்த்திருந்த கடைசிக் கட்டுரை இன்றைய இதழில் வெளியாகியிருக்கும் இந்தப் பத்திக்கட்டுரைதான். அந்தக் கட்டுரையின் எழுத்துகளின் இரண்டாவது அர்த்தத்தை யூகிக்க காலிப் சற்றும் முயலவில்லை. காலையுணவை முடித்து பகிருந்துக்கான வரிசையில் காத்துக்கொண்டிருந்த பொழுது, ஒரு காலத்தில் தான் எப்படிப்பட்ட நபராக இருந்தோம் என்பதையும் சமீப காலம் வரை அந்த நபர் வாழ்ந்திருந்த வாழ்க்கையையும் நினைத்துப் பார்த்தான். ஒவ்வொரு நாள் காலையிலும் அவன் ஷேர் டாக்ஸியில் அமர்ந்தவாறு நாளிதழைப் படிப்பான். மாலை நேரமானதும், தங்களுடைய படுக்கையில் தன் மனைவி உறங்கிக்கொண்டிருப்பதைப் பற்றிய கற்பனைகளோடு வீட்டு நினைவாய் இருப்பான். கண்களில் நீர் திரண்டது.

டாக்ஸி டால்மபாஹ்ச்சே அரண்மனையின் மதிற்சுவர்களைக் கடந்து போய்க்கொண்டிருந்தபோது, “ஆக, எல்லாமே அவ்வளவுதான்,” என்று பெருமூச்செறிந்தான். “உலகைத் தலைகீழாகப் புரட்ட வேண்டுமென்றால், நாம் வேறு யாரோ ஒரு நபரென்று நம்மை நாமே ஏற்றுக்கொள்ள வைத்துவிட்டாலே போதும்.” டாக்ஸியின் சாளரத்தின் ஊடாக அவன் பார்த்துக்கொண்டு வந்த இஸ்தான்புல், அவனுடைய வாழ்நாளில் அவனுக்குப் பரிச்சயப்பட்டிருந்த இஸ்தான்புல் நகரல்ல. இது வேறோர் நகரம். இதன் புதிரை அவன் சற்று முன்பாகத்தான் அவிழ்த்திருந்தான். பிற்பாடு இதை எழுத்திலும் வடிக்கப்போகிறான்.

அந்த நாளிதழின் அலுவலகத்தில் துறைத்தலைவர்களோடான பத்திரிகை ஆசிரியர்களின் கூட்டம் நடந்துகொண்டிருந்தது. ஜெலாலின் அலுவலக அறைக்கதவை மெல்லத் தட்டிவிட்டு, ஒரு சில வினாடிகள் நிதானித்து, பின் உள்ளே நுழைந்தான் காலிப். ஜெலாலின் எழுதுமேஜை, காலிப் முன்பு பார்த்திருந்த மாதிரியே எவ்வித மாற்றமுமின்றி இருந்தது ஜெலாலின் இருக்கையில் உட்கார்ந்து, அந்த மேஜையின் இழுப்பறைகளை அவசர அவசரமாகக் குடைந்து பார்த்தான். தொடக்க விழாக்களுக்கும் திறப்பு விழாக்களுக்கும் வந்திருந்த பழைய அழைப்பிதழ்கள், இடதுசாரி மற்றும் வலதுசாரி குழுக்களிடமிருந்து வந்திருந்த பல்வேறான அறிக்கைகள், தான் முன்னர் வந்திருந்தபோது கண்டிருந்த அதே கத்திரித்தெடுக்கப்பட்ட துணுக்குகள், ஒரு சில பொத்தான்கள், ஒரு கழுத்துப் பட்டி, ஒரு கைக் கடிகாரம், காலி பேனா மைப் புட்டிகள், கலவையாய் மருந்துகள், முன்னர் அங்கே வந்திருந்தபொழுது அவன் கவனிக்கத் தவறியிருந்த கூலிங்கிளாஸ் கண்ணாடி . . . அந்தக் கூலிங்கிளாஸ் கண்ணாடியை அணிந்துகொண்டு அவன் ஜெலாலின் அலுவலக அறையை விட்டுக் கிளம்பினான். பத்திரிகை ஆசிரியர்களுக்கான பெரிய கூடத்துக்குள் நுழைந்தவுடன், சர்ச்சைக்குரிய

முதிய எழுத்தாளர் நெஷாதி மேஜையில் குனிந்தபடி இருப்பதைக் காலிப் பார்த்தான். அவன் சென்ற முறை அங்கே வந்திருந்தபோது சஞ்சிகை எழுத்தாளர் அமர்ந்திருந்த இருக்கை நெஷாதியின் மேஜைக்கருகில் இழுத்துப்போடப்பட்டிருந்தது. ஆனால், அந்த இருக்கை இன்று காலியாக இருந்தது. காலிப் நேராக அந்த இருக்கைக்குச் சென்று அமர்ந்துகொண்டான். ஒரு சில வினாடிகள் பொறுத்திருந்து, அந்த முதிய எழுத்தாளர் பக்கம் திரும்பி, "என்னை உங்களுக்கு நினைவிருக்கிறதா?" என்று கேட்டான்.

"ஏனில்லாமல். நன்றாகவே நினைவிருக்கிறது. என்னுடைய நினைவுத் தோட்டத்திலும்கூட நீ ஒரு மலர்தான்" என்றார் நெஷாதி, தான் படித்துக் கொண்டிருந்த பக்கத்தை விட்டுக் கண்களை எடுக்காமலே. "தோட்டமே ஒரு நினைவுதான் – இவை யாருடைய வார்த்தைகளென்று தெரியுமா?"

"ஜெலால் சாலிக்கின் வார்த்தைகள்."

"இல்லை. இவை பாட்ஃபோலியோவின் வார்த்தைகள்," என்றார் அந்த முதிய பத்திக் கட்டுரையாளர் கண்களை உயர்த்தி. "இபின் ஸெர்ஹானியை மொழிபெயர்த்திருக்கும் அவருடைய அற்புதப் படைப்பிலிருந்து எடுக்கப் பட்டவை. வழக்கம் போல், ஜெலால் சாலிக் அவற்றைக் களவாண்டு விட்டார். நீ இப்பொழுது ஜெலாலின் கூலிங்கிளாஸ் கண்ணாடியைக் களவாடி இருப்பதைப் போல."

"இது என்னுடையது," என்றான் காலிப்.

"அப்படியென்றால், மனிதர்களை உருவாக்குவதைப் போலவே, கண்ணாடிகளையும் ஒரே மாதிரி உருவாக்குகிறார்கள் என்று சொல். எங்கே, அதைக் கொடு பார்க்கலாம்."

கண்ணாடியைக் கழற்றி அந்த முதிய பத்தி எழுத்தாளரிடம் கொடுத்தான் காலிப். அந்தக் கண்ணாடியை ஆராய்ந்துவிட்டு அவர் அதைப் போட்டுப் பார்த்தார். ஆயிரத்துத் தொள்ளாயிரத்து ஐம்பதுகளில் ஜெலால் மும்முரமாய் எழுதிக்கொண்டிருந்த தூதா சாகசக் கதைகளில் வரும் ஒரு தாதாவைப் போலவே சட்டென்று பார்க்க அந்தப் பத்தி எழுத்தாளர் காட்சியளித்தார். பாஸ்ஃபராஸில் தன்னுடைய கெடிலாக் காரோடு மூழ்கிப்போன, காபி சிற்றுண்டியகமும் விபசார விடுதியும் இரவு நேரக் கேளிக்கையகமும் நடத்திவந்த அதே தாதாதான். மர்மமாகப் புன்னகைத்தவாறே அந்த முதிய பத்தி எழுத்தாளர் காலிப்பின் பக்கம் திரும்பினார்.

"அவ்வப்போது வேறொருவரின் கண்கள் வழியாக இந்த உலகைக் காண்பது அவசியமென்று சும்மாவா சொல்லி வைத்திருக்கிறார்கள்? பிறரின் ரகசியங்களைத் தெரிந்துகொள்வது ஒரு புறம் இருக்கட்டும். அப்பொழுதுதானே இந்த வாழ்க்கையின் புதிரை நீ புரிந்துகொள்ள முடியும்? இதைச் சொன்னது யாரென்று உனக்குத் தெரியுமா?

"எஃப். எம். ஊஜ௵ஞ்சு," என்றான் காலிப்.

"அவருக்கும் இதற்கும் சம்பந்தமேயில்லை. அவர் மூடர்களின் அரசன். அதற்கு மேல் ஒன்றும் சொல்ல முடியாது," என்றார் அந்த முதியவர். "பரிதாபத்திற்குரிய ஜந்து. உருப்படாத வீணாய்ப் போனவன் . . . அவன் பெயரை உன்னிடம் சொன்னது யார்?"

“அது தனக்கு மிகவும் பிடித்தமான புனைபெயரென்று ஜெலால் என்னிடம் ஒரு முறை சொல்லியிருக்கிறான். பல ஆண்டுகளுக்கு அவன் அதை உபயோகப்படுத்தியிருக்கிறான்.”

“அதாவது, ஒரு மனிதனின் மனம் உண்மையாகவே பேதலித்து விடும் பட்சத்தில், தன்னுடைய கடந்த காலத்தை மறுத்து, தன்னுடைய சொந்த எழுத்துகளையே மறுதலிப்பது மட்டுமே போதாதென்கிறாய்? இல்லை. அவன் பிறருடைய வாழ்க்கையையும் படைப்புகளையும் அபகரித்துக் கொண்டு, தன்னுடையதென்று கோர வேண்டும். ஆனால், நம்முடைய தந்திரம் மிகுந்த ஜெலால் பே அந்த அளவுக்கு மூப்படைந்துவிட்டதாக நான் நினைக்கவில்லை. அவனுக்குப் பழி தீர்த்துக்கொள்ள ஏதோ ஒரு விஷயம் இருந்திருக்க வேண்டும். அப்படியில்லாமல் இப்படியோர் வெட்கங்கெட்ட, அவமானகரமான பொய்யைச் சொல்லியிருக்க மாட்டான். எஃப். எம். ஊஜ°ஞ்ச்சு என்பவர் உண்மையில் வாழ்ந்திருந்த மனிதர். நல்ல வாசகரும்கூட. இருபத்தைந்து ஆண்டுகளுக்கு முன்பாக எங்கள் அலுவலகத்திற்குக் கடிதங்களாக எழுதித் தள்ளிய ராணுவ அதிகாரி. அவற்றுள் ஒன்றிரண்டை நாங்கள் பிரசுரித்தோம். வெறும் மரியாதை நிமித்தமாகத்தான். அதைத் தொடர்ந்து அவர் எங்கள் அலுவலகத்துக்கு வரப் போக இருந்தார். ஏதோ இங்கே நிரந்தர ஊழியர் என்பதைப் போலத் தோரணையோடு இங்கேயே சுற்றிக்கொண்டிருந்தார். பிறகு திடீரென்று அவரைக் காணவில்லை. அப்புறமாக இருபத்தைந்து வருடங்கள் வரை அவரை யாருமே பார்க்கவில்லை. அப்புறம், போன வாரம்தான் அவர் மீண்டும் இங்கே தலை காட்டினார். முட்டை ஓடு போல் தலை வழுக்கையாகி இருந்தது. நேராக என்னைப் பார்க்க வந்தார். என்னுடைய அபிமானியென்று சொல்லிக்கொண்டார். ஆனால், அவர் அப்படியொன்றும் நல்ல நிலைமையில் இல்லை. சைகைகள் சகுனங்கள் என்று ஏதோ உளறிக்கொண்டிருந்தார்.”

“அது என்ன சைகைகள்?”

“சும்மா சொல்லாதே. இதைப் பற்றியெல்லாம் உனக்கு ஏற்கெனவே தெரியும். நிச்சயமாகத் தெரிந்திருக்கும். இதைப் பற்றியெல்லாம் ஜெலால் உன்னிடம் சொன்னதில்லையா, என்ன? காலம் கனிந்துவிட்டது. நாம் அனைவருமே பார்க்கும் அளவுக்குச் சகுனங்கள் அப்பட்டமாக இருக்கின்றன. எனவே எல்லோரும் வீதிக்கு வாருங்கள். இப்படி ஏதேதோ. எல்லா சாமர்த்தியத்தையும் பயன்படுத்தி. தீர்ப்புச் சொல்லப்படும் நாள். புரட்சி. கிழக்கின் விடுதலை. இதையெல்லாம் நீ ஏற்கெனவே கேட்டுத் தானே இருப்பாய்? இல்லையா?”

“ஆமாம். நானும் ஜெலாலும் இதைப் பற்றிக் கொஞ்ச நாள் முன்புதான் பேசிக்கொண்டிருந்தோம். இதில் உங்களுக்கிருக்கும் தொடர்பைப் பற்றியும் தான்.”

“அப்படியென்றால் அவன் எங்கே ஒளிந்திருக்கிறான்?”

“எனக்கு மறந்துவிட்டது.”

“பத்திரிகை ஆசிரியர்களுடைய கூட்டம் அங்கே நடந்துகொண்டிருக்கிறது,” என்றார் அந்த முதிய எழுத்தாளர். “அவர்கள் உன் மாமா ஜெலாலை வேலையை விட்டு நீக்கப்போகிறார்கள். ஏனென்றால், அவன்

இதுவரைக்கும் புதிய பத்திக் கட்டுரை எதையும் அனுப்பி வைக்கவில்லை. அந்த இரண்டாம் பக்கத்திலிருக்கும் இடத்தை அவர்கள் எனக்குத்தான் தரப் போகிறார்கள். அவனிடம் சொல்லி வை. நான் எப்படியும் அதை நிராகரிக்கப் போகிறேன்."

"1960களின் ஆரம்பத்தில் நடந்த, நீங்கள் எப்படியோ சம்பந்தப்பட்டிருந்த, அந்த ராணுவப் புரட்சியைப் பற்றி அன்றைக்குப் பேசிக்கொண்டிருந்தோம். அப்பொழுது, உங்களைப் பற்றி மிகுந்த அன்போடு ஜெலால் பேசிக் கொண்டிருந்தான்."

"பொய். அவன் எங்களைக் காட்டிக் கொடுத்துவிட்டான். அதனால் தான் அவன் என்னையும், அந்த ஆட்சிக்கவிழ்ப்பு முயற்சியில் ஈடுபட்ட அனைவரையும் வெறுக்கிறான்," என்றார் அந்த முதிய பத்தியெழுத்தாளர். இப்பொழுதும்கூட அவர் அந்தக் கூலிங்கிளாஸ் கண்ணாடியை அணிந்து கொண்டுதான் இருந்தார். ஆனால் இப்பொழுது அவர் அதிகம் கடந்த காலத்து பெயோக்லூ தாதாவைப் போல் தோன்றவில்லை. மாறாக, ஒரு தலைவனைப் போல் தோன்றினார். "அவன் எங்களைக் காட்டிக் கொடுத்து விட்டான். ஆனால் அப்படியில்லை என்றுதான் அவன் உன்னிடம் சொல்லியிருப்பான். அது இயல்பானதுதான். அவன்தான் இதற்கெல்லாம் சூத்திரதாரி என்று சொல்லியிருப்பான். ஆனால், இந்த ஆட்சிக்கவிழ்ப்பு முயற்சி நிச்சயமாக வெற்றி பெற்றே தீருமென்று அனைவருமே நம்பும் வரை உன்னுடைய மாமா ஜெலால், இந்த விஷயத்தில் ஈடுபடவேயில்லை. அதுதானே அவனுக்கு வழக்கம்? அதற்கு முன்பாக – நாங்கள் அனைவரும் அனடோலியா நெடுகிலும் வாசகர் இணைப்பு வலையை உருவாக்கிக் கொண்டிருந்தபோது – கூம்பகங்கள், ஸ்தூபிகள், சைக்ளோப் எனப்படும் ஒற்றைக்கண் அரக்கர்களைப் பற்றியும், புதிரான திசைகாட்டிகள், கற்கொற்றர்களின் குறியீடுகள், பல்லிகளின் படங்கள், செல்ஜூக் வம்சக் குவிமாடங்கள், பிரத்யேகக் குறிகள்கொண்ட பெலாரஸ் நாட்டுப் பணத்தாள்கள் பற்றியெல்லாம் கிசுகிசுப்பாய்ப் பேசிக்கொண்டிருந்த போது – ஜெலால் செய்ததெல்லாம் தங்களுடைய படங்களை அனுப்பித் தருமாறு தன்னுடைய வாசகர்களிடம் கேட்டு வாங்கி, அவற்றைத் திரை நட்சத்திரங்களின் படத்தொகுப்போடு இணைத்துக்கொண்டதுதான். அவன் ஒரு சிறுபிள்ளை என்று நீ நினைக்கலாம். ஒரு நாள் அந்த அலங்காரப் பதுமைகளின் அருங்காட்சியகம் பற்றிக் கதை பண்ணினான். இன்னொரு நாள், நடுநிசியில் தன்னைத் தொடர்ந்து வந்த கண்ணைப் பற்றி ஏதோ உளறிக்கொட்டினான். அவன் எங்களோடு இணைந்து கொள்வதற்கான சமிக்ஞைகளாக இவற்றையெல்லாம் எடுத்துக்கொண்டு நாங்கள் அவனுக்கு உடன்பட்டோம். எங்களுடைய நோக்கத்திற்கு உறுதுணையாக இருக்கும் வண்ணம் அவனுடைய பத்திக் கட்டுரைகளைப் பயன்படுத்தப் போகிறான் என்றே நம்பினோம். மேலும் பல ராணுவ அதிகாரிகளை எங்கள் பக்கம் இழுப்பானென்று நம்பினோம். இல்லவே இல்லை! அந்தக் காலத்தில் நிறைய கிறுக்கர்கள் இருந்தார்கள். உன்னுடைய நண்பன் எஃப். எம். ஊஜூஞ்ச்சுவைப் போன்ற ஒட்டுண்ணிகள். ஜெலால் செய்த முதல் காரியம் அவரைப் போன்றவர்களைக் கிடுக்கிப்பிடி போட்டுப் பிடித்துக்கொண்டதுதான். பிறகு – அவனுடைய சங்கேதக் குறிகள், சூத்திரங்கள், கரந்துரைச் செய்யுள்கள் ஆகியவற்றின் உதவியால் – இவற்றைக் காட்டிலும் மோசமான, வேறொரு சந்தேகத்துக்கிடமான

கதைமாந்தர்களோடு அவர்களைத் தொடர்புபடுத்திவிட்டான். அவனுடைய மனத்தில் இதெல்லாம் மலைப்பூட்டும் சாதனைகளாகத் தெரிந்தன. அதனால், நாங்கள் அதிகாரத்தைக் கைப்பற்றியவுடன் அமைச்சரவையில் அவனுக்கும் இடம் தர வேண்டுமென்று எங்களிடம் உரிமை கொண்டாடத் தொடங்கினான். அவனுடைய பேர சக்தியைக் கூட்டுகின்ற விதமாக, கடைசியில் எஞ்சியிருக்கும் கசடு போன்ற, பழைய மதத்துறவி அமைப்பு களோடும் மெஹ்தியின் வருகைக்காக எதிர்பார்த்துக் காத்திருக்கும் ரகசிய மதப்பிரிவுகளோடும், இன்னமும் ஃப்ரான்ஸ் நாட்டிலும் போர்ச்சுகல்லிலும் வெட்டிப்பொழுது போக்கிக்கொண்டிக்கும் பல்வேறு ஆட்டமன் இளவரசர்களுக்குப் பரிச்சயமானவர்கள் என்று சொல்லிக் கொள்ளும் பேர்வழிகளோடும் தனக்கிருக்கும் தொடர்புகளைப் பற்றி பெரிதாகப் பீற்றிக்கொண்டிருந்தான். இதுவும் போதாதென்று, இல்லவே இல்லாத பேர்வழிகளிடமிருந்து தனக்குக் கடிதங்கள் வந்திருப்பதாக வேறு சொல்லிக்கொள்வான். அவர்களை அழைத்து வந்து எங்களுக்கு நேரிலேயே காட்டுவதாகச் சத்தியம் செய்வான். ஆனால் ஒரு தடவையாவது யாரையும் கூட்டி வந்திருக்கிறானா என்றால், இல்லை. அதுமட்டுமில்லை. பாஷாக்கள் மற்றும் ஷேக்குகளின் பேரப் பரம்பரையினர் அவனுடைய வீட்டிற்கே வந்ததாகவும், அவர்களுடைய மகிமை வாய்ந்த மூதாதையர்கள் கைப்பட எழுதி வைத்திருந்த வாழ்க்கைக் குறிப்புகளையும் இறுதி சாசனங்களையும் தன் பொறுப்பில் பாதுகாப்பாக இருக்கவிட்டுச் சென்றிருப்பதாகவும் கூறியிருக்கிறான். அந்த ஆவணங்கள் ஒவ்வொன்றும் பயங்கர ரகசியங்கள் பொதிந்தவை என்றும் சொல்லிக்கொள்வான். இங்கே, இந்தப் பத்திரிகை அலுவலகத்திலும்கூட அவனைப் பார்த்துப் போவதற்காக நடுநிசியில் அவர்கள் வருவார்களாம். இவர்களுள் ஒருவர் பாக்கியில்லாமல் அத்தனை பேரும் அவனுடைய கற்பனைக் கண்டுபிடிப்புகள்.

“இப்படியொரு காலகட்டத்தில்தான், இரண்டு வார்த்தைகள் ஒழுங்காக ஃப்ரெஞ்சு மொழியில் பேசத் தெரியாத இந்த மனிதன், புரட்சிக்குப் பிறகு தான் வெளியுறவு அமைச்சராகப் பொறுப்பேற்கப் போவதாக வதந்திகளைப் பரப்பினான். அதன் பிறகுதான் நானும் இவனுடைய பொய் மூட்டைகளை அம்பலப்படுத்தும் நேரம் வந்துவிட்டதென்று எழுதினேன். ஏதோ ஒரு புராணிகக் கடந்த காலத்தில் இருந்த ஒரு கரிய ஜந்துவுக்கான கடைசி உயிர்சாட்சியமென்று அவன் சொல்லிக் கொண்ட ஒன்றை அடிப்படையாகக்கொண்ட பத்திக் கட்டுரைகளை முடிவற்று எழுதிக்கொண்டிருந்த நாட்கள் அவை. தீர்க்கதரிசிகள், இறைத்தூதர், பேரழிவு மற்றும் ஒரு சதித்திட்டம் குறித்த மர்மமான சைகைகள் பற்றி எழுதிய அபத்தக் குப்பைகள். அந்தச் சதித்திட்டத்தை அவன் அம்பலப்படுத்தினால் பெரும் வரலாற்று முக்கியத்துவம் வாய்ந்த உண்மை வெளிப்படுமென்றும் சொல்லிக்கொண்டிருந்த நாட்கள். எனவே உண்மைகளை உள்ளபடி எடுத்துரைத்து ஒரு பத்திக் கட்டுரையை எழுதி முடித்தேன். தேவைக்கேற்ப இப்னு ஸெர்ஹானியையும் பாட்ஃபோலியோவையும் மேற்கோள் காட்டியிருந்தேன். கோழைப்பயல் பயந்து பின்வாங்கிவிட்டான். உடனடியாக எங்களோடு முறித்துக் கொண்டு, வேறு பிரிவினரோடு சேர்ந்துவிட்டான். அவனுடைய புதிய நண்பர்களுக்கு இளம் ராணுவ அதிகாரிகளோடு மேலும் நெருங்கிய தொடர்பு இருந்ததாகச் சொல்லப்பட்டது. அவனுடைய கற்பனையில்

உதித்தவர்கள் என்று நான் கூறிய பேர்வழிகள் அசலானவர்கள்தான் என்று அவர்களிடம் நிரூபிக்க ஜெலால் மிகவும் ஆர்வமாக இருந்தான் என்று வதந்தி உலவியது. இருளில் மாறுவேடம் பூண்டு தன்னுடைய பரிதாபத்திற்குரிய நாயகர்களைப் போல் அவன் ஆள்மாறாட்டம் செய்வதுண்டு என்றும் வதந்தி இருந்தது. ஒரு நாளிரவு இறைத்தூதரைப் போலவோ அல்லது வெற்றிவேந்தன் மெஹ்மட்டைப் போலவோ ஆடையணிந்துகொண்டு ஏதோ ஒரு திரையரங்கின் வாசலில் இவன் சென்று நின்றிருக்கிறான். அரங்கிற்கு வெளியே திகைத்துப்போய் நின்றிருந்த கூட்டத்தினரிடம் ஒட்டு மொத்தத் தேசமும் தங்களது ஆடைகளை மாற்றி விட்டுப் புதியதோர் வாழ்க்கையில் அடியெடுத்து வைக்கும் கட்டத்தில் இருப்பதாக அறிவித்திருக்கிறான். அமெரிக்கத் திரைப்படங்களும் துருக்கியப் படங்களைப் போலவே உருப்படாதவையாய் இருக்கின்றன. அவைகளைப் பார்த்து நகலெடுக்க முயல்வதுகூடப் பொருளற்றது. திரைப்படங்களுக்கு விரும்பிச் செல்லும் பொதுமக்களை எஷில்சாம் திரை நிறுவனத்தின் திரைத் தயாரிப்பாளர்களுக்கு எதிராகத் திருப்ப முடிந்துவிட்டால், தன்னுடைய நோக்கத்தோடு அவர்கள் இணைந்து விடுவார்களென்று அவன் நினைத்தான். ஏனென்றால், அவனுடைய பத்திக் கட்டுரைகளில் எப்பொழுதுமே குறிப்பிட்டுக்கொண்டிருக்கும் ‘இழிவான, அற்பத்தனம் மிகுந்த நடுத்தர வர்க்கத்தினர்’ – புறநகர்ப் பகுதிகளிலிருக்கும் பழைய, மரத்தாலான வீடுகளில் வசிப்பவர்கள் – அவர்கள் எல்லோருமே ஒரு ரட்சகரை எதிர்நோக்கிக் காத்திருந்தார்கள். அந்தக் காலத்தில் இன்றைக்கு இருப்பதைப் போலவே, ஒட்டுமொத்த நகருமே ரட்சகருக்காகத்தான் காத்துக்கொண்டிருந்தது. பிறகு, இப்பொழுதிருப்பதைப் போலவே, அவர்களும் ராணுவம் நிர்வாகத்தை மேற்கொண்டால் உணவின் விலை குறைந்துவிடுமென்று நெஞ்சார நம்பினார்கள். பாவம் செய்தோரைச் சித்திரவதைக்குள்ளாக்கினால், சொர்க்கத்தின் கதவுகள் தாமாகவே சடாரெனத் திறந்துகொள்ளுமென்று நம்பினார்கள். ஆனால், ஜெலால் பதவிவெறி பிடித்து அலைந்தான். மக்களைத் தன் வசியக் கட்டுப்பாட்டில் வைத்திருக்க எதையும் செய்யத் துணிந்திருந்தான். அதனால், அந்த சதித்திட்டத்தில் ஈடுபட்டிருந்த வெவ்வேறான பிரிவினரையும் ஒருவர் மீது மற்றொருவர் என எப்படியோ ஏவிவிட்டான். அந்த ஆட்சிக் கவிழ்ப்புச் சதியும் ஒன்றுமில்லாமல் ஆனது. திட்டமிட்டபடி வானொலி நிலையத்துக்குச் செல்ல இருந்த புரட்சியாளர்கள் அனைவரும் தத்தம் ராணுவ முகாமுக்குத் திரும்பிச் சென்றனர். இதன் விளைவு என்னவென்று தெரியுமா? நீயேதான் பார்க்கிறாயே. இன்றுவரை நாம் மண்டியிட்டு வாழ்ந்து கொண்டிருக்கிறோம். இன்னமும், ஐரோப்பாவின் அவமானகரமான நிழலில் பதுங்கி, கூனிக்குறுகி வாழ்ந்துகொண்டிருக்கிறோம். ஏதோ அவ்வப்பொழுது தேர்தல்களில் வாக்களித்து, நாமும் அவர்களைப் போன்றவர்கள்தான் என்று அயல்நாட்டு நிருபர்கள் முன் நிமிர்ந்து நின்று பெருமிதம் கொள்கிறோம். இந்த நிலைமையும்கூட, நமக்கு மீட்சியே இல்லையென்று சொல்வதற்கு நிகரானதுதானே? என்றாலும் இதிலிருந்து மீள வழியிருக்கிறது. அந்த ஆங்கிலேயத் தொலைக்காட்சிக் குழு மட்டும் ஜெலாலிடம் பேச விரும்பாமல் என்னிடம் பேசக் கேட்டிருந்தார்களானால், அவர்களிடம் நான் அந்த முக்கியமான ரகசியத்தைப் பற்றிச் சொல்லியிருப்பேன். எப்படி கிழக்கு இன்னும் பல்லாயிரக் கணக்கான

ஆண்டுகளுக்கு, சந்தோஷமான கிழக்காகவேதான் தொடர்ந்திருக்கும் எனும் ரகசியத்தை.”

“மகனே காலிப் பே, உன்னுடைய ஒன்றுவிட்ட சகோதரன், இந்த ஜெலால் பேவைப் பற்றி உனக்கு ஒன்று சொல்லட்டுமா? அவன் ஒரு பரிதாபத்திற்குரிய முடவன். நாம் நாமாகவே இருப்பதற்கு நம்முடைய உடுப்படுக்கில் போலிச் சிகை, ஒட்டுத் தாடி, வரலாற்றுக் கால உடுப்புகள் முதலானவற்றை வைத்து நிரப்பிக்கொள்ள வேண்டியதில்லை. ஒரு சில மாலை வேளைகளில் சுல்தான் முதலாம் மஹ்மூத் மாறுவேடமணிந்து நகரில் உலா வந்தார். ஆம். அது உண்மைதான். ஆனால் அவர் என்ன ஆடை அணிந்திருந்தாரென்று உனக்குத் தெரியுமா? தன்னுடைய சுல்தானுக்கான தலைப்பாகையைக் கழற்றிவிட்டுச் சாதாரணக் குல்லாயை அவர் அணிந்துகொண்டார். கையில் கைத்தடி ஒன்றை வைத்துக்கொண்டார். அவ்வளவுதான். விசித்திரமான, பகட்டான உடையலங்காரத்தோடோ அல்லது நைந்து கந்தலான பிச்சைக்கார உடையிலோ ஒப்பனை செய்து கொள்ள அவர் நேரம் எடுத்துக்கொண்டதே கிடையாது. நம்முடைய உலகம் ஒரு முழுமையான கோளம். அது இன்னும் சிதறிப் போகவில்லை. இந்த ஆட்சியெல்லைக்குள்ளாக இன்னொரு ஆட்சியெல்லை இருக்கிறது. ஆனால் மேலை நாடுகளில் சித்திரிக்கப்படுவதைப் போல, அது ஒன்றும் ஆவிகளும் நாடகக் காட்சியமைப்புகளும் நிறைந்த ரகசிய உலகல்ல. அதன் திரையை இழுத்துவிட்டு யுரேக்கா என்று மகிழ்ச்சிக் கூச்சலிட்டு, உண்மையை வெளிப்படுத்த வேண்டியதில்லை. நம்முடைய அடக்கமான ஆட்சியெல்லை எங்கெங்கும் வியாபித்திருக்கிறது. அதற்கு மையமென்று எதுவுமில்லை. அதை நீ வரைபடங்களில் கண்டுவிட முடியாது. ஆனால், அதுதான் உண்மையிலேயே நம்முடைய ரகசியம். அதைப் புரிந்துகொள்வது மிக, மிக, மிகக் கடினம். அதைப் புரிந்துகொள்ளப் பெரும் முயற்சி தேவை. தாம் தேடும் பிரபஞ்சப் புதிர் தாமேதான் என்பதை அறிந்திருக்கும் துணிச்சல்மிக்க சாகச நாயகர்கள் எத்தனை பேர் இருக்கிறார்கள், சொல். அந்தப் புதிரைத் தேடும் அவனேதான் பிரபஞ்சமும் என்பதை அறிந்தவர்கள்? இந்த ஞானத்தை அடைந்தவர்களுக்கு மட்டுமே மாறுவேடமணிந்து வேறொரு நபராக மாறிப்போக உரிமையிருக்கிறது. உன் மாமா ஜெலாலின் ஒரேயோர் உணர்வை மட்டுமே நான் பகிர்ந்துகொண்டிருக்கிறேன். தாமாகவும் இருக்க முடியாமல், வேறொருவராகவும் மாறிப் போக இயலாமல் தத்தளிக்கும் நம்முடைய திரை நட்சத்திரங்களைப் பார்த்து நானுமே பரிதாபப்படுகிறேன். அந்தத் திரை நட்சத்திரங்களைப் பார்த்துத் தங்களை அடையாளப்படுத்திக்கொள்ளும் நம்முடைய சகநாட்டவர் களைப் பார்த்து அதற்கும் மேலாகப் பரிதாபப்படுகிறேன். இவர்கள் எல்லோருமே காப்பாற்றப்பட்டிருக்கலாம். ஒட்டுமொத்தக் கிழக்குமே காப்பாற்றப்பட்டிருக்கலாம். உங்கள் மாமன், இந்த ஜெலால் மட்டும் தன்னுடைய சுயலாபத்துக்காக எங்களைக் காட்டிக்கொடுக்காமல் இருந்திருந்தால். ஆனால் இப்பொழுது தான் உருவாக்கியதைக் கண்டு நடுங்கி அவனே ஓடிக்கொண்டிருக்கிறான். இந்த நாட்டைவிட்டே ஓடிக்கொண்டிருக்கிறான். தந்திரங்களும், விநோதமான புனைவுகளும் நிறைந்த தனது ஆடை அடுக்கை எடுத்துக்கொண்டு. சொல். அவன் எதைப் பார்த்து பயந்து ஒளிந்துகொண்டிருக்கிறான்?”

“உங்களுக்குத்தான் ஏற்கெனவே தெரிந்திருக்கிறதே!” என்றான் காலிப். “ஒவ்வொரு நாளும், வெளியே, வீதிகளில், பத்திலிருந்து பதினைந்து அரசியல் கொலைகள் நடக்கின்றன.”

“அவையெல்லாம் அரசியல் கொலைகள் அல்ல. அவை யாவுமே மனத்தின் குற்றங்கள். அதுவும் போக, போலி மார்க்சியவாதிகளைக் கொல்லும் போலி ஸூஃபிக்கள் இருக்கிறார்கள். போலி ஃபாசிசவாதிகளைக் கொல்லும் போலி மார்க்சியவாதிகள் இருக்கிறார்கள். இதில் ஜெலாலுக்கு என்ன வந்தது? இப்பொழுது யாருக்குமே அவன் மீது ஆர்வமில்லை. ஓடி ஒளிந்துகொள்வதின் மூலமாக அவன் தன்மீது கவனத்தை ஈர்க்கப் பார்க்கிறான். யாராவது தன்னைக் கொல்லலாமே என்று அழைப்பு கூட விடுக்கிறான். அதாவது, தான் கொல்லப்படும் அளவுக்கு மிகவும் முக்கியமான நபரென்று நமக்கெல்லாம் நிரூபிக்கப் பார்க்கிறான். ஜனநாயகக் கட்சி ஆட்சியிலிருந்தபோது, மிக நல்ல நடத்தை கொண்ட எழுத்தாளர் ஒருவர் இருந்தார். ஆனால் அவர் கொஞ்சம் கோழையானவர். தன்னைத் தானே கண்டனம் செய்துகொண்டு புனைபெயரில் எங்கள் பத்திரிகையின் வழக்குரைஞருக்குக் கடிதம் எழுதும் வழக்கம் அவரைத் தொற்றிக் கொண்டது. இப்படிச் செய்வதன் மூலம் தான் குற்றம் சாட்டப்பட்டு, தனக்கென்று ஒரு பேர் கிடைக்குமென்று அவர் நம்பினார். பிறகு, இது போதாதென்று இப்படிப்பட்ட குற்றச்சாட்டுக் கடிதங்களை நாங்கள்தான் எழுதுகிறோமென்று கூறிக்கொண்டிருந்தார். நான் என்ன சொல்ல வருகிறேன் என்பது உனக்குப் புரிகிறதா? ஜெலால் பே இழந்திருப்பது அவனுடைய நினைவாற்றலை மட்டுமல்ல. அவன் இழந்திருப்பது அவனுடைய கடந்த காலத்தை. இதுதான் அவனுக்கு நாட்டுடன் இருந்த இறுதித் தொடர்பு. இனி அவனால் எழுதவே முடியாதென்பது வெறும் விபத்தல்ல.”

“அவர்தான் என்னை இங்கே அனுப்பிவைத்தார்,” என்றான் காலிப். அந்தப பத்திக் கட்டுரைகளை உள் அங்கிப்பையிலிருந்து உருவினான். “இங்கே வந்து இந்தப் புதிய கட்டுரைகளைச் சேர்ப்பித்துவிடும்படி அவர் என்னிடம் கேட்டுக்கொண்டார்.”

“எங்கே, அவற்றைக் கொடு, பார்க்கலாம்.” அந்த முதிய பத்திக் கட்டுரையாளர் (இன்னமும் கூலிங்கிளாஸ் கண்ணாடியை அணிந்து கொண்டே) அந்தக் கட்டுரைகளை வாசித்துக்கொண்டிருந்தார். அவருடைய மேஜை மீது விரிந்து கிடந்த புத்தகம் இடுகுழிக்கு அப்பாலிருந்து சில வாழ்க்கைக் குறிப்புகள் என்ற ஷட்டோப்ரியோவின் சுயசரிதை என்பதை அப்போது காலிப் கவனித்தான். பத்திரிகை ஆசிரியரின் அலுவலக அறையிலிருந்து ஒரு நெடிய மனிதர் வெளியில் வந்தார். முதிய பத்தி எழுத்தாளர் அவரை அருகில் வருமாறு சைகை செய்தார்.

“ஜெலால் பேவின் புத்தம் புதிய கட்டுரைகள்,” என்றார். “இன்னும் ஜாலம் காட்டிக்கொண்டிருக்கிறான்.”

“கீழ்த் தளத்தில் இருக்கும் அச்சுக் கோர்ப்பவர்களுக்கு இதை அனுப்பி வையுங்கள். நாங்கள் இன்னொரு பழைய பத்திக் கட்டுரையையே வெளியிடலாமா என்று யோசித்துக்கொண்டிருந்தோம்.”

"இப்போதைக்கு நான்தான் அவருடைய கட்டுரைகளைக் கொண்டு வந்து கொடுப்பேன்," என்றான் காலிப்.

"அவர் ஏன் இப்பொழுதெல்லாம் இங்கே தலை காட்டுவதில்லை?" என்று கேட்டார் அந்த நெடிய மனிதர். "அவரைத் தேடிக்கொண்டு ஏராளமான ஆட்கள் வருகிறார்கள்."

"பார்க்கப் போனால், இவர்கள் இருவரும் இரவு நேரங்களில் மாறு வேடத்தில் உலாவுகிறார்கள் போல் இருக்கிறது," என்றார் அந்த முதிய பத்திக் கட்டுரையாளர், மூக்கால் காலிப்பைச் சுட்டியபடி. அந்த நெடிய மனிதர் முறுவலித்துவிட்டு அங்கிருந்து நகர்ந்துவிட்டார். இப்பொழுது அந்த முதியவர் காலிப்பிடம் திரும்பினார்.

"காலியான தெருக்களில் நீ அலைந்துகொண்டிருப்பாய் இல்லையா? சந்தேகத்துக்கிடமான பேரங்கள், விசித்திரமான மர்மங்கள், ஆவியுருக்கள், நூற்றிருபத்தைந்து ஆண்டுகளுக்கு முன்பாக இறந்துபோய்விட்ட மாந்தர்கள் ஆகியவற்றைத் தேடியபடி. உடைந்த மினார்கள் இருக்கும் பள்ளிவாசல்கள், சிதைவுகள், சபிக்கப்பட்டு அநாதரவாய் இருக்கும் இல்லங்கள், கைவிடப்பட்ட மதத் துறவியர் மடங்கள் ஆகியவற்றைச் சல்லடையிட்டுத் தேடியபடி. மோசடி செய்வோருடனும், போதை மருந்துத்தரகர்களுடனும் கூட்டுச் சேர்ந்துகொண்டு, அருவருப்பான மாறுவேடங்களில், முகமூடிகளில், இவைபோன்ற கூலிங்கிளாஸ் கண்ணாடிகளில் உங்களை ஒப்பனை செய்துகொண்டு. என்ன நான் சொல்வதெல்லாம் சரிதானே? இதை ஏன் கேட்கிறேனென்றால் காலிப் பே, என் மகனே, உன்னை நான் போன தடவை பார்த்ததைக் காட்டிலும் இப்பொழுது நிறைய மாறிப் போயிருக்கிறாய். உன் முகம் வெளுத்துக்கிடக்கிறது. உன் கண்கள் குழி விழுந்து கபாலத்துக்குள் எங்கோ கிடக்கிறது. நீ வேறு யாராகவோ மாறிவிட்டாய். இஸ்தான்புல்லின் இரவுகள் முடிவற்றவை. குற்றவுணர்வுகொண்ட ஆவி என்றுமே உறங்க முடியாது. நீ என்னவோ சொல்ல வந்தாயே?"

"என்னுடைய கண்ணாடியைத் தருகிறீர்களா? நான் உடனே கிளம்ப வேண்டும்."

29

நான்தான் நாயகன் என்று தோன்றுகிறதே

தனிப்பட்ட எழுத்து நடையைப் பற்றி: ஆரம்பகால எழுத்தாளன் எவனுமே தனக்கு முன்பாக எழுத வந்துவிட்டவர்களை நகலெடுப்பதிலிருந்துதான் தொடங்குவான். இது கட்டாயத்தால் நேர்வது. மற்றவர்களைப் பார்த்துதானே குழந்தைப் பேசக் கற்றுக்கொள்கிறது?

– தாஹிர் – உல் மெவ்லெவி

கண்ணாடிக்குள் உற்றுப்பார்த்து என்னுடைய முகத்தைப் படித்தேன். கண்ணாடி ஓர் அமைதியான கடல். என்னுடைய முகம் வெளிறிய காகிதத் தாள். அதன் மீது கடற்பச்சை நிற மையால் எழுதப்பட்டிருக்கிறது. நான் அவளை வெறுமையாய்ப் பார்க்கும் பொழுதெல்லாம், "அடப் பாவமே, பையா!" என்று உன் அழகிய அம்மா – அதுதான் என் பெரியப்பாவின் மனைவி – சொல்வாள். "உன் முகம், காகிதம் போல் வெளுத்திருக்கிறது!" நான் அவளை வெறுமையாய்ப் பார்த்ததின் காரணம் என்னவென்றால் – அதைப் பற்றி ஏதும் தெரியாமலே – என் முகத்தில் என்ன எழுதியிருக்கிறதோ என்று எனக்கிருந்த அச்சம்தான். அவளை அப்படி வெறுமையாய்ப் பார்த்ததற்குக் காரணம் என்னவென்றால், உன்னை நான் எங்கே விட்டுச் சென்றிருந்தேனோ அங்கே – அந்தப் பழைய மேஜைகளுக்கு, களைத்துப் போயிருக்கும் இருக்கைகளுக்கு, வெளிறிய ஒளி சிந்தும் விளக்குகள், செய்தித்தாள்கள், திரைச் சீலைகள், சிகரெட்டுகள் ஆகியவற்றுக்கு நடுவில் – உன்னை நான் மீண்டும் காண்பது இயலாதே எனும் அச்சம்தான். குளிர்காலத்தில் மாலைநேரம் ஒரே இருட் தாவலாய் வந்து விடுகிறது. வானம் இருண்டு, கதவுகள் இழுத்துச் சார்த்தப் பட்டு, விளக்குகள் போடப்படும் நேரத்தில் உன்னை நான் நினைத்துக்கொள்வேன். நாம் இளையவர்களாக இருந்த காலத்தில் வெவ்வேறு தளங்களிலும், நாம் வளர்ந்த பிறகு, ஒரே கதவின் பின்புறத்திலுமாய், உன்னுடைய மூலையில் அமர்ந்திருக்கும் உன்னை.

வாசகரே, அன்புள்ள வாசகரே, நான் ஓர் உறவினரைப் பற்றி, அதிலும், ஒரே கூரையின் கீழ் ஒரு காலத்தில் ஒன்றாய் வசித்த ஓர் இளம் பெண்ணைப் பற்றித்தான் பேசுகிறேன் என்பதை அதற்குள் புரிந்து கொண்டிருப்பீர்கள். இதைப் படிக்கும் பொழுது, என் இடத்தில் உங்களை இருத்திப் பார்ப்பது அவசியம். அதே போல், சைகைகளையும் மிகுந்த கவனத்தோடு பார்ப்பதும் அவசியம். ஏனென்றால், நான் என்னைப் பற்றிப் பேசும்பொழுது, நான் உங்களைப் பற்றித்தான் பேசுகிறேனென்று எனக்குத் தெரியும். அதே போல், உங்களுடைய கதையை நான் விவரிக்கும் பொழுது, நான் என்னுடைய நினைவெழுச்சிகளுக்கும் இணைந்தே குரல் கொடுக்கிறேன் என்பதையும் நீங்கள் நன்றாகவே அறிவீர்கள்.

கண்ணாடியை உற்றுப் பார்த்து என்னுடைய முகத்தை நான் படித்தேன். என்னுடைய கனவில் நான் பார்த்து அர்த்தம் விளங்கிக்கொண்ட ரோஸெட்டா கல்தான் என்னுடைய வதனம். தலைப்பாகை கழன்று விழுந்துவிட்ட நடுகல்தான் என்னுடைய வதனம். வாசகன் தன்னைத்தானே பார்த்துக்கொள்ளும் தோலால் ஆன கண்ணாடிதான் என் வதனம். நாம் அதே மயிர்க்கண்களிலிருந்துதான் இணைந்து சுவாசிக்கிறோம். நீயும், நானும். உனக்குப் பிரியமான துப்பறியும் நாவல்கள் தரையில் அடுக்காய்க் கிடக்கின்றன. நாம் புகைத்துத் தள்ளும் சிகரெட்டின் புகையால் காற்று அடர்ந்திருக்கிறது. சமையல் உள்ளில், குளிர்பதனப்பெட்டி சோகமாய் முனகிக்கொண்டிருக்கிறது. நமக்கு மேலாக, கையடக்கப் பதிப்பு நூலின் முகப்பு வண்ணத்திலிருந்த ஒரு விளக்குக்கூடு, உன்னுடைய சருமநிறச் சாயலிலான ஒளியைக் குற்றவுணர்வு கொண்ட என் விரல்களின் மீதும், உன்னுடைய நீண்ட கால்களின் மீதும் கசியவிட்டுக்கொண்டிருந்தது.

ஏனென்றால், நீ வாசித்துக்கொண்டிருக்கும் புத்தகத்தின் சாகசம் மிகுந்த நாயகனே நான்தான். கீழுலகிற்குத் துரத்தியடிக்கப்பட்டுவிட்ட சிடுசிடுப்பான ஆன்மாக்களின் நடுவில் காணப்படும் சலவைக் கற்கள், பூதாகரத் தூண்கள், கரும்பாறைகள் ஆகியவற்றுக்குள் தன்னுடைய வழிகாட்டியோடு நழுவிச் சென்றுவிட்ட பயணி நான். விண்மீன்கள் விளக்கேற்றும் ஏழு சொர்க்கங்களைத் தரிசிக்க வானுலகின் படியேறிப் பார்த்த பயணி நான். எல்லையற்ற பாழ்வெளிப் பிளவின் மீதிருக்கும் பாலத்தின் தொலைதூர மறுகோடியிலிருக்கும் தன்னுடைய காதலியை உற்றுப்பார்த்துவிட்டு “நீதான் நான்” என்று கூவிய பயணி நான். பொறுமையிழந்து, ஒரு வார்த்தையும் பேசாமல் நீ பக்கங்களைப் புரட்டிக்கொண்டிருக்கும் நேரங்களில் . . . தன்னுடைய அன்பிற்கினிய ஆசிரியரின் வழிகாட்டலின்படி, சிகரெட் சாம்பற்கிண்ணியில் நஞ்சின் தீற்றல்களைப் பார்த்துவிட்டு அவை எதைக் குறிக்கின்றனவென்று உடனே புரிந்துகொள்ளும், நெஞ்சுரமும், அதே நேரத்தில் குதர்க்க நுண்ணறிவும் கொண்டிருக்கும் துப்பறியும் நிபுணன் நான். உணர்ச்சிவயப்பட்டுக் குற்றங்களை புரிந்திருக்கிறேன் நான். குதிரை மீது ஆரோகணித்தவாறே யூஃப்ரேட்டஸ் நதியைக் கடந்திருக்கிறேன். கூம்பகங்களுக்குள் என்னை நானே புதைத்துக்கொண்டிருக்கிறேன். தலைமைக் குருமார்களைக் கொன்றிருக்கிறேன். “அந்தப் புத்தகம் எதைப் பற்றி, கண்ணே?” நீ மனநிறைவு கொண்ட குடும்பப் பெண். ஒவ்வோர் இரவிலும் வீடு திரும்பும் கணவன் நான். “அது ஒன்றுமில்லை. உண்மையாகவே.” காலியாகப் போகும் கடைசிப் பேருந்து, மிகக் காலியாக இருக்கும்

பேருந்து, அதன் அனைத்து வெறுமையோடும் கடந்து செல்கையில், நம்முடைய கைவைத்த சாய்வு நாற்காலிகள் தடதடக்கும். உன்னுடைய கைகளில் ஒரு கையடக்க நாவல் இருக்கும். என் கையில் நான் படிக்கத் திணறிக்கொண்டிருக்கும் செய்தித்தாள் இருக்கும். "நான் அந்தக் கதையின் நாயகனாக இருந்தால், என்னை நீ காதலிப்பாயா?" என்று நான் கேட்பேன். "அபத்தமாக ஏதாவது உளறாதே!" இரவின் கொடூர அமைதியைப் பற்றி நீ வாசிக்கும் அந்தப் புத்தகங்கள் பேசிக்கொண்டிருந்தன. அமைதி எவ்வளவு கொடூரமானதென்று நான் நன்கறிவேன்.

அவளுடைய அன்னை சொல்வது சரிதானென்று நான் நினைத்துக் கொள்வேன். ஏனென்றால், என் முகம் வெளிறித்தான் கிடக்கும். ஐந்து எழுத்துகள் அதன் மீது எழுதப்பட்டிருக்கும். எங்களுடைய பழைய அரிச்சுவடிப் புத்தகத்தில் குதிரைக்கு முதல் எழுத்தாய் *அ* இருக்கும். *அ* என்பது *அட்* என்பதன் முதல் எழுத்து. *அட்* என்றால் குதிரை. *தா* எனும் எழுத்து *தால்* எனும் சொல்லின் முதல் எழுத்து. *தால்* என்றால் கிளை. *தீதீ* என்பது *தீதீ* அதாவது, தாத்தா. *பாபா* என்பது பாபா – அதாவது அப்பா. பிரெஞ்சு மொழியில் அது *பப்பா*. அம்மா, மாமா, அத்தை, குடும்பம். அங்கே மந்திர மலையெதுவும் இல்லை. காஃப் குன்று கிடையாது. அதைச் சுற்றியிருக்கும் பாம்பெதுவும் இல்லை. வாசிக்கும்பொழுது, அரைப் புள்ளிகளை நான் விரைந்து கடப்பேன். முற்றுப்புள்ளிகளில் தாமதிப்பேன். ஆச்சர்யக் குறிகளின் இடத்தில் வியந்து கூவுவேன். காட்டிலாகா அதிகாரி டாம் மிக்ஸ்[1] நெவேடாவில் வாழ்ந்திருந்தார். இதோ இது, டெக்ஸாஸின் சாகச நாயகன் பெகோஸ் பில்லைப்[2] பற்றிய கதைப் புத்தகம். இதன் கதைக்களன் பாஸ்டன் நகரில் அமைந்திருந்தது. இதோ இன்னொன்று. இது மத்திய ஆசியாவில் இருக்கும் கரா ஓக்லான்[3] பற்றியது. ஆயிரத்தொரு வதனங்கள் கொண்ட மனிதன், ப்ரான்டிமேன்[4], ராடி[5], பேட்மேன், அல்லாவுதீன், ஒ, அல்லாவுதீன். டெக்ஸாஸின் 125ஆவது கதை இன்னும் வரவில்லையா? இரு. இரு நம்முடைய கைகளில் இருக்கும் சித்திரக்கதைப் புத்தகங்களைப் பறித்துக்கொண்டு, பாட்டி சொல்லுவாள். இரு, இரு. அந்தப பயங்கரக் குப்பைக் கதையின் ஆகக் கடைசி இதழ் கிடைக்காவிட்டால் என்ன? அதற்கு பதிலாக, நான் ஒரு கதை சொல்கிறேன். வாயில் சிகரெட் தொங்கிக்கொண்டிருக்க அவள் தனக்குத் தெரிந்த கதையைச் சொல்லுவாள். நாமிருவரும் – நீயும் நானும் – காஃப் குன்றின் மீது ஏறுவோம். மரங்களிலிருந்து ஆப்பிள் பறிப்போம். அவரைச் செடியின் தண்டில் சறுக்கி விளையாடுவோம். புகைபோக்கிகளுக்குள் வழுக்கி விழுவோம்.

---

1. டாம்மிக்ஸ்: 1909ஆம் ஆண்டிலிருந்து 1935ஆம் ஆண்டுவரை ஹாலிவுட் திரைப்படங்களில் கோலோச்சியவர். 291 படங்களில் நடித்திருக்கிறார். இவற்றுள், ஒன்பது படங்களைத் தவிர மீதி அனைத்துமே மௌனப் படங்கள். இவருடைய சிறுகதைகள் படமாக்கப்பட்டிருக்கின்றன. 1920ஆம் ஆண்டில் வெளிவந்த 'அதிபயங்கரம்' (The Terror) இதில் குறிப்பிடத்தகுந்தது. இது ஸ்பெயின் நாட்டின் சியரா நெவேடா மலைகளில் தங்கவேட்டையில் இறங்கும் கும்பலைப் பற்றிய கதை.

2. பெகோஸ்பில்: சித்திரக்கதை சாகச நாயகன். டெக்ஸாஸ் நகரில் அமைந்திருக்கும் கதைக்களன்.

3. கராஓக்லான்: துருக்கிய வரலாற்றை அடிப்படையாகக் கொண்ட சித்திரக் கதை. 1963ஆம் ஆண்டில் ஸுயத் யலாஸ் என்பவர் உருவாக்கியது.

4. ப்ரான்டிமேன்: சித்திரக்கதை நாயகன்

5. ராடி: ரௌடி ராடி பைப்பர் எனும் சித்திரக்கதை அரக்கன்

தடயங்களைப் பின்பற்றிச் செல்வோம். உலகிலேயே மிகச் சிறந்த துப்பறியும் நிபுணர்கள் நாமாகவே இருப்போம். பிறகுதான் ஷெர்லாக் ஹோம்ஸ், பெகாஸ் பில்லின் உதவியாளர் வெண் சிறகு, என்னுடைய ராஜாளி மேமெட்டின்[6] எதிரி முடவன் அலி. வாசகரே, ஓ வாசகரே, என்னுடைய கடிதங்களையெல்லாம் ஒழுங்காகப் படித்துக்கொண்டு வருகிறீர்களா? ஏனென்றால், இதைப் பற்றி எனக்கு எதுவுமே தெரியாது. உண்மையிலேயே ஒன்றும் தெரியாது. ஆனால், என்னுடைய வதனம் மட்டிலும் ஒரு வரைபடமாகவே இதுவரை இருந்திருக்கிறது. பாட்டிக்கு எதிரில் இருக்கும் நாற்காலியில் உட்கார்ந்துகொண்டு, காலாட்டிக்கொண்டே, "அப்புறம்?" என்று நீ கேட்பாய். "அப்புறம்?" பிற்பாடு – ரொம்ப காலம் கழித்து, பல வருடங்கள் கழிந்து, ஒவ்வொரு நாள் மாலையிலும் களைத்துப் போய் வீடு திரும்பும் உன் கணவனாக ஆன பிற்பாடு – அல்லாதீனின் கடையில் அப்பொழுதுதான் நான் வாங்கி வந்திருக்கும் புதிய சஞ்சிகையைப் பையிலிருந்து எடுத்தவுடன், அதைக் கைகளிலிருந்து பிடுங்கிக்கொள்வாய். அதே நாற்காலியில் உட்கார்ந்துகொள்வாய். அடக் கடவுளே, உன் கால்களையும் முன்பு போலவே பிடிவாதமாக ஆட்டிக்கொண்டிருப்பாய். என்னுடைய வெறித்த பார்வையால் உன்னை வருடுவேன். வாய்விட்டுக் கேட்கும் திராணியில்லாமல் 'உன் மனத்துக்குள் என்னதான் இருக்கிறது?" என்று வியந்துகொண்டிருப்பேன். உன்னுடைய ரகசியத் தோட்டத்தின் பூட்டிய கதவுகளுக்குப் பின்னால் என்ன ரகசியம், என்ன மர்மம் ஒளிந்திருக்கிறது? உன்னுடைய தோள்களை, உன்னுடைய நீண்ட கூந்தலை, உன்னுடைய சஞ்சிகைகளில் இருக்கும் வண்ணப் புகைப்படங்களை நான் படித்தவாறிருப்பேன். என்னுடைய சைகைகள் அனைத்தையும் ஒன்று திரட்டி, அசைந்தாடிக்கொண்டிருக்கும் உன் கால்களின் புதிரை விடுவிக்க முயன்றவாறிருப்பேன். உன் மனத்துக்குள் இருக்கும் தோட்டத்தின் இரகசியங்களுக்குள் ஊடுருவ முயன்றுகொண்டிருப்பேன். நியூயார்க்கில் இருக்கும் வானளாவிய கட்டடங்கள், பாரிஸ் நகரின் வாண வேடிக்கைகள், வசீகரமான புரட்சியாளர்கள், உறுதிமிக்க கோடீஸ்வரர்கள் (பக்கத்தைத் திருப்புகிறாய்). நீச்சல் குளத்தை உள்ளே கொண்ட ஆகாய விமானங்கள், வெளிர் சிவப்பு வண்ணக் கழுத்துப் பட்டியணிந்த மாபெரும் திரை நட்சத்திரங்கள், உலகின் மாமேதைகள், ஆகச் சமீபத்திய செய்தியறிக்கைகள் (பக்கத்தைத் திருப்புகிறாய்). ஹாலிவுட்டின் புதிய இளம் நட்சத்திரங்கள். கலகப் பாடகர்கள், உலகம் சுற்றும் இளவரசிகள், இளவரசர்கள் (பக்கத்தைத் திருப்புகிறாய்). கொஞ்சம் உள்ளூர்ச்செய்திகள். இரண்டு கவிஞர்களும் மூன்று விமர்சகர்களும் சந்தித்து வாசிப்பின் பயன் பற்றி உரையாடுகிறார்கள்.

ஆன போதிலும் அந்தப் புதிர் அவிழாமல் எனக்குப் போக்குக் காட்டிக்கொண்டே இருக்கும். ஆனால், நீயோ பக்கங்களைப் புரட்டிக் கொண்டே இருப்பாய். மணிக்கணக்காய். இரவு வெகு நேரம்வரை. கீழேயிருக்கும் தெருக்கள் யாவற்றையும் பசித்த நாய்க்கூட்டம் மொய்த்துக் கொள்ளும் வரை. அந்தப் புதிரை ஒருவழியாய் நீ முடிச்சவிழ்க்கும்வரை.

சுமேரிய நாட்டு ஆரோக்கிய தேவதை: போ.

---

6. மேமெட்: 1955ஆம் ஆண்டில் வெளிவந்த யாஷர் கெமாலின் நாற்கதைத் தொடரில் முதலாவதாகப் பிரசுரமான 'என் ராஜாளி மேமெட்' எனும் நாவல்.

இத்தாலி நாட்டுப் பள்ளத்தாக்கு: *போ*

டெல்யூரியத்திற்கான குறியீடு: *டெ*

இசைக்குறிப்பு: *ரி*

மேல் நோக்கிப் பாயும் நதி: *எழுத்து?*

எழுத்துகளின் பள்ளத்தாக்கில் இருக்கும் கற்பனையான மலை: *காஃப் குன்று*

மந்திரச் சொல்: *கவனி*

மனத்தின் அரங்கம்: *ரூயா*

ரூயா, என் கனவே!

பக்கத்திலிருக்கும் புகைப்பட நாயகன்: உனக்கு எல்லா விடைகளுமே தெரிந்திருக்கும். எனக்கோ ஒன்றுக்குக்கூட பதில் தெரிந்திருக்காது. இரவின் மௌனத்தில் உன்னுடைய சஞ்சிகையிலிருந்து நீ தலை நிமிர்த்துவாய். உன் வதனத்தின் ஒரு பாதி பிரகாசமாயிருக்கும். இன்னொரு பாதியோ இருண்ட முகம் பார்க்கும் கண்ணாடி. திடீரென்று, “நான் முடி வெட்டிக் கொள்ள வேண்டுமா?” என்று நீ கேட்கையில், நீ கேட்பது என்னிடமா அல்லது அந்தப் புதிருக்குள் ஒளிந்திருக்கும் வசீகரமான, புகழ்பெற்ற சாகச நாயகனைப் பார்த்தா என்பது எனக்கு நிச்சயமில்லாமலே இருக்கும். ஒரு வினாடி, அன்பு வாசகரே, நான் அவளை வெறித்துப் பார்ப்பேன். மிகவும் வெறுமையான பார்வையை வீசுவேன்.

சாகச நாயகர்கள் இல்லாத உலகின் மீதுதான் நான் நம்பிக்கை கொண்டிருக்கிறேன் என்பதை நீங்கள் ஏற்றுக்கொள்ளும் விதமாய் ஒருபோதும் என்னால் சொல்லிவிட முடிந்ததில்லை. சாகச நாயகர்களைக் கற்பனை செய்து எழுதும் அப்பாவி எழுத்தாளர்கள் யாரும் சாகச நாயகர்களாய்த் திகழ்ந்ததில்லை. இதையுமே நீங்கள் ஏற்றுக்கொள்ளும் விதமாய் என்னால் சொல்ல முடிந்ததில்லை. நீங்கள் பத்திரிகைகளில் பார்க்கும் புகைப்படங்களில் காணப்படும் மாந்தர்கள் எல்லாம் வேறு விதமான வார்ப்புகள் என்பதையும் நீங்கள் ஏற்றுக்கொள்ளும் விதமாய் என்னால் சொல்ல முடிந்ததில்லை. ஒரு சாதாரண வாழ்க்கையிலே நீங்கள் மன நிறைவுகொள்ள வேண்டுமென்பதைக்கூட நீங்கள் ஏற்றுக் கொள்ளும் விதமாய் என்னால் சொல்ல முடிந்ததில்லை. என்னாலும் கூட அப்படிப்பட்டதோர் வாழ்க்கையில் பங்குபணி ஆற்ற முடியும் என்பதையும் நீங்கள் ஏற்றுக்கொள்ளும் விதமாய் என்னால் சொல்ல முடிந்ததில்லை.

30

என் சகோதரனே

நான் இதுவரை கேள்விப்பட்ட முடியரசர்களிலேயே இறையின் அசலான ஆன்மாவுக்கு மிக நெருங்கியவராகத் தோன்றுபவர் பாக்தாதின் காலிஃப் ஹரூன்தான். மாறுவேடம் பூணுவதில் அவருக்கு இருந்த ரசனையையும் நீ அறிந்திருப்பாய்.

– 'ஏழு காத்திக் கதைகள்' எனும் நூலில் காணப்படும் 'நார்டர்னியில் ஏற்பட்ட பிரளயம்' எனும் கதைப் பகுதியில் ஐசக் தினேசன்.

பத்திரிகை அலுவலகக் கட்டடத்தைவிட்டு வெளியே காலடி எடுத்துவைத்தபோது காலிப் கூலிங்கிளாஸ் கண்ணாடியணிந்திருந்தான். தன்னுடைய அலுவலகத்திற்குச் செல்வதற்குப் பதிலாக நேராக கூடாரச் சந்தைக்குப் போனான். உல்லாசப் பயணியர்களுக்கான அங்காடிகளைக் கடந்து நூரோஸ்மானியே பள்ளிவாசலின் முற்றத்தைக் கடந்தபொழுது பெரும் அயர்ச்சி அவனைத் தாக்கியது. அதனால் இஸ்தான்புல் நகரை முதன்முறையாகப் பார்ப்பது போல் உணர்ந்தான். அங்காடிகளில் காணப்பட்ட தோல் பைகள், மியஷம் எனப்படும் களிமண்ணால் ஆன ஹுக்கா குழாய்கள், காஃபிக்கொட்டையரைக்கும் இயந்திரங்கள் ஆகியவை ஆயிரம் ஆண்டுகளாக இந்நகரை உருவாக்கிய மக்கள் தலைமுறைக்கான சாட்சியங்களாகத் தோன்றவில்லை. கோடிக் கணக்கானோர் நாடு கடத்தப்பட்டுவிட்ட ஒரு அந்நிய நாட்டின் சைககளாய் இந்தப் பொருள்கள் எல்லாம் மாறி விட்டிருந்தன. என் வதனத்திலிருக்கும் எழுத்துகளை நான் படித்துவிட்ட மாத்திரத்தில் நான் நானாகவே இருக்க இயலுமென்பது தீர்மானமாய் நிச்சயப்பட்டுவிட்டது. இதுதான் பெரும் விசித்திரம். அந்தச் சந்தையின் சிக்கலான தெருக்களில் வழி தவறிப்போன நிலையில் காலிப் இப்படி நினைத்துக் கொண்டான்.

அந்த நகரின் மையத்திலிருந்த மர்மத்தை இப்போது அவன் அவிழ்த்துவிட்ட நிலையில், உண்மையில் மாறிப் போயிருப்பது அந்த நகரல்ல, தான்தான் எனும் நம்பிக்கை செருப்புகளும் காலணிகளும் விற்பனை செய்யப்படும் தெருவுக்குள்

நுழைந்ததும் அவனுக்குள் துளிர்விட்டது. ஆம். அது அப்படித்தானென்று தன்னைத்தானே நிச்சயப்படுத்திக்கொள்வது அவனுக்குச் சிரமமாகவே இருந்தது. ஒரு கம்பளக் கிடங்கின் சாளரத்திற்கு முன்பாக நின்று பார்க்கையில் இந்தக் கம்பளங்களைத் தான் ஏற்கெனவே பார்த்திருப்பதாக அவனுக்குள் ஒரு திடீர்த் தீர்மானம் உண்டானது. புழுதிபடிந்த ஷூக்களை அணிந்தும் பிய்ந்துபோன காலணிகளை அணிந்தும் தான் அவற்றின் மீது நடந்திருப்பது போன்ற உணர்வுகூட உண்டானது. அந்தக் கிடங்கின் வாயிற்புரத்தில் ஒரு நாற்காலியில் அமர்ந்தபடி காஃபியைப் பருகிக்கொண்டே தன்னைச் சந்தேகமாகப் பார்த்துக்கொண்டிருக்கும் கடைக்காரரும்கூடத் தனக்குப் பரிச்சயமானவர்தான் என்று காலிப்புக்குத் தோன்றியது. அந்தக் கடையின் ஒவ்வொரு சின்னச் சின்ன தந்திரத்தையும் வஞ்சகத்தையும் அதன் வரலாற்றுப் புத்தகத்தின் ஒவ்வோர் அத்தியாயத்தையும் அவன் தெரிந்து வைத்திருப்பதாக, தன்னுடைய சொந்த வரலாற்றை எவ்வளவுக்குத் தெரிந்து வைத்திருக்கிறானோ அதே அளவுக்குத் தெரிந்து வைத்திருப்பதாக அவனுக்குத் தோன்றியது. நகைக்கடைக்குள், புராதனப் பொருள்களை விற்பனை செய்யும் கடைக்குள், காலணி அங்காடிக்குள் என்று ஒவ்வோரிடமாக எட்டிப் பார்த்தபோதும் இதே போன்ற உணர்வு ஏற்பட்டது. இரண்டு தெருக்கள் தள்ளி ஒரு நிழற்குடையிட்ட நடைச்சாலை இருந்தது. அதைத் தேர்ந்தெடுத்து நடக்கத் தொடங்கினான் காலிப். அந்தக் கூடாரச் சந்தையில் அதுநாள் வரை விற்பனை செய்யப்பட்டு வந்த யாவற்றையும் அவன் அறிந்திருந்ததைப் போன்றதோர் நிச்சயத்தன்மை அவனுக்குள் ஏற்பட்டது. அங்கிருந்த செம்பு ஜாடி தொடங்கி தராசும் எடைக்கற்களும் வரை தான் அறிந்தவையே என்றும், தெருவில் அலைந்துகொண்டிருக்கும் விற்பனைப் பிரதிநிதிகளிலிருந்து அவர்களைக் கடந்துசெல்லும் கூட்டத்தினர் வரை தனக்குப் பரிச்சயமானவர்கள்தான் என்றும் காலிப்புக்குத் தோன்றியது. இஸ்தான்புல் ஒரு திறந்த புத்தகமாக அவனுக்குக் காட்சியளித்தது. அது எவ்விதமான ரகசியத்தையும் உள்ளடக்கியிருக்கவில்லை.

அவனுக்கு இந்த உலகோடு ஒரு சமாதான உணர்வு ஏற்பட்டிருந்தது. ஏதோ கனவிலிருப்பவனைப் போல அவன் தெருக்களில் நடந்து சென்றுகொண்டிருந்தான். கடைச் சாளரங்களில் தெரிந்த அபரிமிதமான பகட்டையும், கடந்து செல்லும் கூட்டத்தினரின் முகத்தையும் ஏதோ கனவின் கற்பனை அம்சங்கள் என்பதைப் போல், வாழ்க்கையிலேயே முதன்முறையாகப் பார்ப்பதைப் போல் காலிப்பால் பார்க்க முடிந்தது. இருந்தபோதிலும் இரவுணவுக்கு ஒன்றாக அமரும் குடும்பத்தைப் போல் அவை மிகவும் பரிச்சயமானவையாகவும் நம்பிக்கையூட்டுவனவாகவும் இருந்தன. பளபளக்கும் நகைக்கடைகளை அவன் கடந்துசென்றான். அப்பொழுது தன் மனத்தில் ஏற்பட்டிருக்கும் அமைதி தன் வதனத்தில் தென்பட்ட எழுத்துகளில் பொதிந்திருந்த ரகசியத்தைப் படித்ததினால் உண்டாகியிருக்கிறதென்று அவன் தனக்குத்தானே சொல்லிக்கொண்டான். கற்பனைக்கும் எட்டாத அதிபயங்கரத்தை அவன் உணரச் செய்த ரகசியம் அது. ஆனால் இப்பொழுது அந்த எழுத்துகளை அவன் படித்துவிட்டான். அந்த எழுத்துகளைப் படிப்பதற்கு முன்பாக தான் ஒரு பரிதாபத்திற்குரிய ஜந்து எனும் எண்ணத்தில் அவன் இருந்தான். இப்பொழுது அந்த நிலையைக் கைவிட்டிருந்தான். அந்த முந்தைய நிலையைப் பற்றி யோசிக்கக்கூட அவனுக்கு இப்பொழுது விருப்பமிருக்கவில்லை. நாம் ஒவ்வொருவரும் நமக்குள் ஒளித்துவைத்திருக்கும் அந்த இரண்டாவது நபர்தான் இந்த

உலகை ஒரு புதிராக சிருஷ்டிக்கிறார். நம்முடைய வாழ்க்கையை நாம் பகிர்ந்துகொண்டிருக்கும் நம்முடைய இரட்டைதான் அந்த நபர். செருப்புகளும் ஷூக்களும் விற்பனை செய்யப்படும் தெருவின் கடை வாயில்களில் சோம்பிக் கிடக்கும் எழுத்தர்களை அவன் கடந்து சென்றான். அந்தத் தெருவின் முனையிலிருந்த ஒரு பெட்டிக்கடைக்கு வெளியே காட்சிக்கு வைக்கப்பட்டிருந்த பளபளக்கும் வண்ண அஞ்சலட்டைகளில் அச்சாகியிருந்த நகர்ப்புறக் காட்சிகளை மேலோட்டமாகப் பார்த்தான். தன்னுடைய இரட்டையை வெகு காலத்திற்கு முன்பே தான் கழற்றிவிட்டு விட்டதாகக் காலிப் தீர்மானமாக நம்பினான். அந்த அஞ்சலட்டைகளில் அச்சாகியிருந்த இஸ்தான்புல் மிகவும் பரிச்சயமானதாக, பண்பட்டிராத ஒன்றாக, பழகிச் சலித்துப்போனதாகத் தோன்றியது. அந்தப் படங்களில் அச்சாகியிருந்த கேலட்டா பாலம், டோப்காபியின் புகைபோக்கிகள், ஆளரவமற்றுத் தனித்திருக்கும் லியாண்டர் கோபுரம், பாஸ்ஃபரஸ் பாலம் ஆகிய இடங்களைச் சமீபித்துக்கொண்டிருக்கும் பயணியர் படகுகளை அவன் ஆராய்ந்துகொண்டிருந்தான். அப்பொழுதும்கூட, இனிமேற் கொண்டு அந்த நகரம் எவ்விதப் புதிரையும் உள்ளடக்கியதாகத் தனக்குத் தோன்றுவதற்கில்லை என்று தனக்குத்தானே சொல்லிக்கொண்டான். ஆனால், எப்பொழுதும் போல் கெட்ட சகுனத்தை உணர்த்தும், போத்தல் பச்சை நிறச் சாளரங்கள் ஒன்றையொன்று பிரதிபலித்துக்கொண்டிருக்கும், பழைய வணிகக்கூடமான பெடஸ்த்தானுக்குள் காலடி எடுத்து வைத்த வுடன் இந்த எண்ணம் தொலைந்துபோனது.

அவனுடைய சந்தேகத்தைக் கிளப்பும் யாரும் இந்தச் சின்னஞ்சிறு வழிப்பாதைகளில் இருக்கவில்லை. என்றாலும் ஒரு பேரழிவு காத்திருக்கிற தென்ற தீர்க்கமான முன்னுணர்வு அவனுள் கிளர்ந்தது. அவன் நடையைத் துரிதப்படுத்தினான். உரோமத்தொப்பி விற்பனை செய்யும் தெருவை யடைந்ததும் அவன் வலது புறம் திரும்பி அந்தக் கூடாரச் சந்தையை விட்டு எவ்வளவு முடியுமோ அவ்வளவு விரைவாக வெளியேறினான். பழைய புத்தகக் கடைகள் இருந்த இடத்தையும் அதே வேகத்தோடு கடக்க முற்பட்டான். ஆனால் *ஆலிஃப்* புத்தகக் கடையின் எதிரில் திடீரென்று நின்றான். இந்தக் கடையைக் கண்டுகொள்ளாமலேயே எத்தனையோ ஆண்டுகளாக அவன் கடந்து சென்றிருக்கிறான். ஆனால் இப்பொழுதோ அது ஒரு சகுனம் போல் தோன்றியது. ஆலிஃப் என்பது அல்லாவின் முதல் எழுத்தாக இருந்தபோதிலும், அதிலும் ஹுரூஃபிக்களைப் பொறுத்த வரை ஆலிஃப் என்பதே அகர வரிசைக்கும் பிரபஞ்சத்துக்குமான மூலமாய்க் கருதப்பட்டபோதிலும், முக்கிய அம்சமாய் அவனை அதிர வைத்தது அந்தக் கடையின் பெயரல்ல. எஃப். எம். ஊஜுஞ்ச்சு முன்கூட்டிக் கணித்திருந்த விதத்தில், வாயிலுக்கு மேலாக *ஆலிஃப்* என்பது லத்தீன் எழுத்துக்களால் எழுதப்பட்டு இருந்தது. இதுதான் அவனை மயிர்க்கூச்செறிய வைத்த விஷயம். இதில் சிறப்பாக ஏதுமில்லை. எனவே இது ஒரு சைகையாக இருப்பதற்கில்லை என்று அவன் தனக்குத்தானே கூறிக்கொண்டான். ஆனாலும், ஷேக் முஆம்மர் எஃபென்டிக்குச் சொந்தமான அந்தக் கடையின் இருண்ட சாளரங்கள் அவனை வேறு விதமாய் யோசிக்க வைத்தது. ஒரு காலத்தில் நகரின் நானாவிதச் சுற்றுப்புறங்களிலிருந்தும் வேதனை பொங்கும் இதயத்துடன் வாழ்க்கையைக் கழிக்கும் பரிதாபகர விதவைகள் இங்கே வருவதுண்டு. அதேபோல் நீண்ட காலமாக அல்லல் பட்டுக் கொண்டிருக்கும் அமெரிக்கக் கோடீஸ்வரர்களும் வருவார்கள். ஆனால்,

இன்று ஸமானி ஷேக் கடையை மூடியிருக்கிறார். மிகக் கொடூரமான குளிருக்குப் பயந்து அவர் வீட்டிலேயே தங்கியிருக்க வாய்ப்பில்லை. அவர் காலமாகிவிட்டிருக்கவும் வாய்ப்பில்லை. நகரத்தின் இதயத்தில் வேறொரு மர்மம் பதுங்கியிருக்கிறது என்பதை அவனுக்கு உணர்த்தும் முயற்சியாகவே இந்தக் கடைக்கதவுகள் மூடியிருக்கின்றனவென்று காலிப் தீர்மானித்தான். மொழிபெயர்க்கப்பட்ட துப்பறியும் நாவல்கள், திருக்குர்ஆனுக்கான பொழிப்புரைகள் ஆகியவை ஏனைய கடை வாசல்களில் பெரும் குவியல்களாக அடுக்கிக் கிடந்தன. அவற்றைக் கடக்கும்பொழுது, 'இன்னமும் என்னால் இந்த நகரில் சைகைகளைக் காண முடிகிறது' என்று அவன் தனக்குள் சொல்லிக்கொண்டான். அப்படியென்றால், என் வதனத்தில் தென்படும் எழுத்துகள் எனக்கு என்ன கற்பிக்கின்றன என்பதை நான் இன்னமும் புரிந்துகொள்ளவே இல்லை என்றுதானே அர்த்தம். ஆனால், அதுவல்ல உண்மையான காரணம். தன்னை யாரோ பின்தொடர்கிறார்கள் எனும் உணர்வு ஏற்படும் ஒவ்வொரு முறையும் அவனுடைய கால்கள் தன்னிச்சையாக எட்டி நடைபோடும். ஒவ்வொரு முறை அவன் வேகத்தைக் கூட்டும் போதும், எல்லா சைகைகளும் பொருள்களும் பரிச்சயமானவையாகத் தோன்றும் அமைதியான இடமாகத் தோற்றம் தருவதற்குப் பதிலாக மர்மமும் ஆபத்தும் மினுங்கிக்கொண்டிருக்கும் பீதியின் உறைவிடமாக இஸ்தான்புல் நகரம் தோன்றும். நடையின் வேகத்தைக் கூட்டி இந்த நிழலைத் தனக்குப் பின்னே தள்ளி விலகிவிட்டால், இந்தப் பதற்றத்தையும், அத்து மீறி ஆக்கிரமிக்கும் இந்த மர்மத்தையும் தன்னால் உதறிவிட முடியுமென்று காலிப் தீர்மானித்தான்.

பெயஸிட் சதுக்கத்தை அடைந்தவுடன் கூடாரப் பந்தல்காரர்களின் மரநிழற் சாலைக்குள் காலிப் திரும்பினான். அதன் பிறகு சமோவர் தெருவுக்குள் நுழைந்தான். ஏனென்றால் அந்தத் தெருவின் பெயர் அவனுக்கு மிகவும் பிடித்தமானது. அங்கிருந்து அவன் தண்ணீர்க் குழாய்த் தெருவுக்குள் நடந்தான். அது சமோவர் தெருவுக்கு இணையாய்ச் செல்லும் தெரு. அங்கிருந்து பொற்கொம்புக் கழிமுகம் வரை அவன் நடந்தே சென்றான். அங்கிருந்து பித்தளைக் குழவிகள் விற்பனையாகும் தெருவுக்குள் திரும்பி மீண்டும் குன்றின் மீதேறினான். மிகச் சிறிய சிற்றுண்டியகங்கள், செம்புக் கொல்லர்கள், பூட்டு சாவி செய்வோர், நெகிழிப் பொருள் பணிமனை என பலவற்றையும் கடந்து நடந்தான். 'ஒரு புதிய வாழ்க்கையை நான் தொடங்க இருப்பதால்தான் இந்தக் கடைகளை யெல்லாம் நான் கடந்துசெல்ல வேண்டியிருக்கிறது' என்று அவன் அப்பாவித்தனமாக யோசித்துக்கொண்டிருந்தான். வாளிகள், வீட்டிற்குத் தேவையான பொருள்கள், மணிகள், ஜிகினா சமாச்சாரங்கள், ராணுவம் மற்றும் காவல்துறைக்கான சீருடைகள் போன்றவற்றை விற்பனை செய்யும் கடைகளைப் பார்த்துக்கொண்டே சென்றான். ஏதோ ஓர் இலக்கை நோக்கிச் சென்றாக வேண்டுமே என்று கொஞ்ச நேரத்திற்கு பெயாஸிட் கோபுரம் இருந்த திசையில் நடந்தான். பிறகு, பார உந்து வண்டிகள் ஆரஞ்சுப்பழ வியாபாரிகள், குதிரை வண்டிகள், பழைய குளிர்பதனப் பெட்டிகள், உருண்டுகொண்டிருக்கும் கூடு உந்துகள், குப்பைக் குவியல்கள், கோஷங்கள் எழுதப்பட்ட பல்கலைக்கழகச் சுவர்கள் ஆகியவற்றைத் தாண்டி, வந்த வழியாகவே திரும்பினான். இறுதியாக சுலேமானியே பள்ளிவாசல் முற்றத்திற்கு வந்துசேர்ந்தான். முற்றத்திற்குள் நுழைந்து

சைப்ரஸ் மர வரிசையை ஒட்டி நடந்தான். காலணிகள் மீது புழுதி படிந்தபோது இஸ்லாமியப் பள்ளிக்கு அடுத்ததாக இருந்த தெருவுக்குள் நுழைந்தான். வர்ணம் பூசப்படாத மர இல்லங்களின் நீண்ட வரிசையை அவன் அங்கே பார்த்தான். அந்த வீடுகள் ஒன்றையொன்று தாங்கிப் பிடித்தபடி இருந்தன. இந்தச் சிதைந்த வீடுகளின் புகைபோக்கிகள் முதல்தளத்தின் சாளரங்களின் வழியாக வெளியே துருத்திக்கொண்டு நிற்பதை அண்ணாந்து பார்த்துக்கொண்டே நடந்தான். பார்ப்பதற்கு அவை ரம்பத்தால் அறுபட்ட குழல் துப்பாக்கிகளைப் போல், துருவேறிய மறைநோக்கிகள் போல், அச்சுறுத்தும் பீரங்கிகளின் கொட்டாவிவிடும் வாய்களைப் போல் இருப்பதாக அவனுக்குத் தோன்றின. ஆனால், எதையும் எதனுடனும் இணைத்துப் பார்க்கும் மனநிலையில் அவன் இல்லாதிருந்தான். அதனால் 'போல' எனும் வார்த்தையைக்கூட யோசிக்கக் கூடாதென்று நினைத்தான்.

இளம் யுவன் எனும் பெயர் கொண்ட தெருவை அடைய குள்ள நீரூற்றுத் தெருவுக்குள் திரும்பினான் காலிப். இந்தத் தெருவின் பெயரையும் அவனால் இன்னொரு சைகையாகக் கருதாமல் இருக்க முடியவில்லை. உருளைக் கற்கள் பாவிய இந்தப் பழைய தெருக்கள் எல்லாம் தன்னைப் பொறிக்குள் சிக்க வைக்கும் சைகைகள் பொதிந்தனவாக இருப்பதாகக் கருதி அவன் இளவரசர்கள் மரநிழற் சாலைக்குள் திரும்பினான். எள் முறுக்கு விற்பவர்களையும், தேநீர் பருகியபடி நின்றுகொண்டிருக்கும் சிற்றுந்து ஓட்டுநர்களையும், லஹ்மாகூன் எனப்படும் கொத்துக்கறி அப்பத்தை மென்றுகொண்டே திரையரங்கின் வெளியே இருந்த சுவரொட்டிகளை நோட்டம் விட்டுக்கொண்டிருந்த பல்கலைக்கழக மாணவர்களையும் பார்த்தபடி அவன் நடந்தான். ஒரே சமயத்தில் அங்கே மூன்று திரைப்படங்கள் ஓடிக்கொண்டிருந்தன. அவற்றுள் இரண்டு கராத்தே படங்கள். இரண்டுமே ப்ரூஸ் லீ நடித்திருந்த படங்கள். பைஸாந்திய கிரேக்கர்களை அடித்து நொறுக்கி, அவர்களுடைய மகளிருடன் படுத்துறங்கும் ஸல்சுக் போர்ப்படைத் தலைவனாக ஜுனைத் ஆர்க்கின் நடித்திருக்கிறார் என்பதை மூன்றாவது படத்தின் கிழிந்திருந்த சுவரொட்டிகளும், விளம்பரத் தட்டிகளும் காட்டிக்கொடுத்தன. ஒவ்வொரு நடிகரும் ஆரஞ்சு வண்ண வதனத்தோடு தென்பட்ட இந்தச் சுவரொட்டிகளைப் பார்த்தபடி அந்த வரவேற்புக் கூடத்தில் இன்னும் சற்று நேரம் உலவிக்கொண்டிருந்தால் தன்னுடைய கண் பார்வை பறிபோய் விடும் எனும் அச்சத்தில் காலிப் அங்கிருந்து நகர்ந்தான். இளவரசரின் பள்ளிவாசலைக் கடக்கும்பொழுது, அவனுக்குத் தவிர்க்கவியலாமல் பட்டத்து இளவரசரின் கதை நினைவுக்கு வந்தது. ஆனால், இப்பொழுது அவன் எங்கெல்லாம் பார்க்கிறானோ அங்கெல்லாம் சங்கேதக்குறிகள் தென்பட்டன. ஓரங்கள் துருவேறிக் கிடக்கும் போக்குவரத்து சைகைகள், கபடம் மிகுந்த சுவர்க் கோஷங்கள், புழுதி படிந்த சிற்றுண்டியகங்கள் மற்றும் உணவகங்களின் ப்லெக்ஸிக்ளாஸ் பெயர்ப் பலகைகள், அரேபிய 'ஒற்றைக்கால்' பாடகர்களையும், சலவைத்தூளையும் விளம்பரப்படுத்தும் சுவரொட்டிகளென்று எல்லாவற்றிலும் காலிப்புக்கு சங்கேதக்குறிகள் தென்பட்டன. இந்தக் குறிகளை உதாசீனப்படுத்தத் தன்னாலியன்ற அனைத்தையும் காலிப் முயன்று பார்த்தான். ஆனாலும்கூட, வாலன்ஸ் கால்வாய்ப் பாலத்தைக் கடக்கும்பொழுது, சிறு வயதில், எப்பொழுதோ ஒரு சமயத்தில், ஒரு வரலாற்றுத் திரைப்படத்தில் பார்த்திருந்த செந்நிறத்தாடி

கொண்ட, கிரேக்க ஆச்சாரப் பிரிவைச் சார்ந்த மதகுருக்களை நினைத்துக்கொள்ளாமல் இருக்க முடியவில்லை. வேஃபா போஸா அங்காடியைக் கடக்கும்பொழுது, பகலுணவின்போது வயிறு முட்டக் குடித்துவிட்டு, இந்தப் புளிக்க வைக்கப்பட்ட சிறுதானிய பானத்தை ருசித்துப் பார்ப்பதற்காக, ஒட்டுமொத்தக் குடும்பத்தையும் வாடகைக் கார்களில் மெலிஹ் பெரியப்பா இங்கே கூட்டி வந்த அந்த விடுமுறை நாளை காலிப்பால் நினைக்காமல் இருக்க முடியவில்லை. ஆனால், இப்படி நினைவில் எழும்பிய நினைவுச் சித்திரங்கள் அனைத்தும் கடந்த காலத்திற்குள் சிறைப்பட்டிருக்கும் புதிர்களின் சைகைகளாய் மாற அதிக நேரம் ஆகவில்லை.

ஆட்டாதுர்க் மரநிழற் சாலையை விரைந்து கடக்கும்போது, எட்டி நடை போட்டால், மிக விரைவாய் நடந்தால், சீக்கிரத்திலேயே அந்த நகரின் எழுத்துகளையும், பிம்பங்களையும் தான் எப்படிப் பார்க்க ஆசைப்பட்டானோ அதே போல் பார்க்க முடியுமென்று அவன் மீண்டும் மனத்துள் தீர்மானித்துக்கொண்டான். ஒரு புதிரின் கூறுகளாக அல்லாமல், அவை எப்படியிருக்கின்றனவோ அப்படியே. சீக்கிரத்திலேயே விற்பனைப் பிரதிநிதிகளின் தெருப்பக்கமாகத் திரும்பினான். பிறகு அங்கிருந்து மரக்கடைத் தெருவுக்குள் திரும்பினான். அதன் பிறகு எந்தத் தெருவின் பெயரையும் கவனிக்காமல் கொஞ்ச நேரம் நடந்தான். துருவேறிக்கொண் டிருக்கும் உப்பரிகைகளைக் கொண்ட, இடிந்து விழுவதைப் போலிருக்கும் குடியிருப்புக் கட்டடங்களுக்கு இடையில் நசுங்கியபடி இருக்கும் பழசாகி விட்ட மர இல்லங்களைக் கடந்து, ஐம்பதாம் வருடத்திய நீள்மூக்கு பார உந்துகள், குழந்தைகளின் விளையாட்டுப் பொருளாகிவிட்ட டயர்கள், வளைந்து கிடக்கும் மின்கம்பங்கள், உருக்குலைந்து போய் உபயோகமின்றிக் கைவிடப்பட்டுவிட்ட நடைபாதைகள், குப்பைத் தொட்டிகள் மீது தவழ்ந்து கொண்டிருக்கும் பூனைகள், தலையில் முக்காட்டுடன் சாளரங்களின் அருகே அமர்ந்து புகைத்துக்கொண்டிருக்கும் கிழவிகள், ஊஃநராய்ச் சென்று தயிர் விற்கும் வணிகர்கள், கழிவு நீரகற்றும் துப்புரவுப் பணியாளர்கள், மெத்தை தயாரிப்பவர்கள் எனப் பலரையும் கடந்து நடந்தான் காலிப்.

கம்பள வணிகர்களின் மரநிழற் சாலைக்குள் இறங்கியவுடன் தேசிய மரநிழற் சாலைக்குச் சற்று முன்பாக இடதுபுறம் விரைவாகத் திரும்பி தெருவின் மறுபுறத்திற்குச் சென்று மீண்டும் திரும்பி இந்தப் பக்கத்திற்கே வந்தான். சிறிய மளிகைக் கடையொன்றில் ஐரன் எனப்படும் தயிரைச் சுவைத்துப் போகலாமென்று நின்றான். ரூயாவின் துப்பறியும் நாவல்களில்தான் யாராவது, யாரையாவது பின்தொடர்ந்து வருவார்களென்று தன்னை ஆசுவாசப்படுத்திக்கொள்ள முயன்றான். ஆனால், இந்த நகரின் இதயத்திலிருக்கும் ஊடுருவிவிட முடியாத ரகசியத்தி லிருந்து தப்பிச் செல்லத் தனக்கு எப்படி வழியில்லையோ, அதைக் காட்டிலும் இந்த எண்ணத்தைத் தன் மனத்தை விட்டு அகற்றுவதும் அப்படி எளிதான செயலில்லை என்பதும் அவனுக்குப் புரிந்திருந்தது. ஜோடிப்புறாத் தெருவுக்குள் அவன் இப்பொழுது நுழைந்தான். பிறகு, அடுத்த முக்கில் இடதுபுறம் திரும்பி, நடையைக் கூட்டி, பண்டிதர் தெருவில் கிட்டத்தட்ட ஓடிக்கொண்டிருந்தான். போக்குவரத்து விளக்குகள் சிவப்பிற்கு மாறியவுடன், சிற்றுந்துகளின் ஊடாக அம்பெனப் பாய்ந்து, ஃபெவ்ஸி பாஷா மரநிழற்சாலையைக் கடந்தான். அடுத்து வந்த தெருவின்

பெயர்ப்பலகையைப் பார்ப்பதற்காக அண்ணாந்து பார்த்தபொழுது, தான் சிங்கக்குகைத் தெருவில் இருப்பதைக் கண்டு உடனே பீதியடைந்தான். மூன்று நாட்களுக்கு முன்னதாக கேலட்டா பாலத்தின் மீது நடந்து கொண்டிருக்கையில் அவன் உணர்ந்திருந்த அந்த மாயக் கை இன்னமும் நகரெங்கும் சைகைகளை இருத்தி வைத்துக்கொண்டிருந்ததைப் போல் தோன்றியது. அப்படியென்றால், அவன் மிகத் தீவிரமாக உணர்ந்திருந்த அந்தப் புதிர் நிச்சயமாக இன்னும் அவனுக்கு எட்டாத தொலைவில்தான் இருக்க வேண்டும்.

நெரிசல் மிகுந்த கடைவீதிப் பகுதியின் ஊடாக அவன் நடந்து கொண்டிருந்தான். காணாங்கெளுத்தி, விலாங்கு, கல் திருக்கை ஆகிய மீன்வகைகளை விற்றுக்கொண்டிருக்கும் மீன் கடைகளைத் தாண்டி, எல்லாச் சாலைகளும் சங்கமிக்கும் வெற்றிவேந்தன் பள்ளிவாசல் முற்றத்திற்குள் நுழைந்தான். கருப்புத் தாடியுடன், கருப்பு அங்கியணிந்து காக்கையைப் போல் தோன்றிய ஒரு மனிதனைத் தவிர அந்த மாபெரும் முற்றத்தில் யாருமே தென்படவில்லை. அதற்கு அருகேயிருந்த இடுகாடுமே காலியாகத்தான் இருந்தது. வெற்றிவேந்தனின் ஸுஃபி குருமார் விடுதியும் பூட்டியிருந்தது. அதன் சாளரங்களுக்குள் காலிப் கூர்ந்து பார்த்தான். நகரின் உறுமல் அவன் காதுகளில் விழுந்தது. அந்தக் கடைப்பகுதியின் அரவம், வாகனங்களின் கொம்பொலி, எங்கோ தொலைவிலிருக்கும் பள்ளிக்கூடத்திலிருந்து வந்த ஆரவாரக் கூச்சல், சம்மட்டியால் அடிக்கும் ஒலி, என்ஜின்களின் மெல்லிய உறுமல், முற்றத்திலிருந்த மரங்களில் இருக்கும் காக்கைகள் குருவிகளின் கிரீச்சொலி, கடந்து செல்லும் சிற்றுந்துகளின் அலறல், மோட்டார்சைக்கிள்களின் சீற்றம், அருகாமையி லிருக்கும் சாளரங்களும் கதவுகளும் திறந்து மூடும் சத்தம், அலுவலகக் கட்டடங்கள், வீடுகள், மரங்கள், பூங்காக்கள் ஆகியவற்றின் பேரிரைச்சல், கடலுக்குள் விரைந்துகொண்டிருக்கும் கப்பல்களின் ரீங்காரம், அனைத்து அண்டைப்புறங்கள், ஒட்டுமொத்த நகரம். புழுதி படிந்த சாளரத்தின் ஊடாகத்தான் வெற்றிவேந்தன் மெஹ்மட்டின் கல்லாலான சவப்பெட்டியை காலிப்பால் பார்க்க முடிந்தது. வெற்றிவேந்தன் மெஹ்மட்டாக மாறிவிடவே காலிப் பெரிதும் ஏக்கம் கொண்டிருந்தான். காலிப் பிறப்பதற்கு ஐநூறு ஆண்டுகளுக்கு முன்பாகவே, தான் வெற்றிகொண்டிருந்த நகரின் புதிர்களை ஹுரூஃபி பிரதிகளின் துணையால் அவிழ்க்க வெற்றிவேந்தன் மெஹ்மட் முயன்றிருந்தான். ஒவ்வொரு கதவும், புகைபோக்கியும், தெருவும், கட்டுக்கால்வாயும், ப்ளேன் மரமும் அதைத் தவிர இன்னொன்றையும் குறித்து நின்ற அந்த எல்லைப்பகுதியை மிகமிக நிதானமாக, ஆனால் உறுதி குலையாமல் அவன் ஊடுருவிப் பார்த்திருந்தான்.

அவர்கள் மட்டும் அந்த சதித்திட்டத்தைக் கண்டுபிடிக்காமல் போயிருந்தால் என்று நினைத்தான் காலிப். அதே போல், அந்த ஹுரூஃபிக்களையும் அவர்களுடைய எழுத்துகளையும் எரிக்காமல் விட்டிருந்தால்! அழகிய கையெழுத்துக்காரர் இஸ்ஸாட் தெரு என்ற பெயர் கொண்ட தெருவிலிருந்து திரும்பி ஸேரக் தெருவுக்குள் நுழைந்தான். இந்த நகரின் புதிரை மட்டும் சுல்தான் அவிழ்த்திருப்பாரேயானால், தான் வெற்றிகொண்ட பைஸாந்தியத் தெருக்களில் நடந்து செல்லும்போது என்ன பார்த்திருப்பார் என்று காலிப் மேலும் யோசித்தபடி இருந்தான். தகர்ந்து விழும் இந்தச் சுவர்களையும் நூற்றாண்டுகளாய் நிலைத்திருக்கும்

இந்த ப்ளேன் மரங்களையும் கடந்து சென்றிருப்பாரேயானால், நான் இப்பொழுது என் முன்னே காணும் இந்தப் புழுதி படிந்த தெருக்கள், காலிமனைகள் ஆகியவற்றைப் பார்த்திருந்தால், அவர் எவ்வாறு புரிந்து கொண்டிருப்பார்? சிபாலி பகுதியிலிருக்கும் பழைய திகிலூட்டும் புகையிலைக் கிடங்குகள் இருக்கும் பகுதிக்கு அருகாமையில் வந்து சேர்ந்தான் காலிப். அப்பொழுது, தன்னுடைய வதனத்திலிருக்கும் எழுத்து களைப் படித்த நொடி தொடங்கி தான் அறிந்து வைத்திருந்த விடையை அவன் தனக்குத்தானே சொல்லிக்கொண்டான். அந்த நகரை அவர் முதன்முதலில் பார்த்தபொழுது ஏற்கெனவே ஆயிரம் முறை அதைப் பார்த்திருந்ததைப் போல்தான் தோன்றியிருக்கும். ஆனால், அதுதான் உள்ளபடியே மிகவும் விசித்திரமான விஷயம். ஏதோ இப்பொழுதான் வெற்றிகொள்ளப்பட்ட நகரம் போல் இஸ்தான்புல் தோற்றமளிக்கிறது. இதோ, இந்தப் புழுதி மண்டிய தெருக்கள், சிதிலப்பட்டுக் கிடக்கும் நடைபாதைகள், இந்த ஈய, சாம்பல் நிற மரங்கள், தளர்ந்துபோயிருக்கும் கார்கள், அதைக் காட்டிலும் ஓய்ந்து, தளர்ந்திருக்கும் பேருந்துகள், முடிவற்ற ஓடையாய்ப் பாய்ந்துகொண்டிருக்கும் வருத்தம் தோய்ந்த, ஒரே சாயலில் இருக்கும் முகங்கள், உண்ண உணவின்றிப் பசித்திருக்கும் நாய்கள் – ஏதோ இவற்றையெல்லாம் முன்னெப்போதும் கண்டிராததைப் போல், இப்படிப்பட்ட விஷயங்கள் இருந்தேயிராததைப் போல் தோன்றுகிறது

தன்னைத் தொடர்ந்துகொண்டிருக்கிற இந்தக் கற்பனையான அல்லது நிஜமான ஒரு விஷயத்தை இனி எப்போதுமே தன்னால் உதறித் தள்ளிவிட முடியாதென்று காலிப் உணர்ந்துகொண்டான். என்றாலும், அவன் தொடர்ந்து நடந்துகொண்டேதான் இருந்தான். பொற்கொம்புக் கழிமுகக் கரையோரமாக வரிசைகட்டி நின்ற சிறு சிறு தொழிலகங்களை, தொழிற்சாலைகளுக்கான கனரக பீப்பாய்களை, தகர்ந்துகொண்டிருக்கும் பைஸாந்திய கட்டுக் கால்வாய்களை, மதிய உணவிற்கு ரொட்டியும் கோளா உருண்டையும் சாப்பிட்டுக் கொண்டோ அல்லது புழுதி கிளம்பும் மைதானங்களில் இன்னமும் முழு உடுப்போடு கால்பந்து விளையாடிக்கொண்டோ இருந்த தொழிலாளிகளை என பலவற்றையும் கடந்து காலிப் நடந்தபடி இருந்தான். நடந்துகொண்டே இருக்கையில், பேரமைதி தவழும் பரிச்சயமான இடமாக அந்த நகரைக் காணும் உந்துதல் அவனுள் பொங்கியெழுந்தது. அதன் தொடர்ச்சியாக, அவன் தன்னை வேறு யாரோவாக, வெற்றிவேந்தன் மெஹ்மட்டாக, கற்பனை செய்துகொள்ள வேண்டியதாயிற்று. இப்படிப்பட்ட சிறுபிள்ளைத்தனமான கற்பனையில் கொஞ்ச நேரத்துக்குத் திளைத்துக் கொண்டிருந்தான். அது அப்படியொன்றும் பைத்தியக்காரத்தனமாகவோ, நகைப்பிற்குரியதாகவோ தோன்றவில்லை. பிறகு, இஸ்தான்புல் நகரம் வெற்றி கொள்ளப்பட்ட நூற்றாண்டு நினைவை அனுசரிக்கும் விதமாக, ஜெலால் பல ஆண்டுகளுக்கு முன்பாக எழுதிய பத்திக் கட்டுரையொன்று அவன் நினைவில் தட்டியது. முதலாம் கான்ஸ்டான்டைனில் தொடங்கி, இப்பொழுதிருப்பவர் வரையிலான 1650 ஆண்டுகளில், 120 பேர் இஸ்தான்புல்லின் ஆட்சியாளர்களாக இருந்திருக்கின்றனர். அவர்களுள் சுல்தான் வெற்றிவேந்தன் மெஹ்மட் மட்டும்தான் இரவு நேரங்களில் மாறுவேடத்தில் நகரை வலம் வருதல் அவசியமென்று சிந்தித்தவர். ஸிர்கேஜியிலிருந்து ஐயூப் செல்லும் பேருந்தில் ஏறி, சக பிரயாணிகளோடு முன்னும் பின்னுமாக ஊசலாடிக்கொண்டே செல்கையில், ஜெலாலின்

தந்திரமான தனிமொழி காலிப்பின் நினைவுக்குவந்தது. "நம்முடைய வாசகர்களுக்கு அவன் ஏன் அப்படிச் செய்தானென்பது நன்றாகவே தெரிந்திருக்கும்." உங்கபானி எனும் பகுதியை அடைந்ததும், அங்கிருந்து தக்ஸிம் செல்லும் பேருந்தில் ஏறினான். தன்னைப் பின்தொடர்ந்து வரும் நபரால் எப்படிப் பேருந்து மாறி வர முடியுமென்று அவன் திகைத்துப் போயிருந்தான். அவனுடைய பார்வையைக் காலிப்பால் உணர முடிந்தது. தன்னுடைய கழுத்தின் பின் பக்கத்தில் அதை அவன் உணர்ந்தான். மீண்டும் தக்ஸிமில் பேருந்து மாறி ஏறியவுடன், இருக்கையில் பக்கத்தில் அமர்ந்திருப்பவரோடு பேச்சுக் கொடுத்துக்கொண்டே வந்தால், தான் வேறொருவராக மாறித் தன்னைத் துரத்திக்கொண்டு வரும் நிழலிடமிருந்து தப்பிவிடலாமென்று நினைத்தான்.

சாளரத்தின் வழியாக வெளியே பார்த்தவாறே, "இந்தப் பனி இப்படியேதான் தொடர்ந்து பெய்துகொண்டிருக்குமோ?" என்று காலிப் கேட்டான்.

"யாருக்குத் தெரியும்?" என்றான் பக்கத்தில் உட்கார்ந்திருந்த கிழவன். அவன் மேலும்கூட ஏதாவது சொல்லியிருக்கக் கூடும். ஆனால் அதற்குள் காலிப் அடுத்த கேள்வியைக் கேட்டுவிட்டான்.

"இந்தப் பனி எதைக் குறிக்கிறது?" என்று கேட்டான் காலிப். "இது எதற்கான சகுனம்? உங்களுக்கு மகிமை வாய்ந்த மெவ்லானாவின் சாவிக் கதை தெரியுமா? நேற்றிரவு இதே மாதிரி ஒரு கனவு எனக்கு வந்தது. என்னைச் சுற்றி எல்லாமே வெள்ளையாய், தூய வெள்ளையாய் இருந்தது. இதோ நம்மைச் சுற்றிலும் இருக்கிறதே இந்த வெண்பனி, அதைப் போலவே வெள்ளையாய் இருந்தது. பிறகு திடீரென்று பயங்கரமான, குளிர் மிகுந்த, பனிக்கட்டியின் ஊடுருவும் குளிர் போன்ற வலியை நெஞ்சிலே உணர்ந்தேன். ஏதோ ஒரு பெரிய பனிப்பாறை நெஞ்சின் மீது அழுத்திக்கொண்டிருப்பதைப் போல் உணர்ந்தேன். ஒரு மாபெரும் பனிக்கட்டிப் பந்து. ஸ்படிகப் பந்து. ஆனால் உண்மையில் அங்கு அப்படியெதுவும் இல்லை. மாறாக, ரூமி மெவ்லானாவுடைய வைரச் சாவிதான் என் இதயத்தின் மீது கிடந்தது. அதைக் கையில் எடுத்துக்கொண்டு படுக்கையை விட்டு எழுந்தேன். அந்தச் சாவியைக் கொண்டு என்னுடைய படுக்கையறைக் கதவைத் திறந்துவிடலாமென்று நினைத்தேன். அதே போல் திறந்தும் விட்டேன். ஆனால் நான் இப்பொழுது இன்னொரு அறையில் இருந்தேன். அங்கே இருந்த படுக்கையில் ஒருவன் இருந்தான். அவன் என்னைப் போலவே இருந்தான். ஆனால், அது நானில்லை. தூங்கிக்கொண்டிருந்த அந்த மனிதனின் இதயத்தின் மீதிருந்த சாவியை எடுத்துக்கொண்டு அதற்குப் பதிலாக என்னுடைய சாவியை வைத்துவிட்டு, நான் அவனுடைய அறைக் கதவைத் திறந்தேன். அடுத்த அறையும் இதைப் போலவே இருந்தது. என்னைப் போலவே இருந்த இன்னொரு மனிதன் அங்கே தூங்கிக்கொண்டிருந்தான். அவனுடைய வடிவமென்னவோ மிக ரம்யமாக இருந்தது. அவனுடைய இதயத்தின் மீது இன்னொரு வைரச் சாவியிருந்தது. அடுத்த அறையும் அதே போலவே இருந்தது. அதற்கடுத்த அறையும்கூட அப்படித்தான். அதைவிடக் கொடுமை என்னவென்றால், இந்த அறைகளிலும் அதே போன்ற நபர்களே இருந்தார்கள். என்னை அச்சாய் உரித்துவைத்திருக்கும் பிம்பங்கள். தூக்கம் தொலைத்த ஆவிகள். சாவியைக் கையில் ஆட்டியபடி. ஒவ்வோர்

அறையிலும் ஒரு படுக்கை. ஒவ்வொரு படுக்கையிலும் என்னைப் போலவே கனவு கண்டுகொண்டிருக்கும் ஒரு மனிதன். பிறகுதான் எனக்குப் புரிந்தது அது சொர்க்கத்திலிருக்கும் கடைப்பகுதியென்று. ஆனால் அங்கே வாங்கும், விற்கும் வியாபாரம் எதுவும் நடக்கவில்லை. பணமோ வில்லைகளோ இல்லை. முகங்களும் வடிவங்களும் மட்டுமே தென்பட்டன. நீங்கள் என்னவாக ஆசைப்பட்டீர்களோ அதுவாகவே ஆனீர்கள். ஒரு முகமூடியைப் போல, ஒரு புதிய முகத்தைப் போட்டுக்கொண்டு ஒரு புது வாழ்க்கையைத் தொடங்கிவிடலாம். அவ்வளவு சுலபம். ஆனால், நான் மாற வேண்டுமென்று ஏங்கிக்கொண்டிருந்த உருவம் அந்த ஆயிரத்தோர் அறைகளில் கடைசியாக இருக்கிறது. அதுவும் எனக்குத் தெரிந்திருந்தது. ஆனால், அந்தக் கடைசிச் சாவியை வைத்து அந்தக் கடைசிப் பூட்டைத் திறக்க முயன்றால், அந்தக் கதவு திறக்கவில்லை. நான் முதன்முதலாக எழுந்தபொழுது கண்டெடுத்த, அந்தப் பனிக்குளிராய்ச் சில்லிட்டிருந்த சாவிதான் அந்தக் கதவைத் திறப்பதற்கானது என்பது அப்பொழுதுதான் எனக்கு உறைத்தது. ஆனால், இப்பொழுது அந்தச் சாவி எங்கே இருக்கிறது என்றோ, யார் கையில் இருக்கிறது என்றோ நான் தெரிந்துகொள்ள ஒரு வழியுமில்லை. அது நான் விட்டுவிட்டு வந்த படுக்கையின் மீதே இருக்கிறதா, அல்லது நான் நுழைந்து வந்திருந்த ஆயிரத்தோர் அறைகள் ஏதோ ஒன்றினுள் இருக்கிறதா? குற்றவுணர்வில் கண்களில் இருந்து கண்ணீர் கொட்டிக்கொண்டிருந்தது. இனி நான் ஒவ்வொரு அறையாக, அந்த உதவாக்கரைப் பயல்களோடு, ஒரு சாவி போக இன்னொன்று என்று தூங்கிக்கொண்டிருக்கும் ஒவ்வொரு முகமாகப் பார்த்துக்கொண்டே, அரண்டுபோய் அலைந்துகொண்டிருக்கச் சபிக்கப்பட்டுவிட்டேன் என்பது எனக்குப் புரிந்துவிட்டது. இனி எப்பொழுதும், நிரந்தரமாய் –"

"அங்கே பார்!" என்றான் அந்தக் கிழவன். "பார் அங்கே!"

காலிப் இன்னமும் கூலிங்கிளாஸ் கண்ணாடியை அணிந்து கொண்டிருந்தான். அந்தக் கிழவன் கைகாட்டிய திரையில் பார்த்தான். வானொலி நிலையத்திற்கு மிக அருகாமையில், நடைபாதையில் ஒரு மனிதன் இறந்து கிடந்தான். அவனைச் சுற்றி ஓரிருவர் நின்றுகொண்டிருந்தனர். கூக்குரலிட்டு, என்ன ஏது என்று பார்க்க, மேலும் ஒரு சிறு கூட்டத்தை வேகமாகக் கூட்டிக்கொண்டிருந்தனர். போக்குவரத்து சற்றே நிதானித்தது. பேருந்துக்குள் அமர்ந்திருந்தோரும் நின்றுகொண்டிருந்தோரும் ரத்தக் களறியாய் இருக்கும் அந்தப் பிணத்தைக் குனிந்து, சாய்ந்து, வாயடைத்துப் போய், திகிலுடன், எவ்வளவு முடியுமோ அவ்வளவு தொலைவுக்கு எட்டிப் பார்த்துக் கொண்டே இருந்தனர்.

மீண்டும் சாலையில் வழி கிடைத்த பிறகும்கூட அந்த நிசப்தம் கொஞ்ச நேரத்துக்கு நீடித்தது. பேலஸ் திரையரங்கின் முன்பாக காலிப் பேருந்திலிருந்து இறங்கிக்கொண்டான். அந்தச் சாலையின் ஒரு மூலையில் இருந்த அங்கோரா ஞாயிறு சந்தைக்குள் நுழைந்தான். கொஞ்சம் கருவாடு, மீன் சினை முட்டைக் கிச்சடி, நாக்குச் சீவல், ஒரு சீப்பு வாழைப்பழம், கொஞ்சம் ஆப்பிள் இவற்றை வாங்கிக்கொண்டு, இதயங்களின் நகர் குடியிருப்பை நோக்கி விரைந்தான். இப்பொழுது ரொம்பவுமே வேறு யாரோவாக இருப்பதைப் போல் அவன் உணர்ந்தான். அப்படியில்லாதிருந்தால் நன்றாக இருக்குமே என்ற ஏக்கமும் உடனே துளிர் விட்டிருந்தது. நேராக வாயிற்காப்போனின் குடியிருப்புக்குள் சென்றான். இஸ்மாயில்

எஃபென்டியும் அவனுடைய மனைவி கமர் ஹனீமும் தங்களுடைய சிறிய பேரக்குழந்தைகளோடு மேஜையின் முன் அமர்ந்து கொத்துக்கறியோடு சேர்த்து வறுக்கப்பட்டிருந்த உருளைக்கிழங்கை உண்டு கொண்டிருந்தனர். முன்பு விவரித்திருந்த அதே ஊதா நிற நீர்புகா மேஜை விரிப்பின் மீது வைத்து. மிக மகிழ்ச்சியான குடும்பம். ஏதோ ஒரு முந்தைய காலத்திய காட்சி போல் காலிப்புக்குத் தோன்றியது.

“சாப்பாட்டு நேரத்தில் உங்களைத் தொந்தரவு செய்ய விரும்பவில்லை,” என்று மன்னிப்பு கேட்டுக்கொண்டான் காலிப். சிறு மௌனத்திற்குப் பிறகு, “நான் அன்று கொடுத்துவிட்டுச் சென்ற உறையை நீங்கள் இன்னும் ஜெலாலிடம் கொடுக்கவில்லை போல் தெரிகிறது,” என்றான்.

“நாங்களும் கதவைத் தட்டித் தட்டிப் பார்த்தோம். ஆனால் அவன் அங்கே இல்லை போல் தோன்றுகிறது,” என்றாள் அந்தக் காவல்காரன் மனைவி.

“இப்பொழுது அவன் மாடியில்தான் இருக்கிறான்,” என்றான் காலிப். “அந்த உறை எங்கே?”

“ஜெலால் மாடியிலா இருக்கிறான்?” என்றான் இஸ்மாயில் எஃபென்டி. “நீ மேலேதானே போகிறாய்? இந்த மின்கட்டணத் தாக்கீதையும் அவனிடம் கொடுத்துவிடுகிறாயா”

மேசையிலிருந்து எழுந்து தொலைக்காட்சிப் பெட்டியின் மீது குவிந்து கிடந்த தாக்கீதுகளைக் குடைய ஆரம்பித்தான் இஸ்மாயில் எஃபென்டி. ஒவ்வொன்றாக எடுத்து கண்ணுக்குக் கிட்டத்தில் வைத்துப் பார்த்துக் கொண்டிருந்தான். காலிப், தன்னுடைய அங்கிப் பையிலிருந்த சாவியைத் துரிதமாக எடுத்து, வெப்பமூட்டிக்கு மேலாக இருந்த மாடத்துக்குப் பக்கத்தில் காலியாகக் கிடந்த கொண்டியில் மாட்டினான். அவர்கள் யாரும் கவனித்திருக்கவில்லை. அந்த உறையையும் தாக்கீதையும் எடுத்துக் கொண்டு, அவர்கள் உணவை முடிக்கவிட்டுக் கிளம்பினான்.

“ஜெலாலிடம் கவலைப்பட வேண்டாமென்று சொல்லு! நான் யாரிடமும் எதையும் சொல்லப் போவதில்லை!” என்று கமர் ஹனிம் பின்னேயிருந்து கத்தினாள். அவளுடைய குரலில் ஒலித்த குதூகலம் கவலையூட்டுவதாக இருந்தது.

அந்தப் பழைய குடியிருப்பின் மின்தூக்கியில் செல்லும் சந்தோஷத்தை எவ்வளவோ ஆண்டுகளுக்கு அப்புறம் முதன்முறையாக காலிப் அனுபவித்தான். மரமெழுகின் வாசனையும், இயந்திர எண்ணெயின் நெடியும் அதில் இன்னமும் அடித்துக்கொண்டிருந்தது. அது மேலெழும்பும்போது இடுப்புவாதம் வந்த கிழவனைப் போல் முக்கி முனகியது. அதிலிருந்த கண்ணாடியும் முன்பிருந்ததேதான். தங்களுடைய உயரத்தைக் கணித்துக் கொள்ள ரூயாவும் அவனும் அதில் பார்த்துக்கொள்வது சிறு பிராய வழக்கம். ஆனால், தன்னுடைய வதனத்தில் தென்படும் அச்சுறுத்தும் எழுத்துகளைப் படிக்க நேரிடும் என்பதால், இப்பொழுது அந்தக் கண்ணாடியைப் பார்க்கும் மனோதிடம் காலிப்பிடம் இல்லை.

அந்தக் குடியிருப்புக்குள் நுழைந்து உள் அங்கியையும், மேலங்கியையும் கழற்றி மாட்டியவுடன் தொலைபேசி ஒலித்தது. வருவது வரட்டுமென்று

தன்னைத் தயார்படுத்திக்கொள்ள அவன் முயன்றான். அதனால், தொலைபேசியை எடுத்துப் பேசுவதற்கு முன்பாகக் குளியலறைக்கு விரைந்தான். மூன்று, நான்கு, ஐந்து நொடிகள் கண்ணாடியில் தன் முகத்தை உற்றுப்பார்த்துக்கொண்டான். ஆசையோடு, துணிச்சலோடு, தீர்மானத்தோடு. தற்செயல் என்பதற்கு இதில் பங்கே இல்லை. அந்த எழுத்துகள் எல்லாமே அதே இடத்தில் இருந்தன. இந்தப் பிரபஞ்சமும், அதன் மையத்திலிருக்கும் புதிரும் போல. எனக்குத் தெரியுமென்று காலிப் சொல்லிக்கொண்டான் தொலைபேசியைக் கையில் எடுத்தவாறே. எனக்குத் தெரியும். அந்தக் குரலைக் கேட்பதற்கு முன்பாகவே அது எப்படி ஒலிக்கும் என்பதையும் அவன் உணர்ந்திருந்தான். இந்தத் தேசத்தின் தூயமனம் படைத்த தேசபக்தர்கள் நீண்ட காலமாய்க் காத்துக் கிடந்த ராணுவச் சுத்திகரிப்பிற்கான சந்தோஷ அறிகுறிகளைச் சுமந்து வரும் உற்சாகத்தோடு.

“ஹலோ.”

“இப்பொழுது தங்களின் பெயர் என்னவோ?” என்றான் காலிப். “ஏராளமான புனை பெயர்கள் இப்பொழுது காற்றில் விரவிக்கிடக்கின்றன. என்னால் நினைவு வைத்துக்கொள்ள முடியவில்லை.”

“மிகச் சாதுர்யமாகப் பேச்சைத் தொடங்கியிருக்கிறீர்கள்,” என்றது எதிர்முனைக் குரல். காலிப் எதிர்பார்த்திருந்ததைக் காட்டிலும் அதிகத் தன்னம்பிக்கையோடு அந்தக் குரல் ஒலித்தது. “ஜெலால் பே, உங்களுக்குப் பிரியமான பெயரை நீங்கள் சூட்டிக்கொள்ளலாம்.”

“அப்படியென்றால், மெஹ்மட்.”

“வெற்றி வேந்தன் மெஹ்மட் போலவா?”

“ஆமாம். அதேதான்.”

“நல்லது. என் பெயர் மெஹ்மட். தொலைபேசிக் கோபபகததில் உங்கள் பெயரை இன்னும் என்னால் கண்டுபிடிக்க முடியவில்லை. அதனால் உங்கள் முகவரியைக் கொடுங்கள். நான் நேராக அங்கே வந்து விடுகிறேன்.”

“எனக்குத் தெரிந்த எல்லோரிடத்திலும் நான் ரகசியமாக வைத்திருக்கும் இந்த முகவரியை உங்களுக்கு எதற்காகத் தர வேண்டும்?”

“இந்த நாட்டில் விரைவில் நிகழவிருக்கும் ரத்தக் களரியான சதித் திட்டத்துக்கு சாட்சியமாக விளங்கப்போகிற புகழ்பெற்ற, பத்திரிகை யாளரிடம் ஒரு சில ஆவணங்களைச் சேர்த்துவிட முயலும் ஒரு சாதாரண, நல்லெண்ணம்கொண்ட குடிமகன் நான். அதற்காகத்தான்.”

“நீங்கள் ஒரு சாதாரணக் குடிமகனென்று சொல்லிக்கொள்ள முடியாதபடிக்கு என்னைப் பற்றி மிக அதிகமாகத் தெரிந்துவைத்துக் கொண்டிருக்கிறீர்களே!” என்றான் காலிப்.

இப்பொழுது மெஹ்மட் என்று பெயர் சூட்டப்பட்டிருக்கும் அந்தக் குரல், “ஆறாண்டுகளுக்கு முன்பு கர்ஸ் ரயில் நிலையத்தில் ஒரு சாதாரணக் குடிமகனை நான் சந்தித்தேன்” என்றது. “அவன் மிகச் சாதாரணமான ஒரு குடிமகன். அவன் பெயர் அத்தார். அவன் ஓர் எளிமையான கடைக்காரன்.

இருபதாம் நூற்றாண்டுக் கவி ஃப்ரீத் ஓத்–தின் அத்தார் போல. நான் அவனைப் பார்த்த அன்று அவன் கடைக்கு வேண்டிய பொருள்களை வாங்க எர்ஸூரும் போய்க்கொண்டிருந்தான். நாங்கள் இருவரும் ஒன்றாகப் பயணம் செய்த அந்தச் சிறிது நேரம் முழுவதும் உங்களைப் பற்றித்தான் பேசிக்கொண்டிருந்தோம். நீங்கள் முதன்முதலாக உங்களுடைய சொந்தப் பெயரில் எழுதிய பத்திக் கட்டுரையை, 'கவனி' என்ற சொல்லுடன் – பெர்சிய மொழியில் அது 'பிஷோவ்' – அதே போல் ரூமி எழுதிய மஸ்த்னவியின் தொடக்கச் சொல்லும் கூட அதுதான் – தொடங்கியிருந்ததன் காரணம் என்னவென்பதை அவன் தெரிந்துவைத்திருந்தான். 1956ஆம் ஆண்டு ஜூலை மாதத்தில் எழுதியிருந்த ஒரு பத்திக் கட்டுரையில் வாழ்க்கையை ஒரு தொடர் நாவலுக்கு நீங்கள் ஒப்பிட்டிருந்தீர்கள். அதற்கப்புறமாக, சரியாக ஒரு வருடம் கழித்து இரண்டாவதாக ஒரு பத்திக் கட்டுரையை எழுதியிருந்தீர்கள். அதில் ஒரு தொடர் நாவலை வாழ்க்கையோடு ஒப்பிட்டிருந்தீர்கள். ஆனால், அதற்குள்ளாகவே, உங்கள் படைப்புகளில் தென்படும் மறைமுகச் செவ்வொழுங்கியல்புகளையும், அதனூடாக ஓடிக்கொண்டிருக்கும் ஆற்றல் மிகுந்த பயன்பாட்டு நெறிமுறைப் பிழம்பையும் அவன் நன்றாகவே உணர்ந்துகொண்டிருந்தான். பதிப்பாளரோடு ஏற்பட்டிருந்த பூசலின் காரணமாக அதன் அசல் எழுத்தாளர் பாதியிலேயே கைவிட்டிருந்த மற்போர் வீரர்களைப் பற்றிய தொடரின் இறுதிப் பகுதிகளை எழுதித் தொடரை முடித்து வைத்தது நீங்கள்தான் என்பதையும் அவன் அதற்குள்ளாகவே யூகித்திருந்தான். நீங்கள் அதில் புனைபெயரையே பயன்படுத்தியிருந்தீர்கள். என்றாலும் கூட, இந்த மனிதன் அது நீங்கள்தான் என்பதை உங்களுடைய எழுத்து நடையிலிருந்து யூகித்திருந்தான். அதே காலகட்டத்தில், நீங்கள் இன்னொரு பத்திக் கட்டுரையைத் தொடங்கியிருந்தீர்கள். தெருவில் பார்க்கும் அழகான பெண்களைப் பார்த்து முகம் சுளிக்கும் வழக்கத்தை விட்டொழித்துவிட்டு அதற்குப் பதிலாக, ஐரோப்பியர்களைப் போல, அவர்களை நட்போடு பார்த்து முறுவலிக்கக் கற்றுக்கொள்ள வேண்டுமென்று அந்தக் கட்டுரையில் உங்கள் வாசகர்களை நீங்கள் கேட்டுக்கொண்டிருந்தீர்கள். உங்களுக்குப் பரிச்சயமான ஒரு பெண், தன்னைப் பார்த்து இந்த நாட்டு ஆண்கள் முகம் சுளிப்பதைக் கண்டு மனம் நொந்துபோனாளென்று அந்தக் கட்டுரையில் விவரித்ததைப் பார்த்து, அந்த அளவிற்குப் பாசத்தோடும், இரக்கத்தோடும், மதிப்போடும் நீங்கள் வர்ணித்திருந்த அந்தப் பெண் உங்களுடைய மாற்றாந்தாய்தான் என்பதையும் இந்த மனிதன் தெரிந்து வைத்திருந்தான். இன்னொரு கட்டுரையில் இஸ்தான்புல்லின் புழுதி படிந்த ஒரு குடியிருப்பில் ஒன்றாகக் குடியிருந்த ஒரு கூட்டுக் குடும்பத்தைப் பற்றி அங்கதப் பார்வையோடு எழுதியிருந்தீர்கள். அந்தக் குடும்பத்தை அதிர்ஷ்டங்கெட்ட ஜப்பானிய மீன் வகைக்கு ஒப்பிட்டு எழுதுமளவுக்குச் சென்றிருந்தீர்கள். இந்த மீன்கள் உங்களுடைய காதுகேளா – வாய்ப்பேசா சித்தப்பாவுக்குச் சொந்தமானவை என்பதையும், அந்தக் கட்டுரையில் நீங்கள் குறிப்பிட்டிருந்த குடும்பம் உங்களுடைய சொந்தக் குடும்பம்தான் என்பதையும் இந்த எளிமையான கடைக்காரன் அத்தார் யூகித்திருந்தான். இந்த மனிதன் இதுவரை எர்ஸூரும்வரைகூடப் போனதில்லை. அப்படியிருக்க, அவன் எங்கே இஸ்தான்புல்லைப் பார்ப்பது? ஆனாலும், நீங்கள் பெயர் சொல்லிக் குறிப்பிட்டிருக்காத உங்களுடைய உறவினர்கள் எல்லோரையும் தெரிந்துவைத்திருந்தான். உங்களுடைய நிஷாந்தஷி

குடியிருப்பு எங்கே அமைந்திருக்கிறதென்பதைக்கூட அவன் துல்லியமாகக் கணக்கிட்டிருந்தான். அது மட்டுமல்ல. அதன் அண்டைப்புறத்திலுள்ள தெருக்களை, மூலையில் அமைந்திருக்கும் காவல் நிலையத்தை, தெருவின் எதிர்ச்சாரியில் அமைந்திருக்கும் அல்லாதீனின் கடையை, முற்றத்தில் இருக்கும் குளத்தில் பிரதிபலித்துக்கொண்டிருக்கும் டெஷ்விக்கியே பள்ளிவாசலை, கடைசியாக மீந்திருக்கும் தோட்டங்களை, ஸூதி'ஸ் பணியாரக் கடையை, நடைபாதையில் வரிசை கட்டி நிற்கும் வாதுமை, எலுமிச்சை மரங்களை என ஒவ்வொன்றையுமே அவன் துல்லியமாகத் தன் கற்பனையில் கண்டிருந்தான். கர்ஸ் கோட்டையை ஒட்டியிருக்கும் சரிவான இடங்களில் அமைந்திருக்கும் தன்னுடைய சொந்த அண்டைப்புறப் பகுதியை அவன் எந்த அளவுக்குத் தெரிந்துவைத்திருந்தானோ, அதே அளவுக்கு இந்த இடங்களையும் அவன் தெரிந்துவைத்திருந்தான். அவன் குடியிருந்த பகுதியில் ஒரு சிறிய கடையை வைத்துக்கொண்டு அல்லாதீனின் கடையில் கிடைக்கும் அதே போன்ற பொருள்களை – வாசனைத் திரவியங்களிலிருந்து, காலணிக்கான நாடாக்கயிறு வரை, புகையிலையிலிருந்து ஊசி நூல்வரை – விற்றுக்கொண்டிருந்தான். அதெல்லாம் அந்தக் காலம். நம்முடைய வானொலி அறிவிப்பாளர்களுடைய உச்சரிப்பையும், பேச்சு நடையையும் நாம் பண்படுத்தியிருக்காத அந்தக் காலம். அதனால், அவர்கள் அனைவருமே ஒரே குரலில் தேசத்தோடு உரையாடிக்கொண்டிருந்த காலம். இஸ்தான்புல் வானொலியில் ஒலிபரப்பாகி வந்த பதினோரு கேள்விகள் என்ற வினாடிவிடை நிகழ்ச்சியைக் கிண்டலடித்து நீங்கள் எழுதியிருந்த கட்டுரையை இந்த எளிமையான கடைக்காரன் நினைவு வைத்திருந்தான். இது இபானா பற்பசைத் தயாரிப்பாளர்களின் உபயத்தில் நடைபெற்ற வானொலி நிகழ்ச்சி. உங்களுக்கும் இது நன்றாகவே நினைவிருக்கும். உங்களுடைய கட்டுரை வெளியாகி மூன்று வாரங்கள் கழித்து ஆயிரத்து இருநூறு லிரா பரிசுக்கான கேள்வியின் விடையாக உங்களுடைய பெயரை அவர்கள் ஏற்பாடு செய்திருந்தார்கள். இப்படியோர் முகஸ்துதி உங்கள் வாயை அடைத்துவிடுமென்று அவர்கள் எதிர்பார்த்திருந்தார்கள். ஆனால், இந்த எளிய மனிதன் ஆரூடம் சொல்லியிருந்ததைப் போலவே, நீங்கள் இந்தச் சிறிய லஞ்சத்தை உதாசீனப்படுத்திவிட்டீர்கள். உங்களுடைய அடுத்த கட்டுரையிலேயே அமெரிக்கப் பற்பசையைப் பயன்படுத்த வேண்டாமென்று உங்கள் வாசகர்களுக்கு நீங்கள் ஆலோசனை வழங்கியிருந்தீர்கள். அதற்குப் பதிலாக, அவரவருடைய சுத்தமான கையால் செய்த புதினா பசையால் பற்களை விளக்கலாமென்றும் சொல்லி யிருந்தீர்கள். நல்லியில்புகள் கொண்ட நம்முடைய கடைக்காரன் பாவம், அதே கட்டுரையில் நீங்கள் கொடுத்திருந்த செய்முறைக் குறிப்பைப் பின்பற்றி இந்த புதினாப் பசையைக் கொண்டு ஆண்டுக் கணக்காய்ப் பல்துலக்கி ஒவ்வொரு பல்லாக இழந்துவிட்டான். இதை நீங்கள் அறிய வாய்ப்பில்லைதான். ஆனால், நான் வேறொன்றைச் சொல்ல வேண்டும். எங்களுடைய பயண நேரத்தில் பொழுதைப்போக்க நாங்களாகவே ஒரு வினாடி வினா நிகழ்ச்சியை உருவாக்கிக்கொண்டோம். பொருள் என்ன தெரியுமா? நம்முடைய புகழ்மிக்க பத்திக் கட்டுரையாளர் ஜெலால் சாலிக்! என்னுடைய எதிராளிக்கு ஒரே ஒரு பயம்தான் இருந்தது. எர்ஸூரும் வந்தவுடன் ரயிலைவிட்டு இறங்க மறந்துவிடுவோமோ எனும் அச்சம் மட்டும்தான். அவனைத் தோற்கடிக்க நான் மிகவும்

கஷ்டப்பட வேண்டியிருந்தது. சற்று இளம் வயதிலேயே முதுமையை எய்திவிட்டவன் அந்த மனிதன். கொட்டிப் போன பற்களைப் பாவம் அவனால் மீண்டும் கட்டிக்கொள்ளவே முடியவில்லை. அதற்கான பொருளாதார வசதி அவனிடம் இல்லை. உங்களுடைய பத்திக் கட்டுரைகள் போக வாழ்க்கையில் அவனுக்கிருக்கும் ஒரே சந்தோஷம் கூண்டுகளுக்குள் அவன் வளர்த்து வரும் விதவிதமான பறவைகள்தான். அந்தப் பறவைகளைப் பற்றிச் சொல்லவும்கூட அவனிடம் ஏராளமான கதைகள் இருந்தன. ஆக, நான் என்ன சொல்ல வருகிறேனென்பது உங்களுக்குப் புரிகிறதா ஜெலால் பே? மிகச் சாதாரணக் குடிமக்கள்கூட – தயவுசெய்து அவர்களைக் குறைவாக மதிப்பிட்டுவிடாதீர்கள் – மிகச் சாதாரணக் குடிமக்களுக்குக்கூட உங்களைத் தெரிந்திருக்கிறது. ஆனால், ஒரு சாதாரணக் குடிமகனைக் காட்டிலும் சற்று அதிகமாகவே நான் உங்களைப் பற்றித் தெரிந்துவைத்திருக்கிறேன். அதனால்தான் இன்றிரவு முழுவதும் நாம் பேசிக்கொண்டிருக்கப் போகிறோம்."

"அந்தப் பற்பசையைப் பற்றிய இரண்டாவது கட்டுரைக்கு அப்புறமாக நான்கு மாதங்கள் கழித்து நான் இன்னொரு கட்டுரையை எழுதினேன். அது எதற்காக?" என்றான் காலிப்.

"இரவில் படுக்கச் செல்வதற்கு முன்பாக, அழகான குட்டிப் பெண்களும் பையன்களும், அவரவர் அம்மாக்களுக்கு, அப்பாக்களுக்கு, மாமா, சித்தப்பா, பெரியப்பாமார்களுக்கு, அத்தை மற்றும் சித்தி மற்றும் பெரியம்மாக்களுக்கு குட் நைட் சொல்லி முத்தம் கொடுப்பார்கள். அவர்களுடைய அழகிய குட்டி வாய்கள் புதினா பற்பசையின் வாசனை யோடு இருக்கும். கொஞ்சம் நாசூக்காகச் சொல்வதென்றால், அது அப்படியொன்றும் அழகான கட்டுரையில்லை."

"நான் சொல்லியிருந்த அந்த ஜப்பானிய மீன்களைப் பற்றி மேலும் ஏதாவது உதாரணங்கள்?"

"அமைதிக்கும் மரணத்துக்கும் நீங்கள் எவ்வளவு ஏங்குகிறீர்கள் என்பதைப் பற்றி ஆறு ஆண்டுகளுக்கு முன்பாக எழுதிய பத்திக் கட்டுரையில், ஜப்பானிய மீன்களைப் பற்றி நீங்கள் எழுதியது எனக்கு நினைவிருக்கிறது. அதற்குப் பின் ஒரு மாதம் கழித்து, ஒழுங்கான வாழ்க்கை முறையையும் உறக்கத்தையும் பற்றி நீங்கள் எழுதிய பத்திக்கட்டுரையிலும் அவற்றைப் பற்றிக் குறிப்பிட்டிருக்கிறீர்கள். நம்முடைய தொலைக்காட்சிப் பெட்டிகளையும்கூட நீங்கள் மீனகத்திற்கு அடிக்கடி ஒப்பிட்டுப் பேசியிருக்கிறீர்கள். வாக்கின் எனப்படும் தங்கமீன் வகையைத் தொட்டிக்குள் வளர்த்தால் என்னென்ன விபரீதங்கள் உண்டாகுமென்று பல்வேறு தகவல்களையும் நீங்கள் கொடுத்திருக்கிறீர்கள். எல்லாமே என்சைக்ளோப்பீடியா பிரிட்டானிக்கா எனும் கலைக்களஞ்சியத்திலிருந்து சுட்டவை. அவற்றை உங்களுக்கு மொழிபெயர்த்துக் கொடுத்தது யார்? உங்களுடைய அண்ணன் மகனா இல்லை உங்கள் சகோதரியா?"

"காவல் நிலையத்தைப் பற்றி?"

"எத்தனையோ குறிப்புகள்: நடுநிசி நீலம், இருள், அடியுதைகள், அடையாள அட்டைகள், ஒரு குடிமகனாய் இருப்பதின் சிக்கல்கள்,

துருவேறிய நீர்க்குழாய்கள், கருப்புக் காலணிகள், விண்மீன்களற்ற இரவுகள், சிடுசிடுக்கும் முகங்கள், இயல்மீறிய செயலின்மை, துரதிர்ஷடம், ஒரு துருக்கியனாக இருப்பது, ஒழுகும் நீர்க் குழாய்கள், அப்புறம், இருக்கவே இருக்கிறது மரணம்."

"இவற்றையெல்லாம்கூட அந்தக் கடைக்காரன் தெரிந்து வைத்திருந் தானா?"

"இதெல்லாமுந்தான். இதற்கு மேலுந்தான்."

"உங்களை அந்தக் கடைக்காரன் எப்படி சோதித்தான்?"

"இந்த மனிதன் தன்னுடைய வாழ்க்கையில் ட்ராம் வண்டியைப் பார்த்ததே கிடையாது. இது உங்களுக்கு நினைவிருக்கும். இனிப் பார்க்கப் போவதும் இல்லை. ஆனால், அவனுடைய முதல் கேள்வியே, குதிரைகள் இழுத்துச் செல்லும் ட்ராம் வண்டிகளைப் போல் இல்லாமல், குதிரை இல்லா ட்ராம் வண்டிகளின் வாசனை வேறு விதமாய் இருக்குமா என்பதுதான். வெறும் வியர்வையையும் குதிரை மூத்திரத்தின் அம்மோனியா வாடையையும்விட அதிகமான நெடி அதற்கு உண்டென்று அவனிடம் சொன்னேன். அதுதான் மோட்டார், எரிபொருள், மின்சாரம் ஆகியவற்றின் வாடை. இஸ்தான்புல் நகரத்தின் மின்சாரத்திற்கென்று தனிப்பட்ட வாடை உண்டா என்று அவன் என்னைக் கேட்டான். நீங்கள் உங்களுடைய பத்திக் கட்டுரையில் இதைக் குறிப்பிட்டிருக்கவில்லை. ஆனால் அவன் இதை உங்கள் கட்டுரைகளிலிருந்து யூகித்திருந்தான். அச்சகத்திலிருந்து வெளியே வந்தவுடன் அச்சு மையின் வாசனை எப்படியிருக்குமென்று என்னை விவரிக்கச் சொல்லிக்கேட்டான். அதற்கான விடையை 1958ஆம் ஆண்டில் குளிர்பருவத்தில் நீங்கள் எழுதிய ஒரு பத்திக் கட்டுரையில் கொடுத்திருக்கிறீர்கள். இன்தேறலோடு கலக்கப்பட்ட கொய்னா, கந்தகம், திராட்சை மது – சுருங்கச் சொல்லுவதென்றால், இவற்றின் வெறியூட்டுக் கலவை (செய்தித்தாள்கள் கர்ஸ் பகுதியைச் சென்று சேர மூன்று நாட்கள் ஆகின்றன என்று தெரிகிறது. அதற்குள்ளாக அவற்றின் சுகந்தம் தொலைந்து விடுகிறது). ஆனால், அந்தக் கடைக்காரனின் மிகக் கடினமான கேள்வி லைலக் மலர்களைப் பற்றியதாக இருந்தது. இந்தப் பூவின் மீது நீங்கள் எவ்விதமான ஆர்வத்தையும் வெளிப்படுத்தியிருந்ததாகவே எனக்கு நினைவில்லை. ஆனால், இந்தக் கடைக்காரனைப் பொறுத்தமட்டில் – இதைச் சொல்லும்போது அவனுடைய கண்கள் எப்படிப் பளிச்சிட்டன தெரியுமா? இளமையின் இனிய நினைவுகளை மீட்டெடுக்கும் அந்தக் கிழவன் ஓர் ஓவியத்தைப் போலவே இருந்தான். இந்தக் கடைக்காரனைப் பொறுத்த அளவில் இருபத்தைந்து ஆண்டுகளில் லைலக் மலரின் சுகந்தத்தைப் பற்றி மூன்று வெவ்வேறு தருணங்களில் நீங்கள் மறைமுக மாகக் குறிப்பிட்டிருக்கிறீர்கள். அரியாசனம் ஏறு முன்பாக தன்னுடைய பரிவாரத்தைக் கலவரப்படுத்திய ஒற்றை இளவரசனின் கதையை விவரிக்கும்பொழுது அவன் காதலித்த பெண் லைலக் மலர் போல் மணம் வீசினாளென்று ஒருமுறை குறிப்பிட்டிருந்தீர்கள். பிறகு இருமுறை – இதில் ஒரு கோலம் உருவெடுப்பதைக் காணலாம் – ஒரு சிறுமியைப் பற்றி நீங்கள் எழுதியிருக்கிறீர்கள். அவள் நிச்சயமாக உங்கள் உறவுக்காரப் பெண்ணாகத்தான் இருக்க வேண்டும். கோடை விடுமுறை முடிந்து

ஆரம்பப் பள்ளிக்குச் செல்கிறாள். இல்லையில்லை. அது இலையுதிர் காலப் பிற்பகுதியின் துயரம் தோய்ந்த, வெயிலடிக்கும் காலை நேரம். இஸ்திரி போடப்பட்ட உடுப்போடு, பளபளக்கும் புதிய நாடாவால் கேசத்தை முடிந்திருக்கும் சிறுமி. முதன்முறை அவளுடைய கேசம் லைலக் மலரைப் போல் வாசனையடித்தது. இரண்டாவது முறை அவளுடைய தலை. இந்த வாழ்க்கை தன்னைத்தானே மீட்டுக்கொள்கிறதா? அல்லது எழுத்தாளர் தன்னைத்தானே திரும்ப எழுதிக்கொள்கிறாரா? எழுத்தாளர் தன்னுடைய எழுத்தைத் தானே களவாடிக்கொள்கிறாரா?"

ஒரு சில நொடிகள் காலிப் மௌனம் காத்தான். ஏதோ அப்பொழுதான் கனவிலிருந்து விழித்தெழுந்தவனைப் போல, "எனக்கு நினைவில்லை" என்றான் இறுதியில். "அந்த இளவரசனைப் பற்றி எழுத வேண்டும் என்று நினைத்தது நினைவிருக்கிறது. ஆனால் உண்மையில் எழுதினேனா என்பது நினைவில்லை."

"ஆனால், அந்தக் கடைக்காரன் நன்றாகவே நினைவுவைத்திருந்தான். வாசனையைப் பற்றி எந்த அளவுக்கு அவனுக்கு நுண்ணுணர்வு இருந்ததோ அதே அளவுக்கு இடங்களைப் பற்றிய நுண்ணறிவும் இருந்தது. உங்களுடைய பத்திக் கட்டுரைகளையெல்லாம் ஊன்றிப் படித்தே, இஸ்தான்புல் நகரமானது வாசனைகளின் கற்பகத்தரு என்பதற்கும் மேலான ஒன்று என்பதாகக் கற்பனை செய்துகொண்டிருந்தான். இஸ்தான்புல்லில் நீங்கள் சென்றிருந்த ஒவ்வொரு மூலைமுடுக்கையும் அவன் தெரிந்து வைத்திருந்தான். இந்த நகரை நேசிக்கவும் செய்தான். ஒருவருக்கும் தெரியாமல் ரகசியமாய் இதை நேசித்தான். அதன் புதிருக்காக நேசித்தான். ஆனால், அவனால் எப்படி ஒரு சில நெடிகளைக் கற்பனை செய்ய முடியாதோ அதே மாதிரி இந்த இடங்கள் எப்படி ஒன்றோடொன்று தொடர்புடையனவாக இருக்கின்றன என்பதையும் அவனால் புரிந்துகொள்ள முடியவில்லை. உங்களுடைய வர்ணனையால் உந்தப்பட்டு, இந்த இடங்களுக்கெல்லாம் நான் அவ்வப்போது போயிருக்கிறேன். எப்பொழுதெல்லாம் உங்களைப் பார்க்க வேண்டுமென்று தோன்றுகிறதோ அப்பொழுதெல்லாம். இந்தச் சந்தர்ப்பத்தில் மட்டும்தான் என்னால் அப்படிச் செய்ய முடியாமல் போய் விட்டது. உங்களுடைய தொலைபேசி எண்ணை வைத்து யூகிக்கும்பொழுது, நிஷாந்தஷி–ஷிஷ்லி பகுதியில்தான் நீங்கள் எங்கோ பதுங்கியிருக்கிறீர்கள் என்று என்னால் சொல்ல முடிகிறது. நீங்கள் இதைத் தெரிந்துகொள்ள விரும்புவீர்கள். அதனால் நானே சொல்கிறேன். அந்தக் கடைக்காரனை விட்டு உங்களுக்கு ஒரு கடிதம் எழுதச் சொன்னேன். ஆனால், உங்களுடைய பத்திக் கட்டுரைகளை அவனுக்குப் படித்துக் காட்டும் சகோதரன் மகனுக்கு எழுத வராதாம். அந்தக் கடைக்காரனுக்கும் எழுதப் படிக்க வராதாம். இன்னதென்று எழுத்துகளை உணர்ந்துகொண்டவுடன், அவை நினைவைக் குறுக்கி விடுகின்றன என்று ஒருமுறை பத்திக் கட்டுரையொன்றில் நீங்கள் எழுதியிருந்தீர்கள். எங்களுடைய வினாடிவினா விளையாட்டு எப்படி முடிந்ததென்று சொல்லட்டுமா? எங்களுடைய புகைவண்டி சுக்–சுக்–சுக் என்று எர்ஸூரம் நிலையத்துக்குள் நுழைந்தபோது, உங்களுடைய பத்திக் கட்டுரைகளை வாசிக்க மட்டுமே கேட்டிருந்த, ஒரு முறைகூடப் படித்திருக்காத இந்த மனிதனை என்னால் எப்படி ஜெயிக்க முடிந்ததென்று சொல்லட்டுமா?

"எப்படியிருந்தாலும் நீங்கள் சொல்லாமல் விடப்போவதில்லை."

“உங்களுடைய பத்திக்கட்டுரைகளில் நீங்கள் சொல்லியிருந்த ஒவ்வொரு கருத்தையும் இந்த மனிதன் நினைவில் வைத்திருந்தான். ஆனால், அவற்றுக்கான அர்த்தம் என்னவென்று அவனுக்குத் தெரிந்திருக்கவில்லை. உதாரணத்துக்கு, எழுத்துக் களவு என்றாலோ, இலக்கிய சுவீகாரம் என்றாலோ என்னவென்றே அவனுக்குத் தெரிந்திருக்கவில்லை. அவனுடைய சகோதரன் மகனிடம் உங்களுடைய பத்திக் கட்டுரைகளைத் தவிர வேறெதையும் வாசித்துக் காட்டச் சொல்லி அவன் கேட்டதேயில்லை. அதே போல், வேறு யாருடைய எழுத்தின் மீதும் அவனுக்குத் துளியும் ஆர்வமிருந்ததில்லை. அவனைப் பொறுத்த அளவில் இந்த உலகில் எழுதப்பட்டிருக்கும் அனைத்தையும் ஒரே சமயத்தில், ஒரே ஆள்தான் எழுதியிருக்கிறார் என்பது போல்தான் இருந்தது. நீங்கள் எப்பொழுதுமே மெவ்லானா ரூமியைப் பற்றி மட்டுமே எழுதுவது எதனாலென்று நான் அவனைக் கேட்டேன். அவன் மௌனமாகிவிட்டான். பிறகு, *மறைந்திருக்கும் பிரதியின் புதிர்* என்ற தலைப்பில் 1961ஆம் ஆண்டில் நீங்கள் எழுதியிருந்த பத்திக்கட்டுரையைப் பற்றி அந்தக் கடைக்காரனிடம் கேட்டேன். அதில் உங்களுடைய பங்கு எவ்வளவு, எட்கர் ஆலன் போவின் பங்கு எவ்வளவு என்றேன். இப்பொழுது அவன் வாய் திறந்தான். அது எல்லாமே நீங்கள் எழுதியதுதான் என்றான். பாட்ஃபோலியோ மற்றும் இப்னு ஸெர்ஹானி பற்றி பத்திக்கட்டுரையாளர் நெஷாதியோடு உங்களுக்கிருந்த கருத்து வேறுபாடு எல்லோருக்கும் தெரிந்த ஒன்று. இதில் மிகவும் சிக்கலான மனப்போராட்டம் குறித்து அந்தக் கடைக்காரனிடம் நான் கேள்வி கேட்டேன். அல்லது, உங்கள் சண்டை. அந்தக் கடைக்காரன் அப்படித்தான் அதை நினைவு கூர்ந்தான். இந்தப் போராட்டம் ‘கதை மூலமும் மூலக் கதையும்’ என்று சிலசமயங்களில் சொல்லப்படுவதுண்டு. எழுத்துகள்தான் எல்லாவற்றுக்கும் மூலம் என்று அவன் மிக யதார்த்தமாகச் சொன்னான். அவன் எதையுமே புரிந்துகொண்டிருக்கவில்லை. அதனால் நான் ஜெயித்தேன்.”

“நீங்கள் சொல்லுகின்ற அந்த சச்சரவை நினைத்துப் பார்க்கின்றபோது, நெஷாதியின் குற்றச்சாட்டுகளுக்கு எதிரான என்னுடைய பதில்களுக்கு அதுதானே அடிப்படையாக அமைந்தது? அதாவது, எழுத்துகளே யாவற்றுக்கும் மூலம் என்பது?”

“ஆனால், அது இப்னு ஸெர்ஹானி சொன்னதில்லையே! ஃபஸலல்லா சொன்னதல்லவா! ‘மாபெரும் விசாரணையாளர்’ பற்றிய நாஸிரே வகைக் கவிதையின் உங்களுடைய அப்பட்டமான நகலை எழுதிய பிறகு நீங்கள் உங்களுடைய பாதுகாப்பைப் பற்றிக் கவலைப்பட வேண்டி வந்தது, இல்லையா? அதற்காக நீங்கள் இப்னு ஸெர்ஹானியை ஒரு புகைப்படலம் போல் உபயோகித்துக்கொண்டீர்கள். அந்தக் கட்டுரைகளை எழுதும் போது உங்கள் மனத்திலிருந்தது ஒரே ஒரு விஷயம்தான். அதாவது, நெஷாதியை எப்படியாவது உங்கள் முதலாளியின் முன் தலைகுனிய வைத்துவிட வேண்டும். எப்படியாவது அந்தப் பத்திரிகையை விட்டு அவரைத் துரத்தி விட வேண்டும். “இது மொழிபெயர்ப்பா? அல்லது எழுத்துக் களவா?” என்று கேட்டு அவரைப் பொறியில் சிக்கவைத்துவிட்டீர்கள். எந்த அளவுக்கு அவர் உங்கள் மீது பொறாமை கொண்டிருந்தார் என்பது உங்களுக்கு நன்றாகவே தெரியும். எனவே, உங்களை அவர் எழுத்துக் கள்ளரென்று குற்றஞ்சாட்ட வைக்க நீங்கள் அதிகமாகச்

சிரமப்பட வேண்டியிருக்கவில்லை. அவர் பொறியில் சிக்கியவுடன், நீங்கள் அவர் மேல் பாய்ந்தீர்கள். துருக்கிய மக்களை அவர் கேவலப்படுத்தி விட்டதாகக் குற்றஞ்சாட்டினீர்கள். அதாவது, கீழை நாடுகளில் எதையுமே அசலாகப் படைக்க முடியாதென்று அவர் மறைமுகமாகக் கூறுவதாக. ஏனென்றால், நீங்கள் இப்னு ஸெர்ஹானியைக் களவாண்டு விட்டதாக வாதிடும் நெஷாதியே பாட்ஃபோலியோவைக் களவாடியிருக்கவில்லையா? பிறகு, நம்முடைய மகோன்னதமான வரலாற்றையும் கலாச்சாரத்தையும் காப்பாற்றுபவராக உங்களை நீங்களே நிலைநிறுத்திக்கொண்டீர்கள். இந்த விவகாரத்தில் நெஷாதியைக் குறைகூறி செய்தித்தாளின் நிறுவனருக்குக் கடிதங்கள் எழுத உங்கள் வாசகர்களை நீங்கள் தூண்டிவிட்டீர்கள். நீங்கள் என்ன செய்கிறீர்கள் என்று உங்களுக்கு நன்றாகவே தெரியும். நம்முடைய மகோன்னத வரலாற்றைக் கேவலப்படுத்தும் யார் மீதும் ஒரு புனிதப் போர் அறிவிப்பதைக் காட்டிலும் வேறெதையும் அதிகம் விரும்பாதவர்கள்தானே நம்முடைய இழிந்த, செய்தித்தாள் வாசிக்கும் பொதுமக்கள்? 'துருக்கியின் ஆகப்பெரும் கட்டடக்கலை நிபுணர்' ஸினான் உண்மையில் கேசரியிலிருந்து வந்த ஒரு ஆர்மீனிய நாட்டவர்தான் என்று சொல்லிய அந்த வக்கிர புத்தி கொண்டோரை அவர்கள் என்ன செய்தார்களென்பது உங்களுக்கு நினைவிருக்கிறதல்லவா? எனவே, இந்தப் புதிய வாய்ப்பையும் அவர்கள் நழுவவிடத் தயாராக இல்லை. இந்தக் கீழ்த்தரமான நெஷாதியைத் தாக்கிச் செய்தித்தாள் நிறுவனருக்கு வெள்ளமாய்க் கடிதங்களை எழுதிக் குவித்தனர். நீங்கள் எழுத்துக் களவு செய்ததை அம்பலப்படுத்திய சந்தோஷ போதையில், தன்னுடைய முதுகை நெஷாதி கவனிக்காமல் விட்டுவிட்டார். அதை உணர்ந்துகொள்வதற்கு முன்பாகவே அவருடைய பத்திக்கட்டுரையையும், வேலையையும் அவர் ஒருசேர இழந்திருந்தார். அதற்கப்புறம் எப்படியோ அதே பத்திரிகையில் உங்களோடு வேலைபார்க்கும் வாய்ப்பு அவருக்குக் கிட்டியது. ஆனால் உங்களைக் காட்டிலும் தாழ்ந்த நிலையில். என்றாலும், ஒரு பெரும் கேணியையே நிரப்பும் அளவுக்கு உங்களைப் பற்றிய வதந்திகளை அவர் பரப்பி வருகிறாரென்று கேள்விப்படுகிறேன். உங்களுக்கு இது தெரியுமா?

"கேணியைப் பற்றி நான் என்னவெல்லாம் எழுதியிருக்கிறேன்?"

"எப்படி ஆரம்பிப்பதென்று தெரியவில்லை. என்னைப் போன்ற ஒரு விசுவாசமான வாசகரிடம் இப்படி ஒரு கேள்வியைக் கேட்பதே சரியில்லை. என்ன இருந்தாலும், கிணற்றைப் பற்றி நீங்கள் மிகத் தெளிவாகவே இருக்கிறீர்கள். முடிவே இல்லாத அளவுக்கு எழுதியிருக்கிறீர்கள். நீங்களே ஓர் ஆழம்காண முடியாத கேணி என்றுகூடச் சொல்லிவிடலாம். திவான் கவிதைகளில் குறிப்பிடப்படும் கிணறுகளைப் பற்றியும், தன்னுடைய காதலன் ஷம்ஸின் பிணத்தை ரூமி வீசியெறிந்த கிணற்றைப் பற்றியும் போகிற போக்கில் சொல்லிவிடுகிறேன். அல்லது அவருடைய, ஆயிரத்தொரு இரவுகள் கிணறுகளைப் பற்றியும். அவற்றைப் பற்றித்தான் நீங்கள் ஈவிரக்கமில்லாமல் எழுதித் தள்ளியிருக்கிறீர்களே. அதே போல், சூனியக்காரிகளும், அரக்கர்களும் குடியிருக்கும் கிணறுகளைப் பற்றி. இல்லாவிட்டால், குடியிருப்புப் பகுதிகளுக்கு நடுவில் மறைந்திருக்கும் கிணறுகளைப் பற்றி. அல்லது, நாம் நம்முடைய ஆன்மாக்களைத் தொலைத்துவிட்ட, இருண்ட, ஆழம் காண முடியாத கிணறுகள். இவற்றைப் பற்றியெல்லாம்தான் போதுமான அளவுக்கு நீங்கள்

ஏற்கெனவே எழுதியிருக்கிறீர்களே! எனவே, ஒரு மாறுதலுக்காக இதைச் சொன்னால் எப்படியிருக்குமென்று பாருங்கள். வேகமாய் விரிவடைந்து வரும் நம்முடைய நகரத்தின் புறநகர்ப் பகுதிகளில் எழும்பி நிற்கும் பள்ளிவாசல்களைப் பற்றிக் கோபமாகத் துயரத்தோடு, ஆனால், மிகக் கவனமாகத் தேர்ந்தெடுத்த வார்த்தைகளால் ஒரு பத்திக் கட்டுரையை 1957ஆம் ஆண்டு இலையுதிர்காலத்தின்போது எழுதினீர்கள். உங்களை அதிகமாக உறுத்தியது அந்தப் பள்ளிவாசல்களின் கான்க்ரீட் மினார்கள்தான். கான்க்ரீட் என்பதற்குத்தான் நீங்கள் அதிக அழுத்தம் கொடுத்திருந்தீர்கள். ஏனென்றால், கற்களால் எழுப்பப்பட்டிருந்த மினார்களைப் பற்றி நீங்கள் வெளிப்படையாக அலட்டிக்கொள்ளவில்லை. அதேபோல் அவை அமைந்திருக்கும் இடமும் உங்களை உறுத்தியிருந்தது. இந்தப் புதிய புறநகர்ப் பகுதிகள் இஸ்தான்புல் நகரென்று வரையறுக்கப்பட்டிருக்கும் இடத்தை எல்லாத் திசைகளிலிருந்தும் சுற்றி வளைத்து முற்றுகையிடுகின்றன என்பதுதான் உங்களுடைய வாதம். வானத்தை முட்டும் அளவிலான இந்தக் கான்க்ரீட் மினார்களைப் பார்த்தால் பகைவர்களின் ஈட்டிகள் துருத்திக்கொண்டிருக்கும் காட்டைப் பார்ப்பது போல் இருக்கிறது. ஆனால் – இன்றைக்கு வரக்கூடிய செய்திகளோடும் அவதூறுகளோடும் நேரடியாக சம்பந்தப்படாத எதற்கும், எப்பொழுதும் இந்தக் கதிதானே ஏற்படுகிறது? உங்களுடைய பத்திக் கட்டுரையின் கடைசி வரிகளில் நீங்கள் குறிப்பிட்டிருந்த அந்தப் பிரபலமில்லாத பள்ளிவாசலுக்கு, உங்கள் வாசகர்களுள் பெரும்பான்மையானோர் அதிகக் கவனம் கொடுக்கவில்லை. ஒரு வறிய அண்டைப்புறத்தில், ஒரு தனித்த, கட்டை, குட்டையான மினாரோடும், நேர்த்தியாகக் கத்தரித்துவிடப்பட்டிருக்கும் சூரல் பெரணி வகைச் செடிகளும், நேர்த்தியற்ற முட்செடிகளுமாய் அடர்ந்து, ஒரு வறண்ட, ஆழம் காண முடியாத கிணற்றை மறைத்துக் கிடக்கும் பின்கட்டுத் தோட்டத்தோடும், இருக்கும் பள்ளிவாசல் அது. இங்கிருக்கும் அசல் வாழ்க்கைக் கேணியை நீங்கள் வர்ணிக்க வேண்டிய தேவையென்ன? வான் நோக்கிப் பார்வையை உயர்த்தி அந்தக் கான்க்ரீட் மினார்களைப் பார்ப்பதைக் காட்டிலும், பாம்புகளும் ஆன்மாக்களும் மொய்த்தபடி, இருண்ட, வறண்ட, கேணியாய்க் கிடக்கும் நம்முடைய மூழ்கிவிட்ட, மறந்து போன கடந்த காலம் எனும் கேணிக்குள் நாம் எட்டிப் பார்ப்பது அவசியம் என்பதை மிக நளினமாக உணர்த்தத்தான். இது எனக்கு உடனடியாக விளங்கிவிட்டது. பத்தாண்டுகள் கழித்து, நீங்கள் ஒரு பத்திக் கட்டுரையை எழுதினீர்கள். அதில் உங்களுடைய சொந்த, சந்தோஷமில்லாத வாழ்க்கைக்குள் சைக்ளோப்கள் எனப்படும் ஒற்றைக்கண் அரக்கர்களின் ஒட்டுமொத்த வரலாற்றையும் எப்படியோ உள்ளடக்கியிருந்தீர்கள். அந்தப் பத்திக் கட்டுரையைத் தனிமையில் வாடும் ஓர் இரவை வர்ணிப்பதில் தொடங்கியிருந்தீர்கள். என்ன மாதிரியான ஒரு தனித்த இரவு அது! உங்களை வதைத்துக்கொண்டிருக்கும் மனசாட்சியின் ஆவியுருக்களால் துன்புறுத்தப்பட்டு தூக்கமின்மை எனும் நோயால் உழலச் சபிக்கப்பட்ட இரவு. அப்படியோர் இரவில் உங்களை ஒரு கண் பின்தொடர்கிறது. பல ஆண்டுகளுக்கு அது உங்களைப் பின்தொடரப் போகிறது. நீங்கள் எங்கே சென்றாலும் அங்கெல்லாம் உங்களுடைய கடந்த காலப் பாவங்களை உங்களுக்கு அது நினைவூட்டிக்கொண்டே இருக்கப்போகிறது. இந்தக் கண்ணை, பார்வையின் உறுப்பை "நெற்றியின் நடுவில் அமைந்திருக்கும் ஓர் இருண்ட கேணி" போல் இருப்பதாக நீங்கள்

வர்ணித்திருந்தீர்கள். இது தற்செயலான வர்ணனை அல்ல. நன்றாகப் புரிந்தே, ஒரு நோக்கத்தோடு செய்யப்பட்ட வர்ணனை அது."

தொலைபேசியில் உரையாடிக்கொண்டிருக்கும் அந்தக் குரலுக்குச் சொந்தமான உருவம் எப்படியிருக்கும்? வெண்ணிறக் கழுத்துப் பட்டியோடு, நிறம் மங்கிய உள்அங்கியோடு, ஓர் ஆவியைப் போன்ற வதனத்தோடு இருக்கும் மனிதனை காலிப் கற்பனை செய்து கொண்டான். இந்த வாக்கியங்களையெல்லாம் தனக்குள் பொங்கிப் பெருகும் நினைவிலிருந்துதான் எடுத்துவிடுகிறானா? அல்லது எழுதி வைத்திருக்கும் பிரதியிலிருந்து பார்த்துப் படிக்கிறானா? காலிப் யோசிக்கச் சற்று அவகாசம் எடுத்துக்கொண்டான். அவனுடைய மௌனத்திலிருந்து அந்தக் குரல் ஏதோ சமிக்ஞையைப் பெற்றுக்கொண்டதைப் போல் இருந்தது. ஏனென்றால், தொலைபேசி வழியாக, வெற்றி மதர்ப்பின் இடைவிடாத சிரிப்பொலி கேட்கத் தொடங்கியது. நகரின் குன்றுகளுக்கு அடியில் ஓடி, பைஸாந்திய நாணயங்களும் ஆட்டமன் மண்டையோடுகளும் குப்பையாய்க் கிடக்கும் சுரங்கப் பாதைகளுக்குள் ஊர்ந்து சென்று, ப்ளேன் மரங்களுக்கும் வாதுமை மரங்களுக்கும், துருவேறிய கம்பங்களுக்கும் நடுவில் இறுக்கிக் கட்டப்பட்டு, முதுமை எய்திக்கொண்டிருக்கும் குடியிருப்புக் கட்டடங்களின் உதிர்ந்துகொண்டிருக்கும் சுண்ணம் பூசிய சுவர்களில் கருநிறப் படர்கொடி போல் தொங்கிக்கொண்டிருக்கும் தொலைபேசி வடங்களின் ஊடாக நிகழும் அந்தச் சிரிப்பொலியின் நீண்ட பயணத்தைக் காலிப் கற்பனை செய்து பார்த்தான். பேச்சு வளர வளர, அந்தக் குரல் நெருக்கமாகவும், சகோதர வாஞ்சையுடனும், அதிக நேசத்துடனும் ஒலிக்கத் தொடங்கியது. அவர்களைப் பிணைத்திருப்பது தொலைபேசிக் கம்பியல்ல. மாறாக, ஒரே தாயின் தொப்புள்கொடி. அவனுக்கு ஜெலால் மீது அவ்வளவு பாசம் இருந்தது. அவன் ஜெலாலைப் பற்றி அவ்வளவு யோசித்து வைத்திருந்தான். அவ்வளவு தெரிந்தும் வைத்திருந்தான். இதைப் பற்றி ஜெலாலுக்கு எவ்விதச் சந்தேகமும் இருந்திருக்காது. இருந்திருக்குமா என்ன?

"எனக்குத் தெரியவில்லை" என்றான் காலிப்.

அப்படியென்றால், நம்மைப் பிரித்து வைத்திருக்கும் இந்தக் கருப்புத் தொலைபேசிகளைத் தலைமுழுகுவோம். ஏனென்றால், சமயத்தில், அவை தம்முடைய மனம்போன போக்கில் ஒலித்து, தேவையற்ற பீதியைக் கிளப்பிவிடுகின்றன. அவற்றின் ஒலிவாங்கிகள் மை போல் கரிய நிறத்தில் இருக்கின்றன. பளுதூக்கி போல மிகவும் கனமாக இருக்கின்றன. ஒவ்வொருமுறை எண்ணைச் சுழற்றும்போதும், கரக்காய்–கடிக்காய் பயணியர் படகுத்துறையிலிருக்கும் சுழற்கதவைப் போல் முனகித் தொலைக்கின்றன. சில நேரங்களில், நீங்கள் சுழற்றிய எண்ணிற்குத் தொடர்பை ஏற்படுத்துவதற்குப் பதிலாக தான்தோன்றித்தனமாக ஓர் எண்ணிற்குத் தொடர்பு கொடுத்துவிடுகின்றன. நான் என்ன சொல்ல வருகிறேன் என்பது புரிகிறதா, ஜெலால் பே? உங்கள் முகவரியைக் கொடுங்கள், நான் உடனே அங்கே வந்து நிற்பேன்."

அதி புத்திசாலி மாணவனிடம் மாட்டிக்கொண்டு விழிக்கும் ஆசிரியரைப் போலப் பேச்சிழந்து, காலிப் ஒரு நொடி தயங்கினான். பிறகு, அவனுடைய ஒவ்வொரு பதிலிலும் தன்னுடைய நினைவுத் தோட்டத்தில்

திறந்துகொண்ட பூவிதழ்களைப் பார்த்து காலிப் மலைத்துப் போனான். முடிவில்லாததைப் போல் தோன்றும் அந்த நினைவுத் தோட்டத்திலிருந்து தனக்குத் தோதான கேள்விகளை எதிரி எப்படிப் பிடுங்கிக்கொள்கிறான் என்பதைக் கண்டு குழம்பியும் போனான். ஆனால், மெல்ல மெல்லத் தான் நடந்து போய்ச் சிக்கிக்கொள்ள இருக்கும் பொறியைப் பற்றிய உணர்வும் அவனிடம் இருந்தது. "மகளிருக்கான நீள் நைலான் காலுறைகளைப் பற்றி?" என்றான் காலிப்.

"1958ஆம் ஆண்டில் நீங்கள் எழுதிய ஒரு பத்திக் கட்டுரையில் அதற்கும் இரண்டாண்டுகளுக்கு முன்பிருந்த ஒரு கோடைக்கால நாளை நினைவூட்டினீர்கள். சொல்லப்போனால், அந்தக் காலகட்டத்தில் நீங்கள் உங்களுடைய சொந்தப்பெயரில் எழுதிக்கொண்டிருக்கவில்லை. நீங்கள் எழுதியதெல்லாமே ஏதேனும் ஒரு மோசமான புனைபெயரில் வெளிவந்து கொண்டிருந்தன. அந்தச் சமயத்தில் தாங்க முடியாத அளவுக்கு உஷ்ணம் தகித்தது. அளவுக்கு மீறிய பணிச்சுமையாலும் தனிமையாலும் நீங்கள் வாடிக்கொண்டிருந்தீர்கள். எனவே, நண்பகலின் சூரிய வெப்பத்திலிருந்து தப்பிக்க, ஒரு பெயோக்ளு திரையரங்கிற்குள் (ரூயா கனவு அரங்கம்) நீங்கள் தஞ்சமடைந்தீர்கள். இரண்டு படம் பார்ப்பதற்கான நுழைவுச் சீட்டை வாங்கிக் கொண்டு முதல் படத்தின் பாதியில் உள்ளே நுழைந்தீர்கள். அதன் கதைக்களன் சிகாகோ நகரில் நடப்பதாக அமைந்திருந்தது. ஆனால் அந்தப் படம் துருக்கிய மொழியில் பேச்சொலி மாற்றம் செய்யப்பட்டிருந்தது. அந்தப் படத்தின் இயந்திரத் துப்பாக்கிச் சுடும் சத்தம், உடைபடும் கண்ணாடிக் குப்பிகள், நொறுங்கி விழும் கண்ணாடிகள், பெயோக்ளு பகுதியைச் சேர்ந்த பரிதாபத்திற்குரிய இரவல் குரல் கலைஞர்களின் துருக்கிய வகைச் சிரிப்பு என அனைத்துச் சத்தங்களையும் மீறி, ஒரு பெண்மணி, தனது நீள் நைலான் காலுறையின் மீது நீண்ட நகங்களால் சொரிந்துகொள்ளும் சப்தம் மிகத் துல்லியமாக உங்கள் காதுகளில் விழுந்திருந்தது. முதல் படம் முடிந்து, விளக்குகள் போடப்பட்டவுடன், பதவிசான பண்புகள் கொண்ட தனது பதினோரு வயது மகனுடன் அமர்ந்திருக்கும் அழகிய, ஒயிலான அன்னையை நீங்கள் பார்த்தீர்கள். அவர்கள் இருவரும் நண்பர்களைப் போலப் பேசிக்கொண்டிருந்தார்கள். நீண்ட நேரம், மிகவும் ஏக்கத்தோடு நீங்கள் அவர்களையே கவனித்துக் கொண்டிருந்தீர்கள். அவர்கள் பேசிக்கொண்டிருந்ததையும் நீங்கள் மிகக் கவனமாக ஒட்டுக் கேட்டுக்கொண்டிருந்தீர்கள். இரண்டாவது திரைப்படம் தொடங்கியவுடன், மோதிக்கொள்ளும் வாள்களின் சத்தத்தையோ, ஆர்த்தெழும் கடற்புயலின் சத்தத்தையோ உங்களால் கேட்க முடியவில்லை யென்று இரண்டு வருடங்கள் கழித்து நீங்கள் எழுதிய இன்னொரு கட்டுரையில் எழுதியிருந்தீர்கள். இஸ்தான்புல்லின் கொசுக்களுக்கு அன்றிரவு தீனி போடப்போகும் அந்தக் கால்களின் மீது ஓய்வின்றி, ஏறி இறங்கிய வண்ணமிருந்த நகங்களின் மீதே உங்கள் ஒட்டுமொத்த நாட்டமும் இருந்தது. திரையில் குதித்தோடிக்கொண்டிருந்த சதிகாரக் கொள்ளையர் களைக்கூட உங்களால் கவனிக்க முடியவில்லை. ஏனென்றால், இந்த அன்னைக்கும் மகனுக்கு இடையே இருந்த ஒட்டுறவில்தான் உங்கள் மனம் லயித்துக் கிடந்தது. பனிரெண்டு ஆண்டுகள் கழித்து நீங்கள் மூன்றாவதாக எழுதிய ஒரு பத்திக் கட்டுரையில், நீள் நைலான் காலுறை பற்றி நீங்கள் கொடுத்திருந்த குறிப்பு உங்கள் பத்திரிகையின் முதலாளியிடமிருந்து

கடுமையான கண்டனத்தை உங்களுக்குச் சம்பாதித்துக் கொடுத்தது. ஒரு மனையாளை, ஒரு அன்னையை, பாலியல் பொருளாக வர்ணிப்பது ஆபத்தானது, மிக மிக ஆபத்தானது என்று உங்களுக்குத் தெரியாதா? தங்களின் கௌரவத்திற்கு இப்படியோர் இழுக்கு ஏற்படுவதைத் துருக்கிய வாசகர் பொதுஜனத்தால் தாங்கிக்கொள்ள முடியாதென்று உங்களுக்குத் தெரியாதா? நீங்கள் தொடர்ந்து பத்திக் கட்டுரை எழுத்தாளராக நீடிக்க வேண்டுமென்றால், திருமணம் ஆன பெண்களைப் பற்றி என்ன சொல்கிறோம் என்பதில் கவனமாக இருக்க வேண்டாமா? எல்லாவற்றுக்கும் மேலாக, உங்களுடைய எழுத்து நடையையும் பார்த்துக்கொள்ளுங்கள்!"

"நடையைப் பற்றி நான் என்ன சொல்லியிருக்கிறேன்? உங்களுடைய பதில்களைச் சுருக்கமாகச் சொல்லுங்கள், தயைகூர்ந்து!"

"உங்களைப் பொறுத்தவரை, நடைதான் வாழ்வே! நடை என்பது குரல். நடைதான் உங்கள் சிந்தனையின் வெளிப்பாடு. நடைதான் உங்களுடைய அசல் சுயம். ஆனால், இந்தக் குரல்களுள் ஒன்றுக்கும் மேற்பட்டவை, இரண்டு, ஏன், மூன்றுகூட உண்டு."

"அவை என்னென்ன?"

"இதில் முதலாவது குரல் உங்களுடைய 'எளிய ஆளுமை' என்று நீங்கள் சொல்லிக்கொள்ளும் குரல். இந்தக் குரலை நீங்கள் எல்லோரிடத்திலும் பயன்படுத்துவீர்கள். குடும்ப விருந்துகளில், உணவு மேஜையின் ஓரமாய் அமர்ந்திருக்கும்போது, சிகரெட்டைப் புகைத்துக்கொண்டோ புகை மண்டலத்தினூடே அரட்டையடித்துக்கொண்டோ நீங்கள் பயன்படுத்துவது இந்தக் குரலைத்தான். அன்றாடச் செய்திகளை, அவற்றின் அனைத்து வளப்பமான விவரங்களுடன் உங்களிடம் கொண்டு சேர்ப்பது இந்தக் குரல்தான். இரண்டாவது குரல், நீங்கள் யாராக ஆசைப்படுகிறீர்களோ, அந்த நபருக்கு உரியது. நீங்கள் அதிகமாக யாரையெல்லாம் வியந்து பார்க்கிறீர்களோ, அவர்களிடமிருந்து களவாடிப் போட்டுக்கொண்ட முகமூடிகள். இந்த உலகில் அமைதி கிட்டாததால் வேற்றுலகின் புதிர்களுக்குள் தொலைந்துபோக, அதற்குள் நுழைந்துவிட்ட அபாக்கியவான்களின் குரல்கள். இந்த சாகச நாயகன் உங்களுக்களித்த ஆறுதல் மட்டும் இல்லாமற்போயிருந்தால், உங்கள் காதுக்குள் ஓயாமல் கிசுகிசுத்துக்கொண்டிருக்கும் இந்தப் புதிர்கள், சொல் விளையாட்டுகள் மூலமாக அவன் உங்களைச் சீண்டிக்கொண்டு, கடுப்பேற்றிக் கொண்டு, சாந்தப்படுத்திக் கொண்டுமில்லாது போயிருந்தால், அவனுடைய சின்னச் சின்ன பல்லவிகளை, ஒரு மூப்பேறிய வயோதிகனைப் போல், உங்களுக்கு நீங்களே திருப்பி ஒப்பித்துக்கொள்ளப் பயிற்றுவித்துக்கொள்ளாமல் போயிருந்தால், ஆரம்பத்தில் வெறும் நகலெடுப்பதில் தொடங்கி, போகப் போக அவனாகவே மாறிவிட்ட, இந்த சாகச நாயகன் மட்டும் இல்லாமல் போயிருந்தால், ஏனைய மகிழ்ச்சியற்ற மக்களைப் போலவே, நீங்களும் வெகு காலத்திற்கு முன்பாகவே வாழ்க்கையை விட்டு விலகிப் போயிருப்பீர்கள். எங்கேயோ ஒரு பாழாய்ப்போன மூலையில் தஞ்சமடைந்து உங்களுடைய முடிவுக்காகக் காத்துக்கொண்டிருப்பீர்கள். இதைப் போன்ற ஏதோ ஒன்றை, நீங்கள் எழுதியிருந்த பத்திக் கட்டுரை ஒன்றில், கண்ணீர் வழிய வழியப் படித்துக்கொண்டிருந்ததாக ஞாபகம். ஆக, சுருங்கச் சொன்னால், உங்களுடைய முதல் நடையானது உங்களுடைய பொதுவான குரல்.

இரண்டாவது குரல் தனிப்பட்ட விருப்பங்களை வெளிப்படுத்துவது. ஆனால், மூன்றாவது குரல்தான் முதல் இரண்டுக்கும் அனுமதியற்ற ஆட்சியெல்லைகளுக்குள் எங்களை அழைத்துச் செல்வது. அந்த இருண்ட சுயத்தின் சிக்கலான நடை! முகமூடிகளும், நகல்களும் உங்களுடைய வேதனைகளைத் தடுத்து நிறுத்தும் சக்தியில்லாமல்போகும் இரவுகளில் நீங்கள் எழுத முனையும் பொழுது – இதைப் பற்றி உங்களைவிட எனக்கு அதிகமாகவே தெரியும் – ஆனால், அதே இரவுகளில் நீங்கள் புரிந்திருந்த கொடூரமான செயல்களைப் பற்றி, ஓ, என் சகோதரனே, நீங்கள்தான் சொல்ல வேண்டும். ஆக, நானும் நீங்களும் ஒருவரையொருவர் புரிந்து கொண்டிருக்கிறோம். நாம் மேலும் ஒருவரையொருவர் புரிந்துகொள்ள வேண்டும். நாம் இருவருமாக இணைந்து இரவில் எங்காவது வெளியே செல்லலாம். மாறுவேடத்தில். உங்கள் முகவரியைக் கொடுங்கள்.”

“முகவரிகளைப் பற்றி நான் என்ன சொல்லியிருக்கிறேன்? சொல்லுங்கள்.”

“முகவரிகளிலிருந்துதான் நகரங்கள் உருவாகின்றன. எழுத்துகளிலிருந்து முகவரிகள் தோன்றுகின்றன. வதனங்களிலிருந்து எழுத்துகள் பிறக்கின்றன. அக்டோபர் மாதம் பனிரெண்டாம் நாள், திங்கட்கிழமை – இவ்வளவு வருடங்களாக நீங்கள் இஸ்தான்புல்லைப் பற்றி எழுதிய பத்திக் கட்டுரைகளிலேயே இந்தக் கட்டுரைதான் எனக்கு என்றென்றைக்கும் பிடித்த கட்டுரை – இன்று குர்த்துலுஸ் என்றும், முன்னர் தத்தாவ்லா என்றும் அழைக்கப்பட்ட ஆர்மினிய குடியிருப்புப் பகுதியைப் பற்றி நீங்கள் எழுதியிருந்தீர்கள். அந்தக் கட்டுரையை நான் மிகவும் விரும்பிப் படித்தேன்.”

“வாசிப்பைப் பற்றி நான் என்ன சொல்லியிருக்கிறேன்?”

“ஒரு முறை. அதாவது 1962ஆம் ஆண்டு, பிப்ரவரி மாதத்தில். தேதி உங்களுக்கு முக்கியமென்றால். ஏழ்மையிலிருந்து இந்த நாட்டைக் காப்பாற்றியிருக்கக் கூடிய ராணுவப் புரட்சிக்கான முன்னேற்பாடுகளைச் செய்வதில் நீங்கள் மும்முரமாக இருந்த அந்தப் பதற்றம் மிகுந்த நாட்களை நினைவுகூர்வது உங்களுக்குச் சிரமமாக இருக்காதென்றே நினைக்கிறேன். ஒரு குளிர்கால மாலைப் பொழுதில், பெயோக்லு பகுதியின் ஒரு மிக இருண்ட தெருக்கள் ஒன்றினுள், இடுப்பை சுழற்றி நடனமாடும் நாட்டியக்காரர்களும், மாயாஜால வித்தைக்காரர்களும் மேடையில் முறை போட்டு ஏறிக்கொண்டிருக்கும் மட்டரகமான இரவு விடுதியொன்றைத் தாண்டி நீங்கள் நடந்துபோய்க்கொண்டிருக்கிறீர்கள். அப்பொழுது, எதிர்பாராத விதமாகக் கதவின் வழியே ஒரு மாபெரும் தங்க முலாமிட்ட சட்டம் போட்ட முகம் பார்க்கும் கண்ணாடி எடுத்து வரப்படுவதைப் பார்க்கிறீர்கள். அதே போன்ற இன்னொரு இரவு விடுதிக்கு அது எடுத்துச் செல்லப்படுகிறது. அதற்கான காரணம் தெரியவில்லை. அதைப் பார்த்து நீங்கள் அசந்துபோய் நின்றுகொண்டிருக்கிறீர்கள். அப்பொழுது, உங்கள் கண்ணெதிரிலேயே, அந்தக் கண்ணாடி சிலீரென்று நொறுங்கிவிடுகிறது. ஒருவேளை குளிரின் கடுமை தாங்காமல் இறுகி அது நொறுங்கியிருக்கலாம். இதைப் பார்த்த அனுபவத்தில், ரகசியம் என்பதற்கான துருக்கிய மொழிச் சொல்லும், ஒரு கண்ணாடிக்கு ரசம் பூசி முகம் பார்க்கும் கண்ணாடியாக மாற்றும் தயாரிப்பு முறைக்கான

துருக்கிய மொழிச் சொல்லும் ஒன்றாக இருப்பது தற்செயலான விஷயம் அல்ல என்று உங்களுக்குத் தோன்றுகிறது. இந்தச் சிந்தனை மனத்துக்குள் மின்னலடித்தவுடன் நீங்கள் இப்படி எழுதுகிறீர்கள்: 'வாசிப்பதென்பது, முகம் பார்க்கும் கண்ணாடியை உற்றுப் பார்ப்பதைப் போன்றது. முகம் பார்க்கும் கண்ணாடியின் பின்புறத்தின் 'ரகசியத்தை' அறிந்தவர்களால் மறுபக்கத்திற்குப் பயணம் செல்ல முடியும். ஆனால், எழுத்துகளின் புதிர்களைப் பற்றிய ஞானம் இல்லாதவர்கள் அவரவருடைய ஓய்ந்து போன முகத்தை மட்டுமே காண முடியும்.'

"அந்த ரகசியம் என்ன?"

"உங்கள் ஒருவருக்கு மட்டுமே அது என்னவென்று தெரியும். என்னைத் தவிர. இதெல்லாம் தொலைபேசியில் பகிர்ந்துகொள்கிற விஷயமில்லை என்பதும் உங்களுக்குத் தெரியும். உங்கள் முகவரியைக் கொடுங்கள்."

"அந்த ரகசியம் என்ன?"

தன்னுடைய ஒட்டுமொத்த வாழ்க்கையையும் அர்ப்பணித்துத்தான் இந்த ரகசியத்தை ஒரு வாசகன் ஊடுருவித் தெரிந்துகொள்ள வேண்டி யிருக்கும் என்பதைப் புரிந்துகொள்ளாதவரா நீங்கள்? நானும் அதைத்தான் செய்தேன். என்னுடைய வாழ்க்கையையே இதற்குக் கொடுத்திருக்கிறேன். வெப்பமூட்டிகள் இல்லாத அரசு நூலகங்களில் இத்தனை ஆண்டுகளாக உட்கார்ந்து, மேலங்கி, தொப்பி, கையுறை என்று எல்லாவற்றையும் அணிந்த பின்பும், குளிரில் உதறலெடுத்தபடி, உங்களுடைய சொந்தப் பெயரில் பிரசுரம் ஆவதற்கு முன்னால் நீங்கள் எழுதியிருக்கக்கூடிய அனைத்தையும் வாசித்துப் பார்த்துவிட்டு! வேறொருவரின் பெயரில் நீங்கள் எழுதியிருந்த தொடர்கட்டுரைகள். புதிர்கள், வாழ்க்கைக் குறிப்புகள், அரசியல் நிகழ்வுகள் பற்றிய கணிப்புகள், மனம் நெகிழ வைக்கும் நீண்ட பயணங்கள் என அனைத்தையுமே! கடந்த முப்பதாண்டுகளுக்கும் மேலாகச் சராசரியாக ஒரு நாளைக்கு எண்பது பக்கம் வீதம் நீங்கள் எழுதிக் குவித்திருக்கிறீர்கள். அது மொத்தம் ஒரு லட்சம் பக்கங்களுக்கும் மேல் இருக்கும். அல்லது ஒரு தொகுதிக்கு முன்னூற்று முப்பத்து மூன்று என முன்னூறு தொகுதிகளுக்கு மேலாகவே நீளும். இந்த ஒரு சாதனைக்காகவே இந்த தேசம் உங்களுக்குச் சிலை எழுப்பிக் கௌரவப்படுத்தலாம்."

"இவ்வளவையும் நீங்கள் படித்திருப்பதால் இப்பொழுது உங்களுக்கு இன்னொரு கேள்வி," என்றான் காலிப். "சிலைகள் பற்றி?"

"அனடோலியாவில் நான் மேற்கொண்டிருந்த பயணங்களின் போது ஒரு முறை நான் ஒரு நகரின் மையச் சதுக்கத்தில் நின்றுகொண்டிருந்தேன். அந்த நகரின் பெயர் மறந்துவிட்டது. நான் ஏறியிருந்த பேருந்து கிளம்பும் வரையில் பொழுதைப் போக்க, எனக்குப் பக்கத்தில் அமர்ந்திருந்த அந்த நகரைச் சேர்ந்த ஓர் இளைஞன் என்னோடு பேச்சுக்கொடுக்க விரும்பினான். முதலில் நாங்கள் ஆட்டாதுர்க்கைப் பற்றிப் பேசினோம். அவர் பேருந்து நிலையத்தை நோக்கிக் கைகாட்டியவாறு சிலையாய் நின்றிருந்தார். ஏதோ, இந்தக் கேடுகெட்ட நகரில் செய்ய இருக்கும் அருகதையான வேலை ஒன்றே ஒன்றுதான், அதாவது இந்த நகரைவிட்டு ஓடிப் போவது, என்பதைச் சுட்டுவது போல். பிறகு நீங்கள் எழுதியிருந்த ஒரு பத்திக் கட்டுரையைப் பற்றி நான் அவனிடம் குறிப்பிட்டேன். இந்த

தேசத்தில் ஒட்டு மொத்தமாய் ஆயிரம் ஆட்டாதுர்க் சிலைகளுக்கு மேல் இருக்குமென்று நீங்கள் அந்தக் கட்டுரையில் குறிப்பிட்டிருந்தீர்கள். தொடர்ந்து, பேரழிவு நிகழ இருக்கும் நாளில், இடியும் மின்னலும் இருண்ட வானத்தைக் கிழிக்கக் காலடியில் இருக்கும் பூமி உருள, அச்ச மூட்டும் அந்தப் பத்தாயிரம் சிலைகளும் உயிர் பெற்று எழும். அவை எந்தக் கோணத்தில் இருந்தாலும், என்ன உடுப்பு அணிந்திருந்தாலும் – புறா எச்சங்கள் பொட்டுப் பொட்டாய்த் தெறித்திருக்கும் ஐரோப்பிய உடையென்றாலும், அல்லது, முழு அலங்காரங்களுடன் கூடிய அதியுயர் ராணுவத் தலைவருக்குரிய சீருடையென்றாலும் – அல்லது, பெரும் ஆண்குறிகளைக் கொண்ட பொலிகுதிரையின் மீது ஆரோகணித்திருந் தாலும் சரி, அந்தச் சிலைகள் தாம் வீற்றிருக்கும் பீடத்தின் மீதே நெளியத் தொடங்கும். அந்தப் பீடங்களையும், அவற்றைச் சுற்றிப் பல்லாண்டுகளாய்ப் பூத்துக் குலுங்கும் மலர்களையும் மற்றும் மலர் வளையங்கள், ஈக்கள், புழுதி படிந்த பேருந்துகள், குதிரை வண்டிகள் ஆகியவற்றையும் எவ்வளவு அழகாக நீங்கள் வர்ணித்திருக்கிறீர்கள்! அதே போல், வியர்வை நாறும் சீருடைகளை அணிந்திருக்கும் அந்தப் போர் வீரர்களை, பாச்சை உருண்டை வாசனையடிக்கும் சீருடைகள் அணிந்திருக்கும் பள்ளிச் சிறுமிகளை – எத்தனையோ வருடங்களாக, இந்த ஆட்டாதுர்க்கின் சிலையை அண்ணாந்து பார்த்துக்கொண்டே தேசிய கீதத்தைப் பாடியபடி வந்துபோகும் பள்ளிச்சிறுமிகளை. ஆனால், பேரழிவு வந்தவுடன் இந்தச் சிலைகள் எல்லாம் நகரத் தொடங்கிவிடும். இவை ஒவ்வொன்றாகப் பீடத்தைவிட்டு இறங்கும். இந்த மலர்களையும், மலர்வளையங்களையும் மிதித்துக் கசக்கியபடி இரவுக்குள் மறைந்து விடும். இந்த உணர்ச்சிமிகுந்த இளைஞன், இதே பத்திக் கட்டுரையை வாசித்திருக்கிறான் என்பது இப்பொழுது தெரியவந்தது. பேரழிவின் ஓலமாய், பூமி ஊசலாடுவதையும், வானம் இரண்டாகப் பிளப்பதையும் கேட்டு, மூடிய சாளரக் கதவுகளுக்குப் பின்னே நடுநடுங்கிப் பதுங்கிக்கொண்டு இருக்கையில், வெளியே இருக்கும தெருவில் நிலத்தை மேலும் நடுங்கச் செய்யும் வெண்கலக் காலணிகளின் ஓசையையும், பளிங்குக் குளம்புகளின் ஓசையையும் கேட்டுப் பீதி வயப்படும் நம்முடைய பரிதாபத்திற்குரிய நாட்டு மக்களைப் பற்றிப் படித்துவிட்டு எவ்வளவு கொந்தளித்துப் போயிருக்கிறான் இந்த இளைஞன். கொஞ்சமும் பொறுமையில்லாத அந்த இளைஞன் உடனடியாக உங்களுக்குக் கடிதம் எழுதியிருந்தான். இந்தப் பேரழிவு நாள் உண்மையில் எப்பொழுது வருமென்று அவன் அதில் உங்களைக் கேட்டிருந்தான். அவன் என்னிடம் சொன்னது உண்மையென்றால், நீங்கள் அவனுடைய சிறு புகைப்படத்தை அனுப்பித் தருமாறு ஒரு சிறு பதில் கடிதத்தை அவனுக்கு அனுப்பியிருக்கிறீர்கள். அந்தப் புகைப்படம் உங்களுக்குக் கிடைக்கப் பெற்றவுடன், நீங்கள் அவனுக்குப் பதில் போட்டிருக்கிறீர்கள். அதில், நம்மிடையே விரைவில் நிகழவிருக்கும் அந்த ‘நாளுக்கான சகுனமாகத் திகழப் போகும் ரகசியத்தை’ சொல்லியிருக்கிறீர்கள். ஆனால், அஞ்ச வேண்டாம். இந்த இளைஞனிடம் நீங்கள் சொல்லியிருந்த அந்த ‘ரகசியமல்ல’ இந்த ‘ரகசியம்’. ஒரு வேளை, ஆங்காங்கே புல் முளைத்துத் தண்ணீர் இல்லாமல் வறண்டுகிடக்கும் இந்தச் சிறு குளமிருக்கும் பூங்காவில் பல வருடங்களாகக் காத்துக் கிடந்ததன் ஏமாற்றமோ என்னவோ அவன் அந்த ரகசியத்தை என்னிடம் சொல்லத் துணிந்தான். அது மிகவும் அந்தரங்கமான ரகசியமும்கூட. பல்வேறு

எழுத்துகளுக்கு இருக்கும் இரண்டாவது அர்த்தத்தைப் பற்றி நீங்கள் விளக்கியிருந்தீர்கள். உங்களுடைய பத்திக் கட்டுரைகளிலிருக்கும் ஒரு குறிப்பிட்ட வாக்கியத்தைத் தேடிப் பார்க்கும்படி அவனிடம் நீங்கள் சொல்லியிருந்தீர்கள். அப்படி அவன் அதைப் பார்க்கும்பொழுது, ஒரு சைகையாக அவன் அதை வாசிக்க வேண்டும். அப்படி அவன் அதைப் பார்க்கும்பொழுது அந்தப் பதின்ம வயது இளைஞன் அந்தப் பத்திக் கட்டுரையின் பொருளை முழுதுமாய்ப் புரிந்துகொண்டு நேரடியாகச் செயலில் இறங்க வேண்டும்."

"அது எந்த வாக்கியம்?"

"என் வாழ்க்கை முழுவதும் என்னுடைய துயரமான நினைவுகளின் இந்த வரிசைப்படிதான் அமைந்திருக்கிறது." அதுதான் அந்த வாக்கியம். இதை உண்மையிலேயே நீங்கள்தான் அவனுடைய கடிதத்தில் எழுதினீர்களா அல்லது இது அவனுடைய சொந்தச் சரக்கா என்று என்னால் சொல்ல முடியவில்லை. ஆனால், இங்குதான் தற்செயலான ஒற்றுமை இருக்கிறது. உங்களுடைய ஞாபக சக்தி வறண்டு போய்விட்டது, அல்லது முழுதாய்ப் பறி போய்விட்டதென்று குறைப்பட்டுக்கொள்ளாமல் உங்களால் இரண்டு வரிகளைக்கூடச் சேர்ந்தாற்போல் இப்பொழுதெல்லாம் எழுத முடிவதில்லை. ஆனால், கடந்த வாரத்தில் பத்திரிகையில் வெளிவந்த உங்களுடைய பழைய பத்திக் கட்டுரைகளின் மீள்பிரசுரத்தைப் பார்க்கும் போது இந்த வாக்கியத்தையும் இதே போன்ற வேறு சிலவற்றையும் நான் படிக்க நேர்ந்தது. உங்களுடைய முகவரியைக் கொடுங்கள். நான் உடனே அங்கு வந்து இதற்கெல்லாம் என்ன அர்த்தம் என்பதை உங்களுக்குச் சொல்கிறேன்."

"அந்த மற்ற வாக்கியங்கள் என்ன?"

"உங்கள் முகவரியைக் கொடுங்கள்! உங்கள் முகவரியைக் கொடுங்கள்! என்னை நீங்கள் முட்டாளாக்க முடியாது. அந்த இதர வாக்கியங்கள் மீதோ, நான் சொல்ல விரும்பும் வேறு கதைகள் மீதோ உண்மையில் உங்களுக்கு நாட்டமில்லை. உங்கள் நாட்டின் மீது உங்களுக்குக் கொஞ்சமும் அக்கறையில்லை. அதனால் இவற்றைப் பற்றிக் காது கொடுத்துக் கேட்கவே நீங்கள் பிரியப்படவில்லை. உங்களுடைய ஆசையெல்லாம், நீங்கள் பதுங்கிக்கொண்டிருக்கும் அந்த எலி வளைக்குள்ளேயே அழுகிச் சீழ் பிடித்துச் சாக வேண்டுமென்பதுதான். உங்களுடைய நண்பர்கள், உறவினர்கள் எல்லோரிடமிருந்தும் ஒதுங்கியபடி. இந்த உலகை வெறுத்தபடி. உங்கள் தனிமையை இன்னும் அதிகமாய் வெறுத்தபடி. உங்கள் முகவரியைக் கொடுங்கள். உங்களுடைய புகைப்படங்களை வைத்து வியாபாரம் செய்யும் மதபோதனைக்கான உயர்நிலைப்பள்ளி மாணவர்களைப் பார்க்க வேண்டுமென்றால் எந்தப் பழைய புத்தகக் கடைக்குப் போக வேண்டுமென்று நான் சொல்கிறேன். இளம் சிறுவர்கள் மீது ஈர்ப்பு கொண்டிருக்கும் மற்போர் நடுவர்களைப் பார்க்க வேண்டுமென்றால் எந்தப் புத்தகக் கடைக்கு நீங்கள் போக வேண்டியிருக்கும் என்பதையும் சொல்கிறேன். உங்கள் முகவரியைக் கொடுங்கள். உண்மையில் தங்களுடைய அந்தப்புரத்தில் நாயகியராயிருக்கும் நடத்தைக் கெட்ட பெண்களோடு துள்ளாட்டம் போட்டுக்கொண்டிருக்கும் பதினெட்டு சுல்தான்களைப் பற்றிய செதுக்குச் சித்திரங்களை உங்களுக்குக் காட்டுகிறேன். இவர்கள்

அனைவருமே மேலைநாட்டு விலைமாதர்களைப் போல் வேடம் அணிவித்து இஸ்தான்புல்லில் இருக்கும் ரகசியச் சந்திப்பு மையங்களுக்கு அனுப்பப்பட்டவர்கள். பாரிஸ் நகரில் மக்கள் மிக விரும்பிச் செல்லும் ஆடையக வரவேற்பறைகளிலும் விலைமாதர் விடுதிகளிலும் தலை முதல் கால் வரை கண்ணைப் பறிக்கும் பகட்டான ஆடைகள் ஆடம்பரமான நகைகள் அணிந்துகொள்ளும் நோயை 'துருக்கியப் பிணி' என்று அழைப்பது உங்களுக்குத் தெரியுமா? ஓர் இருண்ட இஸ்தான்புல் தெருவில், மாறுவேடத்தில் இருக்கும் இரண்டாம் மெஹ்மட், காலணிகளைத் தவிர காலின் இதர பகுதிகள் ஆடையின்றிய நிலையில் கலவியில் ஈடுபட்டிருக்கும் செதுக்கோவியம் ஒன்றிருக்கிறது. அவர் அணிந்திருக்கும் காலணிகள் நெப்போலியன் தன்னுடைய எகிப்திய ராணுவ நடவடிக்கையின்போது அணிந்திருந்த அதே காலணிகள்தான் என்பது உங்களுக்குத் தெரியுமா? இரண்டாம் மெஹ்மட்டின் மிகப் பிரியமான மனைவி, ராஜமாதா, பெஸ்ம்–இ–ஆலம், தன்னுடைய பெயர் தாங்கிய கப்பல் ஒன்றை வைத்திருந்தார் என்பது தெரியுமா? நீங்கள் மிகவும் விரும்பும் 'இளவரசன் கதையின்' இளவரசனுடைய பாட்டி இவர்தான் என்பதாவது தெரியுமா? நான் முன்னால் குறிப்பிட்ட அதே செதுக்கோவியத்தில், இந்த உலகில் கவலை என்பதே இல்லை என்பதைப் போல, வைரங்களும், பவளங்களும் பதித்த சிலுவையை அணிந்தபடி இவரும் காணப்படுகிறார்."

"சிலுவைகளைப் பற்றி நான் என்ன சொல்லியிருக்கிறேன்?" என்று காலிப் கிளர்ச்சியோடு கேட்டான். அவன் குரலில் உற்சாகம் ததும்பியது. அவனுடைய மனைவி அவனைவிட்டு ஓடிய பிறகு – இந்த ஆறு நாட்கள், நான்கு மணி நேரத்தில் – முதன்முறையாக வாழ்க்கை மீது அவனுக்குப் பிடிப்பேற்பட்டிருந்தது.

"சிலுவையின் திருப்பிப் போட்ட வடிவமே, துருக்கியப் பிறை வடிவம். சிலுவையின் மறுதலிப்பும் மறுப்பும் அது. அல்லது இது போல எதையோதான் 1958ஆம் ஆண்டு ஜனவரியில் எழுதியிருந்த ஒரு பத்திக் கட்டுரையில் நீங்கள் சொல்லியிருந்தீர்கள். உங்களுடைய வாதத்திற்கு ஆதரவாக ஆதிகால எகிப்திய வடிவ இயல், அரேபிய இயற்கணிதம், சிரிய நாட்டின் நவீன பிளாடோனிசம் ஆகியவற்றிலிருந்து எடுத்துக் காட்டினீர்கள். அதேநாளில், உங்களுடைய பத்திக் கட்டுரைக்கு நேர் கீழே, மேடையிலும் திரையிலும் ஒரே மாதிரி நேசிக்கப்பட்ட (அவர் எனக்கும் பிரியமான நடிகர்தான்), சுருட்டை மென்றுகொண்டிருக்கும் திடமான மனிதர் எட்வர்ட் ஜி. ராபின்சனுக்கும் நியூயார்க் நகரின் ஆடை வடிவமைப்பாளர் ஜேன் அட்லருக்கும் திருமணம் ஆன செய்தி இடம் பெற்றிருந்தது. இதைத் தற்செயலான சம்பவமாக நான் நினைக்கவில்லை. ஏனென்றால், அந்தப் புகைப்படத்தில், புதுமணத் தம்பதி சிலுவையில் அறையப்பட்ட ஏசுவின் பிம்பத்திற்குக் கீழ் நின்றுகொண்டிருக்கிறார்கள். உங்கள் முகவரியைக் கொடுங்கள். நம்முடைய குழந்தைகளுக்குச் சிலுவையை வெறுத்தொதுக்கி, பிறைவடிவை நேசிக்கக் கற்றுக்கொடுக்கும் வெறியின் விளைவாக, நம்முடைய இளைஞர்கள் ஹாலிவுட்டின் வசீகரிக்கும் வதனங்களைப் புரிந்துகொள்ளத் தவறிவிட்டனரென்று நீங்கள் இதற்குப் பின் ஒரு வாரம் கழித்து ஒரு கட்டுரையில் எழுதினீர்கள். மேலும், இதே பிறைவடிவ நேச போதனையை அனுசரித்த காரணத்தால் நம்முடைய இளைஞர்களுக்குப் பாலியல் ரீதியான குழப்பங்கள் உண்டாகி

விட்டன. ஏனென்றால், நிலவு போல் வட்ட வடிவ முகம்கொண்ட பெண்கள் எவரையும் அன்னையாக, சிற்றன்னையாக, பெரியன்னையாக மட்டுமே அவர்களால் பார்க்க முடிந்தது. பிறகு, உங்கள் தரப்பு வாதத்தை நிரூபிக்கும் விதமாய், வரலாற்று வகுப்புகளில் சிலுவைப் போரைப் பற்றிய பாடம் படித்த அன்றிரவில், வறியோருக்கான நம்முடைய அரசுப் பள்ளி விடுதிகளில் தங்கியிருக்கும் மாணவர்களைச் சோதனையிட்டால், நூற்றுக் கணக்கான அப்பாவிப் பையன்களின் படுக்கை நனைந்திருப்பதைப் பார்க்கலாமென்று கூறியிருந்தீர்கள். ஆனால் இதெல்லாம் வெறும் துக்கடாக்கள். உங்கள் முகவரியைக் கொடுங்கள். சிலுவையைப் பற்றி, உங்களுக்குக் காலத்துக்கும் தேவையான கதைகளோடு வந்து சேர்கிறேன். நூலகங்களில் உங்களுடைய படைப்புகளைத் தேடியலைந்த நீண்ட காலத்தில் உள்ளூர் செய்தித்தாள்களில் நான் பார்த்திருந்த அத்தனை சமாச்சாரங்களையும் எடுத்து வருகிறேன். நரகத்துக்குச் செல்லும் வழியில் ஒரு தண்டனைக் கைதி பார்க்க நேர்ந்த சிலுவைகளைப் பற்றிச் சொல்கிறேன். பிறகு எப்படி நல்வினையால் அவன் மீண்டும் உயிரோடிருப்போரின் உலகுக்கு அனுப்பிவைக்கப்பட்டான் என்பதைச் சொல்கிறேன். அதற்கான பத்திரிகைத் தலைப்பைக்கூட என்னால் நினைவிலிருந்து கூற முடியும்: கழுத்தில் மாட்டப்பட்ட எண்ணெய் பூசிய தூக்குக்கயிறு அறுபட்டதால் குற்றவாளி மரண தண்டனையிலிருந்து தப்பித்தான். இது 1962ஆம் ஆண்டில், கேசரி எனும் பகுதியிலிருந்து பிரசுரமான *எர்சியாஸ் குன்று அஞ்சல்* எனும் பத்திரிகையில் வெளிவந்த செய்தி. 1951ஆம் ஆண்டில், கோன்யா பகுதியில் நடந்த, *பசும் கோன்யா* எனும் பத்திரிகையில் பிரசுரமான இன்னொரு சம்பவம் இது: .ன்று நமது பி.தம பத்தி.கை ஆசி.யர் நாட்.ன் அ.பருக்கு ஒரு .ந்தி அனுப்பினார். அதில், இந்தச் சிலுவை போன்ற உரு.ம் கொண்ட எ.த்தை நம்.டைய அ.கர.ரிசையி.ருந்து நீக்கி விட்டு அ.ற்குப் பதி.க இந்த (.) உருவை ஏற்றுக்கொ. டால், அது தேசபக்.யைக் காட்டும் செய.கவும், நம்.டைய ருக்கி தேசப் பண்பு ந.னைப் பாது.க்கும் செ.லாகவும் அமை.ம் என்று கு.ப்பிட்டி.ந்தார். உங்கள் முகவரியைக் கொடுத்தீர்களானால், இதைப் போல் இன்னும் பலவற்றை என்னால் எடுத்து வர முடியும். இந்த விஷயங்களையெல்லாம் உங்களுடைய எழுத்துக்கான மூலப்பொருளாய் நீங்கள் பயன்படுத்திக்கொள்ள முடியும் என்பதற்காக நான் சொல்லவில்லை. அசல் வாழ்க்கையிலிருந்து எழுத்துக்கான மூலப்பொருளை எடுத்துக்கொள்ளும் பத்திக் கட்டுரை யாளர்களை நீங்கள் எந்த அளவுக்குத் துச்சமாக நினைக்கிறீர்கள் என்பது எனக்குத் தெரியும். ஆனால், இதோ என் கண் முன்னால், பெட்டி பெட்டியாய்க் கிடக்கும் இந்தக் கோப்புகளையெல்லாம் உங்களிடம் எடுத்து வர எனக்கு அனுமதி கொடுங்கள். நாம் இருவரும் ஒன்றாக அமர்ந்து இவற்றைப் படித்துப் பார்க்கலாம். இணைந்து சிரிக்கலாம். சேர்ந்து அழலாம். கொடுங்கள். உங்கள் முகவரியை உடனே கொடுங்கள். திக்குவாய்க்கான அதி நவீன கை வைத்தியம் பற்றி இஸ்கென்தரன் நகரில் வெளியாகும் செய்திப் பத்திரிகையில் தொடராக வெளிவந்து, கத்தரித்து எடுத்த தொகுப்பை நான் அங்கே வரும்போது கொண்டு வருகிறேன். திக்குவாய்க் குறைபாட்டால் பாதிக்கப்பட்டவர்கள், விலைமாத ரிடம் சென்று தமது தந்தையரை எவ்வளவு தூரம் வெறுக்கிறோம் என்று ஒப்பித்த மாத்திரத்தில் இந்த நோய் குணமாகிவிடுமாம். உங்கள் முகவரியைக் கொடுங்கள். உங்களுடைய காதல் ரேகையையும் ஆயுள் ரேகையையும்

படித்துச் சொல்லக்கூடிய உணவக மேஜைப் பணியாளரைப் பற்றிய கதையை எடுத்து வருகிறேன். அவன் எழுத்தறிவில்லாதவன். துருக்கி மொழியைக்கூட ஒழுங்காகப் பேச வக்கற்றவன். அப்படியிருக்க அவன் பெர்சிய மொழியைப் பேசுவது எப்படிச் சாத்தியம்? ஆனால், ஓமர் கய்யாமின் இதுவரை கண்டுபிடிக்கப்படாத கவிதைகளை அவனால் கடகடவென்று ஒப்பிக்க முடியும். இது எப்படிச் சாத்தியமென்று தெரியுமா? ஏனென்றால் அவர்கள் இருவருடைய ஆன்மாவும் இரட்டைகள். உங்கள் முகவரியைக் கொடுங்கள். பேபுர்ட் பகுதியில் இருந்த பத்திரிகையாளரும் பதிப்பாளருமான ஒரு நபரின் கனவுகளைப் பற்றிய செய்தியைக் கொண்டு வருகிறேன். தன்னுடைய ஞாபகசக்தி தன்னைவிட்டுப் போகிறதென்பதை அவர் உணர்ந்தவுடன், தன்னுடைய செய்திப் பத்திரிகையின் கடைசிப் பக்கத்தில் ஒரு தொடரை வெளியிடுகிறார். அதில் தன்னுடைய வாழ்வைப் பற்றியும், தான் வாழ்ந்த காலத்தைப் பற்றியும் இன்னும் நினைவில் தங்கியிருக்கும் செய்திகளையெல்லாம் தொகுத்துப்போடுகிறார். தான் இறந்து போகும் இரவு வரை இதைத் தொடர்ந்து செய்கிறார். தன்னுடைய கடைசிக் கனவில், அவர் ஒரு தோட்டத்தை வர்ணிக்கிறார். அதனுடைய வாடிப்போன ரோஜாக்களில், அதன் உதிர்ந்துவிட்ட இலைகளில், அந்தத் தோட்டத்தின் வறண்டு போய்விட்ட கேணியில், ஓ என் சகோதரனே, நீங்கள் உங்களுடைய சொந்தக் கதையைக் கண்டெடுக்கலாம். இது நிச்சயம். உங்களுடைய குருதியை நீர்த்துப்போக வைக்கும் மருந்துகளை நீங்கள் உட்கொள்ளுகிறீர்கள். இது எனக்குத் தெரியும். உங்களுடைய மூளைக்கு ரத்த ஓட்டம் பாய்வதற்காக ஒவ்வொரு நாளும், பல மணி நேரம் நீங்கள் சுவற்றின் மீது காலை உயர்த்தி வைத்தவாறு படுக்கிறீர்கள். இதுவும் எனக்குத் தெரியும். அப்படிப் படுத்துக்கொண்டே அந்த வறண்டு போன, மறக்க முடியாத கிணற்றிலிருந்து உங்கள் நினைவுகளை நீங்கள் சேந்தி எடுத்து வருகிறீர்கள். 1957ஆம் ஆண்டு மார்ச் மாதம், பதினாறாம் நாள் என்று தனக்குத்தானே சொல்லிக்கொள்கிறீர்கள். உங்களுடைய நீள் இருக்கையிலோ அல்லது உங்கள் படுக்கையிலோ நீண்ட நேரமாகக் காலை உயர்த்தி வைத்த நிலையில் படுத்திருந்ததால் உங்கள் முகம் பீட்ரூட் கிழங்கைப் போல் இப்பொழுது சிவந்துபோகிறது. வலுக்கட்டாயமாய் நினைவுக்குக் கொண்டுவர முயன்று, “1957ஆம் ஆண்டு மார்ச் மாதம், பதினாறாம் நாள்,” என்று மீண்டும் சொல்லிக்கொள்கிறீர்கள். “பத்திரிகையில் என்னோடு பணியாற்றும் நண்பர்களோடு மாகாண அசைவச் சிற்றுண்டிச் சாலைக்கு நான் போனேன். மதிய உணவைக் கபளீகரம் செய்துகொண் டிருந்தபோது, பொறாமையால் வெந்து தணியும் நேரங்களில் நாம் அணிந்துகொள்ள நிர்பந்திக்கப்படும் முகமூடிகளைப் பற்றிப் பேசிக் கொண்டிருந்தேன்.” பிறகு மேலும் சொல்லுகிறீர்கள். “ஆமாம். ஆமாம். 1962ஆம் ஆண்டு மே மாதம் ஒரு காமக் களியாட்டத்திற்குப் பிறகு குர்த்துலுஸ் பகுதியிலிருக்கும் ஒதுக்குப்புறத் தெரு ஒன்றில் கண் விழித்து எழுந்தேன். எனக்கு அருகே அம்மணமாய்ப் படுத்திருந்த பெண்ணிடம் அவளுடைய பருத்த அழகுப் பிரதேசங்கள் என் மாற்றாந்தாயை நினைவு படுத்துகின்றன என்று கூறினேன்!” ஆனால், பிறகு ஒரு நொடிக்குள்ளாகவே ஏதோ ஒரு சந்தேகம் உங்களைக் கவ்விக்கொள்கிறது. இதைப் பிற்பாடு ‘குரூரம்’ என்று வர்ணிப்பீர்கள். உண்மையிலேயே நீங்கள் அந்தப் பெண்ணிடம் அப்படிக் கூறினீர்களா? அல்லது இப்படிச் சொன்னது, சாளரக் கதவுகள் சரியாக மூடாத பெஷிக்டாஸ் சந்தைக்கடையின்

ஓயாத இரைச்சலைத் தடுக்க முடியாதிருந்த, கற்களால் கட்டப்பட்ட வீட்டின் தந்தமேனிப் பெண்ணிடமா? அல்லது எந்நேரமும் கண்ணில் நீரை வைத்திருக்கும் அந்தப் பெண்ணிடம் சொல்லியிருப்பீர்களோ! ஏனென்றால், அவள் உங்களை மிகவும் நேசித்தாள். அந்த சிகரெட் லைட்டர் இல்லாமல் முடியாதென்று நீங்கள் சொன்னதற்காக, பெயோக்ளு வரை போய் உங்களுக்குப் பிரியமான அந்த சிகரெட் லைட்டரை வாங்கி வந்தவள் அல்லவா அவள். இதைப் பற்றி நீங்கள் எழுதிய நேரத்தில் அதற்கான காரணம் உங்களுக்கு மறந்துவிட்டிருந்தது, என்னதான் இருந்தாலும் அவள் பெயோக்ளு வரை போயிருக்கக் கூடாதென்பது உங்களுக்குத் தெரிந்திருந்தது. ஏனென்றால், தன்னுடைய வாழ்க்கையையே பணயம் வைத்துத்தான் அவள் அங்கே போய்விட்டு, நேரங்கெட்ட நேரத்தில் தன்னுடைய கணவனோடும், குழந்தைகளோடும் அவள் வசிக்கும் ஜெஹாங்கிர் பூங்காவின் இலையுதிர்ந்த மரங்களைப் பார்த்தவா றிருக்கும் அந்த ஒற்றை அறை வீட்டிற்குத் திரும்பியிருக்க முடியும். உங்களுடைய முகவரியைக் கொடுங்கள். உங்களுக்குப் புத்தம் புதிய ஐரோப்பிய மருந்தைக்கொண்டு வருகிறேன். நினைவாற்றலைப் பெருக்கு வதற்கு. நம்முடைய மூளையிலிருக்கும் ரத்த நாளங்களில் அடைத்துக் கொண்டிருக்கும் நிகோடினையும் கசப்பான நினைவுகளையும் அது அறுத்தெறிந்துவிட்டு, நாம் இழந்துவிட்ட சொர்க்கத்திற்கு நம்மை நேரடியாக அழைத்துச் சென்றுவிடும். நீங்கள் காலை வேளையில் பருகும் தேநீரில் இந்த மருந்தை இருபது சொட்டு விட்டுக்கொள்ளுங்கள். அந்த மருந்துப் பெட்டியில் அச்சிட்டிருப்பதைப் போல் பத்து சொட்டு அல்ல. இனி மீட்டெடுக்கவே முடியாதென்று நினைத்திருந்த நினைவுகள்கூட உங்களுக்கே தெரியாமல் மனத்தில் வெள்ளமாய்ப் பெருகி ஓடி வரும். இவற்றையெல்லாம் மறந்துவிட்டோம் என்பதைக்கூட மறந்துவிட்ட நினைவுகள் உள்பட எல்லாமும். மீண்டும் ஒரு குழந்தையாய் மாறி விடுவதைப் போன்றது அந்த அனுபவம். அல்லது, தொலைந்ததாக நினைத்திருந்த வண்ணம் தீட்டும் பென்சில்கள், சீப்புகள், கத்தரிப்பூ நிற கோலிகுண்டுகள் ஆகியவற்றை ஒரு பழைய அலமாரிக்குப் பின்னால் கண்டெடுப்பதைப் போன்றது அது. எனக்கு மட்டும் உங்கள் விலாசத்தைக் கொடுத்தீர்களென்றால் நம் எல்லாருடைய வதனங்களிலும் தென்படும் வரைபடங்களைப் பற்றி நீங்கள் எழுதிய பத்திக் கட்டுரையை ஒரு வழியாக நீங்கள் நினைவுபடுத்திக்கொள்ள முடியும். சைகைகள் உயிர்ப்புடன் திகழும் வரைபடங்கள். நம்முடைய சொந்த நகரத்தில் இருக்கும் குறிப்பிட்ட ஒரு சில இடங்களைச் சுட்டும் சைகைகள். இந்தப் பத்திக் கட்டுரையை மட்டுமல்ல, இதை எதற்காக எழுதினீர்கள் என்பதும்கூட உங்கள் நினைவுக்கு வந்துவிடும். உங்கள் முகவரியை எனக்குக் கொடுத்தீர்களென்றால், புகழ்பெற்ற இரண்டு ஓவியர்களுக்கிடையே நடந்த போட்டி பற்றிய ரூமியின் கதையை நீங்கள் எதற்காக மறுமுறை எழுத வேண்டி வந்ததென்பது உங்கள் நினைவுக்கு வந்துவிடும். உங்கள் முகவரியை எனக்குக் கொடுத்தீர்களென்றால், வாழ்க்கையில் எந்த நம்பிக்கையும் இல்லாமல் தனியனாய் வாழ்வது ஏன் முடியாத விஷயமாய் இருக்கிறதென்று நீங்கள் எழுதியதற்கான காரணம் நினைவுக்கு வந்துவிடும். ஏனென்றால், நம்முடைய மிகத் தனியான நேரத்தில்கூட நாம் பகற்கனவில் சல்லாபித் திருக்கும் பெண் நம்மோடு துணையிருப்பாள். அது மட்டுமல்ல. நம்முடைய கற்பனைகளில் நாம் காணும் இந்தப் பெண்கள் நம்முடைய மனத்தை

எப்படியோ படித்துவிட்டு நமக்காகக் காத்திருப்பார்கள். நம்மைத் தேடியலைவார்கள். ஒரு சில வேளைகளில் நம்மை அவர்கள் கண்டு பிடித்துவிடுவதும் உண்டு. உங்கள் முகவரியை எனக்குக் கொடுங்கள். உங்களுக்கு மறந்துவிட்ட அவ்வளவு விஷயங்களையும் நான் நினைவூட்டு கிறேன். ஏனென்றால், நீங்கள் வாழ்க்கையில் அனுபவித்திருந்த சொர்க்கங் களும் நரகங்களும் மெல்ல மெல்ல உங்களிடமிருந்து கசிந்து வெளியேறிக் கொண்டிருக்கின்றன, சகோதரனே! உங்கள் முகவரியை எனக்குக் கொடுங்கள். மறதி எனும் ஆழம் காண முடியாத கேணிக்குள் உங்களுடைய ஒட்டு மொத்த ஞாபகமும் மூழ்கி விடுவதற்கு முன்னால் உங்களை நான் காப்பாற்றிவிடுகிறேன். உங்களைப் பற்றிய எல்லாமே எனக்குத் தெரியும். நீங்கள் இதுவரையில் எழுதியிருக்கும் அவ்வளவு விஷயங்களையும் நான் படித்து வைத்திருக்கிறேன். இரவு நேரங்களில் வஞ்சகப் பேய்களாகவும், பகல் பொழுதுகளில் ரத்தவெறி கொண்ட பிணந்தின்னிக் கழுகுகளாகவும் எழுந்து மிதக்கும் உங்களுடைய மாயாஜாலப் பிரதிகளுக்குச் சொந்தமான சாம்ராஜ்ஜியங்களை மீட்டெடுக்க வேறு யாரும் உங்களுக்கு உதவவே முடியாது. உங்களுக்கு அருகிலே நான் வந்துவிட்டால், அனடோலியாவி லிருக்கும் கேட்பாரற்ற காஃபியகங்களில் வெட்டிப்பொழுது போக்கிக் கொண்டிருக்கும் இளைஞர்களின் மனங்களைத் தூண்டிவிடும் பத்திக் கட்டுரைகளை நீங்கள் மீண்டும் எழுதிக் குவிக்கமுடியும். நாட்டின் தொலைதூர வெளிப்புறத்தில் பணிபுரிய விதிக்கப்பட்டு, தாமதமாகவே உங்கள் கட்டுரைகளை வாசிக்க நேரும் ஆரம்பப் பள்ளி ஆசிரியர்களின் கண்களிலும், ஏன், அவர்களுடைய மாணாக்கர்களின் கன்னத்திலும் கூடக் கண்ணீரை வழியவிடும் பத்திக் கட்டுரைகளை நீங்கள் எழுதித் தள்ளலாம். சின்னச் சின்ன நகரங்களின் ஒதுக்குப்புறத் தெருக்களில் உட்கார்ந்துகொண்டு, சித்திர வடிவ நாவல்களைப் புரட்டியபடி மரணத்தை எதிர்நோக்கிக் காத்திருக்கும் அன்னையர் வாழ்விலும் கூடச் சந்தோஷத்தை மீட்டெடுக்கும் பத்திக் கட்டுரைகளை நீங்கள் எழுத முடியும். உங்களுடைய முகவரியைக் கொடுங்கள். விடிய விடியப் பேசிக்கொண்டிருப்போம். இழந்துபோன உங்களுடைய ஞாபக சக்தியை நீங்கள் எந்த அளவுக்கு நேசிக்கிறீர்களோ அதே அளவுக்கு உங்கள் தேசத்தையும் அதன் மக்களையும் கூட நேசிக்கிறீர்கள் என்பதை அப்பொழுது உங்கள் நினைவுக்குக் கொண்டு வர முடியும். பதினைந்து நாட்களுக்கு ஒருமுறை மட்டுமே அஞ்சல் ஊழியர் தலைகாட்டும் பனிபடர்ந்த மலைக் கிராமங்களிலிருந்தெல்லாம் உங்களுக்குக் கடிதம் எழுதும் நாதியற்ற ஜீவன்களை ஒரு நொடி எண்ணிப் பாருங்கள். தங்களுடைய திருமண நிச்சயதார்த்தத்தை முறித்துக் கொள்வதற்கு முன்பாக, மெக்காவுக்குப் புனித யாத்திரை புறப்படுவதற்கு முன்பாக, தேர்தலில் வாக்களிப்பதற்கு முன்பாக எல்லாம் உங்களுடைய ஆலோசனையைக் கேட்டுக் கடிதம் எழுதும் மன சஞ்சலம் கொண்ட மாந்தர்களைச் சற்றே நினைத்துப் பாருங்கள். உங்களுடைய பத்திக் கட்டுரைகளைப் படிப்பதற்கென்றே புவியியல் வகுப்புகளில் கடைசி வரிசையில் உட்கார்ந்துகொள்ளும் மகிழ்ச்சியற்ற பள்ளி மாணவர்களை ஒரு நொடி நினைத்துப் பாருங்கள். தம்மைக் காட்டிலும் முக்கியமான நபர்கள் தம்முடைய இடங்களை ஆக்கிரமித்துக்கொள்ள, இருண்ட மூலைகளில் உட்கார்ந்துகொண்டு, பணி ஓய்வை எதிர்நோக்கியபடி, நீண்ட கால வேதனையில் உழன்றுகொண்டிருக்கும் நிலையிலும் உங்கள் பத்திக்கட்டுரை களை வரிவிடாமல் மேய்ந்துகொண்டிருக்கும் அனுப்புகை எழுத்தர்களை

நினைத்துப் பாருங்கள். வானொலியில் ஒலிபரப்பாகும் நிகழ்சிகள் போக, உங்களுடைய பத்திக்கட்டுரைகள் மட்டுமே கதியென்று மாலை நேரங்களில், காஃபியகங்களுக்குச் சென்று பொழுதைப் போக்கும் துரதிர்ஷ்டம் மிக்க கும்பல்களை ஒரு கணம் நினைத்துப்பாருங்கள். நிழற்குடை இல்லாத பேருந்து நிறுத்தங்களிலும், அழுது வடிந்தபடி இருக்கும் அழுக்கான திரையரங்குகளின் காத்திருக்கும் அறைகளிலும், தேசமெங்கும் விரவி யிருக்கும் அனாமதேயப் புகைவண்டி நிலையங்களிலும் உங்களுடைய பத்திக் கட்டுரைகளை வாசித்துக்கொண்டிருக்கும் மக்களையெல்லாம் நினைத்துப்பாருங்கள். அவர்கள் எல்லோருமே நீங்கள் ஓர் அற்புதத்தை நிகழ்த்துவீர்களென்று காத்துக் கிடப்பவர்கள். ஆம். அவர்கள் எல்லோருமே! அவர்களுக்கான அற்புதத்தை நீங்கள் அவர்களுக்கு அளித்தே ஆக வேண்டும். உங்களுக்கு வேறு வழியே இல்லை. உங்கள் முகவரியைக் கொடுங்கள். நாம் இருவரும் இணைந்து வேலை செய்தால், இதை நன்றாகவே செய்துவிட முடியும். நீங்கள் அவர்களுக்காக எழுதியே தீர வேண்டும். மீட்சிக்கான நாள் வெகு அருகிலே இருப்பதாக நீங்கள் அவர்களிடம் சொல்லியாக வேண்டும். அண்டைப் புறங்களில் இருக்கும் நீரூற்றுகளிலிருந்து பிளாஸ்டிக் குடங்களில் தண்ணீர் நிரப்ப வரிசையில் காத்திருக்கும் நாட்களுக்கு விரைவிலேயே முடிவு கட்டப்படுமென்று அவர்களிடம் நீங்கள் சொல்லுங்கள். வீட்டை விட்டு ஓடிப்போகும் உயர்நிலைப் பள்ளி மாணவிகள் கேலட்டா பகுதியிலிருக்கும் விலைமாதர் விடுதியில் சிக்கிச் சீரழிந்து போவதற்குப் பதிலாக உண்மையாகவே திரைத்தாரகைகளாக ஜொலிக்க முடியும் என்று நீங்கள் அவர்களுக்குச் சொல்லுங்கள். இந்த அதிசயம் நிகழ்ந்த பிறகு, தேசிய குலுக்கல் பரிசுச் சீட்டின் ஒவ்வொரு எண்ணும் ஏதோ ஒரு பரிசைப் பெறுவது உறுதி என்று நீங்கள் அவர்களிடம் சொல்லுங்கள். குடித்துவிட்டு இரவில் நேரம் கழித்து வீடு திரும்பும் கணவர்கள் இனிமேற்கொண்டு தமது மனைவியரை அடிக்க மாட்டார்களென்றும், பயணியர் போக்குவரத்துப் புகைவண்டிகளில் இனி எப்பொழுதுமே கூடுதலான பெட்டிகள் இணைக்கப்படுமென்றும், ஐரோப்பாவில் இருப்பதைப் போலவே தேசத்தின் ஒவ்வொரு நகர் சதுக்கத்திலும் இசைக்குழுக்கள் நிகழ்சிகளை நடத்துவார்களென்றும் நீங்கள் அவர்களிடம் சொல்லுங்கள். என்றோ ஒரு நாள் எல்லோருமே புகழ்பெற்ற சாகச நாயகர்களாக விளங்குவார்களென்று அவர்களிடம் சொல்லுங்கள். என்றோ ஒருநாள், இவர்கள் எல்லோருமே தாம் விரும்பிய பெண்ணோடு கூடிக் களிக்க முடியுமென்றும், அது தத்தம் அன்னையராகவே இருந்தாலும் சரி என்றும், பிறகு, மாயாஜாலமாய் அவர்கள் கன்னித் தன்மையை இழக்காத சகோதரிகள் என்பதைப் போல் அவர்களிடமே திரும்பிச் செல்லவும் முடியுமென்றும் நீங்கள் அவர்களிடம் சொல்லுங்கள். பல நூறு ஆண்டுகளுக்கு முன்பாக நம்மை இன்னலுக்கு உள்ளாக்கித் துயரில் ஆழ்த்திவிட்ட அந்த மர்மத்தை வெளிப்படுத்தக்கூடிய ரகசிய ஆவணங்களைப் பற்றி அவர்களுக்கு எடுத்துச் சொல்லுங்கள். அந்த மர்மம் என்னவென்று விளங்கிவிட்டதென்று சொல்லி அதற்கான திறவுகோலை அவர்களுக்குக் கொடுங்கள்! அனடோலியாவை ஒட்டுமொத்தமாக இணைக்கக்கூடிய ஒரு வலைப்பின்னல் ஏற்கெனவே இயங்கிக்கொண் டிருக்கிறதென்றும் ஒரே நொடி அறிவிப்பில் காரியத்தில் இறங்க, உண்மை யான நம்பிக்கையுடைய ஒரு பேரியக்கமே தயாராக இருக்கின்றதென்றும் அவர்களிடம் சொல்லுங்கள். நம்மை ஏழ்மையில் மூழ்கடிக்கக் காரணமான

சர்வதேச சதித் திட்டத்தை ஒருங்கிணைத்து நடத்திய ஓரினச் சேர்க்கையாளர்கள், மதகுருக்கள், வங்கியாளர்கள், விலைமாதர்களென்று அனைவரின் பெயர்களும் எங்களுக்குத் தெரியும் என அவர்களிடம் சொல்லுங்கள். அவர்களோடு உடன் இணைந்து செயலாற்றிய உள்ளூர் சதிகாரர்கள் யாரென்பதும் எங்களுக்குத் தெரியும் என்று சொல்லுங்கள். அவர்களுடைய எதிரிகளை அவர்களுக்கு இனம் காட்டிவிடுங்கள். தங்களுடைய அவல நிலைக்குக் காரணமானவர்கள் இன்னாரென்றும், தாங்கள் யாரைக் குற்றம் சொல்ல வேண்டுமென்றும் தெரிந்துகொண்டு அவர்கள் நிம்மதியடையட்டும். இந்த எதிரிகளை ஒழித்துக்கட்ட அவர்கள் என்ன செய்ய வேண்டுமென்பதை அவர்கள் புரிந்துகொள்ளட்டும். அப்படியாவது, துயரத்திலும் கொந்தளிப்பிலும் அவர்கள் நடுங்கிக் கொண்டிருக்கும்போது உண்மையான மகிமையை அவர்கள் எய்தும் நாளைப் பற்றியும் கற்பனை செய்துகொண்டிருக்கட்டும். மாயாஜாலம் போல் அந்த அருவருப்பூட்டும் பகைவர்களை வரவழைத்து, அவர்களுடைய கொடூரச் செயல்களை விளக்கமாக அவர்கள் எடுத்துச் சொல்லட்டும். தமது பாவங்களைப் பிறர் மீது தாட்டிவிட முடிபவர்களுக்கு மட்டுமே கிட்டும் மன அமைதி அவர்களுக்குக் கிட்டட்டும். சகோதரரே, உங்களிடமிருக்கும் பேனா வலிமையானது என்பது எனக்குத் தெரியும். இந்தக் கனவுகளை எல்லாம் நனவாக்கக்கூடிய வலிமை அதற்குண்டு. ஏன். இதைவிட நம்பமுடியாத கதைகளையெல்லாம் அது சாதிக்கக் கூடியது. நிச்சயமாக முடியாதென்று பிறர் நினைக்கும் அதிசயங்களை நிகழ்த்திக் காட்டக் கூடியது. உங்களுடைய வண்ணமிகு வார்த்தைகளாலும் ஆழம் காண முடியாத கேணியான உங்கள் மனத்தின் அடியாழத்திலிருந்து நீங்கள் மீட்டெடுக்கப் போகிற மலைப்பூட்டும் ஞாபகங்களாலும் இந்தக் கனவுகள் அனைத்தையும் நீங்கள் நனவாக்க முடியும். நீங்கள் சிறுவனாக இருந்த காலத்தில் வாழ்ந்திருந்த தெருக்களின் வண்ணங்களை கர்ஸ் பகுதியிலிருந்து வந்த அந்தக் கடைக்காரனால் காண முடிந்ததென்றால் அதற்குக் காரணம் உங்கள் எழுத்து வரிகளுக்கிடையே அவன் தரிசிக்க முடிந்திருந்த இந்தக் கனவுகளே. ஆகவே, அவனுக்கு அந்தக் கனவுகளை மீட்டுக்கொடுங்கள். தங்களுடைய பிள்ளைப் பருவத்தின் விடுமுறைகளில் அவர்கள் ஆடிய தூரிகளும் குடை ராட்டினங்களும் முதுகுத் தண்டில் ஏற்படுத்திய சிலிர்ப்பை, அனடோலியாவின் மூலை முடுக்கெங்கும் இருக்கும் வாசகர்கள் எல்லோரும் மீண்டும் உணரும் விதமான எழுத்துகளை ஒரு காலத்தில் நீங்கள் எழுதி வந்தீர்கள். அவர்களுடைய நினைவுகளைக் கிளறி விடுவதற்காக மட்டுமல்ல. இனி வரும் காலங்களைப் பற்றிய நம்பிக்கையூட்டும் காட்சிகளால் அவர்களை ஆறுதல் படுத்தவும்தான். உங்கள் முகவரியை எனக்குக் கொடுங்கள். இந்த மாயத்தை நீங்கள் மீண்டும் நிகழ்த்திக்காட்டலாம். இந்த இழிவான தேசத்தில் எழுதுவதைத் தவிர வேறு எந்தப் பாதை நமக்காகத் திறந்திருக்கிறது? நீங்கள் எழுதுவதற்குக் காரணம், எழுதுவது ஒன்றுதான் உங்களுக்குத் தெரியுமென்பதால். வேறு எதுவுமே செய்ய முடியாத கையறு நிலையில் நீங்கள் இருக்கிறீர்கள். இது எனக்கு நன்றாகவே தெரியும். இந்தக் கையறு நிலையெனும் கொடூரமான நோயின் தாக்கத்தால் படும் அவதிகளைப் பார்த்து நான் எவ்வளவு காலமாகக் கொந்தளித்துப் போயிருக்கிறேன் தெரியுமா? பாஷாக்களின் படங்களையும் கனிகளையும் காய்கறிக்கடைகளில் பார்த்து விட்டு எந்த அளவுக்கு நீங்கள் மனம் நொந்துபோவீர்களென்பது எனக்குத் தெரியும்.

ஒதுக்குப்புறத் தெருக்களிலிருக்கும் காஃபியகங்களில், வியர்வையில் ஊறிப் போயிருக்கும் சீட்டுக்கட்டுகளை வைத்துக்கொண்டு கொலைவெறி தாண்டவமாடும் கண்களுடன் விளையாடிக்கொண்டிருக்கும் பரிதாபத்திற் குரிய நபர்களைப் பார்த்து நீங்கள் எவ்வளவு தூரம் கவலைப்படுவீர்கள் என்பதும் எனக்குத் தெரியும். அரசு இறைச்சி மற்றும் மீன் நிறுவனத்திற்கு முன்பாக பேரம் பேசி வாங்க, விடிந்த கையோடு வந்து நிற்கும் அன்னையை யும் மகனையும் பார்க்கும்போதெல்லாம், மதியப் பொழுதின் அலுப்பைப் புகைத்து ஊதியபடி, ஞாயிற்றுக்கிழமைகளில் மரங்களற்ற பழுப்பு நிறப் பூங்காக்களில் தமது குடும்பத்தோடு உட்கார்ந்திருக்கும் தந்தையரைப் பார்க்கும் பொழுதெல்லாம், இவர்களைப் பற்றிச் சொல்ல உங்களிடம் என்ன இருக்குமென்று எப்பொழுதுமே மனத்துக்குள் வியந்தபடி இருப்பேன். இந்தக் காட்சிகளை நீங்கள் பார்த்திருந்தால், மாலையில் உங்கள் வீட்டிற்குச்சென்று உங்களுடைய சிறிய அறையிலிருக்கும், நம்முடைய நாட்டைப் போலவே அசிங்கமாய் மறந்து போய்விட்ட நிலையிலிருக்கும் எழுது மேஜைக்கருகில் உட்கார்ந்து, மையை உறிஞ்சிக் கொண்டிருக்கும் தாளைப் பார்த்தபடி இந்த மக்களின் கதைகளை நீங்கள் எழுதிக்கொண்டிருப்பீர்கள். இது எனக்குத் தெரியும். நடுநிசிக்கப்புறமும் வெகு நேரத்திற்கு அந்தத் தாளையே பார்த்தபடி உங்கள் தலைகுனிந்தே இருக்கும். பிறகு, எந்தப் பிடிப்புமில்லாமல், விசனத்தோடு குளிர்பதனப் பெட்டியின் மீதிருக்கும் எதையாவது கலைத்துக்கொண்டிருப்பீர்கள். அதன் கதவைத் திறந்து வைத்துக்கொண்டு, எதையும் எடுக்காமல் வெறித்துப் பார்த்துக்கொண்டிருப்பீர்கள். பிறகு மீண்டும் கூடத்திற்கே வந்து தூக்கத்தில் நடப்பவரைப் போல், ஒவ்வோர் அறையாக அலைந்து கொண்டிருப்பீர்கள். உங்களுடைய எழுது மேஜையையே சுற்றிச் சுற்றி வருவதை என்னால் கற்பனை செய்து பார்க்கமுடிகிறது. என் சகோதரனே, நீங்கள்தான் எவ்வளவு சோகமாக, மிக மிகத் தனிமையாக, சொல்லொணா வேதனையில் தவித்தீர்கள். நானும்தான் உங்களை எவ்வளவு நேசித்தேன். உங்கள் எழுத்துகளை வாசித்தே காலத்தை ஓட்டிக்கொண்டிருந்தேன். உங்களைப் பற்றி மட்டுமே நினைத்துக்கொண்டிருந்தேன். தயவுசெய்து உங்களுடைய முகவரியைக் கொடுங்கள். வேறெதுவும் எனக்கு நீங்கள் செய்ய வேண்டாம். உங்கள் முகவரியை மட்டும் கொடுத்தால்போதும். யலோவா பயணியர்ப் படகில் நான் பார்த்த விஷயத்தை உங்களிடம் சொல்ல வேண்டும். போர்ப் பயிற்சிக் கல்லூரி மாணவர்களின் வதனங்களில் ஊர்ந்துகொண்டிருந்த எழுத்துகளைப் பற்றி. மிகப் பெரிய, செத்துப்போன சிலந்திகள். அவற்றைப் பார்க்க அப்படித்தான் இருந்தது. இந்தக் கவர்ச்சி யான, தடித்த வாலிபர்கள் அந்தப் பயணியர் படகின் கேவலமான கழிப்பறையில் என்னோடு தனியாக இருக்க நேர்ந்த வேளையில் எப்படி யொரு இனிமையான, குழந்தைத்தனமான பதற்றத்தை அனுபவித்தார்கள் என்பதை நான் உங்களோடு பகிர்ந்துகொண்டாக வேண்டும். உங்களுக்குக் கடிதம் எழுதிய கண்பார்வையற்ற குலுக்கல் பரிசுச் சீட்டு விற்பனையாளரைப் பற்றியும் நான் உங்களிடம் பேசியாக வேண்டும். அவனுக்கு நீங்கள் பதில் போட்ட வுடன், நேராக அவன் தன்னுடைய அபிமான சாராய விடுதிக்குத்தான் போனான். அங்கே ஒரு குடுவை ரேக்கி பானத்தை உள்ளே இறக்கிக்கொண்ட பிறகு, உங்களுடைய கடிதத்தைச் சட்டைப் பையிலிருந்து எடுத்துத் தன்னுடைய நண்பர்களிடம் தந்து அதை உரக்கப் படித்துக் காட்டுமாறு கேட்டுக்கொண்டான். அவ்வப்பொழுது அவர்களை

நிறுத்தி, நீங்கள் அவனோடு பகிர்ந்துகொண்ட ரகசியம் வரும் வரிகளைப் பெருமையாகச் சுட்டிக்காட்டினான். அதற்கு அப்புறமாக ஒவ்வொரு நாளும் காலையில், தன்னுடைய மகனிடம் மிலியட் நாளிதழைப் படித்துக் காட்டச் சொல்லி, நீங்கள் வெளிப்படுத்தப் போகும் புதிரைச் சொல்லும் வாக்கியத்திற்காகக் காத்துக்கிடப்பான். நீங்கள் அவனுக்கு அனுப்பிய பதில் கடிதத்தின் உறை மீது டெஷ்விகியே அஞ்சல் அலுவலக முத்திரை குத்தப்பட்டிருந்தது. ஹலோ. கேட்டுக்கொண்டுதானே இருக்கிறீர்கள். பதில் சொல்லுங்கள். அங்கேதானே இருக்கிறீர்கள்? அது போதும் இதைத் தான் நான் எதிர்பார்க்கிறேன். ஓ இறைவா! நீங்கள் மூச்சு விடுவதைக் கூடக் கேட்க முடிகிறது. ஆம். நீங்கள் மூச்சு விடுவதை என்னால் கேட்க முடிகிறது. இங்கே கவனியுங்கள். இவையெல்லாமே நான் முன்கூட்டியே மிகக் கவனமாகத் தயார் செய்துவைத்திருந்த வாசகங்கள். ஆகவே, நான் சொல்லப் போவதை மிகவும் கவனமாக நீங்கள் கேட்க வேண்டும். பழசாகிவிட்ட பாஸ்ஃபரஸ் பயணியர் படகுகளின் புகைபோக்கிகளிலிருந்து வெளிக் கிளம்பும் துயரார்ந்த புகை வளையங்களைப் பார்க்க மிகவும் அம்சமாக, அதே சமயத்தில் திண்மையற்றுக் காணப்படுவது எதனால் என்பதை விளக்கும் அந்தப் பத்திக் கட்டுரையை நீங்கள் எழுதிய பொழுது உங்களை நான் புரிந்துகொண்டதாக உணர்ந்தேன். இடுகாடுகளுக்குள் மெல்லக் கசிந்து வரும் மர வீடுகள் இருக்கும் ஒதுக்குப்புறத் தெருக்களில் நடக்கும்பொழுது உங்களை ஆட்கொண்ட ஆயாசத்தைப் பற்றி நீங்கள் எழுதியபோது உங்களை நான் புரிந்துகொண்டதாக உணர்ந்தேன். அதே போல், மனம் போன போக்கில் இப்படிச் சுற்றித் திரிந்துவிட்டு கண்களில் நீருடன் நீங்கள் வீடு திரும்புவதை விளக்கிச் சொன்னபோதும்கூட உங்களை நான் புரிந்துகொண்டதாக உணர்ந்தேன். வாயிலில் நின்றுகொண்டு, டெக்ஸாஸ் அல்லது டாம் மிக்ஸ் போன்ற சித்திரக் கதைகளைச் சிறு குழந்தைகள் விற்றுக்கொண்டிருக்கும் திரையரங்குகள் ஒன்றில், ஒரு பிற்பகல் வேளையில் நீங்கள் பார்த்ததாகச் சொன்ன அந்தத் திரைப் படத்தைப் பற்றி – அது ஹெர்குலிஸா, அல்லது சாம்சனா, இல்லை ரோமானியர்களா ஏதோ ஒன்று – நீங்கள் எழுதியபோதும் உங்களை நான் புரிந்துகொண்டதாக உணர்ந்தேன். அழகிய அடிமை வேடமேற்று நடித்த, நீளமான கால்களும் துயர் மண்டிய வதனமும் கொண்ட மூன்றாந்தர ஹாலிவுட் நடிகை திரையில் ஒயிலாக நடந்து சென்றதைப் பார்த்த நொடியில், நெஞ்சு படபடக்கப் பார்வையாளர்கள் மௌனத்தில் அமிழ்ந்துபோன அந்தக் கணத்தில், செத்துவிட ஏங்கியதாய் நீங்கள் எழுதியபொழுது, உங்களை நான் புரிந்துகொண்டதாக உணர்ந்தேன். இது எப்படி இருக்கு? நான் சொல்வதை நீங்கள் புரிந்துகொள்கிறீர்களா? பதில் சொல்லுமையா வெட்கங்கெட்ட மனிதரே. வாழ்க்கையில் ஒரு முறையாவது மிக உன்னதமான வாசகனை ஒரு எழுத்தாளர் சந்தித்தாக வேண்டும். நான்தான் அந்த உன்னத வாசகன். உங்கள் முகவரியை எனக்குக் கொடுங்கள். உங்களை ஆராதிக்கும் உயர்நிலைப் பள்ளி மாணவியரின் புகைப்படங்களை உங்களிடம் கொண்டுவந்து காட்டுகிறேன். மொத்தம் நூற்றி இருபத்தியேழு பேர். ஒரு சில புகைப்படங்களில் அந்தந்தப் பெண்களின் முகவரிகள் எழுதப்பட்டிருக்கின்றன. ஏனைய புகைப்படங்களில் அவரவர் நாட்குறிப்புகளில் அவர்கள் உங்களைப் பற்றி எழுதியிருக்கும் ரசனை மிகுந்த விஷயங்கள் பதிவாகியிருக்கின்றன. அவர்களுள் முப்பத்தி மூன்று பேர் கண்ணாடி அணிந்தவர்கள். பதினோரு

பேர் பற்களுக்கு க்ளிப் அணிந்திருக்கிறார்கள். ஆறு பேருக்கு அன்னம் போன்ற நீள் கழுத்து. இருபத்தி நான்கு பேர் உங்களுக்கு மிகவும் பிடித்த மான குதிரைவால் கொண்டை போட்டிருக்கிறார்கள். அவர்கள் எல்லோருமே உங்களை வழிபடுகிறார்கள். உங்கள் பெயரைக் கேட்டாலே மயக்கம் கொள்கிறார்கள். சத்தியமாகச் சொல்கிறேன். உங்களுடைய முகவரியை எனக்குக் கொடுங்கள். “நேற்றிரவு வானொலியைக் கேட்டுக் கொண்டிருந்தீர்களா? ‘காதலனுக்கும் காதலிக்குமான பொழுது’ நிகழ்ச்சியைக் கேட்கும்போது எப்பேர்ப்பட்ட வேதனை! எனக்கு அப்பொழுது ஒரே ஒரு விஷயத்தைத்தான் யோசிக்க முடிந்தது,” என்ற வார்த்தைகளுடன் நீங்கள் அறுபதுகளில் ஏதோ ஒரு சமயத்தில் தொடங்கிய அரட்டைக் கட்டுரையைப் படித்துவிட்டு, தங்களிடம்தான் நீங்கள் அந்தரங்கமாகப் பேசுகிறீர்கள் என்ற தீர்மானத்தோடு, தங்களிடம் மட்டுமே பேசுகிறீர்கள் என்ற நிச்சயத்தோடு இருந்த அத்தனை பெண்களுடைய பெயர்களையும் நான் உங்களுக்குக் கொண்டுவந்து தருகிறேன். நடுத்தர வர்க்க அண்டைப்புறங்களிலும் மாகாண நகரங்களிலும் இருக்கும் அதே அளவுக்கு, உயர் வர்க்கத்திலும் உங்களுக்கு ரசிகர்கள் இருக்கிறார்கள் தெரியுமா? பதற்றம் மிகுந்த, எடுப்பார் கைப்பிள்ளையான மாணவர்களைப் போலவே உங்களுக்காக ஏங்கித் தவிக்கும் ராணுவ வீரர்களின் மனைவியர் இருக்கிறார்கள் தெரியுமா? உங்கள் முகவரியை நீங்கள் எனக்குக் கொடுத்தால் மாறுவேடத்தில் நடமாடும் பெண்களின் புகைப்படங்களை உங்களிடம் தருவேன். இரவு நேரங்களில் அல்ல. நடன வைபவங்களுக்குச் செல்லும்போது மட்டுமல்ல. அன்றாட வாழ்க்கையைக் கழிக்கக்கூட, பொழுதெல்லாம் மாறுவேடமணிந்திருக்க நிர்ப்பந்திக்கப்பட்டிருக்கும் பெண்களின் புகைப்படங்கள். இந்த தேசத்தில் நமக்கென்று அந்தரங்க வாழ்க்கையே கிடையாதென்று நீங்கள் ஒரு முறை எழுதினீர்கள். எவ்வளவு சரியாகச் சொல்லியிருக்கிறீர்கள்! மொழிபெயர்க்கப்பட்ட நாவல்களிலும், அயல்நாட்டு சஞ்சிகைகளிலும் அந்தரங்க வாழ்க்கை என்பதைப் பற்றி விவரிக்கப்பட்டிருக்கலாம். ஆனால், நமக்கு அந்தரங்க வாழ்க்கை எனும் கருத்தே இதுவரை பிடிபட்டதில்லை. ஆனால், குதிகாலுயர்ந்த காலணி களையும், சாத்தானின் முகமூடியையும் அணிந்துகொண்டிருக்கும் இந்த ஒரு சிலரின் புகைப்படங்களை நான் உங்களுக்குக் காட்டும்பொழுது நீங்கள் உங்கள் கருத்தை மாற்றிக்கொள்ள விரும்பலாம். உங்களுடைய நல்லதுக்குத்தான் சொல்கிறேன். தயவுசெய்து உங்களுடைய விலாசத்தைக் கொடுங்கள். உங்களை நான் கெஞ்சிக் கேட்டுக்கொள்கிறேன். இருபது வருடங்களாக நான் சேர்த்து வைத்திருக்கும் நம் நாட்டவரின் மலைப்பூட்டும் வதனத் தொகுப்பை நான் எடுத்து வருகிறேன். ஒருவருக்கொருவர் முகத்தின் மீது திராவகம் வீசிக்கொண்ட பொறாமை பிடித்த காதலர்களின் காவல்துறைப் புகைப்படங்களை நான் வைத்திருக்கிறேன். அது மட்டுமல்ல. அடிப்படைவாதிகளின் காவல்துறைப் புகைப்படங்களும் என்னிடம் இருக்கின்றன. அவர்களுள் ஒரு சிலர் கச்சிதமாகச் சவரம் செய்த முகத்துட னும், வேறு சிலர் தாடி வைத்துக்கொண்டும் இருக்கின்றார்கள். தமது முகங்களில் அரேபிய எழுத்துருக்களை வரைந்துகொண்டு ரகசியச் சடங்குகள் நடத்திக்கொண்டிருக்கையில் பிடிபட்டுவிட்ட அதிர்ச்சி அந்தப் புகைப்படங்களில் உறைந்திருப்பதைக் காணலாம். நபாம் எனும் வெடிமருந்து எரிபொருளைக் கொண்டு எரிக்கப்படுவதற்கு முன்பாக,

தமது வதனங்களில் எழுத்துகளை எழுதிக்கொள்வதை வழக்கமாகக்கொண்ட குர்தியப் போராளிகளின் காவல்துறைப் புகைப்படங்களும் கூட என்னிடம் இருக்கின்றன. மாகாண மக்கள் திரளால் தூக்கிலிடப்பட்ட வன்புணர்ச்சி யாளர்களின் காவல்துறைப் புகைப்படங்கள் கூட என்னிடம் இருக்கின்றன. இந்த அலுவலக ஆவணங்களை எப்படியோ கைப்பற்றுவதற்கு நான் எவ்வளவு லஞ்சம் கொடுத்திருக்கிறேனென்று உங்களுக்குத் தெரியுமா? கேலிச்சித்திரங்களில், எண்ணெய் பூசப்பட்ட தூக்குக் கயிறுகளில் தொங்கிக் கொண்டிருக்கும் கழுத்து உடைபட்ட மனிதர்களைப் போல் இவர்கள் காட்சியளிப்பதில்லை. இவர்களுடைய நாக்கு வெளித்தள்ளியிருப்பதை உங்களால் பார்க்கவே முடியாது. இவர்களுடைய வதனங்கள் மீது தென்படும் எழுத்துக்களை மட்டுமே நீங்கள் பார்க்க முடியும். அதனால்தான் உங்களுடைய ஆரம்பகாலப் பத்திக்கட்டுரை ஒன்றினுள் – பழைய கால தூக்கிலிடுபவர்களையும், மரண தண்டனை முறைகளையும் நீங்கள் விரும்புகிறீர்களென்று உங்களை ஒப்புக்கொள்ள வைத்த ரகசிய ஆசையை என்னால் புரிந்துகொள்ள முடிகிறது. எந்த அளவுக்கு நீங்கள் மறைகுறியீடு களையும், சொல் விளையாட்டுகளையும், சங்கேத வரிவடிவங்களையும் நேசிக்கிறீர்களோ, அதே அளவுக்கு நடுநிசி தாண்டியவுடன் நம்முடைய தொலைந்துபோன புதிர்களை மீட்டெடுக்கும் விதத்திலான மாறுவேடங் களில் எங்களுக்கு நடுவே நீங்கள் உலா வரவும் ஆசைப்படுவீர்கள் என்பதும் எனக்குத் தெரியும். இரவு முழுவதையும் உங்களுடைய மாற்றாந்தாய் மகளோடு கழிப்பதற்காக, உங்களுடைய வக்கீல் மருமகனோடு நீங்கள் விளையாடிய விளையாட்டுகள் எல்லாம் எனக்குத் தெரியும். உங்களைச் சுற்றியுள்ள எல்லோரையும், எல்லாவற்றையும் கேலி செய்து கொண்டு, மிக எளிய, தூய கதைகள் சொல்லி அவளை குஷிப்படுத்திக் கொண்டு. அந்தக் கதைகள்தானே இன்று நம்மை நாமாக உருவாக்கி யிருக்கின்றன. வக்கீல்களை நையாண்டி செய்து நீங்கள் எழுதியிருக்கும் பத்திக் கட்டுரைகள்! வக்கீல்களின் மனைவியர் இதைப் பற்றிப் புகார் செய்தபோது, நீங்கள் மனத்தில் நினைத்துக்கொண்டிருந்த வக்கீல் அவர்களுடைய கணவர் அல்ல என்று உறுதி சொல்லிப் பதில் எழுதினீர்கள். நீங்கள் உண்மையைத்தான் சொல்லியிருந்தீர்கள். அதில் எனக்கு எந்தச் சந்தேகமும் இல்லை. இது எவ்வளவோ நாட்களாக நடந்த விஷயம். உங்கள் முகவரியைக் கொடுங்கள். உங்களுடைய கனவுகளை நான் உங்களுக்கு அர்த்தம் சொல்லி விளக்க முடியும். வேட்கை கொண்டு அலையும் நாய், கபாலம், குதிரை, சூனியக்காரியென்று ஒவ்வொன்றைப் பற்றியும் விரிவாக விளக்கம் சொல்ல முடியும். வாடகைச் சிற்றுந்துகளின் பின்புறக்காட்சிக் கண்ணாடியில், தொங்கிக்கொண்டிருக்கும் சின்னச்சின்ன படங்களில் – பெண்கள், குழல் துப்பாக்கிகள், மண்டையோடுகள், கால்பந்தாட்ட வீரர்கள், கொடிகள், பூக்கள் போன்றவை – எத்தனை விஷயங்கள் உங்களுடைய காதல் கடிதங்களில் இடம் பெற்றிருந்தன என்று என்னால் உங்களுக்கு நினைவுபடுத்த முடியும். உங்களுடைய வாசகர்களைக் கழித்துக்கட்ட, எவ்வளவு 'சங்கேத வாக்கியங்களை'க் கொண்டு அவர்களை ஏய்த்திருக்கிறீர்கள் என்பதும் எனக்கு ஓரளவுக்குத் தெரியும். அதே போல், இந்த வாக்கியங்களை எழுதி வைத்துக்கொள்ளும் நோட்டுப் புத்தகம் இல்லாமலோ உங்களுடைய வரலாற்றுக்கால உடுப்புகள் இல்லாமலோ நீங்கள் எங்குமே செல்வதில்லை என்பதும் எனக்குத் தெரியும் ...”

சத்தமில்லாமல் தொலைபேசி இணைப்பைச் சுவரிலிருந்து துண்டித்த பிறகு, வெகு நேரம் கழித்து, ஜெலாலின் நோட்டுப் புத்தகங்கள், இழுப்பறைகள், பழைய உடுப்புகள் ஆகியவற்றை நோண்டிப் பார்த்த பிறகு, தன்னுடைய நினைவுகளைத் தேடி அலையும் துயில்நடையோனைப் போல இங்குமங்குமாய் அலைக்கழிந்து படுக்கையில் விழுந்த பிறகு, ஜெலாலின் பைஜாமாவை அணிந்துகொண்டு படுக்கையில் சற்று நேரம் படுத்திருந்த பிறகு, நிஷாந்தஷி பகுதியின் இரவு நேர ஒலிகளைச் செவிமடுத்தவாறே மெல்ல மெல்லக் கண்ணயரும் வேளையில், ஆழ்ந்த நீண்ட உறக்கத்தில் தான் மிகவும் போற்றிப் பாதுகாத்த விஷயம் எது என்பது காலிப்பின் நினைவுக்கு வந்தது. தான் யாராக ஆக விரும்பினோம் என்பதற்கும், யாராக இருக்கிறோம் என்பதற்கும் இடையில் இருக்கும் மிகப்பெரும் பள்ளத்தை அவனால் உறக்கத்தில் மறக்க முடிந்திருந்தது. அப்படியோர் ஆழ்ந்த உறக்கத்தின் பள்ளத்தில் அவன் மூழ்கியவுடன், அவன் இதுவரையிலும் கேட்டிருந்த, கேட்காமலிருந்த, பார்த்திருந்த, பார்க்காமலிருந்த, தெரிந்துகொண்டிருந்த, இனி எக்காலத்திலும் தெரியாத படிக்கு இருளிலேயே புதைந்திருக்கக் கூடிய சுழன்றடிக்கும் பனிக்காற்றாய் வாழ்க்கை அவனுக்குள் ஒன்றுபட்டது.

31

முகம் பார்க்கும்
கண்ணாடி வழியாகச்
செல்லும் கதை

> அந்த இரண்டும் இணைந்து நின்றன. பிம்பமும், அதன்
> பிம்பமும் முகம் பார்க்கும் கண்ணாடிக்குள் நுழைந்தன.
>
> – ஷேக் காலீப்

நான் யாராக மாற வேண்டுமென்று ஏங்கிக் கொண்டிருந்தேனோ அந்த நபராகவே கடைசியில் மாறி விட்டதாகக் கனவு கண்டேன். வாழ்க்கையின் பரபரப்புக்கு இடையே. புழுதி படிந்த கான்க்ரீட் காடாகிவிட்ட நம் நகரில் அலைந்துகொண்டிருக்கும்போது. கருத்த முகங்கள் மொய்த்துக்கொண்டிருக்கும் இருண்ட தெரு ஒன்றில்: என் கனவு, என் ரூயா. துக்கத்தால் வடிந்துபோய் உன்னைத் தூக்கத்தில் கண்டுபிடித்தேன். என்னுடைய கனவில், என் கனவு என்னிடம் கொண்டுசேர்த்த கதையில், நான் வேறொருவராக மாற இயலாமல் போயிருந்தாலும்கூட என்னை நீ நேசிக்கிறாய் என்று தெரிந்துகொண்டேன். ஓய்ந்து போய் எல்லாவற்றையும் விட்டுவிட வேண்டுமென்று புரிந்துகொண்டேன். என்னுடைய படத்தில் என்னையே வெறித்துப் பார்த்துக்கொண்டிருக்கும் நபரை நான் பார்த்து, நான் எப்படி இருக்கிறேனோ அப்படியே என்னை நான் ஏற்றுக்கொள்ள வேண்டும். மேற்கொண்டு போராடிக்கொண்டிருப்பதில் எந்த அர்த்தமும் இல்லையென்றும், வேறொருவராக மாறுவதால் எந்த லாபமும் இல்லையென்றும் புரிந்துகொண்டேன். தெருக்கள் இருண்டிருந்தன. மிரட்சியூட்டும் இல்லங்கள் தலைக்கு மேலாய்க் கவிந்திருந்தன. ஆனபோதும், தெருக்கள் நமக்கென வழிவிட்டிருந்தனவோ என்று தோன்றியது. நாம் நடந்து செல்லும் வழியில், கடந்துபோன ஒவ்வொரு கடைக்கும், ஒவ்வொரு நடைபாதைக்கும் நாம் அர்த்தமூட்டிக்கொண்டே சென்றதைப் போல் தோன்றியது.

எவ்வளவு ஆண்டுகளுக்கு முன்பாக இது நிகழ்ந்தது? நானும் நீயும் எப்பொழுது இந்த மாய விளையாட்டிற்குள்

முதன்முறையாகத் தடுக்கி விழுந்தோம்? மிகச் சரியாக எப்பொழுது? அது மத வைபவ விடுமுறைக்கு முந்தைய நாள். ஒரு துணிக் கடையின் சிறுவர் பிரிவுக்கு நம் அன்னையர் நம்மை அழைத்துப்போயிருந்தார்கள் (சிறுமியரின் உடுப்பும் சிறுவர்களின் உடுப்பும் தனித்தனிப் பிரிவில் இருக்க வேண்டுமென்று தீர்மானிக்கப்பட்டிராத சந்தோஷ நாட்கள் அவை). அங்கேதான் அது நிகழ்ந்தது. இந்த அலுப்பூட்டும் துணிக் கடையில் (மிக, மிக அலுப்படிக்கும் மத போதனை வகுப்புகளைக் காட்டிலும் அதிகமாய் அலுப்பூட்டும் துணிக் கடை). அங்கேதான், இரண்டு ஆளுயர முகம் பார்க்கும் கண்ணாடிகளுக்கிடையில் நாம் சிக்கிக்கொண் டிருப்பதைப் பார்த்தோம். நம்முடைய பிம்பங்கள் பல்கிப் பெருகுவதைப் பார்த்துத் திகைத்துப்போய் அங்கேயே நின்றுகொண்டிருந்தோம். பிம்பங்கள் கொஞ்சம் கொஞ்சமாகச் சுருங்கி சுருங்கி முடிவிலிக்குள் மறைந்துகொண்டிருப்பதைப் பார்த்தபடி.

இதற்கப்புறம் இரண்டாண்டுகள் கழித்துச் *சிறுவர் வாராந்தரி* எனும் சஞ்சிகையின் *பிராணிகளை நேசிப்போர்* பக்கத்தில் வெளியாகும் என்ற நம்பிக்கையில் தங்களது படங்களை அனுப்பிவைத்திருந்த, பரிச்சயமான சில குழந்தைகளைப் பற்றிப் பேசி நாம் பெரிதாய்ச் சிரித்துக்கொண்டிருந்தோம். பெரும் அறிவியல் கண்டுபிடிப்பாளர்களின் பத்திக்கட்டுரை இருந்த பக்கத்தை அடைந்தவுடன் வழக்கம் போல் நாம் மௌனத்தில் ஆழ்ந்துவிட்டோம். அந்தக் கட்டுரையைப் படித்து முடித்த பிறகு, நாம் கையில் வைத்திருந்த அதே சஞ்சிகையைப் பார்த்தவாறிருக்கும் சிவந்த கேசம் கொண்ட பெண்ணொருத்தியின் படத்தைப் பின் அட்டையில் கண்டோம். அந்தப் பெண்ணும் பின் அட்டையிலிருக்கும் சிவந்த கேசம்கொண்ட பெண்ணொருத்தியின் அளவிற் சிறிய படத்தைப் பார்த்துக்கொண்டிருந்தாள். அந்தப் படத்தில் இருந்த சிவந்த கேசம்கொண்ட பெண்ணும் தன்னைப் போன்ற மற்றொரு சிவந்த கேசம் கொண்ட பெண்ணொருத்தியின் அளவிற் சிறிய படத்தைப் பார்த்துக்கொண்டிருந்தாள். அந்தப் படத்தில் காணப்பட்ட சிவந்த கேசம் கொண்ட பெண்ணும் பின் அட்டையிலிருக்கும் சிவந்த கேசம் கொண்ட பெண்ணொருத்தியின் அளவிற் சிறிய படத்தை . . .

காலம் கழிந்து, நாம் உயரமாக வளர்ந்து ஒருவரைவிட்டு மற்றொருவர் விலகிச் சென்றுவிட்டோம். அப்பொழுதுதான் சந்தையில் அறிமுகமாகியிருந்த ஆலிவ் சட்னி ஜாடியின் மீது இதே போன்றதோர் படத்தை நான் பார்த்தேன். அந்தச் சட்டினியை எங்கள் வீட்டில் யாரும் உண்பதில்லை. எனவே, ஞாயிற்றுக்கிழமை காலை வேளையில் சிற்றுண்டி உண்பதற்காக உங்கள் வீட்டிற்கு வரும்பொழுது மட்டும்தான் அந்த ஜாடியைப் பார்ப்பேன். “ஓ, நீங்கள் மீன் கருச்சினைச் சாப்பிடுகிறீர்களோ!” “அது மீன் கருச்சினை இல்லை. அது என்டர் ஆலிவ் சட்னி!” வானொலியில் தொடர்ந்து ஒலிபரப்பாகும் விளம்பரங்களில் இதுவும் ஒன்று. அந்த ஜாடி மேல் ஒட்டப்பட்டிருக்கும் முத்திரைச் சீட்டில் ஓர் உன்னதமான தந்தை தன்னுடைய சந்தோஷமான மனைவியோடும் மலர்ந்து சிரிக்கும் குழந்தைகளோடும் உணவு மேஜையின் அருகே அமர்ந்திருக்கும் படம் இருக்கும். அவர்களுடைய மேஜையிலும் ஒரு என்டர் ஆலிவ் சட்னி ஜாடி இருப்பதைச் சுட்டிக் காட்டியவன் நான்தான். அந்த ஜாடியின் முத்திரை சீட்டிலும் ஒரு சிறு குடும்பம். தொடர்ந்து அதனுள்ளும் ஒரு சிறு குடும்பம். இந்தக் குடும்பச் சங்கிலியை அதன் மறைபுள்ளி வரை நாம்

தொடர்ந்து சென்றோம். அப்படிச் சென்றதால் உண்டான கற்பனைக் கதையின் தொடக்கத்தைத்தான் இப்பொழுது நான் உன்னிடம் விவரிக்க இருக்கிறேன். அதன் முடிவைச் சொல்லாது போனாலும்.

ஒரு காலத்தில், ஒன்றுவிட்ட சகோதரனும் சகோதரியுமாக இருவர் இருந்தனர். அவர்கள் ஒரே குடியிருப்பில் வளர்ந்து வந்தார்கள். ஒரே மாடிப்படியில் ஏறி இறங்கினார்கள். ஒரே விதமான லோகும் எனப்படும் அல்வாவையும், சிங்க உருவிலிருந்த மிட்டாய்களையும் விழுங்கினார்கள். தமது வீட்டுப் பாடங்களை ஒன்றாகவே செய்தார்கள். ஒரே போன்ற நோய்களுடன் வீடு திரும்பினார்கள். கண்ணாமூச்சி விளையாட்டில் ஒருவருக்கொருவர் பயங்காட்டிக்கொண்டார்கள். ஏறத்தாழ ஒரே வயதிலும் இருந்தார்கள். ஒரே பள்ளியில் படித்தார்கள். காலையில் ஒன்றாகவே பள்ளிக்கு நடந்துசென்றார்கள். மாலை வேளைகளில் ஒரே மாதிரியான வானொலி நிகழ்ச்சிகளைக் கேட்டு ரசித்தார்கள். ஒரே விதமான இசைத் தட்டுகளைக் கேட்டு மகிழ்ந்தார்கள். எந்த ஒரு புத்தகத்தையும் இருவரும் இணைந்தே வாசித்தார்கள். சிறுவர் வாராந்தரிகளையும் ஒன்றாகவே படித்தார்கள். ஒரே மாதிரியான சேமப்பெட்டிகளையும் அலமாரிகளையும் இருவரும் குடைந்தார்கள். அவற்றிலிருந்து ஒரே போன்ற சிவப்புக் குல்லாய்களும், பட்டாலான உறைகளும், காலணிகளும் சிதறி விழும். அவர்கள் இருவரும் ஒரே மாதிரி வியந்து பார்த்த மூத்த ஒன்றுவிட்ட சகோதரன் ஒருவன் அவர்களுக்கு இருந்தான். ஒரு நாள், அவன் வீட்டிற்கு வந்தபொழுது அவன் கையில் வைத்திருந்த புத்தகத்தைப் பிடுங்கி இருவரும் சேர்ந்து வாசிக்கத் தொடங்கினார்கள்

ஆரம்பத்தில் அந்தப் புத்தகத்தின் பழமையான சொற்திறன், பகட்டான மொழி, அந்நியமான பாரசீக வழிமொழி ஆகியவற்றைப் பார்த்து அந்தப் பையனும் பெண்ணும் சிரித்துக்கொண்டிருந்தார்கள். விரைவிலேயே சிரிப்பும் அலுப்பூட்டியவுடன் புத்தகத்தை மூலையில் கிடாசினார்கள். ஆனால், அதிலிருந்த விளக்கப் படங்களுள் சித்திரவதைக் காட்சியோ, நிர்வாண உடலோ அல்லது நீர்மூழ்கிக் கப்பலோ தென்படலாம் எனும் நப்பாசையில் அதை அவர்கள் மீண்டும் எடுத்துப் பக்கங்களைப் புரட்டத் தொடங்கினார்கள். ஆனால் விரைவிலேயே அவர்கள் அதைப் படிக்கத் தொடங்கியிருந்தார்கள். அந்தப் புத்தகம் அநியாயத்திற்கு நீண்டதாக இருந்தது. என்றாலும் தொடக்கத்திலேயே ஒரு காதல்கதை அதில் தலைகாட்டியிருந்தது. தான் அந்தக் கதையின் நாயகனாய் இருக்க வேண்டுமென்ற அவா அந்தப் பையனுக்குள் கிளர்ந்தது. அந்தப் புத்தகத்தில் இருந்த காதல் பற்றிய வர்ணனைகள் மிகவும் அழகாக இருந்தன. தானும் காதல் வயப்பட்டால் என்ன என்ற சிந்தனை அந்தப் பையனிடத்தில் எழுந்தது. ஆக, மேலும் தொடர்ந்து அந்தப் புத்தகத்தைப் படித்ததில், அந்தக் கதை நாயகனிடம் தென்பட்ட ஒரு சில அறிகுறிகள் தன்னிடமும் காணப்படுவதாக அந்தப் பையன் உணர்ந்தான் (உணவின் மீது சகிப்பின்மை, அந்தப் பெண்ணைப் பார்த்து வரக் காரணங்களைக் கண்டுபிடித்துக் கொள்ளுதல், தாகமாக இருந்தபோதும், ஒரு கோப்பைத் தண்ணீரை முழுதாய்க் குடிக்க முடியாமை). தன் முன்பாக அந்தப் புத்தகம் விரிந்து கிடக்க, ஒரு பக்கத்தின் மூலையை அவனுடைய கையும், மறுபக்கத்தின் மூலையை அவளுடைய கையும் பற்றியிருக்க, அவர்கள் இருவரும் இணைந்து அந்தப் புத்தகத்தை வாசித்துக்கொண்டிருந்த அந்த மாய

நொடியில்தான் அந்தப் பெண் மீது தான் மையல் கொண்டிருக்கிறோம் எனும் ஞானோதயம் அவனுள் பிறந்தது.

அப்படி அவர்கள் வாசித்துக்கொண்டிருந்த அந்தக் கதைதான் என்ன? அது ஒரு பழம்பெரும் கதை. ஒரே குலத்தில் பிறந்திருந்த ஒரு பையனையும் பெண்ணையும் பற்றியது. அந்தப் பெண்ணின் பெயர் அழகு. பையனின் பெயர் காதல். ஒரே நாளில் பிறந்திருந்த அவர்கள் ஒரே ஆசிரியரிடம் பாடம் பயின்றனர். ஒரே குளத்தின் கரைகளில் அலைந்தும் திரிந்தும் காதல் வயப்பட்டிருந்தனர். ஆண்டுகள் கழிந்த பிறகு, அந்தப் பெண்ணின் கைப்பிடிக்க அந்தப் பையன் அனுமதி கோரினான். பெரியவர்கள் அவனுக்கு ஒரு சோதனை வைத்தனர். அவன் அழகைத் திருமணம் செய்ய வேண்டுமென்றால் இதயங்களின் தேசத்திற்குச் சென்று ஒரு ரசவாத சூத்திரத்தோடு திரும்ப வேண்டும். எனவே, அந்தப் பையனும் பயணம் கிளம்பினான். அது மிக நீண்ட, கடினமான பயணம். வழியில் அவன் ஒரு கிணற்றில் விழுந்துவிட்டான். அதனுள்ளிருந்த முகச்சாயம் பூண்ட சூனியக்காரியின் வலையில் மாட்டிக்கொண்டான். இரண்டாவதாய் இருந்த ஒரு கேணியில் ஆயிரக்கணக்கான முகங்களும் பிம்பங்களும் சுழன்றடித்து ஓர் இனம் புரியாத போதையாய் அவனைச் சுருக்கிவிட்டிருந்தன. சீனப் பேரரசரின் பெண்ணைப் பார்த்து அவள் மீது அவனுக்குச் சபலம் ஏற்பட்டது. ஏனென்றால், தோற்றத்தில் அவள் அவனுடைய அசல் காதலியைப் போலவே இருந்தாள். எப்படியோ ஒரு வழியாய் அவன் கிணறுகளிலிருந்து மேலெழும்பி வந்தான். ஆனால், காவற்கோட்டைகளுக்குள் சிறையுண்டான். என்றாலும் தொடர்ந்து போய்க்கொண்டே இருந்தான். விடாமல் யாரோ அவனைத் தொடரவும் செய்தார்கள். கொடிய குளிர் பருவங்களோடு அவன் போராட வேண்டி யிருந்தது. பெரும் தொலைவைக் கடக்க வேண்டியிருந்தது. ஒவ்வொரு சைகையையும் சமிக்ஞையையும் பற்றிக்கொண்டு வழியைக் கண்டுபிடித்து அவன் முன்னேறினான். எழுத்துகளின் புதிர்களில் அவன் மூழ்கிப் போனான். ஏனைய மாந்தர்களின் கதைகளைக் கவனித்துக் கேட்டான். தன்னுடைய கதையையும் பிறருக்குச் சொன்னான். இறுதியில், மாறுவேடம் பூண்டு அவனை விடாமல் தொடர்ந்துகொண்டிருந்த கவிதை அவன் முன் தோன்றியது. "நீயேதான் உன்னுடைய காதலி. உன் காதலிதான் நீ. இது உனக்குப் புரியவில்லையா?" என்று கேட்டது. அப்படியாகத்தான் அந்தக் கதையில் வரும் பையன் அந்தப் பெண் மீது தான் எப்படிக் காதல் வயப்பட்டோம் என்பதை நினைவில் மீட்டெடுத்தான். அதாவது, ஒரே ஆசிரியரிடம் பயின்றுகொண்டு, ஒரே புத்தகத்தைப் படித்துக் கொண்டிருந்தபோது.

அவர்கள் இருவருமாக இணைந்து படித்துக்கொண்டிருந்த புத்தகம் குதூகல அரசன் எனும் சுல்தான் மற்றும் நிரந்தரம் எனும் இளம் அழகி ஆகியோரின் கதையை விவரித்தது. அந்த சுல்தானோ ஒரேயடியாய் மனம் குழம்பிப் போயிருப்பவர். என்றாலும் இந்தக் கதையில் வரும் காதலர்களும் மூன்றாவதாய் ஒரு காதல் கதையைப் படித்துக்கொண்டிருக்கும்போது காதலில் விழுந்திருப்பார்கள் என்பதை நீங்கள் அதற்குள்ளாகவே யூகித்திருக்க முடியும். அதே போல், மூன்றாவது கதையில் வரும் காதலர்கள் நான்காவதாய் வரும் கதையைப் படித்துக்கொண்டிருக்கும்போதும், நான்காவதாய் வரும் கதைக் காதலர்கள் ஐந்தாவதின் போதும் என நீண்டுகொண்டே இருக்கும்.

ஆனால், இதற்கப்புறம் வெகு காலம் கழித்து, அந்தத் துணிக்கடைக்குப் போய்விட்டு வந்து பல ஆண்டுகள் கழித்து, *சிறுவர் வாராந்தரியை* ஒன்றாக வாசித்த காலத்திற்குப் பிறகு பல வருடங்கள் கழித்து, ஆலிவ் சட்னி ஜாடியில் பார்த்த படத்தை ஆராய்ந்த பல காலம் கழித்து, நீயும் வீட்டை விட்டு ஓடிப்போன பிறகு, என்னுடைய வாழ்க்கையையே கதைகளிடம் ஒப்புக் கொடுத்துவிட்ட பிறகு, இறுதியில் என்னுடைய கதையை நான் சொல்ல முயன்ற பிறகுதான் நம்முடைய நினைவெனும் தோட்டங்கள் ஒரே மாதிரி இணைந்திருப்பது எனக்கு உறைத்தது. ஒவ்வொரு கதையும் மற்றொரு கதைக்கு இட்டுச்செல்கிறது, ஒரு முடிவற்ற சங்கிலி போல். ஒவ்வொரு கதவும் மற்றொரு கதவுக்கு இட்டுச் செல்வதைப் போல். இந்தக் காதல் கதைகள் எங்கே அமைகின்றன – அது அரேபியப் பாலைவனத்திலிருக்கும் டமாஸ்கஸ் நகரிலா, ஆசியப் புல்வெளிகளைப் பார்த்தவாறிருக்கும் ஹேரரசன் நகரிலா, அல்லது ஆல்ப்ஸ் மலையடிவாரத்திலிருக்கும் வெரோனா நகரிலா, அதுவுமில்லாவிட்டால், டைக்ரிஸ் நதிக்கரையில் அமைந்திருக்கும் பாக்தாத் நகரிலா – என்பதெல்லாம் ஒரு பொருட்டே இல்லை. இந்தக் கதைகள் எல்லாமே சோகமானவையாகவும் மனத்தை நெகிழ்விப்பனவாகவும் அமைந்திருக்கின்றன என்பதுதான் முக்கியம். இந்தக் கதைகளைப் பொறுத்தமட்டில் அதி சோகமான, மனத்தை மிகவும் நெகிழ வைக்கும் அம்சம் என்னவென்றால் அவை நம்முடைய சிந்தனையில் தொடர்ந்து உலவிக்கொண்டிருப்பதுதான். அவற்றின் சோகமயமான, ஆகத் தூய்மையான, அறவே தன்னலமற்ற கதாநாயகர்களோடு நம்மைப் பொருத்திப் பார்த்துக்கொள்ள முடியும் சுகம்தான்.

என்றோ ஒரு நாள், யாரேனும் நம்முடைய இந்தக் கதையை எழுத முனையலாம். முடிவை இன்னமும் என்னால் யூகிக்க முடியாத இந்தக் கதையை. ஒரு வேளை அந்தப் பொறுப்பு என் மீதேகூட விழலாம். அப்படி ஏதும் நேர்ந்தால், நம்மோடு தம்மை அடையாளப்படுத்திக்கொள்வதில் வாசகர்களுக்குச் சிரமம் ஏதும் இருக்காதென்று என்னால் உறுதியாகச் சொல்ல முடியவில்லை. அதற்கு மாறாக, நம்முடைய கதை அவர்களுடைய மனத்திலே நீடித்து உலவிக்கொண்டிருக்கவும் செய்யலாம். ஏனென்றால், காதலர்களை ஒரு வரிலிருந்து மற்றொருவர் என்று பிரித்துக்காட்டும் ஒரு சில பகுதிகள் எப்பொழுதுமே கதைகளில் இருக்கின்றன. வேறு சில பகுதிகளோ கதைகளையே ஒன்றிலிருந்து மற்றொன்று என இனம் பிரிக்கின்றன. ஆகவே எம்மாதிரியான நிலைக்கும் நாம் தயாராக இருக்க வேண்டுமென்பதற்காகக் கீழே காண்பவற்றை நான் எழுதியிருக்கிறேன்.

ஒரு முறை நாம் எங்கோ வெளியில் சென்றிருந்தோம். நடுநிசி தாண்டி வெகு நேரமாகியிருந்தது. சிகரெட்டின் அடர்ந்த புகைக் காற்றை ஊதா நிறமாக்கியிருந்த அறைக்குள் நாம் அமர்ந்திருந்தோம். உனக்கு மூன்று தப்படி தள்ளி இருந்த யாரோ ஒருவர் மிகுந்த ஈடுபாட்டோடு சொல்லிக் கொண்டிருந்த நீண்டதொரு கதையை நாம் கேட்டுக்கொண்டிருந்தோம். அப்பொழுது நான் இதுவரை பார்த்திராத மிக விசித்திரமான உணர்வை உன் முகம் பிரதிபலிக்கக் கண்டேன். என்னால் அதை மிகத் தெளிவாகப் புரிந்துகொள்ள முடிந்தது. நான் அங்கே இல்லை என்றது அது. அப்பொழுது உன் மீது நான் தீராக் காதல் கொண்டேன். மற்றொரு சமயம். ஒரு நீண்ட, சோம்பலான வாரத்தின் இறுதிக் கட்டம். உன்னால் தூக்கிப் போட்டுவிட

முடியாத பழைய இரவுநேர உடுப்புகள், சட்டைகள், பச்சை நிற முழுக்கை மேற்சட்டை ஆகியவற்றைக் கலைத்துப்போட்டு அசுவாரசியமாக ஏதோ ஓர் இடுப்புப் பட்டியைத் தேடிக்கொண்டிருந்தாய். நீ உருவாக்கியிருந்த அலங்கோலத்தைப் பார்த்து ஆயாசமாக உன் அலமாரியின் முன்பாக நீ நின்றுகொண்டிருந்த அந்தக் கணத்தில் உன் மீது நான் தீராக் காதல் கொண்டேன். நீ இன்னமும் சிறுமியாய் இருந்த வேறொரு சந்தர்ப்பம். ஓர் ஓவியராக ஆகிவிடும் ஆசை மனத்தில் துளிர்விட்டிருந்த நேரம். மரம் வரையக் கற்றுக்கொள்வதற்காகத் தாத்தாவோடு மேஜையருகில் நீ அமர்ந்திருந்தாய். அவர் உன்னைச் சீண்டிக்கொண்டிருந்தார். ஆனால் நீ அதைப் பொருட்படுத்தாமல் சிரித்துக்கொண்டே இருந்தாய். அந்தக் கணத்திலும்கூட உன் மீது நான் காதல் வயப்பட்டேன். வேறொரு சமயம். டாக்ஸியின் கதவை அறைந்து சாத்தும்பொழுது, உன்னுடைய கருஞ்சிவப்பு மேலங்கியின் விளிம்பு இடுக்கில் சிக்கிக்கொண்டது. அப்பொழுது உன் கையிலிருந்த ஐந்து லிரா நாணயம் எகிறி மிக நேர்த்தியான வில் போல வளைவுப் பாதையெடுத்து சாக்கடை மீதிருந்த இரும்புக் கிராதியின் மீது தாவிச்சென்று விழுந்தது. அப்பொழுது உன் முகத்தில் தென்பட்ட விளையாட்டுத்தனமான ஆச்சரியத்தை நான் மிகவும் ரசித்தேன். அந்தக் கணத்தில் உன் மீது நான் தீராக் காதல் கொண்டேன். இன்னொரு ரம்யமான ஏப்ரல் மாத நாள். நம்முடைய இல்லத்தின் சின்னஞ்சிறு உப்பரிகையில் அன்று காலைதான் நீ காயப் போட்டிருந்த கைக்குட்டை உலர்ந்துவிட்டதா என்று பார்க்கப் போனாய். அது இன்னும் உலராமல் இருப்பதைப் பார்த்துச் சூரியன் ஏமாற்றிவிட்டானென்று தெரிந்துகொண்டாய். அதன் பிறகு, அங்கேயே நின்று காலி மனையில் குழந்தைகள் விளையாடுவதை மிகுந்த வாட்டத்துடன் பார்த்துக்கொண்டிருந்தாய். அந்தக் கணத்தில் உன் மீது நான் தீராக் காதல்கொண்டேன். நாம் இருவருமாய் இணைந்து பார்த்திருந்த ஒரு திரைப்படத்தின் கதையை நீ யாரிடமோ ஒருமுறை சொல்லிக்கொண்டிருந்தாய். எவ்வளவு வித்தியாசமான முறையில் அந்தக் கதையை நீ நினைவில் வைத்திருந்தாய் என்பது என்னை அசர வைத்தது. உன்னுடைய நினைவாற்றலும் என்னுடையதும் எப்படி மாறுபட்டு இருக்கின்றன! என்றாலும் உன்னை நான் காதலித்தேன். ஆம். அந்தக் கணத்திலும்கூட உன்மீது நான் தீராக் காதல்கொண்டேன். நிறைய விளக்கப் படங்களுடன் கூடிய ஒரு செய்தித்தாள் கட்டுரையைப் படிப்பதற்கென்று ஒரு மூலையில் நீ முடங்கிக் கிடந்தாய். மிக நெருங்கிய உறவுமுறைக்குள் நடக்கும் திருமணங்களை மெத்தப் படித்த ஒரு பேராசிரியர் ஒருவர் காட்டமாகத் தாக்கி எழுதியிருந்த கட்டுரை அது. என்றாலும், அது எனக்கு ஒரு பொருட்டாகவே தெரியவில்லை. ஏனென்றால், அதைப் படித்துக்கொண்டிருந்தபொழுது, நீ மேலுதட்டைத் துருத்தியபடி இருந்த கோலத்தை நான் வெகுவாக ரசித்தேன். டால்ஸ்டாயின் நாவலில் வரும் கதாபாத்திரத்தை அது நினைவுக்குக்கொண்டுவந்தது. மின்தூக்கிகளுக்குள் பதிக்கப்பட்டிருக்கும் முகம் பார்க்கும் கண்ணாடிகளில் உன் பிம்பத்தை நீ பார்த்துக்கொள்ளும் தோரணையை நான் ரசித்து நேசித்தேன். உன்னை வெறித்துப் பார்க்கும் பிம்பம் வேறொருவருடையது என்பதைப் போலப் பார்க்கும் தோரணையை. பிறகு, உடனடியாக, உன்னுடைய கைப்பையைத் துழாவுவாய். ஏதோ அப்பொழுதுதான் நினைவுக்கு வந்த பொருள் ஒன்றைத் தேடும் தோரணையில். உன்னுடைய குதிகாலுயர்ந்த காலணிகளை அருகருகே போட்டு, மணிக்கணக்காய் அவற்றைக் காத்திருக்க வைப்பாய். குறுகிய பாய்மரப் படகைப் போல் ஒன்று பக்கவாட்டில் கவிழ்ந்திருக்கும்.

மற்றொன்றோ, முழந்தாளிட்டுப் பதுங்கியிருக்கும் முதுகு வளைந்த பூனையைப் போல் கிடக்கும். அவற்றுள் கால்களை அவசரமாகத்தான் நுழைப்பாய். பிறகு, பல மணி நேரம் கழித்து இல்லம் மீளும்போது இடுப்பு, கால்கள், பாதங்கள் எல்லாமே அனிச்சையாய் ஊஞ்சலாட, அந்தப் புழுதி படிந்த காலணிகளை அவை முன்பிருந்த வடிவ ஒழுங்கற்ற நிலைக்கே உதறிவிடுவாய். நிரம்பி வழியும் சாம்பல் கிண்ணியிலிருக்கும், நம்பிக்கைக்கு இடமளிக்காத, கரிந்துபோன தீக்குச்சிகளையும், சிகரெட் நுனிகளையும் வருத்தத்துடன் நீ வெறித்துக்கொண்டிருந்தாய். உன் சிந்தனை எங்கெங்கெல்லாம் தாவியதோ யாரறிவார். ஆனால், அந்த நிலையில் உன்னைப் பார்த்தபொழுது, உன் மீது நான் தீராக் காதல்கொண்டேன். நம் வாழ்க்கை முழுவதும் நமக்குப் பரிச்சயமான தெரு ஒன்று திடீரென்று வித்தியாசமாகத் தோன்றிய கணத்தில், ஏதோ ஒரு புதிய ஒளி அதன்மீது பட்டுப் பிரகாசித்த கணத்தில், ஏதோ அன்று காலையில் சூரியன் மேற்கே உதித்ததைப் போன்று தோன்றிய கணத்தில், நான் நேசித்தது தெருவையல்ல, உன்னைத்தான். உன் மீதுதான் நான் தீராக் காதல் கொண்டேன். குளிர்பருவ நாட்களில், தெற்கிலிருந்து வீசிய காற்று, பனியை உருக்கி, நகரின் மீது கவிந்துகிடந்த கவின்மேகங்களைத் துரத்தியடித்துக் கொண்டிருந்த வேளை. கடலின் மறு கரையில், மினார்கள், வானலைக் கோபுரம், இளவரசரின் தீவு ஆகியவற்றுக்கு மேலாக எழும்பி வந்த நிழலை நீ சுட்டிக்காட்டிக்கொண்டிருந்தாய். அந்த நேரத்தில் நான் ரசித்துக் கொண்டிருந்தது உலுதாக் என்றழைக்கப்படும் அந்தப் ‘பெரு மலை’யை அல்ல. மாறாக, குளிரில் நடுங்கியபடி நீ தோள்களுக்குள் தலையைக் குறுக்கிக்கொண்ட அழகைத்தான் ரசித்துக்கொண்டிருந்தேன். தண்ணீர் விற்பவனுடைய, எனாமல் வண்ணம் பூசிய நீர் நிரம்பிய பீப்பாய்களை இழுத்து வரும் களைத்துப்போன குதிரைகளை நீ வருத்தத்துடன் பார்த்துக் கொண்டிருந்த விதத்தை நான் மிகவும் நேசித்தேன். பிச்சைக்காரர்களுக்குப் பணம் கொடுக்கக்கூடாது. ஏனென்றால், அவர்கள் உண்மையில் பணக்காரர்கள் என்று சொல்பவர்களை நீ நையாண்டி செய்த விதத்தை நான் நேசித்தேன். சுற்றிச்சுற்றி குழப்பிக்கொண்டிருக்கும் திரையரங்குப் படிக்கட்டுகளின் ஏதோ ஒரு கீழ் நிலையில் ஏனையோர் திண்டாடிக் கொண்டிருக்க, சீக்கிரமாகத் தெருவை அடையும் குறுக்கு வழியை நீ கண்டுபிடித்தவுடன் உன்னிடம் மலரும் மகிழ்ச்சியான சிரிப்பை நான் பெரிதும் காதலித்தேன். தொழுகை நேரத்துடன்கூடிய நாள்காட்டியிலிருந்து மரணத்தின் அருகாமைக்கான இன்னொரு நாளின் தாளை மிகுந்த பக்தியோடு நீ கிழிக்கும் விதத்தை நான் காதலித்தேன். நேரடியாக அதன் கடைசித் தாளிடம் சென்று அதில் பரித்துரைக்கப்பட்டிருக்கும் அன்றைய நாளுக்கான உணவுப் பட்டியலைத் துயரார்ந்த தொனியில் நீ வாசிக்கும் விதத்தை – இறைச்சியும் கொண்டைக்கடலையும், புலவு, ஊறுகாய், ஜீராவில் ஊறிய பழத்துண்டுகள் – நான் காதலித்தேன். கழுகுச் சின்னம் பொறித்த நெத்திலி மீன் பசைக் குழாயை எப்படித் திறப்பது என்று எனக்குக் கற்றுக்கொடுத்த உன் பொறுமையையும் – முதலில் அந்த வட்டத்தகடை அகற்று. பிறகு மூடியைத் திருகு. அதே நேரத்தில், “தயாரிப்பாளர், சீமான் ட்ரெல்லிடிஸின் ஆழ்ந்த அபிமானத்துடன்” என்று எழுதியிருக்கும் முகப்புக் குறிப்பைப் படிக்காமல் விட்டுவிடாதே – நான் காதலித்தேன். குளிர்பருவக் காலை நேரங்களில், வெளிறிய வெண்நிறத்தில் வானும் உன் வதனமும் ஒரே மாதிரி இருப்பதைக் கவனிக்கும்பொழுது உன்னை நான் காதலித்தேன். நாம் சிறுவர்களாக இருந்தபொழுது,

மரநிழற்சாலைகளில் விரையும் வாகனங்களுக்கிடையில் கிறுக்குத்தனமாக நீ பாய்வதைப் பார்க்கும்பொழுது உனக்காக நான் பதறியிருக்கிறேன். அதையும் மீறி உன்னை நான் காதலித்தேன். பள்ளிவாசல் முற்றத்தில் இட்டிருந்த நல்லடக்கப் பெட்டியின் மீது அமர்ந்திருக்கும் காகத்தை நீ உற்றுப்பார்த்த உன் முகத்தை மலர்த்திய அந்த முறுவலை நான் காதலித்தேன். நம்முடைய பெற்றோர்களின் சர்ச்சைகளை உடனுக்குடன் வானொலிச் செய்தி அறிவிப்பாளரைப் போன்ற பாவனையுடன் நீ சொல்லும்பொழுது உன்னை நான் காதலித்தேன். உன் தலையைக் கைகளில் ஏந்தியபடி, உன் கண்களுக்குள் பார்த்து, வாழ்க்கை நம்மை எங்கே கொண்டு செல்கிறது என்று காணும் போதில் உன்னை நான் காதலித்தேன். உன்னுடைய மோதிரத்தைப் பூச்சாடியின் அருகே வைத்து விட்டாய். பிறகு சில நாட்கள் கழித்து அதே போல் செய்தாய். ஏன் அப்படிச் செய்தாய் என்பது எனக்குப் புரியவில்லை. என்றாலும்கூட உன்னை நான் காதலித்தேன். உன்னோடு சரசமாடிக்கொண்டிருக்கும் வேளையில், மிக மெதுவாகக் கஷ்டப்பட்டு, பூதாகரப் புராணிகப் பறவைகள் போல் மேலெழும்பிக்கொண்டிருக்கும் வேளையில் ஆச்சர்யத்துடன் ஒரு நகைச்சுவைத் துணுக்கைச் சொல்லி நம்முடைய பவித்தரமான சடங்கைப் பிரகாசமாக்கினாய். அப்பொழுது உன்னை நான் காதலித்தேன். மேலிருந்து கீழாக இல்லாமல், குறுக்கு வெட்டில் ஆப்பிளை அறுத்து, அதன் மையத்தில் தென்பட்ட நேர்த்தியான நட்சத்திர வடிவை என்னிடம் நீ காட்டிய அந்தப் பொழுதில் உன்னை நான் காதலித்தேன். நண்பகல் வேளையில் என்னுடைய அலுவலக எழுது மேஜையின் குறுக்காக உன்னுடைய ஒற்றைத் தலைமுடி ஒன்றிருப்பதைப் பார்த்து அது எப்படி அங்கே வந்திருக்க முடியுமென்று எவ்வளவுதான் மண்டையைக் குடைந்தும் யோசிக்க முடியாத அந்தத் தருணத்தில் உன்னை நான் காதலித்தேன். ஒரு முறை நாம் உல்லாசப் பயணம் சென்றிருந்தோம். நெரிசல் மிகுந்த நகரப் பேருந்தின் தலைக்கு மேலிருக்கும் கம்பிகளைப் பிடித்தவாறு நம்முடைய கைகள் அருகருகாய் இருந்தபோது அவை இரண்டும் எப்படி மிக வித்தியாசமாய் இருந்தன என்பதைக் கவனித்தேன். அப்பொழுது என் உடலை நேசித்த அதே அளவிற்கு உன்னையும் நான் நேசித்தேன். ஏதோ, நீதான் என்னுடைய ஆன்மா என்பதைப் போல. என்னையே நான் கூடு மாற்றிக்கொண்ட களிப்பின் வலியை உணர்ந்த அந்த நொடியில் உன்னை நான் காதலித்தேன். நமக்கு முன்பாகக் கடந்துபோன ஒரு புகைவண்டியைப் பார்த்துக்கொண்டிருந்தோம். அது எங்கே போகிறதென்று யாருக்குத் தெரியும்? அப்பொழுது உன் வதனத்தில் நிழலாடியது. அதே தினத்தில், மாலைப்பொழுதில் கிறுக்குத்தனமாய் இரைச்சலிட்டபடி கடந்துசென்ற காக்கைக் கூட்டத்தைப் பார்த்தபோதும் அதே போன்று உன் வதனத்தில் நிழலாடியது. அன்றைய பின்மாலைப்பொழுதில், மின்வெட்டுக்குப் பிறகு, நம்முடைய குடியிருப்புக்குள் இருள்சூழ்ந்து அந்திப் பொழுதின் வெளிச்சத்தில் வானம் தகதகத்துக்கொண்டிருந்தபொழுதும் அதே போன்றதோர் இனம்புரியாத சோகம் உன் வதனத்தின் மீது மீண்டது. அந்தக் கணத்தில் என் இதயத்தில் கையாலாகாத பொறாமை மூண்டு வலித்தது. என்றாலும்கூட உன்னை நான் காதலித்தேன்.

32

நானொன்றும் பைத்தியமில்லை, விசுவாசமான வாசகன் மட்டுமே.

உன் உருவத்தை ஒரு முகம் பார்க்கும் கண்ணாடியாக வடிவமைத்தேன்.

—சுலைமான் ஜிலேபி

புதன்கிழமையன்று இரவு காலிப் அயர்ந்து உறங்கினான். இரண்டு நாட்களாகப் பாவம் அவன் தூங்கவே யில்லை. ஆனால், வியாழனன்று காலை படுக்கையைவிட்டு எழுந்த போது உண்மையில் அவன் துயில் கலைந்திருக்கவே இல்லை. பிற்பாடு, அன்று அதிகாலையில் நடந்தவற்றை அவன் மீண்டும் நினைவுக்குக் கொண்டுவர முயன்றான். அவன் முதலில் கண் விழித்தபொழுது மணி நான்கு. மீண்டும் தவழ்ந்து வந்து, படுக்கையில் வீழ்ந்து, உறக்கத்தில் மூழ்கிய பொழுது மணி ஏழு. இந்த இடைப்பட்ட நேரத்தில் தான் என்ன செய்தோம் என்பதைவிட, மயக்கத்துக்குள்ளாகவே எந்தெந்த இடங்களுக்குப் போனோம் என்பதை நினைவு படுத்திப் பார்க்க விரும்பினான். அந்த மூன்று மணி நேரத்தில், "உறக்கத்திற்கும் விழிப்பு நிலைக்கும் இடையிலான அதிசய புராணிக உலகம்" என்று ஜெலால் ஒரு முறை வர்ணித்திருந்த அந்தப் பிரதேசத்தில் தான் சஞ்சரித்துக் கொண்டிருந்ததாக அவன் பின்னர் முடிவெடுப்பான். நீண்ட காலம் தூக்கமில்லாமல் இருந்து, ஆழ்ந்து உறங்கிப்போய், திடீரென்று நள்ளிரவில் விழித்துக்கொள்வோருக்கு இது இயல்பானது. அதே போல் வேறொருவரின் படுக்கையில் படுத்துத் தூங்கி விழிக்கும் துரதிர்ஷ்டசாலிகளுக்கும்கூட இது இயல்பானதுதான். முதலில் காலிப்புக்குத் தான் எங்கே இருக்கிறோம் என்றே புரியவில்லை. தான் படுத்திருக்கும் படுக்கை, படுத்திருக்கும் அறை, குடியிருப்பு ஆகியவற்றைப் புரிந்துகொள்வது மட்டுமில்லை. தான் அங்கே எப்படி வந்து சேர்ந்தோம் என்பதைக்கூட அவனால் நினைவுகூர முடியவில்லை! தன் நிலையைக்கூட எண்ணிப்பார்க்க முடியாமல் வசியத்திற்குள்ளாகி நடுங்கிக்கொண்டிருக்கும் நிலையிலேயே அவன் இருந்துவிட விரும்பினான்.

எனவே, இரவு படுக்கைக்குப் போவதற்கு முன்னால் தான் வேலை பார்த்துக்கொண்டிருந்த எழுதுமேஜையின் அருகில் சென்றபொழுது, ஜெலாலுக்குச் சொந்தமான மாறுவேடம் பூணும் உடுப்புகளும் உபகரணங் களும் நிறைந்த பெட்டி அந்த மேஜையினருகே இருப்பதைப் பார்த்து அவனுக்கு வியப்பேதும் ஏற்படவில்லை. அதற்கப்புறம் அந்தப் பெட்டியி லிருந்து அவன் உருவியெடுத்த பொருள்களும்கூட அவனுக்கு ஆச்சரியமூட்ட வில்லை. ஒரு வட்டக் கம்பளத் தொப்பி, சுல்தானுக்குரிய வகை வகையான தலைப்பாகைகள், இடைக் கச்சையுள்ள நீண்ட உள்சட்டைகள், கைப்பிரம்புகள், காலணிகள், கறை படிந்த பட்டுச்சட்டைகள், வெவ்வேறு நிறங்களில் விதவிதமான அளவுகளில் ஒட்டு மீசைகள், முடி ஒப்பனைகள், அங்கிப்பை கடிகாரங்கள், ஆடிகள் இல்லாத மூக்குக்கண்ணாடிகள், குல்லாய்கள், சிவப்பு வண்ணத் துருக்கிக் குல்லாய்கள், இடைக் கச்சைகள், குறுவாள்கள், சுல்தானின் மெய்க்காவலர் சீரணிக்கான பதக்கங்கள், மணிக்கட்டுப் பட்டைகள். இவற்றோடு உள்நாட்டில் தயாராகும் வரலாற்றுத் திரைப்படங்களுக்கு வேண்டிய உடைகள், அலங்காரங்கள் ஆகியவற்றை விற்பனை செய்யும் பிரபல பெயோக்ளு பகுதிக் கடையின் முதலாளி இறால் பேவிடம் வாங்கியிருந்த இதரச் சில்லரைப் பொருள்கள். அதே மாவட்டத்தில், இந்த உடையலங்காரத்தில் ஜெலால் திரிந்து கொண்டிருப்பதைக் காலிப் கற்பனை செய்ய முயன்றான். தன்னுடைய மண்டையின் பின்புறத்திலிருந்து ஒரு நினைவைப் பறித்தெடுப்பதை போல் அது இருந்தது. கனவு கண்டு, தான் விழித்தெழுந்த கணத்தில் நினைவில் நின்ற ஊதா நிறக் கூரை முகடுகள், வளைந்து நெளிந்த தெருக்கள், மாயாவியுருக்கள் ஆகியன எந்த அளவுக்கு மெய்யானவையோ அதே அளவுக்குத் தன் கண் முன்பாகக் காட்சியளித்த பிம்பங்களும் புதிர்த்தன்மையிலோ அசல் தன்மையிலோ குறைந்தவையல்ல என்று அவனுக்குத் தோன்றியது. அவையெல்லாமே அற்புதங்கள். விளக்கத்திற்கு அப்பாற்பட்ட, அதே சமயம் அப்படியொன்றும் விளக்கத்திற்கு எதிரான தாகவும் இல்லாத அற்புதங்கள். டமாஸ்கஸின் மாவட்டம் ஒன்றில் ஏதோ ஒரு முகவரியைத் தேடிக்கொண்டிருப்பதாக அவன் கனவு கண்டிருந்தான். அந்தக் கனவில், அவன் இஸ்தான்புல்லில், அதுவும் கர்ஸ் காவற்கோட்டையில் இருப்பதாகவே நினைத்துக்கொண்டிருந்தான். அதெல்லாமே மிகவும் லகுவாக நடந்ததைப் போல் தோன்றியது. ஏதோ ஒரு செய்தித்தாளின் ஞாயிற்றுக்கிழமை இலவச இணைப்பில் வெளியாகி யிருக்கும் குறுக்கெழுத்துப் போட்டியின் மிக எளிதான குறிப்புகள் போல. இப்பொழுது விழிப்புத் தட்டியிருந்த போதிலும், இன்னும் அவன் உறக்கத்தின் மாயப் பிடியிலேயே இருந்தான். அதனால் பெயர்களும், முகவரிகளும் நிரம்பிய ஒரு நோட்டுப் புத்தகத்தை எழுதுமேஜையின் மீது பார்த்தவுடன், அது ஏதோ ஒரு சந்தோஷம் தரும் தற்செயலான நிகழ்ச்சி யாகக் காலிப்புக்குத் தோன்றியது. ஏதோ ஒரு மாயக் கரத்தால், கண்ணாமூச்சி விளையாட்டுக் காட்டும் விஷமக்கார இறையுருவால், அங்கே பிரத்யேகமாகக் கொண்டு வந்து வைக்கப்பட்டிருக்கும் சைகையைப் போல் அது இருந்தது. இவ்விதமான உலகில் தான் இருப்பது காலிப்பிற்கு மகிழ்ச்சியளித்தது. அந்த நோட்டுப்புத்தகத்தில் பட்டியலிடப்பட்டிருந்த முகவரிகள் மீதும், அவற்றை ஒட்டி எழுதப்பட்டிருந்த வாக்கியங்கள் மீதும் கண்களை ஓட்டியபோது அவனால் புன்னகைக்காமல் இருக்க முடியவில்லை. இஸ்தான்புல் நகரெங்கிலும், ஏன், அனடோலியா முழுவதிலுமேகூட,

இருக்கும் விசுவாசமான, நாள்தோறும் ஜெலாலின் பத்திக்கட்டுரைகளை வரி விடாமல் அலசுகிற வாசகர்கள்அனைவருமே இந்த வாக்கியங்கள் வெளியாகக் காத்துக்கொண்டிருப்பார்கள். இவற்றுள் ஒரு சில ஏற்கெனவே வெளியாகிக்கூட இருக்கலாம். கனவுகளின் பனிப்போர்வையில் இன்னும் அலைபாய்ந்தபடி, நினைவுகளை இழுத்துப்பிடிக்க காலிப் போராடிக் கொண்டிருந்தான். இந்த வாக்கியங்களையெல்லாம் அவன் ஏற்கெனவே பார்த்திருக்கிறானா? பலப்பல ஆண்டுகளுக்கு முன்பாக, இவற்றை யெல்லாம் அவன் படித்திருக்கவில்லையா? இவற்றையெல்லாம் அவன் படித்திருக்காவிட்டாலும்கூட, ஜெலாலின் வாயால் இவற்றை சொல்லக் கேட்டிருக்கிறான்: “உண்மையான அதிசயத்தில் சாதாரணத்தின் சுவடு இருக்கும். உண்மையிலேயே சாதாரணமான விஷயத்தில் அதிசயத்தின் சுவடு எப்படித்தென்படுமோ அதைப் போல.”

அவன் இதுவரை படித்தோ கேட்டோயிராத சில வாக்கியங்களும் அந்த நோட்டுப் புத்தகத்தில் இருந்தன. என்றாலும், வேறேதோ ஒரு மூலத்தி லிருந்து அவை நினைவில் படிந்திருப்பதைப் போல் தோன்றியது. ஷேக் காலிப்பின் இருநூறாண்டுப் பழமை வாய்ந்த எச்சரிக்கையைப் போல. பள்ளிப்பருவத்தில் அவன் வாசித்திருந்த, அவருடைய அழகு மற்றும் காதல் என்ற பெயர் கொண்ட சிறுவர்களின் கதையில் வருவதைப் போல: ‘புதிரே சர்வ வல்லமையுள்ளது. எனவே அதற்கான மதிப்பைக் கொடு.’

இவையல்லாமல், வேறு சில வாக்கியங்களும்கூட அந்த நோட்டுப் புத்தகத்தில் இருந்தன. ஜெலாலின் கட்டுரைகளிலோ, வேறு யாருடைய படைப்புகளிலுமோ அவற்றை நிச்சயமாகப் படித்திருக்கவில்லை என்று தோன்றியது. ஆனால், ஜெலாலின் கட்டுரைகளிலும், அவற்றுக்கு வெளியேயும் அவற்றைத் திரும்பத் திரும்பப் பலமுறை வாசித்த உணர்வு இருந்தது. அதனால் அவை பரிச்சயமானவையாகத் தோன்றின. பெஷிக்டாஷ் மாவட்டத்தில், செரஞ்சபே பகுதியில் ஃபஹ்ரெட்டின் தால்கிரான் எனும் பெயர்கொண்ட ஒருவர் குடியிருந்தார். அவருக்கு சைகையாய் அமைந்த இந்த வாக்கியத்தைப் போல: “இறுதித் தீர்ப்பு நாளைப் பற்றிய தெளிவற்ற கனவுகளைத்தான் நம்மில் பெரும்பான்மையோர் கொண்டிருக்கிறோம். அந்தப் பெரும்பான்மையோரைப் பொறுத்தமட்டில், தங்கள் ஆசிரியர்களை அடித்துத் துவைக்க, இன்னும் எளிமையாகச் சொல்வதென்றால் தத்தம் தந்தையரைக் கொன்றுவிட, ஒரு வழியாய் அமையப் போகும் நாள் மட்டுமே அது. ஆனால், இந்தக் குறிப்பிட்ட கனவானோ, நீண்ட காலமாகக் காணாமல் போயிருந்த தன்னுடைய இரட்டைச் சகோதரி மரணத்தின் உருவில் தன்னை வந்தடைவாள் என்று முன்கூட்டியே அனுமானிக்கும் நல்லெண்ணம் கொண்டவராக இருந்தார். இதை மனத்தில் வைத்துக்கொண்டு, தன்னை யாரும் கண்டு பிடிக்க முடியாத வகையில் தனக்கென ஒரு வீட்டை அமர்த்திக்கொண்டு, அதைவிட்டு வெளியே வரவே வராமல் யாருடைய பார்வையிலும் படாமல் ஒதுங்கிக்கொண்டார்.” இந்தக் கனவான் யாராக இருக்கும்?

வானில் வெளிச்சத்தின் முதல் ரேகை படர்ந்தவுடன், துண்டித்திருந்த தொலைபேசி இணைப்பை மீண்டும் கொடுக்க காலிப் முடிவு செய்தான். பிறகு, குளித்துவிட்டு வந்தான். குளிர்பதனப் பெட்டியில் என்ன இருந்ததோ அதைக்கொண்டு வயிற்றை நிரப்பிக்கொண்டான். அப்புறம், காலை நேரத் தொழுகைக்குப் பிறகு மீண்டும் படுக்கையில் சென்று வீழ்ந்தான்.

உறக்கத்திற்கும் விழிப்பிற்குமான இடைப்பட்ட பிரதேசத்தில் பகற்கனவுகளுக்கும் இரவுக் கனவுகளுக்கும் இடையிலான பிரதேசத்தில் அவன் சஞ்சரிக்கத் தொடங்கியவுடன், திடீரென்று பாஸ்ஃபரஸில் ஒரு துடுப்புப் படகில் ரூயாவுக்குப் பக்கத்தில் அமர்ந்திருக்கும் ஒரு சிறுவனாகிப் போனான். அவர்கள் இருவரோடும் அன்னையரோ, பெரியன்னை, சிற்றன்னை மற்றும் அத்தைகளோ யாரும் இருக்கவில்லை. படகோட்டியும் இல்லை. இருந்தது அவனும் ரூயாவும் மட்டுமே. காலிப்புக்கு இது சற்றே விசித்திரமாக அச்சமூட்டுவதாக இருந்தது.

அவன் கண் விழித்தபோது, தொலைபேசி அடித்துக்கொண்டிருந்தது. அதனருகில் சென்று அதை எடுப்பதற்குள், அது அந்தப் பழைய, விடாப்பிடியான குரலாகத்தான் இருக்கும், ரூயாவாக இருக்க வாய்ப்பில்லை என்று அவன் தீர்மானித்திருந்தான். ஆனால், ஒரு பெண்ணின் குரலைக் கேட்டவுடன் அதிர்ந்துபோனான்.

“ஜெலால், ஜெலால், நீங்கள்தானே?” அது இளம்வயதுக் குரலல்ல. அந்தக் குரலை காலிப் இதுவரை கேட்டதேயில்லை.

“ஆமாம்.”

“அன்பே! அன்பே! எங்கே போய்விட்டீர்கள்? எங்கே இருக்கிறீர்கள்? உங்களை எங்கெல்லாம் நான் தேடிக்கொண்டிருக்கிறேன் தெரியுமா? நாட்கணக்காக! மாதக் கணக்காக! எல்லா இடத்திலும் தேடிப்பார்த்து விட்டேன். ஓ, என் அன்பே! எல்லா இடத்திலுமே! ஓ –” அந்த இறுதி அசைக்குப் பிறகு, ஒரு கேவல் வெளிப்பட்டது. தொடர்ந்து, அழுகையின் கூர்மை துளைத்தது.

“உங்கள் குரல் எனக்குப் பரிச்சயமானதாக இல்லை!” என்றான் காலிப்.

“என்னுடைய குரலைத் தெரியவில்லையா?” என்றாள் அந்தப் பெண், அவனுடைய குரலின் தொனியை நகலெடுத்து. “எவ்வளவு பண்பட்டவராக ஆகிவிட்டீர்கள், நீங்கள். அதுவும், திடீரென்று! என்னிடம் சொல்கிறீர்கள்! யாரிடம்? என்னிடம்! உங்களால் என் குரலைக் கண்டுபிடிக்க முடியவில்லை! ஆக, நான் வெறும் குரலாகிவிட்டேன், இல்லையா?” சிறிது நேர மௌனத்திற்குப் பிறகு நேரடியாக விஷயத்திற்கு வந்தாள். ஆங்காரமான, அதே சமயத்தில் வெற்றி மதர்ப்போடு கூடிய தொனியில், “நான் எமைன்,” என்றாள்.

காலிப்புக்கு ஒன்றும் புரியவில்லை. “அப்படியா,” என்றான்.

“என்ன அப்படியா? அப்படியா என்பதுதான் நீங்கள் சொல்லும் பதிலா?”

“இவ்வளவு வருடங்கள் கழித்து,...” என்று முணுமுணுத்தான் காலிப்.

“ஆமாம் அன்பே! எத்தனையோ, எத்தனையோ வருடங்களுக்கு அப்புறமாகத்தான்! ஒரு வழியாக, உங்களுடைய பத்திக் கட்டுரையின் மூலமாக நீங்கள் எனக்கு அழைப்பு அனுப்பியவுடன் எப்படி இருந்ததென்று தெரியுமா? இருபது வருடங்களாக நான் காத்திருக்கிறேன். இருபது வருடங்களாக நான் எதிர்பார்த்துக் காத்திருந்த அந்த வாக்கியத்தைப் படித்தவுடன் எனக்கு எப்படி இருந்ததென்று உங்களுக்குத் தெரியுமா?

இந்த உலகத்துக்கே கேட்க வேண்டும் போல் கத்தத் தோன்றியது. ஆமாம். இந்த உலகம் முழுவதற்கும் கேட்க வேண்டும் போல. நான் நிஜமாகவே சொல்கிறேன். நான் கிட்டத்தட்டப் பைத்தியமாகிவிட்டேன். உங்களை என்னோடு பிடித்து வைத்துக்கொள்ள என்னால் வேறெதையுமே செய்ய முடியவில்லை. அழுது தீர்த்தேன். அந்தப் புரட்சி சமாச்சாரத்தில் கலந்து கொண்டதற்காக மஹ்மதுக்குக் கட்டாயப் பணி ஓய்வு கொடுத்து அனுப்பிவிட்டார்கள். இது உங்களுக்கும்கூடத் தெரிந்ததுதானே! என்றாலும், அவர் ஒவ்வொருநாளும் வெளியே கிளம்பிப் போய்விடுகிறார். ஏதாவது ஒரு வேலை இருந்துகொண்டே இருக்கிறது. அவர் வெளியே கிளம்பிப்போனதும், நானும் அவசரமாகக் கிளம்பிவிடுவேன். நேராகக் குர்த்துலுஸுக்குப் போவேன். அதுதான், நம்முடைய பழைய வீதிக்கு! ஆனால் அங்கே எதுவுமே இல்லை. எதுவுமே! எல்லாமே மாறிவிட்டது. எல்லாவற்றையும் இடித்துத் தள்ளிவிட்டார்கள். எதுவுமே அதன் பழைய இடத்தில் இல்லை. நம்முடைய சின்ன வீடு போய்விட்டது. அழுகை பொங்கிப் பொங்கி வந்தது. அங்கேயே! நடுத்தெருவில்! யாரோ ஓடி வந்து குடிக்கத் தண்ணீர் கொடுத்தார்கள். பிறகு நேராக வீட்டிற்குப் போய் விட்டேன். பையை நிரப்பிக்கொண்டு, மஹ்மத் வருவதற்குள் கிளம்பி விட்டேன். ஜெலால், அன்பே! உங்களை நான் எப்படிப் பார்ப்பது? சொல்லுங்கள்! ஏழு நாட்களாகத் தெருவில் நிற்கிறேன். ஒவ்வொரு விடுதியாகத் தேடித் தேடி அறையெடுத்துத் தங்கிக்கொண்டிருக்கிறேன். வேண்டாத விருந்தாளியாய் ஏதேதோ தூரத்து உறவினர் வீட்டிலெல்லாம் தங்கிக்கொண்டிருக்கிறேன். நான் வேண்டாத விருந்தாளி என்பதை அவர்கள் எனக்கு உணர்த்தாமல் இருப்பதும் இல்லை. என்னுடைய அவமானத்தை நான் எப்படித்தான் மறைப்பது? எத்தனை தடவை உங்களுடைய பத்திரிகை அலுவலகத்திற்குச் சென்று பார்த்திருப்பேன்! கணக்கே இல்லை! ஆனால், ‘அவர் எங்கே இருக்கிறார் என்று எங்களுக்குத் தெரியாது!’ என்ற பதில்தான் எனக்குக் கிடைத்தது. உங்களுடைய உறவினர்களைக்கூடத் தொலைபேசியில் அழைத்துப் பேசிப் பார்த்தேன் அவர்களுக்கும்கூட எதுவும் தெரியவில்லை. இந்த எண்ணுக்கும்கூட அழைத்துப் பார்த்தேன். நான் கையில் எதையுமே எடுத்துக்கொள்ளவில்லை. ஆனால் அதைப் பற்றி நான் கவலைப்படவில்லை. எனக்கு வேறென்ன வேண்டும்? மஹ்மத் என்னைத் தேடி அலைந்துகொண்டிருக்கிறார். எதைப் பற்றியும் விளக்கமாகச் சொல்லாமல் ஒரு சின்னக் கடிதத்தை மட்டும் எழுதி வைத்துவிட்டு வந்துவிட்டேன். நான் எதற்காக வீட்டைவிட்டு வெளியேறினேன் என்று அவருக்குத் தெரியாது. சொல்லப்போனால், யாருக்குமே தெரியாது. நான் ஒருத்தரிடமும் சொல்லவில்லை. நீங்கள்தான் என்னுடைய ரகசியம். வாழ்க்கையில் எனக்கிருக்கும் ஒரே பெருமிதம்! இனி என்ன நடக்கப்போகிறதோ? எனக்குப் பயமாக இருக்கிறது. நான் தன்னந்தனியாகக் கிடக்கிறேன். எனக்கு இப்பொழுது எந்தப் பொறுப்புமே இல்லை! உங்களுடைய கொழு கொழு முயல்குட்டி இனி இரவுநேர உணவுக்கு முன்பாகக் கணவரைப் பார்க்க வீட்டுக்கு ஓட வேண்டிய அவசியம் இல்லை. நீங்கள் நிம்மதியாக மூச்சுவிடலாம். என் குழந்தைகள் எல்லோரும் ஆளாகிவிட்டார்கள். ஒருவன் ஜெர்மனியில் இருக்கிறான். இன்னொருவன் ராணுவத்தில் சேர்ந்துவிட்டான். இனி நான் உங்களுடையவள். முழுதாய் உங்களுக்கானவள்! என்னுடைய நேரம், என்னுடைய வாழ்க்கை, ஏன் எதை வேண்டுமானாலும் உங்களுக்காகக்

கொடுக்கமுடியும். உங்களுடைய துணிமணிகளை இஸ்திரி போட்டுத் தருவேன். உங்களுடைய எழுதுமேஜையை சுத்தம் செய்து தருவேன். நிச்சயமாக. ஆமாம். உங்களுடைய அதே எழுதுமேஜையைத்தான். உங்களுடைய தலையணை உறைகளை மாற்றி வைப்பேன். நாம் இருவரும் சந்திக்கும் அந்த வெறுமையான இடத்தைத் தவிர வேறெங்குமே உங்களை நான் சந்தித்ததே இல்லை. உங்களுடைய உண்மையான வீட்டை, உங்கள் அறையிலிருக்கும் சாமான்களை, உங்கள் புத்தகங்களை எல்லாம் பார்க்க நான் எப்படித் துடித்துக்கொண்டிருக்கிறேன் என்று உங்களுக்குத் தெரியாது. அன்பே நீங்கள் எங்கே இருக்கிறீர்கள்? எப்படி உங்களை நான் கண்டுபிடிப்பது? அந்தப் பத்திக் கட்டுரையில் உங்கள் முகவரியை நீங்கள் ஏன் சங்கேத மொழியில் கொடுக்கவில்லை? உங்கள் முகவரியைக் கொடுங்கள்! நீங்களும்கூட என்னை நினைத்துக் கொண்டுதானே இருக்கிறீர்கள்? இல்லையா? இத்தனை வருடங்களாக நீங்கள் என்னையேதான் நினைத்துக்கொண்டு இருந்திருக்கிறீர்கள்! என்ன, நான் சொல்வது சரிதானே? நம்முடைய, அந்த ஒற்றையறைக் கல் வீட்டில் நாம் மீண்டும் தனியாகக் குடித்தனம் நடத்துவோம். நாம் தேநீரோடு அங்கே உட்கார்ந்துகொள்வோம். எலுமிச்சை மர இலைகளின் ஊடாகச் சூரியன் நம் மீது கசிவான். நம்முடைய வதனங்களின் மேல். நம்முடைய கரங்களின் மீது! நாம் ஒருவரையொருவர் நன்றாக அறிந்து வைத்திருக்கும் நமது கைகளின் மீது! ஆனால், ஜெலால்! அந்த வீடு இப்பொழுது இல்லை. அதை இடித்துத் தள்ளிவிட்டார்கள். அங்கே எதுவுமே இல்லை. அங்கே இருந்த ஆர்மீனியர்களும்கூடக் காலி செய்து விட்டுப் போய்விட்டார்கள். அங்கேயிருந்த பழைய கடைகளையும் காணோம். இதெல்லாம் உங்களுக்குத் தெரியாதா என்ன?

நான் அங்கே சென்று அழுது புலம்ப வேண்டுமென்று உண்மையிலேயே நீங்கள் ஆசைப்பட்டீர்களா? நீங்கள் இதையெல்லாம் ஏன் எந்தப் பத்திக் கட்டுரையிலும் எழுதவே இல்லை? எதையும் உங்களால் எழுத முடியுமே! நீங்கள் இதைப் பற்றி எழுதியிருக்கலாமே! பேசுங்கள்! இருபது வருடங்களாக நான் உங்களுக்காகக் காத்திருக்கிறேன். என்னிடம் எதை யாவது பேசுங்கள்! அவமானப்படும் போதெல்லாம் உங்கள் கைகளில் இன்னும் வேர்த்துக்கொண்டுதான் இருக்கிறதா? தூங்கும் நேரத்தில் உங்கள் முகத்தில் தெரியும் அந்தக் குழந்தைத்தனம் இன்னும் உங்களை விட்டுப் போகவில்லையா? சொல்லுங்கள். என்னை அன்பே என்று கூப்பிடுங்கள். உங்களை நான் எப்படி வந்து பார்ப்பது?"

"அம்மணி!" என்றான் காலிப் மிகவும் எச்சரிக்கை உணர்வுடன்! "அன்பான பெண்மணியே! என் நினைவுகளை நான் இழந்துவிட்டேன். ஏதோ தவறு நடந்திருக்கிறதென்று நினைக்கிறேன். நான் பல நாட்களாகப் பத்திக் கட்டுரை எதையுமே எழுதவில்லை. அதனால் அவர்கள் முப்பது வருடங்களுக்கு முந்தைய சமாச்சாரங்களைப் பிரசுரித்துக்கொண்டிருக் கிறார்கள். நான் சொல்லுவது உங்களுக்குப் புரிகிறதா?"

"இல்லை"

"உங்களுக்கோ, வேறு யாருக்குமோ நான் சங்கேத வாக்கியங்களை அனுப்ப நினைத்ததில்லை. எந்தச் செய்தியையும் சொல்ல ஆசைப்பட்ட தில்லை. இப்பொழுதெல்லாம் நான் எழுதுவதே இல்லை. என்னுடைய

பழைய பத்திக் கட்டுரைகளைத்தான் பத்திரிகையில் மீண்டும் போட்டுக் கொண்டிருக்கிறார்கள். அப்படி வெளியிட்ட ஏதோ ஒரு கட்டுரையில்தான் நீங்கள் சொல்லுகின்ற அந்த வாக்கியம் இருக்கிறதென்று நான் நினைக்கிறேன்.”

“இது பொய்!” என்று அந்தப் பெண் சத்தமிட்டாள். “நீங்கள் என்னிடம் பொய் சொல்கிறீர்கள்! நீங்கள் என்னைக் காதலிக்கிறீர்கள்! நீங்கள் என்னை இதயபூர்வமாக நேசித்தீர்கள்! நீங்கள் எழுதிய எல்லாமே எனக்காகவே எழுதினீர்கள்! இஸ்தான்புல்லில் இருக்கும் மிக ரம்யமான இடங்களைப் பற்றி எழுதும்பொழுது நாம் சந்தித்துச் சரசமாடிய தெருவை வர்ணித்திருந்தீர்கள். நம்முடைய குர்துலுஸ்! நம்முடைய சிறிய காதல் கூடு! அதுதானே உங்களுடைய பிரம்மச்சர்யக் குடில்? இல்லையா? அந்தக் குடிலின் சாளரத்திலிருந்து தெரிந்த நமது எலுமிச்சை மரங்களை நீங்கள் வர்ணித்திருந்தீர்கள். ரூமியுடைய நிலாமுக அழகை வர்ணித்த பொழுது, நீங்கள் வர்ணித்தது கவிதையை அல்ல. உங்களுடைய நிலாமுகக் காதலியைத்தானே நீங்கள் வர்ணித்தீர்கள்! அது நான்தானே! செர்ரிப் பழம் போல் சிவந்த என் உதடுகளைப் பற்றியும் பிறைபோன்ற என்னுடைய புருவங்களையும் வர்ணித்திருந்தீர்கள். அந்த நேரத்திலெல்லாம் உங்களுக்கு உத்வேகமாய் இருந்தது நான்தானே! அமெரிக்கர்கள் நிலவில் கால் பதித்த போது, நிலவின் வதனத்தில் தென்படும் கரும்புள்ளிகளைப் பற்றி நீங்கள் எழுதியபோது, உண்மையில் என் மீதிருக்கும் அழகு மையங்களைத்தானே நீங்கள் வர்ணித்தீர்கள்! அது எனக்குத் தெரியும். என் அன்பே, அதை மட்டும் நீங்கள் மறுத்துவிடாதீர்கள். ‘ஆழம் காணவியலாத கேணிகளின் இருண்ட, அச்சுறுத்தும் புதிர்கள்’ என்று நீங்கள் எழுதியது என்னுடைய கரிய விழிகளை வர்ணிக்கத்தானே! ஆமாம். உங்களுக்கு மிக்க நன்றி. அந்தக் கரிய விழிகளில் நீரைக் கொண்டுவந்தது நீங்கள்தானே! ஆம் நீங்களேதான்! ‘நான் குடியிருப்புக்கு மீண்டேன்’ என்று நீங்கள் எழுதினீர்கள். நமக்கே சொந்தமான இரண்டடுக்கு வீட்டைத்தானே நீங்கள் குறிப்பிட்டிருந் தீர்கள்! ஆனால், நம்முடைய ரகசிய, கூடாக் காதலை யாரும் தெரிந்து கொள்ளக் கூடாதென்றுதானே அதை மின்தூக்கியுடன் கூடிய ஆறடுக்குக் குடியிருப்பென்று மாற்றி எழுதினீர்கள்! ஏனென்றால், நானும் நீங்களும் அந்தச் சிறிய வீட்டில் பதினெட்டு வருடங்களுக்கு முன்பாகச் சந்தித்தோம். ஐந்து முறை சந்தித்தோம். தயவுசெய்து இல்லையென்று மட்டும் சொல்லி விடாதீர்கள்! நீங்கள் என்னைக் காதலித்தீர்கள். எனக்குத் தெரியும்.”

“என் அன்பான பெண்மணியே நீங்களே சொல்லியதைப் போல், இதெல்லாம் வெகுகாலம் முன்பு நடந்தவை,” என்றான் காலிப். “இப்பொழுது இதில் எனக்கு எந்தப் பங்குமில்லை. நான் என்னுடைய நினைவுகளை ஒன்றன் பின் ஒன்றாக இழந்துகொண்டிருக்கிறேன்.”

“என்னுடைய அன்பே, ஜெலால், என் இனிய குட்டி ஜெலால், இது நீங்களாக இருக்கமுடியாது. இது நீங்கள்தானென்று நான் நம்பமாட்டேன். உங்களோடு வேறு யாராவது இருக்கிறார்களா? உங்களை யாராவது பணயக் கைதி போல் பிடித்து வைத்திருக்கிறார்களா? இப்படியெல்லாம் பேச அவர்கள் உங்களுக்கு நெருக்கடி கொடுக்கிறார்களா? நீங்கள் தனியாகவா இருக்கிறீர்கள்? என்னிடம் உண்மையை மட்டும் பேசுங்கள். இத்தனை வருடங்களாக நீங்கள் என்னைக் காதலித்துக்கொண்டுதானே இருந்தீர்கள்? சொல்லுங்கள். எனக்கு அது போதும். பதினெட்டு வருடங்கள்

காத்திருந்துவிட்டேன். தேவையென்றால், இன்னும் பதினெட்டு வருடங்கள் கூட நான் காத்திருக்கத் தயார். ஒரேயொரு முறை சொல்லிவிடுங்கள். அந்த ஒரே ஒரு சின்ன வாக்கியத்தை. நான் உங்களிடம் வேறெதையுமே கேட்கவில்லை. உன்னைக் காதலிக்கிறேன் என்று ஒரேயொரு முறை சொல்லுங்கள்... போகட்டும். அந்தக் காலத்தில் உன்னைக் காதலித்தேன் என்றாவது சொல்லுங்கள். அப்பொழுது உன்னைக் காதலித்தேன் என்று சொல்லுங்கள். நான் அதோடு இந்தத் தொலைபேசியை வைத்துவிடுகிறேன்."

"நான் உன்னைக் காதலித்தேன்."

"என்னை அன்பே என்று கூப்பிடுங்கள்."

"அன்பே."

"அப்படி இல்லை. உணர்ச்சியோடு சொல்லுங்கள்."

"அம்மணி! தயவுசெய்து விட்டுவிடுங்கள். கடந்தவை கடந்தவையாகவே இருக்கட்டும். எனக்கோ வயதாகிவிட்டது. நீங்களும்கூட முன்பிருந்ததைப் போல இளமையாக இல்லாமல் இருக்கலாம், ஒருவேளை. நீங்கள் கற்பனை செய்துவைத்திருக்கும் மாதிரியான ஆளல்ல நான். நிச்சயமாக இல்லை. எனவே, நாம் இதை மறந்துவிடுவோம். இதெல்லாமே ஏதோ ஒரு சிறிய அச்சுப் பிழையால் நேர்ந்துவிட்ட தவறு. கவனக் குறைவால் இப்படி ஓர் அசிங்கமான குறும்புத்தனத்தை நம்மிடம் யாரோ விளையாடிப் பார்க்கிறார்கள். இதை நாம் ஒப்புக்கொள்வோம்."

"அடக் கடவுளே! அப்படியென்றால், நான் என்னாவது?"

"மீண்டும் வீட்டிற்குத் திரும்பிப் போய்விடுங்கள். உங்கள் கணவரிடமே திரும்பிச் செல்லுங்கள். அவர் உங்களை நேசிப்பவரென்றால் உங்களை மன்னித்து ஏற்றுக்கொள்வார். நீங்கள் ஏதோ ஒரு கட்டுக்கதையைச் சொல்லுங்கள். உங்களை நேசிப்பவராக இருந்தால் அவர் உங்களை அப்படியே நம்பிவிடுவார். அதனால், வீட்டிற்குத் திரும்பிச் செல்லுங்கள். உறவுக்கு நேர்மையாக இருக்கும் உங்கள் கணவரிடம் திரும்பிச் செல்லுங்கள். அவருடைய இதயம் நொறுங்கிப்போவதற்கு முன்னால் அவரிடம் திரும்பிச் சென்றுவிடுங்கள்."

"பதினெட்டு வருடங்களாகக் காத்திருந்ததற்கு, இப்பொழுது உங்களை ஒரு முறை, ஒரே முறையாவது பார்க்கப் பிரியப்படுகிறேன்."

"அம்மணி, பதினெட்டு வருடங்களுக்கு முன்பிருந்த ஆள் இல்லை நான்."

"இல்லை. நீங்கள் அவரேதான். உங்களுடைய பத்திக் கட்டுரைகளைப் படித்துப் பார்த்தேன். உங்களைப் பற்றிய எல்லாமே எனக்குத் தெரியும். உங்களையேதான் நான் நினைத்துக்கொண்டிருக்கிறேன். நான் உங்களை எவ்வளவு தூரம் நினைத்துக்கொண்டிருக்கிறேன் என்பது உங்களுக்குத் தெரியாது. சொல்லுங்கள். மீட்சிக்கான நாள் விரைவில் வர இருக்கிறதா, இல்லையா? எங்களுடைய மீட்பர் யார்? அவருக்காகவும்கூட நான் காத்துக் கொண்டிருக்கிறேன். நீங்கள்தான் அந்த மீட்பர். எத்தனையோ பேருக்கு இது தெரியும். நீங்கள்தான் அந்த ரகசியத்தைக் காப்பாற்றி வருகிறீர்கள். ஆனால், நீங்கள் வெண்புரவியேறி வரப்போவதில்லை. வெண்ணிற கடிலாக் காரைத்தான் ஓட்டிக்கொண்டு வருவீர்கள். எல்லோரும் இந்தக்

கனவைக் கண்டுவிட்டார்கள். என் இனிய ஜெலால்! நான் உங்களை எவ்வளவு காதலித்தேன் தெரியுமா? உங்களை ஒருமுறை, ஒரேயொரு முறை பார்த்துவிடுகிறேன். தூரத்திலிருந்து என்றாலும்கூடச் சரிதான். அதுபோதும். எங்காவது ஒரு பூங்காவில். மெக்கா பூங்காவிற்கு ஐந்து மணிக்கு வந்துவிடுங்கள். ஒரேயொரு முறை தூரத்திலிருந்தே உங்களைப் பார்த்துவிடுகிறேன். வந்துவிடுங்கள்!"

"அம்மணி, தயவு செய்து என்னை மன்னித்துவிடுங்கள். நான் தொலைபேசியை வைக்கப்போகிறேன். தகுதியை அறிந்துகொள்ளாமல், ஊதாரித்தனமாய் நீங்கள் பொழிந்துவிட்ட காதலை அனுகூலமாக்கிக் கொண்ட இந்த முதியவனை முதலில் நீங்கள் மன்னிப்பீர்களென்று நம்புகிறேன். அடுத்ததாக உங்களிடம் ஓர் உதவியை எதிர்பார்க்கிறேன். என்னுடைய தொலைபேசி எண்ணை நீங்கள் எப்படிக் கண்டுபிடித்தீர்கள்? தயவுசெய்து சொல்ல முடியுமா? என்னுடைய முகவரிகள் ஏதாவது உங்களிடம் இருக்கிறதா? இவையெல்லாம் எனக்கு முக்கியமாகத் தேவைப் படுகின்றன."

"தருகிறேன். ஆனால், உங்களை உடனடியாகப் பார்க்க எனக்கு நீங்கள் அனுமதி அளிப்பீர்களா?"

காலிப் மௌனம் காத்தான். கடைசியில், "சரி. நான் உடன்படுகிறேன்," என்றான். மீண்டும் மௌனம்.

"முதலில் நீங்கள் உங்கள் முகவரியை எனக்குக் கொடுக்க வேண்டும்," என்றாள் அந்தப் பெண் வஞ்சகமாக. "உண்மையைச் சொல்வதென்றால், இவ்வளவு வருடங்களுக்குப் பிறகு இப்பொழுது எனக்கு உங்கள் மீதிருக்கும் நம்பிக்கை போய்விட்டது."

காலிப் யோசிக்க அவகாசம் எடுத்துக்கொண்டான். தொலைபேசியின் மறுமுனையில் களைத்துப்போன நீராவி இயந்திரத்தைப் போல, அந்தப் பெண் பதற்றத்தோடு மூச்சு விட்டுக்கொண்டிருப்பது அவனுககுக கேட்டது. அங்கே இரண்டு பெண்கள் இருக்கலாமோ என்ற சந்தேகம் அவனுக்கு வந்தது. பின்னணியில் எங்கோ வானொலியின் சப்தம் கேட்பதைப் போல் தோன்றியது. ஆனால், துருக்கிய ஜனரஞ்சக இசை என்று சொல்லப்படுவதின் அம்சங்களான காதல், வலி, நிராகரிப்பு ஆகியவற்றின் துயர்மிகுந்த புலம்பலாய் அது ஒலிக்கவில்லை. மாறாக, தாத்தாக்கள், பாட்டிகள், அவர்களுடைய சிகரெட்டுகள் ஆகியவற்றோடு அவன் தொடர்புபடுத்திப் பார்க்கும் வகையான இசை போல் அது ஒலித்தது. ஒரு மூலையில் பெரிய வானொலிப்பெட்டியொன்று வைக்கப் பட்டிருக்கும் ஓர் அறையைக் கற்பனை செய்து பார்க்க முயன்றான் காலிப். அந்த அறையின் மற்றொரு மூலையில் அவலட்சணமான கைவைத்த நாற்காலியொன்றில், தொலைபேசியைக் கையில் பற்றியபடி அழுது, மூக்கை உறிஞ்சிக்கொண்டிருக்கும் இல்லத்தரசியைக் கற்பனை செய்து பார்த்தான். ஆனால், அவனால் உண்மையாகக் கற்பனை செய்ய முடிந்ததெல்லாம், அவன் அப்பொழுது நின்றுகொண்டிருந்த அந்தக் குடியிருப்புக்கு இரண்டடுக்குகள் கீழே இருந்த ஓர் அறையைத்தான். ஒரு காலத்தில் தாத்தாவும் பாட்டியும் உட்கார்ந்துகொண்டு புகைத்துக் கொண்டிருந்த அறையைத்தான். "இதோ இப்பொழுது பார்க்கிறாய். இதோ இப்பொழுது பார்க்க முடியவில்லை" என்ற விளையாட்டை

அவனும் ரூயாவுமாய் ஒரு காலத்தில் விளையாடிக்கொண்டிருந்த அந்த அறையைத்தான். "உங்களுக்குத் தெரிந்த முகவரிகளை," என்று காலிப் மீண்டும் தொடங்கினான். ஆனால், அந்தப் பெண் திடீரென்று, தன்னுடைய சக்தியனைத்தையும் ஒன்று திரட்டிக் கத்தினாள். "வேண்டாம், வேண்டாம்! சொல்லாதீர்கள்! அவரும் கவனித்துக்கொண்டிருக்கிறார். அவரும் இங்கேதான் இருக்கிறார். அவர்தான் என்னை இப்படியெல்லாம் பேச வைத்தார். அன்பே ஜெலால், உங்கள் முகவரியை மட்டும் கொடுத்து விடாதீர்கள். அவர் உங்களைக் கொல்லப் போகிறார். ஆ... ஓ... ஆ..."

அந்த இறுதி முனகல் ஓய்ந்தவுடன் ஒரு விசித்திரமான, அச்சமூட்டும் உலோக அரவை ஒலி காலிப்பின் காதுகளை எட்டியது. தொலைபேசியின் ஒலிவாங்கியைக் காதில் அழுத்தி வைத்துக்கொண்டு, தொடர்ந்து கேட்ட உரத்த சர்ச்சையைப் புரிந்துகொள்ள முயன்றான் காலிப். ஏதோ கைகலப்பு நடக்கிறதென்று யூகித்தான். அதன் பிறகு ஒரு பேரொலி கேட்டது. துப்பாக்கிச் சுடும் சத்தம் போல். அல்லது, தொலைபேசியின் ஒலிவாங்கியைப் பிடுங்க நடந்த கைகலப்பில் அது கீழே விழுந்திருக்குமோ! தொடர்ந்து நிசப்தம். ஆனால் அது அசலான அமைதியல்ல. எங்கோ தொலைவிலிருந்த வானொலியில், 'ஓ, கெட்ட பயலே, ரொம்ப, ரொம்பக் கெட்ட பயலே' என்று பெஹியே அக்சாய் அடித்தொண்டையில் பாடிக்கொண்டிருப்பது காலிப்புக்குக் கேட்டது. அதே போல் தொலைவிலிருந்து தேம்பியழும் ஒரு பெண்ணின் கேவலும் கேட்டது. மறு முனையில் யாரோ தொலைபேசியின் ஒலிவாங்கியைப் பிடுங்கிக்கொண்டதைப் போல் தோன்றியது. அந்த நபர் விடும் மூச்சுக்காற்றின் இரைப்பொலி காலிப்புக்குக் கேட்டது. என்றாலும் அவன் ஒரு வார்த்தைகூடப் பேசவில்லை. மறுமுனையின் பின்னணியில் கேட்டுக்கொண்டிருந்த ஓசைகள் கொஞ்ச நேரத்திற்குத் தொடர்ந்தன. வானொலியில் புதிய பாட்டொன்று ஒலிக்கத் தொடங்கியது. ஆனால், மூச்சு ஒரே சீராக இரைத்துக்கொண்டிருந்தது. அதே போல், அந்தப் பெண்ணின் அலுப்பூட்டும் விசும்பலும் தொடர்ந்துகொண்டிருந்தது.

"ஹலோ" என்றான் காலிப் கோபத்துடன். "ஹலோ, ஹலோ."

'நான்தான், நான்தான்" என்றது ஓர் ஆண்குரல், ஒரு வழியாக. இப்பொழுது கொஞ்ச நாட்களாகக் கேட்டுக்கொண்டிருக்கும் அதே குரல். அதே வழக்கமான குரல். ஏதோ காலிப்பை அமைதிப்படுத்துபவனைப் போல, பதற்றமில்லாத தன்னம்பிக்கையோடு அவன் பேசினான். "நேற்று எமைன் என்னிடம் எல்லாவற்றையும் ஒப்புக்கொண்டாள். அவளைக் கண்டுபிடித்து, வீட்டுக்குக் கூட்டி வந்துவிட்டேன். ஜெலால் எஃபெண்டி! உங்களை நினைத்தாலே குமட்டுகிறது!" என்றான். பிறகு, யாருக்குமே ஆர்வமில்லாத மந்தமான விளையாட்டைப் பற்றி முடிவுரையாகக் கூறும் அக்கறையற்ற நடுவர் குரலில், "நான் உங்களைக் கொல்லப் போகிறேன்," என்றான் அவன்.

சற்று நேரத்திற்கு ஒரு மௌனம் நிலவியது. "இந்த விஷயத்தில் என்னுடைய தரப்பையும் விளக்கிச் சொல்ல நீங்கள் எனக்கு ஒரு வாய்ப்பு தரலாம்," என்றான் காலிப், தன்னுடைய வழக்குரைஞர் பாணியில். "அந்தப் பத்திக் கட்டுரை தவறுதலாக வெளியாகி இருக்கிறது. அது எத்தனையோ ஆண்டுகளுக்கு முன்னால் வெளிவந்தது."

“அதையெல்லாம் மறந்துவிடுவோம். எல்லாவற்றையும் விட்டு விடுவோம்,” என்றான் மஹ்மட். அவனுடைய முதற்பெயர் என்ன? “இதெல்லாவற்றையும்தான் நான் ஏற்கெனவே கேட்டிருக்கிறேனே. என்னவெல்லாம் கேட்க வேண்டுமோ அத்தனையையும் நான் கேட்டு விட்டேன். ஆனால், உங்களை நான் கொல்லப் போவது அதற்காக அல்ல. சொல்லப்போனால், அதற்காகவும்கூட உங்களைக் கொல்லலாம்தான். அதற்குமே தகுதியானவர்தான் நீங்கள். உங்களை நான் எதற்காகக் கொல்லப் போகிறேன் தெரியுமா?” இதற்கான பதிலை ஜெலால் – அல்லது காலிப் – சொல்ல வேண்டும் என்பதற்காக அவன் இந்தக் கேள்வியைத் தொடுக்கவில்லை. அதற்கான விடை ஏற்கெனவே அவனிடம் இருந்தது. வழக்குரைஞருக்கே உரிய பழக்கத்தில், காலிப் அவதானித்துக் கொண்டிருந்தான். “நான் உங்களைக் கொல்லப் போவது, இந்தச் சீரழிந்து விட்ட தேசத்தை மீண்டும் சீரடையச் செய்திருக்கும் புரட்சியை நீங்கள் காட்டிக்கொடுத்துவிட்டீர்கள் என்பதற்காக அல்ல. மதிப்பிற்குரிய ராணுவ அதிகாரிகளையும், வேறு பல துணிச்சலான நாட்டுப்பற்று மிகுந்த நபர்களையும் நீங்கள் கிண்டலடித்து அவர்களின் எதிர்காலத்தைப் பாழாக்கியதற்காகவும் அல்ல. அவர்களெல்லோரும் தமது வாழ்க்கையையே களத்தில் பணயம் வைத்திருந்தபோது, உங்களுடைய பிரியமான கைவைத்த நாற்காலியில் அமர்ந்தபடி, மாயாஜாலக் கற்பனையில் ஆழ்ந்து, நீங்கள் வெளிப்படுத்திய நயவஞ்சகப் பகற்கனவுகளுக்காகவும் அல்ல. இந்த தேசம் முழுவதிலும் பரவிக் கிடக்கும் எளிமையான தேசபக்தர்களின் மறைமுகமான நம்பிக்கையைப் பெற்று அவர்களுடைய கனவுகளைக் கறைப்படுத்தியதற்காகவும் அல்ல. நீங்கள் என்னுடைய மனைவியை ஏமாற்றியதற்காகக்கூட அல்ல. அவளைப் பற்றி மிகச் சுருக்கமாகச் சொல்லிவிடுகிறேன். நாங்களெல்லோரும் புரட்சி எனும் நோய்மையால் பீடிக்கப்பட்டிருந்த காலத்தில் அவளுக்கு ஒரு விதமான மன அழுத்தம் ஏற்பட்டிருந்தது. இல்லை. இவற்றுக்காக எல்லாம் நான் உங்களைக் கொல்லப் போவதில்லை. உங்களை நான் எதறகாகக் கொல்லப்போகிறேன் என்றால், எங்கள் எல்லோரையும் நீங்கள் ஒட்டுமொத்தமாக ஏமாற்றியதற்காக. உங்களுடைய துணிச்சலான பொய்களாலும், இழிவான கனவுகளாலும், பித்தம் தலைக்கேறிய கொள்கைப்பிடிப்புகளாலும், பாசாங்கான கண்ணியத்தாலும், ஒயிலான எழுத்து நடையாலும், எல்லோரையும் கவர்ந்திழுக்கும் குதர்க்கத்தாலும், இந்த ஒட்டுமொத்த தேசத்தையுமே நீங்கள் வஞ்சித்துவிட்டீர்கள். வருடக் கணக்காக என்னையுமே நீங்கள் முட்டாளாக்கி இருக்கிறீர்கள். ஆனால், ஒரு வழியாக இப்பொழுது நான் விழித்துக்கொண்டுவிட்டேன். இனி ஒவ்வொருவரும் விழித்துக்கொள்ள வேண்டும். ஒரு காலத்தில் நீங்கள் கேட்டு, கேலி பேசிய, கதையின் கடைக்காரன். நீங்கள் இளப்பமாய்ச் சிரித்துவிட்டு மறந்துவிட்ட அந்த மனிதன் – அவனுக்காகவும் பழி தீர்க்கப் போகிறேன். வேறெதைப் பற்றியுமே யோசிக்காமல், இந்த வாரம் முழுக்க உங்களை நகரெங்கும் சல்லடை போட்டுத் தேடிக்கொண்டிருந்தேன். இப்பொழுது முன்னே செல்ல எனக்கு ஒரேயொரு வழிதான் தென்படுகிறது. ஏனென்றால், நான் இதுவரை கற்றுக்கொண்ட அத்தனை விஷயங்களையும் மறந்தாக வேண்டும். நான் மட்டுமல்ல, இந்த நாடும் கூடத்தான். என்ன இருந்தாலும், ‘சவ அடக்கம் முடிந்த முதலாவது இலையுதிர் காலத்திற்குள்ளாகவே நமது எழுத்தாளர்களின் நினைவுகளை நாம் தொலைத்துவிடுகிறோம்,

இனி அவர்கள் அங்கேயே நிரந்தரமாக உறங்கட்டுமென்று மறதியெனும் ஆழங்காணவியலாத கேணிக்குள் அவர்களை அமிழ்த்திவிடுகிறோம்' என்று எழுதியது நீங்கள்தானே!

"இதை ஏற்றுக்கொள்வதைத் தவிர எனக்கு வேறு வழியில்லை" என்றான் காலிப். "என்னுடைய ஞாபகசக்தி கிட்டத்தட்ட முற்றிலுமாக வற்றிப்போய்விட்டது என்பதை உங்களிடம் ஏற்கெனவே சொன்னேனா? கடைசியாக எழுத இருக்கின்ற இந்த ஒரு சில பத்திக் கட்டுரைகளையும் பிரசுரித்துவிட்ட பிறகு, ஒரேயடியாக இந்த எழுத்துத் தொழிலுக்கு முழுக்குப் போட்டுவிடலாமா என்று நான் யோசித்துக்கொண்டிருக்கிறேன். அதுவும் நல்லதுக்குத்தான். என்னிடம் மீந்திருக்கும் சொற்ப நினைவுக் கூறுகளையும் தொலைத்துத் தலை முழுகிவிடலாம் இல்லையா? இதைச் சொல்லிக்கொண்டிருக்கும்போதுதான் நினைவுக்கு வருகிறது. ஆமாம், இன்றைக்கு வெளியாகியிருக்கும் பத்திக் கட்டுரையிலிருந்து நீங்கள் என்ன புரிந்துகொண்டீர்கள்?"

"அடக் கேடுகெட்ட வேசிமகனே! உனக்குப் பொறுப்புணர்ச்சியென்று எதுவுமே கிடையாதா? கடமையுணர்வு என்றால் என்னவெனத் தெரியுமா? நேர்மை என்றால் என்னவெனத் தெரியுமா? பொதுநலம் என்றாலாவது என்னவெனத் தெரியுமா? ஏமாந்த சோணகிரிகளான உன்னுடைய அப்பாவி வாசகர்களைக் கேலி செய்ய நீ அனுப்பியிருக்கும் இந்த வேடிக்கையான சின்னச் சின்ன சைகைகளை என்னவென்று சொல்ல? அவை வேறெதையுமே உனக்கு நினைவூட்டவில்லையென்று என்னிடம் சாதிக்கப் போகிறாயா? சகோதர உணர்வுவென்றால் என்னவென்று உனக்குத் தெரியுமா?"

தெரியும், நன்றாகவே தெரியும் என்றுதான் காலிப் சொல்ல ஆசைப் பட்டான். ஜெலாலுக்கு ஆதரவாக அல்ல. மாறாக அந்தக் கேள்வி அவனுக்குப் பிடித்திருந்ததால். ஆனால் அதற்கு அவனுக்கு வாய்ப்பே கிடைக்கவில்லை. ஏனென்றால், மஹ்மட் என்று தன்னைக் கூறிக்கொள்ளும் அந்தக் குரல் – எந்த மஹ்மட் இந்த முஹம்மது? – கோபாவேசத்தில் வெகுண்டெழுந்த வசவுகளை அவன் மீது அள்ளி வீசிக்கொண்டிருந்தது.

வசைமாரி ஒரு வழியாக நின்றது. கடைசியில், "வாயை மூடு. போதும் போதுமென்கிற அளவுக்கு நான் உன்னிடமிருந்து கேட்டுவிட்டேன்," என்றான் மஹ்மட். இப்பொழுது அவன் பேசியது பின்னணியில் அழுது கொண்டிருந்த அந்தப் பெண்ணிடமென்று காலிப் முடிவெடுத்தான். ஏனென்றால், அவள் இப்போது அமைதியாக இருந்தாள். அதற்கப்புறமாக அவள் எதற்கோ விளக்கம் சொல்லிக்கொண்டிருப்பது காலிப்பின் காதுகளில் விழுந்தது. பிறகு, அறையிலிருந்த யாரோ வானொலியை நிறுத்தினார்கள்.

"அவள் என்னுடைய ஒன்றுவிட்ட சகோதரி. அது உனக்குத் தெரியுமா? அதைத் தெரிந்துகொண்டுதானே நெருங்கிய சொந்தத்தில் திருமணம் செய்துகொள்பவர்களைப் பற்றி நக்கலடித்து அந்த சாமர்த்தியமான கட்டுரைகளை எல்லாம் நீ எழுதினாய்?" என்று தொடர்ந்தது மஹ்மட் என்று தன்னைச் சொல்லிக்கொண்ட அந்தக் குரல். "நம்முடைய நாட்டில் பாதி இளைஞர்கள் அவரவர் சித்தப்பா அல்லது பெரியப்பா மகள்களையும், மீதிப் பேர் அவரவர் சின்னம்மா அல்லது பெரியம்மா மகள்களையும்தான்

திருமணம் செய்துகொள்கிறார்கள். இது உனக்கு நன்றாகவே தெரியும். இருந்தாலும், நெருங்கிய உறவுமுறைத் திருமணங்களைப் பற்றி அவதூறான விஷயங்களை நீ தொடர்ந்து எழுதிக்கொண்டிருந்தாய். ஆனால், ஒரு விஷயத்தை நான் தெளிவுபடுத்துகிறேன், இனிய ஜெலால் பே. இவளை நான் திருமணம் செய்துகொண்டது, வேறு பெண்களைப் பார்க்கும் சந்தர்ப்பமே எனக்கு அமையாமல் போனதினால் அல்ல. எனக்கு உறவுமுறை இல்லாத பெண்கள் மீதிருந்த பயத்தாலும் இவளை நான் திருமணம் செய்துகொள்ளவில்லை. என்னுடைய அம்மா, சின்னம்மா, பெரியம்மா, அவர்களுடைய பிள்ளைகள் ஆகியோரைத் தவிர வேறு யாரும் என்னை உண்மையாக நேசிக்கமாட்டார்கள் என்ற எண்ணத்தினால் இவளை நான் திருமணம் செய்துகொண்டிருக்கவில்லை. என்னைச் சகித்துக் கொள்ளக்கூடியவள் இவள் மட்டும்தான் என்பதற்காகவும் இவளை நான் திருமணம் செய்துகொள்ளவில்லை. இந்தப் பெண்ணை நான் திருமணம் செய்துகொண்டதற்குக் காரணம், நான் அவளை உளமாரக் காதலித்ததுதான். சிறுவயதில் இருந்தே விளையாட்டுத் தோழியாய் இருந்த பெண்ணைக் காதலிப்பதென்றால் உனக்கு என்னவென்று தெரியுமா? அதைப் பற்றிக் கொஞ்சமாவது அறிவிருக்கிறதா உனக்கு? வாழ்க்கை முழுவதும் ஒரே பெண்ணைக் காதலிப்பதென்பதைப் பற்றியாவது உனக்கு எதுவும் தெரியுமா? இதோ உனக்காகக் கதறிக்கொண்டிருக்கிறாளே, இந்தப் பெண்ணை நான் ஐம்பது வருடங்களாகக் காதலித்து வருகிறேன். அவள் சிறுமியாய் இருந்த போதிருந்து காதலித்து வருகிறேன். உனக்குப் புரிகிறதா? இன்னும்கூடக் காதலிக்கிறேன். உன்னுடைய மறுபாதியாய் இருக்கும் பெண்ணைப் பார்ப்பதைப் பற்றி உனக்கு ஏதாவது தெரியுமா? அது உன்னையே நீ கனவில் பார்த்துக்கொள்வதற்குச் சமானம். உனக்குக் காதல் என்றால் என்னவென்று தெரியுமா? இதுபோன்ற வார்த்தைகளெல்லாம் உனக்கு வேண்டியதை அடைவதற்கான வழிகள் மட்டும்தானா? நீ சொல்லும் எந்தக் கதையையும் நம்புவதற்கு மிகத் தயாராய் இருக்கும் சராசரி வாசகன் மீது இழிவான விஷமங்களைப் பிரயோகிப்பதற்கான தந்திரங்கள் மட்டும்தானா? ஓ, உன்னைப் பார்த்து நான் எந்த அளவுக்குப் பரிதாபப்படுகிறேன் தெரியுமா? எந்த அளவுக்கு அற்பமாய் உன்னைப் பார்க்கிறேன் தெரியுமா? உனக்காக எந்த அளவுக்கு விசனப்படுகிறேன் என்று தெரியுமா? சொற்தொடுப்புகளை மாற்றிப் போட்டும், சொற்களை வைத்து விளையாட்டுக் காட்டியும் பிழைப்பு நடத்தியதைத் தவிர வேறு எதையாவது வாழ்க்கையில் நீ உருப்படியாகச் செய்திருக்கிறாயா? பதில் சொல்."

"அன்பு நண்பரே, இது என்னுடைய தொழில்," என்றான் காலிப்.

"இதை அவனுடைய தொழில் என்கிறான்," என்று உறுமியது மறுமுனைக் குரல். "நீ எங்களைக் கெடுத்துச் சீரழித்துவிட்டாய்! ஏமாற்றி விட்டாய்! எங்கள் எல்லோரையுமே கேவலப்படுத்திவிட்டாய்! உன் மீது தான் நான் எவ்வளவு நம்பிக்கை வைத்திருந்தேன் என்பதை நினைத்துப் பார்க்கிறேன். வாழ்க்கையென்பது அவலங்களின் நீண்ட பேரணி என்றும், முட்டாள்தனமான மயக்கங்களின் கோர்வை என்றும், கொடுங்கனாக்களின் நரகமென்றும், சராசரித்தனத்தின் உச்சபட்சப் படைப்பென்றும், இதில், எல்லா உலகுமே ஆபாசமானது, கேவலமானது, இரக்கத்திற்குரியது என்றெல்லாம் சொல்லி, உன் வாதத்தை நாங்கள் ஏற்றுக்கொள்ள வைத்து

விட்டதையும் நினைத்துப் பார்க்கிறேன். அடக் கேடுகெட்ட சண்டாளா! உன்னை நான் எவ்வளவு வியந்து போற்றியிருக்கிறேன் தெரியுமா? என்னுடைய துரதிர்ஷ்டங்களுக்கு என்னுடைய கோழைத்தனத்தைத்தான் நான் நொந்துகொள்ள வேண்டுமென்று நீ சொன்னதை நானும் நம்பினேனே! நம்முடைய தேசம் அனுபவிக்கும் ஒவ்வொரு தீவினையும் அதே மூலத்திலிருந்துதான் உருவெடுக்கிறதென்று சொன்னதையும் நான் நம்பினேனே! என்னுடைய தவறுகளை அடையாளம் காண்பதற்காக எவ்வளவு காலத்தை நான் வீணடித்திருக்கிறேன்! என்னை எது கோழையாக்கியது, ஏன் கோழையாக்கியதென்று அடையாளம் காண வேதனையோடு துடித்து, எல்லா வேளைகளிலும் உன்னைப் போய் – இருப்பவர்களுக்குள்ளேயே படுகோழையென்று இப்போது எனக்குத் தெரிகிற உன்னைப் போய் – துணிச்சலின் ஊற்றுக்கண் என்று நம்பினேனே! உன்னை நான் எந்த அளவுக்கு வழிபட்டிருக்கிறேன் என்று உனக்குத் தெரியுமா?

நீ எழுதியிருக்கும் ஒவ்வொரு பத்திக் கட்டுரையையும் நான் விடாமல் தொடர்ந்து படித்திருக்கிறேன். உன்னுடைய மிக, மிகச் சாதாரணமான பிள்ளைப் பிராயத்தைப் பற்றி மேலும், மேலும் நீ எழுதிக் குவித்தவற்றைக் கூட நான் படித்திருக்கிறேன். நாம் எல்லோருமே செய்துகொண்டிருந்த அன்றாட விஷயங்களைப் பற்றித்தான் நீ எழுதினாய். ஆனால் உனக்கு அது புரிந்திருக்கப் போவதில்லை. ஏனென்றால், நீ என்றுமே எங்கள் மீது எந்த விதமான அக்கறையையும் காட்டியதில்லை. வதக்கிய வெங்காய வாடையடிக்கும், இருளோவென்ற மாடிப்படிகளைக் கொண்ட, அந்த இருண்ட குடியிருப்பைப் பற்றி நீ எழுதியிருக்கும் பத்திக் கட்டுரைகளைக் கூட நான் படித்திருக்கிறேன். அந்தக் குடியிருப்பில்தானே உன் சிறு வயதில் நீ கொஞ்ச காலம் வாழ்ந்திருந்தாய்! அதே போல் பேய்கள், சூனியக்காரிகள், அமானுஷ்யப் பரிசோதனைகள் ஆகியவற்றைப் பற்றி நீ எழுதிக் குவித்த, ஒரு மண்ணும் விளங்காத கட்டுரைகளைக்கூட நான் வாசித்திருக்கிறேன். அந்த உதவாக்கரைக் கட்டுரைகளின் மேலோட்டமான பரப்புக்கு அடியிலே ரகசிய அதிசயங்கள் மின்னிக்கொண்டிருக்குமென்று நான் உறுதியாய் நம்பிக்கொண்டிருந்தேன். அதனால் அவற்றையெல்லாம் ஒரு முறைக்கு, நூறு முறையாகப் படித்தேன். என்னுடைய மனைவியையும் அவற்றைப் படிக்க வைத்தேன். ஒவ்வொரு மாலைப்பொழுதிலும் அவற்றைப் பற்றி நாங்கள் இருவரும் மணிக்கணக்காய்ப் பேசிக்கொண்டிருப்போம். இறுதியில், ஒரே ஒரு விஷயத்தைத்தான் நான் உறுதியாக நம்ப வேண்டுமென்ற தீர்மானத்திற்கு வந்தேன். அதாவது, வாழ்க்கையின் ரகசிய அர்த்தத்துக்கு என்னை இட்டுச் செல்லும் சைகைகள் இந்தப் பத்திக் கட்டுரைகளில் இருக்கின்றன என்பதே அது. இந்த ரகசிய அர்த்தம் என்னவென்று எனக்குப் புரிந்துவிட்டதாகக்கூட நான் நினைத்தேன். கடைசியில்அந்த ரகசிய அர்த்தம் என்பது ஒன்றுமில்லையென நான் கண்டுகொண்டேன்."

"இப்படி அடிமை போல் என்னை ஆராதிக்க வேண்டுமென்று என்னுடைய வாசகர்களை நான் என்றுமே கேட்டதில்லையே!" என்று காலிப் இடைமறித்தான்.

"இது அப்பட்டமான பொய்! உன்னுடைய தொழிலின் ஆரம்ப காலத்திலிருந்தே என் போன்றவர்களை நம்பவைத்துக் கழுத்தறுக்க தொழில் தர்மத்திற்கு அப்பாற்பட்ட வேலைகளை எல்லாம் நீ செய்திருக்கிறாய்.

வாசகர்களின் கடிதங்களுக்குப் பதில் எழுதியிருக்கிறாய். அவர்களுடைய புகைப்படங்களைக் கேட்டு வாங்கியிருக்கிறாய். அவர்களுடைய கையெழுத்தைப் படித்து ஆராய்ந்திருக்கிறாய். ரகசியங்களை, கடவுச் சொற்களை, சங்கேத வாக்கியங்களை அவர்களுக்குச் சொல்வதாகப் பசப்பியிருக்கிறாய்…"

"எல்லாமே, புரட்சிக்குத் துணையிருக்கத்தானே? தீர்ப்பின் இறுதி நாளை விளம்பரப்படுத்துவதற்காகத்தானே? தீர்க்கதரிசியின், இறைத் தூதரின் வருகையைக் குறிக்கத்தானே? மீட்சியின் நேரத்தைக் கணிக்கத் தானே?…"

"அப்புறம் என்ன நடக்கும்? நீ எழுதியதை நிறுத்திவிட்ட பின் என்ன ஆகும்?"

"என்ன இருந்தாலும், வாசகர்கள் ஏதாவதொன்றின் மீது நம்பிக்கை கொள்ள நான் ஒரு விஷயத்தைக் கொடுத்தேன் இல்லையா?"

ஆமாம். அவர்கள் உன்னை நம்பினார்கள். நீயும் அதை மிகவும் விரும்பினாயா இல்லையா? இங்கே கவனி. உன்னை நான் மிகவும் சிரத்தையோடு வழிபட்டேன். எந்த அளவிற்கென்றால், உன்னுடைய மதியூகம் மிகுந்த கட்டுரை ஒன்றைப் படித்துவிட்டால், என்னுடைய நாற்காலியிலிருந்து எம்பி நான் மேலும் கீழுமாகக் குதிப்பேன். கண்களில் கண்ணீர் பெருக்கெடுக்கும். என்னால் ஓரிடத்தில் நிலைகொள்ள முடியாது. அறைக்குள் விரைந்து நடப்பேன். வீதிகளில் விரைந்து நடப்பேன். உன்னைப் பற்றிய கனவுகளில் மூழ்கிக்கிடப்பேன். ஆனால் அது வெறும் ஆரம்பம் மட்டுமே. உன்னைப் பற்றியே தொடர்ந்து சிந்தனை செய்துகொண்டு, கனவு கண்டுகொண்டிருப்பேன். ஒரு கட்டத்தில், நமக்குள் இருந்த இடைக்கோடு என்னுடைய கற்பனைகளின் எல்லைகளுக்குள் மங்கி மறைந்து போனது. நீ எங்கே முடிக்கிறாய், நான் எங்கே தொடர்கிறேனென்று என்னால் தீர்மானிக்க முடியாமல் போய்விட்டது. இல்லை. உன்னுடைய எழுத்துகளுக்கெல்லாம் நானே கர்த்தா என்கிற அளவுக்கெல்லாம் நான் போய்விடவில்லை. நானொன்றும் கிறுக்கனில்லை. வெறும் விசுவாசமான வாசகன் மட்டுமே என்பதை மறந்துவிடாதே. ஆனால், ஏதோ ஒரு விந்தையான விதத்தில், அடையாளம் கண்டுபிடிக்க முடியாத ஏதோ ஒரு சுற்றிவளைத்துச் செல்லும் வழியில், இந்த சாமர்த்தியமான வாக்கியங்களை, இந்த நேர்த்தியான சிந்தனைகளை, உருவாக்கியதில் எனக்கும் ஒரு பங்குண்டென்று எனக்குத் தோன்றியது. அதாவது, நான் மட்டும் இல்லையென்றால், இந்த உத்வேகமூட்டும் சிந்தனைகள் எதுவும் உன்னிடம் உதித்திருக்க வாய்ப்பில்லை. இதைத் தப்பர்த்தம் செய்துகொள்ளாதே! என் அனுமதியை ஒரு முறைகூடக் கேட்காமல், என்னிடமிருந்து நீ திருடிக்கொண்ட எண்ணற்ற யோசனைகளைப் பற்றி நான் சொல்லவில்லை. பல்வேறு வகைகளில், ஹுரூஃபிஸத்தில் எனக்குக் கிடைத்த உத்வேகத்தைப் பற்றியும் நான் இப்பொழுது பேசவில்லை. நான் எத்தனையோ கஷ்டப்பட்டுப் பிரசுரித்த கண்டுபிடிப்புகளைப் பற்றியும் கூட இங்கே நான் குறிப்பிடவில்லை. எப்படிப் பார்த்தாலும் அவையெல்லாமே உன்னுடையதுதான். நான் இப்பொழுது சொல்ல வருவது எதைப் பற்றியென்றால், ஒரே நேரத்தில் நாம் இருவரும் ஒரே மாதிரியான விஷயங்களைப் பற்றித்தான் யோசித்துக்கொண்டிருக்கிறோம் என்ற

உணர்வை. அதாவது, உன்னுடைய வெற்றியில் எனக்கும் பங்கிருக்கிறது என்ற உணர்வை. உனக்குப் புரிகிறதா?”

“நன்றாகவே புரிகிறது”, என்றான் காலிப். “சொல்லப் போனால், இதே போல ஏதோ ஒன்றைக்கூட நான் ஒரு முறை எழுதியிருக்கிறேன்.”

“ஆமாம். அவர்கள் தவறாகப் பிரசுரித்துவிட்ட அந்த மானக்கேடான கட்டுரையில். ஆனால், இன்னும்கூட நீ புரிந்துகொள்ளவில்லை. ஏனென்றால், நீ புரிந்துகொண்டிருந்தால், நீ அப்பொழுதே என்னுடன் சேர்ந்துகொண்டிருப்பாய். அதனால்தான் நான் உன்னைக் கொல்லப் போகிறேன். முழுக்க முழுக்க இந்த ஒரே காரணத்திற்காக! ஏனென்றால், நீ புரிந்துகொள்ளாமலேயே, புரிந்துகொண்டவனைப் போல் நடித்தாய். ஏனென்றால், உண்மையில் நீ எங்களோடு இணைந்திருக்காத போதும், பசப்பிப் பசப்பியே எங்களுடைய ஆன்மாவுக்குள்ளும், கனவுகளுக்குள்ளும் நுழைந்துவிட்டாய். உன்னுடைய வார்த்தைகளை ஒன்றுவிடாமல் கபளீகரம் செய்துகொண்டிருந்த நாட்களில், அவற்றின் சாதுர்யத்திற்கு நானும்கூடப் பங்களித்திருப்பதாய் நம்பியிருந்த அத்தனை வருடங்களில், நாம் நண்பர்களாக இருந்த மகிழ்ச்சியான ஆண்டுகளின் நினைவுகளை மாயமாய் வரவழைக்க நான் முயன்றுகொண்டிருப்பேன். நாம் இப்படி ஒரே மாதிரியான சிந்தனைகளைக் கொண்டிருந்த நேரமென்று ஒன்று கட்டாயம் இருந்திருக்குமென்று எனக்கு நானே உறுதிப்படுத்திக் கொள்ள முயன்றவாறிருப்பேன். அதில் அடிக்கடி வெற்றியும் பெறுவேன். அதே அளவிற்கு, அடிக்கடி நீயும் என்னுடைய பகற்கனவுகளில் பங்கு கொள்வாய். அதனால், உன்னுடைய விசிறிகளுள் யாரையாவது நான் பார்த்தால், அவனும் உன் மீது பாராட்டுமழை பொழிந்தால், அவன் ஏதோ என்னையே பாராட்டுவதைப் போல் எனக்கிருக்கும். ஏதோ, உன்னளவுக்கே நானும் பிரபலமாக ஆகிவிட்டதைப் போலத் தோன்றும். உன்னுடைய இருண்ட ரகசிய வாழ்வைப் பற்றிய வதந்திகள் வரும் போதெல்லாம் – நான் பார்க்க சாதாரணமானவனாகத் தோன்றினாலும், உண்மையில் அப்படியல்ல என்பதற்கான நிரூபணங்களே இந்த வதந்திகள் – நானும் கூட உன்னுடைய தெய்வீக ரகசியத்தால் ஸ்பரிசிக்கப்பட்டவன் எனத் தோன்றும். நானும்கூட ஒரு வாழும் பேராளுமைதான் எனத் தோன்றும். இதனால் நான் உத்வேகம் அடைவேன். உன்னுடைய தயவால், நான் ஒரு புதிய மனிதனாகப் பிறப்பெடுத்தேன். ஆரம்ப ஆண்டுகளில், நகரின் போக்குவரத்துப் படகில் அமர்ந்திருக்கும்போது, சக நாட்டவர் யாராவது இரண்டு பேர் கைகளில் செய்தித்தாள்களைப் பற்றியபடி, உன்னை விவாதித்துக்கொண்டிருந்தால் எனக்கு ஜெலாலைத் தனிப்பட்ட முறையிலேயே தெரியுமென்று சொல்லிக்கொள்ள நான் எவ்வளவு துடிப்பேன் தெரியுமா? மிக நெருக்கமாகவே தெரியும் என்றுகூடச் சொல்லலாம். அவர்கள் என்னை மிகுந்த மதிப்புடனும் மலைப்புடனும் பார்த்துக்கொண்டிருக்க, நம் இருவருக்கும் இடையில் இருக்கும் ரகசியங்களை அவர்களோடு பகிர்ந்துகொள்ள வேண்டும் என்று நான் எப்படியெல்லாம் ஏங்கியிருக்கிறேன் தெரியுமா? பிற்பாடு, இந்த உந்துதல் மேலும் மேலும் தீவிரமடைந்தது. யாராவது இரண்டு பேர் உன் கட்டுரைகளைப் படித்துக்கொண்டிருந்தாலோ, அல்லது உன்னைப் பற்றிப் பேசிக்கொண்டிருந்தாலோ, ‘கனவான்களே, நீங்கள் கற்பனையில் கூட நினைக்க முடியாத அளவுக்கு அணுக்கமாக ஜெலால் பேயுடன்

இருக்கிறீர்கள். ஏனென்றால், நான்தான் அவர்' என்று சொல்லத் தோன்றும். ஆனால், இந்த நினைப்பே எனக்கு மிகுந்த போதையூட்டுவதாக, மிகவும் முரண்பட்டதாகத் தோன்றும். அதனால், பேச வேண்டும் என்ற சபலம் எனக்குள் ஏற்பட்ட ஒவ்வொரு தடவையும், என்னுடைய சொற்கள் ஏற்படுத்தக் கூடிய திகைப்பு மிகுந்த வியப்பைக் கற்பனை செய்து பார்க்கும் ஒவ்வொரு தடவையும், என்னுடைய இதயம் படபடவென்று அடித்துக் கொள்ளும். நெற்றியின் மீது வியர்வை அரும்பும். சந்தோஷத்தில் நான் கிட்டத்தட்ட மயக்கமே போட்டுவிடுவேன். அதனால், பொது இடத்தில் இப்படி நான் என்னைக் காட்டிக்கொண்டதில்லை. என்னுடைய ஆனந்தத்தையும் பெருமித உணர்வையும் நான் மறைத்துக்கொள்வேன். ஏனென்றால், இப்படியோர் எண்ணம் மனத்தில் தோன்றி மறைவதே போதும் என்ற நிறைவு எனக்கு ஏற்பட்டுவிடும். இதெல்லாம் உனக்குப் புரிகிறதா?"

"புரிகிறது"

"உன்னுடைய கட்டுரைகளைப் படித்தவுடன், உன் அளவுக்கு நானுமே புத்திசாலி, வெற்றிகரமானவன் என்றும், ஏதோ அவற்றை நானே எழுதி யிருக்கிறேன் என்பதைப் போலவும் உணர்ந்தேன். அவர்கள் உன்னை மட்டும் பாராட்டவில்லை. என்னையும் பாராட்டுகிறார்கள். ஏனென்றால், நானும் நீயும் ஒன்றாகவே இருந்தோம். பித்துப் பிடித்தலையும் கும்பலை விட்டு வெகுதொலைவில், வேறொரு தளத்தில் உன்னை நான் மிகச் சரியாகப் புரிந்துகொண்டேன். உன்னைப் போலவே நானும் திரையரங்குகளில், கால்பந்துப் போட்டிகளில், சந்தைகளில், திருவிழாக்களில் கூடும் கூட்டங் களை வெறுத்தேன். அவர்கள் எல்லோரும் முழு மனிதர்களாகப் பக்குவப் பட முடியாத நிலைக்குச் சபிக்கப்பட்டவர்கள். ஒரே மாதிரியான, பழைய மூடத்தனங்களுக்கும், ஒரே மாதிரியான பழைய கதைகளுக்கும் இரையாகிப்போகிறவர்கள். அவர்கள் மிக வெகுளித்தனமாய்த் தோன்றும் கணங்களில்கூட இதயத்தையே நொறுக்கிவிடும் பெருந்துயர்களுக்குப் பலியாகியிருக்கும் பொழுதுகளில்கூட, அவர்களும் ஒரு விதத்தில் இதற்கெல் லாம் காரணமானவர்கள், குறைந்த பட்சம், கூட்டாளிகளென்று நீ அறிந்திருந்தாய். நானும்கூட அவர்களுடைய போலி இறைத்தூதர்கள், மடத்தனமாய்த் தவறு செய்யும் அதிபர்கள், அவர்களுடைய ராணுவக் கவிழ்ப்பு முயற்சிகள், அவர்களுடைய மக்களாட்சிகள், அவர்களுடைய சித்திரவதைகள், அவர்களுடைய திரைப்படங்கள் ஆகியவற்றைப் பார்த்து அருவருப்படைந்தேன். சோர்ந்துபோனேன். எத்தனையோ ஆண்டுகளாக, உன்னுடைய பத்திக்கட்டுரைகளின் இறுதிப் பகுதிக்கு வரும்பொழுது, 'ஆமாம்!' என்று எனக்கு நானே சொல்லிக்கொள்வேன். அதனால்தான் நான் ஜெலால் சாலிக்கை அந்த அளவுக்கு நேசிக்கிறேன். கண்களில் நீர் பெருக்கெடுத்து வழியும் அளவுக்கு என்னுடைய ஆனந்தம் இருக்கும். நேற்று வரை இருந்ததைப் போல. ஒரு வானம்பாடியைப் போல உனக்காகப் பாடித் திரிந்துகொண்டிருந்தபோது. உன்னுடைய பத்திக் கட்டுரைகளை ஒவ்வொன்றாய் நினைவுக்குக் கொண்டுவந்தபோது. நேற்றைக்கு முன்பு வரை, என்னைப் போன்ற ஒரு வாசகனை நீ கற்பனை செய்தாவது பார்த்திருக்க முடியுமா?"

"ஒருவேளை, ஓரளவிற்கு –"

“அப்படியென்றால் கவனி. என்னுடைய சொந்த, சோக வாழ்வின் தொலைதூரக் கடந்த காலத்துக்கு நான் உன்னை இட்டுச் செல்லப் போகிறேன். உப்புச்சப்பற்ற, சராசரித்தனமான பேரழிவாக இருந்துவரும் இந்த நகரில் வாழும் எவரொருவரும் உடனடியாக அடையாளம் கண்டுகொள்ளக் கூடிய ஒரு தருணத்துக்கு. ஏதோ ஒரு மிருகம், ஒரு பண்பாடற்ற காட்டான், ஒரு முறை, பகிருந்தின் கதவை அறைந்து சாத்தும் பொழுது என் விரலை நசுக்கிவிட்டான். அந்த வலியோடு, என்னுடைய ஓய்வுக்கால ஊதியத்தில் அற்பத்தனமான சிறிய உயர்வைக் கோரிப் பெறுவதற்காக அலுவலகத்தில் நான் நின்றுகொண்டிருக்கிறேன். மேஜைக்கு மறுபுறத்தில் அமர்ந்திருந்த ஒரு தகுதியற்ற சாமர்த்தியமான மட்டிப்பயல் வேண்டுமென்றே காலம் கடத்திக்கொண்டிருந்தான். ஆக, நான் அங்கே துரதிர்ஷ்ட சகதிக்குள் சிக்கிக்கொண்டு நின்றிருந்தேன். உயிர்க்காப்பு மிதவையைப் போல அப்பொழுது என் மனத்துக்குள் ஓர் எண்ணம் மின்னலடித்தது. என்னுடைய நிலைமையில் ஜெலால் சாலிக் இருந்திருந்தால் அவர் என்ன செய்திருப்பார்? அவர் என்ன சொல்லியிருப்பார்? அவர் எப்படி நடந்துகொள்கிறாரோ அப்படித்தான் நான் நடந்துகொள்கிறேனா? கடந்த இருபதாண்டுகளில், அந்தக் கடைசிக் கேள்வி மட்டும் ஒரு நோய் போல் என்னைப் பீடித்துவிட்டது. ஏதோ ஓர் உறவினர் வீட்டுத் திருமணத்தில் ஏனைய விருந்தினர்களோடு சம்பிரதாயமான ஹோலே நடனமாடும் வட்டத்துக்குள் நான் இணைந்திருப்பேன். அதற்குக் காரணம் நான் அடுத்தவர்களுடைய சந்தோஷத்தைக் குலைத்துவிடக் கூடாதென்பதற்காகத்தான். அல்லது ஏதோ ஒரு காஃபியகத்தில் சீட்டாடிப் பொழுதைப் போக்க உட்கார்ந்திருப்பேன். அப்பொழுதுதான் அறுபத்தியாறு புள்ளிகள் எடுத்திருந்த சந்தோஷத்தில் சிரித்துக்கொண்டிருப்பேன். அப்பொழுது, ஜெலால் சாலிக் இப்படி ஒரு காரியத்தைச் செய்து கொண்டிருப்பாரா எனும் சிந்தனை திடீரென்று தோன்றும். அந்த ஒட்டு மொத்த மாலைப்பொழுதையும் நாசமாக்க இது ஒன்று போதும். என் ஒட்டு மொத்த வாழ்க்கையையுமே வீணடிக்க இது போதும். இந்த நொடியில் ஜெலால் சாலிக் என்ன செய்துகொண்டிருப்பார்? இந்த நேரத்தில் என்ன செய்துகொண்டிருப்பார்? இந்தத் துல்லியமான நொடியில் எதைப் பற்றிச் சிந்தித்துக்கொண்டிருப்பார்? இப்படிக் கேட்டுக் கேட்டே என்னுடைய ஒட்டுமொத்த வாழ்க்கையையும் நான் கழித்துவிட்டேன். ஆனால், அது அத்தோடு நின்றிருந்தால் நான் கவலைப்பட்டிருக்க மாட்டேன். ஏனென்றால், அதற்குள், இன்னொரு கேள்வி மனத்தில் மின்னலடித்திருக்கும். ஜெலால் சாலிக் என்னைப் பற்றி என்ன நினைப்பார்? காலைச் சிற்றுண்டியை முடித்துவிட்டு, இன்னும் என்னுடைய பைஜாமாவை அணிந்தபடி சிகரெட்டும் கையுமாக நான் நின்றுகொண்டிருப்பதைப் பார்த்தால், ஜெலால் சாலிக் என்ன சொல்லுவார்? குட்டைப் பாவாடையை அணிந்து கொண்டிருக்கிறாள் என்ற ஒரே காரணத்துக்காகப் பயணியர் படகில் எனக்கருகில் உட்கார்ந்திருக்கும் திருமணமான பெண்ணைச் சீண்டிக் கொண்டிருக்கும் அறிவிலியை நான் ஏசிக்கொண்டிருப்பதை ஜெலால் சாலிக் பார்த்தால் என்ன நினைப்பார்? அவருடைய பத்திக் கட்டுரைகளை எல்லாம் கத்தரித்து எடுத்து ஓங்கா சின்னம் போட்ட அட்டைப் பிணைப்புகளில் பத்திரப்படுத்தி வைத்திருப்பதை ஜெலால் சாலிக் பார்த்தால் என்ன நினைப்பார்? அவரைப் பற்றி நான் நினைப்பதெல்லாம் தெரியவந்தால், வாழ்க்கையைப் பற்றி நான் என்ன நினைக்கிறேன் எனத்

தெரிய வந்தால், ஜெலால் சாலிக் என்ன சொல்லுவாரென்று எனக்குள் நானே வியந்தபடி இருப்பேன்."

"என்னுடைய மதிப்பிற்குகந்த வாசகரே, என்னுடைய விசுவாசமான நண்பரே!" என்றான் காலிப். "இத்தனை வருடங்களில், நீங்கள் ஏன் ஒருமுறைகூட என்னைத் தொடர்புகொள்ள முயலவில்லை? இதற்கு பதில் சொல்லுங்கள்."

"நான் அதைப் பற்றி யோசிக்காமல் இருந்திருப்பேனென்றா நினைக்கிறாய்? எனக்கு பயமாக இருந்தது. தப்பாக நினைத்துக் கொள்ளாதே. நீ தப்பாக எடுத்துக்கொள்வதைப் பற்றி அப்படியொன்றும் நான் கவலைப்படவில்லை. உன்னுடைய ஆகிருதியின் முன்பாக நான் என்னையே தாழ்த்திக்கொள்வேனோ என்றோ, அப்படிப்பட்ட சந்தர்ப்பங்களில் எல்லோருமே செய்வதைப் போல் உன்னை முகஸ்துதி செய்ய வேண்டியிருக்குமே என்றோகூட நான் கவலைப்படவில்லை. நீ சொன்ன மிக, மிகச் சாதாரணமான விஷயங்களில் எல்லாம் நான் பெரும் அற்புதங்களைத் தரிசிக்க வேண்டி வருமோ என்றுகூட நான் கவலைப்படவில்லை. இதைப் பற்றியெல்லாம் நான் அக்கறைப்பட வேண்டுமென்று நீ எதிர்பார்ப்பாயோ என்றுகூட நான் கவலைப்படவில்லை. தப்பான நேரத்தில் சிரித்துவைத்து உன்னைக் கடுப்பேற்றிவிடுவேனோ என்பதைப் பற்றியும் நான் பயப்படவில்லை. சொல்லப்போனால் இது போன்ற விஷயங்களை எல்லாம் ஓராயிரம் தடவையாவது கற்பனை செய்து பார்த்திருக்கிறேன். ஆனால், இவற்றுக்கெல்லாம் அப்பால் நான் சென்றுவிட்டேன்."

"இந்தக் காட்சிகள் புலப்படுத்தும் நபரைக் காட்டிலும் நீங்கள் அதிபுத்திசாலியாகவே தெரிகிறீர்கள்," என்றான் காலிப் கனிவாக.

"நான் பயந்ததெல்லாம், நாம் ஒரு முறை சந்தித்துவிட்டால், நான் விவரித்தபடி உன் மீதிருக்கும் அபிமானத்தை வெளிப்படுத்தி, பாராட்டு மழையைப் பொழிந்துவிட்டால், பிறகு இருவருக்குமே ஒருவருக்கொருவர் பேசிக்கொள்ள விஷயமே இல்லாமல் போய்விடுமோ என்றுதான்."

"ஆனால் அது அப்படி இருப்பதில்லை. அதை இந்நேரம் நீங்களே உணர்ந்திருப்பீர்கள்," என்றான் காலிப். "நாம் எப்படிச் சரியான முறையில் பேசிக்கொண்டிருக்கிறோம் இப்பொழுது என்பதை யோசியுங்கள்."

மறுமுனையில் மௌனம் நிலவியது. "நான் உன்னைக் கொல்லாமல் விடப்போவதில்லை," என்றது அந்தக் குரல். "உன்னைக் கொல்லப் போவதற்குக் காரணம் நீயேதான். ஏனென்றால், நான் நானாக இருக்க நீ எனக்கு வாய்ப்பே தரவில்லை."

"யாருமே தான் தானாக இருப்பதென்பது முடியாது."

"நீ இப்படித்தான் சொல்லிக்கொண்டிருக்கிறாய். ஆனால், நான் உணர்வதைப் போல் உன்னால் உணர முடியாது. நான் என்ன சொல்ல வருகிறேன் என்பதை உன்னால் புரிந்துகொள்ளவே முடியாது. புதிர் என்று சொல்கிறாயே ஒரு விஷயம் – அந்த உண்மையைப் பற்றி புரிந்துகொள்ளாமலேயே நீ அதைத் தெரிந்துகொண்டிருந்தாய். அது இன்னதென்று புரிந்துகொள்ளாமலேயே அதைப் பற்றி விளக்கமாக வேறு

எழுதியிருந்தாய். ஏனென்றால், தான் உண்மையாக இல்லாத எவரொருவராலும், இந்த உண்மையைக் கண்டுபிடித்துவிட முடியாது. ஆனால், அதைக் கண்டுபிடித்துவிட்டாலும்கூட கண்டுபிடித்த நபர், அவர் அவராக ஆகிவிடவில்லை என்றே அர்த்தமாகிறது. மேலே சொன்ன இந்த இரண்டு விஷயங்களில் ஏதேனும் ஒன்று உண்மையாய் இருக்கும் பட்சத்தில், மற்றொன்று உண்மையாக இருக்க முடியாது. இந்த முரண்பாட்டைக் கவனித்தாயா?"

"நான் நானாகவும் இருக்கிறேன். வேறொருவராகவும் இருக்கிறேன்," என்றான் காலிப்.

"இல்லை. நீ சொல்வதின் முழு அர்த்தத்தையும் உணர்ந்து நீ அதைச் சொல்லவில்லை," என்றான் மறுமுனைக் குரலுக்குரியவன். "அதனால்தான் நீ சாகப் போகிறாய். இது உன்னுடைய பத்திக் கட்டுரைகளைப் போலவே தான் இருக்கிறது. உனக்கே நம்பிக்கையில்லாத விஷயங்களைப் பிறர் நம்புமாறு செய்கிறாய். சொல்லப் போனால், உனக்கு அவற்றின் மீது நம்பிக்கையில்லாததால்தான் உன்னால் அவ்வளவு தீர்மானமாகச் சொல்ல முடிகிறது. ஆனால், நீ ஏமாற்றியிருக்கும் இந்த மக்கள் – நீயே நம்பாத விஷயங்களை அவர்கள் நம்புமாறு செய்துவிட்டாயென்று தெரிந்தவுடன் பயத்தில் உறைந்துபோகிறார்கள்."

"பயத்தில் உறைந்துபோகிறார்களா?"

"உனக்கு இன்னுமா புரியவில்லை? என்னை அச்சுறுத்துவது என்னவென்றால், நீ புதிர் என்று சொல்லும் விஷயம்தான். அந்தப் பரந்துபட்ட குழப்பமான பரப்பு. எழுத்தென்று சொல்லப்படுகிற ஆள்மாறாட்டக்காரனின் விளையாட்டு. சொற்களின் இருண்ட வதனங்கள். பல ஆண்டுகளாக உன்னுடைய பத்திக் கட்டுரையைப் படிக்கும்போதெல்லாம், நான் என்னுடைய மேஜைக்கருகில், என்னுடைய நாற்காலியில் உட்கார்ந்துகொண்டிருக்கும் அதே வேளையில், இந்தக் கதைகளை என்னிடம் சொல்லிக்கொண்டிருக்கும் எழுத்தாளருக்குப் பக்கத்தில் வேறொரு இடத்தில் இருப்பதைப் போலவும் உணர்ந்திருக்கிறேன். நம்பிக்கையற்ற ஒரு நபர் மூலமாக நம்பிக்கை ஏற்பட்டிருக்கிறது என்பதை ஒருவன் உணரும்போது எப்படியிருக்கும் என்பது உனக்குத் தெரியுமா? உன்னை மனம் மாற்றியிருக்கும் ஒரு நபர் தன்னுடைய சொற்களின் மீதே நம்பிக்கையற்றவர் என்று தெரியவரும்போது? என்னை நானாக இருக்கவிடாமல் செய்துவிட்டாயே என்பதல்ல நான் உன் மீது சொல்லும் புகார். என்னுடைய வறிய, இழிந்த வாழ்க்கையை நீ வளப்படுத்தினாய். என்னை நீயாக ஆக்கி. இதனால், என்னை விடாப்பிடியாகப் பின் தொடர்ந்துகொண்டிருந்த சுயவெறுப்பு எனும் இருள்மேகத்திலிருந்து நான் தப்பிக்க முடிந்தது. ஆனால், அதே நேரத்தில், இந்த நீ என்று நான் சொல்லும் மாயத்தைப் பற்றிய தீர்மானம் என்னிடம் எப்போதுமே இல்லாமல் போயிருந்தது. இது எனக்குப் புரிந்திருக்கவில்லை. ஆனால், இதைப் புரிந்துகொள்ளாமலேயே தெரிந்துகொண்டிருந்தேன். இதைத்தான் ஞானம் என்பதா? முப்பதாண்டுகளாகக் குடித்தனம் செய்த மனைவி, விளக்கம் எதுவும் சொல்லாமல், விடைபெற்றுக்கொள்கிறேனென்று ஒரு கடிதத்தைச் சமையலறையில் இருக்கும் மேஜை மீது எழுதிவைத்துவிட்டுப் போகின்றபோது, அவள் எங்கே போயிருப்பாளென்று எனக்குத் தெரிந்த

மாதிரியும் இருந்தது. அதே நேரத்தில், எனக்கு எதுவுமே தெரியாதே என்பதைப் போலவும் இருந்தது. ஏனென்றால், எனக்கு என்ன தெரியும் என்பதே விளங்காமல் இருந்தது. அதனால், இந்த நகரம் பூராவும் நான் அவளைத்தான் தேடிக்கொண்டிருப்பதாக நினைத்தேன். உன்னையல்ல. ஆனால் அவளைத் தேடிக்கொண்டிருந்த அதே நேரத்தில், எனக்கே தெரியாமல், நான் உன்னைத்தான் தேடிக்கொண்டிருந்திருக்கிறேன். ஏனென்றால், இந்த இஸ்தான்புல் நகரின் புதிரை அவிழ்த்துவிட வேண்டுமென்று தெருத்தெருவாகச் சென்று நான் அல்லாடிக்கொண்டிருந்த நேரத்தில், இந்த அதிபயங்கரக் கேள்வி என் மனத்துக்குள் தலைதூக்கியது. என்னுடைய மனைவி என்னைவிட்டு ஓடிப் போய்விட்டாளென்று தெரிந்தால், ஜெலால் சாலிக் என்ன சொல்வார்? இது ஒரு ‘மிகச்சரியான ஜெலால் சாலிக்’ இக்கட்டு என்று நான் ஏற்கெனவே தீர்மானித்திருந்ததால், இதை உன்னிடம் சொல்லியே ஆகவேண்டுமென்று நான் ஏங்கிக் கொண்டிருந்தேன். ஆக, இத்தனை ஆண்டுகளாக நான் எதிர்பார்த்துக் காத்திருந்தது நடந்திருக்கிறது. நானும் நீயும் பேசிக்கொள்ள ஒரு விஷயம். இந்த வாய்ப்பு என்னைக் கிளர்ச்சியடையச் செய்தது. அதனால், எப்படியாவது உன்னைத் தொடர்புகொள்ள வேண்டும் என்ற தைரியம் எனக்கு வந்தது. ஆனால் உன்னை என்னால் எங்குமே கண்டுபிடிக்க முடியவில்லை. நீ மாயமாகிவிட்டாய் என்பது எனக்குத் தெரிந்திருந்தது. ஆனால் புரிந்திருக்கவில்லை. இத்தனை ஆண்டுகளில் உன்னுடைய தொலைபேசி எண்களுள் ஒரு சிலவற்றை நான் சேகரித்து வைத்திருந்தேன். ஒரு வேளை எனக்குத் துணிச்சல் வந்தால் தொடர்புகொள்ளலாம் எனும் நினைப்பில். அந்த எண்கள் எல்லாவற்றையும் முயன்று பார்த்தேன். ஆனால் பலன் ஏதுமில்லை. உன்னுடைய குடும்பத்தினரையும் கூடத் தொடர்பு கொண்டு பார்த்தேன். உன் மீது மிகவும் பாசமாக இருக்கும் உன் சின்னம்மா. உன்னை ஏறத்தாழ வழிபடும் உன்னுடைய மாற்றாந்தாய். உன் மீதிருக்கும் உணர்ச்சியைக் கட்டுப்படுத்தவே முடியாத உன் தந்தை. உன்னுடைய சித்தப்பா அவர்கள் எல்லோருமே உன் மீதிருந்த அக்கறையை வெளிப்படுத்தினார்கள். ஆனால், நீ மட்டும் எங்கேயும் இல்லை. *மிலியட்* நாளிதழின் அலுவலகத்திற்குச் சென்று விசாரித்தேன். அங்கும் உன்னைக் காணவில்லை. பத்திரிகை அலுவலகத்திற்கு உன்னைத் தேடி வேறு சிலரும் அலைந்துகொண்டிருந்தார்கள். குறிப்பாக, உன் சித்தப்பாவின் பையன், உன் சகோதரியின் கணவன், காலிப். ஒரு சில ஆங்கிலேய ஊடகக்காரர்கள் உன்னைப் பேட்டி காண வேண்டுமென்று சொன்னதால், அவன் உன்னைத் தேடிக் கண்டுபிடிக்கத் தவித்துக்கொண்டிருந்தான். அவனைப் பின்தொடர்ந்து போகச் சொல்லி எனக்குள் ஏதோ ஒன்று உந்தித்தள்ளியது. கனவுலகில் இருப்பவனைப் போல் துயில்நடை போட்டுக் கொண்டிருக்கும் இந்த இளைஞனுக்கு ஜெலால் எங்கிருப்பான் எனத் தெரிந்திருக்கும் என்று என்னுள் ஒரு பட்சி சொல்லியது. இவனுக்குக் கட்டாயமாகத் தெரிந்திருக்கும். இவனுக்குத் தெரியும் என்பதும் அவனுக்குத் தெரிந்திருக்கும். அதனால், ஒரு நிழலைப் போல இஸ்தான்புல் நகரெங்கும் நான் அவனைப் பின்தொடர்ந்தேன். நகரெங்கும் நாங்கள் நடந்து தீர்த்தோம். அவன் முன்னே சென்றுகொண்டிருக்க, நான் போதுமான அளவுக்குப் பின்னே நடந்துகொண்டிருப்பேன். இருவருமாக இணைந்து கம்பீரமான அலுவலகக் கற்கட்டடங்களை, பழையகாலக் கடைகளை, கண்ணாடிக் கூரை வேய்ந்த நடைபாதைகளை, அருவருப்பான திரையரங்குகளை என்று

பலவற்றையும் ஆராய்ந்தோம். பிறகு, கூடாரச் சந்தையைச் சுற்றிச் சுற்றி வந்தோம். பாலங்களைக் குறுக்கு மறுக்காகக் கடந்தோம். இஸ்தான்புல்லில் இருக்கும் யாருமே கேள்விப்பட்டிருக்க முடியாத இருண்ட தெருக்கள், அண்டைப்புறப் பகுதிகளென்று எல்லா இடங்களிலும் நுழைந்து பார்த்தோம். நடைபாதை வசதிகூட இல்லாத அளவுக்கு ஏழ்மையான தெருக்களிருக்கும் பகுதிகளில் புழுதி, மண், குப்பை என்று எல்லாவற்றின் மீதும் கால் வைத்து நடந்தோம். நாங்கள் எங்குமே வந்துசேரவில்லை. அதே நேரத்தில் எங்குமே நிற்கவும் இல்லை. ஏதோ, இந்த நகரத்தின் ஒவ்வோர் அங்குலத்தையும் அறிந்தவர்களைப் போல நாங்கள் நடந்து தீர்த்தோம். ஆனாலும் நாங்கள் பார்த்த எதையுமே எங்களால் அடையாளம் காண முடியவில்லை. சில நேரங்களில் அவனைத் தொலைத்துவிடுவேன். பிறகு மீண்டும் கண்டுபிடிப்பேன். கடைசியில், ஓர் ஓய்ந்துபோன இரவு விடுதியில் அவன் என்னைப் பார்த்துவிட்டான். அங்கே, நாங்கள் எல்லோரும் மேஜையின் முன் ஒன்றாக அமர்ந்திருந்தோம். கூடியிருந்தோர் ஒவ்வொருவரும் ஒரு கதையைச் சொல்ல வேண்டும். எனக்குக் கதை சொல்வதென்றால் ரொம்பப் பிடிக்கும். ஆனால், கேட்கத்தான் ஆளைக் கண்டுபிடிக்க முடியாது. ஆனால், இந்தத் தடவை அவர்கள் எல்லோருமே என் கதையைக் கவனித்தார்கள். ஆக, அங்கே நான் இருந்தேன். கதையின் நடுவே, என் முகத்தைக்கொண்டே கதையின் முடிவை யூகித்துவிடலாமா என்று ஆர்வமாகவும், பொறுமையிழந்தும் பார்த்துக்கொண்டிருந்த என்னைச் சுற்றிலும் இருந்த முகங்களையே கவனித்தபடி. அதே சமயம், எங்கே அவர்கள் என் முகத்தைப் படித்தே முடிவை யூகித்துவிடுவார்களோ என்கிற பயத்தோடு. இந்த மாதிரியான சிந்தனைக்கும், கதைக்குமாக மாறி மாறி என் மனம் ஊசலாடிக்கொண்டிருந்தபோது, எனக்குத் திடீரென்று ஓர் எண்ணம் மின்னலடித்தது. என் மனைவி உன்னோடு இருக்கத்தான் ஓடிப்போயிருக்கிறாள். அவள் ஜெலாலைத் தேடி ஓடிப் போய்விடுவாள் என்பது இவ்வளவு காலமாகவே எனக்குத் தெரிந்திருக்க வேண்டும். இதை எனக்கு நானே சொல்லிக்கொண்டேன். ஆம். இது எனக்குத் தெரிந்துதானிருக்கும். என்றாலும் எனக்குத் தெரிந்திருந்தது என்பது இதுவரையில் எனக்குத் தெரியாமல் இருந்திருக்கிறது. ஆக, இதைப் போன்ற ஒரு மனநிலையில் இருப்பதற்குத்தான் நான் தேடி அலைந்திருக்கிறேன். ஒரு வழியாக, என் ஆன்மாவின் பின்புறக் கதவின் வழியாக ஒரு புதிய ராஜ்ஜியத்திற்குள் நுழைந்திருக்கிறேன்.

எத்தனையோ ஆண்டுகளாய் முயன்று முயன்று தோற்ற பிறகு, ஒரு வழியாக, ஒரே சமயத்தில், நான் நானாக இருப்பதற்கும் வேறொருவராய் இருப்பதற்கும் முடிந்திருப்பதைப் போல் தோன்றியது. நான் ஒரு பொய் சொல்ல விரும்பினேன். அதாவது இந்தக் கதையை ஒரு பத்திக் கட்டுரையில் படித்திருக்கிறேன் என்று. அதே வேளையில், வெகு காலமாக நான் தேடியலைந்துகொண்டிருக்கும் அமைதியையும் எனக்குள் உணர்ந்தேன். இந்த அமைதியை எப்போதிருந்து தேடிக்கொண்டிருக்கிறேன் என்றுகூட எனக்கு நினைவில்லை. இஸ்தான்புல் தெருக்களில் நடந்து போகும்பொழுது, தெருவோடு தெருவாய்த் தாறுமாறாய்க் கிடக்கும் நடைபாதைகளில் சிரமப்பட்டு நடந்து போகும்போது, புழுதி மண்டிக் கிடக்கும் கடைகளைத் தாண்டி, நம்முடைய சகநாட்டவரின் வாட்டமான முகங்களைப் பார்த்தபடி, உன்னுடைய பத்திக் கட்டுரைகளைப் படித்து, நீ

எங்கேயிருப்பாய் என்று யூகித்தபடி நடந்துபோய்க்கொண்டிருந்த நேரத்தில், இப்பொழுது நான் வர்ணித்த இந்த நாசமாய்ப்போன அமைதியின் அச்சுறுத்தும் சமிக்ஞைகள் எனக்குக் கிடைத்தன. ஆனால், இப்பொழுது நான் என் கதையை முடித்திருந்தேன். என் மனைவி எங்கே இருக்கிறாளென்று எனக்குத் தெரிந்துவிட்டது. இதற்கு முன்னாலேயே – அந்த விடுதியில் இருந்த பணியாளும், அந்த வளர்த்தியான எழுத்தாளரும் தத்தம் கதையைச் சொல்வதைக் கேட்டுக்கொண்டிருக்கும்பொழுதே – இப்படியோர் அதிபயங்கரமான இறுதிக் கட்டம் நெருங்கிக்கொண்டிருகிறது என்று உள்ளுணர்வு எச்சரித்துக்கொண்டிருந்தது. என்னுடைய வாழ்க்கையின் ஒவ்வொரு கட்டத்திலும் நான் ஏமாற்றப்பட்டிருக்கிறேன். ஆரம்பத்திலிருந்தே வஞ்சிக்கப்பட்டிருக்கிறேன். இறைவா! இறைவா! நான் சொல்லும் இந்த வார்த்தைகளில் ஏதோ ஒன்றாவது உனக்கு அர்த்தமாகிறதா?"

"எல்லாமே அர்த்தமாகிறது."

"அப்படியென்றால் கவனி. இத்தனை ஆண்டுகளாக எந்தப் புதிரை, எந்த உண்மையைத் தேடி எங்களை ஓட விட்டுக்கொண்டிருந்தாயோ, அது இதுதானென்று இப்பொழுது நான் நினைக்கிறேன். நீயே எழுதியிருப்பதைப் போல், அது என்னவென்று தெரியாமலேயே, புரிந்துகொள்ளாமலேயே. இந்த நாட்டில் யாருமே தான் தானாக இருக்க முடியாது. ஓர் ஒடுக்கப்பட்ட, தோற்கடிக்கப்பட்ட நாட்டில் வாழ்வதென்பதே வேறொருவராக இருப்பது தான். நான் வேறொருவராக இருக்கிறேன். அதனால், நான் நானாக இருக்கிறேன். ஆனால், நான் யாராக ஆக நினைக்கிறேனோ அந்த நபரே வேறொரு நபராக இருந்துவிட்டால் என்ன செய்வது? இதுதான் வஞ்சகத்தின் உயிர் நாடி! எதிர்பாரா முடிவுக்கான திருப்பம்! ஏனென்றால், நான் நம்பிய நபர், ஆத்மார்த்தமாக நான் ரசித்துப் படித்த அந்த நபர், தன்னுடைய தீவிர விசிறியின் மனைவியை ஒருநாளும் திருடியிருக்க மாட்டான். அன்றிரவு, அந்த இரவு விடுதியில், மேஜையில் சுற்றும் முற்றும் பார்த்தேன். அந்த விலைமாதர்கள், பணியாளர்கள், புகைப்படக்காரர்கள், ஒழுக்கமற்ற மனைவியரின் கணவர்களென்று எல்லோருமே கதைகளைச் சொல்லிக்கொண்டிருந்தார்கள். எனக்குக் கதற வேண்டும் போல் இருந்தது. ஓ. இழிந்த, தோற்றுப்போன ஜீவன்களே! தொலைந்துபோய், மறக்கப்பட்டுவிட்ட அற்ப ஆன்மாக்களே! அச்சப்படாதீர்கள்! யாருமே, தானாக இல்லை! யாருமே! மன்னர்கள், சுல்தான்கள், கொண்டாடப்படும் நபர்கள், திரை நட்சத்திரங்கள், நீங்கள் இடம் மாற்றிக்கொள்ள ஏங்கும் சந்தோஷ ஜீவன்கள் என யாருமே அவரவராக இருந்ததேயில்லை. ஆகவே, அவர்களை விட்டுத் தொலையுங்கள்! உங்களை விடுதலையாக்கிக் கொள்ளுங்கள். அவர்கள் போன பிற்பாடுதான் அவர்கள் பாசாங்கு செய்து கொண்டிருந்த கதைகளெல்லாம் ரகசியமானவையென்பது உங்களுக்கு விளங்கும். அவர்கள் எல்லோரையுமே கொன்றுவிடுங்கள்! உங்களுக்கே உங்களுக்கான ரகசியங்களைக் கண்டுபிடியுங்கள்! உங்களுடைய சொந்தப் புதிர்களை நீங்களாகவே அவிழ்த்துப் பழகுங்கள்! உனக்கு ஏதாவது புரிகிறதா? என்னை நானே பழிதீர்த்துக்கொள்ளும் எண்ணம் எனக்கில்லை. நான் ஒன்றும் உன்னுடைய உதாரண புருஷன் – கொந்தளிப்பைக் கொட்ட இடம் தேடிக்கொண்டிருக்கும் ஒழுக்கமற்ற மனைவியின் கணவன் – இல்லை. உன்னுடைய இந்தப் புதிய உலகிற்குள் இழுபட்டுவிட நான் விரும்பவில்லை. எனவேதான் நான் உன்னைக் கொல்லப்போகிறேன்.

உன்னைக் கொல்லும்பொழுது, இந்த ஒட்டுமொத்த இஸ்தான்புல்லும், அகரவரிசையில் காணப்படும் அத்தனை எழுத்துகளும், உண்மையான புதிரை வெளிப்படுத்த உன்னுடைய பத்திக் கட்டுரைகளில் நீ பயன்படுத்திய சைகைகள் மற்றும் வதனங்களோடு இரண்டறக் கலந்துவிடும். ஜெலால் சாலிக் சுட்டுக் கொல்லப்பட்டார் என்று செய்தித்தாள்கள் அலறும். மர்மம் சூழ்ந்திருக்கும் கொலை! காரணம் விளங்காத கொலை! என்றெல்லாம் அவர்கள் எழுதுவார்கள். அதுவும் சரியாகவே இருக்கும். ஏனென்றால், இந்த மர்மத்தை யாராலும் விடுவிக்கவே முடியாது. நீ விடாப்பிடியாய், அலுப்பூட்டும் முறையில் சொல்லிக்கொண்டிருந்த இந்தத் தீர்ப்பின் இறுதிநாளில், உண்மையில் தான் எப்பொழுதுமே கொண்டிருந்திராத அர்த்தத்தை இந்த உலகம் இழந்து நிற்க நேரலாம். இறைத்தூதரின் வருகைக்கு முந்தைய நாட்களில் இஸ்தான்புல் பெரும் அராஜகத்தை அனுபவிக்க நேரிடலாம். ஆனால், எனக்கும், என்னைப் போன்ற பலருக்கும் வாழ்க்கையின் தொலைந்துபோன புதிரை மீட்டெடுக்கும் தருணம் இதுவாகவே இருக்கும். ஏனென்றால், இந்த விவகாரத்தின் பின்னே மறைந்திருக்கும் ரகசியம் என்னவென்று யாருக்குமே தெரிந்திருக்காது. நான் எந்த ரகசியத்தைப் பற்றிக் குறிப்பிடுகிறேன் என்பது உனக்குத் தெரியும். ஏனென்றால், நீ மனங்கனிந்து உதவி செய்து நான் பிரசுரித்திருக்கும் அந்த எளிய புத்தகத்தில் இந்த ரகசியத்தைப் பற்றித்தான் நான் விவாதித்திருக்கிறேன். அந்தப் புதிரின் மையம் மீண்டும் ஒருமுறை வெட்ட வெளிச்சமாகப்போகிறது என்பதில் சந்தேகமேதும் இல்லைதானே?'

"நீங்கள் சொல்கிற மாதிரியாய் இது நடக்க வாய்ப்பில்லை," என்றான் காலிப். "இந்த உலகம் இதுவரை கேட்டதிலேயே மிக மர்மமான கொலையை நீங்கள் செய்ய முடியும்தான். ஆனால், அத்தோடு அது நின்றுவிடுவதில்லை. அவர்கள் – அதாவது வசதியானவர்கள், வசதி இல்லாதவர்கள், புத்தி கெட்டவர்கள், நினைவிலிருந்து மறைந்து போனவர்கள் – என எல்லோரும் ஒன்றாகச் சேர்ந்துகொள்வார்கள். இந்தக் கொலையில் உண்மையில் எந்தப் புதிருமே இல்லையென்று ஒரு கட்டுக்கதையை அவர்கள் கிளப்பிவிடுவார்கள். ஒரு சொதப்பலான சதித்திட்டத்தில் சிக்கிக்கொண்ட உதவாக்கரை கையாள் என்றுதான் என்னை அவர்கள் வகைப்படுத்துவார்கள். என்னுடைய சவ அடக்கத்துக்கு முன்பாகவே எல்லாமே முடிந்துபோகும். உணர்ச்சி மேலீட்டால் செய்யப்பட்ட குற்றத்தின் பலிகடா என்றோ, நம்முடைய தேசத்தின் ஒற்றுமைக்கு ஆபத்தாய் இருந்த சதித்திட்டத்தின் பலிகடா என்றோ அவர்கள் தீர்மானித்துக்கொள்வார்கள். என்னுடைய கொலையாளியைப் பொறுத்தமட்டில், அவன் ஒரு போதைப்பொருள் விற்கும் கும்பல்களின் கூட்டமைப்பின் சார்பாகவோ அல்லது அரசைக் கவிழ்க்கும் சதித்திட்டக் குழுவின் அதிகாரிகளின் சார்பாகவோ செயல்படுபவன் என்றே அடையாளப்படுத்தப்படுவான். அப்படியும் இல்லையென்றால், அவன், நக்ஷிபெண்டி மதப்பிரிவோடோ, அரசியல் ரீதியாகச் செயல்பட்டு வரும் காமத்தரகர்களின் கூட்டமைப்போடோ, கடைசி சுல்தானின் கொடி – எரிக்கும் பேரன்களோடோ அல்லது மக்களாட்சிக்கும் நமது குடியரசுக்கும் எதிராகப் பற்றுறுதி கொண்ட பகைவர்களோடோ, அதுவுமில்லா விட்டால், இறுதிச் சிலுவைப் போருக்கான திட்டங்களைத் தீட்டி வரும் கிறிஸ்தவ அபிமானிகளின் சங்கத்தோடோ தொடர்புள்ளவன் என்றாகிப் போவான்."

"இஸ்தான்புல் நகரின் மையப்பகுதியில், புழுதி மண்டிய நடைபாதையில், ஒரு குப்பைக் குவியலுக்குள், வெங்காயச் சருகுகள், நாய்களின் பிணங்கள், பழைய தேசிய குலுக்கல் பரிசுச்சீட்டுகள் ஆகியவற்றின் நடுவே, மர்மமான சூழலில் ஒரு பிரபல பத்தி எழுத்தாளரின் சடலம் கிடக்கிறது. எனவே, நம்மிடையே இன்னமும் மாறுவேடத்தில் நடமாடிக்கொண்டிருக்கும் ரகசியத்தைக் கண்டுபிடிக்க வேண்டியது இப்போது நமது கடமை. மறதியின் விளிம்பில், ஆழங்களின் அடியாழத்தில், நம்முடைய கடந்த காலத்தில், நம்முடைய நினைவுகளின் வண்டலில், மேற்பரப்பில் தொனிக்கும் அர்த்தத்திலிருந்து வேறுபட்டு நிற்கும் சொற்களிலும், வாக்கியங்களிலும் தொலைந்துபோயிருக்கும் அந்த ரகசியத்தைக் கண்டுபிடிக்க வேண்டியது இப்போது நமது கடமை. இந்தப் புதிர் இன்னும் அவிழ்க்கப்படவில்லை. மர்மம் நீடிக்கிறது. இப்பொழுது இது கண்டுபிடிக்கப்பட்டாக வேண்டும். வேறு எப்படித்தான் இந்தச் சோம்பேறித்தனமான இழிபிறவிகளை உசுப்பிவிட முடியும்?"

"முப்பதாண்டுகளாக எழுதிக்கொண்டிருப்பவன் எனும் அனுபவத்தில் சொல்கிறேன்," என்றான் காலிப். "அவர்களால் எதையுமே நினைவு வைத்துக் கொள்ள முடியுமென்று தோன்றவில்லை. எந்த ஒரு விஷயத்தையுமே. எப்படி இருந்தாலும், இந்தக் கொலையை உங்களால் வெற்றிகரமாகச் செய்துவிட்டுத் தப்பிக்க முடியுமென்று தோன்றவில்லை. நீங்கள் என்னைச் சுடலாம். ஆனால், கொல்ல முடியாமல் போகலாம். காரணம் எதுவும் இல்லாமல் என்னை நீங்கள் எதற்காகக் காயப்படுத்த வேண்டும்? இந்தச் செயலுக்காக உங்களுக்குக் காவல்நிலையத்தில் செமத்தியாய் அடியும் உதையும்தான் கிடைக்கும். இதற்கிடையில், நானோ சாகச நாயகன் ஆகிவிடுவேன். நான் என்ன மாதிரியான சாகச நாயகனாக ஆகிவிடக்கூடாதென்று நீங்கள் அஞ்சினீர்களோ அதே மாதிரியான சாகச நாயகனாக! நீங்கள் பாவம், சிறையில் வாடிக்கொண்டிருப்பீர்கள். நானோ, சீக்கிரமாய் நான் குணமடைய வேண்டுமென்று வாழ்த்துக் கூற நேரில் வந்திருக்கும் நமது மூளையற்ற அதிபரோடு உட்கார்ந்து பேசிக் கொண்டிருப்பேன். நான் சொல்லுவதைக் கேளுங்கள். இதெல்லாம் உருப்படியில்லாத வேலை. காலங்கள் மாறிவிட்டன. இந்த ஸ்தூலமான உலகிற்குப் பின்னால் அவிழ்க்க முடியாத புதிரெதுவும் பதுங்கிக்கிடக்கிறது எனும் வாதத்தையெல்லாம் நம்பும் நிலையில் இன்றைய மக்கள் இல்லை."

"அப்படியென்றால், தொடக்கத்திலிருந்து இறுதிவரை என்னுடைய வாழ்க்கை ஒரு தொடர் ஏமாற்று வேலையாக, ஈவிரக்கமில்லாத கொடூர நகைச்சுவையாக ஆகிவிடவில்லை என்று எனக்கு யார் உத்திரவாதம் தருவது?"

"நான்தான்," என்றான் காலிப். "கவனியுங்கள் . . ."

நான் சொன்ன கவனியுங்கள் என்ற வார்த்தையைப் பெர்சிய மொழியில் திருப்பிச் சொல்லி, "பிஷ்நோவ்? (கவனிப்பதா?)' என்றான் அவன். "போதும், போதும். இதெல்லாம் இனி எனக்கு வேண்டாம்."

"நான் சொல்லுவதை நம்புங்கள். நீங்கள் எந்த அளவுக்கு இவற்றை யெல்லாம் நம்பினீர்களோ, நானும் அதே அளவுக்கு இவற்றையெல்லாம் நம்பினேன்."

கருப்புப் புத்தகம் ❈ 521 ❈

“உன்னை நான் நம்புகிறேன்,” என்று உன்மத்தம் பிடித்தவனைப் போல் கத்தினான் மஹ்மட். “என்னுடைய வாழ்க்கையை நீ மீண்டும் அர்த்தமுள்ளதாக ஆக்கு, உன்னை நான் நம்புகிறேன். ஆனால், அந்த மெத்தை தைப்பவர்களின் பயிற்சியாளர்கள் எல்லோரும் என்ன ஆவது? நீ அவிழ்த்துவிட்டிருக்கும் சங்கேத வாக்கியங்களில் தங்களுடைய வாழ்க்கையின் தொலைந்துபோன அர்த்தங்களைத் தேடிக்கொண்டிருக்கும் அந்த அப்பாவிகள்? ஜெர்மனியிலிருந்து இனித் திரும்பி வரவே போகாத அந்த வேலைக்காரர்கள்? தங்களுக்கென்று நிச்சயிக்கப்பட்டவர்களையும் இனிக் கூட்டி வரவே முடியாத மனிதர்கள்? சொர்க்கத்தில் கிடைக்குமென்று நீ சொன்ன அறைக்கலன்கள், மீன் வடிவ விளக்குகள், சரிகைத் தகடுகள் ஆகியவற்றைப் பற்றிய கனவில் இருக்கும் கிறக்க விழிகள்கொண்ட கன்னியர்? ஓய்வுக்கால அனுமதிச் சீட்டில் காலத்தை ஓட்டும் அப்பாவிகள்? உன்னுடைய யோசனையை ஏற்று, சொர்க்கத்தில் தங்கள் பெயருக்குப் பதிவாகப் போகும் குடியிருப்புகளின் திட்ட வரைபடத்தை, முகம்பார்க்கும் கண்ணாடியில் தெரிகின்ற தங்கள் வதனத்தில் பார்த்தபடி காலத்தை ஓட்டும் அந்த ஏமாளிகள்? அப்புறம், அந்த நில அளவர்கள், எரிவாயுக்குப் பணம் வசூலிக்கும் ஊழியர்கள், எள்ளுருண்டை விற்பவர்கள், காயலான் கடைக்காரர்கள், பிச்சைக்காரர்கள் இவர்கள் எல்லோரும் என்னாவது? பார்த்துக்கொள்! இப்பொழுதுகூட என்னால் உன்னுடைய வார்த்தைகளை உபயோகப்படுத்தாமல் இருக்கமுடியவில்லை. ஆமாம். அப்புறம், நம்முடைய உருளைக்கல் பாவிய தெருக்களில், இழிநிலையில் இருக்கும் நம்முடைய நாட்டைக் காப்பாற்ற வருவாரென்று எதிர்பார்க்கப்படும் இறைத்தூதரின் வருகை நாளை உன்னுடைய எழுத்துகளுக்கான எண் மதிப்புகளைக்கொண்டு கணித்தபடிக் காத்திருக்கும் அந்த அப்பாவிகளை என்ன செய்வது? உன்னுடைய கைங்கர்யத்தால், தாங்கள் எதிர்பார்த்துக் காத்திருக்கும் புராணிகப் பறவை தாங்களேதான் என்று இப்பொழுது உணர்ந்துகொண்டிருக்கும், கர்ஸ் பகுதியிலிருக்கும் நமது கடைக்காரர்கள், உனது வாசகர்கள், உன்னுடைய அப்பாவி வாசகர்கள். அவர்களை என்ன செய்ய?”

எங்கே அந்த மறுமுனைக் குரலோன் மீண்டும் ஒரு முடிவற்ற பட்டியலை எடுத்துவிடத் தொடக்கிவிடுவானோ எனும் அச்சத்தில், “இதெல்லாவற்றையும் மறந்துவிடுங்கள்,” என்றான் காலிப். “இந்த மக்கள் அத்தனை பேரையும் மறந்துவிடுங்கள். உங்கள் நினைவிலிருந்து இவர்களை அகற்றி விடுங்கள். அதற்குப் பதிலாக, இரவு நேரங்களில் மாறுவேடங்களில் மாளிகைகளை விட்டு வெளியே சென்ற சுல்தான்களை நினைத்துக் கொள்ளுங்கள். கடைசியாய் ஒரு சில ரகசியங்களை, ஒரு சில தங்க நாணயங்களை மறைத்துவைத்திருக்கும் பலிகடாக்களைக் கொல்வதற்கு முன்பாக, வழக்கமான முறைகளில் சித்திரவதை செய்யும் பாரம்பரியத்தில் ஊறிய பெயோக்ளு தாதாக்களை நினைத்துக்கொள்ளுங்கள். இந்த நகரத்தில் இருக்கும் இரண்டாயிரத்து ஐநூறு முடிதிருத்தும் கடைகளில் தொங்கிக்கொண்டிருக்கும் படங்களை நினைத்துக்கொள்ளுங்கள். அசலில் கருப்பு வெள்ளையாக இருந்த, *வாழ்க்கை, குரல், ஞாயிறு அஞ்சல், ஏழு நாட்கள், விசிறி, தேவதை, மீள்பார்வை, இந்த வாரம்* ஆகிய பத்திரிகைகளின் பக்கங்களிலிருந்து கத்தரித்து எடுக்கப்பட்ட பள்ளிவாசல்கள், நடனக்காரர்கள், பாலங்கள், துருக்கிய அழகிகள்,

கால்பந்து ஆட்டக்காரர்கள் ஆகியோரின் படங்களை நினைத்துக் கொள்ளுங்கள். வானம் பிரஷ்ய நாட்டு நீலத்திலும், நம்முடைய புழுதி மண்டிய புல்தரைகள் இங்கிலாந்து நாட்டில் காணப்படுவதைப் போன்ற பச்சை நிறத்திலுமாக வரையப்பட்டிருக்கும் அந்த அநாமதேயக் கலைஞனின் ஓவியங்களையும் நினைத்துக்கொள்ளுங்கள். நம்முடைய குடியிருப்புக் கட்டடங்களின், இருண்ட, குறுகிய, பேய்உலாவும் வாயுச்சுரங்கங்களில் அடிக்கும் ஆயிரத்தொரு நெடிகளைக் குறிக்கும் சொற்களையும், அந்தச் சொற்களின் வேர்ச்சொற்களையும், அந்த நெடிகள் ஒன்றோடொன்று கலந்து கட்டி, புதியனவாய் உருப்பெறும் பல்லாயிரக்கணக்கான வகைகளையும் வரிசைப்படுத்தி வைத்திருக்கும் அத்தனை துருக்கிய அகராதிகளையும் நினைத்துக்கொள்ளுங்கள்!”

“அடச் சண்டாள எழுத்தாளனே! உன்னை!”

“ஆங்கிலேயர்களிடமிருந்து துருக்கியர்கள் முதன்முதலாக எடுத்து வந்த நீராவிப் படகின் மர்மத்தை நினைத்துக்கொள்ளுங்கள். அவர்கள் அதற்கு ‘வேகம்’ என்று பெயரிட்டதன் காரணமென்ன? காஃபிக் கோப்பைகளின் அடியில் தங்கியிருக்கும் கசடைப் படித்து ஆரூடம் சொல்லும் கலை மீது வெறித்தனமான நாட்டம் கொண்டிருந்த அந்த இடது கைச் சித்திர எழுத்துக்காரரை நினைத்துப் பாருங்கள். முறைமையின் மீதும், வடிவ ஒழுங்கின் மீதும் அவருக்கிருந்த அதீத ஈடுபாட்டை நினைத்துப் பாருங்கள். தன் வாழ்நாளில் பருகியிருந்த பல்லாயிரக்கணக்கான காஃபிக் கோப்பைகளின் அடியில் தங்கியிருந்த கசடை வைத்துத் தான் கணித்திருந்த ஆரூடங்களை, தன்னுடைய அழகிய கையெழுத்தில் முன்னூறு பக்கங்களில் வடித்துத் தொகுத்திருந்த அவருடைய உத்வேகத்தை நினைத்துப்பாருங்கள்.”

“ஆனால், இந்தத் தடவை நீ என்னை ஏமாற்றிவிட முடியாது.”

“இரண்டாயிரத்து ஐநூறு ஆண்டுக் காலமாக, நம்முடைய மூதாதைகள் தமது தோட்டங்களில் வெட்டி வைத்திருந்த கேணிகள் எல்லாவற்றையும் மூடிவிட்ட நமது சமகாலத்தவரை நினைத்துப்பாருங்கள். குடியிருப்புக் கட்டடங்களை எழுப்புவதற்காக, சிமெண்ட்டும் கல்லும்கொண்டு அந்தக் கேணிகளை மூடிவிட்ட நமது சமகாலத்தவரை நினைத்துப் பாருங்கள். அவற்றையே குடியிருப்பாகக் கொண்டிருந்த தேள்கள், தவளைகள், வெட்டுக்கிளிகள் மற்றும் அவற்றுள் புதையுண்டுபோன லிசூரிய, ஃப்ரிஜிய, பைஸாந்திய, ஆட்டமன் காலத்துத் தங்க நாணயங்களை, பவளங்களை, வைரங்களை, சிலுவைகளை, சித்திரங்களை, தடைசெய்யப்பட்ட திருவுருவங் களை, நூல்களை, ஆய்வேடுகளை, பொக்கிஷங்கள் பதுக்கப்பட்டிருக்கும் இடங்களைக் குறிக்கும் வரைபடங்களை, அநாமதேயங்களின் கைகளால் கொலையுண்ட ஆண், பெண்களின் துயரம் தோய்ந்த கபாலங்களை ...”

“இவையெல்லாமாய்ச் சேர்ந்து, மீண்டும் நம்மை தப்ரீஸின் ஷம்ஸிடமும், அனாமதேய நபர்களால் கேணிக்குள் வீசியெறியப்பட்ட சடலத்திடமும் கொண்டுவிடுகிறது என்பாயே! என்ன, நான் சொல்வது சரிதானே?”

“இந்த அமைப்புகளெல்லாம் சேர்ந்து ஆதரவு கொடுக்கும் விஷயங் களை நினைத்துப் பாருங்கள்: கான்க்ரீட், எஃகு, குடியிருப்புகள், கதவுகள், வயதாகிக்கொண்டே வரும் வாயிற்காப்போன்கள், அழுக்குப் படிந்த

விரல் நகங்களைப் போல அருவருப்பூட்டும் பிளவுகள் கொண்ட மரக்கட்டை எழில் விரிப்புகள், கவலை தோய்ந்த அன்னையர், சினம் கொண்ட தந்தையர், எப்பொழுதுமே மூடாமல் திறந்துகொள்ளும் குளிர்பதனப்பெட்டியின் கதவுகள், சகோதரிகள், மாற்றாந்தாய் வயிற்றுச் சகோதரிகள் . . .”

“ஆக, நீதான் இப்பொழுது தப்ரீஸின் ஷம்ஸ் என்கிறாய். அப்படித்தானே? இல்லை, நீதான் தெஜ்ஜாலா? அல்லது, இறைத்தூதரோ?”

“. . . மாற்றாந்தாய் வயிற்றுச் சகோதரிகள், திருமணமான பெரியப்பா அல்லது சித்தப்பா, நீராற்றலால் இயக்கப்படும் உயர்தூக்கி, அதனுள் பொருத்தப்பட்டிருக்கும் முகம் பார்க்கும் கண்ணாடி . . .”

“ஆமாம், ஆமாம். இவற்றைப் பற்றித்தான் நீ எழுதியிருக்கிறாயே.”

“சிறார்கள் தேடிக் கண்டுபிடித்துக்கொள்ளும் ரகசிய மூலைகள், அங்கே அவர்கள் விளையாடிய விளையாட்டுகள், மணப்பெண்ணின் ஆடைகளுக்கு பதிலாக அவர்கள் பயன்படுத்திக்கொள்ளவென்று பத்திரப் படுத்தி வைத்த படுக்கை விரிப்புகள், தாத்தாவின் தாத்தா டமாஸ்கஸின் ஆளுநராகப் பொறுப்பேற்றிருந்த காலத்தில் ஒரு சீன வணிகனிடமிருந்து விலைக்கு வாங்கி வந்திருந்த, இதுவரை யாரும் கிழிக்கத் துணிந்திராத பட்டுத் துணி . . .”

“கஷ்டத்திலிருக்கும் எனக்கு நீ உதவி செய்கிறாய். அப்படித்தானே?”

“நம் எல்லோருடைய வாழ்க்கைக்கு அடியிலும் பதுங்கியிருக்கும் அந்தப் புதிரை நினைத்துப் பாருங்கள். தமது பலியாட்களைத் தூக்கிலிட்ட பிறகு, அவர்கள் கழுத்தை அறுக்க, தூக்கிலிடுவோர் பயன்படுத்தும் கூரிய கத்தியை நினைத்துப்பாருங்கள். பார்ப்பவர்கள் மனத்தில் எல்லாம் மருட்சியைத் தூண்டும் விதமாக, பீடத்தின் மீது காட்சிக்கு வைக்கப்பட்டிருக்கும் அந்த ஆயுதத்தை நினைத்துப்பாருங்கள். அதற்கு *மறைபொருள்* என்று பெயரிட்டிருந்தார்கள். ஏன்? ராஜாவை *அன்னை*யென்றும், ராணியைத் *தந்தை*யென்றும், யானையைச் *சித்தப்பா* என்றும், குதிரைவீரனைச் *சித்தி*யென்றும் சதுரங்கப் பலகையிலிருக்கும் காய்களுக்குப் புதிய பெயர் சூட்டிய ஓய்வுபெற்ற ராணுவக் கர்னலை நினைத்துப்பாருங்கள். அதில் இருந்த காலாட்படை வீரர்களுக்குக் *குழந்தைகள்* என்று பெயர் வைக்காமல், *குள்ளநரி* என்று அவர் ஏன் பெயரிட்டார்?”

“நீ எங்களைக் காட்டிக் கொடுத்ததற்கப்புறம் இத்தனை வருடங்களில் உன்னை நான் ஒரேயொரு முறைதான் பார்த்தேன், தெரியுமா? ஏதோ ஒரு விசித்திரமான ஹுரூஃபி ஆடையலங்காரத்தில் இருந்தாய். வெற்றி வேந்தன் மெஹ்மட் போல என்று நினைக்கிறேன்.”

“பிற மாலை நேரங்களிலிருந்து எந்த ஒரு விதத்திலும் மாறுபட்டிருக் காத ஒரு மாலை வேளையில், திவான் செய்யுள்களிலிருக்கும் மறை பொருளை யூகிக்க முயன்றவாறோ, இல்லாவிட்டால் செய்தித்தாளில் வெளியாகியிருக்கும் குறுக்கெழுத்துப் போட்டியை யோசித்துக்கொண்டோ பொழுதை ஓட்ட, தன்னுடைய மேஜையருகில் அமர்ந்திருக்கும் நபரின் எல்லையற்ற பொறுமையை நினைத்துப் பாருங்கள். தனக்கு முன்னே விரிந்துகிடக்கும் செய்தித்தாளுக்கும், அதன் மீதிருக்கும் எழுத்துகளுக்கும்

மேஜைவிளக்கு ஒளியூட்டிக்கொண்டிருக்கும். ஆனால், அறையில் இருக்கும் இதர பொருள்கள் – சாம்பல் கிண்ணிகள், திரைச்சீலைகள், கடிகாரங்கள், வருத்தங்கள், நினைவுகள், இழந்துவிட்ட பொழுதுகள், துக்கம், கோபம், தோல்வி – ஓ, நம்முடைய தோல்விகள் – என எல்லாமே இருளில் மூழ்கிக்கிடக்கும். ஒவ்வொரு குறுக்கெழுத்துப் போட்டியின் இதயமாக விளங்கும் புதிரான வெறுமையை நினைத்துப்பாருங்கள். கீழேயும், குறுக்காகவும் முன்னும் பின்னுமாக நீங்கள் அதில் போய் வந்துகொண்டிருக்கும்போது உணரும் எடையற்ற நிலையை எண்ணிப் பாருங்கள். அதில் சாதிக்க முடிகின்ற உயரங்களை வேறு விதமாய்ச் சாதிக்க ஒரேயொரு வழிதான் இருக்கிறது. இதையும் நீங்கள் மறந்துவிடக் கூடாது. மாறுவேடத்தில் ஒரு நகருக்குள் அலைந்து திரியும் நபருக்குக் கிட்டும் முடிவற்ற மோகத்தின் வழியாகவே அது சாத்தியமாகும்."

"இங்கே கவனியுங்கள் நண்பரே!" என்றது அந்த மறுமுனைக்குரல். அதனுடைய கறார்த்தொனி காலிப்புக்கு ஆச்சர்யமளித்தது. "முடிவற்ற மோகத்தோடு இவற்றையெல்லாம் நான் அனுபவித்துவிட்டேன். ஆகவே, இந்த விளையாட்டுகள், இரட்டைகள், இவற்றையெல்லாம் மறந்து விடுவோம். இவற்றையெல்லாம் தாண்டி நாம் வெகு தூரம் வந்து விட்டோம். இனி இவையோடு நமக்கு எந்தச் சம்பந்தமுமில்லை. ஆமாம். நான் உங்களுக்கென்று ஒரு கண்ணியை வைத்தேன். ஆனால் அது பலனில்லாமல் போய்விட்டது. உங்களுக்கும் இது தெரியும். அதனால் நான் வெளிப்படையாகவே பேசிவிடுகிறேன். தொலைபேசிக் கோப்பகத்தில் உங்கள் பெயர் இல்லவே இல்லை. அது எப்பொழுதுமே இருந்ததில்லை. அதே போல்தான், ஆட்சிக்கவிழ்ப்பிற்கான சதியும் இல்லை. அதற்கான ஆவணக் கோப்பும் இல்லை. உங்களை நாங்கள் நேசிக்கிறோம். இரவும் பகலும் உங்களையேதான் நினைத்துக்கொண்டிருக்கிறோம். நாங்கள் இருவருமே உங்களுடைய தீவிர விசிறிகள். மெய்யாலுமே! எங்களுடைய வாழ்க்கையே நீங்கள்தானென்று நாங்கள் வாழ்ந்துவந்திருக்கிறோம். அதனால், நாம் இப்பொழுது எதையெல்லாம் மறக்க வேண்டுமோ, அதையெல்லாம் மறந்துவிடுவோம். நானும் எமைனும் இன்று மாலை உங்களை வந்து பார்க்க ஆசைப்படுகிறோம். எதுவுமே நடக்கவில்லை என்பதைப் போல நாம் இருந்துவிடலாம். நம்மை எதுவுமே உறுத்தவில்லை என்பதைப் போல் நாம் ஒன்றாக உட்கார்ந்து பேசிக்கொள்ளலாம். இப்பொழுது என்னிடம் நீங்கள் பேசிக்கொண்டிருந்த தனிமொழியை நீங்கள் அப்பொழுது தொடரலாம். எவ்வளவு நேரம் வேண்டுமோ அவ்வளவு நேரம் நீங்கள் பேசுங்கள். ஆனால், சரியென்று மட்டும் சொல்லுங்கள். என்னை நம்புங்கள். உங்களுக்கு என்ன வேண்டுமானாலும் நான் செய்து தருகிறேன். உங்களுக்கு என்ன வேண்டுமோ கேளுங்கள், நான் கொண்டுவந்து கொடுக்கிறேன்."

காலிப் நீண்ட நேரம் யோசித்துக்கொண்டிருந்தான். "எனக்கு வேண்டிய தெல்லாம், உங்களிடம் இருக்கிறதென்று நீங்கள் சொல்கின்ற என்னுடைய தொலைபேசி எண்களும், முகவரிகளும் அடங்கிய பட்டியல்தான்."

"இப்பொழுதே அவற்றை நான் உங்களுக்குக் கொண்டுவந்து கொடுக்க முடியும். ஆனால், அவற்றை நான் மறந்துவிடுவேன் என்று மட்டும் நினைத்து விடாதீர்கள்." அந்த முகவரிகள் அடங்கிய நோட்டுப் புத்தகத்தைத்

தேடியெடுக்க அந்த நபர் சென்றான். அவனுடைய மனைவி இப்பொழுது தொலைபேசியை எடுத்துக்கொண்டாள். “அவரை நம்புங்கள்,” என்று கிசுகிசுத்தாள். “அவர் இப்பொழுது உண்மையாகவே வருந்துகிறார். நிஜமாகவே. அவர் உங்களை மிகவும் நேசிக்கிறார். பைத்தியக்காரத்தனமாக எதையோ செய்யப் பார்த்தார். ஆனால், இப்பொழுது பேசி ஒரு தெளிவுக்கு வந்துவிட்டார். அவர் கொலைசெய்ய வேண்டுமென்று நினைத்தால், என்னைத்தான் செய்வார். உங்களையல்ல. அவர் ஒரு கோழை. நான் நிச்சயமாகச் சொல்கிறேன். எல்லாமே ஓர் ஒழுங்கிற்கு வந்துவிட்டது. நல்லவேளை, இறைவா! இன்று மாலை உங்களை வந்து பார்க்கும்பொழுது, உங்களுக்கு மிகவும் பிடித்த நீலக்கட்டம் போட்ட பாவாடையை அணிந்து வருகிறேன். அன்பே! உங்களுக்காக எதையுமே நான் செய்யத் தயாராகயிருக்கிறேன். அவரும்கூட அப்படித்தான். நாங்கள் இருவருமே நீங்கள் எதைக் கேட்டாலும் செய்வோம். எதைக் கேட்டாலும்! இதை மட்டும் நான் சொல்லிக்கொள்ள ஆசைப்படுகிறேன். அவர் உங்களையே ஓர் ஆதர்சவடிவமாக நினைக்கிறார். எந்த அளவுக்கென்றால், சிலவேளைகளில், இரவு நேரங்களில், ஹாரூஃபி வெற்றிவேந்தன் மஹ்மட்டைப் போலவே அவர் மாறுவேடத்தில் உலாப் போகிறார். உங்களுடைய குடும்பத்தினரின் படங்களைச் சேகரித்து வைத்துக்கொண்டு அவர்களுடைய வதனங்களில் தென்படும் எழுத்துகளைப் படிக்கிறார் –” அவளுடைய கணவனின் காலடி யோசை நெருங்கி வருவதைக் கேட்டவுடன், அவள் மௌனமானாள்.

அவளுடைய கணவன் தொலைபேசியை எடுத்து, ஜெலாலின் இதர எண்களையும், முகவரிகளையும் படிக்கத் தொடங்கினான். பக்கத்திலிருந்த அடுக்கிலிருந்து கைக்குக் கிடைத்த ஒரு புத்தகத்தை உருவி (*மீன் டி ல ப்ருய்யேர் எழுதிய குணசித்திரங்கள்*) அதன் கடைசிப் பக்கத்தை எடுத்துக்கொண்டான். ஒவ்வொரு எண்ணாக, ஒவ்வொரு முகவரியாக, கவனமாக எழுதிக்கொண்டான். சரியாகத்தான் எழுதியிருக்கிறோமா என்று நிச்சயப்படுத்திக்கொள்வதற்காக அவற்றை மீண்டும் மீண்டும் அந்த மனிதனைச் சொல்ல வைத்தான். எல்லாவற்றையும் எழுதிக்கொண்ட பிறகு, தான் மனத்தை மாற்றிக்கொண்டுவிட்டதாக அவனிடம் சொல்லத் திட்டமிட்டிருந்தான். அவர்களைச் சந்திக்கும் ஆசை தனக்கில்லை யென்றும் தன்னைத் தனிமையில் விட விருப்பமில்லாத வாசகர்களை சந்தித்துப் பொழுதை வீணாக்க விரும்பவில்லையென்றும் சொல்லிவிட நினைத்திருந்தான். ஆனால், கடைசி நொடியில் அப்படிச் செய்ய வேண்டா மென்று முடிவெடுத்தான். இப்பொழுது ஒரு புதிய யோசனை அவனுக்குள் முகிழ்த்திருந்தது. இது நடந்த வெகு காலத்திற்குப் பிறகு, அந்த இரவில் என்னதான் நடந்ததென்று மிகவும் கஷ்டப்பட்டு நினைவுக்குக் கொண்டு வருகையில், “எனக்கு ஒரு குறுகுறுப்பு இருந்திருக்க வேண்டும். இந்தத் தம்பதியைப் பார்க்கும் ரகசிய ஆசை எனக்குள் இருந்திருக்க வேண்டும். குறைந்த பட்சம் தூரத்திலிருந்தாவது. ஜெலாலிடமும் ரூயாவிடமும் என்னைக் கொண்டு சேர்க்கும் எண்கள் என் கைவசம் வந்துவிட்டதால், நான் மேற்கொண்டு என்ன செய்வதென்று நினைத்திருக்கலாம். இந்த நம்புவதற்கியலாத கதையை ஜோடித்து அவர்களிடம் எப்படிச் சொல்ல வேண்டியிருக்கும் என்ற யோசனையில் இருந்திருக்கலாம். ஏனென்றால், இந்தத் தொலைபேசி உரையாடலுக்கும் மேலாகச் சொல்வதற்கு ஏதேனும் இருந்தால் எவ்வளவோ நன்றாக இருக்குமென்று நான் நினைத்திருக்கலாம்.

இந்தத் தம்பதியர் பார்ப்பதற்கு எப்படியிருந்தார்கள், அவர்களுடைய நடை எப்படி, உடை எப்படி என்றெல்லாம் என்னால் சொல்ல முடிந்தால் தேவலாமென்று நான் நினைத்திருக்க வேண்டும்," என்று காலிப் சொல்லிக்கொள்வான்.

"நான் என் வீட்டு முகவரியை உங்களுக்குக் கொடுக்கப்போவதில்லை," என்றான் காலிப். "ஆனால் நாம் வேறெங்காவது சந்திப்போம். இன்றிரவு ஒன்பது மணிக்கு, நிஷாந்தஷியில். அல்லாதீனின் கடைக்கு முன்பாக என்று வைத்துக்கொள்ளலாம்."

அப்படியொன்றும் பெரிதாகச் செய்துவிட்டதாகக் காலிப் கருதவில்லை. அதனால், மறுமுனையிலிருந்து வெளிப்பட்ட நன்றியுணர்வு அவனை நெளிய வைத்தது. இன்று மாலை வரும்பொழுது ஜெலால் பேவுக்கு பாதாம் கேக் செய்து எடுத்து வரலாமா? அல்லது, நீண்ட ஆயுள் பணியாரக் கடையிலிருந்து, குமுட்டி அடுப்பு பர்ஃபி வாங்கி வரவா? இல்லாவிட்டால், பல மணி நேரம் பேசிக்கொண்டிருக்கப் போவதால், அதற்குத் தோதாக பிஸ்தா, ஹேசல் பருப்பு மற்றும் காக்னேக் எனப்படும் உயர்ரக ஃபிரெஞ்சு மது ஆகியவற்றை எடுத்து வரலாமா? களைப்படைந்துபோயிருந்த அந்தக் கணவன், "என்னிடமிருக்கும் புகைப்படத் தொகுப்பையும் நான் எடுத்து வருகிறேன். அந்தக் காவல்துறைப் புகைப்படங்கள், உயர்நிலைப் பள்ளிப் பெண்கள் ஆகியோருடைய புகைப்படங்களையும்," என்றான். மஹ்மட் வினோதமாக, அச்சமூட்டும் விதமாய்ச் சிரித்தான். இந்த மனிதனுக்கும், அவன் மனைவிக்கும் நடுவில் ஒரு காக்னேக் மதுப்புட்டி வெகு நேரமாகத் திறந்து கிடந்திருக்குமென்று காலிப் நினைத்துக்கொண்டான். திட்டமிடப்பட்ட அந்தச் சந்திப்பிற்கான நேரம், இடம் ஆகியவற்றைப் பெரும் உற்சாகத்தோடு அந்தத் தம்பதி உறுதி செய்துகொண்டார்கள். அதற்கப்புறமாகத்தான் அவர்கள் தொலைபேசியை வைத்தார்கள்.

33

புதிர் ஓவியங்கள்

மத்னவியிலிருந்து புதிரை நான் எடுத்துக்கொண்டேன்.

– ஷேக் காலீப்

1952ஆம் ஆண்டின் கோடைக்காலத் தொடக்கம் (மிகச் சரியாகச் சொல்ல வேண்டுமென்றால் ஜூன் மாதத்தின் முதல் சனிக்கிழமை). இஸ்தான்புல் நகரில் இருப்பவற்றிலேயே மோசமான அநீதிக்குப் பேர்போன கயவர் பதுங்கிடம். துருக்கியிலோ பால்கன் பகுதியிலோ அல்லது மத்திய கிழக்குப் பகுதியிலோ அதற்கு நிகரான ஒன்றில்லை. பெயோக்ளூவின் சிவப்பு விளக்கு மாவட்டத்தின் மையப்பகுதியில் பிரிட்டிஷ் தூதரகத்துக்கு இட்டுச் செல்லும் தெருக்கள் ஒன்றினுள், அந்தப் பதுங்கிடத்தின் கதவுகள் திறந்து வைக்கப்பட்டன. இந்த மகிழ்ச்சியான சந்தர்ப்பத்தின்போது, நகரில் கடந்த ஆறு மாதங்களாக, இதே பேச்சாக இருந்த பரபரப்பான ஓவியப் போட்டியும் முடிவுக்கு வந்திருந்தது. அந்த இடத்திற்குச் சொந்தக்காரர் ஒரு பெயோக்ளூ தாதா. இவர்தான் பின்னாளில் பாஸ்ஃபரஸுக்குள் ஒரு கடிலாக் காரை மூழ்கடித்து பெரும் நகர நாயகனாக உருவெடுக்கப் போகிறவர். தன்னுடைய புதிய நிறுவனத்தின் விசாலமான வரவேற்பறையின் சுவர்களை இஸ்தான்புல் நகரின் காட்சிகளைக்கொண்டு அலங்கரிக்க வேண்டுமென்று இவர் தீர்மானித்தார். இல்லை. இஸ்லாமிய மதம் தடைசெய்திருக்கும், மதம் தடைசெய்திருப்பதால், ஓரளவுக்குப் புறக்கணிக்கப்பட்டிருக்கும், ஒரு கலை வடிவின் ஆதரவாளராக இருப்பதல்ல அவருடைய நோக்கம் (தடை செய்யப்பட்ட கலைவடிவமென்று இங்கே நான் குறிப்பிடுவது உருவக ஓவியத்தையே. பாலியல் தொழிலையல்ல). மாறாக, இருப்பனவற்றில் அதி சிறந்த சமாச்சாரங்களைத் தன்னுடைய மேதகு வாடிக்கையாளர்களுக்குத் தர வேண்டுமென்பதே நம்முடைய தாதாவின் எளிய நோக்கமாக இருந்தது. இவருடைய ஆனந்த மாளிகைக்கு இஸ்தான்புல்லின் நாற்திசைகளிலிருந்தும் வாடிக்கையாளர்கள் வந்து குவிந்தனர். அனடோலியாவின் நாற்திசைகளிலிருந்தும்

என்பதே சரியாக இருக்கும். இசை, போதைப்பொருள், மது, மாது என அனைத்தையும் கொடுத்து அவர்களுக்குக் களிப்பூட்டுவதில் தாதா குறியாக இருந்தார். இஸ்தான்புல் நகரின் அழகைக்காட்டி அவர்களை வசியப்படுத்த வேண்டுமென்பதில் அவர் மேலும் கவனமாக இருந்தார். இதற்காக, ஓவியப் பாடசாலையின் அதிசிறந்த கலைஞர்களை அவர் அணுகினார். ஆனால், அவர்கள் இவருடைய வேண்டுதலை நிராகரித்து விட்டனர். வங்கிகள் தங்களிடம் ஒப்படைக்கும் பணிகளை மட்டுமே அவர்கள் ஒப்புக்கொள்வது மரபாம். (அதற்கும் ஒரு நியாயம் இருந்தது. மேற்கத்திய க்யூபிசக் கோட்பாடுகள் அவர்களை ஆட்கொண்டிருந்தன. பாகைமானிகளையும், முக்கோணங்களையும் அவர்கள் படைக்கலங்களாய்க் கொண்டிருந்தார்கள். தம்முடைய ஓவியங்களில், பக்லவா எனப்படும் சாய்சதுர வடிவ இனிப்புப் பண்டம் போல் கிராமத்து அழகியர் தோன்ற வேண்டும் என்பதில் அவர்கள் குறியாய் இருந்தார்கள்). அதனால், அவர்களை விட்டுவிட்டு, மாகாண மாளிகைகள், கோடைக்கால அரங்கு களின் சுவர்கள், வேன்கள் – குதிரை வண்டிகள், சந்தைகளில் பார்க்கக் கிடைக்கும் பாம்பு – விழுங்கிகளின் கூடாரங்கள் ஆகியவற்றில் தமது ஆற்றலை வெளிப்படுத்தும் கைவினைஞர்களிடம் நம்முடைய தாதா விண்ணப்பித்துக்கொண்டார். அதற்கப்புறம், சில மாதங்கள் போய், இரண்டு கைவினைஞர்கள் இந்தப் பணியைச் செய்துத் தர முன்வந்தார்கள். காலங்காலமாய் வரும் எல்லாக் கைவினைஞர்களையும் போலவே, தான்தான் மற்றவரைக் காட்டிலும் சிறந்த கலைஞனென்று இவர்களும் சொல்லிக்கொண்டார்கள். வங்கித் துறையிலிருந்து பெற்ற ஊக்கத்தில், இந்த இரண்டு போட்டிக் கைவினைஞர்களையும் தன்னுடைய ஆனந்த மாளிகையின் எதிரெதிர் சுவர்களில் ஓவியம் தீட்டுமாறு இந்த தாதா பணித்தார். இஸ்தான்புல்லைச் சித்திரிக்கும் சிறந்த ஓவியத்துக்குப் பெரும் தொகை பரிசாக வழங்கப்படுமென்றும் அவர் அறிக்கை வெளியிட்டார்.

எடுத்த எடுப்பில் அந்தக் கலைஞர்கள் இருவரும் செய்த காரியம், தமக்கிடையில் ஒரு கனத்த திரையைப் போட்டுக்கொண்டதுதான். ஏனென்றால், அவர்கள் ஒருவர் மீது மற்றொருவர் மிகத் தீவிரமாக அவநம்பிக்கை கொண்டிருந்தனர். நூற்றெண்பது நாட்களுக்குப் பிறகு, அந்த ஆனந்த நிலையத்தின் கதவுகள் திறக்கப்பட்டன. வரவேற்பறையை இரண்டாய் வகுந்திருந்த அந்தத் திரைச்சீலை இன்னமும் நடுவிலேதான் இருந்தது. அந்த அறையின் ஆடம்பர அலங்காரங்களுக்கு நேர் எதிரிடை யாக அது தோன்றியது. செந்நிற வெல்வெட் துணியால் மெத்தை தைக்கப் பட்டிருக்கும் முலாம் பூசப்பட்ட நாற்காலிகள், ஹால்பீன் கலைநயக் கம்பளங்கள், வெள்ளியில் செய்த மெழுகுவர்த்தித் தண்டுகள், உயர்ரகக் கண்ணாடியால் செய்த பூச்சாடிகள், ஆட்டதுர்க்கின் உருவப்படங்கள், பீங்கான் தட்டுகள், முத்துச்சிப்பியின் உட்புறம் போன்று மெருகேற்றப்பட்ட மேஜைகளென்று பகட்டு அங்கே ஒளிர்ந்தது. மிகவும் மேன்மை தங்கியவர்களின் கூட்டம் அன்று மாலை அங்கே குழுமியிருந்தது. ஆளுநர் கூட – அரசுமுறை வருகையாகத்தான் – வந்திருந்தார். ஏனென்றால், செவ்வியல் துருக்கியக் கலைகளைப் பாதுகாக்கும் சமூக அமைப்பு என்ற பெயரில் அந்த மனமகிழ் மன்றம் சம்பிரதாய முறையில் பதிவு செய்யப் பட்டிருந்தது. அதனுடைய பெருமிதம் மிகுந்த சொந்தக்காரர் அந்த சாக்குப் பைத் திரையை விலக்கினார். ஒரு பக்கச் சுவரை இஸ்தான்புல் நகரின்

கண்கவர் காட்சி நிறைத்திருந்தது. எதிர்ப்பக்கச் சுவரில் இதே காட்சியை ஒரு முகம் பார்க்கும் கண்ணாடி பிரதிபலித்துக்கொண்டிருந்தது. வெள்ளி மெழுகுவர்த்தித் தண்டுகளின் தகதகப்பில் அந்தப் பிரதிபலிப்பு அசலைக் காட்டிலும் பிரகாசமானதாக, சீரியதாக அழகு கூடித் தெரிந்தது.

ஆக, அந்தக் கண்ணாடியை அங்கே பதித்த கலைஞனுக்கே பரிசு கிடைத்தது. ஆனால், ஆண்டுக்கணக்கில், இந்தப் பாவத்தின் மாளிகைக்கு வந்த விருந்தினர்களை வசியப்படுத்தியது அந்த வரவேற்பறையின் மலைப்பூட்டும் இரட்டைத்தன்மைதான். நீண்ட நேரத்திற்கு அந்த சுவர் ஒவ்வொன்றையும் யோசனையோடு பார்த்துக்கொண்டிருந்து விட்டு, அவர்கள் அவற்றின் குறுக்கும் நெடுக்குமாய் மணிக்கணக்காய் அலைந்துகொண்டிருப்பார்கள். அந்த இரட்டைக் காட்சிகள் அவர்களுக்கு அளித்த தீவிர, புதிரான இன்பத்தை என்னவெனச் சொல்வதென்று திண்டாடிக்கொண்டிருந்தார்கள்.

அந்த ஓவியத்திலிருந்த வாட்டம் மிகுந்த, பரிதாபகரமான தெரு நாய் அந்தப் பிரதிபலிப்பிலும் அதே வாட்டத்துடன்தான் தென்பட்டது. ஆனால் அதன் முகத்தில் வஞ்சகம் நிரம்பியிருந்தது. மீண்டும் ஓவியத்தின் அருகில் சென்று பார்க்கும்பொழுது, இந்தத் தெரு நாயிடமும் ஏதோ ஒரு விதமான வஞ்சகம் இருப்பதைப் போல் தோன்றியது. கூடவே, ஏதோ ஒரு விதமான மனக் கிலேசமும் உண்டாயிற்று. ஏனென்றால், இப்பொழுது அந்த நாய் பாயத் தயாராக இருப்பதைப் போல் தோன்றியது. அந்த நாயின் பிரதிபலிப்பை மீண்டும் காண எதிர்ச்சுவரண்டை சென்றால் விசித்திரமான சலனங்கள் கவனத்தை ஈர்க்கும். அதற்குள்ளாகவே உங்களுக்குத் தலை கிறுகிறுக்கத் தொடங்கியிருக்கும். ஆனாலும், முதல் சுவரிலிருந்த அசல் சித்திரத்திடம் சென்று பார்க்கும் உந்துதலை உங்களால் கட்டுப்படுத்தவே இயலாது. பதற்றம் மிகுந்த, சற்றே வயது கூடிய ஒரு வாடிக்கையாளர் இந்த வாட்டம் மிகுந்த நாயை வெகு நேரம் பரிசீலித்துக்கொண்டிருந்தார். அந்த நாய் காவல் காத்துக்கொண்டிருந்த தெருவையும், அந்தத் தெரு சென்றடைந்த சதுக்கத்தையும்கூட உன்னிப்பாகப் பார்த்துக்கொண்டிருந்தார். அப்படிப் பார்த்துக்கொண்டிருந்தபொழுது, ஒரு கணத்தில், அந்தச் சதுக்கத்தின் மையப்பகுதியில் இருந்த நீரூற்று அசல் ஓவியத்தில் வறண்டிருக்க, பிரதிபலிப்பில் நீர் பெருக்கெடுத்துக்கொண்டிருப்பது போல் அவருக்குத் தோன்றியிருக்கிறது. அவர் உடனடியாக முதல் சுவருக்கு விரைந்து சென்று பார்த்தார். ஏதோ வீட்டில் குழாயைத் திருகி விட்டுவிட்டு, மூட மறந்துபோன நினைவு வந்து மனசு படபடப்பாகிப் போகும் முதியவருக்குரிய அதே பதற்றத்துடன். அந்த அசல் ஓவியத்திலிருந்த நீரூற்று இப்பொழுதும் வறண்டே காணப்பட்டது. மீண்டும் அதன் பிரதிபலிப்பிடம் சென்று பார்க்கும்பொழுது, முன்பிருந்ததைக் காட்டிலும் அதிகமாய் நீர் வெள்ளமென அதில் வெளியேறிக்கொண்டிருந்தது. இதைப் பார்த்து அந்த மனிதர் மிகவும் மலைத்துப்போய்விட்டார். தான் கண்டுபிடித்திருக்கும் இந்த மலைப்பூட்டும் காட்சியை அங்கே பணிபுரிந்துகொண்டிருந்த பெண்களோடு பகிர்ந்துகொள்ள அவர் விரும்பினார். ஆனால், அவரை அவர்கள் லட்சியமே செய்யவில்லை (இந்தக் கண்ணாடியின் சின்னச் சின்னத் தந்திரங்களைப் பார்த்துப் பார்த்து அவர்களுக்கு அதற்குள்ளாகவே சலிப்புத் தட்டியிருந்தது). அதனால், அந்த வருத்தம் மிகுந்த மனிதர் தன்னுடைய அறைக்குத்

திரும்பினார். வாழ்க்கையில் ஒரு விஷயம்தான் நிச்சயமென்ற தீர்மானம் அவருக்கு ஏற்பட்டிருந்தது. அதாவது எப்பொழுதுமே தவறாகப் புரிந்து கொள்ளவென்றே அவர் படைக்கப்பட்டிருக்கிறார்.

ஆனால், இந்த ஆனந்த மாளிகையில் பணிபுரிந்த பெண்கள் அவர் நினைத்த அளவுக்கு அலட்சியமானவர்கள் இல்லை. பனி கொட்டும் குளிர்கால இரவுகளில் இந்த வரவேற்பறையில் சோம்பி நடைபயின்று கொண்டிருக்கும்பொழுது, பழைய கதைகளையே பேசிப்பேசிப் பொழுதை ஓட்டிக்கொண்டிருக்கும்பொழுது, இந்தக் கண்ணாடியை அவர்கள் ஒரு உரைகல் போலப் பயன்படுத்தினார்கள். இந்த எதிரெதிர் சுவர்களுக்கு இடையே நிகழ்ந்துகொண்டிருந்த விந்தையான பரிபாஷை தங்களுடைய வாடிக்கையாளர்களின் குணாம்சங்களைப் பற்றிய சுவாரஸ்யமான உள்ளொளியை அவர்களுக்குக் கொடுத்தது. இந்த ஓவியத்திற்கும் அதன் பிரதிபலிப்பிற்கும் இடையில் தென்படும் வினோத வேறுபாடுகளைக் கவனிக்கக்கூடச் செய்யாத சுரணையற்ற, அவசர கதியிலான, கவலை மண்டிய வாடிக்கையாளர்களும் அங்கே வருவதுண்டு. இம்மாதிரியானவர்கள் தங்களுடைய பிரச்சினைகளைப் பற்றியே எந்நேரமும் பேசிக்கொண்டிருக்க விரும்புவார்கள். இல்லாவிட்டால், இந்தப் பெண்களிடமிருந்து அவர்கள் ஒரேயொரு சமாச்சாரத்தைத்தான் எதிர்பார்ப்பார்கள். பிறரிடமிருந்து வேறுபடுத்திக்காட்டும் எந்த ஓர் அம்சமும் தென்படாத மதுக்கூட மங்கையிடம், எந்தவொரு மனிதனும் எந்நேரமும் எதிர்பார்க்கும் ஒரே சமாச்சாரம் இது மட்டும்தான். இப்படிப்பட்ட வாடிக்கையாளர்களைப் போல் இல்லாமல், அசல் ஓவியத்திற்கும் அதன் பிம்பத்திற்கும் இடையில் நிகழும் நாடகத்தைக் கவனித்தாலும், அதற்கு எவ்வித முக்கியத்துவத்தையும் கொடுக்காத நபர்களும் இருந்தார்கள். இவர்கள் காதலில் கரை கண்டவர்கள். இவர்களை எதுவுமே பாதிக்காது. அச்சமற்ற மனிதர்கள். அச்சமுற வைப்பவர்கள். இத்தகையவர்களுக்கு மாறாக ஓவியத்திற்கும், பிரதிபலிக்கும் கண்ணாடிக்கும் இடையில் நிகழும் மாற்றங்களைக் கவனித்துவிட்டு, அதனால் பெரும் மன உளைச்சலுக்கு ஆளாகும் வாடிக்கையாளர்களும் இருக்கிறார்கள். இவர்களைப் பார்த்துத்தான், அந்த மதுக்கூட மங்கையரும், பணியாளர்களும், தாதாக்களும் மிகவும் அஞ்சினர். ஏனென்றால், இந்த இரு காட்சிகளையும் ஒரு தீர்மானமான ஒழுங்கிற்கு யாராவது உடனடியாகக் கொண்டுவந்தே ஆக வேண்டும் என்று இந்தச் சிறுபிள்ளைத்தனமான ஜீவன்கள் அடம் பிடிக்கும்பொழுது அவர்கள் என்னதான் செய்ய முடியும்? இம்மாதிரியான மனிதர்கள் கஞ்சத்தனம் மிகுந்தவர்களாகவும், கையிருப்புக் குறைந்தவர்களாகவும் இருப்பார்கள். அவர்களுக்கு இந்த உலகை மறக்க வேண்டும். அதற்கு மது உதவாது. மாதுவும்தான். இவர்கள் ஒழுங்கின் மீதும் சமச்சீர்மையின் மீதும் அதீத நாட்டம் கொண்டிருந்தார்கள். அது அவர்களை மோசமான நண்பர்களாகவும், அதைக் காட்டிலும் மோசமான காதலர்களாகவும் ஆக்கி வைத்திருந்தது.

வழக்கமாய் வந்துபோகும் வாடிக்கையாளர்கள் ஓவியமும் அதன் பிம்பமும் காட்டும் விளையாட்டுகளுக்குப் பழகிவிட்டார்கள். அவர்களுள் பெயோக்ளு வட்டாரத் தலைமைக் காவல் அதிகாரியும் ஒருவர். அவர் விரிக்கும் பாதுகாப்புக் குடைக்காகவே அவர் அங்கே அதிகமும் நேசிக்கப்பட்டார். அவருடைய பணப்பையின் சக்திக்காக

அல்ல. அதற்கப்புறமாய் ஒரு நாளில், அவர் அங்கே வந்திருந்த ஒரு சமயத்தில் அந்தக் கண்ணாடியை உற்றுப் பார்த்துக்கொண்டிருந்தார். அப்பொழுது, கையில் துப்பாக்கி ஒன்றைப் பற்றியபடி, ஓர் இருண்ட சந்தில் சந்தேகத்திற்குரிய வழுக்கைத் தலை ஆசாமியொருவனை நேருக்கு நேராக அந்தப் பிம்பத்தில் அவர் காண நேர்ந்தது. அந்தக் காலகட்டத்தில், இன்னமும் தீர்க்கப்படாமல் இருந்த ஷிஷ்லி சதுக்கக் கொலை வழக்கின் குற்றவாளி அவனாகத்தான் இருக்க வேண்டுமென்று அந்தக் கணத்தில் அவர் முடிவு செய்தார். அந்தக் கண்ணாடியை அங்கே பதித்த அந்தக் கலைஞன், இந்த வழக்கில் புதிய தகவல்களைக் கொடுக்கலாம் எனும் நம்பிக்கையில், அந்த வழுக்கைத் தலையனுடைய அடையாளத்தை நிறுவுவதற்காக, அவர் மீண்டும் புலன் விசாரணையைத் தொடங்கினார். பிறகு, இன்னொரு இரவு. மிக உஷ்ணமான, வியர்வை பசை போல் ஒட்டும் கோடையிரவு. நடைபாதையின் மீது ஒழுகிக்கொண்டிருக்கும் அழுக்கு நீர், மூலையில் இருக்கும் இரும்புக் கிராதி வரைகூட எட்ட முடியாமல் வழியிலேயே ஆவியாகிவிடும் அளவிற்கான உஷ்ணம். இங்கே வாகனங்களை நிறுத்தக்கூடாதென்ற அறிவிப்புப் பலகைக்கு முன்பாகவே தன்னுடைய தகப்பனின் மெர்சிடஸ் காரை நிறுத்தியிருந்தான் ஒரு நிலச்சுவான்தாரின் மகன். அவன் அந்தக் கண்ணாடிக்குள் தெரியும் பிம்பத்தைப் பார்த்துக்கொண்டிருந்தான். நகரின் ஒதுக்குப்புறத் தெரு ஒன்றிற்குள் இருக்கும் வீட்டில் பிழைப்பிற்காகக் கம்பளம் நெய்து கொண்டிருந்த கடமையுணர்வுமிக்க பெண்ணொருத்தியின் உருவத்தை அதிலே அவன் பார்த்தான். தன்னுடைய வாழ்நாளில் தான் தேடி அலைந்துகொண்டிருக்கும் ரகசியக் காதலி இவள்தான் என்ற எண்ணம் உடனடியாக அவனுக்குள் உதித்தது. ஆனால், மீண்டும் அவன் ஓவியத்திடம் மீண்டபொழுது, அவன் பார்த்ததெல்லாம் முக வாட்டம் மிகுந்த, உணர்ச்சியற்ற, தன்னுடைய தந்தைக்குச் சொந்தமான கிராமங்களில் வசிக்கும் வகையான ஒரு பெண்ணைத்தான்.

ஒரு பந்தயக் குதிரையின் மீதேறிப் பாய்வதைப் போல், தன்னுடைய கெடிலாக் காரைஅதிவேக நீரோட்டம் மிகுந்த பாஸ்ஃபரஸ் பகுதிக்குள் செலுத்தி மூழ்கிப்போன அந்த ஆனந்த மாளிகையின் அதிபதியைப் பொறுத்தவரை – இந்த உலகிற்குள் மறைந்துகிடக்கும் அந்த மற்றோர் உலகைக் கண்டுபிடிக்கும் நோக்கில்தான் அவர் அதற்குள் பாய்ந்தாரோ என்னவோ – இந்த ரசனைக்குகந்த, சின்னச் சின்ன வேடிக்கைகளுக்கும், அந்த ஓவியத்திற்குமோ அல்லது அதன் தந்திரம் மிகுந்த பிம்பத்திற்குமோ தொடர்பிருக்கும் எனும் கற்பனைகள் இருந்ததில்லை. ஏன், இந்த உலகின் புதிரைப் பற்றிய கற்பனைகள்கூட அவருக்கு இருந்ததில்லை. அவரைப் பொறுத்தமட்டில் தான் வாடிக்கையாளர்களுக்கு வழங்கும் போதை வஸ்துகளும் ரேக்கி பானமும் குறுகிய காலத்திற்கு அவர்களை வழக்கமான தொல்லைகளிலிருந்து விடுவித்து அவர்களுக்கே உரிய, சந்தோஷமான, கற்பனை உலகிற்குத் திருப்பிவிடுகிறது எனும் எளிய புரிதல் மட்டுமே இருந்தது. இழந்துபோன இந்த சொர்க்கத்தை அவர்கள் மீட்டெக்கும்போது, மட்டுமீறிய களிப்பில் தங்களுடைய கனவுகளில் இருக்கும் புதிர்களையே இந்தக் கண்ணாடி பிம்பங்களில் பார்த்து அவர்கள் குழம்பிப்போகிறார்கள். இப்படியோர் வியத்தகு நிதர்சனப் பார்வை அவரிடம் இருந்ததையும் மீறி, ஒரு சில ஞாயிற்றுக்கிழமை காலைகளில், தன்னுடைய மதுக்கூட மங்கையரோடு அமர்ந்து, அன்றைய

நாளிதழ்களில் வெளியாகியிருக்கும் புதிர்ப் பக்கங்களைப் புரட்டிக் கொண்டிருக்கும் வேளைகளில், களைத்திருக்கும் தமது அன்னையர் தம்மைத் திரைப்படங்களுக்கு அழைத்துச் செல்லக் காத்திருக்கும் சிறார்களிடம், 'இந்த இரண்டு படங்களுக்குமிடையில் காணப்படும் ஏழு வித்தியாசங்களைக் கண்டுபிடி' எனும் விளையாட்டை விளையாட அவர் உதவி செய்துகொண்டிருப்பதுண்டு.

ஆனால், அந்த வரவேற்பறையில் இருந்த ஓவியத்திற்கும், அதன் பிம்பத்திற்கும் இடையில் ஏழு வித்தியாசங்களுக்கும் அதிகமாகவே இருந்தது. அந்த வித்தியாசங்களுக்கு முடிவே இல்லை. அதே போல், அவை சுமக்கும் அர்த்தங்களும் எண்ணற்றவை. கண்ணெதிரிலேயே அதிர வைக்கும் விதங்களில் அவை காணும் மாற்றங்களும் எண்ணற்றவை. ஏனென்றால், முதல் சுவரிலிருந்த ஓவியம் – குதிரை வண்டிகள் மீதும், சந்தைக் கூடாரங்கள் மீதும் வரையப்பட்டிருக்கும் ஓவியங்களிலிருந்து அது எவ்விதத்திலும் மாறுபட்டதல்ல – ஒளிவுமறைவான செதுக்குச் சிற்பங்களில் தென்படும் இருண்ட, பேயச்சமூட்டும் ஆன்மாவை உள்ளீடாய்க் கொண்டிருந்தது. அதே நேரத்தில், ஒரு சுவரோவியத்திற்கே உரிய வளப்பமான கருப்பொருளும் அதன் உள்ளிருந்தது. சுவரோவியத்தில் காணப்பட்ட பிரம்மாண்டமான பறவை, எதிரே இருந்த கண்ணாடியில் ஒரு புராணிகக் கற்பனை வடிவமாக உருப்பெற்றிருந்தது. கண்ணாடியில் பார்க்கும்பொழுது, பழங்கால, மரத்தாலான மாளிகைகளின் எளிய முகப்புகள் மருட்சியுடனிருக்கும் வதனங்களாகத் தோன்றின. சந்தைத் திடல்களும் குடை ராட்டினங்களும் மேலும் பிரகாசமாய் உயிர்ப்புடன் தெரிந்தன. ஒவ்வொரு ட்ராம் வண்டியும், குதிரை வண்டியும், ஸ்தூபியும் பாலமும் கொலையாளியும் பணியாரக் கடையும் பூங்காவும் கடற்புற காஃபிச் சிற்றுண்டியகமும் பயணியர் படகும் செதுக்கெழுத்தும் சேமப்பெட்டியும் வேறொரு சீர்மிகு இடத்தைக் குறிக்கும் சைகைகளாகத் திகழ்ந்தன. முதல் ஓவியன், கூ[illegible] உணர்வோடு, கண்பார்வையற்ற பிச்சைக்காரன் ஒருவனின் கைகளில் கொடுத்திருந்த ஒரு கருப்புப் புத்தகம் அந்தக் கண்ணாடியில் இரண்டு தொகுதிகள் உள்ள ஒரு நூலாக இரட்டை அர்த்தங்களுடன், இரண்டு கதைகளுடன் இருப்பது போல் தோன்றியது. ஆனால், முதல் சுவருக்கு மீண்டும் வந்து பார்க்கையில், அது ஒரே தொகுதியாகவே தோன்றியது. அதன் புதிர்த் தன்மையும் அதற்குள் எங்கோ தொலைந்துவிட்டதைப் போல் இருந்தது. எத்தனையோ சந்தைத்திடல் ஓவியங்களில் செய்திருந்த மாதிரியே, மான்விழியும் செந்நிற உதடுகளும் நீண்ட இமைகளும் கொண்ட துருக்கியத் திரைத்தாரகை ஒருத்தியைத் தன்னுடைய சுவரோவியத்தில் முதல் கலைஞன் உள்ளடக்கியிருந்தான். அவளோ, தேசத்தையே தேற்றிக்கொண்டிருக்கும் பெரும்தனங்கள் கொண்ட கதியற்ற தாயாக அந்தக் கண்ணாடியில் காட்சியளித்தாள். மீண்டுமொரு முறை முதல் சுவரின் பக்கமாக விரைந்து கண்ணை ஓட்டினால், பேரச்சமும் பேரின்பமும் ஒன்றாய்க் கூடி, தேசியச் சின்னமான தாய்மையை வெளிப்படுத்தும் பெண்ணாகத் தோன்றாமல், எத்தனையோ ஆண்டுகளாகப் படுக்கையைப் பகிர்ந்துகொள்ளும் மனையாளாக அந்தப் பெண் தோன்றினாள்.

ஆனால், அந்த ஆனந்த மாளிகைக்கு வருகை தரும் வாடிக்கையாளர்களை மிகவும் கலவரப்படுத்தியது அந்த ஓவியத்தில் காணப்பட்ட

மக்களின் கூட்டம்தான். ஓவியத்தில் அவர்கள் திரண்டெழுந்து திரிந்து கொண்டிருந்தார்கள். கண்ணாடியிலோ, நகரின் பாலங்கள் மீது அலையென ஆர்ப்பரித்துப் புதிய அர்த்தங்களை, விசித்திர சைகைகளை, பரிச்சயமற்ற உலகங்களை ஒளிவீசி வாரியிறைத்துக்கொண்டிருந்தார்கள். ஓவியத்தில் ஃபெடோரா வகைத் தொப்பி அணிந்த, மன சஞ்சலம் மிகுந்த ஒரு சாமானியனோ அல்லது சுறுசுறுப்பான மன நிறைவு கொண்ட மனிதனோ தென்படுவார்கள். ஆனால், கண்ணாடியிலோ இதே முகங்கள், குறியீடுகள், எழுத்துகள் ஆகியன ஒரு வரைபடம் போல் அவர்களை உருமாற்றியிருக்க, நெடுங்காலமாகத் தொலைத்துவிட்ட கதையின் இறுதிக் கூறுகளைப் போல் அவர்கள் தோன்றுவார்கள். அந்த வரவேற்பறையின் வெல்வெட் நாற்காலிகளில் குறுக்கும் மறுக்குமாய்ச் சென்றமர்ந்து இரண்டு சுவர்களையும் பார்க்கும் ஒரு சிலரின் இருண்ட மனங்களில், மிக மிகக் குறுகிய வட்டத்தைச் சார்ந்த மேட்டுக்குடியினருக்கு மட்டுமே வெளிப்படும் புதிருக்குள் தாங்களும் தீட்சை பெற்றுவிட்டதைப் போன்ற மயக்கம் உண்டாகிவிடும். அங்கிருந்த மதுக்கூட மங்கையர் இவர்களைப் பாஷாக்கள் போல் நடத்தினார்கள். ஏனென்றால், அந்த ஓவியத்திலும் அதன் பிம்பத்திலும் உள்ளீடாய் இருக்கும் ரகசியத்தைப் புரிந்துகொள்ளாமல் இந்த நபர்கள் ஓய மாட்டார்களென்று அவர்களுக்குத் தெரியும். இந்தப் புதிரை அவிழ்க்க உலகின் எந்த மூலைக்கு வேண்டுமானாலும் பயணம் செய்து எப்பேர்ப்பட்ட ஆபத்தையும் எதிர்கொள்ள அவர்கள் தயாராக இருப்பார்கள்.

பல்லாண்டுகள் கழிந்த பின்னர், இந்த ஆனந்த மாளிகையின் அதிபதி பாஸ்ஃபரஸ் என்னும் புதிருக்குள் மூழ்கிக் காணாமல்போன பிறகு, இந்த ஆனந்த மாளிகைக்கு அவப்பெயர் ஏற்பட்டது. அப்பொழுது அதனுள்ளே நுழைந்த பெயோக்ளூ காவல்துறைத் தலைமை அதிகாரியின் துயர் மிகுந்த முகத்தைப் பார்த்த முதிய மதுக்கூட மங்கையர், அவரையும் இப்படிப்பட்டதோர் அமைதியிழந்த ஆன்மாவாக இனம் கண்டனர்.

அவர் இன்னமும் அந்தப் பாழாய்ப்போன ஷிஷ்லி சதுக்கக் கொலையின் மர்மத்தைக் கண்டுபிடித்தபாடில்லை. முன்பு தவறவிட்டு விட்ட தடயங்களை மீண்டும் கண்டுபிடித்துவிடும் நம்பிக்கையில் அந்தக் கண்ணாடியை மீண்டும் பார்க்க அவர் இப்பொழுது அங்கே வந்திருந்தார். அவர் மிகவும் தாமதமாக அங்கே வந்திருப்பதாக அந்த மதுக்கூட மங்கையர் தெரிவித்தனர். அதற்கு முந்தைய வாரத்தில் அந்த வரவேற்பறையில் ஒரு அமளி நடந்திருந்தது. அது அப்படியொன்றும் மோசமான அமளியல்ல. பெண்களோ பணமோ சம்மந்தப்பட்டதல்ல. அது தூண்டப்பட்டதற்குக் காரணமேதும் உண்டென்றால், அது அலுப்பின் விளைவுதான். ஆனால் அந்த முரடர்கள் கோதாவுக்குள் குதித்தவுடன், அந்தப் பிரம்மாண்டமான கண்ணாடி அவர்கள் மீது நொறுங்கி விழுந்து ஆயிரம் துண்டுகளாய்ச் சிதறிப்போனது. அந்தக் கண்ணாடிச் சிதறல்களுக்கு நடுவே நின்று கொண்டிருந்த, கூடிய விரைவில் பணி ஓய்வு பெற இருக்கும் அந்தக் காவல்துறைத் தலைவரால் எந்த ஒரு கொலையாளியின் சாயலையும் காண முடியவில்லை. அந்தக் கண்ணாடியின் ரகசியத்தையும் கண்டுபிடிக்க முடியவில்லை.

34

கதைசொல்லி அல்ல, கதையேதான்

> நான் சொல்லுவதைக் கேட்க யார் இருக்கிறார்களென்று ஆராய்ந்துகொண்டிருப்பதைக் காட்டிலும், உரக்கச் சிந்தித்து, எனக்கே எனக்கான புனைவாற்றலை வெளிப்படுத்துவதே என் எழுது முறை.
>
> – 'அபின் சாப்பிடும் ஆங்கிலேயனின் வாக்குமூலம்' எனும் நூலில் தாமஸ் டி க்வென்ஸி.

அல்லாதீனின் கடை முன்பாகச் சந்திப்பதென்று ஏற்பாடு ஆவதற்கு முன்னால், ஜெலாலுடையவையென்று ஏழு தொலைபேசி எண்களை அந்தத் தொலைபேசிக் குரல் கொடுத்திருந்தது. இதில் ஏதேனுமோர் எண்ணாவது ஜெலாலும் ரூயாவும் பதுங்கியிருக்கும் இடத்திற்குத் தன்னை இட்டுச் செல்லுமென்று காலிப் திடமாக நம்பினான். அவர்கள் இருவருமாக இணைந்து சுற்றிக்கொண்டிருக்கும் தெருக்கள், மிதிக்கும் வாயிற்படிகள், நுழையும் அடுக்ககங்கள் என்று எல்லாவற்றையும் அவனால் அதற்குள்ளாகவே கற்பனையில் காண முடிந்திருந்தது. அவர்களைப் பார்த்த மாத்திரத்தில், ஏன் அவர்கள் ஒளிந்துகொண்டிருந்தார்கள் என்பதற்கான காரணங்களை விளக்கப்போகிறார்கள். அவை சரியானவையே என்று ஒப்புக்கொண்டு முற்றிலுமே நியாயமனவை என்றும் அவன் ஏற்றுக்கொள்ளப்போகிறான். ஜெலாலும் ரூயாவும் அவனிடம் இப்படி ஒன்றைத்தான் சொல்வார்கள் என்றும் அவனுக்குத் தெரிந்திருந்தது: 'காலிப், உன்னை எப்படியாவது கண்டுபிடித்துவிட வேண்டுமென்று நாங்கள் தேடிக்கொண்டேதான் இருந்தோம். ஆனால், நீ வீட்டிலும் இல்லை. அலுவலகத்திலும் இல்லை. அப்படி நீ எங்கேதான் போனாய்?'

பல மணி நேரமாக அமர்ந்திருந்த கைவைத்த நாற்காலியை விட்டு காலிப் எழுந்தான். ஜெலாலின் பைஜாமாவைக் கழற்றிப் போட்டுவிட்டு, முகச்சவரம் செய்து, குளித்து, உடையணிந்து கொண்டான். தன் முகத்தில் தெரிந்த எழுத்துகளை அவன் பார்த்துக்கொண்டபோது, அவை பித்துக்குளித்தனமான

புதிர்களையோ, பயங்கரமான சதிச் செயல்களையோ அவனுக்கு உணர்த்தவில்லை. அதேபோல், அவனுடைய அடையாளத்தையே சந்தேகிக்கும் விதமாக அவன் கண்களைக் கட்டவும் இல்லை. அந்தக் கண்ணாடிக்கு அருகில் கிடந்த, பழைய சவரக்கத்தியைப் போலவோ அல்லது வெளிர்சிவப்பு நிற சோப்புக் கட்டியைப் போலவோ – இதன் இரட்டையை சில்வனா மேங்கனோ எனும் இத்தாலிய நடிகை பகட்டாக விளம்பரப்படுத்தியிருந்தாள் – இந்த எழுத்துகளும்கூட நிஜ உலகைச் சார்ந்தவையாகவே தோன்றின.

வாயிற்காப்போன் கதவிடுக்கில் தள்ளிவிட்டிருந்த *மிலியட்* இதழை காலிப் எடுத்துக்கொண்டான். ஜெலாலின் பத்திக் கட்டுரை வெளியாகி யிருந்த பக்கத்தைத் திருப்பினான். தன்னுடைய சொந்த எழுத்தையே வேறு யாரோ எழுதியிருந்ததைப் போல் படித்துப்பார்த்தான். ஜெலாலின் புகைப்படத்துக்குக் கீழாக அது பிரசுரிக்கப்பட்டிருந்தது. அதனால், அதை எழுதியது ஜெலால்தான் என்று நினைத்துக்கொள்வது எளிதாக இருந்தது. என்றாலும், இவை தன்னுடைய சொந்த வார்த்தைகள் என்பதைக் காலிப்பால் அறவே மறந்துவிடவும் முடியவில்லை. இது ஒரு முரணாக அவனுக்குத் தோன்றவில்லை. மாறாக, பரிச்சயமான உலகின் நீட்சியாகவே தோன்றியது. தன் கையிலிருந்த ஏழு முகவரிகளுள் ஏதேனும் ஒன்றினுள் உட்கார்ந்தபடி, தன்னுடைய பெயரில் வேறு யாரோ எழுதியிருக்கும் பத்திக் கட்டுரையை ஜெலால் இப்பொழுது வாசித்துக் கொண்டிருப்பானென்று காலிப் கற்பனை செய்துகொண்டான். ஆனால், இதை ஓர் அவமதிப்பாகவோ அல்லது அக்கட்டுரையின் அசல் ஆசிரியரை ஓர் ஆள்மாறாட்டக்காரனென்றோ ஜெலால் நினைக்கமாட்டனென்று காலிப் யூகம் செய்துகொண்டான். தான் முன்னர் எப்பொழுதோ எழுதி யிருந்ததன் மீள்பதிப்பில்லை அந்தக் கட்டுரை என்பதைக்கூட அவன் பெரும்பாலும் உணர்ந்துகொண்டிருக்கமாட்டான்.

ரொட்டித் துண்டுகள் சிலவற்றை அவன் வகுந்து எடுத்துக்கொண்டான். நாக்குச் சீவலையும், மீன்சினை முட்டைத் துருவலையும் குளிர்சாதனப் பெட்டியிலிருந்து எடுத்துக்கொண்டான். ஒரு வாழைப்பழத்தையும் உரித்து வைத்துக்கொண்டு சாப்பிட உட்கார்ந்தான். பிறகு, வெளியிலிருக்கும் அசல் உலகோடு தனக்கிருக்கும் தொடர்பை மேலும் வலுப்படுத்திக் கொள்ளும் விதமாக, தான் தொங்கலில் விட்டிருந்த பல்வேறு சட்ட சமாச்சாரங்களும் எந்தக் கதியில் இருக்கின்றனவென்று பார்க்கத் தீர்மானித் தான். பல்வேறு அரசியல் தொடர்பான வழக்குகளில் தன்னோடு இணைந்து பணியாற்றியிருந்த ஒரு சக வழக்குரைஞரைத் தொலைபேசியில் தொடர்புகொண்டான். ஏதோ ஓர் அவசர அலுவலின் காரணமாகத் தான் நகரைவிட்டு வெளியே பல நாட்களாகப் போயிருந்ததாக விளக்கம் சொன்னான். ஒரு வழக்கு, எப்பொழுதும் போலவே மிக மிக மந்தமான வேகத்தில் சென்றுகொண்டிருப்பதாக அந்தச் சகாவிட மிருந்து தெரிந்துகொண்டான். இன்னொரு அரசியல் வழக்கின் முடிவு தீர்மானிக்கப்பட்டுவிட்டதாகவும், அதில் சம்பந்தப்பட்டிருந்த கட்சிக் காரர்கள் ஒவ்வொருவருக்கும் ஆறு ஆண்டுகள் சிறைத்தண்டனை விதிக்கப் பட்டிருப்பதாகவும் தெரிந்துகொண்டான். திரைமறைவில் இயங்கிக் கொண்டிருந்த கம்யூனிச அமைப்பின் நிறுவனர்களுக்கு அடைக்கலம்

கொடுத்திருந்தார்கள் என்பதற்கான தீர்ப்பு அது. அப்பொழுதுதான் படித்துவிட்டு வைத்திருந்த செய்தித்தாளில் இதே வழக்கையைப் பற்றி வெளியாகியிருந்த செய்திக்குறிப்பை அவசரமாகப் பார்த்துவிட்டு, அது தான் வழக்காடியிருந்த ஒன்றென்பதைக்கூட கவனிக்காமல்விட்டிருந்தது அவனது நினைவில் தட்டியது. அவனுக்குத் திடீரென்று கோபம் வந்தது. அது எதன் மீதென்றோ, எதற்காகவென்றோ அவனுக்கு விளங்கவில்லை. பிறகு வீட்டிற்குத் தொலைபேசி அழைப்புவிடுத்தான். ஏதோ, அதுதான் உலகிலேயே மிக இயல்பான சமாச்சாரம் என்பதைப் போல. ரூயா மட்டும் எடுக்கட்டும், அவளிடம் கொஞ்சம் விளையாட்டுக் காட்ட வேண்டுமென்று நினைத்துக்கொண்டான். குரலைமாற்றி, காலிப்பைத் தேடும் வேறு யாரோபோல் நடிக்க வேண்டும். ஆனால், மறுமுனையில் யாரும் தொலைபேசியை எடுக்கவில்லை.

இஸ்கந்தரைத் தொடர்புகொண்டு, ஆங்கிலேயத் திரைப்படக் குழுவினர் இன்னும் எவ்வளவு காலத்திற்கு இஸ்தான்புல்லில் தங்கியிருப்பார்களென்று விசாரித்தான். "இதுதான் அவர்களுக்குக் கடைசி இரவு," என்றான் இஸ்கந்தர். "நாளை அதிகாலையில் அவர்கள் லண்டனுக்குக் கிளம்பு கிறார்கள்." ஜெலாலைக் கிட்டத்தட்டக் கண்டுபிடித்துவிட்டதாக காலிப் இஸ்கந்தரிடம் சொன்னான். ஜெலால்கூட அந்த ஆங்கிலக் குழுவைச் சந்திக்க ஆர்வமாக இருப்பதாகவும், ஜெலாலுக்கு அவர்களிடம் சொல்ல மிக முக்கியமான விஷயங்கள் இருப்பதாகவும் கூறினான். அவர்களுக்கு இந்தப் பேட்டி எவ்வளவு முக்கியமானதோ, அதே அளவுக்கு அவனுக்கும் இந்தப் பேட்டி முக்கியமானதுதானாம். "அப்படியென்றால், நான் எப்படி யாவது முயன்று இன்று மாலை அவர்களைப் பிடித்துவிடுகிறேன்," என்றான் இஸ்கந்தர். "ஏனென்றால், அவர்களும் ஜெலாலைக் காண உண்மையிலேயே ஆர்வமாக இருக்கிறார்கள்." தொலைபேசி மீது குறிக்கப் பட்டிருந்த எண்ணைச் சொல்லி, இஸ்கந்தர் அந்த எண்ணில் தன்னைத் தொடர்புகொள்ளலாமென்று காலிப் கூறினான்.

பிறகு, ஹாலா பெரியம்மாவின் வீட்டு எண்ணை அவன் சுழற்றினான். குரலை ஆழமாக்கிக்கொண்டு, தான் ஜெலாலின் விசுவாசமான வாசகன் என்றும், தீவிர விசிறி என்றும் அறிமுகப்படுத்திக்கொண்டான். அன்று வெளிவந்திருக்கும் பத்திக் கட்டுரைக்காகப் பாராட்டுச் சொல்வதற்காகவே தொடர்புகொண்டிருப்பதாகக் கூறினான். பேசிக்கொண்டிருக்கும்போதே, மடை திறந்த வெள்ளமாய்க் கேள்விகள் அவன் மனத்தில் பெருக்கெடுத்தன. ரூயாவிடமிருந்தோ, அவனிடமிருந்தோ எந்தத் தகவலும் வராத நிலையில் அவர்கள் காவல்துறையை அணுகியிருக்கிறார்களா? அல்லது அவர்கள் இருவரும் இன்னும் இஸ்மீரிலிருந்து வரவில்லை என்று காத்துக்கொண்டிருக் கிறார்களா? இல்லாவிட்டால், ரூயா அவர்களோடு தொடர்புகொண்டு எல்லாவற்றையும் விளக்கிக் கூறிவிட்டாளா? இவ்வளவு காலத்தில் ஜெலாலிடமிருந்து ஏதும் தகவல் உண்டா? ஹாலா பெரியம்மாவின் நிதானமான பதில் – ஜெலால் பே அங்கே இல்லை. அதனால் பத்திரிகை அலுவலகத்திற்குத் தொடர்புகொள்வது பலனளிக்கும் – காலிப்புக்கு எந்த விதத்திலும் உதவியாக இல்லை. மதியம் இரண்டு இருபது மணிக்கு குணாம்சங்கள் நூலின் கடைசிப் பக்கத்தை விரித்து வைத்துக்கொண்டு,

அதில் குறித்து வைத்திருந்த ஏழு எண்களையும் ஒன்றன் பின் ஒன்றாகத் தொலைபேசியில் தொடர்புகொண்டான் காலிப்.

முதலாவது எண்ணில், தான் இதுவரை கேள்விப்பட்டிராத ஒரு குடும்பத்தின் தொடர்பு வந்தது. இரண்டாவதில், எல்லோருமே அனுபவப் பட்டிருக்கும் வகையான, ஏதோ ஒரு அதிகப்பிரசங்கி, வாயாடிக் குழந்தை அகப்பட்டது. மூன்றாவதில், கீச்சுத் தொண்டையில், கரகரப்பான குரலில் பேசிய ஒரு முதியவர். நான்காவது ஒரு கெபாப் சிற்றுண்டிச்சாலை. ஐந்தாவதில் வந்தவர் அகம்பாவம் பிடித்த வீடு, மனை வணிக முகவர். தனக்கு முன்னர் அந்த எண் யாருடையதாக இருந்ததென்பதில் அவனுக்குக் கிஞ்சித்தும் அக்கறை இருக்கவில்லை. ஆறாவது எண் மிகக் கனிவாகப் பேசிய தையல்காரியுடையது. இந்த எண்ணை அவள் நாற்பது ஆண்டுகளாக வைத்திருக்கிறாளாம். ஏழாவது எண் புதிதாகத் திருமணம் ஆன ஒரு தம்பதியுடையது. அவர்கள் அப்பொழுதுதான் வீடு திரும்பியிருந்தார்கள். அதற்குள்ளாகவே மணி ஏழாகி இருந்தது. இந்தத் தொலைபேசித் தொடர்புகளுக்கு இடையில், ஏதோ ஒரு கட்டத்தில், அவன் அங்கே இருந்த எல்ம் மர அலமாரிக்குள் குடைந்துகொண்டிருந்தான். இதுவரை கவனிக்காமல்விட்டிருந்த அஞ்சலட்டைகள் நிரம்பிய பெட்டியொன்றின் ஆழத்தில் துழாவிக்கொண்டிருந்தான். பத்துப் புகைப்படங்கள் சிக்கின.

குடும்பத்தோடு பாஸ்ஃபரஸுக்கு சுற்றுலா போயிருந்தபோது எடுத்தது. பிரபலமான எமிக்ரான் ப்ளேன் மரத்துக்கடியில் இயங்கும் காஃபிச் சிற்றுண்டியகம். மெலிஹ் பெரியப்பா அங்கியும் கழுத்துப் பட்டியும் அணிந்து, இளமையும் அழகுமாய் இருக்கும் ஸூஸன் பெரியம்மாவுடன். இப்பொழுது ரூயா இருப்பதைப் போலவே. கூடவே யாரோ ஒரு பரிச்சய மில்லாத நபர். ஜெலாலின் நண்பர்களுள் ஒருவனாக இருக்கலாம். அல்லது எமிக்ரான் பள்ளிவாசலின் மதகுருவோ என்னவோ. அங்கே, ஆர்வமாகப் புகைப்படக்கருவியைப் பார்த்தபடி ரூயா. புகைப்படக்கருவி அனேகமாக ஜெலாலின் கைகளில்தான் இருந்திருக்க வேண்டும். அடுத்த படத்தில், இரண்டாம் வகுப்பிலிருந்து மூன்றாவதற்குச் செல்லும் முன், கோடைக்கால விடுமுறையில் அணிந்திருந்த வார் வைத்த உடுப்பில் ரூயா. வாஸிஃப்போடு, மீனகத்தின் முன்பாக. கையில், ஹாலா பெரியம்மாவின் இரண்டு மாதப் பூனைக்குட்டியைப் பிடித்தபடி. நிலக்கரி என்ற பெயர் கொண்ட அதற்கு மீன்களைக் காட்டிக்கொண்டு. அவர்களுக்கு அருகிலேயே எஸ்மா ஹனிம். வாயில் தொங்கும் சிகரெட்டினால் கண்கள் இடுங்கிக்கொண்டிருக்க. கழுத்துச் சால்வையைச் சரி செய்யும் சாக்கில் முகத்தை மறைக்க முயன்றவாறு. தான் அந்தப் படத்தில் விழப் போகிறோமா இல்லையா என்பதே தெரியாத நிலையிலும். அடுத்த புகைப்படத்தில், சற்று வளர்ந்த நிலையில் ரூயா. விடுமுறை நாள் விருந்திற்குப் பிறகு பாட்டியின் படுக்கையில் அயர்ந்து தூங்கியபடி. முழங்கால்கள் மடிந்து மாரை மறைத்திருக்க. தலையணையில் முகத்தைப் புதைத்துக்கொண்டு. ஏழு நாட்கள், பதினோரு மணிக்கு முன்பாக அவளை அவன் பார்த்தபொழுது எப்படி இருந்தாளோ அதே போல். ஆனால், இந்தப் புகைப்படம் அவளுடைய முதல் திருமணமாகிய முதல் ஆண்டில் என்று தேதியிடப்பட்டிருந்தது. அப்பொழுது அவள் ஒரு புரட்சிக்காரி. தன்னுடைய புறத் தோற்றத்தைப் பராமரிக்காதவள். அம்மா, சித்தப்பா, பெரியப்பா, சித்தி, பெரியம்மா என்று யாரைப் பற்றியும் விசாரிக்காதவள்.

அந்தக் குளிர்காலக் காலை நேரத்தில் அவள் சொல்லாமல் கொள்ளாமல் தனியாக வந்து நின்றாள் ... இதயங்களின் நகர் அடுக்ககத்திற்கு முன்பாக, ஒட்டுமொத்தக் குடும்பமும், வாயிற்காப்போன் மற்றும் அவனுடைய மனைவி கமர் ஹனிம் உள்பட வந்து நின்றுகொண்டிருந்தது. அடுத்த படத்தில், ரூயாவை ஜெலால் கைகளில் ஏந்திக்கொண்டிருக்கிறான். அவளுடைய தலைப்பின்னலில் நாடா தொங்குகிறது. நடைபாதையி லிருக்கும் தெருநாயைப் பார்த்தபடி இருக்கிறாள். அந்த நாய் போய்ப் பல வருடங்கள் ஆகியிருக்கும். அதற்கும் அடுத்த படத்தில், பெரியம்மா ஸூஸன் எஸ்மா ஹனிம், அப்புறம் ரூயா. டெஷ்விக்கியே மரநிழற்சாலையில் இரு மருங்கும் குழுமியிருக்கும் கூட்டத்தோடு கூட்டமாய். பெண்கள் உயர்நிலைப் பள்ளியிலிருந்து அல்லாதீனின் அங்காடி வரைக்கும் குழுமியிருக்கும் கூட்டம். அப்போதைய ஃபிரெஞ்சு அதிபர் ஷேர்ல் டி காலைப் பார்த்துக் கையசைத்துக்கொண்டு. புகைப்படத்தில் அவர் இடம் பெறவில்லை. அவருடைய காரின் மூக்கு மட்டும் தெரிகிறது. இன்னொரு படத்தில் ரூயா அவளுடைய அம்மாவின் அலங்கார மேஜைக்குப் பக்கத்தில். சுற்றிலும் முகப்பூச்சு ஜாடிகள், பெர்டெவ் வணிகச் சின்னம் பொறித்த குளிர்கால சருமப் பசைக் குழாய்கள், பன்னீர் மற்றும் வாசனைத் திரவிய போத்தல்கள், வாசனாதி நுண்தெளிப்பான்கள், நகத்தைக் சீராக்கும் அரங்கள், கேசக் கவ்விகள். அந்த முகம் பார்க்கும் கண்ணாடியின் சிறகுகள் போன்ற பக்கவாட்டுக் கண்ணாடிக்குள் குட்டையாக வெட்டப்பட்டிருக்கும் தலைமுடியுடன் கூடிய முகத்தை அழுந்தப் பதித்தவாறு. மூன்று, ஐந்து, ஏழு, ஒன்பது, பதினேழு, முப்பத்து மூன்று என ரூயாக்களாய்ப் பார்த்தபடி. இன்னொரு படத்தில், சாளரத்தின் வழியாக, வெயில் முகத்தில் பொழிய, ரூயா. பதினைந்து வயதில். கையில்லாத பருத்தி ஆடை அணிந்திருக்கிறாள். செய்தித்தாளின் மீது கவிழ்ந்திருக்கிறாள். கேசத்தை இழுத்தபடி. பென்சிலைக் கடித்துக் கொண்டு குறுக்கெழுத்துப் புதிரை அவிழ்ப்பதில் முனைப்பாக. தான் படம் பிடிக்கப்படுவதை உணராத நிலையில. அவளுக்குப பக்கவாட்டில் இருக்கும் கொத்துக்கடலையைக்கூட கவனிக்காமல். அவளுடைய முகத்தில் தெரிந்த உணர்ச்சிகள் காலிப்பை ஒதுக்கப்பட்டவனாக, மருளச் செய்தது. மற்றொரு புகைப்படத்தில், இப்பொழுது காலிப் உட்கார்ந்திருக்கும் அதே கைவைத்த நாற்காலியில்தான் ரூயாவும் சிரித்தபடி அமர்ந்திருக்கிறாள். இப்பொழுது அவன் பேசி வைத்திருக்கும் தொலைபேசிக்கருகிலேதான். கடந்த பல மணி நேரமாக அவன் நடை போட்டுக்கொண்டிருக்கும் அதே அறையில்தான். கடந்துபோன அவளுடைய பிறந்த நாளுக்குக் காலிப் பரிசளித்திருந்த ஹிட்டைட் சூரிய வடிவப் பதக்கம் கோக்கப்பட்டிருக்கும் கழுத்தணியை அணிந்திருந்தாள். அப்படியென்றால், இந்தப் படம் கடந்த ஐந்து மாதங்களுக்குள் எப்போதோ எடுக்கப்பட்டிருக்க வேண்டும். இன்னொரு புகைப்படத்தில் ஏதோ ஒரு கிராமப்புறச் சிற்றுண்டியகத்தில், அவளுடைய பெற்றோரோடு. அது எந்த இடமென்று காலிப்பிற்குப் பிடிபடவில்லை. ரூயாவின் முகம் வாடியிருந்தது. வெளியில் எங்காவது கிளம்பிப் போனால், அவளுடைய அம்மாவும் அப்பாவும் கடூரமான வாக்குவாதங்களில் ஈடுபடுவது வாடிக்கை . . . அடுத்த படத்தில், சந்தோஷமாகக் காட்டிக்கொள்ள முயலும் ரூயா. அவள் சிரிக்க முயன்றுகொண்டிருக்கும்பொழுதே, ஒரு சோகத்தையும் படர விட்டுக்கொண்டிருந்தாள். அதன் காரணத்தைப் புரிந்துகொள்ள முயன்ற அவள் கணவனுக்கு, மனக் கசப்புதான் இதுவரையில் மிச்சம்.

அவள் கில்யோஸ் கடற்கரையில் இருக்கிறாள். அந்த ஆண்டில்தான் உயர்நிலைப் பள்ளிப் படிப்பை முடித்திருந்தாள். அவளுக்குப் பின்புறத்தில் அலைபுரண்டுகொண்டிருக்கும் கருங்கடல். அவளுடைய அழகிய கை, ஒரு மிதிவண்டியின் கேரியர் மீது படிந்திருக்கிறது. அந்த மிதி வண்டியே அவளுடையது என்பதைப் போல. அது அவளுடையதில்லை. அவள் அணிந்திருக்கும் நீச்சலுடை மிகவும் சின்னதாக இருக்கிறது. குடல்வால் அறுவை சிகிச்சையின் தழும்பு தெரியும் அளவுக்கு. அந்தத் தழும்புக்கும் தொப்புளுக்கும் இடையில் சிறிய துவரை விதை அளவுக்கு இரண்டு மச்சங்கள் தெரிகின்றன. பட்டுப் போன்ற அவளுடைய சருமத்தில் மார்க்கூட்டின் எலும்புகள் நிழலடிக்கின்றன. கையில் ஒரு சஞ்சிகையைப் பற்றியபடி இருக்கிறாள். அது என்ன பத்திரிகை என்று காலிப்பால் கணிக்க முடியவில்லை. அந்தப் படத்தில் அவை தெளிவாக இல்லாமலில்லை. ஆனால், அவனுடைய கண்களில் நீர் திரையிட்டிருந்தது.

இப்பொழுது அந்த மர்மத்திற்குள் புதைந்து அவன் அழுதுகொண்டிருந்தான். தனக்குப் பரிச்சயமான இடத்தில் இருப்பதைப் போலவே அவன் உணர்ந்தான். என்றாலும் அது தனக்குத் தெரிந்த இடம்தான் என்பதை அவன் புரிந்திருக்கவில்லை. இதற்கு முன்பு தான் படித்திருந்த, ஆனால், நினைவுகள் அழிந்து இப்பொழுது புதிதாய்க் கிளர்ச்சியூட்டும் ஒரு நூலைப் படிப்பதில் ஆழ்ந்துபோனதைப் போல அவனுக்குத் தோன்றியது. இப்படியோர் ஊழைப் பற்றிய, பேரழிவைப் பற்றிய உணர்வு. இதை ஏற்கெனவே உணர்ந்திருப்பதைப் போலவே அவனுக்குத் தோன்றியது. அதே சமயத்தில், இப்படியொரு கடுமையான வலியை வாழ்வில் ஒரு முறைக்கு மேல் தாங்கும் வலு யாருக்குமே இருக்காதென்றும் அவனுக்குப் புரிந்தது. அவன் ஏமாற்றப்பட்டிருக்கிறான். எல்லாவற்றையும் அவன் இழந்துவிட்டான். அவனுடைய மயக்கங்கள் அனைத்துமே நொறுங்கி விட்டன. தன்னுடைய சோகம் முழுக்க முழுக்கத் தனித்துவமானதென்று புரிந்துகொண்டபோதிலும், ஒரு சதுரங்கப் பலகையில் இருக்கும் காலாட்படை வீரனைப் போல் அவன் உணர்ந்தான். இப்பொழுதும்கூட, மிகக் கவனமாக விரிக்கப்பட்டிருக்கும் கண்ணிக்குள் காலை விட்டு விட்டதைப் போலத்தான் அவனுக்குத் தோன்றியது.

ரூயாவின் புகைப்படங்கள் மீது சொட்டிய கண்ணீர்த் துளிகளைத் துடைத்தெடுக்க அவன் முயலவில்லை. மூக்கின் வழியாக மூச்சை இழுத்து விடுவதே மிகவும் சிரமமாக இருந்தது. அந்த இருக்கையிலேயே அசையாமல் உட்கார்ந்திருந்தான். நிஷாந்தஷி சதுக்கத்திலிருந்து, வெள்ளிக் கிழமை இரவின் இரைச்சல் எழும்பிக்கொண்டிருந்தது. நெரிசல் மிகுந்த பேருந்துகளின் களைத்துப்போன இயந்திர ஓசை, போக்குவரத்து ஸ்தம்பித்துப்போய், எரிச்சலில் ஒலிக்கும் வாகனங்களின் ஹாரன் மூலையில் எங்கோ நின்றுகொண்டு போக்குவரத்தைச் சீர் செய்ய முயலும் காவலரின் ஊதல் ஒலி, கூடார நடைபாதையின் முன்பாக அமைந்திருக்கும் இசை அங்காடியிலிருந்து ஒலிபெருக்கிகளின் வழியாக வெளிப்பட்டுக்கொண்டிருந்த பாட்டின் பேரிரைச்சல், நடைபாதைகளில் குழுமியிருந்த மக்கள் கூட்டத்தின் ரீங்காரம் என ஒவ்வொரு ஓசைக்கும், அந்தக் குடியிருப்பின் ஒவ்வொரு சாளரமும், அறையிலிருந்த ஒவ்வொரு பொருளும் அதிர்ந்துகொண்டிருந்தது. அவை அதிர்வதைப் பார்த்த காலிப் அங்கிருந்த அறைக்கலன்களும், ஏனைய ஜடப்பொருள்களும்

தத்தமக்கேயுரிய பிரத்யேக உலகிற்கு, அவைகளோடு அவன் பகிர்ந்து கொண்டிருக்கும் உலகிலிருந்து வெகு தொலைவு தள்ளியிருக்கும் வேறோர் உலகிற்குச் சொந்தமானவை என்பதை நினைவில்கொண்டான். ஏமாற்றப் படுவதென்பது, ஏமாற்றப்படுவதேதான் என்று அவன் தனக்குத்தானே சொல்லிக்கொண்டான். இதே வார்த்தைகளை அவன் திரும்பத் திரும்ப, அவை எவ்வித அர்த்தத்தையும் தர இயலாத அளவுக்குத் திரும்பத் திரும்பச் சொல்லிக்கொண்டான். அவை எதையுமே குறிக்காத வெறும் சொற்களாகவும் எழுத்துகளாகவும் மாறிப்போயின.

பிறகு அவன் பகற்கனவில் மூழ்கினான். அவன் இப்பொழுது இந்த அறையில் இல்லை. ரூயாவோடு இருக்கிறான். அது மாலைப் பொழுது. இருவரும் வெளியே கிளம்ப ஆயத்தமாக இருக்கிறார்கள். பேலஸ் திரையரங்கில் ஒரு திரைப்படத்தைப் பார்க்கக் கிளம்பிக்கொண்டிருக்கிறார்கள். சாப்பிடுவதற்காக வழியில் எங்காவது நிற்கப் போகிறார்கள். வீடு திரும்பும் வழியில், செய்தித்தாளின் நாளைய முன் பதிப்பை வாங்கி வருவார்கள். வீடு திரும்பியவுடன், அவரவர்க்கான புத்தகத்தையும் செய்தித்தாளையும் விரித்து வைத்துக்கொண்டு தத்தம் இருக்கைகளில் முடங்கிவிடுவார்கள். அடுத்து இன்னொரு பகற்கனவு. அதிலே பிசாசைப் போன்ற ஒரு நபர் வருகிறான். "நீங்கள் யாரென்று பல ஆண்டுகளாக நான் அறிவேன். ஆனால் என்னை உங்களுக்கு அடையாளமே தெரியவில்லை," என்கிறான். பிசாசைப் போன்ற இந்த நபர் யாரென்று நினைவு வரும்பொழுது, இவன் பல ஆண்டுகளாகவே தன்னைக் கண்காணித்துக்கொண்டிருக்கிறான் என்பதை காலிப் உணர்கிறான். பிறகு, அவன் கண்காணித்துக்கொண்டிருந்தது தன்னையல்ல, ரூயாவையே என்றும் காலிப்பிற்குத் தோன்றுகிறது. ரூயாவையும் ஜெலாலையும் அவர்களுக்குத் தெரியாமலேயே காலிப் ஓரிரு முறை கண்காணித்திருக்கிறான். அவன் பார்த்தது அவனைக் கலவரப்படுத்தியிருக்கிறது. வியப்புக்குள்ளாக்கி இருக்கிறது. 'ஏதோ நான் இறந்துவிட்டதைப் போல் தோன்றியது. என்னுடைய பழைய வாழ்க்கையின் வெளிப்புறத்தில் நின்று, நான் இறந்த பிறகு என்ன நடக்கும் என்பதைப் பார்க்கச் சபிக்கப்பட்டவனைப் போல் இருந்தேன்.' ஜெலாலின் எழுதுமேஜையருகே அமர்ந்து, இதே வாக்கியங்களோடு தொடங்கும் ஒரு பத்திக் கட்டுரையை காலிப் எழுதினான். அந்தக் கட்டுரையின் இறுதிப் பக்கத்தின் அடியில் ஜெலாலின் பெயரைக் கையெழுத்திட்டான். இப்பொழுது தன்னை யாரோ கவனித்துக்கொண்டிருக்கிறார்களென்று அவன் தீர்மானித்தான். உண்மையான நபர் இல்லையென்றாலும்கூடக் குறைந்த பட்சம் ஒரு கண்ணாவது.

நிஷாந்தஷி சதுக்கத்திலிருந்து கிளம்பியிருந்த இரைச்சல் மெல்ல ஓய்ந்து, பக்கத்துக் கட்டடத்திலிருந்து வந்த தொலைக்காட்சிகளின் நாரசத்துக்கு வழிவிட்டது. எட்டு மணிச் செய்தியறிக்கைக்கான தொடக்கப் பண்ணிசையைக் கேட்டவுடன், அறுபது லட்சம் இஸ்தான்புல் நகரவாசிகள் அவரவர் உணவு மேஜையினருகில் குழுமி கவனித்துக்கொண்டிருப்பார்கள் என்பதைக் கற்பனை செய்து பார்த்தான். சுயமைதுனம் செய்ய வேண்டும் போல் உந்துதல் கிளம்பியது. ஆனால், இன்னமும் அந்தக் கண் அவன் மீதே கவிந்து கிடப்பதைப் போலவும் உணர்ந்தான். அந்த வேளையில், தான் தானாகவே இருக்க வேண்டும், வேறு யாராகவும் இன்றித் தானாகவே இருக்க வேண்டும் என்ற ஏக்கம் அவனுக்குள் பெரிதாகக்

கிளர்ந்தது. அதனால், அந்த அறையிலிருந்த ஒவ்வொரு பொருளையும் உடைத்தெறிய வேண்டும், அவனை இந்த இடத்திற்குச் சதி செய்து வரவழைத்துவிட்ட ஒவ்வொருவரையும் கொல்ல வேண்டுமெனும் மூர்க்கம் அவனுள் கிளைத்தது. அந்த நேரம் பார்த்து ஒலித்த தொலைபேசியைச் சுவரிலிருந்து பிடுங்கி சாளரத்தின் வழியே வீசிவிட வேண்டுமென்ற வெறி அவனை ஆட்கொண்டது.

அது இஸ்கந்தர். அந்தப் படக்குழுவைக் கண்டுபிடித்துவிட்டானாம். குறிப்பிட்ட அந்தச் சந்திப்பைப் பற்றி அவர்களும் மிகுந்த ஆர்வத்தோடு இருக்கிறார்களாம். பேரா பலஸ் விடுதியில் அவர்கள் ஓர் அறையை ஏற்பாடு செய்திருக்கிறார்களாம். இன்று மாலையே அவர்கள் அந்தப் பேட்டியைப் பதிவு செய்ய இருக்கிறார்களாம். காலிப்பால் ஜெலாலைத் தொடர்புகொள்ள முடிந்ததா?

“ஆமாம். முடிந்தது. முடிந்தது!” என்று இரைந்தான் காலிப். அவனுடைய ஆவேசம் அவனுக்கே ஆச்சர்யமாக இருந்தது. “ஜெலால் தயாராகவே இருக்கிறான். அவன் நிறைய செய்திகளை அம்பலப்படுத்தப் போகிறான். நாங்கள் இருவரும் இரவு பத்து மணிக்குப் பேரா பலஸ் விடுதியில் இருப்போம்.”

தொலைபேசியை வைத்த பிறகு பேரச்சத்திற்கும் பேரானந்தத்திற்கும் இடையில், அமைதியின்மைக்கும் அமைதிக்கும் இடையில், வஞ்சம் தீர்த்தலுக்கும் சகோதர உணர்விற்கும் இடையில் ஊசலாடிக்கொண்டிருந்த ஒரு கிளர்ச்சி நிலை அவனை ஆட்கொண்டது. அங்கேயிருந்த நோட்டுப் புத்தகக் குவியல், பழைய பத்திக்கட்டுரைகள், செய்தித்தாளிலிருந்து கத்தரித்து எடுக்கப்பட்டிருந்த துணுக்குகள் ஆகியவற்றைக் கலைத்துக் கலைத்துப் பார்த்துக்கொண்டிருந்தான். குறிப்பாக எதையோ தேடிக் கொண்டிருப்பதைப் போல் தோன்றினாலும், உண்மையில் தான் எதைத் தேடிக்கொண்டிருக்கிறோம் என்ற சிந்தனையில்லாமலேயே எல்லாவற்றையும் கலைத்துக்கொண்டிருந்தான். தன் வதனத்தில் தென்படும் எழுத்துகளுக்கான ஆதாரத்தையோ? ஆனால், அந்த எழுத்துகளும் அவற்றின் பொருளும் மிகமிகத் தெளிவாகவே இருந்தன. மேலும் எந்த ஆதாரமும் அவற்றுக்குத் தேவைப்படவில்லை. அல்லது தான் சொல்லத் தேர்ந்திருக்கும் கதைகளுக்கான காரணங்களைத் தேடிக்கொண்டிருக்கிறானோ? ஆனால், தன்னுடைய சினத்தையும் கிளர்ச்சிகொண்ட மனோ நிலையையும் தவிர வேறெதையுமே நம்ப முடியாத அளவிற்கு அவன் நிலை எங்கோ போய் விட்டிருந்தது. அந்தப் புதிரின் அழகை எடுத்துக்காட்டும் ஏதோவொன்று. ஏதோ ஓர் உதாரணத்தையா அவன் தேடிக்கொண்டிருக்கிறான்? ஆனால் அவன் எவ்வாறு சொல்லப்போகிறானோ அவ்வாறே அதைத் தான் நம்பவும் வேண்டும். வேறெதுவும் தேவையில்லை என்பதையும் அவன் புரிந்துகொண்டிருந்தான். இப்பொழுது மீண்டும் அந்த அலமாரிக்குச் சென்று அதற்குள் குடையத் தொடங்கினான். முகவரிப் புத்தகங்கள் மீது கண்களை ஓட்டினான். “முக்கிய வாசகங்களை” உச்சரித்துப் பார்த்தான். வரைபடங்களை எடுத்துப் பார்த்தான். காவல்துறை புகைப்படங்களைக் கலைத்துப்பார்த்தான். மாறுவேடம் பூணுவதற்கான பொருள்கள் அடங்கிய பெட்டியைக் குடைந்துகொண்டிருந்தபோது நிமிர்ந்து கடிகாரத்தைப் பார்த்தான். மணி ஒன்பதாக மூன்றே நிமிடங்கள்தான் இருந்தன. வேண்டு

மென்றே தாமதப்படுத்திவிட்ட குற்றவுணர்வுடன் அவன் வீட்டைவிட்டு விரைந்து வெளியேறினான்.

ஒன்பது இரண்டிற்கு, அல்லாதீனின் அங்காடிக்கு எதிரிலிருந்த குடியிருப்பின் இருண்ட வாயிலுக்குள் அவன் கால் வைத்தான். ஆனால், அந்தத் தெருவில் நெடுகப் பார்த்தபோது, அந்த வழுக்கைத் தலைக் கதைசொல்லியையும், அவனுடைய மனைவியையும் போலத் தோன்றிய ஒருவரையும் அவன் காணவில்லை. அந்த உபயோகமில்லாத தொலைபேசி எண்களைக் கொடுத்ததற்காக அவர்கள் மீது அவன் கொண்டிருந்த கோபம் இன்னும் தணிந்தபாடில்லை. யார் யாரை ஏமாற்றிக்கொண்டிருக்கிறார்கள்? இதில் யார் பொம்மலாட்டக்காரன், யார் பொம்மை?

நன்கு ஒளியூட்டப்பட்ட அல்லாதீனின் அங்காடி பொருள்களால் பிதுங்கிக்கொண்டிருந்தது. ஆனால், அவற்றுள் ஒரு சிலவற்றை மட்டுமே காலிப்பால் பார்க்க முடிந்தது. வாரில் தொங்கிக்கொண்டிருக்கும் பொம்மைத் துப்பாக்கிகள், வலைப் பைகளுக்குள் கிடந்த ரப்பர் பந்துகள், ஃப்ராங்கைன்ஸ்டீன் அல்லது மனிதக் குரங்கைப் போல் அச்சிடப்பட்டிருந்த முகமூடிகள், பலகை விளையாட்டுகள், ரேக்கி பான மற்றும் மதுவகைப் போத்தல்கள், சாளரத்தில் நாடாவில் தொங்கிக்கொண்டிருந்த வண்ணமிகு விளையாட்டு மற்றும் ஊர்வம்புப் பத்திரிகைகள், பெட்டிகளுள் அடைபட்டிருந்த குழந்தை பொம்மைகள், இவைகளுக்கு நடுவில் வளைந்தபடியோ தலையை ஆட்டிக்கொண்டோ அவ்வப்போது பார்வையில் பட்டுக்கொண்டிருந்த அல்லாதீன். திருப்பிக் கொடுக்க வேண்டிய செய்திப் பத்திரிகைகளை அவன் இப்போது எண்ணிக்கொண்டிருந்தான். கடையில் அவனைத் தவிர வேறு யாருமில்லை. அதிகாலையிலிருந்து அந்தக் கல்லாவில் அவன் இருக்கிறான். அவனுடைய மனைவி வீட்டின் சமையலறையில் அவன் வருவதற்காகக் காத்துக்கிடப்பாள். யாரோ கடைக்குள் போனார்கள். அல்லாதீன் கல்லாவின் பின்புறம் சென்றான். பிறகு, காலிப்பின் இதயம் தொண்டைக்கு எகிற, ஒரு வயதில் மூதத தம்பதி அந்த அங்காடிக்குள் நுழைவதை அவன் பார்த்தான். முதலில் உள்ளே போன நபர் கடையைவிட்டு வெளியேறினான். அவன் விசித்திரமாக உடையணிந்திருந்தான். பிறகு அந்தத் தம்பதி ஒரு பெரிய போத்தலைச் சுமந்துகொண்டு கைகோத்தபடி வெளியே வந்தார்கள். அவன் காத்துக் கொண்டிருப்பது அவர்களுக்காக அல்லவென்று காலிப் உடனே புரிந்து கொண்டான். அவர்கள் வேறெதையுமே கண்டுகொள்ளாத அளவுக்குத் தமது உலகிற்குள் மூழ்கியிருந்தனர். பிறகு, ரோமக் கழுத்துப்பட்டையோடு கூடிய நீள்அங்கியணிந்த கனவான் ஒருவர் கடைக்குள் கால் வைத்தார். அவரும் அல்லாதீனும் பேசிக்கொண்டிருந்தார்கள். அவர்கள் என்ன பேசிக்கொண்டிருப்பார்களென்ற கற்பனையில் காலிப் இறங்கினான்.

பிறகு, நிஷாந்தஷி சதுக்கம் வரையிலும் பார்ப்பதற்குக் கண்களைப் பழக்கப்படுத்தினான். குறிப்பாக, பள்ளிவாசல் முன்பிருந்த நடைபாதையில் இருப்பவற்றையும், இஹ்லமூர் பகுதியிலிருந்து வந்து இணையும் தெருவையும் காண்பதற்கு. ஆனால் அசாதாரணமானதாக அங்கே எதுவும் அவனுக்குத் தென்படவில்லை. தத்தம் சிந்தனைகளில் மூழ்கிப்போயிருந்த மக்கள். கோட்டு அணிந்திராத விற்பனைப் பிரதிநிதிகள், எவ்வளவு விரைவாய் முடியுமோ அவ்வளவு விரைவாய் நடந்துகொண்டு. அப்புறம், அந்தச்

சாம்பல் நீல விளக்கொளியில் உருவம் தெளிவாகத் தெரியாத தனித்த மனிதர்கள். ஒரு நொடி கழிந்து, தெருக்கள் எல்லாமே வெறிச்சோடின. தெருவின் எதிர்ச்சாரியிலிருந்த தையல் இயந்திரக் கடையின் நியான் விளக்குப் பெயர்ப்பலகையின் ரீங்காரத்தைக்கூட காலிப் கிட்டத்தட்டச் செவி மடுத்தான். காவல் நிலையத்திற்கு வெளியே தன்னுடைய இயந்திரத் துப்பாக்கியைத் தொட்டில் போல் ஆட்டிக்கொண்டிருந்த காவலரைத் தவிர வேறு யாருமே அங்கே தென்படவில்லை. அங்கே இருந்த பிரம்மாண்டமான கஷ்கொட்டை மரத்தின் தடித்த உடற்பரப்பைக் காலிப் உற்றுப் பார்த்துக் கொண்டிருந்தான். அதில்தான் உள்ளாடைகளின் நெகிழ் நாடாக்களைக் கட்டி சஞ்சிகைகளைச் செருகிக் காட்சிக்கு வைத்திருப்பான் அல்லாதீன். அடிமரத்திற்கு மேலாய் வளர்ந்து கிடந்த இலைகளற்ற கிளைகளை அண்ணாந்து பார்த்த காலிப்பைப் பயம் பிடித்துக்கொண்டது. அவன் கண்காணிக்கப்படுகிறான். அவன் எங்கே இருக்கிறானென்பது தெரிந்து விட்டது. ஆபத்து நெருங்கி வருகிறது. திடீரென்று ஓர் இரைச்சல் எழுந்தது. இஹ்லமூரிலிருந்து வந்துகொண்டிருந்த 1954ஆம் ஆண்டு மாடல் டாட்ஜ் கார் ஒன்று, நிஷாந்தஷிக்குச் சென்றுகொண்டிருந்த பழைய ஸ்கோடா நகராட்சிப் பேருந்தின் மீது கிட்டத்தட்ட மோதிக்கொள்ள இருந்தது. பேருந்து ஓட்டுநர் பிரேக்கைத் தடாலென்று போட்டார். பேருந்து அதிர்ந்து நின்றது. உள்ளேயிருந்த பயணிகள் சுதாரித்து நிமிர்வதை காலிப் பார்த்துக்கொண்டிருந்தான். அவர்கள் எல்லோருடைய கவனமும் சாலையின் எதிர்ப்பக்கத்தின் மீதே நிலைகுத்தியிருந்தது. பேருந்தின் மங்கலான முகப்பு விளக்கொளியில், ஒரு கஜ தூரத்தில் அயர்ச்சி மிகுந்த ஒரு மனிதனைக் காலிப் நேருக்கு நேராகப் பார்த்தான். தன்னைச் சுற்றி நடப்பனவற்றில் எவ்வித ஆர்வமும் அவனிடம் காணப்படவில்லை. அவனுக்கு வயது அறுபதைத் தாண்டியிருந்தது. மிகவும் துவண்டு போயிருந்தான். அவனுடைய கண்கள் விசித்திரமான வகையில் சோம்பிக் கிடந்தன. வலியும், துயரமும் ததும்பிக் கிடந்தன. இந்த மனிதனை காலிப் முன்பு எப்போதாவது பார்த்திருக்கிறானோ? ஓய்வுபெற்றுவிட்ட வழக்குரைஞரோ? அல்லது மரணத்தை எதிர்நோக்கியிருக்கும் ஆசிரியரோ? இருவரும் ஒருவரையொருவர் வெறித்துப் பார்க்க நேர்ந்த இந்த எதிர்பாராத சந்தர்ப்பத்தில், அவர்கள் இருவருமே ஒரே விஷயத்தைத்தான் யோசித்துக் கொண்டிருக்கிறார்களோ? அந்தப் பேருந்து மீண்டும் நகரத் தொடங்கி வேகம் பிடித்தவுடன் இந்த இருவரும் தத்தம் வழியே பிரிந்தனர். இனி, எப்போதுமே அவர்கள் சந்திக்க வாய்ப்பில்லையோ, ஒருவேளை? எதிர்ச்சாரி நடைபாதையிலிருந்து வெளியேறிக்கொண்டிருந்த செந்நிற ஊதாப் புகை மண்டலத்தை உற்றுப் பார்த்துக்கொண்டிருந்த காலிப் அங்கே ஏதோ நகர்வதைக் கவனித்தான். ஒருவர் மற்றவருடைய சிகரெட்டைக் கொளுத்தியபடி, இரு இளைஞர்கள் அல்லாதீனின் அங்காடிக்கு முன்பாக நின்றுகொண்டிருந்தனர். திரைப்படத்திற்குப் போவதற்காக, ஒருவேளை மூன்றாவது நண்பருக்காகக் காத்துக்கொண்டிருப்பவர்களாக இருக்கும். இப்பொழுது அல்லாதீனின் கடைக்குள் ஒரு சிலர் நுழைந்திருந்தனர். சஞ் சிகைகளை நோட்டம் விட்டுக்கொண்டிருந்த மூன்று பேர். இவர்களைத் தவிர, ஓர் இரவுக் காவலாளி. முரட்டு மீசையுடன் ஓர் ஆரஞ்சுப் பழ வியாபாரி திடீரென்று எங்கிருந்தோ முளைத்தான். மூலையில் இடம் தேடி, பழ வண்டியை அவன் தள்ளிக்கொண்டு போனான். தான் அறியாத வண்ணம் அவன் இவ்வளவு நேரமும் அங்கேதான் இருந்திருப்பானோ

என்று காலிப் யோசித்துக்கொண்டிருந்தான். கைகளில் சுமைகளோடு பள்ளிவாசலைக் கடந்து ஒரு தம்பதியர் நடந்துபோய்க்கொண்டிருந்தனர். குழந்தையைத் தூக்கிக்கொண்டு ஒரு தந்தை போய்க்கொண்டிருந்தார். அந்த நேரம் பார்த்து, அடுத்திருந்த கேக் கடையின் சொந்தக்காரியான ஒரு முதிய கிரேக்கப் பெண்மணி கடையின் விளக்குகளை அணைக்க ஆரம்பித்தாள். தன்னுடைய பழைய அங்கியை உடல்மீது போர்த்திக் கொண்டு அவள் தெருவுக்கு வந்தாள். நிமிர்ந்து, காலிப்பைப் பார்த்து பவ்யமாக முறுவலித்தாள். பிறகு, கடையின் ஷட்டரை அவள் இழுத்து மூடியபொழுது, நாராசமாய் ஒரு கிரீச்சொலி கிளம்பியது. இப்பொழுது, அல்லாதீனின் கடை மீண்டும் திடீரென்று காலியாக இருந்தது. பெண்கள் உயர்நிலைப் பள்ளியின் திசையிலிருந்து அந்தப் பக்கத்துக் கிறுக்குப் பயல் ஒருவன் நடைபயின்றுகொண்டிருந்தான். தான் ஒரு பிரபலமான கால்பந்தாட்ட வீரனெனும் கற்பனையில் அவன் இருந்தான். நீளமும் மஞ்சளும் கலந்த கால்பந்தாட்ட அணிச் சீருடை அணிந்திருந்த அவன் குழந்தைகளுக்கான தள்ளுவண்டியொன்றைத் தள்ளியபடி வந்து கொண்டிருந்தான். பங்கால்தி பகுதியில் இருந்த முத்து திரையரங்கிற்கு வெளியே இந்தத் தள்ளுவண்டியில் செய்தித்தாள்களை வைத்து அவன் விற்றுக்கொண்டிருப்பான். அந்த வண்டியின் சக்கரங்கள் உருளும் போது கிளம்பும் இசையைக் காலிப் பெரிதும் ரசிப்பான். மெலிதாய்க் காற்று வீசிக்கொண்டிருந்தது. காலிப்பிற்குக் குளிர் உறைத்தது. மணி ஒன்பது இருபது ஆகியிருந்தது. இன்னும் மூன்று பேர்வரைக்கும் பார்த்து விடலாமென்று அவன் முடிவெடுத்தான். இப்பொழுது அல்லாதீனைக் கடையில் காணவில்லை. காவல்நிலைய வாயிலில் இருந்த காவலரும் எங்கோ மறைந்துவிட்டிருந்தார். எதிர்ச்சாரியிலிருந்த ஓர் அடுக்ககக் கட்டடத்திலிருந்த சிறிய உப்பரிகையின் கதவு திறந்துகொண்டது. சிகரெட் நுனியின் தழல் தென்பட்டது. சிகரெட்டைத் தூக்கிப்போட்ட பின் அந்த மனிதன் வீட்டிற்குள் போய்விட்டான். ஈரமாகியிருந்த நடைபாதைகளுக்கு ஓர் உலோக மினுமினுப்பு வந்திருந்தது. விளம்பரப் பலகைகள், நியான் ஒளி பெயர்ப்பலகைகள் ஆகியனவற்றிற்கும் இதே மினுமினுப்பு கூடியிருந்தது. எங்கு பார்த்தாலும் சுருட்டி வீசப்பட்ட காகிதம், குவியல்களாய்க் குப்பை, சிகரெட்டின் நுனிகள், நெகிழிப் பைகள் . . . இங்கேதான் வாழ்நாள் முழுக்க அவன் வாழ்ந்து வந்திருக்கிறான். இந்த இடத்தின் ஒவ்வோர் அம்சத்தையும் அவன் மனனம் செய்து வைத்திருக்கிறான். ஒவ்வொரு சின்னச் சின்ன மாற்றத்திற்குமான சாட்சியமாய் இருந்திருக்கிறான். ஆனாலும், தூங்கி வழிந்துகொண்டிருந்த இரவின் வானத்தோடு பதிந்து, தூரத்தே தெரிந்த உயரமான அடுக்ககக் குடியிருப்புக் கட்டடங்களின் புகைபோக்கிகள், சிறுவர்களுக்கான புத்தகங்களில் வரும் டைனாசர்களைப் போல் அந்நியமானவையாகக் காலிப்புக்கு ஒரு கணம் தோன்றின. திடீரென, தான் சிறு வயதில் ஆக வேண்டுமென்று ஆசைப்பட்டிருந்த, ஊடுகதிர் கண்கள் கொண்ட சாகச நாயகனாக மாறியதைப் போல் அவன் உணர்ந்தான். இப்பொழுது இந்த உலகின் ரகசிய அர்த்தத்தை அவனால் காண முடியும். சிற்றுண்டிச் சாலை, கம்பளக் கிடங்கு, பணியாரக் கடை, சாளரத்தில் தெரிந்த கேக்குகள், பிறை வடிவ பன்கள், தையல் இயந்திரங்கள், செய்தித்தாள்கள் ஆகியவற்றில் தொங்கிக்கொண்டிருந்த பெயர்ப் பலகைகள் எல்லாமே தத்தமது இரண்டாம் தள அர்த்தங்களோடு மினுங்கிக்கொண்டிருந்தன.

அவற்றின் இரண்டாவது எல்லைக்குள் வரச்சொல்லி அவை அவனைக் கையசைத்துக் கூப்பிட்டுக்கொண்டிருந்தன. ஆனால், நடைபாதையில் தூக்கத்தில் நடப்பவர்களாகச் சென்றுகொண்டிருக்கும் மாந்தர்கள் இந்த இரண்டாம் எல்லைப் பரப்பைப் பற்றிய நினைவுகளை அடியோடு மறந்துவிட்டிருந்தனர். அதன் புதிர்களைப் பற்றிய அறிவையும் அவர்கள் தொலைத்துவிட்டிருந்தனர். அதனால் வேறு வகையில்லாமல் முதல் உலகின் உள்ளீடற்ற தீர்மானங்களைக் கொண்டு அவர்கள் வாழ்க்கையை ஓட்டி வருகிறார்கள். இவர்கள் அனைவருமே அன்பு, சகோதர உணர்வு, சாகச உணர்வு ஆகியவற்றைப் பற்றிய புரிதலைத் தொலைத்துவிட்டு இவை போன்ற நல்லம்சங்களை முன்னிலைப்படுத்தும் திரைப்படங்களைப் பார்த்து ஆறுதல் தேடும் வகையினர் என்ற தீர்மானத்திற்குக் காலிப் வந்திருந்தான். பிறகு, டெஷ்விக்கியே சதுக்கத்தை நோக்கி நடந்து ஒரு வாடகைச் சிற்றுந்தை அமர்த்திக்கொண்டான்.

அல்லாதீனின் கடையை வாடகைச் சிற்றுந்து கடக்கும்பொழுது தன்னைப் போலவே, அந்த வழுக்கைத் தலையனும் ஏதோ ஓர் இருண்ட அடுக்ககத்தின் வாசலில் ஜெலாலுக்காகப் பதுங்கிக்கொண்டிருப்பான் என்று காலிப்புக்குத் தோன்றியது. தையல் இயந்திரக் கடையைக் கடக்கும் பொழுது, நியான் விளக்கொளியில் அங்கிருக்கும் இயந்திரங்கள் மீது குனிந்தபடியிருக்கும் தையல்கார அலங்காரப் பதுமைகள் பேய்த்தனமாகத் தோன்றுவதாக அவனுக்குப்பட்டது. அவற்றுக்கு நடுவே, பதுங்கியிருப்பதைப் போல் தோன்றிய, விசித்திர உடுப்பணிந்த, விந்தையானதோர் அச்ச உணர்வைத் தோற்றுவித்த நிழலொன்று தெரிந்தது தன்னுடைய கற்பனை தானோ என்று வியந்தபடி கடந்தான் காலிப். ஒரு நொடி அவனால் எதையுமே தீர்மானிக்க முடியவில்லை.

நிஷாந்தஷி சதுக்கத்தை அடைந்தவுடன், செய்தித்தாளின் மறுநாளைய முன்பதிப்பை வாங்கிக்கொள்ள வாடகைச் சிற்றுந்தை நிறுத்தினான். தன்னுடைய சொந்தப் பத்திக் கட்டுரையைப் படித்துப் பார்க்கையில் ஜெலாலின் கட்டுரை எந்த விதத்தில் அவனுடைய உணர்வுகளோடு விளையாடுமோ அதே போன்றதோர் உணர்வை இதுவும் உண்டாக்கியதைக் கண்டு வியந்துபோனான். ஆனால், ஜெலாலும்கூட அதே பத்திரிகையை வாங்கித் தன்னுடைய படத்திற்கும் பெயருக்கும் கீழே வேறொருவருடைய எழுத்துகள் வெளியாகியிருப்பதைக் கண்டு எப்படி எதிர்வினையாற்றுவான் என்று கற்பனை செய்ய முயன்றபோது அதை அவனால் யூகிக்கவே முடியவில்லை. சினம் அலையென அவனுள் மூண்டது. அவர்கள் இருவரின் மீதும் – ரூயா மீதும் ஜெலால் மீதும் – ஆத்திரமாய் வந்தது. நீங்கள் நன்றாகப் படுவீர்கள் என்று கத்த வேண்டும் போல் தோன்றியது. ஆனால், எதற்காக அவர்கள் படுவார்கள் என்பதைப் பற்றிய தெளிவு அவனுக்கு இருக்கவில்லை. அது உண்மையில் தண்டனையாக இருக்கப் போகிறதா? அல்லது வெகுமதியாகவா? இதையும் மீறி, பேரா பலஸ் விடுதியில் அவர்களைச் சந்தித்தாலும் சந்திக்கலாமென்ற நப்பாசை அடிமனத்தில் துளிர்விட்டுக்கொண்டே இருந்தது. தர்லாபஷிப் பகுதியின் வளைந்து நெளிந்த தெருக்களின் வழியே, இருண்ட உணவகங்கள், மட்டரகமான, வர்ணப் பூச்சற்ற சுவர்களைக்கொண்ட நிரம்பி வழியும் காஃபியகங்கள் ஆகியவற்றைக் கடந்து வாடகைச் சிற்றுந்து போய்க் கொண்டிருந்தபொழுது, என்னவோ நடக்கப்போவதாய் ஒட்டுமொத்த

இஸ்தான்புல்லும் காத்துக்கொண்டிருப்பதைப் போல் தோன்றியது காலிப்பிற்கு. வீதியில் போய்க்கொண்டிருந்த கார்கள், பேருந்துகள், பார உந்துகள் ஆகியவற்றைப் பார்த்துக்கொண்டே வந்த காலிப்பிற்கு அவை எவ்வளவு பழசாகத் தெரிகின்றன என்ற வியப்பு மேலிட்டது. இது இப்பொழுதுதான் முதல் முறையாக கண்ணில்படுவது போல் இருந்தது அவனுக்கு.

பேரா பலஸ் விடுதியின் வாயில் மிகவும் கதகதப்பாக அதிகப் பிரகாசத்துடன் ஜொலித்தது. வலப்புறம் இருந்த விசாலமான வரவேற்பறையில் போடப்பட்டிருந்த பழையகால நீளிருக்கைகள் ஒன்றில் இஸ்கந்தர் அமர்ந்திருந்ததைக் காலிப் கவனித்தான். அவனைச் சுற்றிலும் இருந்த சுற்றுலாப் பயணியரைப் போலவே அவனும் மறு கோடியில் குழுமியிருந்த ஒரு கூட்டத்தின் மீது கவனத்தைப் பதித்திருந்தான். அது ஓர் உள்ளூர் திரைப்படக் குழு. அந்த விடுதியின் பகட்டான, பத்தொன்பதாம் நூற்றாண்டு அலங்காரங்களைச் சாதகமாக்கிக்கொண்டு ஒரு வரலாற்றுத் திரைப்படத்தைத் தயாரிப்பதில் முனைப்பாயிருந்தது அந்தக் குழு. அதைப் பார்த்துக்கொண்டிருந்தோரின் மனநிலையில் மகிழ்ச்சியும் உற்சாகமும் ததும்பியது.

“மன்னிக்க வேண்டும். ஜெலாலுக்கு என்னோடு வர முடியவில்லை,” என்றான் காலிப் இஸ்கந்தரிடம். “வேறொரு முக்கியமான விஷயமொன்று வந்துவிட்டது. ரொம்ப, ரொம்ப ரகசியமான விஷயம். இதற்காகத்தான் அவன் ஒளிந்து வாழவே ஆரம்பித்தான். அதற்கான காரணங்களை இப்பொழுது என்னால் சொல்ல முடியாது. அந்தக் காரணங்களுக்கும் நான் இப்பொழுது உன்னிடம் சொன்னதற்கும் தொடர்பிருக்கிறது. அவ்வளவுதான் நான் சொல்ல முடியும். அவனுக்குப் பதிலாக அவன் என்னை இந்தப் பேட்டியில் கலந்துகொள்ளச் சொல்லியிருக்கிறான். அவன் அவர்களிடம் என்னவெல்லாம் சொல்ல நினைத்தானென்று எனக்கு நன்றாகவே தெரியும். அவனுக்குப் பதிலாக நான் அவர்கள முன் நிற்கிறேன்.”

“அவர்கள் அதற்கு ஒத்துக்கொள்வார்களென்று எனக்குத் தோன்றவில்லை!”

“நான்தான் ஜெலால் சாலிகென்று நீ அவர்களிடம் சொன்னால் என்ன சொல்லப் போகிறார்கள்?” தன்னுடைய குரலிலிருந்த சிடுசிடுப்பைப் பார்த்து காலிப்பிற்கே ஆச்சரியமாக இருந்தது.

“நான் எதற்காக அப்படியெல்லாம் செய்ய வேண்டும்?”

“ஏனென்றால், இங்கே வேண்டியிருப்பது கதைசொல்லியல்ல, கதைதான். இப்பொழுது அவர்களுக்குச் சொல்ல நம்மிடம் ஒரு கதையிருக்கிறது.”

“ஆனால், இவர்களுக்கு ஏற்கெனவே உன்னைத் தெரியுமே,” என்றான் இஸ்கந்தர். “அன்றைக்கு அந்த இரவு விடுதியில் நீ ஒரு கதைகூடச் சொன்னாயே!”

“அவர்களுக்கு என்னைத் தெரிந்திருக்கும் என்றா நினைக்கிறாய்?” என்று கேட்டான் காலிப் அங்கே உட்கார்ந்துகொண்டு. “அது சரியான வார்த்தையா என்று எனக்குச் சொல்லத் தெரியவில்லை. அவர்கள்

என்னைப் பார்த்திருக்கிறார்கள். அவ்வளவுதானே. எப்படியிருந்தாலும் இன்றிரவு நான் வேறொரு நபர். உண்மையில், அன்றிரவு அங்கே அவர்கள் பார்த்த நபரைப் பற்றி அவர்களுக்கு எதுவுமே தெரியாது. அதே போல், அவர்கள் இன்று இங்கே பார்க்கப் போகிற நபரைப் பற்றியும் அவர்களுக்கு ஒன்றும் தெரியப்போவதில்லை. எல்லாத் துருக்கியர்களும் ஒரே மாதிரி தெரிகிறார்கள் என்றுகூட அவர்கள் நினைத்துக்கொள்ளலாம், ஒரு வேளை."

"இங்கே கவனி," என்றான் இஸ்கந்தர். "அன்றிரவு அங்கே அவர்கள் பார்த்த நபர் வேறு யாரோயென்றுகூட அவர்களிடம் சொல்லலாம்தான். என்றாலும்கூட, உன்னைக்காட்டிலும் மிக வயதான ஒருவரைத்தானே அவர்கள் எதிர்பார்த்துக்கொண்டிருப்பார்கள்?"

"அவர்களுக்கு ஜெலாலைப் பற்றி என்னென்னவெல்லாம் தெரியும்?" என்றான் காலிப். "என்னுடைய யூகம் என்னவென்றால், ஒரு பிரபல பத்திக் கட்டுரையாளர் இருக்கிறாரென்றும், அவரையும் பேட்டி காண வேண்டுமென்றும் அவர்களிடம் யாரோ சொல்லியிருக்கிறார்கள். துருக்கியைப் பற்றிய ஒரு நிகழ்ச்சி வந்தே ஆக வேண்டுமென்று மிகத் தீவிரமாக ஆர்வம் காட்டிய யாரோ ஒருவர். அதனால் ஜெலாலுடைய பெயரை அவர்கள் குறித்து வைத்திருக்கக் கூடும். ஆனால், அவருக்கு என்ன வயதிருக்கும் என்றோ, பார்ப்பதற்கு அவர் எப்படியிருப்பாரென்றோ அவர்கள் விசாரித்திருப்பார்களா என்பது சந்தேகமே."

அந்த நேரம் பார்த்து அந்த வரலாற்றுப் படம் எடுக்கப்பட்டுக் கொண்டிருந்த மூலையில் இருந்து சிரிப்பொலி கேட்டது. என்னவென்று பார்க்க அவர்கள் அங்கே திரும்பினார்கள்.

"அவர்கள் எதற்காகச் சிரிக்கிறார்கள்?" என்றான் காலிப்.

"எனக்குத் தெரியவில்லை," என்றான் இஸ்கந்தர். ஆனால் தெரிந்த மாதிரி புன்னகை செய்துகொண்டிருந்தான்.

"யாருமே தானாக இருப்பதில்லை," என்று காலிப் கிசுகிசுத்தான், ரகசியம் பேசுவது போல. "நாம் யாருமே நாமாக இருந்துவிட முடியாது. நீ உண்மையில் யாராக இருக்கிறாயோ அப்படியில்லாமல், வேறொரு நபராக மற்றவர்கள் உன்னைப் பார்ப்பதைக் கண்டு நீ ஆச்சரியப்பட்டதில்லையா? நீ உண்மையில் அசலான நீயாகவேதான் இருக்கிறாயென்ற நிச்சயம் உனக்கிருக்கிறதா? அப்படியென்றால், இதுதான் அசலான நான் என்று நீ உறுதியாக நம்பும் நபராகவே இருக்கிறோமென்று நீ தீர்மானமாக இருக்கிறாயா? இந்த ஆட்களுக்கு என்ன வேண்டும்? என்ன மாதிரியான ஆளை அவர்கள் தேடிக்கொண்டிருக்கிறார்கள் என்பதைப் பற்றி நான் உனக்குச் சொல்கிறேன், கேட்டுக்கொள்: பலமான இரவுணவை முடித்துவிட்டு உட்கார்ந்திருக்கும் பார்வையாளர்களுக்கு சுவாரஸ்யம் தரும்படியான ஓர் அயல்நாட்டுக்காரன். அவனுக்கு ஏற்படும் சிக்கல்கள் அவர்களுக்கு உறுத்தலாக இருக்க வேண்டும். அவனுடைய துயரம் அவர்கள் இதயத்தைத் தொட வேண்டும். அவர்களுக்கான கதை என்னிடம் இருக்கிறது. அவர்கள் என் முகத்தைக் கூடப் பார்க்க வேண்டியதில்லை. படம் பிடிக்கும்பொழுது என் முகத்தை இருட்டுக்குள் அமிழ்த்திவிடலாம். வாழ்க்கையே புதிராய் இருக்கும் பேர்பெற்ற ஒரு பத்தி எழுத்தாளர். ஒரு

முஸ்லிம் – கவர்ச்சியைக் கூட்ட இந்த ஒரு வார்த்தை எவ்வளவு பயன்படும் என்பதை மறந்துவிடாதே! கொலை செய்யப்படுவோமென்று அஞ்சி நடுங்கிக்கொண்டிருக்கும் நபர். தவிர்க்கவியலாத, உடனடியான புரட்சியை மோப்பம் பிடித்துவிட்டவர். தன்னுடைய அரசாங்கம் விமர்சகர்களை என்ன மாதிரியான கொடூரத்துடன் நடத்துகிறதென்பதையும் நன்றாகவே தெரிந்து வைத்திருப்பவர். இவர் பிபிஸிக்கு ஒரு பேட்டி தரச் சம்மதித்திருக்கிறார். ஆனால் அவருடைய அடையாளம் ரகசியமாக இருக்க வேண்டுமென்ற நிபந்தனையுடன். இதைவிடச் சிறப்பாக அவர்களுக்கு வேறென்ன வேண்டும்?"

"அப்படியென்றால், சரி," என்றான் இஸ்கந்தர். "நான் அவர்கள் இருக்கும் அறைக்குத் தொடர்புகொள்கிறேன். அவர்கள் நம்மை எதிர்பார்த்துக்கொண்டிருப்பார்கள்."

அந்த விசாலமான வரவேற்பறையின் இன்னொரு கோடியில் நடைபெற்றுக்கொண்டிருந்த திரைப்படப் படப்பிடிப்பை காலிப் கொஞ்ச நேரம் கவனித்துக்கொண்டிருந்தான். இடைவார்கள், பதவித் தகுதிப்பட்டைகள், பதக்கங்கள் சகிதம் விரைப்பான சீருடையில் ஒரு ஆட்டமன் பாஷா தன்னுடைய கடமை உணர்வுமிக்க மகளிடம் பேசிக்கொண்டிருக்கிறார். அவள் தன் தந்தையின் பேச்சில் கவனமாக இருந்தபோதும், ஒளிப்படக் கருவியையே பார்த்துக்கொண்டிருக்கிறாள். விடுதிப் பணியாட்களும், சிற்றாள்களும் இரு மருங்கிலும் மிகுந்த மரியாதையோடு வாயே திறக்காமல் ஒளிப்படக் கருவியைப் பார்த்துக் கொண்டிருந்தார்கள்.

"யாருமே நம்முடைய உதவிக்கு வரப்போவதில்லை. நம்மை நாமே தற்காத்துக்கொள்ளுவதும் முடியாது. இனி நமக்கு நம்பிக்கையே இல்லை. நாம் யாவற்றையும் இழந்துவிட்டோம். ஒட்டுமொத்த உலகும் துருக்கியருக்கு எதிராகத் திரும்பி நிற்கிறது," என்றார் பாஷா. "இறைவனுக்குத்தான் வெளிச்சம். இந்தக் கோட்டையைக் கூட நாம் துறக்கும்படி நிலைமை உருவானாலும் ஆச்சர்யப்படுவதற்கில்லை."

"ஆனால், என் அன்பிற்கினிய தந்தையே, பாருங்கள். நம்மிடம் இன்னும் என்னவெல்லாம் இருக்கிறதென்று பாருங்கள்." தன்னுடைய கையில் இருந்த புத்தகத்தை அந்த மகள் தூக்கிக்காட்டினாள். தன்னுடைய தந்தையைவிடப் பார்வையாளர்கள் பார்க்க வேண்டுமென்பதே அவள் நோக்கமாக இருந்தது. ஆனால், காலிப்பால் அது என்ன புத்தகமென்று பார்க்க முடியவில்லை. அந்தக் காட்சியை மீண்டும் படமாக்க அவர்கள் படப்பிடிப்பை நிறுத்தியபொழுது மீண்டும் காலிப் அது என்ன புத்தகம் என்று பார்க்க முயன்றான். ஆனாலும் அதன் தலைப்பை அவனால் பார்க்க முடியவில்லை. அது திருக்குர்ஆனும் இல்லை. அதுவே அவனுடைய ஆர்வத்தை மேலும் கிளப்பிவிட்டது. பின்னர் இஸ்கந்தர் வந்து அவனை 212ஆம் அறைக்கு ஒரு பழைய மின்தூக்கியில் அழைத்துச் சென்ற பொழுது தனக்குள் ஒரு வெறுமை படர்வதைக் காலிப் உணர்ந்தான். மிக நன்றாகத் தெரிந்த ஒருவரின் பெயரை மறந்துபோனால் ஏற்படுமே, அதைப் போல்.

முன்னொரு நாள் இரவில், அந்த இரவு விடுதியில் அவன் சந்தித்திருந்த மூன்று ஆங்கிலேயே ஊடகவியலாளர்களும் அந்த அறையில் இருந்தனர்.

அவர்களுள் இரண்டு ஆண்கள் விளக்குகளையும் ஒளிப்படக் கருவியையும் சரியான நிலைக்குப் பொருத்துவதில் ஈடுபட்டிருந்தனர். ரேக்கி பானக் கோப்பைகளை அவர்களுடைய கைகள் இன்னமும் பற்றியிருந்தன. தான் படித்துக்கொண்டிருந்த சஞ்சிகையிலிருந்து தலையை நிமிர்த்தினாள் அந்தப் பெண்.

“எங்களுடைய பிரபல பத்திரிகையாளர், எங்களுடைய பத்தி எழுத்தாளர், ஜெலால் சாலிக். இதோ உங்கள் முன்னே,” என்றான் இஸ்கந்தர் ஆங்கிலத்தில். காலிப்பிற்கு அது சற்றே செயற்கையாக ஒலித்தது. இத்தனைக்கும், ஒரு நல்ல மாணவனைப் போல் தான் சொன்னதை உடனடியாகத் துருக்கியிலும் மொழிபெயர்த்துச் சொன்னான்.

“உங்களைச் சந்தித்ததில் மகிழ்ச்சி,” என்றாள் அந்தப் பெண். அந்த இரு ஆண்களும் ஏதோ சித்திர நகைச்சுவைப் புத்தகத்தில் வரும் இரட்டையர் களைப் போல அதையே திருப்பிச் சொன்னார்கள். பிறகு அந்தப் பெண், “நாம் ஏற்கெனவே சந்தித்திருக்கிறோம், இல்லையா?” என்றாள்.

“ஆனால், ‘நாம் ஏற்கெனவே சந்தித்திருக்கிறோம்தானே?’ என்று அவள் கேட்கிறாள்,” என்று இஸ்கந்தர் காலிப்பிற்கு மொழிபெயர்த்தான்.

“எங்கே?” என்றான் காலிப் இஸ்கந்தரிடம்.

அந்தப் பெண்ணிடம் திரும்பிய இஸ்கந்தர் காலிப்பின் கேள்வியைத் திருப்பிச் சொன்னான்.

“அந்த இரவு விடுதியில்,” என்றாள் அந்தப் பெண்.

“நான் இரவு விடுதிக்குச் சென்றே பல வருடங்கள் இருக்கும். இனிமேற்கொண்டு எந்த இரவு விடுதிக்கும் போகும் எண்ணமும் எனக்கில்லை,” என்றான் காலிப் வைராக்கியம் மிகுந்த தொனியில். “சொல்லப் போனால் நான் எந்த இரவு விடுதியையாவது பார்த்திருக்கிறேனா என்பது கூடத் தெரியாது. அந்த விதமான சமூக சந்தர்ப்பம், அது மாதிரியான கூட்டம் – என்னைச் சோர்வடையச் செய்கிறது. என்னுடைய தொழிலைச் செய்ய எனக்குத் தேவைப்படும் தனிமையை அது என்னிடமிருந்து பறித்து விடுகிறது. அதனால், நான் எப்பொழுதுமே மறைந்துகொள்கிறேன். மறைவு வாழ்க்கை மிகவும் அவசியமாகிப் போகிறது. என்னுடைய வேறெந்த அதிதீவிர இலக்கிய முயற்சிகள் மீதும் கவனத்தைச் செலுத்தவிடாமல் அது தடுக்கிறது. அதிலும், இப்பொழுது இந்த அரசும் எங்களை நசுக்கப் பார்க்கும்பொழுது, அரசியல் ரீதியான கொலைகள் கிட்டத்தட்ட அன்றாட நிகழ்வாகிவிட்ட நிலையில், வெளியே சென்று கோதாவில் இறங்குவதென்பது உண்மையிலேயே மிகவும் ஆபத்தானது. அதே நேரத்தில், இஸ்தான்புல் எங்கிலும் இறையச்சம் கொண்ட மாந்தர்கள் இருக்கிறார்கள். ஏன், துருக்கி முழுவதுமே இருக்கிறார்கள் என்றுதான் சொல்ல வேண்டும். அவர்கள் ஒவ்வொருவருமே தன்னை ஜெலால் சாலிக் என்றுதான் நினைத்துக்கொள்கிறார்கள். இரவு நேரங்களில், இந்த நகரை மாறுவேடத்தில் சுற்றி வரும்பொழுது அப்படிப்பட்ட நபர்கள் எத்தனையோ பேரை நான் சந்தித்திருக்கிறேன். ஆமாம். அநீதியின் ஓர் இழிவான குகையிலிருந்து மற்றொன்று என அலைந்து திரிந்து கொண்டிருக்கும் நேரங்களில். இருளின் ஆழத்திலும் ஆழமென ஊடுருவிச் செல்லும் நேரங்களில். நம் அனைவரையும் கபளீகரம் செய்யும் புதிரின்

மையத்தைத் துளைத்துப்போகும் வேளைகளில். பெரிதும் என்னைப் போலவே இருக்கின்ற, வியப்பில் என்னை மூச்சடைக்க வைக்கின்ற எத்தனையோ பேரை நான் பரிச்சயப்படுத்திக்கொண்டும் இருக்கிறேன்."

அவன் சொன்னதை இஸ்கந்தர் மொழிபெயர்த்துச் சொல்லிக் கொண்டிருந்த நேரத்தில், திறந்து கிடந்த சாளரத்தின் பக்கமாகத் திரும்பி, பொற்கிழிக் கழிமுகத்தையும், பழைய இஸ்தான்புல் பகுதியின் மங்கலான விளக்கொளியையும் காலிப் வேடிக்கை பார்த்துக்கொண்டிருந்தான். போடப்பட்டிருந்த விளக்குகளில் பாதிக்கு மேல் திருடுபோய்விட்ட நிலையில், தனது புகழ்மிக்க ஒளிநிழல் தோற்றத்தை யுவஸ் சுல்தான் சலீம் பள்ளிவாசல் இழந்திருந்தது. விசித்திரத் திரையாய்க் காட்சி தர வேண்டிய கற்குவியல்களும் நிழல்களும் இப்போது ஒரு வயோதிகனின் பொக்கைவாய் முறுவலைப் போல் காட்சியளித்தன. இஸ்கந்தர் மொழிபெயர்த்துச் சொன்னவுடன் சற்று முந்தைய ஓர் இரவில் கதை சொன்ன, மூக்குக் கண்ணாடியணிந்த, வளர்த்தியான நாவலாசிரியரையும் ஜெலால் பேவையும் போட்டுக் குழப்பிக்கொண்டதற்காக அந்தப் பெண் மிகவும் பண்போடு மன்னிப்பைக் கேட்டுக்கொண்டாள். அவள் முகத்தை இயல்பாக வைத்துக்கொண்டாலும்கூட, அவள் அதை யதார்த்தமாகச் சொன்ன சாயல் அவள் முகத்தில் தென்படவில்லை. மாறாக, அவளுக்கு இது வேடிக்கையாயிருந்ததென்பது தெளிவாகவே தெரிந்தது. இதோ இங்கே இன்னொரு வசீகரமான துருக்கிய வினோதம். புரிந்துகொள்ள முடியுமெனும் நம்பிக்கை இல்லாமலே அவள் மதிக்கும் ஒரு கலாச்சாரப் புதிர். இந்தச் சீட்டு விளையாட்டில், கட்டு ஏற்கெனவே வேண்டிய வகையில் அடுக்கப்பட்டிருக்கிறதென்பது அவளுக்குத் தெரிந்தே இருந்தது. என்றாலும்கூட இந்த அழுகுணி ஆட்டத்தைத் தொடர்ந்து விளையாடிப் பார்த்துவிட அவள் ஆசைப்பட்டாள். இந்த ஒரு காரணத்திற்காகவே காலிப்பிற்கு அவள் மீது அபிமானம் வந்திருந்தது. அவள் கொஞ்சம் ரூயாவைப் போலக்கூட இருக்கிறாளோ?

தனக்குப் பின்புறத்திலிருந்து விளக்கொளி பிரகாசித்துக்கொண்டிருக்க ஒளிப்படக் கருவிகளும், கரிய மின்வடங்களும் தன்னைச் சூழ்ந்திருக்க, மரண தண்டனை நிறைவேற்றப்படுவதற்காக மின்நாற்காலியில் அமர வைக்கப்பட்டிருக்கும் கொலைக்குற்றவாளியைப் போல் காலிப் உணர்ந்தான். அவனுடைய சங்கடத்தைப் புரிந்துகொண்ட அந்த ஆண்களுள் ஒருவர் அவனிடம் ஒரு குவளை ரேக்கி பானத்தை நீட்டினார். அதில் நீரைக் கலக்கும்பொழுது அடக்கமான புன்னகையையும் சிந்தினார். முன்பிருந்ததைக் காட்டிலும் மலர்ச்சியாகச் சிரித்தபடி ஒரு ஒளிப்பதிவு நாடாக்கண்டை அந்தப் பெண் ஒளிப்பதிவுக் கருவிக்குள் செருகினாள். ஏதோ ஓர் நீலப்பட விருந்தளிக்கப் போவதைப்போல அந்த ஒளிப்படக் கருவியின் பொத்தானைக் கிளர்ச்சியூட்டும் விதமாய் அழுக்கினாள். ஆனால், அங்கே சின்னத்திரையில் தெரிந்ததென்னவோ துருக்கியில் எட்டு நாட்களாக அந்தப் படப்பிடிப்புக் குழுவினர் எடுத்திருந்த காட்சிகளின் கச்சாத் தொகுப்பே. அங்கே அவர்கள் மீது கவிந்திருந்த அமைதியில் ஏதோ ஓர் அம்சம் தென்பட்டது. வேடிக்கை பார்க்கும் கிளர்ச்சி மனோநிலையில் அவர்களிடம் வெளிப்பட்டிருந்த ஒட்டுறவற்ற தன்மையின் ஏதோ ஓர் அம்சம் அது. உண்மையிலேயே ஒரு நீலப்படத்தைத்தான் பார்த்துக்கொண்டிருக்கிறோம் என்பதைப்

போன்ற உணர்வைக் காலிப்பிடம் அது ஏற்படுத்தியது. பிச்சையெடுக்கும் கழைக்கூத்தாடியொருவன் முறிந்துபோயிருக்கும் தன்னுடைய கரங்களையும், பிசகிப் போயிருக்கும் கால்களையும் சந்தோஷமாகக் காட்டிக்கொண்டிருக்கிறான். ஒரு கோபாவேசமான ஆர்ப்பாட்டக் கூட்டமும், அதைத் தொடர்ந்து ஓர் ஆவேசமான பேச்சாளரின் அறிக்கையும். சொக்கட்டான் விளையாடிக்கொண்டிருக்கும் இரண்டு முதியவர்கள். மரபார்ந்த மதுக்கூடங்களிலிருந்தும், இரவு விடுதிகளிலிருந்தும் படமாக்கப்பட்டிருந்த காட்சிகள். தன்னுடைய கிடங்கின் காட்சிச் சாளரத்தைப் பெருமிதத்துடன் பார்த்துக்கொண்டிருக்கும் கம்பள வியாபாரி. ஒட்டகங்களின் மீது ஆரோகணித்து ஒரு குன்றின் மீதேறிக் கொண்டிருக்கும் நாடோடிக் கும்பல். தண்டவாளத்தின் மீது முன்னும் பின்னுமாகப் போய் வந்துகொண்டிருக்கும் ஒரு நீராவிப் புகைவண்டி. ஒளிப்படக் கருவியைப் பார்த்துக் கையாட்டும் தெருக்குழந்தைகள். காய்கனி விற்கும் தள்ளுவண்டியைச் சுற்றி, ஆரஞ்சுப் பழங்களைப் பரிசீலித்தவாறு இருக்கும் முக்காடிட்ட மகளிர் கூட்டம். ஓர் அரசியல் கொலையின் பலிகடா (செய்தித்தாள் போர்த்தியிருக்க, அதனடியில்). அதன் பின்னால் நிகழ்ந்தவை. ஒரு குதிரை வண்டியில் பிரம்மாண்டமானதோர் பியானோ இசைக்கருவியை ஏற்றி இழுத்துச் செல்லும் வயோதிகச் சுமைதூக்கி.

“எனக்கு அந்தச் சுமைதூக்கியைத் தெரியும்,” என்று உரக்கச் சொன்னான் காலிப். “இருபத்து மூன்று ஆண்டுகளுக்கு முன்பாக இதயங்களின் நகர் அடுக்ககக் குடியிருப்பைக் காலி செய்துவிட்டு, ஒதுக்குப்புறத் தெருக்கள் ஒன்றினுள் இருந்த இடத்திற்கு நாங்கள் மாறிப் போனபோது இவன்தான் எங்கள் சாமானையெல்லாம் வீடு மாற்றினான்.”

உண்மையான அக்கறையோடு தலையாட்டிவிட்டு, அதே நேரத்தில் இந்த விளையாட்டையும் கண்டுகளிப்பவர்களாக, அவர்கள் அனைவரும் அந்தச் சுமைதூக்கியைப் பார்த்தனர். ஒரு பழைய அடுக்ககக் குடியிருப்பின் முன்புறத் தோட்டத்திற்குள் வண்டியை இழுத்துக்கொண்டிருந்த அந்த வயோதிகச் சுமைதூக்கியும்கூட இந்த விளையாட்டில் பங்குகொள்பவன் போலவே தோன்றினான்.

“அந்த இளவரசரின் பியானோ ஒரு வழியாக வீடு மீண்டுவிட்டது.” அவனுக்குத் தான் யாருடைய குரலில் பேசிக்கொண்டிருக்கிறோம் என்பதே உணர்வில் இல்லை. அவ்வளவு ஏன். அவன் யாரென்பதும் கூடத்தான். என்றாலும் அதுவும் சரியாகவே இருந்தது. “அந்த அடுக்ககக் குடியிருப்புக் கட்டடம் இப்பொழுது இருக்குமிடத்தில், ஒரு காலத்தில் பெரியதோர் வேட்டைக்கார விடுதியிருந்தது. அங்கே ஒரு காலத்தில் வாழ்ந்திருந்த இளவரசனின் கதையை இப்பொழுது உங்களுக்கு நான் சொல்லப் போகிறேன்.”

அவர்கள் படப்பிடிப்பிற்காக அவசரமாகத் தயார்செய்து கொண்டிருந்தபொழுது, வரலாற்று முக்கியத்துவம் வாய்ந்ததோர் அறிக்கையைக் கொடுக்கவே அந்தப் பிரபலப் பத்தி எழுத்தாளர் அங்கே வந்திருப்பதாக இஸ்கந்தர் அந்தக் குழுவிடம் சொல்லிக்கொண்டிருந்தான். புரிந்துகொண்ட பாவனையில் தலையாட்டிக்கொண்டிருந்த அந்தப் பெண் உணர்ச்சிபூர்வமான, விஸ்தாரமான அறிமுக உரையை ஆற்றத் தொடங்கினாள். கடந்த கால ஆட்டமன் சுல்தான்கள், திரைமறைவில்

இயங்கிக்கொண்டிருக்கும் துருக்கியக் கம்யூனிசக் கட்சி, ஆட்டாதுர்க்கின் ரகசிய, தெரிந்துகொள்ளவே முடியாத மரபுடைமையின் எச்சம், அரசியல் ரீதியான இஸ்லாத்தின் சமீபகால எழுச்சி, அலையடிப்பாய் நிகழ்ந்து வரும் தற்போதைய அரசியல் கொலைகள் ஆகியவற்றை அந்த முன்னுரை உள்ளடக்கியிருந்தது.

"முன்னொரு காலத்தில்," என்று தொடங்கினான் காலிப். "எங்களுடைய இந்த நகரில் ஓர் இளவரசன் வாழ்ந்து வந்தான். ஒருவன் தான் தானாகவே இருப்பதா அல்லது அப்படியில்லாமல் இருப்பதா? இதுதான் இந்த வாழ்வின் அதிமுக்கியமான கேள்வியென்று அவன் கண்டுகொண்டிருந்தான்." பேசப் பேச, அந்த இளவரசனின் கோபம் தனக்குள்ளும் கொப்பளித்து, தன்னை வேறொரு தேகத்திற்குள் மடைமாற்றி விடுவதைக் காலிப் உணர்ந்தான். இந்த இன்னொரு நபர்தான் யார்? அந்த இளவரசனின் பிள்ளைப் பருவத்தை வர்ணிக்கும்பொழுது தன்னுடைய சொந்தப் பிள்ளைப் பிராயத்தில் அவன் எப்படியிருந்தானோ அந்த காலிப்பாகவே அவன் மாறியிருந்தான். தன்வசமிருந்த நூல்களோடு அந்த இளவரசன் எப்படியெல்லாம் மல்லுக் கட்டிக்கொண்டிருந்தான் என்று விவரிக்கையில் அந்த நூல்களின் ஆசிரியர்களாகவே தான் மாறிவிட்டதைப் போல அவன் உணர்ந்தான். தன்னுடைய வேட்டைக்கார விடுதியில் அந்த இளவரசன் தன்னந்தனியனாகக் கழித்த நாட்களை விவரிக்கையில் அந்த இளவரசனின் சொந்தக் கதைகளின் நாயகனாகத் தன்னையே பாவித்துக்கொண்டான் காலிப். தன்னுடைய சிந்தனைகளைப் படி எடுப்பவரிடம் அந்த இளவரசன் எப்படிச் சொன்னானென்பதை விவரிக்கும்பொழுது, அவனே அந்தச் சிந்தனைகளின் அதிபதி என்றாகிப் போனான். ஏனென்றால், அவன் ஜெலாலின் கதைகளை என்ன விதமாய்ச் சொல்லிப் பழகியிருந்தானோ, அதே போன்றுதான் இந்த இளவரசனின் கதையையும் விவரித்துக்கொண்டிருந்தான். ஜெலாலின் கதைகளைச் சொல்லும் நேரங்களில் அவனே ஜெலாலின் சாகச நாயகன் என்பதாய்க் கற்பனையில் மிதப்பான். அந்த இளவரசனின் கடைசிக் காலத்தை விவரிக்கும்பொழுது, 'ஜெலால் இப்படித்தான் இந்தக் கதையைச் சொல்லியிருப்பான்,' என்று தனக்குள் அவன் சொல்லிக்கொண்டான். இதுகூடத் தெரியாமல் அந்த அறைக்குள் அவனோடிருக்கும் ஏனையோரை அவன் வெறுத்தான். அவனுடைய மனக் கொந்தளிப்பு மடைதிறந்த வெள்ளமாய்ப் பாய்ந்தது. இஸ்கந்தர் மொழிபெயர்த்துச் சொல்வதற்கு முன்பாகவே அந்த ஆங்கிலேயத் திரைப்படக் குழு காலிப் சொல்லவந்ததைப் புரிந்துகொண்டது. அந்த இளவரசனின் முடிவை விவரிக்கும்பொழுது, தொடங்கிய இடத்திற்கே காலிப் மீண்டும் வந்து சேர்ந்தான். "முன்னொரு காலத்தில், எங்களுடைய இந்த நகரில் ஓர் இளவரசன் வாழ்ந்துவந்தான். ஒருவன் தான் தானாகவே இருப்பதா அல்லது அப்படியில்லாமல் இருப்பதா? இதுதான் இந்த வாழ்வின் அதிமுக்கியமான கேள்வியென்று அவன் கண்டுகொண்டிருந்தான்." தொடக்கத்தில் தொனித்த வைராக்கியத்தை அவனுடைய குரல் தொய்வின்றி விடாப்பிடியாகப் பற்றியிருந்தது. அதற்குப் பிறகு, நான்கு மணி நேரம் கழித்து, மீண்டும் இதயங்களின் நகர் அடுக்ககத்தில் இருந்த போதுதான் அந்த இரண்டு விவரிப்புகளுக்கிடையில் என்ன நடந்திருந்தது என்பதை அவன் தெரிந்துகொண்டான். அந்த இளவரசனின் கதையை முதல் முறை

அவன் சொன்னபோது, ஜெலால் இன்னமும் உயிருடன் இருந்தான். இரண்டாம் முறை அதே கதையை அவன் விவரித்து முடிக்கையில், டெஷ்விக்கியே காவல் நிலையத்தின் முன்பாகத் தரையில் பிணமாகக் கிடந்தான். அல்லாதீனின் அங்காடியைவிட்டுக் கொஞ்சம் தள்ளி. ஒரு செய்தித்தாள் அவனுடலைப் போர்த்தியிருந்தது. இரண்டாவது முறை அந்தக் கதையை அவன் விவரித்துக்கொண்டிருக்கையில், முதன்முறை தான் சரியாகக் கவனிக்காமல்விட்டிருந்த கதைப்பகுதிகளுக்குத் தேவையான அழுத்தத்தைக் கொடுத்திருந்தான். மூன்றாம் முறையாக அதே கதையைச் சொல்லிக்கொண்டிருந்தபொழுது, அதைச் சொல்லும் ஒவ்வொரு முறையும் தன்னால் வேறொரு வித்தியாசமான நபராக மாறிவிட முடிகிறதென்பது அவனுக்குப் புலனாகியது. ஆக, அந்த இளவரசனைப் போலவே, நான் நானாக இருக்க கதைகளைச் சொல்லிக்கொண்டிருக்க வேண்டும். தான் தானாக இருக்கவிடாமல் தடுத்துக்கொண்டிருந்த அத்தனை பேரின் மீதும் சீற்றம்கொண்டவனாக, கதைகள் சொல்வதன் வாயிலாகத்தான் அந்த நகரின் புதிர்த் தன்மையையும், வாழ்க்கையின் புதிர்த் தன்மையையும் ஒருங்கே புரிந்துகொள்ளுதல் சாத்தியமென்ற தீர்மானத்தை எட்டியவனாக, அவன் அந்தக் கதையை மூன்றாவது முறையாகவும் இறுதியாகவும் முடிவுக்குக்கொண்டு வந்தான். மரணத்தை உணர்த்தும் ஒரு வெள்ளை மௌனம்தான் அவனை எதிர்கொண்டது. உடனடியாகவே, இஸ்கந்தரும் அந்த ஆங்கிலேயே ஊடகவியலாளர்களும் கரவொலியைத் தொடங்கினர். உலகின் தலைசிறந்த நடிகர்களுள் ஒருவன் தன்னுடைய வாழ்நாளின் அதியுன்னதச் செய்திறனைக் காட்டியிருந்தால் எப்படியோர் மனந்திறந்த பாராட்டாக இருந்திருக்குமோ அப்படியானதோர் பாராட்டாக அது இருந்தது.

35

பட்டத்து இளவரசனின் கதை

அந்தக் காலத்தில் எங்களுக்கிருந்த ட்ராம் வண்டிகள் மிக, மிக அழகானவையாய் இருந்தன.

– **அஹ்மெட் ரஷிம்**

முன்னொரு காலத்தில், எங்களுடைய நகரில் ஓர் இளவரசன் வாழ்ந்து வந்தான். ஒருவன் தான் தானாகவே இருப்பதா அல்லது வேறு யாரோவாக இருப்பதா? இதுதான் இந்த வாழ்வின் அதிமுக்கியமான கேள்வியென்று அவன் கண்டுகொண்டிருந்தான். தான் யாரென்பதைக் கண்டுபிடிக்க அவனுக்கு ஒரு முழு வாழ்க்கையே தேவையாயிருந்தது. அவன் எதைக் கண்டுபிடித்தானோ அதுவே அவனுடைய ஒட்டு மொத்த வாழ்க்கையாகி இருந்தது. தன்னுடைய குறுகிய கால வாழ்க்கையின் முடிவில் அந்த இளவரசனின் சுருக்கமான அறிக்கையாக இந்தக் கேள்வியே இருந்தது. தன்னுடைய கண்டுபிடிப்பை வார்த்தைகளில் சொல்லுவதற்கென்று படி எடுப்பவர் ஒருவரை அவன் வேலைக்கு அமர்த்தியிருந்தான். அவனுடைய கடைசிக் காலத்தில், இந்த இளவரசன் சொல்லச் சொல்ல அந்தப் படியெடுப்பவர் எழுதினார். அவரிடம் அவன் இதைத்தான் சொன்னான்.

அந்தக் காலத்தில் – அதாவது நூறாண்டுகளுக்கு முன்பாக – இப்படி லட்சக்கணக்கான மனிதர்கள் வேலை கிடைக்காமல், இறக்கையடித்து ஓடும் மருண்ட கோழிக்குஞ்சுகளாய்த் தெருக்களில் திரிந்துகொண்டிருக்கவில்லை. நம்முடைய சந்துகள் இப்படி மூச்சுத் திணற வைக்கும் அளவுக்குக் குப்பைகளால் அடைபட்டிருக்கவில்லை. நம்முடைய பாலங்களுக்கு அடியில் கழிவு நீர் பெருக்கெடுத்து ஓடிக்கொண்டிருக்கவில்லை. நம்முடைய பயணியர் ஓடங்களின் புகைபோக்கிக் குழாய்கள் கரிய மை போன்ற புகை மேகங்களைக் கக்கிக்கொண்டிருக்கவில்லை. பேருந்து நிறுத்தங்களில் மக்கள் ஒருவரையொருவர் முரட்டுத்தனமாக முண்டியடித்து ஏறிக்கொண்டிருக்கவில்லை. அந்தக் காலத்தில் குதிரையால் இழுபட்ட ட்ராம் வண்டிகள் மிகவும் நிதானமான

வேகத்தில் சென்றுகொண்டிருந்தன. அவை நகரும் போக்கிலேயே நீங்கள் ஏறிக்கொள்ளவோ இறங்கிக்கொள்ளவோ முடியும். பயணியர் படகுகளும்கூட மிக நிதானமாகவே பயணம் செய்தன. பயணியர் படகு நிறுத்தமொன்றில் இறங்கும் பயணியர், எலுமிச்சை மரங்கள் அடர்ந்த கரையில் சாவதானமாகச் சிரித்துப் பேசி நடந்து, அடுத்த நிறுத்தத்திலிருக்கும் தேநீரகத்தை அடைந்து, ஒரு சில நிமிடங்களுக்கு ஓய்வும் எடுத்துக்கொள்ளலாம். பிறகு, தாம் முன்னர் விட்டு இறங்கியிருந்த அதே பயணியர் படகில் மீண்டும் ஏறிப் பயணத்தைத் தொடரலாம். சுன்னத் செய்பவர்கள் மற்றும் தையல்காரர்களின் விளம்பரத் தட்டிகளைத் தாங்கி நிற்கும் மின்கம்பங்கள் இப்பொழுது முளைத்திருக்கும் இடங்களில், அந்தக் காலத்தில் கஷ்கொட்டை மரங்களும் வாதுமை மரங்களும்தான் தென்பட்டன. இந்த நகரத்தின் எல்லைகளில் குப்பைக் குன்றுகளின் மீது மின் மற்றும் தந்திக் கம்பங்கள் முட்களாய்ச் சிலிர்த்துக்கொண்டு நிற்கவில்லை. மாறாக, சோலைகளும் புல்வெளிகளும் நம்முடைய துயர் மிகுந்த, ஈவிரக்கமற்ற சுல்தான்கள் வேட்டைக் களன்களாய்ப் பயன்படுத்திய கானகங்களும்தான் இருந்தன. பிற்காலத்தில் கழிவுநீர்க் குழாய்களும் அடுக்ககக் கட்டடங்களும் உருளைக்கற்கள் பாவிய சந்துகளும் குறுக்கும் மறுக்குமாய் ஓடப்போகும் பசுமையான குன்றுகள் ஒன்றில்தான் இந்த இளவரசனின் வேட்டைக்கார விடுதி இருந்தது. இங்கேதான் அவன் இருபத்தியிரண்டு ஆண்டுகள் மூன்று மாதங்கள் வாழ்ந்திருந்தான்.

தான் தானாகவே இருப்பதற்காக, அவன் தன்னுடைய எண்ணங்களை யெல்லாம் படியெடுப்பவர் எழுத எழுதச் சொல்லிக்கொண்டுவந்தான். சீமைப்பனை மரத்தாலான எழுது மேஜையின் முன்பு அந்தப் படியெடுப்பவர் அமர்ந்திருக்க, தான் தானாக இருப்பதை உணரும் வகையில் இளவரசன் அவரிடம் சொல்லிக்கொண்டே இருப்பான். தான் சொல்லச் சொல்ல அந்தப் படியெடுப்பவர் எழுதிக்கொண்டிருக்கும் வேளைகளில் மட்டும்தான் இதர மாந்தர்களின் குரல்கள் இளவரசனின் காதுகளில் ஒலிக்காமல் இருந்தன. அந்த வேட்டைக்கார விடுதியின் தரையில் குறுக்கும் மறுக்கும் வேகநடை பயின்றவாறே, படியெடுப்பவரிடம் அவன் சொல்லிக்கொண்டிருக்கும் வேளைகளில் அவனுடைய மனம் முழுதும் கதைகளால் நிரம்பியிருக்கும். தன்னுடைய தோட்டத்தின் உயரமான சுவர்களுக்குள் அவன் பத்திரமாய் இருந்தும்கூட, அந்த மாந்தர்களைப் பற்றிய சிந்தனையிலிருந்து அவனால் தப்ப முடிந்ததில்லை. “தான் தானாக இருக்க, ஒரு நபர் தன்னுடைய சொந்தக் குரலை மட்டுமே கேட்க வேண்டும். தன்னுடைய சொந்தக் கதைகளை மட்டுமே சொல்லத் தெரியவேண்டும். தன்னுடைய அசலான சிந்தனைகளை மட்டுமே வெளிப்படுத்த வேண்டும்,” என்றான் அந்த இளவரசன். அவன் சொன்ன ஒவ்வொரு வார்த்தையையும் அந்தப் படி எடுப்பவர் குறித்துக்கொண்டார்.

ஆனால், அந்த இளவரசன் சொல்லிக்கொண்டிருக்கும் பொழுது தன்னுடைய குரலை மட்டும்தான் அவன் கேட்டுக்கொண்டிருந்தான் என்று அர்த்தமில்லை. இல்லை. ஒரு கதையைச் சொல்லத் தொடங்கும் பொழுதுகூட அவன் வேறொருவருடைய கதையைப் பற்றித்தான் நினைத்துக் கொண்டிருப்பான். ஒரு கதைக்கருவை மெல்ல உருவாக்கிக்கொண்டிருக்கும் நேரத்திலும், வேறொருவருடைய கதைக்கருவின் வலைக்குள் அவன் சிக்கிக் கொண்டிருப்பான். அவன் சிடுசிடுக்கும் நேரத்திலும்கூட, வேறொருவரின்

சீற்றம்தான் அவனுள் கொந்தளித்துக்கொண்டிருக்கும். ஆனபோதிலும், தன்னுடைய அசலான குரலைக் கண்டுபிடிக்க வேண்டுமென்றால், தன்னுள் கேட்கும் மற்றெல்லாக் குரல்களையும் அதட்டி அடக்கும் ஒரு குரலை தான் உருவாக்கிக்கொள்ள வேண்டும். அது ஒன்றுதான் வழியென்று அவனுக்குப் புரிந்திருந்தது. அவனுடைய சொற்களிலேயே சொல்வதென்றால், "அவர்களுடைய உறுமும் தொண்டையைக் கவ்விப் பிடிக்கும்" ஒரு குரல். எனவே, தன்னுடைய சிந்தனைகளைப் படி எடுக்கச் சொல்வதென்பது தனக்கு அனுகூலமாக விளங்கும் ஒரு போர்க்களத்தைத் தனக்காக உருவாக்கிக்கொள்வது. இது மாதிரித்தான் எதையோ அவன் யோசித்திருந்தான்.

மேலே குறிப்பிட்ட அந்தப் போர்க்களத்தில், ஒரு சொல்லுக்கு எதிராக இன்னொரு சொல் ஒரு கதைக்கு எதிராக மற்றொரு கதை, ஒரு சிந்தனைக்கு எதிராக இன்னொரு சிந்தனையென்று நிறுத்திப் போர் தொடுத்துக் கொண்டிருக்கும் நேரங்களில், தன்னுடைய வேட்டைக்கார விடுதியின் ஒவ்வோர் அறையாக வேகநடை போட்டுக்கொண்டிருப்பான் அந்த இளவரசன். கூடத்தின் இருமருங்குமாய் இருக்கும் மாடிப்படிக்கட்டுகளில் ஒன்றின் மீது ஏறும்பொழுது ஒரு வாக்கியத்தைச் சொல்லியிருப்பான். இன்னொரு படிக்கட்டின் வழியாக இறங்கிக் கீழ் தளத்தில் கால் வைக்கையில் அந்த வாக்கியத்தை மாற்றியிருப்பான். மீண்டும் முதல் படிக்கட்டில் ஏறுவான். அல்லது படி எடுப்பவரின் எழுதுமேஜைக்கு எதிரில் போடப்பட்டிருக்கும் நீள் இருக்கையில் சரிந்தவாறே, "அதைத் திருப்பிப் படித்துக்காட்டுங்கள்," என்று சொல்வான். அந்தப் படியெடுப்பவரும், இளவரசன் சொன்ன கடைசி வாக்கியங்கள் ஒரு சிலவற்றை, சலனமற்ற, ஏற்ற இறக்கங்கள் எதுவும் இல்லாத தொனியில் படித்துக்காட்டுவார்.

"இந்த நாட்டில், இந்தக் கழிசடை நாட்டில், எல்லாக் கேள்விகளுக்கும் தலையாயதாக, நாம் கேட்பதற்கு ஒரே கேள்விதான் இருக்கிறதென்று இளவரசர் உஸ்மான் ஜெலாலதீன் எஃபெண்டி நம்பினார். நாம் நாமாக இருப்பது எப்படி? இந்தப் புதிரை விளங்கிக்கொள்வதன் மூலமாகத்தான் நம்முடைய மக்களை அழிவிலிருந்து, அடிமைத்தனத்திலிருந்து, தோல்வியி லிருந்து நாம் காப்பாற்ற நம்பிக்கை கொள்ள முடியும். தாமாக இருக்க ஒரு வழியைக் கண்டுபிடித்துக்கொள்ளத் தவறியதால்தான் எந்த ஒரு நாட்டின் ஒட்டுமொத்த மக்களும் அடிமைகளாக இருக்க நேர்ந்திருக்கிறது, ஒட்டு மொத்த இனமும் சீரழிவிற்கு ஆட்பட்டிருக்கிறது, அனைத்து தேசங்களும் ஒன்றுமில்லாமல், ஒன்றுமில்லாமல் போயிருக்கின்றன என்பதுதான் உஸ்மான் ஜெலாலதீன் எஃபெண்டியின் கருத்து."

"அதிலே ஒரு வார்த்தை குறைகிறதே. ஒன்றுமில்லாமல் என்பதை நீங்கள் மூன்று முறை எழுதியிருக்க வேண்டுமே!" என்று அந்த இளவரசன் கூறுவான். சொல்லிக்கொண்டே, ஏதோ ஒரு மாடிப்படிக்கட்டின் மீது ஏறிக்கொண்டோ அல்லது இன்னொரு படிக்கட்டின் வழியாக இறங்கிக்கொண்டோ, அதுவுமில்லாது போனால் படியெடுப்பவரின் எழுதுமேஜையைச் சுற்றி வந்துகொண்டோ இருப்பான். இதையும், மிகுந்த உத்வேகத்தோடும் தன்னம்பிக்கையோடும் கூறுவான். அதைச் சொல்லும் பொழுதே அவனுடைய இளமையின் தொடக்க காலத்தில் அவனுக்கு ஃபிரெஞ்சு மொழியைக் கற்றுக்கொடுத்த சீமான் ஃப்ரோன்ஸுவாவின்

நினைவு வந்துவிடும். தன்னுடைய முன்னாள் ஆசிரியரின் பாவனைகள் ஒவ்வொன்றையும் தான் போலி செய்வதாய்த் திடீரென்று அவனுக்கு உறைக்கும். படியெடுக்கச் சொல்லிக்கொண்டிருக்கும் நேரத்தில் தானும் அவரைப் போலவே அறையின் குறுக்கும் மறுக்குமாய் வேகநடை பயின்றுகொண்டு, அவரைப் போலவே பாடம் புகட்டும் தொனியில் சொல்லிக்கொண்டு இருக்கிறோமென்று தோன்றும். அவரைப் போன்றே இவனும் உடலும் மனமும் சோர்ந்து, ‘அனைத்து அறிவுசார் இயக்கமும் தடைப்பட்டு’, ‘கற்பனையெல்லாம் வறண்டு வண்ணமிழந்து’ வேதனைப்படுவான். தனக்கிருந்த நீண்ட அனுபவத்தின் காரணமாக, அந்தப் படியெடுப்பவர் இப்படிப்பட்ட வலிப்பு நிலைக்குப் பழகிப் போயிருந்தார். எனவே அவர் உடனடியாக எழுதுகோலைக் கீழே வைத்து விடுவார். தன்னுடைய முகத்தில் தென்படும் எவ்வித உணர்ச்சியையும் துடைத்தெறிந்து விடுவார். தானாக இருக்க முயன்று தோற்றுப் பரிதவிக்கும் தன்னுடைய எஜமானனின் மரணத்துயரை எவ்வித உணர்ச்சியையும் வெளிப்படுத்தாமல் பார்த்துக்கொண்டிருப்பார். அது மிகைநாடகத் துடிப்பு என்பதால் தானாக அடங்கட்டுமென்று பொறுமையோடு காத்திருப்பார்.

தன்னுடைய பிள்ளைப் பிராயத்தைப் பற்றியும், இளமையின் தொடக்க காலத்தைப் பற்றியும் இளவரசன் உஸ்மான் ஜெலாலதீன் எஃபென்டி இருவிதமான மனநிலையில் இருந்தான். பல்வேறான ஆட்டமன் அரண்மனைகளிலும், விடுதிகளிலும், மாளிகைகளிலும் கழிக்கப்பட்டிருந்த இளவரசனின் ஆரம்பகால வாழ்க்கையைப் பற்றி மிக விரிவாகவே எழுதியிருப்பதாக அந்தப் படி எடுப்பவரின் நினைவுக்கு வந்தது. மிகவும் உற்சாகமான, எல்லோரையும் மகிழ்விக்கக் கூடிய, வேடிக்கைப் பிரியனாக இளவரசன் இருந்திருக்கிறான் என்பதை அவர் நினைவுகூர்ந்தார். ஆனால், அந்த விஷயங்களெல்லாம் பழைய நோட்டுப் புத்தகங்களில் எழுதப்பட்டு, எங்கோ சேகரித்து வைக்கப்பட்டிருக்கின்றன. “என்னுடைய தந்தை அப்துல்மஜீத் ஹானுக்கு, என்னுடைய தாயார் நூருஜிஹான் காதின் எஃபென்டிதான் மிகவும் பிரியத்திற்குகந்த மனைவியாகத் திகழ்ந்தார். அதனால் தன்னுடைய குழந்தைகள் முப்பது பேரிலும் என்னையே என் தந்தை மிக அதிகமாக நேசித்தார்,” என்று பல ஆண்டுகள் கழித்து இளவரசன் படியெடுப்பவரிடம் கூறியிருந்தான். அதேவேகத்தில், “என்னுடைய தந்தை அப்துல்மஜீத் ஹான் தன்னுடைய குழந்தைகள் முப்பது பேரிலும் என்னையே மிகவும் நேசித்ததால், தன்னுடைய இரண்டாம் மனைவியான என்னுடைய தாயார் நூருஜிஹான் காதின் எஃபென்டியை அந்தப்புரத்திலிருந்த ஏனைய மனைவிகளைக் காட்டிலும் அதிகமாக நேசித்தார்,” என்றும் படியெடுப்பவரிடம் இளவரசன் கூறியிருந் தான். அந்தப்புரத்தில் ஒரு நாள் கதவுகளைப் படீரென்று திறந்து, தடாலென்று அடித்து மூடி, தன்னுடைய மூத்த சகோதரன் ரஷத்தைக் குட்டி இளவரசன் ஓடித் துரத்தி விளையாடிக்கொண்டிருந்திருக்கிறான். அப்படி ஒரு முறை, கதவை அறைந்து சாத்திய நேரத்தில், அந்தப்புரக் காவலாளியாக இருந்த ஒரு கருப்பு மூன்றாம் பாலினத்தவனின் முகத்தில் கதவு பட்டுவிட அவன் மயங்கிவிழுந்துவிட்டானாம். இந்த நாளைப் பற்றியும்கூடப் படியெடுப்பவர் எழுதியிருக்கிறார். அதே போல், ஓர் அகந்தை பிடித்த, மூடத்தனமான, நாற்பத்தைந்து வயது பாஷாவுக்கு

இளவரசனின் பதினான்கு வயதுச் சகோதரியை மணம் முடித்துக் கொடுத்த இரவைப் பற்றியும் அவர் எழுதியிருக்கிறார். தன்னுடைய இனிய தம்பியை மடியில் தூக்கி வைத்துக்கொண்டு அவனோடு இருக்கமுடியாமல் போகிறதென்று மட்டுமே தான் வருத்தப்படுவதாக அந்தச் சகோதரி சொல்லியிருக்கிறாள். அவள்விட்ட கண்ணீரால், குட்டி இளவரசனின் வெண்ணிறக் கழுத்துப்பட்டி நனைந்து ஊறிவிட்டதாம். க்ரிமியன் போர் இஸ்தான்புல்லுக்குக் கொண்டு சேர்த்திருந்த ஃபிரெஞ்சு மற்றும் ஆங்கிலேயப் படைக்கு மரியாதை செலுத்தும் வகையில் ஏற்பாடாகியிருந்த விருந்தைப் பற்றி அந்தப் படியெடுப்பவர் எழுதியிருந்தார். அன்று, தன்னுடைய அன்னையின் அனுமதிபெற்று, பதினோரு வயது நிரம்பிய ஆங்கிலேயப் பெண்ணுடன் இளவரசன் நடனம் ஆடியிருந்தான். நீராவிப் புகைவண்டி இயந்திரங்கள், பெங்குவின் பறவைகள், கடற்கொள்ளையர் ஆகியோரைப் பற்றிய விளக்கப்படங்கள் நிரம்பிய ஒரு புத்தகத்தை அவளோடு சேர்ந்து நீண்டநேரம் பார்த்துக் கொண்டிருந்தான். இளவரசனின் பாட்டி பெஸ்மி ஆலம் சுல்தானின் பெயரை ஒரு கப்பலுக்குச் சூட்டிய நாளைப் பற்றி அந்தப் படி எடுப்பவர் எழுதிவைத்திருக்கிறார். அந்த வைபவத்தின் போது, ரோஜா இதழையும் பிஸ்தாவையும் சேர்த்து அரைத்துச் செய்யப்பட்ட லோகும் எனப்படும் பர்ஃபியை ஒரே மூச்சில் நான்கு பவுண்ட் சாப்பிட முடியுமா என்று இளவரசனின் சகோதரன் சீண்டியிருக்கிறான். சவாலை ஏற்று, அதே போல் செய்து காட்டிவிட்டு, அந்தச் சகோதரனின் பிடரியில் ஓங்கி அடிக்கும் சந்தோஷத்தை இளவரசன் பெற்றிருக்கிறான். பெயோக்ளூவில் இருந்த ஒரு பலசரக்கு அங்காடிக்கு அரச ஊர்தியை எடுத்துச் சென்றதற்காக இளவரசர்களுக்கும், இளவரசிகளுக்கும் தண்டனை வழங்கப்பட்ட சம்பவத்தைப் பற்றியும் அந்தப் படி எடுப்பவர் எழுதியிருக்கிறார். அங்கே விற்பனைக்கு இருந்த ஏராளமான கைக்குட்டைகள், வாசனைத் திரவியங்கள், விசிறிகள், கையுறைகள், குடைகள் ஆகியவற்றையெல்லாம் விட்டுவிட்டு, அங்கேயிருந்த விற்பனை உதவியாளின் சமையலறை மேலங்கியைக் கழற்றித் தரச் சொல்லி அதை அவர்கள் வாங்கி வந்தார்களாம். ஏனென்றால், அரண்மனையில் அவர்கள் சொந்தமாக நாடகம் இயக்கி நடித்தபடி இருப்பார்கள். அந்த நாடக உடைகளோடு சேர்த்துக்கொள்ள அவர்களுக்கு இது மட்டுமே தேவையாக இருந்தது. தான் கண்டதையும் கேட்டதையும் அப்படியே போலிசெய்து நடித்துக் காட்டும் திறனை இளம் வயதிலேயே இளவரசன் கைவரப் பெற்றிருந்தான். மருத்துவர்கள், ஆங்கிலேய நாட்டுத் தூதுவர்கள், சாளரங்களுக்கு வெளியே கடந்துசெல்லும் பாய்மரக் கப்பல்கள், பிரதம மந்திரிகள், கிரீச்சிடும் அரண்மனைக் கதவுகள், அந்தப்புரத்தில் பணி செய்யும் மூன்றாம் பாலினத்தோரின் உரத்த தொண்டை, தன்னுடைய தந்தை, சாளரத்தின் மீது வீசியடிக்கும் மழையின் ஓசை, புத்தகங்களில் வரும் கதாபாத்திரங்கள், தந்தையின் சவ ஊர்வலத்தின் போது ஓலமிட்டழுத இழவுக்காரர்கள், அலைகள், தன்னுடைய இத்தாலி நாட்டுப் பியானோ ஆசிரியர் கௌதெலி பாஷா என்று பலரையும் பலவற்றையும் இளவரசன் அப்பழுக்கின்றி அப்படியே நகலெடுத்துக் காட்டுவானாம். இந்த நினைவுகளின் விவரங்கள் அனைத்தையும் பிற்காலத்தில் இளவரசன் நினைவுகூர்ந்திருக்கிறான். ஆனால் மனம் கொந்தளிக்கும், குற்றஞ்சாட்டும் தொனியில்தான். இவற்றையெல்லாம்

நினைவுகூரும் பொழுது, அவற்றோடு சேர்த்து கேக்குகள், முகம் பார்க்கும் கண்ணாடிகள், இசைப் பெட்டிகள், எண்ணற்ற புத்தகங்கள், விளையாட்டுச் சாமான்கள் மற்றும் முத்தங்கள் – ஏழு வயதுப் பெண்ணிலிருந்து, எழுபது வயதுக் கிழவிவரை, தனக்குக்கொடுத்த முத்தங்கள் – ஆகியவற்றையும் சேர்த்து நினைவுகூராமல் இருக்க முடியவில்லையென்று இளவரசன் ஆதங்கப்படுவதுண்டு.

தன்னுடைய சிந்தனைகளையும், நினைவுகளையும் பதிந்து வைக்க ஒரு படியெடுப்பவரை வேலைக்கு அமர்த்திய பிறகு, "என்னுடைய சந்தோஷமான பிள்ளைப் பருவம் நீண்ட காலம் தொடர்ந்தது. என்னுடைய கிறுக்குத்தனமான பிள்ளைப் பருவம் எவ்வளவு காலம் நீடித்ததென்றால், நான் என்னுடைய முப்பதாவது வயதுவரையிலுமே ஒரு குழந்தையைப் போல் சந்தோஷமாகவும் அறியாமையிலும் வாழ்ந்துவந்தேன். பட்டத்துக்கு வரத் தகுதியான ஓர் இளவரசனை அவனது முப்பதாவது வயது வரையிலுமே ஒரு குழந்தையைப் போல் சந்தோஷமாகவும், அறியாமையிலும் வாழ்ந்து வர ஒரு பேரரசு அனுமதித்ததென்றால், அது நசுக்கப்பட்டு, படிப்படியாகத் தேய்ந்து, நிர்மூலமாகிவிடவே சபிக்கப்பட்டிருக்கிறதென அர்த்தம்," என்று இளவரசன் சொல்லியிருக்கிறான். அரியணை ஏறும் வரிசையில் ஐந்தாவது இடத்திலிருந்த இந்த இளவரசனும்கூட, தன்னுடைய முப்பதாவது அகவையை எட்டும்வரை, அந்தக் காலகட்ட இளவரசர்களைப் போலவே தான் வாழ்ந்துவந்திருக்கிறான். பிற இளவரசர்களைப் போலவே இவனும் கேளிக்கையில் ஈடுபட்டு, பல பெண்டிரோடு உறவுகொண்டு, புத்தகங்களைப் படித்து, சொத்துச் சேர்த்து, உடைமைகளைச் சேர்த்து, போகிற போக்கில் இசையின் மீதும் ஓவியத்தின் மீதும் நிலையற்ற ஆர்வம் காட்டி, கொஞ்ச காலத்திற்கு ராணுவ சட்டதிட்டங்களிலும் ஈடுபாடு கொண்டு வாழ்க்கையைக் கழித்திருந்தான். திருமணமாகி மூன்று குழந்தைகளையும் பெற்றிருந்தான். அவற்றுள் இரண்டு ஆண் மகவுகள். எல்லோரையும் போலவே, இவனுக்கும் போகிற போக்கில் ஒரு சில நண்பர்களும், ஒரு சில எதிரிகளும் அமைந்தார்கள். "ஒரு வேளை, இவை போன்ற பல்வேறான சுமைகளையும் நான் இறக்கிவைத்து என்னை விடுதலைப்படுத்திக்கொள்ள நான் முப்பது வயதை எட்டவேண்டி இருந்ததோ என்னவோ," என்று அவன் பிற்பாடு சொல்லுவதுண்டு. "இந்த உடைமைகள், பெண்கள், நண்பர்கள், முட்டாள்தனமான சிந்தனைகள்."

அவனுடைய முப்பதாவது வயதில், ஒரு சில வரலாற்று விபத்துகள் நிகழ்ந்தன. அவற்றின் காரணமாக, அரியணை ஏறும் வரிசையில் ஐந்தாவதிலிருந்த இந்த இளவரசன் மூன்றாவது இடத்துக்கு முன்னேறினான். ஆனால், ஒரு மூடன் மட்டுமே இவற்றை விபத்துகளாகக் கருத முடியும் என்றே இளவரசன் கருதினான். ஏனென்றால், அறிவுத்திறம் இல்லாத, முதுகெலும்பற்ற, தெளிவான சிந்தனைகள் இல்லாத மனிதரான தன்னுடைய சித்தப்பா, சுல்தான் அப்துல் அஜீஸ் இறந்துபோனது இயற்கையான செயலே. அதே போல், எல்லோருக்கும் மூத்தவரான தனது அண்ணன், அரியணை ஏறிய கொஞ்ச நாட்களிலேயே பித்துப் பிடித்து அதனால் அரியணையிலிருந்து இறக்கப்பட்டதும் இயல்பான நிகழ்வே. அந்த வேட்டைக்கார விடுதியின் ஒரு புற மாடிப்படியில் ஏறிக் கொண்டே, படி எடுப்பவரிடம் இந்த வார்த்தைகளை எழுதச் சொன்னான் இளவரசன். தொடர்ந்து, தன்னுடைய மிக மூத்த சகோதரருக்குப்

பிறகு அரியணை ஏறியிருக்கும் அப்துல் ஹமீதும், அவரைப் போலவே, ஒவ்வோர் அணுவிலும் பித்துப் பிடித்தவர்தானென்று அவன் உறுதிபடக் கூறினான். தன்னைப் போலவே, இன்னொரு வேட்டைக்கார விடுதியில் உட்கார்ந்துகொண்டு, அரியணை ஏற எப்பொழுது கூப்பிடுவார்கள் என்று காத்துக்கொண்டிருக்கும் மற்றோர் இளவரசனும்கூட இவ்விரண்டு அண்ணன்களைக் காட்டிலும் பெரும் பைத்தியக்காரன்தானென்று, அந்த இரட்டைப் படிக்கட்டின் மறுபுறமாய் இறங்கி வந்துகொண்டே, இந்த இளவரசன் தீர்மானமாய்ச் சொல்வான். இப்படிப்பட்ட மிக ஆபத்தான வார்த்தைகளை ஏறத்தாழ ஆயிரமாவது தடவையாக எழுதச்சொல்லி, அந்தப் படியெடுப்பவரும் எழுதிய பிறகு, எதனால் தன்னுடைய மூத்த சகோதர்கள் புத்தி பிசகிப் போனார்கள், எதனால் புத்தி பேதலிக்குமாறு ஆக்கப்பட்டார்கள், எதனால் வேறு வழியே இல்லாமல் ஆட்டமன் இளவரசர்கள் அனைவருக்குமே மூளை பிசகிப்போகிறது என்பதற்கான யூகங்களை இளவரசன் சொல்லச் சொல்ல அவர் பதிவு செய்வார்.

ஏனென்றால், ஒரு பேரரசை ஆட்சி செய்ய வாழ்நாள் முழுவதும் காத்திருக்கும் நிலையே எவரையும் பைத்தியமாக்கி விடும். அதற்குக் காரணம், தன்னுடைய மூத்த சகோதரர்களும் தான் கண்டிருந்த கனவுகளையே கண்டிருப்பதைப் பார்த்துக்கொண்டிருப்பதும், பிறகு அவர்கள் வேறு வழியின்றி ஒருவர் பின் ஒருவராகப் பைத்தியமாகிப்போவதைப் பார்த்துக் கொண்டிருப்பதும் ஒரே விதமான மன உளைச்சலின் பால் நாட்டம் கொள்வதைப் போன்றதாகும். அதற்குக் காரணம், அந்த மன உளைச்சலே – பைத்தியமாவதா, ஆகாமல் இருப்பதா – போலியானது என்பதுதான். உண்மையில், பைத்தியம் பிடித்துவிடுமோ எனும் மனப் பிராந்தியின் காரணமாகவே அவர்களுக்குப் பைத்தியம் பிடிக்கிறது. அதற்குக் காரணம், அவர்களுடைய முன்னோர்களைப் பற்றிய நினைவுகள் அவர்கள் மீது பெரும் சுமையென அழுத்திக்கொண்டிருப்பதுதான். ஏனென்றால், அரியணை ஏறிய கையோடு, தங்கள் முன்னோர்கள், அவரவருடைய இளைய சகோதரர்களின் கழுத்தை நெரித்துக் கொல்வதை மரபாக்கி வைத்திருக்கிறார்கள் எனும் செய்தியை – குறுகிய காலத்திற்கே என்ற போதும், – சலிப்பூட்டி, ஆயாசம் ஏற்படுத்தி, முடிவற்று நீளும் காத்திருப்புக் காலத்தில்தான் என்ற போதும் – நினைத்துப் பார்க்கும்பொழுது அவர்களும் பைத்தியம் பிடிக்காமல் தப்பவே முடியாது. தன்னுடைய புகழ் பெற்ற மூதாதை, மூன்றாம் மெஹ்மட் இதற்கு மிகச் சரியான உதாரணம். சுல்தானாக அரியணை ஏறியவுடன் தன்னுடைய பத்தொன்பது இளைய சகோதரர்களையும் வெட்டிச் சாய்க்க அவர் ஆணையிட்டிருந்தார். அதில் ஒரு சிலர் இன்னமும் பால்குடி மாறாதவர்கள். அந்தக் காலகட்டத்தின் வரலாற்றில் இந்தச் சம்பவம் பற்றிப் படிக்க நேரும் யாருக்குமே – தான் ஒரு நாள் அரசாள வாய்ப்பிருக்கும் பேரரசின் சரித்திரத்தைத் தெரிந்துகொள்வது ஓர் இளவரசனுக்கான கடமை எனும் நோக்கில் வரலாற்றைப் படிக்க நேரும் யாருக்குமே – தன்னுடைய இளைய சகோதரர்களை ஒரு சுல்தான் கொன்றுவிடுவார் என்று படிப்பதே போதும், மன உளைச்சலை உண்டாக்கிப் பைத்தியமாக ஆக்கிவிட. ஏனென்றால், தற்கொலை போல் தோன்றும் விதமாக, தான் எந்த நேரம் பார்த்து, விஷம் கொடுத்தோ, கழுத்து நெரித்தோ கொல்லப்படப் போகிறோமோ என்று ஆண்டுக்கணக்காய் யோசித்து, ஓர் இளவரசன் பைத்தியமாகி

விட்டானென்றால், 'இந்தப் போட்டியிலிருந்து என்னை ஒதுக்கி விடுங்கள்' என்று அவன் அறிவிக்கிறான் என்றுதான் எடுத்துக்கொள்ள வேண்டும். அதற்குக் காரணம், அரியணைக்காகக் காத்திருப்பதென்பது மரணத்திற்காக, பித்துப் பிடித்த நிலைக்காகக் காத்திருப்பதைப் போன்றதே. இதிலிருந்து தப்பிப்பதற்கான மிக எளிய வழி எதுவோ அதுவே, தன் மனத்திலிருக்கும் மிக ஆழமான, மிக ரகசியமான ஆசைகளை வெளிப்படுத்திக்கொள்ளும் முறையுமாகத் திகழ்கிறது. ஏனென்றால், புத்தி பேதலித்த நிலையென்பது, சுல்தானின் எல்லாச் சகோதரர்கள் மீதும் கண்ணை வைத்திருக்கும் ஒற்றர்களிடமிருந்து, இளவரசர்களைக் காப்பாற்றியிருக்கிறது. அதே ஒற்றர் வலைப்பின்னலின் உதவியோடு, சுல்தானின் தயவை நாடி நிற்கும் அரசியல் சூழ்ச்சிக்காரர்கள் உருவாக்கி வைத்திருக்கும் கண்ணிப் பொறிகளிலிருந்தும், சதித்திட்டங்களிலிருந்தும் கூட புத்தி பிசகிய நிலை இளவரசர்களைக் காப்பாற்றியிருக்கிறது. இறுதியாக, ஆனால் எவ்விதத்திலும் எளிதானதென்று புறந்தள்ளிவிட முடியாதபடிக்கு, அரியணை ஏறும் தமது கொடுங்கனவிலிருந்தும் அவர்களுக்கு அது பாதுகாப்பு கொடுத்திருக்கிறது. அதற்குக் காரணம் என்னவென்றால், என்றோ ஒருநாள் தான் தலைமையேற்று வழிநடத்த இருக்கும் கனவுப் பேரரசின் வரைபடத்தை நோட்டம்விடும் எந்த ஓர் இளவரசனும் தான் தன்னந்தனியனாக ஆட்சி புரிய இருக்கும் சாம்ராஜ்ஜியத்தின் பல்வேறான நாடுகளும் மிகப் பரந்தனவாக, எல்லையற்றனவாக இருப்பதைக் காணாமல் இருக்க முடியாது. இது ஒன்றே போதும் அவனைப் பித்து நிலையின் விளிம்பிற்குத் தள்ளிவிட. இப்படியோர் வரைபடத்தைப் பார்த்த பின்பும் அதன் எல்லையற்ற அம்சத்தைக் கண்டு நிலைதடுமாறாதிருக்கும் எந்த இளவரசனும் முன்பே உளநோய் பீடித்தவனாக இருப்பதே சாத்தியம். இப்படியோர் நீண்ட பட்டியலை ஒப்பித்த பிறகு, "இந்த ஆட்டமன் பேரரசை ஆட்சி புரிந்த மூடர்கள், மதியிழந்தவர்கள், அறிவிலிகள் ஆகியோரைக் காட்டிலும் நிதான புத்தியோடு நான் இருக்கிறேனென்றால், அதற்குக் காரணம் இந்தப் பேரரசின் எல்லையற்ற மதியீனத்தை நான் புரிந்துகொண்டிருப்பதுதான்," என்பான் இளவரசன் உஸ்மான் ஜெலாலதீன் எஃபென்டி. "ஏனென்றால், என்றேனும் ஒரு நாள் நான் தலைமையேற்க இருக்கும் இந்தப் பேரரசின் எல்லையற்ற தன்மையைப் பற்றி யோசிக்கும்பொழுதெல்லாம், மேற்கூறிய, நெஞ்சுரம் போதாத இழிபிறவிகளைப் போன்று, நான் புத்தி பேதலித்துப் போகவில்லை. இல்லை. அதற்கு மாறாக, என்னைச் சூழ்ந்திருந்த எல்லையற்ற தன்மையைப் பற்றி ஆழமாகச் சிந்தித்து, நான் நானாகவே இருக்கும் வண்ணம் என்னை நானே மீட்டெடுத்துக்கொண்டேன். அதற்குக் காரணம் நான் மன உறுதியோடு இருந்ததுதான். என்னை என் வசமாகவே நான் இறுகப் பற்றியிருந்தது தான். இந்த எல்லையற்ற தன்மையைப் பற்றிய உள்ளுணர்வுக்கு நான் ஆட்படும் நேரத்திலெல்லாம் என்னை நானே ஆழ்ந்த, கவனமான பரிசீலனைக்கு உட்படுத்திக்கொண்டேன். அதனால் வாழ்க்கையின் அறுதியான கேள்வியை என்னால் கண்டுபிடிக்க முடிந்தது. அதுதான், 'தான் தானாகவே இருப்பதா? இல்லாமலிருப்பதா?' என்பது."

அரியணை ஏறும் வாய்ப்பில் ஐந்தாம் நிலையிலிருந்து மூன்றாம் நிலைக்கு உயர்ந்த பிறகுதான் இளவரசன் தீவிரமாக வாசிக்கத் தொடங்கி னான். ஒரு சுல்தானாக ஆவதற்கான உண்மையான வாய்ப்புகள் இருக்கக்

கூடிய எந்தவொரு இளவரசனும் அப்படிப்பட்ட மலைப்பூட்டும் பொறுப்பிற்குத் தன்னைத் தயார்ப்படுத்திக்கொள்ளவே விரும்புவான். இந்த இளவரசனும், வாசிப்பின் மூலமாக அப்படியோர் லட்சியத்தை எட்டிவிட முடியுமென்று அப்பாவித்தனமாக நம்பினான். பொறுமையே இல்லாமல் அவன் படித்துத் தள்ளினான். உபயோகமாக இருக்கும் கருத்துக்களைத் தேடி உத்வேகத்தோடு, அவன் பக்கம் பக்கமாகப் புரட்டிக்கொண்டே இருந்தான். தன்னுடைய வருங்கால ஆட்சிக் காலத்தில் இந்தக் கருத்துகளை எல்லாம் பயன்படுத்தி, ஆட்டமன் பேரரசின் இழந்துபோன மகிமையை மீட்டெடுத்துவிட முடியுமென்று அவன் தீர்மானமாக இருந்தான். அவன் மதி பிறழாமலிருக்க, இந்தக் கனவுதான் அவனுக்கு உதவியது. தன்னுடைய பழைய, மதிகெட்ட, சிறுபிள்ளைத்தனமான வாழ்க்கையை நினைவூட்டும் எந்தவொரு விஷயத்தையும் விட்டு விலகிவிடும் நோக்கத்தில் அவன் பாஸ்ஃபரஸ் மாளிகையையும் ஒட்டுமொத்தமாய்த் துறந்தான். அத்தோடு சேர்த்து, அவனுடைய மனைவி, அவனுடைய உடைமைகள், அவனுடைய பழக்க வழக்கங்கள் என எல்லாவற்றையும் கைகழுவினான். பிறகு இந்த வேட்டைக்கார விடுதிக்குக் குடியேறினான். இனி வரவிருக்கும் இருபத்தியிரண்டாண்டுகள் மூன்று மாதங்களை அவன் இங்கேதான் கழிக்க இருந்தான். இந்த வேட்டைக்கார விடுதி ஒரு குன்றின் மீதிருந்தது. நூறாண்டுகளுக்குப் பிறகு, இங்கே உருளைக்கல் பாவிய பாதையும் அதன் மருங்கே ட்ராம் வண்டிக்கான இருப்புப் பாதையும் போடப்பட்டிருக்கும். பல்வேறான மேற்கத்திய பாணியில் நகலெடுத்துக் கட்டப்பட்டிருக்கும் இருண்ட, பேய்த்தனமான, அடுக்ககக் கட்டடங்களும், பெண்கள் பையன்களுக்கான உயர்நிலைப் பள்ளிகளும், ஒரு காவல் நிலையமும், பள்ளிவாசலும், ஆடையங்காடியும், பூக்கடையும், கம்பள விற்பனையகமும், உலர் சலவையகமும்கூட அங்கே வந்திருக்கும். தன்னுடைய ஆபத்தான தம்பியைக் கண்காணிப்பில் கட்டுப்படுத்தி வைத்திருக்கவும் அவனைச் சூழ்ந்திருக்கும் மூடத்தனமான உலகிலிருந்து அவனைக் காப்பாற்றவும், சுல்தான் எழுப்பியிருந்த உயரமான சுவர்கள உண்மையில் இளவரசனுக்குப் பாதுகாப்பையே கொடுத்தன. அந்தச் சுவர்களுக்கும் மேலாக, பிரம்மாண்டமான கஷ்கொட்டை மரங்களும் ப்ளேன் மரங்களும் வளர்ந்து நின்றன. அவற்றின் கிளைகளும் தண்டுப்பகுதிகளும் இன்னும் நூறாண்டுகளில் கரிய நிறத் தொலைபேசி வடங்களாலும் நிர்வாணப் பெண்களை அட்டையில் தாங்கியிருக்கும் சஞ்சிகைகளாலும் அலங்கரிக்கப்பட்டிருக்கும். அந்த வேட்டைக்கார விடுதியில் கேட்கும் ஒரே சத்தம் காக்கைகளின் கரைதல்தான். நூறாண்டுகள் கழிந்த பின்னரும் இந்தக் கரைதல் கேட்டுக்கொண்டுதானிருக்கும். அக்கம்பக்கதிலுள்ள குன்றுகளிலிருக்கும் ராணுவ முகாம்களைச் சேர்ந்த ராணுவ வீரர்கள் பயிற்சியில் ஈடுபட்டிருக்கும் இரைச்சலையும், முகாம்களுக்கு வெளியே இசைக்கப்படும் ராணுவ இசையையும் நிலத்திலிருந்து கடலுக்குக் காற்று வீசும் தினங்களில் கேட்கமுடியும். இளவரசன் பலமுறை திரும்பத் திரும்பச் சொல்லி எழுத வைத்ததைப் போல் வேட்டைக்கார விடுதியில் அவன் ஆரம்பத்தில் கழித்திருந்த ஆறு ஆண்டுகள்தான் அவன் இதுவரை அறிந்திருந்த மிக மகிழ்ச்சியான காலம்.

“ஏனென்றால், அங்கே நான் செய்ததெல்லாம் எந்நேரமும் படித்துக் கொண்டிருந்ததுதான்,” என்பான் அவன். “அதற்குக் காரணம், நான்

வாசித்த நூல்களிலிருந்தே என்னுடைய கனவுகள் முகிழ்த்தன. ஏனெனில், அந்த ஆறாண்டுகளை அந்த நூலாசிரியர்களின் சிந்தனைகளோடும், குரல்களோடும் மட்டுமே நான் கழித்திருந்தேன்.” பிறகு, “ஆனால் அந்த ஆறாண்டுகள் முழுக்க நான் நானாக இருக்கவே முடியாமல் போய் விட்டது,” என்றும் அந்த இளவரசன் சொல்வதுண்டு. அந்த ஆறாண்டுக் காலத்தை நினைவுகூர்கையில், படி எடுப்பவரிடம் இந்த வாக்கியத்தை மிகுந்த வேதனையுடன் கூடிய ஏக்கத்தோடு அவன் சொல்வான்: “நான் நானாக இல்லை. ஒருவேளை, அதனால்தானோ என்னவோ நான் சந்தோஷமாக இருந்தேன். ஆனால், ஒரு சுல்தானின் கடமை சந்தோஷமாக இருப்பதல்ல. மாறாகத் தான் தானாக இருப்பதுதான்!”. இத்தோடு அவன் இன்னொரு வாக்கியத்தையும் சேர்க்கச் சொல்வான். இதற்கு முன்னர் படியெடுப்பவர் நோட்டுப் புத்தகத்தில் அதை ஓராயிரம் முறையாவது எழுதியிருப்பாராக இருக்கும். “இது ஒரு சுல்தானுக்கு உரிய கடமை மட்டுமே அல்ல. இது ஒவ்வொருவருக்கான கடமையும்கூட.”

‘வாழ்க்கையின் ஆகச் சிறந்த கண்டுபிடிப்பும், அதன் லட்சியமும்’ என்று இந்த உண்மையைப் பற்றி வர்ணித்து, படியெடுப்பவரிடம் எழுதச் சொன்னான் இளவரசன். அந்த விடுதியில் தங்கியிருந்த ஆறாவது ஆண்டில் ஒரு மாலைப் பொழுதில்தான் இந்த உண்மை அவனுக்குள் பொறி தட்டியிருக்கிறது. “என்னுடைய வாழ்வின் மிகச் சந்தோஷமான இந்த அத்தியாயத்தின்போது நான் அடிக்கடி செய்ததைப் போல, ஆட்டமன் அரியணையில் நான் அமர்ந்திருப்பதாகக் கற்பனை செய்துகொள்கிறேன். ஏதோ ஓர் அரசாங்க அலுவலின் பொருட்டு ஏதோ ஒரு மட்டிப்பயலை நான் அந்தக் கற்பனையில் கடிந்துகொண்டிருக்கிறேன். என்னுடைய பகற்கனவில், என்னுடைய அகந்தையான பேச்சை, வால்டேரின் சொற்களைப் பயன்படுத்தி, கொஞ்சம் கண்ணியமானதாக ஆக்கிக் கொண்டிருக்கிறேன். அப்பொழுது, அப்படிச் செய்ததின் மூலமாக நான் எங்கே வந்துசேர்ந்திருக்கிறேன் என்பதை திடீரெனக் கண்டு கொண்டேன். முப்பத்தைந்தாவது ஆட்டமன் சுல்தானாக நான் கற்பனை செய்துகொண்டிருப்பது என்னையல்ல. வால்டேரைத்தான். இது திடீரென்று எனக்கு உறைத்தது. ஆக, அது நானில்லை. மாறாக, வால்டேரை நகலெடுக்கும் ஓர் ஆள்மாறாட்டக்காரன். ஓ, அப்பொழுது என் மனத்தில் மூண்ட கலவரத்தை என்னவென்று சொல்ல! கோடிக்கணக்கானோரின் வாழ்க்கையை வழி நடத்தப்போகும் இந்த சுல்தான், எல்லையற்ற ஒரு பேரரசை ஆளவிருக்கும் இந்த மனிதன், தான் தானாக இல்லாமல் முற்றிலும் வேறோருவராய் இருக்கிறான்.”

பிறிதொரு சமயத்தில் மிகவும் சோர்ந்த மனநிலையில் இதே கதையை அவன் விவரிக்க நேர்ந்தபொழுது, இந்த உண்மையை உணர வைத்த அந்தத் தருணத்தின் மீது ஓரளவுக்கு ஒளி பாய்ச்சும் ஏராளமான பிற கதைகளை விவரிக்க இருக்கிறான். ஆனால் அவை யாவற்றிலும், கண்டுபிடிப்பு நிகழும் அந்தக் கணம் ஒரே மாதிரி எதிர்வினையையே அது கிளர்த்தியதென்று படியெடுப்பவர் தெளிவாக உணர்ந்தே இருந்தார். கோடிக்கணக்கான மக்களை ஆட்சி புரிந்துவரும் ஒரு சுல்தான் வேறொருவர் சொன்னதைச் சிந்தைக்குள் உலவவிட்டுக்கொண்டிருப்பது முறையான செயல்தானா? உலகிலேயே மிகப்பெரும் சாம்ராஜ்யத்தை ஆள விதிக்கப்பட்டுள்ள ஒரு இளவரசன் தன்னுடைய சொந்த வைராக்கியத்திற்கு, தனக்கே தனக்கான

மனசாட்சிக்கு மட்டுமே பதில் சொல்லக் கடமைப்பட்டிருப்பது அவசியம் அல்லவா? ஒரு மனிதனின் சிந்தைக்குள் பிற மனிதர்களின் சிந்தனைகளே மொய்த்துக்கொண்டிருக்குமென்றால் அவன் என்ன சுல்தானா அல்லது நிழலா?

"நான் ஓர் உண்மையான சுல்தானாகவே இருக்க விரும்பினேன். வெறும் நிழலாக அல்ல. அதனால், நான் நானாக இருக்க வேண்டும், வேறொருவராக அல்ல என்ற தீர்மானம் எனக்குள் வர வேண்டும் என்பது இப்பொழுது எனக்குத் தெளிவாகியது. அதன் தொடர்ச்சியாக என்னுடைய மனத்தைப் புத்தகங்களிலிருந்து விடுவித்துக்கொள்வது என்று முடிவெடுத்தேன். கடந்த ஆறாண்டுகளில் நான் படித்திருந்த நூல்களிடம் மட்டும் இருந்தல்ல. இதுவரை வாழ்க்கையில் நான் படித்திருந்த அனைத்து நூல்களிடமிருந்தும்." இந்தத் தீர்மானத்தை எட்டிய பிறகு வந்த பத்தாண்டுகளை விவரிக்க இருந்த இளவரசன் இவ்வாறு சொன்னான். "நான் நானாகவே இருக்க, வேறு யாரோவாக இல்லாமலிருக்க, அந்தப் புத்தகங்கள் யாவற்றிலுமிருந்தும், எழுத்தாளர்கள் அனைவரிடமிருந்தும், கதைகள் ஒவ்வொன்றிடமிருந்தும், அந்தக் குரல்கள் அனைத்திடமிருந்தும் நான் என்னை விடுதலைப்படுத்திக்கொள்வது இன்றியமையாததாகிறது. இதற்கு எனக்குப் பத்தாண்டுகள் பிடித்தன."

இதைச் சாதிக்கத் தான் செய்தவையெல்லாம் என்னவென்பதை அந்த இளவரசன் படி எடுப்பவரிடம் சொல்லத் தொடங்கினான். தான் எட்டிய முடிவைத் தொடர்ந்து, தன்னுடைய வேட்டைக்கார விடுதியிலிருந்த வால்டேரின் தொகுப்புகள் அனைத்தையும் திரட்டிய அந்த இளவரசன் அவற்றை எரித்துவிட்டதாக அந்தப் படியெடுப்பவர் எழுதுகிறார். ஏனென்றால், இந்த ஆசிரியரை வாசிக்கும்பொழுதெல்லாம், ஏன், அவரைப் பற்றி நினைத்தாலே கூடப்போதும், தான் உண்மையில் இருப்பதைக்காட்டிலும் அதிக மதியூகம் நிறைந்தவன் எனும் எண்ணம் அவனுக்கு ஏற்பட்டுவிடுகிறதாம். அவன் இறை நம்பிக்கையற்ற நகைச்சுவையாளனாக மாறிப்போகின்றான். தமாஷ் பேசும் ஒரு ஃபிரெஞ்சு நாட்டவனாக. அதனால், அவனால் தான் தானாக இருக்க இயலாமல் போகிறது. அதே போல், ஜெர்மன் தத்துவஞானி ஷோப்பேனேரின் தொகுப்புகள் யாவற்றையும் தன்னுடைய விடுதியிலிருந்து அவன் அகற்றி விட்டானாம். ஏனென்றால், இந்தத் தொகுப்புகள் தன்னுடைய மன உறுதியைப் பற்றிய சிந்தனையில் தன்னை மூழ்கடித்துத் தேவையின்றிப் பல மணி நேரங்களை, ஏன் பல நாட்களைக் கூட வீணடித்திருக்கின்றன. எதிர்மறை எண்ணங்கள் கொண்ட இந்த நூலாசிரியரோடு தன்னை வெகுவாக இளவரசன் அடையாளப்படுத்திக்கொண்டான். அப்படியான நிலையில், ஆட்டமன் அரியணை ஏறும் மன்னவன் இளவரசனாக இருக்க வாய்ப்பில்லை. மாறாக, ஒரு ஜெர்மன் தத்துவஞானியாக இருப்பதற்கே அதிக வாய்ப்பிருந்தது. தத்துவஞானி ரூஸோவின் நூல்களை அதிக விலை கொடுத்து வாங்கியிருந்தான் இளவரசன். தன்னுடைய விடுதியிலிருந்து அவற்றை அகற்றுவதற்கு முன்பாக, அவற்றைச் சுக்கல் சுக்கலாகக் கிழித்தெறிந்திருந்தான். அதற்குக் காரணம் என்னவென்றால், அந்த நூல்கள் அவனைத் தன்னுள் தானே மூழ்கிப்போகும் காட்டுமிராண்டியாக மாற்றி விட்டிருக்கின்றன என்று அவன் கருதியதுதான். தனக்குத்தானே காவலனாக மாறிவிட்டிருந்த காட்டுமிராண்டி. "ஃபிரெஞ்சு சிந்தனையாளர்களான

டெல்டுஅர், டி பஸ்ஸாட், மோரெஅல்லி ஆகியோர் இந்த உலகானது அறிவின்பாற்பட்ட எல்லைகளுக்குட்பட்டதென்று கருதினார்கள். ஆனால், ப்ரிஇஷோவோ அதற்கு நேர் எதிரான எண்ணம் கொண்டிருந்தார். ஆனால், இவர்கள் எல்லோருடைய நூலையும் நான் எரிக்கச் சொல்லி விட்டேன். ஏனென்றால், இவற்றைப் படித்துக்கொண்டிருந்த காலத்தில், நான் எவ்வாறு உலகை எதிர்கொள்ள வேண்டுமோ அப்படி எதிர்கொள்ள முடியாமல்போனது – நான் நானாக, ஒரு வருங்கால சுல்தானாக. அதற்குப் பதிலாக, இந்த உலகைப் பரிகசிக்கும் பேராசிரியரும், அரசியல் சர்ச்சைக்காரருமான ஒருவரைப் போல், தனக்கு முன்பாகத் தோன்றியிருந்த எல்லா அறிஞர்களும் குறைத்து மதிப்பிடப்படுவதையே தன் லட்சியமாகக் கொண்டிருக்கும் ஒரு நபராக இந்த உலகை நான் எதிர்கொண்டேன்.”

ஆயிரத்தொரு இரவுகள் நூலையும் இளவரசன் எரிக்கச் சொல்லி விட்டான். ஏனென்றால், மாறுவேடத்தில் தமது நகர்களுக்குள் வலம் வந்துகொண்டிருந்த அந்த சுல்தான்களோடு அவன் தன்னையும் அடையாளப்படுத்திக்கொண்டிருந்தாலும்கூட, தான் இருக்க விரும்பிய மாதிரியான சுல்தான்களாக அவர்களை அவன் இப்போது ஏற்கவில்லை. மெக்பத் நாடகப் பிரதியையும் கூட அவன் எரிக்கச் சொல்லிவிட்டான். மகுடத்தைச் சூடுவதற்காகக் குருதி சிந்த வைக்கும் முதுகெலும்பற்ற கோழையாய் அது அவனை உணரச் செய்ததென்பதனால் அல்ல. மாறாக, தன்னுடைய அறமற்ற கயமையைப் பார்த்து வெட்கம் கொள்வதற்குப் பதிலாக மெக்பத் தற்பெருமை கொண்டிருந்ததால். ரூமியின் *மெத்நவியையும்* அந்த விடுதியிலிருந்து இளவரசன் அப்புறப்படுத்தச் சொல்லிவிட்டான். ஏனென்றால், முழுக்க, முழுக்க திட்டமிடப்படாத ஒழுங்கின்மையோடு தொகுக்கப்பட்டிருக்கும் இந்த நூலிலிருக்கும் கதைகளைப் புரட்டிப் பார்க்கும் ஒவ்வொரு முறையும் ஒழுங்கின்மையே வாழ்வின் சாரமென்று நம்பிய மடாலயத் துறவி ஒருவரோடு தன்னை அடையாளப்படுத்திக் கொண்டதைப் போல் அவன் உணர்ந்திருக்கிறான். “ஷேக் காலிப்பையும் கூட நான் எரிக்கச் சொல்லிவிட்டேன். ஏனென்றால் அவர் என்னை ஒரு சோகமான காதலனாக மாற்றிவிட்டிருந்தார்,” என்று இளவரசன் அறிவித்திருந்தான். “பாட்ஃபோலியோவையும் நான் எரிக்கச் சொல்லி விட்டேன். ஏனென்றால், ஒரு கீழை தேசத்தவனாக மாற வேண்டும் எனும் ஏக்கம் மிகுந்த மேலை தேசத்தவனாக நான் உணருமாறு அவர் செய்திருந்தார். இப்னு ஸர்ஹாநியையும் நான் எரிக்கச் சொல்லிவிட்டேன். ஏனென்றால் ஒரு மேலைநாட்டுக்காரனாக மாறிவிடும் ஏக்கம் கொண்ட கீழை நாட்டுக்காரனாக என்னை அவர் உணரச் செய்திருந்தார். கீழை நாட்டுக்காரனாகவோ, மேலைநாட்டுக்காரனாகவோ, இலட்சிய வேட்கை மிகுந்தவனாகவோ, பித்து தலைக்கேறியவனாகவோ, சாகசக்காரனாகவோ, ஒரு நூலின் கதாபாத்திரமாகவோ என்னைக் காணும் ஆசை எப்பொழுதுமே எனக்கிருந்ததில்லை.” இந்த வார்த்தைகளை இளவரசன் சொல்லி முடித்தவுடன், எண்ணற்ற நோட்டுப் புத்தகங்களில், ஆறாண்டுகளாகத் திரும்பத் திரும்ப எழுதிவந்த அதே பல்லவியை அந்தப் படியெடுப்பவர் மீண்டும் எழுதுவார். *நான் விரும்பியதெல்லாம், நான் நானாகவே இருக்க வேண்டும் என்றுதான். நான் நானாகவே இருக்க வேண்டும். அவ்வளவுதான்.*

ஆனால், அது ஒன்றும் அப்படி எளிதான செயலில்லை என்பதையும் இளவரசன் உணர்ந்திருந்தான். குறிப்பிட்ட ஒரு சில நூல் தொகுப்புகளை

விட்டொழித்த பிறகும்கூட, அவற்றின் கதைகள் அவனுடைய மனத்தில் எதிரொலித்துக்கொண்டே இருந்தன. போதுமான காலம் கடந்த பிறகு, இந்தக் கழிவுக்குரல்கள் ஓய்ந்த பிறகு, அவன் மனத்துக்குள் நிறைந்திருந்த நிசப்தம் தாங்க முடியாததாகப் போனது. அதனால், மிகுந்த தயக்கத்துடன் இளவரசன் மீண்டும் புத்தகங்களை வாங்கி வரத் தன்னுடைய ஆட்களுள் ஒருவனை நகருக்கு அனுப்பிவைப்பான். அவை வந்ததும் வராததுமாக அந்தப் புத்தகக் கட்டுகளைப் பிரித்து அதிலிருக்கும் ஒவ்வொரு நூலையும் கரைத்துக் குடிப்பான். பிறகு, அதன் ஆசிரியர்களைப் பரிகசித்து, வழக்கமான சீற்றத்துடன் அவற்றை எரித்துவிடவும் ஏற்பாடு செய்வான். என்றாலும், அவற்றின் கதைகளை அவன் தொடர்ந்து கேட்டுக்கொண்டுதான் இருப்பான். எவ்வளவுதான் முயன்றாலும் அவற்றின் ஆசிரியர்களைத் தன்னால் தொடர்ந்து நகலெடுக்காமல் இருக்க முடியவில்லை என்பதை அவன் உணர்ந்துகொள்வான். நெருப்பைக் கொண்டே நெருப்பை அணைப்பதில் இருக்கும் ஆபத்துகளை அவன் சகிக்கமுடியாமல் உணர்ந்தே இருந்தான். என்றாலும், முன்னர் படித்த நூல்களை மனத்தில் இருந்து ஒரேயடியாய்த் துடைத்தெடுக்க வேறு புத்தகங்களை வாசித்துத் தள்ளுவதுதான் ஒரே வழியென்ற முடிவை அவன் எட்டியிருந்தான். அதனால் பாப் இ அலி என்றழைக்கப்படும் இஸ்தான்புல்லின் பிரதான வாயிற் பகுதியில் கடை போட்டிருக்கும் அயல்நாட்டுப் புத்தக வியாபாரிகளிடம் அவன் தன்னுடைய ஆளை அனுப்பிவைப்பான். அவர்களும் அவனுடைய வருகைக்காகக் காத்திருப்பார்கள். தான் தானாகவே இருக்க வேண்டுமென்ற தீர்மானத்தை எட்டிய பிறகு, தொடர்ந்துவந்த பத்தாண்டுக்கால வாழ்க்கையைப் புத்தகங்களோடு போர் புரிந்தே இளவரசர் உஸ்மான் ஜெலாலதீன் எஃபென்டி கழித்தார் என்று அந்தப் படியெடுப்பவர் ஒரு நாள் எழுதினர். இளவரசன் அவரைச் சரி செய்தான்: “புத்தகங்களோடு போர் புரிந்தே என்று எழுதாதீர்கள்! புத்தகங்களின் கழுத்தை நெரித்துக்கொல்வதிலேயே என்று எழுதுங்கள்!” பத்தாண்டுக் காலம் புத்தகங்களோடும், அவற்றின் குரல்களோடும் சமர் புரிந்த பின், தன்னுடைய அசல் குரலில் பேசினால் மட்டுமே, அதுவும்கூட, அந்த நூல்களிலிருந்து ஒலிக்கும் குரல்களை மூழ்கடிக்கும் அளவுக்கு ஆவேசமான குரலில் பேசினால் மட்டுமே, தான் தானாக இருப்பது சாத்தியப்படும் என்பதை இளவரசன் உஸ்மான் ஜெலாலதீன் எஃபென்டி ஒரு வழியாக உணர்ந்துகொண்டான். அதன் பிறகுதான், இந்த நோக்கத்தை மனத்தில்கொண்டு, ஒரு படி எடுப்பவரை அவன் தனக்கென நியமித்துக்கொண்டான்.

“இந்தப் பத்தாண்டுகள் முழுக்க இளவரசர் உஸ்மான் ஜெலாலதீன் எஃபென்டி அந்தப் புத்தகங்கள் மற்றும் கதைகளின் கழுத்தை நெரித்துக் கொல்வதில் மட்டுமே காலத்தைக் கழித்திருக்கவில்லை. தான் தானாக இருப்பதற்குத் தடையாக இருந்த ஒவ்வொன்றின் கழுத்தையும் நெரித்துக் கொல்வதில் முனைப்பாக இருந்தார்!” மாடிப்படிக்கட்டின் உச்சியில் நின்றபடி, இளவரசன் இந்த வாக்கியங்களை உரக்கச் சொல்லிக் கொண்டிருப்பான். இதற்கு முன்பு இவற்றை ஓராயிரம் முறையாவது அந்தப் படியெடுப்பவர் எழுதி வைத்திருப்பார். என்றாலும், ஆயிரத்து ஒன்றாவது முறையாகவும் மிகுந்த அக்கறையோடு அவர் அந்த வாக்கியங்களைப் பதிவு செய்வார். பிறகு, பழகிப்போன அடுத்த வாக்கியங்களை அதே வைராக்கியத்தோடு, கிளர்ச்சியான, உரம் பெற்ற மன நிலையில் இளவரசன்

சொல்லத் தொடங்குவான். அதற்கு முன்பு ஓராயிரம் முறை சொல்லியிருந்த அதே வேகத்தோடு. அதே பத்தாண்டுக் காலத்தில் அந்த இளவரசன் எப்படிப் புத்தகங்களோடு போர் தொடுத்துக்கொண்டிருந்தான் என்பதைப் படி எடுப்பவர் பதிந்துகொண்டிருப்பார். புத்தகங்களைப் போன்றே தன் மீது தாக்கம் செலுத்திய பிற பொருள் எதுவாயினும், அதன் ஒவ்வொன்றின் மீதும் இளவரசன் போர் தொடுத்துக்கொண்டிருந்தான். ஏனென்றால், – இந்த அறைக்கலன்கள், அவை சுகத்தைக் கொடுப்பவையானாலும் சரி, அசௌகர்யத்தை ஏற்படுத்துபவை என்றாலும் சரி அல்லது அவை தேவையானவை என்றாலும் சரி, தேவையற்றவை என்றாலும் சரி – இந்த மேஜைகள், நாற்காலிகள், தாம்பாளங்கள், எல்லாமே ஒரு மனிதனின் மனத்தைச் சிதறடிக்கக் கூடிய வகை தெரிந்தவை. எப்படியென்றால், அங்கே இருக்கும் சிகரெட் சாம்பல் கிண்ணிகளும், சரவிளக்குகளும் அவனுடைய கண்களை ஈர்க்கும் விதமாக இருக்கின்றன. அவ்வாறு அவனுடைய சிந்தனையை அவை சிதறடித்து, அவனை அவனாக இருக்கவிடாமல் செய்கின்றன. சுவர்களில் இருக்கும் தைல ஓவியங்கள், தாம்பாளங்கள் மீதிருக்கும் ஜாடிகள், நீள் இருக்கைகள் மீது போடப்பட்டிருக்கும் மெத்தைகள் என எல்லாமே தான் தவிர்க்க நினைக்கும் மனநிலைகளுக்கு இளவரசனை இட்டுச் சென்றன. ஏனென்றால், இந்தக் கடிகாரங்கள், கிண்ணங்கள், பேனாக்கள், பழங்கால இருக்கைகள் ஆகிய அனைத்துமே நினைவுகளாலும், தொடர்புகளாலும் நிரம்பிக் கிடக்கின்றன. இவை இளவரசன் தான் தானாக இருக்கத் தடைசெய்கின்றன.

பிறகு, தன்னுடைய அறைக்கலன்களைக் கூட இளவரசன் எவ்வாறு விட்டொழித்தான் என்பதை அந்தப் படியெடுப்பவர் எழுதுவார். ஒரு சிலவற்றை உடைத்துத் தள்ளுவான். வேறு சிலவற்றை எரிப்பான். அல்லது தூக்கி எறிந்துவிடுவான். அதே வேகத்தில், தன்னை வேறு யாரோவாக மாற்றிவிடும் நினைவுகளின் கழுத்தை நெரித்துக்கொல்வதிலும் இளவரசன் முனைப்பாக நின்றான். “ஏதோ ஒரு பகற்கனவின் இடையில், என் சிந்தனை தறி கெட்டுப்போகும்,” என்பான் இளவரசன். “எங்கிருந்ததென்றே தெரியாதபடிக்கு, பல்லாண்டுகளுக்கு முன்பாக நினைவில் தங்கிப் போய், திடீரெனத் தலைதூக்கும், ஏதோ ஒரு முக்கியமில்லாத சின்ன விவரம் என் கவனத்தை ஈர்த்து, என் சிந்தனையைத் தடுமாறச் செய்யும். ஈவிரக்கமற்ற கொலைகாரனைப் போல் அல்லது வஞ்சம் தீர்க்கும் பலநாள் வெறியால் உந்தப்பட்ட பைத்தியக்காரனைப் போல் அது என்னைத் துரத்திக்கொண்டிருக்கும். ஏனென்றால், அரியணை ஏறிய பிறகு, தன்னுடைய ஆட்சியின் கீழிருக்கும் கோடிக் கோடிக்கணக்கான பாமரர்களின் வாழ்க்கையைக் கருத்தில்கொள்ள நினைக்கும் மனிதனாக ஒருவன் இருக்கும் நிலையில், தான் குழந்தையாக இருந்த பருவத்தில் உண்டிருந்த செம்புற்றுப் பழக் கிண்ணம் தன் சிந்தனைகளில் குறுக்கிடுவது எப்படிப்பட்டதோர் பயங்கரமான, முழுக்க முழுக்க அதிபயங்கரமானதோர் அனுபவமாக விளங்கும்! அல்லது ஒன்றுக்கும் உதவாத ஓர் அந்தப்புர மூன்றாம் பாலினத்தவன் எப்போதோ பிதற்றியிருந்த அர்த்தமற்ற சொற்கள் குறுக்கிட்டால் எப்படியிருக்கும்! தான் தானாக இருக்கும் சுல்தான் – தான் தானாகவே இருப்பதென்பது எல்லோருக்கும், ஒவ்வொருவருக்கும் பொருத்தமானதென்று சொல்லலாம். வேறு எவருடைய சிந்தனையும் குறுக்கிடாமல், முழுக்கத் தன்னுடைய சிந்தனைகளாலேயே நிரம்பி

வழிந்துகொண்டிருக்கும் எவரொருவருக்கும் பொருத்தமானதே என்று. தன்னுடைய சுயவிருப்பின் உறுதியாலும், வைராக்கியத்தாலும் மட்டுமே தீர்மானங்களை எட்டியிருக்கும் எந்த ஒரு நபரும், தான் தானாக இருக்கவிடாமல் குறுக்கிடும் யதேச்சையான நினைவுகளின் தற்செயலான அலைச்சல்களைத் தேவையின் அடிப்படையில் தடுத்தாக வேண்டும். தன்னுடைய எண்ணங்களைக் கொள்ளையிட்டு, தன்னுடைய மன உறுதியின் தூய்மையை அபகரிக்கும் அனைத்து நினைவுகளின் கழுத்தையும் நெரித்துக் கொல்லும் தீர்மானத்துடன், தன்னுடைய விடுதியில் எந்த வாசனையும் அடிக்காதவாறு சுத்தமாக்கி, தனக்குப் பரிச்சயமான எல்லாப் பொருள்களையும், துணிமணிகளையும் ஒழித்துக்கட்டினார் இளவரசர் உஸ்மான் ஜெலாலதீன் எஃபெண்டி. துயில்கொள்ள வைக்கும் கலையென்று அறியப்படும் இசைக்கு எதிராகச் சூளுரைத்து. இதுவரை வாசித்தே இராத வெண்ணிறப் பியானோ இசைக்கருவியோடு இருந்த தொடர்பையும் அவர் துண்டித்துக்கொண்டார். அந்த வேட்டைக்கார விடுதியின் சுவர்களுக்கு வெண்ணிற வர்ணம் அடித்து வைத்தார் இளவரசர் உஸ்மான் ஜெலாலதீன் எஃபெண்டி என்று எழுதி வைத்தார் படியெடுப்பவர்.

“எல்லாவற்றைக் காட்டிலும் பொல்லாததாக ஒன்று இருக்குமென்றால் – நினைவுகள், உடைமைகள், நூல்கள் ஆகியவற்றைக் காட்டிலும் – அது மக்கள்தான்,” என்று இதுவரை தூக்கியெறிய மனமின்றி வைத்துக் கொண்டிருக்கும் நீள் இருக்கையில் சாய்ந்தவாறே, படியெடுப்பவர் தன்னிடம் திருப்பிச் சொல்வதற்காக இளவரசன் சொல்லிக்கொண்டிருப்பான். மக்கள் எல்லாவிதமான உருவங்களிலும், அளவுகளிலும் அங்கே வந்தனர். வரக்கூடாத நேரங்களில் பார்க்க வந்தனர். எவ்விதத்திலும் பயனற்ற வதந்திகளையும், அருவருப்பான வம்புப் பேச்சுகளையும் சுமந்து வந்தனர். நல்லது செய்யும் நோக்கோடு அவர்கள் வந்தபோதிலும், இளவரசனின் மன அமைதியைக் குலைக்கவே அவர்கள் உதவினார்கள். அவர்களுடைய பாசம் அவனுக்கு எந்த விதத்திலும் அமைதியளிக்கவில்லை. மாறாக மூச்சுத் திணற வைத்தது. அவர்களுக்கும் சிந்தனைகள் இருக்கிறது என்பதை நிரூபிக்கும் விதமாகவே அவர்களுடைய பேச்சு அமைந்தது. தாம் சுவாரஸ்யமானவர்கள் என்று காட்டிக்கொள்ள அவர்கள் கதைகளைச் சொன்னார்கள். தங்களின் நேசத்தை வெளிப்படுத்த அவர்கள் இளவரசனின் மன நிம்மதியைக் குலைத்தார்கள். அது ஏதோ அத்தியாவசியமான செயலென்ற நினைப்பில் அவர்களில் பெரும்பான்மையோர் அங்கு வந்து போகவில்லை. என்றாலும், அவர்களுடைய வருகை இளவரசனின் மன அமைதியைச் சூறையாடியது. தான் தானாகவே இருக்க அவன் ரத்தம் சிந்தவும் தயாராக இருந்தான். தன்னுடைய சிந்தனைகளோடு தனித்திருக்கவே அவன் பிரியப்பட்டான். வேறெதுவுமே அவனுக்குத் தேவையாக இருக்கவில்லை. இந்தக் குருதியற்ற வம்புப் பேச்சுகளும், அர்த்தமற்ற, தேவைக்கதிகமான செய்திகளும் வந்துபோன பிறகு, ஒவ்வொரு முறையும் தான் தானாக இருக்க இயலாமல் நீண்ட நேரத்திற்கு இளவரசன் தவித்துக்கொண்டிருப்பான். தான் தானாக இருப்பதற்கு ஆசைப்படும் எந்த ஒரு மனிதனுக்கும் இருக்கக்கூடிய ஆகப் பெரும் தடைகள் அவனைச் சூழ்ந்திருக்கும் மனிதர்களே என்று இளவரசர் உஸ்மான் ஜெலாலதீன் எஃபெண்டி கருதினார் என்று படியெடுப்பவர் ஒரு முறை எழுதியிருந்தார். ஏனையோரையும்

சாயலில் தன்னை ஒத்திருக்கச் செய்வதுதான் மனிதனுக்கிருக்கும் மிகப் பெரும் சந்தோஷம் என்று வேறொரு சந்தர்ப்பத்தில் அந்தப் படி எடுப்பவர் எழுதி வைத்திருந்தார். ஆனால், தான் அரியணை ஏறும் பட்சத்தில், இதே மக்களோடு மீண்டும் தொடர்பை ஏற்படுத்திக்கொள்ள வேண்டியிருமே என்பதுதான் தனக்கிருக்கும் பேரச்சம் என்றும் ஒரு முறை இளவரசன் கூறியிருக்கிறான்."இழி பிறவிகள், கையறு நிலையில் இருப்பவர்கள், நெடுங்காலமாய் அல்லலுருபவர்கள் ஆகியோரைக் கண்டு இரக்கப்படாமல் யாராலும் இருக்க முடியாது," என்றும் இளவரசன் கூறுவதுண்டு. "அப்படியோர் நிலையில், அவர்களுடைய தாக்கத்தை யாருமே தவிர்த்துவிட இயலாது. ஆனால், எவ்வித மேன்மையும் இல்லாத பாமரர்களோடு கலந்துறவாட நேரிடும்பொழுது, அவர்களைப் போலவே, சராசரியான, மேன்மையான அம்சங்கள் எதுவுமில்லாதவனாக ஆகிப் போவதைத் தவிர, வேறொன்றையும் யாரும் பிரமாதமாகச் சாதித்து விட இயலாது." அவன் மேலும் சொல்வான்: "இதே போல், மகிமை வாய்ந்த மனிதர்களின் தாக்கத்தையும் நாம் தவிர்த்துவிட இயலாது. அவர்கள் மீது பெரும் மதிப்புகொள்வதையோ அவர்களைப் பார்த்து நகலெடுக்கத் தொடங்குவதையோகூடத் தவிர்க்க முடியாது. இறுதியில், இருப்பனவற்றில், இதுதான் மிக ஆபத்தான விளைவாக இருக்கும். ஆகவே, அவர்கள் ஒவ்வொருவரையும் நான் மூட்டைகட்டி அனுப்பிவிட்டேன் என்று எழுதுங்கள். கடைசி ஆள் வரை ஒவ்வொருவராக நான் கை கழுவிவிட்டேனென்று எழுதுங்கள்!" என்று இளவரசன் ஆங்காரத்தோடு இரைவான். "இந்த நீண்ட போராட்டத்தில் நான் எனக்காக ஈடுபடவில்லை. நான் நானாக மாறிவிடுவதற்காக மட்டுமே ஈடுபடவில்லை. இங்கிருக்கும் கோடிக்கணக்கானவர்களையும் விடுதலைப்படுத்தவே நான் அவ்வாறு செய்தேன் என்று எழுதுங்கள்!"

வெளியாரின் தாக்கத்தை எதிர்த்துப் போராடிக்கொண்டிருந்த பதினாறாவது ஆண்டில் – தான் மிகவும் நேசித்த நறுமணங்கள், தன் மனத்தில் ஆழமாகப் பதிந்திருந்த நூல்கள் போன்ற தான் மிகவும் மதித்துப் போற்றிய உடைமைகளிலிருந்து, தன்னைத்தானே விடுவித்துக்கொள்ள இளவரசன் போராடிவந்த ஒரு மாலை நேரம் – முழுக்க மேலை நாட்டுப் பாணியிலான விசிறித் திரையின் மெல்லிய மரச்சிம்பை விலக்கி, பனிபடர்ந்திருக்கும் தன்னுடைய பரந்த தோட்டத்தில் நிலவொளியின் விளையாட்டை இளவரசன் கவனித்துக்கொண்டிருந்தான். தனக்காக மட்டுமில்லாமல், என்றேனும் ஒரு நாள் தான் ஆட்சிபுரிய நேரிடும் இந்தத் தகர்ந்துகொண்டிருக்கும் பேரரசோடு தங்கள் வாழ்வைப் பிணைத்திருக்கும் கோடிக்கணக்கானோரின் சார்பாகவும்தான் இந்தப் போரைத் தான் தொடுத்திருக்கிறோம் என்பதை அந்தக் கணத்தில்தான் அவன் முதன்முறையாக உணர்ந்தான். எனவே – இளவரசனின் வாழ்க்கையில் கடந்த ஆறாண்டுகளாக அந்தப் படியெடுப்பவர் பத்தாயிரமாவது முறையாகப் பதிந்து வந்திருப்பதைப் போல – தாம் தாமாகவே இருக்க இயலாத எல்லா மக்களும், ஏனைய நாகரிகங்களை நகலெடுக்கும் எல்லா நாகரிகங்களும், இதர மாந்தர்களின் கதைகளில் சந்தோஷம்கொள்ளும் எல்லாத் தேசங்களும், நசுக்கப்பட்டு, அழிக்கப்பட்டு மறக்கப்பட்டுவிடுதல் தலையெழுத்தே. எனவே, வேட்டைக்கார விடுதிக்குள் ஒதுங்கி, தான் அரியணை ஏறும் வாய்ப்பிற்காகக் காத்து நின்ற பதினாறு ஆண்டுகளுக்குப்

பிறகு, தன்னுடைய சொந்தக் கதைகளைத் தனக்கேயான அசல் குரலில் சொல்லத் தொடங்கினால்தான் தன்னுடைய மண்டைக்குள் ரீங்கரித்துக் கொண்டிருக்கும் கதைகளை வெற்றிகொள்வது சாத்தியப்படும் என்பதை இளவரசன் புரிந்துகொண்டிருந்தான். பிறகு, அதற்காக ஒரு படி எடுப்பவரையும் நியமனம் செய்துகொள்ள இருந்த தறுவாயில்தான், தன்னுடைய நீண்ட ஆன்மிகப் போரானது தனிப்பட்ட போர் மாத்திர மல்ல மாறாக, “அது ஒரு வரலாற்று மரணப் போராட்டம்... ஆயிரம் ஆண்டுகளுக்கு ஒரு முறை நிகழும் போரின் இறுதிக்காட்சி. ஒருவர் சுமந்து கொண்டிருக்கும் பாதுகாப்புக் கவசத்தை வைத்துக்கொண்டிருப்பதா அல்லது கழற்றிவிடுவதா என்பதே இந்த மனச்சிக்கலின் உயிர்க்கூறு.இது புயலுக்கு முன்பான அமைதி. நம்முடைய வரலாற்றில் ஒரு திருப்புமுனை என்று வரலாற்றாசிரியர்கள் சரியாகக் கணிக்கப்போகிற ஒரு மாபெரும் மாற்றம்” என்று அவனுக்கு உறைத்தது.

தன்னுடைய பனிபடர்ந்திருக்கும் பரந்த தோட்டத்தில் நிலவொளியின் விளையாட்டைக் கவனித்துக்கொண்டிருந்த அந்த மாலைப்பொழுதுக்கு அப்புறமாய்க் கொஞ்ச நாட்களிலேயே – அந்தப் பொழுதை மீண்டும் நினைத்துப் பார்க்கும்பொழுதெல்லாம் அவனுடைய நினைவுகளில் பதிந்து கிடக்கும் நிலவொளி முடிவிலியின் முடிவற்ற கொடூரத்தைப் பற்றி அவனிடம் பேசும் – இளவரசன் படி எடுப்பவரை சேவைக்கு அமர்த்திக்கொண்டான். அதன்பிறகு ஒவ்வொரு நாள் காலையிலும், இந்தப் பொறுமையான, விசுவாசமான, வயதான மனிதர் அவருக்கான சீமைப்பனை மர எழுதுமேஜையின் அருகில் அமர்ந்துகொள்வார். இளவரசன் தன்னுடைய கதையை, தன்னுடைய சொந்தக் கண்டுபிடிப்பைச் சொல்லிக்கொண்டிருப்பான். ஏதோ ஒரு கணத்தில், தன் கதையின் இந்த ‘வரலாற்று முக்கியத்துவம் மிகுந்த அம்சத்தை’ப் பல ஆண்டுகளுக்கு முன்பாகவே தான் கண்டுபிடித்துவிட்டதாக இளவரசனுக்கு நினைவு வரும். இல்லவே இல்லாத ஓர் அயல்தேசத்தின் காலியாகிவிட்ட நகரை மேன்மைப்படுத்தி நகலெடுக்கும் முயற்சியில் இஸ்தான்புல் நகரின் தெருக்கள் உருமாறிக்கொண்டிருந்தன. இந்த உருமாற்றத்தைத் தன்னுடைய விடுதிக்குள் வந்து அடைந்துகொள்வதற்கு முன்பாகவே இளவரசன் கவனித்திருக்கவில்லையா? தன்னுடைய பரிதாபத்திற்குரிய, அதிர்ஷ்டங்கெட்ட பிரஜைகள் தங்களுடைய ஆடையிலிருந்து தொடங்கி, அனைத்து விஷயங்களையும் நகலெடுப்பதை – புகைப்படங்களில் தாங்கள் கண்டிருந்த மேலைநாட்டவரையும் தெருக்களில் திரிந்து கொண்டிருக்கும் மேலைநாட்டு உல்லாசப் பயணிகளையும் பார்த்துத் தாழ்வு மனப்பான்மையோடு நகலெடுப்பதை – இளவரசன் கவனித்திருக்க வில்லையா? தங்களுடைய முன்னோர்கள் மூலமாக, வழிவழியாய் வந்து சேர்ந்திருக்கும் கதைகளைச் சொல்வதற்காக அல்லாமல், ஃபிரெஞ்சு நாவலாசிரியர் அலெக்ஸாந்ரே டூமாவின் *மூன்று துப்பாக்கி வீரர்கள்* மற்றும் *மான்டி கிறிஸ்டோ* நாவல்களிலிருந்து ஒட்டுமொத்தமாய் எழுத்துக் களவாடி எழுதிக்கொண்டிருக்கும் இரண்டாந்தர பத்தி எழுத்தாளர்களின் கதைகளை ஒருவருக்கொருவர் சொல்லி மகிழ்ந்துகொள்ள, நகரின் வறிய அண்டைப்புறப் பகுதிகளைச் சேர்ந்த அல்லலுறும் மக்கள் காஃபியகங்களின் அடுப்புகளுக்கு முன்பாகக் குழுமியிருந்ததை அவன் கவனித்திருக்கவில்லையா? இந்தக் கதைகளில் வரும் பெயர்ச்சொற்களை

மட்டும் இஸ்லாமியச் சொற்கள் போல் தோன்றுமாறு மாற்றியிருப்பார்கள். *அவ்வளவு ஏன்? தன்னுடைய அலுப்பைப் போக்கிக்கொள்ள இப்படிப் பட்ட வெறுக்கத்தக்க கதைகளின் தொகுப்புகளை வெளியிடும் ஆர்மினிய புத்தக விற்பனையாளர்களை இளவரசனேகூட தேடிச் செல்லாமலா இருந்தான்? தன்னுடைய விடுதிக்குள்ளேயே அடைந்து கிடப்பதென்ற வைராக்கியத்தை மேற்கொள்வதற்கு முன்பாகப் பாவப்பட்ட, நெடுங்காலமாய்த் துயருறுகின்ற, அதிர்ஷ்டமில்லாத மக்கள் மந்தையின் அற்பத்தனத்திற்குள் இந்த இளவரசனும்தானே இழுபட்டிருந்தான். அந்தக் கால கட்டத்தில், ஒவ்வொருநாள் காலையிலும், தன்னுடைய முகத்தைக் கண்ணாடியில் பார்க்கின்றபொழுது, தன்னைத் திரும்பி உற்றுப் பார்க்கும் முகம் தன்னுடைய புதிரான, பண்டைய அர்த்தங்களை மெல்ல, மிக மிக மெல்ல இழந்து வருகிறதென்று இளவரசன் உணரவில்லையா? ஆம். இவை எல்லாவற்றையுமே இளவரசன் உணர்ந்துதானிருந்தான். இந்தக் கேள்விகளையெல்லாம் எழுதி முடித்தபிறகு அந்தப் படியெடுப்பவர் இப்படித்தான் எழுதினார். ஏனென்றால், அந்த இளவரசன் அப்படி எழுத வேண்டுமென்றுதான் விரும்புவான். ஆம். தன்னுடைய முகம் மாறிக்கொண்டே வருவதைப் போல்தான் இளவரசர் நினைத்தார்.*

படியெடுப்பவரோடு வேலை பார்த்த பின்பு, – அது வேலைதான் என்பதில் இளவரசன் பிடிவாதமாகவே இருந்தான் – ஏறத்தாழ இரண்டாண்டுகள் தான் சொல்லச் சொல்ல, படியெடுப்பவர் தன் எண்ணங்களை எழுதத் தொடங்கிய பிறகு, தன்னுடைய கடந்த காலத்தைப் பற்றி மிக விரிவான முறையில் இளவரசன் பேசத் தொடங்கினான். சிறுவனாக இருந்தபோது தான் எழுப்பிய கப்பல்களின் கொம்பொலியைப் பற்றியும், கபளீகரம் செய்திருந்த துருக்கிய இன்பம் எனப்படும் பர்ஃபிகளைப் பற்றியும் அவன் வர்ணித்தான். மேலும், தன்னை விதிர்விதிர்க்க வைத்திருந்த கொடுங்கனவுகள், தன்னைக் கவர்ந்திருந்த புத்தகங்கள், தான் சந்தோஷமாகவும் சந்தோஷமில்லாமலும் அணிய நேர்ந்த ஆடைகள், நாற்பத்தேழு ஆண்டுக்கால புவி வாழ்க்கையில் தன்னை வருத்தியிருந்த நோய்கள் ஆகியவை பற்றிய விவரங்களோடு விலங்குகளைப் பற்றித் தான் அறிந்திருந்தவை பற்றியும் இளவரசன் விளக்கமாகச் சொல்லிக்கொண்டிருந்தான். அவனை வழிநடத்தும் கொள்கை என்று இளவரசன் திரும்பத் திரும்ப, வலியுறுத்திச் சொன்ன ஒரு விஷயத்தைப் படியெடுப்பவர் மீண்டும் மீண்டும் பதிந்திருந்தார். *என்னுடைய மிக உன்னதமான கண்டுபிடிப்பின் அடிப்படையில் ஒவ்வொரு வாக்கியத்தையும், ஒவ்வொரு சொல்லையும்கூட மிகக் கவனமான பரிசீலனைக்கு நான் உட்படுத்தினேன்.* ஒவ்வொரு நாள் காலையிலும், சீமைப்பனை மரத்தாலான எழுது மேஜையின் முன்பு அந்தப் படியெடுப்பவர் வந்து அமர்ந்தவுடன் எதிரிலிருக்கும் நீள் இருக்கையில் இளவரசன் சாய்ந்துகொள்வான். அல்லது எழுந்து வேக நடை போடுவான். அதுவுமில்லாவிட்டால், அந்த இரட்டை மாடிப்படிக்கட்டின் ஒரு புறத்தில் மேலேறி மறுபுறத்தில் இறங்கி வருவான். இளவரசன் சொல்வதற்குப் புதிய கதை எதுவும் இல்லையென்பது அவர்கள் இருவருக்குமே புரிந்திருந்தது. ஆனால், அவர்கள் இருவருமே இம்மாதிரியான மௌனத்தையே நாடினார்கள். ஏனென்றால், எப்பொழுது ஒரு மனிதன் சொல்வதற்குக் கதைகளற்றுப் போகிறானோ அப்பொழுதுதான் அவன் தான்

தானாகவே இருக்கும் நிலைக்கு நெருங்கி வருகிறானென்று இளவரசன் சொல்லிக்கொண்டிருப்பான். “எந்த ஒரு மனிதனுக்கும் சொல்வதற்கு ஒன்றுமில்லாமல் போகிறபோதுதான், தன்னுடைய கடந்த காலத்தின் நினைவுகளை அவன் முற்றிலுமாக இழந்துவிடுகின்றபோதுதான், ஆழமான மௌனத்துக்குள் அவன் அமிழ்ந்துவிடுகின்றபோதுதான், தன்னுடைய ஆன்மாவின் ஆழங்களிலிருந்து மேலெழும்பி, தன்னுடைய இருப்பின் முடிவற்று இருண்டு கிடக்கும் புதிர்ப்பாதையிலிருந்து அவன் வெளியேறும் நிலையில்தான், அவனுடைய அசல் குரல் அவனை அவனாக இருக்க அனுமதிக்கும்.”

ஒருநாள், ஆழம் காணவியலா கேணியென விளங்கும் கதைகளுக்குள் இளவரசன் அலைந்துகொண்டிருந்தபொழுது, அடியாழத்திலிருந்து அந்த அசல் குரல் மெல்ல எழும்பக் காத்துக்கொண்டிருந்தான். தான் இதுவரை மேம்போக்காக மட்டுமே சொல்லியிருந்த இரண்டு விஷயங்களைப் பற்றி விரிவாகப் பேசுவது அவசியமென்பதை அவன் அப்பொழுது கண்டுகொண்டான். ஏனென்றால், அவனைப் பொறுத்தமட்டில், பெண்களும், காதலும்தான் “இருக்கும் விஷயங்களிலேயே மிக, மிக ஆபத்தானவை.” கிட்டத்தட்ட ஆறு மாதங்களுக்கு அவன் தன்னுடைய பழைய காதல்களைப் பற்றிப் பேசினான். அது போக, காதல் என்ற கணக்கில் சேர்த்துக்கொள்ள இயலாத பல்வேறு தொடர்புகளைப் பற்றியும் சொன்னான். அந்தப்புரத்திலிருந்த பல்வேறு பெண்களோடு தனக்கிருந்த ‘நெருக்கத்தைப்’ பற்றியும் பேசினான். ஓரிருவரைத் தவிர ஏனையோரை அவன் இரக்கத்தோடும் வேதனையோடுமே நினைவுகூர்ந்தான். அவன் தன்னுடைய மனைவியைப் பற்றியும் பேசினான்.

அந்த இளவரசனைப் பொறுத்தவரை, நெருக்கத்தின் மிகக் கலவர மூட்டும் அம்சம் என்னவென்றால், – இதில் சம்பத்தப்பட்டிருக்கும் பெண் ரொம்ப ரொம்பச் சாதாரணமானவளாகவே இருந்தபோதிலும் – உங்களுக்கே தெரியாதபடிக்கு அவள் உங்கள் சிந்தையை ஆக்கிரமித்துக் கொள்ளக்கூடும். வேறெதைப் பற்றியும் நீங்கள் நினைக்க இயலாத அளவுக்கு அது போகக்கூடும். தன்னுடைய இளமைக்காலத்தின் தொடக்கத்திலும், திருமணமாகியிருந்த ஆரம்ப ஆண்டுகளிலும், ஏன் தன்னுடைய மனைவியையும் குழந்தைகளையும் பாஸ்ஃபரஸ் கரையிலிருக்கும் யாளி எனப்படும் மாளிகையில் விட்டுவிட்டு, இந்த விடுதியில் வசிக்க வந்த ஆரம்ப ஆண்டுகளிலும் – சுருங்கச் சொல்வதென்றால் அவனுடைய முப்பத்தைந்தாவது வயது வரையிலும் – இந்த விஷயத்தைப் பற்றி இளவரசன் தேவைக்கதிகமாய் அக்கறை காட்டவில்லை. என்னதான் இருந்தாலும், “வெளிப்புறத் தாக்கங்களிலிருந்து தன்னை விடுவித்துக்கொள்வதன் மூலம் தான் தானாகவே இருக்க வேண்டும்” என்ற வைராக்கியத்தை இளவரசன் அப்போது எட்டியிருக்கவில்லை. அதுவுமில்லாமல், “அடிமைத்தனமாய், போலி செய்யும் கலாச்சாரத்தில் வாழ்ந்துகொண்டிருக்கையில்”, ஒரு பெண்ணின் காதலிலோ அல்லது ஒரு பையனின் காதலிலோ, ஏன், எல்லாம்வல்ல இறையிடமோ உங்களை இழந்துவிடுவதென்பது – “காதலில் உங்களையே கரைத்துக்கொள்வதென்பது” – வியந்து பார்க்கப்படும் நல்லியல்பாக, அடைய வேண்டிய நற்பண்பாக விளங்குகிறது. அதனால், தெருக்களை மொய்த்திருக்கும் ஜனத்திரளைப் போலவே, “காதல் வயப்பட்டிருப்பதில்” இளவரசனும் பெருமிதம்கொண்டிருந்தான்.

அந்த விடுதியில் அடைக்கலம் தேடிக்கொண்ட பிறகு, ஆறு ஆண்டுகள் அசுர வேட்கையோடு வாசித்துத் தீர்த்த பிறகு, வாழ்க்கையின் முக்கிய கேள்வியே ஒருவன் தான் தானாக இருப்பதா, இல்லாமல் இருப்பதா என்பதுதான் என்று கண்டுகொண்ட பிறகு, பெண்கள் விஷயத்தில் அதீத எச்சரிக்கையுணர்வோடு இருக்கப் பழகிக்கொள்வது அவசியமென்று இளவரசன் உடனடியாகவே உணர்ந்துகொண்டான். பெண்கள் இல்லாமல் தன்னுடைய ஒரு பகுதியே காணாமல் போய் விட்டது என்பதைப் போல அவன் உணர்ந்தான் என்பது உண்மைதான். ஆனால், அதே சமயத்தில், அவன் நெருக்கமாக உணர்ந்த ஒவ்வொரு பெண்ணும் அவனுடைய சிந்தையைக் கலைத்து, அவனுடைய கனவுகளில் குடிகொண்டு, இப்பொழுது அவன் அடையத் துடிக்கும் தூய்மையை, அவனுடைய சிந்தையிலிருந்தும் கனவுகளிலிருந்தும் கொள்ளையிட்டுச் சென்றுவிடுகிறாள் என்பதும்கூட உண்மைதான். ஒரு கட்டத்தில், எத்தனை பெண்களோடு முடியுமோ அத்தனை பேருடனும் நெருக்கமாக இருந்தால் அது காதல் எனப்படும் நஞ்சிற்கான முறிவாக இருக்காதா என்றுகூட இளவரசன் யோசித்திருக்கிறான். ஆனால், முழுக்க முழுக்க பயன்பாட்டு நோக்கோடு இந்தச் சமாச்சாரத்தை அவன் அணுகியதால், தன்னை மட்டுமே காதலில் பழக்கிக் கசந்துபோகும்வரை முக்கியெடுக்க நினைத்ததால், இந்தப் பெண்களில் ஒருவருமே அவனுடைய ரசனைக்கு உகந்தவர்களாக அமையவில்லை. (படியெடுப்பவரிடம் அவன் எழுதச் சொல்லியிருந்தபடி) அந்தக் கும்பலிலேயே, "மிக மிக அலுப்பூட்டும், தீங்கற்ற, வெகுளியான, சிறப்பியல்புகள் எதுவுமே இல்லாத" பெண்ணாகத் தோன்றியவள் லைலா ஹனிம்தான். அவள் மீது நிச்சயமாகத் தன்னால் காதல்வயப்பட முடியாது எனும் தீர்மானத்துடன் இளவரசன் அவளை அடிக்கடிச் சந்திக்கத் தொடங்கினான். "அவளிடம் காதல் வயப்படுதல் சாத்தியமேயில்லை என்று முடிவெடுத்து அவளிடம் தன் மனத்தை எவ்விதத் தயக்கமுமின்றி வெளிப்படுத்தலாமென்று இளவரசர் உஸ்மான் ஜெலாலதீன் எஃபெண்டி நம்பிக்கைகொண்டார்," என ஒரு நாளிரவு இளவரசன் அறிவித்தான். ஏனென்றால், இப்பொழுது பகல் வேளைகளைப் போலவே இரவு நேரங்களிலும் அவர்கள் பணியைச் செய்யத் தொடங்கியிருந்தார்கள். "ஆனால், என் மனத்தைத் திறந்துகாட்ட அகப்பட்ட ஒரே பெண் அவளாகவே இருந்ததால் நான் விரைவிலேயே அவள்மீது காதல்கொண்டுவிட்டேன்," என்றான் இளவரசன். "என் வாழ்க்கையின் அதிபயங்கரமான காலகட்டங்களுள் அதுவும் ஒன்று," எனவும் அவன் கூறினான்.

இளவரசனும் லைலா ஹனிமும் அந்த விடுதியில் சந்தித்துச் சண்டை போட்டுக்கொண்ட நாட்களைப் பற்றிய விவரங்களைப் படியெடுப்பவர் தொடர்ந்து பதிந்திருக்கிறார். லைலா ஹனிமும் அவளுடைய ஆண் ஊழியர்களும் அவளுடைய தந்தையின் மாளிகையை விட்டு ஒரு குதிரை வண்டியில் கிளம்பி, அரை நாள் பயணத்திற்குப் பிறகு அந்த விடுதியை வந்தடைவார்கள். இருவரும் உணவுண்ண உட்காருவார்கள். ஃபிரெஞ்சு நாவல்களில் அவர்கள் படித்திருந்த வகையான உணவு போலவே அது இருக்கும். அந்த நாவல்களில் வரும் மென்மையான, பண்பட்ட கதாபாத்திரங்களைப் போலவே, அவர்களும் கவிதை பற்றியும், இசை குறித்தும் பேசிக்கொண்டே உண்பார்கள். உணவுண்டு முடிந்த

பிறகு, லைலா ஹனிம் வீடு திரும்பும் நேரம் நெருங்குகையில் அவர்கள் இருவரும் ஏதோ ஒரு பூசலில் ஈடுபடுவார்கள். அதை ஒட்டுக் கேட்டபடி இருக்கும் சமையல்காரர்கள், ஆண் ஊழியர்கள், குதிரைவண்டிக்காரர்கள் ஆகியோர் இதனால் மன உளைச்சல் கொள்வார்கள். "நாங்கள் எதைப் பற்றி விவாதித்துக்கொண்டிருந்தோம் என்பது தெளிவாக இல்லை," என்று இளவரசன் ஒருமுறை விளக்கினான். "காரணமே இல்லாமல் அவள் மீது நான் கோபப்பட்டேன். அவள் என்னை நானாக இருக்க விடாமல் செய்தாள். என்னுடைய சிந்தனைகளின் தூய்மையை அபகரித்துக்கொண்டாள். என் அடியாழத்திலிருந்து எழும்பிய குரலை நான் கேட்பதற்கில்லாமல் ஆக்கிவிட்டாள். இது அவளொரு விபத்தில் மாண்டுபோகும்வரை தொடர்ந்தது. அந்த விபத்திற்கு நான் பொறுப்பேற்க வேண்டுமா, இல்லை பொறுப்பேற்கக் கூடாதா என்பது எனக்கு இறுதிவரை விளங்கவேயில்லை."

லைலா ஹனிம் இறந்த பிறகு, அவனைத் துயர் ஆட்கொண்டது. அதேநேரம், அவன் விடுதலையடைந்ததைப் போலவும் உணர்ந்தான். தன்னுடைய ஒட்டுமொத்த சேவைக்காலத்திலும் மிகுந்த மரியாதையோடு கூடிய மௌனத்தையே கடைப்பிடித்து வந்த படியெடுப்பவர், இதற்கு முன்பு ஒருபோதும் செய்திராத காரியமொன்றைச் செய்தார். இந்தக் காதலைப் பற்றியும், மரணத்தைப் பற்றியும் மேலும் விரிவாகக் கூற இளவரசனைத் தூண்டிவிட்டுப் பார்த்தார். ஆனால் இளவரசன் இதற்குப் பிடி கொடுக்கவில்லை. இவற்றைப் போன்ற சமாச்சாரங்களை அவனுக்கு உகந்த நேரத்தில், அவனுக்கேயுரிய நிபந்தனைகளோடுதான் அவன் சொல்லத் தயாராயிருந்தான்.

தன்னுடைய மரணத்திற்குப் பதினாறு மாதங்களுக்கு முன்பான ஒரு நாளிரவு. தான் தானாகயிருக்கும் முயற்சியில் தான் இன்னும் வெற்றி பெறவில்லை என்றால், தன்னுடைய பதினைந்தாண்டுக் காலப் போராட்டம் தோற்கும் நிலை ஏற்பட்டால், இஸ்தான்புல்லின் தெருக்கள் முற்றாய மறைந்துபோய், தான் தானாக இருக்க முடியாத அதிர்ஷ்டங்கெட்ட நகரின் தெருக்களாக அவை மாறிவிடுமென்று இளவரசன் கலக்கம் கொண்டான். வேற்று நகரின் சதுக்கங்கள், பூங்காக்கள், நடைபாதைகள் ஆகியவற்றை நகலெடுத்ததைப் போல் விளங்கும் நமது சதுக்கங்களிலும், பூங்காக்களிலும், நடைபாதைகளிலும் அலைந்து திரிந்துகொண்டிருக்கும் மக்களும்கூடத் தாம் தாமாகவே இருக்க வகையற்றுப்போய்விடுவர் என்று அவன் கவலைகொண்டான். தன்னுடைய விடுதித் தோட்டத்தைத் தாண்டி வெளியே போக அவன் பல்லாண்டுகளாக முயன்றதே இல்லை. என்றாலும்கூட, அவனுடைய மனத்துக்குகந்த இஸ்தான்புல்லின் ஒவ்வொரு தெருவும், நடைபாதையும், தெருவின் வரைபடமும், கடையும் அவனுடைய கற்பனையில் இன்னமும் உயிர்ப்போடுதான் இருந்தன. ஏதோ, நித்தம் நித்தம் அவற்றைக் கடந்துபோவதைப் போலத் தெளிவாகப் பதிந்திருந்தன. இந்தக் கட்டத்தில், தன்னுடைய வழக்கமான சிடுசிடுப்பு மிகுந்த குரலின் வீச்சம் தளர்ந்து இருக்கிறதென்று, கம்மிய கிசுகிசுப்புத் தொனியில் இளவரசன் ஒத்துக்கொண்டான். அவளுடைய குதிரை வண்டியில் லைலா ஹனிம் ஒவ்வொரு நாளும் அந்த விடுதிக்கு வந்துசென்ற காலத்தில், நகரின் தெருக்கள் வழியாக அந்தக் குதிரை வண்டி வருவதைக் கற்பனையில் கண்டபடியே, பெரும்பாலான பகற்பொழுதுகளையும்

இரவுப்பொழுதுகளையும் இளவரசன் கழித்திருந்தான். தான் தானாக இருக்க, இளவரசர் உஸ்மான் ஜெலாலதீன் எஃபெண்டி போராடிக் கொண்டிருந்த நாட்களில், இரு குதிரைகள் – ஒன்று கருப்பு, மற்றொன்று கருஞ்சிவப்பு – பூட்டிய வண்டியைப் பற்றிய கற்பனைகளிலேயே நாளில் பாதியைக் கழித்தார். குருசெஷ்மேவிலிருந்து எங்கள் விடுதிக்கு அது வரும் வழியைக் கற்பனை செய்வதில் பாதி நேரத்தையும், வழக்கமான உணவிற்குப் பிறகு, தவிர்க்கவியலாத சர்ச்சைக்குப் பிறகு, கிட்டத்தட்ட வந்த தெருக்கள் வழியாகவே, கண்ணீர் வழியும் லைலா ஹனிமை அவளுடைய தந்தையான பாஷாவின் மாளிகைக்கு அந்தக் குதிரை வண்டி இட்டுச் செல்லும் காட்சியைக் கற்பனை செய்தபடி மீதி நேரத்தையும் அவர் கழித்துக்கொண்டிருந்தார். இப்படித்தான் தனக்கேயுரிய தெளிவான, கவனமான கையெழுத்தில் அந்தப் படியெடுப்பவர் குறித்து வைத்திருந்தார்.

மற்றொரு சந்தர்ப்பத்தில், *தன்னுடைய இறுதி நூறு நாட்களின்போது மனத்துக்குள் நெருக்கியடித்துக்கொண்டிருந்த பிற குரல்களையும், பிற கதைகளையும் மௌனமாக்கிவிடும் நம்பிக்கையில் பிறப்பிலிருந்து தான் அறிந்தும் அறியாமலும் தனக்குள் சுமந்துகொண்டிருந்த இதர சுயங்களின் பட்டியலை இளவரசன் சீற்றத்தோடு சொல்லத் தொடங்கினான். அந்த இதர சுயங்கள் எல்லாமாக ஒன்றிணைந்து ஓர் இரண்டாம் ஆன்மாவைப் போல் பாரமாய் அவனை அழுத்திக்கொண்டிருந்தது. ஒவ்வோர் இரவிலும் ஒரு புது வேடத்தில் நகரின் தெருக்களில் வலம் வந்த சுல்தான்களுள் ஒருவரைப் போலவே அவனிருந்தான். தான் இதுவரை கற்பனையில் அணிந்திருந்த வேடங்களிலேயே ஒன்றே ஒன்றைத்தான் தான் நேசித்ததாக இளவரசன் சொன்னான். இதைச் சொல்லச் சொல்ல அவனுடைய குரல் அடங்கியது. லைலக் எனப்படும் மலரின் மணம் வீசிய கூந்தலைக் கொண்ட பெண்ணின் காதலன் எனும் வேடம்தான் அது.* இளவரசன் சொல்லச் சொல்ல எழுதிய ஒவ்வொரு வரியையும் படித்து, பின்னர் அக்கறையோடு மீண்டும் படித்து வைத்துக்கொள்வதை அந்தப் படியெடுப்பவர் வழக்கமாக்கிக்கொண்டிருந்தார். தன்னுடைய ஆறாண்டுகளுக்கும் மேலான சேவைக்காலத்தில் இளவரசனின் ஒவ்வோர் நினைவையும், சொல்லப் போனால், அவனுடைய ஒட்டுமொத்த கடந்த காலத்தையுமே அவர் தெரிந்துவைத்திருந்தார். எனவே, லைலக் மலரின் மணம் வீசிய கூந்தலைக் கொண்ட பெண் வேறு யாருமல்ல, லைலா ஹனிம்தான் என்பது அவருக்குப் புரிந்திருந்தது. ஏனென்றால், பிறிதொரு சந்தர்ப்பத்தில், *ஒரு காலத்திலும் தான் தானாகவே இருக்க முடியாமல்போன ஒரு மனிதனின் காதல்கதையை இளவரசன் சொல்லிக்கொண்டிருந்தான். அதற்குக் காரணம், லைலக் மலரின் மணம் வீசிய கூந்தலைக்கொண்ட பெண்ணொருத்தி விபத்தினாலோ பிழையினாலோ மாண்டு போனதும், அந்த விபத்திற்கு அவன்தான் பொறுப்பேற்க வேண்டுமா என்பது புரியாத நிலையில், அவனால் லைலக் மலரின் மணத்தை மனத்திலிருந்து அப்புறப்படுத்தவே முடியாமல் போனதும்தான். படியெடுப்பவரோடு கழித்த இறுதிக் கட்டத்தில், நோய் தாக்குவதற்கு முன்பாக ஒருவர் அனுபவிக்கும் தேக ஆற்றலை இளவரசன் கொண்டிருந்தான். "அதிதீவிர உழைப்பு, நம்பிக்கை, பற்று" ஆகியன மிகுந்த காலகட்டமென்று அவன் அந்தக் காலகட்டத்தை வர்ணிக்கிறான். தன்னுடைய சொற்களைத் தனக்குச் சொல்லியபடி இருக்கும் உள் குரலை உண்மையாகவே கேட்டு*

அதன் பிரகாரம், படியெடுப்பவரிடம் சொல்லி எழுதச் சொன்ன நாட்கள் அவை. எவ்வளவுக்கெவ்வளவு அவன் சொன்னானோ, அவ்வளவுக்கு அவை யாவும் அவனுடைய அசல் கதைகளாக இருந்தன. அவ்வளவுக்கு அவை திடமாகவும் விளங்கின. நேரம் கழித்தும் அவர்கள் இரவில் வேலை பார்ப்பார்கள். வேலை முடிந்தவுடன், எவ்வளவு தாமதமாகி இருந்தாலும், தனக்காகக் காத்துக்கொண்டிருக்கும் வண்டியிலேறி படி எடுப்பவர் வீட்டிற்குத் திரும்பிவிடுவார். காலையில் சீக்கிரமாகவே சீமைப்பனை மரத்தாலான எழுது மேஜையின் முன்பு வந்து அமர்ந்துகொள்வார்.

தாமாக இருக்கத் தவறியதால் எத்தனையெத்தனை முடியரசுகள் ஒன்றுமற்ற வெறுமைக்குள் காணாமல் போயிருக்கின்றன என்பதைப் பற்றிய கதைகளை இளவரசன் அவரிடம் படியெடுக்கச் சொல்வான். பிற இனங்களை விடாப்பிடியாகப் போலி செய்த எத்தனையெத்தனை இனங்கள் ஒட்டுமொத்தமாய் அழிந்துபோயிருக்கின்றன என்று சொல்வான். தாங்கள் யாரென்பதையே மறந்து போய்விட்ட தொலைதூரத் தேசங்களின் மக்களைப் பற்றியும், அதன் விளைவாக அவர்களே பிறரால் மறக்கப்பட்டு விட்ட நிலையையும் சொல்வான். தாம் தாமாகவே இருக்கத் தமக்குக் கற்றுக்கொடுக்கவல்ல வலிமையான அரசன் ஒருவனுக்காக இரண்டு நூற்றாண்டுகளாய் அல்லலுற்று, இறுதியில் உலக மேடையைவிட்டு விலகிப் போய்விட்ட இலீரிய மக்களைப் பற்றிச் சொன்னான். பேபல் கோபுரம் வீழ்ந்ததற்குக் காரணம் அரசன் நிம்ராத் இறைவனை சவாலுக்கழைத்ததனால் அல்ல. மாறாக, அந்தக் கோபுரத்தைக் கட்டும் உற்சாகத்தில், பேபல் கோபுரம் தான் தானாக இருப்பதற்கான எல்லா அடிப்படைகளையும் நிம்ராத் காலி செய்துவிட்டிருந்ததுதான். தாங்கள் ஓரிடத்தில் வேர் பிடித்துத் தழைக்க இருந்த சமயத்தில், தாம் வணிகத் தொடர்புகொண்டிருந்த அய்ட்டிபால் மக்களின் மாய வலைக்குள் லபீட்டியா நாடோடி இனத்தவர் வீழ்ந்தனர். அய்ட்டிபால் மக்களை அவர்கள் முற்றிலுமாய் முன்மாதிரியாகக் கொண்டு பின்பற்றியதில், தாமே விரைவில் காணாது போயினர். பெர்சியப் பண்டிதர் தபரியின் வரலாற்று நூல் தெளிவாக எடுத்துக்காட்டுவதைப் போல், ஸாஸ்ஸாநிட் என்றறியப்படும் ஸஸாநியப் பேரரசும் இதே போன்றதோர் விதியை எதிர்கொண்டது. அதற்குக் காரணம் அதன் கடைசி மூன்று அரசர்களும் (முதலாம் ஹோர்மிஸிட், முதலாம் கோஸ்ரு, மூன்றாம் யாஸ்தெகர்ட் ஆகியோர்) பைசாந்திய, அரேபிய மற்றும் ஹீப்ரு நாகரிகங்கள் மீது மதிமயக்கம் கொண்டிருந்ததுதான். ஒரு நாள் கூட அவர்கள் அவர்களாக இருந்ததில்லை. லிடிய நாட்டவர்களைப் பொறுத்தமட்டில், ஸுஸேர்களின் தாக்கத்தில் தங்களது தலைநகரான ஸார்டிஸில் முதல் கோவிலைக் கட்டி முடித்த பிறகுதான் வரலாற்றில் எழுதப்படும் ஐம்பதாண்டுகால வீழ்ச்சியை லிடியர்கள் எதிர்கொண்டனர். இன்றைக்கு, ஸெர்பேரியர்களைப் பற்றி வரலாற்றாசிரியர்களுக்குக்கூட ஒன்றும் தெரியவில்லை. ஆனால் அவர்களைப் பற்றிய நினைவுகள் அழிந்து போய்விட்டது மட்டுமே அதற்குக் காரணமல்ல. உண்மை என்னவென்றால், மாபெரும் ஆசிய சாம்ராஜ்யத்தைக் கட்டி எழுப்பும் முனைப்பிலிருந்த அவர்கள், தங்களை இன்னாரென்று இனம் கண்டு கொள்ள ஆதாரமாயிருந்த புதிரை மறந்துவிட்டிருந்தனர். அதற்கு பதிலாக, அவர்கள் ஸர்மேஷியர்களைப் போல் உடுப்பும் ஆபரணங்களும் அணிந்துகொள்ளத் தொடங்கியிருந்தனர். ஸர்மேஷிய செய்யுள்களைக்

கூட மனனம் செய்து ஒப்பிக்கத் தொடங்கியிருந்தனர். ஏதோ ஒரு ஒட்டுமொத்த மக்கள்தொகையுமே தொற்றுநோய்க்குப் பலியானதைப் போல் அது இருந்தது. “மீட் இனத்தவர், பேஃப்லகோநியர்கள், கெல்ட் இனத்தவர்.” இப்படியெல்லாம் இளவரசன் சொல்லிக்கொண்டிருப்பான். இதைத் தொடர்ந்து, தன்னுடைய எஜமானர் அடுத்து என்ன சொல்லப் போகிறாரென்று காத்திருக்காமலேயே அடுத்து வரக்கூடும் வார்த்தைகளை அந்தப் படியெடுப்பவர் தயாராக எழுதி வைத்திருப்பார். *அவர்கள் எல்லோருமே காணாமல் போய்விட்டனர். ஏனென்றால், அவர்களால் அவர்களாக இருக்க முடியவில்லை.* பின்னிரவில், அயர்ச்சி அவர்களை ஆட்கொள்ளும்பொழுது சொல்ல வேண்டிய மரணத்தின் கதைகளையும், அழிவின் கதைகளையும் சொல்லி முடித்த பின்னர், கோடைக்கால இரவின் வெளியில் சில்வண்டொன்று இடைவிடாமல் ரீங்கரித்துக் கொண்டிருப்பதை அவர்கள் செவிமடுப்பார்கள்.

இலையுதிர்காலத்தின் காற்று மிகுந்ததோர் நாள். தோட்டத்தின் எல்லையிலிருந்த அல்லிக் குளத்தில் கஷ்கொட்டை மரத்தின் செவ்விலைகள் உதிர்ந்துகொண்டிருந்தன. இளவரசனுக்குச் சளிப் பிடித்ததால் ஓய்வெடுத்துக் கொண்டிருந்தான். இதைப் பற்றி அவனோ, படி எடுப்பவரோ அதிகம் கலக்கம் கொள்ளவில்லை. தான் தானாக மாற முடியாமல் போனாலோ அல்லது தான் தானாக ஆன பிற்பாடு தன்னால் ஆட்டமன் அரியணையில் ஏற முடியாமல் போனாலோ இஸ்தான்புல்லின் தகர்ந்துகொண்டிருக்கும் தெருக்களின் கதி என்னவாகுமோ என்றுதான் இளவரசன் பெரிதும் கவலைப்பட்டுக்கொண்டிருந்தான். இந்தத் திக்கற்ற நகரவாசிகள் “தமது வாழ்க்கையைப் பிறருடைய கண்களால் காண சபிக்கப்பட்டு விடுவார்கள். தங்களுக்கே உரித்தான கதைக்கும் மேலாகப் பிறருடைய கதைகளுக்கு அவர்கள் முன்னுரிமை கொடுப்பார்கள். தங்களுடைய வதனங்களில் நிழலாடும் புதிர்களைக்கண்டு அவிப்பதற்கு மாறாக, அயலாரின் முக வசீகரத்தில் அவர்கள் கட்டுண்டு கிடப்பார்கள்.” தங்கள் தோட்டத்து எலுமிச்சம் பூக்களைக்கொண்டே தேநீர் தயாரித்துப் பருகி, இரவு வெகுநேரம்வரை அவர்கள் வேலையில் ஆழ்ந்திருந்தனர். மறுநாள் தன்னுடைய எஜமானருக்கு இன்னொரு மெத்தையை எடுத்து வருவதற்காகப் படியெடுப்பவர் மாடிக்குப் போனார். கீழே இருந்த நீள் இருக்கையில் இளவரசன் படுத்துக் கிடந்தான். காய்ச்சல் மிக அதிகமாக இருந்தது. திடீரென்று அந்த விடுதியைப் புதிய கண்களோடு படி எடுப்பவர் பார்த்தார். அதிலிருந்த இருக்கைகள், மேஜைகள் எல்லாம் நொறுக்கப்பட்டு, கதவுகள் கீல்களின் பிணைப்புகளிலிருந்து பிய்த்தெடுக்கப்பட்டு, அந்த இடமே, மிகவும் வெறிச்சோடி, மிக மிக வெறுமையாகக் காணப்பட்டது. அங்கிருந்த அறைகள், சுவர்கள், மாடிப்படிக்கட்டு ஆகிய ஒவ்வொன்றின் வெறுமையான வெண்மையும் கனவுகளின் மூலப்பொருளாய்த் தோன்றியது. வெறுமையாகக் காணப்பட்ட அறைகள் ஒன்றினுள் அந்த வெண்ணிற ஸ்டைன்வே பியானோ இசைக்கருவி வீற்றிருந்தது. இஸ்தான்புல்லிலேயே மிகவும் தனித்துவம் மிக்க பியானோ அது. இளவரசனின் பால்யகாலத்தின் கடைசி எச்சம். மறக்கப்பட்டுவிட்ட, ஒருபோதும் வாசிக்கப்பட்டிராத இசைக்கருவி. சாளரங்களின் ஊடே பாய்ந்துகொண்டிருந்த வெண்ணிற, வேற்றுலக ஒளி, கடந்த காலம் அங்கே மீண்டுவந்து நிரந்தரமாகக் குடிகொண்டுவிட்டதோ எனும் ஐயத்தை, ஏதுமற்ற நிலைக்கு நினைவுகள்

வெளிறிப் போய்விட்டனவோ எனும் ஐயத்தை, வாழ்க்கையின் அனைத்து வாசங்களும் ஒலிகளும் வடிந்துபோய், காலம் ஒரேயடியாக நின்றுபோய்விட்டதோ எனும் ஐயத்தைப் படியெடுப்பவர் மனத்தில் தோற்றுவித்தது. ஒரு வெண்ணிற, வாசனையேதும் இல்லாத மெத்தையைச் சுமந்துகொண்டு படியிறங்கி வரும்பொழுது கடந்த ஆறாண்டுகளாகத் தான் வேலை பார்த்துக்கொண்டிருந்த சீமைப்பனை மரத்தாலான எழுதுமேஜையை அந்தப் படியெடுப்பவர் பார்த்தார். தான் எழுதும் வெள்ளைத் தாள்களையும் சாளரங்களையும் பார்த்தார். ஒரு பொம்மை வீட்டின் அலங்காரப் பொருள்களைப் போல் அவை எளிதில் நொறுங்கி விடக்கூடியவையாக, நிஜமற்றவையாக அவருக்குத் தோன்றின. எடுத்து வந்த மெத்தையைத் தன் எஜமானருக்குப் போர்த்திவிடும்பொழுது, இளவரசனின் முகத்தில் முளைத்திருந்த வெண்ணிற குருத்து முடிகளை அந்தப் படியெடுப்பவர் கவனித்தார். இளவரசனின் தலைமாட்டில் இருந்த மேஜையில் அரைக்கோப்பை நீரும் ஒரு சில வெண்ணிற மாத்திரைகளும் இருந்தன.

“நேற்றிரவு என்னுடைய கனவில், ஏதோ ஒரு தொலைதூர அந்நிய தேசத்தில், ஓர் அடர்ந்த, இருண்ட காட்டில் நான் அலைந்து கொண்டிருக்கிறேன். அங்கே என் தாய் எனக்காகக் காத்துக்கொண் டிருக்கிறார்,” என்றான் இளவரசன், இன்னமும் அந்த நீள் இருக்கையில் சரிந்தவாறே. “ஏதோ ஒரு வாளியிலிருந்து நீர் கொட்டிக்கொண்டிருந்தது. ஆனால், மெதுவாக, மிக மெதுவாகச் சர்க்கரைப் பாகு போல் நான் நானாக இருக்க வேண்டுமென்று வாழ்நாள் முழுவதும் நான் விடாப்பிடியாக இருந்ததால்தான், நான் பிழைத்திருக்கிறேன் என்பதை அந்த நேரத்தில் நான் உணர்ந்துகொண்டேன்” என்றான் இளவரசன். தன்னுடைய அசல் குரலையும், சொந்தக் கதைகளையும் கேட்க அனுமதிக்கும் நிசப்தத்திற்காக இளவரசர் உஸ்மான் ஜெலாலதீன் எஃபென்டி வாழ்க்கை முழுவதையும் செலவிட்டிருந்தார் என்று படி எடுப்பவர் எழுதினார். “அப்படியோர் நிசபதத்திற்காகக் காத்துக்கொண்டிருக்கையில் இஸ்தான்புல்லின் கடிகாரங்கள் ஓடாமல் நிற்கத் தேவையில்லை” என்று தான் ஏற்கெனவே சொல்லியிருந்த விஷயத்தையே இளவரசன் மீண்டும் சொன்னான். “என்னுடைய கனவில் நான் கடிகாரங்களைப் பார்க்கும்பொழுது,” என்று மீண்டும் இளவரசன் தொடங்கியவுடன் படியெடுப்பவரும் தொடர்ந்து எழுத ஆரம்பித்தார். அவை வேற்று மக்களுடைய கதைகளைச் சொல்கின்றனவோ என்று அவன் யோசித்துக்கொண்டிருந்தான். சற்றே மௌனம் நிலவியது. “வெறுமையாய் விரிந்துகிடக்கும் பாலைவனக் கற்களைப் பார்த்து நான் பொறாமை கொள்கிறேன். ஏனென்றால், அவை அவைகளாகவே இருக்கின்றன. அதே காரணத்திற்காக, மனிதனின் காலடியே பட்டிராத மலைகளின் பாறைகளையும் நினைத்து நான் பொறாமை கொள்கிறேன். மனிதனின் பார்வையே பட்டிராத பள்ளத்தாக்குகளில் வளர்ந்துகிடக்கும் மரங்களை நினைத்தும் பொறாமை கொள்கிறேன்.” இளவரசனின் குரல் உத்வேகத்தோடும், உணர்ச்சி மிகுந்தும் ஒலித்தது. “என்னுடைய கனவில், என் நினைவுகளின் தோட்டத்தில் நான் திரிந்துகொண்டிருந்தபொழுது –” அவன் மீண்டும் தொடங்கினான். “ஒன்றுமில்லை,” என்றான் கொஞ்ச நேர யோசனைக்குப் பிறகு. ஒன்றுமில்லை என்று எழுதினார் படி எடுப்பவர், தன்னுடைய கவனமான கையெழுத்தில். அதன் பிறகு மிக நீண்ட,

நீண்ட மௌனம் நிலவியது. பிறகு அந்தப் படியெடுப்பவர் தன்னுடைய மேஜையைவிட்டு எழுந்து இளவரசன் படுத்திருந்த நீள் இருக்கையை நெருங்கினார். தன்னுடைய எஜமானரை மிகக் கவனமாக ஆராய்ந்தார். பிறகு மௌனமாகத் தன்னுடைய மேசைக்குத் திரும்பினார். இந்த *வாக்கியத்தை எழுதச் சொன்னபிறகு, டெஷ்விக்கியே குன்றுகளின் மீது அமைந்திருக்கும் தனக்குச் சொந்தமான வேட்டைக்கார விடுதியில், வியாழக்கிழமை அதிகாலை 3:15 மணிக்கு ஏழாவது ஷாபானாகிய இளவரசர் உஸ்மான் ஜெலாலதீன் எஃபெண்டி உயிர் நீத்தார்* என்று படி எடுப்பவர் எழுதினர். இருபதாண்டுகள் கழித்து, அதே போன்ற மிகக் கவனமான கையெழுத்தில், *அவருடைய மரணமடைந்து ஏழாண்டுகள் கழித்து, வாழ்நாள் முழுக்க எந்த அரியணையில் வீற்றிருக்க அவர் தன்னைத் தயார்ப்படுத்திக்கொண்டிருந்தாரோ, அந்த அரியணையில் அவருடைய மூத்த சகோதரர் மெஹ்மட் ரெஷத் எஃபெண்டி ஏறி அமர்ந்தார். இவருடைய பிடரியின் மீதுதான் இளம்பிராயத்தில் இளவரசர் ஓங்கி அறைந்திருக்கிறார். இவருடைய ஆட்சிக் காலத்தின் போதுதான், முதலாம் உலகப் போரில் பங்கெடுத்த ஆட்டமன் பேரரசு வீழ்ச்சியடைந்தது* என்றும் படியெடுப்பவர் எழுதி வைத்தார். அந்தப் படியெடுப்பவரின் உறவினர் ஒருவர்தான் இந்த நோட்டுப் புத்தகத்தை ஜெலால் சாலிக்கிடம் கொண்டுவந்து கொடுத்தார். அந்த நோட்டுப் புத்தகத்தின் தாக்கத்தில் எழுதப்பட்ட இந்தக் கட்டுரையானது பத்தி எழுத்தாளரின் மரணத்திற்குப் பிறகு அவருடைய கட்டுரைக் குவியலில் இருந்து கண்டெடுக்கப்பட்டது.

36

ஆனால், எழுதுகின்ற நான்

படிக்கும் நீங்கள் வாழ்வோருக்கு நடுவே இருக்கிறீர்கள். ஆனால், எழுதும் நானோ, நிழல்களின் வரம்பிற்குள் வழி பார்த்து எப்பொழுதோ போயிருப்பேன்.

– 'நிழல் – ஓர் உவமைக் கதை' எனும் சிறுகதையில்
எட்கர் அலன் போ

ஆம். ஆம். நான் நானேதான் என்று நினைத்துக் கொண்டான் காலிப், இளவரசனின் கதையைச் சொல்லி முடித்தவுடன். ஆம், நான் நானேதான்! கதையை இப்பொழுது சொல்லி முடித்திருந்தபடியால், தான் தானாகவே இருப்பது சாத்தியம்தான் என்பதில் அவன் மிகவும் தீர்மானமாக இருந்தான். தான் தானாகவே இருக்க முடிவதில் அவனுக்கு மிகுந்த மகிழ்ச்சியும்கூட. அதனால், இதயங்களின் நகர் அடுக்ககத்திற்கு உடனே ஓடிச் சென்று, மேலும் புதிய பத்திக் கட்டுரைகளை எழுதிக் குவிக்க வேண்டுமென்று அவன் துடித்தான்.

அந்த விடுதியைவிட்டு வெளியே வந்த கையோடு ஒரு வாடகைச் சிற்றுந்தை அமர்த்திக்கொண்டான். வண்டி கிளம்பியவுடன், அதன் ஓட்டுநர் ஒரு கதையைச் சொல்லத் தொடங்கினான். கதைகளைச் சொல்வதன் மூலந்தான் யாருமே தாம் தாமாக இருக்க முடியுமென்று காலிப் இப்பொழுது புரிந்துகொண்டிருந்தான். அதனால் அந்த ஓட்டுநருக்கு அவன் சந்தோஷமாகக் காது கொடுத்தான்.

நூறாண்டுகளுக்கு முன்பாக ஒரு தகிக்கும் கோடை நாள். இஸ்தான்புல் நகரிலிருக்கும் ஹைதர்பாஷா புகைவண்டி நிலையத்தை நிர்மாணிக்கும் பணியில் ஜெர்மன் நாட்டுப் பொறியியலாளர்களும், துருக்கி நாட்டுப் பொறியியலாளர்களும் தத்தம் மேஜைக்கருகில் முனைப்பாகப் பணி புரிந்துகொண்டிருந்தனர். பொறியியல் கணக்குகளை அவர்கள் மும்முரமாகப் போட்டுக்கொண்டிருந்தார்கள். அப்பொழுது, அருகே இருக்கும் பாஸ்ஃபரஸ் நீருக்குள் மூழ்கிப் பொருள்களைத் தேடி எடுக்கும் பையனொருவன்,

ஒரு நாணயத்தை அவர்களிடம் கொண்டுவந்தான். அந்த நாணயத்தின் மீது ஒரு பெண்ணின் உருவம் பொறிக்கப்பட்டிருந்தது. அவளுடைய முகம் விசித்திரமானதாக இருந்தது. வசீகரிக்கும் அந்த வதனத்தில் நிறைந்திருந்த புதிரை அந்தப் பையனால் இன்னதென்று புரிந்துகொள்ள முடிய வில்லை... அந்த நாணயத்தில் பொறிக்கப்பட்டிருந்த எழுத்துகளைப் படித்து அந்தப் புதிரை விளக்குவார் எனும் நம்பிக்கையோடு, அங்கே ஒரு கருப்புக் குடையின் நிழலில் நின்றுகொண்டிருந்த துருக்கிப் பொறியாளர் ஒருவரை அவன் அணுகினான். அவருடைய சகாக்களும் குடைகளின் கீழ் நின்றுகொண்டிருந்தனர். ஆனால், அந்த இளம் பொறியாளரைக் குழப்பத்திற்கு உள்ளாக்கியது அந்த எழுத்துகள் அல்ல. மாறாக, அந்த பைஸாந்தியப் பேரரசியின் வதனத்தில் தென்பட்ட வசீகர உணர்ச்சி தான். அவருடைய திகைப்பும் பிரமிப்பும் மிகையாகவே இருந்தன. அதைக்கண்டு அந்தப் பையனே தடுமாறிவிட்டான். அந்தப் பொறியாளர் பயன்படுத்திக்கொண்டிருந்த அதே வகையான லத்தீன் மற்றும் அரபி எழுத்துகள்தான் அந்தப் பெண்ணின் வதனமெங்கும் நிறைந்திருந்தன. ஆனால், அவரை மிகவும் வியப்படைய வைத்தது தான் நெடுங்காலமாகத் திருமணம் செய்துகொள்ள ஆசைப்பட்டிருந்த தன் அன்புக்குரிய ஒன்றுவிட்ட சகோதரியின் மிக நெருக்கமான சாயல் அந்தப் பெண்ணின் முகத்தில் தென்பட்டதுதான். ஆனால், அவர் விரும்பிய பெண்ணை வேறொருவருக்கு மணமுடிக்க அவளுடைய குடும்பம் ஏற்பாடு செய்துகொண்டிருந்தது.

காலிப்பின் கேள்விக்கு "ஆமாம்," என்று பதிலளித்தான் அந்த ஓட்டுநர். "டெஷ்விக்கியே காவல் நிலையத்துக்கு முன்பிருக்கும் சாலையில் தடுப்புகள் போடப்பட்டிருக்கின்றன. யாரையோ சுட்டுவிட்டார்கள் போலத் தெரிகிறது." ஓட்டுநருக்குப் பணத்தைக் கொடுத்துவிட்டு, எம்லாக் மரநிழற் சாலையையும் டெஷ்விக்கியே மரநிழற் சாலையையும் இணைக்கும் சிறிய, குறுகிய வீதிக்குள் நுழைந்தான் காலிப். குறுக்குச் சாலையை மறித்துக்கொண்டிருந்த காவல்துறை வாகனத்தின் நீலச் சிமிட்டல் ஒளி, ஈரத் தார்ச் சாலைக்கு ஒரு சோகமான வெளிர் நியான் நிறத்தைக் கொடுத்துக்கொண்டிருந்தது. அல்லாதீனின் கடையில் விளக்குகள் இன்னும் அணைக்கப்படவில்லை. கடைக்கு முன்பிருந்த சிறிய சதுக்கத்தில் அமைதி கோலோச்சியது. வாழ்க்கையில் அப்படியோர் நிச்சலனத்தை காலிப் அனுபவித்ததில்லை. இனி எப்பொழுதும் அனுபவிக்கப் போவதுமில்லை. கனவுகளில் தவிர்த்து.

போக்குவரத்து மடைமாற்றி விடப்பட்டிருந்தது. மரங்கள் அசை வின்றி நின்றன. மருந்துக்கும் காற்று இல்லை. அந்தச் சிறிய சதுக்கம் போலியானதாக, ஏதோ அமைக்கப்பட்ட மேடையைப் போல் தோற்றம் தந்தது. அங்காடிச் சாளரத்திற்குள்ளே, ஸிங்கர் வணிகச் சின்ன தையல் இயந்திரங்களுக்கு நடுவே நின்றுகொண்டிருந்த அலங்காரப் பதுமைகள், காவல் நிலையத்திற்கு வெளியே கொத்தாய்க் குழுமியிருந்த அதிகாரிகளோடும், ஆர்வம் கொந்தளிக்கும் வழிப்போக்கர்களோடும் சேர்ந்துகொள்ள முடிவெடுத்திருந்தது போல் தோன்றின. ஒரு புகைப்படக் கருவி பளிச்சிட்டது. வெள்ளியாய் மின்னிய அதன் நீல ஒளியில் தான் அடையாளம் காண விரும்பாத ஒரு முகத்தை அவன் பார்த்ததைப் போலும் இருந்தது. சரியாகப் பாராததைப் போலும் இருந்தது. ஏனென்றால், பாதி மறந்துவிட்டிருந்த ஏதோ ஒரு கனவில் இருபதாண்டுகளாகக்

காணாமல் போயிருந்த சாவியொன்று தட்டுப்பட்டிருந்ததைப் போன்ற குழப்பமான உணர்வு அவனை ஆட்கொண்டிருந்தது. ஸிங்கர் தையல் யந்திரக் கடைச் சாளரத்திற்கு வெளியே இரண்டு தப்படி தூரத்தில் ஒரு வெண்ணிறத் தடம் தென்பட்டது. ஓர் ஆண். ஜெலால். செய்தித்தாள்களால் அவனைப் போர்த்தியிருந்தார்கள். ரூயா எங்கே? காலிப் நெருங்கிச் சென்று பார்த்தான்.

தலையை மட்டும் விட்டுவிட்டு, அவனுடைய உடலின் ஒவ்வோர் பகுதியையும் செய்தித்தாள்களால் அவர்கள் மறைத்திருந்தனர். அந்தப் புழுதி படிந்த நடைபாதையில், ஏதோ அந்த நடைபாதைதான் தலையணை என்பதைப் போல், அந்த உடல் அங்கே கிடத்தப்பட்டிருந்தது. அவனுடைய கண்கள் திறந்திருந்தன. ஆனால், அவை மூட்டமானவையாகக் கனவு காண்பவை போல் தோன்றின. அவன் மிகவும் களைப்பாக, சிந்தனையில் மூழ்கியவனாகத் தோன்றினான். அதே சமயம், அவனிடம் ஏதோ ஒரு விதமான அமைதியும் குடிகொண்டிருந்தது. நான் என்னுடைய நினைவுகளோடு ஓய்வெடுத்துக்கொண்டிருக்கிறேன் என்று சொல்ல முயலுவதைப் போல. ரூயா எங்கே? விளையாட்டு இன்னும் முடியாமல் தொடர்கிறதென்று காலிப் தனக்குத்தானே சொல்லிக்கொண்டான். இது ஏதோ தமாஷ் என்று அவன் தன்னைத்தானே திடப்படுத்திக்கொண்ட போதும், வருத்தம் அவனை அலையெனப் புரட்டியது. ரத்தத்தின் சுவடே அங்கு தென்படவில்லை. அதைச் சரியாகப் பார்ப்பதற்கு முன்பாகவே, அது ஜெலாலுடைய சடலம்தான் என்று அவன் எப்படித் தெரிந்துகொண்டிருந்தான்? உண்மையில் உனக்குத் தெரியாதா என்று கேட்டுக்கொள்ள வேண்டும் போல் தோன்றியது. எனக்கு எல்லாமே தெரியும் என்பதே எனக்குத் தெரிந்திருக்கவில்லையென்பது இவ்வளவு காலமாகவே உனக்குத் தெரியாமலா போனது? உன்னுடைய மனத்துக்குள், என்னுடைய மனத்துக்குள், நம்முடைய மனத்துக்குள் ஒரு கேணி இருந்தது. ஒரு பொத்தான், கருஞ்சிவப்புப் பொத்தான் இருந்தது. நாணயங்கள், போத்தல் மூடிகள், பொத்தான்கள் என எல்லாமே அந்த அலமாரிக்குப் பின்னால் தொலைந்துபோய்விட்டன. நாம் நட்சத்திரங்களை அண்ணாந்து பார்த்துக்கொண்டிருக்கிறோம். மரக் கிளைகளுக்கு நடுவே கூடு கட்டிக்கொண்டிருக்கும் நட்சத்திரங்களை. என்னைப் போர்வையால் மூடு. எனக்குக் கதகதப்பூட்டு. இப்படி அந்தச் சடலம் அவனிடம் சொல்லிக்கொண்டிருந்ததைப் போல் தோன்றியது. நான் நானாகவே இருக்கிறேன்! அந்தச் சடலத்தைப் போர்த்தியிருந்த செய்தித்தாள்களை அவன் நெருங்கிச்சென்று பார்த்தான். அவை *மிலியட்* மற்றும் *டெர்க்குமான்* ஆகிய செய்திப் பத்திரிகைகளின் பக்கங்கள். ஜெலாலின் பத்திக் கட்டுரைகளுக்காக வரிவிடாமல் படிக்கப்பட்டிருந்த செய்தித்தாள்கள். நன்றாகப் போர்த்திக்கொள். குளிர் நடுக்குகிறது.

காவல்துறையின் வாகனத்துக்குள்ளிருந்து காவல்துறை ஆய்வாளரை வாக்கிடாக்கியில் யாரோ கூப்பிட்டார்கள். ஐயா, தயைகூர்ந்து சொல்லுங்கள். ரூயா எங்கே? அவள் எங்கே இருக்கிறாள்? தெரு முனையிலிருந்த, போக்குவரத்தைக் கட்டுப்படுத்தும் விளக்குகள் தேவையில்லாமல் மாறி மாறி சிவப்பு, பிறகு பச்சை என்று ஒளிர்ந்துகொண்டிருந்தன. மீண்டும் பச்சை, பிறகு சிகப்பு. கிரேக்கப் பெண்மணியின் கேக் கடையிலும்கூட அதே போல்தான். இப்பொழுது பச்சை. இப்பொழுது சிவப்பு. எனக்கு

கருப்புப் புத்தகம் ❋ 583 ❋

நினைவிருக்கிறது, எனக்கு நினைவிருக்கிறது, எனக்கு நினைவிருக்கிறது, என்று ஜெலால் சொல்லிக்கொண்டிருந்தான். அல்லாதீன் அங்காடியின் கீழிழு கதவுகள் இழுத்துவிடப்பட்டிருந்தன. ஆனால் கடைக்கு உள்ளே இன்னமும் விளக்குகள் எரிந்துகொண்டிருந்தன. இதில் தடயம் ஏதும் இருக்குமா? ஐயா, நான் துருக்கியின் முதல் துப்பறியும் நாவலை எழுத இருக்கிறேன். தயவுசெய்து இங்கே பாருங்கள் ஒரு தடயமென்று ஆய்வாளரிடம் போய்ச் சொல்ல வேண்டுமென்று காலிப் தவித்துக் கொண்டிருந்தான். இதோ, அவனுடைய கடையில் இன்னும் விளக்குகள் எரிந்துகொண்டிருக்கின்றன. வெளியே தரையில் சிகரெட் நுனிகளும், காகிதத் துண்டுகளும், குப்பையுமாய்க் கிடக்கிறது. இள வயதுக் காவலன் ஒருவனைப் பார்த்த காலிப் அவனிடம் சென்று என்ன நடந்ததென்று விசாரித்தான்.

ஒன்பதரையிலிருந்து பத்து மணிக்குள் சம்பவம் நடந்திருக்கிறது. கொலையாளி யாரென்று தெரியவில்லை. ஆசாமி பாவம் சுடப்பட்ட உடன் செத்திருக்கிறான். ஆமாம். அவன் ஒரு பிரபலமான பத்திரிகையாளன்தான். இல்லை. அவனோடு யாரும் உடன் வரவில்லை. இல்லை. வேண்டாம். புகை பிடிப்பதில்லை. ஆமாம். காவல் துறை வேலை மிகக் கடுமையானதுதான். இல்லை. கொலையுண்டவனோடு யாருமே கூட வரவில்லை. இதில் அதிகாரி உறுதியாய் இருக்கிறார். சரி, இந்தக் கேள்வியெல்லாம் உங்களுக்கு எதற்கு? நீங்கள் என்ன செய்கிறீர்கள்? இவ்வளவு அகாலமாய் இங்கே என்ன செய்துகொண்டிருக்கிறீர்கள்? உங்களுடைய அடையாள அட்டையைக் காட்ட முடியுமா?

அந்த அதிகாரி அவனுடைய அடையாள அட்டையைப் பரிசீலித்துக் கொண்டிருக்கையில், ஜெலாலின் உடல் மீது போர்த்தப்பட்டிருந்த செய்தித்தாளைக் காலிப் பார்த்துக்கொண்டிருந்தான். இந்த இடத்திலிருந்து பார்க்கையில் அலங்காரப் பதுமைகளின் காட்சிச்சாளரம், அந்தச் சடலத்துக்கு ஒரு வெளிர்சிவப்பு நிறத்தைக் கொடுத்துக்கொண்டிருந்தது. ஐயா, இதைப் போன்ற சின்னச் சின்ன விவரங்களைத்தான் இறந்து போனவர் கவனத்தில்கொள்ளப் பிரியப்படுவாரென்று அவருக்கு விளக்கமாகச் சொல்ல வேண்டுமென்று நினைத்தான் காலிப். அந்தப் படத்திலிருப்பது நான்தான். அது என்னுடைய முகம்தான். இந்தாருங்கள். இதை வைத்துக்கொள்ளுங்கள். நன்றி. நான் போக வேண்டும். என் மனைவி வீட்டில் எனக்காகக் காத்துக்கொண்டிருப்பாள். விஷயங்களை ஓரளவுக்கு நான் சரி செய்துவிட்டேன் என்றுதான் தோன்றுகிறது.

எவ்வளவு வேகமாக முடியுமோ அவ்வளவு வேகமாக நிஷாந்தஷி சதுக்கத்தை விட்டுக் கிளம்பிய காலிப், எட்டி நடை போட்டு, இதயங்களின் நகர் அடுக்ககத்தைத் தாண்டி, தன்னுடைய வீடிருக்கும் தெருவிற்குள் நுழைந்தான். எத்தனையோ ஆண்டுகளுக்கப்புறம் முதன் முறையாக ஒரு தெரு நாய் – மண் நிறத்திலிருந்த கலப்பின நாய் – ஒன்று அவனைக் கடித்துக் குதறிவிடுவதைப் போல் மூர்க்கமாகக் குரைத்தது. இதற்கு என்ன அர்த்தம்? அவன் மறு பக்கத்திலிருந்த நடைபாதைக்குப் போனான். கூடத்தின் விளக்குகள் எரிகின்றனவா? மின்தூக்கிக்குள் கால் வைத்தவுடன், இதை எப்படி நான் கவனிக்காமல் விட்டே னென்று தனக்குள் கேட்டுக் கொண்டான் காலிப். வீட்டில் யாரும் இல்லை. ரூயா வந்திருந்ததற்கான

சுவடே இல்லை. அவள் எட்டிக்கூடப் பார்த்திருக்கவில்லை. அவன் போய்த் தொட்ட ஒவ்வொன்றும் – கதவின் கைப்பிடிகள், கத்தரிக்கோல், தேக்கரண்டிகள், முன்பெல்லாம் ரூயா சிகரெட் நுனிகளைத் தேய்த்துப் போடும் சாம்பல் கிண்ணிகள், அவர்கள் உணவு உண்ணப் பயன்படுத்திய மேஜை, அவர்களுடைய சோகமான, காலியான கை வைத்த நாற்காலிகள் என அந்த அறையிலிருந்த ஒவ்வொரு அறைக்கலனும், சொல்லொணாத் துயரை, சொல்லொணாத சோகத்தை அவனுக்குள் விதைத்தது. எவ்வளவு விரைவாக அங்கே வந்தானோ அவ்வளவு விரைவாக அங்கிருந்து வெளியேறினான்.

நடக்க வேண்டும் போல் தோன்றி நடந்தான். நிஷாந்தஷியிலிருந்து ஷிஷ்லி வரை நடந்தான். சிறு வயதில் அவனும் ரூயாவுமாய் நகர் திரையரங்கு வரை சந்தோஷமாய் நடந்துசெல்லும் அதே வீதிகளின் வழியாக நடந்தான். ஆனால், இப்பொழுது அவை வெறிச்சோடியிருந்தன. நாய்கள் மட்டும் குப்பைத்தொட்டிகளைத் தோண்டிக்கொண்டிருந்தன. இந்த நாய்களைப் பற்றி நீ எத்தனை பத்திக் கட்டுரைகளை எழுதியிருக்கிறாய்? இந்த நாய்களைப் பற்றி நான் எவ்வளவு எழுதியிருக்கிறேன்? பிற்பாடு, திரும்பும்போது, பள்ளிவாசலுக்குப் பின்புறத்திலிருக்கும் தெரு வழியாக வந்து டெஷ்விக்கியே சதுக்கத்தைத் தவிர்த்தான். என்றாலும், அவன் எதிர்பார்த்திருந்ததைப் போலவே, முக்கால் மணி நேரத்திற்கு முன்பாக ஜெலாலின் சடலம் கிடந்த அதே தெரு முனைக்கே அவனுடைய கால்கள் அவனை இட்டுச் சென்றன. இப்பொழுது அங்கே யாருமே இல்லை. காவல்துறை வாகனம், பத்திரிகை நிருபர்கள், கும்பல், சடலம் என எதுவுமே அங்கில்லை. காட்சிச் சாளரத்துக்குள்ளே, தையல் இயந்திரங்களுக்கு நடுவே அந்த அலங்காரப் பதுமைகள் அப்படியேதான் நின்றுகொண்டிருந்தன. அவர்களைக் கடந்து பாய்ந்துகொண்டிருந்த ஒளி வெள்ளம் இன்னமும் நடைபாதைக்கு வெளிச்சமூட்டிக் கொண்டிருந்தது. ஆனால், ஜெலாலின் உடல் அங்கிருந்ததற்கான எந்த ஒரு சுவடும் காலிப்பின் கண்களில் படவில்லை. உடலைப் போர்த்தியிருந்த செய்தித்தாள்கள் சுத்தமாய் அப்புறப்படுத்தப்பட்டிருந்தன. வழக்கமாய்க் காணப்படும் ஒற்றைக் காவலர்தான் காவல் நிலையத்திற்கு வெளியே நின்றுகொண்டிருந்தான்.

இதயங்களின் நகர் அடுக்ககத்திற்குள் நடந்துபோய்க்கொண்டிருந்த பொழுது, இதுவரை உணர்ந்திராத அளவுக்கு அவன் களைத்திருந்தான். ஜெலாலின் குடியிருப்பிற்குள் நுழைந்து, ஜெலாலின் கடந்த காலம் அங்கே அச்சுப்பிசகாமல் நகலெடுக்கப்பட்டிருப்பதைப் பார்த்தவுடன், பல்லாண்டுக் காலமாய்ப் போரிலும் சாகசங்களிலும் ஈடுபட்டுவிட்டு இல்லம் மீளும் போர் வீரனுக்குரிய வியப்பும் இதமும் அவனுள் கிளர்ந்தன. இந்தக் கடந்த காலம்தான் எவ்வளவு தொலைவில் இருக்கிறது! இத்தனைக்கும், அவன் வெளியே சென்று நான்கு மணி நேரம்கூட ஆகியிருக்கவில்லை. இந்தக் கடந்த காலம்தான் எவ்வளவு சொக்க வைப்பதாக இருக்கிறது! தூக்கத்தைப் போல். ஒரு குழந்தைக்கேயுரிய களங்கமில்லாத மனத்துடனும், அதே நேரத்தில் குற்றவுணர்வுடனும் அவன் ஜெலாலின் படுக்கையில் தவழ்ந்து படுத்தான். கண்களை மூடி, பத்திக் கட்டுரைகள், விளக்கொளி, புகைப்படங்கள், புதிர்கள், ரூயா இவற்றோடு நெடுங்காலமாக அவன் அடைய ஏங்கிக்கொண்டிருக்கும் இன்ன பிற விஷயங்கள் ஆகியவற்றைச்

சுமந்துவரும் கள்ளமற்ற கனவுகளைக் காணும் நம்பிக்கையோடு அவன் உறங்கிப்போனான்.

விழித்தெழுந்தபோது சனிக்கிழமை காலையோ என்றுதான் நினைத்தான். உண்மையில் அது சனிக்கிழமை மதியம். அலுவலகம் செல்லும் வேலையில்லை. நீதிமன்றம் செல்லத் தேவையில்லை. செருப்பைத் தேடிக் கால்களை நுழைத்துக்கொள்ளக்கூட அவகாசம் தராமல், நேராக வாசற்கதவுக்குச் சென்று மிலியட் நாளிதழைத் தூக்கிக்கொண்டான். ஜெலால் சாலிக் கொலை! தலையங்கத்தின் தலைப்பு வீறிட்டது. செய்தித்தாள்களால் போர்த்தப்படும் முன்னர் எடுத்த சடலத்தின் புகைப்படம் காணப்பட்டது. முதல் பக்கம் முழுவதையும் இந்தச் சம்பவமே ஆக்கிரமித்துக்கொண்டிருந்தது. பிரதம மந்திரி தொடங்கி பிற முக்கிய அதிகாரிகள் மற்றும் பிரபலங்களின் அறிக்கைகள் அதிலே இருந்தன. காலிப்பின் பத்திக் கட்டுரை கருப்புக் கட்டம் கட்டி வெளியாகியிருந்தது. ஜெலாலின் இறுதிப் படைப்பென்று வெளியாகியிருந்த அந்தக் கட்டுரைக்கு வீட்டிற்குத் திரும்பி வா எனும் தலைப்பு கொடுக்கப்பட்டிருந்தது. அதற்குக் கீழ் காணப்பட்ட ஜெலாலின் புகைப்படம் மிகச் சமீபத்தியது. பார்க்க பாந்தமாக இருந்தது. ஜனநாயகம், பேச்சுரிமை, அமைதி மற்றும் இன்ன பிற அழகான விஷயங்கள்தான் இந்தத் துப்பாக்கிக் குண்டுகளின் இலக்கு. கிட்டும் ஒவ்வொரு வாய்ப்பிலும் தவறாமல் பற்றிக்கொண்டு சொல்லும் சொற்களில், பிரபலங்கள் அனைவரும் ஒத்துப் போயிருந்தனர். கொலையாளியைத் தேடும் வேட்டை தொடங்கியிருக்கிறது.

மேஜையின் அருகே அமர்ந்து சிகரெட் புகைத்தபடி சுற்றிலும் இறைந்துகிடந்த காகிதக் குவியல்களையும், கத்தரித்து எடுக்கப்பட்டிருந்த செய்திக் குறிப்புகளையும் காலிப் பார்த்தான். பைஜாமாவை அணிந்துகொண்டு, புகைத்துக்கொண்டு நெடுநேரம் அவன் அங்கேயே அமர்ந்திருந்தான். அழைப்பு மணி ஒலித்தபோது ஒரே சிகரெட்டைப் புகைத்துக்கொண்டு ஒரு மணி நேரமாக அங்கேயே உட்கார்ந்திருப்பதைப் போல் அவனுக்குத் தோன்றியது. வந்தது கமர் ஹனிம். கையில் சாவியோடு வந்திருந்த அவள் கொஞ்ச நேரம் அப்படியே நின்றுவிட்டாள். ஏதோ பேயைக் கண்டவள் போல் அவள் காலிப்பையே பார்த்துக்கொண்டிருந்தாள். பிறகு உள்ளே நுழைந்தாள். ஆனால் இருக்கையில் சென்று உட்கார்வதற்கு முன்பாகவே அவள் வெடித்து அழத் தொடங்கியிருந்தாள். அவர்கள் எல்லோருமே காலிப்பும் செத்துவிட்டானென்று நினைத்துக்கொண்டிருந்திருக்கிறார்கள். நாட்கணக்காக அவனை அவர்கள் தேடிக்கொண்டிருக்கிறார்கள். செய்தித்தாளில் செய்தியைப் படித்த மாத்திரத்தில் அவள் ஹாலா பெரியம்மாவின் வீட்டிற்கு ஓடியிருக்கிறாள். அல்லாதீனின் கடைக்கெதிரில் கூட்டம் கூடியிருந்ததைப் பார்த்திருக்கிறாள். கடைக்குள் ரூயா செத்துக் கிடப்பது அன்று காலையில்தான் தெரிய வந்திருக்கிறது. இதை அவள் அப்பொழுதுதான் தெரிந்துகொண்டாள். அன்று காலையில் கடையைத் திறக்கும் பொழுதுதான் அல்லாதீன் அவளைப் பார்த்திருக்கிறான். பொம்மைகளுக்கு நடுவில், இந்த உலகம் தன்னைக் காப்பாற்றாமலா போய்விடுமென்று தூங்கிக்கொண்டிருப்பவளைப் போல் இருந்த ரூயாவை.

வாசகரே, அன்புள்ள வாசகரே, இந்தப் புத்தகத்தை எழுதும்போது, முழுக்க முழுக்க அதன் நாயகனையும் கதைசொல்லியையும், இந்தக் கதையை முன்னே நகர்த்திச் செல்லும் பக்கங்களையும் பத்திக் கட்டுரைகளையும், வேறு வேறாகவே காட்ட நான் முயன்றிருக்கிறேன். எல்லா நேரங்களிலும் அதில் நான் வெற்றியும் கண்டிருக்கிறேன் என்று சொல்லமுடியாது. ஆனால் இதை நீங்கள் கவனித்திருப்பீர்களென்று நான் உறுதியாக நம்புகிறேன். ஆனால், இந்தப் பக்கங்களை நான் அச்சுக்கோப்பவரிடம் அனுப்புவதற்கு முன்னால் ஒரு முறை குறுக்கிடுவதைப் பொறுத்துக்கொள்ளுங்கள். ஒரு சில நூல்களில், நம்மை மிக ஆழமாக பாதித்து, நம்முடைய மனங்களில் நிரந்தரமாகப் பதிந்து விடும் ஒரு சில பக்கங்கள் இருக்கின்றன. அதற்குக் காரணம், அவற்றின் ஆசிரியர் அசாத்திய ஆற்றலோடு அவற்றை எழுதி யிருப்பது அல்ல. மாறாக, 'அந்தக் கதைகள் தம்மைத் தாமே எழுதிக் கொள்கின்றன' என்பதுதான். அவை தமக்கேயுரிய தர்க்க நியாயங்களோடு மடை திறந்துகொள்வதுதான். இந்தப் பக்கங்கள் நம்முடைய மனங்களிலோ இதயங்களிலோ, – எப்படி வேண்டுமானாலும் சொல்லிக்கொள்ளுங்கள் – தங்கிவிடும்பொழுது, அவற்றை நாம் நினைவில்கொள்ளுவது, அவை கலைத்திறனின் அற்புத அதிசயம் என்பதால் அல்ல. மாறாக, அவை சொர்க்கம் மற்றும் நரகத்தின் சிறு துகள்களாக, அந்த ஒவ்வொரு துகளும் நம்மைப் போலவே அசலானவையாக, நமக்கே நமக்கான நினைவுகளின் துகள் ஒவ்வொன்றும் எப்படிக் கனிந்து, இதயத்தைத் தகர்க்கும் வல்லமை கொண்டதாக இருக்குமோ அப்படி இருப்பதாலேயே அவற்றை நாம் நினைவுகளில் தேக்கிக்கொள்கிறோம். உண்மையில் நான் புதுப் பவிஷுக்கு வந்துவிட்ட வெறும் பத்தி எழுத்தாளன் மட்டுமே. அப்படியில்லாமல், நானே ஒரு மகத்தான படைப்பாளராக இருந்திருக்கும் பட்சத்தில், என்னுடைய மிகப் பெரும் படைப்பான ரூயாவும் காலிப்பும் எனும் புத்தகத்தின் இன்னொரு பக்கமாகவே இதையும் நான் கருதியிருப்பேன். அப்படியொரு மகத்தான படைப்பாளராக நான் இருந்திருக்கும் பட்சத்தில், இந்தப் பக்கத்தில் காணப்பெறும் அற்புதமான சொற்கள் என்னுடைய சுரணை மிக்க, அறிவார்ந்த வாசகர்களை மேலும் பல்லாண்டுகளுக்குப் பரவசப்படுத்திக்கொண்டிருக்கும் என்பதும் எனக்குத் தெரியும். ஆனால் நான் ஒரு யதார்த்தவாதி. என்னுடைய எழுத்துத் திறனை எடைபோடும் பொழுது மகத்தான படைப்பாளன் எனும் கற்பனையில் என்னால் லயித்துக் கிடக்க முடியாது. அதனால்தான், என்னருமை வாசகரே, உம்மை இந்தப் பக்கத்தில் தனித்துவிட்டுப்போக நான் விரும்புகிறேன். ஆம். தனிமையில். அதாவது, உங்களுடைய நினைவுகளோடு மட்டும். இனி தொடரும் பக்கங்களில் காணப்படும் சொற்கள் யாவற்றையும் அச்சிடுபவரின் மை கொண்டு போர்த்தி, அதனுள் அமிழ்த்து விடுதல் சாலச் சிறந்ததாக இருக்கும். இதன் மூலமாக, உங்களுடைய கற்பனையைப் பயன்படுத்தி நீங்கள் உருவாக்கிக்கொள்ளும் ஓர் அற்புதப் படைப்பை என்னுடைய உரைநடை எக்காலத்திலும் சாதித்துவிட முடியாது. கதையின் இந்தக் கட்டத்தில் நம் மீது கவிந்துகொள்ளும் இருண்ட கனவுக்கு இதுதான் பொருத்தமாக இருக்கும். என்னுடைய மனத்தில் இருக்கும் மௌனத்துக்கு – ஒரு துயில் நடையாளனைப் போல அந்த மௌனத்தின் மறையுலகிற்குள் நான் நுழைகின்ற கணத்தில் – நியாயம் வழங்குவதாகவும்

இருக்கும். ஏனென்றால், இனி வரும் பக்கங்கள், இனி தொடர இருக்கும் இருண்ட பக்கங்கள் யாவுமே, ஒரு துயில்நடையாளனின் நினைவுகளைத் தவிர வேறில்லை. அதைக் காட்டிலும் கொஞ்சமும் கூடுதலானவையும் இல்லை. குறைவானவையும் இல்லை.

ஹாலா பெரியம்மா வீட்டு வரையிலும் கமர் ஹனிம் ஓடியேதான் போயிருப்பாள் போலத் தெரிந்தது. அவர்கள் எல்லோருமே அழுது கொண்டிருந்தார்களாம். காலிப்பும் செத்துவிட்டானென்றுதான் தீர்மான மாக அவர்கள் நம்பியிருக்கிறார்கள். கடைசியில் ஒரு வழியாக, கமர் ஹனிம் ஜெலாலின் ரகசியத்தை வெளியே விட்டிருக்கிறாள். இதயங்களின் நகர் அடுக்ககத்தின் பரண் குடியிருப்பில்தான் அவன் பல வருடங்களாக ரகசியமாகக் குடியிருந்து வந்திருக்கிறான். ரூயாவும் காலிப்பும்கூடக் கடந்த வாரத்தில் அங்கே வந்து ஒளிந்துகொண்டிருந்தார்களென்று வேறு அவர்களிடம் அவள் சொல்லிவைத்திருந்தாள். அதனால்தான் காலிப்பும் இறந்துபோயிருக்க வேண்டுமென்று எல்லோரும் முடிவு செய்திருக்கிறார்கள். பிறகு, இதயங்களின் நகர் அடுக்ககத்திற்கு கமர் ஹனிம் திரும்பி வந்தவுடன், “நீயே மேலே போய்ப் பார்,” என்று இஸ்மாயில் எஃபென்டி அவளிடம் சொல்லியிருக்கிறான். அதனால்தான் அவள் சாவியை எடுத்துக்கொண்டு மாடிக்கு வந்திருக்கிறாள். அந்தக் குடியிருப்பின் கதவுக்கு வெளியில் நின்றபோது இதுவரை அனுபவித்திராத வினோதமான அச்சம் அவளை ஆட்கொண்டது. ஆனால், ஏதோ ஓர் உணர்வு காலிப் இன்னமும் உயிரோடுதான் இருக்கிறான் என்று அவளுக்குச் சொல்லியது. இதற்கு முன்பு எத்தைனையோ முறை காலிப் பார்த்திருந்த பிஸ்தா பச்சை நிறத்தில் ஒரு பாவாடையை அணிந்து அதன் மீது அழுக்கான சமையல் அங்கியை அவள் உடுத்திருந்தாள்.

பிற்பாடு, ஹாலா பெரியம்மாவின் வீட்டிற்கு அவனாகவே சென்றான். அப்பொழுது, அதே பிஸ்தா பச்சை நிறத் துணியில்தான் பெரியம்மாவின் ஆடையிலிருந்த பெரிய, பெரிய செந்நிற ஊதாப் பூக்கள் அச்சாகியிருந்தன என்பதைக் கவனித்தான். இது தற்செயலா அல்லது முப்பத்தைந்து ஆண்டுக்கால விந்தையான பழைய துணியா? அல்லது நினைவுகளின் தோட்டத்தைப் போல இந்த உலகும் மாயாஜாலத்தில் ஒளிர்ந்து கொண்டுதான் இருக்கிறதென்பதற்கான நினைவூட்டலா? அவனுடைய அம்மா, அப்பா, மெலிஹ் பெரியப்பா, ஸூஸன் பெரியம்மா, ஹாலா பெரியம்மா, வாஸிஃப் என்று விசும்பிக்கொண்டிருக்கும் தன்னுடைய எல்லா உறவினர்களோடு காலிப்பும் சேர்ந்துகொண்டான். தானும் ரூயாவும் ஐந்து நாட்களுக்கு முன்பாகவே இஸ்மீரிலிருந்து வந்துவிட்டதாக அவர்களிடம் அவன் சொன்னான். அதிலிருந்து இருவருமே இதயங்களின் நகர் அடுக்ககத்தில்தான் தங்கியிருந்ததாகவும், சில சமயங்களில் இரவிலும்கூட அங்கேயே தங்கிவிட்டதாகவும் கூறினான். அந்தப் பரண் குடியிருப்பை ஜெலால் எத்தனையோ ஆண்டுகளுக்கு முன்பாகவே வாங்கி விட்டிருந்தானென்றும், யாருக்கும் தெரியாமல் ரகசியமாகவே அதை வைத்துக்கொண்டிருந்தானென்றும் அவன் சொன்னான். அவனுக்கு அச்சுறுத்தல்கள் இருந்துகொண்டே இருந்தன. அதனால் அவன் மறைந்து வாழ வேண்டியிருந்தது.

அன்று பிற்பகல், தேசியப் புலனாய்வு நிறுவனத்தின் துப்புத் துலக்கும் நிபுணர் அவனைப் பேட்டி கண்டபோதும், குற்றவியல் அரசு வழக்குரைஞரின் அலுவலகத்திலிருந்து வந்திருந்த நபர் அவனுடைய வாக்குமூலத்தைப் பதியும் பொழுதும், தொலைபேசியில் தான் கேட்டிருந்த குரலைப் பற்றி காலிப் விரிவாக எடுத்துச்சொன்னான். ஆனால், அந்த இருவருமே இதெல்லாமே எங்களுக்கு முன்னாலேயே தெரியும் என்பதைப் போல அவனைப் பார்த்துவிட்டு, அவன் சொன்ன கதையில் எவ்வித ஆர்வமும் காட்டாமல் சென்றுவிட்டனர். அவன் ஏதும் செய்யமுடியாதவனாய்த் தவித்தான். வேறு யாரும் புரிந்துகொள்ள முடியாத ஒரு கொடுங்கனவிலிருந்து மீள வகையின்றித் தத்தளித்தான். நீண்ட, ஆழமான மௌனத்துக்குள் தன்னுடைய மனம் அமிழ்ந்து கொண்டிருப்பதை அவன் உணர்ந்தான்.

மாலையில், அவன் வாஸிஃபின் அறைக்குள் போயிருந்தான். ஒரு வேளை, அந்த வீட்டிலேயே, அந்த ஓர் அறைக்குள் மட்டும்தான் யாரும் அழுதுகொண்டிருக்கவில்லை என்பதினாலோ என்னவோ. ஒரு காலத்தில் இருந்து, இப்பொழுது இல்லாமலாகிவிட்ட மகிழ்ச்சியான குடும்பத்தின் உயிர்ப்பு மிகுந்த சுவடுகளை அவனங்கே பார்த்தான். 'தலைமுறை, தலைமுறையாய்க் கலப்புத் திருமணங்கள் நிகழ்ந்து' சீரழிந்திருந்த அந்த ஜப்பான் நாட்டுத் தங்கமீன்கள் தம்முடைய மீனகத்தில் நிம்மதியாக நீந்திக்கொண்டிருந்தன. ஹாலா பெரியம்மாவின் பூனை – இது இன்னொரு 'நிலக்கரி' – அங்கிருந்த கம்பளத்தின் விளிம்பில் படுத்துக்கொண்டு, சோம்பலாய் வாஸிஃபை வெற்றுப் பார்வை பார்த்துக்கொண்டிருந்தது. படுக்கையின் ஒரு பக்கத்தில் உட்கார்ந்துகொண்டு, கையில் வைத்திருந்த காகிதக் குவியலை வாஸிஃப் புரட்டிக்கொண்டிருந்தான். இரங்கல் தெரிவித்து நூற்றுக்கணக்கான தந்திகள் வந்திருந்தன. ஒன்று பிரதம மந்திரியிடமிருந்து. மீதமிருந்தவை சாதாரண வாசகர்களிடமிருந்து. பத்திரிகைகளிலிருந்து கத்தரித்து எடுக்கப்பட்ட சமாச்சாரங்கள் நிரம்பிய பெட்டியை, அதே இடத்தில் உட்கார்ந்துகொண்டு, ரூயாவுடனும் காலிப்புடனும் பார்த்துக்கொண்டிருக்கும்பொழுது வாஸிஃபின் முகத்தில் ஒரு விளையாட்டுத்தனமான வியப்பில் விரியும் பார்வை தென்படும். அதே பார்வை இப்பொழுதும் வாஸிஃபின் முகத்தில் குடிகொண்டிருந்தது. அவர்கள் அந்தக் காலத்தில் அங்கே அமர்ந்திருக்கும்பொழுது ஒளியூட்டிக் கொண்டிருந்த அதே வெளிறிய குமிழ்விளக்குதான் இப்பொழுதும் ஒளிர்ந்துகொண்டிருந்தது. பாட்டியும், பிறகு ஹாலா பெரியம்மாவும் தங்களைச் சாப்பிட அழைப்பார்கள் என்று அவர்கள் அங்கேதான் காத்துக்கொண்டிருப்பார்கள். கூடு இல்லாத அந்தக் குறைந்த வாட் ஒளிவிளக்கின் அடியிலிருந்த பழைய அறைக்கலன்கள்தான் எவ்வளவு களைத்திருந்தன! சுவரில் ஒட்டப்பட்டிருந்த தாள்தான் எப்படித் தூங்கி வழிந்துகொண்டிருந்தன! அவன் ரூயாவோடு பங்கிட்டுக்கொண்டிருந்த ஒரு பழைய சோகத்துக்கு அது அவனை இட்டுச் சென்றது. குணப்படுத்தவியலாத ஒரு நோயைப் போல அது அவனை ஆட்கொண்டது. என்றாலும்கூட அந்த சோகத்தை அவன்தான் எவ்வளவு தூரம் நினைவில் பேணியிருந்தான்! இப்பொழுது அது ஒரு நல்ல நினைவென்று ஆகியிருந்தது. காலிப் வாஸிஃபை எழுந்து நிற்க வைத்தான். விளக்குகளை அணைத்தான். தூங்கும் முன்பாக அழ விரும்பிய குழந்தையைப் போல் அவன் உணர்ந்தான்.

உடுப்பைக்கூடக் கழற்றாமல் அந்தப் படுக்கையில் நீட்டிப் படுத்துப் பனிரெண்டு மணி நேரத்திற்கு அசந்து தூங்கினான்.

டெஷ்விக்கியே பள்ளிவாசலில் மறுநாள் நடைபெற்ற இறுதிச்சடங்கில், தனக்குப் பக்கத்தில் ஜெலாலின் பத்திரிகை ஆசிரியர் நின்று கொண்டிருப்பதைக் காலிப் கவனித்தான். இதுவரை பிரசுரமாகாத பல கட்டுரைகள் பெட்டி பெட்டியாக ஜெலாலின் குடியிருப்பில் கிடக்கின்றன என்று காலிப் அவரிடம் சொன்னான். மேலும்,'புதிய கட்டுரைகளில் ஒரு சிலவற்றை மட்டுமே சமீப வாரங்களில் ஜெலால் அனுப்பியிருக்கிறான். அவனுடைய அலமாரியின் அடித்தட்டில் சேர்ந்துபோயிருந்த திருத்தாத படிகளை எல்லாம் எடுத்து திருத்தி வைத்திருக்கிறான். இதற்கு முன் தொட்டிராத பல்வேறு புதிய விஷயங்களை இவற்றில் எடுத்துக்கொண் டிருக்கிறான். ஆனால், எப்பொழுதும் போலவே, அவனுக்கே உரித்தான விளையாட்டுத்தனமான பார்வையில் இவற்றை அணுகியிருக்கிறான். 'அதுதானே அவனுடைய சிறப்பம்சம்.' என்று ஜெலாலுடைய பத்திரிகையின் ஆசிரியரிடம் காலிப் சொன்னான். ஜெலாலுக்கென்று ஒதுக்கப்பட்டிருக்கும் வழக்கமான பக்கத்திலேயே இவை யாவற்றையும் பிரசுரித்துவிடலாமென்று அவர் காலிப்பிடம் சொன்னார். ஆக, இப்படித்தான், இலக்கியத் தொழிலுக்குள் தனக்கான தொடக்கத்தைக் காலிப் தேடிக்கொண்டான். ஜெலாலுக்கே உரிய இடத்தில், ஜெலாலின் பெயரில் மேலும் பல ஆண்டு களுக்கு இது தொடர இருந்தது. டெஷ்விக்கியே பள்ளிவாசலிலிருந்து இழவுக்காரர்கள் கலைந்து நிஷாந்தஷி சதுக்கத்திற்குச் சென்றார்கள். அங்கேதான் சடலம் கிடத்தப்பட்டிருந்தது. தன்னுடைய அங்காடியின் வாயிலிலிருந்து அல்லாதீன் ஏதோ கனவில் லயித்திருப்பவனைப் போல் வெறித்துப் பார்த்துக்கொண்டிருந்தான். அவனுடைய கையில் செய்தித் தாளில் பொதிந்து தரத் தயாராக ஒரு பொம்மை இருந்தது.

மிலியட் பத்திரிகை அலுவலகத்திற்கு ஜெலாலின் புதிய கட்டுரைகளின் முதல் தொகுதியைக் காலிப் கொண்டு கொடுத்த அன்று இரவு அவனுடைய கனவில் வந்த ரூயா அதே பொம்மையை வைத்துக்கொண்டிருந்தாள். இனி அவனுக்கு வரக்கூடிய பல கனவுகளின் ஆரம்பம் இது. அந்தக் கட்டுரைகளைக் கொடுத்த பிறகு ஜெலாலின் நண்பர்களும் எதிரிகளும் – முதிய பத்தி எழுத்தாளர் நெஷாதியும் அதில் அடக்கம் – அவனைச் சூழ்ந்துகொண்டு அனுதாபங்களையும், கொலையைப் பற்றிய தத்தம் அனுமானங்களையும் சொல்லிக்கொண்டிருந்தனர். பிறகு அவன் ஜெலாலின் அலுவலக அறைக்குள் சென்றான். முந்தின ஐந்து தினங்களில் வெளிவந்திருந்த செய்தித்தாள்களின் குவியல் அங்கே கிடந்தது. அவற்றை அவன் எடுத்துப் படிக்கத் தொடங்கினான். ஜெலாலின் கொலைக்கு ஆர்மீனியர்கள், துருக்கிய சட்டப் பகைவர்கள் (இல்லை, பெயோக்ளு தாதாக்கள் என்று பச்சை மை பேனாவில் திருத்த காலிப் துடித்தான்) கம்யூனிஸ்ட்கள், சிகரெட் கடத்துவோர், கிரேக்கர்கள், இஸ்லாமிய அடிப்படைவாதிகள், வலதுசாரிகள், ரஷ்யர்கள், நக்ஷிபந்திகளென்று பலரையும், நகரிலிருந்த ஏனைய பத்திக் கட்டுரையாளர்கள் தத்தம் அரசியல் சார்புகளுக்குத் தக்கபடி குற்றம் சொல்லியிருந்தனர். அவர்களுடைய மிகைப்படுத்தப்பட்ட கண்ணீர் அஞ்சலிகளையும், இந்தக் கொலையைப் போலவே துருக்கிய வரலாற்றில் இதுவரை நிகழ்ந்துள்ள வேறு பல கொலைகளைப் பற்றியும் அவன் படித்துக்கொண்டிருக்கையில், இந்தக்

கொலை தொடர்பான புலனாய்வுக் கட்டுரையொன்றை அவன் பார்த்தான். ஓர் இளம் பத்திரிகையாளர் எழுதியிருந்த அந்தக் கட்டுரை மாறுபட்ட சுவையான கோணத்தில் எழுதப்பட்டிருந்தது. இறுதிச்சடங்கு நடந்திருந்த அதே நாளன்று *ஜும்ஹூரியத்* நாளிதழில் இந்தக் கட்டுரை வெளியாகியிருந்தது. அது சிறிய, சுருக்கமான கட்டுரை. ஆனால் அதன் நடை சொற்திறன் மிக்கதாகத் தோன்றவில்லை. கொலையுண்டவரைப் பெயர் சொல்லிக் குறிப்பிடாமல் அவருடைய தொழிற்பெயரிலேயே கட்டுரையானது குறிப்பிட்டிருந்தது.

வெள்ளிக்கிழமையன்று, மாலை ஏழு மணிக்கு இந்தப் பிரபலக் கட்டுரையாளர் தன்னுடைய தங்கையோடு நிஷாந்தஷி இல்லத்திலிருந்து கிளம்பியிருக்கிறார். அவர்கள் இருவரும் பாலஸ் திரையரங்கிற்குச் சென்றிருந்தனர். *வீடு மீள்தல்* எனும் அந்தத் திரைப்படம் ஒன்பது இருபதுக்கு முடிந்திருக்கிறது. தன்னுடைய தங்கை (இவர் ஒரு வக்கீலைத் திருமணம் செய்துகொண்டிருக்கிறார்) இன்னமும் உடனிருக்க (அடைப்புக் குறிகளுக்குள் இருந்தபோதிலும், தன்னைப் பற்றிய குறிப்பொன்றை செய்தித்தாளில் காலிப் காண்பது இதுவே முதல்முறை), இந்தப் பிரபலப் பத்தி எழுத்தாளர் கூட்டத்தோடு கூட்டமாய் வெளியேறி வீதிக்கு வந்திருந்தார். இஸ்தான்புல்லில் பத்து நாட்களாகப் பெய்து கொண்டிருந்த பனி மெல்லக் குறையத் தொடங்கியிருந்தது. என்றாலும் குளிர் குறைந்திருக்கவில்லை. வாலி கொனாக் மரநிழற்சாலையைக் கடந்து, எம்லாக் மரநிழற்சாலை வழியே டெஷ்விக்கியே நோக்கி அவர்கள் போய்க்கொண்டிருந்தார்கள். 9:35 மணிக்கு அவர்கள் காவல் நிலையத்துக்கருகே இருந்தபொழுது சாவைச் சந்தித்திருந்தார்கள். ஓய்வு பெற்ற ராணுவ அதிகாரிகளுக்கு வழங்கப்படும் கிரிக்கலே வகைக் கைத் துப்பாக்கியைக் கொலையாளி பயன்படுத்தியிருக்கிறான். அவனுடைய குறி அனேகமாக பத்தி எழுத்தாளராகவே இருந்திருக்க வேண்டும். ஆனால், இருவரையும் அவன் சுட்டிருக்கிறான். ஒரு வேளை, துப்பாக்கியின் விசை இறுகிப் போயிருக்கலாம். சுடப்பட்ட ஐந்து குண்டுகளில் மூன்று பத்தி எழுத்தாளரைத் துளைத்திருக்கிறது. நான்காவது குண்டு அவருடைய சகோதரியைத் துளைத்திருக்கிறது. ஐந்தாவது குண்டு டெஷ்விக்கியே பள்ளிவாசலின் சுவரைத் துளைத்திருக்கிறது. அவரைத் துளைத்த மூன்று குண்டுகளில் ஒன்று இதயத்தைத் துளைத்திருந்ததால், பத்தி எழுத்தாளர் அந்த இடத்திலேயே உயிரை விட்டுவிட்டார். இன்னொரு குண்டு பத்தி எழுத்தாளரின் சட்டைப் பையிலிருந்த பேனாவைத் துளைத்திருந்தது. அதனால்தான் (இதர பத்தி எழுத்தாளர்கள் அனைவருமே இந்த விந்தையான, குருட்டாம்போக்கான அம்சத்தைப் பற்றி மிகுந்த கிளர்ச்சியோடு எழுதியிருந்தனர்) பத்தி எழுத்தாளருடைய வெண்ணிறச் சட்டையில் ரத்தக் கறையைக்காட்டிலும், பச்சை மைக்கறை கூடுதலாய்த் தெரிந்தது. அவருடைய தங்கை நுரையீரலில் சுடப்பட்டு பலத்த காயத்துக்குள்ளாகி இருந்தார். தெருமுனையிலிருக்கும் சிகரெட் மற்றும் பத்திரிகைகள் விற்கும் சிறிய கடைக்குள் அவர் தட்டுத்தடுமாறி நுழைந்துவிட்டார். கொலை நடந்த இடத்திற்கும் காவல் நிலையத்திற்கும் இடையில் இருக்கும் அதே தூரத்தில்தான் இந்தக் கடையும் இருக்கிறது. பலமுறை மீண்டும் மீண்டும் பார்த்திருக்கும் திரைப்படத்தின் உச்சகட்டக் காட்சியை வர்ணிக்கும் துப்பறியும் நிபுணரைப் போல், ரூயாவின் இறுதிக் கணங்களை அந்த

நிருபர் மிகத் துல்லியமாக விவரித்திருந்தார். அல்லாதீனின் அங்காடி என்று அக்கம்பக்கத்தில் சொல்லப்படும் அந்தக் கடையை நோக்கிப் பத்தி எழுத்தாளரின் தங்கை தள்ளாடித் தள்ளாடி நகர்ந்திருக்கிறார். அங்கிருந்த மரத்தின் பின்னே ஒளிந்துகொண்டிருந்த அல்லாதீன் அவரைக் கவனிக்கவில்லை. இந்தக் காட்சி வர்ணனையிலிருந்த ஏதோ ஓர் அம்சம், ஆழ்நீலநிற ஒளியில் நனைந்திருக்கும் பாலே நடனக் கலைஞர்களைக் காலிப்பிற்கு நினைவுபடுத்தியது. பிறகு, திரைப்படம் வேகமெடுத்து அபத்தக் களஞ்சியமானது. கஷ்கொட்டை மரத்தின் தண்டுப்பகுதியில் தான் செருகி வைத்திருந்த பத்திரிகைகளை ஒவ்வொன்றாகக் கழட்டிக்கொண்டிருந்த கடைக்காரர், துப்பாக்கி சத்தத்தைக் கேட்டவுடன் அதிர்ந்துபோய், அந்த மரத்தின் பின்னே ஒளிந்துகொண்டார். பத்தி எழுத்தாளரின் தங்கை கடைக்குள் நுழைந்ததை அவர் கவனிக்கவில்லை. உடனடியாகக் கடையின் உலோகக் கீழிழு கதவை இழுத்துக் கடையைச் சார்த்திவிட்டு எவ்வளவு விரைவாய் முடியுமோ அவ்வளவு விரைவாய் வீடு போய்ச் சேர்ந்துவிட்டார்.

'அக்கம் பக்கத்தில் அல்லாதீன் என்று அறியப்படும் அந்த சிகரெட் கடையில்' இரவு முழுக்க விளக்கெரிந்துகொண்டிருந்தது. என்றாலும், இந்தச் சம்பவத்தைப் பற்றிய விசாரணையை மேற்கொண்டிருந்த காவல்துறை அதிகாரிகளுள் எவருமோ, அங்கே வேடிக்கை பார்த்துக் கொண்டிருந்த கும்பலில் இருந்த எவருமோ உள்ளே செத்துக்கொண்டிருந்த அந்தப் பெண்ணைக் கவனிக்கவில்லை. உள்ளே சென்று உதவி செய்வது ஒருபுறமிருக்கட்டும். அங்கே பணியிலிருந்த காவல்துறைக் காவலர் இந்தச் சம்பவத்தின்போது குறுக்கிடவில்லை என்பது மட்டுமில்லாமல், இரண்டாவதாக ஒருவர் சுடப்பட்டிருக்கிறார் என்பதையும் கவனிக்கவில்லை என்பது அதிகாரிகளுக்கு சங்கடம் விளைவிப்பதாக இருக்கிறது.

எங்கேயோ ஓர் கண்காணாத இடத்திற்குக் கொலையாளி தப்பிச் சென்றுவிட்டான். சம்பவம் நடப்பதற்குச் சில மணித்துளிகளுக்கு முன்பாக, தான் அல்லாதீனின் கடைக்குக் குலுக்கல் பரிசுச் சீட்டொன்றை வாங்கச் சென்றிருந்ததாகவும், அந்த நேரத்தில் சம்பவ இடத்திற்கு அருகில் நிழலான ஆவியுருவைப் போல் ஒன்று தென்பட்டதாகவும் மறுநாள் காலையில் யாரோ ஒரு நகரவாசி தானே முன்வந்து அதிகாரிகளுக்குத் தகவல் தந்திருக்கிறான். ஏதோ ஒரு சரித்திரப் படத்திற்கான காட்சியமைப்பிலிருந்து நேராக நடந்து வந்திருந்தவனைப் போல், விசித்திரமான அங்கியணிந்திருந்தான் அந்த நபர். ("ஒரு நொடி, அவன்தான் வெற்றிவேந்தன் மெஹ்மட்டோ என்று நான் நினைத்தேன்.") இந்தக் கரிய உருவத்தைப் பார்த்ததில் அந்த நகரவாசி மிகவும் மிரண்டு போயிருந்தான். வீட்டிற்குச் சென்றவுடன் தன்னுடைய மனைவியிடமும் மைத்துனியிடமும் அந்த உருவத்தைப் பற்றி மிக நுணுக்கமாக விவரித்திருக்கிறான். சொல்லப்போனால் இந்தக் கொலையைப் பற்றிப் பத்திரிகையில் படித்துத் தெரிந்துகொள்வதற்கு வெகு நேரம் முன்பாகவே. மறுநாள் காலையில், குழந்தை பொம்மைகளுக்கு நடுவே கொலையுண்டு கிடந்த இளம் பெண்ணுக்கு நேர்ந்த அதே கதி, அக்கறையின்மையாலும், பொதுவான திறமைக் குறைவினாலும், இந்தப் புதிய தடயத்துக்கும் ஏற்பட்டுவிடலாகாது எனும் ஆதங்கத்தோடு அந்த இளம் பத்திரிகையாளர் அந்தக் கட்டுரையை முடித்திருந்தார்.

அந்தக் கட்டுரையைப் படித்த அன்று இரவுதான் அல்லாதீனின் கடையில் குழந்தை பொம்மைகளுக்கு இடையில் ரூயாவை காலிப் கனவில் கண்டிருந்தான். அவள் இன்னும் சாகவில்லை. தன்னைச் சுற்றியிருந்த பொம்மைகளைப் போலவே அவளும் சிமிட்டியபடி மூச்சு விட்டுக் கொண்டிருந்திருக்கிறாள். ஆனால் அவ்வளவுதான். அவள் காலிப்பிற்காகக் காத்துக்கொண்டு இருந்திருக்கிறாள். ஆனால் அவன் தாமதித்துவிட்டான். அவனால் அங்கே சரியான நேரத்திற்குப் போய்ச்சேர முடியவில்லை. இதயங்களின் நகர் அடுக்ககத்திலிருக்கும் குடியிருப்பின் சாளரத்துக்கருகே நின்றுகொண்டு தூரத்தில் தெரிந்த அல்லாதீனின் கடையையே அவன் வெறித்துப் பார்த்துக்கொண்டிருந்தான்.

ஃபிப்ரவரி மாதத்தில் ஒரு வெளிச்சமான காலைப்பொழுது. ஷிஷ்லியி லிருக்கும் நிலப்பதிவு அலுவலகத்திற்குச் சென்று பெரியப்பா மெலிஹ் விசாரித்துவிட்டு வந்தாராம். காலிப்பின் அப்பா சொல்லிக்கொண்டிருந்தார். நிஷாந்தஷியின் ஒதுக்குப்புறத் தெருக்கள் ஒன்றினில் ஜெலாலுக்குச் சொந்தமான இன்னொரு குடியிருப்பு இருப்பதாக அவர்கள் மூலம் தெரிந்துகொண்டு வந்திருக்கிறாராம் பெரியப்பா.

ஒரு கூன் விழுந்த பூட்டு சாவிக் கொல்லனைக் கூட்டிக்கொண்டு, காலிப்பும் அவனுடைய பெரியப்பாவும் இந்தக் குடியிருப்பைப் பார்த்து வரப் போனார்கள். குண்டும் குழியுமாக இருந்த நடைபாதைகளில் நடந்து, ஒரு பழைய குறுகிய உருளைக்கல் பாவிய தெருவை அவர்கள் அடைந்தார்கள். தெருவின் இரு மருங்கும் வரிசைகட்டி நின்ற நான்கு அடுக்குக் கட்டடங் களின் இருள் கவிந்த முகப்புகளையும், இறக்கும் தருவாயில் இருக்கும் மனிதனின் தேகத்திலிருந்து உரிந்துகொண்டிருக்கும் தோலைப் போல் உப்பரிகைகளிலிருந்தும் சாளரங்களின் சட்டங்களிலிருந்தும் உரிந்து உதிர்ந்துகொண்டிருக்கும் வர்ணங்களையும் காலிப் அண்ணாந்து பார்த்தான். பணம் படைத்தவர்கள் எதற்காக இப்படிப்பட்ட பரிதாபமான சூழலில் வாழ விரும்புகிறார்களென்று அவனால் யோசிக்காமல் இருக்க முடியவில்லை. இல்லாவிட்டால், இப்படிப்பட்ட இழிந்த சூழலில் வாழும் எவரையும் வசதியானவர்கள் என்று எதற்காக அழைக்கவேண்டும்? இந்தக் கட்டடங்கள் ஒன்றின் மேல் தளத்தில்தான் ஜெலாலின் மற்றொரு ரகசியக் குடியிருப்பு இருந்தது. அந்தக் கதவின் மீது எந்தப் பெயர்ப்பலகையும் காணப்படவில்லை. அதன்மீது தொங்கிக்கொண்டிருந்த இற்றுப்போன பூட்டைத் திறக்கப் பூட்டு சாவிக் கொல்லனுக்குச் சிரமம் ஏதும் இருக்க வில்லை.

அந்தக் குடியிருப்பின் பின்புறத்தில் இரண்டு குறுகலான படுக்கையறைகள் இருந்தன. ஒவ்வொரு அறையிலும் ஓர் ஒற்றைப் படுக்கை இருந்தது. முன்புறத்தில், தெருவைப் பார்த்தாற் போல் சிறிய, வெளிச்சமான வரவேற்பறை. அங்கே இரண்டு கை வைத்த நாற்காலிகள் ஒரு மேஜையின் இரு பக்கத்திலும் போடப்பட்டிருந்தன. சமீப காலத்தில் நிகழ்ந்த கொலைகள் பற்றிய செய்தித்தாள் குறிப்புகள், புகைப்படங்கள், திரை மற்றும் விளையாட்டு சஞ்சிகைகள், டாம் மிக்ஸ் மற்றும் டெக்ஸாஸ் சித்திரக்கதைகளின் சமீபத்திய பதிப்புகள், காலிப்

தனது பிள்ளைப்பருவத்தில் வாசித்திருந்த வேடிக்கைச் சித்திரக்கதைகள், துப்பறியும் நாவல்கள், குவியல் குவியலாய்ச் செய்தித்தாள்கள், செய்தித்தாள் அச்சடிக்கும் காகிதம் என மேஜையின் மீது குவிந்துகிடந்தன. அங்கிருந்த பித்தளைச் சாம்பற்கிண்ணியில் உயரமாய்க் குவிந்திருந்த பிஸ்தா பருப்புத் தொலிகள் அந்த மேஜைக்கருகே ரூயா உட்கார்ந்திருக்கிறாள் என்பதைச் சந்தேகத்துக்கிடமின்றி காலிப்புக்கு நிரூபித்தன.

ஜெலாலுடையதாகவே இருக்க வேண்டுமென்று காலிப் உறுதியாக நம்பிய ஓர் அறையில் ஆஸ்பிரின் மாத்திரைகள், நாள விரிப்பிகள், தீப்பெட்டிகள், நினைவாற்றலை அதிகரிக்கும் நிமாநிக்ஸ் எனும் மருந்துப் பெட்டிகள் ஆகியன கிடந்தன. வெறுமையான சுவர்களைக் கொண்ட ரூயாவின் அறை, அவள் வீட்டைவிட்டு வெளியேறியபோது அதிகமாய் எதையும் எடுத்துச் சென்றிருக்கவில்லை என்பதை நினைவூட்டியது. அவளுடைய ஒப்பனைச் சாதனங்கள், செருப்புகள், நல்வாய்ப்பைக் கொடுக்கும் என்னும் நம்பிக்கையோடு அவள் வைத்துக்கொண்டிருந்த சாவிகளற்ற சாவி வளையம், பின்பக்கத்தில் முகம் பார்க்கும் கண்ணாடி பதித்த, கேசம்கோதும் வாருகோல் இவை அங்கேயிருந்த தாநெட் வகையான வளை இருக்கையில் கிடந்தன. இந்தப் பொருள்களையெல்லாம் பார்த்தபடி, அங்கிருந்து நகர முடியாமல் காலிப் நின்றுகொண்டிருந்தான். அப்பொழுது, வசியத்திற்கு அப்பாற்பட்ட ஒரு நிலையை, தன்னுடைய சொந்த மன மாயைகளின் ஊடாக நடந்துசென்று அவை தமக்குள் மறைத்துவைத்திருக்கும் இரண்டாவது அர்த்தங்களைக் காணும் நிலையை, தான் எய்தி இருப்பதாக அவனுக்கு ஒரு கணம் தோன்றியது. அந்த இரண்டாவது அர்த்தங்களினூடாகவும் நகர்ந்து சென்று, இவ்வுலகின் இதயத்திற்குள் மறைபட்டிருக்கும் புதிரைக்கூடத் தான் ஊடுருவி உள் நுழைந்துவிட்டதான தீர்மானம் அவனுக்குத் திடீரென்று ஏற்பட்டது. ஒருவருக்கொருவர் கதைகள் சொல்ல அவர்கள் இங்கே வந்திருக்க வேண்டுமென்று அவன் தனக்குத்தானே சொல்லிக்கொண்டான். அந்த மேஜையில் தாள்கள் அடுக்கப்பட்டிருந்த விதத்திலிருந்து ஜெலால் கதைகளைச் சொல்லச் சொல்ல, ரூயா எழுதியிருக்க வேண்டுமென்று அவனால் யூகிக்க முடிந்தது. இப்பொழுது மெலிஹ் பெரியப்பா உட்கார்ந்து கொண்டிருக்கும், இடது புற நாற்காலியில்தான் ஜெலால் அமர்ந்து கொண்டிருக்க வேண்டுமென்றும் அவன் யூகித்தான். இப்பொழுது காலியாக இருக்கும் அந்த இன்னொரு நாற்காலிதான் ரூயாவுக்கானதாக இருந்திருக்கும். *மிலியட்* நாளிதழில் பயன்படுத்தத் தோதானவையென்று தோன்றிய கதைகளையெல்லாம் திரட்டி எடுத்துத் தன் அங்கிப்பையில் திணித்துக்கொண்டான் காலிப். பிறகு, பெரியப்பா மெலிஹ் பரிதவிப்போடு எதிர்பார்த்துக்கொண்டிருந்த விளக்கத்தை (இவ்வளவு வார்த்தைகளில் இல்லை என்றாலும்) அவன் சொல்லத் தொடங்கினான்.

கொஞ்ச காலத்துக்கு முன்பு பிரபல ஆங்கில மருத்துவர் கோல ரிட்ஜ் என்பவர் ஜெலாலுக்கு பயங்கரமான மறதி நோய் பீடித்திருப்பதாகக் கண்டுபிடித்துச் சொல்லியிருந்தார். ஆனால், அதற்கான சிகிச்சை முறை அவரிடம் இருக்கவில்லை. தன்னுடைய நோயை இந்த உலகிடமிருந்து மறைக்க இந்தக் குடியிருப்புக்குள் வந்து தஞ்சம் புகுந்திருந்தான் ஜெலால். ஆனால், காலிப்பிடமிருந்தும் ரூயாவிடமிருந்தும் அவன் தொடர்ந்த உதவிகளை எதிர்பார்த்தவாறிருந்தான். அதனால், ஒரு சில இரவுகள்

காலிப் அவனோடு இங்கே வந்து தங்குவதுண்டு. வேறு சில இரவுகளில் ரூயா தங்குவாள். அவனுடைய கடந்த காலத்தை அவன் நினைவு கூரவும், மீள்கட்டமைத்துக்கொள்ளவும் அவர்கள் இருவரும் அவனோடு உட்கார்ந்து அவனுடைய கதைகளைக் கேட்டுக்கொண்டிருப்பது வழக்கம். ஒரு சில வேளைகளில் அவற்றை அவனுக்காக அவர்கள் எழுதிக் கொடுப்பதும் உண்டு. வெளியே பனி கொட்டிக்கொண்டிருக்க ஜெலால் மணிக்கணக்காகச் சொல்லிக்கொண்டிருப்பான்.

எல்லாவற்றையும் நன்றாகவே புரிந்துகொண்டவரைப் போல் மெலிஹ் பெரியப்பா மௌனத்தில் ஆழ்ந்தார். பிறகு வெடித்து அழத் தொடங்கினார். ஒரு சிகரெட்டைப் பற்ற வைத்துக்கொண்டார். தொடர்ந்து அவருக்கு இருமலும் இளைப்பும் வந்தது. தன்னுடைய மூத்த மகன் பித்துக்குளித்தனமான கருத்தியல்களின் பின்னே அலைந்து வாழ்க்கையைக் கழித்திருக்கிறான் என்றார் அவர். இதயங்களின் நகர் குடியிருப்பிலிருந்து அவனை வெளியேற்றியதை அவனால் மன்னிக்கவே முடியவில்லை. மறுமணம் செய்துகொள்வதற்காகத் தன்னையும் தன்னுடைய அன்னையையும் ஒதுக்கி வைத்ததற்காக அவனுடைய தந்தையை அவனால் மன்னிக்கவே இயலவில்லை. அதனால், இதற்கான விலையைக் குடும்பம் கொடுக்க வேண்டுமென்று வெறியோடு இருந்திருக்கிறான். இருந்தபோதும், ரூயாவை எவ்வளவுக்கு நேசித்திருந்தாரோ அதே அளவுக்கு ஜெலாலையும் மெலிஹ் பெரியப்பா நேசித்திருந்தார். இப்பொழுது அவருக்குக் குழந்தைகளே இல்லாமல் போய்விட்டது. இல்லை. இப்பொழுது அவருக்கிருக்கும் ஒரே குழந்தை காலிப்தான்.

கண்ணீர். மௌனம். அந்நியமான வீட்டின் இரைச்சல். தெரு முக்கிலிருக்கும் கடையில், அவருக்குப் பிரியமான ரேக்கி பான போத்தலை வாங்கிக்கொண்டு வீடு போய்ச் சேருங்களென்று மெலிஹ் பெரியப்பாவிடம் சொல்லிவிடலாமா என்று காலிப் யோசித்தபடி இருந்தான். ஆனால், அதற்குப் பதிலாக அவன் தன்னைத்தானே ஒரு கேள்வியைக் கேட்டுக் கொண்டான். அப்படியொரு கேள்வியைப் பிறகு எப்பொழுதும் அவன் கேட்டுக்கொள்ளப்போவதில்லை. (இதே கேள்வியைத் தங்களைத் தாங்களே கேட்டுக்கொள்ள நினைக்கும் வாசகர்கள் தொடர்ந்து வரும் பத்தியைத் தவிர்த்துவிடுவது உசிதம்).

தங்கள் காலடியில் பூத்துக் கிடந்த கதைகள், மீட்டெடுத்த ஞாபகங்கள், அழியாக் காவியங்கள் எனப் பலவற்றையும் பார்த்து வியந்தபடி நினைவுத் தோட்டத்திற்குள் எல்லோரும் ஒன்றாகவே திரிந்துகொண்டிருந்த பொழுது காலிப்பை ஒதுக்கிவிட்டு ரசிக்க வேண்டுமென்று ரூயாவையும் ஜெலாலையும் இவற்றில் எந்தெந்த அரும்புகள் ஈர்த்திருந்தன? ஒரு கதையைச் சொல்வதெப்படி என்பதைப் பற்றி காலிப்பிற்கு ஒன்றுமே தெரியாது என்பதால் அவர்கள் அவனை ஒதுக்கினார்களா? அல்லது அவர்கள் அளவுக்குக் கலகலப்பாகவும், உற்சாகத் துடிப்போடும் அவன் இருக்கவில்லை என்பதாலா? அல்லது ஒரு சில கதைகளை அவனால் விளங்கிக்கொள்ளவே முடியவில்லை என்பதாலா? அவன் ஜெலாலை ரொம்பவுமே ஆராதித்துவிட்டானோ? அவனுடைய நாயக வழிபாடு அவர்களைச் சலிப்படைய வைத்துவிட்டதோ, ஒரு வேளை? ஒரு தொற்று நோயைப் போல் எந்நேரமும் அவன் சுமந்து திரிந்த சோகச் சுமையிலிருந்து அவர்கள் தப்பிக்க எண்ணினார்களோ?

அறையின் வெப்பமூட்டியின் வால்விலிருந்து சொட்டிக்கொண்டிருந்த நீரைப் பிடித்து அப்புறப்படுத்த காலி தயிர் டப்பாவை அதன் கீழாக வைத்திருந்தாள் ரூயா. வீட்டில் செய்வதைப் போலவே.

அந்தக் கோடைக்கால முடிவில், தன் இல்லம் சுமந்துகொண்டிருந்த நினைவுகளின் கனம் தாங்காமல் – அங்கேயிருந்த அறைக்கலன்கள்கூட வேதனையில் உழன்றபடி இருப்பதாகத் தோன்றியது – ரூயாவோடு தங்கியிருந்த குடியிருப்பைக் காலி செய்துவிட்டு, இதயங்களின் நகர் அடுக்ககத்தில் இருந்த ஜெலாலின் குடியிருப்பிற்கு ஜாகையை மாற்றிக் கொண்டான் காலிப். ரூயாவின் உடலை அவனால் ஏறெடுத்துப் பார்க்கவே முடியவில்லை. அதேபோல் வீட்டைக் காலி செய்வதற்காக, அவனுடைய தந்தை விலைக்கோ இனாமாகவோ கொடுத்துவிட்ட பொருள்களையும் அவன் ஏறெடுத்தும் பார்க்கவில்லை. அவனால் ஒரு மகிழ்ச்சியான முடிவை இனி கனவிலும்கூட நினைக்க முடியாது. அவளுடைய முதல் திருமண வாழ்வின்போதுகூட இப்படியொரு நிலை அவனுக்கு நேர்ந்திருக்கவில்லை. மாயமாய் எங்கிருந்தோ அவள் மீண்டும் தோன்றுவாள், தாங்கள் இருவருமாய் இணைந்து வாழ்க்கையை மீண்டும் தொடங்கலாமென்ற நம்பிக்கை அப்பொழுது இருந்தது. அது இப்பொழுது ஒரேயடியாய் அற்றுப்போய்விட்டது. பாதியில் கை விடப்பட்ட புத்தகம் போல். அந்தக் கோடையின் நாட்கள் தகிப்பு மிகுந்து, முடிவற்றதாய் நீண்டன.

அந்தக் கோடையின் முடிவில் ஒரு ராணுவப் புரட்சி நடந்தேறியது. அரசியல் என்றறியப்படும் கழிவுநீர்க் குட்டையில் இறங்கிய அனுபவத்தை இதுவரையில் பெற்றிருக்காத, எச்சரிக்கை உணர்வுகொண்ட நாட்டுப் பற்றாளர்களைக் கொண்ட புதிய அரசொன்று அமைந்தது. தங்களது ஆட்சிக்காலத்துக்கு முன்பாக இருந்த காலகட்டத்தில் நடைபெற்றிருந்த அரசியல் ரீதியான கொலைகளுக்குக் காரணமானோர் அனைவரையும் கைது செய்வதே தமது லட்சியமென்று எல்லோருக்கும் அவர்கள் தெரியப் படுத்தினார்கள். அதனால், ஜெலால் கொலையுண்ட முதலாம் ஆண்டு நிறைவில், இந்த வழக்கைச் சூழ்ந்திருக்கும் மர்மத்தைத் துலக்குவது உடனடி அவசியமென்று இப்பொழுது பலமான தணிக்கைக்குள்ளாகி உண்மையான செய்திகளை வெளியிட முடியாமலிருக்கும் செய்தித்தாள்கள் நினைவூட்டின. அடக்கமும் மரியாதையும் மிகுந்த மொழியில் தங்களுடைய கருத்துகளை அவை வெளியிட்டிருந்தன. ஒரு செய்தித்தாள் – அது ஜெலால் பணியாற்றியிருந்த *மிலியட்* நாளிதழ் இல்லை. என்ன காரணத்தினால் என்று தெரியவில்லை – கொலையாளி யாரென்று துப்புத் துலக்க யாரேனும் தகவல் தந்தால் அவர்களுக்கு நல்ல சன்மானம் தரப்படுமென்று அறிவித்திருந்தது. ஒரு பார உந்து, ஒரு சிறிய அரவை ஆலை இவற்றை வாங்கிக்கொள்ளவோ அல்லது வாழ்நாள் முழுக்க மாதம்தோறும் ஊக்கத் தொகைப் பெறவோ போதுமானதாக அந்தச் சன்மானத்தொகை இருக்கும். இதனால், ஜெலால் சாலிக்கின் கொலை சார்ந்த மர்மப் பின்னணி பற்றிய ஆர்வம் நகரிலிருந்த ஒவ்வொருவரையும் திடீரென்று தொற்றிக் கொண்டது. தமக்கான அமரத்துவத்தை அடைந்துவிட இதுவே கடைசி வாய்ப்பென்று கண்டுகொண்டதாலோ என்னவோ, தேசமெங்கிலும் இருக்கும் மாகாண நகர்களில் நிலைகொண்டிருந்த ராணுவச் சட்ட

அமலாக்க அதிகாரிகள் இந்த வழக்கில் நீடிக்கும் மர்மத்தைத் துலக்கத் தங்களால் இயன்றதனைத்தையும் மேற்கொண்டனர். கதையைச் சொல்லிக் கொண்டிருப்பவன் நான்தான் என்பதை இந்த எழுத்து நடையிலிருந்தே நீங்கள் கண்டுபிடித்திருப்பீர்கள்.

அதில் எனக்குச் சந்தேகமேயில்லை. ஏனென்றால், கஷ்கொட்டை மரங்களில் இலைகள் மீண்டும் துளிர்க்கத் தொடங்கியவுடன் சோகமான நபர் எனும் நிலையிலிருந்து, சீற்றம் கொந்தளிக்கும் மனிதன் எனும் நிலைக்கு நானும்கூட உருமாறியிருந்தேன். மெல்ல உருமாறிக் கொண்டிருக்கும் இந்தக் கோபக்குமாரனால், "மூடிய கதவுகளுக்குள் நடக்கின்ற" என்று சொல்லப்பட்ட பல்வேறு புலன் விசாரணைகள் பற்றிய செய்திகளைத் தாங்கி வரும் மாகாணச் செய்தி ஏடுகளுக்கு நேரம் ஒதுக்க முடியாமல்போனது. கொலையாளி ஏதோ ஒரு சிறிய நகரில் பிடிபட்டுவிட்டதாக ஒரு வாரம் செய்தி வெளியாகும். அந்தச் சிறிய நகரின் எல்லைக்கு வெளியே இருந்த இடுங்கிய கணவாயின் அடிவாரத்தில் ஒரு வாகனம் விபத்துக்குள்ளாகியிருந்தது. அதில் நிரம்பியிருந்த கால்பந்தாட்ட வீரர்களும் அவர்களுடைய விசிறிகளும் அந்தப் பேருந்து விபத்தில் நசுங்கிச் செத்தார்கள். இந்தப் பேருந்து விபத்தின் தொடர்பாகத்தான் அந்தச் சிறிய நகரின் பெயரைக் காலிப் கேள்விப்பட்டிருக்கிறான். அதுவுகூட ஒரேயொரு முறைதான். அதற்கடுத்த வாரத்தில் கடலை ஒட்டிய ஒரு நகரில் கொலையாளி பிடிபட்டிருந்தான். இந்தக் குற்றத்தைப் புரிவதற்காகத் தனக்கு மூட்டை மூட்டையாய்ப் பணம் கொடுத்திருந்த அண்டை நாட்டின் தொலைதூரக் குன்றுகளை அவன் ஏக்கத்துடன் கூர்ந்து பார்த்துக்கொண்டிருந்தான். இவ்வாறு ஆரம்பத்தில் வெளியான செய்தி மின்னல்கள், சாதாரணமாகத் தகவல் சொல்லும் துணிச்சல் வந்துவிடாத குடிமக்களையும் ஊக்கப்படுத்தின. அதே வேகத்தில் ராணுவச் சட்ட அமலாக்க அதிகாரிகளிடையே ஒரு போட்டி மனப்பான்மையையும் இவை வளர்த்தெடுத்தன. இதன் விளைவாக, அந்தக் கோடையின் ஆரம்ப வாரங்களில் கொலையாளி பிடிபட்டுவிட்டான் எனும் கதைகள் வெள்ளமெனப் பெருக்கெடுத்தன. இந்தச் சமயத்தில்தான் என்னிடமிருந்து 'தகவலை வெளிக்கொணரவும்', 'குற்றவாளியை அடையாளம் காட்டவும்' என்று பாதுகாப்புத்துறை அதிகாரிகள் தமது தலைமையகத்துக்கு நள்ளிரவில் என்னை இழுத்துச் சென்றனர்.

இந்தச் சமயத்தில் ஊரடங்குச் சட்டம் வேறு அமலுக்கு வந்திருந்தது. இரவு முழுக்க நகரின் மின்னியற்றிகளை இயங்க விடுதல் சாத்தியமில்லை என்பதால் தினசரி நள்ளிரவிலிருந்து காலைவரை மின் வெட்டு வேறு அமலிலிருந்தது. மௌனம் கோலோச்சிக்கொண்டிருந்தது. என்றாலும் கூட அதையும் மீறி, இருளின் போர்வையில் சட்ட விரோதக் கசாப்புக் கடைக்காரர்கள் கிழட்டுக் குதிரைகளின் தொண்டைகளை ஆக்ரோஷமாய் வெட்டிப் பிளக்கும் சத்தம் காதில் விழவே செய்தது. அச்சுறுத்தப்பட்ட நகரம் தனக்குள்ளேயே மூழ்கிப்போனது. விரைவிலேயே இஸ்தான்புல்லும் மற்றெல்லா மாகாண நகரங்களைப் போலவே ஆகிப்போனது. மதத்தின் வசியத்திற்குக் கட்டுப்பட்டு, தன்னுடைய இடுகாடுகளைப்

பற்றிய எச்சரிக்கையோடு, உலகை இரு திசைக் கோடிகளாக மட்டுமே பார்த்துக்கொண்டு, தன்னுடைய எதிரிகளிடம் எவ்விதக் கருணையையும் காட்டிவிடாத நகரமாக இஸ்தான்புல் ஆகிவிட்டிருந்தது. நள்ளிரவுக்குச் சற்று நேரம் கழித்து என்னுடைய ஆகச் சமீபத்திய பத்திக் கட்டுரையை எழுதிக்கொண்டிருக்கும் எழுதுமேஜையின் புகை மண்டலத்துக்குள்ளிருந்து நான் எழும்புவேன். ஜெலாலே எழுதியிருக்கும் எந்தவொரு கட்டுரைக்கும் ஈடான உத்வேகத்தோடும், கற்பனா சக்தியோடும் இந்தக் கட்டுரை இருக்கிறதென்பது எனக்குப் புரிந்தே இருந்தது. பிறகு இதயங்களின் நகர் அடுக்ககத்தின் இருள் சூழ்ந்த படிக்கட்டுகளில் இறங்கி வெளியிலிருக்கும் வெறிச்சோடிய நடைபாதையில் கால் வைப்பேன். பஷிக்டாஸ் பகுதியைப் பார்த்தவாறு இருக்கும் குன்றின் மீது ஒரு காவல்கோட்டையைப் போல் அச்சுறுத்திக்கொண்டு நிற்கும் தேசியப் புலனாய்வு நிறுவனத்தின் தலைமையகத்திற்கு என்னை இட்டுச் செல்ல வரும் காவல்துறையின் வாகனத்திற்காக அங்கே நான் காத்துக்கொண்டிருப்பேன். வாகனம் பயணம் செல்லும் தெருக்கள் யாவும், இருள் அப்பிச் சலனமே இல்லாமல் வெறுமையாய் இருக்கும். ஆனால் அந்தத் தலைமையகமோ சுறுசுறுப்பாய்ச் செயல்பட்டுக்கொண்டு ஒளிப்பிழம்பாய்க் காட்சி தரும்.

காவல்துறை புகைப்படங்களை என்னிடம் கொண்டுவந்து காட்டு வார்கள். சோம்பித் தெரியும் இளைஞர்களின் எண்ணற்ற புகைப்படங்கள். கலைந்திருக்கும் கேசம். கீழே செந்நீல வளையம் கட்டி வெறுமையாய்ப் பார்க்கும் கண்கள். எங்களுடைய குடியிருப்பிற்குத் தண்ணீர் கொண்டு வருபவனோடு உடன் வரும் அவனது பையன் எதனாலோ எனக்கு அவ்வப்பொழுது நினைவுக்கு வந்தான். அவனுடைய கரிய விழிகள் அறையை ஓர் ஒளிப்படக் கருவியைப் போல் அலசிக்கொண்டிருக்கும். அவனுடைய தந்தை தொட்டியில் நீர் நிரப்புவதற்குள்ளாக அவன் மெலிஹ் பெரியப்பாவின் அறைக்கலன்கள் ஒவ்வொன்றையும் மனத்துள் பதிந்துவைத்திருப்பான். ஏதோ ஒரு பகல்காட்சியிலோ அல்லது வேறெதிலோ விடப்படும் ஐந்து நிமிட இடைவேளையில், ரூயா பெங்குவின் ஐஸ்பாரைச் சுவைத்துக்கொண்டிருக்கும் நேரம் பார்த்து, அவளிடம் வந்து நிற்கும் முகப்பரு நிறைந்த பையனைச் சில புகைப்படங்கள் நினைவூட்டும். “ஏதோ ஒரு நண்பனின் அண்ணனுக்கு நண்பன்” என்று துணிச்சலாக அறிமுகப்படுத்திக்கொண்டு அவன் வந்து நிற்பான். அவளுக்குப் பக்கத்திலேயே அவளுடைய ஒன்றுவிட்ட சகோதரன் அமர்ந்திருக்கிறான் என்பதையே கண்டுகொள்ளாததைப் போல் அந்தப் பயல் நடந்துகொள்வான். வாதுமைப் பருப்பைப் போல் அழகான விழிகள் கொண்ட விற்பனைப் பிரிவு பையன் ஒருவனைச் சில புகைப்படங்கள் நினைவுக்குக் கொண்டுவந்தன. எங்களைக் காட்டிலும் அவன் வயதில் மூத்தவனாக இருப்பதற்கில்லை. தையல் பொருள்கள் விற்கும் பழைய கடையொன்றின் வாயிற்கதவுகளைப் பாதி திறந்து வைத்துக்கொண்டு அதன் மீது சாய்ந்தபடி, நாங்கள் பள்ளி விட்டு வீடு செல்வதைப் பார்க்கக் காத்துக்கொண்டிருப்பான். வேறு சிலருடைய புகைப்படங்கள் – இவைதான் மிகவும் அச்சத்தை ஏற்படுத்தியவை – யாரையுமே நினைவுபடுத்தவில்லை. ஒருவரைக்கூட நினைவுக்குக் கொண்டு வரவேயில்லை.

இந்த வெறுமையான முகங்களைப் பார்த்துக்கொண்டு நான் அங்கே அமர்ந்திருப்பேன். அழுக்கு கோடிட்டிருக்கும் காவல்துறையின் வர்ணம் பூசப்படாத சுவர்களின் மீது – அவற்றின் மீது தென்படும் கறைகள் எல்லாம் என்னவென்பது கடவுளுக்கே வெளிச்சம் – ஒட்டப்பட்டிருக்கும் இந்தப் புகைப்படங்களின் வதனங்களைப் பார்த்துக்கொண்டு. நினைவுப் பனித்திரையில் இன்னமும் தொலைந்துகிடக்கும் ஏதோ ஒரு ஞாபகத்தைக் கிளறிவிடும் நிழல் இந்த வதனங்களில் தென்படாதா என்று நான் தவித்துக்கொண்டிருப்பேன். சொல்லப்போனால், நானே என்னை அந்தச் சுவர்களில் ஒட்டப்பட்டவனாய் உணர்வேன். அந்தநேரத்தில், எனக்கு மேலாய் நின்றுகொண்டிருக்கும் முரட்டு ஆள் எனக்கு முன்னே இருக்கும் ஏதோ ஒரு பேய்த்தோற்றம் கொண்ட முகத்தைப் பற்றிய நம்பிக்கையூட்டி ஏமாற வைக்கும் தகவல்களைச் சொல்லிக்கொண்டிருப்பான். யாரோ கொடுத்த தகவலின் பேரில், சிவாஸ் நகரிலிருக்கும் வலதுசாரிக் காஃபியகம் ஒன்றில் இந்தப் பயல் சிக்கினான். பிடிபடுவதற்கு முன்பு பயல் நான்கு கொலைகளைப் பண்ணியிருக்கிறான். இதோ, இந்த இன்னொரு பயல் – இவனுக்கு இன்னும் மீசைகூட முளைக்கவில்லை. அல்பேனியக் கம்யூனிஸ்ட் தலைவர் என்வர் ஹோக்ஸ்ஹாவின் கருத்துகளுக்கு ஆதரவான அரசியல் சஞ்சிகையொன்றில் நீண்ட கவிதையை இவன் எழுதியிருக்கிறான். அதில் ஜெலாலை லட்சியத்தின் எதிரியென்று குறிப்பிட்டு, அவன் மேல் உரிய நடவடிக்கையை எடுக்க வாசகர்களுக்கு அழைப்புவிடுத்திருக்கிறான். அடுத்த புகைப்படத்தில் இருந்தவர் ஓர் ஆசிரியர். இவருடைய உள் அங்கியில் ஒரு சில பொத்தான்களைக் காணவில்லை. மலாட்டியா நகரிலிருந்து இஸ்தான்புல்லுக்கு மாற்றலாகி வந்திருப்பவர். பதினைந்து ஆண்டுகளுக்கு முன்பாக ரூமியைப் பற்றி அனாச்சாரமாக ஒரு கட்டுரையை எழுதியதற்காக ஜெலால் சாக வேண்டுமென்று தன்னுடைய ஒன்பது வயது மாணவர்களிடம் இவர் சொல்லியிருந்தாராம். அடுத்த படத்திலிருந்த பயந்த சுபாவம் கொண்ட நடுத்தர வயதுக் குடும்பஸ்தன், ஒரு குடிகாரன். இவன் நமது நகரிலுள்ள ஒரு மதுவகத்திற்குச் சென்று நமது நாட்டை விஷக்கிருமிகளிடமிருந்து காப்பாற்றியாக வேண்டுமென்று பேருரை ஆற்றியிருக்கிறான். பக்கத்து மேஜையில் அமர்ந்து இன்னொரு குடிமகன் அதைக் கேட்டுக்கொண்டிருந்திருக்கிறான். பத்திரிகை அறிவித்திருந்த வெகுமதியைப் பற்றி அவன் தெரிந்துவைத்திருந்தான். நேராக பெயோக்ளு பகுதி காவல் நிலையத்திற்குச்சென்று பேருரையாளனைப் பற்றி அவன் புகார் செய்துவிட்டு வந்திருந்தான். பேருரையாளன் தன்னுடைய விஷக்கிருமிகளின் பட்டியலில் ஜெலாலையும் சேர்த்திருந்தானாம். இந்தத் தள்ளாடும் குடிகாரனையோ, வேலை வெட்டியற்ற உருப்படாத பயல்களையோ, வெட்டிக் கோபம்கொண்டிருக்கும் இழிபிறவிகளையோ காலிப்பிற்கு அடையாளம் தெரிகிறதா? இந்தப் புகைப்படங்களை மீண்டும் ஒவ்வொன்றாகப் பார்த்தால் இந்த உப்புச்சப்பில்லாத, குற்றவுணர்வு கொண்ட முகங்கள் எதையேனும் சமீப காலத்தில் ஜெலாலோடு சேர்த்துப் பார்த்த நினைவு வருமா?

கோடைக்காலத்தின் இடைப்பகுதியில், ரூமியின் உருவம் பொறித்த புதிய ஐந்தாயிரம் லீரா பணத்தாள் வெளியிடப்பட்டது. அந்தச் சமயத்தில், ஒரு நாள் காலையில் நான் செய்தித்தாளை வாசித்துக்கொண்டிருந்தேன்.

அதிலே, ஃபத்திஹ் மெஹ்மட் ஊஜூஞ்ச்சு எனும் ஓய்வுபெற்ற ராணுவக் கர்னலைப் பற்றிய இரங்கற் செய்தியைப் பார்த்தேன். அதே வெப்பமான வாரங்களில், தேசியப் புலனாய்வு நிறுவனத்தின் தலைமையகத்திற்கு என்னைப் பலவந்தப்படுத்தி அழைத்துச்செல்வது அதிகரித்தது. அதே அளவுக்குக் காவல்துறைப் புகைப்படங்களின் எண்ணிக்கையும் கூடியது. இந்த வதனங்களில் என்னால் மனித இயல்பையே பார்க்க முடியவில்லை. ஏனென்றால், இந்த வதனங்கள் ஜெலாலுடைய எளிய சேகரத்தில் காணப்பட்டவைகளைக் காட்டிலும் சோகமும் துக்கமும் நிரம்பியனவாகத் தெரிந்தன. அவற்றில் காணப்பட்டவர்களெல்லாம் மிதிவண்டிப் பழுது நீக்குபவர்கள், தையல் இயந்திர நிபுணர்கள், பெட்ரோல் நிலைய ஊழியர்கள், மளிகைச் சாமான்களைக் கொண்டுவந்து கொடுக்கும் கடைப் பையன்கள், ஜெஷ்லிசாம் எனப்படும் துருக்கியத் திரையுலக உதிரி நடிகர்கள், காஃபியக முதலாளிகள், மத இலக்கிய படைப்பாளிகள், பேருந்து நடத்துநர்கள், பூங்கா பராமரிப்புப் பாட்டாளிகள், இரவு விடுதிகளில் வேலைக்கிருக்கும் முரடர்கள், இளவயதுக் கணக்காய்வாளர்கள், கலைக்களஞ்சிய விற்பனையாளர்கள் . . . இவர்கள் அனைவருமே சித்திரவதை செய்யப்பட்டு, அடித்து உதைக்கப்பட்டு, நன்றாக மொத்தப்பட்டு இருந்தார்கள். தமது மனங்களின் அடியாழத்திற்குள் இப்பொழுது மிதந்துகொண்டிருந்த புதிரின் இழப்பைப் பற்றி, அந்த மறைஞானத்தைப் பற்றி அவர்கள் எல்லோரும் மறந்தே போயிருந்தார்கள். அதை அவர்கள் மறந்துவிட்டிருந்ததால் அவர்கள் தேடவும் இல்லை. ஆழங்காணவியலாத ஒரு கேணிக்குள் அந்த மறைஞானம் மூழ்கிவிட்டால், மீண்டு வராமலிருந்தால், மீண்டும் தமது நினைவுகளைச் சுற்றிப் பேயாய் அலைந்துகொண்டிருக்காமல் இருந்தால் தேவலாமென்று சொல்பவர்களைப் போலத் தோன்றினார்கள். புகைப்படக் கருவியை உற்றுப் பார்த்துக்கொண்டிருக்கும்போது, ‘உண்மையில் நான் இங்கே இல்லை, எப்படியிருந்தபோதிலும், உண்மையில், நான் வேறொருவன்’ என்றே அவர்களுடைய வருத்தம் தோய்ந்த, மருட்சி நிறைந்த முகபாவங்கள் சொல்லிக்கொண்டிருந்தன. எனக்கும் (என்னுடைய வாசகர்களுக்கும்கூட என்றே நான் நினைக்கிறேன்) இது அதற்குள்ளாகவே ஒரு பழைய விளையாட்டாகிவிட்டது. இதன் முடிவு இப்படித்தானிருக்குமென்று நெடுங்காலமாகவே தெளிவாய்த் தெரிந்திருந்த ஒரு விளையாட்டு. இந்த விளையாட்டின் போக்கில் நான் செய்திருந்த விஷயங்களைப் பற்றிப் பேசிக்கொண்டிருக்கும் அவா எனக்கில்லை. முடிவில் எனக்காகக் காத்துக்கொண்டிருக்கும் தலைவிதி எப்படியானது என்பது தெரியாதபடிக்கு, இந்தப் புகைப்படங்களில் எனக்குத் தென்பட்டிருந்த எழுத்துகளைப் பற்றி நான் எதுவுமே குறிப்பிடப் போவதில்லை. சலிப்பூட்டும் முடிவற்ற காவற்கோட்டைப் (அதை அரண் என்றழைப்பது மேலும் பொருத்தமாக இருக்குமோ?) பயணங்களின் போது, என்னிடத்தில் அவர்கள் காட்டிய முகங்களுள் எதையுமே என்னால் அடையாளம் சொல்ல முடியவில்லை என்று நான் நிராகரித்துக்கொண்டே இருந்தேன். தேசியப் புலனாய்வு நிறுவனத்தின் துப்புத் துலக்கும் நிபுணர் ஒருவர் (இவர் அங்கேயிருந்த நிபுணர்களுக்கெல்லாம் துணைநிலைத் தளபதி என்பதைப் பின்னால் அறிந்துகொண்டேன்) என்னிடம் நேரடியாக வந்து, “அந்த எழுத்துக்களைப் பற்றி என்ன சொல்கிறீர்கள்? அந்த எழுத்துகளையே உங்களால் பார்க்க முடியவில்லையா?” என்று கேட்டார். மிகவும் பண்பட்ட தொழில் வல்லுநர் போல் அவர் இருந்தார். “இந்த

நாட்டில் ஒரு நபர் தான் தானாகவே இருப்பது எவ்வளவு கஷ்டம் என்பதை நாங்களும் நன்றாகவே உணர்ந்திருக்கிறோம்," என்றவர், "இருந்தாலும் கூட, நீங்கள் ஏன் எங்களுக்குக் கொஞ்சம் உதவக்கூடாது?" என்றும் கேட்டுக் கொண்டார். அனடோலியாவில் கடைசியாய் எஞ்சியிருக்கும் ஸூஃபி அமைப்புகளைப் பற்றியும், வழிகாட்டும் தீர்க்கதரிசி மீது இன்னும் நிலவி வரும் நம்பிக்கையைப் பற்றியும் ஒரு பருத்த, முக்கிய மாவட்டச் சமய முதல்வர் பேசிக்கொண்டிருந்ததை நான் ஓரிரவு கேட்க நேர்ந்தது. இந்தத் தகவல்களையெல்லாம் புலனாய்வுத்துறையின் அறிக்கைகளிலிருந்து தான் சேகரித்ததைப் போல் அவர் சொல்லவில்லை. மாறாக, அவற்றைத் தன்னுடைய பிள்ளைப் பிராயத்து கசப்பான நினைவுகளிலிருந்து மீட்டெடுத்திருந்ததாகச் சொன்னார். தன்னுடைய ரகசியமான அனடோலிய பயணங்களின்போது இப்படிப்பட்ட "பிற்போக்குத்தனமான எச்சங்களை"த் தொடர்புகொள்ள ஜெலால் முயன்றிருந்தான் என்று அவர் குறிப்பிட்டிருந்தார். ஒரு வழியாக, அப்படிப்பட்ட துயில்நடையாளர் குழுவொன்றையும் அவன் சந்தித்திருந்தான். கோன்யா நகரிலிருந்த ஏதோ ஒரு கார் பழுது நீக்கும் கொட்டிலிலோ அல்லது அங்கிருந்த மெத்தை தைப்பவர் வீட்டிலோ வைத்து இந்தச் சந்திப்பு நிகழ்ந்திருந்தது. தன்னுடைய பத்திக்கட்டுரையில் இறுதித் தீர்ப்பு நாள் பற்றிய சமிக்ஞையைக் கொடுக்க இருப்பதாகவும், அதை எதிர்நோக்கிக் காத்திருப்பது ஒன்றே அவர்கள் செய்ய வேண்டிய பணி என்றும் ஜெலால் அவர்களிடம் சொல்லியிருந்தான். சைக்லோப்புகள் எனப்படும் ஒற்றைக்கண் அரக்கனைப் பற்றி, மாறுவேடங்களில் உலா வந்த பாஷாக்கள் மற்றும் சுல்தான்கள் பற்றி, பாஸ்ஃபரஸ் வறண்டு கொண்டிருப்பதைப் பற்றியெல்லாம் எழுதியிருந்த கட்டுரைகள் அனைத்திலுமே இப்படிப்பட்ட சமிக்ஞைகள் மொய்த்த வண்ணம் இருக்கின்றன.

சங்கேதக் குறிகளைத் தான் கண்டுபிடித்துவிட்டதாக ஊக்கமும் சுறுசுறுப்பும் நிறைந்த நிபுணர் ஒருவர் என்னிடம் தெரிவித்தார். முத்தம் எனும் தலைப்பில் வெளியாகியிருந்த கட்டுரையின் ஒவ்வொரு பத்தியின் முதல் எழுத்தையும் இணைத்தால் வரும் வார்த்தைத் தொகுப்பிலிருந்து புதிருக்கான திறவுகோலைத் தான் கண்டுபிடித்துவிட்டதாக அவர் பெருமிதத்துடன் அறிவித்தார். இதெல்லாம் எனக்கு ஏற்கெனவே தெரியுமப்பா என்று சொல்லவேண்டும் போல் என்னுடைய நா துடித்தது. அயதுல்லா கொமேனி தன்னுடைய வாழ்க்கைப் போராட்டங்களைப் பற்றிய நூலுக்குப் புதிரைக் கண்டுபிடித்தல் என்று தலைப்பிட்டிருந்தார். அது ஏன் முக்கியத்துவம் பெறுகிறது என்பதையும், பார்ஸா நகரில் அவர் தலைமறைவாக இருந்தபொழுது அதனுடைய இருண்ட தெருக்களில் எடுக்கப்பட்டிருந்த அவருடைய புகைப்படங்களின் முக்கிய அம்சமாக நான் எதைப் பார்க்க வேண்டும் என்பதையும் அவர்கள் என்னிடம் சொல்லிக்கொண்டிருந்த பொழுதும்கூட, இதெல்லாம் எனக்கு ஏற்கெனவே தெரியுமப்பா என்று சொல்ல வேண்டும் என்றுதான் தோன்றியது. ரூமியைப் பற்றி ஜெலால் எழுதியிருக்கும் பத்திக் கட்டுரைகளில் ஒரு தொலைந்துபோன மனிதனும், ஒரு தொலைந்துபோன புதிரும் ஒளிந்துகொண்டிருக்கின்றன எனும் சங்கதி அந்த நிபுணர்களுக்குத் தெரிந்திருந்ததைப் போலவே எனக்கும் தெரிந்திருந்தது. (வாழ்க்கையின் மையப் புள்ளியில் நிரந்தரமாகக் குடிகொண்டிருக்க வேண்டிய புதிரை மரணத்தின் மூலமாக மீட்டுத் தர முடியுமென்று ஜெலால் நம்பினான்)

அதனால், தன்னுடைய கொலையாளியை ஜெலால் தானேதான் தேடிக் கொண்டிருக்கிறான் என்று அவர்கள் என்னிடம் வந்து சொன்ன பொழுது – மனதாரச் சிரித்துக்கொண்டிருந்தபோதும் – இதெல்லாம் எனக்கு ஏற்கெனவே தெரியுமப்பா என்று கதற வேண்டும் போல் இருந்தது. அவனுடைய நினைவின் குறைபாடுகளைப் பற்றிச் சொல்லும்பொழுது, 'அவனுக்கு மனநிலை பிறழ்ந்திருக்க வேண்டும்' என்று அவர்கள் என்னிடம் கூறியபோதும்கூட அப்படித்தான் பதில் சொல்லவேண்டும் போல் இருந்தது. அவர்கள் என்னிடம் காட்டியிருந்த புகைப்படங்களுள் ஒரு முகம், ஜெலாலின் எல்ம் மர அடுக்கில் கிடந்த புகைப்படங்களில் நான் கண்டிருந்த கதியற்ற, துயர் மிகுந்த ஜீவன் ஒன்றின் வதனத்தை எனக்கு நினைவூட்டியது. அப்பொழுதும்கூட எனக்கு இதே போல்தான் கத்த வேண்டும் போல் இருந்தது. பாஸ்ஃபரஸ் வறண்டு கொண்டிருக்கிறது என்பதைப் பற்றிய கட்டுரையில் அவன் அழைப்பு விடுக்கும் ஆருயிர்க் காதலியின் அடையாளம் எனக்குத் தெரியுமென்றும் நான் அவர்களிடம் கூற விரும்பினேன். முத்தம் என்ற தலைப்பில் வெளியாகியிருக்கும் கட்டுரையில் அவன் குறிப்பிட்டிருக்கும் ஆவியுரு மனைவி யாரென்பதும், உறங்கும் முன்பாக அலை பாய்ந்துகொண்டிருக்கும் அவனுடைய மனவோட்டத்தில் அவன் சந்தித்திருந்த நாயகர்கள் யார் யாரென்பதும் எனக்குத் தெரியுமென்றே அவர்களிடம் நான் கூற ஆசைப்பட்டேன். அவர்கள் சொன்ன எதையுமே எனக்கு நம்பக் கடினமாக இருந்தது. என்றபோதும் திரையரங்கொன்றில் அதிக விலைக்கு அனுமதிச் சீட்டை விற்கும் ஒரு நபர், அதே திரையரங்கில் அனுமதிச்சீட்டுக் கல்லாவில் பணி புரியும் கிரேக்கப் பெண்ணொருத்தி மீது பித்தாய்க் கிடந்தான் என்று ஜெலால் தன்னுடைய கட்டுரையொன்றில் குறிப்பிட்டிருந்தான். அந்த நபர் உண்மையில் சாதாரண உடையில் வலம் வரும் காவலன்தானென்றும், தங்களுடைய சம்பளப் பட்டியலில் அவன் பெயரும் இருக்கிறதென்றும் அவர்கள் என்னிடம் தெரிவித்தபொழுது, அதுவும் எனக்குத் தெரியும் என்றுதான் நான் அவர்களிடம் கூற விழைந்தேன். அதே போன்றுதான், பின்னோர் இரவில் ஒரு பக்கத்தவர் மட்டுமே பார்க்கக்கூடிய கண்ணாடி யூடாகத் தெரிந்த, இன்னொரு அடிபட்ட, தூக்கமிழந்த முகத்தைப் பார்த்துச் சொல்ல என்னைக் கட்டாயப்படுத்திய பொழுதும் இதே சொற்கள்தான் என் நாவின் நுனியில் துடித்துக்கொண்டிருந்தன. என்னால் அந்த வதனத்தையும் அடையாளம் காண இயலவில்லை என்று கூறிய பிறகு, வதனங்களைப் பற்றியும் வரைபடங்களைப் பற்றியும் ஜெலால் எழுதியிருப்பதெல்லாம் அர்த்தமற்றவையென்று அவர்கள் என்னிடம் சொன்னார்கள். 'அவனுடைய மலிவான தந்திரங்களுள் இதுவும் ஒன்று'. அவன் தன்னுடைய வாசகர்களைக் குஷிப்படுத்தவும், தங்களுக்குள் ஏதோ ஒரு பொதுவான நோக்கம் இருக்கிறதென்று நம்ப வைத்து ஏமாற்றவும்தான் அவன் ரகசிய சமிக்ஞைகளை அவர்களுக்கு அனுப்பிக்கொண்டிருந்தான். எனக்குத் தெரிந்திராதவற்றை (அல்லது எனக்கே தெரியாமல் நான் தெரிந்துகொண்டிருந்தவற்றை) அவர்கள் ஒருவேளை ஏற்கெனவே தெரிந்துகொண்டிருந்தார்களோ என்னவோ. ஜெலாலின் இருண்ட புதிரை முதலில் ஒழித்துக்கட்ட வேண்டுமென்பதை அவர்கள் ஒருவேளை புரிந்துகொண்டிருக்கலாம். என்னுடைய மனத்தில் இருக்கும் புதிரை மட்டுமல்லாது ஜெலாலின் அனைத்து வாசகர்களின் மனத்திலும் இருக்கும் புதிரையும் அவர்கள் தீர்த்துக்கட்ட வேண்டியிருக்கும்.

ஏன், இந்த நாட்டிலிருக்கும் ஒவ்வொருவர் மனத்திலும் இருக்கும் புதிரையும்கூட. எங்களுடைய மனத்தின் வண்டலில் இன்னமும் கிடந்து அழுகிக்கொண்டிருக்கும் எந்தவொரு சந்தேகத்தையும், வேறெதுவும் வேர்கொள்வதற்கு முன்பாக அழித்தொழிக்க வேண்டுமென்று அவர்கள் ஒருவேளை புரிந்துகொண்டிருக்கலாம்.

ஒரு சில வேளைகளில் எதற்குமே அசைந்துகொடுக்காத மன உறுதி வாய்ந்த நிபுணர்களுள் ஒருவர் பொறுமையை இழப்பார். அல்லது நான் இதுவரை பார்த்திராத தளபதிகளுள் யாரோ ஒருவர் அறைக்குள் தோரணையோடு நுழைவார். அல்லது சில மாதங்களுக்கு முன்பு நான் சந்தித்திருந்த ஒடிசலான குற்றவியல் அரசு வழக்குரைஞர் மீண்டும் அங்கே வந்து, ஒரேயடியாய் எவ்விதச் சம்பந்தமுமில்லாத கற்பனையை முன்வைப்பார். ரூயா வாசிக்கும் துப்பறியும் நாவல்களின் இறுதி அத்தியாயத்தில் துப்பறியும் நிபுணர் மாயாஜாலத்தில் வரவழைப்பதைப் போல் தடயங்களை அவர் உற்பத்தி செய்வார். இந்தக் காட்சியின் அடுத்தகட்டமாக, ஏதோ பள்ளியில் நடக்கும் விவாத மேடையில் பங்கெடுக்கும் ஆசிரிய நடுவர்களைப் போல அறையிலிருக்கும் ஏனைய அதிகாரிகள் ஓரத்தில் உட்கார்ந்துகொள்வார்கள். தமது தலை சிறந்த மாணாக்கர்களின் அற்புதச் சொற்களைப் பெருமிதத்துடன் குறித்துக் கொள்ளும் ஆசிரியருக்குரிய பாவத்தோடு அரசு விநியோக அலுவலகம் எனும் வாசகம் பொறித்த எழுதுபொருள்களைக் கொண்டு அந்தக் குற்றவியல் அரசு வழக்குரைஞரின் சொற்களைக் குறிப்பெடுத்துக்கொள்வார்கள். நம்முடைய நாட்டின் ஸ்திரத்தன்மையைக் குலைக்கச் சதி செய்யும் அயலகச் சக்திகளால் ஏவப்பட்ட கைப்பாவைதான் இந்தக் கொலையாளி. தமது ரகசியங்கள் பரிகசிக்கப்படுவதைக் கண்டு எரிச்சலடைந்த பெக்தாஷிகளும், நக்ஷிபந்திகளும், பல்வேறு செவ்வியல் சித்திரக் கவிதைப் புலவர்கள் மற்றும் தன்னிச்சையான ஹுரூஃபிகள் என்று சொல்லப்படும் சமகாலக் கவிஞர்கள் ஆகியோரோடு இணைந்துகொண்டார்கள். நம் நாட்டை அரசில்லா அராஜக நிலைக்கும், ஏன் ஒரு சிலர் சொல்வதைப் போல், ஒட்டுமொத்த அழிவின் விளிம்பிற்குமே இட்டுச் செல்ல சதி செய்யும் அயல்சக்திகளின் முகவர்களாக அவர்கள் தம்மையுமறியாமல் ஆகி விட்டார்கள். இல்லை. இந்தக் கொலையில் அரசியல் எதுவும் இல்லை. கொலையுண்ட பத்தி எழுத்தாளர் ஆண்டாண்டுக் காலமாய் அரைத்துத் தள்ளியிருக்கும் காலாவதியான, சுற்றி வளைத்த, மிகைக் கற்பனையான, சுயமுரண் கொண்ட அபத்தங்களைப் படித்திருக்கும் எவருக்குமே இது எளிதில் புரிபடும். அநேகமாகக் கொலையாளி பெயோக்ளு பகுதி தாதாவாக இருக்கக் கூடும். தன்னைப் பற்றி ஜெலால் கட்டமைத்திருக்கும் அதிநாயகச் சம்பவங்களின் உள்ளீடாக வெளிப்படும் நையாண்டியை அவன் உணர்ந்திருக்கக் கூடும். அல்லது அவன் ஜெலாலே அமர்த்திக் கொண்ட கொலைகாரனாகவும் இருக்கலாம். அசாதாரணமாய் சுறுசுறுப்பான ஓர் இரவில், ஒரு சில பல்கலைக்கழக மாணவர்கள் இந்தக் கொலையைத் தாம்தான் செய்ததாக வாக்கு மூலம் கொடுத்தனர். ஆனால் இது தமக்கென்று ஒரு பேரை உருவாக்கிக்கொள்ளும் முயற்சியில்தான். அதிகாரிகளும் இவர்களைச் சித்திரவதைக்கு உட்படுத்துவதைக் கடமையாக மேற்கொண்டனர். இது அந்த மாணவர்களின் மனத்தை மாற்றும் எனும் நம்பிக்கையில். அதே இரவில், ஒரு பள்ளிவாசலிலிருந்த

அப்பாவிகள் சிலரும்கூட இழுத்துவரப்பட்டு அந்த அரணை அடைந்ததும், குற்றத்தை ஒப்புக்கொண்டு வாக்குமூலம் தர நிர்ப்பந்திக்கப்பட்டனர். இந்தக் களேபரங்களுக்கு இடையில், செவ்வியல் ஆட்டமன் இலக்கியப் பேராசிரியர் ஒருவரும் எங்களோடு இணைந்துகொண்டார். தேசியப் புலனாய்வு நிறுவனத்தின் அதியுயர் இயக்குநர்களுள் ஒருவர் பிறந்து வளர்ந்திருந்த அதே ஒதுக்குப்புறத் தெருக்களில் அதே போன்ற தட்டித் தடுப்பு உப்பரிகைகளின் கீழ் இவரும் வளர்ந்திருந்தார். பொய்ப் பல்லால் கடகடவென்று சப்தம் எழுப்பிக்கொண்டு அவர் ஏளனச் சிரிப்பை யுதிர்க்கும் பார்வையாளர்களை அலட்சியம் செய்து ஹுரூஃபிசம் பற்றியும், சொல் விளையாட்டு எனும் புராதனக் கலையைப் பற்றியும், ஒரு சிறிய ஆனால் அலுப்பூட்டும் முன்னுரையைத் தந்தார். பிறகு என்னைப் பலவந்தப்படுத்தியதால் நான் சொல்ல நேர்ந்த கதையைக் கூர்ந்துகேட்டார். ஆரூடம் சொல்பவனுக்கே உரிய தோரணையுடன் "ஷேக் காலிப்பின் அழகும் காதலும் நூலின் சட்டகத்திற்குள் இந்த ஒட்டுமொத்த விஷயமும் எளிதாய் அடங்கிவிடுகிறது" என்று அவர் என்னிடம் சொன்னார். ஏறத்தாழ இதே காலகட்டத்தில், வெகுமதியை அறிவித்திருந்த செய்திப் பத்திரிகைக்கு, உத்வேகம் கொண்ட புதையல் வேட்டைக்காரர்கள் எழுதியிருந்த கண்டனக் கடித மலைகளைப் படித்துப் பார்க்கும் முனைப்பில் அந்த அரணின் வேறு இரண்டு நபர்கள் ஈடுபட்டிருந்தார்கள். அதனால், இரு நூற்றாண்டுகளுக்கு முன்பாக எழுதப்பட்டிருக்கும் கவிதை நூலில்தான் தீர்வு இருக்கிறதென்று கூறிய பேராசிரியரின் அனுமானத்திற்கு யாரும் அதிக மதிப்பைக் கொடுக்கவில்லை.

அதன் பிறகு, சீக்கிரத்திலேயே இப்படி வந்த கண்டனக் கடிதங்கள் ஒன்றினுள் குறிப்பிடப்பட்டிருந்த முடிதிருத்துநர் ஒருவர்தான் கொலையாளியென்று முடிவு கட்டப்பட்டது. இந்த அறுபது வயது ஆசாமியின் புகைப்படத்தை என்னிடம் காட்டியபோது, நான் அவரைக் குற்றவாளியென்று அடையாளம் காட்டப்போவதில்லை என்பதை அவர்கள் புரிந்துகொண்ட பிறகுதான், பிறருடைய வாழ்க்கையோடு மர்மமான விளையாட்டில் ஈடுபட என்னை அரணுக்கு அழைத்துச் செல்வது நிறுத்தப் பட்டது. ஒரு வாரத்திற்கு அந்த முடிதிருத்துநரைப் பற்றிய கதைகளே பத்திரிகைகளை நிறைத்திருந்தன. முதலில் அந்த முடிதிருத்துநர் குற்றத்தை ஒத்துக்கொள்ளவில்லை. பிறகு அதை ஒத்துக்கொண்டார். மீண்டும் குற்றத்தை மறுத்தார். திரும்பவும் குற்றத்தை ஒப்புக்கொண்டான். "நான் நானாக இருக்க வேண்டும்" என்ற பத்திக் கட்டுரையில், பல ஆண்டுகளுக்கு முன்பாக ஜெலால் சாலிக் இவரைப் பற்றிக் குறிப்பிட்டிருந்தான். அந்தக் கட்டுரையிலும், அதைத் தொடர்ந்து எழுதியிருந்த வேறு பல கட்டுரை களிலும், இந்த முடிதிருத்துநர் பத்திரிகை அலுவலகத்திற்கே வந்து தன்னைக் கேள்வி கேட்டதைப் பற்றியும் ஜெலால் விவரித்திருந்தான். 'நாம்' என்பதன் அர்த்தம் என்ன என்பதை விளக்கும் வகையில் அந்த முடிதிருத்துநர் எழுப்பியிருந்த கேள்விகள் இருந்தனவென்று ஜெலால் கூறியிருந்தான். அதே சமயத்தில், கீழை உலகின் அதியாழமான புதிர் களுக்கு வெளிச்சம் பாய்ச்சுவதாகவும் அவை விளங்கின என்றும் அவர் சொல்லியிருந்தார். அவனே ஒப்புக்கொண்டபடி, நகைச்சுவையாய்ப் பேசித்தான் முடிதிருத்துநரைப் பத்தி எழுத்தாளன் சமாளித்திருந்தான். இதனால், பொதுவெளியில் அவமானப்படுத்தப்பட்டு கோப வெறி கொண்டிருந்த முடிதிருத்துநர் ஒவ்வொரு பத்திக் கட்டுரையாய், தான்

பரிகசிக்கப்படுவதைக் கண்டார். முதல் பத்திக் கட்டுரை வெளியாகி இருபத்தி மூன்று ஆண்டுகளுக்குப் பிறகு அதே தலைப்பில் அந்தக் கட்டுரையின் மீள் பதிப்பைக் கண்டவுடன், முன்னர் தான் உணர்ந்திருந்த அவமானத்தின் முழு வீச்சையும் அவர் உணர்ந்தார். பல்வேறு நண்பர்களும், பரிச்சயமானவர்களும் சேர்ந்து கொடுத்த ஊக்கத்தில் பழி வாங்குவதென்று அவர் தீர்மானித்தார். அவருடைய கூட்டாளிகளின் பெயர்களைக் கண்டுபிடிக்க முடியவில்லை. என்றாலும், அந்த முடிதிருத்துநர் (காவல் நிலையத்தில் கவனமின்றி அடிக்கடி உச்சரிக்கப்பட்ட ஒரு சொற்றொடரைக் காதில் வாங்கிக்கொண்டு) தன்னுடைய குற்றத்தைத் 'தனிமனித பயங்கரவாதம்' என்று வர்ணித்துக்கொண்டார். அவருடைய சிதைந்துபோன, களைத்த வதனம் எழுத்துகள் இல்லாமல், அர்த்தம் எதுவுமற்று இருந்ததைப் பத்திரிகைகள் வெளியிட்டிருந்த புகைப்படங்கள் காட்டின. அவர் உடனடியாக விசாரிக்கப்பட்டார், தீர்ப்பும் தாமதமின்றி வழங்கப்பட்டது. விரைவான, திறன்மிக்க நீதியைத் தங்களால் வழங்க முடியுமென்று நிரூபித்த வேகத்தில், அந்தத் தீர்ப்பையும் உடனடியாக நேர்த்தியான முறையில் நிறைவேற்ற அவர்கள் ஆணையிட்டார்கள். எனவே, ஓர் அதிகாலை நேரத்தில் தெருக்களில் சுற்றிக்கொண்டிருந்த நாய்கள் மட்டுமே ஊரடங்குச் சட்டத்தை மீறிக்கொண்டிருந்த வேளையில் அந்த முடிதிருத்துநர் தூக்கிலிடப்பட்டார்.

இப்படியெல்லாம் போய்க்கொண்டிருந்த நேரத்தில், என் நினைவில் இருந்த எல்லா காஃப் குன்றுக் கதைகளையும் நான் தயார்செய்து வைத்துக்கொண்டேன். கொலையைப் பற்றிய அனுமானங்களோடு என்னுடைய சட்ட அலுவலகத்திற்குப் பலரும் வந்தனர். வருவோர் ஒவ்வொருவரையும் காது கொடுத்துக் கேட்க நான் பெரும் நேரத்தைச் செலவிட்டுக்கொண்டிருந்தேன். என்றாலும் கண்கள் சொக்காமல் பார்த்துக்கொள்ள நான் மிகவும் சிரமப்பட வேண்டியிருந்தது. இந்த மனிதர்களுக்கு வேறெந்த விதத்திலும் என்னால் உதவ முடியவில்லை. உதாரணதத்திற்கு, மத உயர்நிலைப் பள்ளியில் பயிலும் வெறிபிடித்த இளைஞன் ஒருவன் என்னைக் காண வந்தான். ஜெலாலின் பத்திக் கட்டுரைகளிலிருந்து ஜெலால்தான் டெஜ்ஜால் – அதாவது சாத்தான் என்றும், அவனுடைய கொலையாளி இறைத்தூதரின் – சுருக்கமாகச் சொன்னால் இறையின் – பாத்திரத்தை வரித்துக்கொண்டான் என்றும் அவனுடைய அனுமானங்களைக் கூறிக்கொண்டிருந்தான். தன்னுடைய யூகத்தை நிரூபிக்கப் பத்திரிகைகளிலிருந்து கத்தரித்து எடுக்கப்பட்டிருந்த துணுக்குகளைக் கைக்கொள்ளாமல் அள்ளி வந்திருந்தான். அவை எல்லாமே தூக்கிலிடுபவர்களைப் பற்றிய கதைகளென்று சொன்னான். ஆனால் அந்த எழுத்துகளில் பொதிந்திருக்கும் இரண்டாவது அர்த்தத்தைப் பற்றி அவன் என்னுடன் சொன்ன விளக்கங்கள் எதுவுமே எனக்குப் புரியவில்லை. இதே போல்தான் இன்னொருவனுடைய கதையும். இவன் ஜெலாலுக்கு வேண்டியிருந்த வரலாற்றுக்கால உடுப்புகளைத் தைத்துக் கொடுத்தவன். அவனுடைய முகம் பரிச்சயமானதாகத் தோன்றியது. ஆனால், அவன் யாரென்று நினைவுக்குக்கொண்டு வருவது பாதிக்கும் மேல் மறந்துவிட்ட ஏதோ ஒரு பழைய படத்தில் பார்த்த முகத்தை நினைவுக்குக்கொண்டு வருவதைப் போல் அத்தனைச் சிக்கலானதாகத் தோன்றியது. ரூயா வீட்டைவிட்டுக் காணாமல் போயிருந்த அன்று, பின்மாலைப்பொழுதில் பனி கொட்டிக்கொண்டிருந்த தெரு ஒன்றில், நான்

பார்க்க நேர்ந்திருந்த அதே தையற்காரன்தான் இவனென்று நினைவில் தட்டுப்படச் சற்று நேரமானது. என்னுடைய பழைய நண்பன் சயிம் என்னைப் பார்க்க வந்த நேரத்தில் நான் அரைத் தூக்கத்திலிருந்தேன். அதனால் அவன் சொன்னதைச் சரியாகக் காதில் வாங்கிக்கொள்ளவே இல்லை. தேசியப் புலனாய்வு நிறுவனத்தின் ஆவணக்காப்பகங்கள் எந்த அளவுக்குத் தகவலைச் சேகரித்து வைத்திருக்கின்றன என்பதைப் பற்றி நான் ஏதேனும் சொல்லுவேன் என்ற எதிர்பார்ப்போடு அவன் வந்திருந்தான். உண்மையான மஹமட் யில்மாஸ் பிடிபட்டுவிட்ட நிலையில், அந்த அப்பாவி மாணவன் விடுதலை செய்யப்பட்டுவிட்டான் என்பதைக் கேட்டால் நான் சந்தோஷப்படுவேன் என்ற நினைப்போடும் அவன் வந்திருந்தான். "நான் நானாகவே இருக்கவேண்டும்" என்ற பத்திக் கட்டுரையைப் பற்றிச் சயிம் கொண்டிருந்த கருத்துகளை ஊன்றிக் கவனிப்பதாகப் பாசாங்கு செய்துகொண்டிருந்தேன். அந்தப் பத்திக் கட்டுரைதான் ஜெலாலின் கொலைக்குத் தூண்டுகோலாய் இருந்ததென்று இப்பொழுது கருதப் பட்டது. சயிம் பேசிக்கொண்டிருந்த நேரத்தில் என்னுடைய மனம் எங்கோ தொலைதூரத்திற்கு அப்பால் அலைந்துகொண்டிருக்க நான் அனுமதித்திருந்தேன். உங்களுடைய கைகளில் தவழும் இந்தக் கருப்புப் புத்தகத்திலிருந்தும் வெகுதூரத்திற்கு அப்பால். நான், காலிப்பாக நான் நானாக இல்லாமற் போகும் தொலைவில்.

என்னுடைய வக்கீல் தொழிலில் நான் கொஞ்ச காலம் முழுமூச்சாய் ஈடுபட்டேன். இன்னொரு கட்டத்தில், என்னுடைய தொழிலை முற்றிலுமாய்ப் புறக்கணித்துவிட்டு, பழைய நண்பர்களைப் பார்க்கப் போய்விட்டேன். புதிய நண்பர்களோடு சிற்றுண்டியகங்களுக்கும் மதுக் கேளிக்கை விடுதிகளுக்கும் போய் வந்தேன். ஒரு சில வேளைகளில் இஸ்தான்புல் மீது படர்ந்திருக்கும் மேகங்கள் அசாதாரணமாய் மஞ்சள் நிறத்தில் இருப்பதைக் கவனிப்பேன். அல்லது இதுவரையில் நான் பார்த்தேயிராத சாம்பல் நிறத்திலும் அவை தென்படும். வானத்தை அண்ணாந்து பார்த்து எனக்குக் காலங்காலமாய்ப் பரிச்சயமான வானம் தான் அதுவென்று நிச்சயப்படுத்திக்கொள்ள முனைவேன். ஒரு சில இரவுகளில் ஒரே மூச்சாய் இரண்டு அல்லது மூன்று பத்திக் கட்டுரைகளை எழுதி முடிப்பேன். தன்னுடைய அதி சுறுசுறுப்பான காலகட்டங்களில் ஜெலால் செய்திருந்ததைப் போலவே. பிறகு, எழுதுமேஜையிலிருந்து எழுந்து தொலைபேசிக்கருகே போடப்பட்டிருக்கும் நாற்காலியில் அமர்ந்துகொள்வேன். மேஜை மீது கால்களைப் போட்டுக்கொண்டு, என்னைச் சுற்றிலுமிருக்கும் பொருள்களை வெறித்துப் பார்த்துக் கொண்டிருப்பேன். அவையெல்லாமே சைகைகளாய் மாறும்வரை வெறித்துக்கொண்டிருப்பேன். பிறகு, இந்தச் சைகைகள் எல்லாம் வேற்றுலகப் பொருள்களாக மாறும் வரையில் அவற்றை நான் உற்றுப் பார்த்துக்கொண்டிருப்பேன். அந்தத் தருணத்தில், என்னுடைய மனத்தின் வெகு ஆழமான புழைமாடங்களுக்குள், ஒரு நிழல் உயிர் பெற்றெழும். அது நினைவுத் தோட்டத்தைக் கடந்து இரண்டாவதாய், மூன்றாவதாய், நான்காவதாய் என்று நுழைய அனுமதிக்கும் பெருவாயிற்கதவுகளின் ஊடே மிதந்துகொண்டிருக்கும். இந்தப் பரிச்சயமான உருவத்தை நான் கவனித்துக்கொண்டிருக்கும் போதே என்னுடைய சுயமும், தோட்டம் மாற்றித் தோட்டம் என்று வாயிற்கதவு தாண்டி அடுத்த வாயிற்கதவு என்று அந்த நிழலைத் தொடர்ந்துகொண்டிருப்பதையும் உணர்வேன்.

அந்த நிழலோடு வாழ்வைப் பகிர்ந்துகொள்ளும் நபராக நான் மாறிப் போகும் வரை இது தொடரும். ஏன், அந்த நிழலோடு இன்பம் கொள்ளும் வரைகூட இந்த ஆட்டம் தொடரும். ஆனால், இந்த இன்னொரு நபரின் குரலில் நான் பேசத் தொடங்குவதற்கு முன்பாக என்னை நானே கட்டுப்படுத்திக்கொள்வேன்.

நான் மிகவும் கவனமாக இருக்க வேண்டியிருந்தது. நான் சற்றும் எதிர்பாராத வேளைகளில் தட்டுப்படும் ஏதேனும் ஒரு பொருள் ரூயாவை நினைவூட்டிவிடும் அபாயம் எப்பொழுதுமே இருந்தது. எவ்வித முன்னறிவிப்போ, எச்சரிக்கையோ இன்றி என் மீது தொடர்ந்து கவிந்து கொள்ளும் துயரைத் தவிர்க்க நான் ஓயாமல் முயன்றுகொண்டிருந்தேன். வாரத்தில் இரண்டு அல்லது மூன்று முறை ஹாலா பெரியம்மாவின் வீட்டில் இரவு உணவுண்ண நான் செல்வதுண்டு. உண்டு முடித்த பிறகு பொன்மீன்களுக்கு இரைபோட, வாஸிஃபுக்கு ஒத்தாசையாய் இருப்பதும் உண்டு. ஆனால், செய்தித்தாளிலிருந்து அவன் கத்தரித்து எடுத்து வைத்திருக்கும் விஷயங்களைப் பார்க்க, படுக்கையின் விளிம்பில் அவனோடு சேர்ந்து உட்கார்வதை மட்டும் தவிர்த்துவிடுவேன். (ஆனால் பார்வையென்னவோ அவை இருக்கும் திக்கில்தான் போகும்.ஏனென்றால், ஜெலாலின் பத்திக் கட்டுரையொன்றை நான் ஒரு முறை பார்க்க நேரிட்டு விட்டது. அதிலிருந்த அவனுடைய புகைப்படத்திற்கு பதிலாகப் பழம்பெரும் ஹாலிவுட் நடிகர் எட்வர்ட். ஜி. ராபின்சனுடைய புகைப்படத்தை யாரோ மாற்றிப் பதிவிட்டிருந்தார்கள். ஏதோ ஒரு தூரத்து உறவின் சாயல் அதில் தென்பட்டதாக எனக்குத் தோன்றியது.) நேரமாக ஆக, அப்பாவோ அல்லது ஸூஸன் பெரியம்மாவோ மேலும் தாமதமாகி விடுவதற்கு முன்பாக நான் வீடு போய்ச் சேர வேண்டுமென்று என்னிடம் சொல்லிக்கொண்டிருப்பார்கள். உடல் நலமின்றிப் படுக்கையில் இருக்கும் ரூயா வீட்டில் எனக்காகக் காத்துக்கொண்டிருப்பாளென்று நினைக்க வைப்பதாய் அவர்களுடைய குரல் தொனி இருக்கும். நானும், "ஆமாம், ஊரடங்கு நேரம் ஆரம்பிப்பதற்குள் நான் வீட்டிற்குப் போய்விட்டால் தேவலாம்தான்," என்று சொல்வேன்.

ஆனால், நானும் ரூயாவுமாக அல்லாதீனின் கடையின் வழியாக நடந்துபோனதைப் போல் இப்பொழுது என்னால் போக முடியவில்லை. அதற்குப் பதிலாக, ஒதுக்குப்புற வீதிகளின் வழியாகச் சுற்றிவளைத்துச் செல்லும் பாதையை நான் தேர்ந்தெடுத்திருந்தேன். ஆனால், இதயங்களின் நகர் குடியிருப்பிற்குச் செல்லும் முன்பாக நானும் ரூயாவும் தங்கியிருந்த வீட்டைக் கடந்து செல்வதை வழக்கமாக்கிக்கொண்டிருந்தேன். அதே போல், பாலஸ் திரையரங்கை விட்டு வரும்பொழுது ஜெலாலும் ரூயாவும் நடந்து சென்றிருந்த பாதையைத் தவிர்க்க மீண்டும் தெருக்கள் மாறிச் செல்வேன். இப்படியாக நகரின் ஒதுக்குப்புறத் தெருக்களின் இருண்ட வலைப்பின்னலில் நான் சிக்கிக்கொண்டிருப்பேன். அந்நியமான சுவர்கள், அதைக்காட்டிலும் அந்நியமான தெரு விளக்குகள், எழுத்துகள், பள்ளிவாசல் முற்றங்கள், பழிப்புக் காட்டிக்கொண்டிருக்கும் வதனங்களைப் போல் தோற்றம் தந்த கட்டடங்கள், பார்வையற்றவனின் கண்களை நினைவூட்டுவன போல் இறுக்கமாக இழுத்துவிடப்பட்டிருக்கும் திரைச்சீலைகள் மூடிய சாளரங்கள் ஆகியவற்றின் சூழலில் நான் நடந்துகொண்டிருப்பேன். இந்த இருண்ட, உயிரற்ற சைகைகளின் நடுவே நான் நடந்துபோய்க்கொண்டிருக்கையில்

என்னைவிட்டு மிக மிக வெளியே நான் இருப்பதான உணர்வு உண்டாகும். அதனால், ஊரடங்கு நேரம் அமலாக ஓரிரு நொடிகளே இருக்கும்பொழுது இதயங்களின் நகர் குடியிருப்பின் முன்பகுதிக்கு வந்து சேர்வேன். மேல்தள உப்பரிகையின் குறுக்குச் சட்டத்தில் கட்டப்பட்டிருக்கும் கந்தலைப் பார்த்தவுடன் ரூயா எனக்காக மேலே காத்துக்கொண்டிருக்கிறாள் என்று நான் நினைத்துக்கொள்வேன்.

நகரத்தின் இருண்டு, வெறிச்சோடிய தெருக்களில் நீண்ட நேரம் நடந்து வந்தபிறகு, ரூயா எனக்காக விட்டுச் சென்ற சைகையைப் பார்த்த பிறகு, எங்களுக்குத் திருமணம் ஆகியிருந்த மூன்றாம் ஆண்டில் ஒரு பனிவிழும் இரவில் எங்களுக்குள் நிகழ்ந்த நீண்ட உரையாடல் நினைவில் மேலெழும்பும். ஏனென்றால், வாழ்க்கையில் அந்த ஒரு முறை நாங்கள் பழைய நண்பர்களைப் போலப் பேசிக்கொண்டிருந்தோம். ஒருவரையொருவர் குத்திக்காட்டிக் கொண்டிராமல். ஆழம் காணவியலாத ரூயாவின் அலட்சியத்துக்குள் உரையாடல் விழுந்துவிடாதபடிக்கு. எங்களுக்கிடையில் ஓர் ஆவியுருவைப் போல் இன்னமும் நின்றுகொண்டிருந்த மௌனத்தைப் புறக்கணித்தவாறு. எழுபத்திமூன்று வயதாகும்பொழுது நாங்கள் இருவரும் இணைந்திருந்தால் எப்படியிருப்போம் என்பதில்தான் அந்தப் பேச்சு தொடங்கியிருந்தது. அந்த எண்ணமே ரூயாவின் கற்பனைக்கு உகந்ததாக இருந்தது. அப்படியோர் நிலையை விவரமாகக் கற்பனை செய்துகொண்டு நாங்கள் அங்கேயே மணிக்கணக்காய் உட்கார்ந்திருந்தோம்.

எங்களுக்கு எழுபத்திமூன்று வயதாகும்பொழுது ஒரு குளிர்காலக் காலைநேரத்தில் இருவருமாகச் சேர்ந்து பெயோக்ளூவுக்குக் கிளம்புவோம். நாங்கள் சேமித்து வைத்திருக்கும் பணத்தை எடுத்துக்கொண்டு ஒருவருக் கொருவர் பரிசுகள் வாங்கிக் கொடுத்துக்கொள்வோம். குளிருக்கு அணிந்துகொள்ளும் முழு உடுப்பு அல்லது ஒரு ஜதைக் கையுறை. அவரவர்க்கு மிகப் பிரியமான அங்கிகளை நாங்கள் அணிந்திருப்போம். அவை பழசாகி, கனமாக எங்களுடைய வாசத்தோடு இருக்கும். இலக்கேது மின்றி நாங்கள் தெருக்களில் திரிந்துகொண்டிருப்போம். அவ்வப் பொழுது பேசிக்கொண்டு, பொருள்களைக் காட்சிப்படுத்தியிருக்கும் கடைச்சாளரங்களை அவ்வப்பொழுது வெறுமையாய்ப் பார்த்துக்கொண்டு. ஆனால் அவற்றை மதிப்புக் குறைவாகப் பேசிக்கொண்டு. வாழ்க்கைதான் எப்படி மாறிப்போய்விட்டதென்று அங்கலாய்த்தபடி. பழைய காலத்தில் துணிமணிகள் எப்படியிருந்தன, க்டைச்சாளரங்கள் எப்படியிருந்தன, மக்கள் எப்படியிருந்தார்கள் என்று நினைவூட்டிக்கொண்டு. எல்லாமே இப்போதிருப்பதைக் காட்டிலும் மேம்பட்டனவாக, எவ்வளவோ அழகானவையாக. நாங்கள் பேசிக்கொண்டிருக்கும் போதே, வருங்காலத்திட மிருந்து எதையும் எதிர்பார்க்க இயலாத அளவுக்கு எங்களுக்குக் கிழடு தட்டிவிட்டதென்பதைப் புரிந்துகொண்டிருப்பதால்தான் இப்படியெல்லாம் நாம் பேசிக்கொண்டிருக்கிறோம் என்றும் சொல்லிக்கொள்வோம். ஆனால் அது எங்களைக் கட்டிப் போடாது. சர்க்கரைப் பாகில் ஊற வைக்கப் பட்டிருக்கும் கஷ்கொட்டையை இரண்டு பவுண்டு வாங்குவோம். கடைப்பையன் அதை எடைபோட்டுக் கட்டிக்கொடுப்பதை மிக உன்னிப்பாகப் பார்த்துக்கொண்டிருப்போம். பிறகு, ஒதுக்குப்புறத் தெருக்கள் வழியாக அலைந்துதிரிந்து நாங்கள் இதற்கு முன் பார்த்திராத ஏதோ ஒரு புத்தகக் கடைக்கு வந்து சேர்வோம். வியந்துபோய், ஒருவரையொருவர்

சந்தோஷமாகப் பாராட்டிக்கொள்வோம். உள்ளே துப்பறியும் நாவல்கள் குவிந்திருக்கும். ரூயா இதுவரையிலும் படிக்காதவையும், படித்ததான நினைவு இல்லாதவையும் அங்கே இருக்கும். அங்கே இருக்கும் புத்தக அடுக்களை மேய்ந்துகொண்டிருக்கும்பொழுது, அந்தப் புத்தகக் குவியலுக்குள்ளே சுற்றிக்கொண்டிருக்கும் கிழட்டுப் பூனையொன்று எங்களைப் பார்த்துச் சீறும். புரிந்துகொண்ட முறுவலுடன் அந்த முதிய புத்தக வியாபாரி எங்களைக் கண்காணித்துக் கொண்டிருப்பான். தள்ளுபடி விலையில் கிடைத்த புத்தகங்கள் நிறைந்த பைகளோடு வெளியே வருவோம். இரண்டு மாதங்களுக்காவது மும்முரமாகப் படித்துக்கொண்டிருக்க இது போதுமென்று ரூயா சந்தோஷமாகச் சொல்லிக்கொண்டிருப்பாள். ஆனால், அதற்கப்புறம் ஒரு பணியாரக் கடையில் தேநீரைச் சுவைத்துக்கொண்டிருக்கும்போது சின்னதாய் வாக்குவாதம் வரும். எங்கள் இருவருக்கும் எழுபத்திமூன்று வயதாகிவிட்டது என்பதற்காகவே ஒருவரையொருவர் வைதுகொள்வோம்.

எழுபத்திமூன்று வயதான எல்லோருமே செய்வதைப் போல், நாங்களும் எங்களுடைய வாழ்க்கையின் நல்ல பகுதியை வீணடித்துவிட்டோமே என்பதற்காகவே அந்தச் சண்டை. மீண்டும் வீட்டிற்கு வந்துசேர்ந்தவுடன் எங்களுடைய பொதிகள் எல்லாவற்றையும் பிரித்துப்பார்ப்போம். பிறகு உடைகளைக் கழற்றிப் போடுவோம். அப்புறம், எங்களுடைய சதை தொங்கும் வெண்ணிற உடல்களை எந்த லஜ்ஜையுமில்லாமல் ஒருவருக்கொருவர் காட்டிக்கொண்டு, சரசம் செய்யப் படுக்கையில் வீழ்வோம். ஊற வைக்கப் பட்ட கஷ் கொட்டையையும் சர்க்கரைப் பாகையும் இடையிடையே எடுத்துச் சுவைத்துக்கொண்டே, எங்கள் சரசத்தை மணிக்கணக்காகத் தொடர்வோம். உடல்கள் கிழடுதட்டி ஓய்ந்துபோயிருந்தபோதிலும், எங்களுடைய சருமமென்னவோ எப்பொழுதும் போல் மினுமினுக்கும் வெண்ணிறத்தில்தான் இருக்கும். அறுபத்திமூன்று ஆண்டுகளுக்கு முன்பாகச் சிறு வயதில் நாங்கள் முதன்முறையாக ஒருவரையொருவர் பார்த்துக்கொண்டபோது இருந்ததைப் போலவே. என்னுடைய கற்பனை வளத்தைக் காட்டிலும் ரூயாவுடையது மேலும் வண்ணமயமாக இருக்கும். எங்களுடைய ஆவேசமான காம வெறியாட்டத்தின் நடுவே ஒரு சிகரெட் புகைப்பதற்காகவும், மனம்விட்டு அழுவதற்காகவும் இடைவேளை விடுவோம் என்று ரூயா ஆரூடம் சொல்லியிருந்தாள். ஆனால், இந்தக் கற்பனை விளையாட்டைத் தொடங்கி வைத்தது நான்தான். ஏனென்றால் எங்களுக்கு எழுபத்தி மூன்று வயதாகும்போது, இதைக்காட்டிலும் மேம்பட்ட, வேறோர் வாழ்க்கைக்காக ஏங்குவதை ரூயா விட்டிருப்பாள் என்றும், ஒரு வழியாக என்னைக் காதலிக்கத் தொடங்கியிருப்பாள் என்றும் நான் நம்பினேன். இஸ்தான்புல்லென்னவோ தன்னுடைய பழைய அவலமான நிலையிலேயே தொடர்ந்துகொண்டிருக்கும். என்னுடைய வாசகர்கள் கவனித்திருப்பதைப் போல.

அவ்வப்பொழுது, ஜெலாலின் பழைய பெட்டிகள் எதையாவது குடைந்துகொண்டிருக்கும் நேரத்திலோ அல்லது என் அலுவலகக் கோப்புகளில் எதையாவது தேடிக்கொண்டிருக்கும் வேளையிலோ அல்லது ஹாலா பெரியம்மாவின் வீட்டிலுள்ள ஏதோ ஓர் அறையில் உட்கார்ந்திருக்கும் நேரத்திலோ திடீரென்று அவளுடைய உடைமைகளில் ஏதாவதொன்று கண்ணில்படும். கவனிக்காமல் விட்டுவிட்ட அதனால் தூக்கி எறியாமல் தங்கிவிட்ட ஏதோ ஒரு பொருள். நாங்கள் முதன்முதலாகச்

சந்தித்தபொழுது அவள் அணிந்திருந்த பூப்போட்ட உடையிலிருந்து கழன்று விழுந்திருந்த செந்நீலநிறப் பொத்தான். அறுபதுகளில் வெளியான எல்லாத் தலைசிறந்த சஞ்சிகைகளிலும் ஐரோப்பிய அழகிகள் அணிந்துகொண்டு காட்சி தந்த 'நவீன' பாணி கூர் முனைகள் கொண்ட கூலிங்கிளாஸ் கண்ணாடி. அந்தக் கூலிங்கிளாஸ் கண்ணாடியைத் தூக்கிப் போடுவதற்கு முன், ஆறு மாதங்கள் வரை ரூயா அதை அணிந்துகொண்டிருந்தாள். கேசத்தில் விருப்பமாய்ச் செருகிக் கொள்ளும் சிறிய கருப்புக் கொண்டையூசிகள். அவற்றை இரண்டு கைகளாலும்தான் அவள் குத்திக்கொள்வாள். வாயில் எப்பொழுதுமே ஒன்றைக் கவ்வியபடியிருப்பாள். உள்ளீடற்ற மர வாத்தின் வால் ஒன்று. இதற்குள்தான் அவள் ஊசியையும் நூலையும் போட்டு வைத்திருப்பாள். எத்தனையோ ஆண்டுகளுக்கு முன்பாகக் கைதவறி அதை எங்கேயோ வைத்துவிட்டாள். ஆனால் அதைக் காணோம் எனும் வேதனை ஒருபோதும் நினைவிலிருந்து அழியவில்லை. இவைதவிர, மெலிஹ் பெரியப்பாவின் சட்டக் கோப்புகளுக்குள் கிடந்த இலக்கிய வகுப்பின் வீட்டுப்பாடம் கலைக்களஞ்சியத்திலிருந்து அப்படியே நகலெடுக்கப்பட்டது. காஃப் குன்றில் வசிப்பதாக நம்பப்படும் சிமுர்க் எனும் புராணிகப் பறவையைப் பற்றியும், அதைத் தேடிச் சென்ற ஏராளமான சாகச நாயகர்களைப் பற்றியும் கிடைத்த தகவல்கள். ஸூஸன் பெரியம்மாவின் தலைகோதியில் சிக்கிக் கிடந்த அவளுடைய முடிக்கற்றைகள். அலுவலகத்திலிருந்து வீடு திரும்பும் வழியில் அவள் என்னை வாங்கி வரச் சொல்லியிருந்த பொருள்களின் பட்டியல் (வாட்டிய மீன், வெள்ளித்திரை சஞ்சிகை, சிகரெட் தீ மூட்டிக்கான ப்யூடேன் வாயுக்குப்பி, போனிபான் கம்பெனியின் பருப்புத் தூவிய சாக்கலேட்). தாத்தாவின் ஒத்தாசையோடு வரைந்திருந்த தேவதாரு மரத்தின் ஓவியம். ஒற்றைப் பச்சைக் காலுறை. பத்தொன்பது ஆண்டுகளுக்கு முன்னால் வாடகை மிதிவண்டிகளை எடுத்துக்கொண்டு நாங்கள் வெளியே சுற்றி வந்தபோது அவள் அணிந்துகொண்டிருந்த ஜதையில் ஒன்று.

இப்படிப்பட்ட பொருளெதையும் நான் கண்டெடுக்க நேரும்போதெல்லாம் அதை என்னுடைய அழுக்கு அங்கிப் பைக்குள் போட்டுக்கொண்டு ஏழு நாட்களுக்கு, ஏன் சமயத்தில், ஒரு சில வாரங்களுக்கேகூட அலைந்துகொண்டிருப்பேன். போகட்டும். அது உண்மைதான். ஒரு சில மாதங்களுக்குக்கூட அதைச் சுமந்துகொண்டு அலைந்திருக்கிறேன். ஆனால், விரைவிலேயோ, தாமதமாகவோ, எப்படியென்றாலும் அதை வெளியில் எடுத்து மென்மையாக, மிகுந்த மரியாதை உணர்வோடு, நிஷாந்தஷியில் ஏதோ ஒரு பக்கத்திலிருக்கும், ஏதோ ஓர் அடுக்ககத்தின் முன் வைக்கப்பட்டிருக்கும் குப்பைத் தொட்டியின் மீது வைத்துவிட்டு வந்துவிடுவேன். கடைசிக் கடைசியாய் அதற்குப் பிரியா விடைகொடுத்த பிறகும்கூட, இருண்ட வாயுச்சுரங்க வாயிலுக்குள் இத்தனை ஆண்டுகளாய் நாங்கள் விசிறி எறிந்திருந்த மற்றெல்லாப் பொருள்களையும் போல, இந்தச் சோகமான நினைவுப்பொருள்களும் என்னுடைய நினைவுகளை அடியொற்றி மீண்டும் என்னிடமே வந்து சேரும் என்று நான் கனவு காண்பதுண்டு.

இன்று ரூயாவைப் பற்றி எனக்கு எஞ்சியிருப்பதெல்லாம் இந்தச் சொற்கள் மட்டும்தான். இந்தப் பாழாய்ப்போன கருப்புப் பக்கங்கள் மட்டும்தான். ஒரு சில சமயங்களில் இங்கே நான் விவரித்திருக்கும்

கதைகளுள் ஒன்று என்னிடம் மீண்டு வரும். தூக்கிலிடுபவனின் கதையோ அல்லது ஒரு பனி பொழியும் மாலைப்பொழுதில் முதன்முதலாக ஜெலால் எங்களிடம் விவரித்த ரூயாவும் காலிப்பும் கதை வடிவமோ, ஏதோ ஒன்று மீண்டு வரும். அது எனக்கு வேறொரு கதையை நினைவூட்டும். முதலில் தான் வேறொரு நபரான பிறகோ அல்லது வேறொருவரின் கதைக்குள் தன்னை இழந்த பிறகோதான் தான் தானாவது சாத்தியம் என்பதை அதன் நாயகன் கண்டுகொள்வான். இந்தக் கதைகள் யாவற்றையும் ஒரே கருப்புப் புத்தகத்தில் ஒன்றிணைக்கும் கனவில் நான் லயித்திருக்கும்பொழுது, எனக்கு வேறொரு சாகசக் கதையோ அல்லது காதல் கதையோ மனத்தில் தோன்றும். நினைவுத் தோட்டத்தில் நான் உலா வரும் நேரங்களில், ஒவ்வொரு பெருவாயிற்கதவாக நான் கடந்துசெல்லும் வேளைகளில் தான் தானாக இருக்க, இஸ்தான்புல் தெருக்களில் தன்னைத் தொலைத்த காதலனின் கதையை நினைத்துக்கொள்வேன். அல்லது வாழ்க்கையின் அர்த்தமும் புதிரும் தன் வதனத்தில்தான் குடிகொண்டிருக்கிறதென்று நம்பியிருந்த மனிதனின் கதையை நினைத்துக்கொள்வேன். நான் தழுவிக் கொள்ளும் ஒவ்வொரு கதைக்கும் பிற்பாடு, எனக்கென நான் இலக்காக்கிக் கொண்ட சவாலின் மீது அதிகப் பிடிப்பு கொண்டவனாக ஆகிப் போகிறேன். புதிய கதைகளைக் கண்டுபிடிப்பதல்ல அந்தச் சவால். மாறாக, பல நூற்றாண்டுகளாக நாம் ஒருவருக்கொருவர் சொல்லிக்கொண்டிருந்த கதைகளை எழுதி ஆவணப்படுத்தி வைப்பதும், அவை யாவற்றையும் ஒரு கருப்புப் புத்தகத்தில் தொகுத்து வைப்பதுமே அந்தச் சவால். அந்தப் புத்தகத்தின் இறுதிக் காட்சியைத்தான் இப்பொழுது நான் எழுதத் தயாராக இருக்கிறேன். அந்தக் கடைசிக் காட்சியில் தனக்கான காலக்கெடுவைச் சமாளிக்க காலிப் விரைந்துகொண்டிருக்கிறான். இப்பொழுதெல்லாம் ஜெலாலைப் பற்றி அந்த நகரத்தில் யாரும் அதிகம் பேசுவதில்லை. அதனால் இந்தப் பத்திக் கட்டுரைதான் அவன் பெயரில் வெளியாக இருக்கும் கடைசிக் கட்டுரையாக இருக்கப்போகிறது. காலை நேரம் நெருங்குகையில், ரூயாவின் வலி தரும் நினைவுகளால் சூழப்பட்டு காலிப் தன்னுடைய எழுதுமேஜையிலிருந்து எழுந்து நிற்கிறான். வெளியே தெரியும் இஸ்தான்புல் நகரின் இருண்ட தெருக்களைப் பார்த்துக் கொண்டிருக்கிறான். ரூயாவின் வலி தரும் நினைவுகளால் சூழப்பட்டு, என்னுடைய எழுதுமேஜையிலிருந்து நான் எழுந்து நிற்கிறேன். வெளியே தெரியும் இஸ்தான்புல் நகரின் இருண்ட தெருக்களைப் பார்த்துக் கொண்டிருக்கிறேன். காலிப்பும் நானுமாய் இணைந்து ரூயாவை நினைத்துக் கொண்டே இஸ்தான்புல் நகரின் இருண்ட தெருக்களைப் பார்த்துக் கொண்டிருக்கிறோம். இருவருமாய் இணைந்தே படுக்கச் செல்கிறோம். உறக்கத்திற்கும் விழிப்பிற்குமான இடைநிலையில் இருவருமே தத்தளித்தபடி இருக்கிறோம். அந்த ஊதாக் கட்டம் போட்ட மெத்தையில் ரூயாவைப் பற்றிய சைகை எதையாவது நான் காண நேரிடும் போதெல்லாம், நாங்கள் இருவருமே துயருக்குள் மூழ்கிப்போகிறோம். பிறகு மீண்டும் வியத்தகு வகையில் வாழ்க்கைக்கு மீள்கிறோம். ஏனெனில், வாழ்க்கையின் அளவுக்கு வேறெதுவுமே வியப்பளிப்பதில்லை, எழுத்தைத் தவிர. எழுத்து ஒன்றைத் தவிர. ஆம். உண்மைதான். எழுத்தைத் தவிர வாழ்க்கையைப் போல் வியப்பூட்டும் வேறொன்று இல்லை. வேறு ஆறுதல் எதுவுமே இல்லை.

1985–1989

ஆங்கில மொழிபெயர்ப்பாளரின் பின்னுரை

துருக்கி மொழியில் ஆங்கில வினைச்சொல்லான *to be* என்பது இல்லை. அதேபோல் *to have* என்பதும் இல்லை. அது ஓர் ஒட்டுநிலை மொழி. அதாவது, மிக எளிமையான வாக்கியங்களில்கூட பெயர்ச்சொற்களின் வேரானது ஐந்து அல்லது ஆறு பின்னொட்டு விகுதிகள் இணைந்து காணப்படும் (உதாரணத்திற்கு, *அவர்கள் தமது வீட்டில் இருந்தார்கள் என்பதே உண்மை* என்பது துருக்கிய மொழியில் ஒரே சொல்). அதேபோல், அந்த மொழியில் விதவிதமான காலவினைகள் இருக்கின்றன. உதாரணத்திற்கு, நீங்களே நேரில் பார்த்த சம்பங்களைச் சொல்வதற்கு ஒரு வகையான வினைச்சொல் பாங்கையும், கேள்விப்பட்டதைச் சொல்வதற்கு வேறுவகையான வினைச்சொல பாங்கையும் பயன்படுத்துகிறார்கள். விவரிக்கும்போது, ஒரு நபர் ஆற்றும் செய்வினைப் பங்கை அழுத்தம் கொடுத்துச் சொல்வதற்கு என்றே துருக்கி மொழியில் ஒரு பிரத்யேக அசை இருக்கிறது. செய்வினை அளவிற்கே செயப்பாட்டு வினையும் இந்த மொழியில் அழகுற அமைந்திருக்கிறது. செயப்பாட்டு வினையே அதிகமாய்ப் பயன்படுத்தப்படுகிறது. இதன் விளைவாக, ஒரு நேர்த்தியான துருக்கிய வாக்கியம், யார் உண்மையில் எதைச் செய்தார்கள் என்பதைப் புரியாமல் ஆக்கிவிடலாம். அதேபோல், பால் வேறுபாடுகளைப் பொறுத்த அளவிலும் துருக்கிய மொழி துல்லியமாக இருப்பதில்லை. அவன், அவள், அது ஆகிய மூன்றையும் ஒரே சொல்லே குறிக்கிறது. இதோடு துருக்கியின் முக்கிய எழுத்தாளர்களிடம் புழக்கத்திலிருக்கும் *டெவ்ரிச் ஜூம்லே* எனப்படும் திருப்பிப் போட்ட வாக்கியத்தைச் சேர்த்துக்கொள்ளுங்கள் (இது *தலைகீழ் வாக்கியம்* என்றும் அறியப்படுகிறது.) வழக்கமாக, இது ஒரு நீண்ட வாக்கியமாக இருக்கும். இந்த வாக்கியத்தில், புழக்கத்தில் இருக்கும் வாக்கிய அமைப்பிலிருந்து மாறுபட்டு சொற்கள் அடுக்கப்பட்டிருக்கும்.

இதுவும் போக, அருவி போல் கொட்டும் தொடர் வாக்கிய அமைப்பு. இது தொடர்ச்சியான எதிர்பார்ப்புகளை உருவாக்கி அதன் இறுதியில் இடம் பெறும் வினைச்சொல்லைக் கொண்டு வாக்கியத்தைத் தலைகீழாய்ப் புரட்டிப் போடும் இயல்பை உடையது. துருக்கி மொழியைச் சிந்தனையின் மலரவிழ்ப்பை வெளிப்படுத்தும் மொழி என்று வர்ணிக்கிறார் கவிஞர் மூரத் நெமெத் நெஜாத். எண்ணங்கள் காற்றோடு கலப்பதைத் தடுக்காத வண்ணம் இந்தச் சிந்தனையின் மலரவிழ்ப்பை ஆங்கிலத்தில் எப்படிச் சாத்தியமாக்குவது?

வாக்கியங்களின் ‘உள்ளார்ந்த தர்க்கத்திற்கு’ மொழிபெயர்ப்பாளர் கூர்ந்த கவனம் கொடுக்க வேண்டும் எனும் கருத்து துருக்கியும் ஆங்கிலமும் அறிந்த இருமொழி வல்லுநர்களிடையே ஏற்புடையதாக விளங்குகிறது. இதையே அந்த மொழியின் கட்டமைப்பு என்றும் கூறலாம். ஒரு வாக்கியத் தின் வெவ்வேறான கூறுகளும் ஒன்றையொன்று பிரதிபலிக்கும் ஒயிலான அம்சம் இது. அதே சமயத்தில் அந்த வெவ்வேறான கூறுகள் ஒன்றிணைந்து சொற்களால் கொச்சைப்படுத்திவிட முடியாத புதிரையும்கூடப் பிரதிபலிக்கும். வாக்கியங்களில், செய்வினை, செயப்பாட்டு வினைகளை வைத்து ஆடும் ஆட்டம், காலங்களைக் குறிக்கும் வினைகளைக் கொண்டு நிகழ்த்தும் மாயம், பல்வேறு சகாப்தங்களையும் இடங்களையும் கற்பனைக்குள் கலக்கி ஒன்றிணைக்கும் அற்புதம் ஆகியவற்றை ஓர் அருங்காட்சியகத்தில் காணக்கிடைக்கும் ஓவியங்களைப் போல் ரசித்து மகிழலாம். துருக்கிய சிந்தனை மரபில் தோய்ந்துபோனவர்களுக்கு, இதைப்போன்ற அணுகுமுறையின் நல்லியல்புகள் வெளிப்படையாகவே தென்படும். துருக்கிய மொழியின் உள்ளார்ந்த தர்க்கத்திற்கு முற்றிலும் நேர்மையாக இருக்கும் ஒரு மொழிபெயர்ப்பு, அந்த உள்ளார்ந்த தர்க்கத்தை மலர் மொட்டவிழ்ந்து தன்னுள்ளிருக்கும் உண்மையை வெளிக்காட்டுவதைப் போல் வெளிப்படுத்த வேண்டும். இதுபோன்ற மாயங்களைக் கவிதை மொழிபெயர்ப்பாளர்கள் நிகழ்த்தியுள்ளனர். ஆனால், உரைநடை மொழிபெயர்ப்பாளர்கள் மிகுந்த இன்னல்களையே எதிர்கொண்டிருக்கின்றனர். எளிமையான, நேரடியான தர்க்கமுறைக்குப் பழகிவிட்ட ஆங்கில வாசகர்களிடம் துருக்கிய மொழியின் ஆடம்பரமான, மறைமுக நகாசுகள் பல நேரங்களில் எடுபடாமல் போய்விடுகின்றன. செயப்பாட்டு வினையுடன் கூடிய வாக்கியம் சிக்கலானதாகவும், குழப்பத்தில் ஆழ்த்தக்கூடியதாகவும் ஆகிவிடுகிறது. இதையெல்லாம் யார்தான் செய்கிறார்கள்? அதை ஏன் இந்த எழுத்தாளர் ஒழுங்காகச் சொல்லமாட்டேன் என்கிறார்? வினையைக் குறிக்கும் பெயர்ச்சொற்களின் (செய்வதின்... பார்ப்பதின்... இதுகாறும் செய்யப்பட்டதின்... போன்ற) பட்டியல் நம்மை படபடக்க வைக்கும். துருக்கிய மொழியின் காலத்தைக் குறிக்கும் வினைகளின் நுட்ப வேறுபாடுகள் ஆங்கிலத்தில் இடம் பெயரும்போது கொள்ளை போய்விடுகின்றன. துருக்கிய மொழியின் நளினமாய் இதழ் விரிக்கும் தொடர்வாக்கியங்கள் ஆங்கிலத்தில் தர்க்கப் பொருத்தமற்ற வார்த்தைகளின் அவல ஊர்வலங்களாக ஆகிப் போகின்றன. வாலில் விழும் முடிச்சாய் இருக்க வேண்டிய வினைச்சொற்கள் நீண்ட வாக்கியத்தின் தொடக்கத்திலேயே தலைதூக்கி அதன் மர்மத்தையே களவாடிவிடுகின்றன. அதன் விளைவாக, வேகமெடுக்க வேண்டிய வாக்கியம் தன் மீதே மீண்டும் மீண்டும் திரும்பிக்கொள்ளும் அவலம்

நேர்ந்துவிடுகிறது. இதனால் குரலடங்கிப் போவது அர்த்தம் மட்டுமல்ல அதனுடைய இசைத்தன்மையும்தான்.

துருக்கிய மொழியிலேயே நான் மிகவும் நேசிக்கும் அம்சம் அதன் இசைத்தன்மைதான். 1960களின் இஸ்தான்புல்லில் ஓர் அமெரிக்க நாட்டுச் சிறுமியாக நான் இருந்த காலகட்டத்திலிருந்து இந்த நேசம் ஆரம்பிக்கிறது. துருக்கிய மொழியைக் கேட்ட, ஆனால் புரிந்துகொள்ள முடியாமல் இருந்த பருவம். ஆனால், அதே வேளையில், சொற்கள் எளிதாய் மறைத்து விடும் மொழியின் உணர்வுபூர்வ அடிநாதம் எனக்குப் பிடிபட்டுவிட்டது. எனவே, துருக்கிய மொழியிலிருந்து மொழிபெயர்க்க வேண்டும் என்று தீர்மானித்தபோது, அதன் இசையிலிருந்துதான் தொடங்க வேண்டுமென்று எனக்குத் தோன்றியது. இதன் காரணமாக, விளிம்பிலிருந்து தொடங்கி மையத்திற்குள் செல்வதற்கு மாறாக, வாக்கியத்தின் மையத்திலிருந்து தொடங்கி நான் மெல்ல வெளியே வருவேன். ஒரு வாக்கியத்தின் பல்வேறு உறுப்புகளையும் மீள்சீரமைத்து, அந்த வாக்கியத்தின் இதயம் மெல்ல அவிழுமாறு செய்வதுதான் என் முன்னிருந்த சவால். படைப்பாளியின் அடிப்படை நோக்கங்களை வாக்கிய அமைப்பு துல்லியமாகப் பிரதிபலிக்கிறது என்று எனக்குத் தீர்மானமாகும்வரையிலும் நான் வாக்கிய அமைப்பை ஓயாமல் ஒழுங்குபடுத்திக்கொண்டே இருப்பேன். ஏனென்றால், எழுத்தாளரின் விவரணை மோன நிலைக்கு அவருடைய நீண்ட வாக்கியங்கள் என்ன மாதிரியான பங்களிக்கின்றன என்பது கால ஓட்டத்தில் மெல்லப் புரிந்தது. எங்கெல்லாம் முடியுமோ அங்கெல்லாம் அந்த வாக்கியங்களின் அசல் நீளத்திற்கே ஆங்கில வாக்கியத்தின் நீளத்தையும் அமைத்துக்கொள்ளக் கூடிய மட்டும் முயன்றிருக்கிறேன். ஆனால், அதே நேரத்தில் தெளிவாக இருக்கவும் – அல்லது போதுமான அளவுக்கேனும் தெளிவாக இருக்கவும் – முயன்றிருக்கிறேன்.

'பனி', 'இஸ்தான்புல்' ஆகிய படைப்புகளை மொழிபெயர்க்கும் போது நானும் நூலாசிரியருமாக இணைந்து ஒரு முறைமையை ஏற்படுத்திக்கொண்டோம். அதன்படி, அந்த நூல்களின் இறுதிவரை நான் அவரைக் கலந்துகொள்ளாமலே மொழிபெயர்த்து முடித்தேன். முடிக்கப் பட்ட படியை அவர் படித்துப் பார்த்தார். என்னுடைய ஆங்கிலத்தை அவருடைய துருக்கியோடு ஒப்பிட்டுப் பார்த்தார். அவருடைய பாராட்டுரை களையும் வசவுகளையும் அறிவுரைகளையும் பிரதியின் ஓரங்களில் குறித்திருந்தார். அதன் பிறகுதான் நாங்கள் இருவரும் ஒன்றாக அமர்ந்து ஒவ்வொரு கையெழுத்துப் பிரதியையும், ஒவ்வொரு வாக்கியத்தையும் மணிக்கணக்காய், வானில் கதிரவன் எவ்வளவு உச்சியில் இருக்கிறான் அல்லது எவ்வளவு வெப்பமாக இருக்கிறது என்பதையெல்லாம் பொருட் படுத்தாமல், பார்த்து முடித்தோம்.

இந்தக் கருப்புப் புத்தகம் (எங்களுடைய மூன்றாவது கூட்டு முயற்சி) துருக்கியில் பதினைந்து ஆண்டுகளுக்கு முன்பாக வெளியிடப்பட்டிருந்தது. அது 1995இல் முதன்முதலாக ஆங்கிலத்தில் வெளியானது. அந்த மொழிபெயர்ப்பு[1] உயிரோட்டத்துடனும், மூலத்திற்கு விசுவாசமாகவும் இருந்தபோதிலும், ஏதோ ஒரு விதத்தில் சற்றே தெளிவில்லாத விதமாகவும்

1. *The Black Book*, by OrhanPamuk.Translated by Guneli Gun. Published by Macmillan U.S. in U.S.A. & Harper Collins Canada Ltd in Canada - 1994

தோன்றியது. என்னுடைய நம்பிக்கை என்னவென்றால், என்னுடைய இந்த மொழிபெயர்ப்பு, ஓரான் பாமுக்கை அவருடைய பிற்கால எழுத்துகளின் மூலமாக மட்டுமே அறிந்திருக்கும் ஒரு வாசகத் தலைமுறைக்கு இந்த நூலை முறையாகக் கொண்டுசேர்க்கும் என்பதுதான். ஏனென்றால், இந்தக் கருப்புப் புத்தகம்தான் அவருடைய படைப்புகள் உருவான கொப்பரை.

சமீபகாலத் துருக்கிய வரலாற்றின் காரிருள் சூழ்ந்த கணங்களில் இந்த நாவலின் களம் அமைகிறது. ஆனால், நாங்கள் சிறார்களாகப் பார்த்த காலத்திலிருந்த இஸ்தான்புல்லின் உள்ளிருந்து இது ஒளியூட்டப்படுகிறது. அந்தக் காலகட்டத்தில் இந்த நகரம் புழுதி மண்டி, அழிவு சூழ்ந்திருந்தது. நவீன துருக்கியின் தந்தையென்று கருதப்படும் ஆட்டாதுர்க்கின் அப்பழுக்கற்ற சிலைகள் ஒவ்வொரு சதுக்கத்திலும் நின்றுகொண்டிருந்தன. ஒவ்வொரு பள்ளியிலும் அலுவலகத்திலும் அவருடைய படங்கள் மாட்டப்பட்டிருந்தன. ஒரு சில நேரம் அவர் நீள் அங்கியணிந்தும், மற்ற வேளைகளில் மேலங்கியணிந்தும் காட்சி தந்தார். எந்த உடுப்பாயிருந்தாலும், என்ன மாதிரியான தோரணையென்றாலும், அவருடைய பளிச்சிடும் நீலக் கண்கள் மட்டும் தொடுவானத்தையே பார்த்துக்கொண்டிருந்தன.

அவருடைய மரணத்திற்குக் கால் நூற்றாண்டுக்குப் பிறகும் அவர் கனவு கண்டிருந்த வளம்மிக்க நாடாகவோ, மேலைநாட்டுச் சார்புடைய குடியரசாகவோ துருக்கி மாறியிருக்கவில்லை. அப்போதுதான் தலைதூக்கத் தொடங்கியிருந்த நாட்டின் தொழிற்சாலைகளைப் பாதுகாக்கும் விதமாக ஒரு மூடப்பட்ட பொருளாதாரத்தைத் துருக்கி தேர்ந்துகொண்டிருந்தது. நாங்கள் எல்லோரும், *ஓமோ* சலவை சோப்பையும், *இபாநா* பற்பசையையும், *ஜோப்* சவரப் பசையையும், *சானா* தாவர வெண்ணெயையும் பயன்படுத்திக்கொண்டிருந்தோம். கழுதை மேல் வந்த பால்காரன் பண்ணையிலிருந்து கறந்தபாலை நேராக வீட்டில் கொண்டுவந்து ஊற்றிக்கொண்டிருந்தான். குதிரைவண்டியில் வந்த இன்னொருவன் வீட்டிற்குத் தேவைப்படும் தண்ணீரை விநியோகம் செய்துகொண்டிருந்தான். பாஷாபாஹ்சே எனப்படும் துருக்கியின் ஒரே கண்ணாடிப்பொருள் தயாரிப்பாளரிடமிருந்துதான் நாங்கள் கண்ணாடிப் பொருள்களை வாங்கிக்கொண்டிருந்தோம். இஸ்திக்லால் ஜத்தேஸி பகுதியில் வரிசையாய் இருந்த பத்துப் பனிரெண்டு காலணி அங்காடிகளிலிருந்துதான் எங்களுக்கு வேண்டிய காலணிகள் கிடைத்தன. துருக்கியின் ஒரே பலசரக்குக் கடையான வாக்கோவில்இருந்துதான் எங்களுக்கு வேண்டிய பட்டுக் கழுத்துச் சால்வைகள் வந்தன. ஆயத்த ஆடை எனும் வகையே அப்போது கிட்டத்தட்ட இருக்கவில்லை. உலகிலேயே அதிசிறந்தவர்கள் என்று நம்பப்பட்ட, நகரின் தையற்காரிகள், அடிமை மனப்பாங்கோடு, ஆனால் கலைநயத்தோடு, மேலை நாகரிகத்தை நகலெடுத்துக்கொண்டிருந்தார்கள். நகரிலிருந்த மெக்கானிக்குகளும் அதே அளவிற்குத் திறன் வாய்ந்தவர்களாக இருக்க வேண்டியிருந்தது. ஏனென்றால், நகரில் ஓடிக்கொண்டிருந்த ஒவ்வொரு வாடகைச் சிற்றுந்தும் *1956*ஆம் ஆண்டு தயாரிப்பு ஷவர்லே காராகவே இருந்தது. பல ஆண்டுகள் கழித்துதான் ஹாலிவுட் படங்கள் வந்தன. ஒருவேளை வந்திருந்தால்! *1960*களில் தொலைகாட்சி வந்திருக்கவில்லை. வானொலியோ அரசின்

கட்டுப்பாட்டிலிருந்தது. அது அனைவரது (மதிப்பிற்குரிய) ரசனைக்கும் விருந்தளித்துக்கொண்டிருந்தது. மிகக் கறாரான, நெகிழ்வற்ற நிகழ்ச்சி நிரலைப் பின்பற்றிக்கொண்டிருந்தது. ஒவ்வொரு நாள் மாலையிலும் அதில் ‘விளம்பரதாரரின் நிகழ்ச்சி’ ஒன்று ஒலிபரப்பாகும். அதில் அன்றாடம், ஒரே விதமான நுகர்வோர் தயாரிப்பிற்காக, ஒரே மாதிரியான ஓரங்க நாடகங்களை, அதே நடிகர்களின் பங்கெடுப்பில் நிகழ்த்திக்கொண்டிருப்பார்கள். இரவு *8:15* மணிக்கு மேற்கத்திய மெல்லிசை நிகழ்ச்சியொன்று நாற்பத்தைந்து நிமிடங்களுக்கு ஒலிபரப்பாகும். அந்த நேயர் விருப்பம் நிகழ்ச்சியில்தான் நாங்கள் பீட்டில்ஸ் குழுவின் பாடல்களைக் கேட்டு ரசிக்க முடியும். செய்திகள் நிகழ்ச்சியில் செய்திகளின் ஒரே கோணம்தான் வழங்கப்படும். அது ராணுவத்தின் கருத்தைப் பிரதிபலிப்பதாக மட்டுமே இருக்கும். ஆட்டாதுர்க் கண்டிருந்த குடியரசுக் கனவின் பாதுகாவலராக ராணுவம் தன்னையே வரித்துக்கொண்டது. அந்தக் கனவுக்குப் பங்கம் நினைக்கும் எந்த அரசாங்கமும் அதி விரைவான, தீர்மானமான நடவடிக்கையை எதிர்நோக்க வேண்டியிருக்கும். இதன் விளைவாகத்தான் *1961*ஆம் ஆண்டில் பிரதம மந்திரி மேன்டரஸ் ஒரு சில தளபதிகளின் குழுவால் பதவி விலக்கப்பட்டார். நாட்டின் மதச்சார்பற்ற தன்மைக்கு முற்றுப்புள்ளி வைக்க அவர் ரகசியச் சதியில் ஈடுபட்டிருந்தார் என்பதுதான் அவர்கள் சொன்ன காரணம். அவரையும், வேறு இரண்டு அமைச்சர்களையும் அவர்கள் விசாரணைக்கு உட்படுத்தினர். பிறகு மூவரையும் தூக்கிலிட்டுக் கொன்றனர். அதே ராணுவத் தளபதிகளின் குழு புதிய அரசியலமைப்புச் சட்டத்தை வடித்து முன்பில்லாத அளவிற்கு நாட்டிற்குச் சுதந்திரம் கொடுத்தது. அந்தக் குழு ராணுவத்திற்கும் அதிக அதிகாரங்களை வழங்கியது. அந்தக் காலகட்டத்தில் பத்திரிகைகளின் குரல் அதிகம் நசுக்கப்படவில்லை என்றாலும்கூட ஒரு சில விஷயங்கள் பேசத் தகாதவையாகவே இருந்தன. குறிப்பாக, துருக்கியின் சிறுபான்மையோர் பற்றிப் பொதுவெளியில் பேசுவதென்பது விரும்பத்தகாத செயலாகக் கருதப்பட்டது. கருத்துருக்களேகூடக் குற்றமாகக் கருதப்பட்டன.

ஆனால், அறுபதுகளின் பிற்பகுதியில், ஐக்கிய அமெரிக்காவிலும் ஐரோப்பாவிலும் நிகழ்ந்ததைப் போலவே துருக்கியின் மாணவர்களும் மெல்ல இடதுசாரிச் சார்புடையவர்கள் ஆனார்கள். அமெரிக்க எதிர்ப்பு அபரிமிதமான உச்சத்திலிருந்தது. அமெரிக்கர்கள்தான் ராணுவத்தை ஆட்டிவைக்கிறார்கள் எனும் சந்தேகத்தின் அடிப்படையில் இந்த எதிர்ப்பு உருவாகியிருந்தது. பேரணிகள் வன்முறைக் கலவரங்களாக மாறின. புறக்கணிப்புகள், முரண்பட்டுக் கொண்ட கைகலப்புகளாக உருவெடுத்தன. பெட்ரோல் போத்தல்கள் வீசுமிடங்களில் குண்டுவெடிப்புகள் நிகழ்ந்தன. உயர்நிலை ஆட்கடத்தல்களும் மேற்கொள்ளப்பட்டன. *1971*ஆம் ஆண்டு மே மாதம் பனிரெண்டாம் நாள் ‘ஜனநாயகத்தை நிலைநிறுத்த’ ராணுவம் மீண்டும் அதிகாரத்தைக் கைப்பற்றியது. ஒரு சில வாரங்களுக்குள் ஆயிரக் கணக்கானோர் சிறையிலடைக்கப்பட்டனர்.

எழுபதுகளின் நடுவில் அவர்களுள் பலரும் விடுதலை செய்யப் பட்டிருந்தனர். ஆனால், அந்தப் பத்தாண்டின் இறுதிக் காலகட்டத்தில் மீண்டும் வன்முறை தலைதூக்கியது. இப்போது, இடதுசாரியினரும் வலதுசாரியினரும் தினமும் ஒருவரையொருவர் நகரின் தெருக்களில் தாக்கிக்கொண்டனர். மீண்டும் ராணுவம் தலையிட்டுத் தன்னுடைய

பாணியிலான கட்டுப்பாட்டையும் ஒழுங்கையும் நிலைநாட்டப் போகிறது என்பதில் யாருக்கும் எந்தச் சந்தேகமுமிருக்கவில்லை.

இந்தக் கருப்புப் புத்தகத்தின் தொடக்க அத்தியாயங்களில் இப்படிப்பட்ட இஸ்தான்புல்லைத்தான் நாம் பார்க்கிறோம். 1980ஆம் ஆண்டு ஜனவரி மாதத்தில் ஒரு குளிர் நடுக்கும் நாள். 'அராஜகத்திற்கு' முடிவுகட்டும் கொடூரமான புரட்சி நிகழ இன்னும் ஒன்பது மாதங்களே இருந்தன.

பாத் மௌரீன் ஃப்ரீலி
டிசம்பர் 2005

தமிழ் மொழிபெயர்ப்பாளரின் பின்னுரை

இதைப் பின்னுரையாக இணைப்பதற்குக் காரணம் இருக்கிறது. ஆங்கிலப் பிரதியில் மொழிபெயர்ப்பாளர் மௌரீன் ஃப்ரீலி தன்னுடைய அனுபவங்களையும், பிரதி குறித்த பார்வைகளையும் பின்னுரையாகவே இணைத்திருக்கிறார். அவரை அடியொற்றி நானும் இதைப் பின்னுரையாகவே இணைக்கிறேன். முன்னுரையாக இருந்திருந்தால் வாசகர்களுக்கு நாவலுக்குள் நுழைய ஒரு திறப்பாக இருந்திருக்குமோ எனும் எண்ணம் ஏற்படாமலில்லை. ஆனால், அப்படி ஒரு முன்னுரையை எழுதப் படைப்புத் திறன் அவசியம். அதன் போதாமையை நனகு உணாநதவன நான. அதனாலும், பின்னுரையே பொருத்தமான இடமென்று தேர்கிறேன்.

என்னுடைய முந்தைய மொழிபெயர்ப்பு நூலான, ஹால்டார் லேக்ஸ்நஸின் *மீனும் பண் பாடும்* நாவலை 2017ஆம் ஆண்டின் இறுதியில் முடித்த கையோடு, இந்தக் *கருப்புப் புத்தகத்தைச்* செய்து தர இயலுமா என்று காலச்சுவடு கண்ணன் கேட்டிருந்தார். அவர் கேட்டவுடன் எனக்குச் சற்று அதிர்ச்சியாகவே இருந்தது. அதன் காரணத்தை எளிதில் யூகித்துவிடலாம். தமிழில் ஓரான் பாமுக்கின் குத்தகைதாரராக அறியப்பட்டிருப்பவர் மொழிபெயர்ப்பாளர் ஜி. குப்புசாமி. அவர் கொடி நாட்டிய எல்லைக்குள் பிரவேசிப்பது உசிதமா எனும் சந்தேகம் என்னிடம் இருந்தது. அவரோடு தொலைபேசியில் தொடர்புகொண்டு ஆலோசனை கேட்டேன். தான் வேறொரு விருப்பமான நூலை மொழிபெயர்ப்பதில் ஈடுபட்டிருப்பதால், பாமுக்கின் இந்த நூலை நான் எடுத்துச் செய்வதில் அவருக்கு எவ்வித ஆட்சேபனையும் இல்லை என்று பச்சைக்கொடி காட்டினார்.

போக, கருப்புப் புத்தகத்தைப் பற்றிய மிக நுட்பமான பல செய்திகளையும் என்னுடன் பகிர்ந்துகொண்டார். சவாலான பணிதான் என்றாலும் போதிய ஈடுபாட்டோடு செய்தால் வெற்றி கிட்டலாமென்றும் வாழ்த்துச் சொல்லி ஊக்கப்படுத்தினார். அதற்குப் பிறகும், எனக்கு மிகுந்த தயக்கம் இருந்தது. ஏனென்றால், பாமுக்கின் முக்கிய, நன்கு அறியப்பட்ட படைப்புகளை அவர் மொழிபெயர்த்திருக்கிறார். மொழிபெயர்ப்பில் அவருக்கிருக்கும் கவனமும் ஆழ்ந்த அக்கறையும் உரிய அங்கீகாரம் பெற்றவை எனும் போது, பாமுக்கின் இந்த நாவலை நான் மொழிபெயர்த்தால், அதற்குப் போதிய வரவேற்பு இருக்குமா எனும் ஐயம் நெருடிக்கொண்டே இருந்தது. நாவலின் ஆங்கிலப் பிரதியை வாசித்தேன். பிடித்திருந்தது. மனத்தைத் திடப்படுத்திக்கொண்டு பணியைத் தொடங்கினேன்.

ஆரம்ப சூரத்தனமாய், முதல் மூன்று அத்தியாயங்களைச் சற்று வேகமாகவே முடித்தேன். ஆனால், பின்னர் வந்த இடர்ப்பாடுகள் வேகத்தை மிகவும் மட்டுப்படுத்திவிட்டன. வாகன விபத்து, உடல்நலக் குறைவு, எதிர்பாராத நெடும் பயணங்கள், இடமாற்றங்கள், குடும்ப அலைச்சல்கள் என்று காவல்துறையின் நெடுஞ்சாலைத் தடைகளாய் நிறைய சம்பவங்கள் என்னை முடக்கிப்போடக் குறுக்கிட்டன. பணியில் ஏற்பட்ட தொய்வு பதிப்பாளருக்கு மிகுந்த வருத்தத்தை ஏற்படுத்தியிருக்கும். என்றாலும் மனந்தளராத விக்கிரமாதித்யனாய் அவர் என்மீது நம்பிக்கை வைத்தார். கால அவகாசத்தை நீட்டித்துக்கொடுத்தார். இடர்ப்பாடுகள் இல்லாமல் பணியாற்ற சங்கம் இல்லத்தின் எழுத்தாளர் உறைவிடத்தில் தங்கி, இடரின்றி இந்தப் பணியை முடிக்கும் வாய்ப்பையும் பெற்றுத் தந்தார். அங்கே தங்கிய பதினைந்து நாட்களில் இந்தப் பணியின் கணிசமான பகுதியை முடிக்க முடிந்தது. இதற்காக கண்ணனுக்கும் சங்கம் இல்லத்திற்கும் பெரிதும் கடமைப்பட்டிருக்கிறேன்.

இந்தக் கருப்புப் புத்தகத்தை முடித்த நிலையில் ஒரு மாரத்தான் போட்டியில் பங்கேற்ற திருப்தி மிஞ்சுகிறது. வெற்றியாளராக இல்லா விட்டாலும் தூரத்தை முழுமையாய்க் கடந்த நிறைவு. ஓடி, நடந்து, மூச்சிரைத்து, இறுதிக் கோட்டைத் தொட்டவுடன் அனுபவிக்கக் கிடைக்கும் ஆசுவாசம். அது அலாதியானது. சொல்லப்போனால், நான் என்னை மொழிபெயர்ப்பாளன் எனும் உயர்ந்த இடத்தில் எப்போதும் கற்பனை செய்துகொண்டதில்லை. மாறாக, பிரதியை அர்த்தப்படுத்துபவன் அல்லது பொழிப்புரையாளன் என்ற நிலையே எனக்குத் தோதானதாக இருக்கிறது. நான் மேற்கொண்டிருந்த ஆசிரியப் பணியின் தாக்கமாகவே இதைப் பார்க்கிறேன். என்னுடைய பணிக்காலம் முழுமையும் ஆங்கிலத்தை மொழிப்பாடமாக மட்டுமே கற்பிக்கும் வாய்ப்பு எனக்கு அமைந்திருந்தது. பள்ளி இறுதிவரை தமிழிலேயே அனைத்துப் பாடங்களையும் பயின்று, கல்லூரியில் காலெடுத்து வைக்கும் முதல் தலைமுறை விளிம்பு நிலை மாணாக்கர்களைப் பெருவாரியாகக் கொண்ட கல்லூரியில் பணி. ஒவ்வொரு கடைநிலை மாணவனுக்கும் புரியும் வண்ணம் பாடப் பிரதியை அர்த்தப்படுத்திவிட வேண்டுமெனும் நோக்கம் மட்டுமே மேலோங்கியிருக்கும் மனப்பாங்கு. என்னுடைய மொழிபெயர்ப்பிலும் இது வெளிப்படுவது தவிர்க்கவியலாததாகிவிடுகிறது. மொழிபெயர்ப்புக் கோட்பாடுகளை நான் அறியாதவனில்லை. என்றாலும் பிரதியை

வாசகருக்கு எளிமைப்படுத்திக் கொடுப்பதையே மனம் அதிகமும் நாடுகிறது. அதற்கான சமரசங்களைத் தயக்கமில்லாமல் மேற்கொள்ளத் தூண்டுகிறது. தமிழ் மொழிபெயர்ப்பாளர்கள் பெரும்பான்மையோரும் படைப்பாளிகளாகவும் எழுத்தாளர்களாகவும் இருக்கிறார்கள். இது அவர்களுடைய மொழிபெயர்ப்பின் நேர்த்திக்குக் கொடுக்கும் கூடுதல் பலத்தை நான் ஆற்றாமையுடன்தான் பார்த்துக்கொண்டிருக்க நேர்கிறது. என்னுடைய மொழிபெயர்ப்புப் பிரதிகளை உன்னிப்பாக மெய்ப்புப் பார்த்து நல்ல ஆலோசனைகளை வழங்கும் மொழிபெயர்ப்பாளர் தி.அ. ஸ்ரீனிவாசன், எனக்கான மொழியை நான் கண்டடைய வேண்டு மென்று வற்புறுத்துவார். உற்ற நண்பர், ஆர். சிவகுமாரின் சமீப மொழிபெயர்ப்பான 'வசை மண்'ணை வாசித்த பிறகு, என்னுடைய மொழிநடையின் போதாமைகள் எனக்குத் தெளிவாகவே புலனாகியிருக் கின்றன. காலப்போக்கில் இந்தக் குறைபாடுகள் களையப்பட்டு, என்னுடைய மொழிநடை மேம்படும் எனும் நம்பிக்கையொன்றே எனக்கான உந்துதல்.

நான் மொழிபெயர்த்திருக்கும் ஒவ்வொரு நூலும் ஒவ்வோர் அனுபவத்தை எனக்குள் ஏற்படுத்தியிருக்கிறது. 'சராசரித்தனம்' என்பது இளப்பமாகப் பார்க்கப்பட வேண்டியதில்லை என்பதை அஹ்மத் ஹம்தி தன்பினாரின் 'நேர நெறிமுறை நிலையம்' நாவல் உணரவைத்தது. அது ஒரு ஞானக் கண் திறப்பு. லேக்ஸ்நஸின் 'மீனும் பண் பாடும்' ஏற்படுத்திய மன நெகிழ்ச்சி என்றென்றும் நீடிக்கும் வகையானது. இந்தக் 'கருப்புப் புத்தகம்' ஏற்படுத்தியிருக்கும் சிந்தனைகள் முற்றிலும் வேறானவை. நம் ஒவ்வொருவருக்கும் நம் மீதான குறைகள் ஏராளம். நம்மிடம் நமக்குப் பிடிக்காத அம்சங்களைப் பற்றிய புகார்கள். நம்மைச் சுற்றிலும் இருப்பவர்களிடம் நாம் பார்க்கும், போற்றும் நிறைகள் இவை எல்லாமாக இணைந்து நம்மை நாமாக இருக்கவிடாமல் செய்துவிடுகின்றன. நாம் நாமாக இல்லாத நிலையில் மனநிறைவு என்பது எட்டாக்கனியாகி விடுகின்றது. இது தனிமனித அவலமாக மட்டுமில்லை. ஒரு தேசத்தின், ஒரு நாகரிகத்தின் அவலமாகவே நிலைத்துவிட்டது. இந்த அவல நிலையைப் போக்க முடியுமா? இதுதான் இந்த நாவலின் மொழிபெயர்ப்பை முடித்த தருவாயில் மனத்தில் வண்டலாய் நின்றுவிட்ட கேள்வி.

நாம் நாமாக இருக்க வேண்டுமானால், நம்மிடம் இருக்கும் சொந்தக் கதைகளைப் பேண வேண்டும். அவற்றை மீண்டும் மீண்டும் விதவிதமாகச் சொல்லத் தெரியவேண்டும். இதுதான் இந்த நாவலில் எனக்குப் புரிபட்ட சாரம். இதிலிருக்கும் உண்மை சற்றுக் காரமாகவே உறைத்தது. நாம் பார்த்து வியந்து போகிற அயலாரின் கதைகள் நம்மை மெல்லமெல்ல அவற்றின் அடிமைகளாக்கிவிடுகின்றன. மாறாக, நம்மிடம் நமக்காக இருக்கும் கதைகளே நம்மை விடுதலைப்படுத்தும் உபாயங்களாக விளங்கு கின்றன. இந்தச் செய்தியைத் தர நாவல் படும் பாடுதான் இதன் களம். கதைக்களன் மிக எளியது. காதல் மனைவியைக் காணவில்லை. எங்கே போனாள்? எதற்காக? கேள்விகளுக்கு விடை காண முயல்கிறான் கதை நாயகன். தேடல் புறத்தேடலாக மட்டுமே நின்றுவிடுவதில்லை. பெரிதும் அகத்தேடலாகவே அமைகிறது. ஒரு துப்பறியும் நவீனத்தின் கருவை எடுத்துக்கொண்டு பாமுக் தனது மேதைமையையும் கலை நயத்தையும் ஆற்றலையும் அபாரமாக வெளிப்படுத்தியிருக்கிறார். கதையின் முடிவில்

புதிர் தெள்ளென அவிழ்ந்துவிடுவதில்லை. புரிந்ததைப் போலவும் இருக்கிறது. புரியாததைப் போலவும் இருக்கிறது. இந்தத் திகைப்புதான் இந்த நாவலின் மிகப்பெரிய பலம். உண்மையில் என்னதான் ஆனது? மீண்டும் வாசித்த பகுதிகளுக்கே சென்று மீள்புலனாய்வு செய்யக் கோருகிறது நாவல். மீள் வாசிப்பில் வெவ்வேறு புதிர்கள் தட்டுப்படுகின்றன. வாழ்க்கையே பெரும் புதிர்தானே என்று மலைப்பு தட்டுகிறது. அசலைக் காட்டிலும் நகல் மாயங்கள் காட்டியவாறு இருப்பது புரிகிறது. மாயமானும், கவர்ந்து சென்றவனும், காதலனும் ஒவ்வொரு மக்களின் கதையாகவும் இருப்பது புலனாகிறது. அது ராமனோ மனிலாஸோ, மொழிகளையும் கலாச்சாரங்களையும் இணைக்கும் பாலமாகக் காதலும் தேடலுமே இருப்பது விளங்குகின்றது. இத்தாலிய தாந்தேவின் அகத்தேடலின் அர்த்தமும் அவிழ்கின்றது. எதிரெதிராய் நிலைபெற்றிருக்கும் முகம் பார்க்கும் கண்ணாடிகளுக்குள் சிறைப்பட்ட பிம்பங்கள் ஏற்படுத்தும் களங்கமற்ற குழந்தைத்தனமான குதூகலத்தை இந்த நாவல் ஏற்படுத்து கிறது. இந்த ஆதியின் மாயையை ஒவ்வொரு வாசகரும் நாவலைப் படித்து முடிக்கையில் உணர்ந்திருக்கக் கூடும்.

ஒப்பிட்டுப் பார்த்துக்கொள்ள வசதியாய், இந்த நாவலின் மற்றொரு ஆங்கில மொழிபெயர்ப்புப் பிரதியும் கிடைத்தது ஒரு நல்வாய்ப்பு. மௌரீன் ஃப்ரீலியின் மொழிபெயர்ப்பில் எழுந்த ஏராளமான சந்தேகங்களை, குநேலி கன்னின் செய்திருந்த மற்றொரு மொழிபெயர்ப்புப் பிரதி தீர்த்து வைத்தது. இந்தப் பிரதியைப் பற்றிய குறிப்பு மௌரீன் ஃப்ரீலியின் பின்னுரையிலேயே கிடைக்கிறது. என்றாலும் இதைப் பற்றிய முதல் தகவலை எனக்குத் தந்து உதவியவர் *தி இந்து தமிழ்திசை* நாளிதழில் பணியாற்றும் த. ராஜன். அந்தக் காலகட்டத்தில் அவர் காக்நிஸன்ட் நிறுவனத்தில் பணியாற்றிக்கொண்டிருந்தார். இந்த ஒத்தாசையை அவர் நினைவில் வைத்திருக்க நியாயமில்லை. குநேலி கன்னுக்கும் ராஜனுக்கும் நன்றி.

என்னுடைய முந்தைய மொழிபெயர்ப்புப் பணிகளை மிகுந்த அக்கறையுடன் படித்து மெய்ப்புப் பார்த்து, தகுந்த திருத்தங்களைப் பரிந்துரை செய்தவர் அன்பு நண்பரும், சக மொழிபெயர்ப்பாளருமான தி.அ. ஸ்ரீனிவாசன். குன்றாத அக்கறையோடு இந்த நூலையும் அவர் மெய்ப்புப் பார்த்து உதவியிருக்கிறார். இறுதிக்கட்ட பிழைத்திருத்தங்களை அன்பு நண்பர் கிருஷ்ணப் பிரபு மேற்கொண்டு உதவியிருக்கிறார். இவர்கள் இருவருக்கும் என் நெஞ்சம் நிறைந்த நன்றிகள். இந்த நூலின் வடிவமைப்பிலும் தரமான ஆக்கத்திலும் உறுதுணையாய் இருந்த காலச்சுவடு பதிப்பக ஊழிய நண்பர்களுக்கு நன்றிகள். இந்த நூலின் அட்டையை நேர்த்தியாக வடிவமைத்திருக்கும் அகன் குழந்தையப்பனுக்கும் என் மனமார்ந்த நன்றி.

இந்தப் பணியைச் சோர்வின்றி முடிக்க என் குடும்பத்தினர் கொடுத்த ஊக்கத்தை இப்போது நெகிழ்வுடன் நினைத்துப் பார்க்கிறேன். கணினியில் தட்டச்சு செய்ய உறுதுணையாய் இருந்த என் முதல் வாசகியும், வாழ்க்கைத் துணையுமான கீதாவுக்கு நன்றியும் அன்பும். மகள் லக்ஷ்மிஞான பாலாவும், மகன் சுதன் விக்னேஷும், மைத்துனர் உமாபதி

தாமோதரனும், ஓயாமல் இந்தப் பணியின் முன்னேற்றம் பற்றி விசாரித்துத் தளர்வு உண்டாகும் நேரத்திலெல்லாம் ஊக்கப்படுத்தி உளச்சோர்வையும் உடல் உபாதைகளையும் வெல்ல உதவினார்கள். அனைவருக்கும் என் நன்றி. வாழ்க்கையைச் சுகமானதாகவும் சுவையானதாகவும் உணர வைக்கும் அன்பு கீதாவுக்கு இந்த மொழிபெயர்ப்பை அர்ப்பணிக்கிறேன்.

பவானி **எத்திராஜ் அகிலன்**
24.12.2019